பனி

பனி

ஜி. குப்புசாமி (பி. 1962)
மொழிபெயர்ப்பாளர்

அயல் மொழி இலக்கிய மொழிபெயர்ப்பில் ஈடுபட்டுவரும் இவர் முக்கியமான சமகால எழுத்தாளர்கள் பலரின் எழுத்துக்களைத் தொடர்ந்து தமிழாக்கம் செய்துவருகிறார்.

'என் பெயர் சிவப்பு' மொழிபெயர்ப்புக்காகக் கனடா இலக்கியத் தோட்டம் விருதும், எஸ்.ஆர்.எம். பல்கலைக்கழகத்தின் தமிழ்ப்பேராய விருதும் (2012) இவர் பெற்றுள்ளார். மேலும் 'கடல்' நாவல் மொழிபெயர்ப்புக் காக அயர்லாந்து அரசின் இலக்கிய நல்கையும் 2018ஆம் ஆண்டிற்கான தமிழக அரசின் சிறந்த மொழிபெயர்ப்பாளர் விருதையும் பெற்றுள்ளார்.

முகவரி   : 74/26, பிள்ளையார் கோவில் தெரு,
                   ஆரணி பாளையம்,
                   ஆரணி 632 301,
                   திருவண்ணாமலை மாவட்டம்.

மின்னஞ்சல் : gkuppuswamy62@yahoo.com

தொலைபேசி : 9443305456; 9791561654.

ஜி. குப்புசாமி மொழிபெயர்த்த பிற நூல்கள்

- சேகுவேராவின் தென்அமெரிக்க பயணக் குறிப்புகள் – அல்பர்டோ கிரனாடோ (2003)
- பேர் லாகர்க்விஸ்ட் சிறுகதைகள் (2005)
- நூறு சதவீதப் பொருத்தமான ஒரு யுவதியை ஓர் அழகிய ஏப்ரல் காலையில் பார்த்தபோது – ஹாருகி முரகாமி (2006)
- நாளை வெகுதூரம் (2007)
- என் பெயர் சிவப்பு – ஓரான் பாமுக் (2009)
- கடல் – ஜான் பான்வில் (2010)
- அயல்மகரந்தச்சேர்க்கை (2011)
- கனவுகளுடன் பகடையாடுபவர் (2011)
- சின்ன விஷயங்களின் கடவுள் – அருந்ததி ராய் (2012)
- இஸ்தான்புல் – ஓரான் பாமுக் (2014)
- வெண்ணிறக் கோட்டை – ஓரான் பாமுக் (2015)
- உடைந்த குடை – தாக் ஸூல்ஸ்தாத் (2017)
- பெருமகிழ்வின் பேரவை – அருந்ததி ராய் (2021)

ஓரான் பாமுக்

பனி

தமிழில்
ஜி. குப்புசாமி

காலச்சுவடு பதிப்பகம்

KAR
Copyright © 2002, Iletisim Yayincilik A.S.
All rights reserved

பனி ❖ நாவல் ❖ ஆசிரியர்: ஓரான் பாமுக் ❖ தமிழில்: ஜி. குப்புசாமி ❖ முதல் பதிப்பு: செப்டம்பர் 2013, ஆறாம் (குறும்) பதிப்பு: பிப்ரவரி 2021, எட்டாம் (குறும்) பதிப்பு: ஜனவரி 2022 ❖ வெளியீடு: காலச்சுவடு பப்ளிகேஷன்ஸ் (பி) லிட்., 669, கே. பி. சாலை, நாகர்கோவில் 629001

pani ❖ Tamil Translation of 'Kar' ❖ Novel ❖ Author: Orhan Pamuk ❖ Translated by: G. Kuppuswamy ❖ Language: Tamil ❖ First Edition: September 2013, Sixth (Short) Edition: February 2021, Eighth (Short) Edition: January 2022 ❖ Size: Royal ❖ Paper: 18.6 kg maplitho ❖ Pages: 576

Published by Kalachuvadu Publications Pvt. Ltd., 669, K.P. Road, Nagercoil 629001, India ❖ Phone: 91-4652-278525 ❖ e-mail: publications@kalachuvadu.com ❖ Printed at Clicto Print, Jaleel Towers, 42 KB Dasan Road, Teynampet Chennai 600018

ISBN: 978-93-81969-82-3

01/2022/S.No. 527, kcp 3366, 18.6 (8) rss

ரூயாவுக்கு

பொருளடக்கம்

	முன்னுரை : பனிப்பொழிவில் பயணிப்பதற்கு முன்பாக...	11
1.	பனியின் மௌனம்	15
2.	நமது நகரம் ஓர் அமைதியான இடம்	23
3.	இறைவனின் கட்சிக்கு வாக்களியுங்கள்	34
4.	தேர்தலைப்பற்றியும் தற்கொலைகளைப்பற்றியும் செய்தி சேகரிக்கத்தான் உண்மையில் இங்கே வந்தீர்களா?	51
5.	மன்னிக்க வேண்டும், ஐயா	61
6.	காதல், மதம், கவிதை	74
7.	'இஸ்லாமிய அரசியலாளர்' என்பது மேற்குலகத்தினரும் மதச்சார்பற்றவர்களும் எங்களுக்கு அளித்திருக்கும் ஒரு பெயர் மட்டும் தான்	86
8.	தற்கொலை செய்துகொள்ளும் பெண்கள் முஸ்லீம்களே அல்ல	100
9.	நீங்கள் ஒரு நாத்திகரா?	116
10.	இந்தக் கவிதையை அழகாக ஆக்குவது எது?	126
11.	ஐரோப்பாவில் அவர்களுக்கு வேறொரு கடவுள் இருக்கிறதா?	136
12.	கடவுள் இல்லையென்றால் ஏழைகள் படும் துன்பங்களை எப்படி விளக்குவீர்கள்?	145
13.	ஒரு நாத்திகனோடு எனது நம்பிக்கைகளை நான் விவாதிக்கப் போவதில்லை	156
14.	கவிதைகளை எப்படி எழுதுகிறீர்கள்?	165
15.	வாழ்க்கையிலிருந்து எதிர்பார்க்க நம் அனைவருக்கும் ஒரு விஷயம் உண்டு	183
16.	கடவுள் இல்லாத இடம்	195
17.	என் தந்தையர் தேசம் அல்லது எனது கருப்பு முக்காடு	203
18.	சுடாதீர்கள், துப்பாக்கிகள் நிரப்பப்பட்டிருக்கின்றன!	211
19.	எவ்வளவு அழகு, இந்தப் பனிப் பொழிவு	222

20.	நமது தேசத்திற்கு ஒரு மகத்தான தினம்!	231
21.	இவர்களில் யாரையும் எனக்கு அடையாளம் தெரியவில்லை	243
22.	அடாதூர்க் பாத்திரத்திற்கான மக்களின் தேர்வு	254
23.	இறையறிவு என்பது வாழ்க்கையை எப்படி வாழ்கிறீர்களென்று தெரிந்துகொள்வதுதான்; மெய்யறிவாலோ தருக்கத்தாலோ புரிந்துகொள்ளப்படுவதல்ல	271
24.	"நான், கா."	287
25.	கார்ஸ்ஸில் நாம் சுதந்திரமாக இருக்கப்போகும் ஒரேநேரம் இதுதான்	297
26.	எங்களைப் போன்றவர்களை கடவுளுக்கு அருகில் கொண்டுசெல்வது ஏழ்மை அல்ல	306
27.	உறுதியாக இரு, பெண்ணே. கார்ஸ்ஸிலிருந்து உதவி வந்துகொண்டிருக்கிறது	322
28.	காதலுக்கும் காத்திருத்தலின் வேதனைக்கும் இடையே உள்ள வேறுபாடு	333
29.	உன்னை மட்டுமல்ல நான் இழந்தது	339
30.	நாம் மீண்டும் சந்திப்பது எப்போது?	355
31.	நாங்கள் மூடர்களல்லர்! வெறும் ஏழைகள்!	360
32.	என் உடம்புக்குள் இரண்டு ஆன்மாக்கள் இருக்கும்வரை அது சாத்தியமாகாது	384
33.	கார்ஸ்ஸில் ஒரு கடவுள் மறுப்பாளன்	396
34.	கடிஃபே அதற்கு ஒருபோதும் ஒப்புக்கொள்ள மாட்டாள்	411
35.	நான் யாருடைய ஏஜென்ட்டும் அல்ல	427
36.	உண்மையில் நீங்கள் சாகப்போவதில்லை, அப்படித்தானே ஐயா?	442
37.	இன்று மாலை நம்மிடம் இருக்கப்போகும் ஒரே நாடகப் பிரதி கடிஃபேவின் கூந்தல்தான்	458
38.	உன்னை கஷ்டப்படுத்துவதற்காக இங்கே வரவழைக்கவில்லை	472
39.	சேர்ந்து அழுவதன் இன்பங்கள்	483
40.	'டபுள் ஏஜென்ட்'டாக இருப்பது கடினம்தான் போல	500
41.	ஒவ்வோர் உயிரும் ஒரு பனிச்சருகைப்போல	505
42.	என் பெட்டியை கட்டிக்கொண்டிருக்கிறேன்	515
43.	பெண்கள் தம் கௌரவத்தைக் காத்துக்கொள்ள தற்கொலை செய்துகொள்கிறார்கள்	526
44.	காவை இங்கு யாருக்கும் பிடிப்பதில்லை	546

பனிப்பொழிவில் பயணிப்பதற்கு முன்பாக . . .

"ஒவ்வொரு துருக்கியனின் கைகளிலும் இரத்தக்கறை படிந்திருக்கிறது. 1915-17ஆம் வருடங்களில் ஆட்டமன் ராணுவம் கொன்று குவித்த ஆர்மீனியர்களைப் பற்றியும் 1984ஆம் வருடத்தை யொட்டி நடந்த இனப்படுகொலைகளில் கொல்லப்பட்ட 30000 குர்தியர்களைப் பற்றியும் இங்கே யாருக்கும் சிறிதளவு குற்றவுணர்வு கூட இல்லாமல் இருப்பதுதான் அதிர்ச்சியாக இருக்கிறது. எல்லோரும் வசதியாகத் தலையை வேறுபக்கம் திருப்பிக்கொண்டிருக்க, நான் மட்டும்தான் அவற்றைப் பேசிக்கொண்டிருக்கிறேன்".

ஓரான் பாமுக்கின் இப்புகழ்பெற்ற வாசகங்கள், 'எனது முதலும் கடைசியுமான அரசியல் நாவல்' என்று அவரால் குறிப்பிடப்பட்ட *பனி* வெளிவந்து துருக்கிய தேசியவாதிகளின் கோபத்தைக் கிளறிவிட்டிருந்த சூழலில் ஒரு வெளிநாட்டு வானொலி நேர்காணலில் சொல்லப்பட்டவை. இதற்காக பாமுக் மீது ராஜ துரோக குற்றச்சாட்டு சுமத்தப்பட்டதும், அவருக்கு மரணதண்டனை பெற்றுத்தர ஆர்வமாக இருந்த துருக்கியின் முயற்சி ஐக்கிய நாடுகளின் தலையீட்டால் முறியடிக்கப்பட்டதும், ஓரான் பாமுக்கின் பெயர் 2007இல் இலக்கியத்திற்கான நோபல் பரிசு வழங்கப்பட்ட போது உலகம் முழுக்கப் பிரபலமாக இருந்ததற்கு முக்கிய காரணங்களாக இருந்தன.

துருக்கியை மேற்கு நோக்கி நகர்த்த விழைகின்ற மதச்சார்பற்ற 'நவ – அடாதுர்க்கிய' அரசிற்கும் மத அடையாளங்களைத் தமது சுயகௌரவத்தின் சின்னங்களாகப் பார்க்கும் பெண்களுக்கும் இடையே நிகழும் மோதல்கள், அதன் விளைவான முக்காடுப் பெண்களின் தற்கொலைகள் என்பவையே இந்நாவலின் பின்னணியாக இருந்தாலும், மனித உறவுகளின் முரண்பாடுகளைத் கவித்துவமாகச் சித்தரிக்கும் நாவல்தான் இது. காதலும் துரோகமும் தன்மானமும் அதிகாரமும் நம்பிக்கைகளும் தன்னிரக்கமும் எண்ணற்ற இழைகளாகக் கிளைந்து பின்னப்பட்டிருக்கும் நவீன உலக கிளாசிக்கான இந்நாவலைத் தமிழுக்கு அறிமுகப்படுத்துவதை நான் பெற்ற பெரும் பேறாகவே கருதுகிறேன்.

இந்நாவலின் பாத்திரங்கள் பாமுக்கைப் போலவே வெகு நுட்பமானவர்கள். உள்நோக்கிய இயல்பினர். சடுதியில் மோப்பக் குழையும் அனிச்சப் பிரகிருதிகள். இவர்களுக்கிடையே பற்பல தளங்களில் நாவல் மேலும் கீழுமாய்ப் பயணிக்கும்போது, பாமுக்கின் கையை இறுகப் பற்றியபடி கார்ஸ் நகரின் பனிப்பொழிவின் ஊடே, சீறும் துப்பாக்கிக் குண்டுகளுக்கிடையிலும், அப்பாவிச் சிறுவர்களின் ரத்தச் சிதறல்களுக்கு நடுவிலும், அவர் வழித்தடத்திலேயே சற்றும் விலகாமல் அடியொற்றிச் சென்றதும், அம்மகத்தான படைப்பாளியின் ஆன்மாவை எனக்குள் முழுக்க நிரப்பிக்கொண்டு அவர் மூச்சுக்காற்றின் வெம்மையை நாவலை மொழிபெயர்த்து முடிக்கும்வரை என் உள்ளங்கைக்குள்ளேயே பொதித்து, போற்றிப் பாதுகாத்து வைத்திருந்ததும் ஓர் ஆன்மீக அனுபவமாகவே எனக்கு அமைந்திருந்தது.

இந்நாவலின் ‘விசித்திரங்களால் பின்னிய அங்கி அணிந்த, சொல் செயல் விலகிய பேருருவங்களோடு புழங்கும்’போதும், தொட்டாற் சிணுங்கியைப் போல சகலத்தையும் சுருக்கிக்கொண்டு சுயசித்திரவதை களில் ஆழ்ந்து அலைக்கழியும் இந்நாவலின் நாயகன் காவின் மன வுலகத்தை மொழிபெயர்க்கும்போதும், எனக்குத் தேவைப்பட்ட மூட்டமான அகச்சூழலுக்காக, இந்நாவலை மொழிபெயர்த்து முடிக்கும்வரை கவிஞர் அபியின் கவிதைகளைத் திரும்பத் திரும்ப வாசித்துக்கொண்டிருந்தேன். அவரது வரிகள் நேரடியாகவோ, மறைமுகமாகவோ இப்பிரதியை வடிவமைத்துக்கொண்டிருந்ததை இங்கே குறிப்பிட்டாக வேண்டும். இறுதி வரைவை ஒரு வாசகனாக வாசித்து முடித்ததும் எனக்கு ஏற்பட்ட மனநிறைவை அபி அவர்களுக்கே காணிக்கையாக்க விரும்புகிறேன்.

என் பெயர் சிவப்பு வெளிவந்த பிறகு *பனி*யுடன் சேர்த்து மேலும் நான்கு பாமுக் நூல்களுக்கு அனுமதிபெற்று, இன்னும் சில வருடங்களுக்கு என் அபிமான ஓரான் பாமுக்கோடு மட்டுமே பயணம் செய்வதற்கும், அவரை மட்டுமே சுவாசித்து இருப்பதற்கும் வாய்ப்பை ஏற்படுத்திக் கொடுத்திருக்கும் கண்ணன் அவர்களுக்கு என் நெஞ்சார்ந்த வந்தனங்கள். மேலும் கண்ணன் எனக்குப் புரிந்த பேருதவி Arzu Eker என்ற துருக்கிய ஆய்வாளரை அறிமுகப்படுத்தி வைத்ததுதான். இவர் இஸ்தான்புல் பல்கலைக்கழகத்தில் ஓரான் பாமுக் படைப்புகளில் முனைவர் பட்டத் திற்கான ஆய்வு மேற்கொண்டிருப்பவர். இந்நாவலில் வரும் பெயர்ச் சொற்கள் உச்சரிப்பிலிருந்து, ஒவ்வொரு அத்தியாயத்திலும் பாமுக் உட்கிடையாகப் பொதிந்துவைத்திருக்கும் நுட்பங்கள் குறித்த எனது ஐயங்கள் அத்தனைக்கும் பொறுமையாக, பக்கம் பக்கமாக விளக்கமளித்துத் தெளிவுபடுத்தியிருக்கிறார். மூலப்பிரதியிலிருந்து ஆங்கில மொழிபெயர்ப்பு சற்று விலகியிருக்கும் இடங்களைச் சுட்டிக் காட்டியிருக்கிறார். எனது மொழிபெயர்ப்புப் பிரதி அடைந்திருக்கும் நம்பகத் தன்மைக்காக அவருக்குப் பெரிதும் கடமைப்பட்டிருக்கிறேன் என்பதை நெகிழ்ச்சியோடு குறிப்பிட விழைகிறேன்.

மொழிபெயர்ப்பை மேலாய்வு செய்து திருத்தங்கள் செய்து மேம்படுத்திய பென்னேஸ்வரன் அவர்களுக்கும், எம்.எஸ். அவர்களுக்கும், கவிஞர் சுகுமாரன் அவர்களுக்கும், நூலாக்கத்திற்குக் காரணமான காலச்சுவடு தோழர்கள் ஷாலினி, மஞ்சு முத்துக்குமார், ரெத்தினகுமாரி, இராஜரெத்தினம் ஆகியோருக்கும், மேலட்டையை மிக அழகாக வடிவமைத்த சந்தோஷ் அவர்களுக்கும் என் வணக்கங்கள்.

ஆரணி
17.7.2013

ஜி. குப்புசாமி

அபாயகரமான விளிம்புகளின் மீதுதான் நமது ஆர்வம் இருக்கிறது. நேர்மையான கள்வன், மென்மையான கொலைகாரன், மூடநம்பிக்கைகள் கொண்ட நாத்திகன்.

— ராபர்ட் பிரௌனிங், 'Bishop Blougram's Apology'

ஓர் இலக்கியப் படைப்பில் அரசியல் என்பது இன்னிசைக் கச்சேரியின் நடுவே துப்பாக்கிச் சத்தம் போல. நாராசமான ஆனால் புறக்கணிக்க முடியாத ஒரு விஷயம் அது. நாம் மிகவும் விகாரமான விஷயங்களைப் பற்றிப் பேசப்போகிறோம்.

— ஸ்டென்தால், 'The Charterhouse of Parma'

சரி, அப்படியானால் மக்களைக் கொல்லுங்கள், அவர்களை அடக்குங்கள், அவர்களை அமைதியாக இருக்கும்படி கட்டாயப்படுத்துங்கள். ஐரோப்பிய அறிவொளி என்பது மக்களைவிடவும் முக்கியமானது.

— ஃபியோதர் தஸ்தயேவ்ஸ்க்கி, 'Notebooks for The Brothers Karamazov'

எனக்குள்ளிருக்கும் மேனாட்டவன் அழுகிப்போயிருந்தான்.

— ஜோசப் கான்ராட், 'Under Western Eyes'

1

பனியின் மௌனம்

கார்ஸ்ஸுக்கு பயணம்

'பனியின் மௌனம்' என்ற ஒரு வரி, பேருந்தில் ஓட்டுநருக்கு நேர்பின்னால் உட்கார்ந்திருந்த அவன் மனதில் பளிச்சிட்டது. இது மட்டும் ஒரு கவிதையின் துவக்கமாக இருந்தால் அவனுக்குள்ளிருந்த உணர்வை 'பனியின் மௌனம்' என்று எழுதியிருப்பான்.

எர்ஸுரும்மிலிருந்து கார்ஸ்ஸுக்குச் செல்லும் அந்தப் பேருந்து புறப்படுவதற்கு சில வினாடிகள் இருந்தபோதுதான் அவன் ஏறியிருந்தான். பனியும் புயலுமாக இருந்த ஓர் இரண்டு நாள் பிரயாணத்தில் இஸ்தான்புல்லிலிருந்து அவன் அப்போது தான் வந்து இறங்கியிருந்தான். பேருந்து நிலையத்தின் ஈரமான அழுக்கு நடைபாதைகளில் அவனது கனமான பெட்டியையும் இழுத்துக்கொண்டு தொடர்பு பேருந்துக்காக மேலும் கீழுமாக அலைந்துகொண்டிருந்தபோது கார்ஸ்ஸுக்குச் செல்லும் பேருந்து ஒன்று புறப்படத் தயாராக இருப்பதாக யாரோ சொன்னார்கள்.

ஒருவழியாக அந்த அரதப்பழசான 'மாகிரஸ்' பேருந்தைக் கண்டு பிடித்தான். ஆனால் கிளம்புகிற 'அவசரத்தில்' இருப்பதால் பேருந்தின் அடிப்பாகத்திலிருக்கும் லக்கேஜ் கம்பார்ட்மென்ட்டை திறப்பதற்கு நேரமில்லை என்றான் அந்த நடத்துநர். அதனால் தான் நமது பயணி அந்த கருஞ்சிவப்பு சூட்கேஸோடு ஏறி, இப்போது அதை கால்களுக்கு இடையில் வைத்து உட்கார்ந்திருக் கிறான். சன்னல் இருக்கையில் இருந்த அவன் அணிந்திருக்கும் அந்த அடுப்புக்கரி நிறத்திலிருந்த கோட் ஐந்து வருடங்களுக்கு முன் ஒரு ஃபிராங்க்ஃபர்ட் காஃப்ஹாஃப் தொடர்அங்காடியில் வாங்கியது. இந்த வசீகரமான மென்சிறகு கோட், அவன் கார்ஸ்ஸில் தங்கியிருக்கப்போகிற தினங்களில் அவனுக்கு அவமானத்தையும் மனஉலைவையும், சிலநேரங்களில் ஒரு பாதுகாப்பு உணர்வையும் தந்துகொண்டிருக்கப் போகிறது என்பதை நாம் இப்போது மனதில் வைத்துக்கொள்ள வேண்டும்.

பேருந்து கிளம்பியவுடனேயே நமது பயணி பக்கத்திலிருந்த சன்னலில் பார்வையைப் பதித்துக்கொண்டான். புதிதாக ஏதாவது தெரியுமா என்ற நம்பிக்கையில் எர்ஸுரும்மின் புறநகர் சாலைகளில் வரிசையிட்டிருக்கும் கழிவிரக்கத்துக்குரிய பெட்டிக்கடைகள், பேக்கரிகள், பாழடைந்த காபி இல்லங்களைப் பார்த்துக்கொண்டே வந்தபோது பனிபொழியத் தொடங்கியது. இந்தப் பனி அவன் இஸ்தான்புல்லுக்கும் எர்ஸுரும்முக்கும் இடையில் பார்த்ததைவிட கனமாகவும் அடர்த்தி யாகவும் இருந்தது. அவன் மட்டும் அதீதமான அயர்ச்சியில் இல்லாமல் இருந்து, வானிலிருந்து சிறகுகள் போலச் சுழன்றுகொண்டே உதிரும் பனிக்கீற்றுகளைக் கவனமாகப் பார்த்திருந்தால், உக்கிரமான பனிப் புயல் ஒன்றிற்குள் நேராக பயணித்துக்கொண்டிருப்பதை அவன் உணர்ந்திருக்கக்கூடும். வாழ்க்கையை நிரந்தரமாக மாற்றிவிடப்போகிற ஒரு பயணத்தைத்தான் அவன் தொடங்கியிருக்கிறான் என்று ஆரம்பத் திலேயே தெரிந்திருந்தால் அவன் திரும்பிவிட்டிருப்பான். ஆனால் அத்தகைய எண்ணம் எதுவும் எழாமல் சரிந்துகொண்டிருக்கும் மாலை நேரத்தின் வானத்தில் இன்னமும் தயங்கிக்கொண்டிருந்த வெளிச்சத்தில் தன்னை மறந்து ஆழ்ந்திருந்தான். காற்றில் பனிக்கீற்றுகள் மேலும் வெறியோடு சுழன்றுகொண்டிருக்க, எதிர்வரப்போகும் பனிப்புயலுக்கான அறிகுறிகள் எதுவும் அவனுக்கு உறைக்கவில்லை. அவனிடம் நிரம்பியிருந்ததெல்லாம் கேள்வி கேட்காத ஒரு நம்பிக்கை. சிறு குழந்தையாக இருந்தபோது அவனிடமிருந்த பரிசுத்தமும் பரவசமும் இப்போது மீண்டு வந்திருப்பதைப்போல உணர்ந்தான்.

நமது பயணி அவனது சந்தோஷமான வருடங்களையும் பிள்ளைப் பருவத்தையும் இஸ்தான்புல்லில் கழித்தவன். ஒரு வாரத்துக்கு முன் அவன் தாயின் ஈமச்சடங்கில் கலந்துகொள்வதற்காக பனிரெண்டு வருடங்கள் கழித்து முதன்முறையாகத் திரும்பி வந்திருக்கிறான். நான்கு நாட்கள் தங்கியிருந்துவிட்டு இந்த கார்ஸ் பயணத்தை மேற்கொள்ள முடிவெடுத்திருந்தான். சில வருடங்கள் கழித்துகூட அந்த இரவின் பனிப்பொழிவின் அசாதாரணமான அழகை அவனால் நினைவுகூர முடிந்திருக்கிறது; அது அவனுக்கு அளித்த பரவசம், அவன் இஸ்தான் புல்லில் அறிந்திருந்த எதனையும்விட மிக மகத்தானதாக இருந்தது. அவன் ஒரு கவிஞன். இப்போதும் பெரும்பாலான துருக்கிய வாசகர்கள் அறிந்திராத ஆரம்பகால கவிதை ஒன்றில் அவனே எழுதியிருந்ததைப் போல, பனி நம் கனவுகளில் ஒரே ஒருமுறைதானே பொழிகிறது!

கனவின் பனியைப்போலவே சன்னலுக்கு வெளியே பனி மெதுவாக வும் மௌனமாகவும் பொழிந்துகொண்டிருப்பதைப் பார்த்துக்கொண் டிருந்தபோதே அந்தப்பயணி வெகுநேரமாக ஆசைப்பட்டிருந்த, வெகுநேரமாக எதிர்பார்த்திருந்த பகற்கனவுக்குள் மூழ்கிப்போனான். களங்கமில்லா நினைவுகளால் அகம் சுத்திகரிக்கப்பட்டு, ஒரு பரிபூரண நன்நம்பிக்கை அவனுக்குள் ஆக்கிரமித்தது. இந்த உலகில் தனக்கான இடத்தில்தான் இருக்கிறோமென்ற துணிவு ஏற்பட்டது. கொஞ்ச நேரத்திலேயே, பலவருடங்களாக அவனுக்கு இல்லாத பழக்கமாக இருக்கையில் சாய்ந்தபடியே தூக்கத்தில் ஆழ்ந்து போனான்.

எனவே இந்த இடைவேளையைப் பயன்படுத்திக்கொண்டு அவனைப்பற்றிய சில வாழ்க்கைக்குறிப்புகளை கிசுகிசுத்துவிடலாம். அரசியல் காரணங்களுக்காக நாடுகடத்தப்பட்டு பனிரெண்டு வருடங்கள் ஜெர்மனியில் கழித்திருந்தாலும் நமது பயணி செயல்வீரன் ஒன்றும் கிடையாது. அவனது உண்மையான ஈடுபாடு, ஒரே எண்ணம் எல்லாம் கவிதை பற்றியதுதான். அவனுக்கு நாற்பத்திரண்டு வயது. ஒற்றை ஆளாகத்தான் இருக்கிறான், இதுவரை மணமாகவில்லை. இருக்கையில் சுருண்டு உட்கார்ந்திருப்பவனை வைத்து அப்படி சொல்வது கஷ்டம்தானென்றாலும், ஒரு சராசரி துருக்கியனைவிட அவன் உயரம்; பழுப்பு கேசம். அவனது வெளுப்பான சருமம் இந்தப் பயணத்தில் மேலும் அதிகமாக வெளிறிப்போயிருந்தது. கூச்ச சுபாவி. தனியாக இருப்பதைத்தான் விரும்புபவன். நன்றாகத் தூக்கத்தில் ஆழ்ந்தபிறகு நடந்தவற்றை அறிந்திருந்தானென்றால் –பேருந்தின் குலுக்கலில் அவன் தலை முதலில், பக்கத்தில் உட்கார்ந்திருப்பவனின் தோளில் சரிந்தது, பின் அவனது மார்பில் சரிந்தது – அவன் கூனிக் குறுகிப் போயிருப்பான். பக்கத்தில் இருப்பவன்மேல் சாய்ந்து கொண்டிருக்கும் இந்தப்பயணி ஒரு நேர்மையான, நல்லெண்ணம் கொண்ட ஒரு மனிதன். மிகப்பெரிய லட்சியங்களை தலைக்குமேல் சுமந்துகொண்டு வாழ்க்கையில் எப்போதும் வெற்றியடையாத செக்காவ்வின் பாத்திரங்களைப் போலவே இவனும் ஒரு துயரார்ந்த இயல்பினன். துயரத்தைப்பற்றி பிற்பாடு நாம் நிறைய பேச வேண்டியிருக்கிறது. இந்த அசௌகரியமான நிலையில் அவனால் நெடுநேரத்துக்கு தூங்கிக்கொண்டிருக்க முடியாதென்பதால், இந்தப் பயணியின் பெயர் கரீம் அலாகுஷோலு என்பதைமட்டும் இப்போது சொன்னால் போதுமானது. ஆனால் இந்தப் பெயரே அவனுக்குப் பிடிக்காது; முதலெழுத்துக்களை மட்டும் சேர்த்து ‘கா’ என்று அழைக்கப்படுவதைத்தான் விரும்புவான். இந்தப் புத்தகத்திலும் அவன் விருப்பத்தையே நான் கடைப்பிடிக்கிறேன். பள்ளிக்காலத்திலேயேகூட, நமது நாயகன் அவனது வீட்டுப்பாடத்திலும் பரீட்சைத் தாட்களிலும் விடாப்பிடியாக ‘கா’ என்றுதான் எழுதித்தருவான். பல்கலைக்கழக பதிவு படிவங்களில் ‘கா’ என்றுதான் கையெழுத்திட்டான். எல்லா சந்தர்ப்பங்களிலும் அவனது இந்த உரிமைக்காகப் போராடியிருக்கிறான். அதனால் ஆசிரியர்களிடமும் அரசாங்க அதிகாரிகளிடமும் மோதல் ஏற்பட்டாலும் அவன் விட்டுக்கொடுத்ததில்லை. அவன் அம்மா, அவன் குடும்பத்தினர், அவன் நண்பர்கள் எல்லோருமே கா என்று தான் அழைத்தனர். இதே பெயரில் சில கவிதைத் தொகுப்புகளையும் வெளியிட்டுவிட்டதால் துருக்கியிலும், ஜெர்மனியின் துருக்கிய வட்டாரத்திலும் அவனுக்கு ஒரு சிறிய, விசித்திரமான புகழ் கிடைத்திருந்தது. இப்போதைக்கு நமக்கு இவ்வளவுதான் நேரம் கிடைத்திருக்கிறது. எனவே, எர்ஸுரும் நிலையத்தை விட்டு பேருந்து கிளம்பியபோது பேருந்து ஓட்டுநர் அவருடைய பிரயாணிகளுக்கு ஒரு பத்திரமான பயணம் வாய்க்கவேண்டுமென வாழ்த்தியதைப் போலவே நான் இப்போது இந்த வார்த்தைகளையும் சேர்த்துச்சொல்கிறேன்: “உன் பாதை திறந்திருக்கட்டும் என்னருமை கா . . .” ஆனால் உங்களை

ஏமாற்றுவதற்கு எனக்கு விருப்பமில்லை. நான் காவின் பழைய நண்பன். இவன் கார்ஸ்ஸில் தங்கியிருந்த நாட்களில் நிகழ்ந்தவை எல்லாவற்றையும் தெரிந்துகொண்டே இந்தக் கதையைத் துவங்குகிறேன்.

ஹொராஸனை விட்டுக் கிளம்பியதும், பேருந்து வடக்கே திரும்பி கார்ஸ்ஸை நோக்கிய பயணத்தைத் தொடர்ந்தது. வளைந்து நெளிந்து மேடேறும் அந்தச் சாலையில் ஒரு கொண்டை ஊசி வளைவிலிருந்து திடீரென்று பிரசன்னமான ஒரு குதிரை வண்டிக்காக ஓட்டுநர் பிரேக்கை மிதிக்கவேண்டியிருந்ததும் கா விழித்துக்கொண்டான். கதிகலங்க வைத்துக்கொண்டிருந்த இந்தப் பேருந்துப்பயணம் ஏற்படுத்தி யிருந்த பயஉணர்ச்சி பயணிகளிடையே ஒரு போலித்தனமான தைரிய உணர்வை ஏற்படுத்தியிருந்தது. கொஞ்சநேரத்திலேயே காவும் அவர்களைப்போலவே உணரத் தொடங்கினான். ஓட்டுநருக்கு நேர்ப் பின்னால் உட்கார்ந்திருந்தாலும், பேருந்து ஒரு வளைவில் திரும்பு வதற்காக வேகத்தைக் குறைத்தபோதும், மலைப்பாதை விளிம்புகளின் ஓரத்தில் அபாயகரமாக ஊர்ந்து கடக்கும்போதும் மற்ற பயணிகளைப் போலவே காவும் இருக்கையிலிருந்து எழுந்து நின்று பார்த்துக்கொண் டிருந்தான். ஒரு துடிப்பான பயணி எழுந்துவந்து ஓட்டுநருக்கு முன்னால் கண்ணாடியில் படியும் நீராவியை துடைத்துக் கொண்டு வந்தான். ஒரு வளைவை பேருந்து நெருங்கும்போது அவன் அதை கவனிக்காதிருக்க, கா அவனிடம் அதை சுட்டிக்காட்டினான். (காவின் உதவியை அவன் கவனிக்கவில்லை.) பனிப்புயல் மேலும் தீவிரமடைந்து, கண்ணாடியில் உறைபனி குவியத்தொடங்கி துடைப்பான்கள் சிக்கிக்கொண்டதும், கா ஓட்டுநரோடு சேர்ந்து பாதையைத் தேடத் தொடங்கினான்.

உறைபனி அப்பியிருந்த சாலை அறிவிப்புப்பலகைகள் படிக்க முடியாதிருந்தன. பனிச்சூறாவளி உக்கிரமடையத் தொடங்கியதும் பாதி இருட்டில் சாலை கண்ணுக்குப் புலப்படுமென்பதற்காக ஓட்டுநர் பேருந்தின் முன்விளக்குகளை அணைத்துவிட்டு, உள் விளக்குகளை மங்கலாக்கினான். கைவிடப்பட்ட கிராமங்களின் பனிமூடிய தெருக்கள், இடிந்து விழுகிற நிலையில் உள்ளே மங்கலாக விளக்கெரிகிற ஒற்றை மாடி வீடுகள், வழி அடைக்கப்பட்ட தூரத்து கிராமச்சாலைகள், தெருவிளக்குகளுக்கு அப்பால் மெலிதாகவே புலப்படும் கணவாய்கள் என வெளித்தெரியும் காட்சிகளில் கண்களைப் பதித்து பயம் கலந்த மௌனத்தில் பயணிகள் உறைந்திருந்தனர். ஏதாவது பேசினாலும் அது கிசுகிசுப்பாகவேயிருந்தது.

எனவே அத்தகைய மென்மையான கிசுகிசுப்பில், அவன் எதற்காக கார்ஸ்ஸுக்குச் செல்கிறான் என்று கேட்டான் காவுக்குப் பக்கத்தில் உட்கார்ந்திருந்தவன். கா உள்ளூர்வாசியல்ல என்பது சுலபமாகத் தெரிந்துவிட்டது.

“நான் ஒரு பத்திரிகையாளன்,” கா பதிலுக்கு கிசுகிசுத்தான். அது ஒரு பொய். “வரப்போகிற உள்ளாட்சித் தேர்தல்களில் எனக்கு

ஆர்வம். மேலும் சமீபகாலமாக தற்கொலை செய்துவரும் பெண்களைப் பற்றியும் விசாரிக்க வேண்டும்." இது உண்மை.

"கார்ஸ்ஸின் மேயர் கொல்லப்பட்டபோது, இஸ்தான்புல்லின் எல்லா செய்தித்தாட்களும் அந்தச் செய்தியை பெரிதாக வெளியிட்டன. அதேபோல, இப்போது தற்கொலை செய்துவரும் பெண்களைப் பற்றியும் இடைவிடாமல் செய்திகள் வெளிவருகின்றன," என்றான் காவின் அடுத்த இருக்கைக்காரன்.

அந்த மனிதனின் குரலில் இருந்தது பெருமிதமா, அல்லது அவமானமா என்பதை காவால் நிர்ணயிக்க முடியாதிருந்தது. மூன்று நாட்கள் கழித்து, ஹலித்பாஷா அவென்யூவில், அவன் கண்களில் நீர் வழிய நின்றிருக்கும்போது இந்த மெலிந்த அழகான கிராமத்து இளைஞனை கா மீண்டும் பார்க்கப்போகிறான்.

அதன்பிறகு அந்த பேருந்துப் பயணத்தில் கா அவனோடு விட்டு விட்டு உரையாடிக்கொண்டு வந்தான். அவன் தன் தாயை கார்ஸ்ஸில் மருத்துவமனைகள் சரியாக இல்லாததால் எர்ஸுரும்மில் சேர்த்துவிட்டு வருகிறானாம். அவன் கார்ஸ்ஸை சுற்றியுள்ள கிராமங்களில் பண்ணை விலங்குகளை விற்று வருபவனாம். மிகவும் சிரமதசையில் வளர்ந்தவ னென்றாலும் கிளர்ச்சிக்காரனாக அவன் மாறாமல் இருப்பதாகச் சொன்னான். அவனுக்காக இல்லாவிட்டாலும் அவன் நாட்டுக்காக வருத்தப்படுகிறானாம். (ஏதோ மர்மமான காரணங்களுக்காக அவன் எதற்காக அப்படிச் சொல்கிறான் என்பதை காவிடம் சொல்லவில்லை.) கார்ஸ்ஸின் பிரச்சனைகளைப் பற்றி அறிந்துகொள்வதற்காக இஸ்தான் புல்லிலிருந்து காவைப்போன்ற ஒரு விவரமுள்ள, படித்த கனவான் இவ்வளவுதூரம் வந்திருப்பதைப்பார்க்க அவனுக்கு மகிழ்ச்சியாக இருக்கிறது என்றான். அவனுடைய எளிமையான பேச்சிலும், கௌரவ மான நடத்தையிலும் ஒருவித பெருந்தன்மை இருந்தது. அதற்காக அவன்மேல் காவுக்கு மதிப்பு ஏற்பட்டது.

அவனது அருகாமை காவை அமைதிப்படுத்துவதாக இருந்தது. ஜெர்மனியில் இருந்த பனிரெண்டு வருடங்களில் ஒருமுறை கூட இத்தகைய உள்ளார்ந்த அமைதியை கா உணர்ந்ததில்லை: அவனைவிட கீழ்நிலையிலுள்ள ஒருவனோடு பேசி அவனை அறிந்துகொள்ளும் ஒத்துணர்வாற்றலின் கணநேர பரவசத்தை அனுபவித்து பலகாலம் ஆகின்றன. அன்பையும் பரிவையும் கொண்டிருக்கும் ஒரு மனிதனின் கண்கள் வழியாக உலகைக் காண முயற்சி செய்வது ஞாபகத்தில் வந்தது. அதையே அவன் இப்போது செய்தபோது அந்த கடும்பனிப் புயல் அந்தளவுக்கு அச்சுறுத்தக்கூடியதாகத் தெரியவில்லை. மலையுச்சி யிலிருந்து உருண்டு விழுவதற்கு அவர்கள் விதிக்கப்பட்டிருக்கவில்லை. பேருந்து தாமதமாகலாம், ஆனால் சேருமிடத்தை அடையத்தான் போகிறது.

மூன்றுமணி நேரம் தாமதமாக, பத்துமணிக்கு கார்ஸ்ஸின் பனி மூடிய தெருக்களின் வழியே ஊர்ந்து சென்றபோது காவால் அந்த

நகரத்தை அடையாளமே கண்டுகொள்ள முடியவில்லை. பனிரெண்டு வருடங்களுக்கு முன் ஒரு நீராவி ரயிலில் வந்திறங்கிய நிலையமோ, அப்போது அந்த நகரத்தைச் சுற்றி ஒரு விரிவான சுற்றுலா சென்று விட்டு கடைசியில் அவனுடைய டிரைவர் காவை அழைத்துச்சென்ற ஹோட்டல் ரிபப்ளிக்கோ ('எல்லா அறைகளிலும் தொலைபேசி உண்டு') அவன் கண்ணில் படவில்லை. எல்லாமே துடைத்து அழித்து விட்டிருப் பதைப்போல, பனிக்குள் புதைந்து மறைந்துவிட்டிருப்பதைப் போல இருந்தது. பழைய நாட்களின் அடையாளமாக அங்கொன்றும் இங்கொன்றுமாக குதிரை வண்டிகளையும், மோட்டார் வண்டிக் கொட்டகைகளில் ஒண்டியிருப்பவர்களையும் பார்த்தான். ஆனால் அவன் ஞாபகத்தில் இருந்ததைவிட நகரம் வறியதாக, துயரத்தில் ஆழ்ந்திருப்பதாகத் தெரிந்தது. பேருந்தின் பனி உறைந்த சன்னல் களுக்கிடையே பார்க்கும்போது, கடந்த பத்து வருடங்களில் துருக்கி முழுக்க முளைத்துவிட்டிருந்த அதே கான்கிரீட் அடுக்குமாடி கட்டிடங் களையும் அதே ப்ளெக்ஸி போர்டுகளையும் கா கவனித்தான். ஒவ்வொரு தெருவுக்கு மேலேயும் பிரச்சார வாசகங்கள் பொறித்த பேனர்கள் கட்டப்பட்டிருந்தன.

பேருந்திலிருந்து இறங்கி, பனியின் மெத்தென்ற விரிப்புக்குள் அவன் பாதங்கள் புதைந்தபோது அவன் கால்சட்டைக்குள் சில்லென்று ஒரு காற்றலை பீறிட்டு நுழைந்தது. ஸ்னோ பேலஸ் ஹோட்டலில் அவன் அறை ஒன்றை பதிவுசெய்திருந்தான். அந்த ஹோட்டல் எங்கே யிருக்கிறது என்று கேட்க பேருந்தின் நடத்துனரை அணுகும்போது, பெட்டிகளை சேகரித்துக்கொள்ள காத்திருக்கும் பயணிகள் சிலரின் முகங்கள் பரிச்சயமானவையாகப் பட்டன. பனி கனமாகப் பொழிந்து கொண்டிருக்கையில் அவர்களைப் பற்றி நிதானமாக யோசிக்க முடிய வில்லை. ஹோட்டலுக்குச் சென்று அறை எடுத்துக்கொண்டு கிரீன் பாஸ்ச்சர்ஸ் ரெஸ்டாரன்ட்டுக்கு வந்தபோது, சோர்ந்து கவலைகளால் அலுத்துப்போன, ஆனால் இன்னமும் அழகாக கவர்ச்சிகரமாக இருந்த அந்த மனிதரும், அவருடைய நெடுநாள் துணைவி போல தோற்றமளித்த ஒரு குண்டான, துடிப்பான பெண்மணியும் மறுபடியும் கண்ணில் பட்டார்கள்.

எழுபதுகளில் புரட்சிகர நாடக உலகின் முன்னணி நட்சத்திரங் களாக அவர்கள் இருந்தபோது, இஸ்தான்புல்லில் அவர்கள் நாடகங் களை கா பார்த்திருக்கிறான். அந்த மனிதனின் பெயர் சுனய் ஸயிம். காவின் நினைவுகள் கலைந்து அலைய, அந்த ஜோடியைப் பார்க்கும் போது அவனோடு ஆரம்பப்பள்ளியில் படித்த ஒரு வகுப்புத் தோழியை அந்தப் பெண்மணி ஞாபகப்படுத்தினாள். அந்த மேஜையில் அவர்களோடு இன்னும் பலரும் இருந்தனர். மேடை வாழ்க்கைக்கு அடையாளமாக எல்லோர் முகத்தில் வெளிறிப்போன ஒரு சவக்களை: இந்த மறந்து போகப்பட்ட நகரத்தில், பனி கொட்டுகின்ற ஒரு பிப்ரவரி இரவில் இச்சிறிய நாடகக் குழுவினர் என்ன செய்துகொண்டிருக்கின்றனர் என்று வியந்தான். இருபது வருடங்களுக்கு முன் இந்த ஹோட்டலில் கோட்டும் டையும் அணிந்த அரசாங்க அதிகாரிகளின் கூட்டம்

நிறைந்திருக்கும். இப்போது தூங்கி வழிகிறது. அந்த உணவகத்தைவிட்டு வெளியேறுவதற்கு முன் இன்னொரு மேஜையில் எழுபதுகளின் இடதுசாரி புரட்சியாளர்களில் பிரபலமாக இருந்த ஒருவரைக்கூட பார்த்ததாக காவுக்குத் தோன்றியது. உணவகத்தின் மீதும், தோல்வியுற்று மூச்சுத்திணறிக்கொண்டிருக்கும் இந்த கார்ஸ் நகரத்தின்மீதும் கவிந்திருக்கிற பனிப்போர்வை இந்த மனிதனைப் பற்றிய காவின் ஞாபகங்களின் மீதும் கவிழ்ந்திருந்ததைப் போலிருந்தது.

பனியினால்தான் இந்த உறைந்துபோன நடைபாதைகள் ஆள் நடமாட்டமில்லாமல் இருக்கின்றனவா, அல்லது எப்போதும் இப்படித் தான் வெறிச்சோடிக் கிடக்குமா? சுவர்களில் எழுதப்பட்டிருந்த வாசகங் களைப் பார்த்தபடியே நடந்தான்: தேர்தல் சுவரொட்டிகள், பள்ளிகள், உணவங்களின் விளம்பரங்கள், தொற்றுநோய்போல பரவி வருகின்ற தற்கொலை அலையை முடிவுக்குக் கொண்டுவர நகரத்தின் அதிகாரிகள் ஒட்டியிருக்கும் புதிய சுவரொட்டிகள். பாதியளவே நிறைந்திருந்த ஒரு தேநீரகத்தின் பனியில் உறைந்த சன்னல்களினூடே தொலைக் காட்சிப் பெட்டிக்கு முன் குவிந்திருந்தவர்கள் கண்ணில் பட்டனர். இந்த புராதன ரஷ்ய கல்வீடுகள் இன்னமும் மிச்சமிருப்பதைப் பார்க்க காவுக்கு கொஞ்சம் சந்தோஷமாக இருந்தது. காவின் நினைவுகளில் கார்ஸ்ஸை ஒரு விசேஷமான இடமாக ஆக்கியிருந்தவை இவைதான்.

ஸ்னோ பேலஸ் ஹோட்டல் அத்தகைய வசீகரமான பால்டிக் கட்டிடங்களில் ஒன்று. அது ஓர் இரண்டு மாடி கட்டடம். முற்றத்தை எதிர்நோக்கியிருக்கும் நீண்ட குறுகலான சன்னல்கள். தெருவில் வந்து முடிகிற இடத்தில் நூற்றுப்பத்து வருடங்கள் பழமையான நுழைவாயில் வளைவின் வழியே குதிரை வண்டிகள் சுலபமாகக் கடக்கலாம். அதனடியில் செல்லும்போது காவுக்கு கிளர்ச்சியில் உடல் நடுங்கியது. எதற்காக என்று தன்னைத்தானே கேட்டுக்கொள்ளாத படிக்கு அவன் சோர்ந்திருந்தான். கார்ஸ்ஸுக்கு கா வந்திருப்பதின் காரணங்களில் ஒன்றுதான் இந்த சிலிர்ப்புக்கு காரணம் என்பதோடு நாம் நிறுத்திக்கொள்ளலாம். மூன்று நாட்களுக்கு முன்பு 'ரிபப்ளிகன்' பத்திரிகையின் இஸ்தான்புல் அலுவலகத்தில் இருந்த பால்ய நண்பனைப் பார்ப்பதற்காக கா சென்றிருந்தான். டேனர் என்ற அந்த நண்பன்தான் வரப்போகும் உள்ளாட்சித் தேர்தல்களைப் பற்றியும், பாத்மன் நகரில் நடந்ததைப்போலவே, கார்ஸ்ஸிலும் அசாதாரணமான எண்ணிக்கையில் பெருகிவரும் இளம்பெண்களின் தற்கொலைகள் பற்றியும் அப்போது சொன்னான். இந்த விஷயத்தைப் பற்றி கா எழுத விரும்பினால், அவனது இருபத்தைந்து வருட பிரிவுக்குப் பிறகு துருக்கி உண்மையில் எப்படி மாறியிருக்கிறது என்பதையும் அவன் பார்க்க விரும்பினால், கார்ஸ்ஸுக்குச் செல்வதைப் பற்றி பரிசீலிக்கலாம் என்றும் டேனர் சொன்னான். இந்தப் பணியை ஏற்றுக்கொள்ள வேறு யாரும் இல்லாத தால், காவிடம் முறையான பத்திரிகையாளர் அட்டை ஒன்றைக் கொடுத்து அனுப்பலாம் என்று அவன் நினைத்தான். எல்லாவற்றையும் விட, மிக அழகானப் பெண்ணான அவர்களுடைய பழைய வகுப்புத் தோழி, இபெக், இப்போது கார்ஸ்ஸில்தான் வசித்து வருகிறாள்

என்ற விஷயத்தையும் அவன் காதில் போட்டு வைத்தான். அவள் கணவன் முக்தாரிடமிருந்து மணவிலக்கு பெற்றுக்கொண்டு, அவள் தந்தையோடும், தங்கையோடும் ஸ்னோ பேலஸ் ஹோட்டலில்தான் தங்கியிருக்கிறாள் என்ற தகவலையும் சொன்னான். 'ரிபப்ளிக'னுக்காக அரசியல் கட்டுரைகளை எழுதிவரும் டேனர் இவற்றையெல்லாம் சொல்லச்சொல்ல, காவின் மனதில் இபெக் எவ்வளவு அழகாக இருப்பாள் என்பது ஞாபகத்தில் வந்தது.

நெடிதுயர்ந்த விதானத்தைக்கொண்டிருந்த வரவேற்பறையில் ரிஸப்ஷனிஸ்ட் கேவிட் தொலைக்காட்சி பார்த்துக்கொண்டிருந்தான். காவிடம் அவன் சாவியை எடுத்துத்தர, கா இரண்டாவது மாடியிலிருந்த அறை எண் 203க்கு படியேறிச் சென்றான். கதவை மூடிக்கொண்டதும் கதகதப்பாக உணர்ந்தான். தன்னைத்தானே கவனமாக சுயபரிசோதனை செய்துகொண்ட பிறகு, அவன் பயணத்தின் நெடுகிலும் அவனை துன்புறுத்தி வந்த அச்சங்களைத் தாண்டி, இந்த ஹோட்டலில் இபெக் இருக்கக்கூடுமென்ற சாத்தியம் அவன் இதயத்தையோ மனதையோ சஞ்சலப்படுத்தியிருக்கவில்லை என்ற தீர்மானத்துக்கு வந்தான். வாழ்நாள் முழுக்க அவனது ஒவ்வொரு நேசஅனுபவமும் அவமானத் திலும் இழப்புகளிலுமே முடிந்துபோனதற்குப் பிறகு, இபெக்கிடம் காதல்வயப்படுவதற்கான சாத்தியத்தில், கடுமையான, ஏறக்குறைய சுபாவமான ஒரு திகிலுணர்வு காவிடம் நிரம்பியது.

படுக்கைக்குச் செல்லுமுன், நட்டநடு இரவில் வெறும் பைஜாமாவில் அறைக்குள் நடைபழகிக்கொண்டிருந்த கா, சன்னல் திரைகளை விலக்கினான். முடிவே இல்லாமல் பொழிந்துகொண்டிருந்த திண்ணிய, கனமான பனிச்சருகுகளைப் பார்த்தபடியே நின்றிருந்தான்.

2

நமது நகரம் ஓர் அமைதியான இடம்

புறநகர் சரகங்கள்

அழுக்கையும், சேற்றையும், இருட்டையும் போர்வையிட்டு மூடியிருந்த பனி, காவிடம் பரிசுத்தத்தை தொடர்ந்து வழங்கிக் கொண்டிருந்தாலும், கார்ஸில் கழித்த முதல் தினத்துக்குப் பிறகு அது களங்கமற்ற வெகுளித்தனத்தை அவனுக்கு அளிப்பதாக இருக்கவில்லை. இங்கே பொழிகின்ற பனி சோர்வூட்டுவதாக, எரிச்சலூட்டுவதாக, பயமுறுத்துவதாக இருந்தது. இரவு முழுக்க இடைவிடாத பனிப்பொழிவு; காலையில் எழுந்து ஒரு துணிச்சல் மிக்க பத்திரிகை நிருபர்போல கா தெருக்களில் நடந்து செல்லும் போதும் பொழிந்து கொண்டிருந்தது. காபி இல்லங்களில் குழுமியிருந்த வேலையில்லா குர்த்துகளை சந்தித்தபோதும், வாக்காளர்களைப் பேட்டி கண்டு குறிப்புகள் எடுத்துக்கொண்ட போதும், பின்னர், நெட்டுக்குத்தாக மேடேறிச் செல்லும் பனியில் உறைந்த தெருக்களில் ஏறி பழைய மேயரையும், ஆளுநரின் உதவியாளரையும், தற்கொலை செய்துகொண்ட இளம் பெண் களின் குடும்பத்தினரையும் பேட்டி கண்டபோதும் பனி பொழிந்து கொண்டேதான் இருந்தது. ஆனால் அது அவன் இளம் வயதின் பனி பாவிய தெருக்களுக்கு ஞாபகங்களின் வழியே அவனை கூட்டிச் செல்வதாக இல்லை; நிஷாந்தஷேவின் கட்டுறுதிமிக்க வீடுகளின் சன்னல்களில் சிறுவனாக நின்றுகொண்டு ஏதோ ஒரு தேவதைக் கதைக்குள் எட்டிப் பார்ப்பதைப் போல ஒரு கற்பனை வருமே, அதுபோல இப்போது வரவில்லை. கனவுகளில் கூட இப்போது வராமல் போய்விட்ட அவனது நடுத்தரக் குடும்ப வாழ்க்கையை நினைவுபடுத்தும் ஓர் இடத்துக்கு அவனை திரும்பிவரச் செய்வதாக இல்லாமல், இந்தப் பனிப்பொழிவு அவநம்பிக்கையையும் அவலத்தையும் மட்டுமே அவனிடம் தெரிவிப்பதாக இருந்தது.

அன்று அதிகாலை, நகரம் விழித்தெழுந்து, பனி அவன் உற்சாகத்தை வீழ்த்துவதற்கு முன்னதாக கிளம்பி அடாதுர்க் பொலிவர்ட்டுக்குக் கீழே அமைந்திருந்த பஞ்சப்பராரியான

நகரத்தின் ஊடாகவும், கார்ஸ்ஸின் மிக ஏழ்மையான பகுதியான கலியால்டி சரகத்தின் வழியாகவும் வேகமாக ஒரு நடை சென்று வந்தான். ஒவ்வொரு சன்னலிலும் புகைபோக்கி குழாய்கள் துருத்திக்கொண்டிருக்கும் சிதிலமுற்ற பழங்கால ரஷ்ய கட்டிடங்கள், மரக்கிடங்குகளுக்கும் மின்சார ஜெனரேட்டர்களுக்கும் பின்னால் நெடிதுயர்ந்து நிற்கும் ஆயிரம் வருடப் பழமையான ஆர்மீனிய தேவாலயம், பாதி உறைந்த நதியின்மேல் பனி கொட்டிக்கொண்டிருக்க ஐநூறு வருட பழமையான கல் பாலத்தில் நின்று கூட்டமாகப் போவோர் வருவோரையெல்லாம் பார்த்துக் குரைத்துக்கொண்டிருந்த நாய்கள், பனிப்போர்வைக்கடியில் உயிரின்றி உறைந்திருந்த கலியால்டி யின் குச்சு வீடுகள், அவ்வீடுகளிலிருந்து கடைசி மூச்சுபோல தப்பித்து நெளியும் புகை நாடாக்கள் . . . பனி அப்பியிருந்த பிளேன், ஒலியாஸ்டர் மரக்கிளைகளுக்கடியில் அவன் விரைகையில் கண்ணில் பட்ட காட்சி கள் அவனை துயரத்தில் கரைத்து கண்கலங்க வைத்தன. ஆற்றின் மறுகரையில், ரொட்டி வாங்கி வருவதற்காக இவ்வளவு சீக்கிரம் அனுப்பப்பட்டிருந்த ஒரு சிறுமியும் ஒரு சிறுவனும் ஆட்டமாடிக் கொண்டே, அந்த சூடான ரொட்டிகளை ஒருவரிடம் ஒருவர் தூக்கிப் போட்டுப் பிடித்து, மார்போடு சேர்த்துப் பற்றிக்கொண்டு சந்தோஷமாக ஓடுவதைப் பார்க்கும்போது காவால் புன்னகைக்காமல் இருக்க முடியவில்லை. அவனை வெகுவாகத் தொந்தரவு செய்த விஷயம் ஏழ்மையோ, நிராதரவோ அல்ல: வரப்போகும் நாட்களில் திரும்பத் திரும்ப இதைத்தான் அவன் பார்த்துக்கொண்டிருக்கப் போகிறான். புகைப்பட நிலையங்களின் காலியான சன்னல்களில், நகரத்தின் வேலையற்றவர்கள் பொழுதைக் கழிக்க சீட்டாடிக் கொண்டிருக்கும் தேநீர் கடைகளின் பனி உறைந்த சன்னல்களில், நகரத்தின் வெறிச்சோடிப்போன பனிமூடிய சதுக்கங்களில் காணப் படுகிற வெறுமை இந்தக் காட்சிகள் விநோதமானதும் பலமானதுமான ஒரு தனிமையைச் சொல்லின. மொத்த உலகமும் மறந்து போய்விட்ட ஓர் இடத்தில் அவன் இருப்பதைப்போல, உலகம் அழிவதற்குமுன் பொழிகின்ற பனியைப்போல ஓர் உணர்வைத் தருவதாக இருந்தது.

காலை முழுக்க அதிர்ஷ்டம் காவின் பக்கமே இருந்தது. அவனை யாரென்று கேட்டுத் தெரிந்துகொண்டதும் எல்லோரும் அவன் கையை குலுக்க விரும்பினர்; இஸ்தான்புல்லிலிருந்து வந்திருக்கும் ஒரு பிரபலமான பத்திரிகையாளரைப்போல அவனை நடத்தினர்; ஆளுநரின் உதவியாளரிலிருந்து பரம ஏழைவரை எல்லோரும் அவனுக் காக கதவைத் திறந்து பேசினர். அவனை நகரத்தினருக்கு அறிமுகம் செய்து வைத்தது ‘பார்டர் சிட்டி நியூஸ்’ (விற்பனை: முன்னூற்றி இருபது பிரதிகள்) பதிப்பாளரான சர்தார் பே. இஸ்தான்புல்லின் ‘ரிபப்ளிகன்’னுக் காக அவ்வப்போது உள்ளூர் செய்திகளை அனுப்புவார் (அவர்கள் பெரும்பாலும் அவற்றை பிரசுரிப்பதில்லை). ‘எங்களுடைய உள்ளூர் நிருப’ரை காலையில் முதல்வேலையாக பார்த்துவிடுங்கள் என்று காவிடம் அறிவுறுத்தியிருந்தார்கள். பலத்த பாதுகாப்போடு அமைந் திருந்த அலுவலகத்தில் அமர்ந்திருந்த அந்த அனுபவம் வாய்ந்த

பத்திரிகையாளனைப் பார்த்த கணமே, காவுக்கு கார்ஸ் நகரத்தில் தெரிந்துகொள்ள வேண்டிய விஷயங்கள் அனைத்தையும் தெரிந்து வைத்திருக்கும் மனிதன் இவன் என்பது புரிந்துபோயிற்று. அவனுடைய மூன்றுநாள் தங்கலில் பல நூறு முறைகள் அவனிடம் கேட்கப்படப் போகின்ற அந்தக் கேள்வியை முதலில் கேட்டவன் சர்தார் பே தான்.

“எங்கள் எல்லையோர நகரத்துக்கு நல்வரவு, ஸார். எதற்காக இங்கே வந்திருக்கிறீர்கள்?”

உள்ளாட்சி தேர்தல்களைப் பற்றியும், முடிந்தால் தற்கொலை செய்துகொள்ளும் பெண்களைப் பற்றியும் செய்தி சேகரிக்க வந்திருப்பதாக கா விளக்கினான்.

“பேட்மன்னில் நடந்ததைப்போலவே தற்கொலை பெண்களைப் பற்றிய கதைகள் இங்கும் மிகைப்படுத்தப்பட்டிருக்கின்றன” என்றான் அந்த பத்திரிகையாளன். “காவல்துறை துணைத்தலைவர் காஸிம் பேவைப் போய் சந்திப்போம். நீங்கள் வந்திருப்பது அவர்களுக்கும் தெரிய வேண்டும்.”

புதியவர்கள் அனைவரும், பத்திரிகையாளர்கள்கூட, காவல் துறையைச் சென்று சந்திக்க வேண்டும் என்பது நாற்பதுகளில் இருந்த பிராந்திய வழமை. அரசியல் காரணங்களுக்காக தேசப்பிரஷ்டம் செய்யப்பட்டு, பல வருடங்கள் கழித்து இப்போதுதான் திரும்பியிருப்ப தாலும், பிரிவினைவாத குர்த்திய கெரில்லாக்கள் (PKK) இந்நகரத்தில் இருப்பதை அவன் உணர்ந்திருந்ததாலும் (இந்த இரண்டாவது காரணத்தை யாரும் குறிப்பிடாவிட்டாலும் கூட), கா எந்த ஆட்சேபணையையும் எழுப்பவில்லை.

அவர்கள் அந்த பனிப்புயலுக்குள் பயணப்படத் தொடங்கினர். பழ அங்காடி ஒன்றுக்குள் புகுந்து, காஸிம் கராபெகிர் அவென்யூவின் உதிரி பாகங்கள், இரும்புக் கடைகளைத் தாண்டி, வேலையில்லா இளைஞர்கள் சோகமாக தொலைக்காட்சியையோ அல்லது பனிப் பொழிவையோ வெறித்தபடி உட்கார்ந்திருக்கும் தேநீர் விடுதிகளைக் கடந்து, பிரம்மாண்ட சக்கரங்களாக மஞ்சள் நிற பாலாடைக் கட்டிகளை காட்சிப்படுத்தியிருக்கும் பால் பொருட்கள் விற்பனையகங் களைக் கடந்து சென்றனர். நகரத்தின் குறுக்கே வெட்டிச் செல்ல அவர்களுக்கு பதினைந்து நிமிடங்களாகின.

வழியில் சர்தார் பே நின்று, பழைய மேயர் கொல்லப்பட்ட இடத்தை காவுக்கு காட்டினான். ஒரு சாதாரண நகராட்சி பிரச்சனைக் காக – சட்டவிரோதமாக கட்டப்பட்ட ஒரு பால்கனியை இடித்தது – அவர் சுடப்பட்டதாக ஒரு வதந்தி. கொலையாளியை அவன் தப்பித்துச் சென்ற கிராமத்தில் வைத்தே மூன்று நாட்கள் கழித்து பிடித்து விட்டனர். தானியக்களஞ்சியம் ஒன்றில் ஒளிந்திருந்தவனை அவர்கள் பிடித்தபோது அவன் அந்தத் துப்பாக்கியை தன்னோடுதான் வைத்திருந் தானாம். அவனைப் பிடிப்பதற்கு முந்தைய மூன்று நாட்களில் ஏகப்பட்ட வதந்திகள் சுற்றிக்கொண்டிருந்தன. அவன்தான் குற்றவாளி

என்பதையே பலர் நம்ப மறுத்தனர். அவன் அந்தக் கொலையை செய்ததற்கு சொல்லப்பட்ட காரணம் ஏமாற்றமளிப்பதாக இருந்தது.

கார்ஸ் காவல்துறை தலைமையகம் ஃபெய்க்பே அவென்யூவில் ஒரு நீளமான மூன்றடுக்கு கட்டிடத்தில் இருந்தது. அந்தத் தெருவிலிருந்த பழமையான கருங்கல் கட்டிடங்கள் ஒரு காலத்தில் செல்வச் செழிப்பான ரஷ்யர்களுக்கும் ஆர்மீனியர்களுக்கும் சொந்தமாக இருந்து, இப்போது பெரும்பாலும் அரசு அலுவலகங்களே இருக்கின்றன. காவல்துறை துணைத்தலைவருக்காக அவர்கள் காத்திருந்தபோது, சர்தார் பே அந்தக் கட்டிடத்தின் உயரமான அலங்கார விதானங்களைச் சுட்டிக் காட்டி அந்நகரத்தை 1877 முதல் 1918 வரை ரஷ்யர்கள் ஆக்கிரமித்திருந்த போது இந்த நாற்பது அறை மாளிகை முதலில் ஓர் ஆர்மீனிய செல்வந்தனுக்கு சொந்தமாக இருந்ததென்றும், அதன்பின் ஒரு ரஷ்ய மருத்துவமனையாக இருந்ததென்றும் விளக்கினான்.

காஸிம் பே என்ற அந்த காவல்துறை துணைத்தலைவர் அபரிமித மான பீர் தொந்தியோடு நடைக்கூடத்துக்குள் வந்து, அவர்களை தனது அறைக்கு அழைத்துச் சென்றார். அவரைப் பார்த்தவுடனேயே, 'ரிபப்ளிகன்' போன்ற இடதுசாரி தேசிய செய்தித்தாட்களை வாசிக்கும் பழக்கமில்லாதவர் என்பது காவுக்கு தெரிந்து போயிற்று. மேலும், ஒருவன் கவிஞன் என்பதாலேயே அவனை ஆகாயத்துக்கும் பூமிக்குமாக சர்தார் பே புகழ்ந்து அறிமுகம் செய்வதை அவர் ரசிக்கவில்லை என்பது அவர் முகபாவத்தில் தெரிந்தது. ஆனால் முக்கியமான உள்ளூர் நாளிதழின் உரிமையாளன் என்பதால் அவன்மீது அவருக்கு பயமும் மரியாதையும் இருந்தது. சர்தார் பே பேசி முடித்ததும் காவல்துறை துணைத்தலைவர் காவின் பக்கம் திரும்பி, "உங்களுக்கு பாதுகாப்பு வேண்டுமா?" என்றார்.

"என்ன சொல்கிறீர்கள்?"

"சாதாரண உடையணிந்த ஒரு காவலரை மட்டும் உங்களுக்கு அளிக்கிறேன். நீங்கள் நிம்மதியாக இருக்க வேண்டுமென்பதற்காக."

அவனுடைய டாக்டர் திடீரென வந்து இனி ஒரு கழியை ஊன்றிக் கொண்டுதான் நடக்க வேண்டும் என்று சொல்லிவிட்டதைப் போல, பதற்றத்துடன், "உண்மையிலேயே எனக்கு பாதுகாப்பு தேவையென்றா நினைக்கிறீர்கள்?" என்றான்.

"எங்கள் நகரம் ஒரு அமைதியான நகரம். எங்களுக்கு தொல்லை கொடுத்து வந்த எல்லா பயங்கரவாதிகளையும் நாங்கள் பிடித்து விட்டோம். இருந்தாலும் ஒரு பத்திரத்திற்காகத்தான் சிபாரிசு செய்கிறேன்."

"கார்ஸ் ஒரு அமைதியான நகரமென்றால் எனக்கு பாதுகாப்பு தேவையில்லை," என்றான் கா. இந்த சந்தர்ப்பத்தில் காவல்துறை துணைத்தலைவர் கார்ஸ் ஓர் அமைதியான இடம்தான் என்று மீண்டும் உறுதிப்படுத்தப் போகிறார் என்று காவுக்குத் தோன்றியது. ஆனால் காஸிம் பே ஏற்கனவே சொன்னதைத் திரும்பச் சொல்வதாக இல்லை.

அந்த அலுவலகத்திலிருந்து நகரத்தின் வடக்கே மிக ஏழ்மையான பகுதிகளான கலியால்டி, பேராம்பாஷாவுக்குச் சென்றனர். வீடுகள் கல்லிலும் செங்கல்லிலும் கட்டடப்பட்டு அலுமினியக் கூரை வேய்ந்த குச்சு வீடுகளாக இருந்தன. பனி தொடர்ந்து பொழிந்துகொண்டிருக்க, அவர்கள் வீடுவீடாகச் சென்று விசாரித்தனர்: சர்தார் பே முதலில் கதவைத் தட்டுவான், கதவைத் திறப்பது ஒரு பெண்ணாக இருந்தால், குடும்பத் தலைவரைப் பார்க்க முடியுமா என்பான். அவர்கள் அவனை அடையாளம் கண்டுகொண்டால், அவர்களுக்கு நம்பிக்கையேற்படுத்தும் குரலில் அவனுடைய நண்பன் ஒரு பிரபலமான பத்திரிகையாளர், தேர்தலைப்பற்றி செய்தி சேகரிக்கவும், இந்த நகரத்தைப் பற்றி அறிந்து கொள்ளவும், உதாரணத்திற்கு, எதற்காக இங்கே பெண்கள் அதிக எண்ணிக்கையில் தற்கொலை செய்துகொள்கிறார்கள் என்பது போன்ற விஷயங்களைத் தெரிந்துகொள்வதற்காக இஸ்தான்புல்லிலிருந்து கார்ஸ்ஸுக்கு வந்திருக்கிறார், தெரிந்ததை அவரிடம் சொன்னால் அது கார்ஸ்ஸுக்கு நல்லது, என்பான். சிலர் மட்டும் மிகவும் நட்பாக இருந்தனர். வந்திருப்பவர்கள் சூரியகாந்தி எண்ணெய் டப்பா, சோப்பு, பிஸ்கட், மாவு என பரிசளிக்க வந்திருக்கும் தேர்தல் வேட்பாளர்கள் என்று நினைத்திருக்கலாம். ஆர்வத்தினாலோ அல்லது கரிசனத்தினாலோ அவர்களை உள்ளே அனுமதிப்பவர்கள், தவறாமல் காவிடம் நாய்களைப் பார்த்து பயப்படாதீர்கள் என்றனர். சிலர் பயத்தோடு கதவைத் திறந்தனர். அவர்கள் அதிகாரிகள் அல்லவென்று தெரிந்தாலும், பல வருடங்களாகப் பழகிப் போயிருந்த போலீஸ் மிரட்டல்களுக்குப் பிறகு இது வீடுவீடாகச் செய்கிற மற்றுமொரு சோதனை போலிருக்கிறது என்று நினைத்துக்கொண்டு வாயடைத்துக்கொண்டு நின்றிருந்தனர். ஒரு வீட்டிலிருந்து அடுத்த வீட்டுக்குச் செல்லும்போதெல்லாம், குடித்தனங்களின் எண்ணிக்கை கூடிக்கொண்டே வருவது போலிருந்தது. வழியெங்கும் சிறுவர்கள் உடைந்த பிளாஸ்டிக் கார்களையும், கை உடைந்த பொம்மைகளையும், காலி பாட்டில்களையும், தேநீர், மருந்துப் பெட்டிகளையும் எட்டி உதைத்து விளையாடிக் கொண்டிருந்தனர்.

தற்கொலை செய்துகொண்ட பெண்களின் குடும்பத்தினர் அனைவருமே அந்தப் பெண்கள் அதற்குமுன் தங்களுக்கு சந்தேகமோ கவலையோ ஏற்படுத்துகிற மாதிரி நடந்து கொண்டிருக்கவில்லை என்று ஒரே மாதிரியாகச் சொன்னார்கள். அதனால்தான் அந்த திடீர் தற்கொலைகள் அவர்களை பெரும் அதிர்ச்சியிலும் வேதனையிலும் ஆழ்த்தியிருக்கின்றன என்பதைப் புரிந்துகொள்ள முடிந்தது. அந்த இருவரும் சில்லிட்டிருந்த அறைகளின் வெறும் தரையில் அல்லது மலிவான தரைவிரிப்புகளில் போடப்பட்டிருந்த பழைய மெத்தைகளிலும் கோணலான நாற்காலிகளிலும் அமர வைக்கப்பட்டனர். எப்போதும் அணைக்கப்படாத மௌன தொலைக்காட்சிகளுக்கும், கிண்டினாலொழிய வெப்பத்தை வெளிப்படுத்தாத அடுப்புகளுக்கும், திருட்டுத்தனமான மின் இணைப்புகளில் ஓடும் ஹீட்டர்களுக்கும் அருகில் உட்கார்ந்துகொண்டு கார்ஸ்ஸின் ஓயாத துயரக் கதைகளை அவர்கள் செவிமடுத்துக் கொண்டிருந்தனர். கடுமையான வேலையில்லாத்

திண்டாட்டமும் தொற்றுநோயாக பரவிக் கொண்டுவரும் தற்கொலைகளும் அக்கதைகளில் நிறைந்திருந்தன. அவர்களுடைய புதல்வர்கள் வேலையில்லாமலோ ஜெயிலிலோ இருப்பதால் கண்ணீர் உகுத்துக் கொண்டிருக்கும் தாய்மார்களும், ஹமாம்களில் பனிரெண்டு மணி நேர ஷிஃப்ட்டுகளில் வேலை பார்த்தும்கூட எட்டுபேர் கொண்ட குடும்பத்துக்கு போதிய அளவு சம்பாதிக்க முடியாத குளியலறை உதவியாளர்களும் அவர்களிடம் கொட்டித் தீர்த்தனர். தேநீர் கடைகளுக்குக்கூட போவதற்கு முடியாத வேலையற்றவர்களின் புலம்பல்களை கேட்டனர். அந்தப் பரிதாப ஜீவன்கள் தமது துரதிருஷ்டத்தைக் கூறிப் புலம்பினர்; நகரசபையையும் அரசாங்கத்தையும் குறைகூறினர்; எல்லாப் பிரச்சனைகளுக்கும் மூலகாரணம் நாடும் அதன் அரசியலும் தான் என்றனர்.

இந்த இன்னல் கதைகள் அவனைச் சுற்றிச் சுழன்றுகொண்டிருக்கும் போது சன்னல்கள் வழியே கசிந்து வந்திருக்கும் வெண்ணொளியை மீறி ஒரு நிழல் உலகத்துக்குள் நுழைந்து விட்டதைப்போல கா உணர்கிற ஒரு தருணம் வந்தது. அறைகள் மிகவும் இருட்டாக இருந்ததால் அறைகலங்களின் வடிவங்களைக்கூட உத்தேசமாகத்தான் அனுமானிக்க முடிந்தது. எனவே வெளியே பனியை நோக்கி பார்வையைத் திருப்ப வேண்டியிருந்தபோது அது கண்களைக் கூசவைத்து, வலைத்துகில் விரிப்பு ஒன்று அவன் கண்முன்னே விழுந்து விட்டதைப்போல, இந்தத் துன்பமும் ஏழ்மையுமான அவலக் கதைகள் அவனை பனியின் மௌனத்தில் சரணடைய வைத்திருப்பதைப் போன்றிருந்தது.

ஆனால் அன்றையதினம் அவன் கேட்ட தற்கொலைக் கதைகள் அவனை மிச்ச நாட்கள் பூராவும் துரத்திக்கொண்டிருக்கப் போகின்றன. இந்தக் கதைகளில் இருந்த ஏழ்மையோ, அநாதரவோ, மரத்துப் போன தன்மையோ காவை அதிர வைக்கவில்லை. அந்தப் பெண்கள் தொடர்ந்து அனுபவித்த அடி உதைகளோ, அந்தப் பெண்களை வெளியே செல்லக்கூட அனுமதிக்காத அவர்கள் தந்தையரின் பழமைவாதமோ, பொறாமைக்கார கணவர்களின் இடையறாத வேவு பார்த்தலோ, அல்லது பணமின்மையோகூட அல்ல. காவை பெரிதும் அதிர வைத்து அச்சத்தில் ஆழ்த்தியது என்னவென்றால், திடுதிப்பென்று, எவ்வித சடங்குகள் அல்லது எச்சரிக்கைகள்கூட இல்லாமல், தங்களுடைய தினசரி அலுவல்களுக்கு இடையில் சர்வசாதாரணமாக அந்தப் பெண்கள் உள்ளே சென்று தற்கொலை செய்துகொண்ட விதமே.

உதாரணத்திற்கு, ஒரு பெண்ணைச் சொல்லலாம். அவளைக் கட்டாயப்படுத்தி ஒரு வயதான தேநீரக உரிமையாளனோடு நிச்சயம் செய்திருந்தனர். மாலை உணவை அவள் அம்மா, அப்பா, மூன்று சகோதரிகள், அப்பாவழி பாட்டி ஆகியோரோடு வழக்கம்போல முடித்திருக்கிறாள். அவளும் அவள் சகோதரிகளும் எப்போதும்போல சிரித்து கிண்டலடித்துக் கொண்டு சாப்பாட்டு மேஜையை சுத்தப்படுத்தியிருக்கின்றனர். பிறகு அந்தப் பெண் சாப்பாட்டிற்குப் பிறகு கொறிப்பதற்கான பழங்களைப் பறிப்பதற்காக சமையலறையிலிருந்து தோட்டத்துக்குச் சென்றிருக்கிறாள். பின் அங்கிருந்து சன்னல் மேலேறி மாடியிலிருக்கும்

அவள் பெற்றோர்களின் படுக்கையறைக்கு சென்று, அங்கே வேட்டைத் துப்பாக்கியால் தன்னை சுட்டுக்கொண்டிருக்கிறாள். அவள் பாட்டி துப்பாக்கிச் சத்தத்தைக் கேட்டு மாடிக்கு ஓடிவந்து பார்த்ததும், சமையலறையில் இருப்பதாக நினைத்திருந்த அப்பெண் அவள் பெற்றோர்களின் படுக்கையறையின் தரையில் ரத்த வெள்ளத்தில் கிடந்திருக்கிறாள். அந்தக் கிழவிக்கு அவள் பேத்தி எப்படி சமையலறை யிலிருந்து படுக்கையறைக்கு வந்தாள், எதற்காக தற்கொலை செய்து கொண்டாள் என்பது புரியவேயில்லை.

இன்னொரு பதினாறு வயது பெண் எப்போதும்போல தன் சகோதரிகளோடு தொலைக்கட்சியில் எதைப் பார்ப்பது என்பதற்காக சண்டையிட்டுக்கொண்டிருந்தபோது, ரிமோட் கன்ட்ரோலை மற்றவர்களிடமிருந்து எப்படியோ போராடி பிடுங்கிக்கொண்டிருக்கிறாள். சத்தம் கேட்டு அங்கு வந்த அவள் அப்பா பிரச்சனையை தீர்ப்பதற்காக அந்தப் பெண்ணுக்கு பலமாக இரண்டு அடி கொடுத்திருக்கிறார். அந்தப் பெண் நேராக தன் அறைக்குச் சென்று, விலங்குகளுக்குத் தரும் ‘மார்டாலின்’ மருந்து பாட்டிலை எடுத்து ஒரு பாட்டில் சோடாவோடு கலந்து குடித்துவிட்டிருக்கிறாள்.

இன்னொரு பெண்ணுக்கு பதினைந்து வயதிலேயே சந்தோஷமாக கல்யாணம் முடிந்து ஆறுமாத குழந்தையும் இருந்திருக்கிறது. அவள் கணவனுக்கு வேலையில்லாததால் விரக்தியேற்பட்டு தினமும் அவளை அடிப்பானாம். அந்த அடிகளுக்குப் பயந்து ஒருநாள் அவர்களுடைய வழக்கமான சண்டைக்குப் பிறகு சமையலறைக்குள் புகுந்து கதவை அடைத்துக் கொண்டாளாம். அவள் என்ன செய்யப் போகிறாள் என்று அவள் கணவனுக்குப் புரிந்து ஓடிவந்து கதவை உடைப்பதற்குள் அவள் ஏற்கனவே உத்தரத்தில் கயிறை மாட்டி சுருக்கிட்டு தயாராக இருந்ததால், தூக்கு மாட்டிக்கொண்டு சடுதியில் செத்துப் போய் விட்டிருக்கிறாள்.

இந்தப் பெண்கள் மரணத்துக்குள் குதித்திருந்த மூர்க்கத்தனமான வேகத்தை எண்ணி கா வியந்தான். அவர்கள் எடுத்துக்கொண்ட முன்னேற்பாடுகள் – உத்தரத்தில் வளையங்களை மாட்டியிருக்கின்றனர், துப்பாக்கிகளை நிரப்பி வைத்திருக்கின்றனர், உக்கிராண அறையிலிருந்து மருந்து புட்டிகளை எடுத்து வந்து படுக்கையறையில் வைத்திருக்கின்றனர் – தற்கொலை எண்ணத்தை கொஞ்ச நாட்களாகவே சுமந்துகொண்டிருந் தனர் என்பதைத்தான் காட்டியது.

இத்தகைய தற்கொலைகளைப் பற்றிய செய்திகள் முதலில் பேட்மன் என்ற கார்ஸ்ஸிலிருந்து நூறு கிலோமீட்டர் தொலைவிலிருந்த ஒரு நகரத்திலிருந்துதான் வந்தன. உலக அளவில் பெண்களைவிட மூன்று அல்லது நான்கு மடங்கு ஆண்கள்தான் தற்கொலை செய்து கொள்கிறார்கள் என்று புள்ளிவிபரங்கள் தெரிவிக்கின்றன. ஆனால் அங்காராவிலிருந்த தேசிய புள்ளியியல் துறை அலுவலகத்தில் பணி புரியும் ஓர் இளம் அதிகாரிதான் பேட்மன்னில் பெண்கள் தற்கொலை செய்துகொள்வது ஆண்களைவிட மூன்று மடங்கு அதிகமாகவும்,

உலக அளவில் பெண்களின் சராசரியைவிட நான்கு மடங்கு அதிக மாகவும் இருப்பதை முதன் முதலில் கவனித்தான். 'ரிபப்ளிகன்' பத்திரிகையிலிருந்த அவனுடைய நண்பன் இந்த பகுப்பாய்வை 'செய்திச்சுருக்கம்' பகுதியில் வெளியிட்டபோது துருக்கியில் யாரும் அதை பெரிதாகக் கவனிக்கவில்லை. ஆனால் துருக்கியிலிருந்த பிரெஞ்சு, ஜெர்மன் நாளிதழ்களின் நிருபர்கள் இச்செய்தியின் தீவிரத்தன்மையை உணர்ந்து, பேட்மன்னுக்கு நேரில் சென்று தகவல்களைத் திரட்டி அவர்களின் பத்திரிகைகளில் வெளியிட்டபோது துருக்கிய பத்திரிகை உலகமும் இதில் ஆர்வம் காட்டத் தொடங்கியது. அந்நகரத்துக்கு கணிசமான அளவில் பத்திரிகையாளர்கள் படையெடுத்தனர். அதிகாரி களைப் பொறுத்தமட்டில், பத்திரிகை உலகம் கிளப்பிய பரபரப்பினால் தான் பெண்களின் தற்கொலை எண்ணிக்கை மேலும் அதிகரித்து விட்டது என்ற கருத்தாக இருந்தது.

கார்ஸ்ஸின் துணை ஆளுநர், காவிடம் பேட்மன்னில் காணப்படும் அளவுக்கு இங்கே தற்கொலைகளின் எண்ணிக்கை கிடையாது என்றார். அந்தக் குடும்பத்தினரிடம் கா பேசுவதில் 'தற்சமயத்துக்கு' அவருக்கு ஆட்சேபணை கிடையாது என்றார். ஆனால் அவர்களிடம் பேசும் போது 'தற்கொலை' என்ற வார்த்தையை கா அடிக்கடி பிரயோகிக்க வேண்டாம் என்றும், 'ரிபப்ளிக'னுக்காக அவனுடைய செய்திக் கட்டுரையை எழுதும்போது மிகைப்படுத்திவிடாமல் பார்த்துக் கொள்ளுமாறும் சொன்னார். மனோதத்துவ நிபுணர்கள், காவல்துறை அதிகாரிகள், நீதிபதிகள், மத விவகாரத் துறையைச் சேர்ந்த அதிகாரிகள் ஆகியோரைக் கொண்ட தற்கொலை குறித்த வல்லுநர் குழு பேட்மன்னி லிருந்து கார்ஸ்ஸுக்கு வரப்போகிறார்கள்; முன்னெச்சரிக்கை நடவடிக்கை யாக நகரமெங்கும், 'மனிதப்பிறவிகள் இறைவனின் அற்புதப் படைப்புகள். தற்கொலை என்பது ஹராம் எனப்படும் தெய்வநிந்தனை', என்ற சுவரொட்டிகளை மத விவகாரத்துறை ஒட்டியிருக்கிறது. ஆளுநர் அலுவலகம் இந்த வாசகத்தை தலைப்பாகக் கொண்டு சிறு வெளியீடு ஒன்றை விரைவில் விநியோகிக்கப் போகிறது என்று விளக்கினார். இருந்தாலும் இந்த நடவடிக்கைகள் எல்லாமே நோக்கத்துக்கு எதிரான விளைவுகளை ஏற்படுத்திவிடுமோ என்றும் பயமாக இருக்கிறது, என்றார்.

"இந்தப் பெண்கள் தற்கொலைக்கு விரட்டப்படுவதற்கு முக்கிய மான காரணம் அவர்கள் பெரிதும் சந்தோஷமின்றி இருப்பதே. அதில் எந்த சந்தேகமும் இல்லை," துணை ஆளுநர் காவிடம் சொன்னார். "ஆனால் சந்தோஷமின்மைதான் தற்கொலைக்கு உண்மையான காரணமென்றால் துருக்கியில் உள்ள பெண்களில் பாதிப்பேர் தற்கொலை செய்துகொண்டிருப்பார்கள்." அணில் முகத்தில் பிரஷ் மீசையோடு இருந்த அந்த மனிதர், பெண்கள் தற்கொலை இச்சைக்குத் தூண்டப் படுவதற்கு காரணமே அவளைச் சுற்றியிருக்கிற எல்லா ஆண்களும் – அப்பாக்கள், இமாம்கள், அரசாங்கம் – ஒரே குரலில் "தற்கொலை செய்துகொள்ளாதே!" என்று கண்டிப்பதுதான் என்றார். அதனால் தான் தற்கொலைக்கெதிரான பிரச்சாரக் குழுவில் குறைந்தபட்சமாக

ஒரு பெண் உறுப்பினரை சேர்க்க வேண்டுமென்று அங்காராவுக்கு அவர் எழுதியிருப்பதாக காவிடம் பெருமையோடு கூறினார்.

தற்கொலை, ஒரு கொள்ளை நோயைப் போல பரவக்கூடும் என்கிற விஷயம் ஒரு பெண், பேட்மன்னிலிருந்து அத்தனை கிலோ மீட்டர்கள் கடந்து கார்ஸ்ஸுக்கு வந்து தற்கொலை செய்துகொண்ட போதுதான் புரியத் தொடங்கியது. அந்தப் பெண்ணின் குடும்பத்தார் காவையும் சர்தார் பேவையும் வீட்டுக்குள் அனுமதிக்க மறுத்துவிட்டனர். ஆனால் அந்தப் பெண்ணின் தாய்மாமன் அவர்களை வெளியே வைத்து பேசுவதற்கு முன்வந்தார். அடாதுர்க் சரகத்திலிருந்த அந்த பனிமூடிய தோட்டத்தின் ஒலியாண்டர் மரங்களினடியில் அமர்ந்து கொண்டு சிகரெட் ஒன்றை பிடித்தபடியே அவள் கதையை அவர் சொன்னார். அவருடைய சகோதரி மகளுக்கு இரண்டு வருடங்களுக்கு முன் திருமணமாகியிருந்தது. காலை முதல் இரவுவரை வீட்டு வேலைகள் அவள்மேல் சுமத்தப்பட்டிருந்தன. அவள் கருத்தரிக்கவில்லை யென்று மாமியாரும் தொடர்ந்து அவளை திட்டிக்கொண்டிருந்தார். இது மட்டும் அவளை தற்கொலைக்கு விரட்டியிருக்காது என்றுதான் அவள் மாமா கருதினார். பேட்மன்னின் மற்ற பெண்களை அவள் பின்பற்றி அந்த முடிவுக்கு வந்திருக்க வேண்டும் என்பது தெளிவு. கார்ஸ்ஸில் அவள் வீட்டுக்கு வந்தபோது அவள் பூரண மகிழ்ச்சியோடு இருந்ததாகத்தான் தெரிந்தது. அதனால் அவள் பேட்மன்னுக்குத் திரும்பவேண்டிய அன்று காலை அவளது படுக்கையில் அவள் இரண்டு பெட்டிகள் நிறைய தூக்கமாத்திரைகளை சாப்பிட்டிருப்பதாக கடிதத்தைப் பார்த்ததும் அவர்களுக்குத் தூக்கிவாரிப் போட்டிருக்கிறது.

இந்தத் தற்கொலை வியாதி கார்ஸ்ஸை பீடித்து ஒருமாதம் கழித்து, அந்தப் பெண்ணின் பதினாறு வயது மைத்துனியும் இதே பாணியில் தற்கொலை செய்துகொண்டாள். அந்தப் பெண்ணின் பெற்றோர் முதலில் காவிடம் பேசவே தயங்கினர். மாமா அவர்களிடம் நயமாகப் பேசி, காவும் அவர்கள் சொல்வதை ஒன்றுவிடாமல் தனது கட்டுரையில் சேர்த்துவிடுவதாக வாக்களித்தபிறகு, அவர்கள் கண்ணீர் பெருக அவர்களுடைய பெண் தற்கொலை செய்துகொள்ள விரட்டப் பட்டதே அவளுடைய ஆசிரியர் அவள் கன்னித்தன்மை இழந்தவள் என்று பழி வைத்ததால்தான் என்றனர். இந்த வதந்தி கார்ஸ் முழுக்க பரவத் தொடங்கியதும், அந்தப் பெண்ணுக்கு நிச்சயம் செய்திருந்தவன் அவர்களது நிச்சயதார்த்தத்தை ரத்து செய்துவிட்டானாம். அவளுக்கு கல்யாணம் நிச்சயமாகிவிட்டது என்று தெரிந்தும்கூட அவளைப் பெண் கேட்டு வீட்டுக்கு வந்து கொண்டிருந்தவர்கள்கூட வருவதை நிறுத்திவிட்டார்களாம். அப்போது அந்தப் பெண்ணின் தாய்வழி பாட்டனும் “உனக்கு இனிமேல் கல்யாணமே ஆகாது போலிருக்கிறதே!” என்று சொல்லத் தொடங்கிவிட்டாராம். ஒருநாள் மாலை, அவர்கள் குடும்பத்தோடு அமர்ந்து தொலைக்காட்சி பார்த்துக் கொண்டிருந்த போது அதில் ஒரு திருமணக் காட்சி வந்திருக்கிறது. அதைப் பார்த்தவுடனேயே குடிபோதையிலிருந்த அவள் அப்பா அழத் தொடங்க, அவள் அறைக்குள் சென்று அவளுடைய பாட்டியின் தூக்க மாத்திரை

களை அப்படியே எடுத்து விழுங்கி விட்டிருக்கிறாள் (இப்படியாக, தற்கொலை எண்ணம் மட்டுமல்ல, செய்துகொள்ளும் விதமும்கூட தொற்றிக் கொள்வதாக இருப்பது தெரிகிறது.) பிரேதப் பரிசோதனையில் அந்தப் பெண் கன்னித்தன்மையை இழந்திருக்காதவள் என்பது வெளிப்பட்டதும், அவளுடைய அப்பா அந்த வதந்தியை பரப்பிய ஆசிரியரை மட்டுமல்ல, பேட்மன்னிலிருந்து கார்ஸ்ஸுக்கு வந்து தற்கொலை செய்துகொண்ட அவருடைய சகோதரி மகளையும் சபிக்கத் தொடங்கிவிட்டார். அவர்களுடைய பெண்ணின் கற்பைப் பற்றி சுமத்தப்பட்ட ஆதாரமில்லாத வதந்தியை தகர்க்கவும், அந்த அபாண்டமான பொய்யை பரப்பிய அந்த ஆசிரியரின் லட்சணத்தை வெளிக்காட்டவும்தான் இவையெல்லாவற்றையும் காவிடம் சொல் வதற்கு அந்தக் குடும்பத்தினர் முன் வந்திருப்பதாக அவர் சொன்னார்.

தற்கொலை செய்துகொண்ட பெண்களுக்கு தமது உயிர்களை போக்கிக் கொள்ளும்போதுகூட தனிமையோ, அல்லது நேரமோ கிடைக்கவில்லை என்பது காவை விசாரமடையச் செய்வதாக இருந்தது. தூக்க மாத்திரைகளை விழுங்கிய பிறகும், அமைதியாகப்படுத்து இறந்து கொண்டிருந்த போதும்கூட, அவர்கள் மற்றவர்கள் புடைசூழத்தான் இருந்திருக்கிறார்கள். கா, நிஷாந்தஷேயில் மேற்கத்திய இலக்கியங் களைப் படித்தபடி வளர்ந்தவன். அவனது தற்கொலை கற்பனைகளில், தற்கொலை செய்துகொள்ளும்போது பெருமளவில் காலமும், வெளியும் நம்மோடு இருக்கவேண்டியது முக்கியமானது என்று நினைத்து வந்திருக்கிறான்: குறைந்தபட்சம் யாரும் வந்து சில நாட்களுக்காவது கதவைத் தட்டாதிருக்கும்படியாக ஒரு அறை வேண்டும். அவனது கற்பனைகளில் தற்கொலை என்பது பயபக்தியோடு செய்துமுடிக்க வேண்டிய, ஆர்ந்தமைந்த செயல்பாடு. தனியாக, உங்கள் சுய விருப்பத்தின் படி, சுதந்திரமாக, விஸ்கியோடும் தூக்கமாத்திரைகளோடும் நிறைவேற்ற வேண்டிய இறுதி நடவடிக்கை. தான் தற்கொலை செய்துகொள்வதாக அவன் கற்பனை செய்துகொள்கிற ஒவ்வொரு முறையும் இந்தத் தவிர்க்கமுடியாத தனிமையுணர்வுதான் அவனை அச்சுறுத்தக் கூடியதாக இருக்கும். அதனாலேயே தற்கொலை சாத்தியங் களை அவன் எப்போதுமே தீவிரமாக பரிசீலித்ததில்லை என்பதை அவன் ஒப்புக்கொள்ள வேண்டும்.

அவ்விதமான தனிமையை அவனுக்கு திரும்ப ஞாபகப்படுத்திய ஒரே தற்கொலை, ஐந்து வாரங்களுக்குமுன் தற்கொலை செய்துகொண்ட அந்த முக்காடிட்ட பெண்ணினுடையது. தற்போது பிரசித்தி பெற்றுவிட்டிருந்த 'முக்காடுப் பெண்க'ளில் ஒருத்தி அவள். அரசாங்கம் நாடெங்கிலும் உள்ள கல்வி நிலையங்களில் முக்காடு அணிந்து வருவதை தடைசெய்தபோது, பல பெண்கள் அதற்கு உடன்பட மறுத்தனர். கார்ஸ்ஸின் கல்வியியல் பயிற்சியகத்தில் இவ்வாறு மறுப்பு தெரிவித்த பெண்கள் முதலில் வகுப்பறைகளிலிருந்து வெளியேற்றப் பட்டனர்; பின் அங்காராவிலிருந்து வந்த அரசாணையின் படி அந்தக் கல்வி நிலையத்திலிருந்தே நீக்கப்பட்டனர். கா சந்தித்த குடும்பங்களில் இந்த 'முக்காடுப் பெண்'ணினுடையதுதான் நல்ல

வசதியான குடும்பமாக இருந்தது. வேதனையில் மனம் கலைந்திருந்த அந்தத் தகப்பன் ஒரு மளிகைக் கடை வைத்திருந்தான். ரெஃப்ரி ஜெரேட்டரிலிருந்து ஒரு கோக்கா கோலாவை எடுத்து காவுக்குத் தந்துவிட்டு அவன் மகளின் கதையைச் சொன்னான். முக்காடைப் பொறுத்தவரை அந்தப் பெண்ணுக்கு அவளுடைய அம்மாதான் முன்னோடி. அவள் அம்மா முக்காடு அணிவதற்கு மொத்த குடும்பமும் ஆதரவளித்திருந்தது. ஆனால் அந்தப் பெண்ணின் வகுப்புத்தோழிகள் முக்காடு அணியத் தடை விதிக்கும் சட்டத்திற்கெதிராக பிரச்சாரம் செய்தபடி அவளை பெரும் நெருக்கடிக்குள்ளாக்கி வந்தனர். அவர்கள் தான் முக்காடு என்பது 'அரசியல் இஸ்லா'மின் ஒரு சின்னம் என்று கருதவேண்டுமென அவளுக்குக் கற்றுத் தந்தனர். அவளுடைய பெற்றோர்கள் சிக்கலை தவிர்க்கும் பொருட்டு அவளை முக்காடை கழற்றி விடச் சொன்னாலும் அந்தப் பெண் மறுத்தாள். இதனால் அவள் நிலைய வளாகத்திலிருந்தே காவலர்களால் வலுக்கட்டாயமாக வெளியேற்றப்பட வேண்டியிருந்தது. அவளுடைய தோழிகளில் சிலர் உடன்பட்டு, முக்காடு அணிவதை நிறுத்திவிட்டதையும், சிலர் முக்காடுக்குப் பதிலாக 'விக்' அணியத் தொடங்கி விட்டதையும் பார்த்துவிட்டு அவளுடைய அப்பாவிடம் வாழ்க்கைக்கு ஓர் அர்த்தம் இல்லாமல் போய்விட்டதாகவும், அவளுக்கு வாழவே விருப்பம் இல்லை என்றும் சொல்லியிருக்கிறாள். அவளுடைய உணர்வுகளை சிநேகிதிகளிடமும் பகிர்ந்து கொண்டிருக்கிறாள். அந்த நேரத்தில் அரசாங்கத்தின் மத விவகாரத்துறையும், இஸ்லாமிஸ்ட்டுகளும் கூட்டாகச்சேர்ந்து, தற்கொலை என்பது மாபெரும் பாவங்களில் ஒன்று எனக் கண்டித்து கார்ஸ் நகரம் முழுக்க சுவரொட்டிகள் அடித்து ஒட்டத் தொடங்கியபோது, அந்தப் பெண்ணைப் போன்ற ஒரு பக்தி சிரத்தை மிக்கவள் தற்கொலை செய்துகொள்வாள் என யாருமே எதிர்பார்க்கவில்லை.

தஸ்லிம் என்ற அப்பெண் அவளுடைய கடைசி மாலைநேரத்தை தொலைக்காட்சியில் 'மரியானா' என்ற தொடரை மௌனமாகப் பார்த்தபடி கழித்தாள். தேநீர் தயாரித்து பெற்றோர்களுக்குத் தந்துவிட்டு அறைக்குச் சென்று, வாயையும் பாதங்களையும் கைகளையும் கழுவிக் கொண்டு தொழுகைக்காக தன்னை தயார் செய்துகொண்டாள். 'ஹுசுர்'ஐ முடித்துக்கொண்டு தொழுகை விரிப்பின் மீது மண்டியிட்ட படி கொஞ்ச நேரத்திற்கு ஏதோ நினைவுகளிலும் தொழுகையிலும் ஆழ்ந்தாள். பின் கலைந்து, அவளது முக்காடை எடுத்து விளக்கு கொக்கியில் மாட்டி முடிச்சிட்டு, அதில் தூக்கிட்டுக்கொண்டாள்.

3

இறைவனின் கட்சிக்கு வாக்களியுங்கள்

ஏழ்மையும் வரலாறும்

இஸ்தான்புல்லில் வளர்ந்து, நிஷாந்தஷேயின் மத்திய வர்க்க சவுகரியங்கள், வழக்கறிஞரான அப்பா, வீட்டு நிர்வாகியான அம்மா, அன்பான சகோதரி, விசுவாசமான வேலையாட்கள், ஒரு ரேடியோ, ரூம் முழுக்க அறைகலன்கள், திரை விரிப்புகள் சூழ வாழ்ந்துவந்த காவுக்கு வறுமையைப் பற்றி எதுவும் தெரியாது. அது அவனது வீட்டுக்கு அப்பாற்பட்ட, வேறொரு வெளி உலகத்தைச் சேர்ந்த ஒன்று. ஓர் அபாயகரமான, உட்புக முடியா இருட்டுக்குள் பொதிந்திருந்த அந்த இன்னோர் உலகம் காவின் பிள்ளைப் பிராய கற்பனைகளில் ஒரு புலன் கடந்த பொருண்மையான பாதிப்பை உண்டாக்கியிருந்தது. அதன் தாக்கம் அவனது பிற்கால வாழ்க்கையிலும் தொடர்ந்து கொண் டிருந்தாலும், கார்ஸுக்குச் செல்கிற காவின் திடீர் முடிவு அவனது பிள்ளைப்பிராயத்திற்கு திரும்புகிற ஆசையால் உந்தப்பட்டதாகக்கூட இருக்கலாம் என்பதை இன்னமும் நம்பத்தான் முடியவில்லை. ஃபிராங்க் ஃபர்ட்டில் பனிரெண்டு வருடங்கள் இருந்துவிட்டு இஸ்தான்புல்லுக்குத் திரும்பி வந்து பழைய நண்பர்களைத் தேடிக் கண்டுபிடித்து, அவர்கள் சிறுவர்களாகச் சுற்றித்திரிந்த தெருக்களுக்கும், கடைகளுக்கும், திரையரங்குகளுக்கும் திரும்பச் சென்று பார்த்தபோது அவனுக்கு ஏறக்குறைய எதுவுமே அடையாளம் தெரியவில்லை. இன்னமும் இடித்துத் தள்ளப்பட்டிருக்காத கட்டிடங்கள் அவற்றின் ஆன்மாவை இழந்திருந்தன. வெளிநாட்டிலேயே பத்தாண்டுகளுக்கு மேலாக அவன் வசித்து வந்திருந்தாலும், கார்ஸைப் பொறுத்த வரை துருக்கியிலேயே மிகவும் வறிய, மிகவும் நிராகரிக்கப்பட்ட ஒரு பகுதி அதுதான் என்பது அவனுக்குத் தெரிந்திருந்தது. இந்த காரணத்துக்காகவே, இளம் பிராயத்தையும் அதன் பரிசுத்தத் தன்மையையும் அந்தப் பிரதேசத்தில் மீட்டெடுக்கலாம்

என்ற ஆசையில் கா அந்தப் பயணத்தை மேற்கொண்டிருக்கலாம்: அவன் அறிந்திருந்த உலகம் இஸ்தான்புல்லில் காணக் கிடைக்காததால், அவனது மத்திய வர்க்க வளர்ப்பின் எல்லைகளைத் தாண்டி, அந்த மற்றோர் உலகையும், அதைக் கடந்தும் தரிசிப்பதற்காக கா மேற்கொண்ட முயற்சிதான் அவனது கார்ஸ் பயணம் எனலாம். இன்னும் சொல்லப் போனால், அவன் சிறு பிராயத்தில் இருந்து தன்னுடைய நினைவில் வைத்து இருக்கும் பொருட்களை, இஸ்தான்புல் நகரில் இனி எப்போதும் காணக் கிடைக்காத கிஸ்லேல்டு ஜிம் ஷூக்கள், வெசூல் ஸ்டவ்வுகள், கார்ஸ் நகரம் பற்றிச் சொன்னாலே குழந்தைகளுக்கு ஞாபகத்தில் வருகின்ற அந்த நகரின் பிரசித்திபெற்ற ஆறு மடிப்புக்களாக வெட்டப் பட்டிருக்கும் பாலாடைக் கட்டிகளின் வட்ட வடிவிலான பெட்டிகள் ஆகியவற்றைக் கண்டதும் அந்நகரில் தற்கொலை செய்துகொண்டு மடியும் பெண்களைக்கூட மறந்து ஒருவகையான மகிழ்ச்சியில் திளைத்துப் போனான். அவனுக்கு ஒருகாலத்தில் வாய்த்திருந்த மனஅமைதியை கார்ஸ் அவனிடம் கொண்டு வந்துவிட்டதைப் போலிருந்தது.

மதியவேளை நெருங்கும்போது, சர்தார் பேவும் அவனும் பிரிந்ததும், மக்கள் சமதர்ம கட்சிக்கும் அஜெர்களுக்கும் (அஜெர்பைஜானைச் சேர்ந்தவர்கள்) செய்தித் தொடர்பாளர்களாக இருந்தவர்களை அவன் சந்தித்தான். இந்தப் பேட்டிகள் முடிந்ததும் மீண்டும் பனித்திவலை களின் வீச்சுக்குள் – அவை எவ்வளவு பெரிதாக இருக்கின்றன! – மறுபடியும் நுழைந்து நகர வீதிகளில் தனியாக நடந்து சென்றான். அடாதுர்க் அவென்யூவின் குரைக்கும் நாய்களைக் கடந்து, நகரத்தின் மிகவும் வறிய பகுதிகளை நோக்கி துயரார்ந்த தீர்மானத்தோடு அவன் தொடர்ந்து நடக்க, அவனைச் சூழ்ந்திருந்த அமைதியை மேலும் தொடரும் நாய்களின் குரைப்பு கலைத்து வந்தது. பனியின் அடர்த்தியில் தூரத்து மலைத்தொடர் பார்வைக்கு மறைந்திருந்தது. செல்ஜூக் கோட்டையும், அதன் இடிபாடுகளுக்கிடையில் முளைத் திருக்கும் குச்சுவீடுகளும் கூட பனியில் மறைந்திருந்தன. பனி எல்லாவற்றையும் வேறோர் உலகத்துக்கு, காலவெளிக்கு அப்பாற்பட்ட ஓர் உலகத்துக்கு பெருக்கித் தள்ளிவிட்டிருப்பதைப் போலிருந்தது. இதை கவனித்திருக்கும் ஒரே மனிதன் தானாகத்தான் இருக்கும் என்று அவனுக்குத் தோன்றியபோது கண்கள் நீரில் நிரம்பின. உடைந்து போன சறுக்கு மரமும், அக்கக்காக கழன்றுகிடந்த ஊஞ்சல்களுமாக யூசுப் பாஷாவிலிருந்த ஒரு பூங்காவைத் தாண்டிச் சென்றான். அதற்குப் பக்கத்திலிருந்த மைதானத்தில் இளைஞர்கள் கால்பந்து விளையாடிக்கொண்டிருந்தனர். கரி மண்டியின் உயரமான விளக்குக் கம்பத்தின் வெளிச்சம் அவர்கள் விளையாடப் போதுமானதாக இருந்தது. அவர்கள் உரக்கக் கத்திக்கொண்டு, திட்டிக்கொண்டு, பனியில் சறுக்கி விழுந்துகொண்டு விளையாடுவதை கா சிறிதுநேரம் அங்கேயே நின்றபடி பார்த்தான். தலையை உயர்த்தி வெண்மையான வானத்தை யும், விளக்குக் கம்பத்தின் சோகையான மஞ்சள் பிரபையையும் வெறித்தபோது, அந்த இடத்தின் தனிமையும் ஒதுக்கமும் அவனைத் தாக்கிய வேகத்தில் அவனுக்குள் கடவுளை உணர்ந்தான்.

அந்தத் தருணத்தில் அந்த இறை தரிசனம் ஒரு மங்கலான பிம்பமாகக்கூட மனதில் பதியவில்லை. ஒரு கண நேரத் தோற்றம். ஓவியக் கூடத்தை வேகமாக ஒருமுறை சுற்றிப் பார்த்துவிட்டு வந்தபின், ஒரு குறிப்பிட்ட ஓவியத்தை மட்டும் நினைவுபடுத்திப் பார்க்க திணறுவதைப் போல. அந்த ஓவியம் மனதில் மெதுவாக உருப்பெறும், ஆனால் உடனே கலைந்தும் போகும். இந்த உணர்வு காவுக்கு ஏற்படுவது இது முதல் முறையல்ல. அவன் வளர்ந்தது மதச் சார்பில்லாத சுதந்திர உணர்வு கொண்ட ஒரு குடும்பத்தில். பள்ளிக்கு வெளியே தனிப்பட்ட முறையில் மதபோதனை அவனுக்குத் தரப்பட்டது கிடையாது. கடந்த சில வருடங்களில் சிலமுறை இதைப்போன்ற ஆன்மீக சிலிர்ப்பு அவனுக்கு ஏற்பட்டிருந்தாலும் அவை எந்தவொரு பதற்றத்தையோ, பெரிய அளவில் அகவெழுச்சியையோ அல்லது கவித் தூண்டலையோ ஏற்படுத்தியதில்லை. அதிகபட்சமாக, இந்த உலகம் என்பது காண்பதற்கு இத்தகையதோர் அழகிய விஷயமாகத்தான் இருக்கிறது என்று ஒரு பரவச உணர்வு மட்டும் அவனுக்குள் பரவும், அவ்வளவுதான்.

கொஞ்சம் கதகதப்புக்காகவும் ஓய்வுக்காகவும் ஹோட்டல் அறைக்குத் திரும்பி வந்ததும், கொஞ்சநேரம் இஸ்தான்புல்லிலிருந்து கொண்டு வந்திருந்த கார்ஸ் பற்றிய தகவல் மற்றும் வரலாற்று ஏடுகளை சந்தோஷத்துடன் புரட்டிப் பார்க்கத் தொடங்கினான். படித்த விஷயங்களோடு நாள் முழுக்க கேட்டுவந்த கதைகளும், இந்தப் புத்தகங்கள் அவனிடம் எழுப்புகின்ற இளம்வயதுக் கதைகளும் ஒன்றாகச் சேர்ந்து அவனுக்குள் குழம்பின.

முன்பொரு காலத்தில் கார்ஸ் நகரத்தில் செல்வச் செழிப்பான மத்திய வர்க்கம் ஒன்று பெரும் எண்ணிக்கையில் இருந்தது. காவின் உலகத்திற்கு சம்மந்தமில்லாதவையாக இருந்தாலும், அவர்கள் ஈடுபட்டு வந்த ஆடம்பரச் சடங்குகள் காவின் இளம்வயது நினைவுகளில் பதிந்திருக்கின்றன: இந்த மாளிகைகளில் ஆர்ப்பாட்டமான விருந்துகளும், விழாக்களும் நாட்கணக்கில் நடக்கும். ஜார்ஜியா, தாப்ரிஸ், காக்கஸஸ் வர்த்தகத் தடத்தில் கார்ஸ் ஒரு முக்கிய நிறுத்தம் என்பதாலும், தற்போது காலாவதியாகிவிட்ட இரு மாபெரும் ஆட்டமன், ரஷ்ய பேரரசுகளுக்கிடையே எல்லையில் இருந்ததாலும், இந்த மலைப் பாங்கான நகரம் அங்கே நிறுத்தி வைக்கப்பட்டிருக்கும் ராணுவ துருப்புகளால் பாதுகாப்பு பெற்றிருந்தது. ஆட்டமன் காலத்தில் பல்வேறு இன மக்களும் கார்ஸ்ஸை தாயகமாகக் கொண்டிருந்தனர். பெரும் எண்ணிக்கையில் ஆர்மேனிய இனத்தவர் அப்போது இருந்தனர், இப்போது அவர்களில் யாருமில்லாவிட்டாலும் அவர்களின் ஆயிரம் வருடப் பழமையான தேவாலயங்கள் கம்பீரமாக நின்றிருக்கின்றன. முதலில் மொகலாயர்களிடமிருந்தும், பின்னர் இரானிய ராணுவத்திடமிருந்தும் தப்பியோடி வந்த ஏராளமான பாரசீகர்கள் கார்ஸ்ஸில் குடியேறியிருக்கின்றனர். பைஸான்டைன், பான்டஸ் காலங்களிலிருந்து வம்சாவளியாக வந்த கிரேக்கர்களும் இருந்தனர். பல்வேறு இனக்குழுக்களைச் சேர்ந்த ஜார்ஜியர்களும் குர்த்துகளும் சர்கேசியர்களும்கூட வாழ்ந்துவந்தனர். 1878இல் ரஷ்ய ராணுவம் அந்நகரத்தின் ஐநூறு

வருடப் பழமையான கோட்டையை கைப்பற்றியபோது சில முஸ்லிம்கள் வெளியே விரட்டப்பட்டனர். அதன் பிறகு பாஷாக்களின் மாளிகைகளும் ஹமாம்களும் மலைச்சரிவுகளில் இருந்த ஒட்டாமன் கட்டிடங்களும் பாழடையத் தொடங்கின. ஜாரின் கட்டிட வடிவமைப்பாளர்கள் கார்ஸ் நதியின் தெற்குக்கரையோரம் தமது பணியைத் தொடங்கச் சென்றபோது கார்ஸ் செழிப்போடுதான் இருந்தது. அவர்கள் ஒரு புதிய நகரத்தை அங்கே உருவாக்கினர். அந்நகரத்தை ஐந்து நேர்ச் சாலைகள் இணையாகச் சென்று சமபாகங்களாகப் பிரிக்க, அச்சாலை களை செங்கோணத்தில் குறுக்குச் சாலைகள் வெட்டுவது, அதுவரை கிழக்குலகம் பார்த்திராதது. ஜார் அலெக்ஸாண்டர் இங்கே வேட்டை யாடுவதற்காகவும், அவருடைய ஆசை நாயகியை ரகசியமாக சந்திப்பதற் காகவும் வந்தார். ரஷ்யர்களைப் பொறுத்தவரை கார்ஸ், தெற்கேயும், மத்தியதரைக்கடற் பிரதேசத்திற்கும் செல்வதற்கு ஒரு வாயில் என்பதால் அதன் வழியே செல்லும் வர்த்தகப் போக்குவரத்தைக் கட்டுப்படுத் துவதற்காக குடிமைத்திட்டங்களில் பெருமளவு முதலீடு செய்தனர். இருபது வருடங்களுக்கு முன் கா வந்திருந்தபோது இந்த வீதிகள், பெரும் உருளைக் கற்கள் தளம்பாவிய நடைபாதைகள், துருக்கிய குடியரசு நிறுவப்பட்டதற்குப் பின் நட்டுவைத்த பிளேன் மரங்கள், ஒலியாண்டர்கள் போன்ற விஷயங்கள் அவனை பெரிதும் கவர்ந்தன. அவை அந்நகரத்துக்கு ஒரு துயரார்ந்த தோற்றத்தைக் கொடுத்தன. தேசியப் போராட்டத்திலும் பழங்குடியினரின் சண்டைகளிலும் எரித்துத் தள்ளப்பட்ட மரவீடுகள் கொண்ட எந்த ஆட்டமன் நகரத்திலும் இருக்காத தோற்றம் அது.

முடிவேயில்லாத போர்களுக்கும், கலகங்களுக்கும், படுகொலை களுக்கும், அட்டூழியங்களுக்கும் பிறகு அந்நகரம் ஆர்மீனிய ராணுவத் தாலும் ரஷ்ய ராணுவத்தாலும் மாறி மாறி ஆக்கிரமிக்கப்பட்டு வந்தது. பிரிட்டிஷார் கூட சிறிது காலம் கைப்பற்றி வைத்திருந்தனர். முதல் உலகப்போரை அடுத்து ரஷ்ய, ஆட்டமன் துருப்புக்கள் அந்நகரை விட்டு வெளியேறியதும் கார்ஸ் கொஞ்சகாலத்துக்கு சுதந்திர நாடாக இருந்தது. பின் அக்டோபர் 1920இல் காஸிம் காரா பக்கீரின் தலைமையில் துருக்கிய ராணுவம் அந்நகருக்குள் நுழைந்தது. ஜெனரல் காரா பக்கீரின் சிலை இப்போது நிலைய சதுக்கத்தில் இருக்கிறது. இந்த புதிய துருக்கியத் தலைமுறையினர் நாற்பத்தி மூன்று வருடங் களுக்கு முன் ஜாரின் கட்டிட வடிவமைப்பாளர்கள் தொடங்கி வைத்த மகத்தான திட்டங்களை முழுமையாகப் பயன்படுத்திக் கொண்டனர். ரஷ்யர்கள் கார்ஸ்ஸுக்கு அறிமுகப்படுத்திய புதிய கலாச்சாரம் துருக்கிய குடியரசின் மேற்குமயமாதல் திட்டத்துக்கு பரிபூரணமாகப் பொருந்திவிட்டது. ஆனால் அந்த ஐந்து ரஷ்ய நெடுஞ்சாலைகளுக்கு பெயர்களை மாற்றும்போது மட்டும் அந்த நகரத்தில் போர்வீரர்களாக இல்லாத ஐந்து பெரிய மனிதர்களின் பெயர்களை எவ்வளவு யோசித்துப் பார்த்தும் கிடைக்காததால் கடைசியில் சரித்திரப் புகழ் வாய்ந்த ஐந்து பாஷாக்களின் பெயரை வைத்துவிட்டனர்.

இவையெல்லாம் இந்த நகரம் மேற்கு மயமாக்கப்பட்டிருந்த வருடங்களில் நடந்தவை, என்றார் மக்கள் கட்சியைச் சேர்ந்த முன்னாள் மேயர் முஸாபர் பே, பெருமிதத்தோடும் அதே சமயம் கோபத்தோடும். நகர மையங்களில் ஆடம்பரமாக நிகழ்த்தப்பட்ட நடன விருந்துகளைப் பற்றியும், கா, அவனுடைய காலைநேர நடைப்பயிற்சியின்போது கடந்து வந்த, இப்போது துருப்பிடித்து பாதி சிதைந்திருந்த இரும்புப் பாலங்களுக்கடியில் நடத்தப்பட்ட ஸ்கேட்டிங் போட்டிகளைப் பற்றியும் அவர் ஆதங்கத்தோடு பேசினார். அங்காராவிலிருந்து ஒரு நாடகக்குழு 'ஈடிபஸ் ரெக்ஸ்' நாடகத்தை நிகழ்த்த வந்தபோது, கிரீஸுடன் ஏற்பட்ட யுத்தம் நிகழ்ந்து இருபது வருடங்கள்கூட முடியாத நிலையிலும் கார்ஸ் நகர பூர்ஷ்வாக்கள் அந்த நாடகக்குழுவை பெரும் உற்சாகத்தோடு வரவேற்றார்கள் என்று சொன்னார். ரோஜாமலர்களும் வெள்ளிக்குஞ்சங்களும் அணிவிக்கப்பட்ட திடகாத்திரமான ஹங்கேரியக் குதிரைகள் பூட்டிய பனிச்சறுக்கு ஊர்திகளை பணக்கார முதியவர்கள் கம்பளிக்காலர் வைத்த கோட்டுகள் அணிந்து ஓட்டிச் செல்வர். கால்பந்து அணிக்கு ஆதரவாக தேசியப்பூங்காவின் அகேஷியா மரங்களுக் கடியில் நடன நிகழ்ச்சிகள் நடைபெறும். அந்தத் திறந்தவெளி அரங்கு களில் பியானோக்களும் அக்கார்டியன்களும் கிளாரினெட்டுகளும் இசைக்கப்பட, கார்ஸ் நகரமக்கள் நவீன மோஸ்தர்களில் நடனமிடுவார் கள். கோடைக்காலத்தில் இளம்பெண்கள் கையில்லாச் சட்டைகளிலும் குட்டைப்பாவடைகளிலும் எதைப் பற்றியும் கவலையில்லாமல் சைக்கிள் ஓட்டிச் செல்வார்கள். ஐஸ் – ஸ்கேட்டிங் செய்துகொண்டே லீஸே பள்ளிகளுக்கு சென்றுகொண்டிருந்த மாணவர்களில் பலர் தமது நாட்டுப்பற்றை காட்டும் வகையில் 'போ – டை' அணிந்திருப்பார்கள். தனது இளமைக்காலத்தில் முஸாபர் பேவும் அவர்களில் ஒருவராகத் தான் இருந்தார். வழக்கறிஞராகி, தேர்தலில் நிற்பதற்காக அந்நகரத்துக்குத் திரும்பி வந்தபோது அந்த கழுத்துப்பட்டைகளை மீண்டும் அணிந்து கொண்டார். இந்த மோஸ்தர் வாக்குகளை இழக்கச் செய்யுமென்றும், அவரை மோசமான வேஷதாரி என்று மக்கள் நிராகரிக்கக் கூடுமென்றும் அவரது கட்சித்தோழர்கள் எச்சரித்தாலும் முஸாபர் பே அவர்களுக்கு செவிசாய்க்க மறுத்தார்.

இப்போது அவை அனைத்தும் தொலைந்து போய்விட்டன. உறையவைக்கும் குளிர் பருவம் முடிவற்றதாக நீண்டிருக்கிறது. முஸாபர் பே கூறுவதைக் கேட்கும்போது இந்நகரம் நிராகரிப்பிலும் விரக்தியிலும் அழுகலிலும் புதைந்து போயிருப்பதற்கு இந்த இழப்புதான் காரணம் என்பதைப் போலிருந்தது. அக்காலத்திய பனிக்காலங்களில் அங்காரா விலிருந்து அவ்வளவுதூரம் பயணித்து வந்து கிரேக்க நாடகங்களைப் போடுகின்ற நடிகர்களை, அவர்களின் பவுடர் பூசிய முகங்களை, அரை நிர்வாண அழகுகளை லயிப்போடு வர்ணித்துவிட்டு, நாற்பது களின் பிற்பகுதிகளில் அவர் எப்படி ஒரு புரட்சிகரமான நாடகத்தை அரங்கேற்ற ஓர் இளம் நாடகக்குழுவை வரவழைத்தார் என்பதைப் பற்றிச் சொல்லத் தொடங்கினார். "இந்த நாடகம், தன் வாழ்நாள் முழுக்க கருப்பு புர்காவினால் தன்னை மூடிக்கொண்டிருந்த ஓர் இளம் பெண்ணுக்கு ஏற்பட்ட விழிப்பைப் பற்றியது", என்றார்.

“கடைசியில் அதைக் கழற்றி எடுத்து கொளுத்தி விடுகிறாள்.” நாற்பதுகளின் இறுதியில் இந்த நாடகத்தில் பயன்படுத்துவதற்காக ஒரு கருப்பு புர்காவைத் தேடி நகரம் முழுக்க தேடவேண்டியிருந்தது. “ஆனால் இப்போது கார்ஸ் வீதிகள் முழுக்க விதவிதமான முக்காடுகள் அணிந்த பெண்களாகத்தான் இருக்கின்றனர்,” என்றார் முஸாபர். “இப்போது, இது அரசியல் இஸ்லாமின் அடையாளமாக கருதப்பட ஆரம்பித்து விட்டதால் அவர்களை வகுப்பறைகளுக்குள் செல்ல அனுமதி, மறுக்கப் படுகிறபோது, அவர்கள் தற்கொலை செய்துகொள்ளத் தொடங்கி விடுகின்றனர்.”

கார்ஸ்ஸில் அவன் தங்கியிருந்த எஞ்சிய நாட்களில் யாராவது அரசியல் இஸ்லாமின் எழுச்சியைப் பற்றியோ அல்லது முக்காடு பற்றியோ பேச்செடுத்தாலே எந்தக் கேள்வியும் கேட்காமல் அடக்கிக் கொண்டிருந்ததைப் போலவே கா இப்போதும் தன்னை அடக்கிக் கொண்டான். நாற்பதுகளின் பிற்பகுதிகளில் ஒரேயொரு புர்கா கூட கார்ஸ்ஸில் கிடைக்காத பட்சத்தில் எதற்காக ஒரு புரட்சிகர இளைஞர் குழுவிற்கு பெண்கள் தமது தலைகளை மூடிக் கொள்ளக் கூடாது என ஒரு நாடகம் போடவேண்டிய அவசியம் வந்தது என்ற கேள்வியையும் கேட்காமல் அடக்கிக்கொண்டான். அன்றைய தினம் முழுக்க அந்நகர வீதிகளில் அவன் அலைந்துகொண்டிருந்தபோது எதிர்ப்பட்ட முக்காடு அணிந்த பெண்களை அவன் சரியாகக்கூட கவனித்திருக்கவோ அதில் ஏதாவது அரசியல் அம்சம் கலந்திருக்குமா என்று பிரித்தறிய முயலவோ இல்லை. துருக்கிக்கு திரும்பி வந்து வாரம்கூட ஆகியிருக்காத நிலையில் வீதியில் காண நேர்கின்ற ஒவ்வொரு முக்காடுப் பெண்ணுக்கும் பின்னால் ஓர் அரசியல் உள்நோக்கம் இருப்பதை கண்டுபிடித்துவிடுகிற ஒரு மதச்சார்பற்ற அறிவு ஜீவியின் சாமர்த்தியம் அதுவரை அவனுக்கு கைகூடியிருக்க வில்லை. ஆனாலும், சிறுவயதிலிருந்தே முக்காடு பெண்களை குறிப்பாக கவனிக்கிற வழக்கம் பெரும்பாலும் அவனுக்கு இருந்ததில்லை என்பதே உண்மை. இளம் வயதுக் காவின் மேற்குமயமாக்கப்பட்ட உயர் மத்திய வர்க்க வட்டாரங்களைப் பொறுத்தவரை, இஸ்தான்புல்லில் முக்காடு அணிந்த பெண் ஒருத்தி காணப்பட்டால், அவள் புறநகர் பகுதிகளி லிருந்து – அநேகமாக கர்தால் திராட்சைத் தோட்டப் பகுதியிலிருந்து – திராட்சைப் பழங்கள் விற்க வந்தவளாக இருக்க வேண்டும். அல்லது அவள் பால்காரன் மனைவியாக, அல்லது கீழ்மட்டத்தைச் சேர்ந்த எவளோ ஒருத்தியாக இருக்க வேண்டும்.

கா தங்கியிருந்த ‘ஸ்னோ பேலஸ் ஹோட்ட’லின் முன்னாள் உரிமையாளர்களைப் பற்றிக்கூட பல கதைகளை முன்பெல்லாம் கேட்டிருக்கிறேன். முதலில் உரிமையாளராக இருந்தவர் மேற்கத்தைய சாய்வு கொண்ட ஒரு பேராசிரியர். அவரை ஜார் அரசர் கார்ஸ்ஸுக்கு நாடுகடத்தியிருந்தார் (சைபீரியாவை விட கார்ஸ் எவ்வளவோ மேல் தானே). இன்னொருவர் கால்நடை வர்த்தகத்தில் இருந்த ஓர் ஆர்மீனியர். அடுத்ததாக அக்கட்டிடத்தில் ஒரு கிரேக்க அநாதை விடுதி இருந்தது. முதல் உரிமையாளர் நூற்றுப்பத்து வருடப் பழமை

யான அக்கட்டிடத்தில் அந்தக் காலத்தில் கார்ஸ்ஸில் இருந்த பல வீடுகளில் இருந்ததைப்போல 'சூடாக்க முறை'யை செய்து வைத்திருந்தார்: அதாவது சுவர்களுக்குப் பின்னால் 'பெச்' அடுப்பை பொதித்து வைத்து சுற்றியுள்ள நான்கு அறைகளுக்கும் சூடேற்றுகிற அமைப்பு அது. துருக்கிய குடியரசின் பகுதியாக கார்ஸ் இணைக்கப்பட்டு, அக்கட்டிடத் திற்கு ஒரு துருக்கிய உரிமையாளர் முதன்முறையாக ஏற்பட்டபோது அக்கட்டடம் ஒரு ஹோட்டலாக மாற்றப்பட்டது. ஆனால் அந்த ரஷ்ய சூடேற்றும் சாதனத்தை எப்படி கையாளுவது என்று புரிந்து கொள்ள முடியாததால் அந்த உரிமையாளர் ஒரு பெரிய பித்தளை அடுப்பை முற்றத்து வாசற் கதவுக்குப் பக்கத்தில் பொருத்திவிட்டார். பிறகு வெகுகாலம் கழித்துத்தான் அவர் 'மைய சூடாக்க முறை'யின் நன்மைகளை உணர்ந்து அதற்கு மாறினார்.

கா, தன்னுடைய கோட்டைக்கூட கழற்றாமல் படுக்கையில் படுத்துக்கொண்டு பகற்கனவுகளில் தொலைந்து கொண்டிருந்தபோது கதவு தட்டப்படும் சத்தம் கேட்டது. துள்ளியெழுந்து கதவைத் திறந்தான். அது நாள்முழுதும் கணப்பு அடுப்புக்குப் பக்கத்தில் உட்கார்ந்து தொலைக்காட்சி பார்த்துக் கொண்டிருக்கும் ஹோட்டல் வரவேற்பாளன் கேவிட்.

"உங்களிடம் சாவியைக் கொடுக்கும்போது சொல்ல மறந்துவிட்டேன். 'பார்டர் சிட்டி கெஜட்' அதிபர் சர்தார் பே உங்களை உடனே பார்க்க வேண்டுமென்று சொன்னார்," என்றான்.

கா வெளியில் வந்து முகப்புக் கூடத்தைத் தாண்டப் போகும்போது சட்டென உறைந்து நின்றான். வரவேற்பு மேஜைக்குப் பின்னாலிருந்த கதவைத் திறந்து கொண்டு இபெக் வந்துகொண்டிருந்தாள். காவின் ஞாபகத்தில் பதிந்திருந்ததைவிட இப்போது அழகாக இருந்தாள். அவர்களுடைய பல்கலைகழக நாட்களில் அவள் எந்தளவுக்கு பிரமிப் பூட்டும் அழகில் இருந்தாள் என்பதை அவன் மறந்துவிட்டிருந்தான். அவன் இதயம் திடும் திடுமென இடிக்கத் தொடங்கியது. ஆம் – அவள் அவ்வளவு அழகாக இருந்தாள். முதலில் அவர்கள் மேலை மயமான இஸ்தான்புல் பூர்ஷ்வாக்களைப் போல கைகுலுக்கிக் கொண்டனர். பின் ஒரு கண தயக்கத்துக்குப்பின் தமது தலைகளை முன்னகர்த்தி, அவர்களின் உடல்கள் பட்டுக் கொள்ளாமல் அணைத்துக் கொண்டு, கன்னங்களில் முத்தமிட்டுக் கொண்டனர்.

இபெக் பின்னகர்ந்து, "நீங்கள் வருகிறீர்களென்று எனக்குத் தெரியும்," என்றாள். அவள் இவ்வளவு வெளிப்படையாகப் பேசுவது காவுக்கு ஆச்சரியமாக இருந்தது. "டேனர் என்னைக் கூப்பிட்டுச் சொன்னார்." காவின் கண்களுக்குள் நேராகப் பார்த்தபடி இதைச் சொன்னாள்.

"நகராட்சித் தேர்தல்களைப் பற்றியும் தற்கொலை செய்து கொள்ளும் பெண்களைப் பற்றியும் எழுதுவதற்காக வந்தேன்."

“எவ்வளவு நாள் தங்கியிருப்பீர்கள்?” என்று கேட்டாள் இபெக். “இப்போது என் அப்பாவுடன் வேலை இருக்கிறது. ஹோட்டல் ஆசியாவுக்குப் பக்கத்திலேயே ‘நியூ லைஃப் பாஸ்ட்ரி ஷாப்’ என்ற உணவகம் இருக்கிறது. அங்கே ஒன்றரை மணிக்கு நாம் சந்திப்போம். அப்போது எல்லாவற்றையும் பேசலாம்.”

அவர்கள் இதைப்போல இஸ்தான்புல்லில் – உதாரணத்துக்கு பேயோலுவில் எங்காவது – சந்தித்துப் பேசிக்கொண்டிருந்தால் அது சாதாரண உரையாடலாக தோற்றமளித்திருக்கும். இது கார்ஸ்ஸில் நடப்பதாலேயே கா மிகவும் விசேஷமாக உணர்ந்தான். அவன் அந்தளவுக்கு நிலைகுலைந்து போயிருப்பதற்கு இபெக்கின் பேரழகு எந்த அளவுக்குக் காரணம் என்று அவனுக்கு நிச்சயமாகத் தெரியவில்லை. பனிப்பொழிவின் ஊடே சிறிதுநேரம் நடந்து சென்ற பிறகு ‘இந்த ஓவர்கோட்டை நான் வாங்கியது நல்லதுதான்’ என்று அவன் மனதில் தோன்றியது.

அந்த நாளிதழ் அலுவலகத்துக்குச் செல்லும் வழியில் அவன் அறிவு ஒப்புக்கொள்ள மறுக்கிற ஓரிரு விஷயங்களை அவன் இதயம் அவனுக்குப் புலப்படுத்தியது. ஃபிராங்க் ஃபர்ட்டிலிருந்து இஸ்தான் புல்லுக்கு பனிரெண்டு வருடங்கள் கழித்து கா திரும்பி வந்தது அவன் அம்மாவின் ஈமச்சடங்கில் கலந்துகொள்வதற்காக மட்டுமல்ல, ஒரு துருக்கியப் பெண்ணாகப் பார்த்து திருமணம் செய்து கொள்ளவும் தான், என்பது முதல் விஷயம். இரண்டாவது, இஸ்தான்புல்லிலிருந்து அவ்வளவுதூரம் பயணித்து கார்ஸ்ஸுக்கு வந்தது அந்த இபெக் என்னும் பெண்ணை சந்தித்துவிட முடியாதா என்ற அவனது ரகசிய இச்சை.

இந்த இரண்டாவது சாத்தியத்தை ஒருவன் நெருங்கிய நண்பன் அவனிடம் குறிப்பிட்டிருந்தால், அவனை கா எப்போதுமே மன்னித் திருக்க மாட்டான். ஆனால் அதிலிருந்த உண்மை காவுக்கு அவன் வாழ்க்கை முழுக்க குற்றவுணர்வையும் அவமானத்தையும் கொடுத் திருக்கும். மகத்தான சந்தோஷம் என்பது தனிப்பட்ட மகிழ்ச்சிக்காக எதையும் செய்வதல்ல என்று நம்புகிற அறநெறியாளர்களில் காவும் ஒருவன் என்பதை நாம் அறிந்துகொள்ள வேண்டும். மேலும், அவனைப் போன்ற ஒரு படித்த, மேலை மயமான இலக்கியவாதிக்கு, முன்பின் தெரியாத ஒருத்தியை தேடி திருமணம் செய்துகொள்வது பொருத்தமாக இருக்காதென்றும் நினைத்தான். இவை அத்தனையும் மீறி, ‘பார்டர் சிட்டி கெஜட்’ பத்திரிகை அலுவலகத்தை வந்தடைந்தபோது அவன் மனம் சந்தோஷம் நிரம்பிய திருப்தியில் திளைத்திருந்தது. அதற்குக் காரணம் இபெக்குடனான அவனது முதல் சந்திப்பு அவன் இஸ்தான் புல்லிலிருந்து பஸ்ஸில் வந்து இறங்கிய கணம் முதல் கற்பனை செய்து வந்திருந்ததை விடவும் நன்றாகவே நடந்தேறியிருந்ததுதான்.

‘பார்டர் சிட்டி கெஜட்’ அலுவலகம் கா தங்கியிருந்த ஓட்டலுக்கு அடுத்த தெருவான ஃபெய்க்பே அவென்யூவில் இருந்தது. அதன் அலுவலகமும் அச்சிடும் இயந்திரங்களும் காவின் சிறிய ஹோட்டல்

அறையின் பரப்பளவைவிட கொஞ்சம்தான் கூடுதலாக ஆக்கிரமித்திருந்தன. அது ஒரு இரண்டு – அறை அலுவலகம். நடுவிலிருந்த மரச்சுவரில் அடாதுர்க்கின் படங்கள், காலண்டர்கள், வியாபார அட்டை மாதிரிகள், கல்யாண அழைப்பிதழ்கள் (இதுவும் ஓர் உப தொழில்) கார்ஸ்ஸுக்கு வருகை தந்த முக்கியமான அரசு அதிகாரிகள், பிரபலமான துருக்கிய பெரும் புள்ளிகளோடு உரிமையாளர் எடுத்துக் கொண்ட புகைப்படங்கள் விரவியிருந்தன. நாற்பது வருடங்களுக்கு முன்னால் வெளிவந்த அச்செய்தித்தாளின் முதல் பிரதி பிரேமிட்டு மாட்டியிருந்தது. அச்சியந்திரத்தின் ஊஞ்சலாடும் டிரெடில் சப்தங்கள் நம்பிக்கையூட்டுகிற மாதிரி தொடர்ந்து கேட்டுக்கொண்டிருந்தன. ஹாம்பர்க்கிலிருந்த அதன் முதல் உரிமையாளருக்காக லெய்ப்ஸிக்கில் பாமன் கம்பெனியால் நூற்றுப்பத்து வருடங்களுக்கு முன் தயாரிக்கப் பட்ட இயந்திரம். இருபத்தி ஐந்து வருடங்கள் அதை உபயோகப்படுத்தி விட்டு 1910ஆம் வருடம் அவர்கள் இஸ்தான்புல்லிலிருந்த ஓர் அச்சகத்திற்கு விற்றுவிட்டனர். இரண்டாம் அரசியலமைப்புக்குகந்த முடியரசு நிறுவப்பட்டு கருத்துச் சுதந்திரம் தழைக்கத் தொடங்கிய காலம் அது. 1955இல் அந்த இயந்திரம் பழுதாகி ஏறக்குறைய ஓட்டை உடைசலாக விற்கப்பட இருந்தபோது, சர்தார் பேவின் காலம் சென்ற தந்தையார் அந்த அச்சகத்தை விலைக்கு வாங்கி கார்ஸ்ஸுக்கு அதனைக் கொண்டுவந்தார். இப்போது சர்தார் பேவின் இருபத்தி இரண்டு வயது மகன் விரலை எச்சிற்படுத்தி ஒரு சுத்தமான தாளை உருவி எடுத்து அந்த இயந்திரத்துக்குள் செருகிவிட்டு, அச்சடிக்கப்பட்ட தாட்களை இடது கையால் திறமையாகக் கொய்து, பதினோரு வருடங்களுக்கு முன்பு அவன் தம்பியோடு போட்ட சண்டையில் உடைந்திருந்த பிளாஸ்டிக் கூடையில் சேகரித்துக் கொண்டிருந்தான். இந்தச் சிக்கலான வேலையைச் செய்துகொண்டே அவனால் காவைப் பார்த்து ஹலோ என்று கையசைக்கவும் முடிந்தது. சர்தார் பேவின் இரண்டாவது மகன் உட்கார்ந்திருந்த கன்னங்கரேல் மேஜை எண்ணற்ற குட்டி புறாக்கூண்டுகளால் பிரிக்கப்பட்டு, வரிசையாக முதலெழுத்துக்களும் உரு அச்சுக்களும் பிளேட்டுகளும் சூழ்ந்திருந்தன. மூத்தவன் அவனுடைய அப்பாவின் சாயலில் இருந்தான். இளையவனைப் பார்த்தபோது, சாய்ந்த விழிகளும், சந்திரமுகமும் கொண்ட குட்டையான குண்டான அவனுடைய அம்மா காவுக்குத் தெரிந்தாள். மூன்று நாட்கள் கழித்து வெளியாகப்போகும் இதழுக்காக விளம்பரங்களை கையால் பொருத்திக்கொண்டிருந்த அவனிடம் கலைக்காக தன் வாழ்க்கையையே அர்ப்பணித்திருக்கும் ஓர் எழுத்தோவியனின் அசாத்திய சிரத்தை தெரிந்தது.

“எவ்வளவு சிரமதசையில் எங்கள் கிழக்கு அனதோலிய பத்திரிகை உலகத்தை நடத்தி வருகிறோம் என்பதை கண்கூடாக பார்க்கிறீர்கள்,” என்றான் சர்தார் பே.

அதே நேரத்தில் மின்சாரம் தடைப்பட்டது. அச்சு இயந்திரம் குரலொடுங்கி நின்று, அந்த அறை ஒரு வசீகரமான இருட்டில்

ஆழ்ந்து போக, வெளியே பொழியும் பனியின் அழகிய வெண்மையால் கா தாக்கப்பட்டான்.

"எத்தனை பிரதிகள் அச்சிட்டாய்?" என்று கேட்டான் சர்தார் பே. மெழுகுவர்த்தி ஒன்றை கொளுத்திக் கொண்டு முன் அறையிலிருந்த நாற்காலியைக் காட்டி காவை உட்காரச் சொன்னான்.

"நூற்றி அறுபது அச்சிட்டிருக்கிறேன், அப்பா."

"மின்சாரம் வந்ததும் முன்னூற்றி நாற்பது வரை அச்சிடு. நாடகக்குழு வந்திருப்பதால் நிச்சயம் விற்பனை அதிகரிக்கும்."

'பார்டர் சிட்டி கெஜட்' நேஷனல் தியேட்டருக்கெதிரே ஒரேயொரு கடையில் மட்டும்தான் விற்கப்பட்டது. இந்தக் கடையில் ஒரு நாளைக்கு சராசரியாக இருபது பிரதிகள் விற்கும். ஆனால் சந்தா எண்ணிக்கை யோடு சேர்த்து இந்த நாளிதழின் விற்பனை முன்னூற்றி இருபதாக இருந்தது. இதில் சர்தார் பேவுக்கு உள்ள பெருமிதம் கொஞ்ச நஞ்சமல்ல. இவற்றில் இருநூறு பிரதிகள் அரசு அலுவலகங்களுக்கும் தொழிற்கூடங்களுக்கும் சென்றன. இந்த நிறுவனங்களின் சாதனைகளை அவ்வப்போது பிரசுரிக்க வேண்டியது சர்தார் பேவின் கட்டாயமாக இருந்தது. இஸ்தான்புல்லுக்கு இடம் பெயர்ந்துவிட்டாலும் இந்நகரத் தோடு தொடர்புகளை தக்கவைத்துக்கொண்டிருக்கும் 'நேர்மையான, செல்வாக்கு மிக்க முக்கிய புள்ளிக'ளுக்கு மீதமுள்ள நூறு பிரதிகள் சென்றன.

மின்சாரம் திரும்ப வந்தபோது, சர்தார் பேவின் நெற்றியில் ஒரு கோப நரம்பு துருத்திக்கொண்டிருப்பதைக் கவனித்தான்.

"எங்களைப் பார்த்துவிட்டுச் சென்றபிறகு, நீங்கள் தவறான மனிதர்களை சந்தித்திருக்கிறீர்கள். இவர்கள் நமது எல்லைப்புற நகரத்தைப்பற்றி தவறான விஷயங்களை உங்களிடம் சொல்லியிருக் கின்றனர்," என்றான் சர்தார் பே.

"நான் எங்கே சென்றிருந்தேன் என்பது உங்களுக்கு எப்படித் தெரியும்?" என்று கேட்டான் கா.

"காவல் துறையினர்தான் உங்களை பின்தொடர்ந்து கொண்டே இருக்கிறார்களே," என்றான் பத்திரிகையாளர்களுக்கே உரித்தான மிதப்போடு. "எங்கள் தொழில்ரீதியான காரணங்களுக்காக இந்த டிரான்ஸிஸ்டர் ரேடியோவில் காவலர்களின் செய்தி பரிமாற்றங்களை ஒட்டுக் கேட்போம். நாங்கள் பிரசுரிக்கும் செய்திகளில் தொண்ணூறு சதவீதம் ஆளுநர் அலுவலகத்திலிருந்தும், கார்ஸ் காவல்துறை தலைமை யகத்திலிருந்தும் பெறப்படுபவை. கார்ஸ் நகரத்தின் இளம்பெண்கள் எதற்காக தற்கொலை செய்துகொள்கிறார்களென்றும், எதனால் கார்ஸ் இவ்வளவு பின்தங்கியும், ஏழ்மையாகவும் இருக்கிறதென்றும் நீங்கள் எல்லோரிடமும் பேட்டி எடுத்துக்கொண்டிருந்தது காவல் துறையினர் அனைவருக்கும் தெரியும்."

பனி

இத்தகைய தரித்திர நிலையை கார்ஸ் அடைந்திருப்பதற்கு பல விதமான காரணங்களை கா கேட்டிருந்தான். பனிப் போரின்போது சோவியத் யூனியனுடன் வர்த்தகம் தடைப்பட்டுப் போயிற்று என்றனர் சிலர். எல்லைப் புறத்திலிருந்த சுங்க நிலையங்கள் மூடப்பட்டுவிட்டன; எழுபதுகளில் நகரத்தில் ஊடுருவியிருந்த கம்யூனிஸ்ட் கெரில்லாக்கள் பணப்போக்குவரத்தை விரட்டிவிட்டனர்; செல்வந்தர்கள் தாம் போட்ட முதலில் முடிந்தவரை திருப்பி எடுத்துக்கொண்டு இஸ்தான் புல்லுக்கோ அங்காராவுக்கோ சென்றுவிட்டனர்; தேசமே கார்ஸ்ஸை புறக்கணித்துவிட்டது; கடவுளும் புறக்கணித்துவிட்டார்; ஆர்மீனியாவுடன் முடிவேயில்லாமல் தொடர்ந்துவரும் துருக்கியின் எல்லைப் பிரச்சனை களையும் நாம் மறந்துவிடக்கூடாது . . .

“உண்மையான நிலவரத்தை உங்களிடம் சொல்லத் தீர்மானித்து விட்டேன்,” என்றான் சர்தார் பே.

அவமானம் என்கிற விஷயம்தான் அனைத்துக்கும் மூலகாரணம் என்பதை பலவருடங்களாக தான் உணர்ந்திடாத மனத்தெளிவோடும், நம்பிக்கையோடும் கா உடனடியாக கண்டுகொண்டான். ஜெர்மனியில் இருந்த வருடங்களில் அவனுக்குள்ளும் அவமானம் பொதிந்திருந்தது. ஆனால் அதை அவனிடமிருந்தே அவன் ஒளித்து வைத்திருந்தான். மகிழ்ச்சியை அடைவதற்கான நம்பிக்கையை பெற்றுவிட்ட இப்போது தான் அதை அவனுக்கே ஒப்புக்கொள்வதற்கு வலிமை கிட்டியிருக்கிறது.

“பழைய நாட்களில் நாங்களெல்லோருமே சகோதரர்களாகத்தான் இருந்தோம்,” என்றான் சர்தார் பே. அவன் பேசுவதை கேட்டால் ஏதோ சொல்லக் கூடாத ரகசியத்தை சொல்வதைப் போலிருந்தது. “ஆனால் கடந்த சில வருடங்களில் ஒவ்வொருவரும் ‘நான் ஒரு அஸேரி, நான் ஒரு குர்த்து, நான் ஒரு தெரிக்கீமியன்’, என்று சொல்லத் தொடங்கிவிட்டார்கள். எல்லா தேசங்களிலிருந்தும் வந்த மக்கள் இங்கே இருக்கலாம். தெரிக்கீமியன்கள் என்பவர்களை கராபப் பக்கியர்கள் என்றும் நாங்கள் அழைப்போம். அஸேரியர்களின் சகோதரர்கள் அவர்கள். குர்த்தியர்களை பழங்குடியினர் என்றுதான் நாங்களெல்லாம் கருதுகிறோம். அந்த காலத்தில் அவர்களுக்கே தாங்கள் குர்த்தியர்கள் என்று தெரியாது. இப்படித்தான் ஆட்டமன் காலம் முழுக்க இருந்தது. அப்போது யாரும் நெஞ்சை நிமிர்த்தி, ‘நாங்களெல்லோரும் ஆட்டமன்கள்!’ என்று மார்பில் அறைந்து கூச்சலிட்டுக் கொண்டிருக்கவில்லை. துர்க்மன்கள், போஸாஃப் லாஸ்ஸுகள், ஜார் மன்னரால் நாடுகடத்தப்பட்ட ஜெர்மனியர்கள் – என எல்லோரும் இங்கிருந்தனர். ஆனால் யாரும் தம்மை வேறுபட்ட வர்கள் என்று பிரகடனப்படுத்திக் கொள்ளவில்லை. அந்தக் காரியத்தைச் செய்தது கம்யூனிஸ்ட்டுகளும் அவர்களுடைய டிஃப்ளிஸ் ரேடியோவும் தான். துருக்கியைத் துண்டாக்கி அழிக்கவேண்டுமென்று அவர்கள்தான் பழங்குடிப் பெருமையை இங்கே பரப்பினார்கள். இப்போது எல்லோரும் இனப்பெருமையை தலையில் ஏற்றிக்கொண்டிருக்கின்றனர்; தரித்திரம் பிடித்து அலைந்துகொண்டும் இருக்கின்றனர்.”

தான் முன்வைத்த வாதங்கள் காவை சென்றடைந்து விட்டது என்ற நம்பிக்கையோடு சர்தார் பே அடுத்த விஷயத்துக்கு நகர்ந்தான். "இந்த இஸ்லாமிஸ்ட்டுகளைப் பற்றிச் சொல்ல வேண்டும். இவர்கள் கூட்டமாக வீடுவீடாகச் செல்கின்றனர். பெண்களுக்கு சட்டி, பானை, ஆரஞ்சு பழம் பிழியும் மெஷின், சோப்புப் பெட்டி, கோதுமை மாவு, துணிசோப்பு என்று தருகின்றனர். ரொம்பவும் வறிய குடும்பங்கள் இருக்கிற இடமாகப் பார்த்து அங்கிருக்கிற பெண்களை வசியப்படுத்துகின்றனர். துர்சக்திகளிடமிருந்து காப்பதற்காக அவர்கள் குழந்தைகளின் சட்டைகளில் தங்க தாயத்தைக் குத்தி வைக்கின்றனர். "இறைவனின் கட்சியான 'முன்னேற்றக் கட்சி'க்கு உங்கள் வாக்குகளை அளியுங்கள். இறைவனின் பாதையிலிருந்து வழுவியதால்தான் இந்த தரித்திர நிலைக்கு நாம் வீழ்ந்து விட்டோம்", என்கின்றனர். இவர்களில் ஆண்கள், ஆண்களோடு மட்டும்தான் பேசுவார்கள். பெண்கள், பெண்களோடு மட்டும். வேலையில்லாமல் அவமானத்தில் குன்றி, ஆத்திரத்தில் புழுங்கிக்கொண்டிருப்பவர்களின் நம்பிக்கையை இவர்கள் சுலபமாகப் பெற்றுவிடுகின்றனர். அடுத்த வேளை சாப்பாடு எங்கிருந்து வருமென்று இடிந்துபோய் உட்கார்ந்திருக்கிற இவர்களின் மனைவிகளோடு உட்கார்ந்து நம்பிக்கையளிக்கின்றனர். மேலும் பல பரிசுகள் தருவதாக வாக்களிக்கின்றனர். பதிலுக்கு அவர்கள் வாக்களிப்பதாக ஒப்புக்கொள்ள வேண்டும். கடையினும் கடையர்களாக இருப்பவர்களை மட்டும் சொல்லவில்லை. வேலையில் இருக்கிற – ஏன் வியாபாரிகள், வசதியானவர்கள்கூட அவர்களை மதிக்கின்றனர். ஏனென்றால் இந்த இஸ்லாமிஸ்ட்டுகள் மற்ற எவரையும்விட நேர்மையானவர்களாக கடினமாக உழைப்பவர்களாக, எளிமையானவர்களாக இருப்பதுதான்.

'பார்டர் சிட்டி கெஜெட்'டின் உரிமையாளர் தொடர்ந்து பேசும் போது, சமீபத்தில் கொலை செய்யப்பட்ட மேயர் எல்லோராலும் வெறுக்கப்பட்ட ஒரு நபர் என்றான். அதற்கு காரணம், நகரத்தின் குதிரைகளும் வண்டிகளும் மிகவும் பழங்காலத் தனமானவையென்று அவற்றை தடை செய்ததால் அல்ல. (இத்திட்டத்தை உண்மையில் அமலாக்கவே முடியவில்லை. அவர் இறந்ததும் அத்திட்டம் கைவிடப் பட்டது) கார்ஸ் நகரமக்கள் அவரை வெறுத்ததற்குக் காரணம் அவர் லஞ்சம் வாங்குபவராக இருந்ததும், தொலைநோக்கு இல்லாமல் செயல் பட்டதும்தான் என்றான் சர்தார் பே. ஆனால் இந்த வெறுப்புணர்வை சாதகமாக்கிக்கொள்ள வலதுசாரி, இடதுசாரி குடியரசுக்கட்சிகள் தவறிவிட்டன. அவர்களுக்கிடையே கொலைவெறித் தாக்குதல்களை நடத்திக்கொண்டு, இனரீதியாக வெறுப்புணர்வை வளர்த்துக்கொண்டு இருந்த அவர்களுக்கு தமது அணிகளின் சார்பாக ஒரு தகுதி வாய்ந்த வேட்பாளரை முன்னிறுத்துவதற்கு இயலவில்லை. "மக்களின் நம்பிக்கையைப் பெற்றவனாக இருக்கும் ஒரே வேட்பாளர் இறைவனின் கட்சிக்காகப் போட்டியிடுபவர்தான்" என்றான் சர்தார் பே. "அந்த வேட்பாளர், முக்தார் பே. நீங்கள் தங்கியிருக்கும் ஓட்டலின் உரிமையாளர் துர்குத் பேவின் மகள் இபெக் ஹெனுமின் முன்னாள் கணவர். முக்தார் ஒன்றும் புத்திசாலி அல்ல. ஆனால் அவர் ஒரு குர்த்து.

மக்கள் தொகையில் நாற்பது சதவீதம் குர்த்துக்கள். புதிய மேயர் இறைவனின் கட்சியைச் சேர்ந்தவராகத்தான் இருக்கப் போகிறார்."

வெளியே பனி முன்பைவிட கனமாகவும் வேகமாகவும் பொழிந்து கொண்டிருந்தது. அதை வெறுமனே பார்க்கும்போதே காவுக்கு தனிமையுணர்வு மூழ்கடித்தது. சிறுவயதில் இஸ்தான்புல்லில் அவன் அறிந்திருந்த மேலைமயமான உலகம் முடிவுக்கு வந்துகொண்டிருக் கிறதோ எனக் கவலையாகவும் இருந்தது. அவன் சென்றவாரம் இஸ்தான்புல்லில் இருந்தபோது, பிள்ளைப் பிராயத்துத் தெருக்களுக்குச் சென்று, நண்பர்கள் வசித்திருந்த வசீகரமான புராதன கட்டிடங்களை, இருபதாம் நூற்றாண்டின் தொடக்கத்தில் எழுப்பப்பட்ட கட்டிடங் களை ஆர்வத்தோடு தேடிப் பார்த்தான். அவற்றில் பல கட்டிடங்கள் அழிந்திருந்தன. இளம்பிராயத்து விருட்சங்கள், ஒன்று வாடிப்போயிருந்தன அல்லது வெட்டி வீழ்த்தப்பட்டிருந்தன. பத்து வருடங்களாக மூடப் பட்டிருந்த திரையரங்கு இன்னமும் இருட்டான, சிறிய துணிக் கடைகளின் வரிசை சூழ நின்றிருந்தது. இறந்துகொண்டிருந்தது அவன் பிள்ளைப்பிராயத்தின் உலகம் மட்டுமல்ல, துருக்கிக்கு ஒருநாள் திரும்பி வந்து வாழ்க்கையைத் தொடங்கலாம் என்றிருந்த அவன் கனவும். இஸ்லாமிய அடிப்படைவாத அரசு, நாட்டின் ஆட்சியைப் பிடித்தால் அவனுடைய சொந்தச் சகோதரியே அவளுடைய தலையை மூடாமல் வெளியே காலெடுத்து வைக்கமுடியாது என்று அவனுக்குத் தோன்றியது.

'பார்டர் சிட்டி கெஜட்'டின் நியான் விளக்குகள் வெளியே ராத்திரி இருட்டில் ஒரு சிறிய பிரபையை உண்டாக்கி வைத்திருந்தன. அந்த வெளிச்சக் கசிவில் பெரிதுபெரிதான பனிச்சருகுகள் மெதுவாக ஊசலாடிக் கொண்டே வீழ்வது தேவதைக் கதைகளை நினைவூட்டியது. அவற்றைப் பார்த்துக்கொண்டிருக்கும்போதே காவுக்கு அவனும் இபெக்கும் ஃபிராங்க்ஃபர்ட்டில் ஒன்றாக இருப்பதைப்போன்ற ஒரு கற்பனை மெதுவாக உருவாகியது. அவன் இப்போது இறுக்கமாக அணிந்து கொண்டிருக்கும் கரிச்சாம்பல் கோட்டை வாங்கிய காஃப்ஹாஃப் ஸ்டோரில் அவர்கள் கைகோர்த்தபடி நடக்கின்றனர். இரண்டாவது தளத்தில் பெண்கள் காலணி பிரிவில் அவர்கள் எதையோ வாங்குகின்றனர்.

"இதைச் செய்வது சர்வதேச இஸ்லாமிஸ்ட் இயக்கம்தான். அவர்களுக்கு துருக்கியை இன்னொரு ஈரானாக மாற்றுவதுதான் குறிக்கோள் . . ."

"தற்கொலை பெண்கள் விஷயத்திலும் இதேதானா?"

"இந்தப் பெண்கள் எவ்வளவு மோசமாக திசைதிருப்பப்பட்டிருக் கிறார்களென்று சாதாரண மக்கள்கூட பேசிக்கொண்டிருக்கிறார்கள். இந்த கண்டனங்களை நாங்கள் இப்போது பொதுமக்களிடமிருந்து சேகரித்து வருகிறோம். இந்த அபலைப் பெண்களை மேலும் மேலும் குற்றம் சுமத்தி இன்னும் அதிகமாக தற்கொலையை நோக்கி விரட்டி விடக் கூடாதென்பதற்காக இந்த பழிப்புரைகளை இன்னமும்

அச்சிடாமல் வைத்திருக்கிறோம். 'நீலம்' என்றொரு மோசமான இஸ்லாமிஸ்ட் பயங்கரவாதி இருக்கிறான் இல்லையா, அவன் நமது நகரத்துக்கு இப்போது வந்திருப்பதாகச் சொல்கிறார்கள். முக்காடுப் பெண்களுக்கும் தற்கொலை பெண்களுக்கும் அறிவுரை வழங்கப் போகிறானாம்."

"இஸ்லாமிஸ்ட்டுகள் தற்கொலைக்கு எதிரானவர்கள் இல்லையா?"

சர்தார் பே இந்தக் கேள்விக்குப் பதிலளிக்கவில்லை.

அச்சு இயந்திரம் நின்றவுடன் அந்த அறையில் நிசப்தம் கவிந்தது. கா அந்த அபூர்வமான பனிப்பொழிவுக்கு தன் பார்வையைத் திருப்பினான். இன்னும் கொஞ்ச நேரத்தில் இபெக்கை சந்திக்கப்போகிறோம் என்ற நினைப்பு அவனுக்குப் பதற்றத்தை ஏற்படுத்தியது. கார்ஸ்ஸின் பிரச்சனைகளைப் பற்றி கேட்டுக்கொண்டிருந்தது ஒரு நல்ல கவனக்கலைப்பாகவே இருந்தாலும் இப்போது இபெக்கைப்பற்றி மட்டுமே யோசிக்கவும், அந்த பணியாரக்கடையில் அவர்கள் சந்திக்கப் போவதற்கு தயார் செய்துகொள்ளவும் மட்டுமே விருப்பமிருந்தது. அப்போது மணி ஒன்று இருபது.

ஏதோ விலைமதிப்பற்ற, கைவினை பரிசுப்பொருளைத் தருகிற பந்தாவோடும், ஆர்ப்பாட்டத் தோரணையோடும், சர்தார் பே தன்னுடைய வாட்டசாட்டமான மூத்தமகன் அப்போதுதான் அச்சிட்ட செய்தித்தாளின் முதல் பக்கத்தின் ஒரு பிரதியை காவிடம் நீட்டினான். இலக்கிய பத்திரிகைகளில் அவனுடைய பெயரை துழாவி கண்டு பிடித்துவிடும் பழக்கத்தில் அந்தத் தாளின் ஒரு மூலையில் இருந்த செய்தியை கண்டுபிடித்துவிட்டான்.

பிரபல கவிஞர் கா கார்ஸ் வருகை

துருக்கி முழுவதும் புகழ்பெற்றிருக்கும் பிரபல கவிஞர் கா, நமது எல்லைப்புற நகரத்திற்கு வருகை புரிந்துள்ளார். இவருடைய முதல் இரண்டு கவிதை தொகுப்புகளான 'சாம்பலும் கிச்சிலிப்பழங்களும்' 'சாயங்கால நாளிதழ்கள்' ஆகியவற்றால் நாடு முழுக்க பெரும்புகழ் பெற்றிருப்பவர் இவர். பெஹ்செட் நிகாடிஜில் பரிசை வென்றவரான இந்த இளம் கவிஞர் 'ரிபப்ளிகன்' பத்திரிகைக்காக நகரசபை தேர்தல்கள் குறித்து செய்தி சேகரிக்க வந்துள்ளார். இதற்குமுன் பல வருடங்களாக ஃபிராங்க்ஃபர்ட்டில் கா மேலை கவிதைகள் பயின்று வந்தார் என்பது குறிப்பிடத்தக்கது.

"என் பெயர் தவறாக அச்சிடப்பட்டிருக்கிறது" என்றான் கா. "என் பெயரில் ஆங்கில 'ஏ' எழுத்தை சிறிய எழுத்தாகப் போட வேண்டும்." இதைச் சொன்னவுடனேயே, சொன்னதற்காக வருத்தப் பட்டான். மரியாதைக் குறைவான நடத்தையை சரிசெய்யும் விதமாக, "ஆனால் நன்றாகத்தான் இருக்கிறது" என்றான்.

"ஐயா, அதற்குக் காரணம் உங்கள் பெயரை சரியாக எழுதுவது எப்படி என்று எங்களுக்குத் தெரியாததுதான். உங்களைத் தொடர்பு

கொள்ள முயற்சி செய்தோம்” என்றான் சர்தார் பே. “மகனே, இங்கே பார், நம்முடைய கவிஞரின் பெயரை தவறாக அச்சிட்டிருக்கிறாய் நீ.” ஆனால் அவனுடைய மகனைத் திட்டுகிற குரலில் கடுமை இல்லாதிருந்தது. அவனுடைய பெயர் தவறாக அச்சிடப்பட்டிருப்பதைக் கவனித்த முதல் நபர் தானாக இருக்க முடியாதென்று காவுக்குத் தோன்றியது. “உடனே இதை சரிசெய்” என்று அதட்டினான் சர்தார் பே.

“அவசியமில்லை” என்றான் கா. அதே நேரத்தில் இன்னொரு தலைப்புச் செய்தியின் கடைசி பத்தியில் அவனுடைய பெயர் சரியாக அச்சிடப்பட்டிருப்பதைக் கவனித்தான்.

நேஷனல் தியேட்டரில் சுனய் ஸயிம் குழுவினரின் வெற்றிகரமான அரங்கேற்றம்

சுனய் ஸயிம் நாடகக் குழுவினர், தேசப்பிதா அடாதுர்க்கின் பெருமைகளையும், தாய்நாட்டுப் பற்றையும் அறிவொளி இயக்கத்தையும் போற்றிப் பறைசாற்றும் நாடகங்களை உருவாக்கி துருக்கி முழுவதும் புகழ்பெற்றவர்கள். இப்பிரசித்தி பெற்ற கலைஞர்கள் நேற்றிரவு நேஷனல் தியேட்டரில் குழுமியிருந்த பார்வையாளர்களுக்கு அற்புதமானதொரு நாடகத்தை நிகழ்த்திக்காட்டினர். நள்ளிரவுவரை நீண்டிருந்த இந்நாடகத்தை கரகோஷத்துடன் கண்டுகளித்தவர்களில் துணை ஆளுநரும், மேயர் பதவிக்கான வேட்பாளரும், கார்ஸ் நகரின் முக்கிய புள்ளிகளும் அடங்குவர். இப்படிப்பட்டதொரு கலைவிருந்தை அனுபவிக்க நெடுங்காலமாய் காத்துக்கொண்டிருந்த கார்ஸ் நகர மக்கள், மொத்த இருக்கைகளும் நிரம்பிய அரங்கத்திலிருந்து மட்டுமல்லாது சுற்றியுள்ள இல்லங்களிலிருந்தும் கண்டுகளித்தனர். கார்ஸ் எல்லைப்புற தொலைக்காட்சி நிலையம் அதன் நேரடி ஒளிபரப்பின் மூலம் இந்நிகழ்ச்சியை, கார்ஸ் நகர மக்கள் அனைவரையும் காண வைத்தது. தொலைக்காட்சி சேவை தொடங்கப்பட்ட இரண்டு வருடங்களில் இந்நிலையம் மேற்கொண்ட முதல் நேரடி ஒளிபரப்பு இது. நேரடி ஒளிபரப்பு வாகனங்கள் இல்லாத நிலையிலும் ஹலித்பாஷா நிழற்சாலையில் உள்ள அதன் தலைமையகத்திலிருந்து ஒளிபரப்பு ஒயர்களை இரண்டு தெருக்கள் தள்ளியிருக்கும் நேஷனல் தியேட்டரில் இருக்கும் காமிராவரை இழுத்திருந்தனர். இம்முயற்சிக்கு பெரும் ஆதரவளித்த கார்ஸ் மக்கள் தொலைக்காட்சி ஒயர்கள் பனியில் சேதமடையாதிருப்பதற்காக தமது வீடுகளுக்குள்ளேயும் நுழைந்து செல்ல அனுமதித்தனர் (உதாரணமாக, நமது புகழ்பெற்ற பல் வைத்தியர் ஃபாதில் பே ஒயரை அவர்கள் வீட்டின் முன்பக்க உப்பரிகையின் வழியாக எடுத்துச் சென்று பின்பக்கத் தோட்டத்தின் வழியே வெளியேற அனுமதித்திருந்தனர்). இதைப்போன்ற மேலும் தரமிக்க நிகழ்வுகளைக் கண்டுகளிக்கும் சந்தர்ப்பங்களுக்காக கார்ஸ் நகரத்தினர் இப்போது விழையத் தொடங்கியுள்ளனர். கார்ஸ் எல்லைப்புற தொலைக்காட்சி நிலையத்தினர் நகரின் முதல் நேரடி ஒளிபரப்பான இந்நிகழ்ச்சியின்போது விளம்பரங்களை ஒளிபரப்பவும் கனிவுடன் இசைவு தெரிவித்தனர். நகரத்தினர் அனைவராலும் கண்டு ரசிக்கப்பட்ட இந்நாடகத்தில் நமது குடியரசின் சிறப்பியல்புகளும், மேலை அறிவொளி இயக்கத்தின் முக்கியமான கலைப்படைப்புகளின் மிக அழகிய காட்சிகளும், நமது கலாச்சாரத்தை

சீரழிக்கும் விளம்பரங்களை விமர்சிக்கும் நாடகக் காட்சிகளும், புகழ்வாய்ந்த கோல்கீப்பர் வூரலின் சாகசங்களும், அடாதுர்க்கின் புகழையும், தேசத்தின் பெருமைகளையும் வர்ணிக்கும் கவிதைகளும் இடம்பெற்றிருந்தன. நமது நகருக்கு வருகைபுரிந்துள்ள புகழ்பெற்ற கவிஞரான கா, 'பனி' என்று தலைப்பிட்ட தனது சமீபத்திய கவிதையை வாசித்தார். நமது குடியரசின் ஆரம்ப வருடங்களில் இயற்றப்பட்ட *'எனது தந்தையர் தேசம் அல்லது எனது தலைத்துண்டு'* என்ற அறிவொளி இயக்கத்தின் மகத்தான படைப்பு புதிய வடிவத்தில் 'எனது தந்தையர் தேசம் அல்லது எனது முக்காடு' என்ற பெயரில் நிகழ்த்தப்பட்ட நாடகமே மாலை நிகழ்ச்சிக்கு சிகரம் வைத்தாற்போல அமைந்திருந்தது.

"'பனி' என்ற பெயரில் என்னிடம் எந்தக் கவிதையும் கிடையாது. நான் அந்த அரங்கத்துக்கு இன்று மாலை போகப்போவதும் இல்லை. உங்கள் செய்தித்தாள் ஒரு தவறான செய்தியை வெளியிட்டதாகப் போகிறது."

"அவ்வளவு நிச்சயமாகச் சொல்லிவிடாதீர்கள். ஒரு நிகழ்வு நடப்பதற்கு முன்பே அதனைச் செய்தியாக அச்சிட்டுவிடுவதற்காக எங்களை இகழ்ச்சியாக நினைப்போர் இருக்கின்றனர். அவர்கள் எங்களைக் கண்டு பயப்படுவது நாங்கள் பத்திரிக்கையாளர்கள் என்பதால் அல்ல, நாங்கள் எதிர்காலத்தை, வருவதை முன்கூட்டியே உரைப்பதால்தான். நாங்கள் எழுதியிருப்பதைப் போலவே அவை நடந்துவிடும்போது அவர்கள் முகத்தை நீங்கள் பார்க்க வேண்டுமே! சில விஷயங்கள் நாங்கள் முதலிலேயே எழுதிவிட்டதால் மட்டுமே நடந்தேறிவிடுகின்றன என்பதையும் சொல்ல வேண்டும். நவீன இதழியல் என்பது இதுதான். நாங்கள் நவீனர்களாக இருப்பதற்கு குறுக்கே நீங்கள் நிற்க விரும்பமாட்டீர்கள் – எங்கள் மனதைப் புண்படுத்த மாட்டீர்கள் என்று எனக்குத் தெரியும். அதனால்தான் நீங்கள். 'பனி' என்றொரு கவிதையை எழுதுவீர்கள், அரங்கிற்கு வந்து அதனை வாசிப்பீர்கள் என்று உறுதியாக நம்புகிறேன்."

அந்த செய்தித்தாளை கவனத்துடன் ஊடுருவினான். தேர்தல் பிரச்சார ஊர்வலங்களுக்கான விளம்பரங்கள், நகரின் லீஸே பள்ளிகளில் தற்போது செலுத்தப்படுகிற, எர்ஸுரும்மிலிருந்து வரவழைக்கப்பட்ட தடுப்பு மருந்து பற்றிய செய்தி, கார்ஸ் நகர மக்கள் தமது குடிநீர் வரித்தொகையை செலுத்துவதற்கான அவகாசம் மேலும் இரண்டு மாதங்களுக்கு நீட்டித்திருப்பதைப் பற்றி ஓர் ஆர்ப்பாட்டமான கட்டுரை ஆகியவற்றிற்கு மத்தியில் அதுவரை அவன் கண்ணில் படாத ஒரு செய்தி அவனைத் தாக்கியது:

கார்ஸ் நகரத்தை இணைக்கும் அனைத்து சாலைகளும் மூடப்பட்டன

இரண்டு நாட்களாகப் பொழிந்துவரும் பனி இப்போது நமது நகரத்தின் வெளியுலகத் தொடர்பை முற்றிலுமாகத் துண்டித்துள்ளது. ஆர்தஹான்

சாலை நேற்று காலை மூடப்பட்டது. பிற்பகலில் ஸரிகமிஷ் செல்லும் சாலை துண்டிக்கப்பட்டது. அபரிமிதமான பனிப்பொழிவாலும், உறைபனிப் பாளங்களாலும் யில்மாஸ் கம்பெனியைச் சேர்ந்த ஒரு பேருந்து பயணத்தைத் தொடர முடியாமல் கார்ஸ்ஸுக்குத் திரும்பியது. சைபீரியாவிலிருந்து வீசும் குளிர்க்காற்றும், அதைத் தொடர்ந்து வரும் கனத்த பனிப்பொழிவும் இன்னும் மூன்று நாட்களுக்குத் தொடரும் என வானிலை மையம் அறிவித்துள்ளது. எனவே அடுத்து வரும் மூன்று நாட்களுக்கு, கார்ஸ் நகரம் பனிக்காலங்களில் என்ன செய்து பழக்கப்பட்டிருக்கிறதோ, அதைப்போலவே தன்னிடமிருக்கும் மிச்ச உணவு இருப்புகளைக் கொண்டு சமாளிக்க வேண்டும். நமது வீட்டுப் பிரச்சனைகளை சீராக்கிக் கொள்ள இது ஒரு நல்ல சந்தர்ப்பம்.

கா புறப்படுவதற்காக எழுந்தவுடன், சர்தார் பே துள்ளியெழுந்து, தான் சொல்வது தெளிவாகக் கேட்க வேண்டுமென்பதற்காக கதவைத் திறக்காமல் பிடித்தான்.

“துர்குத் பேவும் அவருடைய புதல்விகளும் உங்களிடம் என்ன சொல்வார்களோ, தெரியவில்லை. அவர்களெல்லாம் நன்கு படித்தவர்கள். என்னைப் போன்ற பல நண்பர்களை மாலை நேரங்களில் அழைத்து உரையாடுவார்கள். ஆனால் ஒன்றை மறந்துவிடாதீர்கள்: இபெக் ஹெனுமின் முன்னாள் கணவன்தான் இப்போது இறைவன் கட்சி சார்பாக மேயர் பதவிக்கு போட்டியிடும் வேட்பாளன். அவளுடைய தந்தை ஒரு பழைய கம்யூனிஸ்ட். படிப்பை நிறைவு செய்வதற்காக இங்கே வந்திருக்கும் அவளுடைய தங்கைதான் இப்போது முக்காடுப் பெண்களுக்கு தலைவி என்று பேசிக்கொள்கிறார்கள். நான்கு வருடங்களுக்கு முன் இந்த நகரம் மிக மோசமான ஸ்திதியை அடையத் தொடங்கியிருந்த காலத்தில் இவர்கள் எதற்காக இங்கே தங்குவதற்காக வந்தார்கள் என்பது கார்ஸ்ஸில் இருக்கும் ஒரேயொருத்தருக்குக்கூட லவலேசமும் தெரியாத விஷயம்.”

மனதைக் குலைய வைக்கும் இச்செய்தியைக் கேட்டதும் காவின் இதயம் மூழ்கியது. எந்த முகபாவத்தையும் வெளிப்படுத்தாதிருக்க முயன்றான்.

4

தேர்தலைப்பற்றியும் தற்கொலைகளைப்பற்றியும் செய்தி சேகரிக்கத்தான் உண்மையில் இங்கே வந்தீர்களா?

‘நியூலைஃப் பாஸ்ட்ரி ஷாப்’பில் கா இபெக்கை சந்திக்கிறான்

இப்போது கேட்ட மோசமான செய்திக்குப்பிறகும் கூட, ஃபேக்பே அவென்யூவிலிருந்து நியூலைஃப் பாஸ்ட்ரி ஷாப்புக்கு கொட்டும் பனியில் நடந்து செல்கிற காவின் முகத்தில் ஒரு மெலிதான புன்னகை படர்ந்திருக்கிறதே, அது ஏன்? அறுபதுகளில் வெளிவந்த ஒரு உணர்ச்சிகரமான பாப் பாடலான பெப்பினோ டி காப்ரியின் ‘ராபெர்டா’வை யாரோ போட்டிருக்கிறார்கள். அதைக் கேட்கும்போது துர்க்கனேவின் நாவலில் வருவதைப்போல பல வருடங்களாக கனவுகளில் ஊடாடிக்கொண்டிருந்த பெண்ணை நேரில் சந்திக்கச் செல்கிற சோகமயமான, காதல்வயப்பட்ட கதாநாயகன்போல உணர்ந்தான். ஆனால் உண்மையைச் சொல்ல வேண்டும்: காவுக்கு துர்க்கனேவையும் அவருடைய வசீகரமான நாவல்களையும் மிகவும் பிடிக்கும். அந்த ரஷ்ய எழுத்தாளரைப் போலவே, அவனும் முடிவில்லாத பிரச்சனைகளில் சிக்கிச் சீரழிந்து கொண்டிருந்த தாய்நாட்டின் மீது பெரும் சலிப்பு ஏற்பட்டு, அதன் பின்தங்கிய நிலையை வெறுத்து வந்தான். அவரைப் போலவே தாய்நாட்டைவிட்டு ஐரோப்பாவுக்குச் சென்றுவிட்ட பிறகு, சொந்த நாட்டின் மேல் பற்று அதிகமாகி, திரும்பிச் செல்ல ஏங்கிக்கொண்டும் இருந்தான். காவின் மனதில் அப்போது இபெக் ஒன்றும் நிறைந்து இருக்கவில்லை. அவளைப்போலவே ஒரு பெண்ணின் உருவம் மட்டும் அவன் கற்பனையில் பொதிந்திருந்தது. இபெக்கின் ஞாபகம் அவ்வப்போது குறுக்கிட்டிருக்கிறது, அவ்வளவுதான். ஆனால் அவளது மணமுறிவுச் செய்தியை கேட்டபிறகு

அவளைப்பற்றி நினைக்கத் தொடங்கிவிட்டிருந்தான். அவளைப்பற்றி மிகக்குறைவாகவே அவன் முன்பெல்லாம் கனவு கண்டிருந்திருக்கிறான் என்பதாலேயே, இப்போது சங்கீதத்தையும் துர்க்கனேவிய காதற் கற்பனைகளையும் கொண்டு அவனுடைய மனக்கிளர்ச்சிகளை விசிறி விட்டுக் கொள்வதில் முனைப்பாக இருக்கிறான்.

ஆனால் பாஸ்ட்ரி ஷாப்பிற்குள் நுழைந்து அவளோடு மேஜையில் உட்கார்ந்தவுடனேயே துர்க்கனேவிய காதற்கற்பனை எண்ணங்கள் அனைத்தும் அவனிடமிருந்து மறைந்து போயின. இதற்குமுன் ஹோட்டலில் பார்த்தபோது இருந்ததைவிட இபெக் இப்போது அழகாகத் தெரிந்தாள். பல்கலைக்கழக நாட்களில் இருந்ததைவிட இப்போது அவள் கவர்ச்சிகரமாக இருக்கிறாள். அவளது அழகின் உண்மையான தாக்கம் – மெல்லிய நிறத்திலிருந்த அவள் இதழ்கள், அவளுடைய வெளுப்பான சருமம், அவளுடைய மின்னும் விழிகள், கண்களை முழுக்க விரித்து கூர்மையாகப் பார்க்கும் அவள் பார்வை – காவை புரட்டிப் போட்டது. இவ்வளவு அந்யோன்யமான வரவேற்பை அவன் எதிர்பார்த்திருக்கவில்லை. கவனமாக கட்டமைத்து வைத்திருந்த அவனது இறுக்கமான தோரணை அவனை கைவிட்டுவிடப்போகிறது என்று பயந்தான். மோசமான கவிதைகளை எழுத நேர்வதற்கு அடுத்த படியாக, அவனது அச்சங்களில் மோசமானதாக இதுதான் இருக்க முடியும்.

“இங்கே வரும் வழியில் தொழிலாளர்கள் நேரடி ஒளிபரப்புக்காக ‘பார்டர் சிட்டி டெலிவிஷன்’ நிலையத்திலிருந்து ஒயர்களை நேஷனல் தியேட்டருக்கு இழுத்து வந்துகொண்டிருந்ததைப் பார்த்தேன். அதைப் பார்க்க, துணிகட்டும் கொடிக்கயிற்றை இழுத்து வருவதைப் போலிருந்தது,” அவர்கள் இடையிலிருந்த அசௌகரியமான மௌனத்தை கலைக்கும் நம்பிக்கையில் அவன் பேசினான். உள்ளூர் நிலைமையை ரொம்பவும் கிண்டலடிப்பதாகத் தெரியக் கூடாதென்பதற்காக புன்னகைக்காமல் ஜாக்கிரதையாக இருந்தான்.

உரையாடலைத் தொடர்வதற்கு பெரும் முயற்சி தேவைப்படுவதாக இருந்தது. இருவரும் பாராட்டத்தக்க மனஉறுதியோடு இதில் தம்மை ஈடுபடுத்திக்கெண்டனர். அவர்கள் இருவராலும் பனிப்பொழிவைப் பற்றி சுலபமாக விவாதிக்க முடிந்தது. அதைப்பற்றி பேசிமுடித்ததும் கார்ஸ்ஸின் ஏழ்மைக்கு நகர்ந்தனர். அதற்குப்பிறகு காவின் கோட்டைப் பற்றி. அதன்பிறகு அவர்கள் இருவருமே இவ்வளவு வருடங்கள் கழித்த பின்னும் எந்தவிதத்திலும் மாறாமல் இருப்பதைப் பற்றி, இருவருக்கும் ஒத்த கருத்துள்ள விஷயங்கள் பற்றி, இருவராலும் புகைபிடிப்பதை நிறுத்தமுடியாமல் இருப்பதைப் பற்றி. அதற்கு அடுத்ததாக தூரத்து நண்பர்கள்: கா அவர்களில் பலரை இஸ்தான்புல்லில் பார்த்திருந்தான் . . . பேச்சின் இடையில் அவர்கள் இருவரின் அம்மாக்களும் இறந்து விட்டதைப் பற்றியும், அவர்கள் இருவருமே இஸ்தான்புல்லின் ஃபெரிகூய் கல்லறைத் தோட்டத்தில்தான் நல்லடக்கம் செய்யப்பட்டிருக்கிறார்கள் என்பதையும் அறிந்தபோது இவ்வளவு நேரமாக இருவரும் பலனில்லாமல்

தேடிக்கொண்டிருந்த பரஸ்பர அணுக்கம் சட்டென்று அவர்களிடையே ஏற்பட்டுவிட்டது. அடுத்ததாக, அவர்கள் இருவருக்கும் ஒரே ராசிதான் என்பது தெரிந்தபோது – பிரமையோ அல்லது உண்மையோ – ஒரு சிலிர்ப்பு உண்டாகி இருவரையும் நெருங்கவைத்தது. இப்போது இறுக்கம் தளர்ந்து, அவர்களுடைய அம்மாக்களைப் பற்றி (சுருக்கமாகவும்) பழைய கார்ஸ் ரயில்நிலையத்தைப் பற்றி (விரிவாகவும்) பேசத் தொடங்கினர். அவர்கள் அமர்ந்திருந்த பாஸ்ட்ரி உணவகத்தின்பால் கவனம் திரும்பியது: 1967 வரை அது ஓர் ஆர்தடாக்ஸ் தேவாலயமாக இருந்தது. அதன்பின் அதன் கதவு கழற்றப்பட்டு அருங்காட்சியகத்திற்கு அனுப்பப்பட்டது. அதே அருங்காட்சியகத்தின் ஒரு பகுதி ஆர்மீனியர்கள் புரிந்த படுகொலைகளுக்கு ஒதுக்கப்பட்டிருந்தது. அவள் இதைப்பற்றிப் பேசும்போது, “துருக்கியர்கள் ஆர்மீனியர்களை படுகொலை செய்ததைப் பற்றித் தெரிந்துகொள்ள சுற்றுலாவாசிகள் இந்த அருங்காட்சியகத்திற்கு வருகையில், உண்மை தலைகீழாக இருப்பதை அறிந்துகொள்ளும்போது அது அவர்களுக்கு பேரதிர்ச்சியாக இருக்கிறது” என்றாள்.

அடுத்த தலைப்பு, அந்த உணவகத்தில், செவிட்டுப் பிசாசைப் போல தோற்றமளித்த ஒரேயொரு பரிசாரகனைப் பற்றியதாக இருந்தது. அடுத்தது, அங்கு பரிமாறப்படுகிற காபியின் விலை. இந்த வகை காபி வெளியே சாதாரண காபிக்கடைகளில் கிடைப்பதில்லை. வேலையில்லாத வாடிக்கையாளர்களுக்குக் கட்டுப்படியாகாத விலை. காவை இந்நகரத்துக்கு அனுப்பிய பத்திரிகையாளனின் அரசியல் அபிப்பிராயங்களைப் பற்றியும், (ராணுவத்தையும் நடப்பு அரசையும் தீவிரமாக ஆதரிக்கிற) உள்ளூர் நாளிதழ்களைப் பற்றியும், ‘பார்டர் சிட்டி கெஜெட்’டின் அடுத்தநாள் இதழைப் பற்றியும் அவர்கள் பேசத் தொடங்கினர். அந்த நாளிதழை அவனது பாக்கெட்டிலிருந்து எடுத்து நீட்டினான்.

இபெக் அந்த முதல் பக்கத்தை பார்த்துக் கொண்டிருந்தபோது, இஸ்தான்புல்லில் இருந்த அவனுடைய பழைய நண்பர்களைப் போலவே இவளும் துருக்கியின் உள்நாட்டு பிரச்சனைகளிலும், வெறுக்கத்தக்க அரசியல் நிகழ்வுகளிலும் இரக்கம் கொண்டு, ஜெர்மனிக்கு புலம்பெயர்ந்துவிடுகிற எண்ணத்திற்கு உடன்படாமல் போய்விடுவாளோ என்ற பயம் காவை ஆக்கிரமித்தது. இபெக்கின் சிறிய கைகளையும், அழகான முகத்தையும் நேடுநேரம் பார்த்துக் கொண்டே அமர்ந்திருந்தான். அவள் அழகு இன்னமும் அவனுக்கு அதிர்ச்சியளிக்கக் கூடியதாகவே இருந்தது.

“எந்த சட்டப்பிரிவின் கீழ் உங்களுக்குத் தண்டனை விதித்தார்கள், தண்டனைக் காலம் எவ்வளவு?”

எழுபதுகளின் இறுதியில் சிறு அரசியல் நாளிதழ்களில், தேசிய குற்றவியல் சட்டம் அனுமதித்திருந்ததைவிட அதிகமான கருத்துச் சுதந்திரம் அவர்களுக்கு கிடைத்து வந்தது. அவற்றில் எழுதிவந்தவர்கள் ‘தேசத்தை அவமதித்த’ குற்றச்சாட்டுக்காக விசாரிக்கப்பட்டு குற்றவாளி யாகத் தீர்ப்பளிக்கப்பட்டவர்கள் அதை ஒரு பெருமையாகத்தான்

கருதிவந்தனர். குற்றவாளிகளென்று தீர்ப்பளிக்கப்பட்டபோது பத்திரிகை யாசிரியர்களும் எழுத்தாளர்களும், மொழிபெயர்ப்பாளர்களும் ஒரு இடத்தில் நிலையாகத் தங்காமல் இடம்பெயர்ந்து கொண்டே இருந்தனர். காவல் துறையினரும் முனைப்பாக தேடுவதில்லையென்பதால் ஒருவரும் சிறையில் அடைக்கப்பட்டிருக்கவில்லை. ஆனால் 1980இல் ராணுவப் புரட்சிக்குப் பிறகு, போலி முகவரி கொடுத்து கைதிலிருந்து தப்பி வந்த அனைவரையும் காவல் துறையினர் வலைவீசித் தேடத் தொடங்கினர். இந்த காலகட்டத்தில்தான் அவசரகதியில் அச்சிடப் பட்டிருந்த ஓர் அரசியல் கட்டுரைக்காக காவை அவர்கள் தேடத் தொடங்கியபோது (அந்தக் கட்டுரையை அவன் எழுதியிருக்கவேயில்லை) கா ஜெர்மனிக்குத் தப்பிச் சென்றான்.

"ஜெர்மனியில் உங்களுக்கு சிரமமாக இருந்ததா?" என்று கேட்டாள் இபெக்.

"ஜெர்மானிய மொழியை நான் கற்றுக்கொள்ளாதது தான் என்னைக் காப்பாற்றியது," என்றான். "அந்த மொழியை என் உடம்பு நிராகரித்துவிட்டது. என் தூய்மையையும் என் ஆன்மாவையும் அதனால் தான் என்னால் காப்பாற்றிக்கொள்ள முடிந்தது."

தான் அளவுக்கு மீறி உளறுகிறோமோ என்று திடீரென அவனுக்கு பயமாக இருந்தது. இபெக் தான் சொல்வதையெல்லாம் செவிசாய்த்துக் கொண்டிருக்கிறாள் என்ற மகிழ்ச்சியில் அவன் யாரிடமும் அதுவரை வெளிப்படுத்தியிருக்காதவொன்றை சொல்லத் தொடங்கினான். அது அவனுக்குள் புதைந்திருந்த மௌனத்தைப்பற்றி, கடந்த நான்கு வருடங் களாக ஒரு கவிதையைக் கூட எழுத முடியாமல் அவனைத் தடுத்து வைத்திருந்த மௌனத்தைப் பற்றி.

"அங்கு ஒரு சின்ன இடத்தை வாடகைக்கு எடுத்திருந்தேன். ஜன்னலுக்கு வெளியே ஃபிராங்க்ஃபர்ட்டின் வீட்டுக் கூரைகள் தெரியும். மாலை நேரங்களில் அன்று முழுக்க நடந்த விஷயங்களைப் பற்றி யோசித்துப்பார்க்கும்போது என் ஞாபகங்கள் ஒருவித மௌனத்தில் போர்வையிட்டு மூடப்பட்டிருப்பதை உணர்வேன். இந்த மௌனத் திலிருந்து கவிதை ஒன்று பிரசன்னமாகும். நாளாவட்டத்தில் துருக்கியில் ஒரு கவிஞனாக எனக்கு அங்கீகாரம் கிடைத்துவிட்டது. இந்த நேரத்தில் தான் கவிதை வாசிப்பிற்காக எனக்கு அழைப்புகள் வரத்தொடங்கின. இந்த அழைப்புகள் புலம்பெயர்ந்த துருக்கியர்கள், நகரசபையினர், நூலகங்கள், துருக்கிய பார்வையாளர்களை இழுப்பதற்காக முயலும் சில பள்ளிக்கூடங்கள், ஆகியோரிடமிருந்து வந்தன. துருக்கிய மொழியில் எழுதுகிற ஒரு கவிஞனை தமது பிள்ளைகளுக்கு நேரில் காட்டுவதற்காக அழைத்துவரும் சில துருக்கியர்களும் உண்டு."

கவிதை வாசிப்புக்கு அழைக்கப்படும் போதெல்லாம், அவனுக்கு மிகவும் பிடித்தமான, நேரம் பிறழாத ஜெர்மன் ரயில்கள் ஒன்றில் ஏறி, நீராவி படிந்த சன்னல் கண்ணாடி வழியாக அங்கொன்றும் இங்கொன்றுமாக எதிர்ப்படும் கிராமங்களின் வசீகரமான சர்ச்

கோபுரங்களைப் பார்த்தபடி செல்வான். கடலோர காடுகளுக்குள் உற்றுப் பார்த்து அவற்றின் இதயங்களுக்குள் பொதிந்திருக்கும் இருட்டைத் தேடுவான். முதுகில் புத்தகப்பைகளோடு வீடு திரும்புகிற ஆரோக்கியமான சிறார்களை லயிப்போடு பார்த்துக்கொண்டிருப்பான், அந்த மௌனம் அவன்மீது கவியும். அவனுக்கு அந்த மொழியைப் புரிந்துகொள்ள முடியாததால் அவன் பத்திரமாக, சௌகரியமாக, தாய்வீட்டிற்குள் இருப்பதைப் போல உணர்வான். இத்தகைய தருணங்களில்தான் அவன் கவிதைகள் எழுதினான். அவன் பயணம் மேற்கொள்ளாத நாட்களில் வீட்டைவிட்டு காலை எட்டுமணிக்கு கெய்ஸர்ஸ்ட்ராஸ் நெடுக நடந்து, ஸெய்ல்லில் இருக்கும் நகர நூலகத் துக்குச் செல்வான்: “என் இருபது வாழ்நாளுக்குப் போதுமான ஆங்கில நூல்கள் அங்கே இருந்தன,” என்றான். மகத்தான பத்தொன்பதாம் நூற்றாண்டு நாவல்களையும், ஆங்கில ரொமான்டிக் கவிதைகளையும், பொறியியல் வரலாறுகளையும் அது தொடர்பான இதர தலைப்புகளில் நூல்களையும், அருங்காட்சியக பெயர்ப்பட்டியல் ஏடுகளையும் அங்கே வாசித்தான். எவற்றையெல்லாம் வாசிக்கிறானோ, அதை மரணபயம் என்பதை சற்றும் அறிந்திராத ஒரு குழந்தையின் ஆர்வத்தோடு அவற்றை வாசித்தான். நூலகத்தில் அமர்ந்து பக்கங்களைப் புரட்டியபடி, அவ்வப்போது நிறுத்தி பழைய கலைக்களஞ்சிய சித்திரங்களை உன்னிப் பாக அலசிப்பார்த்துக் கொண்டு, துர்க்கனேவின் நாவல்களை முதல் பக்கத்திலிருந்து கடைசிவரை திரும்பத்திரும்ப படித்துக்கொண்டிருக்கும் போது, அந்த பரபரப்பான நகரத்தின் அவசர இரைச்சல்கள் தன்னை அடையாமல் அடைத்துக்கொள்வான். ரயில்களில் செல்லும்போது நிகழ்வதைப்போலவே இப்போதும் மௌனம் அவனைச் சூழ்ந்து கொள்ளும். மாலை நேரங்களில் அவன் வேறொரு சாலை வழியாக, யூத அருங்காட்சியகத்தையும், மைன் நதியையும் தாண்டிச் செல்லும் போதும், வார இறுதிகளில் நகரத்தின் ஒரு கோடியிலிருந்து மறுகோடி வரை அவன் நடந்துசெல்லும் போதும் இந்த மௌனம் அவனைச் சூழ்ந்து கொள்ளும்.

“பின்னர், இந்த மௌனங்கள் என் மொத்த வாழ்க்கையையும் ஆக்கிரமித்துக் கொண்டன. எனக்கு இரைச்சல் தேவையாக இருந்தது. இரைச்சல் இருந்தால்தான் அதனை அடைத்துவிட்டு என்னால் கவிதை எழுத முடிந்தது. ஆனால் நான் பரிபூரண நிசப்தத்தில் வாழ்ந்து வந்தேன். ஜெர்மானியர்கள் எவர் ஒருவரோடும் எனக்குப் பேச்சுத் தொடர்பே இல்லை. துருக்கியர்களோடு எனது உறவும் சிலாக்கியமாக இல்லை. அவர்கள் என்னை அரைக்கிறுக்கு என்றும், தளர்ந்துபோன அறிவுஜீவி என்றும் அலட்சியப்படுத்தினர். நான் யாரையும் போய்ப் பார்க்கவில்லை, யாரிடமும் பேசவில்லை, கவிதைகளும் எழுதவில்லை.”

“ஆனால் செய்தித்தாளில் இன்றிரவு உங்களுடைய சமீபத்திய கவிதையை வாசிக்கப் போவதாக இருக்கிறதே.”

“சமீபத்திய கவிதை என்று எதுவுமே என்னிடம் இல்லை. பின் எப்படி அதை வாசிக்க முடியும்?”

அந்த பாஸ்ட்ரி கடையில் அவர்களைத் தவிர வேறு இரண்டு வாடிக்கையாளர்கள் மட்டும்தான் இருந்தனர். அறையின் மறுகோடியில் சன்னலுக்குப் பக்கத்தில் ஒரு மூலையில் போடப்பட்டிருந்த மேஜையில் அந்த இருவரும் அமர்ந்திருந்தனர். அவர்களில் ஒருவன் ஒல்லியான இளைஞன். அடுத்தவர் ஒரு வயதான, மெலிந்த, சோர்வான நபராகத் தெரிந்தார். அந்த இளைஞனிடம் எதையோ பொறுமையாக விளக்க மளித்துக் கொண்டிருந்தார். அவர்களுக்குப் பின்னாலிருந்த கண்ணாடி சன்னலுக்கு வெளியே பெரிது பெரிதான உறைபனித் திவலைகள் இருட்டில் வீழ்ந்து கொண்டிருக்க, அந்த உணவகத்தின் நியான் விளக்கு வெளிச்சம் அவற்றை கணநேரத்திற்கு இளஞ்சிவப்பாக்கிக் கொண்டிருந்தது. இந்தக் காட்சிப் பின்னணியில், அந்த அறையின் தூரத்து மூலையில் தீவிரமான உரையாடலில் ஈடுபட்டிருக்கும் அந்த இருவரும் தேய்ந்து போன ஒரு கருப்பு – வெளுப்பு திரைப்படத்தின் கதாபாத்திரங்கள் போலத் தெரிந்தனர்.

“என் தங்கை கடிஃபே இஸ்தான்புல்லில் உள்ள பல்கலைக்கழகத்தில் படித்துகொண்டிருந்தபோது, முதல் வருட இறுதித் தேர்வில் தோற்று விட்டாள்,” என்றாள் இபெக். “எப்படியோ முயற்சிசெய்து கார்ஸ்ஸில் இருக்கும் கல்வியியல் பயிற்சியகத்துக்கு மாறுதல் பெற்றுக்கொண்டாள். எனக்குப் பின்னால் அங்கே உட்கார்ந்திருக்கிறாரே, அவர்தான் அந்த கல்லூரியின் இயக்குநர். என் தங்கை, அப்பா செல்லம். என் அம்மா கார் விபத்தில் மரணமடைந்ததும், அவள் தனியாக இருக்கக் கூடாது என்பதற்காக இங்கே நாங்கள் இருக்குமிடத்திற்கு அழைத்து வந்துவிட்டார். அது மூன்று வருடங்களுக்கு முந்தி. என் அப்பா இங்கே வந்தவுடனேயே நானும் முக்தாரும் பிரிந்துவிட்டோம். எனவே நாங்கள் மூவர் மட்டும் ஒன்றாக வசிக்கிறோம். அந்த ஹோட்டல் எங்களுக்கும், எங்களுடைய உறவினர்கள் சிலருக்கும் சொந்தமானது. அந்த ஹோட்டல் அறைகள் முழுக்க பிசாசுகளும், வேதனையில் அலையும் இறந்தவர் ஆவிகளும்தான் நிரம்பியிருக்கின்றன. நாங்கள் மூன்று அறைகளை வைத்திருக்கிறோம்.”

அவர்களுடைய மாணவ வருடங்களில் காவுக்கும் இபெக்குக்கும் இடையே சொல்லிக்கொள்கிற மாதிரி எந்த அந்நியோன்னியமும் இருந்ததில்லை. அவனுடைய பதினேழாவது வயதில் இலக்கியத் துறையின் நெடிதுயர்ந்த தாழ்வாரங்கள் கொண்ட கட்டிடத்திற்குள் காலடி எடுத்து வைத்தபோது காவின் கண்களில் இபெக் ஒன்றும் விசேஷமாகப் படவில்லை. அவளைப்போலவே அழகான பெண்கள் பலரும் இருந்தனர். அடுத்த வருடம் அவளைப் பார்த்தபோது இபெக் ஏற்கனவே முக்தாரின் மனைவியாகிவிட்டிருந்தாள். முக்தாரும் கவிஞன் என்ற வகையில் காவுக்குத் தெரிந்தவன்தான். இருவரும் ஒரே அரசியல் சார்பாகத்தான் இருந்தனர். கார்ஸ் அவனது சொந்த ஊர். இபெக்குக்கும் அதுதான்.

“முக்தார் அவருடைய அப்பா நடத்தி வந்த ‘ஆர்ஷெலிக் அண்டு யேகாஸ்’ வீட்டு உபயோகச் சாதனங்கள் மொத்த விற்பனை வியாபாரத்தை எடுத்து நடத்தி வந்தார்,” என்றாள் இபெக். “இங்கே

நாங்கள் குடித்தனம் செய்ய ஆரம்பித்ததும் நான் கருத்தரிக்க முயற்சித்து வந்தேன். எதுவும் நிகழாததால் அவர் என்னை எர்ஸுருமுக்கும் இஸ்தான்புல்லுக்கும் மருத்துவர்களைப் பார்க்கக் கூட்டிச் சென்றார். அதன் பிறகும் நான் கருத்தரிக்காததால் நாங்கள் பிரிந்துவிட்டோம். மறுமணம் செய்துகொள்வதற்கு பதிலாக முக்தார் மதசேவைக்கு தன்னை அர்ப்பணித்துக்கொண்டார்."

"எதற்காக திடீரென்று ஏகப்பட்ட பேர் மதச் சேவைக்கு மாறிவிடத் தொடங்கியிருக்கின்றனர்?"

இபெக் பதிலளிக்கவில்லை. அவர்கள் கொஞ்சநேரத்திற்கு சுவரில் மாட்டியிருந்த கருப்பு வெளுப்பு தொலைக்காட்சியைப் பார்த்துக் கொண்டிருந்தனர்.

"எதற்காக இந்த ஊரில் உள்ளவர்களெல்லாம் தற்கொலை செய்து வருகின்றனர்?" என்று கேட்டான் கா.

"எல்லோரும் தற்கொலை செய்துகொள்வதில்லை, சிறுமிகளும் பெண்களும்தான்," என்றாள் இபெக். "ஆண்கள் மதச் சேவைக்குச் சென்றுவிடுகின்றனர், பெண்கள் தற்கொலை செய்துகொள்கின்றனர்."

"அதுதான் ஏன்?"

இப்படியெல்லாம் வற்புறுத்திக் கேட்டால் எந்த பதிலும் கிடைக்காது என்பதுபோல ஒரு பார்வை பார்த்தாள். கொஞ்சம் எல்லை மீறி விட்டதைப்போல உணர்ந்தான். அவர்கள் மீண்டும் மௌனத்தில் ஆழ்ந்தனர்.

கடைசியில் கா பேசினான்: "தேர்தல் செய்திகளை சேகரிப்பதற்காக நான் முக்தாரிடம் பேச வேண்டியிருக்கும்."

இபெக் உடனே எழுந்தாள். கவுண்ட்டருக்குச் சென்று போன் செய்தாள். "அவர் கட்சி தலைமை அலுவலகத்தில் ஐந்து மணி வரைக்கும் இருக்கிறார்," என்றபடியே வந்தாள். "அவர் உங்களுக்காகக் காத்திருப்பார்."

இன்னொரு மௌனம் கவிந்தது. கா பதற்றமடையத் தொடங்கினான். சாலைகள் துண்டிக்கப்படாதிருந்தால் அடுத்த பேருந்தைப் பிடித்து கார்ஸ்ஸை விட்டு ஓடிப்போய்விட்டிருப்பான். இந்த நிராகரிக்கப்பட்ட, மறக்கப்பட்ட நகரத்திற்காக அவன் மனதில் விரக்தியுணர்வு வேதனையைத் தூண்டியது. தன்னுணர்வின்றி அவன் கண்கள் பனியை நோக்கித் திரும்பின. எந்த வேலையுமின்றி நாள்முழுக்க நேரம் இருப்பதைப் போலவும் உலகத்துக் கவலைகள் எதுவுமே இல்லாததைப் போலவும் அவர்கள் இருவரும் எந்த நோக்கமுமின்றி நெடுநேரம் பனிப்பொழிவை வெறித்தபடி இருந்தனர். கா அநாதரவாக உணர்ந்தான்.

"தேர்தலுக்காகவும் தற்கொலை செய்துகொள்ளும் பெண்களுக்காகவும்தான் உண்மையில் இங்கே வந்திருக்கிறீர்களா?" என்று கேட்டாள் இபெக்.

கா "இல்லை," என்றான். "நீயும் முக்தாரும் பிரிந்துவிட்டீர்கள் என்று இஸ்தான்புல்லில் கேள்விப்பட்டேன். உன்னை மணம் செய்து கொள்ளலாமென்று இங்கே வந்தேன்."

கா ஏதோவொரு மகத்தான ஜோக்கை சொல்லிவிட்டதைப்போல இபெக் வெடித்துச் சிரித்தாள். உடனே அவள் முகம் தீவிரமாகச் சிவந்தது. அதன்பின் வந்த நீண்ட மௌனத்தில் கா இபெக்கின் கண்களுக்குள் பார்க்கும்போது அவள் அவனை ஊடுருவிப் பார்த்துக் கொண்டிருப்பதை உணர்ந்தான். அவள் கண்கள் அவனிடம், 'என்னை முழுதாக அறிந்துகொள்வதற்குக் கூட நேரம் எடுத்துக்கொள்ள மாட்டாயா?' என்றன. 'சில நிமிடங்கள்கூட என்னோடு விளையாட்டாக பேசிக்கொண்டிருக்கக்கூட உனக்கு அவகாசமில்லை. உனக்குப் பொறுமையும் இல்லை, மனதில் இருப்பதை மறைக்கவும் முடிய வில்லை. ஆதியிலிருந்து என்னை காதலித்துக் கொண்டிருந்ததாகவும், என்னை இவ்வளவு நாட்களாக மறக்கவே முடியாமல் இருந்தாய் என்றும் நடிக்காதே. எனக்கு விவாகரத்தாகிவிட்டது என்று உனக்குத் தெரிந்ததும் நான் எவ்வளவு அழகாக இருப்பேன் என்பது உனக்கு திடீரென ஞாபகம் வந்திருக்கிறது. கார்ஸ்ஸில் நான் தனியாக அநாதரவாக இருப்பதால் என்னை அணுகுவது சுலபம் என்று நினைத்து வந்திருக்கிறாய்.'

காவுக்கு தனது சுயநலத்தின் பேரில், பேராசையின் பேரில் பெருத்த அவமானமாக இருந்தது. தனது அத்துமீறலுக்காக தன்னையே வருத்திக்கொள்வதைப்போல, இருப்பவற்றிலேயே மிகக் குரூரமான உண்மை ஒன்றை இபெக் அவனிடம் சொல்வதைப்போல கற்பனை செய்துகொண்டான்: 'நம்மிருவரையும் ஒன்றாக இணைக்கின்ற விஷயமே, நாமிருவரும் வாழ்க்கை குறித்த எதிர்பார்ப்புகளை வெகுவாக தாழ்த்திக்கொண்டிருப்பது மட்டும்தான்.' ஆனால் இபெக் இறுதியில் வாயைத்திறந்து பேசியபோது அப்படியெல்லாம் சொல்லவேயில்லை.

"ஒரு நல்ல கவிஞராவதற்கான தகுதி உங்களுக்கு உண்டு என்று எப்போதுமே எனக்குத் தெரியும். உங்களுடைய புத்தகங்களுக்காக உங்களுக்கு நான் பாராட்டுகளைத் தெரிவிக்க வேண்டும்."

அந்த உணவகத்தின் சுவர்கள், அந்நகரத்திலிருக்கும் இதர தேநீர் இல்லங்கள், ரெஸ்டாரெண்டுகள், ஹோட்டல் லாபிகளின் சுவர்களைப் போலவே மலைத்தொடர்களின் புகைப்படங்களால் அலங்கரிக்கப் பட்டிருந்தன. அவை கார்ஸ்ஸின் அழகிய மலைகள் அல்ல, ஸ்விட்ஸர் லாந்து மலைத்தொடர்கள். அலமாரிகளில் காட்சிப்படுத்தப்பட்டிருந்த சாக்லெட்டுகளோடு அடுக்கி வைத்திருந்த பின்னலிட்ட கேக்குகளைச் சுற்றியிருந்த எண்ணெய் கறைபடிந்த உறைகள் அந்த மங்கல் வெளிச்சத்தில் மின்னின. அவர்களுக்கு அப்போதுதான் தேநீர் பரிமாறியிருந்த அந்த வயதான பரிசாரகன் இப்போது கல்லாப்பெட்டிக்குப் பக்கத்தில் காவும் இபெக்கும் இருந்த திசையை நோக்கி திரும்பி சுவரில் மாட்டியிருந்த தொலைக்காட்சியை சந்தோஷமாக பார்த்து ரசித்துக் கொண்டிருந்தான். இபெக்கின் பார்வையைத் தவிர்க்கும் விதமாக

காவும் தொலைக்காட்சியில் பிகினி உடையிலிருந்த துருக்கிய நடிகை கடற்கரையில் ஓடுவதையும், பட்டை மீசையோடு ஒருத்தன் அவளை துரத்துவதையும் முழு கவனத்தோடு பார்க்கத் தொடங்கினான். அதே நேரத்தில் அந்த பாஸ்ட்ரி ஷாப்பின் மறுகோடியில் பாதி இருட்டில் அமர்ந்திருந்த அந்த ஒல்லியான வாலிபன் இருக்கையிலிருந்து எழுந்து, கல்வியியல் பயிற்சியகத்தின் இயக்குநரின் மார்புக்கு நேராக துப்பாக்கி ஒன்றை நீட்டியபடி ஏதோ சொன்னது என்னவென்று காவுக்கு சரியாகக் கேட்கவில்லை. அந்த இயக்குநர் அவனுக்குப் பதிலளித்துக் கொண்டிருக்கும்போதே அவன் அந்தத் துப்பாக்கியால் சுட்டிருக்க வேண்டும். ஆனால் துப்பாக்கிச் சத்தம் எதுவும் கேட்கவில்லை.

அந்த இயக்குநர் திடீரென உலுக்கிவிடுக்கப்பட்டு அவரது இருக்கையிலிருந்து கீழே சரிந்ததைப் பார்த்தபோதுதான் அவர் சுடப்பட்டிருப்பதை கா உணர்ந்தான்.

அதே நேரத்தில் இபெக்கும் திரும்பிப்பார்த்தாள்.

அந்த வயதான வெயிட்டர் ஒரு கணத்துக்கு முன்னால் இருந்தவன் இப்போது அங்கில்லை. அந்த ஒல்லி இளைஞன் அதே இடத்தில் இன்னமும் நின்றுகொண்டு தரையில் விழுந்திருந்த இயக்குநரை நோக்கி துப்பாக்கியை நீட்டிக் கொண்டிருந்தான். அந்த இயக்குநர் ஏதோ சொல்ல முயற்சிப்பது தொலைக்காட்சியின் அபரிமிதமான இரைச்சலில் காதில் விழவில்லை. மேலும் இரண்டு புல்லட்டுகளை அவர்மீது சுட்டுவிட்டு அந்த ஒல்லி ஆள் பின் கதவைத் திறந்து மறைந்து போனான். கா அவன் முகத்தைப் பார்க்கவில்லை.

“நாம் இங்கிருந்து போய்விடலாம். இங்கே இருக்கக்கூடாது!” என்றாள் இபெக்.

“அய்யோ!” காவின் குரல் ஹீனமாக இருந்தது. “போலீசை கூப்பிடுவோம்,” என்றான். ஆனால் அவனால் ஒரு தசையைக் கூட அசைக்க முடியாதிருந்தது.

ஒரு சில கணங்கள் கழித்து அவன் இபெக்கின் பின்னால் ஓடிக்கொண்டிருந்தான். பாஸ்ட்ரி ஷாப்பின் இரட்டைக் கதவுகளைத் தாண்டி, படிக்கட்டில் இறங்கி தெருவில் காலெடுத்து வைக்கும் வரை ஒரேயொரு ஆத்மாகூட கண்ணில் படவில்லை.

உறைபனி அப்பியிருந்த நடைபாதையை அடைந்ததும் அவர்கள் படுவேகமாக நடக்கத் தொடங்கினர். ‘நாம் அங்கிருந்து வெளியே வந்ததை யாரும் பார்க்கவில்லை’ கா தனக்குள் சொல்லிக்கொண்டான். ஏதோ அவன்தான் அந்தக் கொலையை செய்தவன் போல. இந்த எண்ணம் அவனுக்கு கொஞ்சம் நிம்மதியைக் கொடுத்தது. இபெக்கிடம் காதலை வெளிப்படுத்தியதற்காக இதுதான் அவனுக்குக் கிடைத்திருக் கிறது. இது அவனுக்குத் தேவைதான். இந்த எண்ணமே அவனை அவமானத்தில் குறுக வைத்தது. யாரையும் கண்ணுக்கு நேராக அவனால் பார்க்க முடியுமென்று தோன்றவில்லை.

காஸிம் காராபெகிர் அவென்யூவின் மூலையை அடையும்வரை காவின் பயம் குறையவேயில்லை. ஆனால் இந்தக் கொலை அவர்களுக் கிடையே மட்டும் பகிர்ந்துகொள்ளக் கூடிய ஒரு ரகசியத்தை அளித்திருக் கிறது. இந்த மௌனமான அந்நியோன்னியத்தை இபெக்கோடு பகிர்ந்து கொள்வதில் அவனுக்கு சந்தோஷமாகவே இருந்தது. ஹலில் பாஷா அங்காடிக்கு வெளியே அடுக்கியிருந்த ஆரஞ்சு ஆப்பிள் பழப் பெட்டி களின் பளபளத்த வெளிச்சத்திலும், பக்கத்திலிருந்த முடிதிருத்துபவன் கடையின் கண்ணாடியில் பிரதிபலித்த பல்பு வெளிச்சத்திலும் இபெக்கின் கண்களில் தெரிந்த கண்ணீரைப் பார்த்து கா கலவரமுற்றான்.

"கல்வியியல் பயிற்சியக இயக்குநர் முக்காடுப் பெண்களை வகுப்பறைக்குள் அனுமதிக்காமல் இருந்தார்," இபெக் விளக்கினாள். "அதனால்தான் அவர்கள் அவரைக் கொன்றிருக்கிறார்கள். நல்ல மனிதர் அவர். பாவம்."

"நாம் போலீசிடம் சொல்லிவிடுவோம்," என்றான் கா. இதைச் சொல்லும்போதே, அவன் இடதுசாரி மாணவனாக இருந்த காலத்தில் இத்தகைய எண்ணமே நினைத்துப் பார்க்க முடியாதவொன்றாக இருந்திருக்குமென்று அவனுக்குத் தோன்றியது.

"அதற்கு அவசியமில்லை. எப்படியும் அவர்கள் கண்டுபிடித்து விடுவார்கள். ஒருவேளை ஏற்கனவே கூட இப்படி நடக்குமென்று அறிந்திருக்கலாம். வளமைக் கட்சியின் கிளை அலுவலகம் இரண்டாவது தளத்தில் இருக்கிறது." இபெக் அங்காடியின் நுழைவாயிலைச் சுட்டிக் காட்டினாள். "நீங்கள் என்ன பார்த்தீர்களோ அதை முக்தாரிடம் சொல்லிவிடுங்கள். அப்புறம் MİT அவரை விசாரிக்க வரும்போது அவருக்கு அதிர்ச்சியாக இருக்காது. அப்புறம் இன்னொன்றையும் உங்களிடம் சொல்லவேண்டும்: முக்தார் என்னை மீண்டும் திருமணம் செய்துகொள்ள ஆசைப்படுவதாக சொல்லிக் கொண்டிருக்கிறாராம். அதனால் பேசும்போது கவனமாகப் பேசுங்கள்.

5

மன்னிக்க வேண்டும், ஐயா.

கொலையாளிக்கும் கொலையுண்டவருக்கும் இடையே நடந்த முதலும் கடைசியுமான உரையாடல்

காவும் இபெக்கும் பார்த்துக்கொண்டிருந்தபோதே நியூ லைஃப் பாஸ்ட்ரி ஷாப்பில் அந்த ஒல்லி இளைஞன் கல்வியியல் பயிற்சியக இயக்குநரை தலையிலும் மார்பிலும் சுட்டபோது, அவர் ஒரு குட்டி டேப் ரிகார்டரை சட்டைக்குள் ஒளித்து வைத்திருந்தார். அது ஓர் இறக்குமதி செய்யப்பட்ட 'கிரண்டிக்' சாதனம். தேசிய புலனாய்வுத் துறையான MİTயின் திறமையான ஏஜென்ட்டுகளால் அவர் சட்டையின் மார்புப் பகுதியில் பொருத்தப்பட்டிருந்தது. முக்காடு அணிந்த பெண்களை வகுப்புகளில் அனுமதிக்க மறுத்ததற்குப்பிறகு அவருக்கு ஏராளமான மிரட்டல்கள் வரத்தொடங்கியிருந்தன. அடிப்படைவாத அமைப்புகளின் செயல்பாடுகளை கண்காணித்துவரும் ஏஜென்ட்டுகள் இந்த மிரட்டல்கள் உண்மையிலேயே தீவிரமானவை என்று உறுதி செய்ததும், கார்ஸ் நகரக் கிளை அவருக்கு பாதுகாப்பு வழங்க முடிவெடுத்தது. ஆனால் இயக்குநருக்கு ஏஜெண்ட் ஒருவர் யானை போல பின்தொடர்ந்து வருவதில் விருப்பமில்லை. அவர் ஒரு மதச்சார்பற்ற அரசியல் சார்பாளராக இருந்தாலும் மதநம்பிக்கையாளர்களைப் போலவே தலைவிதியில் நம்பிக்கை உடையவராக இருந்தார். அவருக்கு வந்த கொலை மிரட்டல்கள் எல்லாவற்றையும் காவல்துறையினர் நடவடிக்கை மேற்கொள்வதற்காக விடாமல் பதிவு செய்து வந்தார். அவருக்கு வால்நட் பதித்த பிறைவடிவ பாஸ்ட்ரிக்கள் மிகவும் பிரியமானவை. அந்த சபலத்தில் தான் நியூ லைஃப் பாஸ்ட்ரி ஷாப்புக்குள் அப்போது நுழைந்தார். அந்நியன் ஒருவன் அவரை அணுகுவதைப் பார்த்தவுடனேயே, இத்தகைய தருணங்களில் செயல்பட்டு பழக்கமாகிவிட்டிருந்தபடி, அந்த டேப் – ரிகார்டரை ஆன் செய்து கொண்டார். அந்தச் சாதனத்தின் மீதும் இரண்டு தோட்டாக்கள் பாய்ந்திருந்தன – அவர் உயிரைக் காப்பாற்றுமளவுக்கு அல்ல – ஆனாலும் டேப்புகள் பழுதாகவில்லை. பல வருடங்கள் கழித்து,

அந்த இயக்குநரின் மனைவியிடமிருந்து அந்த உரையாடலின் பிரதியை வாங்கச் சென்றபோது அந்த விதவையின் கண்களில் அப்போதும் ஈரம் இருந்தது. அவருடைய மகள் அப்போது ஒரு பிரபலமான விளம்பர மாடலாகிவிட்டிருந்தாள்.

"ஐயா, என்னை உங்களுக்கு அடையாளம் தெரிகிறதா ?"

"இல்லையே, எனக்குத் தெரியவில்லை."

"அப்படித்தான் சொல்வீர்களென்று நினைத்தேன் ஐயா. ஏனென்றால் நாம் இதுவரை சந்தித்ததில்லை. நேற்றிரவே வந்து உங்களைச் சந்திக்க முயற்சித் தேன். பிறகு இன்று காலை மீண்டும். நேற்று உங்கள் கல்லூரி வாசலிலேயே நிறுத்தி காவலர்கள் என்னை விரட்டிவிட்டனர். இன்று காலை எப்படியோ உள்ளே நுழைந்துவிட்டாலும் உங்கள் செயலாளர் உங்களைச் சந்திக்க அனுமதிக்கவில்லை. நீங்கள் வகுப்புக்குச் செல்லுமுன் பிடித்துவிட முயற்சித்தேன். அப்போதுதான் என்னை நீங்கள் கவனித்தீர்கள். இப்போது என்னை ஞாபகம் வருகிறதா, ஐயா ?"

"இல்லை, நினைவிலில்லை."

"என்னை ஞாபகமில்லை என்கிறீர்களா, அல்லது என்னைப் பார்த்ததாகவே ஞாபகமில்லை என்கிறீர்களா ?"

"எதற்காக என்னை சந்திக்க விரும்பினீர்கள் ?"

"உண்மையைக் கூற வேண்டுமென்றால், உங்களோடு மணிக்கணக்காக, நாட் கணக்காக, இந்தச் சூரியனுக்கு கீழேயுள்ள எல்லாவற்றையும் பற்றிப் பேச வேண்டுமென்றுதான் ஆசை. நீங்கள் ஒரு புகழ்பெற்ற, அறிவார்ந்த, மெத்தப்படித்த மனிதர். என்னால்தான் படிக்கவே முடியாமற் போய்விட்டது. ஆனால் ஒரு விஷயத்தைப் பற்றி மட்டும் தலைகீழ் பாடமாக எனக்குத் தெரியும். அந்த விஷயத்தைப் பற்றித்தான் உங்களிடம் விவாதிக்க வேண்டு மென்று ஆசைப்பட்டேன். மன்னிக்க வேண்டும் ஐயா, உங்கள் நேரத்தை நான் ஒன்றும் அதிகமாக எடுத்துக்கொள்ள வில்லையே ?"

"அப்படி ஒன்றுமில்லை."

"மன்னிக்க வேண்டும் ஐயா, உங்களுக்கு ஆட்சேபணை இல்லையென்றால் நான் உட்காரலாமா ? நாம் நிறைய விஷயங்களைப் பற்றி நெடுநேரம் பேச வேண்டியிருக்கிறது."

"தாராளமாக. நீங்கள் என் விருந்தினர்."

(நாற்காலி ஒன்றை யாரோ இழுக்கிற சப்தம்)

"வால்நட்டுகளோடு பாஸ்ட்ரி சாப்பிட்டுக் கொண்டிருக்கிறீர்களென்று தெரிகிறது. எங்களுக்கு தொகாட்டில் நிறைய வால்நட் மரங்கள் இருக்கின்றன. தொகாட்டுக்கு எப்போதாவது வந்திருக்கிறீர்களா ?"

"மன்னிக்கவும், இல்லை."

"எனக்கும் அதைக் கேட்க வருத்தமாக இருக்கிறது ஐயா. எப்போதாவது நீங்கள் வந்தால் என்னோடுதான் நீங்கள் தங்க வேண்டும். நான் வாழ்ந்ததெல்லாம் தொகாட்டில்தான். முப்பத்தாறு வருடங்கள். தொகாட் மிக அழகான இடம். துருக்கியின் மற்ற இடங்களும் அழகானவையே. நம்

சொந்த நாட்டைப் பற்றியே நாம் மிகக் குறைவாக தெரிந்து வைத்திருப்பது அவமானகரமானதுதான், இல்லையா ? நமக்கு சொந்தமான விஷயங்களை இதயத்தில் வைத்து நாம் நேசிப்பதில்லை. பதிலாக, நம் தேசத்தை அவமதிக்கிற வர்களை, நம் மக்களுக்கு துரோகம் இழைப்பவர்களை நாம் கொண்டாடிக் கொண்டிருக்கிறோம். உங்களை ஒன்று கேட்டால் ஆட்சேபிக்க மாட்டீர்களே, ஐயா ? நீங்கள் ஒரு நாத்திகரா ?"

"இல்லை, நான் நாத்திகன் அல்ல."

"ஆனால் எல்லோரும் உங்களை அப்படித்தான் சொல்கிறார்கள். ஆனால் இவ்வளவு படித்த உங்களைப் போன்ற ஒரு மனிதர் – அஸ்தஸ ஃபிருல்லாஹ் – இறைவன் இருப்பதை மறுப்பார் என்று என்னால் நம்ப முடியவில்லை. அது போகட்டும், நீங்கள் ஒரு யூதர் இல்லைதானே ?"

"இல்லை."

"நீங்கள் ஒரு முஸ்லிம்."

"ஆம். எல்லாப் புகழும் இறைவனுக்கே."

"ஐயா, நீங்கள் புன்னகைக்கிறீர்கள். என் கேள்வியை தீவிரமாக எடுத்துக் கொண்டு ஒழுங்காக பதிலளிக்க வேண்டுமென்று கேட்டுக்கொள்கிறேன். இந்தக் கேள்விக்கு உங்கள் பதிலைக் கேட்பதற்காக தொகாட்டிலிருந்து இந்தக் கடுமையான குளிர்காலத்தில் பயணம் செய்து வந்திருக்கிறேன்."

"என்னைப்பற்றி தொகாட்டில் என்ன கேள்விப்பட்டீர்கள் ?"

"இஸ்தான்புல் நாளிதழ்களில் உங்களைப்பற்றி எதுவும் வந்ததில்லை ஐயா. புனித நூலும் அவர்களுடைய மதமும் நிர்ணயித்தபடி முக்காடு அணிந்து வருகிற பெண்களை உங்கள் கல்லூரியில் அனுமதி மறுத்த உங்கள் முடிவைப் பற்றி எந்த செய்தியையும் அவை வெளியிடவில்லை. இந்த நாளிதழ்களுக்கு ஃபேஷன் மாடல்களைப் பற்றி கிசுகிசுக்களை வெளியிடுவதில்தான் அக்கறை. ஆனால் எங்கள் அழகிய தொகாட்டில் 'பதாகை' என்ற இஸ்லாமிய வானொலி நிலையம் ஒன்று இருக்கிறது. நாட்டில் எந்த மூலையில் மதநம்பிக்கை கொண்டவர்களுக்கு அநீதி இழைக்கப்பட்டாலும் அதைப்பற்றி செய்தி ஒலிபரப்பும்."

"மத நம்பிக்கை கொண்டவர்களுக்கு என்னால் அநீதி இழைக்க முடியாது. எனக்கும் கடவுள் பயம் உண்டு."

"ஐயா, எனக்கு இங்கே வருவதற்கு இரண்டு நாட்கள் ஆகின. பனி கொட்டும், புயலடிக்கும் சாலைகளில் இரண்டு தினங்கள் பேருந்தில் நான் அமர்ந்திருந்த போது வேறு யாரையும் அல்ல, உங்களைப் பற்றி மட்டும்தான் யோசித்துக் கொண்டிருந்தேன். கடவுள் பக்தி உங்களுக்கும் உண்டு என்று கூறுவீர் களென்று உண்மையில் எதிர்பார்த்தேன், நம்புங்கள். அடுத்ததாக ஒரேயொரு கேள்வியைக் கேட்க வேண்டுமென்று இருந்தேன். பெரு மதிப்பிற்குரிய பேராசிரியர் நூரி யில்மாஸ் அவர்களே, கடவுள் மீது உங்களுக்கு பயம் இருந்தால், புனித குர்ஆனைக் கடவுளின் சொல் என்று நீங்கள் நம்பினால், 'சொர்க்க ஒளி' என்ற தலைப்புள்ள அந்த அழகான முப்பத்தொன்றாவது செய்யுளைப் பற்றி உங்கள் கருத்துக்களைக் கூறுங்கள்."

"ஆம், உண்மைதான். இந்தச் செய்யுள், பெண்கள் தம் தலைகளை மட்டுமல்ல, முகங்களைக்கூட மூடி மறைத்துக்கொள்ள வேண்டுமென்று மிகத் தெளிவாக உரைக்கிறது."

"பாராட்டுதல்கள் ஐயா, சரியான நேரான பதில் இது. இப்போது உங்கள் அனுமதியோடு வேறொன்றைக் கேட்க விரும்புகிறேன். அப்படியானால் தலையை மறைத்துக்கொண்டு வரும் மாணவிகளை இறைவனின் இந்தக் கட்டளைக்கு முரணாக நீங்கள் எப்படி வகுப்பிற்குள் அனுமதிக்க மறுக்கலாம்?"

"நாம் ஒரு மதச்சார்பற்ற தேசத்தில் வாழ்கிறோம். மதச்சார்பற்ற அரசாங்கம் தான் முக்காடு அணிந்து பள்ளிக்கு வருவதைத் தடை செய்துள்ளது."

"மன்னிக்க வேண்டும் ஐயா, உங்களை ஒரு கேள்வி கேட்கலாமா? அரசாங்கங் கள் விதிக்கும் ஒரு சட்டம், இறைவனின் கட்டளையை ரத்து செய்யுமா?"

"இது ஒரு நல்ல கேள்வி. ஆனால் ஒரு மதச்சார்பற்ற அரசில் மதமும் நிர்வாகமும் தனித்தனியானவை."

"இதுவும் ஒரு சரியான, நேர்மையான பதில் ஐயா. உங்கள் கையை நான் முத்தமிடலாமா? தயவுசெய்து பயப்படாதீர்கள் ஐயா, உங்கள் கையைத் தாருங்கள். உங்கள் கையைத் தந்து நான் எவ்வளவு பிரியமாக முத்தமிடு கிறேன் என்பதை கவனியுங்கள். ஓ, இறைவனைத் துதிப்போம்! நன்றி. நான் எந்தளவுக்கு உங்களை மதிக்கிறேன் என்பதை இப்போது அறிந்திருப் பீர்கள். உங்களை மற்றொரு கேள்வி கேட்கலாமா ஐயா?"

"தாராளமாகக் கேள்."

"என் கேள்வி இதுதான் ஐயா. 'மதச் சார்பின்மை' என்ற வார்த்தைக்கு 'கடவுளற்ற' என்று பொருளா?"

"கிடையாது."

"அப்படியானால் தமது மதத்தின் கட்டளைகளுக்குப் பணிந்து நடக்கும் பெண்களை மதச்சார்பின்மை என்ற பெயரில் எதற்காக இந்த அரசாங்கம் வகுப்பறைகளுக்குச் செல்லத் தடை விதிக்கிறது என்று உங்களால் விளக்க முடியுமா?"

"மகனே... இத்தகைய விஷயங்களைப் பற்றி விவாதிப்பது எங்கும் கொண்டு செல்லப்போவதில்லை. இஸ்தான்புல் தொலைக்காட்சியில் இதைப் பற்றி இரவுபகலாக விவாதம் செய்துகொண்டிருக்கின்றனர். என்ன முடிவுக்கு நாம் வந்திருக்கிறோம்? இன்னமும் பெண்கள் தமது முக்காடுகளை அகற்ற மறுத்துக்கொண்டிருக்கின்றனர். இன்னமும் அரசாங்கம் அவர்களை வகுப்பு களுக்குச் செல்ல தடைவிதித்துக்கொண்டிருக்கிறது."

"மன்னித்துக் கொள்ளுங்கள். அப்படியானால் வேறொரு கேள்வியை நான் கேட்கலாமா ஐயா? மிக்க பணிவோடும், ஊக்கம் தளராமல் கடுமையாக உழைத்துக்கொண்டும், இறைவனின் எண்ணத்தொலையாத பற்பல கட்டளைகளுக்குக் கீழ்ப்படிய வேண்டியும் இருக்கிற இந்த ஏழைப் பெண்களை நினைக்கும்போது இந்தக் கேள்வியை என்னால் கேட்காமலிருக்க முடியவில்லை: இவையெல்லாவற்றையும், கல்வி மற்றும் மதச் சுதந்திரத்தைப் பற்றி நமது அரசியலமைப்புச் சட்டம் கூறுவதோடு எப்படி பொருத்திப் பார்ப்பது? ஐயா, தயவு செய்து கூறுங்கள். உங்கள் மனசாட்சி உங்களை உறுத்தவில்லையா?"

"நீ கூறுமளவுக்கு அந்தப் பெண்கள் பணிவானவர்களாக இருந்தால் தமது முக்காடுகளைக் களைந்து விட்டிருப்பார்களே! உன் பெயர் என்ன மகனே? நீ எங்கே வசிக்கிறாய்? என்ன வேலை பார்க்கிறாய்?"

“தொகாட்டின் பிரபலமான மாத்லைட் ஹமாமுக்குப் பக்கத்தில் இருக்கும் ஹேப்பி ஃபிரண்ட்ஸ் தேநீர் கடையில் பணியாற்றுகிறேன். அடுப்புகளையும் தேநீர் கலங்களையும் கவனித்துக்கொள்வது என் பொறுப்பு. என் பெயர் முக்கியமல்ல. நாள் முழுக்க ‘பதாகை’ வானொலியைக் கேட்டுக்கொண் டிருப்பேன். மத நம்பிக்கை கொண்டவர் யார் மீதாவது அநீதி இழைக்கப் பட்டதாகக் கேட்டாலும் அமைதியிழந்து போய் விடுவேன். நான் வசிப்பது ஒரு ஜனநாயகத்தில் என்பதாலும், எனக்கு விருப்பமான வற்றைச் செய்யும் உரிமை படைத்த ஒரு சுதந்திர மனிதன் நான் என்பதாலும், அம்மாதிரியான சில நேரங்களில் பேருந்தில் ஏறி, குற்றமிழைத்தவன் துருக்கியில் எந்த மூலையில் வசித்தாலும் அவனைத் தேடிச் சென்று, நேருக்கு நேராக அவனிடம் பேசித் தீர்த்துக்கொள்வேன். எனவே ஐயா, தயவுசெய்து என் கேள்விக்கு பதில் கூறுங்கள். எது அதிக முக்கியத்துவம் கொண்டது? அங்காராவிலிருந்து வரும் உத்தரவா அல்லது இறைவனின் கட்டளையா?”

“இந்த விவாதம் எங்கும் கொண்டு சேர்க்காது மகனே. நீ எந்த ஓட்டலில் தங்கியிருக்கிறாய்?”

“என்ன – போலீஸில் மாட்டிவிடலாம் என்று நினைக்கிறீர்களா? என்னைப் பார்த்து பயப்படாதீர்கள், ஐயா. நான் எந்த மதவாத அமைப்பிலும் சேர்ந்த வனில்லை. பயங்கரவாதத்தை நான் இழிவாகக் கருதுகிறேன். இறைவனின் கருணையிலும், சுதந்திரமான கருத்துப் பரிமாற்றத்திலும் நம்பிக்கை கொண்டவன் நான். அதனால்தான் சுதந்திரமாக விவாதம் புரிந்து கொண்டிருக்கும்போது நான் அடிதடியில் இறங்கி விவாதத்தை முடித்துக் கொள்வதில்லை – எனக்கு முன்கோபம் உண்டென்றாலும்கூட. நான் உங்களிடம் கேட்பதெல்லாம் இந்தக் கேள்விக்கான பதிலை. புனித குர்ஆனின் அத்தியாயங்களான ‘நம்பிக்கை வாய்ந்த இனத்தார்’ மற்றும் ‘சொர்க்க ஒளி’யில் மிகத்தெளிவாகக் குறிப்பிடப் பட்டிருக்கும் இறைவனின் வாக்கியங் களுக்குக் கீழ்படிந்து நடந்தமைக்காக அந்தப் பரிதாபமிக்க மாணவிகளை உங்கள் கல்வி நிலையத்தின் எதிரே இரக்கமற்ற முறையில் நீங்கள் நடத்திய விதத்தை யோசித்துப் பார்க்கும்போது உங்களுக்கு மனசாட்சி உறுத்துவதே கிடையாதா?’

“மகனே, கள்வர்களின் கரங்களைத் துண்டித்து எறிய வேண்டும் என்றுகூட குர்ஆன் கூறுகிறது. ஆனால் நம் அரசாங்கம் அப்படிச் செய்வதில்லை. அதனை ஏன் நீ எதிர்ப்பதில்லை?”

“ஆஹா! இது ஒரு பிரமாதமான பதில், ஐயா. உங்கள் கையை முத்தமிட அனுமதியுங்கள். ஆனால் ஒரு கள்வனின் கைகளையும் நம் பெண்களின் கௌரவத்தையும் எப்படி சமமாக வைத்துப் பார்ப்பீர்கள்? அமெரிக்காவின் கருப்பின முஸ்லீம் பேராசிரியர் மார்வின் கிங் வெளியிட்டிருக்கும் புள்ளி விபரத்தின்படி தம்மை முழுவதும் மறைத்துக் கொண்டிருக்கும் இஸ்லாமிய நாட்டுப் பெண்கள் மீது வன்புணர்ச்சி ஏறக்குறைய நடப்பதேயில்லை யென்றும், இஸ்லாமிய நாடுகளில் பெண்கள் மீது இழைக்கப்படும் பாலியல் வன்முறை என்பது கேள்விப்பட்டிராதவொன்றாக இருப்பதாகவும் குறிப்பிடப் பட்டிருக்கிறது. இது எதனாலென்றால், தன்னை முழுவதும் மறைத்துக் கொண்டிருக்கும் பெண் ஒரு பிரகடனத்தை முன்வைக்கிறாள். தனது உடைத் தேர்வின் மூலம் ‘என்னைத் துன்புறுத்தாதே’ என்கிறாள். எனவே, உங்களை ஒரு கேள்வி கேட்கலாமா ஐயா? முக்காடு அணிந்த நம் பெண்களுக்குக் கல்வி கற்கும் உரிமையை மறுப்பதன் மூலம் சமுதாயத்தின் விளிம்புக்கு அவர்களை விரட்டுவதைத் தான் நாம் உண்மையில் விரும்புகிறோமா? தமது முக்காடுகளைக் கழற்றியெறிந்த பெண்களையும், கட்டுப்பாடற்ற

கொண்டாட்டங்களையும் நாம் ஆராதிக்கத் தொடங்கினால், பாலியல் புரட்சிக்குப்பின் ஐரோப்பாவில் தரங்கெட்டுச் சீரழிந்து போய்விட்ட பெண்களை நாம் பார்க்கிறோமே, அவர்கள் தரத்திற்கு நம் நாட்டுப் பெண்களையும் சீரழித்து விடுகிற அபாயம் நேர்ந்து விடாதா ? நம் பெண்களைத் தரங்கெடச் செய்துவிட்டால், நாமும் – இந்த வார்த்தையைக் கூறுவதற்காக மன்னியுங்கள் – விபச்சாரத் தரகர்களாகி விடும் அபாயமும் இருக்கிறதில்லையா ?"

"சரி மகனே, என்னுடைய சிற்றுண்டியை முடித்துவிட்டேன். நான் கிளம்ப வேண்டும்."

"உங்கள் இருக்கையில் அமருங்கள் ஐயா. இடத்தை விட்டு எழுந்திருக்கா விட்டால் இதனை நான் பயன்படுத்த வேண்டிய அவசியம் இருக்காது. இது என்னவென்பது தெரிகிறதா, ஐயா ?"

"ஆம் இது துப்பாக்கி."

"தெரிகிறது இல்லையா, ஐயா ? நீங்கள் ஆட்சேபிக்க மாட்டீர்களென்று நம்புகிறேன். உங்களைச் சந்திக்க வெகுதூரத்திலிருந்து வந்திருக்கிறேன். நான் முட்டாள் அல்ல. என்னை முழுதாகக் கேட்க மாட்டீர்களென்று எனக்குத் தோன்றியது. அதனால்தான் சில முன்னெச்சரிக்கைகளை எடுக்க வேண்டி வந்தது."

"உன் பெயர் என்ன மகனே ?"

"வாஹித் சுஸ்மி, சலீம் ஃபெஸ்மெக்கான். எது வேண்டுமானாலும் வைத்துக் கொள்ளுங்கள் ஐயா. மதச் சார்பின்மை என்ற பொருள்முதல்வாதத்தில் அடிமைப்பட்டுக் கிடக்கும் ஒரு சமுதாயத்தில், தமது மத நம்பிக்கைகளைத் தூக்கிப் பிடிக்க முயன்றதால் சொல்லொணாத் துன்பங்களை அனுபவித்த பெயரற்ற நாயகர்களுக்காக போராடும் பெயரற்ற ஒருவன் நான். நான் எந்த அமைப்பிலும் உறுப்பினன் அல்ல. மனித உரிமைகளை மதிக்கிறேன்; வன்முறையை எதிர்க்கிறேன். அதனால்தான் இப்போது துப்பாக்கியை என் பையில் வைத்துக்கொண்டிருக்கிறேன். அதனால்தான் என் கேள்விக்கு பதில் அளிக்க உங்களைக் கேட்டுக்கொள்கிறேன்."

"நல்லது."

"அப்படியானால் நாம் ஆரம்பத்திற்கே செல்வோம், ஐயா. அன்போடும் அக்கறையோடும் பல்லாண்டுகள் வளர்க்கப்பட்ட இப்பெண்களுக்கு நீங்கள் செய்தது என்னவென்று கொஞ்சம் நினைவுகூரலாம். பெற்றோர்களுக்கு செல்லப்பிள்ளைகள் அவர்கள். மிகவும் அறிவுக்கூர்மையானவர்கள். படிப்பதற்காக மிகக் கடினமாக உழைத்தவர்கள். வகுப்புகளில் முதலாவதாக இருந்தவர்கள். அங்காராவிலிருந்து உத்தரவு வந்ததும் அவர்கள் இருப்பையே நீங்கள் முற்றாகப் புறக்கணிக்கத் தொடங்கிவிட்டீர்கள். வருகைப் பதிவில் அவர்களில் யாராவது ஒருத்தி தன் பெயரைப் பதிவு செய்தால், அவள் பெயரை அடித்து விடுவீர்கள். மாணவிகளில் ஏழுபேர் அவர்களுடைய ஆசிரியரோடு கலந்துரையாடலில் அமர்ந்தால், முக்காடு அணிந்த அந்த ஒருத்தி மட்டும் அங்கே இல்லவே இல்லாதது போல ஆறு தேநீர் மட்டும் ஆர்டர் செய்வீர்கள். இந்தப் பெண்களுக்கு என்ன செய்தீர்கள் தெரியுமா ? அவர்களை அழவிட்டீர்கள். ஆனால் விஷயம் அந்த மட்டில் நிற்கவில்லை. அங்காராவிலிருந்து மற்றொரு உத்தரவு விரைவிலேயே வந்தது. அதன்பின் அவர்களை வகுப்புக்குள் அனுமதிக்க மறுத்துவிட்டீர்கள். அவர்களை முதலில் வகுப்புக்கு வெளியே நிற்க வைத்தீர்கள். பின் தாழ்வாரத்திலும் இருக்க அனுமதிக்காமல் தெருவுக்கு விரட்டினீர்கள். அதன்பிறகு, இந்தப் பெண்களில்

சிலர் மட்டும் தமது கவலையைத் தெரிவிப்பதற்காக பள்ளியின் வாசலில் பயத்தில் நடுங்கிக்கொண்டே கூடியபோது நீங்கள் தொலைபேசியை எடுத்து போலீசைக் கூப்பிட்டீர்கள்."

"போலீசைக் கூப்பிட்டது நாங்களல்ல."

"என் பையில் இருக்கும் துப்பாக்கிக்காக பயப்படுகிறீர்களென்று அறிவேன். ஆனால் தயவு செய்து பொய் சொல்லாதீர்கள் ஐயா. அந்தப் பெண்களை இழுத்துத்தள்ளி கைது செய்துகொண்டு போனார்களே, அன்றிரவு உங்கள் மனசாட்சி உங்களைத் தூங்கவிட்டதா ? அதுதான் என் கேள்வி."

"உண்மைதான். முக்காடை ஒரு குறியீடாக ஆக்கி, நம் நாட்டுப் பெண்மக்களை நாம் எவ்வளவு துன்புறுத்துகிறோம் – அரசியல் விளையாட்டில் பெண்களை பகடைக்காய்களாக உபயோகிக்கிறோம் என்பதுதான் உண்மையான கேள்வி."

"அதை எப்படி ஒரு விளையாட்டு என்பீர்கள், ஐயா ? தனது கௌரவத்திற்கும், தனது கல்விக்குமிடையே ஒன்றைத் தேர்ந்தெடுக்க வேண்டி வந்த அந்தப் பெண் – என்ன ஒரு சோகம் – விரக்தியுற்று தற்கொலை செய்துகொண்டால் ? அது ஒரு விளையாட்டா ?"

"நீ மிகவும் குழம்பிப் போயிருக்கிறாய் மகனே. ஆனால் வெளிநாட்டு சக்திகள் இவையனைத்திற்கும் பின்னால் இருக்கக் கூடுமென்று உனக்குத் தோன்றியதில்லையா ? துருக்கியை பலவீனமாக்குவதற்கு, துண்டாடுவதற்கு, முக்காடு விஷயத்தை அவர்கள் எப்படி அரசியலாக்கியிருக்கின்றனர் என்று நீ பார்க்கவில்லை ?"

"அந்த மாணவிகளை உங்கள் பள்ளிக்குள் அனுமதித்திருந்தால், முக்காடு சர்ச்சையே வந்திருக்காது ஐயா."

"இது உண்மையில் எனது முடிவா ? இந்த உத்தரவுகள் அங்காராவிலிருந்து வருகின்றன. என் மனைவியே முக்காடு அணிகிறாள்."

"என்னை கனிவிக்க முயற்சிக்காதீர்கள். நான் கேட்ட கேள்விக்கு பதில் கூறுங்கள்."

"என்ன கேள்வி ?"

"உங்கள் மனசாட்சி உங்களை உறுத்தவில்லையா ?"

"மகனே, நானும் ஒரு தகப்பன்தான். அந்தப் பெண்களுக்காக நானும் வருத்தப்படுகிறேன்."

"இதோ பாருங்கள். எவ்வளவு கோபம் வந்தாலும் பொதுவாக நான் அடக்கிக் கொள்வேன். ஆனால் கட்டுப்பாட்டை மீறிவிட்டால், அவ்வளவுதான்! நான் சிறையில் இருந்தபோது ஒருவன் கொட்டாவி விடும்போது தன் வாயை கையால் மறைத்துக்கொள்ள மறந்துவிட்டான் என்பதற்காகவே அவனைப் போட்டு உதைத்திருக்கிறேன். அங்கிருந்த அனைவரையும் நான் மனிதர் களாக்கினேன். அந்தப் பிரிவிலிருந்த அனைவரையும் அவர்களது தீக்குணங் களிலிருந்து குணப்படுத்தி வைத்தேன் அவர்களைத் தொழுகை புரியக்கூட வைத்துவிட்டேன். எனவே ஜாலவித்தை காட்டி இதிலிருந்து தப்பித்துக் கொள்ள முயலாதீர்கள். என் கேள்விக்கு உங்கள் பதிலை முதலில் சொல்லுங்கள்."

"நீ என்ன கேட்டாய் மகனே ? அந்தத் துப்பாக்கியை கீழிறக்கு."

“நான் என்ன கேட்கவில்லையென்று சொல்லட்டுமா ? உங்களுக்கு ஒரு மகள் இருக்கிறாளா என்று நான் கேட்கவில்லை. அல்லது கழிவிரக்கம் என்பது உங்களுக்கு எப்போதாவது இருந்திருக்கிறதா என்றும் கேட்கவில்லை.”

“மன்னித்துக் கொள் மகனே. என்னதான் நீ கேட்டாய் ?”

“துப்பாக்கியைப் பார்த்து பயந்திருப்பதாலேயே என்னை முகப்புகழ்ச்சி செய்ய வேண்டுமென்பதில்லை. நான் என்ன கேட்டேன் என்பதை ஞாபகப்படுத்திப் பாருங்கள்.”

(அமைதி)

“நீ என்ன கேட்டாய் ?”

“மிலேச்சப் பிசாசே! உங்கள் மனசாட்சி உங்களை உறுத்தவில்லையா என்று கேட்டேன்.”

“ஆம், உறுத்தத்தான் செய்கிறது.”

“அப்புறம் ஏன் பிடிவாதம் பிடிக்கிறீர்கள் ? உங்களுக்கு வெட்கமே கிடையாது என்பதாலா ?”

“மகனே, நான் ஓர் ஆசிரியர். உன் அப்பாவின் வயது எனக்கிருக்கும். பெரியவர்களுக்கெதிரே துப்பாக்கியை நீட்டவும், அவர்களை அவமானப்படுத்தவும் குர்ஆனில் எழுதப்பட்டிருக்கிறதா ?”

“இன்னொரு முறை குர்ஆன் என்ற வார்த்தை உங்கள் வாயிலிருந்து வரக் கூடாது, ஜாக்கிரதை! எதற்காக திரும்பித் திரும்பிப் பார்க்கிறீர்கள் ? உதவி கேட்டு கத்தினால் நான் தயங்க மாட்டேன். சுட்டுவிடுவேன், புரிகிறதா ?

“புரிகிறது.”

“சரி, இந்தக் கேள்விக்கு பதில் கூறுங்கள்: பெண்கள் தம்முடைய தலைகளை மூடிக்கொள்ளாவிட்டால் இந்த நாட்டுக்கு என்ன நன்மை கிடைத்துவிடும் ? ஒரேயொரு நல்ல விளைவைச் சொல்லுங்கள். நீங்கள் மனதார நம்பும் எதையாவது சொல்லுங்கள். உதாரணத்துக்கு தலையை மூடாமல் இருப்பதால் ஐரோப்பியர்கள் நம் நாட்டினரை மனிதப் பிறவிகளாக நடத்தத் தொடங்கி விடுவார்கள் என்பதைப் போல. குறைந்தது அப்படி ஏதாவது குறிக்கோள் உங்களிடம் இருக்கிறதென்று தெரியவந்தால் உங்களைச் சுடமாட்டேன், உங்களை விடுவித்து விடுகிறேன்.”

“அன்புள்ள மகனே, எனக்கும் ஒரு மகள் இருக்கிறாள். அவள் முக்காடு அணிவதில்லை. அவள் முடிவில் நான் குறுக்கிடுவதில்லை, என் மனைவி முக்காடு அணிவதை நான் தடுக்காததைப் போலவே.”

“ஏன் உங்கள் மகள் தலையை மறைத்துக்கொள்ள மாட்டாளாம் ? சினிமா நடிகையாகப் போகிறாளா ?”

“அதைப்போல எதையும் அவள் கூறியதில்லை. அவள் அங்காராவில் பப்ளிக் ரிலேஷன்ஸ் படித்துக்கொண்டிக்கிறாள். இந்த முக்காடு விவகாரத்தில் என் மீது எதிர்ப்பு எழுந்ததிலிருந்து எனக்கு மிகவும் ஆதரவாக இருந்து வருபவள். யாராவது என்னைத் தாக்கி, கேவலமாகப் பேசி, அதனால் நான் விரக்தியுற்றிருந்தால், யாராவது எனக்கு மிரட்டல் விட்டிருந்தால், அல்லது என் எதிரிகளின் கோபத்தை எதற்காகவாவது சம்பாதித்துக் கொண்டிருந்தால் –

அல்லது உன்னைப் போன்றவர்கள் – உங்களுக்கு கோபப்பட எல்லா உரிமையும் இருக்கிறதுதான், அவள் அங்காராவிலிருந்து என்னைக் கூப்பிட்டு . . .”

“ ‘பல்லைக் கடித்துக்கொண்டு பொறுத்திருங்கள் அப்பா, நான் சினிமா நடிகையாகப் போகிறேன்’ என்பாளா ?”

“அப்படியில்லை மகனே, அதைப்போல கூறமாட்டாள். ‘அப்பா, ஒரு வகுப்பறையில் இருக்கும் எல்லா பெண்களும் முக்காடு அணிந்திருந்தால், முக்காடு அணியாமல் செல்ல எனக்கும் தைரியம் இருக்காது. எனக்கு விருப்பமில்லா விட்டாலும்கூட முக்காடு அணிந்துகொள்வேன்’ என்பாள்.”

“சரி, அவளுக்கு முக்காடு அணிந்துகொள்ள இஷ்டமில்லாவிட்டால் என்ன – அதனால் என்ன தீங்கு வந்துவிடப்போகிறது ?”

“சத்தியமாக எனக்கு சொல்லத் தெரியவில்லை. ஒரு காரணத்தைச் சொல்லுமாறு கேட்டாய்.”

“மிலேச்சப் பிசாசே. . . இறைவனின் ஆணைக்குட்பட்டு தமது சிரங்களை மூடிக்கொண்டிருந்த இந்த பக்தியுள்ள சிறுமிகளை காவலர்கள் தடியால் அடித்து விரட்ட நீங்கள் அனுமதித்தபோது இதுதான் உங்கள் நினைப்பாக இருந்ததா ? உங்கள் மகளை சந்தோஷப்படுத்தத்தான் அவர்களை தற்கொலைக்கு விரட்டியதாகச் சொல்ல வருகிறீர்களா ?”

“என் மகளைப் போல் கருத்துடைய ஏராளமான பெண்கள் துருக்கியில் உள்ளனர்.”

“இந்த தேசத்தில் தொண்ணூறு சதவீதத்தினர் முக்காடு அணிந்துகொண்டிருக்கும்போது இந்த சினிமா நடிகைகள் யாருக்காகப் பரிந்து பேசுகிறார்களென்று தெரியவில்லை. இதோ பாருங்கள் மிலேச்சப் பிசாசே, உங்கள் மகள் தன்னைத் திறந்து காட்டிக்கொள்வதைப் பார்த்து நீங்கள் வேண்டுமானால் பெருமைப்பட்டுக் கொள்ளுங்கள். நான் ஒரு பேராசிரியராக இல்லாமலிருக்கலாம், ஆனால் இந்த விஷயத்தைப் பற்றி உங்களை விட எனக்கு அதிகமாகத் தெரியும்.”

“அன்புக்குரியவனே, தயவுசெய்து துப்பாக்கியை எனக்கு இவ்வளவு கிட்டத்தில் பிடித்துக்கொண்டிருக்காதே. நீ மிகவும் குழம்பிப் போயிருக்கிறாய். துப்பாக்கி வெடித்து விட்டால் வாழ்நாள் முழுக்க நீ துன்பப்பட்டுக் கொண்டிருக்க வேண்டிவரும்.”

“எதற்கு நான் துன்பப்பட வேண்டும் ? ஒரு மிலேச்சப் பிசாசை அழித்தொழிப்பதற்காக அல்லாமல், எதற்காக இந்தக் கொடும் பனியில் இரண்டு நாட்கள் பயணம் செய்து வந்திருக்கப் போகிறேன் ? புனித குர்ஆன் கூறுவதைப்போல, இறை நம்பிக்கையுள்ளோர் மீது துன்பம் இழைக்கும் எந்த வல்லாளனையும் கொல்வதுதான் என் கடமை. ஆனால் உங்களுக்காக நான் பரிதாபப்படுவதால் ஒரேயொரு கடைசி வாய்ப்பை உங்களுக்கு வழங்கப் போகிறேன். முக்காடு அணிந்த பெண்களின் அங்கிகளை அகற்ற உத்தரவிட்டபோது ஏன் உங்கள் மனசாட்சி உறுத்தவில்லையென்பதற்கு ஒரேயொரு காரணம் – ஒரேயொரு காரணம் – கூறுங்கள். நான் ஆணையிட்டுக் கூறுகிறேன், உங்களைச் சுட மாட்டேன்.”

“ஒரு பெண் தனது முக்காடை அகற்றும்போது சமுதாயத்தில் அவளுக்கு சௌகரியமான ஒரு ஸ்திதி கிடைக்கிறது. அவளுக்குரிய மரியாதையையும் பெறுகிறாள்.”

"உங்களுடைய சினிமா நடிகை மகள் அவ்வாறு கருதலாம். ஆனால் இதற்கு நேரெதிரானதுதான் யதார்த்தம். கிண்டல், வன்புணர்ச்சி, அவமதிப்பு ஆகிய வற்றிலிருந்து பெண்களை முக்காடு காப்பாற்றுகிறது. முக்காடுதான் பெண் களுக்கு மரியாதையையும், சமுதாயத்தில் ஒரு சௌகரியமான ஸ்திதியையும் அளிக்கிறது. முக்காடு அணிய பிற்பாடு முடிவெடுத்துக் கொண்ட பல பெண்களிடமிருந்து இதைக் கேட்டிருக்கிறோம். அந்த வயதான பெல்லி டான்ஸர் மெலாஹத் ஸாந்த்ராவைப் போல. தெருவில் ஆண்களின் மிருக இச்சைகளிலிருந்து பெண்களை முக்காடு காக்கிறது. அழகிப் போட்டிகளில் மற்ற பெண்களோடு போட்டியிடும் அசிங்கங்களிலிருந்து அது அவர்களைக் காக்கிறது. அவர்கள் செக்ஸ் பொருட்களாக இருக்க வேண்டியதில்லை, நாள் முழுக்க மேக்கப் அணிந்திருக்க வேண்டியதில்லை. பேராசிரியர் மார்வின் கிங் ஏற்கனவே குறிப்பிட்டதைப்போல புகழ்பெற்ற நடிகை எலிஸபெத் டெய்லர் தனது கடைசி இருபது வருடங்களை முக்காடு அணிந்து கழித்திருப் பாளென்றால், தான் குண்டாகி விட்டதை யெண்ணி அவள் விசனப்பட்டிருக்க மாட்டாள்; மனநல மருத்துவமனையில் சேர்ந்திருக்கவும் மாட்டாள்; அவளுக்கு கொஞ்சமாவது சந்தோஷம் கிடைத்திருக்கும். ஐயா, மன்னிக்க வேண்டும். உங்களை ஒரு கேள்வி கேட்கலாமா? எதற்காக நீங்கள் சிரிக்கிறீர்கள் ஐயா? நான் வேடிக்கை காட்டுவதாக நினைக்கிறீர்களா?" (அமைதி) "பேசுங்கள் வெட்கங்கெட்ட மிலேச்சரே, ஏன் சிரிக்கிறீர்கள்?"

"என் அன்பு மகனே, தயவுசெய்து என்னை நம்பு. நான் சிரிக்கவில்லை. ஒருவேளை நான் சிரித்திருந்தால் அது நடுக்கத்தினால் இருக்கும்."

"இல்லை! வேண்டுமென்றேதான் சிரித்தீர்கள்."

"தயவுசெய்து என்னை நம்பு. இந்த நாட்டிலுள்ள அனைவருக்காகவும் – உன்னைப்போல, அந்த முக்காடு அணிந்த பெண்களைப் போல – இந்த விஷயத்தினால் பாதிப்புற்றிருக்கிறார்களே அவர்கள் அனைவருக்காகவும் இரக்கப்படுவதைத் தவிர வேறொன்றும் எனக்கில்லை."

"ஒன்று சொல்லிக் கொள்கிறேன், பாசமிக்க வசனங்கள் உங்களை எங்கும் கொண்டு சேர்க்காது. ஒரு துளி வருத்தம்கூட எனக்கு வரப்போவதில்லை. ஆனால் தற்கொலை செய்துகொண்ட அந்தப் பெண்களைப் பற்றி சிரித்ததற்காக நீங்கள்தான் இப்போது வருத்தப்படப் போகிறீர்கள். இப்போது அவர்களைப் பார்த்து நீங்கள் சிரித்ததால் உங்களுக்கு ஈவிரக்கமே இல்லை என்பது தெரிந்துவிட்டது. எனவே என்ன முடிவெடுக்கப்பட்டிருக்கிறது என்பதை அறிவித்துவிடுகிறேன். இஸ்லாமிய நீதிக்கான சுதந்திரப் போராளிகள் உங்களுக்கு மரணதண்டனை அளித்து சிலநாட்கள் ஆகி விட்டன. ஐந்து நாட்களுக்கு முன் தொகாட்டில் அவர்கள் இத்தீர்ப்பை வழங்கி அதை நிறைவேற்றுவதற்காக என்னை இங்கு அனுப்பியிருக்கின்றனர். நீங்கள் சிரித்திருக்காவிட்டால் நான் மனமிரங்கி உங்களை மன்னித்திருக்கக்கூடும். இந்தத் தாளில் என்ன எழுதப்பட்டிருக்கிறதென்று உரக்கப் படியுங்கள். உங்களது மரண தண்டனை தீர்ப்பை இப்போது கேட்கலாம் . . ." (அமைதி) "பெண் பிள்ளை போல அழுவதை நிறுத்துங்கள். தெளிவான உரத்த குரலில் படிக்க வேண்டும். சீக்கிரம், வெட்கங்கெட்ட மூடரே. சீக்கிரம் படிக்கா விட்டால் சுட்டுவிடுவேன்."

" 'பேராசிரியர் நூரி யில்மாஸ் ஆகிய நான் ஒரு நாத்திகன் . . .' என் அன்பான மகனே, நான் நாத்திகன் அல்ல."

"தொடர்ந்து படியுங்கள்."

“மகனே, நான் இதைப் படித்துக்கொண்டிருக்கும்போது சுட்டுவிட மாட்டாய் தானே ?”

“தொடர்ந்து படிக்காவிட்டால் சுட்டுவிடுவேன்.”

“மதச் சார்பற்ற துருக்கியக் குடியரசிலிருந்து இஸ்லாமியர்களை அவர்களின் மதத்திலிருந்து உதறி, அவர்களது கௌரவத்தைக் குலைத்து, மேற்குலகின் அடிமைகளாக மாற்றும் ஒரு ரகசியத் திட்டத்திற்கு நான் உடந்தை என்று ஒப்புக்கொள்கிறேன். பக்தியின் காரணமாகவும், குர்ஆனில் ஓதப்பட்டிருப்பதை அறிந்திருப்பதாலும் தாம் அணிந்திருக்கும் முக்காடைக் கழற்ற மறுத்த பெண் களுக்குப் பெரும் சித்திரவதையை நான் அளித்ததால் அவர்களில் ஒரு பெண் தாங்க முடியாமல் தற்கொலை செய்துகொண்டாள் . . .’ என் அன்புள்ள மகனே, உன் அனுமதியோடு இங்கே ஒரேயொரு ஆட்சேபத்தைத் தெரிவித்துக் கொள்கிறேன். இந்தத் தகவலை உன்னை இங்கே அனுப்பிய குழுவினருக்கு அனுப்பிவிட்டால் நான் நன்றியுடையவனாக இருப்பேன். இந்தப் பெண் வகுப்பிலிருந்து விரட்டப்பட்டதால் தூக்கிலிட்டுக் கொள்ளவில்லை. அவள் அப்பாவின் கண்டிப்பினாலும் அல்ல. விரூஜி ஏற்கெனவே எம்மிடம் தெரிவித் திருந்ததைப்போல, அவள் காதல் விவகாரத்தால் மனமுடைந்து போயிருந்தாள்.”

“தற்கொலை குறிப்பில் அப்படி எதுவும் அவள் எழுதி வைத்திருக்கவில்லை.”

“மன்னித்துக்கொள், மகனே. நீ இதைத் தெரிந்துகொள்ள வேண்டும் – தயவு செய்து துப்பாக்கியை கீழிறக்கு – அவள் திருமணம் செய்துகொள்வதற்கு முன்பாகவே, இந்தப் படிக்காத அப்பாவிப்பெண் தன்னைவிட இருபத்தைந்து வயது மூத்த ஒரு போலீஸ்காரனிடம் தன்னை இழந்துவிட்டாள். பிறகு – இது மிகவும் அவமானகரமானதுதான் – அவன் தனக்கு திருமணமாகிவிட்டது என்றும், அவளைத் திருமணம் செய்துகொள்ளும் உத்தேசம் இல்லையென்றும் அவளிடம் தெரிவித்த பிறகுதான் . . .”

“வாயை மூடுங்கள், அப்படி உங்கள் வீட்டு வேசிப்பெண்தான் செய்வாள்.”

“வேண்டாம் மகனே, வேண்டாம். என்னை சுட்டுவிட்டால் உன் எதிர் காலத்தைத்தான் நீ பாழாக்கிக்கொள்வாய்.”

“மன்னிப்பு கேட்டுக்கொள்வதாகச் சொல்லுங்கள்.”

“மன்னித்துக்கொள் மகனே. சுட்டுவிடாதே.”

“வாயைத் திறவுங்கள். துப்பாக்கியை உள்ளே செருக வேண்டும். அதன் பின் உங்கள் விரலை என் விரல் மீது அழுத்தி விசையை இழுக்க வேண்டும். நீங்கள் இன்னமும் ஒரு மிலேச்சப் பிசாசுதான். ஆனால் குறைந்தது கௌரவமாகச் சாவீர்கள்.”

(அமைதி)

“மகனே, நான் எப்படி ஆகிவிட்டேன் பார். என் வயதில் அழுதுகொண்டிருக் கிறேன். கெஞ்சிக் கேட்டுக்கொள்கிறேன், என் மீது கருணை காட்டு, உன்னையே கருணையோடு யோசித்துப்பார். மிகவும் சின்னப்பையன் நீ. அதற்குள் ஒரு கொலைகாரனாகப் போகிறாய்.”

“பிறகு விசையை நீங்களே அழுத்தலாம். தற்கொலை என்பது எந்தளவுக்கு வலிக்குமென்று நீங்களே பாருங்கள்.”

“அன்புள்ள மகனே, நான் ஒரு முஸ்லீம். நான் தற்கொலைக்கு எதிரானவன்.”

“வாயைத் திறவுங்கள்.” (அமைதி) “இந்த மாதிரி அழாதீர்கள். நீங்கள் செய்த வற்றிற்காக ஒருநாள் பதில் சொல்ல வேண்டியிருக்கும் என்று எப்போதுமே உங்களுக்குத் தோன்றியதில்லையா ? அழுவதை நிறுத்துங்கள். இல்லா விட்டால் சுடுவேன்.”

(தூரத்தில் வயதான வெயிட்டரின் குரல்)

“உங்களுக்கு தேநீர் எடுத்து வரலாமா ஐயா ?”

“நன்றி, வேண்டாம். நான் கிளம்பப் போகிறேன்.”

“வெயிட்டரைப் பார்க்காதீர்கள். உங்கள் மரணத் தீர்ப்பைத் தொடர்ந்து படியுங்கள்.”

“மகனே, தயவுசெய்து என்னை மன்னித்து விடு.”

“படியுங்கள் என்று சொன்னேன்.”

“‘நான் செய்த எல்லா விஷயங்களுக்காவும் நான் வெட்கப்படுகிறேன். இறந்து போகத் தகுதியானவன்தான் நான் என்பதை அறிகிறேன். கருணைமிகு இறைவன் என்னை மன்னிப்பார் என்ற நம்பிக்கையில்’ . . .”

“தொடர்ந்து படியுங்கள்.”

“என் அருமை, அருமை மகனே, இந்தக் கிழவனைக் கொஞ்சநேரம் அழவிடு. என் மனைவியையும், என் மகளையும் கடைசியாக ஒருமுறை நினைத்துப் பார்க்கவிடு.”

“உங்களால் வாழ்க்கை சீரழிந்த பெண்களை நினைத்துப் பாருங்கள். ஒருத்திக்கு நரம்புத் தளர்ச்சி ஏற்பட்டது. நான்கு பேர் அவர்களது மூன்றாவது வருடத்தில் கல்வி நிலையத்திலிருந்து விரட்டப்பட்டனர். ஒருத்தி தற்கொலை செய்து கொண்டாள். மூடப்பட்ட உங்கள் கல்வி நிலைய வாசலுக்கு வெளியே நடுங்கிக் கொண்டு நின்றிருந்தவர்கள் அனைவரும் காய்ச்சலோடு வீட்டுக்கு வந்து படுக்கையில் விழுந்தனர். அவர்களது வாழ்க்கையே இப்போது சீரழிந்து போயிருக்கிறது.”

“நான் மிகவும், மிகவும் வருந்துகிறேன் என் அருமை, அருமை மகனே. ஆனால் என்னை சுட்டுவிட்டு நீ ஒரு கொலைகாரனாகி விடுவதால் என்ன நன்மை விளைந்துவிடப் போகிறது ? யோசித்துப்பார்.”

“சரி, யோசிக்கிறேன்.” (அமைதி) ஐயா, இதைப் பற்றி யோசித்துவிட்டேன். இதுதான் நான் முடிவெடுத்திருப்பது.”

“என்ன ?”

“இரண்டு நாட்களாக கார்ஸ்ஸின் அழுக்குத் தெருக்களில் வெட்டியாக அலைந்துகொண்டிருந்தேன். உங்களை அடையவே முடியவில்லை. அப்புறம் இதுதான் விதி என்று நினைத்துக்கொண்டு தொகாட்டுக்குத் திரும்பிச்செல்ல டிக்கெட் எடுத்தேன். கடைசியாக தேநீர் அருந்திக்கொண்டு நின்றிருந்த போதுதான் . . .”

“என்னருமை மகனே, என்னைக் கொன்றுவிட்டு கார்ஸ்ஸிலிருந்து கடைசிப் பேருந்து பிடித்து தப்பிச்சென்றுவிடலாம் என்று நினைத்தால் உன்னை

எச்சரிக்கிறேன். பனிப்பொழிவின் காரணமாக சாலைகள் மூடப்பட்டிருக்கின்றன. ஆறுமணி பேருந்து ரத்து செய்யப்பட்டு விட்டது. அதன் பிறகு வருத்தப்பட்டுக் கொண்டிருக்காதே."

"... திரும்பிப்பார்த்தால், இறைவன் உங்களை 'நியூலைஃப் பாஸ்ட்ரி ஷாப்'புக்குள் நுழைய வைத்துக்கொண்டிருக்கிறார். இறைவனே உங்களை மன்னிக்கப் போவதில்லையென்றால், நான் ஏன் மன்னிக்க வேண்டும்? உங்கள் கடைசி வார்த்தையைக் கூறுங்கள்; 'இறைவன் மகத்தானவர்' என்று கூறுங்கள்."

"மகனே, உட்கார். நான் உன்னை எச்சரிக்கிறேன். நம் அரசாங்கம் உங்கள் எல்லோரையும் பிடித்துவிடும். பிடித்து தூக்கில் போட்டுவிடும்."

"'இறைவன் மகத்தானவர்' என்று சொல்லுங்கள்."

"அமைதியாக இரு, மகனே. நிறுத்து. உட்கார், இன்னொரு முறை யோசித்துப் பார். துப்பாக்கியை அழுத்தாதே! நிறுத்து!"

(துப்பாக்கி வெடிக்கும் சத்தம். நாற்காலி தள்ளப்படும் சத்தம்.)

"வேண்டாம், மகனே!"

(மேலும் இரண்டு துப்பாக்கி வெடிச்சத்தங்கள். அமைதி. ஒரு முனகல். தொலைக்காட்சியின் ஒலிகள். மேலும் ஒரு துப்பாக்கி வெடிச்சத்தம். அமைதி.)

6

காதல், மதம், கவிதை

முக்தாரின் சோகக்கதை

இபெக் அவனை ஹலில் பாஷா ஆர்கேடின் வாசலில் விட்டுவிட்டு ஓட்டலுக்குத் திரும்பிய பின், வளமை கட்சியின் தலைமையகம் அமைந்திருந்த இரண்டாம் தளத்துக்குச் செல்லும் மாடிப்படிகளில் ஏறுவதற்கு முன் கா தயங்கினான். தரைத்தளத்தின் தாழ்வாரத்தில் வெட்டியாக அலைந்து கொண்டிருந்த வேலையில்லா இளைஞர்கள், சோம்பேறி ஏழைகள், தொழில் பழகுநர்கள் மத்தியில் கொஞ்சநேரம் காவும் திரிந்தான். கல்வியியல் பயிற்சியக இயக்குனர் கீழே விழுந்து உயிருக்காகத் துடித்தது அவன் மனக்கண்களில் திரும்பத்திரும்ப வந்துகொண்டே இருந்தது. கழிவிரக்கமும் குற்றவுணர்வும் அவனை அலைக்கழிக்க, அன்று காலை அவன் சந்தித்திருந்த யாரையாவது – காவல்துறை துணைத் தலைவர், இஸ்தான்புல்லில் அவனுக்குத் தெரிந்தவர் அல்லது *ரிபப்ளிகன்* இதழின் செய்திப்பிரிவில் உள்ள யாரையாவது கூப்பிட்டு சொல்லியிருக்க வேண்டும் என்று தனக்குத்தானே சொல்லிக்கொண்டான். அந்த வளாகத்தில் தேநீர் கடைகளும் முடிதிருத்தகங்களும்தான் பார்த்த இடத்திலெல்லாம் இருந்தனவே யொழிய தொலைபேசியோடு எந்தவொரு கடையும் தென்படவில்லை.

அப்படித் தேடிக்கொண்டே சென்றபோது ‘விலங்கு ஆர்வலர் சங்கம்’ என்று கதவில் எழுதியிருந்த ஓர் அலுவலகத்துக்குள் தொலைபேசி இருப்பதையும், அதில் யாரோ பேசிக்கொண்டிருப்பதையும் பார்த்து உள்ளே நுழைந்தான். உள்ளே நுழைந்ததும் மனம் குழம்பி, போன் செய்யத்தான் வேண்டுமா என்று தோன்றியது. அந்த ஹாலில் நடந்தான். சுவரில் சேவல்களின் படங்கள் மாட்டியிருந்தன. அந்த கூடத்தின் மத்தியில் சேவல் சண்டைக்கான மேடை இருந்தது. திடீரென அவனுக்கு தான் இபெக்கின் மேல் காதல் வயப்பட்டிருக்கிறோம் என்ற எண்ணம் தாக்கியது. இந்தக் காதல்தான் அவனுடைய இனிமேலான வாழ்க்கையை தீர்மானிக்கப் போகிறது என்ற உணர்வில் அவனுக்குள் அச்சம் நிரம்பியது.

சேவல் சண்டைகளை ரசித்துப்பார்க்கிற பணக்கார ஆர்வலர் களுக்கிடையே ஒருவருக்கு மட்டும், அந்தச் சங்கத்துக்குள் அப்போது கா எப்படி வந்தான், அங்கிருந்த காலி இருக்கைகளில் ஒன்றில் உட்கார்ந்து சிந்தனையில் மூழ்கியிருந்தான் என்பதெல்லாம் தெளிவாக ஞாபகத்தில் இருந்தது. சிலகாலம் கழித்து இங்கு வந்து விசாரிக்கும் போது என்னிடம் அவர் துல்லியமாக நினைவுகூர்ந்தார். சுவரில் பெரிய எழுத்துக்களில் ஒட்டியிருந்த விளையாட்டு விதிமுறைகள் பற்றிய போஸ்டர்களைப் பார்த்துக்கொண்டே கா தேநீர் அருந்தினான்:

- சேவலின் உரிமையாளர் அனுமதியில்லாமல் யாரும் அதை தொடக்கூடாது.
- மூன்று முறை தொடர்ந்து வீழ்த்தப்பட்டு, அலகால் கொத்தாத சேவல் தோல்வியுற்றதாக அறிவிக்கப்படும்.
- காயமுற்ற சேவலுக்கு சிகிச்சையளிக்க 3 நிமிடங்களும், உடைந்த விரல்களுக்கு கட்டுப்போட ஒரு நிமிடமும் உரிமையாளர்கள் எடுத்துக்கொள்ளலாம்.
- சண்டையின்போது ஒரு சேவல் கீழே விழுந்து, அதன் கழுத்தின் மேல் எதிரி சேவல் ஏறி நின்றுவிட்டால், வீழ்ந்த சேவல் விடுவிக்கப் பட்டு சண்டை தொடரப்படும்.
- மின்தடை ஏற்பட்டால் 15 நிமிடங்கள் இடைவேளை விடப்படும். அதற்குள் மின்சாரம் திரும்பாவிட்டால் ஆட்டம் கைவிடப் பட்டதாக அறிவிக்கப்படும்.

இரண்டு பதினைந்துக்கு விலங்கு ஆர்வலர் சங்கத்தை விட்டு வெளியே வந்தபோது, இபெக்கை எப்படி வசியப்படுத்தி கார்ஸ்ஸிலிருந்து தப்பித்துச்செல்லலாமென்று கா யோசித்துக்கொண்டிருந்தான். முஸாஃபர் பேவின் அலுவலகம் வளமை கட்சி அலுவலகத்திலிருந்து மூன்று கடைகள் தள்ளி ஃபிரண்ட்ஸ் தேநீரகத்திற்கும், கிரீன் டெய்லருக்கு மிடையில் இருப்பதைக் கவனித்தான். விளக்குகள் எரியவில்லை. அன்று காலை வழக்கறிஞரை சந்தித்ததற்குப் பிறகு எத்தனை விஷயங்கள் நடந்தேறிவிட்டன என்று வியப்பாக இருந்தது. வளமைக் கட்சியின் கிளை அலுவலகத்தில் நுழையும்போது அதே தளத்துக்குத்தான் திரும்ப வந்திருக்கிறோம் என்பதையே அவனால் நம்ப முடியாமலிருந்தது.

கா, முக்தாரைப் பார்த்து பனிரெண்டு வருடங்களாகின்றன. அவனைத் தழுவி இரண்டு கன்னங்களிலும் முத்தமிட்டான். அவனுக்கு இப்போது பெரிதாக தொந்தி சரிந்து, தலைமயிர் நரைத்து, பாதி உதிர்ந்துவிட்டிருப்பதை கா கவனித்தான். இதெல்லாம் அவன் ஏறக் குறைய எதிர்ப்பார்த்ததுதான். அவர்களுடைய பல்கலைக்கழக தினங் களிலேயே முக்தாரிடம் விசேஷமாக எதுவும் தென்படவில்லை. அந்நாட்களைப் போலவே இப்போதும் அவன் செயின் ஸ்மோக்கிங்காக புகைத்துக் கொண்டிருக்கும் சிகரெட் வாயோரத்தில் தொற்றிக் கொண்டிருந்தது.

“கல்வியியல் பயிற்சியக இயக்குநரை கொன்றுவிட்டனர்,” என்றான் கா.

“அவர் சாகவில்லை. இப்போதுதான் வானொலியில் அறிவித்தார்கள்,” என்றான் முக்தார். “உனக்கு எப்படித் தெரியும்?”

“‘நியூ லைஃப் பாஸ்ட்ரி ஷாப்’பிலிருந்து இபெக் உனக்கு போன் செய்தாளில்லையா, அப்போது அவர் எங்களுக்குப் பக்கத்தில்தான் உட்கார்ந்திருந்தார்.” அவன் என்ன பார்த்தானோ அதை அப்படியே முக்தாரிடம் சொன்னான்.

“போலீசைக் கூப்பிட்டு சொல்லிவிட்டாயா?” எனக் கேட்டான் முக்தார். “நீ அதற்கப்புறம் என்ன செய்தாய்?”

அதன் பிறகு இபெக் ஓட்டலுக்கு சென்றுவிட்டதையும் அவன் நேராக இங்கு வந்திருப்பதையும் கா சொன்னான். அவன் முகம் மாறியது.

“தேர்தலுக்கு இன்னும் ஐந்துநாட்கள் தான் இருக்கின்றன. நாங்கள்தான் ஜெயிக்கப்போகிறோம் என்பது எல்லோருக்கும் தெரிந்திருக்கிறது. எனவே இந்த அரசாங்கம் எங்கள் காலை வாரிவிட எல்லாவிதமான தந்திரங்களையும் செய்யத் தயாராக இருக்கிறது. முக்காடு அணியும் பெண்களுக்கு நாங்கள் அளிக்கும் ஆதரவு என்பது எங்கள் அரசியல் பார்வையின் முக்கிய அம்சம் என துருக்கி முழுவதும் பரவியிருக்கிறது. கல்வியியல் பயிற்சியகத்துக்குள்ளே வரக்கூடாது என அந்தப் பெண்களுக்கு உத்தரவிட்ட இழிஞனை யாரோ கொல்வதற்கு முயற்சித்திருக்கின்றனர்; குற்றம் நடந்த இடத்தில் இருந்த ஒருவன் போலீசுக்குக்கூட அதை தெரிவிக்காமல் நேராக எங்கள் கட்சி அலுவலகத்திற்கு வந்திருக்கிறான்.” முக்தார் தன்னை நிதானப்படுத்திக் கொள்வதற்காக பேச்சை நிறுத்தினான். பின் மென்மையான குரலில், “நீ இப்போதே போலீசைக் கூப்பிட்டுச் சொல்லிவிட்டால் நல்லது என்பேன். தயவுசெய்து எல்லாவற்றையும் சொல்லிவிடு.” நொறுக்குத்தீனி தட்டினை விருந்தினரிடம் நீட்டுகிற தோரணையோடு போன் ரிஸீவரை எடுத்து காவிடம் நீட்டினான். கா வாங்கியதும் முக்தார் நம்பரை டயல் செய்தான்.

“காவல்துறை துணைத்தலைவரை நான் ஏற்கனவே சந்தித்திருக்கிறேன். அவர் பெயர் காஸிம் பே.”

“அவரைப்பற்றி உன்னிடம் யார் சொன்னது?” என்று சந்தேகம் தொனிக்க முக்தார் கேட்ட விதம் காவை எரிச்சல் படுத்தியது.

“பத்திரிகை ஆசிரியர் சர்தார் பே இன்று காலை நான் சந்திப்பதற்காக அழைத்துச்சென்ற முதல் நபரே அவர்தான்,” என்றான் கா.

அவன் மேலே தொடர்வதற்குள் காவல்துறை துணைத்தலைவருடன் இணைப்பு கிடைத்தது. கா அவரிடம் ‘நியூ லைஃப் பாஸ்ட்ரி ஷாப்’பில் என்ன பார்த்தானோ அதை அப்படியே விவரித்துச் சொன்னான். முக்தார் லேசான இளிப்போடு, அவனைத் தொடர்ந்து பேசும்படி

அபத்தமாக அபிநயித்துக்கொண்டே நெருங்கி வந்து அவன் காதை காவின் காதோடு சேர்த்து ஒட்டிக்கொண்டு ஒட்டுகேட்க முயற்சித்தான். அவனுக்கு சரியாகக் கேட்க வேண்டுமென்பதற்காக ரிஸீவரை சற்று உயர்த்தி முக்தாரின் செவிக்கருகில் வைத்தான். அவர்கள் இருவர் முகங்களும் மிக நெருக்கத்தில், ஒருவரின் மூச்சு மற்றவர் முகத்தில் மோதும் அளவுக்கு இருந்தது. காவல்துறை துணைத்தலைவரோடு அவனது உரையாடலில் முக்தார் எதற்காக தானும் பங்கெடுத்துக் கொள்ள விரும்புகிறான் என்று காவுக்கு தெரியாவிட்டாலும் அதைப் பற்றி கேட்காதிருப்பதே நல்லதென்று அவன் உள்ளுணர்வு தெரிவித்தது. கொலையாளியின் முகத்தை அவன் பார்க்கவில்லையென்பதையும், அவன் ஒல்லியான உடலமைப்போடு இருந்த விபரத்தையும் எச்சரிக்கை யோடு இருமுறை திரும்பத்திரும்ப விளக்கிச் சொன்னான்.

காவல்துறை துணைத்தலைவர் சினேகிதமான குரலில், "நீங்கள் உடனே இங்கே வந்து உங்கள் வாக்குமூலத்தைக் கொடுக்க வேண்டும்," என்றார்.

"நான் இப்போது வளமைக்கட்சி தலைமையகத்தில் இருக்கிறேன். இங்கிருந்து கிளம்பி வந்துசேர அதிகம் நேரமாகாது," என்றான்.

தொலைபேசியின் மறுமுனை மௌனமாகியது.

"ஒரு நிமிடம்," என்றார் காஸிம் பே.

அவர் போனின் வாயை பொத்திக்கொண்டு சகாக்களோடு ஏதோ கிசுகிசுப்பாக பேசுவது காவுக்கும் முக்தாருக்கும் கேட்டது.

அவர் தொடர்ந்தார்: "உங்களுக்கு ஆட்சேபணை இருக்காதென்று நினைக்கிறேன். உங்களைக் கூட்டிவர ஒரு ரோந்து வாகனத்தை அனுப்பியிருக்கிறேன். பனிப்பொழிவு ஓய்வதாகத் தெரியவில்லை. கார் சில நிமிடங்களில் வந்துவிடும். கட்சி அலுவலகத்திலிருந்தே உங்களை அழைத்து வருவார்கள்."

கா போனை வைத்ததும் "நீ இங்கேதான் இருக்கிறாய் என்பதை அவர்களிடம் சொன்னதே நல்லதுதான்," என்றான் முக்தார். "அவர் களுக்கே கூட ஏற்கனவே தெரிந்திருக்கும். இங்கே எல்லா இடங்களிலும் கண்காணிப்பு போடப்பட்டிருக்கிறது. நான் இப்போது உன்னிடம் சொல்லிக் கொண்டிருந்ததைப்போல எதுவும் உன்னைப்பற்றி சந்தேகங்கள், தவறான எண்ணங்கள் அவர்களுக்கு ஏற்பட்டுவிடக்கூடாது."

காவுக்குள் ஒரு கோப அலை புறப்பட்டு எழும்பியது. நிஷாந்தஷேவில் அவனது பூர்ஷ்வா தினங்களில் நேர்ந்த முதல் அரசியல் மோதல்களை அது ஞாபகப்படுத்தியது. ஒருவர் மாற்றி ஒருவரை இன்ஃபார்மர் என்று பழி சொல்லிக் கொள்வதுதான் அப்போதைய வழக்கம். போலீஸ் ரோந்து வாகனங்கள், போலீஸ் அவனைப் பிடித்து எந்தெந்த வீடுகளைச் சோதனையிடவேண்டுமென்று அவனிடம் நெருக்கி விஷயத்தை கறப்பது..., இந்த பயத்தில்தான் கா அரசியலை முற்றிலுமாக தலை முழுகினான். இப்போது இங்கே முக்தார் இஸ்லாமிய அடிப்படைவாத கட்சியின் – பத்து வருடங்களுக்கு முந்தி அவனே இதை இழிவாகக்

கருதியிருப்பான் – வேட்பாளனாக நிற்கிறான். இங்கே கா இன்னமும் அதற்காகவும் இன்னும் பலவற்றுக்காகவும் சமாதானங்கள் கற்பித்துக் கொண்டு சுற்றிவருகிறான். பள்ளியில் பெரிய பையன்கள் அவர்கள் பிருஷ்டங்களில் நறுக்கென்று கிள்ளும்போது யாரும் தங்களை சந்தேகப் படக் கூடாதென்பதற்காக தலையைத் திருப்பிக்கொண்டு உட்கார்ந்திருந்த பள்ளி தினங்களிலேயேதான் அவர்கள் இன்னமும் இருக்கின்றனர்.

தொலைபேசி ஒலித்தது. முக்தார் ஒரு கௌரவமான தோரணையை வரித்துக்கொண்டு, அன்று மாலை நேரடி ஒளிபரப்பின்போது இடம் பெறப்போகும் அவன் குடும்பம் நடத்தும் வீட்டு உபயோகப் பொருட்கள் விற்பனை பற்றிய விளம்பரத்தின் கட்டண விகிதம் பற்றி 'கார்ஸ் பார்டர் டெலிவிஷனி'லிருந்து பேசிய யாரிடமோ பேரம் பேசத் தொடங்கினான்.

அவன் தொலைபேசியை வைத்ததும், முக்தாரும் காவும் கோபித்துக் கொண்டிருக்கிற பையன்களைப் போல ஒருவரிடம் ஒருவர் பேசாமல் மௌனமாக உட்கார்ந்திருந்தனர். அப்படியே உட்கார்ந்திருக்கும்போது, அவர்கள் பனிரெண்டு வருடங்களுக்கு முன் கடைசியாக சந்தித்ததற்குப் பின் நடந்த எல்லாவற்றையும் பேசத் தொடங்குவதைப்போல கா கற்பனை செய்யத் தொடங்கினான். முதலில் அவர்கள் தமது மனதில் உள்ளவற்றை வெளிப்படையாகப் பேசுவதைப்போல கற்பனை செய்தான்: 'இப்போது நாமிருவருமே நாடு கடத்தப்பட்டவர்களாக இருக்கிறோம். இருவருமே எதுவும் பெரிதாக சாதித்திருக்கவில்லை, எதிலும் பெரிதாக வெற்றியடைந்திருக்கவில்லை, மனநிம்மதியோ சந்தோஷமோகூட நமக்கு வாய்த்திருக்கவில்லை. வாழ்க்கை என்பது கொடுமையானது என்பதைத்தான் நம் இருவராலும் பிரகடனப்படுத்த முடியும் போலிருக்கிறது! வெறும் கவிஞனாக இருப்பது போதுமானதாக இருக்கவில்லை ... அதனால்தான் அரசியல் நம் வாழ்க்கைகளின் மீது தன்னுடைய நிழலை கவித்திருக்கிறது.' இப்படியெல்லாம் அவர்கள் சொல்லிக் கொண்டாலும் கூட அவர்கள் இருவரில் ஒருவருக்கு கூட, 'கவிதையில் நம்மால் சந்தோஷம் அடையமுடியாததால்தான் அரசியலின் நிழலில் இப்போது ஒளிந்துகொண்டிருக்கிறோம்' என்பதை தங்களுக்குள் கூட ஒப்புக்கொள்ள திராணி கிடையாது என்று அவனுக்குத் தோன்றியது. இப்போது காவுக்கு முக்தாரின்மேல் வழக்கத்தைவிட அதிகமாக வெறுப்பு ஏற்பட்டது.

ஆனால் தனக்கு கவிஞன் என்ற ஒரு சொற்பமான புகழால் கிடைத்திருக்கும் சந்தோஷத்தைப்போல முக்தாருக்கு ஒரு தேர்தல் வெற்றியின் தறுவாயில் நிற்கின்ற சந்தோஷமாவது மிச்சமிருக்கிறது, என்று கா நினைத்துக்கொண்டான். எந்தப் புகழுமே இல்லாதிருப்பதை விட ஒரு சொற்பமான புகழ் எவ்வளவோ மேல்தான். ஆனால் இந்த விஷயங்களால் அடைந்திருக்கும் சந்தோஷத்தை இருவரும் எப்போதுமே ஒப்புக்கொள்ளப் போவதில்லையென்பதால் அவர்களுக் கிடையே நின்றிருக்கிற கசப்பான உண்மை என்கிற ஒரு மாபெரும் விஷயத்துக்குள் நுழைய முடியாதிருந்தது. அவர்கள் இருவருமே தோல்விகளுக்கும் வாழ்க்கையின் இரக்கமற்ற அநியாயத்துக்கும்

பழக்கப்பட்டுப் போயிருந்ததுதான் இதில் மிகப்பெரிய அவலம். இந்தத் தோல்வி மனப்பான்மையிலிருந்து தப்பிப்பதற்காகவே அவர்கள் இருவரும் இபெக்குக்காக ஏங்கிக்கொண்டிருப்பதாக காவுக்கு சந்தேகம் தோன்றியது.

“இன்று மாலை ‘சிட்டி சினிமா’ அரங்கில் உன்னுடைய சமீபத்திய கவிதையை வாசிக்கப்போகிறாய் என்று கேள்விப்பட்டேன்.” கண்ணால் உணரமுடியாதளவுக்கு ஒரு மெல்லிய புன்னகை முக்தாரின் இதழ்களில் தோன்றியதைப்போலிருந்தது.

ஒரு காலத்தில் இபெக்கை மணந்து குடும்பம் நடத்திக் கொண்டிருந்த அந்த மனிதனின் அழகான மங்கிய செம்பழுப்பு விழிகளை சில கணங்கள் கா உக்கிரமாகத் துருவிப்பார்த்தான். அவற்றில் புன்னகையின் சிறு தடயம்கூட இல்லாதிருந்தது.

“நீ இஸ்தான்புல்லில் இருந்தபோது ஃபாஹீர் – ஐ பார்த்தாயா?” என்றான் முக்தார். இம்முறை சிரிப்பு என்று சொல்லத்தக்கதாக ஒரு நெளிவு அவன் இதழ்களில் தெரிந்தது.

இப்போது அவனோடு சேர்ந்து காவால் புன்னகைக்க முடிந்தது; கபடத்தனமாக அல்ல. அவனுக்கு ஃபாஹீர் மீது மதிப்பு உண்டு. அவர் அவர்களுடைய சமகாலத்திய கவிஞர்தான். மேற்கத்திய நவீன கவிதையை இருபது வருடங்களாக பலமாக ஆதரித்து வருபவர். பிரெஞ்சு லீஸே கல்லூரியான செயின்ட் ஜோசப்பில் படித்தவர். அவருடைய பணக்கார பாட்டி சுல்தானின் அந்தப்புரத்திலிருந்து வந்தவராகப் பேச்சு உண்டு. அவர் விட்டுச் சென்ற சொத்திலிருந்து வருடத்துக்கொருமுறை கைநிறைய அள்ளிக் கொண்டு பாரீசுக்குச் செல்வார். செயின்ட் ஜெர்மைனின் புத்தகக் கடைகளிலிருந்து கவிதைத் தொகுப்புகளை வாங்கி சூட்கேஸை நிரப்பிக்கொள்வார். இஸ்தான் புல்லுக்குத் திரும்பி வந்ததும் அவற்றை துருக்கியில் மொழிபெயர்த்து அவர் நிறுவியிருந்த இதழ்களில் வெளியிடுவார், அல்லது நொடிந்து போய் மூழ்கிக்கொண்டிருக்கும் பதிப்பகங்கள் அவற்றைத் தொகுப்புகளாக வெளியிடும். நவீனத்துவ முகாமில் உள்ள வேறுபல துருக்கிய கவிஞர் களின் கவிதைகளோடு, தனது கவிதைகளுக்கும் சமமாக இடமளித்து வந்தார். அவரது முயற்சிகளுக்காக எல்லோரும் அவரை மதித்து வந்தாலும், ஃபாஹீரின் கவிதைகள் அவர் மொழிபெயர்க்கிற கவிதை களின் பாதிப்பில் ‘அடிப்படையான துருக்கியத்தன்மை’ இல்லாமல், பொதுவாகவே எந்தவொரு உணர்வெழுச்சியையும் தூண்டாமல், பெரும்பாலும் புரிந்துகொள்ள முடியாமல் இருக்கும்.

ஃபாஹீரை இஸ்தான்புல்லில் அவனால் சந்திக்க முடியவில்லை என்று கா முக்தாரிடம் சொன்னான்.

“என் கவிதைகளை ஃபாஹீர் பாராட்டிப் பேச வேண்டுமென்று நான் ஏங்கிக்கொண்டிருந்த காலம் ஒன்று இருந்தது,” என்றான் முக்தார். “துரதிருஷ்டவசமாக அவருக்கு ‘தூய்மையான கவிதை’யில் ஆர்வமில்லை. நாட்டுப்பாடல்களிலும், ‘தாய்நாட்டின் அழகு’களிலும் ஈடுபாடுகொண்டிருந்த என்னைப்போன்ற கவிஞர்களெல்லாம்

அவருக்கு இளக்காரமாக இருந்தது. சில வருடங்கள் கழித்து, ராணுவம் ஆட்சியைப் பிடித்து நாங்களெல்லாம் சிறையில் அடைக்கப்பட்டோம். ஒரு வழியாக நான் விடுதலையான பின்பு, மற்றவர்களைப்போலவே நான் வெட்டியாக அலைந்துகொண்டிருந்தேன். நான் யாரைப்போல பாவனை செய்ய முயன்று வந்தேனோ அவர்களெல்லாம் இப்போது மாறிவிட்டிருந்தனர்; யாருடைய அங்கீகாரத்திற்காக ஒருகாலத்தில் நான் ஏங்கிக்கொண்டிருந்தேனோ, அவர்களெல்லோரும் காணாமற் போயிருந்தனர்; கவிதையிலோ வாழ்க்கையிலோ என்னுடைய கனவு களில் எதுவும் நிறைவேறியிருக்கவில்லை. இதைப்போல அநாதரவாக, கையில் பணமில்லாமல் இஸ்தான்புல்லில் கதியற்று கிடப்பதைவிட கார்ஸ்ஸில் என் அப்பாவின் கடையை பார்த்துக் கொள்ளலாமென்று இங்கே வந்துவிட்டேன். ஒருகாலத்தில் என் அப்பாவின் கடையென்றால் எனக்கு பெரிய அவமானமாக இருந்தது. இப்படி முற்றிலும் புதிதான சூழலுக்கு இடம்பெயர்ந்து வந்தபிறகும்கூட மனதில் நிம்மதியில்லாமல் இருந்தது. இங்கிருக்கும் மனிதர்களை என்னால் மனமொப்ப ஏற்றுக் கொள்ள முடியவில்லை. அவர்களைப் பார்க்கும்போது, ஃபாஹீர் என் கவிதைகளைப் பார்க்கும்போது செய்வதைப்போலவே நானும் என் தலையை இகழ்ச்சியாக திருப்பிக்கொண்டிருந்தேன். இந்த கார்ஸ் நகரமும் அதன் மக்களும் நிஜமானவர்களே கிடையாது போல, எல்லாமே மாய உருக்கள்போல எனக்குத் தோன்றிக் கொண் டிருந்தது. எல்லோருமே ஒன்று இறந்துபோய்விட, அல்லது இங்கிருந்து எங்காவது தப்பி ஓடிவிட விரும்பினர். ஆனால் எனக்குத்தான் போவதற்கு ஓரிடமும் இல்லை. நான் சரித்திரத்திலிருந்தே அழித்துவிடப்பட்டவன் போல, நாகரிக வாழ்விலிருந்து அகற்றப்பட்டிருப்பவன் போல இருந்தேன். என்னால் பாவனை செய்துகொள்ளக்கூட முடியாதபடிக்கு நாகரிக உலகமே தொலைதூரத்தில் இருப்பதைப்போல தோன்றியது. என்னால் சாதிக்க முடியாத விஷயங்களை நிறைவேற்றுவதற்காக எனக்கொரு பிள்ளையைக்கூட இறைவன் அளிப்பதாக இல்லை. எனக்கொரு மகன் பிறந்திருந்தால் அவன் நான் உருவாக நினைத் திருந்ததைப் போல ஒரு மேலைத்தன்மை கொண்ட, நவீனமான, எதற்கும் கலங்காத திடசித்தம் கொண்ட மனிதனாக வளர்ந்து என் அவலங்களிலிருந்து என்னை மீட்டெடுத்திருப்பான்."

முக்தார் தன்னையே சிலநேரம் எள்ளி நகையாடிக் கொள்வதைப் போல ஒரு மெலிதான புன்னகையோடு பேசுகிற விதம் காவுக்குப் பிடித்திருந்தது. அந்த மர்மப் புன்னகை அவனுக்குள்ளிருந்து புறப்பட்டு அவனைச் சூழ்வதைப் போலிருந்தது.

"மாலை நேரங்களில் குடிப்பேன். என் அழகான இபெக்குடன் வாக்குவாதத்தை தவிர்ப்பதற்காக வீட்டுக்கு தாமதமாக வருவேன். வானில் இருந்த பறவைகள் கூட உறைந்து போயிருந்ததைப் போன்ற கார்ஸ்ஸின் குளிர் இரவுகளில் ஒருநாள் அன்று மிகவும் தாமதமாகி விட்டிருந்தது. 'கிரீன் பாஸ்சர்ஸ் ரெஸ்டாரன்ட்'டிலிருந்து வெளியே வந்த கடைசி ஆளாக இருந்தேன். அப்போது நானும் இபெக்கும் குடியிருந்த 'ஆர்மி அவென்யூ'வை நோக்கி நடந்து கொண்டிருந்தேன்.

அது அங்கிருந்து பத்துநிமிட நடை தூரம் கூட இருக்காது. ஆனால் அந்தத் தூரம் கார்ஸ் நகரைப் பொறுத்தவரை அதிகம்தான். நான் அருந்தியிருந்த ராக்கி என் மண்டையில் நன்றாக ஏறியிருந்தது. இரண்டு அடி எடுத்து வைப்பதற்குள் வழிதவறிப்போயிருந்தேன். தெருக்களில் ஒரு ஜீவன் கூட இல்லை. அத்தகைய குளிர் இரவுகளில் எப்போதும் காணப்படுவதைப் போலவே கார்ஸ் வெறிச்சோடிப் போயிருந்தது. ஏதோ ஒரு கதவைத் தட்டினேன், பதிலே இல்லை. அது கடந்த எண்பது வருடங்களாகவோ என்னவோ யாரும் வசித்திருக்காத ஆர்மீனிய வீடுகளில் ஒன்றாகக்கூட இருந்திருக்கலாம். அல்லது கம்பளி மேல் கம்பளி போர்த்திக்கொண்டு குளிர்த்தூக்கத்தில் இருக்கும் மிருகங்கள் போல தூங்கிக்கொண்டிருந்தவர்கள் எழுந்துவந்து கதவைத் திறக்க விரும்பாமலிருந்திருக்கலாம்.

"அந்த மொத்த நகரமுமே கைவிடப்பட்டதாக, மனித சஞ்சாரமின்றி வெறிச்சோடிப் போயிருப்பதாகத் தெரிவது எனக்கு ஒரு விதத்தில் சந்தோஷமாகக் கூட இருந்தது. அருந்தியிருந்த மதுவின் காரணமாகவும், குளிரின் காரணமாகவும் என் உடம்பு பூராவும் ஒரு சுகமான மயக்கம் பரவிக்கொண்டிருந்தது. இந்த வாழ்க்கையிலிருந்து விடுதலை பெற்றுக் கொள்ள வேண்டுமென்று மௌனமாக முடிவெடுத்துக்கொண்டேன். எனவே சில தப்படிகள் சென்றபிறகு, ஒரு மரத்தடியில் சில்லிட்டுக் கிடந்த நடைபாதையில் கைகாலை நீட்டிப் படுத்து தூக்கமோ அல்லது மரணமோ என்னைக் கொண்டு செல்வதற்காகக் காத்திருந்தேன். நல்ல குடி மயக்கத்தில் இருக்கும்போது அப்படிப்பட்டதொரு கடும் குளிரில் உறைந்து செத்துப் போவதற்கு முன், மூன்று அல்லது ஐந்து நிமிடங்களுக்கு அந்தக் குளிரை உன்னால் தாங்கிக்கொள்ள முடியும். அந்த மென்மையான மயக்கம் என் நரம்புகளில் பரவும்போது, எனக்கு எதிரே, எனக்கு அதுவரை பிறந்திருக்காமல் போயிருந்த அந்தக் குழந்தையின் உருவத்தைக் கண்டேன்.

"இந்தக் குழந்தையைப் பார்க்க எவ்வளவு பேரானந்தமாக இருந்தது தெரியுமா! அது நன்றாக வளர்ந்து, கழுத்தில் டையெல்லாம் கட்டிக் கொண்டு அழகான சிறுவனாக இருந்தது. ஆனால் அந்தப் பையனின் தோரணை நமது டை கட்டிய அதிகாரிகளைப்போல இருக்கவில்லை. என்னுடைய மகன் ஓர் உண்மையான ஐரோப்பியனாக இருந்தான். அவன் எதையோ என்னிடம் சொல்ல முற்பட்டான். அதற்குள் அவனருகில் தோன்றிய ஒரு முதியவரின் கரத்தை எடுத்து முத்தமிட்டான். அந்த முதிய மனிதரிடமிருந்து ஒரு பிரகாச ஒளி எல்லா திசையிலும் வீசிக்கொண்டிருந்தது. அதே கணத்தில், நான் படுத்திருந்த இடத்தை ஓர் ஒளிப்பிரபை மேலிருந்து இறங்கி வந்து துளைத்தது. என் கண்களைக் கூச வைத்தது. எனக்குள் அந்த ஒளி நுழைந்து என்னை எழுப்பி உட்காரவைத்தது. அவமானமும் நம்பிக்கையும் ஒருசேர என்னை அங்கிருந்து தூக்கி நிறுத்தின. சுற்றிலும் பார்த்தேன். எனக்கெதிரே வெளிச்சமாக இருந்த ஒரு வீட்டிலிருந்து கதவைத் திறந்துகொண்டு மக்கள் வருவதும் போவதுமாக இருந்தனர். என் மண்டைக்குள்ளிருந்த குரல் அவர்களைப் பின்தொடர்ந்து அந்த வீட்டுக்குள் நுழையச்

சொன்னது. அவர்கள் என்னை அன்போடு சேர்த்துக்கொண்டு பளிச்சென்று கதகதப்பாக இருந்த அச்சிறிய வீட்டுக்குள் அழைத்துச் சென்றனர். உள்ளேயிருந்தவர்களைப் பார்க்கும்போது கார்ஸ் நகரம் முழுக்க தென்படுகின்ற பஞ்சப்பராரிகளைப் போலத் தெரியவில்லை. அவர்களெல்லோரும் சந்தோஷமாக இருந்தனர், ஆச்சரியப்படும்படியாக அவர்களெல்லோரும் இதே நகரத்தைச் சேர்ந்தவர்களாகத்தான் இருந்தனர். அவர்களில் சிலரைக்கூட எனக்குத்தெரியும். குர்த்திய ஷேக், மேதகு சாதெதீன் எஃபெண்டி அவர்களின் ரகசிய உறைவிடம் இதுவென்பது இப்போது எனக்குப்புரிந்தது. அவரைப்பற்றி ஏகப்பட்ட வதந்திகளை கேள்விப்பட்டிருக்கிறேன்: அரசாங்க அதிகாரிகளிடையேயும், செல்வந்தர்களிடையேயும் அவருக்கு பல சீடர்கள் உண்டாம்; அந்த சீடர்களின் எண்ணிக்கையும் நாளுக்குநாள் அதிகரித்து வருகிறதாம்; அவர்களுடைய வேண்டுகோளை ஏற்றுத்தான், மலைமேலிருந்த அவரது கிராமத்திலிருந்து இறங்கிவந்து இந்நகரத்தின் ஏழ்மையான, வேலையற்ற, அநாதரவான மக்களுக்கு கடமையாற்ற வந்திருக்கிறாராம். குடியரசுக்கெதிரான இத்தகைய கூத்துகளை காவல்துறை ஒருபோதும் அனுமதிக்காது என்பதால் இந்தக்கதைகளை நான் பொருட்படுத்திய தில்லை. ஆனால் இப்போது ஷேக் அவர்களின் படிக்கட்டுகளில், கண்ணீர் வழிய, ஒவ்வொரு படியாக மேலேறிச் சென்று கொண்டிருக் கிறேன். எனது நாத்திக வருடங்களில் பலவீனமானதென்றும், பிற்போக்கானதென்றும் நான் பழித்துரைத்து வந்திருந்த, ஆனால் பலகாலமாக உள்ளுக்குள் ரகசியமாக பயந்து வந்திருந்த ஒரு விஷயம் எனக்குள் நிகழ்ந்துகொண்டிருந்தது: நான் இஸ்லாமுக்கு திரும்பிக் கொண்டிருந்தேன். நீளநீளமாக அங்கிகள் அணிந்துகொண்டு ஒழுங்காக செப்பனிட்ட தாடிகளோடு இருக்கும் ஷேக்குகளின் சித்திரங்களை நீ பார்த்திருக்கிறாய்தானே? உண்மையைச் சொன்னால், எனக்கு அப்போது அவர்களைப் பார்த்தாலே பயமாக இருக்கும். அதனால் தான் இப்போது அந்தப்படிகளில் நானே இஷ்டப்பட்டு ஏறிக் கொண்டிருந்தபோது நான் அழத்தொடங்கிவிட்டேன்.

“ஷேக் கருணையானவராக இருந்தார். நான் எதற்காக அழுது கொண்டிருக்கிறேன் என்று வினவினார். அவரிடம் ‘நான் அழுது கொண்டிருப்பதற்கு காரணம் இதற்கு முன்னால் பிற்போக்கான ஷேக்குகள், அவர்களுடைய சீடர்களிடம் வசப்பட்டிருந்தேன்’ என்று வாஸ்தவத்தில் நானே சொல்வதற்கு இருந்தேன். ஆனால் புகைப்போக்கி யிலிருந்து வெளிவரும் புகைபோல என் வாயிலிருந்து வீசும் ராக்கி நெடியை நினைத்து பெருத்த அவமானமாக இருந்தது. அதனால் அவரிடம் நான் எனது சாவியை தொலைத்துவிட்டதாகக் கூறினேன்: உண்மையில் எனது சாவி வளையத்தை இதற்கு முன்பு உடம்பை நீட்டி தரையில் விழுந்து கிடந்திருந்தேனே, அந்த இடத்தில்தான் தவற விட்டிருந்தேன். நான் இப்படிச் சொன்னதுமே, அவரைச் சுற்றி நின்றிருந்த அவருடைய முகஸ்துதி பாடும் சீடர்கள் நான் ‘சாவி’ என்று குறிப்பிட்டதன் பல்வேறு உருவக சாத்தியப்பாடுகளைப் பற்றி விவாதிக்கத் தொடங்கினர். ஆனால் ஷேக் அவர்களை வெளியே சென்று என் தொலைந்துபோன சாவியைத் தேடுமாறு அனுப்பினார்.

இப்போது நாங்கள் இருவர் மட்டும் தனித்திருந்தோம். அவர் இனிமை யாகப் புன்னகைத்தார். என் சொப்பனங்களில் வருகின்ற கருணை இதயம் கொண்ட முதியவர் அவர்தான் என்பது எனக்குப்புரிந்தது. அதை உணர்ந்ததுமே, நான் இலகுவானேன்.

"ஒரு துறவியைப் போன்ற பாவத்துடன் இருந்த அந்த மாண்புறு மனிதரின் ஆளுமையில் நான் மலைத்து, அவர் கரத்தில் முத்தமிட்டேன். அடுத்து அவர் செய்தது என்னை அதிரவைத்தது: என் கையிலும் அவர் முத்தமிட்டார். ஒரு வித சுகமான அமைதி என்மேல் பரவியது. இதைப்போல ஓர் உணர்வு ஏற்பட்டு வருடக்கணக்காகிறது. அவரிடம் என்னால் எதைப்பற்றியும் என் வாழ்க்கையைப்பற்றி அத்தனை விஷயங்களையும் பேசமுடியுமென்று உ। னடியாகத் தோன்றியது. ஒரு நாத்திகனாக நான் உலவிக் கொண்டிருந்த போதுகூட எனக்குள்ளே ஆழத்தில் எப்போதுமே நம்பி வந்திருந்த இறைவனின் மார்க்கத்திற்குள் அவர் என்னை சேர்த்து விடுவார் என்று திடமாகப்பட்டது. மீட்சி கிடைக்குமென்ற நம்பிக்கையே எனக்குப் பேருவகையை ஏற்படுத்தியது.

"இதற்கிடையே அவர்கள் எனது சாவியை கண்டுபிடித்து விட்டனர். நான் வீட்டுக்குச் சென்றேன், தூங்கினேன். மறுநாள் காலை எழுந்ததும் நடந்த விஷயங்களை நினைத்து அவமானப்பட்டேன். எனது ஞாபகங்கள் தெளிவில்லாமல் இருந்தன. அதில் எதையும் நான் நினைவுபடுத்திப் பார்க்க விரும்பவில்லை என்பதால் என்று சொல்லமுடியாது. அந்த ஷேக்கின் விடுதிக்கு இனி எப்போதும் செல்லக்கூடாது என்று உறுதி பூண்டேன். ஆனால் என்னை அங்கே பார்த்த சீடர்களில் யாரையாவது நேருக்கு நேராகப் பார்க்க நேர்ந்தால் என்ன நடக்குமென்று கவலை யாகவும் இருந்தது.

"அதன் பிறகு ஒருநாள் இரவு 'கிரீன் பாஸ்சர்ஸ் ரெஸ்டாரன்ட்' டிலிருந்து வீட்டுக்குத் திரும்பிக் கொண்டிருந்தபோது, என் கால்கள் தன்னிச்சையாக என்னை அந்த விடுதிக்கு செலுத்தின. ராத்திரிகளில் மட்டும் எனக்கு நேர்கின்ற இந்த அவமானகரமான நெருக்கடிகள் தொடர்ந்து, ஒவ்வொரு நாளும் நிகழ்ந்து கொண்டேயிருந்தன. ஷேக் என்னை அவருக்குப்பக்கத்தில் அமர்த்தி கொள்வார்; என் துயரங்களை அவர் செவிசாய்த்து கேட்டுக்கொண்டே என் இதயத்தை இறைவனின் அன்பால் நிரப்பிக்கொண்டிருந்தார். நான் தொடர்ந்து அழுதுகொண் டிருந்தேன். அது என்னை அமைதிப்படுத்தியது. பகல் நேரங்களில், துருக்கியின் மதச்சார்பற்ற இதழ்களில் முதன்மையான *ரிபப்ளிகன்* இதழை கையில் வைத்துக்கொண்டு, அந்த விடுதி ரகசியத்தை எனக்குள்ளே மறைத்தபடி, குடியரசுக்கு விரோதிகளான இந்த புத்தெழுச்சிவாதிகள் தேசத்தை ஆக்கிரமிக்கத் தொடங்கியிருப்பதைப் பற்றி கடுமையாக எதிர்த்து பேசிக்கொண்டு திரிவேன். 'அடாதுர்க் சிந்தனை மன்றம்' ஏன் இப்போதெல்லாம் இங்கே கூட்டங்கள் ஏற்பாடு செய்வதில்லை என்று கேட்பேன்.

"இந்த இரட்டை வாழ்க்கை, ஒருநாள் இரவு இபெக் என்னிடம் எந்தப் பெண்ணிடமாவது தொடர்பு வைத்துக் கொண்டிருக்கிறீர்களா

என்று கேட்கும்வரை தொடர்ந்தது. நான் கண்ணீர் மல்க அவளிடம் எல்லாவற்றையும் சொன்னேன். அவளும் அழுதாள். “இப்போது நீங்கள் மதவாதியாகிவிட்டதால், என் தலையைச் சுற்றி அங்கியை மாட்டப் போகிறீர்களா?” என்று கேட்டாள். அப்படி எந்தவொரு கட்டுப்பாட்டையும் அவள்மீது சுமத்தமாட்டேன் என்று வாக்களித்தேன். என் மாற்றத்துக்கு காரணம் ஒருவேளை எனது பொருளாதார நெருக்கடியோ என்று அவள் நினைத்துக்கொள்ளக் கூடாதென்று, என் கடையில் வியாபாரம் நன்றாகவே நடந்து வருவதாகக் கூறினேன். ஒரு நாளில் பாதிநேரம் மின்தடையிலேயே கழிந்துகொண்டிருந்தாலும், புதிதாக வந்திருக்கும் ‘ஆர்செலிக்’ குக்கர்கள் நன்றாகவே விற்றுக் கொண்டிருந்தன. அவளை சமாதானப் படுத்துவதற்காக இவை எல்லா வற்றையும் அவளிடம் சொல்லிக் கொண்டிருந்தேன். உண்மையைச் சொன்னால், இப்போது என் வீட்டுக்குள்ளேயே தொழுகை நடத்த முடியுமென்பது எனக்கு நிம்மதியாக இருந்தது. புத்தகக்கடைக்குச் சென்று ‘தொழுகை செய்வதற்கான கையேடு’ ஒன்று வாங்கிவந்தேன். எனது புதிய வாழ்க்கை எனக்கு முன்னால் விரிந்து சென்றது.

“அதற்கு பிறகு எனக்குள் அகத்தூண்டல் நிரம்பி, ஒரு முக்கியமான கவிதை எழுதினேன். எனது நெருக்கடியை, எனது அவமானத்தை, எனக்குள் பெருகிக் கொண்டிருந்த இறைவனின் அன்பை, மன அமைதியை, ஷேக் அவர்களின் வீட்டுப் படிக்கட்டுகளில் முதல் முறையாக நான் அடியெடுத்து வைத்ததை, நான் தொலைத்த சாவி என்பதன் உண்மையான மற்றும் உருவக அர்த்தத்தைக்கூட அக்கவிதையில் வர்ணித்திருந்தேன். ஒரு கவிதை என்ற அளவில் அது பழுதில்லாமல் இருந்தது. ஃபாஹீர் துருக்கிய மொழியில் மொழிபெயர்க்கின்ற நவீன மோஸ்தரில் இருக்கும் அந்த மேலைநாட்டுக் கவிதைகளின் அளவுக்கு எனது கவிதையும் இருந்தது என்று சத்தியமாகச் சொல்வேன். உடனே அக்கவிதையை உறையிலிட்டு கூடவே அவருக்கு ஒரு கடிதத்தை யும் இணைத்து அனுப்பினேன். ஆறுமாதங்கள் காத்திருந்தேன், ஆனால் எனது கவிதை அவர் அப்போது நடத்தி வந்த ‘அகிலீஸ் இங்க்’ இதழில் வெளியாகவேயில்லை. அடுத்த ஆறுமாதங்களில் மேலும் மூன்று கவிதைகள் எழுதியிருந்தேன். இரண்டு மாதங்களுக்கொரு முறையாக அவற்றையும் அனுப்பிவைத்தேன். ஒருவருடம் பொறுமையின்றி காத்திருந்தேன், ஆனால் ஒரு கவிதையைக்கூட அவர் வெளியிடவில்லை.

“அந்த நேரத்தில் எனக்கிருந்த பெருத்த சோகம், எங்களுக்கு குழந்தை இல்லாமல் இருந்ததோ, இஸ்லாமிய கோட்பாடுகளின்பால் இபெக் தொடர்ந்து காட்டிவந்த எதிர்ப்போ, அல்லது என்னுடைய பழைய மதச்சார்பற்ற இடதுசாரி நண்பர்கள் நான் பக்திமார்க்கத்துக்கு மாறிவிட்டதை கிண்டல் செய்துகொண்டிருந்ததோ அல்ல. அவர்களில் பலரும் இப்போது அதே ஆர்வத்தோடு பக்திமார்க்கத்தில் நுழைந்து விட்டிருக்கிறார்கள். என் பக்கம் திரும்புவதற்குக்கூட அவர்களுக்கு நேரம் இல்லை. ஆனால் என்னை அப்போது வெகுவாகக் குலைத்திருந்த விஷயம், இஸ்தான்புல்லுக்கு நான் அனுப்பிய கவிதைகள் வெளியாகாமல் இருந்ததுதான். ஒவ்வொரு மாதமும் ‘அகிலீஸ் இங்க்’ வெளிவரும்

நேரத்தில் காலம் எனக்காக ஸ்தம்பித்து நிற்கும். ஒவ்வொரு முறையும், இந்த மாதம் அவர்கள் என் கவிதையில் ஒன்றை பிரசுரித்து விடுவார்களென்று எனக்கு நானே சொல்லிக்கொள்வேன். இந்த கவிதைகளில் இருந்த ஆன்மா, மேலை நாட்டுக் கவிதையின் ஆன்மாவோடு இணையாக நிற்கும் தகுதிபடைத்தவை. என் அபிப்பிராயத்தில், துருக்கியில் இதை நிறைவேற்றக்கூடிய ஒரே மனிதர் ஃபாஹீர் தான்.

“என்மீது அவர் தொடர்ந்து காட்டிவரும் அலட்சியத்தின் அநியாயம் என்னை கோபப்படுத்தத் தொடங்கி, இஸ்லாத்தின் வழியே நான் கண்டடைந்திருந்த மகிழ்ச்சியையும் விஷமாக்கியது. இது எந்தளவுக்கு சென்றுவிட்டதென்றால், மசூதியில் தொழும்போது கூட நான் அவரைப்பற்றியே நினைத்துக்கொண்டிருந்தேன். மீண்டும் நான் அமைதியிழந்தவனாகி விட்டேன். ஒருநாள் இரவு என் துயரத்தை ஷேக் அவர்களிடம் வெளிப்படுத்த முடிவெடுத்தேன். ஆனால் அவருக்கு நவீன கவிதை, Rene Char, உடைந்த வாக்கியங்கள், மல்லார்மே, ழீபெர்த், ஒரு வெற்றுவரியின் மௌனம், இதைப்பற்றியெல்லாம் ஒன்றுமே தெரியவில்லை. இது என்னுடைய ஷேக் அவர்களின் மீதிருந்த நம்பிக்கையை குலைத்தது. சொல்லப்போனால், கொஞ்ச நாட்களாகவே ‘உன் இதயத்தை பரிசுத்தமாக வைத்திரு. இறைவனின் அன்பு உன்னை விரக்தியிலிருந்து விடுவிக்கும்’ அல்லது இதைப்போன்ற எட்டு அல்லது பத்து வசனங்களைத்தவிர புதிதாக எதையுமே எனக்கு வழங்குபவராக இருக்கவில்லை. அவரைப்பற்றி அநியாயமாக எதுவும் சொல்லக்கூடாது; அவர் ஒன்றும் சாதாரணமான மனிதர் அல்ல, ஆனால் அவர் பெற்றிருந்தது ஒரு சாதாரணமான கல்வி, அவ்வளவு தான்.

“எனது நாத்திக வருடங்களின் எச்சமாக இந்தக் கட்டத்தில்தான் எனக்குள் – பாதி காரியவாதியாக, பாதி பகுத்தறிவாளராக – இருந்த ஏதோ ஒரு பிசாசு என்னை உசுப்பத் தொடங்கியது. என்னைப்போன்ற மனிதர்களுக்கெல்லாம் ஒரு குறிக்கோளுக்காக அரசியல் கட்சி ஒன்றில் சேர்ந்து, ஒரே சிந்தனை கொண்டவர்களோடு சேர்ந்து போராடும்போது தான் மன நிம்மதி கிடைக்கும். அதனால்தான் இந்தக்கட்சியில் சேர்ந்தேன். அந்த விடுதியில் இருந்த மனிதர்களோடு கழிப்பதைவிட ஆழமான, அர்த்தமிகுந்த ஓர் ஆன்மீக வாழ்வு இதில்தான் கிடைக்கும். மேலும் இது ஒரு சமயம் சார்ந்த கட்சி, ஆன்மீக மதிப்பீடுகளைக் கொண்டிருக்கும் கட்சி. எனது மார்க்ஸிய வருடங்களில் நான் பெற்றிருந்த கட்சி அனுபவம் என்னை நன்றாகத் தயார்செய்திருந்தது.”

“எந்த வகையில்?” என்று கேட்டான் கா.

விளக்குகள் அணைந்தன. ஒரு நீண்ட மௌனம்.

“மின்சாரம் போய்விட்டது,” முக்தார் ஒரு மர்மமான குரலில் சொன்னான்.

கா அவனுக்கு பதில் அளிக்கவில்லை. இருட்டில் ஆடாமல் அசையாமல் அப்படியே அமர்ந்திருந்தான்.

7

'இஸ்லாமிய அரசியலாளர்' என்பது மேற்குலகத்தினரும் மதச்சார்பற்றவர்களும் எங்களுக்கு அளித்திருக்கும் ஒரு பெயர் மட்டும் தான்

கட்சி தலைமையகத்தில், காவல்துறை தலைமையகத்தில், மீண்டும் தெருக்களில்...

அந்த இருட்டிலும் படுநிசப்தத்திலும் உட்கார்ந்திருப்பது அமானுஷ்யமாக இருந்தது. ஆனால் ஒரு வெளிச்சமான அறையில் முக்தாரோடு உட்கார்ந்து பழைய நண்பர்களைப் போல பேசிக் கொண்டிருப்பதைவிட இது மேலானது என்று காவுக்குத் தோன்றியது. இப்போது அவர்களுக்கிடையே பொதுவாக இருப்பது இபெக் மட்டும்தான். காவின் ஒருபகுதி இபெக்கைப்பற்றி முக்தாரிடம் விவாதிக்கலாமென்று மிகவும் விரும்பினாலும் மற்றொரு பகுதி அவன் உணர்ச்சிகளை வெளிக்காட்டாமல் இருக்க வைத்துக்கொண்டிருந்தது. முக்தாரை இப்போது தெரிவதை விட மேலும் அடிமுட்டாளாகக் காட்டும்படி இன்னும் பல கதைகளை அவன் சொல்லத் தொடங்கிவிடுவானோ என்றும் அவன் பயந்தான். அப்படி நிகழும் பட்சத்தில், இபெக் எதற்காக இத்தனை வருடங்கள் இந்த மனிதனோடு ஒன்றாகக் குடும்பம் நடத்தியிருக்கிறாள் என்று ஆச்சரியப்படும் கட்டாயம் காவுக்கு ஏற்படும். அவன் மீது அவ்வளவு ஈடுபாடு கொண்டு அத்தனை காலம் அவள் இருந்ததற்கான காரணத்தை கண்டுபிடிக்கவும் விருப்பமில்லை.

அதனால்தான் முக்தார் தனது சுயபுராண பிரஸ்தாபத்தில் சலிப்படைந்து, அவனுடைய இடதுசாரி நண்பர்களைப்பற்றியும், அரசியல் காரணங்களுக்காக ஜெர்மனிக்கு நாடுகடத்தப் பட்டவர்களைப்பற்றியும் பேச்சை மாற்றியபோது காவுக்கு

நிம்மதியாக இருந்தது. கா புன்னகையோடு 'மூன்றாம் உலக நாடுகளின் பிரச்சனைகள்' பற்றி பல்வேறு இதழ்களில் ஒருகாலத்தில் எழுதிவந்த மல்லாத்யாவைச் சேர்ந்த அவர்கள் நண்பன் சுருட்டை முடி டூஃபானைப் பற்றி கேள்விப்பட்டிருந்ததைப் பற்றிச் சொன்னான்: அவனுக்கு புத்தி பேதலித்துவிட்டது. கடைசியாக ஸ்டூட்கர்ட்டின் சென்ட்ரல் ஸ்டேஷனில் பார்த்ததுதான். ஒரு நீளமான கழியின் முனையில் ஈரத்துணி கட்டி சீழ்க்கை அடித்துக்கொண்டே தரையை ஓடிஓடித் துடைத்துக் கொண்டிருந்தான். பின் முக்தார், மஹ்மூத்தைப்பற்றி விசாரித்தான். இந்த மஹ்மூத் மனதில்பட்டதை வெடுக்கென்று பேசிவிடுவான். அப்படி ஒருமுறை பெரிய பிரச்சனைகூட ஏற்பட்டிருக்கிறது. அவன் இப்போது ஹேருல்லா எஃபெண்டியின் அடிப்படைவாத அணியில் சேர்ந்திருப்பதைச் சொன்னான். இடதுசாரியாக இருந்தபோது அவனிடமிருந்த அதே அனல்பறக்கும் வாதத்திறனோடு இப்போது உட்கட்சிப்பூசல்களைக் கையாண்டு கொண்டிருப்பதுதான் அவன் முழுவேலையாக இருக்கிறது என்பதையும், இப்போது அவனுடைய அதிமுக்கிய பிரச்சனை மசூதியின் அதிகாரம் யாரிடம் இருப்பது என்பதுதான் என்பதையும் கா விளக்கினான். இனிமையான குணம் கொண்ட சுலைமானைப் பற்றி பேச்செடுக்கும்போதே காவுக்குப் புன்னகை அரும்பியது. மூன்றாம் உலக நாடுகளிலிருந்து அரசியல் காரணங்களுக் காகப் புலம்பெயர்ந்து வந்திருப்பவர்களுக்கு அடைக்கலம் தந்திருக்கும் ஒரு தேவாலய அறக்கொடையின் உதவியில் அவன் வாழ்ந்து வந்திருந் தான். பின்னர், ட்ரான்ஸ்டீன் என்ற அந்த சிற்றூர் வாசத்தில் சலிப்புற்று, துருக்கிக்கு வந்தால் அடுத்தகணமே சிறையில் தள்ளப்படுவது உறுதி யென்று தெரிந்தும் திரும்பி வந்திருக்கிறான்.

பெர்லினில் காரோட்டுனராக பணிபுரிந்துவந்தபோது மர்மமான முறையில் இறந்துபோன ஹிக்மெத்; காலமாகிவிட்ட நாஜி ஆபீஸர் ஒருவரின் வயதான விதவையை மணந்துகொண்டு இப்போது அவளோடு சேர்ந்து ஒரு சிறிய உணவகத்தை நடத்திவரும் ஃபாதில்; ஹாம்பர்க்கில் துருக்கிய மாஃபியாவோடு சேர்ந்து வேலைபார்த்து பெருமளவுக்கு சொத்து சேர்த்து வைத்திருக்கும் 'கோட்பாட்டியலாளன் தாரிக்', என்று அவர்களுடைய பழைய நண்பர்களைப்பற்றி கா தொடர்ந்து சொல்லிக்கொண்டிருந்தான். ஒருகாலத்தில் முக்தார், கா, டேனர், இபெக் ஆகியோரோடு சேர்ந்து அச்சகத்திலிருந்து சுடச்சுட வெளிவரும் இதழ்களை மடித்து அடுக்கி வைத்துக்கொண்டிருந்த சாதிக், இப்போது ஆல்ப்ஸ் வழியாகத் திருட்டுத்தனமாக ஜெர்மனிக்குள் புகுந்து குடியேற விரும்புகிறவர்களைக் கடத்தி வருகிற கும்பலில் சேர்ந்திருக்கிறான். அவர்களுடைய அழுமூஞ்சி நண்பனான முஹார்ரெம் இப்போது பெர்லின் தரையடி ஸ்டேஷன் ஒன்றில் சந்தோஷமாகக் குடும்பம் நடத்திவருகிறான். அது பனிப்போரும் பெர்லின் சுவரும் இருந்துவந்த காலத்தில் கைவிடப்பட்டிருந்த ஒரு வெறிச்சோடின ரயில்நிலையம். இஸ்தான்புல்லில் ஆர்னாவுட்கூய் பாலத்தை ரயில் கடந்து செல்லும் போது அந்தப் பாலத்திலிருந்து கீழே தள்ளப்பட்டு வெள்ளத்தில் மூழ்கி இறந்துபோன ஒரு புகழ்பெற்ற கொள்ளையனுக்கு மரியாதை

செய்யும் வகையில் பயணம் செய்யும் கிழட்டுத் திருடர்கள் எழுந்து நிற்பதைப் போலவே க்ரூஸ்பெர்க் நிலையத்துக்கும் அலெக்ஸாண்டர் பிளாட்ஸ் நிலையத்துக்குமிடையே ரயில் விரையும்போது வண்டிக்குள்ளிருக்கும் ஓய்வுபெற்ற துருக்கிய சோசலிஸ்ட்டுகள் மரியாதையாக எழுந்து நிற்பர். ஒருவருக்கொருவர் பரிச்சயமில்லாவிட்டாலும், அவர்களின் ரகசிய குறிக்கோளின் ஈடிணையற்ற நாயகனுக்கு அந்த ரயில்பெட்டியில் வேறு யாராவது அஞ்சலி செலுத்துகிறார்களாவென்று அந்த அரசியல் குடியேறிகள் நின்றவாக்கிலேயே கள்ளத்தனமாக பார்வைகளை சுழற்றுவர். இத்தகைய ரயில் பெட்டி ஒன்றில்தான் ரூஹியை கா சந்தித்தான். இவன் முன்பொரு முறை அவர்களுடைய இடதுசாரி நண்பர்கள் அரசியல் செயல்பாட்டுக்கு முக்கியத் தேவையான உளவியலை பயின்றுகொள்ள மறுக்கின்றனர் என்று கடுமையாக விமர்சனம் செய்தவன். அவனோடு பேசிக் கொண்டிருக்கும் போதுதான் குறைந்த வருமானப்பிரிவில் உள்ள துருக்கிய தொழிலாளர்களிடையே சந்தைப்படுத்தப்பட்டிருக்கும் ஒரு புதியவகை ஆட்டிறைச்சி பாஸ்ட்ராமி பீட்ஸாவுக்காக உருவாக்கப்பட்ட ஒரு விளம்பரத்தின் விளைவை சோதித்துப் பார்க்கும் ஒரு சோதனை ஆளாக ரூஹி வேலை செய்கிறான் என்பதை கா அறிந்துகொண்டான்.

ஜெர்மனியில் கா சந்தித்த அரசியல் குடியேறிகளிலேயே மிகவும் மகிழ்ச்சியோடு இருந்தவன் ஃபெர்ஹாத். அவன் PKKவில் சேர்ந்து இப்போது துருக்கிய ஏர்லைன்ஸ் அலுவலகங்கள் பலவற்றை புரட்சிவெறியோடு தாக்கிக்கொண்டிருந்தான். துருக்கிய தூதரகங்களில் மோலடோவ் காக்டெய்ல் குண்டுகளை வீசி CNN தொலைக்காட்சியில் கூட காட்டப்பட்டான். இப்போது அடுத்தகட்டமாக குர்த்திய கவிஞனாக வேண்டுமென்பதற்காக குர்த்தியமொழி கற்றுக் கொண்டிருக்கிறான்.

மேலும் சிலரைப்பற்றி முக்தார் ஒரு விநோதமான அக்கறை நிரம்பிய குரலில் விசாரித்தபோது கா அவர்களை ஏறக்குறைய மறந்து விட்டிருந்தான். பெரும்பாலானவர்களுக்கு நேர்ந்த கதியைப்போலவே அவர்களும் ஏதோ ஒரு சிறிய கும்பலுடன் சேர்ந்து ரகசிய இயக்கம் எதிலாவது ஈடுபட்டிருக்கலாம்; கருப்புச்சந்தை விவகாரங்களில் கால் வைத்திருக்கலாம்; எங்கே போனார்களென்று தெரியாமல் காணாமற் போயிருக்கலாம்; அல்லது தலைமறைவாகிப் போயிருக்கலாம். சிலர் சத்தமில்லாமல் வன்முறை வழிகளுக்கு ஆட்பட்டு, சமூகத்தின் கடைக்கோடி பொறுக்கிகளாகவும் ஆகிவிட்டிருக்கக்கூடும்.

காவின் பால்ய சிநேகிதன் இப்போது ஒரு தீக்குச்சியைப் பற்ற வைக்க, அந்த கட்சி அலுவலகத்தின் அறைகலன்களின் பிசாசு வடிவங்கள் பார்வைக்குத் துலங்கத்தொடங்கின. பழைய காவி மேஜையும் ஒரு காஸ் ஸ்டவ்வும் கூட தெரிந்தன. கா எழுந்து சன்னலுக்குச் சென்றான். வெளியே பொழிந்துகொண்டிருக்கும் பனியைத் தீர்க்கமாக ஊடுருவினான்.

எவ்வளவு பெரிய பனிச்சருகுகள்! ஆடி அசைந்து மெதுவாக, முழுமையான பரிசுத்த வெண்மையில் அவை வீழ்வதைப் பார்க்கையில்

அந்த நளினம் காவை ஆற்றுப்படுத்துவதாக இருந்தது. எங்கிருந்தெனத் தெரியாமல் வந்த ஒரு நீலநிற ஒளியில் அவை மேலும் அதிகமாக ஜொலித்தன. அவன் சிறுவயதில் பனிபொழிந்த மாலைநேரங்களுக்கு அவன் நினைவுகள் பின்னகர்ந்தன. புயல், மழையென்றால் மின்தடை ஏற்பட்டுவிடும். "ஏழை ஜனங்களை இறைவன் காப்பாற்றவேண்டும்!" வீட்டுக்குள் அச்சம் கலந்த கிசுகிசுப்புகள் ஒலிக்கும். அவன் குழந்தை இதயம் பயத்தில் வேகமாகத் துடிக்கும். தனக்கு ஆதரவாக ஒரு குடும்பம் இருப்பது, வீட்டுக்குள் அவன் பத்திரமாக இருப்பது நிம்மதியைக் கொடுக்கும். இப்போது வெளியே பனியில் ஒரு குதிரை வண்டி திணறித்திணறிச் செல்வதைப் பார்க்க கஷ்டமாக இருந்தது. முக்கி முனகி, அப்படியும் இப்படியுமாக ஆடிஅசைந்து அக்குதிரைகள் தலையை முறுக்கிக்கொள்வது மட்டும்தான் அந்த இருட்டில் தெரிந்தது.

"முக்தார், நீ இப்போதுகூட உன் ஷேக்கை போய் பார்க்கிறாயா?"

"மேதகு சாதித்தின் எஃபெண்டி அவர்களையா கேட்கிறாய்?" என்றான் முக்தார். "ஆம், அவ்வப்போது போய் பார்த்துக் கொண்டு தான் இருக்கிறேன். ஏன் கேட்கிறாய்?"

"இந்த மனிதரிடமிருந்து உனக்கு என்ன கிடைக்கிறது?"

"கொஞ்சம் தோழமை. நெடுநேரத்துக்கு நீடிக்காவிட்டாலும் கிடைக்கிற கொஞ்சம் கரிசனம். அவர் எல்லாம் அறிந்தவர்."

முக்தாரின் குரலில் களங்கமின்மைக்குப் பதிலாக மயக்கத்திலிருந்து தெளிந்த தெருட்சிதான் இருந்தது. உரையாடலைத் தொடர்ந்தாக வேண்டுமென்ற தீர்மானத்தோடு கா, "ஜெர்மனியில் நான் வாழ்வது ஒரு மிகத் தனிமையான வாழ்க்கை," என்று ஆரம்பித்தான். "நட்ட நடு ராத்திரியில் எழுந்து என் அறையின் ஜன்னலுக்கு வெளியே ஃபிராங்க்ஃபர்ட் நகர வீடுகளின் மேற்கூரைகளைப் பார்க்கும்போது, இந்த உலகமும் எனது வாழ்க்கையும் பயனில்லாமல் இருப்பவையல்ல என்று எனக்குத் தோன்றும். எனக்குள் எல்லாவிதமான ஒலிகளும் கேட்கும்."

"எந்த மாதிரியான ஒலிகள்?"

"வயதாவதைப்பற்றியும் இறந்துபோவதைப்பற்றியும் எழுந்த பயத்தால் உண்டானவையாக இருக்கலாம்," என்றான் சங்கடத்துடன். "நான் ஓர் எழுத்தாளனாக இருந்து, கா ஒரு புத்தகத்தில் வரும் பாத்திரமாக இருந்தால் 'பனி காவுக்கு கடவுளை நினைவுபடுத்துகிறது' என்று எழுதுவேன். ஆனால் இது அவ்வளவு துல்லியமான வர்ணிப்பாக இருக்குமாவென்று தெரியவில்லை. என்னை இறைவனுக்கு அருகில் கொண்டு செல்வது எதுவென்றால் பனிப்பொழிவின் மௌனம்தான்."

ஒரு பொய்யான நம்பிக்கையால் உந்தப்பட்டவன் போல முக்தார் படபடவென்று பேசத்தொடங்கினான்: "இந்த மதவாத வலதுசாரிகள், இந்த நாட்டின் முஸ்லிம் பழைமைவாதிகள் . . . இவர்களெல்லாம், நான் ஓர் இடதுசாரி நாத்திகனாக பல வருடங்களைக் கழித்த பிறகு,

ஒரு பெரிய இடர்தணிப்பாளர்களாகத் தெரிகின்றனர். நீ அவர்களைச் சென்று சந்திக்க வேண்டும். உனக்கும் அவர்களை நிச்சயம் பிடிக்கு மென்று சொல்வேன்."

"உண்மையாகவா சொல்கிறாய்?"

"இந்த சமயப்பற்றாளர்கள் எல்லோருமே பணிவானவர்களாக, மென்மையானவர்களாக, இணக்கமானவர்களாக இருப்பவர்கள்தான். மேலைநாட்டு மோகத்தில் இருக்கும் துருக்கியர்களைப்போல சாதாரண மக்களை எடுத்த எடுப்பில் இகழ்ச்சி செய்பவர்களல்லர். அவர்கள் இரக்கம் வாய்ந்தவர்களாக, தாங்களே வருத்தம் சுமந்து நம்மைத் தணிவிப்பவர்களாக இருப்பவர்கள். உன்னைப்பற்றி அவர்கள் அறிய நேர்ந்தால் உன்னையும் அவர்கள் நேசிப்பர். கடினமான வார்த்தைகள் எதுவுமே அவர்களிடமிருந்து வெளிப்படாது."

உலகத்தின் இந்த பாகத்தில் இருப்பவர்களுக்கு கடவுள் நம்பிக்கை என்பது உன்னத எண்ணங்களை சிந்திப்பதிலோ, அல்லது ஒருவனின் படைப்பாக்க சக்தியை அதன் எல்லைவரை நீட்டிக்க வைப்பதிலோ அடையக்கூடியதாக இல்லை என்பதையும், அதை தனியொருவனாக பின்பற்றக்கூடிய வழிமுறையாக வைத்திருக்கவில்லை என்பதையும் கா ஏற்கனவே அறிந்திருந்தான். எல்லாவற்றுக்கும் மேலாக கடவுள் நம்பிக்கை என்பது இங்கே ஒரு மசூதியில் தன்னை இணைத்துக் கொள்வதும், அதைச் சேர்ந்த சமூகத்தின் ஒரு பகுதியாக ஆக்கிக் கொள்வதும்தான். இருந்தபோதிலும் இறைவன் என்ற பதத்தை ஒரு முறைகூட உச்சரிக்காமல், அவனுக்கிருக்கும் தனிப்பட்ட நம்பிக்கையைப் பற்றி எதையும் குறிப்பிடாமல், அவன் சார்ந்திருக்கும் குழுவைப்பற்றி மட்டும் இவ்வளவு நீளமாக முக்தார் பேசுவது காவுக்கு ஏமாற்றமளிப் பதாகவே இருந்தது. சன்னல் மீது தன் நெற்றியை வைத்து அழுத்திக் கொண்டான். அதே சமயம் அவனுக்குள்ளிருந்த ஏதோவொன்று முற்றிலும் வேறுபட்ட ஒரு விஷயத்தை அவன் வாயிலிருந்து வெளிப்படுத்த வைத்தது.

"முக்தார், இப்போது நான் கடவுளை நம்பத் தொடங்கிவிட்டே னென்றால் உனக்கு ஏமாற்றமாக இருக்கும்; என்னை இகழ்ச்சியாகக் கூட நினைப்பாயென்று நினைக்கிறேன்."

"ஏன்?"

"தனியாக, ஒதுங்கிநிற்கும் ஒரு மேலைத்தனமான மனிதனுக்கு கடவுள் நம்பிக்கை ஓர் அந்தரங்கமான விஷயம் என்பதே உன்னைப் பெரிதும் அச்சுறுத்துவதாக இருக்கும். கடவுளை நம்புகிற ஓர் ஒதுக்க மான மனிதனைவிட ஒரு சமூகத்தைச் சேர்ந்திருக்கும் நாத்திகன் ஒருவனை நம்புவது உனக்கு எளிதானது. உன்னைப் பொறுத்தவரை ஒதுக்கமான மனிதன் என்பவன் ஒரு நாத்திகனைவிட கேவலமானவன்; பாவகரமானவன்."

"நான் ஒரு தனிக்கட்டை," என்றான் முக்தார்.

இவ்வளவு நேர்மையாகவும் உறுதியாகவும் இவ்வார்த்தைகளை அவனால் பேசமுடிவது காவுக்கு வெறுப்பையும் பரிதாபத்தையும் ஒருசேர உண்டாக்கியது. இருட்டு, அவனுக்கு குடிபோதை ஏற்படுத்துவது போல ஒருவித தன்னம்பிக்கையை அளித்திருக்கிறது போல. "ஒரு பேச்சுக்கு சொல்கிறேன், நான் ஒரு நாளைக்கு ஐந்துமுறை தொழுகிற ஓர் ஆத்திகனாக மாறிவிடுகிறேன் என்று வைத்துக்கொள் – அப்படி நிச்சயமாக நான் ஆகமாட்டேனென்றாலும் – அது எதற்காக உனக்கு கலக்கத்தை ஏற்படுத்த வேண்டும்? ஒருவேளை, என்னைப் போன்ற கடவுளை நம்பாத மதச்சார்பற்றவர்கள் வியாபாரத்தையும் அரசு அலுவல்களையும் கவனித்துக்கொண்டால்தான் நீயும் உனது சமூகத் தினரும் மதஒழுங்கைத் தழுவமுடியும் என்பதால் இருக்கலாம். மேற்குலகையும் இதர உலகியல் விவகாரங்களையும் திறம்பட மேலாண்மை செய்துவரும் நாத்திகர்களிடம் எல்லாப் பொறுப்புகளையும் ஒப்படைத்துவிட்டு கவலையின்றி அவர்களைச் சார்ந்திருப்பதால் தான் இந்த தேசத்தில் ஒருவனால் திருப்தியாக தொழுகை நடத்திக் கொண்டிருக்க முடிகிறது."

"ஆனால் நீயொன்றும் அப்படிப்பட்ட கடவுள் நம்பிக்கையில்லாத வியாபாரி இல்லையே. நீ எப்போது விரும்புகிறாயோ அப்போது உன்னை மேதகு ஐயா அவர்களிடம் அழைத்துச் செல்கிறேன்."

"நம்முடைய காவல்துறை நண்பர்கள் வந்துவிட்டார்கள் என்று நினைக்கிறேன்" என்றான் கா.

பனி உறைந்த சன்னலின் வழியே கீழே கட்டிட வாசலில் இரண்டு சீருடை அணியாத காவலர்கள் ரோந்து வாகனத்திலிருந்து இறங்குவதற்கு திணறிக்கொண்டிருப்பது தெரிந்தது.

"இப்போது உன்னிடம் நான் ஓர் உதவி கேட்கப் போகிறேன்," என்றான் முக்தார், "இன்னும் கொஞ்சநேரத்தில் இவர்கள் மேலே வந்து நம்மை காவல் நிலையத்துக்கு அழைத்துச் செல்லப் போகிறார்கள். அவர்கள் உன்னை கைது செய்யமாட்டார்கள். உன்னிடமிருந்து வாக்குமூலம் வாங்கிக்கொண்டு உன்னைப்போக விட்டுவிடுவார்கள். நீ உன் ஓட்டலுக்குத் திரும்பிச் செல்லலாம். மாலை, துர்குத் பே உன்னை இரவு விருந்துக்கு அழைப்பார், நீயும் செல்வாய். அவருடைய அருமை மகள்களும் அங்கே இருப்பார்கள். அப்போது நீ இபெக்கிடம் நான் சொல்வதை அப்படியே சொல்லவேண்டும் என்று விரும்புகிறேன். நான் பேசுவதை கவனித்துக்கொண்டுதான் இருக்கிறாயா? சரி, இபெக்கிடம் நான் அவளை மீண்டும் மணம் செய்துகொள்ள விரும்பு கிறேன் என்று நீ சொல்லவேண்டும். ஷரியா விதிகளின்படி அவள் தன் தலையை மூடி மறைத்துக்கொள்ள வேண்டுமென்று கேட்டது தவறுதான். நான் ஒரு பொறாமை பிடித்த பட்டிக்காட்டு கணவன் போல நடந்துகொண்டுவிட்டேன் என்று சொல். எங்கள் குடும்ப வாழ்க்கையில் அவளுக்குப் பலவிதமான நெருக்கடிகளை கொடுத்திருக் கிறேன் என்பதை நினைத்துப் பார்க்கும்போது வெட்கப்படுகிறேன், அதற்காக அவள் மன்னிக்கவேண்டும் என்பதையும் சொல்."

“இவற்றையெல்லாம் இபெக்கிடம் இதற்கு முன்பே சொல்லியிருக்கிறாய் தானே?”

“சொல்லியிருக்கிறேன். ஆனால் ஒரு பலனும் இல்லை. வளமைக் கட்சியின் மாவட்டத் தலைவராகவும் நான் இருப்பதால் அவள் என்னை நம்பியிருக்கமாட்டாள். ஆனால் நீ என்னைப் போன்றவர்களிடமிருந்து வேறுபட்டவன். இஸ்தான்புல்லிலிருந்து, சொல்லப்போனால் ஜெர்மனியிலிருந்து வந்திருக்கிறாய். நீ சொன்னால் அவள் நம்புவாள்.”

“நீ வளமை கட்சியின் மாவட்டத் தலைவராக இருக்கும்போது உன் மனைவி முக்காடு அணியாமல் இருந்தால் அது உனக்குப் பிரச்சனைகளை ஏற்படுத்தாதா?”

“இன்ஷா அல்லாஹ் இன்னும் நான்கு நாட்களில் தேர்தலில் வெற்றிபெற்று மேயராகப் போகிறேன். ஆனால் அதைவிடவும் எனக்கு முக்கியமானது, அவள் இல்லாமல் நான் எவ்வளவு வருந்துகிறேன் என்பதை நீ இபெக்கிடம் சொல்வது. நீ அவளிடம் சொல்லும்போது நான் அநேகமாக சிறைக்கம்பிகளுக்குப் பின்னால் இருப்பேனென்று நினைக்கிறேன். எனக்காக இந்த உதவியைச் செய்வாயா என் சகோதரனே?”

கா ஒரு கணம் நிச்சயமின்மையில் ஊசலாடினான். பின், “செய்கிறேன்” என்றான்.

முக்தார் அவனைத் தழுவிக்கொண்டு இரண்டு கன்னங்களிலும் முத்தமிட்டான். காவுக்கு அவன்மேல் பரிதாபமும் எதிருறுத்தலும் கலந்த ஓர் உணர்வு ஏற்பட்டது. முக்தாரைப்போல உண்மையாக, வெளிப்டையாக இருக்க முடியாமைக்கு தன்மீதே அவனுக்கு இகழ்ச்சியாக இருந்தது.

“இந்தக் கவிதையை நீ இஸ்தான்புல்லுக்கு எடுத்துச்சென்று ஃபாஹீரை நேரில்பார்த்து கொடுத்து விட்டால் உதவியாக இருக்கும்,” என்றான் முக்தார். “கொஞ்ச நேரத்துக்கு முன் குறிப்பிட்ட கவிதை இதுதான். ‘மாடிப்படிகள்’ என்பது தலைப்பு.”

அந்தக் கவிதையை கா பாக்கெட்டில் வைத்துக் கொண்டிருந்த போது அந்த இருட்டான அறைக்குள் மூன்று சீருடை அணியாத காவலர்கள் நுழைந்தனர். இருவர் பெரிசாக டார்ச் விளக்குகளை வைத்திருந்தனர். அவர்கள் திறமையாக செயல்பட்டனர். MİT யிலிருந்து வந்தவர்களாக இருக்க வேண்டும். அவர்கள் நடந்துகொண்ட விதத்திலேயே கா அங்கே முக்தாருடன் என்ன செய்துகொண்டிருக்கிறான் என்பதை சரியாகத் தெரிந்துவைத்திருந்தது போலிருந்தது. ஆனாலும் காவிடம் அவனது அடையாள அட்டையை வாங்கி சோதித்துவிட்டு, அவன் எதற்காக வந்திருக்கிறான் என்று கேட்டனர். கா மீண்டும் ஒருமுறை அதே பதிலை – *ரிபப்ளிகன்* இதழுக்காக உள்ளாட்சி தேர்தல்களைப்பற்றியும், தற்கொலை பெண்களைப்பற்றியும் செய்தி சேகரிக்க வந்திருப்பதாக – சொல்ல வேண்டியிருந்தது.

“உங்களைப் போன்றவர்கள் இஸ்தான்புல் பேப்பர்களில் அவர்களைப் பற்றி எழுதிக்கொண்டிருப்பதால்தான் இந்தப் பெண்கள் தற்கொலை செய்துகொண்டிருக்கிறார்கள்,” என்று சீறினார் ஒரு காவலர்.

கா உறுதியான குரலில், “அப்படியில்லை,” என்றான்.

“அப்படியானால் வேறு என்னவாம்?”

“அவர்கள் விரக்தியில் இருப்பதால்தான் தற்கொலை செய்து கொள்கிறார்கள்.”

“எங்களுக்குக்கூடத்தான் விரக்தி இருக்கிறது. நாங்கள் தற்கொலை செய்துகொள்கிறோமா?”

இந்த விவாதம் நடந்துகொண்டிருக்கும்போதே மற்றவர்கள் அந்தக் கட்சி அலுவலகத்தை துப்புரவாக அலசி சோதனையிட்டுக் கொண்டிருந்தனர். டார்ச் விளக்குகள் பளீரென ஒளிர, இழுப்பறை களை இழுத்தனர், அலமாரிகளைத் திறந்தனர், அவற்றிலிருந்தவற்றை மேஜை மேல் கொட்டினர், கோப்புகளைப் புரட்டிப் பார்த்தனர். முக்தாரின் மேஜையை தலைகீழாகக் கவிழ்த்து ஏதாவது ஆயுதம் ஒளித்து வைக்கப்பட்டிருக்கிறதாவென்று தேடினர். ஒரு கனமான அடுக்கு அலமாரியை சிரமப்பட்டு நகர்த்தி அதற்குப் பின்னால் சோதித்தனர். ஆனால் அவர்கள் முக்தாரை நடத்துவதை விட காவை நன்றாக நடத்தினார்கள் என்று சொல்ல வேண்டும்.

“கல்வியியல் பயிற்சியக இயக்குநர் சுடப்பட்டதைப் பார்த்த வுடனேயே நேராக காவல் நிலையத்துக்குச் செல்லாமல் இங்கே எதற்கு வந்தீர்கள்?”

“எனக்கு இங்கே ஓர் அப்பாய்ன்ட்மென்ட் இருந்தது.”

“ஏன்?”

முக்தார் மன்னிப்பு கேட்பதுபோல குறுக்கிட்டான்: “பல்கலைக் கழகத்திலிருந்தே நாங்கள் நண்பர்கள். இவன் இப்போது தங்கியிருக்கும் ஸ்னோ பேலஸ் ஹோட்டலின் உரிமையாளரின் மகள் என் முன்னாள் மனைவி. இந்தச் சம்பவம் நடப்பதற்கு சற்று முன்பாக என்னை சந்திப்பதற்காக போன் செய்தனர். எங்கள் கட்சி அலுவலகத்தில் உள்ள தொலைபேசிகள் ஒட்டு கேட்கப்படுகின்றன. அதனால் நீங்கள் இந்தத் தகவலை சரி பார்த்துக்கொள்ளலாம்.”

“எங்களுடைய உளவு நடவடிக்கைகள் பற்றி வேறு என்னவெல்லாம் உனக்குத் தெரியும்?”

முக்தார் சற்றும் எரிச்சலடையாமல், “மன்னிக்க வேண்டும், எனக்கு நிச்சயமாகத் தெரியாது. ஊகத்தில் சொன்னேன், தவறாகக் கூட இருக்கலாம்”, என்றான்.

உருட்டி மிரட்டுகிற காவலர்களிடம் வம்புக்கு நிற்காமல் சமாதான மாகப் போகிறான்; அவர்களுடைய முரட்டுத் தள்ளல்களையும்

இடித்தல்களையும் பற்றற்று ஏற்றுக்கொள்கிறான்; அடிக்கடி ஏற்படுகிற மின்தடைகளையும் அசிங்கமான சேறும் சகதியுமான சாலைகளையும் கார்ஸ்ஸில் உள்ள மற்றெல்லோரையும் போல அலட்டிக்கொள்ளாமல் சகித்துக்கொள்கிறான் . . . முக்தாரின் மீது காவுக்கு மெலிதான மதிப்புணர்வு உண்டானது.

அந்தக் கட்சி அலுவலகத்தின் ஒவ்வொரு மூலையையும் அலசிவிட்டு, எல்லா இழுப்பறைகளையும் தலைகீழாகக் கவிழ்த்து எல்லா கோப்பு களையும் தரையில் கொட்டிவிட்டு, அந்தக் காவலர்கள் ஒரு கத்தை பேப்பர்களை ஒரு கயிற்றில் கட்டி, அதை அதிகாரபூர்வ ஆவணங் களாக ஒரு மூட்டையில் போட்டுக்கொண்டனர். பின்னர் காவையும் முக்தாரையும் அவர்களின் ரோந்து வாகனத்துக்கு செலுத்திச் சென்றனர்.

அந்தக் காரின் பின்னிருக்கையில், இரண்டு துஷ்டப் பையன் களுக்கு இடையில் அம்மா ஒருத்தி உட்கார்ந்திருப்பதைப் போல ஒரு காவல் அதிகாரிக்கு இரண்டு பக்கங்களிலும் அவர்கள் அமர்த்தி வைக்கப்பட்டனர். முக்தாரின் அகலமான வெண்ணிறக் கைகள் துவண்டு மடியின் மேல் கிடப்பதை கா கவனித்தான். அந்தக் கைகள் இரண்டு வயதான கொழுத்த நாய்களைப் போல அவனுக்குத் தோன்றின. அந்த ரோந்து கார் இருட்டான, பனி மூடிய தெருக்களில் மெதுவாக ஊர்ந்து செல்ல, புராதன ஆர்மீனிய விடுதிகளின் பாதி மூடிய சன்னல் திரைகளின் வழியே கசிகிற சோகையான ஆரஞ்சு விளக்குகளையும், உறைந்திருக்கும் நடைபாதைகளில் பிளாஸ்டிக் பைகளை இறுகப் பற்றிக்கொண்டு தட்டுத் தடுமாறிச் செல்லும் ஓய்வூதியர்களையும், பிசாசுகளைப் போல இருட்டில் மூழ்கியிருக்கும், பழைய காலியான தனியான வீடுகளையும் அவர்களிருவரும் உள்ளூர நடுங்கியபடி வெறித்துக்கொண்டு வந்தனர். 'நேஷனல் தியேட்ட'ரின் முகப்பில் அன்றைய தினத்தின் சாயங்கால நிகழ்ச்சிக்கு ஒரு பெரிய சுவரொட்டி காணப்பட்டது. தொழிலாளர்கள் நேரடி ஒளிபரப்புக்காக இன்னமும் ஒயர்களை தெருக்களில் பொருத்திக் கொண்டிருந்தனர். கார்ஸ்ஸிலிருந்து செல்லும் சாலைகள் அடைக்கப்பட்டுவிட்டதால் பேருந்து நிலையத்தில் குழுமியிருந்த ஜனக்கூட்டம் எப்போதையும்விட அதிகமாக பொறுமையிழந்து காணப்பட்டது.

இப்போது விழுந்துகொண்டிருந்த பனிச்சருகுகள், கா அவனது சிறு வயதில் பனிச்சூறாவளி நேரங்களில் வைத்து விளையாடிய அளவுக்கு பெரிதாக இருந்தன. பனித்தூவல்களுக்கிடையே அந்த போலீஸ் வண்டி திணறித் திணறிச் செல்கையில் காவுக்கு தான் ஒரு பிளாஸ்டிக் கூடாரத்துக்குள் இருப்பதைப்போல ஒரு கற்பனை வந்தது. அந்த வண்டியின் ஓட்டுநர் மிக ஜாக்கிரதையாக ஓட்டுவதால் மிகச் சுருக்கமாக முடிந்திருக்க வேண்டிய அந்த சவாரி ஏழு, எட்டு நிமிடங்களுக்கு நீடித்தது. பயண நேரத்தில் அவன் முக்தாருடன் ஒரே ஒரு முறைதான் பார்வையை பரிமாறிக்கொண்டான். முக்தாரிடம் தெரிந்த கைவிடப்பட்ட பாவனையில், அவர்கள் காவல் தலைமையகத்தை அடைந்தவுடனேயே அவனுக்கு அடி உதை கிடைக்கப் போகிறது

என்பதும், காவை அவர்கள் ஒன்றும் செய்யப் போவதில்லை என்பதும் தெரிந்தது.

முக்தார் அவனைப் பார்த்த பார்வையில் வேறு ஏதோ இருந்ததை கவனித்தான். தனக்கு அடி கிடைப்பது நியாயம்தான் என்று சொல்கிற அந்த முக்தாரின் பார்வை காவின் மனதில் பல வருடங்கள் தங்கியிருக்கப் போகிறது. அவன் நினைப்பது இப்படித்தான் இருந்திருக்க வேண்டும்: 'இந்த அவலமான நகரத்தில் குடியேற வேண்டுமென்ற என் பிடிவாதத்திற்காக இல்லாவிட்டாலும், அதிகாரத்தை கைப்பற்றும் இச்சைக்கு மீண்டும் ஒருமுறை ஆட்பட்டுவிட்டதற்காகவேனும் எனக்கு இந்த அடிகள் விழுவது நியாயம்தான். என் மனவுறுதியை அவர்கள் குலைப்பதற்கு நான் அனுமதிக்க மாட்டேனென்றாலும் இவை எல்லாவற்றையும் அறிந்து வைத்திருப்பதற்காக என்னை நானே வெறுக்கிறேன். அதனால் உன்னைவிட என்னை கீழானவனாகத்தான் உணர்கிறேன். அதனால், என்னை நீ நேராக கண்ணுக்குள் உற்றுப் பார்க்கும்போது, தயவுசெய்து, என்னுடைய இழிவுகளை என் மேல் திரும்ப எறிந்துவிடாதே.'

காவல் நிலையத்தின் உள் முற்றத்தில் அந்த ரோந்து வண்டியை நிறுத்திவிட்டு அவர்களைப் பிரிக்காமல் ஒன்றாகவே அழைத்துச் சென்றாலும் இருவரையும் அவர்கள் நடத்தும் முறையில் குறிப்பிடத் தக்க வேறுபாடு இருந்தது. இஸ்தான்புல்லிலிருந்து வந்திருக்கும் ஒரு பத்திரிகையாளன் கா; அவன் எதையாவது எக்குத்தப்பாக எழுதி விட்டால் அதன்பின் எல்லோருக்கும் சங்கடமாகிவிடும் என்ற ஜாக்கிரதையுணர்வோடு, அவர்கள் நடத்தும் விசாரணைக்கு உதவி செய்ய வந்திருக்கும் ஒரு சாட்சி என்ற அளவில் அவனை இணக்கமாக நடத்தினர். அதையும் மீறி அவனிடம் அவர்கள் அவமரியாதை காட்டியிருந்தால் அது அவனைப்போன்ற ஒருவனுக்கு முக்தாரைப் போன்ற ஒருவனோடு என்ன வேலை என்று அவர்கள் எரிச்சலுற்றிருந்ததால் இருக்கும் என அனுமானித்தான். ஆனால் முக்தாரை நடத்தும் விதத்தில் அந்த காவலர்களிடம் 'மறுபடியும் வந்துவிட்டாயா?' என்ற எரிச்சல்தான் தெரிந்தது. முக்தார் சமாதானமாகச் சொன்ன பதில்கள் அந்த துப்பறியும் காவலர்களிடம் அவனை ஒருவிதத்தில் முட்டாள்தனமாக காட்டியிருக்குமென்றும் ("தேர்தலில் ஜெயித்து இந்த நாட்டை கைப்பற்றிக்கொள்ள உங்கள் கட்சியினரை அவர்கள் விட்டுவிடுவார்கள் என்று நினைக்கிறாயா?") மற்றொரு விதத்தில் அவனை குழப்பவாதியாகவும் ("உன் சொந்த வாழ்க்கையை முதலில் ஒழுங்குபடுத்திக்கொள்!") காட்டியிருக்கும் என்று கா வெகுளித்தனமாக நினைத்துக்கொண்டான். ஆனால் இது நடந்து மிகவும் பிற்பாடுதான் காவலர்கள் விசாரணையில் இதைவிட தீவிரமான வேறொன்று தொக்கியிருந்தது காவுக்குத் தெரிந்தது.

கல்வியியல் பயிற்சியக இயக்குநரை சுட்ட அந்தக் குள்ளமான மனிதனை அடையாளம் காட்டுவான் என்ற நம்பிக்கையில் காவலர்கள் காவை பக்கவாட்டு அறைக்கு அழைத்துச் சென்று சுமார் நூறு கருப்பு வெள்ளை புகைப்படங்களை அவனுக்குக் காட்டினர். அதில்

கார்ஸ்ஸிலும் அதைச்சுற்றி இருந்த பகுதிகளிலுமிருந்த, போலீசால் கைது செய்யப்பட்டிருந்த எல்லா இஸ்லாமிய அரசியலாளர்களின் புகைப்படங்களும் இருந்தன. அவற்றில் பெரும்பாலானோர் கிராமங் களைச் சேர்ந்த குர்த்திய இளைஞர்கள், வேலையற்றவர்கள், தெரு வியாபாரிகள், மதப் பள்ளிக்கூடங்களுக்கும் பல்கலைகழகங்களுக்கும் செல்கிற மாணவர்கள், ஆசிரியர்கள், சன்னி துருக்கியர்கள். போலீஸ் காமிராவை நோக்கி பரிதாபமாக விழிக்கும் அந்த கஷ்ட ஜீவன்களில் அன்று காலை நடந்து சென்றபோது பார்த்த இரண்டு இளைஞர்களை அவனால் அடையாளம் காண முடிந்தது. ஆனால் அவர்களில் எவர் ஒருவரும் அந்தக் குள்ளனை – அந்தக் கொலைகாரனை பின் பக்கத்திலிருந்து பார்த்த வரையில் – ஒத்திருக்கவில்லை.

கா விசாரணை அறைக்கு திரும்பினான். முக்தார் ஒரு ஸ்டூலில் வயிற்றை மடக்கி உட்கார்ந்திருந்தான். அவன் மூக்கில் ரத்தம் வழிந்து கொண்டிருந்தது. ஒரு கண் ரத்தச் சிவப்பில் இருந்தது. முக்தார் இவனைப் பார்த்துவிட்டு சங்கடத்தோடு நெளிந்தான். முகத்தை கைக்குட்டையால் மூடிக்கொண்டான். இந்த அடி உதைகளால் முக்தாருக்கு பாப விமோசனம் கிடைத்திருக்கும் என்று கா நினைத்தான். அவன் தேசத்தின் தரித்திரத்தையும் மடத்தனங்களையும் இழிவாக பிரஸ்தாபித்து வந்த குற்றவுணர்ச்சியிலிருந்தும் ஆன்மீக வேதனை யிலிருந்தும் அவனுக்கு மீட்சி கிடைத்திருக்கக்கூடும். இந்த முட்டாள் தனமான கற்பனையை இரண்டு நாள் கழித்து, அவன் வாழ்க்கையின் மிகச் சோகமான செய்தியை கேள்விப்படுவதற்கு சற்று முன்பு – இப்போது முக்தார் இருக்கும் நிலையில்தான் அவன் அப்போது இருந்தான் – அவன் மீண்டும் நினைவுகூர்வதற்கு காரணம் இருந்திருக்கும்.

அவர்கள் இருவரையும் ஒன்றாக இருக்கவைத்த சில நிமிடங்களுக்குள் கா மீண்டும் அந்த பக்கவாட்டு அறைக்குள் வாக்குமூலம் தருவதற்கு அழைக்கப்பட்டான். காவின் அப்பா வைத்திருந்ததைப் போலவே ஒரு பழைய ரெமிங்டன் டைப்ரைட்டரில் அடித்துக்கொண்டிருந்த ஒரு போலீஸ் இளைஞனுக்கெதிரில் அமர்ந்து கா அந்த தாக்குதல் சம்பவத்தை விவரித்தான். அந்த வாக்குமூலத்தைக் கொடுத்துக் கொண்டிருக்கும்போது, இடையில் முக்தாரை அவன் பார்வையில் படும்படி காட்டியது, உண்மையை மறைக்காமல் சொல்வதற்கு காவுக்கு விடுக்கப்பட்ட அச்சுறுத்தல் உத்தி என்பது உறைத்தது.

கொஞ்ச நேரத்தில் அவன் விடுவிக்கப்பட்டான். கொஞ்ச நேரத்திற்கு முக்தாரின் அடி வாங்கிய முகம் மனதிலேயே இருந்தது. பழைய நாட்களில் கிராமப்புற காவலர்கள் மதச்சார்புள்ள பழமைவாதிகளை அவ்வளவு சுலபத்தில் அடித்துவிட மாட்டார்கள். ஆனால் முக்தார் கோழைத்தனமான, நடுவாந்திர – வலதுசாரி கட்சிகள் ஒன்றைச் சேர்த்தவனல்ல; தீவிரவாத இஸ்லாமை முன்னெடுத்துச் செல்பவன். அவன் எடுத்திருக்கும் இந்த நிலைப்பாடு முக்தாரின் ஆளுமையோடு எந்தவிதத்திலாவது சம்மந்தப்பட்டிருக்குமோ என்று காவுக்கு மீண்டும் யோசனையாக இருந்தது.

பனித்தூவலிலேயே நெடுநேரம் நடந்து சென்றான். ஆர்மி அவென்யூவின் முடிவில் ஒரு குட்டிச்சுவரின் மேலேறி உட்கார்ந்து சிறுவர்கள் தெருவிளக்கின் வெளிச்சத்தில் அந்த குறுக்குத் தெருவின் பனித்தரையில் வழுக்கி விழுந்து விளையாடிக் கொண்டிருப்பதைப் பார்த்துக்கொண்டே ஒரு சிகரெட்டை பற்ற வைத்தான். அன்று முழுக்க அவன் கண்ணுற்றிருந்த ஏழ்மையும் வன்முறையும் அவனை களைப்புக்குள்ளாக்கியிருந்தது. ஆனாலும் இபெக் மட்டும் அவனுடைய காதலை ஏற்றுக் கொண்டுவிட்டால் ஒரு புதிய வாழ்க்கையைத் துவங்கிவிட முடியுமென்ற நம்பிக்கையும் ஏற்பட்டு அவனை நிமிர்த்தி வைத்தது.

பனியில் இறங்கி நடக்கத் தொடங்கினான். 'நியூ லைஃப் பாஸ்ட்ரி ஷாப்'புக்கு எதிரே சென்ற சாலையின் நடைபாதையில் நின்று கவனித்தான். தாக்குதல் நடைபெற்ற அந்த உணவகத்தின் சன்னல் உடைந்திருக்க, அதன் முகப்பில் கருநீல விளக்குகள் சுழன்று கண் சிமிட்ட போலீஸ் ரோந்து வண்டி நின்றிருந்தது. அந்தக் காரைச் சுற்றி நின்றிருந்தவர்கள் மீது அந்தச் சுழல் விளக்கு போர்த்தியிருந்த மாயவெளிச்சம் ஏறக்குறைய ஆன்மீகமயமாக இருந்தது. சுற்றிலும் வீழ்ந்துகொண்டிருந்த உறைபனிச் செதில்கள் காவிடம் ஒரு தெய்வீக மான பொறுமையை பேசின. கூட்டத்தை மெதுவாக நெருங்கினான். அந்த வயதான வெயிட்டரை காவலர்கள் இன்னமும் விசாரித்துக் கொண்டிருந்தனர்.

யாரோ காவின் தோளில் மெதுவாகத் தட்டினர். "நீங்கள் கவிஞர் கா தானே?" அது ஒரு பதின் வயது இளைஞன். நல்லியல்பைக் காட்டும் குழந்தைத்தனமான முகத்தில் பெரிய, பச்சைநிற விழிகள். "என் பெயர் நெசிப். நீங்கள் *ரிபப்ளிகன்* இதழில் தேர்தலைப்பற்றியும் தற்கொலைப் பெண்களைப்பற்றியும் எழுதுவதற்காக வந்திருக்கிறீர் களென்றும், இது தொடர்பாக நீங்கள் ஏற்கனவே பலரை சந்தித்திருக்கிறீர் களென்றும் எனக்குத் தெரியும். ஆனால் கார்ஸ்ஸில் நீங்கள் அவசியம் சந்தித்தாக வேண்டிய ஒரு முக்கியமான நபர் உண்டு."

"யார்?"

"நாம் கொஞ்சம் ஒதுக்குப்புறமாகப் போகலாமா?"

அந்த பதின் பருவ இளைஞனின் மர்மமான நடத்தை காவுக்கு பிடித்திருந்தது. 'உலகப்புகழ்பெற்ற ஷெர்பத்துகள், ஸாலெப்புகள்' என்று பீற்றலாக விளம்பரம் வைத்திருக்கும் 'மாடர்ன் பஃபே'வின் வாசலுக்கு அவர்கள் நகர்ந்தனர்.

"எனக்கிடப்பட்ட கட்டளை என்னவென்றால், நீங்கள் அவரைச் சந்திக்க ஒப்புக்கொள்ளும்வரை அவரது பெயரை நான் உங்களுக்குச் சொல்லக்கூடாது என்பது."

"யாரென்றே தெரியாத ஒருவரை சந்திக்க நான் எப்படி ஒப்புக் கொள்ள முடியும்?"

"நீங்கள் சொல்வது சரிதான்," என்றான் நெசிப். "ஆனால் அந்த நபர் தலைமறைவாக இருக்கிறார். அவர் யாருக்குத் தெரியாமல் ஒளிந்து கொண்டிருக்கிறார் என்பதையோ, ஏன் ஒளிந்து கொண்டிருக் கிறார் என்பதையோ நீங்கள் ஒப்புக் கொண்டாலொழிய என்னால் சொல்ல முடியாது."

"சரி, நான் அவரை சந்திக்க ஒப்புக்கொள்கிறேன்," என்றான் கா. ஒரு சாகச காமிக்ஸ் கதையிலிருந்து பெயர்த்தெடுத்த பாவனை யோடு, "இதில் எதுவும் சதித்திட்டம் இருக்காதென்று நம்புகிறேன்." என்றான்.

நெசிப்பும் ஒரு வீரதீர காமிக்ஸ் கதாபாத்திரத்தைப் போலவே, "மனிதர்கள் மீது நம்பிக்கை வைக்காவிட்டால் நீங்கள் எங்கும் சென்றடைய முடியாது," என்றான்.

"உன்னை நம்புகிறேன்" என்றான் கா. "நான் சந்திக்க வேண்டிய இந்த நபர் யார் என்பதைச் சொல்."

"அவருடைய பெயர் உங்களுக்குத் தெரிந்ததும் நீங்கள் அவரைச் சந்திப்பீர்கள். ஆனால் அவர் ஒளிந்திருக்கும் இடத்தை நீங்களும் ரகசியமாக வைத்திருக்க வேண்டும். இன்னொரு முறை நன்றாக யோசியுங்கள். அவர் யாரென்பதை நான் சொல்லலாமா?"

"ஆம்" என்றான் கா. "என்னையும் நீ நம்பியாக வேண்டும்."

"இந்த நபரின் பெயர் நீலம்" என்றான் நெசிப், பயபக்தியான குரலில். காவிடம் எந்த முகமாற்றமும் இல்லாததைக் கண்டு அவன் ஏமாற்றமடைந்ததைப் போலிருந்தது. "நீங்கள் ஜெர்மனியில் இருந்த போது அவரைப்பற்றி கேள்விப்பட்டதேயில்லையா? இங்கே துருக்கியில் அவர் பிரபலமானவர்."

"எனக்குத் தெரியும்" என்றான் கா ஆறுதலான குரலில். "நான் அவரை சந்திக்கத் தயார்."

"ஆனால் அவர் எங்கேயிருக்கிறார் என்று எனக்குத் தெரியாது" என்றான் நெசிப். "நானே அவரை இதுவரை ஒருமுறைகூட பார்த்த தில்லை."

ஒரு கணம் அவர்கள் இருவரும் ஒருவரையொருவர் பார்த்து சந்தேகமாக புன்னகைத்துக் கொண்டனர்.

"நீலத்திடம் உங்களை அழைத்துச்செல்ல வேறு யாராவது வருவார் கள். என்னுடைய வேலை அந்த மனிதரோடு உங்களைத் தொடர்பு கொள்ள வைப்பது மட்டும்தான்."

அவர்கள் 'லிட்டில் காஸிம்பே அவென்யூ'வில் தேர்தல் பிரச்சார பட்டிகைகளுக்கும் சுவரொட்டிகளுக்கும் இடையே ஒன்றாக நடந்தனர். நெசிப்பின் ஒற்றைநாடி சரீரத்திலும், அவனது பதற்றமான, குழந்தைத் தனமான நடவடிக்கைகளிலும் காவுக்கு அந்தப் பையனின் வயதில் தானும் இதைப்போலவே இருந்தது ஞாபகம் வர, அவன் மேல்

பிரியம் அதிகரித்தது. நெசிப்பின் கண்கள் வழியே இவ்வுலகம் எப்படித் தெரியும் என்று காவின் கற்பனை ஒருகணம் விரிந்தது.

“ஜெர்மனியில் நீலம் பற்றி நீங்கள் என்ன கேள்விப்பட்டீர்கள்?” எனக் கேட்டான் நெசிப்.

“அவர் ஒரு பயங்கரவாத இஸ்லாமிய அரசியலாளர் என்று துருக்கிய நாளேடுகளில் எழுதியிருந்ததைப் படித்திருக்கிறேன்” என்றான் கா. “அப்புறம் வேறு பல மோசமான விஷயங்களும் அவரைப்பற்றி வந்திருப்பதைப் படித்திருக்கிறேன்.”

நெசிப் அவசரமாகக் குறுக்கிட்டான். “‘இஸ்லாமிய அரசியலாளர்கள்’ என்பது மேற்குலகத்தினரும் மதச்சார்பற்றவர்களும், நமது மதத்துக்காக போராடத் தயாராக இருக்கும் எம்மைப் போன்ற முஸ்லிம்களுக்கு வைத்திருக்கும் ஒரு பெயர் மட்டும்தான்” என்றான். “நீங்கள் மதச் சார்பற்றவர் என்பது தெரியும். தயவுசெய்து இந்த மதச்சார்பற்ற இதழ்கள் அவரைப்பற்றி எழுதுகிற பொய்களை நீங்கள் நம்பிவிடக் கூடாது. அவர் யாரையும் கொன்றதில்லை. அவருடைய முஸ்லிம் உடன்பிறப்புகளைக் காப்பதற்காக அவர் பாஸ்னியாவுக்கு சென்றிருந்த போதுகூட யாரையும் கொன்றதில்லை. கிரோஸ்னிக்கு அவர் சென்ற போது ஒரு ரஷ்ய வெடிகுண்டு அவரை படுகாயப்படுத்தியது. அப்போது கூட அவர் யாரையும் கொன்றதில்லை.”

அவர்கள் ஒரு தெரு மூலையை அடைந்தபோது நெசிப் காவை நிறுத்தினான்.

“இந்தத் தெருவுக்கு எதிர்சாரியில் ஒரு கடை தெரிகிறதல்லவா? ‘தி கம்யூனிகேஷன் புக் ஸ்டோர்’? அது சீடர்களுக்கு சொந்தமானது. ஆனால் கார்ஸ்ஸில் உள்ள எல்லா இஸ்லாமிஸ்ட்டுகளும் அதை ஒரு சந்திக்குமிடமாகப் பயன்படுத்தி வருகின்றனர். போலீசுக்கு இது தெரியும். எல்லோருக்கும் தெரியும். கடை உதவியாளர்களில் சிலர் அவர்களுக்காக வேவு பார்க்கின்றனர். மதப் பள்ளிக்கூடத்தில் நான் உயர்நிலை வகுப்பு படிக்கிறேன். அந்தக் கடைக்கு நான் செல்லக் கூடாது என்பது விதி. அதை மீறிச் சென்றால் நான் தண்டிக்கப் படுவேன். ஆனால் அங்கே உள்ளேயிருப்பவர்களுக்கு நீங்கள் வந்திருப்பதை நான் தெரியப்படுத்தியாக வேண்டும். இன்னும் மூன்று நிமிடங்களில் உயரமான, தாடி வைத்த இளைஞர் ஒருவர் சிவப்பு தலைக்குல்லா அணிந்து அந்தக் கடையிலிருந்து வருவார். அவரைப் பின் தொடருங்கள். இரண்டு தெருக்களைக் கடந்ததும், சீருடை அணியாத காவலர்கள் அங்கே யாருமில்லாதபட்சத்தில், அவர் உங்களை அணுகி, நீங்கள் எங்கே செல்ல வேண்டுமோ அங்கே கூட்டிச் செல்வார். புரிகிறதா? இறைவன் உங்களுக்கு துணை நிற்பாராக.”

சொல்லிவிட்டு, பனித்திவலை மேகங்களுக்கிடையில் நெசிப் மறைந்து போனான். காவின் இதயம் அந்த அப்பாவிச் சிறுவனின் குழந்தைத்தனமான நடத்தையில் நெகிழ்ந்தது.

8

தற்கொலை செய்துகொள்ளும் பெண்கள் முஸ்லீம்களே அல்ல

நீலமும் ருஸ்தமும்

‘கம்யூனிகேஷன் புக் ஸ்டோர்’ருக்கு எதிரே செல்லும் சாலையில் கா நின்றிருந்தான். பனிப்பொழிவு அதிகரித்திருந்தது. காவுக்கு இதற்குள் காத்துக்கொண்டிருப்பதிலும், தலையிலிருந்தும், கோட்டிலிருந்தும், காலணிகளிலிருந்தும் பனித்துகள்களை உதறிக் கொண்டேயிருப்பதிலும் சலிப்பாகியிருந்தது. ஹோட்டல் அறைக்கு திரும்பிவிடலாம் என்று எண்ணிய தருணத்தில், எதிரே சாலையில் தெரு விளக்கின் மங்கலான வெளிச்சத்தில் ஓர் உயரமான, தாடி இளைஞன் நடைபாதையோரமாக நடந்து வருவது தெரிந்தது. பனி அவனது சிவப்பு தலைக்குல்லாயை வெளுப்பாக மாற்றி விட்டிருப்பதை உணர்ந்ததும், காவின் இதயம் வேகமாக அடிக்கத் தொடங்க அவனைப் பின்தொடர ஆரம்பித்தான்.

அவர்கள் காஸிம் காராபெகிர் அவென்யூவைத் தாண்டிச் சென்றனர். (இந்தச் சாலையை ‘தாயகக் கட்சி’யின் சார்பாக நகர்மன்றத் தலைவர் பதவிக்குப் போட்டியிடும் வேட்பாளர் இஸ்தான்புல்லில் இப்போது புதிதாகப் பரவிவரும் மோஸ்தரின் படி வாகனப் போக்குவரத்துக்குத் தடைசெய்து நடைவழிச்சாலை யாக மாற்றப்போவதாக வாக்குறுதியளித்திருந்தார்.) ஃபெய்க்பே அவென்யூவிற்குள் திரும்பி, இரண்டாவது வளைவின் வழியே நிலையச் சதுக்கம் நோக்கி நடந்தனர். சதுக்கத்தின் நடுவே முன்பு பார்த்த காஸிம் காராபெகிரின் சிலையின்மேல் பனி குவியலாக அப்பிக்கொண்டு ஒரு ராட்சச ஐஸ்கிரீம் போல காணப்பட்டது. இருட்டாக இருந்தாலும் அந்த தாடி இளைஞன் ரயில் நிலையத்துக்குள் நுழைவதை பார்க்க முடிந்தது. காவும் உள்ளே நுழைந்தான். நடைபாதையின் முடிவில் நிழல்களுக்குள் யாரோ விலகிச் செல்வது தெரிந்தது. பயத்தோடு இருப்புப் பாதையில் இறங்கி உத்தேசமாக அவன் செல்லும் திசையில் நடந்தான். இப்போது மட்டும் அவனை யாராவது சுட்டுத்தள்ளி

விட்டால், அவனுடைய உடல் அடுத்த வசந்தகாலம் வரும்வரை யார் கண்ணிலும் படப்போவதில்லையென்று ஓர் எண்ணம் குறுக்கிட்ட சமயத்தில் அந்த தாடி இளைஞன் அவன் முகத்திற்கெதிரே நின்றிருந்தான்.

இவனும் சின்னப்பையனாகத்தான் இருந்தான். "யாரும் நம்மை பின்தொடரவில்லை" என்றான். "நீங்கள் இப்போதேகூட உங்கள் மனதை மாற்றிக்கொள்ளலாம். தொடர்ந்து வருவதாக முடிவுசெய்தால் இந்த இடத்திலிருந்து உங்கள் வாயை இறுக மூடிக்கொண்டு வர வேண்டும். இந்த இடத்துக்கு எப்படி வந்து சேர்ந்தீர்கள் என்பதை யாரிடமும், எந்தக் காலத்திலும் சொல்லவேகூடாது. துரோகத்துக்கு தண்டனை இங்கே மரணம்தான்."

இந்த பயமுறுத்தல் காவுக்கு உறைக்கவில்லை. அந்தப் பையனின் கீச்சிட்ட குரல் வேடிக்கையாக இருந்தது.

அவர்கள் இருப்புப்பாதையோரமாகவே நடந்து, ஒரு பதனக் குழியைத் தாண்டி, ராணுவ முகாமுக்கு அடுத்து இருந்த ஸ்டூ தெருவுக்குள் நுழைந்தனர். அந்த கீச்சுக்குரல் தாடி இளைஞன் அங்கேயே நின்று ஓர் அடுக்கு மாடிக் கட்டிடத்தை சுட்டிக்காட்டி காவிடம் எந்த அழைப்பு மணியை அழுத்த வேண்டுமென்று விளக்கினான். "தலைவருக்கெதிரே மரியாதையில்லாமல் நடந்துகொள்ளாதீர்கள்" என்றான். "அவர் பேசும்போது குறுக்கிடாதீர்கள். நீங்கள் பேசி முடித்து விட்டால், சும்மா அங்கேயே வெட்டியாக உட்கார்ந்திருக்காதீர்கள். எழுந்து வெளியேறிவிட வேண்டும்."

இவ்வாறாகத்தான் நீலத்தின் ரசிகர்கள் அவனை 'தலைவர்' என்றழைப்பதை கா அறிந்துகொண்டான். ஒரு பயங்கரமான இஸ்லாமிய அரசியலாளன் என்பதைத்தாண்டி நீலத்தைப் பற்றி கா அறிந்துகொண்ட ஒரே விஷயம் அது மட்டும்தான். ஜெர்மனியின் துருக்கிய நாளிதழ்களில் பல வருடங்களுக்கு முன் நீலம் கொலை ஒன்றில் சம்மந்தப்பட்டிருந்ததைப் படித்தது அவன் ஞாபகத்தில் வந்தது. இருந்தாலும், சகட்டுமேனிக்கு கொலைகள் புரிகின்ற இஸ்லாமிய பயங்கரவாதிகள் எவ்வளவோ பேர் இருந்தாலும், அவற்றில் மிகச் சிலர்தான் பிரபலமடைகின்றனர். கூனெர் பெனர் என்ற தொலைக் காட்சி நிகழ்ச்சி தொகுப்பாளன் ஒருவன் கொலையுண்டதும், அதைச் செய்தது நீலம்தான் என்று பேச்சு அடிபட்டபோது நீலத்தின் புகழ் பட்டிதொட்டியெல்லாம் பரவியது. அந்த கூனெர் பெனர் கொஞ்சம் பெண்மைத்தனம் மிளிர காணப்படுவான். பேசும்போது அலட்டல்கள் அதிகமாக இருக்கும். அதிகம் பிரபலமில்லாத ஓர் அலைவரிசையில் வினாடி வினா நிகழ்ச்சி நடத்தி வந்தான். நிகழ்ச்சியில் கலந்து கொள்பவர்களுக்கு ரொக்கப் பரிசுகள் வழங்கப்படுவதுண்டு. கண்ணைப் பறிக்கிற பளபளப்பான கோட்டுகளை அணிந்துகொண்டு, பெரும்பாலும் 'படிக்காத ஜனங்'களைப் பற்றி திமிர்த்தனமாக ஜோக்குகள் உதிர்ப்பான். ஒரு நாள் நேரடி ஒளிபரப்பு ஒன்றில் கலந்து கொள்ள வந்திருந்த, பார்த்தாலே பரம ஏழையென்று தெரிகிற, அசிங்கமான தோற்றம்

கொண்டிருந்த ஒருத்தனைப் பார்த்து அந்த கிண்டல்காரன் வழக்கம் போல ஏதோ நக்கலடித்தபோது, வாய்தவறி இறைத்தூதர் முகமது அவர்களைப் பற்றி அபாண்டமாக ஏதோ உளறிவிட்டான். தொலைக் காட்சி பெட்டிகளின் முன்னால் தூக்கக் கலக்கத்தோடு உட்கார்ந்து பார்த்துக் கொண்டிருந்த பக்திமான்களில் சிலர் மட்டும் இந்த உளறலை கவனித்திருக்கக்கூடும்; ஆனால் அவர்களில் பெரும்பாலோர் கேட்ட அடுத்த வினாடியே அதை மறந்துவிட்டிருப்பார்கள். ஆனால் நீலம் அடுத்தநாள் எல்லா இஸ்தான்புல் நாளிதழ்களுக்கும் கடிதம் அனுப்பினான். அந்த நிகழ்ச்சி தொகுப்பாளன் அடுத்த நிகழ்ச்சியில் பகிரங்கமாக மன்னிப்பு கேட்டுவிட்டு இனியொருமுறை இப்படி தகாத வகையில் கிண்டலடிக்க மாட்டேனென்று சத்தியம் செய்யா விட்டால், அவனைத் தானே கொல்லப்போவதாகப் பயமுறுத்தியிருந்தான். இஸ்தான்புல் பத்திரிகைகளுக்கு இதுபோன்ற அச்சுறுத்தல்கள் பழக்கமான தென்பதால் அலட்சியமாக இருந்துவிட்டிருக்கலாம். ஆனால் அந்த தொலைக்காட்சி நிலையம் தனது மதச்சார்பற்ற நிலையை பிரகடனப் படுத்திக்கொள்ளும் வீம்புத்தனத்தோடு – இந்த இஸ்லாமிய அரசியலாளர் கள் எந்தளவுக்கு வெறி பிடித்தவர்கள் என்பதைப் பட்டவர்த்தனமாக காட்ட வேண்டுமென்பதற்காகவும் – நீலத்தை அந்நிகழ்ச்சியில் பங்கெடுத்துக் கொள்ள அழைத்தது. அவனும் அந்த அழைப்பை ஏற்றுக் கொண்டு மேலும் உக்கிரமான அச்சுறுத்தல்களை அந்நிகழ்ச்சியில் விடுத்தான். ஆனால் எதிர்பாராவிதமாக, அந்நிகழ்ச்சி மகத்தான வெற்றிபெற்று அந்த ‘மயக்கும் விழிகள் கொண்ட, கொடுவாள் ஏந்திய, கவர்ச்சிகரமான இஸ்லாமிஸ்ட்’டை மற்ற தொலைக்காட்சி அலைவரிசை நிகழ்ச்சிகளிலும் கலந்துகொள்ள அழைப்புகள் குவிந்தன.

இதே நேரத்தில், வெளிப்படையாக கொலை மிரட்டல் விடுத்த குற்றத்துக்காக நீலத்தை கைதுசெய்ய அரசு வழக்கறிஞர் இசைவாணை வெளியிட்டார். உடனே நீலம் தலைமறைவாகிப்போனது அவனது பிரபல்யத்தை அதிகரித்தது. இதற்கிடையே கூனெர் பெனருக்கும் நீலத்தைப் போலவே புகழ்வரத்து பெருகி, அவனை கொலை செய்யப் போவதாக மிரட்டல் விடுக்கும் கொலைகாரர்களுக்கு சவால் விடுவதைப் போலவே அவனது தினசரி தொலைக்காட்சி நிகழ்ச்சிகளில் பேசி வந்தான். ஒருமுறை எதிர்பாராத ஆவேசத்தோடு ‘அடாதுர்க்கை வெறுக்கிற, குடியரசுக்கு எதிரான வக்கிரம் பிடித்த கும்பல்களின் மேல் எனக்கு பயம் கிடையாது’ என்று முழங்கினான். அடுத்த நாள், நிகழ்ச்சியில் கலந்து கொள்ளும்போது அவன் தங்குகிற ஈஸ்மீரில் உள்ள ஆடம்பர ஹோட்டல் அறையில் அவனது ஒளிபரப்பின்போது அணிகின்ற பகட்டான, பீச்பால்கள் ஒப்பனை பதிக்கப்பட்ட அதே கழுத்து பட்டிகையால் நெரிக்கப்பட்டு இறந்து கிடந்ததை காவலர்கள் கண்டனர்.

ஆனால் சம்பவம் நடைபெற்றபோது நீலம் மனிஸாவில் நடை பெற்ற முக்காடு அணியும் பெண்களுக்கு ஆதரவான கருத்தரங்கத்தில் கலந்துகொண்டிருந்ததாக ஓர் ‘அலிபி’ இருந்தது. ஆனாலும் செய்தி யாளர்களைத் தவிர்ப்பதற்காக அவன் தலைமறைவாகவே இருந்தான்.

பத்திரிகை உலகமும் அதற்குள் அந்தக் கொலையைப் பற்றி நாடு முழுக்க பரபரப்பு செய்திகளைப் பரப்பி, நீலம் அதில் சம்மந்தப் பட்டிருப்பதை பறைசாற்றி வந்தது. சில இஸ்லாமிஸ்ட் பத்திரிகைகளும் மதச்சார்பற்றவர்கள் அளவுக்கு அவனைக் கண்டித்தன. இஸ்லாமிய அரசியலின் கரங்களில் 'ரத்தம் படிய வைத்து விட்டதாக'வும், மதச் சார்பற்ற பத்திரிகை உலகத்தின் கைப்பாவையாக அவன் ஆகிவிட்ட தாகவும், ஒரு முஸ்லீமின் தகுதிக்கு அடுக்காத வகையில் பத்திரிகைப் புகழை அவன் அனுபவிப்பதாகவும். சிஐஏவின் கூலிப்பட்டியலில் இருப்பதாகவும் நீலத்தை அவர்கள் குற்றம் சாட்டினர். அப்போது முதல் நீலம் தலைமறைவாக இருப்பதற்குக் காரணம் இவைதான்.

பின்னர் இஸ்லாமிஸ்ட் வட்டாரங்களில், நீலம் செர்மியர்களை எதிர்த்துப் போராட போஸ்னியாவுக்குச் சென்றுவிட்டதாகவும், சிரோஸ்னியில் ரஷ்யர்களை எதிர்த்துப் போராடும்போது படுகாயமுற்ற தாகவும் கதைகள் உலவத் தொடங்கின. ஆனால் இந்த வதந்திகள் எல்லாம் பொய்யென்று சொல்பவர்களும் இருந்தனர். இந்த விஷயத்தில் நீலத்தின் சொந்த வாக்குமூலத்தை அறிந்துகொள்ள விரும்புகிறவர்கள் அவனது சுருக்கமான சுயசரிதையான 'எனது தூக்குத் தண்டனை'யை படித்துப் பார்க்கலாம். நீங்கள் இப்போது கையில் வைத்திருக்கும் இந்த நூலின் முப்பத்தி ஐந்தாவது அத்தியாயமான 'நான் யாருடைய ஏஜென்டும் அல்ல' (துணைத் தலைப்பு: சிறையில் நீலத்துடன் கா')வில் இதற்கான விபரங்கள் இருக்கும். ஆனால் அவற்றில் எத்தனை சதவீதம் உண்மை என்பது தெரியாது.

நீலத்தைப்பற்றி பலவிதமான பொய்கள் பரப்பப்பட்டு வந்தன என்பது மட்டும் நிஜம். அவற்றில் சில, அவனுடைய பிம்பத்துக்கு வலு சேர்ப்பதாக இருந்ததும், தனது மர்மம் செறிந்த மதிப்பீடுகளால் நீலமும் சுயபிரமையை ஊட்டி வளர்த்துக் கொண்டதும் வாஸ்தவம். அவனுடைய தொடர்ந்த மௌனத்தினால், இஸ்லாமிய வட்டாரங்கள் அவனது அறிக்கைகளை வைத்து சுமத்தியிருந்த எல்லா குற்றச்சாட்டு களையும் சாதுரியமாக ஒப்புக் கொள்கிறான் என்றும் கூறப்பட்டது. மதச்சார்பற்ற, ஸியோனிஸ்ட், பூர்ஷ்வா ஊடகங்களில் இந்தளவுக்கு இடம் பெற்று வரும் ஒரு முஸ்லீமுக்கு என்ன கிடைக்குமோ அதுதான் அவனுக்கும் கிடைத்திருக்கிறது என்றுகூட சிலர் பேசினர்.

அவன் ஏன் கார்ஸ் நகருக்கு வந்திருக்கிறான் என்பதற்கு, எல்லா சிறு நகர வதந்திகளைப் போலவும் பல்வேறு வியாக்கியானங்கள் வேகமாகப் பரவி வந்தன. தியார்பக்கீரை மையமாகக் கொண்டிருந்த குர்த்திய – இஸ்லாமிஸ்ட் போராட்டக்குழுவை அரசாங்கம் நசுக்கி அழித்துவிட்டதால், அந்த 'அமைப்பின் ரகசியங்களை பாதுகாப்பாக மீட்டெடுப்பதற்காக'வும் அது மீண்டும் செயல்படத் தொடங்குவதற்காக பலம் சேர்க்கவும் நீலம் கார்ஸ் நகருக்கு அனுப்பப்பட்டிருப்பதாக சிலர் கூறினர். ஆனால் மற்றவர்கள் இக்கருத்தை மறுத்து இந்தக் குழுவுக்கு ஓரிரு வெறி பிடித்த கிறுக்கர்களைத் தவிர வேறு அங்கத்தினர் களே கிடையாது என்றனர்.

மார்க்ஸிய புரட்சிகர குர்த்துகளுக்கும் இஸ்லாமிஸ்ட் குர்த்துகளுக்குமிடையே உறவை சீர் செய்வதற்காக நீலம் வந்திருப்பதாக சிலர் கூறினர். கிழக்குப் பகுதியில் உள்ள நகரங்களில் அவர்களுக்கிடையே மோதல்கள் நாளுக்கு நாள் அதிகரித்து வந்தன. ஓர் அமைதியான, ஒழுங்குபடுத்தப்பட்ட போராட்டச் சூழலை ஏற்படுத்துவதற்காக நீலம் முயன்று வருவதாக இந்த வதந்தியில் சொல்லப்பட்டது. இஸ்லாமிய குர்த்துகளுக்கும் மார்க்ஸிய புரட்சிகர குர்த்துகளுக்கும் இடையே ஏற்பட்ட பூசல்கள் முதலில் ஆவேசமான வாக்குவாதங்களிலும், பரஸ்பர அவமானப்படுத்தல்களிலும், அடி உதைகளிலும், தெருச் சண்டைகளிலும்தான் தொடங்கின. பின், இவை பல நகரங்களில் கத்திக்குத்துகளாகவும் அரிவாள் வெட்டுகளாகவும் உயர்ந்தன. சமீப மாதங்களில் இருதரப்பிலுமுள்ள முரடர்கள், எதிர்தரப்பினர் மீது துப்பாக்கிச் சூடு நடத்துவதும், ஆட்களை கடத்திக் கொண்டு சென்று சித்ரவதை செய்து விசாரணை செய்வதும் (கைதியின் சருமத்தில் உருக்கிய பிளாஸ்டிக்கை ஊற்றுவதும், விரைகளை நசுக்குவதும் என இரண்டு தரப்பினரும் ஒரேவிதமான சித்ரவதை உத்திகளைத்தான் கையாண்டு வந்தனர்) அதிகரித்திருந்தன. கழுத்தை நெரித்து கொலை செய்த செய்திகள் கூட வந்தன. இந்தக் குழுச்சண்டை அரசாங்கத்தின் கையை மட்டுமே வலுப்படுத்தி வருகிறதென்பதை புரிந்துகொண்ட ஒரு சிலர் ரகசியமாக சமாதானக்குழு ஒன்றை அமைத்திருக்கிறார்கள் என்று ஒரு செய்தி உலவிக் கொண்டிருந்தது. இந்தப் பூசலை முடிவுக்கு கொண்டு வருவதற்காகத்தான் அவர்கள் நீலத்தை தூதராக அனுப்பினார் களாம்; ஆனால் அவனுடைய கறைபடிந்த கடந்தகால வரலாறும், அவனது இளமையும் அத்தகைய முக்கியமான திட்டத்திலிருந்து அவனைத் தகுதியிழக்க செய்துவிட்டதாம். அப்படித்தான் அவனுடைய எதிர் தரப்பினர் கூறி வந்தனர்.

வேறு சில வதந்திகளும் இஸ்லாமிஸ்ட்டுகளால் பரப்பப்பட்டு வந்தன. 'கார்ஸ் பார்டர் டெலிவிஷ'னில் பணியாற்றி வந்த ஹக்கான் ஊஸ்கி என்ற தொகுப்பாளன் பார்ப்பதற்கு சின்னப் பையன் போல, மினுமினுக்கும் கோட் சூட் அணிந்து கொண்டு வருவான். அவன் தன்னுடைய நிகழ்ச்சியில் இஸ்லாமைப்பற்றி குறும்புத்தனமான ஜோக்குகள் சொல்வதையும், மறைமுகமாக நக்கல் அடிப்பதையும் வழக்கமாகக் கொண்டிருந்தான். இப்போதெல்லாம் அவனுடைய நிகழ்ச்சியில் இறைவனைப் பற்றியும், தொழுகை நேரத்தைப் பற்றியும் தேவையில்லாமல் கிண்டல் செய்துகொண்டிருப்பது அதிகரித்திருந்தது. அவனை 'கவனிப்பதற்காகத்தான்' நீலம் கார்ஸ் வந்திருப்பதாக ஒரு வதந்தி இருந்தது. இன்னும் சிலருக்கு நீலம், ஒரு சர்வதேச இஸ்லாமிய பயங்கரவாத அமைப்புக்கான இடையீட்டாளன் என்ற எண்ணம் இருந்தது. விபச்சாரத்தில் ஈடுபடுவதற்காக முன்னாள் சோவியத் யூனியன் பகுதிகளிலிருந்து துருக்கிக்குள் ஆயிரக்கணக்கில் நுழைந்துவரும் பெண்களை தீர்த்துக் கட்டுவதற்காக சவுதி ஆதரவில் உண்டாக்கப்பட்ட அமைப்பு என்று பலரும் பேசிக்கொண்டிருந்தனர்.

கார்ஸ் உளவுத்துறையும், பாதுகாப்புத் துறையும் இந்த வதந்திகளை அலட்சியப்படுத்தாமல் தீவிரமாக எடுத்துக் கொண்டிருந்தன.

இந்த வதந்திகளில் எதையும் நீலம் மறுத்திருக்கவில்லை. அவனைப் பற்றிக் கூறப்பட்டவைக்கு பதில் தருவதைக்கூட அவன் தவிர்த்து வந்ததும், தொடர்ந்து தலைமறைவாகவே இருக்கும் பிடிவாதமும் அவனைச்சுற்றி ஒரு மர்மக் கவர்ச்சியை உண்டாக்கி, மதப்பள்ளி மாணவர்களிடமும், பொதுவாக இளைஞர்களிடமும் அவனுக்கு ஒரு நாயக அந்தஸ்தை ஏற்படுத்தியிருந்தது. அவன் வெறுமனே போலீஸிடமிருந்து மட்டும் ஒளிந்திருக்கவில்லை; தெருவில் கூட அவன் தலைகாட்டியதில்லை. இது அவனைப் பற்றிய சுவாரஸ்யமான கற்பனைக் கதைகளை மக்களிடையே சுற்றி வரச் செய்து, அவன் அவர்களது நகரத்தில்தான் உண்மையாகவே பதுங்கியிருக்கிறானா என்றுகூட தெரியாத உலகத்தில் அவனைப்பற்றி மேலும் மேலும் கதைகளை உற்பத்தி செய்யவைத்துக் கொண்டிருந்தது.

குல்லாய் அணிந்த இளைஞன் குறிப்பிட்டிருந்த அழைப்பு மணியை கா அழுத்தினான். கதவு திறந்ததும், அவனை வாசலில் வரவேற்ற அந்த குள்ளமான மனிதன்தான் கல்வியியல் பயிற்சியக இயக்குநரை நியூலைஃப் பாஸ்ட்ரி ஷாப்பில் சுட்டவன் என்று உடனடியாகத் தோன்றியது. காவின் இதயம் வேகமாகத் துடிக்கத் தொடங்கியது.

“தவறாக எடுத்துக்கொள்ள மாட்டீர்களென்று நம்புகிறேன்” என்றபடி அந்தக் குள்ளமான மனிதன் தன் இரு கைகளையும் மேலே உயர்த்தி, காவையும் அதேபோல செய்யக் கேட்டுக்கொண்டான். “கடந்த இரண்டு வருடங்களில் மூன்றுமுறை தலைவரை கொலை செய்ய அவர்கள் முயன்றிருக்கின்றனர். அதனால்தான் வருபவர்கள் எல்லோரையும் சோதனையிட வேண்டியிருக்கிறது.”

கா அவனுடைய கைகளை உயர்த்தினான். அவனுடைய பல்கலைக்கழக நாட்களின் ஞாபகம் வந்தது. அந்தச் சிறிய மனிதனின் மெலிந்த கைகள் அவன் சட்டையின் மேல் எச்சரிக்கையோடு வருட, காவுக்கு தன்னுடைய இதயம் எந்தளவுக்கு வேகமாகத் துடித்துக் கொண்டிருக்கிறது என்பதை கவனித்துவிடப் போகிறானோ என்று பயமாக இருந்தது. சோதனை முடிந்ததும் நிதானம் திரும்பி இதயத்துடிப்பு மட்டுப்பட்டது. இவ்வளவு நெருக்கத்தில் அவனைப் பார்த்தபோதுதான் கொலை செய்தவன் இவனல்ல என்பது உறைத்தது. இந்த இனிமையான நடுத்தர வயது மனிதனைப் பார்த்தால் எட்வர்ட் ஜி. ராபின்சனைப்போல இருக்கிறது. ஒருவனை சுட்டுக்கொல்லும் அளவுக்கு இவனிடம் தீர்மானமோ, பலமோ இருப்பதாகத் தெரியவில்லை.

குழந்தை ஒன்று அழும் சத்தமும், அதைத் தொடர்ந்து மென்மையாக சமாதானப்படுத்தும் தாயின் இனிய குரலும் கேட்டன.

"என் காலணிகளை கழற்றிவிடலாமா?" பதிலுக்கு காத்திராமல் அவற்றை கழற்றினான்.

"நாம் இங்கே விருந்தினர்களாக வந்திருக்கிறோம்" என்றது ஓர் இரண்டாவது குரல். "நமக்கு விருந்தளிப்பவர்களுக்கு ஒரு பாரமாக இருப்பதை நாங்கள் விரும்புவதில்லை."

அந்தக் குரல் நீலத்தினுடையது என்று காவுக்கு உடனே புரிந்து விட்டாலும் அவனுக்குக் கொஞ்சம் குழப்பமாகவே இருந்தது. இந்த சந்திப்பு இன்னும் கொஞ்சம் அதிகப்படியான நாடகத்தனத்தோடு அமைக்கப்பட்டிருக்கும் என்று அவன் எதிர்பார்த்திருந்தான். நீலத்தை பின்தொடர்ந்து அறைகலன்கள் அதிகமில்லாத ஓர் அறைக்குள் நுழைந்தான். ஒரேயொரு கருப்பு – வெள்ளை தொலைக்காட்சிப் பெட்டி மட்டும் சத்தமின்றி ஓடிக்கொண்டிருந்தது. தரையில் கைக்குழந்தை ஒன்று எல்லா விரல்களையும் வாய்க்குள் குதப்பிக் கொண்டு சந்தோஷமாக அதன் அம்மாவை உற்றுப் பார்த்துக் கொண்டிருக்க, அந்தப் பெண் குர்த்திய மொழியில் இனிமையாக ஏதோ கிசுகிசுத்துக்கொண்டே அந்தப் பாப்பாவுக்கு உடை மாற்றிக் கொண்டிருந்தாள். நீலமும் காவும் அறைக்குள் நுழைந்தவுடனேயே அக்குழந்தையின் பார்வை அவர்களை நோக்கித் திரும்பியது. அவர்கள் நிற்காமல் தொடர்ந்து நடந்து, அதற்கடுத்த அறைக்குள் சென்றனர்.

காவின் மனம் முழுக்க நீலத்தின் ஆளுமை நிரம்பியிருந்தது. அங்கே மிக சுத்தமாக அமைக்கப்பட்டிருந்த அந்த படுக்கை ராணுவ சோதனையில் தேர்ச்சி பெற்றிருக்கும். தலையணைக்குப் பக்கத்தில் கோடு போட்ட பைஜாமா ஒழுங்காக மடித்து வைக்கப்பட்டிருந்தது. படுக்கையின் மேல் 'எர்ஸின் எலெக்ட்ரிக்' என்று பொறிக்கப்பட்ட சிகரெட் சாம்பல் கிண்ணம் உட்கார்ந்திருந்தது. சுவர் காலண்டரில் வெனிஸ் நகரக் காட்சிகள். மிகப் பெரிய சன்னலுக்கு வெளியே பனி மூடிய நகரத்தின் துயரம் கசியும் விளக்குகள். நீலம் சன்னல் விரிப்புகளை மூடிவிட்டு காவின் பக்கம் திரும்பினான்.

அவன் கண்கள் ஆழ்ந்த நீலத்தில் – ஏறக்குறைய நள்ளிரவு நீலத்தில் – இருந்தன. சாதாரணமாக ஒரு துருக்கியனிடம் பார்க்க முடியாத நயனநிறம். பழுப்பு நிறத்தில் கேசமும், தாடியற்ற முகமுமாக கா எதிர்பார்த்ததைவிட இளமையாக இருந்தான். கழுகுத்தனமான நாசி. அவனது வெளுப்பான சருமம் மூச்சடைக்க வைப்பதாயிருந்தது. அசாதாரணமான அழகோடு இருந்தான். மகத்தான தன்னம்பிக்கையின் விளைவாக உண்டான ஒரு கவர்ச்சி அவனிடம் இருந்தது. அவனுடைய நடத்தையையும், முகபாவத்தையும், தோற்றத்தையும் பார்க்கும்போது மதச்சார்பற்ற செய்தி இதழ்கள் வர்ணித்த கரடுமுரடான, தாடி வைத்த, ஒரு கையில் துப்பாக்கியும் மறு கையில் ஜெபமாலையும் வைத்திருக்கும் அடிப்படைவாத கிராமத்தான் பிம்பத்துக்கும் இவனுக்கும் சம்மந்தமேயில்லாமல் இருந்தது.

"அறை கதகதப்பாகும்வரை தயவுசெய்து உங்கள் கோட்டை கழற்றாதீர்கள். அழகான கோட். எங்கே வாங்கினீர்கள்?"

“ஃபிராங்க்ஃபர்ட்டில்.”

“ஃபிராங்க்ஃபர்ட் . . . ஃபிராங்க்ஃபர்ட் . . .” நீலம் முணுமுணுத்தான். கண்களை உயர்த்தி விட்டத்தை வெறித்தபடி சிந்தனையில் ஆழ்ந்தான்.

‘சிறிது காலத்துக்குமுன்’ மதக் கொள்கைகளின் அடிப்படையில் ஒரு சுதந்திரத் தனியரசை அமைக்க முயற்சித்ததற்காக குற்றவியல் சட்டம், 163ஆவது பிரிவின்கீழ் அவன் மீது குற்றம் சுமத்தப்பட்ட தாகவும், அதனால் ஜெர்மனிக்கு அவன் தப்பிச்செல்ல நேர்ந்ததாகவும் சொன்னான்.

கா பதிலளிக்கவில்லை. இந்த சந்தர்ப்பத்தைப் பயன்படுத்தி ஓர் இணக்கமான உறவை ஏற்படுத்திக்கொள்ள வேண்டுமென்று திட்ட மிட்டிருந்தான். ஆனால் அவன் மனம் ஸ்தம்பித்துப் போயிருப்பதில் பதற்றமடையத் தொடங்கினான். நீலம் தன்னை சாந்தப்படுத்திக் கொள்வதற்காகவே பேசிக் கொண்டிருக்கிறான் என்று காவுக்குப் புரிந்தது.

“நான் ஜெர்மனியில் இருந்தபோது, எந்த முஸ்லிம் சங்கத்துக்குச் சென்றாலும், ஃபிராங்க்ஃபர்ட்டோ, கொலோனோ, எந்த ஊரில் இருந்தாலும், அங்கிருக்கும் கதீட்ரலுக்கும் நிலையத்துக்கும் நடுவில் அல்லது ஹாம்பர்க்கின் செல்வச்செழிப்பான வட்டாரத்தில் நான் எங்கே நடந்து சென்றாலும் கூட்டத்திலிருக்கும் ஏதோ ஒரு ஜெர்மானிய னாவது என்னை விசித்திர ஜந்துவைப்போல கவனிப்பதைப் பார்த்திருக் கிறேன். அவனைப்பற்றி நான் என்ன நினைக்கிறேன் என்பதல்ல, அவன் என்னைப்பற்றி என்ன நினைப்பான் என்று நான் கவலைப் படுவதுதான் இதில் முக்கியமான விஷயம். அவன் என் தோற்றத்தைப் பற்றி, என் உடைகளைப்பற்றி, நான் நடக்கும் விதத்தைப்பற்றி, என் சரித்திரத்தைப்பற்றி, நான் என்னவாக இருந்தேன், எங்கே செல்கிறேன், நான் யார் என்பதைப் பற்றியெல்லாம் என்ன நினைப்பான் என்று அவன் கண்கள் வழியாகப் பார்ப்பதற்கு முயற்சி செய்வேன். இது என்னை வெகுவாக குலைவிக்கும். ஆனால் இது ஒரு பழக்கமாக மாறிவிட்டது. இதனால் என்னை நானே இழிவாக உணரத் தொடங்கி விட்டேன். என் சகோதரர்களும் எப்படி உணர்வார்களென்று எனக்குப் புரிந்துவிட்டது. பெரும்பாலான நேரங்களில் நம்மை அவமானப் படுத்துவது ஐரோப்பியர்களல்லர். அவர்களைப் பார்க்கும்போது நிகழ்வது என்னவென்றால், நம்மை நாமே அவமானப்படுத்திக் கொள்வதுதான். புனித யாத்திரை மேற்கொள்வது நமது தாய்நாட்டின் வல்லாட்சியிலிருந்து தப்பிச் செல்வதற்காக மட்டுமல்ல, நம் ஆன்மா வின் ஆழத்தை கண்டடைவதற்காகவும்தான். குற்றமிழைத்தவர்கள் திரும்ப வேண்டிய நேரம் வரும்போது, தப்பிச் செல்ல தைரியம் இல்லாதவர்களை காப்பாற்றுவதற்கான தினம் வருகிறது. சரி, நீங்கள் எதற்காகத் திரும்பி வந்தீர்கள்?”

கா அமைதியாக இருந்தான். பழம் பஞ்சடைவான அந்த அறையும், அதன் பெயின்ட் அடிக்கப்படாத சுவர்களும், அதிலிருந்து உதிர்ந்து விழும் காரைகளும் அந்தரங்க விஷயங்களைச் சொல்வதற்கான

நம்பிக்கையை ஊட்டவில்லை. மேலும், விட்டத்திலிருந்து தொங்கிக் கொண்டிருக்கும் அந்த மொட்டையான பல்பும், அவன் கண்களை துளைத்துக் கொண்டிருக்கும் அதன் வெளிச்சமும் . . .

"கேள்விகள் கேட்டு உங்களை 'போர'டிக்க விரும்பவில்லை" என்றான் நீலம். "காலமான நமது அன்புக்குரிய முல்லா காஸிம் என்ஸாரி, டைக்ரிஸ் நதிக்கரையிலிருந்த அவரது பழங்குடியினர் முகாமுக்கு வருபவர்களை வரவேற்கும்போது அவர்களைப் பார்த்து கேட்கிற முதல் கேள்வி: 'உங்களை சந்திப்பதில் எனக்கு மிகவும் மகிழ்ச்சி ஐயா. நீங்கள் யாருக்காக ஒற்று வேலை பார்க்கிறீர்கள் என்பதைச் சொல்ல முடியுமா?' என்பார்."

"நான் *ரிபப்ளி*கனுக்காக ஒற்று வேலை பார்க்கிறேன்" என்றான் கா.

"அதுவரை எனக்குத் தெரியும். ஆனால் அவர்களுக்கு கார்ஸ் மீது அப்படியென்ன அக்கறை? எதற்காக அவ்வளவு தூரத்திலிருந்து ஒருவரை இங்கே அனுப்பியிருக்கிறார்கள்? இதைத்தான் நான் கேட்க வேண்டியிருந்தது."

"நானாக முன் வந்தேன். மேலும் என் பழைய நண்பன் முக்தாரும் அவன் மனைவியும் இங்கே வசிக்கிறார்கள் என்று கேள்விப்பட்டேன்."

"அவர்கள் பிரிந்துவிட்டனர்" நீலம் அவனைத் திருத்தினான். காவின் கண்களுக்குள் உற்றுப் பார்த்துக்கொண்டே, "அதை நீங்கள் கேள்விப்பட்டிருக்கவில்லையா?" என்றான்.

"கேள்விப்பட்டேன்" என்றான் கா. வெட்கத்தில் அவன் முகம் சிவந்தது. நீலம் அவனது எல்லா முகபாவங்களையும் கூர்மையாக கவனித்துக் கொண்டிருக்கிறான் என்பது தெரிந்தபோது கா அவனை வெறுத்தான்.

"காவல் நிலையத்தில் அவர்கள் முக்தாரை அடித்தார்களா?"

"ஆம், அடித்தார்கள்."

"அடி வாங்க வேண்டிய ஆள்தானா அவன்?" நீலம் சூசனையாக கேட்டான்.

"சே! கிடையவே கிடையாது!" என்றான் கா கோபத்துடன்

"அவர்கள் உங்களை மட்டும் ஏன் அடிக்கவில்லை? உங்களுக்கு அதில் சந்தோஷம்தானே?"

"அவர்கள் என்னை அடிக்காததற்கு என்ன காரணமென்று தெரியாது."

"இல்லை, உங்களுக்குத் தெரியும். நீங்கள் இஸ்தான்புல்லின் பூர்ஷ்வா வர்க்கத்தைச் சேர்ந்தவர். உங்கள் தோலையும், நீங்கள் நடந்து கொள்ளும் விதத்தையும் பார்த்தவுடனே யார் வேண்டுமானாலும் சொல்லிவிடுவார்கள். 'இவருக்கு பெரிய இடத்திலெல்லாம் ஆட்கள் இருப்பார்கள்' என்றுதான் எல்லோரும் பேசிக் கொள்வார்கள், சந்தேகமே இல்லை. ஆனால் முக்தாரைப் பாருங்கள். பார்த்தவுடனேயே

அவனுக்கு பெரிய மனிதர் தொடர்பு எதுவும் இருக்காது, அவனுக் கென்று எந்தவிதமான முக்கியத்துவமும் கிடையாது என்று பட்ட வர்த்தனமாகத் தெரிந்துவிடும். உண்மையில் முக்தார் அரசியலில் நுழைந்ததற்கு காரணமே மற்றவர்கள் உங்களையெல்லாம் எப்படி மதிக்கிறார்களோ அதுபோல அவனுக்கும் ஒரு மரியாதை கிடைக்க வேண்டுமென்பதற்காகத்தான். அவன் தேர்தலில் வெற்றி பெற்று பதவியேற்றுக் கொண்டாலும்கூட அரசாங்கத்தார் அடிகொடுத்தால் வாங்கிக் கொள்கிறவன் போலத்தான் இருப்பான். அதற்காகவே, இப்போது கிடைத்த அடிகளைக்கூட சந்தோஷமாகப் பெற்றுக் கொண்டிருப்பான்." பேசும்போது நீலம் புன்னகைக்கவில்லை. அவன் முகபாவத்தைப் பார்க்கையில் சோகமாகக்கூட இருந்தது.

"அடி வாங்குவதை யாரும் சந்தோஷமாக ஏற்றுக்கொள்ள மாட்டார்கள்," என்றான் கா ஹீனமாக. நீலத்திற்குப் பக்கத்தில் மிகச் சாதாரணமாக, மேலோட்டமானவனாக உணர்ந்தான்.

நீலத்தின் முகபாவம் 'சரி, நாம் விவாதிக்கவேண்டிய விஷயத்துக்குப் போகலாம்' என்று சொல்வதைப்போல மாறியது. "தற்கொலை செய்து கொண்ட பெண்களின் குடும்பத்தினரை சந்தித்திருக்கிறீர்கள். எதற்காக அவர்களை சந்தித்து பேச விரும்பினீர்கள்?"

"ஒரு கட்டுரை எழுதுவதற்காக."

"மேலைநாட்டு நாளிதழ்களுக்காகவா?"

ஜெர்மானிய பத்திரிகையுலகோடு அவனுக்கு எந்தவித தொடர்பும் இல்லாவிட்டாலும் ஒருவித பெருமிதத்துடன், "ஆம், மேலை நாட்டின் நாளிதழ்களுக்காகத்தான்," என்றான். பின்குறிப்பாக கொஞ்சம் சங்கடத் தோடு, "துருக்கியின் *ரிபப்ளிகன்*னுக்காகவும் எழுதுகிறேன்" என்று சேர்த்துக் கொண்டான்.

"இந்த நாட்டின் பிரச்சனைகளைப்பற்றி எழுத மேற்குலக இதழ்கள் முதலில் ஆர்வம் காட்டினால்தான் அதன்பிறகு துருக்கிய இதழ்களுக்கும் ஆர்வம் வரும்," என்றான் நீலம். "மற்றபடி, ஏழ்மையையும் தற்கொலையை யும் விவாதிப்பதென்பது அவர்களுக்கு பெரும் குற்றமாகத்தான் இருக்கும். இந்த விஷயங்களெல்லாம் நாகரீக உலகத்தைத் தாண்டி தொலை தூரத்தில் இருக்கும் ஏதோ ஒரு நிலப்பரப்பில் நடப்பதைப்போல அவர்கள் பேசுவார்கள். இதனால்தான் நீங்கள் எழுதும் கட்டுரையை ஐரோப்பாவில் வெளியிட வேண்டுமென்று உங்களுக்கும் ஒரு கட்டாயம் ஏற்படுகிறது. உங்களை நான் சந்திக்க விரும்பியதே அதற்காகத்தான்: தற்கொலை பெண்களைப் பற்றி துருக்கிய நாளிதழுக்கோ, அல்லது ஐரோப்பிய நாளிதழ்களுக்கோ நீங்கள் எழுதக்கூடாது. தற்கொலை என்பது ஒரு கொடும் பாவம்! அதன்மேல் கவனம் செலுத்தச் செலுத்த, அந்த வியாதி உங்களுக்குள் வளர்ந்துகொண்டே போகிறது! சமீபத்தில் ஏற்பட்ட சம்பவத்திலும் இதேதான் நடந்தது. அந்த முஸ்லீம் பெண் முக்காடு பிரச்சனையைப் பற்றி ஓர் அரசியல் வாக்குமூலத்தை அளித்திருக்கிறாள் என்று உங்கள் கட்டுரையில் எழுதினீர்களென்றால் அது ஒரு விஷத்தைவிட கொடிய விளைவுகளை ஏற்படுத்தும்."

“ஆனால் அதுதானே உண்மை? தற்கொலை செய்துகொள்வதற்கு முன் அந்தப் பெண் கை கால்களை அலம்பி உலூ செய்துவிட்டு தொழுகை நடத்தியிருக்கிறாள். அவள் அப்படிச் செய்திருப்பதாலேயே முக்காடு அணிந்த பல பெண்களுக்கு அவள்மீது உயர்ந்த மதிப்பு ஏற்பட்டிருக்கிறது.”

“தற்கொலை செய்துகொள்ளும் பெண்கள் முஸ்லீம்களே அல்ல” என்று கோபத்துடன் கத்தினான் நீலம். “முக்காடு பற்றி அவர்கள் ஒரு நிலைப்பாடு எடுத்திருப்பதாகச் சொல்வது தவறானது. இதைப் போன்ற பொய்களை நீங்கள் வெளியிட்டால், மேலும் பல வதந்திகள் தான் பரவும் –முக்காடுப் பெண்களுக்கிடையேயுள்ள பூசல்களைப்பற்றி, பொய்முடி தரித்துக்கொண்ட பரிதாப ஜீவன்களைப்பற்றி, காவலர்களும் அவர்களுடைய பெற்றோர்களும் அவர்கள் மீது திணித்த நெருக்கடியால் எப்படி அவர்கள் நாசமாகியிருக்கின்றனர் என்பதைப் பற்றியெல்லாம் கண்டபடிக்கு வதந்திகளைக் கிளப்பும் வேலையைத்தான் உங்கள் கட்டுரை சாதிக்கும். நீங்கள் இங்கே வந்திருப்பது இதற்காகத்தானா? மேலும் பல ஏழைப் பெண்களை, பரிதாபத்துக்குரிய ஜீவன்களை தற்கொலை செய்துகொள்ள ஊக்குவிப்பதற்காகவா வந்திருக்கிறீர்கள்? இறைபக்தியின் காரணமாக பள்ளிக்கூடங்களுக்கும் குடும்பங்களுக்கு மிடையே மாட்டிக்கொண்டு அவஸ்தைப்படுகிற இந்தப் பெண்களுக்கு தற்கொலை செய்துகொண்டு தியாகிகளாகிவிடுபவர்களைப் பின்பற்றிச் செல்வதுதான் எளிதாக, சாத்தியப்படக்கூடியதாக இருக்கிறது. அவர்களுக்கு வேறு எந்த மார்க்கமும் தெரிவதில்லை.”

“கார்ஸ் தற்கொலைகள் பற்றிய செய்திகள் மிகைப்படுத்தப் பட்டவையாக துணை ஆளுநர் என்னிடம் சொன்னார்.”

“துணை ஆளுநரை நீங்கள் எதற்கு சந்தித்தீர்கள்?”

“காவல்துறை அதிகாரிகளை எதற்காக நானே சென்று பார்த்தேனோ, அதே காரணத்திற்காக. நாள் முழுக்க அவர்கள் என்னைப் பின் தொடர்ந்து வந்து கொண்டிருக்கக்கூடாது, பாருங்கள்.”

“பள்ளிகளிலிருந்து தூக்கியெறியப்பட்ட முக்காடுப் பெண்கள் தற்கொலை செய்துகொண்டு வருகின்றனர் என்ற செய்தியைக் கேட்டதும் அவர்களுக்கெல்லாம் ஒரே மகிழ்ச்சி” என்றான் நீலம்.

“நான் என் கண்ணால் பார்ப்பதை அப்படியே எழுதுவேன்” என்றான் கா.

“நீங்கள் மறைமுகமாகச் சொல்லவருவது இந்த அரசாங்கத்திற்கும் துணை ஆளுநருக்கும் எதிராக மட்டுமல்ல எனக்கும் சவால் விடுவது போலிருக்கிறது. ‘தற்கொலை பெண்களைப் பற்றி மதச்சார்பற்ற ஆளுநரும் எழுதக்கூடாது என்கிறார் நீலம்; இஸ்லாமிய அரசியலாளர்களும் எழுதக்கூடாது என்கின்றனர்’ என்று நீங்கள் எழுதப்போகிறீர்கள், இல்லையா? நீங்கள் என்னை உசுப்பிவிடுகிறீர்கள்.”

“ஆம்.”

“அந்தப் பெண்ணை பள்ளியிலிருந்து நீக்கிவிட்டதால் தற்கொலை செய்து கொள்ளவில்லை. அவள் காதல் விவகாரத்தில் சிக்கியிருந்தாள். ஆனால் முக்காடு அணிந்த ஒரு பெண் காதல் தோல்வியினால் இறைவனுக்கு எதிரான பாவமான தற்கொலை செய்துகொண்டாள் என்று நீங்கள் எழுதினால் மதப்பள்ளிக்கூடத்தில் உள்ள மாணவர்கள் கொதித்தெழுந்து விடுவார்கள். கார்ஸ் ஒரு சிறிய நகரம்.”

“இவையெல்லாவற்றையும் அந்தப் பெண்களிடமே கேட்டுத் தெளிவாக்கிக் கொள்ளலாமென்று இருக்கிறேன்.”

“நல்லது” என்றான் நீலம். “தமது சிரங்களை மறைத்துக்கொள்ளும் உரிமைக்காக அவர்கள் நடத்திய போராட்டத்தின் பின்விளைவுகள் அவர்கள் வாழ்க்கையைப் பாழடித்திருக்கின்றன. அதனால் தான் அவர்கள் பெரும் பாவச் செயலைப் புரிந்து இவ்வுலகைவிட்டு நீங்கியிருக்கின்றனர். இவற்றையெல்லாம் ஒரு ஜெர்மானிய இதழில் நீங்கள் எழுதப்போவதை இறந்துபோன பெண்களின் சிநேகிதிகளான இந்தப் பெண்கள் உண்மையிலேயே விரும்புகிறார்களா என்பதை நீங்களே அவர்களிடம் கேட்டுக் கொள்ளுங்கள்.”

காவுக்கு உள்ளூரப் பயமெடுக்கத் தொடங்கினாலும் உறுதியை வரவழைத்துக்கொண்டு, “நிச்சயம் கேட்கத்தான் போகிறேன்,” என்றான்.

“உங்களை இங்கே அழைத்ததற்கு இன்னொரு காரணமும் இருக்கிறது,” என்றான் நீலம். “சில மணி நேரங்களுக்கு முன் கல்வியியல் பயிற்சியக இயக்குநர் சுடப்பட்டதை நேரில் பார்த்தீர்கள். முக்காடு அணியும் பெண்கள் மீது இந்த அரசாங்கம் இழைக்கும் கொடுமைகளைப் பார்த்து எமது மத நம்பிக்கையாளர்களுக்கு ஏற்பட்ட கோபத்தின் நேரடி விளைவு அது. ஆனால் இச்சம்பவம் முழுக்கவுமே ஒரு திட்டமிடப் பட்ட அரசாங்க சதிதான். முதலில் அந்த அப்பாவி இயக்குநரை அரசாங்கம் தமது கொடூரமான சட்டங்களை செயற்படுத்த கட்டாயப் படுத்தியது. அதன் பின்னர் ஏதோ ஒரு பைத்தியக்காரனைத் தூண்டி விட்டு அவரை கொலை செய்யவைத்து, பழியை இஸ்லாமியவாதிகள் மீது இப்போது சுமத்துகிறது.”

கா, அசல் பத்திரிகைக்காரனைப்போலவே வெடுக்கென்று, “இப்போது நீங்கள் அதற்கு பொறுப்பேற்றுக் கொள்கிறீர்களா அல்லது இத்தாக்குதலை கண்டிக்கிறீர்களா?” கேட்டான்.

“நான் கார்ஸ்ஸுக்கு வந்தது அரசியல் காரணங்களுக்காக அல்ல; இந்த தற்கொலை தொற்றுநோயை தடுத்து நிறுத்துவதற்காகத் தான் வந்திருக்கிறேனென்று சொல்லலாம்.” திடீரென அவன் கைகளை காவின் தோள்மீது வைத்து தன் பக்கமாக இழுத்து அவனுடைய இரு கன்னங்களிலும் முத்தமிட்டான்: “நீங்கள் ஒரு நவீன காலத் துறவி. கவிதைக்காக உங்களை அர்ப்பணித்திருப்பதால் இவ்வுலகத் திலிருந்தே ஒதுங்கி இருக்கிறீர்கள். அப்பாவி முஸ்லீம்களை இழிவு படுத்துகிறவர்களின் கைப்பாவையாக ஆவதற்கு நீங்கள் எப்போதும் விரும்ப மாட்டீர்கள். நான் உங்களை முற்றிலுமாக நம்புவதற்கு

முடிவெடுத்திருப்பதைப்போலவே நீங்களும் என்னை நம்புவதற்கு முடிவெடுத்திருக்கிறீர்கள். இந்த கொடும்பனிப் பொழிவிலும் என்னை சந்திக்க வந்திருக்கிறீர்கள். இப்போது எனது நன்றியைத் தெரிவிக்கும் விதமாக ஒரு நீதிக்கதையை உங்களுக்குச் சொல்லலாமென்றிருக்கிறேன்." அவன் மீண்டும் காவின் விழிகளுக்குள் தீட்சண்யமாகப் பார்த்தான். "இந்தக் கதையை நான் சொல்லலாமா?"

"சொல்லுங்கள்."

"முன்பொரு காலத்தில், ஈரான் நாட்டில் மகத்தான வீரன் ஒருவன் வாழ்ந்து வந்தான். நாட்டுமக்கள் அனைவரும் அவனை நேசித்தனர். அவர்கள் அவனை ருஸ்தம் என்று அழைத்தார்கள். அதனால் நாமும் அப்படியே அழைப்போம். ஒருநாள் வேட்டையாடச் சென்றபோது வழிதவறிவிட்டான். அன்றிரவு அக்காட்டில் கூடாரம் அமைத்து உறங்கிக் கொண்டிருந்தபோது ராக்ஷ் என்ற அவனது குதிரையும் காணாமற் போய்விட்டது. அதனைத்தேடி ருஸ்தம் அலைந்தபடியே துரான் நாட்டு எல்லைக்குள் சென்றுவிட்டான். அந்நாடு அப்போது ஈரானுடன் போரில் ஈடுபட்டிருந்தது. ஆனால் ருஸ்தம் என்ற அம்மாவீரனின் கீர்த்தி துரானிலும் பரவியிருந்ததால் உள்ளூர்வாசிகள் அவனை அடையாளம் கண்டு அன்புடன் வரவேற்று உபசரித்தனர். துரானின் ஷா அவனை அரண்மனைக்கு அழைத்து பெரும் விருந்தொன்றை அளித்தான். விருந்துக்குப் பிறகு ருஸ்தம்மின் அறைக்குள் ஷாவின் புதல்வி ரகசியமாக வந்தாள். அவன்மீது தனக்கிருக்கும் காதலைச் சொல்லி, அவனுடைய குழந்தையை ஈன்றெடுக்க வேண்டுமென்பதே அவளது இச்சை என்று சொன்னாள். அவள் அழகிலும் இனிய பேச்சிலும் மயங்கிய ருஸ்தம் அவளோடு காதலில் கலந்தான். அடுத்தநாள் காலை ருஸ்தம் அவளுக்குப் பிறக்கப் போகும் தன்னுடைய குழந்தைக்காக மணிக்கட்டுப்பட்டை ஒன்றை அடையாளச் சின்னமாகத் தந்துவிட்டு தனது நாட்டுக்குத் திரும்பினான்.

"அந்த ஆண்மகவு பிறந்தபோது அவர்கள் அதனை சுஹ்ரப் என்று அழைத்தார்கள். எனவே நாமும் அப்படியே அழைப்போம். வருடங்கள் பல கடந்தபிறகு அவனுடைய தாய் அவன் தந்தை வேறு யாருமல்ல, மாவீரன் ருஸ்தம்தான் என்பதைச் சொன்னாள். அதைக்கேட்ட சுஹ்ரப், 'நான் ஈரான் நாட்டுக்கு படையெடுத்துச் சென்று அந்நாட்டின் கொடுங்கோலன் ஷா கேகாவூஸை வீழ்த்திவிட்டு அந்த இடத்தில் என் தந்தையை முடிசூட்டி வைக்கப்போகிறேன். அதன்பின் துரானுக்குத் திரும்பிவந்து இந்நாட்டின் கொடுங்கோலன் ஷா எஃப்ராஸியாபையும் வீழ்த்திவிட்டு அவனுடைய இடத்தில் நான் அமரப்போகிறேன். அதன்பிறகு என் தந்தையும் நானும் ஈரானிலும் துரானிலும் நல்லாட்சியை அமைத்து, பின்னர் இவ்வுலகம் முழுவதையும் ஆளப்போகிறோம்,' என்றான்.

"நல்லிதயம் கொண்ட சுஹ்ரப் இவ்வாறு சூளுரைத்தபோது அவனது எதிரிகள் அவன் நினைத்ததைவிட சூழ்ச்சியும் கள்ளத்தனமும்

நிறைந்தவர்களாக இருப்பார்களென்பதை அவன் அறிந்திருக்கவில்லை. முதலில் துரானின் ஷா எஃப்ராஸியாபும் ஈரான் மீது படையெடுத்துச் செல்லும் அவன் யோசனைக்கு ஆதரவாகவே இருந்தான். கூடவே, சுஹ்ரப் தன்னுடைய தந்தையை அடையாளம் கண்டுவிடக்கூடாது என்பதற்காக அவனது படையில் சூழ்ச்சிக்கலையில் தேர்ந்த ஒற்றர்களையும் சேர்த்து அனுப்பினான். பலவிதமான மோசடிகளுக்கும் சூழ்ச்சிகளுக்கும், விதியின் குரூரமான திருப்பங்களுக்கும் தற்செய லிணைவுகளுக்கும் பிறகு (இவற்றையெல்லாம் உண்டாக்கியது உன்னதமான இறைசக்திதான் என்பது நாம் அறிந்ததுதானே?) யுத்தக்களத்தில் ருஸ்தம்மும் அவன் மகன் சுஹ்ரப்பும் நேருக்கு நேராக அவரவர் படைகளோடு நிற்கின்ற நாளும் வந்தது. இருவருமே தலை முதல் கால் விரல்கள் வரை கவச ஆடை தரித்திருந்ததால் ஒருவர் முகத்தை மற்றவர் அறிந்திருக்க இயலவில்லை. ருஸ்தம் தனது அடையாளத்தை வெளிக்காட்டிக் கொள்ளாதிருந்தமைக்கு முக்கியமான காரணம், எதிரிக்கு தான் பொருதுவது உலகமகா மாவீரனோடு என்பது தெரிந்துவிட்டால் அவன் முழுசக்தியையும் திரட்டி வெறியோடு தாக்குவான் என்பதுதான். சுஹ்ரபின் குழந்தைத்தனமான இதயத்தில் இருந்ததெல்லாம் ஒரேயொரு நோக்கம்தான்: அவன் தந்தையை ஈரானின் அரியாசனத்தில் அமர்த்த வேண்டும். அதனால் தன்னெதிரே நிற்கும் எதிரி யாரென்பதைப் பற்றியெல்லாம் அவனுக்கு அக்கறையிருக்கவில்லை. இப்படியாக வீரத்திலும் நல்லியல்புகளிலும் சிறந்திருந்த தந்தையும் மகனும் வாட்களை உருவியபடி அவரவர் சைனியங்களோடு ஒருவரை நோக்கி ஒருவர் முன்னேறி வந்தனர்."

நீலம் நிறுத்தினான். காவின் கண்களுக்குள் பார்ப்பதற்கு முன் ஒரு குழந்தைத்தனமான குரலில் தொடர்ந்தான்: "இந்தக் கதையை நூற்றுக்கணக்கான முறை படித்திருந்தாலும் இந்தக் கட்டத்துக்கு வரும்போது எப்போதும் எனக்கு உடல் நடுங்கி, இதயம் அதிவேகமாக அடித்துக்கொள்ளத் தொடங்கும். ஏனென்று தெரியவில்லை. ஆனால் சுஹ்ரப் அவன் தந்தையைக் கொல்வதற்கு தயாராகும்போது எதற்காகவோ அவனோடு என்னை அடையாளப்படுத்திக் கொண்டுவிடுகிறேன். எவன் ஒருவனுக்கு தன் சொந்தத் தந்தையையே கொல்லத்தோன்றும்? அந்தப் படுபாதகச் செயலின் வலியை, அந்தப் பாவத்தின் பாரத்தை எந்த ஆத்மாவால் பொறுக்க முடியும்? அதுவும் கள்ளங்கபடமற்ற வெள்ளை உள்ளம் கொண்ட சுஹ்ரப்பினால் இயலுமா? இந்தக் கட்டத்தில் நமக்கிருக்கும் ஒரே நம்பிக்கை, சுஹ்ரப் அவனுடைய எதிரியின் அடையாளத்தை அறிந்து கொள்ளாமல்தான் கொல்லப் போகிறான் என்பதுதான்.

"இந்த எண்ணங்களெல்லாம் என் மனதைக் கடக்கும்போது அந்த இரண்டு வீரர்களும் போரிடத் தொடங்கி விடுகின்றனர். மணிக்கணக்காக நீளும் அந்தச் சண்டையில் எவரொருவராலும் மற்றவரை வெல்ல முடியவில்லை. வியர்வையில் தொப்பலாக நனைந்து, களைத்து, அவர்கள் தமது வாட்களை உறையிலிடுகின்றனர். போரின் முதல்நாள் சாயங்கால வேளைக்கு நாம் வரும்போது சுஹ்ரபின்

மீது எனக்கு எவ்வளவு மனக்கிலேசம் ஏற்பட்டதோ, அந்தளவுக்கு அவன் தந்தைமீதும் ஏற்பட்டிருந்தது. இக்கதையைத் தொடரும்போது இதை முதன்முறையாக படிப்பது போலவே இருக்கிறது. தந்தையும் மகனும் ஒருவரையொருவர் கொல்ல முடியாமல் வேறு ஏதோவொரு வழியில் இந்த இக்கட்டிலிருந்து விடுபட்டுவிடுவார்களென கற்பனை செய்து கொள்கிறேன்.

"இரண்டாம் நாள், இரண்டு சைனியங்களும் மீண்டுமொருமுறை அணிவகுத்து நின்றன. மீண்டுமொரு முறை தந்தையும் தனயனும் உடல் முழுக்க கவச ஆடை அணிந்து இரக்கமற்ற யுத்தத்தில் ஈடுபடத் தொடங்கினர். நெடுநேரப் போராட்டத்துக்குப்பின் சுஹ்ரபை நோக்கி அதிர்ஷ்டம் புன்னகைக்கிறது – ஆனால் இதனை அதிர்ஷ்டம் எனலாமா? – அவன் ருஸ்தம்மை குதிரையிலிருந்து வீழ்த்தி தரையோடு சேர்த்து அழுத்துகிறான். தனது உடைவாளை உருவி அவன் தந்தையின் கழுத்தின் மேல் செருகவிருந்த சமயம் அவனுடைய படைத் தளபதி களில் ஒருவர், "இரான் நாட்டைப் பொறுத்தவரை, எதிரிப்படையின் மாவீரன் ஒருவனை வீழ்த்தினால் – அது அவனுக்கு முதல் சந்தர்ப்பமாக இருக்கும்பட்சத்தில் – அவன் தலையைக் கொய்வது பழக்கமல்ல, அவனுக்கு மற்றொரு வாய்ப்பு வழங்கப்படும். எனவே அவனைக் கொன்றுவிடாதே – அது மிகவும் கொடூரமான செயலாக இருக்கும்," என்கிறார். எனவே சுஹ்ரப் அவன் தந்தையைக் கொல்லாமல் விடுகிறான்.

"இந்தப் பகுதியை வாசிக்கும்போது நான் மிகவும் குழப்பமடைந்து விடுகிறேன். சுஹ்ரபின் மீது பெரும் அபிமானம் உண்டாகிறது. இந்த தந்தைக்கும் மகனுக்கும் என்ன மாதிரியான விதியை இறைவன் படைத்து வைத்திருக்கிறார்?

"மூன்றாம் நாள் யுத்தத்தைத்தான் நான் மிகவும் படபடப்போடு எதிர்பார்த்துக் காத்திருந்திருக்கிறேன். ஆனால் அது என் எதிர்பார்ப்பை பொய்யாக்கி, ஒரே கணத்தில் முடிந்து விடுகிறது. ருஸ்தம் சுஹ்ரபை அவன் குதிரையிலிருந்து வீழ்த்திவிடுகிறான். முன்னால் பாய்ந்து அவன் வாளை அவன் மேல் பாய்ச்சி கொன்றுவிடுகிறான். இச்சம்பவத்தின் வேகம் பயங்கரமாகவும் அதிர்ச்சியடைய வைப்பதாகவும் இருக்கிறது. சுஹ்ரபின் கையில் மணிக்கட்டுப்பட்டையை ருஸ்தம் அப்போதுதான் பார்க்கிறான். தன் சொந்த மகனையே கொன்றுவிட்டதை அறிகிறான். ருஸ்தம் மண்டியிட்டமர்ந்து அவன் மகனின் உடலை மடியில் கிடத்திக் கொண்டு கதறியழுகிறான்.

"கதையின் இந்தக் கட்டத்தில் நானும் எப்போதும் அழுதுவிடுகிறேன். ருஸ்தம்மின் துயரத்துக்காக மட்டுமல்ல, சுஹ்ரபின் மரணம் உணர்த்தும் பொருளை நான் இப்போது அறிந்து கொள்வதாலும். அது என்ன வென்றால் அவன் தந்தையின் மேல் அவன் கொண்டிருந்த அன்பே சுஹ்ரபை கொன்றிருக்கிறது என்பதுதான். ஆனால் இப்போது அவன் அன்பான அப்பாவின் மேல் சுஹ்ரபுக்கு இருந்த குழந்தைத்தனமான பரிசுத்தமான பாசத்தைக் கடந்து செல்ல வேண்டியிருக்கிறது. எனவே அவன் தந்தையைப் பற்றி யோசிக்கலாம். வீர மரணமடைந்திருக்கும் தன்னுடைய மகனையும் அவன் கௌரவப்படுத்த வேண்டியிருக்கிறது;

தனது நடத்தை நெறிமுறைகளையும் மீறாதிருக்க வேண்டியிருக்கிறது. தன்னருமை மகனுக்காக கண்ணியம் குலையாமல் புத்திர சோகத்தில் குலைந்திருக்கும் அந்தத் தந்தையின் நிலைதான் இப்போது என்னை வெகுவாக வேதனைப்படுத்துகிறது. தனித்துவமான குணாம்சங்களும் போராட்ட இயல்பும் கொண்டிருந்த சுஹ்ரபின் மீதுதான் எனக்கு எப்போதுமே ஓர் அபிமானம் இருந்து வந்திருக்கிறது. அது இப்போது பெரும்பலமும் பொறுப்புணர்வும் கொண்டிருந்த ருஸ்தம்மை நோக்கி இடம் பெயர்கிறது."

நீலம் ஒருகணம் பேச்சை நிறுத்தினான். இந்தக் கதையை இவ்வளவு உணர்ச்சிகரமாக சொல்லமுடிகிற அவன் திறமையைக் கண்டு காவுக்கு பொறாமை ஏற்பட்டது. அவன் எந்தக் கதையைச் சொன்னாலும் கேட்பவர்களை வசியப்படுத்தி கிறங்கடித்து விடுவானென்றுதான் தோன்றியது.

"இந்த அழகான கதை எனக்கு எவ்வளவு முக்கியத்துவம் வாய்ந்தது என்பதை உங்களுக்குக் காட்டுவதற்காகவோ அல்லது இதனை என் வாழ்க்கையோடு எப்படி பொருத்திப் பார்க்கிறேன் என்பதைச் சொல்வதற்காகவோ இப்போது கூறவில்லை. ஃபிர்தேவ்ஸியின் 'ஷெஹ்நாமி'யில் வருகிற ஆயிரம் வருடப் பழமையான இக்கதை இப்போது மறக்கப்பட்டுவிட்டது என்பதை சுட்டிக் காட்டுவதற்காகவே சொன்னேன்," என்றான் நீலம். "பன்னெடுங்காலத்துக்கு முன் – தாப்ரீஸிலிருந்து இஸ்தான்புல் வரை, பாஸ்னியாவிலிருந்து டிராப்ஸான் வரை – கோடிக்கணக்கான மக்கள் இக்கதையை மனப்பாடமாக அறிந்திருந்தனர். இக்கதையைச் சொல்லும்போது அவர்கள் வாழ்க்கையின் அர்த்தத்தைக் கண்டறிந்து கொண்டனர். ஈடிபஸ் தன் தந்தையைக் கொல்கிற கதையையும், அதிகாரத்திலும் மரணத்திலும் மன உளைச்சல் கொண்டிருந்த மேக்பத்தின் கதையையும் மேற்குலக நாடுகள் ஒவ்வொன்றும் எப்படி பேசிக் கொண்டிருக்கிறதோ, அவ்வாறு இக்கதையும் இங்கே பேசப்பட்டு வந்தது. ஆனால் இப்போது நாமெல்லோரும் மேற்குலக மயக்கத்தில் ஆழ்ந்துவிட்டதால் நமது பாரம்பரியக் கதைகளையே மறந்து விட்டிருக்கிறோம். நம் குழந்தைகளின் பாடப் புத்தகங்களிலிருந்து பழங்கதைகள் எல்லாவற்றையும் அவர்கள் நீக்கி விட்டார்கள். இஸ்தான்புல்லில் ஒரு புத்தகக்கடையில்கூட 'ஷெஹ்நாமி' இருக்காது. இதற்கு என்ன சொல்கிறீர்கள்?"

கா பதிலளிக்கவில்லை.

"நீங்கள் என்ன சிந்திக்கிறீர்களென்று ஊகிக்கிறேன்," என்றான் நீலம். "கொலை செய்யக்கூடிய அளவுக்கு இந்தக்கதை அவ்வளவு அழகாக இருக்கிறதா? நீங்கள் சிந்தித்துக் கொண்டிருப்பது இதுதான், சரியா?"

"எனக்குத் தெரியவில்லை" என்றான் கா.

"அப்படியானால் அதைப்பற்றி சிந்தியுங்கள்" என்று சொல்லிவிட்டு நீலம் அறையைவிட்டுச் சென்றான்.

9

நீங்கள் ஒரு நாத்திகரா?

தற்கொலை செய்துகொள்ள விரும்பாத ஒரு கடவுள் மறுப்பாளன்

நீலம் அறையைவிட்டுச் சென்ற பின் காவுக்கு என்ன செய்ய வேண்டுமென்று கொஞ்ச நேரத்திற்குக் குழப்பமாக இருந்தது. அவன் திரும்பவும் வந்து 'சிந்தனை'களைப் பற்றி விசாரிப்பானென்று முதலில் நினைத்தான். ஆனால் அந்த மனிதனைத் தவறாகக் கணித்திருக்கிறோம் என்பது சீக்கிரமே அவனுக்குப் புரிந்தது. அவனது தோரணையிலும் மறைமுகமான பேச்சிலும் ஏதோ ஒரு செய்தியைத் தெரிவித்திருக்கிறான். அல்லது அது ஓர் அச்சுறுத்தலோ?

இந்த இரண்டில் எதுவாக இருந்தாலும் நீலத்திற்காக காத்துக்கொண்டு அங்கே உட்கார்ந்திருந்தபோது காவுக்கு பயமாக இருக்கவில்லை; அந்த இடத்துக்கு சொந்தமில்லாமல் அந்நியமாக இருந்த ஓர் உணர்வுதான் இருந்தது. தாயும் சேயும் இருந்த அறையும் முன்கூடமும் இப்போது காலியாக இருந்தன. கதவை சார்த்திவிட்டு வெளியே வந்தபோது வேண்டாத விருந்தாளி போல உணர்ந்தான். அந்த எரிச்சலில் படிக்கட்டுகளில் அவன் தடதடவென்று இறங்கி ஓடாமலிருக்க பெரும் பிரயத்தனப்பட வேண்டியிருந்தது.

வானத்தை நிமிர்ந்து பார்த்தபோது, பனித்திவலைகள் கீழே இறங்காமல் அந்தரத்திலேயே மிதந்து கொண்டிருப்பதைப் போல முதலில் தோன்றியது. காலம் என்ற ஒன்றே நகராமல் நின்றிருப்பதைப்போல. இவன் அறைக்குள்ளே இருந்தபோது எல்லாமே மாறிவிட்டதைப்போலவும், எவ்வளவோ நேரம் கடந்து விட்டதைப் போலவும் கூடத் தோன்றியது. ஆனால் காவும் நீலமும் பேசிக்கொண்டிருந்தது வெறும் இருபது நிமிடங்கள்தான்.

படுத்திருக்கும் ஒரு ராட்சத வெண்மேகம் போல விரித்திருந்த பனிமூடிய பதனக்குழியைக் கடந்து இருப்புப் பாதையோரமாகவே மெதுவாக நடந்தான். சேறும் சகதியுமாக இருந்த அந்த

நாற்சந்தியை கடக்கும்போது ஒரு கருப்பு நாய் நட்போடு வாலாட்டிக் கொண்டே அவனைப் பின்தொடர்ந்தது. ரயில் நிலையத்தின் குப்பைக் கூளமான பயணிகள் கூடத்தில் மூன்று பதின்பருவ இளைஞர்கள் இவனுக்காகக் காத்திருப்பதைப்போல உட்கார்ந்திருந்தனர். அந்த மூவரில் நெசிப்பும் இருந்தான். நண்பர்களிடமிருந்து விலகி காவை நோக்கி ஓடி வந்தான்.

"நீங்கள் இந்த வழியாக வருவீர்களென்று எனக்குத் தெரியும். எப்படித் தெரியும் என்பதை மட்டும் என் வகுப்புத் தோழர்களிடம் சொல்லிவிடாதீர்கள்," என்றான் ரகசியமாக. பின் உரக்க, "இவன் என் நெருங்கிய நண்பன். உங்களிடம் கேட்பதற்காக ஒரு முக்கியமான கேள்வியை வைத்திருக்கிறான். ஃபாசிலுக்கு உங்கள் நேரத்தைக் கொஞ்சம் ஒதுக்க முடிந்தால் சந்தோஷப்படுவான்."

"ஆல்ரைட்," என்றான் கா. அந்த இரு இளைஞர்களும் உட்கார்ந் திருந்த பெஞ்சை நோக்கி நடந்தான்.

அவர்களுக்குப் பின்னாலிருந்த சுவரில் ஒரு போஸ்டர் அடாதுர்க்குக்கு ரயில்பாதைகள் அமைப்பது எவ்வளவு முக்கியமான விஷயமாக இருந்ததென்பதை பயணிகளுக்கு நினைவூட்டியது. தற்கொலை செய்துகொள்ளும் உத்தேசத்தில் உள்ள பெண்களை இன்னொன்று அச்சுறுத்தியது. அந்தப் பையன்கள் கா அருகில் வந்ததும் கை குலுக்க எழுந்து நின்றனர். ஆனால் அளவுகடந்த வெட்கம் தடுக்க, பேசாமல் நெளிந்தனர்.

"ஃபாசில் அவனுடைய கேள்வியைக் கேட்பதற்கு முன்னால் மெசூத் அவன் கேள்விப்பட்ட ஒரு கதையை உங்களிடம் சொல்ல விரும்புகிறான்," என்றான் நெசிப்.

மெசூத் அதீதமான கூச்சத்தோடு, "ம்ஹூம்," என்றான். "ப்ளீஸ், நீயே சொல்லிவிடேன்."

நெசிப் அந்தக் கதையைச் சொல்ல ஆரம்பிக்க, காவின் கண்கள் அந்த அசுத்தமான நிலையத்தின் நிழல்களில் அலைந்து கொண்டிருந்த கருப்பு நாயை பின்தொடர்ந்தன.

"இந்தக் கதை இஸ்தான்புல்லில் உள்ள ஒரு சமயப்பள்ளியில் நடந்ததாகக் கேள்விப்பட்டேன்," என்றான் நெசிப். "நகரத்தின் விளிம்பில் புறநகர் பகுதிகள் ஒன்றில் இருந்த ஒரு திராபையான இடம் அது. இந்தப் பள்ளியின் இயக்குநருக்கு இஸ்தான்புல்லில் இப்போது புதிதாக முளைத்திருக்கும் வானளாவிய கட்டிடங்களைத் தொலைக்காட்சியில் பார்க்கிறோமே, அதைப்போன்ற ஒரு கட்டிடத்தில் அதிகாரி ஒருவரை சந்திக்க அப்பாய்ன்ட்மென்ட் இருந்தது. அவர் ஒரு பிரம்மாண்டமான லிஃப்ட்டில் ஏறி மேலே சென்றார். அந்த லிஃப்ட்டில் வேறொருவனும் இருந்தான். அவரைவிட வயதில் குறைந்த, உயரமான மனிதன். அவன் அந்த இயக்குநரிடம் ஒரு புத்தகத்தை நீட்டி, பிரித்துக் காட்டினான். அந்தப் புத்தகத்துக்குள் பக்கங்களை ஆழமாக வெட்டிக் கத்தரித்து அதற்குள் கைப்பிடியில் ராஜமுத்துக்கள் பதித்த ஒரு கத்தி இருந்தது.

அதை அவன் வெளியே எடுத்து நீட்டி, அப்புத்தகத்திலிருந்து சில வரிகளை மந்திரம் போல உச்சரித்தான். அந்த லிஃப்ட் பத்தொன்பதாவது தளத்தில் நின்றபோது, இயக்குநர் லிஃப்ட்டிலிருந்து வெளியே வந்து அந்த அலுவலரை சந்திக்கச் சென்றார்.

"ஆனால் அடுத்து வந்த நாட்களில் அவர் வெகு விநோதமாக உணரத் தொடங்கினார். மரணத்தைப் பற்றிய எண்ணங்கள் அவரைச் சூழ்ந்து கொண்டு நெருக்கின. அவருக்கு வேறு எதைச் செய்யவும் தெம்பு இல்லை. லிஃப்ட்டில் பார்த்த அம்மனிதனைப் பற்றி நினைக்காமல் இருக்க முடியவில்லை. அந்த இயக்குநர் ஒரு பக்திமான். மன நிம்மதியும் வழிகாட்டலும் கிடைக்குமென்ற நம்பிக்கையில் ஒரு செர்ராஹி மடத்துக்குச் சென்றார். அங்கே மறுநாள் காலை வரை அமர்ந்து அவருடைய விசனங்கள் அனைத்தையும் கொட்டித் தீர்த்தார். எல்லா வற்றையும் கேட்டுவிட்டு அம்மடத்தின் புகழ்பெற்ற ஷேக் அவர்கள், "நீர் இறைவன் மீதிருக்கும் நம்பிக்கையை இழந்து விட்டிருப்பதைப் போலத் தெரிகிறது," என்று அறிவித்தார். "இதைவிட மோசமான விஷயம் என்னவென்றால், இவ்விஷயத்தை நீர் அறிந்திருக்கவும் இல்லை. இது மட்டும் போதாதென்று, இதை அறிந்திராமல் இருப்பதில் உமக்கு அளப்பரிய பெருமிதமும் இருக்கிறது! இந்த நோயை லிஃப்ட்டில் இருந்த மனிதனிடமிருந்து நீர் பெற்றிருக்கிறீர். அவன் உங்களை ஒரு நாத்திகனாக மாற்றியிருக்கிறான்." இயக்குநர் கண்ணீர் மல்க எழுந்து ஷேக் அவர்கள் கூறியதை மறுத்துப் புலம்பினார். ஆனால் அவரது இதயத்தின் ஒரு பகுதி இன்னமும் தூய்மையோடும் நேர்மை யோடும் இருந்ததால் அப்புகழ்பெற்ற ஷேக் அவர்கள் கூறுவது உண்மை தான் என்று அவருக்குப் புரிந்தது.

"நாத்திக நோயால் பீடிக்கப்பட்ட அவர், அவருடைய அற்புதமான இளம் மாணவர்கள் மீது அநியாயமான கட்டுப்பாடுகளை விதிக்கத் தொடங்கினார். விநோதமான காரியங்களைச் செய்தார். அவருடைய மாணவர்களின் தாய்மார்களோடு தனியாக நேரத்தைக் கழிக்க முயன்றார். அவர் மிகவும் பொறாமை கொண்டிருந்த சக ஆசிரியர் ஒருவரிடமிருந்து பணத்தைத் திருடினார். இதைவிட மோசம் என்ன வென்றால், இத்தகைய பாவ காரியங்களைச் செய்ததில் அவருக்கு சங்கடமே இல்லாமல் பெருமையாகக் காட்டிக் கொண்டதுதான். பள்ளி மாணவர்கள் அனைவரையும் கூட்டி அவர்களது குருட்டு நம்பிக்கைகளுக்கு வசைபாடினார். அவர்களுடைய மரபான வழமை களுக்கு எந்தப் பொருளும் இல்லை என்று கூறி, அவரைப்போல அவர்களும் இவற்றிலிருந்து விடுதலையாகி சுதந்திரமாக ஏன் இருக்கக் கூடாது என்றார். அவரது பிரசங்கத்தில் பிரெஞ்சு வார்த்தைகள் இல்லாமல் ஒரு வரிகூட இருக்காது. அவர் களவாடிய பணத்தை யெல்லாம் நவீன ஐரோப்பிய சாதனங்களில் செலவழித்தார். எந்த இடத்துக்கு அவர் சென்றாலும் அங்கிருக்கும் மனிதர்கள் எவ்வளவு பின்தங்கியிருக்கிறார்களென்பதைச் சொல்லி அதற்காக அவர்களை அவர் அடியோடு வெறுப்பதாகக் கூறுவார்.

“விரைவிலேயே அப்பள்ளி பெரும் குழப்பத்துக்குள் சரிந்தது. மாணவர்களில் ஒரு குழுவைச் சேர்ந்தவர்கள் அவர்களுடைய சகாவை பலாத்காரம் செய்தனர். இன்னொரு குழுவினர் ஒரு வயதான குர்ஆன் ஆசிரியரை அடித்துத் துவைத்தனர். அந்த இடம் முழுவதுமே பெரிதாக ஒரு கிளர்ச்சி வெடிக்கப் போகும் நிலையில் இருந்தது. அந்த இயக்குநர் கண்ணீர் வழிய வீடு திரும்புவார். அவருடைய ஒரு பகுதி தற்கொலை செய்து கொள்ளலாமென சிந்தித்தது. அதை நிறைவேற்றுவதற்கான தைரியம் அவரிடம் இல்லாததால் வேறு யாராவது அவரைக் கொல்ல மாட்டார்களாவென்று எதிர்பார்த்திருக்கத் தொடங்கினார். அப்படி நிகழ்வதற்காக – இறைவன் மன்னிப்பாராக – மேதகு இறைத்தூதர் முகமது அவர்களை இறைபக்தி நிறைந்த அவருடைய மாணவர்கள் முன்பு சபித்துப் பேசினார். அவர் மனநிலை பிறழ்ந்துவிட்டிருக்கிறார் என்பது அவர்களுக்குத் தெரிந்திருந்ததால் எந்தவொரு மாணவனும் அவரைத் தாக்கவில்லை. அதன்பின் அந்த இயக்குநர் தெருவில் இறங்கிவிட்டார். அவர் – இறைவன் மன்னிப்பாராக – கடவுள் இல்லை, மசூதிகள் டிஸ்கோக்களாக மாற்றப்பட வேண்டும், நாமெல்லோரும் கிருத்துவத்துக்கு மதம் மாறினால்தான் மேலைநாடுகள் போல நாமும் செல்வந்தர்களாவோம் என்றெல்லாம் பிரசங்கம் செய்துகொண்டு சென்றார். ஆனால் அனைவரும், இளம் இஸ்லா மிஸ்ட்டுகள்கூட, அவரை வெறும் பைத்தியம் என்றே அலட்சியப் படுத்தினர்.

“அவரது மரண ஆசையை நிறைவேற்றிக்கொள்ள எந்த வழியும் புலப்படாமல் நம்பிக்கையிழந்து போனபின், இவையெல்லாவற்றையும் ஆரம்பித்து வைத்த அந்த இஸ்தான்புல் அடுக்கு மாடிக் கட்டிடத்திற்கே சென்றார். அதே லிஃப்ட்டில் ஏறினார். அவரை முதன்முதலாக நாத்திகத் துக்குள் தள்ளிய அதே உயர்ந்த மனிதன் உள்ளே நின்றிருந்தான். அவன் எல்லாம் தெரிந்த பாவனையில் புன்னகைத்து, முன்பு வைத்திருந்த அதே புத்தகத்தை அவரிடம் நீட்டினான். நாத்திகத்திலிருந்து குணப் படுத்தும் கருவியும் அதற்குள் இருந்தது. இயக்குநர் நடுங்கும் கைகளை நீட்ட, அப்புத்தகத்தின் பக்கங்களை மீண்டும் வெட்டத் தயாரானவன் போல அம்மனிதன் ராஜமுத்துக்கள் பதித்த அக்கத்தியை வெளியே எடுத்து, அந்த லிஃப்ட் தொடர்ந்து மேலே ஏறிக்கொண்டிருக்க இயக்குநரின் இதயத்துக்குள் நேராகப் பாய்ச்சினான்.”

கதை முடிந்தபோது, இதை ஜெர்மனியில் இருந்த இஸ்லாமிஸ்ட் துருக்கியர்களிடமிருந்து ஏற்கனவே கேட்டிருப்பதை கா உணர்ந்தான். நெசிப் சொன்ன கதையில் அந்த மர்மப் புத்தகத்தின் பெயரே சொல்லப் படவில்லை. ஆனால், நாத்திகப் பிரச்சாரகர்களான ஒன்றிரண்டு யூத எழுத்தாளர்களையும், இஸ்லாமிய அரசியலுக்கெதிராக ஊடகங் களை திருப்பி வந்த பல்வேறு செய்தி ஆசிரியர்களையும் (இவர்களில் ஒருவர் இன்றிலிருந்து மூன்று வருடங்கள் கழித்து கொல்லப்படப் போகிறார்) இப்போது மெசூத் பெயரோடு குறிப்பிட்டான்: “இப்படி துக்கப்பட்டுக்கொண்டிருந்தது அந்த இயக்குநர் மட்டுமல்ல –

நம்மிடையே நாத்திகர்கள் பலர் இருக்கின்றனர். அவர்கள் பிசாசினால் கவர்ந்திழுக்கப்பட்டு அமைதியும் சந்தோஷமும் வேண்டுமென்று நமக்கிடையே அலைந்து வருகின்றனர்," என்றான். "இக்கருத்தை நீங்கள் ஒப்புக் கொள்கிறீர்களா?"

"எனக்குத் தெரியவில்லை."

மெஹூத் எரிச்சலோடு, "தெரியவில்லை என்றால் என்ன அர்த்தம்?" என்றான். "நீங்களும் ஒரு நாத்திகர்தான், இல்லையா?"

"எனக்குத் தெரியவில்லை," என்றான் கா.

"அப்படியானால் இதற்கு பதில் சொல்லுங்கள்: சர்வ வல்லமை படைத்த இறைவன்தான் இந்தப் பிரபஞ்சத்தையும், அதிலிருக்கும் அனைத்தையும், வானிலிருந்து பொழிந்துகொண்டிருக்கும் பனியையும் படைத்தவர் என்று நீங்கள் நம்புகிறீர்களா, இல்லையா?"

"பனி எனக்கு இறைவனை நினைவுபடுத்துகிறது," என்றான் கா.

"ஆம், ஆனால் பனியைப் படைத்தது இறைவனே என்று நீங்கள் நம்புகிறீர்களா?" மெஹூத்தின் குரலில் இப்போது அதட்டல் இருந்தது.

கா பதிலளிக்கவில்லை. அந்த கருப்புநாய் பனியில் விளையாடு வதற்காகக் கதவைத் தாண்டி நடைமேடையில் மங்கலான நியான் விளக்கின் பிரபையில் ஓடுவதைப் பார்த்துக் கொண்டிருந்தான்.

"நீங்கள் எனக்கு பதிலளிக்க மாட்டேனென்கிறீர்கள்," என்றான் மெஹூத். "ஒருவன் இறைவனை அறிந்து, இறைவனை நேசிக்கிறானென்றால் அவன் ஒருபோதும் இறைவனின் இருப்பை சந்தேகிக்கமாட்டான். நீங்கள் எனக்குப் பதில் அளிக்காதிருப்பதற்குக் காரணம், நீங்கள் ஒரு நாத்திகர் என்பதை ஒப்புக்கொள்ளும் தைரியம் உங்களுக்கு இல்லா திருப்பதுதானென்று தோன்றுகிறது. ஆனால் எங்களுக்கு ஏற்கனவே தெரியும். அதனால்தான் என் நண்பன் ஃபாசிலின் சார்பாக உங்களிடம் ஒரு கேள்வி கேட்க விரும்பினேன். இந்தக் கதையில் வரும் பரிதாபத் துக்குரிய நாத்திகனைப் போலவே நீங்களும் இம்சையை அனுபவிக் கிறீர்களா? தற்கொலை செய்து கொள்ளலாமென்று உங்களுக்குத் தோன்றுமா?"

"என்னைப் பொறுத்தவரை எவ்வளவுதான் துன்பத்திலிருந்தாலும் தற்கொலை என்ற எண்ணமே எனக்கு அச்சமூட்டும்" என்றான் கா.

"அதுதான் ஏனென்று கேட்கிறேன். அது சட்டத்துக்கு புறம்பானது என்பதாலா? அரசாங்கம் மனித உயிரின் புனிதத் தன்மையைப்பற்றி பேசுவது எல்லாமே அபத்தம். நீங்கள் ஏன் தற்கொலை செய்துகொள் வதற்குப் பயப்பட வேண்டும்? தயவுசெய்து அதை விளக்குங்கள்."

நெசிப் குறுக்கிட்டு, "என் நண்பன் உங்களைக் கட்டாயப்படுத்துவதை தவறாக நினைக்காதீர்கள்," என்றான். "ஃபாசில் உங்களிடம் இந்தக் கேள்வியை ஒரு காரணமாகத்தான் கேட்கிறான் – மிகவும் விசேஷமான ஒரு காரணத்துக்காக."

ஃபாசில், "நான் கேட்க விரும்பியது, நீங்கள் பெரும் மன அழுத்தத்தில் இருக்கிறீர்களா இல்லையா என்பதுதான்" என்றான். "உங்களுக்கு மனத்துயரைத் தாங்க முடியாமல் போகும்போது தற்கொலை செய்து கொள்ள விரும்புவீர்கள்தானே?"

"கிடையாது" என்றான் கா. அவனுக்கு எரிச்சல் அதிகரித்தது.

"தயவுசெய்து எங்களிடமிருந்து எதையும் மறைக்க முயற்சிக்காதீர் கள்," என்றான் மெசூத். "நீங்கள் ஒரு நாத்திகர் என்பதற்காகவே உங்களுக்குத் துன்பம் இழைப்போமென்று நினைக்காதீர்கள்."

அங்கே ஓர் இறுக்கமான மௌனம் எழும்பியது. கா எழுந்தான். உணர்ச்சிகளை அவர்களுக்கு வெளிப்படுத்த அவனுக்கு விருப்பமில்லை. அவன் நடக்கத் தொடங்கினான்.

"எங்கே போகிறீர்கள்? தயவுசெய்து போகாதீர்கள்," என்றான் ஃபாசில்.

கா நின்றான். ஆனால் எதுவும் பேசவில்லை.

"நான் கொஞ்சம் பேசலாமென்றிருக்கிறேன்," என்றான் நெசிப். "நாங்கள் மூன்று பேரும் முக்காடு அணிந்த பெண்களைக் காதலிக்கிறோம். அவர்கள் தமது நம்பிக்கைக்காக எந்தவிதமான தியாகத்துக்கும் தயாராக இருப்பவர்கள். மதச்சார்பற்ற ஊடகங்கள்தான் அவர்களை 'முக்காடு பெண்கள்' என்றழைக்கின்றன. எங்களுக்கு அவர்கள் வெறும் முஸ்லிம் பெண்கள். அவர்களுடைய நம்பிக்கையைக் காத்துக் கொள்வதற்காக அவர்கள் புரியும் காரியங்கள் எல்லா முஸ்லிம் பெண்களும் செய்ய வேண்டியவை."

"ஆண்களும் கூட," என்றான் ஃபாசில்.

"உண்மைதான்," என்றான் நெசிப். "நான் ஹிக்ரானை காதலிக்கிறேன். மெசூத் ஹண்டேவின் மீது காதல் வயப்பட்டிருக்கிறான். ஃபாசில் தஸ்லிமை காதலித்தான், ஆனால் அவள் இப்போது உயிரோடு இல்லை. தற்கொலை செய்துகொண்டு விட்டாள். தனது நம்பிக்கையை பாதுகாத்துக் கொள்ள எதை வேண்டுமானாலும் தியாகம் செய்யத் தயாராக இருக்கும் ஒரு முஸ்லிம் பெண், தற்கொலை செய்து கொள்ளும் அளவுக்குச் செல்வாள் என்பது எங்களுக்கு அதிர்ச்சியாக, நம்பவே முடியாமல் இருக்கிறது."

"ஒருவேளை அவளது பிரச்சனைகள் தாங்கமுடியாத அளவுக்கு சென்றுவிட்டிருக்கலாம்," என்றான் கா. "பாவம், அவள் பள்ளி யிலிருந்தும் துரத்தப்பட்டிருக்கிறாள்; அவள் வீட்டிலிருப்பவர்களும் முக்காடை கழற்றிவிடும்படி அவளை வற்புறுத்தியிருக்கின்றனர்."

"எவ்வளவுதான் கடுமையான சிக்கலாக இருந்தாலும் அது மத நம்பிக்கை கொண்ட பெண் ஒருத்தி செய்கிற பாவகாரியத்தை நியாயப்படுத்திவிடாது" என்றான் நெசிப் உணர்ச்சிகரமாக. "காலைத் தொழுகையை மறந்துவிட்டால் கூட அந்த பாவத்தை எண்ணி அன்றிரவு எங்களால் தூங்க முடிவதில்லை; காலையில் சீக்கிரம்

எழுந்து மசூதிக்கு ஓடிவிடுகிறோம். இவ்வளவு உறுதியான நம்பிக்கை ஒருவருக்கு இருந்தால், இந்த பாவத்தைப் புரியாமல் இருப்பதற்காக அவன் எதை வேண்டுமானாலும் செய்வான். வாழ்நாள் முழுக்க சித்திரவதையை அனுபவித்துக் கொண்டிருக்கவும் தயாராக இருப்பான்."

"தஸ்லிமின் குடும்பத்தினரைச் சந்திக்க நீங்கள் சென்றீர்கள் என்பது எங்களுக்குத் தெரியும். அவள் தற்கொலைதான் செய்து கொண்டாள் என்று அவர்கள் நம்புகிறார்களா?" என்று கேட்டான் ஃபாசில்.

"ஆம். அவள் பெற்றோர்களோடு உட்கார்ந்து தொலைக்காட்சியில் 'மரியானா' தொடரைப் பார்த்துக் கொண்டிருந்தாளாம். அதன்பின் கைகால்களை அலம்பிக் கொண்டு தொழுகை நடத்தச் சென்றிருக்கிறாள்."

"தஸ்லிம் தொலைக்காட்சித் தொடர்களைப் பார்ப்பவள் அல்ல," ஃபாசில் மென்மையாகச் சொன்னான்.

"உனக்கு எப்படி அவளைப் பற்றித் தெரியும்?" கா கேட்டான்.

ஃபாசில் கொஞ்சம் சங்கடத்தோடு, "அவளை தனிப்பட்ட முறையில் எனக்குத் தெரியாதுதான்; நாங்கள் ஒருவருக்கொருவர் பேசிக்கொண்டதே இல்லை என்றாலும்கூட அவளை தூரத்திலிருந்து ஒருமுறை பார்த்திருக் கிறேன். அவள் நன்றாக போர்த்திக்கொண்டு இருந்தாள். ஆனாலும் அவளை ஆத்மார்த்தமாகக் காதலித்தவன் என்ற முறையில் அவளை முழுக்க அறிந்திருக்கிறேன் என்றுதான் சொல்வேன். நீங்கள் யாரை யாவது ஒருவரை மற்றெல்லோரையும் விட ஆழமாகக் காதலித்தீர் களென்றால், அவளைப் பற்றி எல்லாவற்றையும் நீங்கள் அறிந்து கொள்வீர்கள். நான் அறிந்த தஸ்லிம் ஒருபோதும் தற்கொலை செய்து கொண்டிருக்க மாட்டாள்."

"ஒருவேளை அவளை நீ சரிவர புரிந்துகொள்ளாமல் இருந்திருக்கலாம்."

"ஒருவேளை மேலை நாட்டவர்கள் தஸ்லிமின் கொலையை மூடி மறைப்பதற்காக உங்களை அனுப்பியிருக்கலாம்," என்றான் மெசூத் மிரட்டலாக.

நெசிப் குறுக்கிட்டு, "இல்லையில்லை, நாங்கள் உங்களை நம்புகிறோம்," என்றான். "நீங்கள் ஒரு துறவி, ஒரு கவிஞர் என்று எங்கள் தலைவர்கள் சொல்லியிருக்கிறார்கள். நாங்கள் உங்களை நம்புவதால்தான் எங்களைப் பெரும் துயரத்தில் ஆழ்த்திவரும் ஒரு விஷயத்தைப் பற்றி உங்களிடம் பேச விரும்பினோம். மெசூத் இப்போது பேசியதற்காக ஃபாசில் மன்னிப்பு கேட்டுக் கொள்வான்."

"நான் மன்னிப்பு கோருகிறேன்," என்றான் ஃபாசில். அவன் முகம் செக்கச்செவேலென்று மாறி, கண்களில் கண்ணீர் சேகரமாகிக் கொண்டிருந்தது.

இந்த விநோதமான சமாதான முயற்சியில் அந்தச் சூழலுக்கு அமைதி திரும்பியதைப் போலிருந்தது. மெசூத் சலனமில்லாமல் நின்றிருந்தான்.

“ஃபாசிலும் நானும் ரத்தச் சகோதரர்கள்,” என்றான் நெசிப். “பெரும்பாலான நேரங்களில் நாங்கள் ஒரே விஷயத்தைத்தான் சிந்திப்போம். ஒருவர் மனதை ஒருவர் படித்துக் கொள்வோம். ஆனால் ஃபாசிலுக்கு என்னைப்போல அரசியலில் ஆர்வம் இல்லை. இப்போது நீங்கள் எங்களுக்கு ஓர் உதவி செய்ய முடியுமாவென்று சொல்ல வேண்டும். தஸ்லிம், அவளுடைய பெற்றோர்களும் அரசாங்கமும் கொடுத்த நெருக்கடியால்தான் தற்கொலை செய்துகொண்டாள் என்று நாங்கள் இருவருமே ஒப்புக் கொள்கிறோம். தான் காதலித்த பெண் தற்கொலை என்ற பாவகாரியத்தை செய்து விட்டதை நினைத்து ஃபாசில் வேதனைப்படுகிறான். அந்தக் கதையில் வருபவரைப்போல தஸ்லிமும் ஒரு ரகசிய நாத்திகராக இருந்திருப்பாளோ, தான் ஒரு நாத்திகர் என்பதையே அறியாதிருக்கும் துரதிருஷ்டசாலிகளில் அவளும் ஒருத்தியோ, என்றெல்லாம் அவனுக்குக் குழப்பமாக இருக்கிறது. ஒரு நாத்திகர் என்பதால்தான் தற்கொலை செய்துகொண்டிருக்கிறாளென்றால் அது ஃபாசிலுக்கு பேரிடியாக இருக்கும். அப்படியானால் அவன் நாத்திகப் பெண்ணைக் காதலித்து வந்திருக்கிறான் என்றாகிறது. இந்த பயங்கரமான கேள்விக்கு பதில் அளிக்கக்கூடிய ஒரே ஒருவர் நீங்கள் மட்டும்தான். நீங்கள் ஒருவர் மட்டும்தான் ஃபாசிலுக்கு கொஞ்சம் நிம்மதியை அளிக்க முடியும். நான் சொல்வது உங்களுக்குப் புரிகிறதா?”

பாசில் மன்றாடும் விழிகளோடு, “நீங்கள் ஒரு நாத்திகரா?” என்றான். “நீங்கள் ஒரு நாத்திகரென்றால் உங்களுக்கு தற்கொலை செய்துகொள்ள விருப்பம் ஏற்பட்டிருக்கிறதா?”

“நான் ஒரு நாத்திகன்தான் என்று எனக்கு நிச்சயமாகத் தெரியும் நாட்களில் கூட தற்கொலை செய்துகொள்ளும் உந்துதல் எதுவும் ஏற்பட்டதில்லை,” என்றான் கா.

“எங்கள் கேள்விக்கு நேரடியாகப் பதிலைச் சொன்னதற்காக உங்களுக்கு நன்றி கூறுகிறோம்,” என்றான் ஃபாசில். அவன் இப்போது நிதானமடைந்திருப்பதாகத் தெரிந்தான். “உங்கள் இதயம் நற்குணங்களால் நிரம்பியிருக்கிறது, ஆனால் இறைவனை நம்புவதற்கு நீங்கள் பயப்படுகிறீர்கள்.”

மெசூத் இன்னமும் அவனை முறைத்துக் கொண்டிருப்பதைப் பார்த்ததும் அவர்களிடமிருந்து சற்று விலகியே இருக்க கா விரும்பினான். அவன் மனம் ஏற்கனவே தொலைதூரத்துக்குச் சென்றுவிட்டிருந்தது. அவனுக்குள் ஒரு வேட்கை கிளர்ந்து கொண்டிருந்தது. அந்த வேட்கையோடு ஒரு கனவும் பிணைந்திருந்தது. அவனைச் சுற்றி நடந்து கொண்டிருக்கும் செயல்களால் அந்தக் கனவின்மீது அவனால் கவனத்தைக் குவிக்க முடியவில்லை. கொஞ்சநேரம் கழித்து அவர்களிடமிருந்து விலகிச் சென்ற பிற்பாடு அவனால் மனதைக் குவிக்க முடிந்தபோது, இந்தக் கனவு இபெக்கிற்காக ஏங்கும் அவன் ஏக்கத்தில் மையம் கொண்டிருந்ததையும், மேலும் மரணம் குறித்த அவன் பயத்தையும், இறைவனை நம்புவதற்கு முடியாமற்போன அவன்

இயலாமையையும் சார்ந்து இருந்தது அவனுக்கு அப்போது புரியப் போகிறது. இன்னும் சிறிது நேரத்தில் மெசூத் அதில் இன்னோர் அம்சத்தையும் சேர்க்கப் போகிறான்.

“தயவுசெய்து எங்களைத் தவறாக நினைக்க வேண்டாம்,” என்றான் நெசிப். “ஒருவர் நாத்திகராவதில் எங்களுக்கு எந்த ஆட்சேபணையும் கிடையாது. இஸ்லாமிய சமூகங்களில் நாத்திகர்களுக்கு எப்போதுமே இடம் இருந்து வருகிறது.”

“கல்லறைகள் மட்டும் தனித்தனியாக அமைக்கப்பட்டிருக்கும் என்பதைத் தவிர,” என்றான் மெசூத். “இறை நம்பிக்கையற்றவர்களோடு சேர்ந்து ஒரே இடுகாட்டில் அடக்கம் செய்யப்பட்டால் நம்பிக்கை யாளர்களின் ஆன்மா அமைதியிழந்து போய்விடும். அவநம்பிக்கையை வெளிக்காட்டாமல் மறைத்து வைத்து வாழ்ந்து முடிப்பவர்கள் அவர்கள் வாழ்ந்த நிலத்துக்கு மட்டுமல்லாமல் இடுகாட்டுக்கும் கொந்தளிப்பை உண்டாக்கிவிடுகிறார்கள். தீர்ப்பு தினத்தன்று நாத்திகர்களின் பக்கத்தில் படுக்க நேர்வது வெறும் வேதனை மட்டுமல்ல. மிக மோசமான பயங்கரம் என்னவென்றால் தீர்ப்பு தினத்தன்று எழுப்பப்படும்போது ஒரு துருதிருஷ்டசாலியான நாத்திகனோடு சேர்ந்து நிறுத்தி வைக்கப் பட்டிருப்பதுதான். திரு. கவிஞரே, திரு. கா அவர்களே, நீங்கள் முன்பொரு காலத்தில் நாத்திகராக இருந்ததை ஒளிக்காமல் ஒப்புக் கொண்டிருக் கிறீர்கள். ஒருவேளை இன்னமும் கூட நீங்கள் அப்படியே இருப்பவராக இருக்கக்கூடும். எனவே இதற்கு பதில் சொல்லுங்கள்: வானத்திலிருந்து பனியை விழச்செய்வது யார்? பனியின் ரகசியம் என்ன?”

கா கவனமின்றி மௌனமாக வெளியே வெறித்துக்கொண்டிருக்க, அவர்கள் அனைவரும் பார்வையைத் திருப்பி அந்த காலியான நடைமேடையைத் தாண்டி இருப்புப் பாதைகளில் பனி பொழிந்து கொண்டிருப்பதைக் கவனிக்கத் தொடங்கினர்.

‘இந்த உலகத்தில் நான் செய்துகொண்டிருப்பது என்ன?’ கா தன்னைத்தானே கேட்டுக்கொண்டான். ‘இந்தக் கோணத்திலிருந்து பனித்திவலைகள் எவ்வளவு அவலம் நிறைந்ததாகத் தெரிகின்றன! என் வாழ்க்கையேகூட எவ்வளவு அவலமயமாக இருக்கிறது! ஒரு மனிதன் அவனது வாழ்க்கையை வாழ்கிறான், பின் வீழ்ந்து மடிகிறான். பிறகு எதுவும் மிச்சமிருப்பதில்லை.’ காவுக்கு அவனது ஆன்மாவில் ஒரு பாதி அவனைத் துறந்து போய்விட்டதைப் போலத் தோன்றியது. ஆனாலும் இன்னொரு பாதி மிச்சமிருந்தது. அவனிடம் இன்னமும் காதல் இருக்கிறது. ஒரு பனிச்சருகைப்போல வீழ்ந்துதான் தீர வேண்டுமென்பதால் அவனும் வீழ்ந்துதான் போவான். அவன் வாழ்க்கை தடம் பதித்திருந்த துயர மார்க்கத்தில் அவனது இதயத்தையும் ஆன்மாவையும் செலுத்துவான். அவன் அப்பா சவரம் செய்து முடித்ததும் அவரிடமிருந்து குறிப்பிட்ட வாசனை ஒன்று வரும். அது அவனுக்கு இப்போது ஞாபகத்துக்கு வந்தது. அவன் அம்மா காலை உணவு தயாரிப்பதையும், சில்லிட்டிருக்கும் சமையலறை தரையில் செருப்புக்குள் அவள் பாதங்கள் சுருங்குவதையும் நினைத்துப்

பார்த்தான். அவன் மனக்கண்ணில் தலைவாரும் ஹேர் பிரஷ் வந்தது. நடு ராத்திரியில் இருமல் வந்து எழுந்திருக்கும்போது அவன் அம்மா ரோஸ் நிறத்தில் தித்திப்பாக ஒரு சிரப் மருந்து கொடுப்பது ஞாபகம் வந்தது. அவன் வாய்க்குள் அந்தச் சில்லென்ற ஸ்பூனை உணர்ந்தான். வாழ்க்கையை உருவாக்கும் இந்த சின்னஞ்சிறு விஷயங் களின்பால் அவன் கவனம் செல்லச்செல்ல, எப்படி அவையெல்லாம் ஒருங்கிணைந்து முழுமையடைகின்றன என்று யோசிக்கும்போது, பனித்திவலை ஒன்று மற்றவையிலிருந்து தனித்து அவன் பார்வையில் பதிந்தது . . .

அவனுக்குள்ளே ஆழத்திலிருந்து கேட்ட குரல் அதுதான்; அகத்தூண்டுதல் உண்டாகும் தருணங்களில் அவனுக்குக் கேட்கும் அதே குரல்; அவனை எப்போதும் பரவசப்படுத்தும் ஒரே ஓசை: அவன் அகத்தூண்டலின் பிரத்தியேக ஒலி. நான்கு வருடங்கள் கழித்து, முதல்முறையாக அவனைநோக்கி கவிதை ஒன்று வந்துகொண்டிருந்தது. அதன் வார்த்தைகள் அவன் செவியில் இன்னும் விழவில்லை யென்றாலும் அது ஏற்கனவே எழுதப்பட்டுவிட்டது என்பது அவனுக்குத் தெரிந்திருந்தது. அது ஏதோ ஒரு ரகசிய இடத்தில் ஒளிந்திருந்தாலும் அதன் சக்தியும் அதன் விதியின் அழகும் பிரகாசித்துக்கொண்டிருந்தது. காவின் இதயம் துள்ளியது. அந்த மூன்று இளைஞர்களிடம் அவன் அவசரத்தில் இருப்பதாகச் சொல்லிவிட்டு வெறிச்சோடியிருந்த அந்த அருவருப்பான நிலையத்தை விட்டு வெளியே விரைந்தான். ஓட்டலுக்குச் சென்றதும் அவன் எழுதப்போகும் கவிதையை யோசித்துக்கொண்டே பனியில் வேகவேகமாக நடந்தான்.

10

இந்தக் கவிதையை அழகாக ஆக்குவது எது?

பனியும் மகிழ்ச்சியும்

அறைக்குள் நுழைந்தவுடனேயே கா கோட்டை கழற்றி யெறிந்தான். ஃபிராங்க்ஃபர்ட்டிலிருந்து வாங்கி வந்திருந்த பச்சை நிற நோட்டுப் புத்தகத்தை எடுத்துப் பிரித்து அவனுக்குள் ததும்பிய கவிதையை ஒவ்வொரு வார்த்தையாக எழுதினான். செவிக்குள் ரகசியமாக கிசுகிசுக்கப்பட்டதை அப்படியே எழுதுவதைப்போல சுலபமாக இருந்தது. ஆனாலும் அந்தத் தாளில் எழுதப்படும் ஒவ்வொரு வார்த்தைக்கும் முழுமையான கவனத்தைச் செலுத்தி எழுதினான். ஏனென்றால் இதற்குமுன் எப்போதும் இதைப்போல – திடீரென பளிச்சிட்ட ஓர் அகத்தூண்டலில், ஒரு முறைகூட இடைநிறுத்தமில்லாமல் – ஒரு கவிதையை அவன் எழுதியதில்லை. அவன் மனதின் ஒரு மூலையில் இந்தக் கவிதையின் தரத்தைப் பற்றி ஒரு சின்ன சந்தேகமும் இருந்தது. ஆனால் ஒவ்வொரு வரியையும் அடுத்தவரி பின்தொடர்ந்து வர, கவிதை எல்லா விதத்திலும் பரிபூரண வடிவத்தைக் கொண்டதாகயிருக்கிறது என்று அவனுக்கு நம்பிக்கையேற்பட, மகிழ்ச்சியில் நிரம்பியிருந்த அவன் இதயம் மேலும் வேகமாகத் துடித்தது. அவன் தொடர்ந்து எழுதிக்கொண்டே வந்தான். அவனுடைய உட்செவிக்கு சரியாகக் கேட்டிராத ஒருசில வார்த்தைகளுக்காக மட்டும் அங்கங்கே இடைவெளி கொடுத்து, முப்பத்தி நான்கு வரிகள் முடியும்வரை நிறுத்தாமல் அந்தக் கவிதையை எழுதி முடித்தான்.

சற்று நேரத்துக்கு முன்னால் அவனிடம் வெள்ளமாக வந்தடைந்த எண்ணங்களில் பலவும் அந்தக் கவிதையில் இருந்தன: பொழியும் பனி, கல்லறைகள், நிலையத்தில் சந்தோஷமாகத் திரிந்துகொண்டிருந்த கருப்பு நாய், கலவையான குழந்தைப் பருவ ஞாபகங்கள், அவனை ஹோட்டல் அறைக்கு இழுத்து வந்திருக்கும் அந்த பிம்பம், இபெக் – அவள் முகத்தை நினைத்துப் பார்ப்பதே அவனை எவ்வளவு சந்தோஷப்படுத்துகிறது! அதே

நேரத்தில் அச்சுறுத்தவும் செய்கிறது! அவன் அந்தக் கவிதைக்கு 'பனி' என்று தலைப்பிட்டான்.

இது நடந்து பலநாட்கள் கழித்து இந்தக் கவிதையை எப்படி எழுதினோம் என்று நினைத்துப் பார்த்தபோது அவனுக்கு பனித்திவலை ஒன்றின் அகதரிசனம் புலப்பட்டது. இந்தப் பனித்திவலை என்பது சுருக்கி எழுதப்பட்ட அவனது வாழ்க்கை எனத் தோன்றிற்று. அவன் வாழ்க்கையின் அர்த்தத்தை விடுவித்த அந்தக் கவிதை அதன் மையத்தில் இப்போது அமர்ந்திருப்பதைக் கண்டான். எளிமையாக விளங்கிக்கொள்ள மறுப்பதாக அக்கவிதை இருப்பதைப்போலவே, அந்தக் கணத்தில் அவன் எந்தளவுக்கு முடிவெடுத்திருந்தான் என்பதையும், இந்தப் புத்தகம் வெளிப்படுத்த முனைகிற உட்பொதிந்த சமச்சீரமைவுகள் எந்தளவுக்கு அவன் வாழ்க்கையை தீர்மானித்தன என்பதையும் சொல்வது கடினம்.

கவிதையை முடிக்கும் தறுவாயில் கா சன்னலுக்குச் சென்று வெளிக்காட்சியை அமைதியாகக் கவனித்தான். அளவில் பெரிய பனிச் சருகுகள் காற்றில் நளினமாக மிதந்து இறங்கிக்கொண்டிருந்தன. பனிப்பொழிவை வெறுமனே கவனித்துக் கொண்டிருந்தாலே கவிதையை அதன் முன் தீர்மானிக்கப்பட்ட முடிவுக்கு கொண்டுவந்துவிட முடியுமென்று தோன்றிய நேரத்தில் அறைக்கதவு தட்டப்பட்டது. கதவைத் திறந்தவுடனேயே கடைசி இரண்டு வரிகள் அவனை வந்தடைந்தன. ஆனால் எப்படியோ வந்த வேகத்தில் மறைந்தும் போயின. அவன் கார்ஸ்ஸில் தங்கியிருந்தவரை அவ்வரிகள் மீண்டும் அவனுக்குக் கிடைக்காமல்தான் இருக்கப் போகின்றன.

வந்திருந்தது இபெக். "உங்களுக்கு ஒரு கடிதம் கொண்டு வந்திருக்கிறேன்," என்றபடி அதை நீட்டினாள்.

கா அந்தக் கடிதத்தை வாங்கி, அதைப் பார்க்கக்கூட செய்யாது மேஜையில் எறிந்தான். "நான் சந்தோஷமாக இருக்கிறேன்," என்றான். நயநாகரீகமற்ற அற்பர்கள்தான் எந்தளவுக்கு தாம் மகிழ்ச்சியோடு இருக்கிறோமென்று தம்பட்டம் அடித்துக்கொள்வார்கள் என்பது அவன் கருத்து.

ஆனால் அவன் இதைச் சொன்னபோது அவமானகரமாகவே இல்லை. "உள்ளே வா," என்றான் இபெக்கிடம். "மிகவும் அழகாக இருக்கிறாய்."

அவள் வீட்டு அறைகளைப் போலவே அந்த ஹோட்டல் அறைகளும் பழக்கமானவை என்பதுபோல் சகஜமாக உள்ளே நுழைந்தாள். பிரிவில் கழித்திருந்த காலம் அவர்களிடையே நெருக்கத்தை அதிகரித்திருப்பதைப் போல காவுக்குத் தோன்றியது.

"இது எப்படி நடந்தது என்று என்னால் சொல்ல முடியவில்லை, ஆனால் இந்தக் கவிதை உன்னால்தான் எனக்குத் தோன்றியது என்று சொல்லலாம்," என்றான்.

"கல்வியியல் பயிற்சியக இயக்குநரின் நிலைமை மோசமடைந்திருக் கிறது," என்றாள் இபெக்.

"முதலில் அவர் இறந்துவிட்டதாகவே நாம் நினைத்ததற்கு இது நல்ல செய்திதான்."

"போலீஸ் அவர்கள் வலையை விரிவுபடுத்தியிருக்கிறார்கள். பல்கலைக்கழக விடுதிகளை சோதனையிட்டிருக்கிறார்கள். இப்போது ஹோட்டல்களை ஆரம்பித்திருக்கின்றனர். இங்கேயும் வந்து பதிவேடு களைப் பார்த்தார்கள். விருந்தினர்கள் ஒவ்வொருவரைப் பற்றியும் விசாரித்தார்கள்."

"என்னைப் பற்றி என்ன சொன்னாய்? நாமிருவரும் திருமணம் செய்துகொள்ளப் போகிறோம் என்பதைச் சொன்னாயா?"

"நீங்கள் சொல்வதைக் கேட்க இனிமையாக இருக்கிறது. ஆனால் இப்போது என் மனம் வேறு விஷயங்களில் இருக்கிறது. முக்தாரை கைது செய்துகொண்டுபோய் அடித்திருப்பதாகக் கேள்விப்பட்டோம். இப்போது அவரை விடுவித்து விட்டார்கள் போலிருக்கிறது."

"அவன் உன்னிடம் ஒரு விஷயத்தைச் சொல்லச் சொன்னான்: உன்னை மீண்டும் திருமணம் செய்துகொள்வதற்காக எது செய்யவும் தயாராக இருக்கிறானாம். உன்னை முக்காடு அணியக் கட்டாயப்படுத் தியதற்காக அவன் ஆயிரம் முறை மன்னிப்பு கேட்டுக்கொள்கிறானாம்."

"முக்தார் இதை என்னிடம் ஏற்கனவே சொல்லியிருக்கிறார். ஒவ்வொரு நாளும் சொல்கிறார். காவலர்கள் உங்களை விடுவித்ததும் நீங்கள் என்ன செய்தீர்கள்?"

"நகரத்தை சுற்றி அலைந்தேன்," என்றான் கா. அவன் குரலில் தயக்கம் வெளிப்படையாகத் தெரிந்தது.

"பரவாயில்லை, சொல்லுங்கள்."

"அவர்கள் என்னை நீலத்தை சந்திக்க அழைத்துச் சென்றார்கள். யாரிடமும் அதைப்பற்றி சொல்லக்கூடாது என்றார்கள்."

"நீங்கள் யாரிடமும் சொல்லிவிடாதீர்கள். நம்மைப்பற்றி, என் அப்பாவைப்பற்றி கூட எதையும் அவரிடம் சொல்லாதீர்கள்."

"நீ அவரை சந்தித்திருக்கிறாயா?"

"முக்தார் கொஞ்ச நாட்களுக்கு அவர் மீது பெரிய மரியாதை வைத்துக்கொண்டிருந்தார். அப்போது சிலமுறை எங்கள் வீட்டுக்கு வந்திருக்கிறார். ஆனால் கொஞ்ச காலம் கழித்து முக்தார் மிதவாத, ஜனநாயக இஸ்லாமிய வழிக்கு மாறியபோது தொடர்பை அறுத்துக் கொண்டார்."

"தற்கொலை பெண்களுக்காக இங்கே வந்திருப்பதாக அவர் சொல்கிறார்."

"தேவையற்ற விஷயங்களையெல்லாம் கேட்டுக்கொண்டு வந்திருக் கிறீர்கள். இதெல்லாம் ரொம்ப அபாயகரமான விஷயம். யாரிடமும் இதைப்பற்றி விவாதிக்காதீர்கள். அவர் ஒளிந்திருக்கும் இடத்தில் ஒட்டுகேட்கும் கருவிகளை காவல்துறையினர் வைத்திருக்கக்கூடும்," என்றாள் இபெக்.

"அப்படியானால் ஏன் அவர்களால் அவரைப் பிடிக்க முடியாமல் இருக்கிறது?"

"எப்போது அவசியம் ஏற்படுகிறதோ அப்போது செய்வார்கள்."

"இந்த ஊரைவிட்டு நீயும் நானும் இப்போதே கிளம்பிப் போய் விடலாமா?" என்று கேட்டான் கா.

இளம்பிராயத்தில் அசாதாரணமாக மகிழ்ச்சி ஏற்படும் சந்தர்ப்பங் களில் அவனுக்குள் ஏற்படும் எதிர்மறை உணர்வு இப்போதும் எழுந்தது: எதிர்காலத்தில் அவலமும் அவநம்பிக்கையும்தான் மிஞ்சப்போகிறது என்ற உணர்வு. இந்த எண்ணம் பளிச்சிட்டதுமே, திகிலடைந்து இந்த சந்தோஷத் தருணத்தை முடிவுக்குக் கொண்டுவர முயன்றான். இதைத் தொடர்ந்து வரப்போகிற துக்கத்தின் தாக்கத்தை இது கொஞ்சம் மட்டுப்படுத்தும் என்று நம்பினான். அவனை அமைதிப்படுத்திக் கொள்வதற்கு இருக்கும் ஒரே நிச்சயமான வழி, வருவதை ஏற்றுக் கொள்வது மட்டும்தான் என்று அவனுக்குத் தோன்றியது. அவன் கவலையின் ஊற்றுக்கண்ணாக இருப்பது இபெக்மீது அவன் கொண்டிருக்கும் காதல். அதுதான் அவனை வீழ்த்தப் போகிறது; பனிக்கட்டியை உப்பு கரைப்பதைப்போல அவளுடன் அவன் சுகிக்கும் எந்தவொரு நெருக்கமும் அவனை வீழ்த்தப்போகிறது. இந்த சந்தோஷத் துக்கு அவன் தகுதியானவனல்ல. அது அவனுக்குக் கொண்டுவரப் போகும் வெட்கக்கேட்டிற்கும் அவன் முகத்தில் பூசப்போகும் கரிக்கும் தான் அவன் தகுதியானவன். அவன் நிதானமடைய ஆரம்பித்தான்.

ஆனால் அது நிகழவில்லை. பதிலாக, இபெக் அவன் தோள்களின் மேல் கையைப்போட்டு பின்னிக்கொண்டாள். முதலில் அவர்கள் அதே வாக்கில் நின்றிருந்தனர். பின் அந்த நட்பார்ந்த அணைப்பு உத்வேகம் கொண்டு இறுகியது. அவர்கள் முத்தமிட்டுக்கொள்ளத் தொடங்கினர். அடுத்த சில நொடிகளில் அவர்கள் படுக்கையில் ஒட்டிக்கொண்டு படுத்திருந்தனர். அவனது பாலுணர்வு கிளர்ச்சிக்கு முன்னால் அவனது அவநம்பிக்கை பலமிழந்து போனது. அடக்க முடியாத வேட்கை அவனை ஆட்கொண்டது. அவர்களிருவரும் உடைகளைக் களைந்துவிட்டு மணிக்கணக்காக காதல்புரிகிற கனவு அவனைச் சூழ்ந்தது.

ஆனால் இபெக் சட்டென்று எழுந்தாள். "நீங்கள் மிகவும் கவர்ச்சிகரமானவர்தான். எனக்கும் உங்களோடு காதல் புரிய விருப்பம்தான். மூன்று வருடங்களாயிற்று. ஆனால் இப்போது நான் தயாராக இல்லை," என்றாள்.

பனி

நான் யாரோடும் காதல்புரிந்து நான்கு வருடங்களாயிற்று, என்று நினைத்தான் கா. இந்த வார்த்தைகளை அவன் முகத்தில் இபெக்கால் பார்க்க முடியுமென்று அவனுக்குத் தோன்றியது.

"நான் இதற்குத் தயாராகவே இருந்தாலும், என் அப்பா நமக்கு அருகிலேயே, இதே கட்டிடத்தில் இருக்கும்போது என்னால் காதல் புரிய முடியாது," என்றாள்.

"நீ உன் உடைகளைக் களைந்து என்னோடு படுக்க வேண்டுமென்றால் உன் அப்பா இந்த ஓட்டலைவிட்டு வெளியே சென்றிருக்க வேண்டுமா?" என்று கேட்டான் கா.

"ஆமாம். ஆனால் அவர் அரிதாகவே ஓட்டலைவிட்டு வெளியே செல்வார். கார்ஸ்ஸின் பனி அப்பிய தெருக்களில் செல்வது அவருக்குப் பிடிப்பதில்லை."

"அப்படியானால் சரி, இப்போதைக்கு காதல் புரிய வேண்டாம். ஆனால் இன்னும் கொஞ்சம் முத்தமிட்டுக் கொள்ளலாமே."

"சரி."

கட்டிலின் விளிம்பில் அமர்ந்திருந்த காவின் மீது இபெக் சாய்ந்தாள். ஒரு நீண்ட, உணர்ச்சிப்பிரவாகமான முத்தத்தில் அவர்கள் திளைத்திருந்தனர்.

முத்தம் முடிவுக்கு வந்துவிட்டது என்று உணர்ந்தபோது, "என் கவிதையை உனக்குப் படித்துக்காட்டுகிறேன், கேட்கிறாயா?" என்றான்.

"இந்தக் கடிதத்தை முதலில் படியுங்கள். இளைஞன் ஒருவன் வாசலில் கொடுத்துவிட்டுச் சென்றான்."

கா அந்தக் கடிதத்தைத் திறந்து, உரத்த குரலில் வாசித்தான்.

என் அருமை மகன் காவுக்கு, நான் உன்னை என் மகன் என்று அழைப்பதை நீ விரும்பவில்லையென்றால், எனது மனப்பூர்வமான மன்னிப்புகளை ஏற்றுக்கொள். நேற்றிரவு உன்னை என் கனவில் கண்டேன். கனவில் பனி பொழிந்துகொண்டிருந்தது. தரையில் விழும் ஒவ்வொரு பனித்திவலையும் தெய்வீக ஒளியில் பிரகாசித்துக் கொண்டிருந்தது. இது ஒரு சமிக்ஞையா என்று என்னை நானே கேட்டுக்கொண்டேன். இன்று பிற்பகல், நான் கனவில் கண்ட அதே பனியை என் எதிரே, சன்னலுக்கு வெளியே பார்த்தேன். பைத்தர் ஹொானே தெருவின் 18ஆம் எண்ணிட்ட என் எளிய வீட்டைக் கடந்து நீ சென்றுகொண்டிருந்தாய். இறைவனால் மிகக் கடுமையான சோதனைக்கு உள்ளாக்கப்பட்டிருக்கும் நம் மதிப்புமிக்க தோழர் முக்தார், இந்தப் பனியிலிருந்து நீ புரிந்து கொள்ளும் அர்த்தத்தை என்னிடம் விளக்கினார். நாம் ஒரே பாதையில் பயணம் செய்யும் பயணிகள். ஐயா, நான் உனக்காக காத்துக்கொண்டிருக்கிறேன்.

ஒப்பம்: சாதித்தின் செவ்ஹர்.

"ஷேக் சாதித்தின்," என்றாள் இபெக். "நீங்கள் உடனே இவரைப் பார்த்துவிட்டு வாருங்கள். பின் திரும்பி வந்ததும் என் அப்பாவோடு இரவு உணவை வைத்துக்கொள்ளலாம்."

"கார்ஸ்ஸில் இருக்கும் ஒவ்வொரு பைத்தியக்காரனிடமும் நான் மரியாதை செலுத்திவிட்டு வரவேண்டுமா?"

"நீலத்திடம் உங்களை எச்சரிக்கையாகத்தான் இருக்கச் சொன்னேன், அவசரப்பட்டு அவரை பைத்தியம் என்று ஒதுக்கிவிடாதீர்கள். அதேபோல இந்த ஷேக்கும் சூழ்ச்சிக்காரர்தான், ஆனால் முட்டாள் அல்ல."

"இவர்கள் எல்லோரையும் மறக்கத்தான் விரும்புகிறேன். என் கவிதையை இப்போது வாசிக்கட்டுமா?"

"வாசியுங்கள்."

அந்தச் சின்ன மேஜையின் மேல் உட்கார்ந்துகொண்டு உணர்ச்சி கரமான, ஆனால் நம்பிக்கை தோய்ந்த குரலில் வாசிக்கத் தொடங்கினான். வாசிப்பதை உடனே நிறுத்தி, "அந்த இடத்தில் போய் உட்கார்," என்றான். "நான் வாசிக்கும்போது உன் முகத்தைப் பார்க்க வேண்டும்." கண்ணோரத்தில் அவள் தெரிவதை உறுதிசெய்துகொண்டு மீண்டும் தொடங்கினான். சில கணங்கள் கழித்து, "அழகாக இருக்கிறதா?" என்று கேட்டான்.

"ஆம், அழகாக இருக்கிறது," என்றாள்.

மேலும் சில வரிகளை வாசித்த பின், "அழகாக இருக்கிறதா?" என்று மீண்டும் கேட்டான்.

"அழகாக இருக்கிறது," என்றாள் இபெக்.

வாசித்து முடித்ததும், "இதை இவ்வளவு அழகாக ஆக்கியிருப்பது எது?" எனக் கேட்டான்.

"எனக்குத் தெரியவில்லை," என்றாள். "ஆனால் எனக்கு இது அழகாக இருக்கிறது."

"முக்தார் இதைப்போல எப்போதாவது உனக்கு கவிதை வாசித்துக் காட்டியிருக்கிறானா?"

"ஒருபோதுமில்லை."

கா மீண்டும் கவிதையை வாசிக்கத் தொடங்கினான். இம்முறை அதிகமான உத்வேகத்தோடு. இருந்தாலும் அதே இடங்களில் நிறுத்தி, "அழகாக இருக்கிறது, இல்லையா?" என்று கேட்டான். சில புதிய இடங்களிலும் நிறுத்தி, "இது மிகவும் அழகாக இருக்கிறது, இல்லையா?" என்றான்.

"ஆம், இது மிகவும் அழகாக இருக்கிறது!" என்று பதிலிறுத்தாள் இபெக்.

ஒரு விநோதமானதும் அழகானதுமான வெளிச்சம் அவனைச் சூழ்வதுபோல ஓர் உணர்வு அவனுக்குள் பரவ, (இதைப்போன்ற உணர்வை அவனது ஆரம்பகாலத்தில் ஒருமுறை ஒரு குழந்தைக்காக கவிதை ஒன்றை எழுதிய நேரத்தில் உணர்ந்திருக்கிறான்) மகிழ்ச்சியின் உச்சத்துக்குச் சென்றான். இந்த ஒளியின் கிரணத்தில் இபெக்கின் பிம்பத்தை கண்டபோது மகிழ்ச்சி அதிகரித்தது. விதிமுறைகளை ஒத்திவைத்ததற்கான சமிக்ஞையாக இதனை எடுத்துக்கொண்டு இபெக்கை மீண்டும் ஆரத் தழுவினான். இம்முறை அவள் மென்மையாக நழுவி விலகிச்சென்றாள்.

“சொல்வதைக் கேளுங்கள்: நம் மதிப்பு மிகுந்த ஷேக் அவர்களை உடனே போய் பாருங்கள். இங்கே அவர் ஒரு மிக முக்கியமான மனிதர், நீங்கள் நினைப்பதைவிட முக்கியமானவர். இந்த நகரத்தில் இருக்கும் பலர் அவரைக் காணச் செல்கிறார்கள். தம்மை மதச்சார்பற்ற வர்கள் என்று கூறிக் கொள்பவர்கள்கூட. ஆளுநரின் மனைவிகூட அங்கே செல்வதாகச் சொல்கிறார்கள். ஏராளமான பணக்காரர்கள், ஏராளமான ராணுவ அதிகாரிகள்கூட. அவர் அரசின் தரப்பில்தான் இருக்கிறார். பல்கலைகழக மாணவிகள் தமது முக்காடுகளை அணியக் கூடாது என்று அவர் அறிவித்தபோது வளமைக்கட்சி அதனை ஆட்சேபிக்கவில்லை. கார்ஸ்ஸைப்போன்ற ஓர் இடத்தில் இவ்வளவு பலம் பொருந்திய ஒருவர் உங்களை அழைக்கிறார் என்றால் அதை மறுப்பது நன்றாக இருக்காது.”

“அவரைப் போய் பார்க்குமாறு பாவம் அந்த முக்தாரை அனுப்பி வைத்தது நீதானா?”

“ஏன், உங்களுக்குள் இருக்கிற கடவுளுக்குப் பயந்த பகுதியை ஷேக் அவர்கள் கண்டுபிடித்து ஆன்மீகப் பாதையில் திருப்பிவிடுவாரோ என்ற பயமா?”

“நான் இப்போது மிகவும் சந்தோஷமாக இருக்கிறேன். மதத்துக்கான அவசியம் எனக்கு இல்லை,” என்றான் கா. “ஆனால் என்னை துருக்கிக்கு திரும்ப அழைத்துவந்தது அதுவல்ல. என்னை இங்கே திரும்பி வரச்செய்தது ஒரே ஒரு விஷயமாகத்தான் இருக்கமுடியும்: அது உன் காதல் . . . நாம் திருமணம் செய்துகொள்ளப் போகிறோமா, இல்லையா, சொல்.”

இபெக் படுக்கையின் ஓரத்தில் உட்கார்ந்தாள். “சரி, கிளம்புங்கள்,” என்று காவைப் பார்த்து சொக்கவைக்கும்படி அன்போடு புன்னகைத்தாள். “ஆனால் எச்சரிக்கையாக இருங்கள். உங்கள் ஆன்மாவில் உள்ள பலவீனத்தைக் கண்டுபிடித்து, ஒரு ‘ஜின்’னைப்போல உங்களுக்குள் ஆக்கிரமித்து விடுவார்.”

“அவர் என்னை என்ன செய்துவிடுவார் என்று சொல்கிறாய்?”

“உங்களிடம் பேசிக்கொண்டே இருப்பார். திடீரென்று தரையில் நெடுஞ்சாண் கிடையாக விழுவார். நீங்கள் சாதாரணமாகச் சொன்ன

எதையாவது எடுத்துக்கொண்டு, அது எவ்வளவு ஞானம் பொதிந்த சொல் என்று வியப்பார். நீங்கள்தான் ஒரு நிஜமான மனிதர் என்று வலியுறுத்துவார். இதைப் போன்ற சந்தர்ப்பங்களில் சிலருக்கு அவர் கிண்டல் செய்கிறாரோ என்றுகூடத் தோன்றும். ஆனால் அதுதான் மேதகு ஷேக் அவர்களின் தனிச்சிறப்பு. அவர் நடத்தையெல்லாம் அந்தளவுக்கு நம்புகிறமாதிரி இருப்பதால் நீங்கள் சொன்னது உண்மையிலேயே ஞானம் மிக்க வார்த்தைதான் என்று நம்பிவிடுவீர்கள். மகத்தான யாரோ ஒருவர் உங்களுக்குள் இருப்பதைப்போல உங்களிடம் நடந்துகொள்வார். கொஞ்சகாலம் கழித்து இந்த உள்ளழகை நீங்களும் காணத் தொடங்கிவிடுவீர்கள். உங்களுக்குள்ளிருக்கும் அழகை இதற்கு முன்னால் நீங்கள் உணர்ந்ததே இல்லையென்பதால், அது உங்களுக்குள் இறைவன் உள்ளுறைந்து இருப்பதால்தான் என்று நினைப்பீர்கள். அந்த எண்ணம் உங்களை மகிழ்ச்சிக்குள்ளாக்கும். வேறு வார்த்தைகளில் சொன்னால், இந்த மனிதருக்கருகில் நீங்கள் இருக்கும்போது உலகம் ஓர் அழகான இடமாக ஆகிவிடுகிறது. இந்த மகிழ்ச்சியை உங்களுக்கு அளித்திருப்பதால் நமது மேதகு ஷேக் அவர்களை நீங்கள் நேசிக்கத் தொடங்கிவிடுவீர்கள். இவையெல்லாம் நிகழ்ந்துகொண்டிருக்கும் போதே ‘இந்த மரியாதைமிக்க ஷேக் அவர்கள் ஏதோ கண்கட்டு வித்தையை உங்களிடம் செய்துகொண்டிருக்கிறார், ஆனால் நீங்கள் உண்மையில் ஒரு கேடுகெட்ட முட்டாள்தான்’ என்று உங்கள் தலைக்குள் இன்னொரு குரல் கிசுகிசுக்கிறது. ஆனால் முக்தார் என்னிடம் சொன்னதை வைத்துப் பார்க்கும்போது, அந்த கேடுகெட்ட முட்டாள் என்ற ஸ்திதியை நம்புவதற்கு உங்களுக்கு சக்தியே இருக்காது போலத் தெரிகிறது. துர்பாக்கியசாலியான நீங்கள் மிகவும் மனஉலைவடைந்து துயரத்தில் இருக்கிறீர்கள்; நீங்கள் வேண்டுவதெல்லாம் கடவுள் வந்து உங்களை காப்பாற்ற வேண்டும் என்பதுதான். இப்போது உங்கள் மனம் – அதற்கு உங்கள் ஆன்மாவின் வேட்கைகளைப் பற்றி எதுவும் தெரியாது – கொஞ்சம் ஆட்சேபிக்கிறது, ஆனால் போதுமான அளவுக் கல்ல: உங்களுடைய இரண்டு கால்களையும் நிலத்தில் ஊன்றி நிற்க அனுமதிக்கிற பாதை இவ்வுலகத்திலேயே அதுவொன்றுதான் என்பதால், ஷேக் உங்களுக்குக் காட்டிய பாதையில் அடியெடுத்து வைக்கிறீர்கள். ஷேக் சாதித்தின் எஃபெண்டி அவர்களின் மகத்தான திறமை, அவருக் கெதிரே அமர்ந்திருக்கும் ஒரு துர்பாக்கியவானை உன்னதமானவனாக உணரச் செய்துவிடுவது; மேதகு ஷேக் அவர்களைவிட இந்த பிரபஞ்சத் திற்கு முக்கியமானவர் நீங்கள்தான் என்று தோன்றவைத்துவிடுவது. கார்ஸ்ஸில் உள்ள பெரும்பாலானவர்களுக்கு இது ஓர் அற்புதம்போல உணரப்படுகிறது. தம்மைவிட கேடுகெட்ட, வறிய, தரித்திரதாரிகள் துருக்கி முழுவதிலும் வேறு யாரும் இருக்க முடியாது என்ற நினைப் பவர்கள் அவர்கள். எனவே நீங்கள் முதலில் ஷேக் அவர்களின் மீது நம்பிக்கைகொள்ளத் தொடங்குகிறீர்கள். அதன்பின், நீங்கள் வெகு காலத்திற்கு முன்பே மறந்துபோய்விட்ட உங்கள் இஸ்லாமிய போதனை களை நினைவுகூரத் தொடங்குகிறீர்கள். ஜெர்மனியில் உள்ளவர்களும் மதச்சார்பற்ற அறிவுஜீவிகளும் பிரஸ்தாபிப்பதைப்போல இதுவொன்றும் மோசமான விஷயம் அல்ல. நீங்கள் மற்ற எல்லோரையும்போல

ஆகிவிடலாம், மக்களோடு மக்களாக ஒன்று கலந்துவிடலாம், சொற்ப நேரத்திற்கேயானாலும், துயர நிலையிலிருந்து தப்பித்துவிடலாம்.”

“நான் துயரமாக இல்லை,” என்றான் கா.

“உண்மையில் அந்தளவுக்கு துயரத்தோடு இருப்பவர்கள் துயரத் தோடு இருப்பதாகவே சொல்லமுடியாது. மிக அவலமான நிலையில் இருக்கும் மனிதர்களுக்குக்கூட சில ஆறுதலான விஷயங்களும், ரகசியமாக தழுவிக்கொள்ள முடிகிற சில நம்பிக்கைகளும் உள்ளே புதைந்திருக்கும். இது இஸ்தான்புல்லைப் போன்ற நகரமல்ல. கிண்டல் செய்து திரியும் நாத்திகர்கள் இங்கே கிடையாது. இங்கே எளிமையான விஷயங்கள்தான் இருக்கின்றன.”

“நீ போகச் சொல்வதால் இப்போது நான் கிளம்பிச் செல்கிறேன். பைத்தர்ஹொனே தெரு என்பது எங்கே இருக்கிறது? அங்கே நான் எவ்வளவு நேரம் தங்கியிருக்க வேண்டும்?”

“உங்கள் ஆன்மாவுக்கு நிம்மதி கிடைக்கும்வரை அங்கே தங்கியிருங்கள்,” என்றாள் இபெக். “நம்பிக்கை கொள்வதற்குப் பயப் படாதீர்கள்.” கா அவன் கோட்டை அணிந்துகொள்ள உதவினாள். “இஸ்லாமிய பாடங்கள் உங்கள் ஞாபகத்தில் இருக்கின்றனவா?” என்று கேட்டாள். “தொடக்கப்பள்ளியில் கற்றுக்கொண்ட வழிபாட்டு வாசகங்கள் ஞாபகமிருக்கிறதா? ஞாபகம் வராமல் சங்கடப்படப் போகிறீர்கள்.”

“நான் சிறுவனாக இருந்தபோது எங்கள் வீட்டு வேலைக்காரி என்னை தெஷ்விகியே மசூதிக்கு கூட்டிச் செல்வது வழக்கம். அவளுக்குத் தொழுகையைவிட மற்ற வேலைக்காரிகளோடு சேர்ந்து கதையளப்பதற்கு ஒரு வாய்ப்பாகத்தான் இருந்தது அது. தொழுகை ஆரம்பிக்கும்வரை வளவளவென்று பேசிக்கொண்டிருப்பார்கள். நான் மற்ற சிறுவர்களோடு சேர்ந்து தரைவிரிப்பின்மேல் விழுந்து புரண்டு ஆடிக்கொண்டிருப்பேன். பள்ளியில் ஆசிரியரை மகிழ்விப்பதற்காக வழிபாட்டு வாசகங்கள் எல்லாவற்றையும் மிக நன்றாக மனப்பாடம் செய்துகொண்டிருந்தேன். ‘ஃபதீஹா’வை நாங்கள் மனப்பாடம் செய்வதற்காக அந்த ஆசிரியர் எங்களைப் போட்டு விளாசுவார், முடியைப் பிடித்து அடிப்பார், சாய்வு மேஜை பலகைக்கடியில் எங்கள் தலையை வைத்து நசுக்குவார். இவையெல்லாம் நடக்கும்போது குர்ரான் திறந்து வைக்கப்பட்டிருக்கும். இஸ்லாமைப்பற்றி அவர்கள் போதித்த எல்லாவற்றையும் நான் கற்றுக்கொண்டேன். ஆனால் உடனே மறந்தும் போய்விட்டேன். இப்போது எனக்கு இஸ்லாம் பற்றி எல்லாம் தெரிந்திருக்கிறதென்றால் அதற்குக் காரணம் ஆன்டனி க்வின் நடித்த ‘தி கால்’ திரைப்படம் தான்,” என்று கா சிரித்தான். “கொஞ்ச நாட்களுக்கு முன்னால் ஜெர்மனியில் துருக்கிய தொலைக்காட்சி அலைவரிசைகளில் அதை ஒளிபரப்பிக்கொண்டிருந்தார்கள். ஆனால் எந்த காரணத்திற்காகவோ

அதை ஜெர்மனில் மொழிமாற்றம் செய்திருந்தார்கள். நீ இன்று மாலை இருப்பாய், இல்லையா?"

"ஆம்."

"ஏனென்றால் என் கவிதையை மறுபடியும் உனக்கு வாசித்துக் காட்ட விரும்புகிறேன்," என்றபடி நோட்டுப் புத்தகத்தை கோட் பாக்கெட்டுக்குள் வைத்தான். "அந்தக் கவிதை உனக்கு அழகாக இருந்ததா?"

"ஆம், உண்மையில் அழகாக இருந்தது."

"அதில் அழகாக இருந்தது எது?"

"எனக்குத் தெரியவில்லை, அது மிகவும் அழகாக இருந்தது, அவ்வளவுதான்," என்றாள் இபெக். வெளியே செல்வதற்காக கதவைத் திறந்தாள்.

கா அவளைக் கட்டியணைத்து, உதட்டின் மேல் முத்தமிட்டான்.

11

ஐரோப்பாவில் அவர்களுக்கு வேறொரு கடவுள் இருக்கிறதா?

ஷேக் சாதித்தின் எஃபெண்டியோடு கா

கா ஓட்டலைவிட்டு நாலுகால் பாய்ச்சலில் வெளியேறி னான் (பனிப்பொழிவிற்கிடையில் அவன் பைத்தர்ஹொனே தெரு இருந்த திக்கில், வரிசையாக வைக்கப்பட்டிருந்த பிரச்சார விளம்பர தட்டிகளுக்கடியில் வேகவேகமாக நடந்து சென்றதை பார்த்தது நிறைய பேருக்கு ஞாபகமிருக்கிறது). சிறுவயதில் அவனது மகிழ்ச்சிகரமான சந்தர்ப்பங்களில் ஏற்படுவதுபோல அவன் கற்பனையின் சினிமாவில் இரண்டு திரைப்படங்கள் ஒரே நேரத்தில் ஓடுவது அவனுக்கு மிகவும் சந்தோஷமாக இருந்தது. முதல் திரைப்படத்தில் அவன் ஒரு கணம் ஜெர்மனியில் ஏதோவோர் இடத்தில் – அது அவனது ஃபிராங்க்ஃபர்ட் வீடு அல்ல – இபெக்கோடு காதல் புரிந்து கொண்டிருந்தான். திடீரென காட்சி மாறி கார்ஸ்ஸில் அவனது ஹோட்டல் அறையில் அவர்கள் இருந்தனர். இரண்டாவது கற்பனைத்திரையில் அவனது கவிதை 'பனி'யின் கடைசி இரண்டு வரிகள் சம்மந்தப்பட்ட வார்த்தைகளும் காட்சிகளும் ஓடிக்கொண்டிருந்தன.

முதலில் கண்ணில்பட்ட 'கிரீன் பாஸ்சர்ஸ் ரெஸ்டாரன்ட்'டில் வழி கேட்பதற்காக நுழைந்தான். அடாதுர்க், ஸ்விட்சர்லாந்து இயற்கை காட்சி படங்களுக்குப் பக்கத்தில் அலமாரியில் வரிசையாக அடுக்கி வைக்கப்பட்டிருந்த பாட்டில்கள் அவனைச் சுண்டியிழுக்க, உள்ளே சென்றமர்ந்து, அவசரகதியில் இருக்கும் ஒருவனின் தோரணையோடு இரண்டு ராக்கியும் வறுத்த கடலை யோடு வெள்ளை பாலாடைக்கட்டியும் ஆர்டர் செய்தான். தொலைக்காட்சியில் அறிவிப்பாளர், கனத்த பனிப்பொழிவு தொடர்ந்தபோதிலும் கார்ஸ்ஸின் முதல் நேரடி ஒளிபரப்புக்கான முன்னேற்பாடுகள் ஏறக்குறைய நிறைவடைந்திருப்பதாக சொல்லிக் கொண்டிருந்தார். பின், உள்ளூர், தேசியச் செய்திகளின் தொகுப்பு தொடர்ந்தது. அமைதியை குலைக்கக்கூடாதென்பதற்காகவும்,

துணை ஆளுநருக்கு மேலும் சிக்கல்கள் ஏற்படக்கூடாது என்பதற்காகவும் கல்வியியல் பயிற்சியக இயக்குநர் சுடப்பட்ட செய்தியை ஒளிபரப்ப அதிகாரிகள் தடை விதித்திருப்பார்கள் போலிருந்தது. இந்தச் செய்திகளை கேட்டபடியே கா இரண்டு ராக்கிகளையும் தண்ணீரைக் குடிப்பதைப் போல குடித்து முடித்திருந்தான்.

மூன்றாவது ராக்கியை காலிசெய்துவிட்டு ஷேக்கின் மடத்தை நோக்கி நடந்தான். சென்றடைந்த நான்காவது நிமிடம் அவன் உள்ளே அழைக்கப்பட்டான். செங்குத்தான படிகளில் ஏறும்போது, முக்தாரின் கவிதை (மாடிப்படிகள்) இன்னமும் அவனது கோட் பாக்கெட்டில் வைத்திருப்பது ஞாபகத்துக்கு வந்தது. எல்லாம் நல்லபடியாக நடக்குமென்று நம்பிக்கையிருந்தாலும் அறுவை சிகிச்சை கூடத்துக்குள் நுழைவதற்கு முன் சிறுவர்களுக்கு உண்டாவதைப்போல அவனுக்கு தண்டுவடத்தில் சில்லிட்டது. மேல்படியை அடைந்தபோது, அங்கு வந்திருக்கவே கூடாதென்று தோன்றியது.

காவைப் பார்த்த கணத்திலேயே அவன் இதயத்திலிருந்த பயத்தை ஷேக் கண்டுபிடித்துவிட்டார். ஷேக் கவனித்துவிட்டார் என்பதை காவும் அறிந்துகொண்டான். ஆனால் அந்த மனிதரிடமிருந்த ஏதோவொன்று காவுக்கு வெட்கம் ஏற்படாமல் தடுப்பதாக இருந்தது. செதுக்கிய வால்நட் சட்டமிட்ட கண்ணாடி ஒன்று மாடிப்படி முடியுமிடத்தில் மாட்டப்பட்டிருந்தது. ஷேக் சாதித்தின்னின் உருவம் காவுக்கு முதலில் தென்பட்டது இந்தக் கண்ணாடியில்தான். அந்த இடத்தில் ஏராளமானோர் குழுமியிருந்தனர். அந்த இடமே ஜனத் திரளின் மூச்சுக் காற்றிலும் உடல் உஷ்ணத்திலும் கதகதப்பாக இருந்தது. கொஞ்ச நேரத்திலேயே, அந்த இடம் பழக்கப்படுவதற்கும், அந்த அறையில் யாரெல்லாம் இருக்கிறார்களென்று கவனிப்பதற்கும் முன்பாகவே ஷேக்கின் கைகளை ஏந்தி கா முத்தமிட்டுக் கொண்டிருந்தான்.

ஒவ்வொரு செவ்வாய்க்கிழமையும் அங்கே நடக்கும் எளிமையான நிகழ்ச்சியில் ஷேக் உரையாடுவதைக் கேட்கவும், மனத்துயரங்களை ஆற்றிக்கொள்ளவும் பலர் வருவதுண்டு. அன்று ஏறக்குறைய இருபது பேர் இருந்தனர். அவர்களில் ஐந்தாறு பேர் வியாபாரிகள், தேநீர் விடுதி அல்லது பால் விற்பனையக உரிமையாளர்கள். ஷேக் அவர்களுக்கு அளித்திருக்கும் சந்தோஷத்திற்காக சந்தர்ப்பம் கிடைக்கும்போதெல்லாம் அவரை வந்து தரிசிப்பது அவர்கள் வழக்கமாக இருந்தது. அங்கே பக்கவாதத்தால் பாதிக்கப்பட்டிருந்த ஓர் இளைஞனும், மாறுகண்ணோடு இருந்த ஒரு பேருந்து நிறுவன மேலாளரும், அந்த மேலாளரின் நண்பரான வயதான ஒருவரும், மின்சார வாரிய இரவுக் காவலர் ஒருவரும், கார்ஸ் மருத்துவமனை மேற்பார்வையாளராக நாற்பது வருடங்களாக இருக்கும் ஒருவரும், வேறு சிலரும் இருந்தனர்.

காவின் முகத்திலிருந்த குழப்பத்தைக் கவனித்த ஷேக், மிகையாக கையை ஆட்டியபடி, புதிதாக வந்திருப்பவனின் கையில் முத்தமிட்டார். அவர் மரியாதை செய்யும் விதத்தில் ஒருவித சிறுபிள்ளைத்தனம் தெரிந்தது. ஷேக் நடந்துகொள்ளும் விதம் கா எதிர்பார்த்து வந்ததைப்

போலவே இருந்தாலும் அவனுக்குத் திகைப்பாகத்தான் இருந்தது. அறையில் இருப்பவர்கள் எல்லோரும் அவர்களைக் கவனித்துக் கொண் டிருக்கின்றனர் என்ற பிரக்ஞையோடு அவ்விருவரும் உரையாடத் தொடங்கினர்.

"என் அழைப்பை ஏற்று வந்தமைக்காக இறைவன் உன்னை ஆசீர்வதிப்பார்," என்றார் ஷேக். "உன்னை என் கனவில் கண்டேன். அப்போது பனி பொழிந்துகொண்டிருந்தது."

"மேதகையீர் உங்களை என் கனவிலும் பார்த்தேன் ஐயா," என்றான் கா. "நற்பேறு கிடைப்பதற்காக நான் இங்கு வந்தேன்."

"உனது நற்பேறு இங்கே கார்ஸ்ஸில்தான் பிறந்திருக்கிறது என்பதை அறிய எங்களுக்கு மகிழ்ச்சியாயிருக்கிறது," என்றார் ஷேக்.

"இந்த இடம், இந்த நகரம், இந்த மடம்... இவை என்னை அச்சுறுத்துகின்றன," என்றான் கா. "ஏனென்றால் நீங்களெல்லோருமே எனக்கு மிகவும் அந்நியமாகத் தெரிகிறீர்கள். இத்தகைய விஷயங்களி லிருந்து நான் எப்போதுமே விலகியிருந்ததால் உண்டாகும் உணர்வு இது. இதுவரை யாருடைய கரத்திலும் நான் முத்தமிட்டதில்லை... யாரும் என் கையை முத்தமிட அனுமதித்ததுமில்லை."

"நமது சகோதரர் முக்தாரிடம் உனக்குள்ளிருக்கும் அழகைப் பற்றி மிகவும் வெளிப்படையாக பேசியிருக்கிறாய் போலிருக்கிறது," என்றார் ஷேக். "எனவே, இப்போது எங்களிடம் சொல். இந்த ஆசீர்வதிக்கப் பட்ட பனிப்பொழிவு உனக்கு எதை நினைவுபடுத்துகிறது?"

ஷேக் சென்றமர்ந்த நீளமான மெத்தையிருக்கையின் ஒரு கோடியில், சன்னலுக்கு பக்கத்தில் முக்தார் உட்கார்ந்திருப்பதை கா கவனித்தான். அவன் நெற்றியிலும் மூக்கிலும் கட்டு போடப்பட்டிருந்தது. அவன் கண்களைச் சுற்றியிருந்த கன்றிப்போன ஊதா நிற காயங்களை மறைக்க பெரியம்மையால் பார்வையிழந்த கிழவர்கள் அணிவதைப் போல பெரிய கருப்புக் கண்ணாடி அணிந்திருந்தான். அவன் காவைப் பார்த்து புன்னகைத்துக் கொண்டிருந்தாலும் அவன் முகபாவம் நட்போடு இருந்ததாகத் தெரியவில்லை.

"பனி எனக்கு கடவுளை நினைவூட்டியது," என்றான் கா. "படைப் பியக்கத்தின் அழகையும் மர்மத்தையும் அந்தப்பனி நினைவூட்டியது. வாழ்க்கை என்கிற ஆதாரமான சந்தோஷத்தை நினைவூட்டியது." அவன் ஒரு கணம் மௌனமானான். அவ்வறையில் திரண்டிருந்த அனைவரின் பார்வைகளும் தன்மீது பதிந்திருப்பதைக் கவனித்தான். ஷேக் தொடர்ந்து சாத்வீகமாகப் புன்னகைத்துக்கொண்டிருப்பது அவனை எரிச்சல்படுத்தியது. "என்னை எதற்காக இங்கே அழைத்தீர்கள்?" என்று கேட்டான்.

"தயவுசெய்து அப்படி ஒரு கேள்வியை கேட்காதே!" என்று கூவினார் ஷேக். "முக்தார் பே அவனிடம் நீ சொன்னதை எம்மிடம்

தெரிவித்தபோது, உன் இதயத்தை எம்மிடம் திறந்து காட்ட, எம்மோடு பேச, ஒரு நண்பனை கண்டறிந்துகொள்ள நீ விரும்புவாய் என்று எமக்குத் தோன்றியது."

"அப்படியானால் சரி, நாம் உரையாடுவோம்," என்றான் கா. "இங்கே வருவதற்கு முன் நான் மூன்று கோப்பை ராக்கி அருந்தி யிருக்கிறேன்."

அவர் மிகவும் ஆச்சரியமடைந்தவர்போல கண்களை விரித்து, "எதற்காக எங்களைக் கண்டு அவ்வளவு பயப்படுகிறாய்?" என்றார். அவர் ஒரு இனிமையான பருத்த மனிதராக இருந்தார். அவரைச் சுற்றியிருந்த மற்றவர்களும் அவரைப் போலவே பரிசுத்தமான புன்னகை களை அணிந்திருந்தனர். "எதற்காக எம்மிடம் இவ்வளவு பயம் கொண்டிருக்கிறாய் என்பதை சொல்ல மாட்டாயா?"

"சொல்லி விடுவேன், ஆனால் நீங்கள் தவறாக எடுத்துக்கொள்ளக் கூடாதே என்று பார்க்கிறேன்."

"தவறாக எடுத்துக்கொள்ள மாட்டோம்," என்றார் ஷேக். "தயவு செய்து இங்கே அருகில் வா, என் பக்கத்தில் உட்கார். நீ எதற்காக எங்களைக் கண்டு மிகவும் பயப்படுகிறாய் என்று நாங்கள் தெரிந்து கொள்ள வேண்டியது முக்கியம்."

ஷேக்கின் முகபாவம் பாதி தீவிரமாகவும், பாதி கிண்டலாகவும் இருந்தது. அவருடைய சீடர்களை நொடிநேர அவகாசத்தில் சிரிக்க வைத்துவிடுவார் போலிருந்தது. அவரது தோரணை காவுக்குப் பிடித் திருந்தது. ஷேக்கின் பக்கத்தில் உட்கார்ந்ததுமே அவரைப்போலவே தன்னையும் காட்டிக்கொள்ள அவனுக்கு ஆசையாக இருந்தது.

"இந்தத் தேசம் வளம் பெறவேண்டும், நவீனமயமாக வேண்டும் என்பதுதான் எப்போதுமே என் விருப்பம்... இந்நாட்டு மக்கள் சுதந்திரமாக இருக்கவேண்டுமென்று விரும்பியிருக்கிறேன்," என்றான் கா. "ஆனால் நமது மதம் இவையெல்லாவற்றுக்கும் எதிராக இருப்பதாக எனக்குத் தோன்றியது. ஒருவேளை நான் சொல்வது தவறாகக்கூட இருக்கலாம். தயவுசெய்து மன்னியுங்கள், இப்படியெல்லாம் நான் பேசுவதற்குக் காரணம் நான் அதிகமாக குடித்திருப்பதால் இருக்கலாம்."

"தயவுசெய்து அப்படிப் பேசவேண்டாம்!"

"நான் இஸ்தான்புல்லில், நிஷாந்தஷேவில், மேல்தட்டு மக்களோடு வளர்ந்தேன். நான் ஐரோப்பியர்களைப்போல இருக்க விரும்பினேன். ஆனால் பெண்கள் தம்மை முழுசாக மூடி மறைத்துக் கொண்டிருக்க வேண்டுமென்று வற்புறுத்துகிற ஒரு கடவுளை வைத்துக்கொண்டு என்னால் எப்படி ஓர் ஐரோப்பியனாக மாற முடியுமென்று தெரியாத தால் மதத்தை என் வாழ்க்கையிலிருந்து ஒதுக்கி வைத்துவிட்டேன். ஆனால் நான் ஐரேப்பாவுக்குச் சென்றபோது, தாடிவைத்த நாட்டுப்புற பிற்போக்குவாதிகள் வைத்துக்கொண்டிருக்கும் கடவுளிலிருந்து மாறுபட்ட கடவுள் ஒருவர் இருக்கமுடியுமென்று அறிந்துகொண்டேன்."

“ஐரோப்பாவில் அவர்களுக்கு வேறொரு கடவுள் இருக்கிறாரா என்ன?” என்று ஷேக் கிண்டலாகக் கேட்டபடியே காவின் முதுகில் தட்டினார்.

“அவருக்கருகில் செல்லும்போது என் காலணிகளை கழற்றிவிட வேண்டுமென கேட்காத, சகமனிதருக்கு முன் என்னை மண்டியிட வைத்து அவர்கள் கரங்களை முத்தமிட வைக்காத ஒரு கடவுள் எனக்கு வேண்டும். என் தனிமைக்கான தேவையைப் புரிந்துகொள்கிற கடவுள் எனக்கு வேண்டும்.”

“ஒரேயொரு கடவுள்தான் உண்டு,” என்றார் ஷேக். “அவர் அனைத்தையும் காண்கிறார், எல்லோரையும் புரிந்துகொள்கிறார். உனது தனிமைக்கான தேவையைக்கூட. அவரை நீ நம்பினாயென்றால், உனது தனிமைக்கான தேவையை அவர் புரிந்து கொண்டிருக்கிறாரென்று நீ உணர்ந்தாயென்றால், நீ தன்னந்தனியாக இருப்பதாக உனக்குத் தோன்றாது.”

அந்த அறையிலிருக்கும் எல்லோரைப் போலவே, “உண்மைதான், மேதகையீர்,” என்றான் கா. “நான் தனித்து இருக்கும் காரணத்தால்தான் என்னால் கடவுளை நம்பமுடியவில்லை. கடவுளை என்னால் நம்ப முடியாத காரணத்தால் என்னால் தனிமையிலிருந்தும் தப்பிக்க முடியவில்லை. நான் என்ன செய்யவேண்டும்?”

அவன் என்னதான் குடித்திருந்தாலும், இவ்வளவு துணிச்சலாக ஒரு நிஜமான ஷேக்கிடம் பேசிக்கொண்டிருக்கும் எதிர்பாராத சந்தோஷத்திலிருந்தாலும், அவன் அபாயகரமான பிரதேசத்துக்குள் நுழைகிறான் என்பது அவனுடைய ஒரு பகுதிக்குத் தெரிந்திருந்தது. எனவே ஷேக் திடீரென மௌனமானதும் அவனுக்குப் பயமாக இருந்தது.

“எனது வழிகாட்டுதல் உண்மையாகவே உனக்கு வேண்டுமா?” என்று கேட்டார் ஷேக். “நீ குறிப்பிட்ட தாடி வைத்த நாட்டுப்புற பிற்போக்குவாதிகள் போன்ற ஆசாமிகள்தான் நாங்களும். எங்கள் தாடிகளை சவரம் செய்துவிட்டால்கூட நாங்கள் நாட்டுப்புறத்தான் களாகத்தான் இருப்போம், அதை மாற்றவே முடியாது.”

“நானும்கூட நாட்டுப்புறத்தான்தான். இதைவிட அதிகமாக நாட்டுப் புறத்தானாக மாறவேண்டுமென்று ஆசைப்படுகிறேன். உலகத்தின் யாருமறியாத ஒரு மூலையில், பனிப்போர்வைக்கடியில் எல்லோருடைய நினைவுகளிலிருந்தும் மறந்து போகப்படவே விரும்புகிறேன்,” என்றான் கா. ஷேக்கின் கரத்தில் மீண்டும் ஒருமுறை முத்தமிட்டான். இவ்வளவு எளிதாக இந்த முத்தமிடலைச் செய்யமுடிவது அவனை சந்தோஷப் படுத்தியது. ஆனாலும் வேறொரு மாறுபட்ட விதத்தில், ஒரு மேற்கத்திய விதத்தில் இன்னமும் இயங்கிக்கொண்டிருந்த அவன் மனதின் ஒரு பகுதி இதற்காக அவனை இகழ்வாக நினைத்தது.

அவன் மீண்டும், “என்னை நீங்கள் மன்னிப்பீர்களென்று நம்பு கிறேன். இங்கே வருவதற்கு முன் நான் எதையோ குடித்துவிட்டேன்,”

என்றான். "படிக்காதவர்களும், முக்காடு அணிந்த மாமிகளும், கையில் ஜெப மாலையை உருட்டிக்கொண்டிருக்கும் மாமாக்களும் நம்புகிற அதே கடவுளை இதுநாள்வரை நான் நம்ப மறுத்து வந்திருக்கிறேன் என்பதை நினைத்தால் குற்றவுணர்வாக இருக்கிறது. நான் கடவுளை நம்ப மறுத்து வந்ததில் அகம்பாவத்துக்கு பெரிய இடம் உண்டு. ஆனால் இப்போது இந்த அழகான பனியை விண்ணிலிருந்து பொழியச் செய்யும் கடவுளை நம்புவதற்கு விரும்புகிறேன். உலகத்தின் கட்புலனாகா ஒத்திசைவின்மீது உன்னிப்பான கவனத்தைக் கொண்டிருக்கும் கடவுள் ஒருவர் உண்டு. நம்மை நாகரிகப்படுத்துகிறவராக, மேம்படுத்துகிறவராக இருக்கும் கடவுள் அவர்."

"ஆம், உண்மைதான் மகனே," என்றார் ஷேக்.

"ஆனால் அந்தக் கடவுள் நம்மிடையே இல்லை. அவர் வெளியே, வெற்றான இரவில், இருட்டில், நாதியற்ற இழிசினரின் இதயத்துக்குள், பெய்யும் பனியில் இருக்கிறார்."

"கடவுளை நீயாகவே தேடிக் கண்டடையப் போகிறாயென்றால் தாராளமாகச் செல் – இருட்டுக்குள் நடந்து போ, பனியில் நனை, கடவுளின் அன்பை உனக்குள் நிரப்பிக்கொள்ள பனியை உபயோகப் படுத்திக்கொள். இந்தப் பாதையிலிருந்து உன்னை மாற்றச் செய்வதில் எங்களுக்கு விருப்பமில்லை. ஆனால் ஒன்றை மட்டும் மறந்துவிடாதே. தன்னைப் பற்றியே அதிகமாக நினைத்துக்கொண்டிருக்கும் ஆணவம் மிக்க மனிதர்கள் கடைசியில் தனித்தே விடப்படுகின்றனர். அகம்பாவத் துக்கு கடவுள் நேரம் ஒதுக்குவதில்லை. சாத்தானை சொர்க்கத்திலிருந்து வெளியே தள்ளியது அகம்பாவம்தான்."

இதற்குப் பிறகு நிறைய பாசாங்குகள் காணக்கிடைக்கப் போகின்றன வென்ற பயம் காவுக்கு மீண்டும் ஏற்பட்டது. இவன் அங்கிருந்து கிளம்பிய பின்பு அவர்கள் அவனைப் பற்றி என்ன பேசுவார்கள் என்பது பயத்தைக் கிளப்பியது. "எனவே நான் என்ன செய்யவேண்டும், மேதகையீர்?" எனக் கேட்டான். ஷேக்கின் கரத்தை மீண்டும் முத்தமிடலா மென்று தோன்றி, கடைசி கணத்தில் மனதை மாற்றிக்கொண்டான். எந்தளவுக்கு அவன் குழம்பியிருக்கிறான், எந்தளவுக்கு குடித்திருக்கிறான் என்று சுற்றிலுமுள்ள எல்லோருக்கும் தெரிந்திருக்கிறது. அதற்காக அவர்கள் அவன்மேல் பரிதாபப்படுகின்றனர் என்பதையும் அவனால் புரிந்துகொள்ள முடிந்தது. "நீங்கள் நம்புகிற கடவுளையே நானும் நம்பவும், உங்களைப் போலவே நானும் இருக்கவும்தான் விரும்புகிறேன், ஆனால் எனக்குள்ளே ஒரு மேற்கத்தியன் இருக்கிறான். அதனால் என் மனம் குழம்பியிருக்கிறது."

"உனது நோக்கங்கள் இவ்வளவு நல்லதாக இருக்குமென்றால், இது ஒரு நல்ல ஆரம்பம்," என்றார் ஷேக். "நீ முதலில் கற்றுக்கொள்ள வேண்டிய விஷயம் பணிவு."

"அதை நான் எப்படி அடைவது?" அவனுக்குள்ளிருக்கும் கிண்டல்கார பிசாசை மீண்டும் ஒருமுறை உணரமுடிந்தது.

"மாலை உணவுக்குப் பிறகு, என்னோடு உரையாட விரும்பும் எவரும் வந்து இந்த மூலையில், நீ இப்போது அமர்ந்திருக்கும் மெத்தை யில் அமர்ந்துகொள்வார்கள்," என்றார் ஷேக். "இங்கே எல்லோரும் சோதரர்கள்."

அங்கே நாற்காலிகளிலும் குஷன்களிலும் பிதுங்கிக் கொண்டிருந்த வர்கள் எல்லோருமே அந்த மெத்தையில் அவன் ஆக்கிரமித்திருக்கும் இடத்துக்காகத்தான் வரிசையில் காத்துக் கொண்டிருக்கின்றனர் என்பது அப்போதுதான் காவுக்கு உறைத்தது. அவன் இப்போது எழுந்து, அந்த வரிசையின் கடைசிக்குச் சென்று ஓர் ஐரோப்பியன்போல பொறுமையாக காத்திருக்க வேண்டுமென்று ஷேக் எதிர்பார்க்கிறா ரென்று தோன்றியது. அவன் எழுந்து, ஷேக்கின் கரத்தில் இன்னொரு முறை முத்தமிட்டுவிட்டு அந்த வரிசையின் கோடியிலிருந்த குஷனுக்குச் சென்றமர்ந்தான்.

அவனுக்குப் பக்கத்தில் அமர்ந்திருந்தது இனூன்யு அவென்யூவில் உள்ள தேநீர் விடுதிகள் ஒன்றில் வேலை செய்கிற ஒரு குள்ளமான, தங்கப்பல் கட்டிக்கொண்டிருந்த நட்பார்ந்த மனிதன். அவன் மிக மிகக் குள்ளமாக இருந்தான். அவன் ஷேக்கிடம் வந்ததே தன் குள்ளத் தன்மையை நிவர்த்தி செய்துகொள்வதற்காகவோ என்று காவுக்கு (மூளை குழம்பி)த் தோன்றியது. நிஷாந்தஷேவில் அவன் குழந்தையாக இருந்தபோது மிக அழகான குள்ளன் ஒருவன் அங்கே இருந்தான். அவன் ஒவ்வொரு நாள் மாலையிலும் நகர சதுக்கத்துக்குச் சென்று அங்கிருக்கும் ஜிப்சிகளிடம் வயலெட் பூங்கொத்தும் ஒரேயொரு கார்னேஷன் மலரையும் வாங்கிக்கொண்டு வருவான். காவுக்குப் பக்கத் திலிருந்த அந்தக் குள்ளன் அன்று காலை அவனது தேநீர் விடுதியைக் கடந்து கா செல்வதை பார்த்ததாகவும் அவன் உள்ளே வராததற்காக வருத்தப்பட்டதாகவும் அடுத்த நாள் காலை அவன் வந்தால் அது அவனுக்குப் பெரும் மகிழ்ச்சியைக் கொடுக்குமென்றும் சொன்னான். இந்த நேரத்தில் அந்த ஒன்றரைக்கண் பேருந்து நிறுவன மேலாளர் குறுக்கிட்டான். கிசுகிசுப்பான குரலில் ஒரு பெண்ணால் தான் பட்ட கஷ்டங்களைச் சொல்லத் தொடங்கினான். அவன் அவளுக்காக குடிக்கத் தொடங்கிவிட்டானாம். மனம் பேதலித்து இறைவனைப் பற்றிய நினைப்பையெல்லாம் அழித்து துக்கிரியாகிவிட்டானாம். ஆனால் கடைசியில் அந்த மோசமான நிலைமையிலிருந்து மீண்டெழுந்து விட்டதாகச் சொன்னான். "அந்தப் பெண்ணை மணம் செய்து கொண்டாயா?" என்று கா கேட்க யத்தனிக்குமுன் அந்த ஒன்றரைக் கண் மேலாளர் சொன்னான்: "அந்தப் பெண் எங்களுக்குப் பொருத்த மானவளாக இருக்க மாட்டாள் என்பது எங்களுக்குத் தெரிந்துவிட்டது."

ஷேக் தற்கொலைக்கு எதிராக சில வார்த்தைகள் பேசினார். சுற்றியிருந்த அனைவரும் மௌனமாக செவிமடுத்துக்கொண்டிருந்தனர். சிலர் அவரது ஞானமிக்க வாசகங்களைக் கேட்டு மெய்மறந்து தலையாட்டிக்கொண்டிருக்க, காவும் அந்த இருவரும் தமது கிசுகிசுப் பான உரையாடலை அந்த அறையின் மூலையில் தொடர்ந்து நடத்திக் கொண்டிருந்தனர். "நிறைய தற்கொலைகள் நடந்துகொண்டே

தான் இருக்கின்றன," என்றான் அந்தக் குள்ளன். "ஆனால் அரசாங்கத்தினர் நமக்கு அவற்றை தெரிவிப்பதில்லையென முடிவெடுத்திருக்கிறார்கள். நம்மை கலவரப்படுத்திவிடக் கூடாதென்பதற்காக தட்ப வெப்பம் இவ்வளவு உறைநிலைக்கு சரியப்போகிறது என்ற தகவலை நமக்கு முன்கூட்டியே தெரிவிக்காததைப் போல, தற்கொலைகளைப் பற்றிய செய்திகளைப் பரப்பாமல் இருக்கின்றனர். ஆனால் இது ஒரு தொற்றுநோயைப் போல பரவுவதற்கு உண்மையான காரணம் என்ன தெரியுமா: இந்தப் பெண்களை வயசான, அன்பற்ற குமாஸ்தாக்களுக்கு விற்பனை செய்வதுதான்."

அந்த மேலாளர் மறுத்தான்: "என் மனைவி என்னை முதன்முதலில் சந்தித்தபோது என்னிடம் அன்பாகவே இல்லை. இந்தத் தற்கொலை தொற்று பரவுவதற்கு பலவிதமான காரணங்கள், உதாரணமாக வேலைவாய்ப்பின்மை, விலைவாசி உயர்வு, ஒழுக்கக்கேடுகள், நம்பிக்கையின்மை போன்றவை," என்றான்.

இருவர் சொன்னதையும் ஏற்றுக்கொண்டு தலையாட்டியதில் தான் இரட்டை வேஷம் போடுவதைப் போல கா உணர்ந்தான். அவர்கள் மௌனமாக அமர்ந்திருந்தனர். சில நிமிடங்கள் கழித்து, இருவரில் வயதான குள்ளன் தூங்கத் தொடங்கியதும் ஒன்றரைக்கண் மேலாளர் அவனை எழுப்பினான். ஆனாலும் மௌனம் தொடர்ந்தது. காவுக்குள் ஓர் அமைதி படர்ந்த உணர்வு எழும்பியது: உலகத்தின் மையத்திலிருந்து அவர்கள் வெகுதூரம் தள்ளியிருக்கின்றனர். எந்தளவுக்கு தூரமென்றால் யாருக்கும் அங்கு செல்ல கற்பனைகூட செய்ய முடியாதபடிக்கு. வெளியே வானத்தில் தொங்கிக்கொண்டிருப்பதைப் போலிருக்கும் பனித்திவலைகளின் கவர்ச்சியில் அவன் மெய்மறந்திருந்தபோது, ஈர்ப்பு விசையே இல்லாத ஓர் உலகத்துக்குள் நுழைந்து விட்டோமோவென்று வியப்படையத் தொடங்கினான்.

வேறு யாரும் காவின்மீது கவனம் கொண்டிராத அக்கணத்தில், அவனுக்கு மற்றொரு கவிதை ஜனிக்கத் தொடங்கியது. அவனது நோட்டுப் புத்தகத்தைக் கையோடு கொண்டு வந்திருந்தான். 'பனி' கவிதையில் நிகழ்ந்ததைப் போலவே இப்போதும் அவனுக்குள்ளிருந்து எழும் குரலுக்கு தன்னை முற்றாக ஒப்புக்கொடுத்தான். ஆனால் இம்முறை இக்கவிதையின் முப்பத்தி ஆறு வரிகளையும் ஒரே மூச்சில் எழுதி முடித்துவிட்டான். மதுவின் போதையில் அவன் மனம் இன்னமும் மூட்டமாக இருப்பதால், கவிதை நன்றாக வந்திருக்குமாவென்று அவனுக்கு சந்தேகமாகவே இருந்தது. திடீரென ஏற்பட்ட உத்வேகத்தில் அவன் சட்டென எழுந்து, ஷேக்கின் அனுமதியை கோரிவிட்டு அந்த அறையைவிட்டு வேகமாக வெளிப்போந்து கீழே இறங்கும் மாடிப்படியில் உட்கார்ந்தான். அவன் எழுதியிருந்ததைப் படிக்கும்போது, முதல் கவிதையைப் போலவே இந்தக் கவிதையும் பழுதில்லாமல் வந்திருப்பதை உணர்ந்தான்.

அந்தக் கவிதை கா இப்போது அனுபவித்த, நேரில் கண்ட சம்பவங்களை அடிப்படையாகக் கொண்டிருந்தது. கடவுளின் இருப்பைப்

பற்றி ஷேக்குடன் நடத்திய உரையாடலை நான்கு வரிகள் மறைமுகமாகக் குறிப்பிட்டன. 'ஏழைகளின் கடவுள்' என்று சொல்லிவிட்டு வெட்கிய காவின் பாவத்தைப் பற்றி ஒரு குறிப்பு இருந்தது. அதன் பின் தனிமையைப் பற்றிய உலகத்தின் ரகசிய ஒத்திசைவைப் பற்றிய, உயிர்களின் படைப்பைப் பற்றிய விவாதம் கொஞ்சம் இருந்தது. தங்கப்பல் கட்டியிருந்தவனும், மாறுகண் கொண்டவனும், கார்னேஷன் புஷ்பத்தை ஏந்திக் கொண்டிருக்கும் ஒரு சாதுவான குள்ளனும் அவர்களின் வாழ்க்கைக் கதைகளைக் கூறினர். அவன் எழுதிய வார்த்தைகளின் அழகில் அதிர்ச்சியுற்று 'இதற்கெல்லாம் என்ன பொருள்?' என்று தன்னைத் தானே கேட்டுக் கொண்டான். இது வேறு யாரோ எழுதிய கவிதை, அதனால்தான் அதன் அழகைத் தன்னால் ரசிக்க முடிகிறது என்று நினைத்தான். ஆனால் இந்தக் கவிதையின் உள்ளடக்கத்தையும், அவனது சொந்த வாழ்க்கையையும் கணக்கில் கொண்டு பார்க்கும்போது இக்கவிதையை அழகானது என்று நினைப்பது மனதைக் குலைவிப்பதாக இருந்தது. இந்தக் கவிதையின் அழகை அவனால் எப்படி புரிந்து கொள்ள முடியும்?

படிக்கூண்டிலிருந்த லைட் டைமர் க்ளிக்கென்று அணைந்து போக, கா இருட்டுக்குள் மூழ்கினான். அதன் பட்டனை இருட்டில் துழாவி போட்டதும் வெளிச்சம் திரும்ப, நோட்டுப் புத்தகத்தை கடைசியாக ஒரு முறை பார்க்கும்போது, அவனுக்கு ஒரு தலைப்பு கிடைத்தது: 'புதைந்திருக்கும் ஒத்திசைவு'. இந்தத் தலைப்பு அவனுக்குத் தோன்றிய வேகத்தையும் இதற்குப் பின் வந்த எல்லா கவிதைகளையும் பற்றி பிற்பாடு குறிப்பிடும்போது – இந்த உலகத்தைப் போலவே – இக்கவிதைகளும் அவனது சொந்தப் படைப்புகள் அல்லவென்று சொல்வது அவனுக்கு வழக்கமாக இருந்தது. இதை மனதில் வைத்துக் கொண்டுதான் 'தர்க்க' அச்சில் மிகப் பிரதானமான படிநிலை என்று சொல்லப்படும் இடத்துக்கு அக்கவிதையைப் பொருத்தி வைத்திருந்தான்.

12

கடவுள் இல்லையென்றால் ஏழைகள் படும் துன்பங்களை எப்படி விளக்குவீர்கள்?

நெசிப், ஹிக்ரானின் சோகக்கதை

ஷேக்கின் விடுதியை விட்டு வெளியே வந்தவுடனேயே, ஹோட்டலை நோக்கி கா நடக்கத் தொடங்கினான். பனியில் திணறியபடி சிரமத்தோடு ஊர்கையில் அவன் மனம் இபெக்கிடம் திரும்பியது: சீக்கிரமே அவளை மீண்டும் பார்க்கப்போகிறான். ஹலித்பாஷா அவென்யூவில் செல்லும்போது முதலில் மக்கள் கட்சி பிரச்சாரகர்களையும் அடுத்து பல்கலைக்கழக நுழைவுத் தேர்வு எழுதிவிட்டுத் திரும்பும் ஒரு மாணவக் கூட்டத்தையும் கடந்து செல்ல வேண்டியிருந்தது. அவர்கள் அன்றிரவு பார்க்கப் போகிற தொலைக்காட்சி நிகழ்ச்சிகளையும் அவர்களுடைய கெமிஸ்ட்ரி டீச்சரை ஏமாற்றுவது எவ்வளவு சுலபமாக இருக்கிறது என்பதையும் பேசிக்கொண்டு சென்றனர். நானும் காவும் அவர்களுடைய வயதில் இருந்ததைப் போலவே அவர்களும் ஒருவரையொருவர் இரக்கமில்லாமல் அடித்து உதைத்து விளையாடிக் கொண்டு சென்றனர். அடுக்குமாடி கட்டடம் ஒன்றிலிருந்த பல் வைத்தியரிடம் தம்முடைய குழந்தையைக் காட்டிவிட்டு பெற்றோர் இருவர் கையைப் பிடித்து அழைத்துச் செல்ல, அக்குழந்தை அழுதுகொண்டே வந்தது. அவர்கள் அணிந்திருந்த உடைகளைப் பார்த்தால் வசதியில்லாதவர்கள் என்பது தெரிந்தது. அவர்களுடைய செல்லப் பிள்ளைக்கு வலியில்லாமல் சிகிச்சை செய்ய வேண்டுமென்பதற்காகத்தான் அரசு மருத்துவமனைக்குச் செல்லாமல் தனியார் மருத்துவரிடம் சென்றிருக்கிறார்கள் போலிருக்கிறது. பெண்களுக்கான காலுறை, பஞ்சுச் சுருள்கள், கலர் பென்சில்கள், பேட்டரிகள், காஸட்டுகள் விற்கும் கடையின் திறந்திருந்த கதவு வழியாக பெப்பினோ டி காப்ரியின் 'ராபர்ட்டா'வின் ஆலாபனை கேட்டது. அவன் குழந்தையாக இருக்கும்போது அவன் மாமா அவனை

பாஸ்போரஸ்க்கு காரில் அழைத்துச் சென்றபோது வானொலியில் இந்தப் பாட்டைக் கேட்டது அவனுக்கு நினைவில் வந்தது. அவனுடைய இதயம் மேலெழும்பத் தொடங்க, அவனுக்கு மற்றொரு கவிதை வருகிறதென்று தோன்றியது. கண்ணில் பட்ட முதல் தேநீர் விடுதிக்குள் நுழைந்து காலியான மேஜையில் உட்கார்ந்து பென்சிலையும் நோட்டுப் புத்தகத்தையும் எடுத்தான்.

காலியான பக்கத்தை ஈரவிழிகளோடு கொஞ்சநேரம் வெறித்துக் கொண்டிருந்தபோதுதான் கவிதை எதுவும் வரவில்லையென்று புரிந்தது. ஆனால் அது அவனை கொஞ்சமும் சோர்வடையச் செய்யவில்லை. அந்தத் தேநீர் விடுதி வேலையில்லாதவர்களாலும் மாணவர்களாலும் நிரம்பியிருந்தது. சுற்றியிருந்த சுவர்களில் ஸ்விட்சர்லாந்து இயற்கைக் காட்சிகள் மட்டுமல்லாமல் நாடக போஸ்டர்கள், நாளிதழ் கார்ட்டூன் கள், பலவிதமான செய்தித்தாள் நறுக்குகள், சிவில் சர்வீஸ் தேர்வுக்கான நிபந்தனைகளும் விதிமுறைகளும், அந்த வருடம் கார்ஸ்போர் விளையாடும் போட்டிகளின் கால அட்டவணை போன்றவையும் ஒட்டப்பட்டிருந்தன. பழைய போட்டிகளின் முடிவுகளை – பெரும்பாலானவை தோல்விகள் – யார்யாரோ வட்டமிட்டு வைத்திருந்தனர். எர்ஸுரும்ஸ் போருக் கெதிரான 6 – 1 தோல்விக்கெதிரே யாரோ எழுதியிருந்த வரிகளை மறுநாள் லக்கி பிரதர்ஸ் தேநீர் விடுதியில் உட்கார்ந்து கா எழுதப் போகும் 'நட்சத்திரங்களும் அவர்களின் நண்பர்களும்' என்ற கவிதையில் எடுத்தாண்டிருந்தான்:

கைகளில் நம்மை ஏந்திக் கொள்ள நம் தாய்
சொர்க்கத்திலிருந்து திரும்பி வந்தாலும்,

வக்கிரம் பிடித்த நம் தந்தை
ஒரேயொரு இரவிலாவது அவளை
அடிக்காமல் விட்டு வைத்தாலும்,

அப்போதும் நீ கையில் காசில்லாமல்தான் நிற்கப் போகிறாய்,
அப்போதும் நீ கழிக்கும் மலம் உறைந்துதான் போகப்போகிறது,
அப்போதும் உன் ஆன்மா உதிரத்தான் போகிறது,
நம்பிக்கையே கிடையாது!

கார்ஸ்ஸில் வசிக்கும் துர்பாக்கியம் உனக்கு ஏற்பட்டிருந்தால்,
கழிவறை சாக்கடையில் உன்னைக்
கழுவித்தள்ளிக் கொண்டு விடுவது உத்தமமானது.

அவனது நோட்டுப் புத்தகத்தில் இந்த வரிகளை சந்தோஷமாக புன்னகையுடன் எழுதிக்கொண்டிருந்தபோது பின்னாலிருந்த மேஜையில் அமர்ந்திருந்த நெஸிப் எழுந்து வந்தான். காவை இந்த இடத்தில் சந்தித்த அதிர்ச்சியும் சந்தோஷமும் அவன் முகத்தில் தெரிந்தது.

"உங்களை இங்கே பார்த்ததில் எனக்கு மிகவும் மகிழ்ச்சி," என்றான் நெஸிப். "கவிதை எழுதிக்கொண்டிருக்கிறீர்களா? உங்களை நாத்திகன் என்று என் நண்பன் சொன்னதற்காக நான் மன்னிப்பு கேட்க வேண்டும். அவர்கள் வாழ்க்கையிலேயே முதல்முறையாக ஒரு நாத்திகரை நேருக்கு நேராக சந்திக்கின்றனர். ஆனால் எனக்கென்னவோ இவ்வளவு

நல்ல மனிதராக இருக்கும் நீங்கள் நாத்திகராக இருக்க முடியாதென்று தோன்றுகிறது." அவன் இதற்குமுன் அவர்கள் சந்தித்தபோது சொல்ல முடியாமல் போன சில விஷயங்களைப் பற்றி பேசத் தொடங்கினான்: அன்று மாலை நாடக அரங்கில் நடக்கப் போகும் நிகழ்ச்சியைப் பார்ப்பதற்காக அவனும் அவன் நண்பர்களும் பள்ளியைவிட்டு ஓடி வந்திருக்கின்றனர். ஆனால் அவர்கள் பின்வரிசையில்தான் உட்கார வேண்டும். ஏனென்றால் தொலைக்காட்சி நேரடி ஒளிபரப்பில் பள்ளி இயக்குநர்கள் கண்களில் பட்டுவிடக் கூடாது. நெஸிப் பள்ளிக்கூடத் திலிருந்து தப்பித்து வந்ததிலும் நேஷனல் தியேட்டரில் நண்பர்களோடு சேர்ந்திருக்கப்போகும் சாத்தியத்திலும் கிளர்ச்சியுற்றிருந்தான். கா அங்கே கவிதை வாசிக்கப் போகிறான் என்பது அவர்கள் எல்லோருக்கும் தெரியும். கார்ஸ்ஸில் எல்லோரும்தான் கவிதை எழுதுகின்றனர், ஆனால் அவன் சந்திக்கும், கவிதைகள் பிரசுரம் ஆகியிருக்கும் முதல் மனிதன் காதான். அவன் காவுக்கு ஒரு கோப்பை தேநீர் வாங்கித் தரலாமா? கா தனக்கு நேரமில்லையென்று சொல்ல வேண்டியிருந்தது.

"அப்படியானால் உங்களிடம் ஒரேயொரு கேள்வி கேட்கிறேன், கடைசியாக ஒரு கேள்வி," என்றான் நெஸிப். "நான் என் நண்பர்களைப் போலில்லை, உங்களிடம் மரியாதைக் குறைவாக நடந்து கொள்ள மாட்டேன். ஆர்வத்தில்தான் கேட்கிறேன்."

"என்ன?"

பேசுவதற்குமுன் நெஸிப் நடுங்கும் கைகளால் சிகரெட் பற்ற வைத்தான். "கடவுள் இல்லையென்றால், சொர்க்கமும் இல்லை என்று ஆகிறது. அப்படியென்றால் உலகத்தில் ஏழ்மையிலும் ஒடுக்குமுறை யிலும் அவதிப்பட்டுக் கொண்டிருக்கும் கோடிக் கணக்கான ஏழைகள் சொர்க்கத்துக்குப் போகப் போவதில்லை. அப்படியானால் ஏழைகள் அனுபவிக்கும் துயரங்களை எப்படி விளக்குவீர்கள்? நாம் எதற்காக இங்கே இருக்கிறோம்? ஏன் இவ்வளவு அவதிகளை நாம் அனுபவிக்க வேண்டியிருக்கிறது? எல்லாமே வீண்தானா?"

"கடவுள் இருக்கிறார். சொர்க்கமும் இருக்கிறது."

"இல்லை, என்னை சமாதானப்படுத்துவதற்காகச் சொல்கிறீர்கள். எங்களைப் பார்த்து பரிதாபப்படுகிறீர்கள். நீங்கள் ஜெர்மனிக்குத் திரும்பியதுமே கடவுள் இல்லை என்று நினைக்கத் தொடங்கிவிடுவீர்கள் – முன்பைப் போலவே."

"பல வருடங்கள் கழித்து முதல்முறையாக நான் மிகவும் மகிழ்ச்சியாக இருக்கிறேன். நான் ஏன் நீங்கள் நம்புகிற விஷயங்களையே நம்பக்கூடாது?"

"ஏனென்றால் நீங்கள் மேல்தட்டு வர்க்கத்தினர்," என்றான் நெஸிப். "மேட்டுக்குடியினர் கடவுளை எப்போதும் நம்புவதில்லை. ஐரோப்பியர் செய்கிற விஷயங்களைத்தான் அவர்கள் நம்புவார்கள். சாதாரண மக்களைவிட தம்மை உயர்வானவர்களாக அவர்கள் நினைப்பார்கள்."

“நான் மேல்தட்டைச் சேர்ந்தவனாக இருக்கலாம். ஆனால் ஜெர்மனியில் நான் எந்த மதிப்புமில்லாத வெற்று ஆசாமிதான். அங்கே நான் கொஞ்சம் கொஞ்சமாக தகர்ந்து வீழ்ந்து கொண்டிருந்தேன்.”

நெஸிப்பின் அழகிய விழிகள் சொக்கின. அந்த பதின்பருவத்து இளைஞன் கா சொன்ன விஷயத்தை தன் நிலையில் நின்று யோசித்துப் பார்க்கிறான் என்பது முகத்தில் தெரிந்தது. “அப்படியானால் எதற்காக உங்கள் நாட்டின்மீது கோபித்துக்கொண்டு ஜெர்மனிக்கு ஓடினீர்களாம்?” என்றான். காவின் முகம் விழுவதைக் கண்டு, “சரி விடுங்கள்! நான் பணக்காரனாக இருந்தால் நான் வாழும் சூழலைக் கண்டு பெரிதும் அவமானமுற்று கடவுளை மேலும் அதிகமாக நம்புவேன்,” என்றான்.

“இறைவன் அருளால் ஒருநாள் நாமெல்லோருமே பணக்காரர்களாக இருப்போம்,” என்றான் கா.

“நீங்கள் நினைப்பதுபோல அது அவ்வளவு சுலபமல்ல. பார்க்கப் போனால் நானொன்றும் அவ்வளவு எளிமையானவன் அல்ல. எனக்கு பணக்காரனாக விருப்பமில்லை. நான் ஒரு கவிஞனாக, ஓர் எழுத்தாளனாக விரும்புகிறேன். நான் ஒரு விஞ்ஞானப் புனைகதை எழுதிக் கொண்டிருக்கிறேன். *‘லேன்ஸ்’* போன்ற கார்ஸ்ஸிலிருந்து வெளியாகும் நாளிதழ்களில் அதை பிரசுரிப்பார்கள்; ஆனால் என் கதை வெறும் எழுபத்தைந்து பிரதிகள் விற்கும் பத்திரிகையில் வெளியாவதை விரும்பவில்லை. ஆயிரக்கணக்கில் விற்பனையாகும் இஸ்தான்புல் நாளிதழ் ஒன்றில் வெளிவர வேண்டுமென்று ஆசைப்படுகிறேன். அந்த நாவலின் சுருக்கத்தை கையில் வைத்திருக்கிறேன். இதை உங்களுக்கு வாசித்துக் காட்டுகிறேன் இஸ்தான்புல் நாளிதழ் எவற்றிலாவது இது பிரசுரமாவதற்கு வாய்ப்பிருக்குமா என்று சொல்கிறீர்களா?”

கா கைக்கடிகாரத்தைப் பார்த்தான்.

“மிகவும் சுருக்கமாகத்தான் இருக்கும்!” என்றான் நெஸிப்.

அப்போது மின்தடை ஏற்பட்டு கார்ஸ் முழுக்க இருட்டில் மூழ்கியது. தேநீர் விடுதியிலிருந்த ஒரே வெளிச்சம் அடுப்பிலிருந்து வந்துகொண்டிருந்தது. நெஸிப் கவுண்ட்டருக்கு ஓடிச்சென்று ஒரு மெழுகுவர்த்தி எடுத்துவந்தான். அதைப் பற்ற வைத்து, உருகிய மெழுகுத்துளிகளை ஒரு தட்டில் சொட்ட வைத்து மெழுகுவர்த்தியை அதன்மேல் பொருத்தி, தட்டை மேஜைமேல் வைத்தான். அவன் பாக்கெட்டிலிருந்து சில கசங்கிய தாட்களை வெளியே எடுத்துப் பிரித்து, தயக்கமான குரலில் வாசிக்கத் தொடங்கினான். உணர்ச்சி மேலீட்டில் அவ்வப்போது நிறுத்தி ஆசுவாசப்படுத்திக் கொண்டான்.

> *3579*ஆம் வருடத்தில், நாம் இதுவரை கண்டுபிடித்திராத ஒரு கிரகம் இருந்தது. அதன் பெயர் கஜ்ஜாலி. அதன் மக்கள் எல்லோரும் செல்வந்தர்களாக, இன்று நாம் வாழும் வாழ்க்கையை விட இலகுவான வாழ்க்கையை நடத்துபவர்களாக இருந்தார்கள். பொருள் முதல்வாதிகள் அனுமானிப்பதைப்போல பணக்கார, பிரச்சனையற்ற வாழ்க்கை அந்த கிரகவாசிகளுக்கு ஆத்ம

நிம்மதியை தருவதாக இருக்கவில்லை. பதிலாக, இருத்தலும் இன்மையும் பற்றியும், மனிதனும் பிரபஞ்சமும் பற்றியும், கடவுளும் அவருடைய மக்களும் பற்றியும் எல்லோரும் ஆழமாகக் கவலையுற்றிருந்தார்கள். இதன் விளைவாக கஜ்ஜாலியன்களில் கணிசமானோர் ஒன்று சேர்ந்து அவர்களது செந்நிற கிரகத்தின் ஓர் ஆளரவமற்ற மூலைக்குப் பயணம் செய்து அங்கே அறிவியல் பாடங்களுக்கும் சொற்பொழிவுகளுக்கும் முக்கியத்துவம் தரும் ஓர் இஸ்லாமிய பாடசாலையை நிறுவினார்கள். மிகவும் கூர்மதி யுள்ள, கடினமாக உழைக்கக் கூடிய மாணவர்கள் மட்டும் தேர்ந் தெடுக்கப்பட்டார்கள். இந்தப் பாடசாலையில் உயிருக்குயிரான இரண்டு நண்பர்களும் சேர்ந்தார்கள். 1600 வருடங்களுக்கு முன்பு எழுதப்பட்ட புத்தகங்களை, இந்த கிழக்கு – மேற்கு பிரச்சனையை நேற்றுதான் எழுதியதைப்போல மிக அழகாக விளக்கப்பட்டிருந்த புத்தகங்களை வாசித்து, அவற்றின் தாக்கத்தால் அவர்களும் தம்மை நெஸிப் என்றும் ஃபாசில் என்றும் அழைத்துக் கொண்டார் கள். அவர்களுடைய மகத்தான குருவின் மிகவும் மகத்தான நூலான ‘மகிமை கொண்ட கீழை உலகம்’ என்ற நூலை அவர்கள் திரும்பத்திரும்ப வாசிப்பார்கள். அவர்களுக்குத் தரப்பட்டிருந்த அடுக்கு வரிசை படுக்கைகளில் மேல் தட்டில் இருந்த ஃபாசிலின் படுக்கையில் மாலைநேரங்களில் அவர்கள் ரகசியமாக சந்திப்பார்கள். இருவரும் போர்வைக்கடியில் ஒட்டிப்படுத்தபடி மேலே கண்ணாடிக் கூரையில் நீலப்பனித்திவலைகள் வீழ்வதையும், கோள்களைப்போல அவை சடுதியில் மறைவதையும் பார்த்துக்கொண்டிருப்பார்கள். வாழ்க்கையின் பொருளைப் பற்றியும் பெரியவர்களான பிறகு அவர்கள் என்ன செய்யப்போகிறார்களென்றும் ஒருவரோடொருவர் காதுகளில் கிசுகிசுத்துக் கொண்டிருப்பார்கள்.

கெட்ட எண்ணம் படைத்தவர்கள் இந்தத் தூய்மையான நட்பைக் கொச்சைப்படுத்தி, பொறாமையில் கிண்டல் செய்து வந்தது வியர்த்தமான முயற்சியாகியது. அந்நேரத்தில் ஒருநாள் அவர் களிடையே ஒரு சிக்கல் ஏற்பட்டது. அவர்கள் இருவரும் ஒரே நேரத்தில் ஹிக்ரான் என்ற கன்னிப் பெண்மீது காதல் வயப்பட்டு விட்டார்கள். ஹிக்ரானின் தந்தை ஒரு நாத்திகர் என்பது தெரிந்த பிறகும்கூட. சாத்தியமற்ற இந்த மையலிலிருந்து அவர்களால் விடுபட இயலவில்லை. நேர்மாறாக அவர்களின் காதல் மேலும் உக்கிரமானது.

இந்த நிலையில் அவர்களுக்கு ஒரு விஷயம் புரிந்தது. அந்த செந்நிறக் கோளில் அவர்கள் இருவரும் இனி ஒன்றாக வாழ்வதற்கு போதிய இடம் இல்லை என்பதுதான் அது. அவர்களில் ஒருவர் இறந்தாக வேண்டுமென்று அவர்கள் மனதுக்குத் தெரிந்திருந்தது. ஆனால் அவர்கள் பின்வருமாறு ஒரு சத்தியம் செய்துகொண்டார் கள். இறப்பவன் யாராக இருந்தாலும் மறுஉலகில் கொஞ்சகாலம் கழித்துவிட்டு, அது எவ்வளவுதான் தொலைதூரத்தில் அமைந் திருந்தாலும் இப்பூவுலகுக்கு அவன் திரும்பி வந்து உயிருடன்

உள்ள நண்பனிடம் இறப்புக்குப் பிந்தைய வாழ்க்கை பற்றிய சந்தேகங்களை நிவர்த்திக்க வேண்டும்.

அவர்களில் எவன் ஒருவன் மற்றவனைக் கொல்வது, எப்படிக் கொல்வது என்ற கேள்வி வந்தபோது அவர்களால் தீர்மானிக்க முடியவில்லை. அதற்கு முக்கிய காரணம் உண்மையான மகிழ்ச்சி என்பது ஒருவன் தனது சந்தோஷத்தை மற்றவருக்காக தியாகம் செய்வதால்தான் கிடைக்குமென்பது அவர்கள் இருவருக்குமே தெரிந்திருந்ததுதான். எனவே உதாரணமாக அவர்களில் ஒருவர் – அது ஃபாசில் என்று வைத்துக்கொள்வோம் – "நாமிருவருமே ஒரே நேரத்தில் மின் இணைப்பில் கையைச் செருகுவோம்," என்று சொல்வானென்றால், அது ஃபாசில் தன் நண்பனுக்காகத் தன்னுயிரை தியாகம் செய்துகொள்வதற்காக கெட்டிக்காரத் தனமாக செய்த உத்தி என்று நெஸிப் கண்டுபிடித்துவிடுவான். நெஸிப்பின் மின்பொருத்துக் குழியில் மின்இணைப்பை ஃபாசில் வெட்டி வைத்திருப்பது அவனுக்குத் தெரிந்துவிட்டிருக்கும். இப்படியான இழுபறி பலமாதங்களுக்கு நீடித்துக்கொண்டிருந்த பின் அந்தக் குழப்பம் திடீரென ஒரு சில விநாடிகளில் தீர்க்கப் பட்டுவிட்டது. ஒருநாள் இரவு நெஸிப் அவனது மாலைநேர வகுப்பிலிருந்து திரும்பி வந்து பார்த்தபோது அவனருமை நண்பன் படுக்கையில் துப்பாக்கி குண்டுகளால் துளைக்கப்பட்டு இறந்து கிடந்தான்.

அடுத்த வருடம் நெஸிப் ஹிக்ரானை மணந்தான். திருமண இரவில் அவளிடம் அவனுக்கும் அவன் நண்பனுக்குமிடையே ஏற்பட்டிருந்த ஒப்பந்தத்தையும் ஃபாசில் எப்படி ஒரு நாள் மறுஉலகிலிருந்து திரும்பி வரப்போகிறான் என்பதையும் கூறினான். ஃபாசிலைத்தான் அவள் உண்மையில் காதலித்தாள் என்று ஹிக்ரான் சொன்னாள். அவன் இறந்தபின் அவள் நாட்கணக்காக, கண்களில் ரத்தம் வடிய அழுதுகொண்டிருந்தாளாம். அவள் நெஸிப்பை மணந்துகொண்டதே அவன் ஃபாசிலின் நண்பன் என்பதாலும் நெஸிப் அவனை நினைவுபடுத்துகிறான் என்பதாலும் தான் என்றாள். அதன்பின் அவர்களால் குடும்ப வாழ்க்கையை முழுமையாக நிறைவேற்ற முடியாதபடியிருந்தது. ஃபாசில் மறு உலகிலிருந்து திரும்பி வரும்வரை அவர்கள் காதல் புரியக் கூடாது என்று தமக்குத் தாமே தடைவிதித்துக் கொண்டனர்.

ஆனால் வருடங்கள் செல்லச் செல்ல ஒருவர் மற்றவருக்காக ஏங்கித் தவிக்கத் தொடங்கினர். அவர்களின் தவிப்பு முதலில் ஆன்மீக ரீதியாக இருந்தது. பின் உடல்சார்ந்து மாறியது. ஒருநாள் இரவு, கோள்களுக்கிடையிலான சோதனை ஒன்றின்போது, பூமியின் மீதிருக்கும் கார்ஸ் என்னும் பெயர் படைத்த நகரம் ஒன்றின்மீது ஒளிக்கிரணங்கள் பாய்ந்து பிரகாசிக்கச் செய்த தருணத்தில் அவர்களால் தம்மைக் கட்டுப்படுத்திக்கொள்ள முடியாமற்போனது. ஒருவர் மேல் ஒருவர் பைத்தியங்கள்போல விழுந்து வெறித்தனமாக காதல் புரிந்தனர். நீண்டநாள் பல்வலியைப்

போல அவர்களுக்குப் பீடித்திருந்த ஃபாசிலின் ஞாபகத்தை அவர்கள் மறந்துபோய் விட்டனர் என்று நீங்கள் நினைக்கலாம். ஆனால் அவர்கள் மறந்திருக்கவில்லை. அவர்கள் இதயங்களில் ஏற்பட்ட அவமானவுணர்வு நாளுக்குநாள் வளர்ந்து வந்தது. அது அவர்களை அச்சுறுத்தியது. இந்த நிலையில் ஒரு நள்ளிரவில் அவர்களிருவருக்கும் திடீரென விழிப்பு கண்டது. பேரச்சமும் இதர இச்சைகளும் ஒன்று கலந்த இந்த அவஸ்தை அவர்களை அழிக்கப்போகிறது என்று அவர்களுக்கு ஒரே நேரத்தில் தோன்றியது. அப்போது அந்த அறையிலிருந்த தொலைக்காட்சி தானாகவே உயிர்பெற்றது. கண் கூசும்படி ஒளிர்ந்த அதன் திரையில் ஃபாசிலின் ஆவியுருவம் மெதுவாக உருவாகியது. அவன் நெற்றியில் துப்பாக்கி குண்டுகளின் துளைகள் இப்போதும் புதிதாகவே இருந்தன. அவனுடைய கீழுதட்டிலிருந்தும் மற்ற காயங்களிலிருந்தும் ரத்தம் சொட்டிக் கொண்டிருந்தது.

“பெருவலி என்னைப் பீடித்திருக்கிறது,” என்றான் அவன். “மறு உலகில் நான் யாத்திரை செய்து பார்த்திராத ஒரு மூலைமுடுக்கு கூட இல்லை. (“கஜ்ஜாலியின் மெக்கா வெற்றிகளையும் இபின் அராபியையும் ஆதாரமாக வைத்து இந்த யாத்திரைகளைப் பற்றி விளக்கமாக எழுதப்போகிறேன்” என்றான் நெஸிப்.) இறைவனின் தேவதைகளிடமிருந்து மிக உயரிய வெகுமதிகளைப் பெற்றிருக்கிறேன். சொர்க்கத்தின் சிகரம் என்று கருதப்படும் உச்சாணி தளத்துக்கும் சென்று வந்திருக்கிறேன். கழுத்தில் ‘டை’ அணிந்த நாத்திகர்களுக்கும், சாதாரண மக்களையும் அவர்களின் நம்பிக்கைகளையும் எள்ளி நகையாடும் ஆணவம் பிடித்த காலனிய ‘நேர் – காட்சிக் கொள்கையர்’களுக்கும் நரகத்தில் அளிக்கப்படும் தண்டனைகளையும் கண்டிருக்கிறேன். ஆனால் இந்த எல்லா இடங்களிலும் மகிழ்ச்சி என்பது என் கைக்கு அகப்படாமல் நழுவிக்கொண்டேயிருந்தது. அதற்குக் காரணம் என் மனம் இங்கே உங்களோடு இருந்ததுதான்.”

அந்தத் துயரார்ந்த ஆவியுருவின் வேதனைகளை செவிமடுத்துக் கொண்டிருந்த அக்கணவன் மனைவிக்கு அச்சம் கலந்த வியப்பு மேலிட்டது.

“இத்தனை வருடங்களாக என்னைப் பெரிதும் வருத்தத்தில் ஆழ்த்தி வந்த விஷயம் என்பது உங்களை இப்போது நான் பார்ப்பதுபோல அவ்வளவு மகிழ்ச்சியோடும் நெருக்கமாகவும் உட்கார்ந்திருப்பதை பார்க்க நேரிடும் என்ற எண்ணம் அல்ல. உண்மையைச் சொல்லப்போனால் எனது மகிழ்ச்சியைவிட நெஸிப்பின் மகிழ்ச்சிக்காகத்தான் அவாவுற்றிருந்தேன். எங்களிடையே இருந்த தடங்காணாத அன்புப் பிணைப்பால்தான் எங்களால் தற்கொலையோ அல்லது மற்றவரைக் கொல்வதற்கோ எந்த வழியையும் காண முடியாதிருந்தது. ஏனென்றால் நாங்கள் ஒவ்வொருவரும் மற்றவரது உயிரை தம்முடையதைவிட முக்கியமாக மதிப்பளித்து வந்ததுதான். இதுவே எங்களுக்கு ஒரு கேடயம்

போலாகி எங்களை மரணமிலா சிரஞ்சீவிகளாக்கியிருந்தது. இது எனக்கு எவ்வளவு சந்தோஷமளித்தது தெரியுமா! ஆனால் அப்படி நான் நம்பி வந்தது எவ்வளவு தவறென்று என் மரணம் எனக்கு நிரூபித்துவிட்டது."

"இல்லவே இல்லை," என்று கூவினான் நெஸிப். "ஒரேயொரு முறைகூட என் உயிருக்கு உன்னைவிட அதிகமாக மதிப்பளித்தது கிடையாது!"

"அது உண்மையாக இருந்தால் நான் இறந்து போயிருக்கவே மாட்டேன்," என்றது ஃபாசிலின் ஆவியுரு. "நீ அழகுப் பெண் ஹிக்ரானை மணந்திருக்கவே கூடாது. நான் இறந்ததற்கு காரணம் நீ ஒரு ரகசிய ஆசையை மனதுக்குள் தேக்கி வைத்திருந்தாய். உன்னிடமிருந்தே அதை மறைத்து ஒளித்து வைத்திருந்தாய்: 'நான் இறந்து போக வேண்டும்' என்ற ஆசையை."

இந்தக் குற்றச்சாட்டை நெஸிப் ஆவேசமாக மறுத்தான். ஆனால் அந்த ஆவியுரு செவிசாய்க்க மறுத்தது.

"மறுஉலகில் என்னை சந்தோஷமில்லாமல் இருக்க வைத்தது நான் இறந்து போக வேண்டுமென்று நீ விரும்பியிருக்கிறாய் என்ற சந்தேகம் மட்டுமல்ல," என்றது ஆவியுரு. "எனது கொலை யிலும் உனக்கு ஒரு பங்கு இருக்கிறது என்பதுதான் அது. நான் தூங்கிக்கொண்டிருந்தபோது நம்பிக்கை துரோகமாக நீதான் என் தலையில் இங்கே, அப்புறம் இங்கே சுட்டிருக்கிறாய். இன்னொரு பயமும் இருந்தது: புனித குர்ரானின் எதிரிகளுக்கு பிரதிநிதியாக நீ செயல்பட்டிருக்கிறாய்."

இப்போது நெஸிப் ஆட்சேபிப்பதை நிறுத்திவிட்டு மௌனமானான்.

"எனது வேதனையிலிருந்து என்னை மீட்டெடுத்து சொர்க்கத்தில் சேர்ப்பிக்க உனக்கு ஒரேயொரு வழிதான் இருக்கிறது. இதே வழியை பின்பற்றி நடந்தால்தான் இந்த மாபாதகக் குற்றப்பழி யிலிருந்து உன்னால் விடுபட முடியும்," என்றது ஆவி. "என்னைக் கொன்றவன் யாராக இருந்தாலும் அவனைக் கண்டுபிடி. கடந்த ஏழு வருடங்கள், ஏழு மாதங்களாக சந்தேகத்தின் பேரில் ஒரேயொருவரைக்கூட அவர்கள் பிடிக்கவில்லை. என்னைக் கொன்றவன், நான் செத்துப்போக வேண்டுமென்று விரும்பியவன், யாராக இருந்தாலும் அவனை நீ கண்டுபிடித்து, அவன் செய்த குற்றத்துக்காக தண்டிக்கப்படுவதை நான் பார்க்க வேண்டும். கண்ணுக்கு கண். பழிக்குப் பழி. அந்தக் கொடியவன் தண்டனை யின்றி இருக்கும்வரை இந்த மறுவாழ்வில் எனக்கு அமைதி இல்லை. 'நிஜ உலகம்' என்று இன்னும்கூட நீங்கள் நம்பி வருகிற இந்த நிலை திரிபுப் பிரதேசத்தில் வாழும் உங்களுக்கும் நிம்மதி இருக்கப்போவதில்லை."

நெஸிப்புக்கோ அவன் மனைவிக்கோ எதுவும் சொல்லத் தோன்ற வில்லை. திரையிலிருந்த அந்த ஆவியுரு மறைந்துபோவதை கண்ணீர் மல்க விக்கித்துப் பார்த்துக் கொண்டிருந்தனர்.

“அப்புறம் என்ன? அடுத்து என்ன நடந்தது?” கா கேட்டான்.

“நான் இன்னும் முடிவு செய்யவில்லை,” என்றான் நெஸிப். “மொத்தக் கதையையும் எழுதிவிட்டால் என்னால் அதை விற்க முடியுமென்று நினைக்கிறீர்களா?” கா தயங்குவதைப் பார்த்ததும், “கேளுங்கள், நான் எழுதும் ஒவ்வொரு வரியும் என் இதயத்தின் ஆழத்திலிருந்து வருகின்றன. அவையனைத்தும் ஆழமான எனது பற்றுக்கோள்களை வெளிப்படுத்துகின்றன. இந்தக் கதை உங்களுக்கு எப்படியிருந்தது? நான் வாசித்துக் காட்டும்போது எப்படி உணர்ந்தீர்கள்?” என்றான்.

“என்னை உலுக்கிவிட்டது. ஏனென்றால் இந்த உலகம் என்பது அடுத்து வரப்போவதற்கான முன்னேற்பாடு என்பதைத் தவிர வேறில்லை என்று நீ மனப்பூர்வமாக நம்புவதை அது எனக்குக் காட்டியது.”

“ஆம், அப்படித்தான் நம்புகிறேன்,” என்றான் நெஸிப் உற்சாகத்தோடு. “அது மட்டுமல்ல. இறைவன் இந்த உலகில் நாம் மகிழ்ச்சியோடு இருக்க வேண்டுமென்று விரும்புகிறார். ஆனால் அதுதான் மிகவும் கடினமாக இருக்கிறது.”

‘கடினமான விஷயம்’ என்பதைப்பற்றி யோசித்தபடி இருவரும் மௌனமாயினர்.

அப்போது விளக்குகள் உயிர்பெற்றன. ஆனால் அந்தத் தேநீர் விடுதியிலிருந்தவர்கள் இருட்டில் இருந்ததைப்போலவே அமைதியாக இருந்தனர். தொலைக்காட்சிப் பெட்டிக்கு இன்னும் உயிர் வரவில்லை. முதலாளி அதை தன் முஷ்டியால் குத்தத் தொடங்கினான்.

“இருபது நிமிடங்களாக நாம் இங்கே தனியாக உட்கார்ந்திருப்பது என் நண்பர்களுக்கு ஆர்வத்தை கிளப்பிவிட்டிருக்கும்,” என்றான் நெஸிப்.

“யார் யாரெல்லாம் உன் நண்பர்கள்? அவர்களில் ஒருவன்தானா ஃபாசில்? இவையெல்லாம் உண்மையான பெயர்கள்தானா?”

“இல்லையில்லை. கதையில் வரும் நெஸிப் என்பதைப் போலவே புனைபெயர்களைத்தான் பயன்படுத்துகிறேன். நீங்கள் ஒன்றும் போலீஸ் காரர் இல்லையே – என்னை விசாரணை செய்வதை நிறுத்துங்கள்! ஃபாசில் இதைப்போன்ற இடங்களுக்கு வர மறுக்கிறான்,” நெஸிப் மர்மமான தொனியில் பேசினான். “எங்கள் குழுவிலேயே ஃபாசில் தான் மிகவும் மதப்பற்றுள்ளவன். உலகில் வேறு எவரையும் விட அவனைத்தான் நான் நம்புகிறேன். ஆனால் அரசியலில் அவன் பங்கெடுக்க ஆரம்பித்தால் காவல்துறையின் கோப்புகளில் அவன் பெயர் ஏறி விடும். அப்புறம் பள்ளியிலிருந்து விரட்டிவிடுவார்கள் என்று பயப்படுகிறான். அவனுக்கு காப்பாளராக ஜெர்மனியில் ஒரு மாமன் இருக்கிறார். இருந்தாலும் நாங்கள் இருவரும் அந்தக் கதையில் வரும் பையன்களைப் போலவே ஒருவர் மேல் ஒருவர் உயிராக இருக்கிறோம். எனவே யாராவது என்னைக் கொன்றுவிட்டால்

கூட அவன் திரும்பி வந்து பழி வாங்குவான். கதையில் வருவதைப் போலவேதான் – எவ்வளவு நெருக்கத்தில் அல்லது எவ்வளவு தொலைவில் இருந்தாலும் மற்றவன் என்ன செய்து கொண்டிருக்கிறான் என்பது எங்களுக்குத் தெரியும்."

"அப்படியானால் இப்போது ஃபாசில் என்ன செய்து கொண்டிருக் கிறான்?"

"ம்ம்ம்" என்று நெஸிப் ஒரு விநோதமான தோரணைக்கு மாறினான். "அவன் டார்மெட்டரியில் படித்துக் கொண்டிருக்கிறான்."

"ஹிக்ரான் யார்?"

"அது அவளுடைய பெயர் அல்ல. அவள் தேர்ந்தெடுத்துக் கொண்ட பெயர் அல்ல அது. நாங்கள் அவளுக்குக் கொடுத்த பெயர். எங்களில் சிலர் அவளுக்கு காதல் கடிதங்களும் கவிதைகளும் இடைவிடாமல் எழுதுவோம். ஆனால் பயத்தில் அவற்றை அவளுக்கு அனுப்பமாட்டோம். எனக்கு ஒரு மகள் இருந்தால் அவள் ஹிக்ரானைப் போல அழகாக, அவளைப் போல அறிவார்ந்தவளாக, அவளைப் போல துணிச்சல் மிக்கவளாக இருக்க வேண்டுமென்று விரும்புவேன். முக்காடு அணியும் பெண்களின் தலைவி அவள். அவளுக்கு எதன்மீதும் பயம் கிடையாது; சுயமாக சிந்திக்கக் கூடியவள். உண்மையைச் சொல்ல வேண்டுமென்றால் அவளுடைய நாத்திகத் தந்தையின் தாக்கத்தில் ஆரம்பத்தில் ஒரு மிலேச்ச இயல்பினளாகத்தான் இருந்தாள். இஸ்தான்புல்லில் அவள் விளம்பர மாடலாக இருந்தாள். தொலைக்காட்சியில் தொடை வரை தெரியும்படி கவர்ச்சி உடை அணிந்து வருவாள். ஷாம்பூ விளம்பரம் ஒன்றுக்காக இங்கே வந்தாள். கார்ஸ்ஸில் உள்ள சாலைகளிலேயே மிகவும் துப்புரவற்ற, ஆனால் மிக அழகிய நிழற்சாலையான வெற்றி வீரர் அஹ்மத் முக்தார் பாஷா அவென்யூவில் அவள் நடந்து செல்கிறார்போல படப்பிடிப்பு நடந்தது. அவள் நடந்து வந்து காமிரா முன் நின்று அவளது செழிப்பான, இடை வரை நீண்ட பழுப்பு நிறக் கூந்தலை சுழற்றி "அழகான நகரமான கார்ஸ்ஸின் புழுதியில்கூட என் கூந்தல் பளிச்சிடுகிறது. 'பிளென்டாக்ஸ்'க்கு நன்றி!" என்று அவள் சொல்ல வேண்டும். அந்த விளம்பரம் எல்லா இடங்களிலும் காட்சிக்கு வரும், உலகமே எங்களைப் பார்த்து சிரிக்கப் போகிறது என்று எங்களுக்கெல்லாம் அவமானமாக இருந்தது.

"அந்த நேரத்தில்தான் கல்வியியல் பயிற்சியகத்தில் இந்த 'முக்காடு விவகாரம்' ஆரம்பித்திருந்தது. அந்தப் பெண்களில் இருவர் ஹிக்ரானை தொலைக்காட்சியில் பார்த்து அடையாளம் கண்டுகொண்டனர். இஸ்தான்புல்லில் பணக்காரச் சிறுவர்களுடன் அவளது அவதூறுகளை வம்புச் செய்திகள் வரும் இதழ்களில் அவள் புகைப்படங்களோடு பார்த்தது அவர்களுக்கு ஞாபகத்தில் இருந்தது. அந்தப் பெண்களுக்கும் அவள்மீது ஒரு ரகசியப் பிரியம் இருந்தது. எனவே அவளை தேநீருக்கு அழைத்தனர். ஹிக்ரானுக்கு இந்தப் பெண்களைப் பார்க்க வேடிக்கையாக இருந்தாலும் ஒப்புக்கொண்டாள். அவள் வந்து அவர்களோடு உட்கார்ந்த சில நொடிகளிலேயே அந்தப் பெண்களை அவளால் சகிக்க முடியாமற்

போய்விட்டது. அவள் என்ன சொன்னாள் தெரியுமா? 'நம்முடைய மதம் –' இல்லை, அவள் 'நம்முடைய மதம்' என்று சொல்லவில்லை; அவள் 'உங்களுடைய மதம்' என்றாள் – 'உங்களுடைய மதம் உங்கள் கூந்தலை மூடி மறைத்துக் கொள்ள வேண்டுமென்று சொல்கிறது; அரசாங்கம் முக்காடு அணிவதைத் தடைசெய்கிறது. அப்படியானால் ...ஐப்போல (அவள் ஒரு வெளிநாட்டு ராக் நட்சத்திரத்தின் பெயரைச் சொன்னாள்) மொட்டை அடித்துக் கொண்டு மூக்குத்தி அணிந்து கொள்ள வேண்டியதுதானே? அப்புறம் மொத்த உலகமும் எழுந்து நின்று உங்களை கவனிக்குமே!' பாவம், அந்தப் பெண்கள் இந்த பகிரங்க அவமதிப்பைக் கேட்டு வாயடைத்து, அவளோடு சேர்ந்து சிரிக்கக்கூட முடியாமல் நெளிந்தனர். இது ஹிக்ரானுக்கு மேலும் துணிச்சலைக் கொடுத்து, 'இந்த முக்காடுகள் உங்களை வரலாற்றின் இடைநிலைக் காலத்துக்கு கொண்டு சேர்த்துவிடும். முக்காடுகளை கழற்றியெறிந்துவிட்டு உங்கள் அழகான கூந்தலை விரித்துவிட்டால் தான் என்ன?' என்றபடி அவர்களில் மிகவும் அசடாகத் தெரிந்த ஒரு பெண்ணின் தலையிலிருந்து முக்காடை ஹிக்ரான் பிடுங்க முற்பட்டபோது திடீரென அவள் கை செயலற்றுப் போனது. ஹிக்ரான் அந்த அசட்டுப் பெண்ணின் காலில் விழுந்து மன்னிப்பு கேட்டுக் கொண்டாள். அந்தப் பெண்ணின் சகோதரன் என் வகுப்பில்தான் படிக்கிறான். அவனுடைய சகோதரியைவிட பெரிய முட்டாள் அவன். தத்திப் பயல்கள்கூட அவனை தத்தி என்றுதான் கூப்பிடுவார்கள். அவன்தான் இந்த சம்பவத்தைச் சொன்னான்.

"ஹிக்ரான் அடுத்த நாள் திரும்ப வந்தாள், அதற்கடுத்த நாளும் வந்தாள். பின் கடைசியில் இஸ்தான்புல்லுக்குத் திரும்பிச் செல்வதற்குப் பதிலாக அவர்களுடனேயே சேர்ந்து கொண்டாள். முக்காடை அனடோலியாவின் ஒடுக்கப்பட்ட முஸ்லிம் பெண்களின் பதாகையாக மாற்றிய மகான்களில் அவளும் ஒருத்தி – என் வார்த்தையை குறித்து வைத்துக் கொள்ளுங்கள்!"

"பின் எதற்காக அவளை ஒரு கன்னிப் பெண் என்பதைத் தவிர வேறு எதையும் உன் கதையில் சொல்லாமல் விட்டாய்?" எனக் கேட்டான் கா. "அவளுக்காக தம்மை சாகடித்துக்கொள்ள முடிவெடுப் பதற்கு முன் நெஸிப்பும் ஃபாசிலும் எதற்காக அவள் அபிப்பிராயத்தை கேட்டுக் கொள்ளவில்லை?"

ஒரு கனத்த மௌனம் அங்கே கவிந்தது. நெஸிப் அவனுடைய அழகான கண்களை உயர்த்தினான் (இன்னும் இரண்டு மணிநேரங்கள், மூன்று நிமிடங்கள் கழித்து அந்தக் கண்களில் ஒன்று துப்பாக்கிக் குண்டால் சிதறப்போகிறது). கவிதை ஒன்றின் பத்திகளைப் போல அடுக்கடுக்காக பனி அந்த இருண்ட வீதியில் மௌனமாக விழுவதை பார்த்துக் கொண்டிருந்தான். பின் மௌனம் கலைந்து, "அதோ வருகிறாள். அவள்தான்!" என்றான்.

"யார்?"

"ஹிக்ரான்! அதோ தெருவில் வந்துகொண்டிருக்கிறாள்."

13

ஒரு நாத்திகனோடு எனது நம்பிக்கைகளை நான் விவாதிக்கப் போவதில்லை

கடிஃபேவுடன் பனியில் நனைந்தபடி ஒரு நடை

அவள் ஊதா நிறத்தில் மழைக்கோட்டு அணிந்திருந்தாள்; கண்கள் நவீனமான கருப்பு கண்ணாடிக்குப் பின் மறைந்திருந்தன; தலையின் மேல் காவுக்கு சிறுவயதிலிருந்து ஆயிரக்கணக்கில் பார்த்துப் பழகியிருந்த, இப்போது இஸ்லாமிய அரசியலின் குறியீடாக இருக்கும் வகைப்படுத்தவியலாத முக்காடு ஒன்றை அணிந்திருந்தாள். இந்த இளம்பெண் கடைக்குள் நுழைந்து அவனை நோக்கி நேராக வருவதைப் பார்த்ததும் வகுப்பறைக்குள் ஆசிரியர் வந்ததைப் போல கா துள்ளி எழுந்து நின்றான்.

"நான் கடிஃபே. இபெக்கின் தங்கை," என்றாள் மெலிதாகப் புன்னகைத்தபடி. "இரவு உணவுக்காக உங்களை எல்லோரும் எதிர்பார்த்துக் கொண்டிருக்கிறார்கள். அப்பா உங்களை அழைத்து வருவதற்காக என்னை அனுப்பினார்."

"நான் இங்கே இருப்பது உனக்கு எப்படித் தெரிந்தது?" கா கேட்டான்.

"கார்ஸ்ஸில் எல்லோருக்கும் எல்லாவற்றையும் பற்றி எப்போதும் தெரிந்திருக்கும்," என்றாள் கடிஃபே. அவள் இப்போது புன்னகைத்துக் கொண்டிருக்கவில்லை. "அதாவது கார்ஸ்ஸில் நடப்பவைகளைப் பற்றி."

அவள் பாவனையில் ஏதோ ஒருவித வலி காவுக்குத் தெரிந்தது, ஆனால் அதன் காரணத்தை அனுமானிக்க முடியவில்லை. நெஸிப்பை அறிமுகம் செய்து வைத்தான். "இவன் என் நண்பன். கவிஞன், நாவலாசிரியன்!" அவர்கள் ஒருவரையொருவர் பார்த்துக் கொண்டனர். கை குலுக்கிக் கொள்ளவில்லை. டென்ஷனாக இருக்கலாம் என்று கா கருதினான். பல நாட்கள் கழித்துதான்

அது இஸ்லாமிய மரபையொட்டிய நடத்தை என்பது அவனுக்குப் புரிந்தது. கடிஃபேவைப் பார்த்ததும் வெளிகிரகத்திலிருந்து வந்திருக்கும் ஹிக்ரானைப் பார்த்ததைப் போல நெஸிப்புக்கு முகம் வெளுத்திருந்தது. ஆனால் கடிஃபே கொஞ்சமும் அலட்டிக் கொள்ளாமலிருந்தாள். அந்தத் தேநீர் விடுதியிலிருந்த கூட்டத்தில் ஒருவர்கூட அவளைத் திரும்பிப் பார்க்கவில்லை. அவளும் அவள் அக்கா அளவுக்கு அழகாக இல்லை என்பதைச் சொல்ல வேண்டும்.

ஆனால் பனியினூடாக அடாதுர்க் அவென்யூவில் நடந்து செல்லும் போது காவுக்கு மிகவும் மகிழ்ச்சியாக இருந்தது. முக்காடு அவளைச் சுற்றிப் போர்த்தியிருந்தது. அவள் அக்காவைவிட பகட்டில்லாமல் இருந்தாலும் முகம் புதிதாக மலர்ந்து காணப்பட்டது. அவளுடைய கருவிழிகளுக்குள் நேராகப் பார்த்தபோது, இபெக்கிடம் போலவே, அவனால் சுலபமாகப் பேசமுடிந்தது. அவள் மிகவும் கவர்ச்சிகரமாகத் தனக்குத் தோன்றுவதால் அவள் அக்காவுக்குத் துரோமிழைக்கிறோமோ வென்று அவனுக்குத் தோன்றியது.

காவை ஆச்சர்யப்படுத்தும்படி, அவர்கள் முதலில் பேச ஆரம்பித்தது வானிலையைப் பற்றி. அந்த இயலில் தெரிந்திருக்க வேண்டிய எல்லா விஷயங்களும் அவளுக்குத் தெரிந்திருந்தன. நாள்பூரா வானொலியைக் கேட்டுக்கொண்டிருக்கும் வேலைவெட்டியில்லாத வயதானவர்கள் போல விவரங்களை சரசரவென்று கொட்டித் தீர்த்தாள். காற்றழுத்தத் தாழ்வுமண்டலம் சைபீரியாவிலிருந்து வந்துகொண்டிருப்பதாகவும், இது இன்னும் இரண்டு நாட்களுக்குத் தொடரும் என்றும் சொன்னாள். பனி இப்படியே தொடர்ந்தால் சாலைகளும் இன்னும் இரண்டு நாட்களுக்கு மூடப்பட்டே இருக்கும்; ஸரிகாமிஷ்ஷில் 160 செ.மீ. பனி பொழிந்திருக்கிறது. கார்ஸ் நகர மக்கள் இப்போதெல்லாம் வானிலை அறிக்கைகளை நம்புவதில்லை. மக்களை கலவரப்படுத்தி விடக் கூடாதென்பதற்காகவே அரசாங்கம் உண்மையைவிட 5 அல்லது 6 டிகிரி கூடுதலாக வெப்ப அளவை அறிவித்து வருவதாக எல்லோருமே பேசி வருகிறார்கள் என்றாள் (ஆனால் வேறு யாரும் இப்படி காவிடம் சொன்னதில்லை). இஸ்தான்புல்லில் சிறுமிகளாக இருந்தபோது அவளும் இபெக்கும் பனிப்பொழிவு தொடர்ந்து இருக்கவேண்டுமென்று ஆசைப்பட்டு வந்ததைச் சொன்னாள். பனிப்பொழிவைப் பார்க்கும் போது வாழ்க்கை எவ்வளவு அழகானது, எவ்வளவு குறுகியது என்பதையும், எவ்வளவுதான் பகைமை இருந்தாலும் மக்களிடையே பல விஷயங்கள் ஒன்றாக, பொதுவாக இருக்கின்றன என்பதையும் உணரமுடியும் என்றாள். படைப்பியக்கத்தின் அழிவற்ற தன்மையையும் மகத்துவத்தையும் வைத்துப்பார்க்கும்போது அவர்கள் வாழ்ந்த உலகம் குறுகலானது. அதனால்தான் பனி மக்களை ஒன்றுகூட்டியது. மனிதனின் வெறுப்புகள், பொறாமை, கோபம் எல்லாவற்றின்மீதும் பனி ஒரு போர்வையை இழுத்து மூடி அனைவரையும் நெருக்கமாக உணரச் செய்கிறது.

அவர்கள் கொஞ்சநேரம் அமைதியில் ஆழ்ந்தனர். ஷெஹித் செங்கிஸ் டோபெல் தெருவிலிருந்த எல்லா கடைகளும் மூடியிருந்தன.

ஒரேயொரு ஜீவன்கூட கண்ணில்படவில்லை. கடிஃபேவுடன் பனியில் நடந்துசெல்லும் இந்த அனுபவம் காவுக்கு மகிழ்ச்சியளவுக்கு கவலையும் அளிப்பதாக இருந்தது. தெருவின் கடைசியிலிருந்த ஒரு கடையின் சன்னலில் தெரிந்த வெளிச்சத்தின்மீது பார்வையை ஸ்திரமாக பதித்துக்கொண்டான்: திரும்பி கடிஃபேவின் முகத்தைப் பார்த்து விட்டால் அவள்மீது காதல் வயப்பட்டுவிடக்கூடிய அபாயம் இருப்பதாக அவன் பயப்படுவதைப் போலிருந்தது. இவளுடைய அக்காவின்மீது அவனுக்கு உண்மையிலேயே காதலா? உன்மத்தமாக காதலிக்க வேண்டுமென்ற இச்சை இருப்பது மட்டும் அவனுக்குத் தெரியும்.

தெருவின் கடைசியை அடைந்ததும் 'பீர்ஹால் ஆஃப் ஜாய்' விடுதியின் சன்னலில் ஏதோ எழுதி ஒட்டியிருந்ததை கா கவனித்தான்: "இன்றிரவு நிகழவிருக்கும் நாடக நிகழ்ச்சியையொட்டி சுதந்திர மக்கள் கட்சி வேட்பாளர் மாண்புமிகு ஸிஹ்னி சேவுக் அவர்கள் இன்றைய மாலை கூட்டத்தை தள்ளிவைத்துள்ளார்." பீர்ஹால் ஆஃப் ஜாயின் சிறிய குறுகலான சன்னலின் ஊடாக சுனய் ஸயிம் அவனுடைய குழுவினர் அனைவரோடும் உட்கார்ந்து, நிகழ்ச்சி ஆரம்பிக்க இருபது நிமிடங்கள் இருக்க, தாராளமாக அருந்திக்கொண்டிருப்பது தெரிந்தது.

அந்த மது அரங்கின் சன்னலில் ஒட்டப்பட்டிருந்த பிரச்சார சுவரொட்டிகளை மேய்ந்துகொண்டிருந்தபோது அந்த மஞ்சள் நிற அட்டை அவனைக் கவர்ந்தது. 'மானுடப்பிறவிகள் இறைவனின் மகத்தான படைப்புகளாவார்கள். தற்கொலை மதவிரோதமானது.' அதைச் சுட்டிக்காட்டி கடிஃபேவிடம் தெஸ்லைமின் தற்கொலையைப் பற்றி அவள் என்ன நினைக்கிறாள் என்று கேட்டான்.

அவள் மெலிதான எரிச்சலோடு, "நீங்கள்தான் உங்கள் ஜெர்மனி நண்பர்களுக்காகவும், இஸ்தான்புல் பத்திரிகைகளுக்காகவும் தெஸ்லைம் பற்றி சுவாரஸ்யமான கதையாக எழுதுமளவுக்கு செய்தி சேகரித்திருக் கிறீர்களே!" என்றாள்.

"இதோ பார், நான் கார்ஸ்ஸுக்கு புதுசு. இங்கிருக்கும் மனப்பான்மை, இங்கிருக்கும் நிலைமை, இவையெல்லாவற்றையும் நான் சரிவர புரிந்துகொண்டால்கூட வெளியில் இருப்பவர்களுக்குத் தெளிவாக என்னால் சொல்லமுடியுமா என்று தெரியவில்லை. மக்களுடைய பரிதாபகரமான வாழ்க்கை, தேவையில்லாமல் அவர்கள் அனுபவிக்கும் வேதனையைக் கண்டு என் இதயம் நொறுங்குகிறது."

"தேவையற்ற வேதனையைப்பற்றி கவலைப்படுபவர்கள் எப்போதுமே வேதனையை அனுபவித்திராத நாத்திகர்கள் மட்டும்தான்," என்றாள் கடிஃபே. "அவர்களுக்கு ஏதாவது அசௌகரியம் ஏற்பட்டுவிட்டால் போதும், உடனே இறைநம்பிக்கையில்லாமல் இந்த வாழ்க்கையை சமாளிக்கமுடியாது என்று முடிவெடுத்து, அடுத்த நொடியே பக்தி மார்க்கத்தில் கலந்துவிடுவார்கள்."

"ஆனால் தெஸ்லைம் வேதனையை பொறுக்கமாட்டாமல் பத்தி மார்க்கத்திலிருந்து வெளியே வந்துதான் தற்கொலை செய்து

கொண்டிருக்கிறாள்," என்றான் கா. அவன் ரத்தத்தில் இன்னும் மிச்சமிருந்த ஆல்கஹால் அவனது பிடிவாதத்தை நீட்டித்தது.

"தெஸ்லைம் தற்கொலை செய்துகொண்டாள் என்று வைத்துக் கொண்டால், அவள் ஒரு கொடும் பாவகாரியத்தை செய்திருக்கிறாள் என்று சொல்வது சாத்தியம். புனித குர்ஆனின் நிஸா செய்யுளில் இருபத்தி ஒன்பதாவது வரியை புரட்டிப் பார்த்தால் தற்கொலை என்பது விலக்கப்பட்டது என்பதைத் தெளிவாகக் காண்பீர்கள். ஆனால் அவள் பாவகாரியம் செய்தவள், தற்கொலை செய்து கொண்டவள் என்ற நினைப்பெல்லாம் அவள்மீது நாங்கள் கொண்டிருக்கும் அன்புக்குப் பின்னால் வருவதுதான். இன்னமும் எங்கள் இதயங்களின் ஒரு மூலையில் அவளை ஆழமான அன்போடும் பிரியத்தோடும்தான் வைத்திருக்கிறோம்."

குறுக்கு விசாரணையில் வழக்கறிஞர் ஒரு முக்கியமான கேள்வியைக் கேட்பதுபோல, "நம் நம்பிக்கைக்கு பங்கமான ஒரு காரியத்தை செய்திருந் தாலும்கூட இந்த அதிர்ஷ்டம் கெட்ட பெண்ணை இன்னமும் நீங்கள் நேசிப்பதாகச் சொல்கிறாயா?" என்று கேட்டான் கா. "நாங்கள் இப்போதெல்லாம் முழுமனதோடு கடவுளை நம்புவதில்லை. அதற்கான அவசியமும் இப்போது எங்களுக்கு இருக்கவில்லை. ஏனென்றால் மேற்கு நாடுகளைப்போல காரணகாரியம், தர்க்கம் இவற்றைக் கொண்டு தான் எங்கள் நம்பிக்கைகளை கைக்கொள்கிறோம். இதுதானே நீ சொல்வது?"

"புனிதக் குர்ஆன் என்பது இறைவனின் வாக்கியம். இறைவன் ஒரு தெளிவான, நிச்சயமான கட்டளையை விதிக்கிறாரென்றால் அற்ப மானிடர்கள் அதனை கேள்வி கேட்பது அடாத செயல்." அவள் குரலில் தன்னம்பிக்கை தூக்கலாகத் தெரிந்தது. "அதற்காக விவாதங்களுக்கு நமது மதம் இடமளிப்பதேயில்லையென்று கருதி விடாதீர்கள். ஆனால் ஒரு நாத்திகனோடு, ஒரு மதச்சார்பற்ற ஆசாமியோடு எனது நம்பிக்கைகளைப் பற்றி விவாதிக்க நான் தயாராக இல்லை. மன்னித்துக்கொள்ளுங்கள்."

"நீ சொல்வது சரி."

"ஆனால் இஸ்லாம் ஒரு மதச்சார்பற்ற சமயமாக இருக்க முடியுமென்று மதச்சார்பற்றவர்களை சமாதானம் செய்ய முயற்சிக்கும் இஸ்லாமிஸ்ட் மண்டூகங்களில் நான் ஒருத்தி அல்ல என்பதையும் சொல்ல வேண்டும்."

"இதுவும் சரிதான்."

கடிஃபே புன்னகைத்து, "இரண்டாவது தடவையாக நான் சொல்வது சரி என்கிறீர்கள்," என்றாள். "ஆனால் உண்மையாக சொல்வதாகத் தெரியவில்லை."

"இல்லை, நீ சொல்வது உண்மைதான்," என்றான் கா. ஆனால் அவன் புன்னகைத்துக்கொண்டிருக்கவில்லை.

கொஞ்சநேரம் மௌமாக நடந்தனர். அக்காவை விட்டுவிட்டு தங்கை கடிஃபேவை அவன் காதலிக்கத் தொடங்கிவிடுவானோ? முக்காடு அணிந்த ஒரு பெண்ணிடம் தனக்கு எந்தக் காலத்திலும் பாலியல்ரீதியாக ஈடுபாடு ஏற்படாது என்று காவுக்கு நன்றாகவே தெரிந்திருந்தது. ஆனால் இந்த ரகசிய இச்சையை மனதில் போட்டு உருட்டிக் கொண்டிருப்பதை அவனால் அடக்கமுடியவில்லை.

'பிளாக் மவுன்டன் அவென்யூ'வின் ஜனத்திரளில் அவர்கள் கலந்த போது, உரையாடலை அவனது கவிதையின் பக்கம் நகர்த்தினான். பின், ஒரு சங்கடமான தொனியில் நெஸிப்கூட ஒரு கவிஞன்தான் என்பதை குறிப்பிட்டான். சமயக் கல்வி உயர்நிலைப்பள்ளியில் அவளுக்கு ஏகப்பட்ட அபிமானிகள் இருப்பதும், அவர்கள் அவளுக்கு 'ஹிக்ரான்' என்று பெயரிட்டு பூஜித்து வருவதும் அவளுக்குத் தெரியுமா என்று கேட்டான்.

"எனக்கு என்ன பெயர் வைத்திருப்பதாகச் சொன்னீர்கள்?"

கடிஃபேவைப் பற்றி அவன் கேள்விப்பட்டிருந்த கதைகளில் சிலவற்றை அவளிடம் சொன்னான்: முக்காடுப் பெண்களின் தலைவியாக அவள் செய்யும் சாகசங்கள், 'ஹிக்ரான்' கதை, அப்புறம் 'துயரக்கதை'.

"இந்தக் கதைகளில் எதுவுமே உண்மையில்லை," என்றாள் கடிஃபே. "எனக்குத் தெரிந்த சமயப்பள்ளி மாணவர்களில் யாரும் இந்தக் கதைகளைச் சொல்லி நான் கேட்டதில்லை." சில தப்படிகள் மௌனமாகச் சென்றபின், "ஆனால் அந்த ஷாம்பூ கதையை இதற்கு முன்னால் கேட்டிருக்கிறேன்," என்று புன்னகைத்தாள். முக்காடுப் பெண்களை மொட்டையடித்துக்கொள்ளுமாறு முதலில் சொன்னது அவள் அல்ல, உண்மையில் பெரும் வெறுப்பை சம்பாதித்துக்கொண்டிருந்த ஒரு பணக்கார இஸ்தான்புல் நிருபர்தான் என்றாள். மேலைநாட்டு இதழ்களின் கவனத்தை ஈர்ப்பதற்காகவும், இந்தப் பெண்கள் விவகாரத்தை பூதாகரமாகக் காட்டவும் அதிர்ச்சி மதிப்புக்காக அவன் செய்தது என்றாள். "இந்தக் கதைகளில் ஒரேயொரு விஷயம் மட்டும் உண்மை," என்று திரும்பிப்பார்த்தாள். "முதல்முறையாக முக்காடுப் பெண்களை நான் பார்க்கப்போனது அவர்களை கிண்டல் செய்வதற்காகத்தான். மேலும் அவர்களைச் சந்திக்க ஆர்வமாகவும் இருந்தது. இப்படி வைத்துக் கொள்ளலாம்: ஒரு பிசாசுத்தனமான ஆர்வத்தில் அவர்களைப்பார்க்கப் போனேன்."

"அப்புறம் என்ன நடந்தது?"

"நான் கார்ஸ்ஸுக்கு வந்ததே கல்வியியல் பயிற்சியகத்தில் எனக்கு இடம் கிடைக்கும் என்பதற்காகத்தான். மேலும் என் அக்காவும் இங்கே இருந்தாள். கடைசியில் இந்தப் பெண்கள் எல்லோரும் என் வகுப்புத் தோழிகளாகிவிட்டார்கள். இன்னும்கூட நான் சொல்வதை நீங்கள் நம்பவில்லையென்றால் அவர்கள் உங்களை அழைக்கும்போது அவர்கள் வீட்டுக்குச் சென்று சந்தித்துப் பேசுங்கள். அவர்களுடைய அம்மாக்களும் அப்பாக்களும் அவர்களை அப்படித்தான் வளர்த்திருந்

தார்கள். அரசு பள்ளிக்கூடங்களில் அவர்கள் கற்ற சமயக்கல்வியும் அவர்களை அப்படி இருக்கத்தான் போதித்திருக்கிறது. பிறந்ததிலிருந்தே தலையை முக்காடிட்டு மூடி வைத்திருக்க வேண்டுமென்று சொல்லப் பட்டு வந்தவர்களை திடீரென்று, "முக்காடுகளை கழற்றியெறியுங்கள். இது அரசாங்க உத்தரவு' என்று சொன்னால் என்ன செய்வார்கள்? என்னைப் பொறுத்தவரை ஓர் அரசியல் நிலைப்பாடாகத்தான் முக்காடு அணிந்துகொண்டேன். முதலில் அதை வேடிக்கையாகத்தான் செய்தேன் என்றாலும் அதில் நான் தீர்மானமாகவே இருந்தேன். ஆரம்பத் திலிருந்தே அரசாங்கத்தின் எதிரியாக கருதப்பட்டு வருகிற ஒருவரின் மகள் நான் என்ற பிரக்ஞை அதற்குக் காரணமாக இருக்கலாம். சும்மா ஒரு நாளைக்கு மட்டும் அணிந்திருக்கலாம் என்றுதான் நினைத்தேன். பல வருடங்கள் கழித்து அசைபோட்டுப் பார்க்கும்போது நீங்கள் ஒருகாலத்தில் தீவிர அரசியலில் செயல்பட்டு புரிந்த 'புரட்சிகர சாகசங்க'ளை நினைத்து சிரிப்பதற்கான விஷயம் அது. ஆனால் அரசாங்கமும் காவல் துறையும் உள்ளூர் செய்தியாளர்களும் என்மீது தொடுத்த கடுமையான தாக்குதலில் அதை ஒரு வேடிக்கைக்காக செய்த காரியமாக என்னால் எடுத்துக்கொள்ள முடியாமற்போயிற்று. புலியின் வாலைப் பிடித்துவிட்டேன். அவ்வளவு எளிதாக மீண்டுவர முடியாது என்பது தெரிந்துவிட்டது. அவர்கள் என்னைக் கைது செய்தனர். அதற்கு அவர்கள் சொன்ன காரணம், அனுமதி பெறாமல் நாங்கள் ஆர்ப்பாட்டம் நடத்தினோமாம். அடுத்த நாளே விடுதலை செய்துவிட்டனர். ஆனால் வெளியே வந்ததும், "நான் விளையாட்டுக்குத் தான் செய்தேன்! முக்காடு அணிந்துகொள்ள வேண்டாம்!" என்று சொல்லியிருந்தால் கார்ஸ் நகரமே என் முகத்தில் காறித் துப்பியிருக்கும். உண்மையான மார்க்கத்தை நான் கண்டடைவதற்காகத்தான் இறைவன் இந்த வேதனைகளை கடந்துவரச் செய்திருக்கிறார் என்று இப்போது புரிந்துகொண்டிருக்கிறேன். ஒருகாலத்தில் உங்களைப்போலவே நானும் ஒரு கடவுள் நம்பிக்கையற்றவளாகத்தான் இருந்தேன். என்னை அந்த மாதிரி பார்க்காதீர்கள். ஏதோ என்னைப் பார்த்து பரிதாபப்படுவதைப் போல் இருக்கிறது"

"அப்படியொன்றும் உன்னைப் பார்க்கவில்லை."

"ஆம், அப்படித்தான் பார்த்தீர்கள். உங்கள் நிலைமையைவிட என்னுடையது கேலிக்குரியதாக இருக்கிறதென்று நான் சொல்லவில்லை. ஆனால் அதற்காக உங்களைவிட உயர்ந்தவள் என்றும் என்னை நினைக்கவில்லை. அதையும் நீங்கள் தெரிந்துகொள்ள வேண்டும்."

"சரி, இதைப்பற்றி உன் அப்பா என்ன சொல்கிறார்?"

"இதுவரை சமாளித்து வருகிறோம். ஆனால் போகிற போக்கைப் பார்த்தால், எவ்வளவு நாளைக்கு தாங்கும் என்று தெரியவில்லை. இது எங்களை அச்சுறுத்துகிறது. ஏனென்றால் நாங்கள் ஒருவரையொருவர் அவ்வளவு நேசிக்கிறோம். ஆரம்பத்தில் என் அப்பாவுக்கு என்னைப் பற்றிப் பெருமையாக இருந்தது. பள்ளிக்கு முக்காடு அணிந்து நான் சென்ற தினத்தன்று, நான் ஏதோ ஒரு புதியவகையான எதிர்ப்பு

நடவடிக்கையை கண்டுபிடித்துவிட்டதைப்போல பெருமிதப்பட்டார். என் அம்மாவின் பித்தளை சட்டமிட்ட முகக் கண்ணாடி முன்னால் நின்று என் முக்காடை சரிசெய்து கொண்டிருந்தபோது அப்பா பக்கத்தில் வந்து நின்றார். கண்ணாடியில் என்னைப் பார்த்துவிட்டு எனக்கு ஒரு முத்தம் கொடுத்தார். நாங்கள் இந்தப் பிரச்சனையைப்பற்றி பெரிதாக எதுவும் பேசிக்கொண்டதில்லையென்றாலும் ஒன்று மட்டும் நிச்சயம்: எனது செய்கை இஸ்லாமியச்சார்பு என்பதைவிட அரசாங்க எதிர்ப்பு என்றளவில் அவருக்கு முக்கியமாக இருந்தது. 'இந்தத் தோற்றத்தில் என் மகள் அழகாகத்தான் இருக்கிறாள்' என்று சொல்வதைப்போலத் தன்னைக் காட்டிக்கொண்டார். ஆனால் அடிமனதில் என்னளவுக்கு அவருக்கும் பயம் இருந்தது. எங்களை சிறையில் அடைத்தபோது அவர் கவலைப்பட்டார் என்று தெரியும். அதில் அவருக்கு ஒரு குற்றவுணர்வு இருந்தது. MİT க்கு என்னைப்பற்றி அக்கறை கிடையாது, அவரைப்பற்றித்தான் அவர்களுக்கு இன்னமும் ஆர்வம் இருக்கிறது என்று ஆணித்தரமாக நம்பினார். பழைய நாட்களில்தான் இடதுசாரிகளைப் பற்றியும் ஜனநாயகவாதிகளைப் பற்றியும் கோப்புகள் வைத்திருந்தனர். இப்போது அவர்கள் கவலையெல்லாம் இஸ்லாமிஸ்ட்டுகளைப் பற்றி மட்டுமே. இருந்தாலும் அவர்மீது இருந்த பழைய விரோதத்தை அவர் மகள்மீது இப்போது திருப்புவதாகத்தான் அதைப் பார்த்தார். எனது நிலைப்பாட்டில் நான் உறுதியாக நிற்கத் தொடங்கியதும் நிலைமை மோசமாகியது. ஒவ்வொரு கட்டத்திலும் அவர் இயல்பை மீறி எனக்கு ஆதரவையளித்து வந்தார். ஆனால் அது அவருக்குக் கடினமாக இருந்தது. வயதானவர் களுக்கு சில சமயங்களில் வீட்டில் எவ்வளவு இரைச்சலாக இருந்தாலும் அடுப்பு எவ்வளவுதான் சத்தம் போட்டாலும் எவ்வளவுதான் சத்தமாக மனைவி கத்தி புகார் செய்தாலும் கதவு எவ்வளவு மோசமாக கிறீச்சிட்டாலும் எதுவுமே அவர்கள் காதில் விழாது. முக்காடு விஷயத்தில் என் அப்பாவுக்கும் அதே நிலைமைதான். இந்தப் பெண்கள் எங்கள் வீட்டுக்கு வந்தால் அவர்கள் எதிரில் தன்னை ஒரு நாத்திக மேதாவிபோல காட்டிக்கொள்வார். கொஞ்சநேரத்திலேயே அவர்கள் அரசாங்கத்தை எதிர்த்து நிற்பதற்கு ஊக்கம் கொடுத்து பேசுவார். இந்தப் பெண்கள் எல்லோரும் அறிவு முதிர்ச்சியுற்றவர்கள் என்பதால் அவரை சமாளித்துக்கொண்டிருக்கின்றனர். அவர்களில் ஒருத்தி இன்றிரவு விருந்தில் கலந்துகொள்ள வருகிறாள். அவள் பெயர் ஹண்டே. தெஸ்லைம் தற்கொலை செய்துகொண்டபிறகு ஹண்டேவின் பெற்றோர் அவளை முக்காடு அணியவேண்டாமென்று வற்புறுத்தினர். அவளும் ஒப்புக்கொண்டாள். ஆனால் அதை நிறைவேற்றுவதில் அவளுக்குப் பெரும் மனத்தடை இருக்கிறது.

"இவையெல்லாமே அவரது பழைய கம்யூனிஸ்ட் தினங்களை ஞாபகப்படுத்துவதாக அப்பா சிலசமயம் சொல்கிறார். இரண்டு வகையான கம்யூனிஸ்டுகள் உண்டு: கர்விகள், அப்பாவிகள். கர்வம் மிக்க கம்யூனிஸ்டுகள் மக்கட்திரளிலிருந்து வீரம் செறிந்தவர்களை உருவாக்கி, தேசத்தை முன்னேற்றப் பாதையில் செலுத்தவேண்டுமென்ற நம்பிக்கையோடு களத்தில் இறங்குவார்கள். அப்பாவி கம்யூனிஸ்டுகள்

சமத்துவத்திலும் நீதியிலும் நம்பிக்கை கொண்டவர்களாக இருப்பார்கள். கர்விகளுக்கு அதிகாரத்தின்மீது அடங்காத வேட்கை இருக்கும். மற்றவர்களுக்காகவே சிந்திப்பதாக நினைத்துக்கொண்டிருப்பார்கள், ஆனால் அவர்களுக்கு தீமை மட்டுமே வந்துசேரும். அப்பாவிகள் தம்மைத்தாமே நோகடித்துக்கொள்வார்கள். அதுதான் அவர்கள் விரும்புவதும்கூட. ஏழைகள் படும் வேதனையைக் கண்டு அவர்களுக்குக் குற்றவுணர்வு ஏற்படும். வேதனைகளைப் பகிர்ந்துகொள்ள வேண்டு மென்று தமது வாழ்க்கையை தாமே அவலமாக்கிக்கொள்வார்கள். என் அப்பா ஆசிரியராக இருந்தார். அவரைப் பதவிநீக்கம் செய்தனர். சித்திரவதைக் கூடத்தில் அவருடைய விரல் நகம் ஒன்றைப் பிடுங்கினர். அப்புறம் அவரை சிறையில் அடைத்தனர். இருந்தும் அவரால் செய்ய முடிந்ததை செய்துகொண்டிருந்தார். அவரும் என் தாயும் பல வருடங்களுக்கு எழுதுபொருட்கள் கடை ஒன்றை நடத்தி வந்தனர். ஜெராக்ஸ் எடுத்தனர். சில நாவல்களைக்கூட பிரெஞ்சிலிருந்து துருக்கிய மொழிக்கு மொழிபெயர்த்தனர். சிலசமயம் கலைக்களஞ்சியத் தொகுதிகளை வீடுவீடாகச் சென்று தவணையில் விற்றிருக்கின்றனர். வறுமையைத் தாங்க முடியாமல் போகும்போது எங்களை சேர்த் தணைத்துக் கொண்டு அழுவார். எங்களுக்குக் கெடுதலாக ஏதோ நடக்கப்போகிறது என்றே அவருக்கு எப்போதும் பயம் இருந்தது. கல்வியியல் பயிற்சியக இயக்குநர் சுடப்பட்டபோது காவலர்கள் எங்களை விசாரிக்க வந்ததும் அவர் பெரிதும் பயந்துவிட்டார். அவர்களைப் பார்த்து ஏதேதோ புலம்பினார்.

"நீங்கள் நீலத்தைப் போய் சந்தித்தீர்களென்று கேள்விப்பட்டேன். அதைப்பற்றி அப்பாவிடம் தயவுசெய்து சொல்லிவிடாதீர்கள்."

"சொல்லமாட்டேன்," என்றான் கா. நடப்பதை நிறுத்தி கோட்டின் மேல் சேகரமாகியிருந்த பனித்துகள்களை தட்டி உதறினான். "ஓட்டலுக்குச் செல்வதற்கு இந்த வழியில்தானே போக வேண்டும்?"

"இந்த வழியாகவும் போகலாம். பனி ஓயப்போவதில்லை. நாம் விவாதிக்கவேண்டிய விஷயங்களும் ஓயப்போவதில்லை. மேலும் உங்களுக்கு கசாப்பு கடைத்தெருவைக் காட்டவேண்டுமென்று விரும்பு கிறேன் . . . நீலம் உங்களிடம் என்ன கேட்டார்?"

"எதுவுமில்லை."

"எங்களைப் பற்றி – என் அப்பாவைப் பற்றியோ, அக்காவைப் பற்றியோ – ஏதாவது சொன்னரா?"

கடிஃபேவின் முகத்திலிருந்த கவலை தோய்ந்த பாவத்தை கா கவனித்தான். "எனக்கு ஞாபகமில்லை," என்றான்.

"அவரைக்கண்டு எல்லோருக்கும் பயம். எங்களுக்கு கூட . . . இந்த நகரத்தின் புகழ்பெற்ற இறைச்சி கடைகள் இவை."

"உங்கள் அப்பா எப்படி பொழுதைக் கழிக்கிறார்? வீட்டைவிட்டு – ஓட்டலைவிட்டு எப்போதாவது வெளியே போகிறாரா?"

"ஓட்டலை நிர்வகிப்பது அவர்தான். ஹவுஸ்கீப்பருக்கு, துப்புரவு பணியாளர்களுக்கு, சலவைக்காரர்களுக்கு, போர்ட்டர்களுக்கு உத்தரவுகள் தருவதிலேயே நேரம் சரியாக இருக்கும். நானும் அக்காவும் உதவி செய்வோம். ஆனால் அப்பா அநேகமாக வெளியே செல்வதே கிடையாது. உங்கள் ராசி என்ன?"

"மிதுனம்," என்றான் கா. "மிதுன ராசிக்காரர்கள் நிறைய பொய் பேசுவார்கள் என்று சொல்வார்கள், ஆனால் எனக்கு நிச்சயமாகத் தெரியாது."

"என்ன தெரியாது என்கிறீர்கள், மிதுன ராசிக்காரர்கள் நிறைய பொய் சொல்வார்கள் என்றா, அல்லது உங்களுக்கு அந்தப் பழக்கம் இருக்கிறதாவென்று தெரியாது என்றா?"

"உனக்கு சோதிடத்தில் நம்பிக்கை இருந்தால், இன்றையதினம் எனக்கு எதனால் ஒரு விசேஷ தினமாக இருக்கிறது என்று சொல்ல முடியும்."

"தெரியும், அக்கா சொன்னாள்: இன்று நீங்கள் ஒரு கவிதை எழுதியிருக்கிறீர்கள்."

"அக்கா உன்னிடம் எல்லாவற்றையும் சொல்லிவிடுவாளா?"

"எங்களுக்கு இங்கே இருக்கும் பொழுதுபோக்குகள் இரண்டே இரண்டுதான். எங்களுக்கு நடக்கும் எல்லா விஷயங்களையும் பேசுவது, அப்புறம் தொலைக்காட்சி பார்ப்பது. தொலைக்காட்சி பார்க்கும் போதும் பேசுவோம். பேசும்போதும் தொலைக்காட்சி பார்ப்போம். என் அக்கா மிகவும் அழகானவள், இல்லையா?"

"ஆம், மிக அழகானவள்," என்றான் பயபக்தியோடு. "நீ கூட அழகுதான்," என்று அடக்கத்தோடு சேர்த்துச் சொன்னான். "இதைக் கூட உன் அக்காவிடம் சொல்லப்போகிறாயா?"

"இல்லை, சொல்லமாட்டேன். நாமிருவர் மட்டும் பகிர்ந்து கொள்வதற்காக ஒரேயொரு ரகசியத்தை வைத்திருப்போம். ஒரு நட்புறவை ஆரம்பிப்பதற்கு அதுதான் நல்ல வழி."

தனது நீளமான, ஊதா நிறக் கோட்டில் படிந்திருந்த பனித் துகள்களை கடிஃபே உதறித் தள்ளினாள்.

14

கவிதைகளை எப்படி எழுதுகிறீர்கள்?

இரவு உணவின்போது பேச்சு காதல், முக்காடு, தற்கொலை பற்றி திரும்புகிறது

நேஷனல் தியேட்டரின் எதிரே ஒரு கும்பல் சேர்ந்து கொண்டிருப்பதைக் கவனித்தனர். இன்னும் சில நிமிடங்களில் நிகழ்ச்சி ஆரம்பமாகிவிடும். இடைவிடாத பனிப்பொழிவு யாரையும் பின்னடையச் செய்ததாகத் தெரியவில்லை. எதுவுமே நல்லபடியாக நடக்காத ஒரு காலகட்டத்தில், ஒருவேளை இந்தப் பனியேகூட ஒரு மாலை நேரத்தை சந்தோஷமாகக் கழிக்க மக்களைத் தூண்டிவிட்டிருக்கலாம். அந்த 110 வருடப் பழமை யான கட்டிடத்தின் முன் நடைபாதையில் திரண்டிருந்தவர் களில் பலரும் வேலையற்ற வர்க்கத்தினர்: வீட்டிலிருந்தும் டார்மிட்டரிகளிலிருந்தும் சட்டை, டையோடு வந்திருக்கும் இளைஞர்கள், வீட்டுக்குத் தெரியாமல் திருட்டுத்தனமாக வந்த பையன்கள். வயதானவர்கள் பலர் அவர்களுடைய குழந்தை களோடு வந்திருந்தனர். கார்ஸ்ஸுக்கு வந்து முதன்முறையாக விரித்துவைக்கப்பட்டிருந்த கருப்புக் குடை ஒன்றைப் பார்த்தான். அந்த நிகழ்ச்சியில் காவுக்கு கவிதை வாசிப்பும் இருக்கிறதென்று கடிஃபேவுக்குத் தெரிந்திருந்தது. ஆனால் அதில் கலந்து கொள்வதாக உத்தேசமில்லையென்றும் கவிதை எழுத நேரமும் கிடைக்கவில்லையென்றும் அவன் சொன்னபோது அவள் காவை இணங்கவைக்க முயலவில்லை.

மற்றொரு கவிதை அவனுக்குள் உதிப்பதை அவனால் உணரமுடிந்தது. எனவே அவர்களின் உரையாடலை பாதியில் நிறுத்திவிட்டு ஹோட்டல் அறைக்கு எவ்வளவு வேகமாகப் போக முடியுமோ அப்படி விரைந்தான். அறைக்குச் சென்று சற்று ஆசுவாசப்படுத்திக் கொள்ள வேண்டுமென்று சமாதானம் சொல்லிக்கொண்டான். கதவைத் திறந்து, கோட்டைக் கழற்றி யெறிந்துவிட்டு அந்தச் சிறிய மேஜையில் அமர்ந்து மும்மரமாக எழுதத் தொடங்கினான். கவிதையின் மையக் கருத்துக்கள் நட்பும், கமுக்கமுமாக இருந்தன. விசேஷமான, மகிழ்ச்சியான

தினங்களைக் குறிப்புணர்த்தும் பல்வேறு மூலப் பண்புக்கூறுகளோடு, பனித்துணுக்குகளும் நட்சத்திரங்களும்கூட இடம்பெற்றிருந்தன. கடிஃபே குறிப்பிட்டிருந்த பல விஷயங்கள் எவ்வித மாற்றமுமின்றி கவிதைக்குள் புகுந்திருந்தன. ஒரு வரியிலிருந்து அடுத்த வரி என்று சரம்சரமாக கவிதை அவிழ்ந்துகொண்டே செல்ல, சித்திரப்படாமில் தனது ஓவியம் உருவாவதை கவனிக்கும் ஓவியனின் பரவசத்தோடும், சிலிர்ப்போடும் அந்தப் பக்கத்தை அளவாய்ந்தான்.

கடிஃபேவுடனான அவனது உரையாடலில் ஒரு தர்க்கம் புதைந்திருப்பதை இப்போது அவனால் உணரமுடிந்தது. 'நட்சத்திரங்களும் அவற்றின் தோழர்களும்' என்று தலைப்பிட்டிருந்த இந்தக் கவிதையில் ஒவ்வொரு மனிதனுக்கும் ஒரு நட்சத்திரம் உண்டு, ஒவ்வொரு நட்சத்திரத்திற்கும் ஒரு தோழன் உண்டு, ஒரு நட்சத்திரத்தை சுமந்திருக்கும் ஒவ்வொரு மனிதனுக்கும் அதனை பிரதிபலிக்க வேறு யாரோ ஒருவர் உண்டு, இந்த பிரதிபலிப்பை ஒரு ரகசிய நம்பிக்கையாக ஒவ்வொருவரும் சுமந்திருக்கிறார்கள் என்ற தத்துவத்தை அவன் விவரித்திருந்தான். இந்தக் கவிதையின் சங்கீதத்தை அவனால் கேட்க முடிந்தபோதிலும், அதன் பரிபூரணத்துவம் அவனுக்கு மிகுந்த பரவசத்தை அளித்தபோதிலும், அங்குமிங்கும் ஒருசில வார்த்தைகள் பிடிபடாமல் நழுவியதால் அவற்றுக்காக மெனக்கெடாமல் தாண்டிச் சென்றிருந்தான். சில வரிகள் கூட எழுதாமல் விடுபட்டிருந்தன. இதைப்பற்றி பிற்பாடு பேசும்போது இதற்குக் காரணம் அவன் மனதில் வியாபித்திருந்த இபெக்கின் ஞாபகம், இரவு உணவை அதுவரை எடுத்துக்கொள்ளாதிருந்தது, இதுவரை இல்லாத அளவுக்கு அவன் மகிழ்ச்சியாக இருந்தது போன்றவைதான் என்றான்.

கவிதையை எழுதி முடித்தவுடனேயே எழுந்து முகப்புக் கூடத்திற்கு படிகளில் இறங்கி ஓடினான். ஹோட்டல் உரிமையாளரின் தனிப்பகுதிக்குள் நுழைந்தான். உயர்ந்த விதானங்கள் கொண்ட ஒரு விஸ்தாரமான அறையின் நடுவில் ஏராளமான உயர்தர உணவு வகைகள் அடுக்கிவைத்திருந்த ஒரு மிகப்பெரிய உணவு மேஜையில் துர்குத் பே நடுநாயகமாக வீற்றிருந்தார். அவருடைய இருபுறங்களிலும் இரண்டு புதல்விகள். மற்றொரு பக்கத்தில் மூன்றாவதாக இன்னொரு பெண்ணும் இருந்தாள். ஊதா நிறத்தில் ஸ்டைலாக முக்காடு அணிந்திருந்தாள். அவள்தான் கடிஃபேவின் சிநேகிதி ஹண்டே என்பது காவுக்கு உடனே தெரிந்தது. அவளுக்கு நேரெதிரே இதழாசிரியர் சர்தார் பே வெகு சுவாதீனமாக அமர்ந்திருந்தான். மேஜையில் பரப்பி வைக்கப்பட்டிருந்த உணவு வகைகளை நோட்டமிட்டான் – எவ்வளவு வினோதமான, அழகான ஒழுங்கின்மையில் அடுக்கப் பட்டிருக்கின்றன! – சமையலறையிலிருந்து குர்த்திய பணிப்பெண் ஸாஹிதே நொடிக்கொருதரம் வந்து போய்க் கொண்டிருந்தாள். இரவு உணவுக்காக துர்குத் பேவும் அவருடைய பெண்களும் இந்த உணவுமேஜையில் நீண்டநேரம் செலவழிப்பது வழக்கமாக இருக்கு மென்று காவுக்குத் தோன்றியது.

துர்குத் பே, “இன்று நாள் முழுக்க உங்களைப்பற்றியே நினைத்துக் கொண்டு கவலைப்பட்டுக் கொண்டிருந்தேன். ஏன் இவ்வளவு தாமதம்?” என்று கேட்டபடியே எழுந்து காவை நோக்கி குனிந்து இரு கரங்களாலும் ஆரத்தழுவிக்கொண்டார். அவர் தழுவிக்கொண்ட விதத்தைப் பார்க்கும்போது அவர் அழப்போகிறாரோ என்று காவுக்குத் தோன்றியது. “மோசமான விஷயங்கள் எந்நேரமும் நிகழ்ந்துவிடலாம்,” என சோக மூட்டத்துடன் கூறினார்.

துர்குத் பே காட்டிய அவருக்கு நேரெதிரே இருந்த இருக்கையில் கா அமர்ந்தான். பணிப்பெண் பரிமாறிய லென்டில் சூப்பை பசியோடு அருந்தினான். மற்ற இரு ஆண்களும் காவுக்குப் பின்னாலிருந்த தொலைக்காட்சியை ஆர்வமாகப் பார்த்தபடி ராக்கி கோப்பைகளுக்குத் திரும்பினர். மற்ற அனைவரின் பார்வைகளும் தொலைக்காட்சியில் பக்கமே திரும்ப, வெகுநேரமாக கா ஏங்கிக் காத்திருந்தது நிறைவேறத் தொடங்கியது. இபெக்கின் அழகிய முகத்தைக் கண்கொட்டாமல் பார்க்கத் தொடங்கினான்.

இது நடந்து பலகாலம் கழித்து அவனது கட்டுக்கடங்காத ஆனந்தப் பரவசத்தை நோட்டுப்புத்தகத்தில் உயிர்ப்போடு வர்ணிக்கப் போகிறானென்றாலும் அந்தக் கணத்தில் அவன் எவ்வாறு ஒரு குதூகலமானக் குழந்தையைப் போல கை கால்களை அசைக்காமல் இருக்க முடியாமல் அதீதமான சந்தோஷத்தில் இருந்திருப்பானென்று என்னால் புரிந்து கொள்ள முடிகிறது. ஃபிராங்க்ஃபர்ட்டுக்குச் செல்லும் ரயிலை அவனும் இபெக்கும் ஓடிச்சென்று பிடிப்பதைப்போன்ற பரபரப்பில் இருந்தான். துர்குத் பேவின் வாசிப்பு மேஜையின் பக்கம் பார்வையைத் திருப்பினான். புத்தகங்களும் செய்தித்தாள்களும் ரசீதுகளும் ஹோட்டல் பதிவேடுகளும் உயரமாக அடுக்கிவைக்கப்பட்டிருந்தன. அங்கிருந்த மேஜை விளக்கின் அடியில் நிழலைச் சுற்றியிருந்த வெளிச்ச வளையத்தைப் பார்த்தபோது, ஃபிராங்க்ஃபர்ட்டில் இபெக்கோடு சந்தோஷமாக வாழப்போகிற சிறிய அறையிலிருக்கும் எழுதுமேஜை நினைவுக்கு வந்தது.

கடிஃபேவின் கண்கள் தன்மேல் நிலைத்திருப்பதைக் கவனித்தான். அவள் அக்காவினுடையதைப் போல அவ்வளவு அழகாக இல்லாத முகத்தில் ஒரு பொறாமை ஜ்வலிப்பதாக காவுக்குத் தோன்றியது. ஒரு சதித்தனமான புன்னகையைப் படரவிட்டு முகபாவத்தை மாற்றிக் கொண்டாள்.

காவுடன் அமர்ந்திருந்தவர்கள் எல்லோரும் தொலைக்காட்சியில் மெய்மறந்திருந்தனர். பேசும்போதுகூட ஓரக்கண்களால் பார்த்துக் கொண்டிருந்தனர். நேஷனல் தியேட்டரிலிருந்து நேரடி ஒளிபரப்பு தொடங்கிவிட்டது. மேடையில் அப்படியும் இப்படியுமாக இடுப்பை அசைத்துக்கொண்டிருந்த அறிவிப்பாளன், கா முந்தைய நாள் மாலை பேருந்திலிருந்து இறங்கியபோது பார்த்த ஒரு நடிகன்தான். அவர்கள் இந்நிகழ்ச்சியை கொஞ்சநேரம்கூட பார்த்துக்கொண்டிருக்கவில்லை; அதற்குள் துர்குத் பே ரிமோட் கன்ட்ரோலை எடுத்து சானலை

மாற்றினார். புதிய அலைவரிசையில் வெள்ளை ஒளிப்புள்ளிகளுக் கிடையில் கலைந்த பிம்பமாக படம் கண்ணடித்துக்கொண்டிருந்தது. அவர்கள் பார்ப்பது என்ன படமென்று யாருக்கும் தெரியவில்லை. கருப்பு வெளுப்பில் என்னவோ.

"அப்பா . . . எதற்காக இதைப் பார்த்துக் கொண்டிருக்கிறீர்கள்?" என்றாள் இபெக்.

"இங்கே பனி பொழிந்துகொண்டிருக்கிறது . . . வாஸ்தவத்தில் இதுதானே யதார்த்த நிலைமை. அது மட்டும்தான் இங்கே ஒரே செய்தி. தவிர, ஒரே சானலை ரொம்ப நேரம் பார்த்துக்கொண்டிருந்தால் என் கௌரவம் பறிக்கப்படுவதைப் போல நான் உணர்கிறேன் என்பது உனக்குத் தெரியும்."

"அப்படியானால் தொலைக்காட்சியை அணைத்துவிடுங்களேன்? நம் எல்லோருடைய கௌரவத்தையும் களவாடுகிறதுபோல சில விஷயங்கள் இங்கே நடந்துகொண்டிருக்கிறது."

துர்குத் பே முகம் சிறுத்து, "நம் விருந்தினரிடம் என்ன நடந்த தென்று சொல். அவருக்கு அதைப்பற்றி தெரிந்திருக்கவில்லை என்பது என்னை சங்கடப்படுத்துகிறது."

"எனக்குக்கூட அப்படித்தான் இருக்கிறது," என்றாள் ஹண்டே. அவளது பெரிய அழகான கருவிழிகளில் கோபம் இருந்தது.

ஒரு கணம் எல்லோரும் மௌனத்தில் ஆழ்ந்தனர்.

கடிஃபே ஹண்டேவிடம், "நீயே அந்தக் கதையைச் சொல்லேன். அதில் அவமானப்படுவதற்கு ஒன்றுமில்லை," என்றாள்.

"இல்லை, அது உண்மையல்ல. இதில் அவமானப்படுவதற்கு எவ்வளவோ இருக்கிறது, அதனால்தான் அதைப்பற்றிப் பேச விரும்புகிறேன்," என்றாள் ஹண்டே. அவள் கண்கள் ஒரு விநோதமான களிப்பில் ஜொலித்தன. ஏதோ மகிழ்ச்சிகரமான ஒரு விஷயத்தை நினைவுகூர்கிறார்போல புன்னகைத்தபடி சொல்லத்தொடங்கினாள். "எங்கள் சிநேகிதி தெஸ்லைம் தற்கொலை செய்துகொண்டு இன்றோடு நாற்பது நாட்கள் ஆகின்றன. மதத்திற்காகவும் இறைவனின் வாசகத்திற் காகவும் போராடுவதில் எங்கள் தோழிகளிலேயே தெஸ்லைம்தான் மிகுந்த அர்ப்பணிப்புக் கொண்டவள். அவளைப் பொறுத்தவரை முக்காடு என்பது இறைவனின் அன்பிற்கான அடையாளம் மட்டுமல்ல; அவள் நம்பிக்கையை சாற்றுவிப்பதும் அவள் கௌரவத்தைப் பாதுகாப்பது மாக இருந்தது முக்காடு. அவள் தற்கொலை செய்துகொள்வாளென்று நாங்கள் யாருமே நினைத்துப்பார்த்ததில்லை. முக்காடு அணிவதை அவள் துறக்கவேண்டுமென்று பள்ளியிலும் வீட்டிலும் அவள் அப்பாவும், பள்ளி ஆசிரியர்களும் அவளை இடைவிடாமல் நச்சரித்து வந்தாலும் தெஸ்லைம் பிடிவாதமாக இருந்தாள். பட்டப்படிப்பை முடிக்கிற தறுவாயில், அவளது மூன்றாவது வருடத்தில் தெஸ்லைம் பள்ளியிலிருந்து வெளியேற்றப்படுவதற்கு இருந்தாள். அப்போது

ஒருநாள் காவல் நிலையத்திலிருந்து சிலர் அவள் அப்பாவைப் பார்ப்பதற்கு வந்தார்கள்; அவர்கள் அவள் அப்பாவிடம் அவர் மகளுக்கு முக்காடு அணிவித்து பள்ளிக்கு அனுப்பிக்கொண்டிருந்தால் 'அவரது கடையை மூடி சீல்வைத்துவிட்டு கார்ஸை விட்டே விரட்டிவிடுவோம்' என்று மிரட்டினார்கள். அதில் பயந்துபோன அவர் தெஸ்லைமை வீட்டை விட்டு விரட்டிவிடுவதாக மிரட்டத்தொடங்கினார். இந்த உத்தி பலனளிக்காததால் தெஸ்லைமை நாற்பத்தி ஐந்து வயதான, மனைவியை இழந்த ஒரு போலீஸ்காரனுக்கு திருமணம் செய்துவைக்க ஏற்பாடு செய்ய ஆரம்பித்தார். இது எந்தளவுக்கு போய்விட்டதென்றால் அந்த போலீஸ்காரன் தினமும் அவர்களுடைய மளிகைக்கடைக்கு பூங்கொத்துகளோடு பல்லிளித்துக்கொண்டு வரத்தொடங்கிவிட்டான். தெஸ்லைமுக்கு அந்த 'பூனைக்கண்ண'னைப் பார்த்தாலே குமட்டிக் கொண்டு வருவதாக எங்களிடம் அழுவாள். இவனை மணம் செய்து கொள்வதற்கு பதிலாக முக்காடு அணிவதையே விட்டுவிடலாமா என்று யோசிப்பதாகச் சொல்வாள். ஆனால் அவளால் அதைச் செய்ய முடியவில்லை. எங்கள் தோழிகளில் சிலர் இந்தக் கல்யாணத்தைத் தவிர்ப்பதற்காக அவள் முக்காடை எடுத்துவிடலாம் என்று கூறினாலும் எங்களில் சிலர் அவளிடம், 'நீ உன் அப்பாவிடம் தற்கொலை செய்து கொள்வேன் என்று மிரட்டலாமே?' என்று யோசனை கூறினோம். இதைப்போல சொல்லச் சொன்னவர்களில் நான்தான் முக்கியமானவள். தெஸ்லைம் முக்காடை அகற்றிவிடக்கூடாதென்று நான் பிடிவாதமாக இருந்தேன். 'தெஸ்லைம், முக்காடு இல்லாமல் வெற்றுத்தலையோடு இருப்பதைவிட நீ தற்கொலை செய்துகொள்வது எவ்வளவோ உசிதமானது' என்று பலமுறை அவளிடம் சொல்லிக்கொண்டிருந்தேன். அவளது முடிவில் திடமாக இருப்பதற்காகத்தான் இந்த வழியை மேற்கொண்டேன். உண்மையிலேயே அவள் தற்கொலை செய்து கொள்வாளென்று நினைக்கவில்லை. 'தற்கொலை செய்துகொள்கிற பெண்களுக்கு உண்மையில் கடவுள் நம்பிக்கையே கிடையாது. அவர்கள் லோகாயத வாழ்க்கையில் அடிமைகளாக இருந்தவர்கள்; காதலில் தோல்வியடைந்தவர்கள்' என்றெல்லாம் தற்கொலை பெண்களைப்பற்றி செய்தித்தாள்கள் எழுதிவந்ததை நம்பிவந்தோம். அதனால் தெஸ்லைம் இப்படிப் பேசினால் அவள் அப்பா பயப்படுவார் என்று நினைத்து இதைப்போல ஒரு யோசனை சொன்னேன். தெஸ்லைம் ஆழ்ந்த கடவுள் பற்றுள்ளவள் என்பதால் தற்கொலை என்பதை சிந்தித்துப் பார்க்கமாட்டாள் என்று உறுதியாக நம்பினேன். ஆனால் அவள் தூக்கிலிட்டுக்கொண்டாள் என்பதை நாங்கள் கேள்விப்பட்டபோது அதை முதலில் நம்பியது நான்தான். வேறென்ன செய்ய, அவள் இடத்தில் நானிருந்தால் இதையேதான் நானும் செய்திருப்பேன்."

ஹண்டே அழத்தொடங்கினாள். இபெக் அவளிடம் சென்று தோளைத் தழுவி கன்னத்தில் முத்தமிட்டாள். கடிஃபேவும் சேர்ந்து கொண்டாள். மூன்று பெண்களும் ஒருவரையொருவர் பிணைத்துக் கொண்டிருக்க, துர்குத் பே ரிமோட் கண்ட்ரோலை ஆட்டிக் கொண்டிருந்தார். கொஞ்சநேரம் கழித்து அவரும் ஹண்டேவை

சமாதானப்படுத்தினார். ஹண்டே அழுவதை நிறுத்துவதற்காக அவர்கள் எல்லோரும் ஏதேதோ வேடிக்கையாக அவளிடம் பேசினார்கள். அழுகிற குழந்தையின் கவனத்தை திசைதிருப்ப செய்வதைப் போல துர்குத் பே தொலைக்காட்சியில் ஒட்டகச்சிவிங்கிகளைக் காட்டினார். அவ்வளவு சீக்கிரம் அழுகையை நிறுத்திவிட விரும்பாத குழந்தையைப் போலவே ஹண்டேவும் கண்ணீர் மல்கிய கண்களை தொலைக் காட்சிக்குத் திருப்பி ஒட்டகச்சிவிங்கிகளை வேடிக்கை பார்த்துக் கொண்டே லேசாக விசும்பிக்கொண்டிருந்தாள். சிறிது நேரத்திலேயே அனைவரும் தன்னிலை மறந்து, ஏதோ ஒரு தூரதேசத்தில் அடர்ந்த மரங்களுக்கிடையே இரண்டு ஒட்டகச்சிவிங்கிகள் ஸ்லோ மோஷனில் ஓடுவதைப் பார்த்துக்கொண்டிருந்தனர்.

"தெஸ்லைமின் தற்கொலைக்குப்பிறகு ஹண்டே தனது முக்காடை அகற்றிவிட்டு பள்ளிக்குத் திரும்ப முடிவெடுத்தாள் – அவளுடைய பெற்றோர்களுக்கு வீணான பிரச்சனைகளை உண்டாக்காமல் இருப் பதற்காக," கடிஃபே விளக்கினாள். "அவர்கள் எவ்வளவோ விஷயங்களை தியாகம் செய்திருக்கின்றனர், இவளை ஒழுங்காகப் படிக்கவைத்து முன்னேற்ற வேண்டுமென்பதற்காக எவ்வளவோ சுகங்களை இழந்திருக் கின்றனர். வழக்கமாக ஆண் பிள்ளைகளுக்காகத்தான், அதுவும் ஒரே பையனாக இருந்தால்தான், பெற்றோர் இவ்வளவு வசதி செய்து தருவார்கள். இவள் பெற்றோருக்கு என்றாவது ஒருநாள் ஹண்டே நல்ல நிலைக்கு உயர்ந்து அவர்களைக் காப்பாற்றுவாள் என்ற நம்பிக்கை இருந்தது. ஏனென்றால் ஹண்டே அவ்வளவு கெட்டிக்காரப் பெண்." கடிஃபே சன்னமாகப் பேசிக்கொண்டிருந்தாள். ஏறக்குறைய கிசுகிசுப்பாக, ஆனாலும் ஹண்டேவின் காதில் விழுகின்ற அளவுக்கு. அந்த அறையிலிருந்த மற்றவர்களைப்போலவே ஹண்டேவும் தனது கண்ணீர் விழிகளை டி.வி.யிலிருந்து அகற்றாமல் கடிஃபே பேசுவதைக் கேட்டுக்கொண்டிருந்தாள். "முக்காடை அகற்றிவிடுவது என்ற அவளது முடிவை மாற்றிவிடலாமென்று முதலில் நாங்களும் முயன்றுபார்த்தோம். பிறகுதான், தற்கொலை செய்துகொள்வதைவிட முக்காடை கழற்றிவிடுவது மேலானது என்று நாங்கள் உணர்ந்ததால் அவள் முடிவை ஆதரிக்க முடிவெடுத்தோம். முக்காடு என்பதை இறைவனின் வாக்கியம் என்றும், நம்பிக்கையின் குறியீடென்றும் ஒரு பெண் ஏற்றுக்கொண்டாளென்றால் அதன்பின் அவளால் முக்காடை அகற்றவே முடியாது. ஹண்டே அவள் வீட்டுக்குள் கதவை சார்த்திக்கொண்டு நாட்கணக்காக யோசித்தாள்."

ஆழமாக மனதைக் குலைவிக்கும் இந்தக் கதையைக் கேட்டதும் அறையிலிருந்த மற்றவர்களைப் போலவே காவும் சங்கடத்தில் ஒடுங்கிப் போயிருந்தான். அப்போது அவனது கரம் இபெக்கின் கரத்தை யதேச்சை யாக உரசியபோது ஒரு சந்தோஷ அலை அவனுக்குள் பரவியது. துர்குத் பே சேனல் சேனலாகத் தாவிக்கொண்டிருக்க, கா இபெக்கின் கையின்மேல் தன் கையை மேலும் அழுத்தினான். இபெக்கும் அதே போல் அழுத்த காவுக்கு அப்போது கேட்டிருந்த சோகக்கதை மறந்துபோயிற்று.

இப்போது தொலைக்காட்சி மீண்டும் நேஷனல் தியேட்டரிலிருந்து நேரடி ஒளிபரப்பாக வரும் நிகழ்ச்சியில் நிலைத்தது. அந்த உயரமான ஒல்லி மனிதன் கார்ஸ்ஸின் முதல் நேரடி ஒளிபரப்பில் பங்கெடுத்துக் கொள்வதில் மிகவும் பெருமையாக இருக்கிறதென்று சொல்லிக் கொண்டிருந்தான். அன்றைய மாலை நிகழ்ச்சிகளை அறிவித்தான். உலகின் மகத்தான கலைஞர்களின் அபாரமான பாடல்கள், நமது தேசிய அணியின் கோல்கீப்பர் அறிவிக்கும் ரகசிய வாக்குமூலங்கள், நமது அரசியல் சரித்திரத்திற்கு அவமானத்தைக் கொண்டுவரப்போகும் அதிர்ச்சியூட்டும் தகவல்கள், ஷேக்ஸ்பியர், விக்டர் ஹியூகோ படைப்புக் களிலிருந்து மறக்கமுடியாத காட்சிகள், பேரழிவில் முடிந்த மோக சாகசங்கள், மகத்தான துருக்கிய திரைப்பட, நாடக நட்சத்திரங்கள், நகைச்சுவை, பாடல்கள், திடுக்கிடும் வியப்புகள் கொண்ட நிகழ்ச்சிகள் எல்லாம் உண்டு என்றான். அதன்பிறகு தனது பெயரை அவன் உச்சரிப்பதை கா கேட்டான். “நமது மகத்தான கவிஞர் பல வருடங்கள் கழித்து தனது மௌனத்திலிருந்து வெளிப்பட்டு நமது நாட்டுக்குத் திரும்பியிருக்கிறார்.” மேஜைக்கடியில் கையை செலுத்தி இபெக்கின் கரத்தைப் பற்றினான்.

“இந்த நிகழ்ச்சியில் கலந்துகொள்ள உங்களுக்கு விருப்பமில்லை என்று கேள்விப்பட்டேன்,” என்றார் துர்குத் பே.

“இங்கேயே இருப்பதில்தான் எனக்கு மிகவும் மகிழ்ச்சி, ஐயா, உண்மையில் மிகவும் மகிழ்ச்சியாக இருக்கிறேன்.” இபெக்கின் கையை மேலும் இறுக அழுத்தியபடி சொன்னான்.

“உங்கள் சந்தோஷத்தை குலைக்கும்படியாக எதைச் செய்யவும் எனக்கு விருப்பமில்லை,” என்று கடிஃபே சொன்னது அனைவரையும் இருக்கைகளின் விளிம்புக்கு நகர்த்தியது. “ஆனால் நான் இங்கே வந்திருப்பது உங்களை சந்திப்பதற்காக. உங்கள் புத்தகம் எதையும் நான் படித்ததில்லை. ஆனால் நீங்கள் ஒரு கவிஞர் என்பதும், ஜெர்மனி போன்ற நாடுகளுக்குச் சென்றிருக்கிறீர்கள் என்பதும் மட்டுமே எனக்குப் போதுமானது. உங்களை ஒன்று கேட்கலாமா, சமீபத்தில் கவிதைகள் ஏதாவது எழுதினீர்களா?”

“கார்ஸ்ஸுக்கு வந்ததிலிருந்து நிறைய கவிதைகள் வந்துவிட்டன,” என்றான்.

“உங்களை சந்திக்க நான் விரும்பியதற்கு காரணமே எப்படி மனதை ஒருமுகப்படுத்துவது என்று எனக்குச் சொல்லித்தருவீர்கள் என்பதற்காகத்தான். நீங்கள் கவிதைகளை எப்படி எழுதுகிறீர்கள்? மனதை ஒருமுகப்படுத்துவதால்தானே கவிதைகள் பிறக்கின்றன?”

ஜெர்மனியில் இருக்கும்போது புலம்பெயர்ந்த துருக்கியர்களிடையே அவன் கவிதை வாசிப்பு நடத்தும்போதெல்லாம் இதே கேள்விதான் வழக்கமாக பெண்பார்வையாளர்களிடமிருந்து கிளம்பும். ஆனால் ஒவ்வொருமுறை அவர்கள் கேட்கும்போதும் அந்தரங்கமான எதையோ கேட்டுவிட்டதைப்போல காவுக்கு மனம் சுருங்கும். “கவிதைகள் எப்படி

எழுதப்படுகின்றன என்று எனக்குத் தெரியாது. ஒரு நல்ல கவிதை எப்போதுமே வெளியிலிருந்து, ஏதோ தொலைதூரத்திலிருந்து வருவதைப் போலவே தோன்றுகிறது." ஹண்டேவின் கண்களில் சந்தேகம் உண்டாவதைக் கவனித்தான். "அதுபோகட்டும், 'ஒருமுகப்படுத்துவது' என்று எதை நீ குறிப்பிடுகிறாய்?"

"அதாவது எனது அகக்கண்ணில் நான் தரிசிக்க விரும்புகிற தோற்றத்தை – முக்காடு அணியாத என் தோற்றத்தை – நாள் முழுக்க முயன்றாலும் கொண்டுவர முடிவதில்லை. பதிலாக நான் மறக்க விரும்புகிற விஷயங்கள்தான் மனக்கண்ணில் தெரிகின்றன."

"உதாரணத்திற்கு?"

"எங்களில் எத்தனை பேர் முக்காடு அணிந்திருக்கிறோம் என்று அவர்கள் முதலில் கவனித்ததும், அங்காராவிலிருந்து ஒரு பெண்மணியை அழைத்துவந்து எங்களிடம் பேசி மனதை மாற்றுவதற்கு முயன்றார்கள். இந்த 'மனமாற்று வல்லுநர்' ஒரே அறையில் மணிக்கணக்காக உட்கார்ந்த படி எங்கள் ஒவ்வொருவரிடமும் தனித்தனியாக பேசிக்கொண்டிருந் தாள். எங்களிடம் என்னென்னவோ கேள்விகள் கேட்டாள்: 'உன் பெற்றோர்கள் உன்னை அடிப்பதுண்டா? உன் குடும்பத்தில் எத்தனை குழந்தைகள்? உன் அப்பா எவ்வளவு சம்பாதிக்கிறார்? மத உடைகளை தரிப்பதற்கு முன் எந்த விதமான உடைகளை அணிந்துகொண்டிருந்தாய்? அடாதுர்க்கை நேசிக்கிறாயா? உன் வீட்டு சுவர்களில் என்ன மாதிரி யான படங்களை மாட்டி வைத்திருக்கிறாய்? ஒரு வாரத்தில் எத்தனை முறை திரைப்படங்களுக்குச் செல்வாய்? ஆண்களும் பெண்களும் சமமானவர்களென்று கருதுகிறாயா? அரசாங்கத்தைவிட இறைவன் உயர்வானவரா அல்லது இறைவனைவிட அரசாங்கம் உயர்வானதா? எத்தனை குழந்தைகள் பெற்றுக்கொள்ள வேண்டுமென்று விரும்புகிறாய்? உன் வீட்டில் உன்னை எந்தவிதத்திலாவது துன்புறுத்தியிருக்கிறார்களா?" இதைப்போல நூற்றுக்கணக்கான கேள்விகள் கேட்டு, எங்கள் பதில்களை யெல்லாம் எழுதிக்கொண்டாள். எங்கள் ஒவ்வொருவருக்கும் ஒரு நீளமான படிவத்தையும் நிரப்பினாள். அந்தப் பெண்மணி மிகவும் ஸ்டைலாக இருந்தாள் – வர்ணமடித்த நகங்கள், சாயமிட்ட கூந்தல், முக்காடு இல்லை, பத்திரிகைகளில் பார்ப்போமே அதைப்போல உடையணிந்திருந்தாள். அதே நேரத்தில் – அதை எப்படி சரியாகச் சொல்வதென்று தெரியவில்லை – ஒளிவு மறைவின்றி இருந்தாள். அவள் கேட்ட சில கேள்விகள் எங்களை அழவைத்தாலும் அவளை எங்களுக்குப் பிடித்திருந்தது ... கார்ஸ்ஸின் சேறும் சகதியுமான தெருக்கள் கூட அவளுக்கு கஷ்டத்தை கொடுக்காது என்று எங்களுக்குத் தோன்றியது. அதன்பின்பு அவள் என் கனவுகளில் வரத்தொடங்கினாள். முதலில் இதைப் பெரிதாக நான் எடுத்துக்கொள்ளவில்லை. ஆனால் இப்போது கூந்தல் பறக்க ஜனக்கூட்டத்திற்கு நடுவில் நான் நடந்து போவதைப் போல கற்பனை செய்ய முயன்றால், என் உருவம் அந்த 'மனமாற்று வல்லுந'ராகத்தான் தெரிகிறது. என் மனக்கண்ணில் அவள் அளவுக்கு நானும் ஸ்டைலாக, ஸ்டிலெட்டோ காலணிகள் போட்டுக்கொண்டு அவளைவிட குட்டையாக உடையணிந்தபடி

செல்கிறேன். ஆண்கள் எல்லோரும் என்னை வெறித்துப் பார்க்கிறார்கள். இது எனக்கு சந்தோஷத்தைத் தருகிற அதே நேரத்தில் அவமானமாகவும் இருக்கிறது."

"ஹண்டே, அவசியமில்லாமல் உனது அவமானங்களைப் பட்டிய லிட்டுக் காட்டிக்கொண்டிருக்க வேண்டியதில்லை," என்றாள் கடிஃபே.

"இல்லை, அதைப்பற்றிப் பேசப்போகிறேன். எனது கனவுகளில் நான் அவமானமாக உணர்கிறேனென்றால் என் கனவுகளுக்காக நான் அவமானப்படுவதாக அர்த்தமில்லை. எனது முக்காடை அகற்றி விட்டாலும்கூட நானொன்றும் ஆண்களோடு ஊர்சுற்றுகிற, செக்ஸைத் தவிர வேறு எதையும் யோசிக்கமுடியாத பெண்ணைப் போல ஆகமாட்டேன். எனது முக்காடை அகற்றவேண்டியிருந்தாலும்கூட அது நானே விரும்பிச் செய்கிற விஷயமாக இருக்கப்போவதில்லை. இருந்தாலும் இதைப் போல ஒரு விஷயத்தை பற்றுறுதியோடு செய்யாமல் வேண்டாவெறுப்பாக செய்பவர்களுக்கு செக்ஸ் உணர்வுகள் ஆக்கிர மிக்கும் என்பது எனக்குத் தெரியும். ஆண்களுக்கும் பெண்களுக்கும் ஒரேயொரு விஷயம் மட்டும் பொதுவாக இருக்கிறது – விழிப்பு நிலையில் நம்மை சிறிதளவும் கவர்ந்திருக்காதவர்களோடு கனவுகளில் பாவகாரியம் செய்கிறோம். இது உண்மைதானே?"

"ஹண்டே, இதோடு போதும். நிறுத்து," என்றாள் கடிஃபே.

"பின், இல்லையா?"

"இல்லைதான்," என்றபடி காவின் பக்கம் கடிஃபே திரும்பினாள். "இவையெல்லாம் நடப்பதற்கு இரண்டு வருடங்கள் முன்பு ஹண்டே வுக்கும் ஒரு மிக அழகான குர்த்திய இளைஞனுக்கும் திருமணம் நிச்சயமாகியது. ஆனால் அந்தப் பையன் அரசியல் விவகாரங்களில் சிக்கிக்கொண்டான். அவர்கள் அவனைக் கொலைசெய்துவிட்டனர்..."

"எனது முக்காடை அகற்ற நான் தயங்குவதற்குக் காரணம் அதுவல்ல," என்றாள் ஹண்டே கோபத்துடன். "உண்மையான காரணம், என்னால் மனதை ஒருமுகப்படுத்த முடியவில்லை. முக்காடு இல்லாத என்னை என்னால் கற்பனை செய்து பார்க்க முடியவில்லை. எப்போது நான் ஒருமுகப்படுத்தி சிந்தித்தாலும் அந்தத் தீயசக்தியான 'மனமாற்று வல்லுனர்' பெண்ணைப் போலவோ, அல்லது செக்ஸைத் தவிர வேறு எதையும் சிந்திக்கமுடியாத ஒரு பெண்ணைப் போலவோ தான் நான் மனக்கண்ணில் மாறுகிறேன். நான் முக்காடு அணியாமல் கல்லூரித் தாழ்வாரத்தில் நடந்து, வகுப்பறைக்குள் நுழைவதைப் போல ஒரேயொரு முறை கண்களைமூடி என்னால் கற்பனை செய்ய முடிந்தால், இந்த சித்திரவதையைக் கடந்து செல்வதற்கான பலம் எனக்குக் கிடைக்கும். அதன்பின் இறைவன் அருளிருந்தால் நான் விடுதலையடைவேன். காவல்துறையினரின் கட்டாயத்தினால் அல்லாமல் நானே விருப்பத்துடன் எனது முக்காடை அகற்றிவிடுவேன். ஆனால் இப்போது என்னால் மனதை ஒருமுகப்படுத்த முடியாமல், அந்த சுதந்திரக் கணத்தை என்னால் கற்பனை செய்ய முடியாதிருக்கிறது."

“அப்படியென்றால் அந்த சுதந்திரக் கணத்தைப்பற்றி ஒரேயடியாக அலட்டிக்கொண்டிருக்காதே. அங்கேயே, அப்படியே நீ மடிந்து விழுந்தாலும்கூட நீ எங்கள் பிரியத்திற்குரிய ஹண்டேவாகத்தான் இருப்பாய்.”

“இல்லை, இருக்கமாட்டேன். உன்னிடமிருந்து விலகி, எனது முக்காடை அகற்றுவதற்கு முடிவெடுத்தபோது எந்தளவுக்கு நீ என்னை இழிவாகக் கருதினாய் என்று எனக்குத் தெரியும். அதுதான் என்னை அதிகம் வேதனைக்குள்ளாக்குவதாக இருந்தது.” அவள் காவை நோக்கித் திரும்பினாள். “சில வேளைகளில் கூந்தல் எல்லாதிசையிலும் பறக்க ஒரு பெண் கல்லூரிக்குள் செல்கிற ஒரு பிம்பம் மனக்கண்ணில் தோன்றும். முகப்புக்கூடம் வழியே அவள் நடந்து செல்வதும், என் அபிமான வகுப்பறைக்குள் அவள் நுழைவதும் தோன்றும். ஓ, அந்த வகுப்பறையை எந்தளவுக்கு பிரிந்திருக்கிறேன்! அந்தக் கூடத்தின் மணத்தையும் காற்றிலிருக்கும் ஈரத்தையும்கூட என்னால் கற்பனை செய்யமுடியும். பின் வகுப்பறையையும் வெளிக்கூடத்தையும் பிரிக்கும் கண்ணாடித் தடுப்பின் வழியே பார்க்கும்போது அந்தப்பெண் நானல்ல, வேறு யாரோ என்று தெரியும். நான் அழத்தொடங்குவேன்.”

ஹண்டே மீண்டும் அழப்போகிறாள் என்று எல்லோருக்கும் தோன்றியது.

“வேறு யாராகவோ ஆகிவிடுவதில் எனக்கொன்றும் அவ்வளவு பயமில்லை. என்னை பயமுறுத்துவது இப்போது இருக்கும் என் ஆளுமைக்குள் என்னால் திரும்பிவரவே முடியாதோ, எனது நிஜ ஆளுமை எதுவென்பதையே மறந்துவிடுவேனோ என்ற எண்ணம்தான். அதுதான் மனிதர்களை தற்கொலை செய்துகொள்ள வைக்கிறது.” அவள் மீண்டும் காவிடம் திரும்பினாள். “உங்களுக்கு எப்போதாவது தற்கொலை செய்துகொள்ளத் தோன்றியிருக்கிறதா?” அவள் குரலில் ஏறக்குறைய குறும்பு தென்பட்டது.

“இல்லை, ஆனால் கார்ஸ்ஸில் உள்ள பெண்களைப்பற்றி கேள்விப் பட்ட பிறகு உங்களுக்குள்ளேயே சிக்கலான கேள்விகளைக் கேட்டுக் கொள்வது தவிர்க்க முடியாததாகி விடுகிறது போலிருக்கிறது.”

“எங்களுடைய நிலைமையில் உள்ள பெண்களில் நிறையபேர் தற்கொலையைப்பற்றி நினைக்கிறார்களென்றால், அது எங்கள் உடலை எங்கள் கட்டுப்பாட்டுக்குள் வைத்திருக்க விரும்புவதால்தான். ஏமாற்றப் பட்டு தமது கன்னித்தன்மையை இழந்த பெண்களுக்கும், தமக்கு விருப்பமில்லாதவர்களோடு மணமுடித்து வைக்கப்படட கன்னிப் பெண்களுக்கும் இந்த உரிமையைத்தான் தற்கொலை அளிக்கிறது. அதைப்போன்ற பெண்களுக்கு தற்கொலை விருப்பம் என்பது களங்கமின்மைக்கும் தூய்மைக்குமான ஒரு விருப்பம். தற்கொலையைப் பற்றி நீங்கள் ஏதாவது கவிதைகள் எழுதியிருக்கிறீர்களா?” சட்டென்று இபெக்கின் பக்கம் திரும்பி, “எல்லை மீறிச் செல்கிறேனோ? உங்கள் நண்பரை சங்கடப்படுத்துகிறேனென்று நினைக்கிறேன்,” என்றாள். “சரி, அவருக்குக் கவிதைகள் – கார்ஸ்ஸுக்கு வந்தபின் அவருக்கு

'வந்த' கவிதைகள் – எங்கிருந்து வந்தன என்பதை மட்டும் அவர் சொல்லட்டும். அப்புறம் அவரை நான் விட்டுவிடுகிறேன்."

"கவிதை ஒன்று எனக்குள் உருவாவதை உணரும்போது அதை எனக்கு அனுப்பிவைத்தவர் மீது நன்றியுணர்ச்சி இதயத்தில் நிரம்புகிறது. ஏனென்றால் நான் மிகவும் மகிழ்ச்சியாக உணர்கிறேன்."

"உங்கள் கவிதைகளை மிகவும் செறிவாக ஆக்குவதும் அதே ஆள்தானா? யார் அந்த ஆள்?"

"அதைப்பற்றி உறுதியாக என்னால் சொல்லமுடியாது. ஆனால் எனக்கு கவிதைகளை அனுப்புகிறவர் 'அவர்'தான் என்று நினைக்கிறேன்."

"அப்படியென்றால் கடவுளைப்பற்றி உறுதியாகச் சொல்ல முடிய வில்லையா, அல்லது அவற்றை அனுப்புவது கடவுள்தானென்று உங்களால் உறுதியாகச் சொல்ல முடியவில்லையா?"

"இறைவன்தான் எனக்குக் கவிதைகளை அனுப்புகிறார்," என்றான் கா அழுத்தமாக.

துர்குத் பே உரையாடலுக்குள் புகுந்தார். "அரசியல் இஸ்லாமின் எழுச்சியை இவர் பார்த்திருக்கிறார். அது ஒருவேளை இவரை அச்சுறுத்தியதால் பயந்துபோய் இவர் கடவுள் நம்பிக்கையாளராக மாறிவிட்டிருக்கலாம்."

"இல்லை, இது உள்ளேயிருந்து வருகிறது," என்றான் கா. "இங்கே யுள்ள எல்லோரையும் போலவே நானும் ஆவதற்கு ஆசைப்படுகிறேன்."

"மன்னியுங்கள்: நீங்கள் பயந்து போயிருக்கிறீர்கள். அதற்காக கண்டனம் தெரிவிக்கிறேன்."

"ஆம், பயந்துதான் போயிருக்கிறேன்," என்றான் கா தன் குரலை உயர்த்தியபடி. "நான் ரொம்பவும் பயந்திருக்கிறேன்," என்று யாரோ தன்மீது துப்பாக்கியை குறி வைத்திருப்பதைப்போல துள்ளியெழுந்தான்.

அவன் பேசிய விதத்தில் அங்கே அமர்ந்திருந்த எல்லோருக்கும் அப்படியே தோன்றுவதைப் போலிருந்தது. துர்குத் பே, "எங்கே அவன்?" என்று சத்தமிட்டார். அவருக்குக்கூட யாரோ அவர்களை சுடத் தயாராக இருப்பதைப் போல தோன்றியிருக்கக்கூடும்.

"என்னைப்பொறுத்தவரை எதன்மீதும் பயமில்லை," என்றாள் ஹண்டே "ஆனால் எனக்கு என்ன நடக்கும் என்று கவலையில்லாமலும் இல்லை."

அபாயம் எங்கே ஒளிந்திருக்கிறதென்று தெரியாமல் எல்லோரும் காவையே உற்றுப்பார்த்துக் கொண்டிருந்தனர்.

இது நடந்து பல வருடங்கள் கழித்து சர்தார் பே என்னிடம் பேசுகையில், இந்த சம்பவத்தின்போது காவின் முகம் வெளிறிப்போய் விட்டதாகவும், ஆனால் அவனது முகபாவத்தில் பயமோ அயர்ச்சியோ தெரியவில்லையென்றும் குறிப்பிட்டான். பெருமிதம் கலந்த சந்தோஷமே

பனி

அவனிடம் தென்பட்டது ஞாபகமிருக்கிறது என்றான். அந்த வேலைக்காரி ஒருபடி மேலே சென்று, ஏதோ ஒரு புனித ஒளி அந்த அறைக்குள் நுழைந்து அனைவரையும் ஒரு தெய்வீகப் பிரகாசத்தில் மூழ்கடித்தது என்றாள். அவள் கண்ணுக்கு அவன் அப்போது ஒரு புனிதராக தகைமை அடைந்திருந்தாராம். அப்போது அங்கிருந்த யாரோ, “இதோ இவருக்கு கவிதை வந்துவிட்டது,” என்று சொல்லி யிருக்கிறார்கள். அந்த அறிவிப்பு அவள் நினைத்திருந்த கற்பனை துப்பாக்கியைவிட அதிக பயத்தையும் வியப்பையும் அவர்களிடையே எழுப்பியிருக்கிறது. காவின் குறிப்பேட்டில் இதே சம்பவத்தை அவன் உணர்ச்சிவசப்படாமல் வர்ணித்திருந்தான். இறுக்கமும் எதிர்பார்ப்பும் நிரம்பியிருந்த அந்த அறையின் சூழல் அவனுக்கு இருபத்தைந்து வருடங்களுக்கு முன் நாங்கள் சிறுவர்களாக இருந்தபோது நிஷாந்தஷே நகரத்தின் ஒதுக்குப்புறமான தெருவொன்றில் ஆவிகளோடு தொடர்புகொள்ளும் ‘ஸேயன்ஸ்’ குழுவினர் இருந்த வீட்டில் நாங்கள் பார்த்த விஷயங்களை ஞாபகப்படுத்தியதாக எழுதியிருந்தான். இந்தக் கூட்டங்கள் எங்கள் நண்பனின் குண்டான அம்மா ஒருவரால் ஏற்பாடு செய்யப்படுபவை. அவர் சிறுவயதிலேயே கணவனை இழந்தவர். அங்கே வருகை தருபவர்களில் பெரும்பாலோர் சந்தோஷமிழந்த குடும்பத்தலைவிகள். வழக்கமாக வருபவர்களில், கைவிரல்கள் செயலிழந்த ஒரு பியானோ கலைஞரும், நரம்புக் கோளாறு பீடித்த ஒரு நடுத்தர வயது திரைப்பட நடிகையும் (அவரை வரச்சொல்லி நாங்கள் தொடர்ந்து அழைத்து வந்ததால்தான் அவர் வந்துகொண்டிருந் தார்) அவருடைய சகோதரியும் (இவர் எந்நேரமும் கொட்டாவி விட்டுக்கொண்டிருப்பார்), காலாவதியாகிக்கொண்டிருந்த அந்த திரை நட்சத்திரத்தை தன்பால் இழுக்க தாஜா செய்துகொண்டிருந்த ஓய்வுபெற்ற பாஷா ஒருவரும் இருந்தனர். எப்போதாவது என்னையும் காவையும் எங்கள் நண்பன் திருட்டுத்தனமாக அனுமதிப்பான். எதற்காகவோ எல்லோரும் பதற்றத்துடன், அசௌகரியமாக காத்துக் கொண்டிருப்பார்கள். திடீரென யாரோ ஒருவர், “ஓ ஆத்மாவே, நீங்கள் இங்கே வந்திருந்தால் எங்களிடம் பேசுங்கள்” என்று குரலெழுப்பு வார். நெடுநேர அமைதிக்குப்பின், புலன்களால் உணரமுடியாத ஒரு சலசலப்பு ஏற்படும். நாற்காலி ஒன்று இழுக்கப்படும் சத்தம் கேட்கும். அடங்கிய வேதனைக்குரல் ஒன்று முனகும். சில நேரங்களில் மேஜையின் காலை யாரோ எட்டி உதைக்கிற சத்தம் கேட்டிருக்கிறது. “ஆவி வந்துவிட்டது,” என்று ஒரு நடுங்கும் குரல் அறிவிக்கும்.

ஆனால் சமையலறை நோக்கி தடுமாறி நகர்ந்த காவைப் பார்க்கும்போது இறந்தவர்களை சந்தித்துவிட்டு வந்த மனிதனைப் போலத் தெரியவில்லை. அவன் முகம் சந்தோஷத்தில் ஒளிர்ந்து கொண்டிருந்தது.

துர்குத் பே, “இவர் அதிகமாகக் குடித்திருக்கிறார். போய் அவரைப் பிடி,” என்றார்.

அவர் அப்படிச்சொன்னதற்கு காரணம், காவை நோக்கி இபெக் ஓடியது தான் சொன்னதால்தான் என்று தெரியவேண்டுமென்பதற்காக.

கா சமையலறை கதவுக்குப் பக்கத்திலிருந்த நாற்காலியில் தொப்பென்று உட்கார்ந்தான். அவனது குறிப்பேட்டையும் பேனாவையும் எடுத்தான்.

“இப்படி நீங்களெல்லோரும் என்னைச்சுற்றி நின்று பார்த்துக் கொண்டிருந்தால் என்னால் எழுதமுடியாது,” என்றான்.

“உங்களை வேறு அறைக்கு கூட்டிச்செல்கிறேன்,” என்றாள் இபெக்.

அவள் அவனை சமையலறை வழியாக கூட்டிச்சென்றாள். ரொட்டிப் பணியாரத்தின் மேல் ஸாஹிதே ஊற்றியிருந்த சர்க்கரைப் பாகின் இனிய வாசனையைக் கடந்து, ஒரு சில்லென்ற அறை வழியாக பாதி இருட்டில் இருந்த மற்றோர் அறையை அடைந்தனர்.

விளக்கைப் போட்டுவிட்டு, “உங்களால் இங்கே எழுதமுடியுமா?” என்று கேட்டாள் இபெக்.

அது ஒரு சின்ன கச்சிதமான அறை. சுத்தமாக அமைக்கப்பட்ட இரண்டு கட்டில்கள் இருந்தன. தாழ்வான மேஜையின் மேல் இபெக் சகோதரிகளின் பல்வகை முகக்களிம்பு பாட்டில்கள், உதட்டுச்சாயங்கள், சின்னச்சின்ன குப்பிகளில் பெர்ஃப்யூம்கள், பழைய ஆல்கஹால், சமையல் எண்ணெய் பாட்டில்களில் என்னென்னவோ கரைசல்கள், ஜிப் வைத்த கைப்பை, ஒரு பழைய ஸ்விஸ் சாக்லெட் பெட்டியில் பிரஷ்கள், பேனாக்கள், கண்திருஷ்டிக்குத் தாயத்துகள், நெக்லஸ்கள், பிரேஸ்லெட்டுகள் குவிந்திருந்தன.

“இங்கே என்னால் எழுத முடியும், ஆனால் என்னைத் தனியாக விட்டுச் செல்லாதே.”

“ஏன்?”

“தெரியவில்லை, என் மனதை கவலை வாட்டுகிறது.”

அவன் கவிதை எழுதத்தொடங்கினான். கா குழந்தையாக இருந்தபோது அவன் மாமா ஸ்விட்ஸர்லாந்திலிருந்து வாங்கிவந்து கொடுத்த சாக்லெட் பெட்டி பற்றிய வர்ணனையோடு கவிதை தொடங்கியது. அன்று நாள் முழுக்க கார்ஸ்ஸின் எல்லா தேநீரகங்களிலும் அவன் பார்வையில் பட்டுக்கொண்டிருந்த வழக்கமான ஸ்விஸ் நாட்டு நிலக்காட்சிகள்தான் அந்தப் பெட்டியில் அச்சிடப்பட்டிருந்தது. கார்ஸ்ஸில் அவன் இருந்த காலக்கட்டத்தில் அவனிடத்தில் ‘வந்த’ கவிதைகளை பிற்பாடு வகைப்படுத்தி, வரிசைப்படுத்தி, தொகுக்கும் போது, எழுதியிருந்த குறிப்புகளில், அந்த சாக்லெட் பெட்டியைத் திறந்து பார்த்தபோது முதலில் கண்ணில்பட்டது ஒரு பொம்மைக் கடிகாரம்தான் என்று எழுதியிருந்தான். இபெக் குழந்தையாக இருந்த போது இதைப்போல ஒரு கடிகாரத்தை வைத்து விளையாடியிருக்கிறாள் என்பது இரண்டு நாட்கள் கழித்து அவனுக்குத் தெரிந்திருக்கிறது. இதைப் பயன்படுத்தி காலத்தில் பின்னோக்கி பயணம் செய்து குழந்தைப் பிராயத்தையும் வாழ்க்கையையும் பற்றி சில விஷயங்களை கா சொல்கிறான் . . .

“நீ என்னைவிட்டு எப்போதும் விலகக்கூடாது. நான் உன்மேல் வெறித்தனமாக காதல் வயப்பட்டிருக்கிறேன்.”

“என்னைப்பற்றி அதிகம் உங்களுக்குத் தெரியாது.”

“இரண்டு வகையான மனிதர்கள் இருக்கிறார்கள்,” போதனை வழங்கும் குரலில் பேசத்தொடங்கினான் கா. “முதல் வகையைச் சேர்ந்தவன், ஒரு பெண் ஒரு ஸாண்ட்விச்சை எப்படி சாப்பிடுகிறாள், எப்படி தலை வாருகிறாள், அற்ப விஷயங்கள் எதைப்பற்றியெல்லாம் அவள் அக்கறை எடுத்துக்கொள்கிறாள், எதற்காக அவள் அப்பாவிடம் கோபப்படுகிறாள், மற்றவர்கள் அவளைப்பற்றிச் சொல்கிற கதைகள் என்னென்ன என்பதையெல்லாம் தெரிந்துகொள்ளாமல் அவளைக் காதலிக்கவே தொடங்கமாட்டான். இரண்டாவது வகையைச் சேர்ந்தவன் – நான் இந்த வகை – ஒரு பெண்ணைப்பற்றி எதுவுமே தெரிந்திருக்கா விட்டாலும் காதலிக்கத் தொடங்கிவிடுவான்.”

“அதாவது என்னைப்பற்றி ஒன்றுமே தெரிந்து வைத்திருக்காததால் தான் என்மீது காதல் வயப்பட்டிருப்பதாகக் கூறுகிறீர்களா? இதை உண்மையாகவே காதல் என்று நினைக்கிறீர்களா?”

“கண்மூடித்தனமாக நேசித்தால் அப்படித்தான் நிகழும்.”

“எனவே, நான் எப்படி ஒரு ஸாண்ட்விச்சை சாப்பிடுகிறேன், என் கூந்தலில் என்ன சூடிக்கொள்கிறேன் என்றெல்லாம் நீங்கள் தெரிந்துகொண்டவுடனேயே உங்கள் காதல் முறிந்துவிடுமா?”

“அப்படியில்லை. அப்போது நம்மிருவருக்கிடையில் இருந்த நெருக்கம் ஆழமடைந்து, நம்மிருவரின் உடல்களையும் பிணைத்து வைக்கும் ஓர் இச்சையாக மாறிவிடும். சந்தோச நினைவுகளால் நாம் கட்டுண்டிருப்போம்.”

“எழுந்திருக்காதீர்கள் – கட்டிலிலேயே உட்கார்ந்திருங்கள்,” என்றாள் இபெக். “என் அப்பா இதே இடத்தில் இருக்கும்போது யாரையும் என்னால் முத்தமிட முடியாது.” அப்படிச் சொன்னாளே தவிர, அவனது முதல் முத்தங்களை அவள் தடுக்கவில்லை. “அப்பா வீட்டில் இருக்கும்போது இப்படிச் செய்வது பிடிக்கவில்லை,” என்று அவனை நெட்டித்தள்ளினாள்.

மேலும் ஒருமுறை அவள் இதழ்களில் முத்தமிட முயன்றுவிட்டு கட்டிலுக்குச்சென்று விளிம்பில் உட்கார்ந்தான். “நாம் மணமுடித்துக் கொண்டு இந்த இடத்தைவிட்டு எவ்வளவு சீக்கிரம் முடியுமோ கிளம்பி ஓடவேண்டும். ஃபிராங்க்ஃபர்ட்டில் நாம் எவ்வளவு மகிழ்ச்சியாக இருக்கப்போகிறோமென்று தெரியுமா?”

இபெக் உடனடியாக பதிலளிக்காமல், “என்னை முழுசாகத் தெரிந்துகொள்ளாமல் உங்களால் எப்படி என்மீது காதல் வயப்பட முடியும்?” என்றாள்.

“ஏனென்றால் நீ மிகவும் அழகாக இருப்பதால் . . . ஏனென்றால் நாமிருவரும் ஒன்றாக இருந்தால் எவ்வளவு மகிழ்ச்சியாக இருப்போ

மென்று ஏற்கனவே என் கனவில் பார்த்திருப்பதால் ... ஏனென்றால் எதையும் உன்னிடம் வெட்கப்படாமல் என்னால் சொல்லமுடிவதால். நாமிருவரும் உறவுகொள்வதைப் போல கனவு காண்பதை என்னால் நிறுத்தவே முடிவதில்லை, தெரியுமா?"

"ஃபிராங்க்ஃபர்ட்டில் இருந்தபோது என்ன செய்துகொண்டிருந் தீர்கள்?"

"என்னால் எழுத முடியாதிருக்கும் கவிதைகளைப் பற்றித்தான் பெரும்பாலும் யோசித்துக்கொண்டிருந்தேன் ... சுயமைதுனம் செய்தேன் ... தனிமை என்பது அடிப்படையில் பெருமைகொள்ளத்தக்க ஒரு ஸ்திதி. நமக்குள்ளேயே புதைந்து கிடக்கலாம். உண்மையான கவிஞர்கள் எல்லோருக்கும் இது பொதுவானதுதான். நீண்ட காலத்திற்கு மகிழ்ச்சியாகவே இருந்தால் உப்புச் சப்பற்றவர்களாகி விடுவோம். அதேபோல நீண்ட காலத்திற்கு துயரத்திலேயே மூழ்கியிருந்தால் கவிதை உணர்வுகள் வற்றிவிடும் ... மகிழ்ச்சியும் கவிதையும் சொற்ப காலத்திற்கு மட்டுமே ஒருங்கிணைந்து இருக்கமுடியும். அதற்குப்பிறகு ஒன்று அந்த மகிழ்ச்சி, கவிஞனை வலுக்கட்டாயமாக எதையாவது எழுத வற்புறுத்துகிறது அல்லது கவிதை மிகவும் சத்தியம் வாய்ந்ததாக இருந்து அவன் மகிழ்ச்சியைக் குலைக்கிறது. ஃபிராங்க்ஃபர்ட்டுக்குத் திரும்பினால் அங்கே எனக்காக சோகம் காத்துக் கொண்டிருக்குமோ வென்று எனக்கு பயமாக இருக்கிறது."

"அப்படியென்றால் இஸ்தான்புல்லிலேயே தங்கியிருங்கள்."

கா அவளை உன்னிப்பாகப் பார்த்தான். "இஸ்தான்புல்லில் வசிக்க வேண்டுமென்பதுதான் உன் விருப்பமா?" கிசுகிசுப்பான ஆசைக்குரலில் கேட்டான். அவனிடம் இபெக் எதையாவது கேட்க வேண்டுமென்பதுதான் அப்போதைக்கு மகத்தான விருப்பமாக இருந்தது. அதை இபெக்கும் உணர்ந்தாள். "எனக்கு எதுவும் விருப்பமில்லை," என்றாள்.

தான் அவசரப்படுவதாக காவுக்குத் தோன்றியது. ஆனால் அவனுக்குள்ளிருந்த ஏதோவொன்று அவன் கார்ஸ்ஸில் அதிக நாட்கள் இருக்கப்போவதில்லை என்று சொல்லியது. அவன் உயிரே அதில்தான் என்பதைப் போல அவசரப்பட்டுதான் ஆகவேண்டும். அடுத்து சில கணங்களுக்கு தூரத்து சம்பாஷணைகளின் தொடர்பற்ற துணுக்குகளை கேட்டபடி அமர்ந்திருந்தனர். வெளியே ஒரு குதிரை வண்டி அந்த ஜன்னலைக் கடந்துசெல்வதும் அதன் சக்கரங்கள் பனியில் சரசரப்பதும் கேட்டது. இபெக் வாசற்படியில் நின்றுகொண்டு தலைவாரும் பிரஷ்ஷில் சிக்கியிருந்த தலைமுடிகளை மெதுவாக, கவனத்துடன் அகற்றிக் கொண்டிருந்தாள்.

"இங்கே வாழ்க்கையே மிகவும் வறியதாக இருக்கிறது. அவ நம்பிக்கையால் பீடிக்கப்பட்ட இந்த மக்களுக்கு, ஏன் உன்னைப் போன்றவர்களுக்குக்கூட எப்படி எதையாவது விரும்புவது என்பதுகூட மறந்துவிட்டிருக்கிறது," என்றான் கா. "வாழ்வதைப்பற்றியே இங்கே

நினைக்க முடியவில்லை . . . மரணத்தைப்பற்றி மட்டும்தான் பேச்சும் நினைப்பும் இருக்கிறது . . . நீ என்னோடு வந்துவிடுகிறாயா?” இபெக் பதிலளிக்கவில்லை. “இதற்கு இல்லை என்று நீ பதில் சொல்வதாக இருந்தால், என்னோடு பேசவே பேசாதே,” என்றான்.

பிரஷ்ஷின் மீதிருந்த பார்வையை அகற்றாமலேயே, “எனக்குத் தெரியவில்லையே,” என்றாள். “அந்த அறையில் எல்லோரும் நமக்காகக் காத்துக்கொண்டிருக்கிறார்கள்.”

“இங்கே மறைமுகமாக ஏதோ ஒரு சூழ்ச்சி நடந்துகொண்டிருக் கிறது. அது என்னவென்றுதான் எனக்குப் பிடிபடவில்லை. என்ன நடக்கிறதென்று சொல்லக்கூடாதா?”

மின்தடையில் விளக்குகள் அணைந்தன. இபெக் அசையாமல் நின்றிருந்தாள். காவுக்கு எழுந்துசென்று அவளை அணைத்துக் கொள்ளலாமென்றிருந்தது. ஆனால் அவன் ஃபிராங்க்ஃபர்ட்டுக்கு தனியாகத்தான் திரும்பவேண்டியிருக்குமோ என்ற அச்சம் அவனை நகரவிடாமல் கட்டிப்போட்டிருந்தது.

“இந்தக் கும்மிருட்டில் உங்களால் எழுத முடியாது. எழுந்திருங்கள், போகலாம்.”

“என்னிடமிருந்து நீ எதிர்பார்ப்பதுதான் என்ன? நீ என்னை காதலிக்க வேண்டுமென்றால் நான் என்னதான் செய்யவேண்டும்?”

“நீங்கள் நீங்களாகவே இருங்கள்,” என்றபடி எழுந்து கதவுக்குச் சென்றாள்.

அந்தக் கட்டிலின் விளிம்பில் உட்கார்ந்திருந்தது மிகவும் சௌகரியமாக இருந்தது. இப்போது எழுந்திருக்க கஷ்டமாக இருந்தது. எழுந்து வெளியே வந்தவன் சமையலறைக்கு அடுத்திருந்த அந்த குளிர்ச்சியான அறையின் நாற்காலியில் மீண்டும் அமர்ந்தான். துடிக்கும் மெழுகுவர்த்தி ஒளியில் அவனது பச்சைநிறக் குறிப்பேட்டில் ‘சாக்லெட் பெட்டி’ என்ற தலைப்பிட்ட கவிதையை எழுதி முடித்தான்.

அவன் மீண்டும் எழுந்தபோது இபெக் எதிரிலேயே இருப்பதைக் கண்டான். அவளை ஆரத்தழுவிக்கொண்டு அவள் கூந்தலுக்குள் புதைந்துபோகும் இச்சையுடன் அவளை நோக்கி நகர்ந்தான். ஆனால் அவன் எண்ணங்கள் குறுக்கே வந்து தடுத்து நிறுத்தின. அவைகூட இருட்டில் தடுமாறிக்கொண்டிருப்பதைப் போலிருந்தது.

சமையலறையிலிருந்து கசிந்த வெளிச்சத்தில் கடிஃபே வருவது தெரிந்தது. உள்ளே வந்ததுமே அவளும் இபெக்கும் காதலர்கள் போல தழுவிக்கொண்டனர்.

“அப்பா நீங்கள் என்ன செய்கிறீர்களென்று பார்த்துவிட்டு வரச் சொன்னார்,” என்றாள் கடிஃபே.

“ஒன்றும் பிரச்சனை இல்லை, கண்ணே,” என்றாள் இபெக்.

“இவரால் கவிதை எழுத முடிந்ததா?”

“எழுதியாகிவிட்டது,” என்றபடி நிழல் இருட்டிலிருந்து கா வெளியே வந்தான். “இப்போது உங்களுக்கு உதவலாம் என்ற நம்பிக்கை.”

சமையலறைக்குள் நுழைந்தான். மெழுகுவர்த்தி வெளிச்சத்தில் அங்கே யாருமில்லாதது தெரிந்தது. ஒரு கிளாஸில் ராக்கியை நிரப்பிக் கொண்டு அப்படியே விழுங்கினான். கண்களிலிருந்து நீர் வடியத் தொடங்கியதும் ஒரு கிளாஸ் தண்ணீர் அருந்தினான்.

சமையலறையை விட்டு வெளியே வந்ததும் இருட்டு அச்சுறுத்துவ தாக இருந்தது. தூரத்தில் உணவு மேஜைமீதிருந்த மெழுகுவர்த்தியை நோக்கி மெதுவாக நடந்தான். மேஜையில் அமர்ந்திருந்தவர்கள் அவனை நோக்கித் திரும்பினர். அவனுக்குப் பின்னால் சுவரில் அவனது பூதாகரமான நிழல் பரவியது.

துர்குத் பே, லேசாக கேலிசெய்வதைப் போல சில கணங்கள் அமைதியாக இடைவெளிவிட்டு “உங்களால் கவிதை எழுத முடிந்ததா?” என்று கேட்டார்.

“ஆம்.”

“வாழ்த்துக்கள்.” காவின் கையில் ராக்கி கிளாஸை திணித்துவிட்டு ஊற்றத்தொடங்கினார். “கவிதை எதைப்பற்றி?”

“இங்கே வந்ததிலிருந்து நான் பேட்டி கண்ட, பேசிய எல்லாரைப் பற்றியும். ஃபிராங்க்ஃபர்ட் தெருக்களில் நடந்துசெல்லும்போது நான் உணர்ந்த அச்சம் இப்போது எனக்குள்ளே இருக்கிறது.”

ஹண்டே அவனை அர்த்தபுஷ்டியாகப் பார்த்துக்கொண்டே, “நீங்கள் சொல்வதை முழுசாகப் புரிந்துகொள்ள முடிகிறது,” என்றாள்.

கா நன்றியோடு புன்னகைத்தான். ‘என் அழகுச் செல்லமே, உன் முக்காடை மட்டும் எப்போதும் அகற்றிவிடாதே’ என்று சொல்ல அவனுக்கு ஆசையாக இருந்தது.

“இங்கிருப்பவர்கள் சொன்னவை எல்லாவற்றையும் நீங்கள் நம்புவதாகச் சொல்கிறீர்கள். ஷேக் எஃபெண்டியின் முன்னிலையில் இருக்கும்போது கடவுளைப்பற்றிய நம்பிக்கை உங்களுக்கு வந்துவிட்டது என்று நீங்கள் சொல்வதாக இருந்தால் ஒன்றே ஒன்றை மட்டும் உங்களுக்குத் தெளிவாகச் சொல்கிறேன்: கார்ஸ்ஸில் கடவுளுக்காக பேசுகிறவர் ஷேக் எஃபெண்டி அல்ல.”

“வேறு யார் கடவுளுக்காக இங்கே பேசுகிறார்கள்?” என்று கேட்டாள் ஹண்டே.

துர்குத் பே அவளை அடக்கவில்லை. பிடிவாதக்காரராகவும் சண்டைக்காரராகவும் இருந்தாலும் மிகவும் மென்மையான இயல்பின ராதலால், சமரசமற்ற ஒரு நாத்திகராக அவர் காட்டிக்கொள்வதில்லை. துர்குத் பேவிற்கு அவருடைய பெண்களின் துயரங்களைப்பற்றி இருக்கும்

கவலையைவிட அவரது பழக்கவழக்கங்களும் அவரது உலகமும் சிதைவுற்றுவிடுமோ என்ற கவலையே அதிகமாக இருப்பதாக காவுக்குத் தோன்றியது. இது ஓர் அரசியல் கவலை அல்ல. மாலை நேரங்களை அவருடைய மகள்களோடும் விருந்தினர்களோடும் சந்தோஷமாகக் கழிப்பதும், அரசியலைப்பற்றியும் இறைவன் இருக்கிறாரா இல்லையா வென்றும் மணிக்கணக்காக விவாதிப்பதும் மட்டுமே ஒரே சந்தோஷமாக இருக்கும் ஒருவருக்கு தனது இருப்பு பறிபோய்விடுமோ என்ற கவலை தான்.

மின்சாரம் வந்தது. அறை திடீரென பிரகாசமடைந்தது. மின்சாரம் அவ்வப்போது வருவதும் போவதுமாக இருப்பதற்கு அவர்கள் பழகி விட்டிருந்தனர். யாரும் மின்தடையைப்பற்றி அலட்டிக்கொள்வதில்லை. ஆனால் கா சிறுவனாக இஸ்தான்புல்லில் இருந்தபோது மின்தடை சடங்குகள் வேறுமாதிரியாக இருந்தன. இங்கே விளக்கு வரும்போது யாரும் சந்தோஷக் கூச்சலிடுவதில்லை, வாஷிங்மிஷின் பாதி சுழற்சியில் இருக்கிறதா என்று கேட்பதில்லை, 'மெழுகுவர்த்திகளை நான்தான் ஊதி அணைப்பேன்' என்று போட்டிபோட்டுக்கொண்டு ஓடுகிற குதூகலம் யாரிடமும் இல்லை. எதுவுமே நடக்காததுபோல் சலனமற்று இருக்கிறார்கள். துர்குத் பே தொலைக்காட்சியை தட்டிவிட்டு ரிமோட் கன்ட்ரோலை கைப்பற்றிக்கொண்டு சேனல்களைத் தாவத் தொடங்கினார்.

கார்ஸ் அசாதாரணமான அமைதியில் இருக்கும் நகரம் என்று கா அந்தப் பெண்களிடம் கிசுகிசுத்தான்.

"அதற்குக் காரணம் எங்கள் குரலைக் கேட்பதற்கு எங்களுக்கே பயம்," என்றாள் ஹண்டே.

"அது பனியின் நிசப்தம்," என்றாள் இபெக்.

தோற்றுப்போன உணர்வோடு அவர்கள் மாறிக்கொண்டேயிருந்த தொலைக்காட்சித் திரையை இறுக்கத்தோடு வெறித்தனர். மேஜைக்கடியில் கையைச் செலுத்தி இபெக்கின் கையைப் பற்றிக்கொண்டபோது, வேறு எந்த வேலையும் செய்யாமல் அவனது மாலை நேரங்களை இப்படி இபெக்கின் கரத்தைப் பற்றியபடி செயற்கைக்கோள் தொலைக்காட்சியைப் பார்த்துக்கொண்டே இருந்தால் மிச்சமிருக்கும் வாழ்க்கை முழுவதையும் பேரின்பத்தோடு கழித்துவிட முடியுமென்று அவனுக்குத் தோன்றியது.

15

வாழ்க்கையிலிருந்து எதிர்பார்க்க நம் அனைவருக்கும் ஒரு விஷயம் உண்டு

நேஷனல் தியேட்டர்

அவனும் இபெக்கும் கார்ஸ்ஸில் என்றென்றும் மகிழ்ச்சியாக வாழப்போவதாக முடிவெடுத்து சரியாக ஏழு நிமிடங்கள் கழித்து, கா பனி கவிந்த தெருக்களின் வழியே நேஷனல் தியேட்டர் நோக்கி விரைந்துகொண்டிருந்தான். யுத்தப் பிரதேசத்துக்குத் தனியாகச் செல்பவனைப் போல அவன் இதயம் இடித்துக் கொண்டிருந்தது. அந்த ஏழு நிமிடங்களில் எல்லா விஷயங்களும் அதனதற்கேயுரிய தருக்கத்தின் வேகத்தில் மாறிவிட்டிருந்தன.

துர்குத் பே தொலைக்காட்சியில் நேஷனல் தியேட்டர் நிகழ்ச்சிக்கான சானலை திரும்பவும் மாற்றியபோதுதான் அது நடந்தது. பார்வையாளர்களிடமிருந்து எழுந்த ஆரவாரக்கூச்சல் அப்போது அசாதாரணமாக ஏதோ நிகழ்ந்திருப்பதை உணர்த்தியது. கார்ஸ் நகர மக்களின் சுவாரஸ்யமற்ற நாட்டுப்புற நடைமுறைகளிலிருந்து ஒரேயொரு இரவுக்கு தப்பித்து வெளியே வந்திருக்கும் சந்தோஷம் அவர்களுக்கு இருந்தாலும், ஏதோ மோசமாக நடக்கப்போகிறது என்ற பயமும் இருந்தது. பார்வையாளர்கள் ஆர்ப்பரித்து கைதட்டிக் கொண்டிருப்பதை திரையில் காட்டும் போது, முன்வரிசையிலிருந்த வி.ஐ.பி.களுக்கும் பின்னாலிருந்த இளைஞர்களுக்குமிடையே ஏதோ ஒரு பதற்றம் ஏற்பட்டிருப்பதை உணர்ந்துகொள்ள முடிந்தது. காமிரா அந்த ஹாலின் ஒரு பகுதியை மட்டுமே காட்டிக்கொண்டிருப்பதால் என்ன நடக்கிறது என்று தெரிந்துகொள்ளும் ஆர்வம் அவர்களிடையே அதிகரித்தது.

மேடையில் இருந்தது ஒருகாலத்தில் துருக்கி முழுக்க பிரபலமாக இருந்த ஒரு கோல்கீப்பர். பதினைந்து வருடங்களுக்கு முன் துருக்கிக்கெதிராக இங்கிலாந்து பதினோரு கோல்கள் போட்ட ஒரு துரதிருஷ்டவசமான கால்பந்து போட்டியைப்பற்றி

அவன் பேசிக்கொண்டிருந்தான். முதல் கோல் விழுந்த சோகக்கதையை சொல்லிக் கொண்டிருக்கும்போதே ஒல்லியாக உயரமாக இருந்த நிகழ்ச்சி அறிவிப்பாளன் மேடையில் தோன்றிக் குறுக்கிட்டான். விளம்பர இடைவேளை அறிவிப்பதாக நினைத்து கோல்கீப்பர் பேசுவதை நிறுத்தினான். அறிவிப்பாளன் மைக்கை பிடுங்கி இரண்டு விளம்பரங் களை கடகடவென்று ஒப்பித்துவிட்டு (ஃபெஸ்வி பாஷா அவென்யூவில் உள்ள தடால் பலசரக்கு கடையில் கெஸ்ஸரியிலிருந்து மசாலா மாட்டிறைச்சி வந்திருக்கிறது; நாலெட்ஸ் ஸ்டடி சென்டரில் பல்கலைக் கழக பயிற்சி வகுப்புக்குப் பதிவுகள் தொடங்கிவிட்டன.) பார்வையாளர் களிடம் இன்னும் பல இனிமையான நிகழ்ச்சிகள் வரப்போகின்றன என்று நினைவூட்டினான். அடுத்ததாக அவன் காவைப்பற்றிப் பேசப் போகிறானென்று யாரும் எதிர்பார்க்கவில்லை. அவன் காவின் பெயரை உச்சரித்தபோது முகத்தை வருத்தமாக வைத்துக்கொண்டான்.

“ஃபிராங்க்ஃபர்ட்டிலிருந்து பயணம் செய்து இந்த எல்லையோர நகரத்திற்கு வந்திருக்கும் நமது மகத்தான கவிஞர் இந்த நிகழ்வில் கலந்துகொள்ளாதிருப்பது ஒரு பெரிய சோகம்தான்,” என்றான்.

துர்குத் பே உடனே, “சரியாப்போச்சு,” என்றார். “நீங்கள் இப்போது போகாவிட்டால் பிரச்சனை ஆகிவிடும்.”

“ஆனால் அவர்கள் என்னை கலந்துகொள்ளுமாறு அழைக்கவே யில்லையே!” என்றான் கா.

“இங்கெல்லாம் இப்படித்தான்,” என்றார் துர்குத் பே. “அவர்கள் உங்களை அழைத்திருந்தால் மறுத்திருப்பீர்கள். ஆனால் இப்போது அவர்களை அலட்சியப்படுத்துவதாக இருக்கக்கூடாதென்பதற்காகவே நீங்கள் போய்த்தான் தீரவேண்டும்.”

யாரும் எதிர்பார்த்திராத ஆர்வத்தோடு ஹண்டே, “நாங்கள் இங்கிருந்து பார்த்துக்கொண்டிருக்கிறோம்,” என்றாள்.

அப்போது கதவு திறந்தது. வந்தவன் இரவுநேர வரவேற்பாளனாக இருந்த பையன். “கல்வியியல் பயிற்சியக இயக்குநர் மருத்துவமனையில் காலமாகிவிட்டார்,” என்றான்.

“பாவம், அவன் ஒரு முட்டாள்,” என்றார் துர்குத் பே. காவின் மேல் பார்வையை நிறுத்தி, “இஸ்லாமிஸ்டுகள் சுத்திகரிப்பு நடவடிக்கை களில் புகுந்திருக்கின்றனர். ஒவ்வொருவராக தீர்த்துக்கட்டிக்கொண்டு வருகின்றனர். உங்கள் தலையை காப்பாற்றிக்கொள்ள வேண்டுமென்றால், எவ்வளவு சீக்கிரம் முடியுமோ அவ்வளவு சீக்கிரமாக கடவுள்மீது உங்கள் நம்பிக்கையை அதிகரித்துக்கொள்ளுங்கள். மிதமான அளவில் கடவுள் நம்பிக்கை வைத்திருப்பது ஒரு முற்றிய நாத்திகனைக் காப்பாற்ற உதவாது என்று நினைக்கிறேன்.”

“நீங்கள் சொல்வது சரியென்றுதான் நினைக்கிறேன். இவ்வளவு காலமாக எனக்குள்ளிருந்து எழுந்துகொண்டிருக்கும் அழைப்பை ஏற்று என் இதயத்தை இறைவனுக்காகத் திறந்துவைப்பதென்று ஏற்கனவே முடிவுசெய்திருக்கிறேன்.”

அவன் குரலிலிருந்த நக்கல் அங்கிருந்த அனைவராலும் உணரப் பட்டது. அவன் அதிகமாகக் குடித்திருந்ததால் இந்தக் கிண்டலை அவன் ஏற்கனவே தயாராக வைத்திருந்தானென்று அவர்களுக்குத் தோன்றியது.

ஸாஹிதே ஒரு பெரிய பாத்திரத்தையும் விளக்கு வெளிச்சத்தில் பளபளக்கும் அலுமினிய அகப்பையையும் எடுத்துக்கொண்டு வேகமாக உள்ளே வந்தாள். தாயின் பெருமிதப் புன்னகையோடு அவர்களைப் பார்த்து, "சூப் இன்னும் மிச்சமிருக்கிறது. வீணாக்க வேண்டாம். யாருக்கு வேண்டும்? சொல்லுங்கள் பார்க்கலாம்," என்றாள்.

நேஷனல் தியேட்டரில் அசம்பாவிதமாக ஏதாவது நடக்குமோ என்ற பயத்தில் காவை அங்கே செல்லவேண்டாமென்று அறிவுறைத்துக் கொண்டிருந்த இபெக் இப்போது திரும்பி, கடிஃபே, ஹண்டேவுடன் சேர்ந்து அந்த குர்த்திய வேலைக்காரியைப் பார்த்து சிரித்தாள்.

'இப்போது இபெக் "எனக்கு" என்று சொல்லிவிட்டால், எனக்கும் அவளுக்கும் திருமணம் நடந்து ஃபிராங்க்ஃபர்ட்டுக்குச் செல்வோம். நானும் இப்போது நேஷனல் தியேட்டருக்குச் சென்று 'பனி' கவிதையை வாசிக்கலாம்' என்று கா நினைத்துக்கொண்டான்.

"எனக்கு!" என்றாள் இபெக். ஆனால் உற்சாகமின்றி கிண்ணத்தை நீட்டினாள்.

ராட்சச பனித்திவலைகளுக்கு இடையே நடந்து செல்லும்போது கார்ஸ்ஸில் தான் ஓர் அந்நியனாகத்தான் இருந்துவருகிறோமென்று உறைத்தது. இந்நகரத்தைவிட்டு வெளியேறும்போது, அடுத்த வினாடியே கார்ஸ் என்ற நகரத்தை மறந்துவிடுவோமென்று நினைத்துக்கொண்டான். இந்த உணர்வு அதிகநேரம் நீடிக்கவில்லை. அவனுக்குத் திடீரென தனது தலையெழுத்தைப் பற்றிய கட்டியங்கள் மனதில் எழத் தொடங்கின. பகுத்தறிவுக்கு இடமில்லாத வகையில் வாழ்க்கைக்கு ஒரு ரகசிய தகவுப்பொருத்தம் இருப்பதை அவனால் உணரமுடிந்தது. தனது மெய்யறிவை அடக்கி மகிழ்ச்சியைக் கண்டடைவதற்கு பெரும் வேட்கை ஒன்று ஆக்கிரமித்தாலும், மகிழ்ச்சிக்கான அவனது தேடல் இன்னமும் போதிய பலத்தை அடையாதிருப்பதை – தற்காலிகமாகவேனும் – உணர்ந்தான்.

நேஷனல் தியேட்டர் வரை நீண்டிருந்த பிரச்சார பேனர்களின் வரிசையைப் பார்த்தான். அந்த பனி பாவிய நிழற்சாலையில் கண்ணுக் கெட்டியவரை ஒரேயொரு ஜீவனைக்கூட காணவில்லை. சாலையின் இருமருங்கிலும் வரிசையாக அமைந்த பழங்கால மாளிகைகளையும், அவற்றின் அதிஅற்புதமான வாசற்கதவுகளையும், தாராள வடிவமைப்பு கொண்ட இறவாரங்களையும், அழகான அலங்காரத் தூண்களையும், காலத்தில் சிதைவுற்றிருந்தாலும் கம்பீரத்தை இழக்காத முகப்புகளையும் பார்க்கும்போது இந்த இடத்தில் ஒரு காலத்தில் அமைதியான களிப்பான வாழ்க்கை வாழ்ந்திருந்தவர்களை (டிஃப்ளிஸ்ஸில் வர்த்தகம் செய்த ஆர்மீனியர்கள்? பால்பண்ணைகளிலிருந்து வரிவசூல் செய்த

ஆட்டமன் பாஷாக்கள்?) நினைக்கும்போது மனம் நெகிழ்ந்தது. இந்த நகரத்தை ஓர் எளிய நாகரிக மையமாக மாற்றியிருந்த ஆர்மீனியர்களும் ரஷ்யர்களும் ஆட்டமன்களும் துவக்ககால ரிபப்ளிகன் துருக்கியர்களும் இப்போது இல்லை. அவர்கள் இடம்பெயர்ந்த பிறகு வேறு யாரும் இந்த இடங்களுக்குப் புதிதாக வந்து சேராததால் வீதிகள் வெறிச்சோடிக்கிடந்தன. ஆனால் பெரும்பாலான வெறிச்சோடிப் போன நகரங்கள் போல இந்த காலியான தெருக்கள் அச்சமூட்டுவதாக இல்லை. ஒலியாண்டர், பிளேன் மரங்களின் பனி அப்பிய கிளைகளையும், வெளிர் ஆரஞ்சு நிற தெருவிளக்குக் கம்பங்களின் பக்கவாட்டில் வழிந்திருக்கும் உறைநீர்மணிகளையும், பனியில் உறைந்த கடைகளின் சன்னல்களுக்குப் பின்னால் சோகையாக வழியும் நியான் பல்புகளையும் பார்த்தபடியே நடந்தான். பனி ஒரு மாயமான, ஏறக்குறைய தெய்வீக நிசப்தத்தில் சரிந்துகொண்டிருக்க, அவனது அடங்கிய காலடியோசையையும் மூச்சிரைப்பையும் தவிர வேறு எந்த சப்தமும் கேட்கவில்லை. ஒரேயொரு நாய்குரைப்புகூட இல்லை. உலகின் விளிம்பு இது. வீழும் பனியில் முழுவுலகும் மெய்மறந்திருக்கிறது. ஒளிப்பிரபையின் ஊடே பனிச்சருகுகள் சரிந்துகொண்டிருந்தன. கனமாக பனித்திவலைகள் தரையில் வீழ்ந்து புதைய, சில தக்கையான பனிச்சீவல்கள் சோம்பலாக அங்குமிங்கும் மிதந்து அலைந்துவிட்டு இருட்டில் மறைந்துகொண்டிருந்தன.

அவன் கோட்டின் கையில் பறந்துவந்து இறங்கிய ஒரு பனிச் செதிளை எடுத்து பேலஸ் ஆஃப் லைட் போட்டோ ஸ்டூடியோவின் இரவாணத்திற்கடியில் நின்று விளம்பரப்பலகை விளக்கொளியில் ஆராய்ந்தான்.

திடீரென காற்று பலமாக வீச, ஏதோ ஒன்று அசைந்ததைப் போலிருந்தது. பேலஸ் ஆஃப் லைட் போட்டோ ஸ்டூடியோ விளம்பரத்தின் சிவப்பு விளக்கு அணைந்துபோக, எதிரிலிருந்த ஒலியாண்டர் மரமும் அதனோடு சேர்ந்து மறைந்து போயிற்று. நேஷனல் தியேட்டரின் வாசலில் சேர்ந்திருந்த கூட்டமும், பின்னால் ஒரு போலீஸ் மினிபஸ் நிற்பதும் தெரிந்தது. சுற்றியுள்ள காபி விடுதிகளின் எதிரிலும் முடிச்சு முடிச்சாக ஆட்கள்.

தியேட்டருக்குள் நுழைந்தவுடனேயே பார்வையாளர்களிடமிருந்து அலையாக எழுந்த இரைச்சல் ஸ்தம்பிக்க வைத்தது. காற்றில் ஆல்கஹால் நெடியும் சிகரெட் புகையும் சூடான மூச்சுக்காற்றும் அடர்ந்திருந்தது. நடைவழியில் நெருக்கியடித்துக்கொண்டு நின்றிருந்தனர். மூலையில் இருந்த தேநீர் கடையில் மென்பானங்களும் எள் உருண்டைகளும் இருந்தன. கதவிலிருந்து கழிவறை வரை பிணவாடைபோல விரவியிருக்க, தங்களுக்குள் ரகசியமாக கிசுகிசுத்துக் கொண்டிருக்கும் இளைஞர் கூட்டம் ஒன்றை கா கவனித்தான். நீலச்சீருடை அணிந்த காவலர்கள் ஒருபுறத்திலும், இன்னும் தள்ளி போலீஸ் ரேடியோ கேட்டுக்கொண்டிருந்த சீருடை அணியாத காவலர்கள் சிலரும் இருந்தனர். தன் அப்பாவின் கையைப் பிடித்துக்கொண்டிருந்த ஒரு குழந்தை, சோடா பாட்டிலுக்குள் உலர்ந்த காராமணிகளை போட்டுவிட்டு சுற்றியிருக்கும் இரைச்சலை பொருட்படுத்தாமல் சுவாரஸ்யமாக கவனித்துக்கொண்டிருந்தது.

நடைவழியிலிருந்த யாரோ ஒருவன் வேகமாக கையாட்டிக் கூப்பிடுவது அவனைத்தானாவென்று காவுக்குத் தெரியவில்லை.

"உங்கள் கோட்டை வைத்தே தூரத்திலிருந்து உங்களைக் கண்டு பிடித்துவிட்டேன்."

கூட்டத்திலிருந்து நெஸிப்பின் முகம் வெளிவர, காவின் இதயம் துள்ளியது. அவர்கள் அன்போடு தழுவிக்கொண்டனர்.

"நீங்கள் வருவீர்களென்று தெரியும்," என்றான் நெஸிப். "உங்களைப் பார்த்ததில் ரொம்பவும் சந்தோஷம் எனக்கு. உங்களிடம் இப்போதே ஒரு விஷயம் கேட்கட்டுமா? என் மனதில் இரண்டு முக்கிய விஷயங்கள் இருக்கின்றன."

"சரி, என்னிடம் ஒரு விஷயம் கேட்கப்போகிறாயா, இரண்டு விஷயங்களா?"

"நீங்கள் மிகவும் புத்திசாலி. புத்திசாலித்தனம் மட்டுமே எல்லாமும் அல்ல என்று புரிந்துகொண்ட புத்திசாலி," என்றான் நெஸிப். அவன் காவை சந்தடியில்லாத ஒரு மூலைக்கு அழைத்துச்சென்றான். "ஹிக்ரானிடம் – அதுதான், கடிஃபேவிடம் – நான் அவளைக் காதலிக்கும் விஷயத்தையும் அவள்தான் என் உயிரே என்பதையும் சொன்னீர்களா?"

"இல்லை, சொல்லவில்லை."

"தேனீர் விடுதியிலிருந்து ஒன்றாகச் சென்றீர்கள். அப்புறம் என்னைப் பற்றி எதுவுமே பேசவில்லையா?"

"சமயக் கல்விக்கூடத்தில் நீ படிக்கிறாய் என்று சொன்னேன்."

"அப்புறம்? அவள் ஏதாவது சொன்னாளா?"

"இல்லை."

சிறிது நேர தயக்கத்திற்குப்பின் ஆசுவாசப்படுத்திக்கொண்டு, "என்னைப்பற்றி அவ்வளவாக ஏன் நீங்கள் அவளிடம் பேசவில்லை என்பதற்கு உண்மையான காரணம் எனக்குத் தெரியும்." அவன் எச்சில் விழுங்கினான். "ஏனென்றால் கடிஃபே என்னைவிட நான்கு வருடங்கள் பெரியவள். அதனால் என்னை கவனித்துகூட இருக்க மாட்டாள். நீங்கள் அவளோடு தனிப்பட்ட விஷயங்கள் பேசியிருக்கலாம். ரகசியமான அரசியல் விஷயங்கள்கூட பேசியிருக்கலாம். இதுவா, அதுவா என்று என்னிடம் சொல்லவேண்டுமென்று உங்களைக் கேட்கவில்லை. எனக்கு ஒரே ஒரு விஷயத்தைப்பற்றித்தான் கவலை. அது எனக்கு மிகமிக முக்கியமானது. நீங்கள் சொல்லும் பதிலில்தான் என் மிச்ச வாழ்க்கை இருக்கிறது. இதுவரை என்னை கடிஃபே கவனித் திருக்காவிட்டாலும் – அவள் என்னைக் கவனிப்பதற்கு இன்னும் பல வருடங்கள் பிடிக்கலாம்; அதற்குள் அவளுக்கு கல்யாணமே ஆகிவிடும் – நீங்கள் தரும் பதில் என் மீதி வாழ்க்கை முழுவதிலும்

பனி 187

அவளைக் காதலிக்க வைக்கும் அல்லது இந்தக் கணத்திலிருந்தே அவளை மறந்துபோக வைக்கும். ஆகவே தயவுசெய்து, தயங்காமல் உங்கள் பதிலை இப்போது சொல்லுங்கள்."

"உன் கேள்வியை இன்னும் நீ கேட்கவில்லை," என்றான் கா வெடுக்கென்று.

"நீங்கள் பேசிக்கொண்டிருந்தது மேலோட்டமான விஷயங்களா என்று தெரியவேண்டும். அபத்தமான தொலைக்காட்சி நிகழ்ச்சிகள், அர்த்தமற்ற வம்புச் செய்திகள், மலிவாகக் கிடைக்கும் பொருட்கள்... இதைப்போல. நான் என்ன கேட்கிறேன் என்று தெரிகிறதா? அல்லது இதைப்போன்ற மேம்போக்கான விஷயங்களுக்கு நேரமில்லாத சீரியஸான பெண்ணாக கடிஃபே இருக்கிறாளா என்று தெரியவேண்டும். தகுதி யில்லாத ஒருத்தியை நான் காதலித்துக்கொண்டிருக்கிறேனா என்று சந்தேகமாக இருக்கிறது."

"இல்லை, நாங்கள் மேம்போக்கான விஷயங்களைப்பற்றி எதுவும் பேசவில்லை," என்றான் கா. அந்த பதின்வயது இளைஞன் பெரும் பிரயாசையுடன் அவனது சக்தியை மீட்டெடுத்துக் கொள்வது முகத்தில் தெரிந்தது.

"அவள் ஒரு அசாதாரணமான பெண்தான் என்பீர்களா?"

"ஆம்."

"சரி, நீங்களே அவள்மீது காதல் வயப்பட வாய்ப்பிருக்கிறதா? அவளும் மிக அழகாக இருக்கிறாள். அழகான பெண், அத்தோடு நான் பார்த்த எந்த துருக்கியப் பெண்ணைவிடவும் சுதந்திரமானவள்."

"நாம் விவாதிப்பது அழகைப்பற்றித்தான் என்றால் அவளைவிட அவள் அக்கா அழகானவள்."

"வேறு எதைப்பற்றி நாம் உண்மையில் விவாதித்துக் கொண்டிருக் கிறோம்? என் மனம் முழுக்க கடிஃபேவை வியாபிக்க வைத்திருக்கும் இறைவனின் நோக்கம் வேறு எதுவாக இருக்கப்போகிறது?" என்று காவை அயரவைக்கும் குழந்தைத்தனத்தோடு அவனது பெரிய பச்சை நிற விழிகளை விரித்து நோக்கினான் (அவற்றில் ஒன்று அடுத்த ஐம்பத்தொரு நிமிடங்களில் சிதைக்கப்படப்போகிறது).

"எனக்குத் தெரியவில்லை," என்றான் கா.

"உங்களுக்குத் தெரியும். சொல்ல மறுக்கிறீர்கள்."

"எனக்குத் தெரியாது."

"முக்கியமான எல்லாவற்றைப்பற்றியும் ஓர் எழுத்தாளன் பேச வேண்டும்," என்றான் அவனைத் தூண்டிவிடுவதைப் போல. "நான் ஓர் எழுத்தாளனாக இருந்தால் மனிதர் பேசமறுக்கும் எல்லா விஷயங் களையும் நான் பேசுவேன். நீங்கள் எல்லாவற்றையும், இந்த ஒன்றை மட்டும், சொல்லக்கூடாதா?"

“கேள்.”

“நம் எல்லோருக்கும் வாழ்க்கையிலிருந்து எதிர்பார்ப்பதற்கு ஒரு விஷயம் உண்டு. ஒரு பிரதானமான விஷயம். அப்படித்தானே?”

“உண்மைதான்.”

“அது என்னவாக இருக்கும் என்பீர்கள்?”

கா அமைதியாக இருந்தான். புன்னகைத்தான்.

“எனது ஆசை மிகவும் எளிமையானது,” என்றான் நெஸிப். “கடிஃபேவை கல்யாணம் செய்துகொண்டு இஸ்தான்புல்லில் வசிக்க வேண்டும். உலகின் முதல் இஸ்லாமிஸ்ட் அறிவியல் புனைகதையாளனாக வேண்டும். இதில் எதுவுமே சாத்தியமில்லையென்பது எனக்குத் தெரியும், ஆனாலும் ஆசைப்படுகிறேன். நீங்கள் வேண்டுவது என்னவென்பதை என்னிடம் சொல்லமுடியாவிட்டால் பரவாயில்லை, உங்களைப் புரிந்துகொள்கிறேன். நீங்கள்தான் என் எதிர்காலம். என் உள்ளுணர்வு இதையும் சொல்கிறது: என்னைப் பார்க்கும்போது நீங்கள் உங்களுடைய இளம் உருவத்தையே என்னிடம் காண்கிறீர்கள். அதனால்தான் என்னை உங்களுக்குப் பிடித்திருக்கிறது.”

நெஸிப்பின் இதழ்களில் ஒரு சந்தோஷமான கபடப்புன்னகை விரிந்து, காவை அசௌகரியப்படுத்தியது.

“இருபது வருடங்களுக்கு முன்னால் இருந்த நான்தான் நீ என்று நினைக்கிறாயா?”

“ஆம். அச்சு அசலாக இதைப்போலவே ஒரு காட்சி நான் ஒருநாள் எழுதப்போகும் அறிவியல் புனைவில் இடம்பெறப்போகிறது. மன்னியுங்கள், என் கையை உங்கள் நெற்றியில் வைக்கலாமா?”

கா லேசாக தலையை முன்நோக்கிக் குனிந்தான். நன்கு பயிற்சி யெடுத்தது போல நெஸிப் அவன் உள்ளங்கையை காவின் நெற்றியில் பதித்தான்.

“இப்போது நீங்கள் இருபது வருடங்களுக்கு முன்னால் என்ன சிந்தித்துக் கொண்டிருந்தீர்களென்று சொல்லப்போகிறேன்.”

“இப்படித்தான் ஃபாசிலோடும் செய்து கொண்டிருந்தாயா?”

“நாங்கள் இருவரும் ஒரே விஷயத்தை ஒரே நேரத்தில் நினைப்போம். ஆனால் நம்மிருவருக்குமிடையில் கால வித்தியாசம் இருக்கிறது. தயவுசெய்து நான் சொல்வதைக் கேளுங்கள்: நீங்கள் ஒரு லீஸே பள்ளி மாணவனாக இருந்தபோது, ஒரு குளிர்கால தினத்தில் பனி பொழிந்துகொண்டிருக்கிறது. நீங்கள் சிந்தனையில் ஆழ்ந்திருக்கிறீர்கள். உங்களுக்குள் கடவுளின் குரல் கேட்கிறது. நீங்கள் அவரை மறந்துபோக முயன்றுகொண்டிருக்கிறீர்கள். உலகம் என்பது ஒன்றுபடுத்தப்பட்ட ஒரு ஸ்தூலப்பொருள் என்பதை உங்களால் காணமுடிகிறது, ஆனால்

இந்தத் தரிசனத்தைக் காண விரும்பாமல் கண்களை மூடிக்கொண்டால் உங்களுக்கு மேலும் அதிகத் துயரமும் மேலான அறிவுக் கூர்மையும் வாய்க்குமென்று நினைக்கிறீர்கள். நீங்கள் நினைப்பது சரியே. மிகவும் அறிவார்ந்த, மிகவும் துயரார்ந்த மனிதர்களால் மட்டுமே நல்ல கவிதை எழுத முடியும். எனவே நல்ல கவிதைகளை எழுதவேண்டும் என்பதற்காகவே நாத்திகம் தருகின்ற வலிகளை பொறுத்துக் கொள்வதென்று துணிவோடு முடிவெடுக்கிறீர்கள். ஆனால் உங்களுக்குள் ளிருக்கும் அந்தக் குரலை இழந்துவிட்டால், வெற்றான பிரபஞ்சம் ஒன்றில் நீங்கள் ஒற்றையாகத் தனித்திருக்க வேண்டிவரும் என்பதை அப்போது நீங்கள் உணரவில்லை."

"சரி, உண்மைதான். நான் இப்படித்தான் நினைத்துக் கொண் டிருந்தேன். இப்போது நீ நினைத்துக் கொண்டிருப்பது இதுதானா?"

"நீங்கள் இப்படித்தான் கேட்பீர்களென்று தெரியும்," என்று நெஸிப் சங்கடத்துடன் நெளிந்தான். "கடவுளை நம்புவதற்கு உங்களுக்கு விருப்பம் இல்லையா? உங்களுக்கு விருப்பம்தான், அப்படித்தானே?" அவன் உள்ளங்கை மிகவும் சில்லென்று இருக்க, காவுக்கு சிலிர்த்தது. நெஸிப் காவின் நெற்றியிலிருந்து கையை எடுத்தான். "இதைப்பற்றி என்னால் இன்னும் நிறைய சொல்லமுடியும். எனக்குள் இன்னொரு குரல் 'கடவுளை நம்பாதே' என்கிறது. உள்ளபடியே இருக்கின்ற ஒரு விஷயத்தின் மேல் வைத்திருக்கும் நம்பிக்கை உங்கள் மனம் முழுக்க வியாபித்திருக்கும்போது, தவிர்க்கமுடியாமல் ஒரு மெல்லிய எதிர்க்குரல் 'அப்படி இருக்காவிட்டால்?' என்று சந்தேகத்தை எழுப்பியே தீரும். அதைப்போன்ற சமயங்களில் அழகே உருவான என் இறைவன் மீதிருக்கும் நம்பிக்கை என்னைத் தாங்கிப் பிடித்திருக்கிறது என்றுணரும் போது சில சமயங்களில் ஒரு கேள்வி எழும். குழந்தைகளுக்கு அவர்களுடைய பெற்றோர் திடீரென இறந்துபோய்விட்டால் என்ன ஆகுமென்ற பயம் வருவதைப் போல, என்னை நானே கேட்டுக் கொள்வேன்: 'இறைவன் என்பவர் உண்மையில் இல்லாவிட்டால், என்ன நடக்கும்?' அந்த நேரத்தில் என் மனக்கண்ணில் நிலப்பரப்பு ஒன்றின் தரிசனம் பிரசன்னமாகும். இந்த நிலப்பரப்பு இறைவனின் அன்பினால் உண்டாக்கப்பட்டது என்று நான் அறிந்திருப்பதால், அதனை அச்சமின்றி உற்றுப்பார்ப்பேன்: உன்னிப்பாக அதனை உள் வாங்கிக்கொள்ள வேண்டுமென்று விழைவேன்."

"அந்த நிலப்பரப்பைப் பற்றிச் சொல்."

"ஏன், அதைக் கவிதையாக எழுதப்போகிறீர்களா? அப்படி எழுதினால் என் பெயரைக் குறிப்பிட வேண்டிய அவசியமில்லை. பதிலுக்கு ஒன்றே ஒன்றைத்தான் உங்களிடம் கேட்கிறேன்."

"என்ன?"

"கடந்த ஆறு மாதங்களில் கடிஃபேவுக்கு மூன்று கடிதங்கள் எழுதியிருக்கிறேன். அவற்றைத் தபாலில் சேர்க்கும் தைரியம் வரவில்லை;

வெட்கத்தினால் அல்ல. அந்தக் கடிதங்களை தபால் நிலையத்திலேயே உடைத்து படித்துவிடுவார்கள் என்பதால்தான். கார்ஸ்ஸில் இருப்பவர் களில் பாதிப்பேர் காவலர்களின் ரகசிய ஏஜென்ட்களாக இருக்கிறார்கள். இந்த அரங்கத்தில் இருப்பவர்களில்கூட பாதிப்பேர் அவர்களாகத்தான் இருப்பார்கள். நாங்கள் போகுமிடத்திற்கெல்லாம் அவர்கள் பின்தொடர் வார்கள். எங்கள் ஆட்களும்கூட எங்களைப் பின்தொடர்கிறார்கள்."

"அது யார் 'உங்கள்' ஆட்கள்?"

"கார்ஸ்ஸின் இளம் இஸ்லாமிஸ்ட்டுகள் எல்லோரும். நான் உங்களிடம் என்ன சொல்லப்போகிறேன் என்பதைத் தெரிந்துகொள் வதில் அவர்களுக்குப் பெரும் ஆர்வம். அவர்கள் இங்கே கிளர்ச்சி செய்ய வந்திருக்கின்றனர். ராணுவமும் மதச்சார்பற்ற சக்திகளும் இந்த மாலை நிகழ்ச்சியை ஒரு பொது ஆர்ப்பாட்டமாக மாற்றப் போகிறார்களென்று அவர்களுக்குத் தெரியும். 'முக்காடு' என்ற அந்தப் பிரபலமான பழைய நாடகத்தை இப்போது நிகழ்த்திக் காட்டப் போகிறார்களாம். நம்முடைய முக்காடுப் பெண்களை சிறுமைப் படுத்துவதற்குத்தானே இந்த நாடகமெல்லாம்? உண்மையைச் சொல்ல வேண்டுமென்றால், அரசியல் எனக்குப் பிடிக்காது. ஆனால் இதைப் போன்ற அவமதிப்புகளைக் கண்டு என் நண்பர்கள் கோபப்படுவது நியாயம்தானே! நான் அவர்கள் அளவிற்கு தீவிரமாக காட்டிக்கொள் வதில்லை என்பதால் அவர்களுக்கு என்மீதுகூட கொஞ்சம் சந்தேகம். அந்தக் கடிதங்களை உங்களிடம் கொடுக்கமுடியாது – அதாவது இப்போதைக்கு. எல்லோரும் கவனித்துக் கொண்டிருக்கிறார்கள். அவற்றை கடிஃபேவிடம் நீங்கள் சேர்ப்பித்துவிட வேண்டும்."

"இப்போது யாரும் பார்க்கவில்லை. சீக்கிரம் கொடு. அப்புறம் அந்த நிலப்பரப்பைப் பற்றிச் சொல்."

"கடிதங்கள் இந்த இடத்தில்தான் இருக்கின்றன. ஆனால் இப்போது என்னிடம் வைத்துக் கொண்டிருக்கவில்லை. வாசலில் சோதனையிடு வார்கள் என்று பயந்தேன். என் நண்பர்கள்கூட என்னை சோதனை யிட்டிருக்கக்கூடும். மேடைக்குப் பக்கத்தில் இருக்கும் கதவு வழியாகச் சென்றால் தாழ்வாரத்தின் கோடியில் கழிவறை இருக்கும். இன்னும் சரியாக இருபது நிமிடங்கள் கழித்து என்னை அங்கே சந்தியுங்கள்."

"அப்போது அந்த நிலப்பரப்பைப் பற்றிச் சொல்வாயா?"

நெஸிப் சட்டென்று திரும்பிக்கொண்டு, "அவர்களில் ஒருவன் நம்மை நோக்கி வருகிறான்," என்றான். "அவனை எனக்குத் தெரியும். அந்தப் பக்கமாகப் பார்க்காதீர்கள். நாம் சாதாரணமாகப் பேசிக் கொண்டிருப்பதைப் போல இருங்கள்."

"சரி."

"கார்ஸ்ஸில் இருக்கும் எல்லோரும் நீங்கள் எதற்காக இங்கே வந்திருக்கிறீர்கள் என்று தெரிந்துகொள்வதில் ஆர்வமாக இருக்கிறார்கள்.

அரசாங்கம் சம்பந்தப்பட்ட ஏதோ ரகசியப் பணிக்காக வந்திருப்பதாக நினைக்கிறார்கள். மேற்கு நாடுகள் உங்களை அனுப்பியிருக்கிறார்களோ என்றும் சந்தேகப்படுகிறார்கள். இந்த வதந்திகள் உண்மைதானா என்று என் நண்பர்கள் கேட்கச் சொல்லியிருக்கிறார்கள். அவை உண்மைதானா?"

"உண்மையல்ல."

"அப்படியென்றால் அவர்களுக்கு என்ன சொல்லட்டும்? எதற்காக நீங்கள் வந்திருக்கிறீர்கள்?"

"எனக்குத் தெரியவில்லை."

"உங்களுக்குத் தெரியும். அதை ஒப்புக்கொள்வதற்குக் கூச்சப் படுகிறீர்கள்." அவன் சற்று இடைவெளிவிட்டு தொடர்ந்தான். "நீங்கள் இங்கே வந்ததற்கு காரணம் நீங்கள் துயருற்றிருந்ததால்தான்."

"எப்படிச் சொல்கிறாய்?"

"உங்கள் கண்களை வைத்து: இவ்வளவு துயரம் தோய்ந்த விழிகளை இதுவரை நான் கண்டதில்லை... நானும்கூட இப்போது மகிழ்ச்சியாக இல்லைதான். ஆனால் குறைந்தது நான் இளைஞனாகவாவது இருக்கிறேன். துயரம் எனக்கு பலத்தைத் தருகிறது. இந்த வயதில் மகிழ்ச்சியாக இருப்பதைவிட மகிழ்ச்சியற்றிருப்பது மேலானது. கார்ஸ்ஸில் மகிழ்ச்சியாக இருப்பவர்கள் முட்டாள்களும் வில்லன்களும் தான். ஆனால் நான் உங்கள் வயதையடைந்ததும், என் வாழ்க்கையில் மகிழ்ச்சி நிறைந்திருக்க வேண்டுமென்று விரும்புகிறேன்."

"எனது துயரம் இந்த வாழ்க்கையிலிருந்து என்னைக் காப்பாற்று கிறது," என்றான் கா. "என்னைப்பற்றி கவலைப்படாதே."

"எவ்வளவு இனிமையானவர் நீங்கள்! நான் சொன்னதற்காக என்மீது கோபமில்லையே? உங்கள் முகத்தில் ஏதோ ஒன்று மிக இனிமையாக இருக்கிறது. அது என் மனதில் தோன்றுவதையெல்லாம், அது எவ்வளவு அபத்தமாக இருந்தாலும், உங்களிடம் சொல்லலாம் என்று தோன்ற வைக்கிறது. இதைப்போன்ற விஷயங்களை என் நண்பர்களிடம் பேசினால் இரக்கமேயில்லாமல் கிண்டல் செய்வார்கள்."

"ஃபாசில் கூடவா?"

"ஃபாசில் வேறு வகையானவன். யாராவது எனக்கு தீங்கிழைத்து விட்டால் அவர்களோடு சண்டைக்குப் போய்விடுவான். நான் என்ன நினைக்கிறேன் என்று அவனுக்கு எப்போதும் தெரியும். இப்போது ஏதாவது சொல்லுங்கள் – யாரோ நம்மை கவனிக்கிறார்கள்."

"யார் நம்மை கவனிப்பது?" என்று கேட்டான் கா. ஸ்டால்களுக்குப் பின்னால் கும்பலாகக் கூடியிருந்தவர்களை நோட்டமிட்டான்: நீள் உருண்டைத் தலையோடு ஒருவன், பருக்கள் மண்டிய இரு இளைஞர்கள்,

பீட்டில்ஸ் புருவங்களோடு கந்தல் ஜீன்ஸ் இளைஞர்கள். எல்லோரும் மேடையை பார்த்துக் கொண்டிருந்தார்கள். குடிகாரர்கள்போல சிலர் அசைந்தாடிக் கொண்டிருந்தார்கள்.

“இங்கே மிதமிஞ்சி குடித்திருப்பது நான் ஒருத்தன் மட்டும் இல்லை போலிருக்கிறது,” கா முணுமுணுத்தான்.

“அவர்கள் மகிழ்ச்சியற்றிருப்பதால் குடிக்கிறார்கள்,” என்றான் நெஸிப். “ஆனால் நீங்கள் குடிப்பது உங்களுக்குள் ஒளிந்திருக்கும் சந்தோஷம் தலைதூக்குவதை அடக்குவதற்காக.”

நெஸிப் பேசிக்கொண்டே கூட்டத்தில் கரைந்தான். அவன் சொன்னது சரியாகக் காதில் விழுந்ததாவென்று காவால் சொல்ல முடியவில்லை. ஆனால் சுற்றியிருந்த இரைச்சலிலும் குழப்பத்திலும் அவன் மனம் நிச்சலனமாக இருந்தது. அவனுக்கு அபிமான சங்கீதத்தைக் கேட்பதைப் போல இலகுவாக உணர்ந்தான். யாரோ அவனை கையாட்டி அழைக்க, ‘நிகழ்த்துக் கலைஞர்’களுக்காக ஒதுக்கப்பட்டிருந்த ஒருசில காலியான இருக்கைகள் கண்ணில் பட்டன. நாடகக் குழுவைச் சேர்ந்த – மரியாதையான, ஆனால் முரட்டுத் தோற்றம் கொண்ட – ஒருவன் அவன் எங்கே அமரவேண்டுமென்பதைக் காட்டினான்.

அப்போது மேடையில் நடந்துகொண்டிருந்த நிகழ்ச்சி இடம் பெற்றிருந்த வீடியோவை பல வருடங்கள் கழித்து ‘கார்ஸ் பார்டர் டெலிவிஷன்’ நிலையத்தின் ஆவணக் காப்பகத்தில் நான் பார்க்க நேரிட்டது. அது ஒரு பிரபலமான வங்கி விளம்பரத்தை பகடி செய்கிற நிகழ்ச்சி. துருக்கிய தொலைக்காட்சியைப் பார்த்து பல வருடங்களாகிவிட்டதால் காவுக்கு அது கிண்டல் செய்கிறதா அல்லது வெறுமனே போலி செய்கிறதாவென்று சொல்ல முடியவில்லை. இருந்தாலும் வங்கியில் டெபாசிட் செய்யச் செல்லும் அந்த மூர்க்கமான வேடதாரி, நிச்சயமாக ஒரு மேற்கத்தியனை செய்கிற நையாண்டிதான். கார்ஸ்ஸைவிட சின்ன நகரங்களிலும், ஒதுக்குப்புறப் பகுதிகளிலும், பெண்களும் அரசு அதிகாரிகளும் நுழையாத தேநீர் விடுதிகளிலும் இதே நிகழ்ச்சியை சுனய் ஸயிம்மின் ‘பிரெக்டியன் அண்டு பாக்தீனியன் நாடகக்குழு’ நடத்தும்போது இந்தக் காட்சியை இதைவிட ஆபாசமாகச் செய்வார்கள். வங்கி அட்டைகளை வைத்துக்கொண்டு அந்த வேடதாரி ஒரு அலட்டல் ராணியாக செய்கிற சேட்டைகள் பார்வையாளர்களை விழுந்து விழுந்து சிரிக்க வைக்கும். அடுத்த காட்சியில் மீசைவைத்த ஆள் ஒருவன் பெண்ணைப்போல உடையணிந்துகொண்டு கெலிடார் ஷாம்புவையும் கண்டிஷனரையும் தலையில் தேய்த்துக்கொண்டான். கொஞ்சநேரத்திற்குப் பிறகே அது சுனய் ஸயிம்தான் என்று காவுக்குத் தெரிந்தது. ஒதுக்குப்புறமான தேநீர் விடுதிகளில் குழுமியிருக்கும் கோபமுற்ற ஏழை மக்களின் திருப்திக்காக சுனய் ஸயிம் நடத்தும் ‘முதலாளித்துவ எதிர்ப்பின் துப்புரவாக்கல் பிரச்சாரம்’ போல இதுவும் இருந்தது. ஆபாசத் தோரணமாக கெலிடார் ஷாம்பு பாட்டிலை ஆசனவாயில் செருகுவது போல சேட்டைகள் செய்து சிரிப்பு மூட்டிக் கொண்டிருந்தான். அதன் பிறகு சுனய்யின் மனைவி ஃபுன்டா

ஈஸர் பலராலும் மிகவும் விரும்பப்பட்ட ஒரு சாஸேஜ் விளம்பரத்தை கிண்டல் செய்யத் தொடங்கினாள். அவள் கையில் சுருள்சுருளாக சாஸேஜ்களை ஆபாசமாகச் செருகிக்கொண்டு கையை பார்வையாளர்களிடம் நீட்டி, "இது குதிரையினுடையதா, கழுதையினுடையதா?" என்று கேட்டாள். மேலும் ரசாபாசமாகப் போவதற்குமுன் மேடையிலிருந்து விலகி ஓடினாள்.

அந்தப் புகழ்பெற்ற கோல்கீப்பர் மீண்டும் மேடையேறி இஸ்தான்புல் நகரத்தில் முன்பு நடந்த அத்துரதிருஷ்டவசமான போட்டியைப்பற்றி, இங்கிலாந்து வீரர்கள் அவனைத்தாண்டி பதினோரு கோல்கள் போட்டதைப்பற்றி, அப்போது அரசல்புரசலாகப் பேசப்பட்ட 'மேட்ச் ஃபிக்ஸிங்' சந்தேகங்களைப்பற்றி, அக்காலகட்டத்தில் அவனுக்கு திரைநட்சத்திரங்களோடு இருந்த காதல் தொடர்புகளைப் பற்றி பேசத் தொடங்கினான். அவன் கூறிய கதைகள் பார்வையாளர்களுக்கு ஒரு மஸோக்கிய சித்திரவதை இன்பத்தை அளித்து, அந்தப் பரிதாபமான முன்னாள் நட்சத்திரத்தின் அவலங்களைக் கேட்டு ரசித்து சிரிக்க வைத்துக் கொண்டிருந்தது.

16

கடவுள் இல்லாத இடம்

நெஸிப் அவனது நிலப்பரப்பை வர்ணிக்கிறான்; கா அவனது கவிதையை வாசிக்கிறான்

இருபது நிமிடங்கள் கழித்து சில்லிட்டிருந்த அந்தத் தாழ்வாரத்தைக் கடந்து ஆண்கள் கழிப்பறைக்குச் சென்றான். யூரினல்களுக்கு முன்னால் நின்றிருந்தவர்களுக்கிடையில் நெஸிப் இருந்தான். மூடப்பட்டிருந்த கழிப்பறை கதவுகளுக்கெதிரே அவர்கள் ஒருவரையொருவர் அறிந்திராதவர் போல ஒன்றாக நின்றிருந்தனர். இந்த சந்தர்ப்பத்தைப் பயன்படுத்திக்கொண்டு நெடிதுயர்ந்த விதானத்தில் செதுக்கப்பட்டிருந்த ரோஜாப் பூச்சரங்களையும் இலைகளையும் ரசித்துக்கொண்டிருந்தான்.

அவர்களுக்கான முறை வந்தபோது இருவரும் ஒரே அறைக்குள் சென்றனர். ஒரு பொக்கை வாய் கிழவன் அவர்களையே பார்த்துக் கொண்டிருப்பதை கா கவனித்தான். கதவை உட்பக்கமாகத் தாழிட்டுக்கொண்டு நெஸிப், “அவர்கள் நம்மைப் பார்க்கவில்லை,” என்றான். அவசரமாக, ஆனால் அன்பாக காவை கட்டித் தழுவினான். நீர்த்தொட்டியின் மேல் ஏறி உத்தரத்தின் இடுக்கி லிருந்த சில கடித உறைகளை எடுத்தான். கீழே குதித்து, அவற்றில் படிந்திருந்த தூசியை ஊதினான்.

“இந்தக் கடிதங்களை கடிஃபேவிடம் கொடுக்கும்போது, ஒரு விஷயம் மட்டும் நீங்கள் சொல்லவேண்டும். இதைப்பற்றி நான் நன்றாகவே யோசித்துவிட்டேன். இக்கடிதங்களை அவள் படித்து முடித்த நொடியிலிருந்து, அவள்மீது நான் வைத்திருந்த எதிர்பார்ப்புகள், நம்பிக்கை எல்லாவற்றையும் என் வாழ்விலிருந்து முற்றிலுமாகத் துறந்துவிடுவேன். இதை நீங்கள் அவளிடம் சொல்ல வேண்டும் – தெளிவாகச் சொல்லி விடுங்கள். நான் என்ன சொல்ல வருகிறேன் என்பதை அவள் சரியாகப் புரிந்து கொள்ள வேண்டும்.”

“நீ அவள்மீது கொண்டிருக்கும் காதலை அவள் அறிந்து கொண்ட கணத்திலேயே அதில் எவ்வித நம்பிக்கையும் இருக்க

வில்லை என்பதை கண்டுகொள்கிறாள் என்றால், அதை எதற்காக அவளிடம் சொல்ல வேண்டும்?"

"உங்களைப் போல உயிருக்கோ அல்லது உணர்ச்சிகளைக் கண்டோ எனக்கு பயம் கிடையாது," என்றான் நெஸிப். உடனே, காவை புண்படுத்திவிட்டோமோ என்ற சங்கடத்தோடு, சமாதானக் குரலில் தொடர்ந்தான்: "இந்தக் கடிதங்களை உயிருக்குயிராக நேசிக்கிறேன். அழகான யாரோ ஒருவரை, அல்லது அழகான ஏதோ ஒரு விஷயத்தை உயிருக்குயிராக காதலிக்காமல் என்னால் உயிர் வாழ முடியாது. இப்போது காதலையும் மகிழ்ச்சியையும் வேறு எங்காவது தேடிக் கண்டடைய வேண்டியிருக்கிறது. முதலில் என் சிந்தனையிலிருந்து கடிஃபேவை தூக்கி எறிய வேண்டும். கடிஃபேவிற்குப் பிறகு வேறு யாரை முழுமனதோடு காதலிக்க திட்டமிட்டிருக்கிறேன், தெரியுமா?" அவன் அக்கடிதங்களை காவிடம் கொடுத்தான்.

கடிதங்களை பாக்கெட்டில் வைத்துக்கொண்டே, "யாரை?" என்று கேட்டான் கா.

"இறைவனை."

"நீ காண்கிற அந்த நிலப்பரப்பைப்பற்றிச் சொல்."

"முதலில் அந்த சன்னலைத் திறவுங்கள்! இங்கே சகிக்கமுடியாமல் நாறுகிறது."

கா அந்த துருப்பிடித்த தாழ்ப்பாளோடு போராடித் திறந்தான். அற்புதம் ஒன்று நிகழ்ந்துகொண்டிருப்பதைப் பார்க்க நேர்ந்ததைப் போல ஒரு கணம் இருவரும் சன்னலுக்கு வெளியே தெரிந்த காட்சியில் ஸ்தம்பித்துப் போயினர். ராத்திரி இருட்டின் ஊடே பூம்பனித்தூவல்கள் முடிவின்றி மௌனமாக சரிந்துகொண்டிருந்தன.

"பிரபஞ்சம் எவ்வளவு அழகானது!" நெஸிப் கிசுகிசுத்தான்.

"வாழ்க்கையின் மிக அழகான பகுதி எது என்று நீ சொல்வாய்?" கா கேட்டான்.

ஏதோ ஒரு ரகசியத்தை பகிரங்கப்படுத்துகிறவனைப் போல கொஞ்சம் தயங்கி, "வாழ்க்கை முழுவதுமே!" என்றான்.

"ஆனால் வாழ்க்கை நம்மை மகிழ்ச்சியற்றவர்களாக்கி விடுகிறது, இல்லையா?"

"அதைப் போல ஆக்கிக்கொள்வது நாமேதான். அதற்கு இந்தப் பிரபஞ்சமோ, அதைப் படைத்தவரோ காரணமல்ல."

"அந்த நிலப்பரப்பைப்பற்றிச் சொல்."

"முதலில் உங்கள் உள்ளங்கையை என் நெற்றியில் வைத்து என் எதிர்காலத்தைச் சொல்லுங்கள்," என்றான் நெஸிப். அவன் விழிகள் அகலமாக விரிந்தன (அவற்றில் ஒன்று இருபத்தாறு நிமிடங்கள் கழித்து அவன் மூளையோடு சேர்த்து சிதறடிக்கப்படப் போகிறது).

“ஒரு நீண்ட, நிறைவான வாழ்க்கையை நான் வாழ விரும்புகிறேன். பல அற்புதமான விஷயங்கள் எனக்கு நடக்கப் போகின்றன என்பதை அறிவேன். ஆனால் இருபது வருடங்கள் கழித்து நான் என்ன சிந்தித்துக் கொண்டிருப்பேனென்று எனக்குத் தெரியவில்லை. அதைத் தெரிந்து கொள்ளத்தான் எனக்கு விருப்பம்.”

நெஸிப்பின் மழமழப்பான நெற்றியின்மீது கா தன் வலது உள்ளங்கையை பதித்தான். “ஓ, கடவுளே!” நெருப்பைத் தொட்டு விட்டதைப் போல அவன் வேடிக்கையாக கையை சட்டென்று பின்னுக்கிழுத்துக் கொண்டான்.” இங்கே என்னென்னவோ நடந்து கொண்டிருக்கிறதே.”

“சொல்லுங்கள்.”

“இன்னும் இருபது வருடங்கள் கழித்து – அதாவது உன் முப்பத்தி ஏழாம் வயதில் – உனக்கு சில விஷயங்கள் புரியும். இந்த உலகத்தில் உள்ள எல்லா தீமைகளும், அதாவது ஏழ்மை, ஏழைகளின் அறியாமை, செல்வந்தர்களின் சூழ்ச்சி, ஆடம்பரம், மிருகத்தனங்கள், இவையெல்லா வற்றிற்கும் காரணம் எல்லோரும் ஒரேவிதமாக சிந்தித்துக் கொண்டிருப்பது தான் என்பது உன் முப்பத்தி ஏழாம் வயதில் புரிந்துவிடும்,” என்றான் கா. “எனவே, இந்த இடத்தில் ஏராளமானோர் முட்டாள்தனமான செய்கைகளைச் செய்துவிட்டு ‘நாகரிகமாக’ இறந்திருப்பதைப் போல, நீ வெட்கமற்றவனாகவும் தீயவனாகவும் தோற்றமளித்தபடியே ஒரு நல்ல மனிதனாக இருக்கவும் முடியும் என்று அறிவாய். ஆனால் இதற்கு பயங்கரமான விளைவுகள் ஏற்படலாம் என்று உனக்குத் தெரியும். ஏனென்றால் என் நடுங்கும் கைக்கு அடியில் நான் உணர்வது –”

“என்ன ?”

“நீ மிகவும் அறிவாளி. உன்னுடைய இந்த சின்ன வயசிலேயே நான் என்ன சொல்கிறேன் என்பது உனக்குத் தெரிந்திருக்கிறது. அதனால்தான் முதலில் நீ எனக்குச் சொல்ல வேண்டும் என்கிறேன்.”

“எதைச் சொல்ல வேண்டும்?”

“ஏழைகளின் வறுமையைக் கண்டு நீ குற்றவுணர்வடைவதன் காரணத்தை. அது என்ன என்பது உனக்குத் தெரியும். அதை நீ சொல்லித்தான் தீரவேண்டும்.”

“அல்லாஹ் மன்னிப்பாராக – நான் கடவுள் நம்பிக்கையை இழந்து விடப் போகிறேன் என்றா சொல்ல வருகிறீர்கள்?” என்றான் நெஸிப். “நீங்கள் அதைத்தான் சொல்ல வருகிறீர்களென்றால், நான் செத்துப் போய்விடுவதே நல்லது.”

“அந்தப் பரிதாபகரமான இயக்குநருக்கு லிஃப்ட்டில் நடந்ததைப் போல உனக்கு அது அவ்வளவு சீக்கிரம் நிகழ்ந்துவிடாது! மிக மெதுவாக அந்த மாற்றம் உனக்குள் நிகழ்வதை நீயே அறியமாட்டாய். மிக மெதுவாக நீ இறந்துகொண்டிருப்பாய் என்பதாலும், இந்தப் பிறிதோர் உலகத்தில் பலகாலம் கழித்திருப்பதாலும், மிதமிஞ்சி ராக்கி

குடித்துவிட்டு, தான் செத்துவிட்டதாகவே நினைக்கும் குடிகாரனைப் போலவே நீயும் இருப்பாய்."

"நீங்கள் இப்படித்தான் இருக்கிறீர்களா?"

கா தன் கையை நெஸிப்பின் நெற்றியிலிருந்து எடுத்தான். "இல்லை, இதற்கு நேரெதிரானவன் நான். பல வருடங்களுக்கு முன்பே கடவுளை நம்பத் தொடங்கிவிட்டிருக்க வேண்டும். இது மிக மெதுவாக நிகழ்ந் திருப்பதால் நான் கார்ஸ்ஸுக்கு வரும்வரை அதை உணர்ந்ததே இல்லை. அதனால்தான் இங்கே மிக மகிழ்ச்சியாக நான் உணர்கிறேன். அதனால்தான் என்னால் மீண்டும் கவிதை எழுத முடிந்திருக்கிறது."

"உங்களைப் பார்த்தால் மிகவும் அறிவார்ந்தவராக, இப்போது பெரும் மகிழ்ச்சியில் இருப்பவராகத் தெரிகிறது. அதனால் இந்தக் கேள்விக்கு உங்களால் பதிலளிக்க முடியுமென்று நினைக்கிறேன். ஒரு மனிதனால் உண்மையிலேயே எதிர்காலத்தை அறிந்துகொள்ள இயலுமா? அவனால் அது இயலாவிட்டாலும், எதிர்காலத்தை அறிந்திருப்பதாக அவன் தனக்குத்தானே சமாதானம் செய்துகொண்டு அமைதியடைந்துவிட முடியுமா? எனது முதல் அறிவியல் புனைவிற்கு இது ஒரு நல்ல களமாக இருக்கும்."

"சிலருக்கு எதிர்காலம் தெரிந்திருக்கிறது," என்றான் கா. "*பார்டர் சிட்டி கெஜட்* உரிமையாளர் சர்தார் பேவை எடுத்துக்கொள். இன்று மாலை நிகழ்ச்சியைப்பற்றி முன்னதாகவே அவர் அச்சிட்டுவிட்டார்." கா பாக்கெட்டிலிருந்து அந்த நாளிதழை எடுத்துக் காட்டினான். "... உற்சாக கரகோஷங்களுக்கிடையே கேளிக்கை நிகழ்ச்சிகள் நடந்தன." அவர்கள் இருவரும் சேர்ந்து அச்செய்தியை வாசித்தனர்.

"எல்லோரும் மகிழ்ச்சி என்று சொல்வதின் அர்த்தம் இதுவாகத் தான் இருக்கமுடியும்," என்றான் நெஸிப். "நடக்கப்போவதை முதலிலேயே நம்மால் எழுதமுடிந்து, அதன்பின் நாம் எழுதியவை பலித்திருப்பதைக் கண்டு மகிழமுடியுமென்றால், நாம்தான் நம் வாழ்வின் கவிஞர்களாக இருப்போம். இந்த நாளிதழில் உங்களுடைய சமீபத்திய கவிதையை வாசித்ததாக இருக்கிறது. என்ன கவிதை அது?"

கழிவறைக் கதவை யாரோ தட்டினார்கள். கா நெஸிப்பிடம் 'அந்த நிலப்பரப்'பைப்பற்றி சீக்கிரம் சொல்லச்சொன்னான்.

"சொல்கிறேன். ஆனால் நீங்கள் யாரிடமும் அதைச் சொல்ல மாட்டீர்களென்று சத்தியம் செய்துதர வேண்டும். நான் உங்களோடு சகவாசம் வைத்திருப்பது அவர்களுக்குப் பிடிக்கவில்லை."

"யாரிடமும் சொல்லமாட்டேன். உனக்கு பிரசன்னமாகும் அந்த நிலக்காட்சியை வர்ணி."

நெஸிப் ஒரு பதற்றமான குரலில் பேசத் தொடங்கினான்: "நான் கடவுளை ஆழமாக நேசிக்கிறேன். சில நேரங்களில் என்னை நானே – அல்லாஹ் மன்னிப்பாராக – இறைவன் என்பவர் உண்மையிலே இருக்காவிட்டால் என்ன ஆகும் என்று கேட்டுக்கொள்ளும்போது –

அப்படி உளமாற நான் நினைக்காவிட்டாலும்கூட சில நேரங்களில் தோன்றும் – ஒரு பயங்கரமான காட்சி என் கண்ணெதிரே தோன்றும்."

"அப்படியா?"

"நான் இந்தக் காட்சியைப் பார்ப்பது இரவில். சன்னல் வழியாக, இருட்டில். வெளியே இரண்டு வெண்ணிறச் சுவர்கள் இருக்கின்றன. கோட்டைச் சுவர்கள்போல அவ்வளவு உயரம். பக்கத்துப்பக்கத்தில் இரண்டு கோட்டைகள்போல! அவற்றிற்கிடையே ஒரு குறுகலான சந்து. அது ஒரு தெருவைப் போல வெகுதூரத்திற்கு நீண்டிருக்கிறது. இந்த வழியில் நடக்கிறேன். பயம் என்னை மூழ்கடிக்கிறது. கடவுள் இல்லாத இச்சாலை கார்ஸ்ஸின் சாலைகளைப் போலவே பனிமூடி, சேறும் சகதியுமாக இருக்கிறது. ஆனால் ஊதா நிறத்தில்! சாலையின் நடுவில் இருந்த எதுவோ என்னிடம் 'நில்!' என்கிறது. ஆனால் உலகம் முடிவடைகின்ற அந்தச் சாலையின் கடைசிமுனை மேல் வைத்த கண்ணை என்னால் எடுக்க முடிவதில்லை. இந்த உலகத்தின் முடிவில் ஒரு மரம் இருப்பது தெரிகிறது. கடைசியாக மிச்சமிருக்கும் ஒரே மரம். இலைகளின்றி பட்டுப்போன மரம். நான் அந்த மரத்தை பார்க்கிறேன் என்பதாலேயே அது பிரகாசமான சிவப்பு நிறத்திற்கு மாறுகிறது. பின் அது தீப்பிழம்புகளாக பற்றி எரிகிறது. இந்த நேரத்தில், கடவுள் இருக்காத ஒரு இடத்தைப்பற்றி நான் அவ்வளவு அக்கறை எடுத்துக்கொண்டதற்காக குற்றவுணர்வு எழுகிறது. அடுத்த கணமே அந்தச் செந்நிற மரம் கருப்பாக மாறுகிறது. அதைத் திரும்பவும் பார்க்கக்கூடாது என்று எனக்குள் சொல்லிக்கொள்கிறேன். ஆனால் இயலாமல், மீண்டும் பார்வையை அதன்மேல் திருப்ப, உலகத்தின் முடிவில் இருந்த அம்மரம் மறுபடியும் சிவப்பாக எரியத் தொடங்குகிறது. இது காலைவரை தொடர்ந்து எரிகிறது."

"எதற்காக இந்தக் காட்சி உன்னை அந்தளவுக்கு பயமுறுத்துகிறது?"

"அதைப்போன்றதொரு நிலக்காட்சி, இந்த உலகத்தைச் சேர்ந்தது தான், இந்த பூமியில்தான் அதைப்போன்றதொரு இடம் இருக்கிறது என்று எனக்குத் தோன்றவைப்பது பிசாசுதான் என்று சொல்வேன். ஒரு விஷயத்தை என் கண்முன்னே உயிர்பெற்று எழச்செய்ய முடியு மென்றால், அதன் ஆதாரவித்து என் கற்பனையாகத்தானே இருக்க முடியும்? இந்த பூமியில் அதைப்போன்றதோர் இடம் உண்மையிலேயே இருந்தால் அதற்குப் பொருள் – அல்லாஹ் மன்னிப்பாராக – இறைவன் இல்லை, ஆனால் இது உண்மையாக இருக்க முடியாது என்பதால், கடவுள் நம்பிக்கை இல்லாதிருப்பது நான்தான் என்று ஆகிறது. இது நான் இறந்துபோவதைவிட மோசமானது."

"எனக்குப் புரிகிறது," என்றான் கா.

"நான் ஒருமுறை கலைக்களஞ்சியத்தில் atheist (நாத்திகன்) என்ற சொல் கிரேக்கச் சொல்லான athos என்பதிலிருந்து உருவானது என்று படித்தேன். ஆனால் அந்தச் சொல் கிரேக்க மொழியில் கடவுள் நம்பிக்கையில்லாதவர்களை குறிப்பிடுவதல்ல; கடவுள்களால்

கைவிடப்பட்ட, அனாதரவானவர்களைக் குறிப்பிடுவது. எனவே மனிதர்கள் எப்போதுமே நாத்திகர்களாக இருக்க முடியாது என்பதைத் தான் இது காட்டுகிறது. ஏனென்றால் நாம் விரும்பினாலும் கடவுள் நம்மை இங்கே கைவிடமாட்டார். அப்படியானால், நீங்கள் ஒரு நாத்திகனாக வேண்டுமென்றால், முதலில் நீங்கள் ஒரு மேற்கத்தியனாக வேண்டும்.”

“நான் ஒரு கடவுள் நம்பிக்கையுள்ள மேற்கத்தியனாக இருக்க விரும்புகிறேன்,” என்றான் கா.

“ஒருவன் காபி இல்லங்களில் ஒவ்வொரு மாலையிலும் நண்பர்களுடன் சீட்டாடிக் கொண்டு, சிரித்துக் கொண்டிருப்பவனாக இருக்கலாம். அவன் வகுப்புத்தோழர்களோடு சந்தோஷமாக அரட்டை அடித்துக்கொண்டிருப்பவனாக இருக்கலாம். நாள் முழுக்க அவனுக்கு நெருக்கமானவர்களோடு குதூகலமாக இருப்பவனாக இருக்கலாம். ஆனால் அவனை இறைவன் கைவிட்டுவிட்டாரென்றால் அவன் இப்பூமியில் இருக்கும் தனி மனிதனாக மாறிப்போவான்.”

“உண்மையான காதல் ஒன்று உடனிருந்தால் அது கொஞ்சம் ஆறுதலாக இருக்கும்,” என்றான் கா.

“ஆனால் நீங்கள் அவளைக் காதலிக்குமளவிற்கு அவள் உங்களைக் காதலிக்க வேண்டுமே!”

கதவு மீண்டும் தட்டப்பட்டது. நெஸிப் காவை அணைத்து இரண்டு கன்னங்களிலும் குழந்தையைப் போல முத்தமிட்டுவிட்டு கதவைத் திறந்து வெளியேறினான். வெளியே காத்திருந்தவன் மின்னல் வேகத்தில் உள்ளே ஓடிவந்து கழிப்பறைக்குள் புகுந்து தாழிட்டுக்கொண்டான். கா வெளிக்கதவை மீண்டும் சார்த்திக்கொண்டு சிகரெட் ஒன்றை பற்றவைத்துக்கொண்டு ஜன்னலுக்கு வெளியே அந்த அற்புதமான பனிப்பொழிவைப் பார்த்தான். நெஸிப்பின் நிலக்காட்சியைப்பற்றி யோசித்தான். அவன் வர்ணிப்பின் ஒவ்வொரு சொல்லும் ஏற்கனவே எழுதப்பட்ட கவிதைபோல அவன் நினைவில் இருந்தது. பார்லாக்கிலிருந்து யாரும் வந்து அவனை கலைக்காதவரை அவனால் அந்தக் கவிதையை அவனது குறிப்பேட்டில் எழுதிவிட முடியும்.

பார்லாக்கிலிருந்து வந்தவன்! கல்லூரி இறுதி வருடங்களில் காவும் நானும் பாதிராத்திரிவரை இலக்கியம் பேசிக் கழித்ததில் எங்களுக்கு அபிமான விஷயமாக இருந்தது இதுதான். ஆங்கிலேய கவிதை பற்றி அறிந்தவர் எவருக்கும் கோலரிட்ஜ்ஜின் ‘குப்ளா கான்’ கவிதையின் ஆரம்பத்திலிருக்கும் குறிப்பு ஞாபகம் இருக்கும். அந்தக் குறிப்பில் அவர் ‘கனவில் கண்ட ஒரு காட்சியின் ஓர் இணுக்கு மட்டும்தான் அந்தக் கவிதை’ என்று எழுதியிருப்பார். கவிஞர் ஏதோ நோய்க்காக மருந்து உட்கொண்டுவிட்டு (அவர் உண்மையில் போதைக் காக ஓப்பியம் எடுத்துக்கொண்டிருந்தார்) தூங்கிவிட்டாராம். ஆழ்ந்த உறக்கத்தில், அவர் சுயநினைவு இழப்பதற்கு முன் படித்துக்கொண்டிருந்த புத்தகத்திலிருந்து வாக்கியங்கள் கனவாக உருப்பெற்றுக் கொண்டிருந்ததாம். ஒவ்வொரு வாக்கியமும், ஒவ்வொரு பொருளும் தனக்கேயுரித்தான

வகையில் உயிர்பெற்று கனவுலகில் ஒரு கவிதையாக மாறியதாம். யோசித்துப் பாருங்கள்: ஒரு மகத்தான கவிதை கவிஞனின் முயற்சி யில்லாமல் தானாகவே உருக்கொள்கிறது! அதைவிட ஆச்சரியம், கோலரிட்ஜ் கண்விழித்தபோது அந்த அதியற்புதக் கவிதையின் ஒவ்வொரு சொல்லும் அவர் நினைவில் இருந்தது. அவர் உடனே பேனா, மை, காகிதத்தை எடுத்துக்கொண்டு அக்கவிதையை மெதுவாக ஜாக்கிரதையாக எழுதத் தொடங்கினார். யாரோ டிக்டேஷன் கொடுப்பதை எழுதுவதைப் போல ஒவ்வொரு வரியாக எழுதிக்கொண்டே வந்தார். நாமெல்லோரும் அறிந்த அக்கவிதையின் கடைசி வரிக்கு அவர் வந்தபோது யாரோ கதவைத் தட்டினார்கள். அவர் எழுந்து சென்று பார்த்தார். வந்தவன் பக்கத்து ஊரான பார்லாக்கைச் சேர்ந்தவன். அவருக்குக் கொடுத்த கடனை வாங்குவதற்கு வந்திருந்தான். அவனை அனுப்பிவிட்டு கவிஞர் எழுதுமேஜைக்கு வேகமாகத் திரும்பினார். ஆனால் அவருக்கு மீதமிருக்கும் கவிதை மறந்துபோய்விட்டது. ஒருசில வார்த்தைகளும் பொதுவான தொனியும் மட்டுமே இலேசாக நினைவில் இருந்தன.

அவனது கவனத்தைக் கலைக்க யாரும் பார்லாக்கிலிருந்து வராததால், கா மேடைக்கு அழைக்கப்பட்டபோது அந்தக் கவிதை அவனிடம் பத்திரமாக இருந்தது. மேடையில் இருந்த எல்லோரையும் விட அவன் உயரமாக இருந்தான். அதுமட்டுமன்றி அவனது மரக்கரி நிற ஜெர்மானிய கோட் அவனை தனித்துக்காட்டியது.

பார்வையாளர்கள் மத்தியில் இருந்த பெரும்கூச்சல் இப்போது அடங்கிவிட்டது. கட்டுக்கடங்காத மாணவர்களும், வேலையற்றவர்களும், இஸ்லாமிஸ்ட் எதிர்ப்பாளர்களும் எதற்காகக் கிண்டலடித்து சிரிக்க வேண்டும், எதனை எதிர்க்க வேண்டும் என்று இப்போது தெரியாததால் மௌனமாகியிருந்தனர். முன்வரிசையிலிருந்த முக்கிய பிரமுகர்கள், காவை நாள் முழுக்க தொடர்ந்து கொண்டிருந்த துணை ஆளுநர், காவல்துறை துணைத்தலைவர், ஆசிரியர்கள் எல்லோருக்கும் கா ஒரு கவிஞன் என்பது தெரிந்திருந்தது. அந்த உயரமான ஒல்லி நிகழ்ச்சி தொகுப்பாளன் இந்த திடீர் அமைதியால் பாதிக்கப்படாதிருந்தான். அவனுக்குத் தோன்றிய ஒரே கேள்வியை காவிடம் கேட்டான். "நீங்கள் ஒரு கவிஞர் இல்லையா?" என்று ஆரம்பித்தான். "நீங்கள் கவிதை எழுதுகிறீர்கள். கவிதை எழுதுவது கஷ்டமான காரியமா?" இந்த இடக்குமடக்கான பேட்டியின் முடிவில் (ஒவ்வொரு முறையும் டேப்பில் இந்த அவலட்சண நேர்காணலைப் பார்க்கும்போதும் கடுப்பாக இருக்கும்) கவிதை எழுதுவது தனக்குக் கடினமாக இருக்கிறது என்று சொன்னானா அல்லது இல்லை என்றானா என்பது பார்வை யாளர்கள் எவருக்கும் விளங்கியிருக்கவில்லை. ஜெர்மனியிலிருந்து இப்போதுதான் வந்திருக்கிறான் என்பது மட்டும் புரிந்திருந்தது.

தொகுப்பாளன் இப்போது, "எங்கள் அழகான நகரம் கார்ஸ் உங்களுக்குப் பிடித்திருக்கிறதா?" என்று கேட்டான்.

ஒரு கணம் திணறி, பின் சமாளித்து, "மிகவும் அழகான, மிகவும் வறிதான, மிகவும் துயரார்ந்த நகரம்," என்றான்.

ஹாலின் பின்வரிசையிலிருந்த சமயக்கல்விக்கூட மாணவர்கள் இருவர் உரக்க சிரித்தனர். யாரோ ஒருவன் “உன் ஆன்மாதான் வறியதாயிருக்கிறது,” என்று கத்தினான்.

இந்தக் குத்தல் பேச்சில் ஊக்கம் பெற்று ஆறேழுபேர் எழுந்து நின்று சத்தம் போடத் தொடங்கினர். இரைச்சலாக சிலர் காவை தொந்தரவு செய்ய, யார் என்ன பேசுகிறார்கள் என்று தெளிவாகவில்லை. இவை நடந்து பலகாலம் கழித்து கார்ஸ்ஸுக்கு நான் வந்திருந்தபோது, கா தொலைக்காட்சியில் பேசும் காட்சியின்போது ஹண்டே அழத் தொடங்கிவிட்டதாக துர்குத் பே என்னிடம் கூறினார்.

தொகுப்பாளன் விடாப்பிடியாக, “துருக்கிய இலக்கியத்தை ஜெர்மனியில் பிரதிநிதித்துவம் செய்பவராக நீங்கள் இருக்கிறீர்கள் . . .” என்று ஆரம்பித்தான்.

“இவர் எதற்காக இங்கே வந்திருக்கிறார் என்று சொல்லச் சொல்லுங்கள்,” என்று கத்தினான் ஒருவன்.

“நான் இங்கே வந்ததற்குக் காரணம், விரக்தியுற்று நான் விசனத்தில் இருந்ததால்” என்றான் கா. “நான் இங்கே மிகவும் மகிழ்ச்சியோடு இருக்கிறேன். தயவுசெய்து கவனியுங்கள், என் கவிதையை இப்போது சொல்லப் போகிறேன்.”

அடுத்து சில கணங்களுக்கு குழப்பம் நீடித்தது. பின் கூச்சல் நின்றதும் கா பேசத் தொடங்கினான். பல வருடங்கள் கழித்து அந்த மாலை நிகழ்வுகளின் வீடியோ டேப் என் கைக்கு கிடைத்தபோதுதான் என் நண்பனின் நெகிழவைக்கும் அந்தக் கவிதை அரங்கேற்றத்தைப் பார்த்தேன். அவன் ஒரு பெரிய கூட்டத்தில் கவிதை மொழிவதை அப்போதுதான் முதலில் பார்க்கிறேன். மனதிற்குள் பெரிதாக எதையோ வைத்திருப்பவனைப் போல அவன் எச்சரிக்கையுடன் அமைதியாக முன்னகர்ந்தான். ஆனால் அவன் தோரணையில் துளியும் பாசாங்கு காணப்படவில்லை. அடுத்து வருவதைப்பற்றிய இலேசான நிச்சய மின்மையில் ஓரிருமுறை அவன் தயங்கி இடைவெளி விட்டாலும், கவிதையை ஆரம்பம் முதல் முடிவுவரை தடங்கலின்றி மொழிந்து முடித்தான்.

‘கடவுள் இருக்காத இட’த்தைப் பற்றி கா வர்ணிப்பதைக் கேட்கும் போது நெஸிப்பிற்கு தான் வர்ணித்த நிலக்காட்சி வர்ணனையைப் போலவே வார்த்தைக்கு வார்த்தை இருந்ததை உணர்ந்து இருக்கை யிலிருந்து எழுந்து நின்றான். வீழும் பனியைப் பற்றி கா விவரிக்கும் போது அவன் கவனத்தை கலைக்காதிருந்தான். சொல்லி முடிந்ததும் பலத்த கரகோஷம் எழுந்தது. பின்வரிசையிலிருந்த சிலர் எழுந்து நின்று சத்தம் போட, வேறு சிலரும் சேர்ந்துகொண்டனர். அவர்கள் கவிதையால் கவரப்பட்டு பாராட்டுகிறார்களா அல்லது சரியான ‘போர்’ என்று சத்தமிடுகிறார்களா என்று யாருக்கும் தெரியவில்லை.

சிறிது நேரம் கழித்து ஒரு பச்சை நிறப் பின்னணியில் ஒரு நிழலுருவமாக கண்ணிமைக்கும் நேரத்திற்கு அவன் தெரிந்ததுதான் என் இருபத்தியேழு வருட நண்பனை நான் கடைசியாகப் பார்த்தது.

17

என் தந்தையர் தேசம் அல்லது எனது கருப்பு முக்காடு

தனது கருப்பு முக்காடை எரிக்கும் ஒரு பெண்ணைப்பற்றிய நாடகம்

காவின் கவிதை மொழிதல் முடிந்ததும் நிகழ்ச்சி தொகுப்பாளன் மிகையாகப் பணிந்து வணங்கி, அடுத்து வரப்போகும் பிரதான நிகழ்ச்சியின் தலைப்பை அழுத்தம் திருத்தமாக உச்சரித்தான்: *'என் தந்தையர் தேசம் அல்லது எனது கருப்பு முக்காடு'.*

சமயக்கல்விக்கூட மாணவர்கள் அமர்ந்திருந்த மத்திய, கடைசி வரிசைகளிலிருந்து சில எதிர்ப்புக் கூச்சல்களும், ஒன்றிரண்டு சீழ்க்கைகளும் பரவலான ஊளைகளும் எழுந்தன. முதல் வரிசையில் இருந்த இரண்டு அதிகாரிகள் ஒப்புதலாகக் கைத்தட்டினர். அரங்கம் நிறைந்திருந்த கூட்டத்தில் மற்றவர்கள் அடுத்து என்ன நிகழப்போகிறது என்று ஆவலும் திகைப்புமாக அமர்ந்திருந்தனர். பிரபலமான விளம்பரங்களை கூச்சமில்லாமல் பகடி செய்த ஃபுன்டா ஈஸரின் பொருத்தமற்ற பெல்லி டான்ஸ், சுனய் ஸயிம் வயதான பிரதம மந்திரியாகவும், ஊழல்கார கணவனாகவும் நடிக்க, அவள் கூடவே வந்து செய்த சேட்டைகள் போன்றவை கூட்டத்தினரிடையே எந்தவிதமான அசூயையும் ஏற்படுத்தியிருக்கவில்லை. முன்வரிசை பிரமுகர்கள் அவற்றை ரசிக்கக்கூட செய்தனர்.

அடுத்து வந்த நிகழ்ச்சியை பெரும்பாலான பார்வையாளர்கள், சமயக்கல்விக்கூட மாணவர்களின் இடைவிடாத தடங்கல்களையும் கண்டனக் கூச்சல்களையும் மீறி ரசிக்கவே செய்திருப்பார்கள். சில நேரங்களில் மேடையில் பேசப்படுவதில் ஒரு வார்த்தைகூட காதில் விழாத நிலையும் இருந்தது. ஆனாலும் இந்தப் பழைய, ஏறக்குறைய புராதன பாணியில் அமைந்த, இருபது நிமிட நாடகம் மிகப் பட்டவர்த்தனமான கட்டமைப்பைக் கொண்டிருந்ததால், இந்நாடகத்தைப் பார்க்கும் செவிட்டு

ஊமைகளுக்குக்கூட அதன் உத்தேசங்களையும் மறைகுறிப்புகளையும் புரிந்து கொள்வதில் சிரமம் இருந்திருக்காது.

1. கன்னங்கரேலென்ற முக்காடு அணிந்த பெண் ஒருத்தி தெருவில் நடந்து செல்கிறாள். தனக்குள்ளே பேசியபடி சிந்தனை வயப்பட்டு இருக்கிறாள். அவளை எதுவோ தொந்தரவு செய்துகொண்டிருக்கிறது.

2. அந்தப் பெண் அணிந்திருக்கும் முக்காடை கழற்றிவிட்டு தனது விடுதலையை அறிவிக்கிறாள். இப்போது அவள் முக்காடு இல்லாமல் மகிழ்ச்சியாக இருக்கிறாள்.

3. அந்தப் பெண்ணின் குடும்பமும் அவளுடைய வருங்காலக் கணவனும் அவள் சொந்தங்களும் தாடி வைத்த முஸ்லிம்கள் பலரும் அவள் முக்காடை கழற்றி எடுத்ததை, அவளது சுதந்திரத்தை எதிர்க்கிறார்கள். அவள் மீண்டும் முக்காடு அணிய வேண்டுமென்று வற்புறுத்துகிறார்கள். ஒரு நியாயமான கோபத்தில் அவள் தனது முக்காடை தீயிட்டு கொளுத்துகிறாள்.

4. நேர்த்தியாக தாடி வளர்த்திருக்கும், தொழுகை மணிச்சரத்தை வைத்திருக்கும் மதவெறியர்கள் இந்தச் சுதந்திர நடவடிக்கையால் வெறிகொண்டு அவளைக் கொல்வதற்காக அவள் தலைமுடியைப் பிடித்து இழுத்துச் செல்கின்றனர் . . .

5. குடியரசின் வீரம் செறிந்த இளம் ராணுவ வீரர்கள் காட்சியில் பிரவேசித்து அவளைக் காப்பாற்றுகின்றனர்.

முப்பதுகளின் மத்தியிலிருந்து இரண்டாம் உலகப்போரின் ஆரம்ப வருடங்கள்வரை, *என் தந்தையர் தேசம் அல்லது எனது கருப்பு முக்காடு* என்றழைக்கப்பட்ட இச்சிறு நாடகம் அனடோலியாவெங்கிலும் லீஸே பள்ளிகளிலும் டவுன் ஹால்களிலும் அடிக்கடி மேடையேற்றப்பட்டு வந்தது. பெண்களை முக்காடிலிருந்தும் இதர மத வல்லந்தங்களிலிருந்தும் விடுவிப்பதில் ஆர்வம் கொண்டிருந்த மேலை மோக அதிகாரிகளால் பெரிதும் ஊக்கப்படுத்தப்பட்டு வந்தது. ஆனால் ஐம்பதுகளுக்குப் பிறகு கெமாலிஸ்ட் காலத்தின் உக்கிரமான தேசாபிமானம், அந்தளவுக்குத் தீவிரம் காட்டாத தளர்வான பாணிக்கு வழிவிட்ட பிறகு, இந்த நாடகம் மறந்துவிடப்பட்டது. பலவருடங்கள் கழித்து, அந்த கார்ஸ் இரவில் முக்காடுப் பெண்ணாக நடித்த ஃபுன்டா ஈஸரை ஒலிப்பதிவுக் கூடத்தில் சந்தித்தபோது அவளுடைய அம்மா 1948இல் க்யுட்டாயா லீஸே பள்ளியில் நடித்த அதே பாத்திரத்தை மீட்டுருவாக்கம் செய்து அவள் நடித்துக்காட்டியதை மிகவும் பெருமையாகப் பேசிக்கொண்டிருந்தாள். ஆனால் அப்பாத்திரத்தை சிறப்பாக ஏற்று நடித்ததற்குப் பிறகு கிடைக்கிற திருப்தியும் மகிழ்ச்சியும் அவள் அம்மாவுக்குக் கிடைத்ததைப் போல தனக்குக் கிடைக்காமல் அடுத்து நடந்த நிகழ்ச்சிகள் கெடுத்துவிட்டதில் அதிருப்தியுற்றிருந்தாள். போதை மருந்துகளாலும் அயர்ச்சியாலும் அச்சத்தாலும் உருக்குலைந்து பொதுவாக நடிகர்களுக்கு நேர்வதைப் போல தொடர்ந்தேர்த்தியான ஒப்பனைப் பூச்சுகளால் முகம் சோகையாகியிருந்தது. அன்றிரவு

உண்மையில் என்னதான் நடந்தது என்று அவளை விளக்கச்சொல்லிக் கேட்டேன். வேறு சிலரையும் அன்றிரவு சம்பவங்கள் குறித்து நான் பேட்டி கண்டிருந்ததால் அவற்றில் சிலவற்றை கொஞ்சம் விளக்கமாகவே சொல்லமுடியும்.

நேஷனல் தியேட்டரிலிருந்த பெரும்பாலான உள்ளூர் வாசிகள் முதல் காட்சியைப் பார்த்து அதிர்ச்சியும் குழப்பமும் அடைந்தனர். அந்த நாடகத்தின் பெயர் *'என் தந்தையர் தேசம் அல்லது எனது கருப்பு முக்காடு'* என்று தெரிந்தபோது, அது ஏதோ தற்கால அரசியல் பற்றிய நாடகம் என்றுதான் நினைத்தனர். அந்தப் பழைய நாடகத்தை ஞாபகத்தில் வைத்திருந்த ஒன்றிரண்டு எண்பது வயதுக்காரார்களைத் தவிர வேறு எவரும் உண்மையிலேயே ஒரு பெண் முக்காடு அணிந்து கொண்டு மேடையில் வருவாள் என்று எதிர்பார்த்திருக்கவில்லை. அவள் மேடையில் தோன்றியபோதுகூட, அவள் அணிந்திருந்த முக்காடை இஸ்லாமிய அரசியலின் மதிப்புமிகு சின்னமாகத்தான் எடுத்துக்கொண்டனர். இந்த மர்மமான முக்காடுப் பெண்மணி மேடையில் தலைகுனிந்தபடியே முன்னும் பின்னுமாக நடைபோட்டுக் கொண்டிருந்தபோது அவள் சோகமாக இருக்கிறாள் என்பதை உணர்த்தும் உத்தி அது என்பதுகூட அவர்களுக்கு உடனே புரியவில்லை. பார்வையாளர்களில் பலர் அவள் திமிரோடு நடப்பதாகக்கூட நினைத்தனர். மதக் கட்டுப்பாட்டு உடைகள் பற்றி 'புரட்சிகரமான' கருத்துக்களைக் கொண்டிருந்த அதிகாரிகளுக்கும் அவள் மரியாதைக் குரியவளாகவே தோன்றினாள். சமயக்கல்விக்கூட மாணவன் ஒருவன் அந்த முக்காடுக்கடியில் ஒளிந்திருப்பவள் யாரென்பதை கண்டுபிடித்து விட்டு சீழ்க்கையடித்து ஊளையிட்டபோது, முதல் வரிசையாளர்கள் அவனை எரிச்சலோடு திரும்பிப் பார்த்தனர்.

இரண்டாவது காட்சியில் அந்தப் பெண்மணி அவள் விடுதலை அடைந்துவிட்டதாகவும் ஞானவிளக்கம் பெற்றுவிட்டதாகவும் தனது முக்காடை கழற்றி எடுத்தபோது பார்வையாளர்கள் முதலில் திகைத்துப் போயினர். அரங்கத்தில் மேலைவாத மதச்சார்பற்றவர்கள் கூட அவர்களுடைய கனவுகள் உண்மையாகிக் கொண்டு வருவதைக் கண்டு மிரண்டு போயினர் என்று சொல்லலாம். இஸ்லாமிய அரசியலாளர்கள் மீதிருந்த மிதமிஞ்சிய பயத்தினால், எந்த மாற்றமும் நிகழாமல் இப்போதைப்போலவே எல்லாம் தொடர்ந்தால் போதும் என்ற நிலைக்கு வெகுகாலத்திற்கு முன்பே அவர்கள் வந்திருந்தனர். நான் 'கனவுகள்' என்று சொன்னேனே தவிர, அவர்களுடைய தூக்கத்தில் கூட குடியரசின் ஆரம்ப வருடங்களைப் போல முக்காடுகளை அகற்றுமாறு அரசாங்கம் பெண்களைக் கட்டாயப்படுத்தும் நிலை வரக்கூடுமென்று நினைத்ததில்லை. 'இரானில் நாம் பார்த்ததைப் போல இஸ்லாமிஸ்ட்டுகள் பயமுறுத்தியோ, பலவந்தப்படுத்தியோ மேலைவாதிப் பெண்களை முக்காடு அணிய கட்டாயப்படுத்தாதவரை' எந்த பிரச்சனையும் எழுப்பாமல் அமைதியாக வாழலாம் என்றிருந்தனர்.

"ஆனால் உண்மை என்னவென்றால் முன்வரிசையில் உட்கார்ந்து கொண்டிருந்த தீவிர மதச்சார்பற்ற கெமாலிஸ்ட்டுகளில் யாரும்

உண்மையில் கெமாலிஸ்ட்டுகளே அல்ல – எல்லோரும் கோழைகள்!” என்று எல்லாம் முடிந்த பிறகு துர்குத் பே காவிடம் கூறினார். முக்காடுப் பெண்கள் தமது மூடாக்குகளை அகற்றுவதற்கு மதத் தீவிரவாதிகள் மட்டும் எதிர்க்கவில்லை; இதைப் பார்த்துக் கொண்டிருக்கும் வேலையற்றவர்களையும் பின்வரிசையில் கலாட்டா செய்துகொண்டிருக்கும் இளைஞர்களையும் இந்தத் துடுக்கான காட்சி உசுப்பி வெளியேற்றிவிடும் என்ற பயம் அரங்கத்திலிருந்த எல்லோருக்கும் இருந்தது. ஃபுன்டா ஈஸர் தனது முக்காடை ஒய்யாரமாக அகற்றி உதிர்த்தபோது முன்வரிசையிலிருந்த ஒரு ஆள் எழுந்து நின்று கைத்தட்டினான். இந்த அசட்டு ஆசிரியனை பின்வரிசை இளைஞர்கள் சபித்தபடி இழிவாகக் கூச்சலிட்டனர். ஆனால் அவனுக்கு அருகிலிருந்த சிலர் அளித்த நம்பகமான தகவலின்படி அந்த ஆசிரியன் எந்தவிதமான வீராவேச அரசியல் நிலைப்பாட்டையும் எடுத்துக் காட்டியிருக்க வில்லை. ஃபுன்டாவின் வாளிப்பான கைகளையும் அவளது பிரசித்தி பெற்ற கவர்ச்சிகரமான கழுத்துப் பகுதியையும் பட்டவர்த்தனமாக தரிசித்துவிட்ட மயக்கத்தில்தான் அவன் தன்னை மறந்து எழுந்து ஆர்ப்பரித்திருக்கிறான்.

முன்வரிசையிலிருந்த குடியரசாளர்களுக்கும் முக்காடை அகற்றியதும் வெளிப்பட்ட உருவத்தைப் பார்த்து பெரிதும் அதிருப்தி ஏற்பட்டிருந்தது. முக்காடை கழற்றியதும் கண்ணாடி அணிந்த, நல்லிதயம் கொண்ட, அறிவார்ந்த முகமும் ஆர்வமுமிக்க ஒரு கிராமத்துப் பெண்ணைத்தான் அவர்கள் எதிர்பார்த்திருந்தனர். பதிலாக ஆபாச பெல்லி நடனமாடும் ஒருத்தியைப் பார்த்ததும் அவர்களுக்கு அளவுகடந்த எரிச்சல் ஏற்பட்டது. இதிலிருந்து என்ன சொல்லவருகிறார்கள்? விபச்சாரிகளும் மூடர்களும்தான் முக்காடை கழற்றிப் போடுவார்கள் என்கிறார்களா? இதைத்தானே இஸ்லாமிஸ்ட்டுகள் ஆரம்பத்திலிருந்தே சொல்லி வருகிறார்கள்? “இதெல்லாம் தப்பு – ரொம்பத் தப்பு” என்று துணை ஆளுநர் சத்தமிட்டது பலருக்கும் கேட்டது. மேலும் பலரும் எதிர்ப்புக் கோரஸ்ஸில் சேர்ந்து கொள்ள, – ஒருவேளை சுவாரஸ்யத் திற்காகக் கூட இருக்கலாம் – ஃபுன்டா ஈஸர் அசராமல் தொடர்ந்தாள். இருந்தும் முன்வரிசைகளில் இருந்தவர்களில் பெரும்பாலோர், என்னதான் பதற்றமாக இருந்தாலும், அவர்களெல்லோரும் மனதிற்குள் கற்பனை செய்து என்றாவது ஒருநாள் தாமும் அனுபவிப்போம் என்று எதிர்பார்த்திருந்த விடுதலைக்காக இந்தத் துணிச்சலான, மதச்சார்பற்ற பெண் போராடுகிறாள் என்று பாராட்டுணர்வோடு தொடர்ந்து நாடகத்தை ரசித்துக் கொண்டிருந்தனர். சமயக்கல்விக்கூட மாணவர்களிடமிருந்து தொடர்ந்து எழுந்துகொண்டிருந்த எதிர்ப்புகள் அவர்களில் யாரையும் அச்சுறுத்துவதாக இல்லை. முக்கியமாக எல்லா பக்கங்களிலும் காவலுக்கு வீரர்கள் குழுமியிருந்ததால் நடுவிலிருந்த துணை ஆளுநருக்கு இந்தச் சின்னப் பயல்களின் சேட்டை பயப்படுமளவுக்குத் தெரியவில்லை. துணை ஆளுநரின் பரிவாரத்தில் PKK வினரைத் திணறடித்த துணிச்சல்கார காவல்துறை உதவித் தலைவர் காஸிம் பேவும், மனைவிகள் சகிதம் சீருடையில்லாத ராணுவ அதிகாரிகளும், ஆர்டினன்ஸ் சர்வே ஆபீசின் கிளை

மேலாளரும் (இவரோடு மனைவியும், இரண்டு மகள்களும், சூட்டும் டையும் அணிந்த நான்கு மகன்களும் மூன்று தமக்கைகளும் இருந்தனர்), நகரத்தின் கலாச்சார இயக்குநரும் (இவரது முக்கிய வேலை, தடை செய்யப்பட்ட குர்த்திய சங்கீத டேப்புகளை கைப்பற்றி அங்காராவுக்கு அனுப்புவது) அடங்கியிருந்தனர். இவர்களனைவருக்கும் அரங்கமெங்கும் நிறுத்தி வைக்கப்பட்டிருக்கும் சாதாரண உடை காவல் அதிகாரிகள், சுவரோரம் வரிசையாக நின்றிருக்கும் சீருடை அதிகாரிகள், அரங்கிற்குப் பின்னால் காத்திருப்பதாக கேள்விப்பட்டிருந்த ராணுவ வீரர்கள் ஆகியோரின்மீது முழுநம்பிக்கை இருந்தது. அவர்களுடைய ஒரே கவலை இந்த நிகழ்ச்சி நேரடியாக ஒளிபரப்பாவது. இந்த ஒளிபரப்பு உள்ளூருக்கு மட்டும்தானென்றாலும் இந்தக் கிழடுகளுக்கு அது அங்காரா முழுக்க, துருக்கி முழுக்க ஒளிபரப்பாகி எல்லோரும் இவர்களை பார்க்கப் போகிறார்கள் என்பதைப் போல நடுக்கமாக இருந்தது. முன்வரிசை மகானுபாவர்களுக்கு, அவர்களுக்குப் பின்னால் இருப்பவர்களைப் போலவே, கண்ணெதிரே நடந்துகொண்டிருக்கும் காட்சிகள் அதே நேரத்தில் டி.வி.யிலும் ஒளிபரப்பாகிக் கொண்டிருக்கும் என்ற பிரக்ஞை விலகாதிருந்தது. அதனாலேயே அந்த ஆபாசங்களும் அரசியல் உசுப்பேற்றல்களும் அபத்தங்களும் அவற்றின் இயல்பைவிட வசீகரமாகவும் வியக்கத்தக்கதாகவும் அவர்களுக்குத் தோன்றின. சிலர் காமிரா தொடர்ந்து ஓடிக்கொண்டிருக்கிறதாவென்று அடிக்கடி திரும்பிப் பார்த்துக் கொண்டனர். பின் வரிசையாளர்கள் தொடர்ந்து காமிராவைப் பார்த்து கையாட்டிக் கொண்டிருக்க, வேறுசிலர் “ஓ, கடவுளே, என்னை காமிராவில் காட்டுகிறார்கள்!” என்று கத்திக் கொண்டிருக்க, அரங்கத்தின் ஒதுக்குப்புறமான மூலையில் இருந்த முன் வரிசைக்காரர்கள்கூட காமிரா படமெடுக்குமென்ற பிரக்ஞையில் தலையை அப்படி இப்படி அசைக்காமல் உட்கார்ந்திருந்தனர். அரங்கத்தில் இல்லாத வேறு பலருக்கும் அந்நகரத்தின் முதல் நேரடி ஒளிபரப்பின் மூலம் மேடையில் நடப்பதை திரையில் பார்ப்பதுகூட ஆர்வத்தைத் தூண்டுவதாக இல்லை. அரங்கிலிருந்தால் தொலைக்காட்சி காமிராக்காரர்கள் பணியாற்றுவதை நேரில் பார்த்திருக்கலாமே என்ற ஏக்கம்தான் இருந்தது.

இதற்குள், ஃபுன்டா ஈஸர் தனது முக்காடை அவிழ்த்து அழுக்குத் துணியைப் போல ஒரு தாமிர பேஸினுக்குள் எறிந்தாள். பின் அதன் மீது பெட்ரோலை ஊற்றினாள். சோப்புத்தூளை கரைப்பதுபோல அந்த பேஸினுக்குள் கையை விட்டு துழாவினாள். அவள் பெட்ரோலை ஒரு பழைய அகிஃப் துணி சோப்புக் கரைசல் பாட்டிலில் (அந்த காலத்தில் கார்ஸ் நகர இல்லத்தரசிகளிடம் பிரபலமாக இருந்த துணி சோப்பு அது) கொண்டு வந்திருந்ததால், அரங்கிலிருந்த எல்லோருக்கும், ஏன் கார்ஸ் நகர மக்கள் எல்லோருக்கும், அந்த சுதந்திரப் போராட்டப் பெண் மனம் மாறி தனது முக்காடை துவைத்துக் கொண்டிருக்கிறாள் என்று தோன்றி, கொஞ்ச நேரத்திற்கு ஆசுவாசமடைந்தனர்.

“அப்படித்தான், நன்றாகக் கசக்கிப் பிழிந்து துவைக்க வேண்டும்!” என்று யாரோ ஒருவன் பின்னாலிருந்து கத்தினான்.

சிலர் உரக்க சிரிக்க, முன்வரிசை அதிகாரிகளில் சிலர் முகம் சுளித்தனர். இப்போதும் அவள் துணி துவைத்துக் கொண்டிருப்பதாகவே அரங்கில் எல்லோரும் நினைத்துக் கொண்டிருந்தனர். சமயக்கல்விக்கூட மாணவன் ஒருவன், “எங்கே ‘ஓமோ’ துணி சோப்பு?” என்று கத்தினான்.

அந்தப் பையன்களின் கத்தலில் சிலர் எரிச்சலுற்றிருந்தாலும் யாருக்கும் பெரிதாகக் கோபம் வரவில்லை. இந்தப் பழங்கால, ரிபப்ளிகன் தியேட்டரின் துடுக்குத்தனமான நாடகம் எந்தவொரு அசம்பாவிதமுமின்றி முடிந்துவிடும் என்றுதான் முன்வரிசை அதிகாரிகள் உட்பட, பெரும் பாலான பார்வையாளர்கள் நம்பிக் கொண்டிருந்தனர். பல வருடங்கள் கழித்து மரியாதைப்பட்ட உயர் அதிகாரியிலிருந்து ஏழை குர்த்திய மாணவன்வரை பல பேரை நான் பேட்டி கண்டிருக்கிறேன். அவர்கள் எல்லோரும் சொன்னது ஒன்றுபோலவே இருந்தது: நேஷனல் தியேட்ட ருக்கு வந்திருந்த கார்ஸ் நகர மக்களில் ஏறக்குறைய எல்லோரும் தமது தினசரி அலுப்பு நியமங்களிலிருந்து ஒரு சில மணிநேரங்களுக்கு தப்பித்திருக்கவே, முடிந்தால் கொஞ்சம் சந்தோஷப்படவுமே வந்திருந்த தாகச் சொன்னார்கள்.

இதற்கிடையே, ஃபுன்டா ஈஸர் விளம்பரப்படங்களில் வரும் சந்தோஷமான இல்லத்தரசிகளைப் போலவே ரசித்து துணி தோய்த்துக் கொண்டிருந்தாள். எல்லா சந்தோஷமான இல்லத்தரசிகளைப் போலவும் அவள் அவசரப்படவேயில்லை. பேஸினிலிருந்து அந்த கருப்பு முக்காடை வெளியே எடுத்துப் பிழிந்து சுருக்கங்களை நீவிவிட்டு உலர்த்த வேண்டிய நேரம் வந்ததும், அதனை ஒரு கொடியைப் போல விரித்து பார்வை யாளர்களுக்குக் காட்டினாள். என்ன நடக்கிறதென்று புரியாமல் அனைவரும் ஒருவரையொருவர் திரும்பிப் பார்த்துக் கொண்டிருக்கும் போதே அவள் பாக்கெட்டிலிருந்து ஒரு லைட்டரை எடுத்து முக்காடின் ஒரு மூலையின் பற்ற வைத்தாள். ஒரு கணம், நிசப்தம். எரியும் முக்காடின் தீநாக்குகள் அரங்கம் முழுவதிலும் ஒரு வினோதமான, பயங்கரமான ஒளியால் நிரப்ப, தீப்பிழம்புகளின் படபடக்கும் சுவாசம் அனைவருக்கும் கேட்டது.

திகிலுற்று, பலரும் துள்ளி எழுந்தனர். மிகவும் உறுதிவாய்ந்த மதச்சார்பற்றவர்கள் கூட நிலைகுலைந்து போயினர். எரியும் முக்காட்டுத் துணியை அவள் மேடையில் எறிந்தபோது பலருக்கும் அந்த 110 வருடப் பழமையான அரங்கத்தின் அழுக்கடைந்த வெல்வெட் திரைச் சீலைகளும் மர வேலைப்பாடுகளும் தீப்பிடித்துக் கொள்ளுமோ என்ற பயம் ஏற்பட்டது. ஆனால் எல்லாவற்றையும் விட பெரிய கவலை, பிரச்சனை ஆரம்பித்துவிட்டது என்பதுதான். எதுவும் நடக்கலாம் என்று தோன்றியது.

இப்போது பின்வரிசை இளைஞர்களிடமிருந்து பயங்கரக் கூச்சலும், வெறித்தனமான ஊளையிடல்களும், கோபமான சீழ்க்கைகளும் எழுந்தன.

“மதத்தின் எதிரிகள் ஒழிக!” என்று ஒருவன் கத்தினான். “நாத்திகர்கள் ஒழிக! மிலேச்சர்கள் ஒழிக!”

முன்வரிசை பிரமுகர்கள் இன்னமும் அதிர்ச்சியிலிருந்து மீளவில்லை. அந்த தைரியமான ஆசிரியன் மட்டும் எழுந்து, "அமைதியாக இருங்கள்! நாடகத்தைப் பாருங்கள்!" என்று கத்தினாலும் ஒருவரும் அவனை பொருட்படுத்தவில்லை. இந்தக் கூச்சலும் கோஷங்களும் அடங்கப் போவதில்லை, நிலைமை கட்டுக்கடங்காமல் போய்க் கொண்டிருக்கிறது என்பது புரிந்து அரங்கில் ஒரு பயஅலை பரவியது. சுகாதார அலுவலகத்தின் கிளை இயக்குநர் டாக்டர் நெவ்ஸத்தான் முதலில் வெளியேறியவர். அவருக்குப் பின்னாலேயே சூட்டும் டையும் அணிந்த அவருடைய மகன்களும், இரட்டைச் சடை மகளும், மயில்தோகை நிறக் கலவையில் உன்னதமான உடையலங்காரம் அணிந்த மனைவியும் வெளியேறினர். பலவருடங்களாக தோல்பொருட்கள் உற்பத்தியில் இருக்கும் பெரும் செல்வந்தர்களில் ஒருவரும், தற்போது கார்ஸ்ஸில் சில பணிகளை மேற்பார்வையிட வந்திருப்பவருமான சாதிக் பேவும், மக்கள் கட்சியில் இப்போது இருக்கும் வழக்கறிஞரான அவருடைய பள்ளி நண்பர் சபித் பேவும் இருக்கையிலிருந்து எழுந்தனர். முதல் வரிசையினர் முகங்களிலிருந்த கலவரத்தை கா கவனித்தான். என்ன செய்வதென்று தீர்மானிக்க இயலாமல் இருக்கையிலேயே அமர்ந்திருந் தான். இந்தக் குழப்பத்தில், இப்போது அவன் மனதில் மட்டுமே இருக்கிற, இன்னும் அவன் குறிப்பேட்டில் எழுதப்படாத அந்தக் கவிதையை மறந்து விடுவோமோ என்பதுதான் அவனுடைய முக்கியமான கவலையாக இருந்தது. அதே நேரத்தில், எழுந்து வெளியேறி இபெக்கோடு சேர்ந்திருக்க வேண்டுமென்றும் ஆசையாக இருந்தது. அப்போது, கார்ஸ் நகரில் அனைவராலும், அவரது ஆழ்ந்த அறிவால் பெருமதிப்பு பெற்றிருந்த தொலைபேசி நிறுவன இயக்குநர் ரெகாய் பே புகை மண்டியிருந்த மேடையை நோக்கிச் சென்றார்.

"அருமைப் பெண்ணே, அடாதுர்க்கின் கொள்கைகளுக்கு நீ செலுத்திய மரியாதையை நாங்களெல்லோரும் ரசித்தோம். இதோடு போதும், நிறுத்திக்கொள். இதோ பார் – பார்வையாளர்கள் கொதிப் படைந்து போயிருக்கின்றனர். எந்த நேரத்திலும் கலவரம் வெடிக்கலாம்," என்று உரத்த குரலில் கேட்டுக்கொண்டார்.

இப்போது முக்காடுத் துணி எரிவது நின்றுவிட்டது. நான் சில வருடங்கள் கழித்து 1936ஆம் வருட டவுன்ஹால் பதிப்பான 'என் தந்தையர் தேசம் அல்லது எனது கருப்பு முக்காடு' நூலில் கண்ட அதே தனி உரையை ஃபுன்டா ஈஸர் புகை நடுவினில் நின்று, ஒப்பித்துக் கொண்டிருந்தாள். இந்த வாசகங்களை எழுதியதற்காக மிகவும் பெருமைப் படுவதாக இந்நூலாசிரியர் சொல்லியிருக்கிறார். நான் இப்போது விவரிக்கும் சம்பவங்கள் நடந்து நான்கு வருடங்கள் கழித்து அப்போது தொண்ணூற்றி இரண்டு வயதாகியிருந்த, ஆனால் சுறுசுறுப்பாக இருந்த அந்நூலாசிரியரை சந்திக்கும் வாய்ப்பு கிடைத்தது. நான் அவரைப் பேட்டி கண்டபோது, அவரது சக்தியில் பெரும் பாகத்தை அவருடைய பேரக்குழந்தைகளை அல்லது கொள்ளுப் பேரக் குழந்தை களை குறும்புச் சேட்டைகளுக்காகத் திட்டிக்கொண்டிருப்பதில்தான் செலவழித்துக் கொண்டிருந்தார். ஆனாலும் அவருடைய படைப்பு

களிலேயே (அடாதுர்க் வருகிறார், உயர்நிலை பள்ளிகளுக்கான அடாதுர்க் நாடகங்கள், அவரைப்பற்றிய நம் நினைவுகள், இத்தியாதி) 'என் தந்தையர் தேசம் அல்லது எனது கருப்பு முக்காடு' நாடகம்தான் எளிதில் மறக்கடிக்கப்பட்டுவிடும் என்ற வருத்தம் அவருக்கு இருப்பதாக என்னிடம் புலம்புவதற்கு அவரிடம் பலம் இருந்தது. இந்நாடகம் கார்ஸ்ஸில் மறு அரங்கேற்றம் செய்யப்பட்டதையோ, அதன் பின் விளைவுச் சம்பவங்களையோ அறிந்திராமல் அவர் பேசிக்கொண்டிருந் தார். முப்பதுகளில் இந்த நாடகம்தான் லீஸே பள்ளி மாணவிகளிடமும் அரசு அதிகாரிகளிடமும் பெரும் பாதிப்பை ஏற்படுத்தியது. அவர்களை கண்ணீர் சிந்த வைத்தது. நிகழ்த்தப்படும் இடங்களிலெல்லாம் எழுந்து நின்று கரகோஷம் செய்து பார்வையாளர்கள் பாராட்டினார்கள் என்றார்.

இப்போது சமயக்கல்விக்கூட மாணவர்களின் கூச்சலையும் கிறீச்சிடும் ஊளைகளையும் கோப சீழ்க்கைகளையும் தவிர வேறு எதுவும் கேட்கவில்லை. அரங்கின் முன்வரிசை குற்றமுள்ள நெஞ்சினர் களின் பயம் கலந்த மௌனத்திலும்கூட ஃபுன்டா ஈஸர் என்ன சொல்கிறாள் என்று சிலருக்குத்தான் கேட்டது. 'அந்த கோபக்காரப் பெண் தனது முக்காடை தலையிலிருந்து கிழித்தெறிந்தபோது, அவள் வெறுமனே இந்நாட்டு மக்களை குறித்தோ, தேசிய உடை குறித்தோ ஓர் அறிவிப்பை மட்டும் செய்யவில்லை; எங்கள் ஆன்மாக்களைப் பற்றிய அவளது கூற்று அது. முக்காடு, தலைப்போர்வை, தலைப்பாகை, தலையாடை எல்லாமே எமது ஆன்மாக்களின் பிற்போக்கு இருண்மை யின் சின்னங்கள். இவற்றிலிருந்து நாம் நம்மை விடுவித்துக்கொண்டு மேற்குலகின் நவீன நாடுகளுடன் சேர்ந்துகொள்ள விரைய வேண்டும்.' அவளது இந்த வார்த்தைகள் ஒருசிலரின் காதுகளில் மட்டுமே விழுந்தாலும், பின்வரிசையிலிருந்து எழுந்த ஒரு வசை எல்லோருக்கும் மிகத் தெளிவாகக் கேட்டது: "ஏன், எல்லாவற்றையும் அவிழ்த்தெறிந்து விட்டு நிர்வாணமாக ஐரோப்பாவுக்கு ஓடவேண்டியதுதானே?"

இது முன்வரிசைகளில் கூட சிரிப்பை எழுப்பியது. சில கைத்தட்டல் கள் கேட்டன. ஆனால் சடுதியில் முன்வரிசை சுதாரித்துக் கொண்டு மீண்டும் தனது பயத்தில் மூழ்கியது. வேறு சிலரைப் போலவே காவும் இந்த சந்தர்ப்பத்தில் எழுந்து நின்றுகொண்டான். கோபக் கூச்சல்கள் இப்போது அநேகமாக எல்லாரிடமிருந்தும் பின்வரிசைக்குப் போட்டியாக கூச்சல்கள் எழத்தொடங்கிவிட்டன. கதவை நோக்கிச் செல்பவர்கள் கூட திரும்பித்திரும்பிப் பார்த்துக்கொண்டே சென்றனர். ஃபுன்டா ஈஸரோ யார் காதிலும் விழாத ஒரு கவிதையை தொடர்ந்து ஒப்பித்துக்கொண்டிருந்தாள்.

18

சுடாதீர்கள், துப்பாக்கிகள் நிரப்பப்பட்டிருக்கின்றன!

மேடையில் ஒரு புரட்சி

இந்த கட்டத்திலிருந்து நிலைமை வெகுவேகமாக முற்றியது. வட்டமான தாடிகளும் தலையில் வலைதொப்பிகளும் அணிந்த இரண்டு மதவெறியர்கள் மேடையில் தோன்றினர். கையில் கயிறுகளும் கத்திகளும் ஏந்திக்கொண்டு, ஃபுன்டா ஈஸர் அவளது முக்காடை எரித்ததற்காகவும் இறைவனின் கட்டளையை மீறியதற்காகவும் தண்டிப்பதற்காகத்தான் அவர்கள் வந்திருக் கிறார்கள் என்பதை சந்தேகத்திற்கிடமளிக்காமல் நிரூபித்தபடி அவளை நெருங்கினர்.

அவர்கள் அவளை சுற்றி வளைத்து இறுகப் பிடித்ததும், ஃபுன்டா ஈஸர் அவர்கள் பிடியிலிருந்து தப்பிக்கத் திமிறினாள்.

இப்போது அவள் அறிவொளி எழுப்பும் நாடகம் ஒன்றின் கதாநாயகி பாவனையை உதறிவிட்டு அவளுக்கு எப்போதுமே சௌகரியமாக பொருந்திக்கொள்ளமுடிகிற 'வன்புணர்ச்சிக்கு ஆளாகப்போகும் பெண்' பாத்திரமாக மாறிவிட்டாள். ஆனால் பலமுறை ஒத்திகை பார்த்து செப்பனிடப்பட்ட தன்னைத்தானே இழிவுபடுத்திக் கொள்ளும் கெஞ்சல்கள் அவள் எதிர்பார்த்த அளவுக்கு ஆண் பார்வையாளர்களிடையே பச்சாதாபத்தை எழுப்பவில்லை. தாடி வைத்த மதவெறியர்களில் ஒருவன் (அவன் அலங்கோலமாக மேக்–அப் அணிந்திருந்தான்; முந்தைய காட்சியில் அப்பாவாக நடித்தவன் அவன்) அவளது கூந்தலைப் பற்றியிழுத்து கீழே தள்ளினான். மற்றவன் அவள் கழுத்தில் குறுவாளை பதித்தான். 'ஈசாக்கை பலிகொடுக்கும்' மறுமலர்ச்சி கால திரை ஓவியத்தில் இருப்பதைப்போலவே வடிவமைக்கப் பட்டிருந்த இக்காட்சி ஒரு பிற்போக்குத்தனமான மதவெறி எழுச்சி ஏற்பட்டுவிடுமோவென மேலை நாகரீக வர்க்கத் தினரிடையே குடியரசின் ஆரம்ப வருடங்களில் ஏற்பட்டிருந்த

அச்சவுணர்வை இப்போது மீட்டுருவாக்கம் செய்து காட்டுவதைப் போலிருந்தது. முன்வரிசைகளில் இருந்த அதிகாரிகளும், பின்வரிசை களிலிருந்த பழமைவாதிகளும் மட்டுமே இது விடுக்கின்ற எச்சரிக்கையை முதலில் உணர்ந்தவர்களாக இருந்தனர்.

சரியாக பதினெட்டு விநாடிகளுக்கு ஃபுன்டா ஈஸரும் அந்த 'அடிப்படை வாதி'களும் மயிரிழையும் அசையாமல் 'போஸ்' கொடுத்த படி இருந்தனர். நான் பேட்டி கண்ட பலரும் அவர்கள் அதற்கு மேலும் வெகுநேரத்திற்கு அசையாதிருந்தனர் என்று கூறினர். இதற்குள் கூட்டம் கட்டுப்பாட்டை இழந்திருந்தது. முக்காடுப் பெண்களை அவமதித்ததாலும், மதப்பற்றாளர்களை அசிங்கமான, அழுக்கு மடையர் களாகச் சித்தரித்ததாலும் மட்டுமே அந்த மாணவர்கள் கொதிப்படைந் திருக்கவில்லை. இந்த மொத்த விஷயமுமே அவர்களைத் தூண்டி விடுவதற்காக செய்யப்பட்டதென்றே அவர்கள் சந்தேகப்பட்டார்கள். அதனால், அவர்கள் நாடக நடிகர்களுக்கெதிராக கோஷமிட்ட ஒவ்வொரு முறையும், மேடையின் மேல் உரித்த ஆரஞ்சுப் பழங்களையும் கிழித் தெடுத்த இருக்கை குஷன்களையும் வீசியெறிந்த ஒவ்வொருமுறையும், அவர்களுக்காக விரித்து வைத்திருந்த பொறியை நோக்கி ஒரு அடி முன் நகர்ந்தனர். இந்த விஷயத்தில் அவர்களால் எதுவும் செய்ய முடியாத இயலாமை அவர்களை மேலும் கோபப்படுத்தியது. அதனால் தான் அவர்கள் குழுவில் மிகவும் அரசியல் அறிவும் நிதானமும் கொண்ட, குள்ளமான, பரந்த மார்புடைய அப்துர்ரஹ்மான் ஊஸ் (மூன்றுநாட்கள் கழித்து இவனது உடலைப் பெற்றுக்கொள்ள சிவாஸ் நகரிலிருந்து வந்த அவனுடைய அப்பா இவனுக்கு வேறு பெயரைச் சொன்னார்) அவனது தோழர்களைக் கட்டுப்படுத்தவும் அமைதிப் படுத்தவும் அவனாலான எல்லா முயற்சிகளை செய்தும் பலனில்லாமல் இருந்தது. அரங்கத்தின் மற்ற பகுதிகளிலிருந்து வந்த கைத்தட்டல்களாலும், ஊளைகளாலும் ஊக்கம் அடைந்த ஏற்கனவே கோபமாக இருந்த இளைஞர்கள், இந்தக் கூட்டத்தில் தங்களை ஒத்த கருத்து உடையவர் களும் இருக்கின்றார்கள் என ஊகித்தனர். அதைவிட முக்கியமான விஷயம் ஒன்று உண்டு. கார்ஸ்ஸைச் சுற்றியுள்ள பகுதிகளில் இருக்கும் இளம் இஸ்லாமிஸ்ட்டுகள் அளவிற்கு பலமும் ஒழுங்கமைவும் இல்லாத அந்த இளைஞர்களுக்கு முதல்முறையாக ஒரே குரலில் பேசும் தைரியம் கிடைத்தது. முதல் வரிசைகளில் இருந்த அதிகாரிகளையும் ராணுவ ஆபீஸர்களையும் எந்தளவுக்குத் தம்மால் பயமுறுத்த முடிகிறது என்பதைக் கண்டு அவர்கள் புளகாங்கிதமடைந்தனர். அவர்களுடைய ஒற்றுமை அந்நகரம் முழுக்க ஒளிபரப்பாகிக் கொண்டிருப்பதை யுணர்ந்து திருப்தியாகவும் இருந்தது. அவர்கள் வெறுமனே கூச்சலிட்டுக் கொண்டிராமல், அந்த எதிர்ப்பை சந்தோஷமாக அனுபவித்துச் செய்துகொண்டிருந்தனர். இந்த ஒரு விஷயத்தை மட்டும் எல்லோருமே பின்னர் மறந்துவிட்டனர். இந்த வீடியோவை பலமுறை நான் போட்டுப் பார்த்திருந்ததால், அரங்கிலிருந்த சாதாரண குடிமகன்களில் பலரும் அந்த மாணவர்களின் கோஷங்களையும் திட்டுக்களையும் கேட்டு வாய்விட்டு சிரித்துக் கொண்டிருந்ததை கவனிக்க முடிந்தது. சில

நேரங்களில் அவர்கள் கைத்தட்டி, மாணவர்களோடு சேர்ந்து கூச்சலிட்டார்களென்றால் அதற்குக் காரணம் அவர்கள் கொஞ்சம் போரடித்துப் போயிருந்ததுதான். அவர்களுக்குப் பரிச்சயமில்லாத ஒரு மர்மமான அனுபவமாக அந்த மாலைநேர நாடக நிகழ்ச்சி இருக்குமென்றுதான் அவர்கள் வந்திருந்தனர். ஆனால் அது அவர்கள் சற்றும் எதிர்பாராத துரதிருஷ்ட அனுபவமாக மாறிவிட்டது. 'முன்வரிசைகளில் இருந்தவர்கள் இந்த மெலிதான குழப்பத்திற்காக அந்தளவுக்கு பெரிதாக அலட்டிக் கொள்ளாமல் இருந்திருந்தால், அதன்பிறகு நடந்த சம்பவங்களைத் தடுத்திருக்கலாம்' என்று ஒரு நேரடி சாட்சி பின்னர் என்னிடம் கூறினான். இருந்தாலும் சிலர் மட்டும் பிடிவாதமாக, "அந்த பதினெட்டு விநாடிகளின்போது பெரிதும் பீதியடைந்தவர்களாகக் காணப்பட்ட முன்வரிசையினருக்கு என்ன நடக்கப்போகிறது என்று ஏற்கனவே தெரிந்திருந்தது," என்றனர். மேலும், "இல்லையென்றால், பின் எதற்காக தமது குடும்பத்தாரோடு வெளியேறினார்கள்? அங்காராதான் இவை எல்லாவற்றையும் முன்கூட்டியே தீர்மானித்திருந்தது," என்றனர்.

தன் மனதில் இருந்த கவிதை மறைந்துவிடுமென்ற பயத்தில் காவும் அரங்கைவிட்டு வெளியேறினான். அதே நேரத்தில் ஃபுன்டா ஈஸரை அந்த தாடிக்கார மதவெறியர்களிடமிருந்து காப்பாற்றுவதற்காக ஒருவன் மேடையில் பிரவேசித்தான். அவன் சுனய் ஸயிம். அவன் முப்பதுகளின் ராணுவ சீருடைகளும் அடாதுர்க், சுதந்திரப் போராட்ட வீரர்கள் பாணியில் உரோமத் தொப்பியும் அணிந்திருந்தான் மேடையில் அவன் கம்பீரமாக நடைபோட்டு வந்தபோது (அவனுக்கு மெலிதாக கால் நொண்டும் என்பதை யாரும் கவனித்திருக்க முடியாது) அந்த இரு 'அடிப்படைவாதி'களும் பயந்து அவன் காலில் விழுந்தனர். அந்த தைரியசாலி ஆசிரியன் மீண்டும் எழுந்து நின்று சுனய்யின் வீராவேசத்திற்காகப் பலமாக கைத்தட்டினான். ஓரிருவர் "நீ நன்றாக இருப்பாய், வீரனே!" என்று சத்தமிட்டனர். மேலே ஸ்பாட் லைட் விழ, மேடையின் நடுவில் அவன் நின்றிருந்தபோது வேற்றுகிரகவாசி போல கார்ஸ் நகர மக்களுக்குத் தோன்றினான். எவ்வளவு அழகாக, அறிவுள்ளவனாகத் தெரிகிறான் என்று அவர்கள் வியந்தனர். அனடோலியா முழுக்க வருடக்கணக்காக அவன் மேற்கொண்ட சுற்றுப் பயணங்கள் அவனை முடமாக்கியிருந்தாலும் அவன் கவர்ச்சியை இழந்திருக்கவில்லை. அவனிடம் இன்னும் அந்த முரட்டுத்தனமும் உறுதியும் சோகமும் கலந்த ஒரு தன்மை மிச்சமிருந்தது. அவனுக்கு மெலிதான பெண்மை மிளிரும் அழகு, அவன் சே குவேரா, ரோபஸ்பியர், புரட்சிக்காரன் என்வெர் பாஷா பாத்திரங்களை ஏற்று நடித்தது இடதுசாரி மாணவர்களிடையே அவனை ஒரு நாயகனாக்கியிருந்தது. அவன் தனது வெள்ளைக் கையுறை அணிந்த கையின் ஆட்காட்டி விரலை உதட்டின் மேல் வைப்பதற்கு பதிலாக முகவாயின் மீது வைத்து "அமைதி!" என்றான்.

ஸ்கிரிப்ட்டில் இல்லாத இந்த வார்த்தையை அவன் சொல்லியிருக்க வேண்டிய அவசியமே இல்லை. அரங்கில் இருந்தவர்கள் எல்லோரும்

ஏற்கனவே அமைதியாகத்தான் இருந்தனர். நின்றிருந்தவர்கள் அமர்ந்தனர். அவன், "அவர்கள் வேதனையில் இருக்கிறார்கள்," என்றது எல்லாருடைய செவிகளிலும் விழுந்தது.

அவன் சொல்ல நினைத்ததில் பாதிதான் அது. வேதனையில் இருப்பது யார் என்று எவருக்கும் விளங்கவில்லை. பழைய நாட்களில் இந்தச் சொல் நாட்டு மக்களையோ அல்லது தேசத்தையோ குறிப்பிட்டுச் சொன்னதாக எடுத்துக் கொள்ளப்பட்டிருக்கும். ஆனால் இப்போது கார்ஸ் மக்களுக்கு சுனய் குறிப்பிடுவது தம்மைப் பற்றியா, ஃபுன்டா ஈஸரையா அல்லது குடியரசு மொத்தத்தையும் சேர்த்தா என்று உறுதியாகத் தெரியவில்லை. இருப்பினும் அந்தச் சொல் எழுப்பிய உணர்வு துல்லியமாக இருந்தது. ஓர் அசௌகரியமான நிசப்தத்தில் அந்த அரங்கம் ஆழ்ந்தது.

"ஓ, பெருமைமிக்க துருக்கியின் அன்பான குடிமக்களே!" என்று முழங்கினான் சுனய் ஸயிம். "அறிவொளி உதயத்திற்கான பாதையில் செல்ல நீங்கள் தலைப்பட்டு விட்டீர்கள். இந்த மகத்தான பயணத் திலிருந்து யாராலும் உங்களைத் திருப்பமுடியாது. பயப்படாதீர்கள். காலத்தை பின்னோக்கி திருப்ப விரும்பும் பிற்போக்குவாதிகளும், பாழடைந்த உள்ளம் கொண்ட நச்சு மிருகங்களும் அவர்கள் பதுங்கி யிருக்கும் பொந்துகளிலிருந்து வெளியே ஊர்ந்து வர நாம் அனுமதிக்கப் போவதில்லை. குடியரசையும் சுதந்திரத்தையும் அறிவொளியையும் குலைக்க விரும்புகிறவர்களின் கரங்கள் நசுக்கப்படும்."

நெஸிப்பிற்கு இரண்டு இருக்கைகள் தள்ளியிருந்த இளைஞனிட மிருந்து எழுந்த வசைச்சொல் அரங்கிலிருந்த அனைவருக்கும் கேட்டது. மீண்டும் ஓர் ஆழ்ந்த அமைதி பார்வையாளர்கள்மீது போர்த்தியது. பயம் கலந்த திகைப்பு. அவர்கள் நிறுத்தி வைக்கப்பட்ட மெழுகு வர்த்திகள்போல ஸ்தம்பித்து சமைந்திருந்தனர். ஒன்றிரண்டு தாழ்வான கிசுகிசுப்புகள், இந்த விநோத மாலையின் அர்த்தம் விளங்குவதற்கு சமிக்ஞைகள், ஏதாவது சில கதைகள் . . . எதுவும் யார் காதிலும் விழவில்லை. அப்போது மேடையின் இரண்டு பக்கங்களிலும் ராணுவ வீரர்களின் அணி பிரவேசித்தது. மேலும் மூன்று வீரர்கள் மைய வாயிலிலிருந்து இடைவழி வழியே நடந்து வந்து மேடையில் இருப்பவர் களோடு சேர்ந்துகொண்டனர். பார்வையாளர்களுக்கிடையிலிருந்து எழுந்து வரும் நவீன நாடக நடிகர்களுக்கு கார்ஸ் மக்கள் பழக்கப் பட்டிராததால் அவர்கள் முதலில் திடுக்கிட்டனர். பின் சுவாரஸ்ய முற்றனர். கண்ணாடி அணிந்த தூதன் ஒருவன் ஓடிவந்து மேடை யேறினான். அவன் யாரென்று தெரிந்ததும் எல்லோரும் சிரித்தனர். அவன் அந்நகரத்தின் நாளிதழ் விநியோகிஸ்தரின் கெட்டிக்கார 'கண்ணாடி' மச்சான்; நேஷனல் தியேட்டருக்கு எதிரேயிருக்கும் கடையில் அவன் எப்போதும் இருப்பதைப் பார்த்திருக்கிறார்கள். சுனய் ஸயிம்மிடம் நெருங்கி, அவன் காதில் எதையோ கிசுகிசுத்தான்.

அவன் கேள்விப்பட்ட செய்தி மிகவும் சோகமானது என்பது சுனய் ஸயிம்மின் முகத்திலிருந்து கார்ஸ் மொத்தத்திற்கும் தெரிந்தது.

“கல்வியியல் பயிற்சியக இயக்குநர் காலமாகிவிட்டார் என்ற செய்தி இப்போது நமக்கு கிடைத்திருக்கிறது,” என்று அரங்கத்தினரிடம் அறிவித்தான் சுனய் ஸயிம். “இந்த கீழ்த்தரமான கொலை நமது குடியரசின்மீதும் துருக்கியின் மதச்சார்பற்ற எதிர்காலத்தின்மீதும் தொடுக்கப்பட்ட கடைசி தாக்குதலாக இருக்கப் போகிறது!”

பார்வையாளர்கள் செய்தியை ஜீரணித்துக் கொள்வதற்கு முன் மேடையிலிருந்த ராணுவத்தினர் பார்வையாளர்களை நோக்கி துப்பாக்கிகளை நீட்டி குறி பார்த்தனர். அவர்கள் ஒரே நேரத்தில் சுட்டனர். சப்தம் காதைப் பிளந்தது.

அந்தச் சோகச் செய்தியைக் குறிப்பதற்காக நாடக கம்பெனி கேட்டுக்கொண்ட மரியாதை நிமித்த துப்பாக்கி முழக்கமோவென்று முதலில் சிலருக்கு சந்தேகமாக இருந்தது. நவீன நாடக வழமைகளுக்கு பரிச்சயமற்றிருந்த கார்ஸ் மக்களில் பலரும் இதனை மற்றுமொரு பரிசோதனை உத்தி என்றே எடுத்துக்கொண்டனர்.

அரங்கத்தில் ஒரு வலுவான அதிர்வு உலுக்க, பலத்த உறுமல்போல ஒலி எழுந்தது. ஆயுதங்களின் சத்தத்தில் மிரண்டு போயிருந்தவர்களுக்கு அந்த அதிர்வு பார்வையாளர்களின் கிளர்ச்சியால் உண்டானதாக தோன்றியது. ஓரிருவர் எழுந்து நிற்க, மேடையிலிருந்த தாடிக்கார ‘அடிப்படைவாதிகள்’ பாதுகாப்பாக மண்டியிட்டனர்.

“யாரும் அசையாதீர்கள்!” என்றான் சுனய் ஸயிம்.

மீண்டும் ராணுவத்தினர் கூட்டத்தினரை நோக்கி துப்பாக்கிகளை உயர்த்தினர். அதே நேரத்தில் நெஸிப்புக்கு இரண்டு இருக்கைகள் தள்ளியிருந்த அந்தக் குள்ளமான தைரியசாலி பையன் எழுந்து நின்று, “கடவுளற்ற மதச்சார்பற்றோர் ஒழிக! ஃபாஸிஸ மிலேச்சர்கள் ஒழிக!” என்று கத்தினான்.

ராணுவத்தினர் மீண்டும் சுட்டனர்.

வெடிச்சத்தம் காற்றில் பரவ, இன்னொரு பலத்த அதிர்வு அரங்கை நடுங்கவைத்தது.

அதே கணத்தில், வசைச்சொற்களைக் கூவிய அந்தப் பையன் திடீரென மடிந்து இருக்கையில் சரிவதையும், பின் சமாளித்து எழுந்திருப்பதையும் பின்வரிசையில் இருப்பவர்கள் கவனித்தனர். அவன் கைகளும் கால்களும் எதற்காகவோ வெட்டி வெட்டி இழுத்தன. சமயகல்விக்கூட மாணவர்களின் சேட்டைகளை ரசித்துக்கொண்டு, அவர்களின் அர்த்தம் புரியாத கோஷங்களுக்கு சிரித்துக் கொண்டிருந்தவர்களுக்கு இதுவும் மற்றொரு ஜோக் என்றுதான் தோன்றியது. மரண வேதனையில் அந்த மாணவனின் துடிப்பு தொடர்ந்தபோது, அவர்கள் மேலும் சிரித்தனர்.

மூன்றாவது முறையாக சுட்டபோதுதான் பார்வையாளர்களில் சிலருக்கு ராணுவத்தினர் உண்மையான குண்டுகளால் சுடுகிறார்களென்பது உறைத்தது. பயங்கரவாதிகளை ராணுவத்தினர் தெருக்களில்

சுற்றி வளைக்கும்போது அவர்கள் அதைப்போன்ற சத்தத்தை கேட்டிருக்கிறார்கள். உண்மையான துப்பாக்கிச் சூட்டில் அந்த வெடிச் சத்தம் வயிற்றுக்குள்ளும் கேட்கும், அவர்கள் அதை உணர்ந்திருக்கிறார்கள். அந்த அரங்கத்தை நாற்பத்தி நான்கு வருடங்களாக சூடேற்றி வந்த அம்மாபெரும் ஜெர்மானிய ஸ்டவ்விலிருந்து ஒரு விநோதமான ஒலி கசிந்தது. ஸ்டவ் பைப்பை குண்டு துளைத்துவிட்டதால் முழு கொதி நிலையில் இருக்கும் கெட்டில்போல நீராவி பீச்சியடித்தது. பின்வரிசையிலிருந்த எவனோ ஒருவன் தலையிலிருந்து ரத்தம் வழிய எழுந்து மேடையை நோக்கி நேராகச்செல்ல, வெடித்த தோட்டாவின் நெடி முழுக்க பரவியிருந்தது. பார்வையாளர்கள் பீதியில் வெடித்துப் பீறிட தயாராக இருப்பதைப் போலத் தோன்றினாலும் எல்லோரும் அசைவின்றி அமைதியாக ஸ்தம்பித்து அமர்ந்திருந்தனர். ஒரு துர்க் கனவில் இருப்பதைப் போல எல்லோரும் மிகத் தனியாக உணர்ந்தனர். இந்த நிலையிலும் நூரியே ஹெனும் என்ற இலக்கிய ஆசிரியை முதல் முறையாக இருக்கையிலிருந்து எழுந்து நடிகர்களைப் பாராட்டி கைத்தட்டினாள். அங்காராவுக்குச் செல்லும் போதெல்லாம் நேஷனல் தியேட்டருக்குச் செல்வது அவளது வாடிக்கை. நாடக மேடை உத்தி களின் அழகை மிகவும் ரசிப்பவள் அவள். அவள் எழுந்து கைத்தட்டிய அதே நேரத்தில் நெஸிப்பும், டீச்சரின் கவனத்தை ஈர்ப்பதற்கு முயலும் அவசர குடுக்கை மாணவன்போல திடுமென்று எழுந்து நின்றான்.

ராணுவ வீரர்கள் நான்காவது சுற்றைத் தொடங்கினர். இந்தச் சம்பவங்களின்மீது விசாரணை அமைக்கப்பட்டபோது அங்காரா விலிருந்து அனுப்பப்பட்ட இன்ஸ்பெக்டர் கர்னல், பல வாரங்களாக சிரத்தையோடு விசாரித்துத் தயாரித்த அறிக்கையில் இந்த நான்காவது சுற்றில் இரண்டு பேர் கொல்லப்பட்டதைக் குறிப்பிட்டிருக்கிறார். அவர்களில் ஒருவனது பெயர் நெஸிப் என்றும், ஒரு புல்லட் அவன் நெற்றியையும் மற்றொன்று அவனது கண்ணையும் துளைத்ததாகவும் அவர் எழுதியிருந்தாலும் அதற்குப்பிறகு நான் கேள்விப்பட்ட பல்வேறு வதந்திகளால் நெஸிப் இறந்தது அப்போதுதானா என்பது எனக்கு உறுதியாகத் தெரியாதிருக்கிறது. ஒன்று மட்டும் நிச்சயம்: மூன்றாவது சுற்று துப்பாக்கிச் சூட்டிற்குப் பிறகு நெஸிப் புல்லட்டுகள் சுற்றிலும் பாய்வதைக் கவனித்திருக்க வேண்டும். என்ன நடக்கிறது என்பது தெரிந்தும்கூட அவன் ராணுவ வீரர்களைத் தவறாக மதிப்பிட்டு விட்டான் என்றுதான் தோன்றுகிறது. அவன் மேல் புல்லட்டுகள் பாய்வதற்கு இரண்டு விநாடிகள் முன்பு, இருக்கையிலிருந்து எழுந்து, "நிறுத்துங்கள்! சுடாதீர்கள், துப்பாக்கிகள் நிரப்பப்பட்டிருக்கின்றன!" என்று கத்தியது டேப்பில் பதிவாகாவிட்டாலும் சுற்றிலுமிருந்த பலராலும் கேட்கப் பட்டிருக்கிறது.

அந்த அரங்கிலிருந்த எல்லோருக்கும் தெரிந்திருந்த, ஆனால் நம்ப முடியாதிருந்த ஒரு விஷயத்திற்குக் குரல் கொடுத்ததாக அவன் வார்த்தைகள் இருந்தன. முதல் சுற்றில் சுடப்பட்ட ஐந்து குண்டுகளில் ஒன்று, இருபத்தைந்து வருடங்களுக்கு முன்னால் கார்ஸ்ஸின் கடைசி சோவியத் பேராளர் தனது வளர்ப்பு நாயோடு திரைப்படங்கள்

பார்த்த உப்பரிகைக்கு மேலே பதிக்கப்பட்டிருந்த சுண்ணாம்பு இலை அலங்காரங்களைத் தாக்கியது. இந்த குண்டை சுட்ட ராணுவவீரன் சியிர்ட்டிலிருந்து வந்த ஒரு குர்து, அந்த குண்டு யார்மீதும் படாமல் தள்ளிப் பாய்ந்ததற்குக் காரணம் அவனுக்கு யாரையும் கொல்ல விருப்பமில்லாததுதான். இதேபோன்ற அக்கறையோடு ஆனால் திறமையில்லாமல் சுடப்பட்ட இன்னொரு குண்டு கூரையில் பாய்ந்து, 120 வருடப் பழமையான சுண்ணாம்பையும் பெயின்ட்டையும் பயந்து போயிருந்த ஜனங்களின்மீது மழையாக உதிர்த்தது. இன்னொரு புல்லட் கூரையில் கட்டித் தொங்கவிட்டிருந்த டி.வி காமிராவுக்கு மேலே கடந்து மாடி வகுப்பின் மர கைப்பிடிச் சுவரின் மேல் பாய்ந்தது. அந்த இடம் ஏழை ரசிகர்களுக்காக ஒதுக்கப்பட்ட இருக்கைகளற்ற வகுப்பு. இருப்பதிலேயே மலிவான டிக்கெட்டுகளை வாங்கிக்கொண்டு நாடகங்களையும், கழைக் கூத்தாடிகளையும், மாஸ்கோவிலிருந்து வந்த சேம்பர் சங்கீதக் குழுக்களையும் ஏழை ஆர்மீனியப் பெண்கள் நின்றபடியே பார்க்கும் இடம். நான்காவது குண்டு காமிராவின் பரப்பெல்லையைத் தாண்டி, அரங்கின் விளிம்பில் பட்டது. அது ஓர் இருக்கையின் முதுகைத் துளைத்து வெளியேறி, முஹித்தின் பே என்ற டிராக்டர், வேளாண் கருவிகளின் உதிரி பாகங்கள் வியாபாரியின் தோளில் பாய்ந்தது. அவன் தன் மனைவி யோடும், விதவையான தமக்கையோடும் வந்திருந்தான். கூரையிலிருந்து சுண்ணாம்புத் தூசு கொட்டியபோது என்ன விழுகிறது என்று பார்ப்பதற்காக அப்போதுதான் எழுந்து நின்றிருந்தான். ஐந்தாவது குண்டு இஸ்லாமிஸ்ட் மாணவர்களுக்குப் பின்னால் உட்கார்ந்திருந்த ஒரு தாத்தாவைத் தாக்கியது. கார்ஸ்ஸில் ராணுவ சேவையாற்றிக் கொண்டிருந்த தன் பேரனைப் பார்ப்பதற்காக திராப்ஸானிலிருந்து வந்திருந்தார். அந்த புல்லட் அவர் கண்ணாடியின் இடது லென்ஸை சிதறடித்துவிட்டு மூளைக்குள் நுழைந்தது. அதிர்ஷ்டவசமாக நல்ல தூக்கத்திலிருந்த அம்முதியவர் தனக்கு என்ன நேர்ந்தது என்று தெரியாமலேயே அமைதியாகச் செத்துப் போனார். பின் அந்த புல்லட் அவர் பின் கழுத்து வழியே வெளியேறி, அவரது இருக்கை முதுகைத் துளைத்துக்கொண்டு பின்னாலிருந்த ஒரு பைக்குள் செருகியது. அது ஒரு பனிரெண்டு வயது குர்த்தியச் சிறுவன் ஒருவனின் பை. முட்டையும் ரொட்டியும் விற்கும் பையன். அப்போதுதான் பையை கீழே வைத்துவிட்டு ஒருவருக்கு மீதி சில்லறை கொடுப்பதற்காக நகர்ந்திருந்தான். (பின்னர் அந்த புல்லட் பையிலிருந்த வேகவைத்த முட்டை ஒன்றிற்குள்ளிருந்து எடுக்கப்பட்டது.)

ராணுவத்தினர் துப்பாக்கிச் சூட்டை நடத்தியபோது பார்வை யாளர்களில் பெரும்பாலோர் ஏன் அமைதியாக அங்கேயே அமர்ந்திருந் தனர் என்பதை இந்த விவரங்கள் புலப்படுத்தும். இரண்டாவது சுற்றில் ஒரு மாணவனின் நெற்றிப் பொட்டிலும், கழுத்திலும், மார்பின் மேற்பகுதியிலும் புல்லட்டுகள் துளைத்தபோது, நிறைய பேர் அவன் சில கணங்களுக்கு முன் வெளிப்படுத்திய வீராவேச கர்ஜனையின் தொடர்ச்சியாக மீண்டும் ஏதோ பயமுறுத்தும்படி செய்து காட்டுகிறான் என்றே நினைத்தார்கள். மீதமுள்ள இரண்டு புல்லட்டுகளில் ஒன்று

பின்னால் அமர்ந்திருந்த ஒரு சாதுவான சமயக்கல்விக்கூட மாணவனின் நெஞ்சுக்குள் புகுந்தது. (இந்தப் பையனின் அத்தை மகள்தான் கார்ஸ்ஸின் முதல் 'தற்கொலைப்பெண்' என்பது பின்னர் வெளிப்பட்டது.) கடைசி குண்டு புரொஜெக்ஷன் பூத்திற்கு இரண்டு மீட்டர்கள் மேலேயிருந்த ஒரு சுவர் கடிகாரத்தைத் தாக்கியது. அறுபது வருடங்களுக்கு முன்னால் ஓடுவதை நிறுத்திவிட்டிருந்த அதன் மீது புழுதியும் ஒட்டடையும் மூடியிருந்தது. விசாரணைக்கு பொறுப்பேற்றிருந்த கர்னல், புல்லட்டு களில் ஒன்று கடிகாரத்தை துளைத்திருப்பது குறி பார்த்துச் சுடும் ராணுவ வீரர்களில் ஒருவன் யாரையும் கொல்லக் கூடாது என்ற நோக்கத்துடனேயே சுட்டிருக்கிறான் என்பதற்கு அத்தாட்சி என்று குறிப்பிட்டிருந்தார். அந்த மாலை நிகழ்வுப் பணிக்காக பொறுப்பு ஒப்படைக்கப்பட்டிருந்த அவ்வீரர்கள் சூரிய அஸ்தமனத்தின்போது குர்ஆன்மீது கை வைத்து செய்திருந்த சத்தியத்தை அந்த வீரன் மீறியிருக்கிறான் என்றும் சொல்லியிருந்தார். மூன்றாம் சுற்றில் கொல்லப்பட்ட அந்தத் தீவிர இஸ்லாமிஸ்ட் மாணவனைப் பற்றிக் குறிப்பிடும்போது அம்மாணவனின் பெற்றோர் அரசிற்கு எதிராக தொடுத்திருந்த வழக்கில் தங்களுடைய மகன் வெறும் மாணவன் மட்டுமல்லவென்றும், MİTயின் கார்ஸ் கிளையில் கடுமையாகப் பணியாற்றிய ஒரு விசுவாசமான ஏஜெண்ட் என்றும் குறிப்பிட்டிருந்ததை தனது அறிக்கையில் இடைப்பிறவரலாக எழுதியிருந்தார். ஆனால் இறுதியில் நஷ்டஈடு வழங்குவதற்கு போதுமான காரணங்கள் இல்லை யென்றும் கர்னல் தீர்ப்பளித்திருந்ததையும் இங்கே சொல்ல வேண்டும். அதே சுற்றில் கடைசி இரண்டு புல்லட்டுகளில் ஒன்று கலியால்டி மாவட்டத்தில் புகழ்பெற்ற நீரூற்றை கட்டியவரும், நகரின் பழமை வாதிகள், இஸ்லாமிஸ்ட்டுகள் எல்லோராலும் பெரிதும் நேசிக்கப்பட்ட ரீஸா பேவைத் தாக்கியது. மற்றொன்று அவரது கைத்தடிபோல கூடவேயிருக்கும் வேலைக்காரனைத் தாக்கியது.

மேடையிலிருந்த ராணுவத்தினர் நான்காவது முறையாக தமது துப்பாக்கிகளை உயர்த்தியபோது, உயிருக்குயிரான இரண்டு நண்பர்கள் தரையில் வீழ்ந்து, துடித்துக் கொண்டிருக்க, ஏன் அரங்கத்தில் இருந்தவர் களில் மிகப் பலரும் அமைதியாகச் சமைந்து வேடிக்கை பார்த்துக் கொண்டிருந்தார்கள் என்பதை விளக்குவது இப்போது சிரமமாக இருக்கிறது. தன் உண்மைப் பெயரை நான் குறிப்பிடக்கூடாது என்று இப்போதும் வலியுறுத்திவருகிற பால்பண்ணை உரிமையாளன் ஒருவன் பல வருடங்கள் கழித்து இப்படி விளக்கினான்: "பின் வரிசைகளில் உட்கார்ந்திருந்த எங்களுக்கு ஏதோ பயங்கரமாக நிகழ்கிறது என்று தெரிந்தது. ஆனால் என்ன நடந்ததென்று அறிந்துகொள்ள எங்கள் இருக்கையிலிருந்து நகர்ந்தால் எங்களை கலவரம் செய்பவர்களாக நினைத்து சுட்டுவிடுவார்களோ என்ற பயத்தில் ஆடாமல் அசையாமல் சத்தமெழுப்பாமல் உட்கார்ந்து பார்த்துக் கொண்டிருந்தோம்."

நான்காவது சுற்றின் புல்லட்டுகளில் சில கிடைக்கவேயில்லை. பார்லர் விளையாட்டுகளையும் கலைக்களஞ்சியங்களையும் தவணை முறையில் விற்பதற்காக அங்காராவிலிருந்து வந்திருந்த ஒரு விற்பனை

யாளனை ஒன்று காயப்படுத்தியது (அவன் இரண்டு மணிநேரம் கழித்து மருத்துவமனையில் அதிக ரத்தப் போக்கால் இறந்து போனான்). இன்னொரு குண்டு தனியாருக்கு உரித்தான வகுப்பு ஒன்றின் அடிச்சுவரில் ஒரு பெரிய துவாரத்தை ஏற்படுத்தியது. இருபதாம் நூற்றாண்டின் முதல் தசாப்தத்தில் கிர்கோர் சிஸ்மீஸியான் என்ற பணக்கார தோல் வியாபாரி, தலையிலிருந்து கால் வரை உரோம உடையணிந்து குடும்ப சகிதமாக உட்கார்ந்து பார்த்திருந்தது இந்த இடத்தில்தான். நெஸிப்பின் பச்சைநிறக் கண்ணைத் துளைத்த குண்டோ, அவனது அகன்ற மென்மையான நெற்றியைத் தாக்கிய குண்டோ அவனை உடனடியாக உயிரிழக்கச் செய்யவில்லையென்றே கூறப் பட்டது. குண்டடிபட்ட நிலையிலும் அவன் மேடையைப் பார்த்து "என்னால் பார்க்க முடிகிறது!" என்று கத்தியதாக சிலர் கூறினர்.

கூச்சல்களும் கத்தல்களும் நின்று போனதும் எல்லோரும் – கதவை நோக்கி விரைந்து கொண்டிருந்தவர்கள் கூட – ஸ்தம்பித்துப் போயினர். தொலைக்காட்சி காமிராமேன் கூட சுவரோடு சுவராக ஒட்டிக்கொண்டான். இவ்வளவு நேரம் இடமும் வலமும் தலையைத் திருப்பித் திருப்பி படம் பிடித்துக் கொண்டிருந்த காமிராவும் இப்போது அசையாமல் நின்றிருந்தது. வீடுகளிலிருந்து பார்த்துக் கொண்டிருந்தவர் களுக்கு இப்போது மேடையில் இருப்பவர்களும் முன்வரிசைகளில் இருந்த மரியாதைக்குரிய பிரமுகர்களும் மட்டுமே திரையில் தெரிந் தார்கள். கார்ஸ் மக்களில் பலருக்கும் கத்தல்களும் கூச்சல்களும் துப்பாக்கிச் சத்தங்களும் நேஷனல் தியேட்டரில் மிக வினோதமாக ஏதோ நடக்கிறது என்று உணர்த்தியிருந்தன. நாடகம் போரடித்ததால் டி.வி. பெட்டியின் முன்னால் தூங்கத் தொடங்கிவிட்டிருந்தவர்கள்கூட அந்தக் கடைசி பதினெட்டு வினாடிகள் துப்பாக்கிச் சண்டையில் தூக்கம் கலைந்து திரையைவிட்டு விழிகளை அகற்றமுடியாமல் திகிலடைந்து உட்கார்ந்திருந்தனர்.

அனுபவம் வாய்ந்த சுனய் ஸயிம்மிற்கு அந்தப் புதுப்பிக்கப்பட்ட ஆர்வம் உடனே கவனத்தில் சிக்கியது. "வீரம் செறிந்த ராணுவத்தினர்களே, உங்கள் கடமையை நிறைவேற்றி விட்டீர்கள்", என்றான். தரையில் இன்னமும் படுத்துக்கொண்டிருந்த ஃபுன்டா ஈஸரை நோக்கி ஒயிலான தோரணையோடு திரும்பி, மிகையாகக் குனிந்து வணங்கினான். அவளைக் காப்பாற்றிய அந்த இரட்சகனின் கரத்தைப் பிடித்துக்கொண்டு அவள் எழுந்து நின்றாள்.

முன்வரிசையிலிருந்த ஓர் உயர் அதிகாரி எழுந்து நின்று கை தட்டினார். அவரருகில் இருந்தவர்களில் சிலரும் சேர்ந்து கொண்டார்கள். பின் வரிசைகளிலிருந்தும் அங்கொன்றும் இங்கொன்றுமாக கை தட்டல்கள் எழுந்தன. அவர்கள் எதற்கெடுத்தாலும் கை தட்டுபவர்களாக இருக்கலாம் அல்லது மிரண்டுபோய் கை தட்டியிருக்கலாம். அரங்கின் மற்ற இடங்கள் அமைதியாக இருந்தன. நீண்ட தூக்கத்திற்குப் பின் எழுந்தவர்கள்போல அவர்கள் இருந்தனர். சிலர் இறுக்கம் தளர்ந்ததைப் போலக் காணப்பட்டு, பலவீனமாக புன்னகைக்கக்கூட செய்தனர். அவர்கள் கண்ணெதிரே இருந்த இறந்த உடல்கள்கூட மேடையின்

கனவுலகத்திற்குச் சொந்தமானவையென்று அவர்கள் முடிவெடுத் திருந்ததைப் போலிருந்தது. பயத்தில் தலையைக் கீழே புதைத்துக் கொண்டிருந்தவர்கள்கூட தயக்கத்துடன் நிமிர, சுனய் ஸயிம்மின் குரல் மீண்டும் ஒலிப்பதைக் கேட்டு மறுபடியும் தலையைக் குனிந்து சுருண்டுகொண்டனர்.

“இது ஒரு நாடகமல்ல – இது ஒரு புரட்சியின் தொடக்கம்”, என்றான் அதட்டும் குரலில். “நமது தந்தையர் தேசத்தைப் பாதுகாப்பதற் காக எவ்வளவு தூரத்திற்கும் நாங்கள் செல்லத் தயாராக இருக்கிறோம். நமது மகத்தான, மேன்மை மிகு துருக்கிய ராணுவத்தின்மீது நம்பிக்கை வையுங்கள்! வீரர்களே, அவர்களைக் கொண்டுவாருங்கள்.”

இரண்டு ராணுவ வீரர்கள் அந்த தாடிக்கார ‘அடிப்படைவாதி’களை அழைத்து வந்தார்கள். மற்ற வீரர்கள் துப்பாக்கிகளை உயர்த்திப் பிடித்தபடி அரங்கத்திற்குள் இறங்க, விசித்திரமாகக் தோற்றமளித்த ஒருவன் முன்னால் ஓடி வந்து மேடை மேலேறினான். அவன் ஓடி வந்த விதத்திலும், அசௌகரியமான உடல் மொழியிலும் அவன் ஒரு ராணுவ வீரனோ அல்லது நடிகனோ அல்ல என்பது தெளிவாகத் தெரிந்தது. ஆனாலும் எல்லோரும் அவனை கவனிக்கும்படியாக இருந்தான். ஒரு சிலருக்கு, அப்போது நிகழ்ந்தவை எல்லாமே ஒரு பெரிய ஜோக் என்று அவன் புலப்படுத்தப் போகிறான் என்று தோன்றியது.

“குடியரசு வாழ்க!” என்று அவன் சத்தமிட்டான். “ராணுவம் வாழ்க! துருக்கி மக்கள் வாழ்க! அடாதுர்க் வாழ்க!” திரை மிக மெதுவாக கீழிறங்கத் தொடங்கியது. அவன் இரண்டு அடிகள் முன்னால் எடுத்து வைக்க, சுனய் ஸயிம்மும் அப்படியே செய்தான். திரை அவர்களுக்குப் பின்னால் மூடியது. அந்த விநோதன் கையில் கிரிக்காலேவில் தயாரித்த துப்பாக்கி ஒன்றை வைத்திருந்தான். அவன் சாதாரண உடைகளில், ஆனால் ராணுவ பூட்ஸ் அணிந்திருந்தான். “அடிப்படைவாதிகள் ஒழிக!” என்று கத்திக்கொண்டே அரங்கிற்குள் படியிறங்கி வந்தான். ஆயுதமேந்திய காவலர்கள் இருவர் அவனைப் பின்தொடர்வதுபோலச் சென்றனர். ஆனால் அம்மூவரும் சமயக் கல்விக்கூட மாணவர்களை ராணுவத்தினர் சுறுசுறுப்பாக கைது செய்துகொண்டிருந்த அரங்கின் பின்பக்கத்திற்குச் செல்லவில்லை. திகிலடைந்திருந்த பார்வையாளர்களைக் கவனிக்காமல் அவர்கள் கோஷங்களை எழுப்பியபடியே அரங்கைவிட்டு வெளியேறி இரவின் இருட்டில் மறைந்தனர்.

அவர்கள் அபரிமிதமான உற்சாகத்தில் இருந்தனர். நீண்ட விவாதத் திற்கும் பேரத்திற்கும் பிறகு கடைசி நிமிடத்தில்தான் அவர்களுக்கு ‘கார்ஸ்ஸின் சிறிய புரட்சி’யைத் தொடங்கி வைக்கப் போகும் நிகழ்ச்சியில் பங்கெடுத்துக்கொள்ள அனுமதி தரப்பட்டது. சுனய் ஸயிம் வந்து சேர்ந்த அன்று இரவே அவர்கள் அவனை சந்தித்தனர். அவர்களுடைய திட்டத்திற்கு அவன் அன்று ஒப்புக் கொள்ளவில்லை. நாடகத்தின் கலாபூர்வமான நம்பகத் தன்மைக்கு சந்தேகத்திற்குரிய ஆயுத சாகசங்கள் ஊறு விளைவித்துவிடுமென்று அவன் பயந்தான்.

ஆனால் அவன் நிகழ்த்திக் காட்டப்போகும் 'நவீன கலை வடிவ'த்தின் நுட்பங்களை ரசிக்கவோ, ஏற்றுக்கொள்ளவோ இயலாத கீழ்த்தரமான பார்வையாளர்களை அடக்குவதற்கு ஆயுதங்களில் அனுபவம் வாய்ந்த ஒருவரால்தான் முடியும் என்ற வாதத்தை அவனால் மறுக்க முடிய வில்லை. அடுத்து நடந்த சம்பவங்களுக்குப் பிறகு, தான் எடுத்த முடிவை நினைத்து அவன் பெரும் குற்றவுணர்வு அடைந்ததாகவும், நாடோடி உடையணிந்த இந்த கும்பல் ஏற்படுத்திய ரத்தச் சேதங்களைக் கண்டு கடும் வேதனையுற்றதாகவும் பிற்பாடு சொல்லப்பட்டது. ஆனால் எப்போதும்போல இதுவும் வெறும் வதந்தி மட்டுமே.

பல வருடங்கள் கழித்து நான் கார்ஸ்ஸிற்குச் சென்றபோது ஒரு காலத்தில் நேஷனல் தியேட்டர் என்றழைக்கப்பட்ட அந்த இடத்திற்குச் சென்றிருந்தேன். கட்டிடத்தில் பாதி இடிந்து விழுந்திருந்தது. மறுபாதி ஒரு பண்டக சாலையாக மாறியிருந்தது. அந்தச் சுற்றுலாவில் எனக்கு வழிகாட்டியாக இருந்தவர், உரிமையாளர் முக்தார் பே. அந்த மாலை நேர நிகழ்ச்சியைப் பற்றியும், தொடர்ந்து நிகழ்ந்த பயங்கரத்தைப் பற்றியும் நான் அவரிடம் கேட்டபோது அதை திசை திருப்புவதைப் போல கார்ஸ் நகரம் எப்படி ஆர்மீனியர்கள் காலத்திலிருந்தே முடிவற்ற தொடர் படுகொலைகள், கூட்டுக்கொலைகள் என்று வன்முறைகளுக்கு இரையாகி வந்திருக்கிறது என்று விளக்கினார். கார்ஸ் வாசிகளுக்கு எந்த விதத்திலாவது கொஞ்சம் சந்தோஷத்தை தரவிரும்பினால், இஸ்தான்புல்லிற்கு நான் திரும்பியதும் இந்நகரத்தின் கடந்த கால பாவங்களைப் புறக்கணித்துவிட்டு, அழகான சுத்தமான காற்றைப் பற்றியும், இந்நகரத்தினரின் இரக்க மனத்தைப் பற்றியும் நான் எழுத வேண்டும் என்றார். அந்த இருட்டான, பாசி பிடித்த பண்டகசாலையாக மாறிவிட்டிருந்த அரங்கத்தில் பிசாசு உருவங்களாக சுற்றிலும் அடுக்கிவைக்கப்பட்டிருந்த, ஃபிரிட்ஜ்ஜுகள், ஸ்டவ்வுகள், வாஷிங் மிஷின்களுக்கு மத்தியில் நின்றிருந்தபோது, அந்தக்கடைசி நிகழ்ச்சியின் மிச்சமிருக்கும் ஒரே சுவடாக கிர்கோர் சிஸ்மீஸியானின் பிரைவேட் பாக்ஸ் சுவரில் புல்லட் ஏற்படுத்தியிருந்த பெரிய துவாரத்தை அவர் சுட்டிக் காட்டினார்.

19

எவ்வளவு அழகு, இந்தப் பனிப்பொழிவு

புரட்சி நிகழ்ந்த இரவு

மேடையில் திரை இறங்கும்போது கைத் துப்பாக்கிகளையும் ரைஃபிள்களையும் பயந்து நடுங்கியிருந்த பார்வையாளர்களை நோக்கி ஆட்டியபடி காட்டுக்கத்தலாக கூச்சலிட்டுக்கொண்டு ஓடிய அந்த மூர்க்கத்தனமான மூவரின் தலைவன் ஒரு பத்திரிகை யாளனாக இருந்தவன். ஒரு பழைய கம்யூனிஸ்ட். அவனது புனைபெயர் Z டெமிர்கோல். எழுபதுகளில் சோவியத் ஆதரவு கம்யூனிஸ்ட் அமைப்புகள் பலவற்றில் அவன் பங்கு பெற்றிருந்தான். எழுத்தாளனாகவும் கவிஞனாகவும் அறியப்பட்டிருந்தாலும் ஒரு மெய்க்காப்பாளனாகத்தான் பெயர் பெற்றிருந்தான். வாட்ட சாட்டமானவன். 1980இல் ராணுவம் ஆட்சியைப் பிடித்தபிறகு ஜெர்மனிக்கு தப்பிச் சென்றான். பெர்லின் சுவர் வீழ்ந்ததும் அவனுக்கு சிறப்பு மன்னிப்பு வழங்கப்பட்டது. குர்திய பிரிவினைவாத கெரில்லாக்களிடமிருந்தும் இஸ்லாமிஸ்ட் ‘அடிப்படைவாதி’களிடமிருந்தும் மதச்சார்பற்ற ஆட்சியையும் குடியரசையும் பாதுகாப்பதற்காக துருக்கிக்குத் திரும்பி வந்தான். அவனுக்குப் பின்னாலிருந்த இரண்டுபேரும் முன்பு துருக்கிய தேசியப் போராளிகளாக இருந்தவர்கள். Z டெமிர்கோலின் மார்க்ஸிய வருடங்களான 1979, 1980களில் இஸ்தான்புல் நகர இரவு நேர தெருச் சண்டைகளில் ஈடுபட்டு வந்தவர்கள். இப்போது அவையெல்லாவற்றையும் மறந்துவிட்டு தேசிய அரசாங்கத்தை பாதுகாக்கும் லட்சியத்தில் சாகசங்களையும் கிளர்ச்சிகளையும் அரங்கேற்றத் தலைப்பட்டிருக்கிறார்கள். இம்மூவரும் ஆரம்பத் திலிருந்தே அரசாங்கத்தின் ஏஜென்ட்டுகளாகத்தான் இருந்திருக் கிறார்கள் என்று சில முசுடுகள் கருதினர். மேடையிலிருந்து அவர்கள் இறங்கி வந்த விதத்தையும், நேஷனல் தியேட்டரை விட்டு அவர்கள் கத்திக்கொண்டே ஓடியதையும் பார்த்தவர்களுக்கு எதுவும் விபரீதமாகத் தெரியவில்லை. நாடகத்தின் ஒரு பகுதி என்றேதான் அவர்களுக்குப் பட்டது.

வெளியே தரையில் பனி குவிந்திருப்பதைப் பார்த்த Z டெமிர்கோல் சின்னப்பையனைப் போல எகிறி எகிறி குதித்தான். காற்றில் இரண்டு முறை சுட்டு "துருக்கி மக்கள் வாழ்க! துருக்கி குடியரசு வாழ்க!" என்று கூவினான். வாயிலில் குவிந்திருந்தவர்கள் மிரண்டு ஒதுங்கினர். சிலர் அவர்கள் ஆட்டத்தைப் பார்த்து பயத்துடன் சிரித்தனர். சிலருக்கு இன்னும் கொஞ்சநேரம் உள்ளேயே இருந்து பார்த்துவிட்டு வந்திருக்கலாமே என்று வருத்தமாக இருந்தது. Z டெமிர்கோலும் அவன் நண்பர்களும் அடாதுர்க் அவென்யூவை நோக்கி போதை தலைக்கேறிய குடிகாரர்களைப் போல ஒருவரை ஒருவர் கத்தி கலாட்டா செய்து கொண்டு, கோஷங்களை எழுப்பிக்கொண்டு ஓடினர். பனியில் திணறித் திணறி சென்றுகொண்டிருந்த சில வயதானவர்களும், தம் குடும்பத்தினரை சேர்த்தணைத்து அழைத்துச் சென்றுகொண்டிருந்த சில அப்பாக்களும் கொஞ்சநேர தயக்கத்திற்குப் பிறகு, அரைமனதோடு பயத்தில் அவர்களைப் பார்த்து கைதட்டினர்.

குதூகலமாக ஓடிக்கொண்டிருந்த அம்மூவரும் க்யூஷ்யூக் காஸிம் பே அவென்யூ மூலையை அடைந்தபோது கா சென்றுகொண்டிருந்தான். அவன் அவர்கள் வருவதைக் கவனித்துவிட்டான் என்பது அவர்களுக்குத் தெரிந்தது. வேகமாக வரும் காருக்கு வழிவிடுவதைப் போல ஓலியாண்டர் மரங்களுக்கடியில் ஒதுங்கி நின்றான்.

"திருவாளர் கவிஞர் அவர்களே", என்று கத்தினான் Z டெமிர்கோல். "அவர்கள் உங்களைக் கொல்வதற்கு முன் நீங்கள் அவர்களைக் கொன்றாக வேண்டும், புரிகிறதா?"

'கடவுள் இல்லாத இடம்' என்ற தலைப்பில் பின்னர் அவன் எழுதப் போகிற கவிதையை இப்போது எழுதுவதற்கு அவனுக்கு சந்தர்ப்பமே கிடைத்திருக்கவில்லை. இந்தக் கணத்தில்தான் அந்தக் கவிதை அவன் மனதிலிருந்து மறைந்தது.

அடாதுர்க் அவென்யூவில் Z டெமிர்கோலும் அவன் நண்பர்களும் தொடர்ந்து ஓடிக்கொண்டிருந்தனர். அவர்களைப் பின்தொடர விருப்பமின்றி கா வலப்புறம் காரடே அவென்யூவிற்குத் திரும்பினான் அப்போதுதான் அந்தக் கவிதை எவ்விதச் சுவடுமின்றி கரைந்து போய் விட்டிருப்பதை உணர்ந்தான்.

இளவயதில் அரசியல் கூட்டங்களிலிருந்து வெளியே வரும்போது உணரப்பட்ட குற்றவுணர்ச்சியும் அவமானமும் இப்போதும் ஏற்பட்டன. அந்த அரசியல் கூட்டங்கள் அவனைக் குலைய வைத்ததற்கு முக்கியமான காரணம் அவன் ஒரு உயர் மத்திய வர்க்க இளைஞனாக இருந்தது மட்டுமல்ல. அங்கு நடத்தப்பட்ட விவாதங்கள் சிறுபிள்ளைத்தனமாக, மிகையான அலட்டல்களாக இருந்ததுதான். மறந்து போய்விட்ட கவிதையை மீட்டெடுப்பதற்கு ஒரு வழியை கண்டுபிடிப்பதற்காக, ஹோட்டலுக்குச் செல்லாமல் தொடர்ந்து நடந்து செல்ல முடிவெடுத்தான்.

தொலைக்காட்சியில் பார்த்தவற்றால் கலவரமடைந்திருந்த சிலர் சன்னல் வழியே எட்டிப் பார்த்துக் கொண்டிருந்தனர். தியேட்டரில் நடந்தேறிய பயங்கரத்தைப் பற்றி காவுக்கு எந்தளவு தெரிந்திருந்தது என்பதை ஊகிப்பது கடினம். அவன் கிளம்புவதற்கு முன்பே துப்பாக்கிச் சூடு ஆரம்பித்துவிட்டது என்றாலும் அவை அந்த நிகழ்ச்சியின் ஒரு பகுதி என்றே அவன் நினைத்திருக்க வாய்ப்பு உண்டு. Z டெமிர்கோலும் அவன் நண்பர்களும்கூட அதன் ஒருபகுதி என்று அவன் நினைத்திருக்கலாம்.

அவன் மனம் மறந்துபோன கவிதையில்தான் குவிந்திருந்தது. அதன் இடத்திற்கு வேறொன்று வருவதை உணர்ந்து அது முதிர்வதற்காக பொறுத்திருக்க முடிவெடுத்தான்.

வெகுதூரத்தில் இரண்டு துப்பாக்கி சத்தங்கள் கேட்டன. வெடிச் சத்தம்கூட கொட்டும் பனியில் மொண்ணையாகிப் புதைந்து விடுகிறது.

எவ்வளவு அழகு இந்தப் பனிப் பொழிவு! பனித்திவலைகள் எவ்வளவு பெரிதாக, எவ்வளவு *தீர்மானத்தோடு* வீழ்கின்றன! அவற்றின் அமைதியான ஊர்வலம் காலத்தின் முடிவுவரை தொடரும் என்று அவை அறிந்திருக்கின்றன போலிருக்கிறது. அந்த அகலமான சாலை முட்டியளவு பனியில் புதைந்திருக்க, அந்தப் பனிப்படுகை வெண்மையாக, மர்மமாக ஒரு மேடாக உயர்ந்து இரவின் இருட்டிற்குள் செருகியிருந்தது. தற்போது நகரசபையாக இருக்கும் அழகான மூன்றடுக்கு ஆர்மீனிய கட்டிடத்தில் ஒரு ஜீவனும் தென்படவில்லை. ஓலியாண்டர் மரம் ஒன்றிலிருந்து உறைநீர் மணிகள் கீழே நின்றிருந்த காரை கண்ணுக்குத் தெரியாதபடி மூடியிருந்த பனிப் போர்வையைத் தொடுமளவுக்கு விழுதுகளாக இறங்கி, பனியும் உறை நீரும் மென்பட்டுத் துகிலாக இரண்டறப் பிணைந்திருந்தன. சன்னல்கள் அடைத்திருந்த ஒரு காலியான ஆர்மீனிய மாடிவீட்டை கா கடந்தான். அவனது காலடி ஓசைகளையும் மூச்சிரைப்பையும் கேட்கும்போது வாழ்க்கையின் அழைப்பையும் மகிழ்ச்சியையும் முதல்முறையாக உணர முடிவதைப் போலவும், அதேநேரத்தில் அதனை மறுத்து முதுகைத் திருப்பிக் கொள்ளும் பலமும் தனக்கு வந்திருப்பதைப் போலவும் உணர்ந்தான்.

ஆளுநர் மாளிகைக்கெதிரேயிருந்த அடாதுர்க் சிலை இருக்கும் சிறிய பூங்கா காலியாக இருந்தது. அந்த மாளிகை ரஷ்ய சகாப்தத்தைச் சேர்ந்த கட்டடம். இன்றைக்கும் கார்ஸ்ஸில் இருப்பதிலேயே மிக அற்புதமான கட்டிடமும் இதுவாகத்தான் இருக்கிறது. அதில் இப்போது மனித நடமாட்டமே இருப்பதாகத் தெரியவில்லை. எழுபது வருடங்களுக்கு முன், முதல் உலகப்போர் முடிந்த பிறகு ஆட்டமன் ராணுவமும் இம்பீரியல் ரஷ்ய ராணுவமும் வெளியேறி கார்ஸ்ஸின் துருக்கியர் ஒரு சுதந்திர அரசை நிறுவியபோது இந்த மாளிகையில்தான் தலைமைச் செயலகமும் சட்டசபையும் அமைந்தன. அதற்கு எதிரேயிருந்த புராதன ஆர்மீனிய மாளிகை பின்னர் ஆங்கிலேய ராணுவத்தால் தாக்கப்பட்டதற்குக் காரணம் இத்துரதிருஷ்டம் பிடித்த குடியரசின் ஜனாதிபதி

மாளிகையாக அது இருந்ததுதான். ஆளுநர் மாளிகையில் காவல் அதிகமாக இருக்குமென்பதால் வலதுபுறம் திரும்பாமல் பூங்காவை நோக்கித் திரும்பி நடந்தான். சிறிது தூரம் நடந்த பிறகு மற்ற கட்டிடங் களைப் போலவே அமைதியில் ஆழ்ந்து அழகாகக் காணப்பட்ட ஒரு பழைய ஆர்மீனிய கட்டிடத்திற்கு முன்னால் ஒரு ராணுவ பீரங்கி மெதுவாக சத்தமேயில்லாமல் கனவில் செல்வதுபோல் உருண்டு சென்றது. இன்னும் கொஞ்ச தூரத்தில் சமயக்கல்விக்கூடத்திற்கருகே ஒரு ராணுவ லாரி நிற்பதைப் பார்த்தான். அதன் மேல் பனி படிந்திருக் காததால் அது அப்போதுதான் அங்கு வந்து நின்றிருக்கிறது என்று கா ஊகித்தான்.

துப்பாக்கிச் சத்தம் கேட்டது. கா திரும்பிப் பார்த்தான். ஆளுநர் மாளிகைக்கு முன்னாலிருந்த ஸென்ட்ரி ஸ்டேஷன் முழுக்க காவலர்கள் தென்பட்டனர். சன்னல் கண்ணாடிகளில் பனி மூடியிருந்ததால் ஆர்மி அவென்யூவில் கா நடந்து செல்வதை யாரும் கவனிக்கவில்லை. ஹோட்டல் அறையை அடையும் வரை இந்தப் பனியின் நிசப்தத்திற்குள் தன்னை நிறுத்தி வைத்திருக்க முடியுமானால், உதயமாகியிருக்கும் புதிய கவிதையை மட்டுமல்லாமல் அதனோடு மேலெழுந்திருக்கும் ஞாபகங்களையும் அவனால் பத்திரமாகப் பாதுகாத்துக் கொள்ள முடியுமென்று அவனுக்கு இப்போது தோன்றியது.

மேட்டிலிருந்து பாதி தூரம் இறங்கியதும் எதிர்சாரி நடைபாதை யிலிருந்து சத்தம் கேட்க நடையின் வேகத்தைக் குறைத்தான். தொலைபேசி அலுவலகத்தின் கதவை இரண்டு பேர் எட்டி உதைத்துத் திறக்க முயற்சித்துக் கொண்டிருந்தனர். ஹெட் லைட் வெளிச்சம் பனியை ஊடுருவியபடி ஒரு கார் வர அதன் சக்கரங்களில் பொருத்தப்பட்டிருந்த ஸ்நோ செயின்களின் கிலுகிலுக்கும் சத்தம் எழுந்தது. சின்னமில்லாத அந்தக் கருப்பு போலீஸ் கார் தொலைபேசி நிலையத்தின் முன் நின்றது. முன்னிருக்கையில் இரண்டு பேர் இருப்பதை கா பார்த்தான். அவர்களில் ஒருவனை சில நிமிடங்களுக்கு முன், அவன் அரங்கை விட்டு வெளியேற நினைத்தபோது தியேட்டரில் பார்த்த ஞாபகம் இருந்தது. அந்த ஆள் உள்ளேயே இருக்க, மற்றவன் உல்லன் தொப்பியோடு கையில் துப்பாக்கியுடன் காரைவிட்டு வெளியே வந்தான்.

தொலைபேசி அலுவலக வாசலுக்கெதிரே கூடியிருந்தவர்களிடம் ஒரு விவாதம் தொடங்கியது. அவர்கள் ஒரு தெருவிளக்கினடியில் இருந்தனர். அவர்களின் குரல்கள் காவுக்கு தெளிவாகக் கேட்டன. அது Z டெமிர்கோலும் அவன் நண்பர்களும்தான் என்பது உடனே தெரிந்துவிட்டது.

"சாவி இல்லையென்றால் என்ன அர்த்தம்?" என்று ஒருவன் கத்திக்கொண்டிருந்தான். "தொலைபேசி அலுவலகத்தின் தலைமை மேலாளர் நீங்கள் தானே? இணைப்புகளைத் துண்டிப்பதற்காகத்தானே உங்களை இங்கே அனுப்பினார்கள்? எப்படி சாவியை மறந்துவிட்டு வந்திருப்பீர்கள்?"

“இந்த அலுவலகத்திலிருந்து இணைப்புகளைத் துண்டிக்க முடியாது. அதற்கு ஸ்டேஷன் அவென்யூவில் இருக்கும் புதிய மையத்திற்குச் செல்ல வேண்டும்,” என்றார் தலைமை மேலாளர்.

Z டெமிர்கோல், “இதோ பாருங்கள்! இங்கே ஒரு புரட்சி நடந்து கொண்டிருக்கிறது. இந்த அலுவலகத்திற்குள் நாங்கள் போயாக வேண்டும்,” என்றான், “அந்த இன்னொரு அலுவலகத்திற்கு போக வேண்டுமென்றால் பிறகு போய்க் கொள்ளலாம். புரிகிறதா? சாவி எங்கே?”

“மகனே, இந்தப் பனிப்பொழிவு இன்னும் இரண்டு நாட்களில் நின்றுவிடும். அடைக்கப்பட்டிருக்கும் சாலைகள் திறக்கப்படும். அப்போது நம்மெல்லோரையும் இச்செயலுக்கு பொறுப்பாக்கி அரசாங்கம் தண்டிக்கும்.”

“ஓஹோ, அரசாங்கத்தின் மேல் உங்களுக்குப் பயமா? சரி, இதை நன்றாகக் கேட்டுக் கொள்ளுங்கள்: நீங்கள் பயப்படுகிற அரசாங்கமே *நாங்கள்தான்*,” என்று Z டெமிர்கோல் கொக்கரித்தான். “இப்போது கதவைத் திறக்கப் போகிறீர்களா இல்லையா?”

“எழுத்து பூர்வமான உத்தரவு இல்லாமல் என்னால் அந்தக் கதவைத் திறக்க முடியாதே!”

“அதையும் பார்த்துவிடலாம்!” என்று Z டெமிர்கோல் துப்பாக்கியை எடுத்து மேலே உயர்த்தி காற்றில் இரண்டு முறை சுட்டான். “இந்த ஆளைக் கொண்டு போய் சுவரில் பரத்தி நிறுத்துங்கள்,” என்றான். “ஏதாவது தொந்தரவு செய்தால் சுட்டுவிடலாம்.”

அவன் சொல்வதை யாரும் நம்பாவிட்டாலும், இரண்டு உதவி யாளர்களும் கீழ்படிந்து ரெகாய் பேவை சுவரோடு பரத்தி நிறுத்தி வைத்தனர். சன்னலில் அவர் இடித்துக் கொள்ளக் கூடாதென்பதற்காக வலதுபுறமாக அவரைக் கொஞ்சம் தள்ள, அந்த மூலையில் இருந்த பனி மிகவும் மிருதுவாக இருந்ததால் மேலாளர் தடுமாறி கீழே விழுந்தார். அவர்கள் அவரிடம் மன்னிப்பு கேட்டுக்கொண்டு தூக்கி நிறுத்தினர். அவரது கழுத்திலிருந்து டையை கழற்றி கைகளை பின்னால் கட்டினர். “இது ஒரு சுத்திகரிப்பு நடவடிக்கை; தந்தையர் தேசத்தின் எதிரிகள் அனைவரும் விடிவதற்குள் கார்ஸ்ஸிலிருந்து ஒழிக்கப்படுவார்கள்” என்று உரத்த குரலில் அறிவித்தனர்.

Z டெமிர்கோல் உத்தரவு வழங்கியதும் அவர்கள் ரைஃபிள்களை உயர்த்திக் கொண்டு ரெகாய் பேவின் முன்னால் ஃபயரிங் ஸ்குவாட் போல வரிசையாக நின்றனர். தூரத்திலிருந்து துப்பாக்கி சத்தங்கள் கேட்டன. (அவை சமயக்கல்விக்கூட மாணவர்களை பயமுறுத்துவதற்காக டார்மிட்டரி மைதானத்தில் ராணுவவீரர்கள் காற்றில் சுட்டதால் எழுந்தவை.) அவர்கள் மௌனமாக காத்திருந்தனர். அன்று முதல் முறையாக அப்போது பனிப்பொழிவு குறையத் தொடங்கியிருந்தது.

நிசப்தம் அசாதாரணமான அழகோடு சொக்கிப்போக வைப்பதாக இருந்தது. சில வினாடிகள் கழித்து அவர்களில் ஒருவன் மௌனத்தைக் கலைத்து 'கிழவனுக்கு' (அவர் கிழவரே அல்ல) கடைசியாக ஒரு சிகரெட் தரலாம், என்றான். அவர்கள் ரெகாய் பேவின் வாயில் சிகரெட்டைத் திணித்து பற்றவைத்தனர். மேலாளர் எதிர்ப்பின்றி புகைக்கத் தொடங்க அவர்கள் அமைதியிழந்து தொலைபேசி அலுவலகக் கதவை துப்பாக்கிகளின் பின்பக்கத்தால் இடிக்கத்தொடங்கினர்.

சுவரோடு சுவராக ஒட்ட வைக்கப்பட்டிருந்த மேலாளர், "அரசாங்கச் சொத்தை அழிப்பதை என்னால் பார்த்துக் கொண்டிருக்க முடியவில்லை. என் கைகளை விடுவியுங்கள், நானே கதவைத் திறக்கிறேன்," என்றார்.

அவர்கள் உள்ளே சென்றதும் கா நடையைத் தொடர்ந்தான். துப்பாக்கிச்சத்தம் அவ்வப்போது கேட்டுக்கொண்டிருந்தாலும் ஊளையிடும் நாய்களைவிட அவை அதிக கவனத்தை ஈர்ப்பதாக இருக்கவில்லை. அந்த இரவின் சௌந்தரியத்தைத் தவிர வேறு எல்லா வற்றையும் அவன் மனம் வடிகட்டி வெளியேற்றியிருந்தது. காலியான ஒரு பழைய ஆர்மீனிய வீட்டின் முன் கொஞ்சநேரம் வெறுமனே நின்றிருந்தான். பிறகு ஆர்மீனிய சர்ச் ஒன்று வர, கொஞ்சநேரம் தொழுதான். சர்ச்சின் தோட்டத்தில் உறைநீர்மணிகள் சொட்டிக் கொண்டிருந்த மரங்கள் பிசாசுகளைப் போலத் தெரிந்தன. தெரு விளக்குகளின் சோகையான மஞ்சள் வெளிச்சம் அந்நகரின் மீது ஒரு மரணச்சாயலைப் போர்த்தியிருந்தது. அவனுக்கே கூட ஏதோ வினோதமான ஒரு துயரக் கனவில் நடமாடுவதைப் போலத் தோன்றியது. எதற்காகவோ குற்றவுணர்வாக உணர்ந்தான். இருந்தாலும் எல்லோ ராலும் மறக்கப்பட்ட இந்த நிசப்தமான, பிரதேசம் இப்போது தனக்குள் நிரப்பிவரும் கவிதைகளுக்காக நன்றியுடையவனாக இருந்தான்.

கொஞ்ச தூரம் சென்றதும் ஒரு வீட்டின் ஜன்னலிலிருந்து ஒரு பெண்மணி பதற்றத்தோடு தன் பையனை உள்ளே வரச்சொல்லி, கத்திக் கொண்டிருந்தாள். அப்பையன் 'என்ன தான் நடக்கிறது என்று பார்த்துவிட்டு வருவதாக' திருப்பிக் கத்தினான். கா அவர்களுக் கிடையே கடந்து சென்றான். ஃபெய்க் பே அவென்யூ மூலையில் ஒரு செருப்புக் கடையிலிருந்து இவன் வயதை ஒத்த இரண்டு பேர் வெளியே ஓடி வருவதைப் பார்த்தான்.

ஒருவன் சரியான குண்டன். மற்றவன் சின்னப் பையனைப் போல மெலிந்திருந்தான். இந்த இரண்டு பேரும் கடந்த பனிரெண்டு வருடங்களாக வாரத்திற்கு இரண்டு முறை தமது மனைவிகளிடம் 'காபிக்கடைக்கு'ப் போவதாக சொல்லிவிட்டு ஒட்டுப்பசை நெடியடிக்கும் இந்தக் கடையில் ரகசியமாக சந்தித்து 'காதல்' புரிந்து வருகின்றனர். இப்போது பக்கத்து வீட்டு மாடியிலிருந்த தொலைக்காட்சியில் நகரத்தில் ஊரடங்கு ஆணை பிறப்பிக்கப்பட்டிருப்பதாக அறிவித்ததைக் கேட்டு பயந்து ஓடுகின்றனர்.

கா ஃபெய்க் பே அவென்யூவிற்குள் திரும்பினான். இரண்டு வளாகங்கள் தள்ளி, அவனது காலை நடைப்பயிற்சியின்போது மீன் வாங்கி சாப்பிட்ட ஒரு கடைக்கெதிரே ஒரு பீரங்கி வண்டி நிற்பதைப் பார்த்தான். அந்தத் தெருவைப் போலவே அந்த பீரங்கியும் ஒரு மாயமான மௌனத்தைச் சுற்றி போர்த்தியிருந்தது போலிருந்தது. சிறு அதிர்வுமின்றி மரணக்களையோடிருந்த அதில் யாரும் இருக்க மாட்டார்களென்று நினைத்த அதே நேரத்தில் அதன் மூடி போலிருந்த கதவு திறந்து ஒரு தலை நீட்டியது. அது அவனை அங்கே நிற்க வேண்டாமென்றும் உடனே வீட்டுக்குப் போகும்படியும் அதட்டியது. அந்தத் தலையிடம் ஸ்னோ பேலஸ் ஓட்டலுக்குப் போகும் வழி எதுவென்று கா கேட்டுக் கொண்டிருக்கும் போதே 'பார்டர் சிட்டி கெஜட்' பத்திரிக்கை அலுவலகத்தின் இருட்டில் மூழ்கியிருந்த கட்டடம் அவன் கண்ணில்பட்டது. அங்கிருந்து அவனுக்கு வழிதெரியும்.

ஹோட்டல் முகப்பறையிலிருந்த வெளிச்சம் கண்ணைக் கூசச் செய்ய, அந்தக் கதகதப்பில் நடப்பது சொந்தவீட்டுக்குள் வருவதைப் போலிருந்தது. ஹோட்டல் விருந்தினர்களில் பலரும் பைஜாமாக்களில் சிகரெட் பிடித்தபடி முகப்பறையிலிருந்த தொலைக்காட்சியைப் பார்த்துக் கொண்டிருந்தனர். அசாதாரணமாக ஏதோ நடந்திருப்பது அவர்கள் முகபாவத்தில் தெளிவாகத் தெரிந்தது. பிடிக்காத பாடத்தை தவிர்க்கும் சிறுவனைப்போல் அதனைக் கவனிக்க மறுத்து, பொதுவாக எல்லோரையும் மேலோட்டமாகப் பார்த்துவிட்டு மனதை இலேசாக வைத்துக் கொண்டு துர்குத் பேவின் அபார்ட்மென்ட்டுக்குள் நுழைந்தான். மொத்தபேரும் இன்னமும் உணவு மேஜையில், இன்னமும் தொலைக் காட்சி பார்த்தபடி இருந்தனர். காவைப் பார்த்தவுடனேயே துர்குத் பே துள்ளியெழுந்து அவன் இத்தனை தாமதமாக வந்ததற்காகத் திட்டினார். அவனைப் பற்றி எல்லோருக்கும் எத்தனை கவலையாக இருந்ததென்று சொன்னார். அவன் ஏதோ சொல்ல வாயெடுக்கு முன் இபெக் அவனை வைத்த கண் வாங்காமல் பார்த்துக் கொண்டிருப்பது தெரிந்து அவனுடைய புலன்கள் செயலிழந்தன.

"உங்கள் கவிதையை மிக அழகாக மொழிந்தீர்கள்," என்றாள் இபெக். "எனக்கு மிகவும் பெருமையாக இருந்தது."

இந்தக் கணத்தை அவன் சாகும்வரை மறக்கப் போவதில்லையென்று கா நினைத்துக் கொண்டான். அவனுள் பரவசம் பொங்கித் ததும்பியது. மற்ற இரு பெண்களும் விடாமல் கேட்கின்ற சலிப்பூட்டும் கேள்விகளும் துர்குத் பேவின் வீராப்புப் பேச்சுகளும் அவனைச் சுற்றிச் சூழ, அவனுக்குத் ததும்பும் கண்ணீரை அடக்க வேண்டியிருந்தது.

"ராணுவம் ஏதோவொரு திட்டம் வைத்திருப்பதாகத் தெரிகிறது," என்றார் துர்குத் பே. அவர் குரலிலிருந்த பாவத்திலிருந்து அவர் கோபத்தில் இருக்கிறார் என்பதும், இது நல்லதிற்கா கெட்டதிற்கா என்று தீர்மானிக்க முடியாமல் இருக்கிறார் என்பதும் தெரிந்தது.

சாப்பாட்டு மேஜை கந்தரகோளமாக இருந்தது. உரித்த ஆரஞ்சுப் பழத்தோலில் யாரோ சிகரெட்டை நசுக்கி அணைத்திருந்தனர். அநேகமாக அது இபெக்காகத்தான் இருக்கும். காவுக்கு அவனுடைய அப்பாவின் தூரத்து சொந்தமான முனிரே அத்தையின் ஞாபகம் வந்தது. அவரும் இதைப் போலத்தான் செய்வார். காவின் அம்மாவிடம் பேசும்போது மரியாதையாக 'மேடம்' என்றுதான் பேசுவார். ஆனாலும் எல்லோரும் அவருடைய ஒழுங்கீனமான நடத்தையைப் பற்றி பிரஸ்தா பிப்பார்கள்.

"ஊரடங்கு ஆணை பிறப்பித்திருக்கிறார்கள்," என்றார் துர்குத் பே. "அரங்கத்தில் என்ன நடந்தது சொல்லுங்கள்."

"எனக்கு அரசியலில் ஆர்வமில்லை," என்றான் கா.

அவன் யோசனை செய்யாமல் பேசுகிறான் என்பது எல்லோருக்கும், குறிப்பாக இபெக்கிற்கு, தெரிந்தாலும் காவுக்கு வருத்தமாக இருந்தது.

அவனுக்கு அப்போதிருந்த ஒரே விருப்பம் அமைதியாக அமர்ந்து கொண்டு இபெக்கையே பார்த்துக் கொண்டிருக்கவேண்டும் என்பது தான். ஆனால் அது இப்போது சாத்தியமில்லையென்பது அவனுக்குத் தெரியும். அந்த இடம் முழுக்க 'புரட்சி ஜுரத்தில்' கொந்தளித்துக் கொண்டிருந்தது. அவனது சிறுவயதில் நிகழ்ந்த ராணுவப்புரட்சிகள் ஞாபகத்திற்கு வந்தன. இதுமட்டுமன்றி இப்போது அங்கேயிருக்கும் எல்லோரும் – ஒரு மூலையில் தூங்கிவிட்ட ஹண்டேவைத்தவிர – ஒரே நேரத்தில் உரக்கப் பேசிக் கொண்டிருப்பது அவனுக்கு சலிப்பாக இருந்தது. கடிஃபே தொலைக்காட்சித் திரைக்குத் திரும்ப, கா தலையைத் திருப்பிக்கொண்டான். துர்குத் பே இப்போது நடக்கும் சுவாரஸ்யமான நிகழ்வுகளால் ஒரே நேரத்தில் சந்தோஷமும் குழப்பமும் அடைந்திருந்தார்.

சந்தர்ப்பம் வாய்த்த இடைவெளியில் கா இபெக்கிற்கு அருகில் அமர்ந்து அவள் கையை எடுத்து வைத்துக் கொண்டான். அவன் அறைக்கு வருமாறு தாபத்துடன் கேட்டான். இந்த நெருக்கத்தை நெடுநேரத்திற்கு நீட்டிக்க முடியாமல் அவன் மட்டும் எழுந்து தனியாக அறைக்குச் சென்றான். பரிச்சயமான மரக் கலன்களின் வாசம் நிரம்பியிருந்தது. கோட்டைக் கழற்றிக் கதவுக்குப் பின்னாலிருந்த கொக்கியில் மிகப் பத்திரமாக மாட்டினான். கட்டிலின் தலைமாட்டி லிருந்த சிறிய விளக்கைப் போட்டதும் ஒரு தூக்க அலை அவன் மேல் கடந்து போனது. அவனால் கண்களைத் திறந்து வைத்திருக்கவே முடியாமல் மிதப்பதைப் போல உணர்ந்தான். அவனோடு சேர்ந்து மொத்த அறையும், அந்த ஹோட்டல் முழுதும் மிதக்கிற மாதிரி இருந்தது. அதனால்தான் தனது குறிப்பேட்டில் அந்தப் புதிய கவிதையை, ஒவ்வொரு வரியாக அவனுக்குத் துலக்கம் பெற எழுதியதில் அந்தக் கட்டிலையும் அவன் படுத்திருந்த ஓட்டலையும், பனி மூடிய கார்ஸ் நகரையும் ஒரே தெய்வீகப் பொருளாக சித்தரித்திருந்தான்.

கவிதைக்கு அவன் கொடுத்திருந்த தலைப்பு 'புரட்சி நிகழ்ந்த இரவு'. அந்தக் கவிதை அவன் சிறுவயதின் புரட்சி தினங்களில் வீட்டில் உள்ள எல்லோரும் வானொலிப் பெட்டியின் முன் குழுமி, ராணுவ அணிவகுப்பு பற்றிய வர்ணனையைக் கேட்டுக்கொண்டிருந்த ஞாபகங் களோடு தொடங்கியது. அதன் பிறகு அவர்கள் அனைவரும் ஒன்றாக அமர்ந்து விடுமுறை விருந்துண்ணுவது பற்றி வர்ணித்தது. இதனால் தான் இக்கவிதை உண்மையில் புரட்சியைப் பற்றியதல்ல என்று அவன் பிற்பாடு முடிவெடுத்து, பனித்திவலையின் அச்சில் 'ஞாபகம்' என்ற தலைப்பில் பொருத்தினான். இந்தக் கவிதையின் முக்கியமான அம்சங்களில் ஒன்று, சுற்றியுள்ள உலகம் கொந்தளித்துக் கொண்டிருந் தாலும் ஒரு கவிஞனால் அவன் மனதின் ஒரு பகுதியை அதற்கு அடைத்து வைத்திருக்க முடிவதைப் பற்றியதுதான். பிசாசு ஒன்றிற்கு நிகழ்காலத்துடன் இருக்கும் தொடர்பை விட ஒரு கவிஞனுக்கு அதிகமாக இல்லை என்பதுதான் இதற்குப் பொருள். ஒரு கவிஞன் தனது கலைக்காக அளிக்க வேண்டியிருக்கும் விலை இது!

கவிதையை முடித்தபிறகு கா சிகரெட் ஒன்றை பற்றவைத்துக் கொண்டு சன்னலுக்குச் சென்றான்.

20

நமது தேசத்திற்கு ஒரு மகத்தான தினம்!

அந்த இரவில் கா ஆழ்ந்து தூங்கியதும் அடுத்த நாள் காலையில் விழித்தெழுந்ததும்

கா சரியாக பத்து மணி இருபது நிமிட நேரத்திற்கு ஒருமுறை கூட திரும்பிப் படுக்காமல் நிச்சலனமாகத் தூங்கினான். கனவில் பனிப்பொழிவைக் கண்டான். அதற்கு சற்று முன்பு அறையின் பாதி மூடப்பட்ட திரைச்சீலையின் இடைவெளியில் மீண்டும் பனிப் பொழிவு ஆரம்பித்தது தெரிந்தது. ஸ்னோ பேலஸ் ஹோட்டல் விளம்பரப் பலகையின் இளஞ்சிவப்பு விளக்கு வெளிச்சத்தில் வெண்பனி மூடிய சாலையின் மீது பனித் தூறல் விழுவது அசாதாரணமான மிருதுத்தன்மையுடன் தெரிந்தது. ஒருவேளை இந்த மென்மையான பனிதான் கார்ஸ் முழுதும் நடந்துகொண்டிருந்த துப்பாக்கிச் சண்டை சத்தங்களை உறிஞ்சிக்கொண்டு காவை அமைதியாகத் தூங்க வைத்ததோ என்னவோ.

இரண்டு தெருக்கள் தள்ளித்தான் சமயக்கல்விக்கூடத்தின் டார்மிட்டரியை ஒரு பீரங்கியும் இரண்டு ராணுவ லாரிகளும் தாக்கின. பொது அறைகளுக்கும் சீனியர்களின் டார்மிட்டரிக்கும் செல்லும் வழியிலிருந்த மரக்கதவுக்கு வெளியே – ஆர்மீனிய கைவினைத் திறனை இன்றளவும் பறைசாற்றிக் கொண்டிருக்கும் பிரதான இரும்புக் கதவுக்கு அருகில் அல்ல – ஒரு கைகலப்பு கூட ஏற்பட்டது. அந்த இளைஞர்களைப் பயமுறுத்துவதற்காக ராணுவ வீரர்கள் பனி மூடியிருந்த பள்ளித்தோட்டத்தில் கூடி நின்று வானத்தை நோக்கி சுட்டனர். நேஷனல் தியேட்டர் நிகழ்ச்சிக்காக சென்றிருந்த மாணவர் சங்கத்தின் தீவிர இஸ்லாமிய அரசியலாளர்கள் அங்கேயே கைது செய்யப்பட்டிருந்தனர். டார்மிட்டரியில் அப்போது இருந்தவர்கள் புதிதாகச் சேர்ந்திருந்த மாணவர்களும் அரசியலில் ஆர்வமில்லாதவர்களும் தான். ஆனால் தொலைக்காட்சியில் கண்ட காட்சிகள் அவர்களை

உணர்ச்சிவசப்படுத்தியிருந்தன. பள்ளி வளாகத்தின் எல்லாக் கதவு களையும் அடைத்து மேஜைகளையும் சாய்வு மேஜைகளையும் குவித்து முட்டுக் கொடுத்துவிட்டு 'இறைவன் மிகப்பெரியவன்' என்பது போன்ற கோஷங்களை எழுப்பியபடி இருந்தனர். ஒன்றிரண்டு கிறுக்கர்கள் சமையலறையிலிருந்து கத்திகளையும் முட்கரண்டிகளையும் குளியலறை சன்னலிலிருந்து ராணுவத்தினரை நோக்கி எறியத் தொடங்கினர். அவர்கள் கைவசமிருந்த ஒரேயொரு துப்பாக்கியை எடுத்து ஆட்டிக் கொண்டு ராணுவத்தினரைப் பார்த்துக் குதிக்கத் தொடங்கியதும் துப்பாக்கிச் சூடு தொடங்கியது. பால் மணம் மாறாத ஒரு அழகான பையன் நெற்றியில் குண்டடிபட்டு இறந்து போனான்.

நகரவாசிகளில் பெரும்பாலோர் இன்னும் விழித்துக் கொண்டுதான் இருந்தனர். சன்னல்களுக்கு வெளியிலோ, தெருவையோ பார்க்காமல் தொலைக்காட்சித் திரையை வைத்த கண் வாங்காமல் பார்த்துக் கொண்டிருந்தனர். இது ஒரு நாடகமல்ல, புரட்சி என்று சுனய் ஸயிம் செய்த அறிவிப்போடு நேரடி ஒளிபரப்பு முடிந்திருக்கலாம். ஆனால் முடியவில்லை. தொடர்ந்தது. குழப்பம் விளைவிப்பவர்களை கைது செய்து, இறந்தவர்களையும் காயமுற்றவர்களையும் அரங்கிலிருந்து ராணுவத்தினர் அப்புறப்படுத்திக் கொண்டிருந்தபோது அரங்கத்தின் மேடைமீது கார்ஸ் நகரத்தினர் அனைவருக்கும் பரிச்சயமான துணை ஆளுநர் உம்மன் பே தோன்றினார். ஒரு சம்பிரதாயமான, இறுக்கமான தொனியில், ஆனால் நம்பிக்கையூட்டும் விதமாக, இந்த நேரடி ஒளிபரப்பு குறித்த தனது அதிருப்தியை வெளிப்படுத்தினார். பின்பு கார்ஸ் நகரில் ஊரடங்கு ஆணை பிறப்பிக்கப்பட்டிருப்பதாகவும் அடுத்த நாள் பனிரெண்டு மணிவரை அமலில் இருக்குமென்றும் அறிவித்தார். அவர் மேடையை விட்டு அகன்றதும் அடுத்த இருபது நிமிடங்களுக்கு யாரும் மேடையேறவில்லை. நேஷனல் தியேட்டரின் திரையை மட்டுமே கார்ஸ் நகரவாசிகள் ஒளிபரப்பில் பார்த்துக்கொண்டிருந்தனர். பின் ஒளிபரப்பு துண்டிக்கப்பட்டது. சில நொடிகளில் மீண்டும் உயிர்பெற்று பழையபடியே திரை தெரிந்தது. சிறிது நேரத்தில் திரை மெதுவாகத் திறந்து மொத்த நிகழ்ச்சியும் மறுஒளிபரப்பாக ஆரம்பத்திலிருந்து தொடங்கியது.

தொலைக்காட்சி பெட்டிகளின் முன் உட்கார்ந்திருந்தவர்களுக்கு என்னதான் நடந்துகொண்டிருக்கிறது என்று புரியாமல் ஏதோ மோசமாக நடக்கப்போகிறது என்ற பயம் அதிகரித்தது. களைப்பு மிகுதியில் இருந்தவர்களுக்கும், பாதி போதையில் இருந்தவர்களுக்கும் முந்தைய கால உள்நாட்டு கலக தினங்களுக்குத் திரும்பவும் செல்வதைப்போலத் தோன்றியது. மற்றவர்களுக்கு கடந்த இருண்ட காலத்தின் ஆட்கடத்தல், ரௌடித்தனம், எதிர்பாராத மூலைகளில் சந்திக்கும் மரணங்களின் ஞாபகம் திரும்பியது. அரசியல் ஆர்வமில்லாத பார்வையாளர்களுக்கு அந்த மறுஒளிபரப்பு அன்றிரவு கார்ஸ்ஸில் என்னதான் நடந்தது என்று மறுபடியும் ஒருமுறை தெளிவாகப் பார்த்துத் தெரிந்துகொள்ள ஒரு வாய்ப்பாக அமைந்தது (நானும் பல பருடங்கள் கழித்து இதையே தான் செய்தேன்).

ஃபுன்டா ஈஸர் பிரதம மந்திரியாக நடிப்பதையும், பின்பு அவள் ஆடிய வரம்புமீறிய பெல்லி டான்ஸையும் கார்ஸ்வாசிகள் பார்த்துக் கொண்டிருக்கும்போது, விசேஷ பயிற்சி பெற்ற ஒரு காவலர் அணி ஹலில் பாஷா ஆர்கேடிலிருந்த ‘பொதுமக்கள் சுதந்திரக் கட்சி’யின் கிளை அலுவலகத்தை சோதனையிட்டது. அந்த ராத்திரி நேரத்தில் அங்கே இருந்த ஒரு குர்த்திய காவலாளியை கைது செய்து, இழுப்பறைகளையும் அலமாரிகளையும் திறந்து கையில் கிடைத்த எல்லா ஆவணங்களையும் கைப்பற்றினர். அதன் பின்னர் இதே அணியினர் கட்சியின் செயற்குழு உறுப்பினர்களையும் – இதற்கு முன் நடைபெற்ற ஒரு சோதனையில் கிடைத்த விபரங்களின்படி அவர்கள் முகவரிகளையும் அடையாளங்களையும் தெரிந்துவைத்திருந்தனர் – கைது செய்தனர். அவர்கள் மீது சுமத்தப்பட்ட குற்றச்சாட்டு: ஆட்சிக் கவிழ்ப்பு சதியில் ஈடுபட்டது, குர்த்திய தேசிய வெறியைத் தூண்டியது.

அந்த இரவில் பிடிபட்ட குர்த்திய தேசியவாதிகள் இவர்கள் மட்டுமல்ல. அடுத்தநாள் விடியற்காலையில் முழுக்க எரிந்த நிலையில் கண்டுபிடிக்கப்பட்ட ஒரு மூரத் டாக்ஸியில் – திகோர் செல்லும் சாலையிலிருந்த அந்த வண்டியில் பனி மூடியிருக்கவில்லை – மூன்று உடல்கள் இருந்தன. அதிகாரபூர்வ அறிக்கைகளின்படி அவர்கள் குர்த்திய தேசியவாத கெரில்லாக்கள். காவல் துறையினர் அளித்த அறிக்கையில் அந்த மூன்று இளைஞர்களும் பல மாதங்களாக நகரத்தில் விஷமங்களைப் பரப்புவதற்கு முயன்றுகொண்டிருந்ததாகவும், முந்தைய நாள் மாலை நிகழ்ச்சிகளில் கலவரமடைந்து ஒரு டாக்ஸியில் மலைப் பிரதேசத்திற்குத் தப்பிச்செல்ல முயன்றதாகவும் கூறப்பட்டது. சாலை அடைக்கப்பட்டிருப்பதைக் கண்டதும் அவர்களிடையே பூசல் ஏற்பட்டதாகவும், அதன் விளைவாக அதில் ஒருவன் கைவசமிருந்த வெடிகுண்டை வெடிக்கச் செய்ததில் அம்மூவரும் இறந்துவிட்டதாகவும் அந்த அறிக்கை கூறியது.

அந்த இளைஞர்களில் ஒருவனுடைய தாய் – அவர் மருத்துவமனை ஒன்றில் சுத்திகரிப்பு தொழிலாளி – பின்னர் ஒரு வழக்கு தொடர்ந்தார். அடையாளம் காண முடியாத ஆயுதம் தரித்த ஏஜென்டுகள் அவர்கள் வீட்டுக்கதவைத் தட்டி, அவரது மகனை இழுத்துச் சென்றுவிட்டதாக அவர் புகார் மனு அளித்திருந்தார். டாக்ஸி ஓட்டுநரின் அண்ணன் அளித்த புகாரில் தன்னுடைய தம்பி ஒரு தேசியவாதியோ, ஏன், குர்து இனத்தவனோ கூட அல்ல என்று குறிப்பிட்டிருந்தார். இரண்டு புகார் மனுக்களும் நிராகரிக்கப்பட்டன.

இதற்குள் கார்ஸ்ஸில் உள்ள அனைவருக்கும் நகரத்தில் ஏற்பட்டிருக்கும் கொந்தளிப்பு பற்றி தெரிந்துவிட்டது. அது ஒரு முழு அளவிலான புரட்சி அல்லவென்றாலும், கரிய கனமான பிசாசுகள் போல நகரத்தில் சுற்றிவந்துகொண்டிருந்த இரண்டு பீரங்கி வண்டிகளும் ஏதோ வினோதமாக நடந்துகொண்டிருப்பதை உறுதி செய்தன. பெரும்பாலானவர்கள் தொலைக்காட்சி நிகழ்ச்சிகளில் மூழ்கியிருக்க, ஜன்னலுக்கு வெளியே பழங்கால தேவதைக் கதைகளில் போல முடிவேயில்லாமல் பனி பொழிந்துகொண்டிருக்கும்போது,

அந்த பீரங்கிகள் பெரிய அளவில் அச்சத்தை எழுப்புபவையாக இல்லை, அரசியலில் ஈடுபட்டிருந்தவர்களை மட்டும் கவலை பீடித்திருந்தது.

உதாரணத்திற்கு சதுல்லா பேவை எடுத்துக்கொள்ளலாம். கார்ஸ்ஸில் உள்ள குர்துகளால் பெரிதும் மதிக்கப்பட்ட பத்திரிகையாளர் அவர். நாட்டார் கதைகளை விரிவாகத் தொகுத்து புகழ்பெற்றிருந்தவர். ராணுவப் புரட்சிகள் பலவற்றை அவரது அனுபவத்தில் பார்த்திருந்ததால், ஊரடங்கு ஆணையைக் கேள்விப்பட்டவுடனேயே சிறைவாழ்க்கைக்கு தன்னை தயார்படுத்திக்கொண்டார். எந்த நேரத்திலும் தனக்கு அழைப்பு வந்துவிடும் என்ற நிச்சயத்தில் சிறையில் தனக்குத் தேவைப்படுபவற்றை சேகரிக்கத் தொடங்கினார். அவரது தவிர்க்கமுடியாத இரவு உடையான நீல பைஜாமா, பிராஸ்ட்ரேட் உபாதைக்கான மருந்துகள், தூக்க மாத்திரைகள், உல்லன் தொப்பியும் காலுறைகளும், இஸ்தான்புல்லில் இருக்கும் அவர் மகளின் புகைப்படம் (அவருடைய பேரன் அவள் மடியில் சிரித்துக்கொண்டிருந்தான்), குர்த்திய ஒப்பாரிப் பாடல்களைக் குறித்து கடும் உழைப்பில் அவர் சேகரித்து வைத்திருந்த தரவுகள் என எல்லாவற்றையும் சூட்கேஸில் அடுக்கினார். மனைவியோடு அமர்ந்து தேநீர் பருகினார். ஃபுன்டா ஈஸரின் இரண்டாவது பெல்லி டான்ஸை அவர்கள் பார்த்தபடி காத்திருந்தார்கள். நள்ளிரவைத் தாண்டியதும்தான் வாசல்மணி ஒலித்தது. மனைவியிடம் விடைபெற்று, சூட்கேஸை எடுத்துக்கொண்டு கதவைத் திறந்தார். வெளியே யாருமில்லாததைக் கண்டு தெருவில் இறங்கிப் பார்த்தார். தெரு விளக்குகளின் கந்தக மஞ்சள் வெளிச்சம் அவரது இளம் பிராயத்தின் அற்புதமான குளிர்கால ஞாபகங்களுக்கு கொண்டு சென்றது. உறைந் திருக்கும் கார்ஸ் ஆற்றில் அவர் ஸ்கேட்டிங் செல்வார். அமைதியான தெருக்களில் இப்போதிருப்பதைப் போலவே அழகான பனி விரிப்பு மூடியிருக்கும். அவர் அங்கு நின்றிருக்கும் போதே, யாரோ சுட்ட புல்லட்டுகள் அவர் தலையிலும் மார்பிலும் பாய்ந்து ஸ்தலத்திலேயே மாண்டுபோனார்.

சில மாதங்கள் கழித்து, பனி உருகி சாலைகள் தெளிவானபோது அந்த இரவில் இதைப்போலவே கொலை செய்யப்பட்டிருந்த வேறு சிலரின் சிதைந்த உடல்களும் கண்டுபிடிக்கப்பட்டன. ஆனால் புரட்சியை யொட்டி துருக்கிய இதழ்கள் இந்த விஷயங்களை வர்ணித்ததைப் போல நானும் எழுதி வாசகர்களை மனம் குலைவிக்க விரும்பாததால் மேலோட்டமாகச் சொல்லிவிட்டு நகர்கிறேன். இந்தக் கொலைகளைச் செய்த 'அடையாளம் தெரியாத விஷமிகள்' Z டெமிர்கோலும் அவன் நண்பர்களும்தான் என்று கிளம்பியிருந்த வதந்திகளைப் பொறுத்தவரை பொய்யென்றுதான் சொல்லவேண்டும். எதிர்பார்த்ததைவிட அதிக நேரம் பிடித்தாலும் தொலைபேசி இணைப்புகளை ஒருவழியாக துண்டித்துவிட்டு, புரட்சிக்கு ஆதரவான கார்ஸ் பார்டர் டெலிவிஷன் ஒளிபரப்பை தடங்கல் வராமல் பார்த்துக்கொண்டனர். விடியல் நேரம் நெருங்க நெருங்க, வேறொரு விஷயத்திற்காக அவர்கள் கவலைப்படத் தொடங்கினர். அந்தக் கவலை விரைவிலேயே ஒரு

வெறியாக அவர்களை ஆட்டிப்படைக்கத் தொடங்கியது. அது என்ன வென்றால் எல்லைப்புற பிரதேசங்களின் நாயகர்களைப் போற்றிப் பாடுவதற்கு கனமான குரல் படைத்த ஒரு பாடகனை உடனடியாகக் கண்டுபிடிக்க வேண்டும் என்பதே. எல்லா வானொலி, தொலைக்காட்சி நிலையங்களும் எல்லை நாயகர்களைப் புகழ்ந்து பாடும் நாட்டுப்பாடல் களை ஒலிபரப்பாவிட்டால் புரட்சிக்கு என்ன மதிப்பு இருக்கப்போகிறது?

ராணுவக் குடியிருப்புகளிலும் மருத்துவமனைகளிலும் அறிவியல் பள்ளியிலும் தேநீர் விடுதிகளிலும் தேடியபிறகு அவர்களுக்கு தீயணைப்பு நிலையத்தில் பணியிலிருந்த ஒரு வீரன் கிடைத்தான். அவன் ஒரு நாட்டுப்புறப் பாடகன். அவர்கள் அவனை வந்து சூழ்ந்தபோது, ஒன்று கைது செய்யப் போகிறார்கள் அல்லது துப்பாக்கி குண்டுகளால் துளைத்தெடுக்கப் போகிறார்களென்றுதான் அவனுக்குத் தோன்றியது. ஆனால் அவர்கள் அவனை தொலைக்காட்சி நிலையத்திற்கு இழுத்துச் சென்றனர். அடுத்த நாள் காலை கா கண் விழித்தபோது இந்தத் தீயணைப்பு வீரனின் கணீரென்ற குரல்தான் ஹோட்டல் முகப்பறை யிலிருந்த தொலைக்காட்சியிலிருந்து அறைச்சுவர்களைத் தாண்டி காதில் விழுந்தது. பாதி மூடியிருந்த சன்னல் திரைச்சீலைகள் வழியே சாலையில் படிந்திருந்த பனியில் பட்டுப் பிரதிபலிக்கும் சூரிய வெளிச்சம் அசாதாரணமான பிரகாசத்தோடும் அற்புதமான வினோதத் தன்மையோடும் நுழைந்தது. இறுக்கம் விலகி புத்துணர்ச்சியோடு விழித்தெழுந்தாலும், இப்படி அடித்துப் போட்டாற்போல இவ்வளவு நேரம் தூங்கிவிட்டதற்காக அவனுக்கு குற்றவுணர்ச்சியும் இருந்தது. வேறு ஏதோவொரு ஊரில் ஒரு சாதாரண ஹோட்டல் விருந்தினனாக இருப்பதாக கொஞ்சம் கற்பனை செய்து கொண்டான். சவரம் செய்து குளித்து உடைமாற்றிக்கொண்டு ஹோட்டல் சாவியின் கனமான செப்புசங்கிலியில் விரலை நுழைத்துக்கொண்டு முகப்பறைக்கு இறங்கிச் சென்றான்.

திரையில் அந்த நாட்டுப்புறப் பாடகனையும், அவன் பாடுவதை தங்களுக்குள் கிசுகிசுத்தபடி பார்த்துக்கொண்டிருக்கிற இதர விருந்தினர்களையும் பார்க்கும்போது அந்நகரத்தை விழுங்கியிருந்த மௌனத்தின் உக்கிரம் அடிக்கோடிடப்பட்டு புலப்பட்டது. முந்தைய நாளின் மாலை நேரத்திற்கு அவன் நினைவுகள் திரும்பியபோதுதான் நேற்று அவன் மனம் கவனிக்காமல் நிராகரித்திருந்த எல்லாவற்றையும் அதனதன் இடத்தில் பொருத்திப் பார்க்க முடிந்தது. வரவேற்பு மேஜையின் பின்னால் இருந்த இளைஞனைப் பார்த்து மெலிதாகப் புன்னகைத்தான். இந்த வன்முறை நகரத்தின் அரசியல் சண்டைகளால் வெறுத்துப்போய், கிடைக்கும் முதல் சந்தர்ப்பத்தில் இங்கிருந்து ஓடத் தயாராக இருக்கும் ஓர் எரிச்சலுற்ற பயணியைப் போல, அடுத்திருந்த உணவறைக்கு நேராகச் சென்று காலை உணவு ஆர்டர் செய்தான். மூலையில் ஒரு சமோவரின் மேல் மாபெரும் தேநீர் கலயம் கொதித்துக் கொண்டிருந்தது. உணவு மேஜையில் ஒரு தட்டில் மிக மெல்லியதாக சீவப்பட்ட கார்ஸ் பாலாடைக்கட்டியும், ஒரு கிண்ணத்தில் பளபளப்பிழந்து சோகையாக இருந்த ஆலிவ் இலைகளும் இருந்தன.

சன்னலுக்குப் பக்கத்திலிருந்த மேஜையில் கா அமர்ந்தான். சாளரத் திரையின் இடைவெளிகள் வழியே உன்னத அழகோடு நீண்டிருக்கும் பனிமூடிய சாலையை பார்க்கும்போது அந்த வெறிச்சோடிய தெருவின் அமைதி அவன் இளவயதின் ஊரடங்கு தினங்களை நினைவூட்டியது. கணக்கெடுப்பு தினங்கள்; வாக்காளர் பட்டியலை சரிபார்க்கும் தினங்கள்; அரசாங்கத்தின் எதிரிகளை வேட்டையாட ஒதுக்கப்பட்ட தினங்கள்; வீட்டுக்கு வெளியே தரையதிர ராணுவ அணிவகுப்பு செல்ல, அனைவரும் வானொலி தொலைக்காட்சி பெட்டிகள் முன் குழுமியிருந்த தினங்கள். எல்லாவற்றையும் ஒன்றன்பின் ஒன்றாக நினைவு கூர்ந்தான். வானொலியில் ராணுவ சங்கீதத்தை அவர்கள் கேட்டுக் கொண்டிருக்கும்போதும், ராணுவச்சட்டம் அமலாக்கப் பட்டிருப்பதையும் தடை விதிக்கப்பட்ட விஷயங்களைப்பற்றியும் செய்தி அறிக்கைகளைக் கேட்டுக் கொண்டிருக்கும்போதும் காவுக்கு வெளியே ஓடிச்சென்று காலியான தெருவில் விளையாடுவதற்குத்தான் ஆசையாக இருக்கும். சிறுவனாக இருக்கும்போது அந்த ராணுவ ஆட்சி தினங்கள் பள்ளி விடுமுறை நாட்களைப் போல சந்தோஷம் தருவனவாக இருந்தன. ஒரு பொதுவான கவலையில் அவன் அத்தைகளும் மாமாக்களும் அக்கம்பக்கத்தினரும் வீட்டிற்கு வந்து குவிந்து விடுவார்கள். காவின் பிள்ளைப் பிராயத்தில் ராணுவப்புரட்சி ஏற்படும் தினங்களில் இஸ்தான்புல்லின் மத்திய – உயர்மத்திய வர்க்கத்தைச் சேர்ந்தவர்கள் உண்மையில் பத்திரமாகவும் சந்தோஷமாகவுமே உணர்ந்து வந்திருக்கிறார்கள். இதை வெளிக்காட்டாமல் மறைத்துக் கொள்வதற்காகவே ராணுவ ஆட்சி பொறுப்பேற்றுக் கொண்டதும் வழக்கமாக மேற்கொள்ளும் அபத்தமான காரியங்களை (ராணுவக் குடியிருப்புகளைப் போலவே தோற்றமளிக்க வேண்டுமென்பதற்காக சரளைக்கல் படுகைக்கெல்லாம் வெள்ளையடிப்பது, நீண்ட தலைமுடியோ தாடியோ வைத்திருப்பவர்களை ராணுவத்தினரும் காவலர்களும் பிடித்துச் செல்வது) கிண்டல் செய்து பேசிக்கொண்டிருப்பார்கள். இஸ்தான்புல்லின் மேட்டுக்குடியினருக்கு ராணுவத்தினர்மீது அதீதமான பயம் இருந்தாலும் அந்த ராணுவ வீரர்களுக்கு வாய்த்திருக்கும் பற்றாக்குறை வாழ்க்கையைப் பற்றி – கடுமையான ஒழுக்கக் கட்டுப் பாடுகள், தண்டனைகள், குறைந்த ஊதியம் – அறிந்திருந்ததால் அவர்கள் மீது இளக்காரமும் இருந்தது. ராணுவத்தினர் என்போர் கடையோர். அவர்களைப் பணக்காரர்கள் இகழ்ந்ததற்கு அதுதான் காரணம்.

வெளியே தெரிந்த தெரு பல நூற்றாண்டுகளாக கைவிடப்பட்டிருந் ததைப் போல காணப்பட்டது. எனவே ஒரு ராணுவ லாரி அந்தத் தெருவிற்கு திரும்பி வருவதைப் பார்த்ததும் காவுக்கு மீண்டும் சிறு வயது ஞாபகங்கள் அலைமோதின. சின்னப் பையனாக அந்தக் காலத்தில் ராணுவ வாகனங்களை எப்படிக் கண்கொட்டாமல் வியப்புடன் பார்ப்பானோ அதேபோல இப்போதும் பார்த்துக்கொண்டிருந்தான்.

மாட்டுத் தரகன்போல காணப்பட்ட ஒருவன் அந்த அறைக்குள் நுழைந்தான். நேராக காவிடம் வந்து தோளைச் சுற்றி கை போட்டு

காவின் இரண்டு கன்னங்களிலும் முத்தமிட்டான். "வாழ்த்துக்கள்! இது நமது நாட்டிற்கு ஒரு மகத்தான தினம்!" என்றான்.

அவன் இளம் வயதில் பழைய மத விடுமுறை நாட்களின்போது பெரியவர்கள் ஒருவரையொருவர் எப்படி கட்டித் தழுவி பாராட்டிக்கொள்வார்களோ அதே விதத்தில் ராணுவப்புரட்சிக்குப் பிறகும் பாராட்டிக்கொள்வது காவின் நினைவுக்கு வந்தது. அவனிடம் பதிலுக்கு எதையோ முனகிவிட்டு பாராட்டு தெரிவித்துக்கொண்டான்.

சமையலறைக் கதவு திறந்தது. உடம்பிலிருக்கும் எல்லா ரத்தமும் தலைக்கு ஏறுவதை கா உணர்ந்தான். இபெக் உள்ளே வந்தாள். அவர்களின் விழிகள் ஒரு கணம் ஒன்றோடொன்று பிணைந்தன. காவுக்கு சட்டென்று என்ன செய்ய வேண்டுமென்று புரியவில்லை. எழுந்து நிற்கலாம் என்று நினைத்தான். ஆனால் இபெக் அவனைப் பார்த்து புன்னகைத்துவிட்டு, அப்போதுதான் வந்தமர்ந்த ஒரு வாடிக்கையாளரை கவனிக்கச் சென்றாள். கையில் ஒரு ட்ரேயில் கப்பும் தட்டுகளும் வைத்திருந்தாள். அவற்றை அந்த ஆளின் மேஜை மேல் நளினமாக வைத்தாள். ஒரு பரிசாரகப்பெண்ணைப் போலவே.

காவின் உற்சாகம் மூழ்கியது. இபெக் வந்தவுடனேயே அவளுக்கு முகமன் தெரிவிக்காததற்காக தன்னையே வெறுத்துக்கொண்டான். ஆனால் அதேநேரத்தில் வேறொன்றும் அவனுள்ளே ஓடிக்கொண்டிருந்தது. அதிலிருந்து அவனால் ஒளிந்துகொள்ள முடியாதென்று அவனுக்கு உடனே உறைத்தது. முந்தையதினம் அவன் செய்தவை எல்லாமே தவறானவை. முழுமையாகத் தெரியாத ஒரு பெண்ணிடம் தன் காதலைச் சொன்னதற்காக தன்னையே வெறுத்துக்கொண்டான். (அது எவ்வளவுதான் சுகானுபவமாக இருந்தாலும்) அவளை வலுக்கட்டாயமாக முத்தமிட்டதற்காகவும், கட்டுப்பாட்டை இழந்ததற்காகவும், உணவு மேஜையில் அவள் கைகளைப் பிடித்துக்கொண்டதற்காகவும் தன்னையே வெறுத்துக்கொண்டான். எல்லாவற்றிலும் மேலாக ஒரு சாதாரண துருக்கியனைப் போல நடந்துகொண்டதற்காக, குடித்துவிட்டு வெட்கமேயில்லாமல் அவள்மீது மோகம் கொண்டிருப்பதை எல்லோருக்கும் பட்டவர்த்தனமாகக் காட்டிக்கொண்டதற்காக கேவலமாக உணர்ந்தான். இப்போது அவளிடம் என்ன பேசுவது என்று புரியவில்லை. அவள் வெறும் பரிசாரகராகவே எப்போதும் நடந்துகொள்ளக் கூடாதாவென்றிருந்தது.

மாட்டுத்தரகன் போலிருந்த அந்த ஆள் கரகரப்பான குரலில், "டீ!" என்று கத்தினான். இபெக் கையில் காலி ட்ரேவுடன் சமோவர் அடுப்பை நோக்கி நளினமாகத் திரும்பிச் சென்றாள். அவனுக்கு தேநீர் பரிமாறிவிட்டு காவின் மேஜைக்கு வந்தாள். அவன் இதயத் துடிப்பின் நாடியை நாசியின் முனையில்கூட உணர்ந்தான்.

இபெக் புன்னகையுடன், "என்ன நடந்தது?" எனக் கேட்டாள் "நன்றாகத் தூங்கினீர்களா?"

முந்தைய இரவையும் நேற்றைய மகிழ்ச்சியையும் குறிப்பிட்டுக் கேட்டது காவை சங்கடப்படுத்தியது. “இந்த பனிப்பொழிவு நிற்கவே நிற்காது போலிருக்கிறது.” அவன் குழறினான்.

இருவரும் ஒருவரையொருவர் மௌனமாகப் பார்த்துக்கொண்டிருந்தனர். பேசுவதற்கு எதுவும் இல்லை என்று உணர்ந்தான். இப்போது எது பேசினாலும் போலியாகத்தான் இருக்கும். மெலிதாகத் ததும்பிக் கொண்டிருக்கும் அவளது அகன்ற பழுப்புநிற விழிகளுக்குள் ஊடுருவிப் பார்த்தான். மௌனமாக இருப்பதைத்தவிர வேறு எந்தத் தெரிவும் அவனிடம் இல்லையென்பதை வார்த்தைகளின்றி அவளிடம் சொன்னான். காவின் மனநிலை முந்தையதினம் இருந்ததற்கு இப்போது முற்றிலும் மாறாக இருக்கிறது என்பதும், அவன் மிகவும் வேறுவிதமானவனாக மாறியிருக்கிறான் என்பதும் இபெக்கிற்குப் புரிந்தது. காவிற்கு தனக்குள்ளிருக்கும் இருண்மையை அவள் உணர்ந்துகொண்டாள் என்பது புரிந்தது. அதை ஏற்றுக்கொண்டிருக்கிறாள் என்பதும் புரிந்தது. இதுவொன்றே ஆயுள் பரியந்தம் அவர்களைப் பிணைத்து வைத்திருக்கும் என்று நினைத்தான்.

“இந்தப் பனிப்பொழிவு இன்னும் சில நாட்களுக்கு இருக்கும்,” என்றாள் எச்சரிக்கையோடு

“ரொட்டி இல்லை,” என்றான் கா.

“ஓ, மன்னியுங்கள்,” அவள் சமோவர் அடுப்புக்கு அடுத்திருந்த மேஜைக்குச் சென்று, ட்ரேயை வைத்துவிட்டு ரொட்டியை ஸ்லைஸ் போடத் தொடங்கினாள்.

கா அவளிடம் ரொட்டியைக் கேட்டதற்குக் காரணம் அவனால் பதற்றத்தை சமாளிக்க முடியாததால்தான். இப்போது அவளைப் பின்னாலிருந்து பார்க்கும்போது ஒரு சிந்தனைவயப்பட்ட தோரணை அவனிடத்தில் வந்தது. ‘அந்த ரொட்டியை நானே ஸ்லைஸ் போட்டிருக்க முடியும்.’

இபெக் ஒரு வெள்ளைநிற புல் – ஓவர் அணிந்திருந்தாள். நீண்ட பழுப்புநிற பாவாடை. அவளது தடிமனான பெல்ட் எழுபதுகளில் நவீன மோஸ்தராக இருந்தது காவின் நினைவில் வந்தது. அதற்குப் பிறகு அதைப்போன்ற ஒரு பெல்ட்டை அவன் பார்த்திருக்கவில்லை. அவளுடைய இடை மெல்லியதாக, கச்சிதமாக இருந்தது. அவள் காவுக்கு ஏற்ற உயரம். அவளது கணுக்கால்கள் கூட விருப்பத்திற்குரியனவாக இருந்தன. அவள் இல்லாமல் ஜெர்மனிக்குத் திரும்பினால், இங்கே எவ்வளவு சந்தோஷமாக, கைகளைக் கோர்த்துக்கொண்டு, பாதி – விளையாட்டான, பாதி – சீரியஸான முத்தங்களைப் பகிர்ந்து கொண்டு, ஜோக்குகள் பரிமாறிக்கொண்டு பரவசத்தின் உச்சத்தில் இருந்தான் என்ற வலி கொண்ட நினைவுகளோடுதான் அவன் ஆயுள் முழுக்க கழிக்க நேரிடும் என்று உணர்ந்திருந்தான்.

கா, இபெக்கின் ரொட்டி சீவும் கைகள் நிற்பதைப் பார்த்தான். அவள் திரும்புவதற்குமுன் பார்வையைத் திருப்பிக்கொண்டான்.

“பாலாடைக் கட்டியும் ஆலிவ்களும் உங்கள் தட்டில் வைக்கிறேன்,” என்றாள் இபெக். அவள் குரல் சம்பிரதாயத் தொனியில் இருந்தது. பக்கத்தில் இருப்பவர்கள் அவர்களைக் கவனித்துக்கொண்டிருக்கிறார்கள் என்று நினைவுபடுத்த விரும்பியிருக்கலாம் என்று கா நினைத்துக் கொண்டான்.

“சரி,” என்று வேறு எங்கோ பார்த்துக்கொண்டு கா பதிலளித்தான்.

அவர்களின் விழிகள் மீண்டும் சந்தித்தபோது அவள் முகபாவம் ‘நான் திரும்பி நின்றிருந்த நேரம் முழுக்க நீங்கள் என்னையேதான் பார்த்துக்கொண்டிருந்தீர்களென்று எனக்குத் தெரியும்’ என்பதாக இருந்தது. ஆண் – பெண் உறவுகளின் நுட்பங்களில் அவளுக்கிருந்த பரிச்சயம் அவனை சோர்வடையச் செய்தது. இத்தகைய சாதுரியங்கள் அவனுக்கு எப்போதுமே கைகூடுவதில்லை. தன் சந்தோஷத்திற்கான ஒரே வாய்ப்பு அவளாகத்தான் இருக்கமுடியும் என்ற கவலையும் அவனை ஏற்கனவே அரித்துக்கொண்டிருந்தது.

“சில நிமிடங்களுக்கு முன்புதான் ஒரு ராணுவ லாரியில் ரொட்டிகள் வந்திறங்கியது” என்று காவின் இதயத்தை நொறுக்கும் படியாக புன்னகைத்தாள். “ஊரடங்கின் காரணமாக ஸாஹிதே ஹெனும் வரவில்லை. அதனால்தான் சமையலை நான் கவனிக்க வேண்டியிருக் கிறது . . . ராணுவத்தினரைப் பார்த்ததும் நான் பயந்துவிட்டேன்.”

கடிஃபேவையோ ஹண்டேவையோ தேடிக்கொண்டுதான் வந்திருக்கிறார்களோ என்பதுதான் அவள் பயம். அல்லது அவள் அப்பாவைக்கூடத் தேடி வந்திருக்கலாம் . . .

“மருத்துவமனை துப்புரவுப் பணியாளர்களை வைத்து நேஷனல் தியேட்டரில் ரத்தக் கறைகளைக் கழுவியிருக்கிறார்கள்,” இபெக் கிசுகிசுத்தாள். அவனுக்குப் பக்கத்தில் அமர்ந்தாள். “அவர்கள் பல்கலைக் கழக விடுதிகள், சமயக்கல்விக்கூடம், கட்சி அலுவலகங்கள் எல்லா வற்றிலும் சோதனை நடத்தியிருக்கிறார்கள் . . .” இந்த சோதனைகளின் போது மேலும் பல மரணங்கள் ஏற்பட்டிருக்கின்றன என்றாள். நூற்றுக்கணக்கானோர் கைது செய்யப்பட்டிருக்கின்றனர். ஒருசிலர் மட்டும் விடியற்காலையில் விடுதலை செய்யப்பட்டிருக்கின்றனர் என்றாள். இவை எல்லாவற்றையும் அரசியல் நெருக்கடிகளில் மட்டுமே மக்கள் பயன்படுத்தக்கூடிய தாழ்ந்த குரலில் அவனிடம் பேசினாள்.

அது காவை இருபது வருடங்கள் பின்னோக்கி இழுத்துச்சென்றது. பல்கலைக்கழக கேன்டீனில் அவனும் அவன் நண்பர்களும் உட்கார்ந்து கொண்டு இதைப்போன்ற சித்திரவதைகளையும் மிருகத்தனங்களையும் கோபமும் விசனமுமாக, ஆனால் விநோதமாக ஒரு பெருமிதம் கலந்த ரகசியக் குரலில் பேசிக்கொண்டிருந்த நாட்கள் அவன் நினைவுக்கு வந்தது. இதைப் போன்ற தருணங்களில்தான் அவனுக்கு பெரும் குற்றவுணர்வு எழுகிறது. துருக்கியைப் பற்றி முழுசாக மறந்துவிட்டு வீட்டுக்குப்போய் புத்தகங்கள் வாசிக்கலாம் என்றிருக்கும். இப்போது இபெக் பேசிக்கொண்டிருப்பதிலிருந்து திசை திருப்புவதற்காக ‘ஐயோ,

பயங்கரம், அதி பயங்கரமாக இருக்கிறதே' என்றெல்லாம் ஏதாவது சொல்லலாமா என்று இச்சையாக இருந்தது. வார்த்தைகள் வாய்க்குள்ளே இருந்தாலும், சொன்னால் போலித்தனமாக இருக்கும் என்று பேசாதிருந்தான். அதனால் அமைதியாக ரொட்டியையும் பாலாடைக்கட்டியையும் மென்றபடி வெறுத்துப்போய் அமர்ந்திருந்தான்.

இபெக் தொடர்ந்து கள்ளக்குரலில் அந்த சம்பவங்களை வர்ணித்துக் கொண்டிருந்தாள். சமயக்கல்விக்கூடத்தில் இறந்த இளைஞர்களின் உடல்களை ராணுவ லாரிகளில் ஏற்றி, அவர்கள் உறவினர்களிடம் அடையாளம் காட்டுவதற்காக குர்த்திய கிராமங்களுக்கு கிளம்பினார் களாம். ஆனால் அந்த லாரிகள் பனியில் சிக்கிக்கொண்டதாம். ஆயுதங்கள் வைத்திருப்போர் அவற்றை இன்றைக்குள் ஒப்படைத்து சரணடைந்து விட்டால் பொதுமன்னிப்பு வழங்கப்படும் என அதிகாரபூர்வமாக அறிவிக்கப்பட்டிருக்கிறதாம். குர்ஆன் போதனைகளும் எல்லா அரசியல் நடவடிக்கைகளும் முடங்கியிருக்கிறதாம். இபெக் பேசிக் கொண்டிருக்கும் போது அவளுடைய வழவழப்பான கைகளை கா ரசித்துக்கொண்டிருந் தான். அவள் கண்களுக்குள் ஆழமாக பார்வையை செலுத்தினான். நீளமான கழுத்தின் அழகான வர்ணத்தில் லயித்திருந்தான். பழுப்புநிறக் கூந்தல் பின் கழுத்தை வருடிக்கொண்டிருக்கும் விதம் அவனுக்குப் பிடித்திருந்தது. அவளை அவனால் காதலிக்க முடியுமா? கொஞ்ச நேரத்திற்கு அவனும் அவளும் ஒன்றாக ஃபிராங்க்ஃபர்ட்டில் வசிப்பது போலவும் கெய்ஸர்ஸ்ட்ரேஸில் நடந்து செல்வதைப் போலவும், திரைப்படம் பார்த்துவிட்டு வீட்டுக்கு திரும்பிச் செல்வதைப் போலவும் கற்பனை செய்ய முயன்றுகொண்டிருந்தான். ஆனால் எதிர்மறையான யோசனைகள் அவன் ஆன்மாவை இருட்டாக்கிக்கொண்டிருந்தன. இந்தப் பெண், பஞ்சப்பராரிகளின் வீடுகளில் ரொட்டி வெட்டுவதைப் போல, தடிமன் தடிமனாக ரொட்டியை ஸ்லைஸ் செய்திருக்கிறாள். அதைவிடக் கொடுமையாக மீனவர்களின் பழக்கம்போல அவற்றை ஒன்றின் மேல் ஒன்றாக பிரமிட்போல அடுக்கியிருக்கிறாள்.

“ப்ளீஸ், வேறு ஏதாவது பேசு,” என்றான் கா ஜாக்கிரதையாக.

இரண்டு வீடுகள் தள்ளியிருந்த ஒருவனை யாரோ காட்டிக்கொடுத்து, அவன் வீட்டு பின் தோட்டத்தின் வழியே உள்ளே நுழையும்போது கைதுசெய்யப்பட்டதை இபெக் சொல்லிக்கொண்டிருந்தாள். இப்போது கா சொன்னதைக் கேட்டதும் அவனை அர்த்தபுஷ்டியாகப் பார்த்து விட்டுப் பேச்சை நிறுத்தினாள்.

அவள் கண்களில் பயம் இருப்பதை கா கவனித்தான். “நேற்று நான் மிகவும் மகிழ்ச்சியாக இருந்தேன். பல வருடங்கள் கழித்து கவிதைகள் எழுதிக்கொண்டிருந்தேன்,” அவன் விளக்கினான். “ஆனால் இந்தக் கதைகளை இப்போது என்னால் கேட்கத் தாளமுடியவில்லை.”

“நேற்று நீங்கள் சொன்ன கவிதை மிக அழகாக இருந்தது,” என்றாள் இபெக்.

“இந்த விரக்தி என்னை ஆட்கொள்வதற்கு முன், எனக்காக நீ ஒன்று செய்ய முடியுமா?”

“என்ன செய்ய வேண்டும் சொல்லுங்கள்.”

“இப்போது என் அறைக்குச் செல்கிறேன். கொஞ்சநேரம் கழித்து நீ வரவேண்டும். உன் கைகளுக்கு நடுவில் என் தலையை அழுத்திக் கொள்ள வேண்டும். கொஞ்ச நேரத்திற்குத்தான் – அதற்குமேல் எதுவுமில்லை.”

அவன் பேச்சை முடிப்பதற்குள், இபெக்கின் மிரட்சியுற்ற கண்களிலிருந்து அவள் உடன்படப்போவதில்லை என்பது புலப்பட்டது. அவன் எழுந்தான். அவள் ஒரு நாட்டுப்புறப்பெண். காவுக்கு அந்நியமானவள். எந்தவொரு அன்னியராலும் விளங்கிக்கொள்ள முடியாத ஒரு விஷயத்தை அவளிடம் அவன் கேட்டிருக்கிறான். இந்த ஞான சூன்யப் பெண்ணின் புரிந்துகொள்ளாத பார்வையை அவன் சம்பாதித்திருக்க வேண்டியதில்லை. இந்த அறிவுகெட்ட கோரிக்கையை அவளிடம் வைப்பதற்குமுன் அவனுக்குத் தெரிந்திருக்க வேண்டும். மாடிப்படிகளில் ஏறும்போது, இவளைப்போய் தான் காதலிப்பதாக நம்பிக்கொண்டிருந்தோமே என்று சுயவெறுப்பே அவனிடம் நிரம்பியிருந்தது. படுக்கையில் பொத்தென்று விழுந்தான். இஸ்தான்புல்லிலிருந்து கார்ஸ்ஸுக்கு கிளம்பிவந்தது எவ்வளவு பெரிய முட்டாள்தனம் என்று தோன்றியவுடனேயே ஜெர்மனியை விட்டு துருக்கிக்கு வந்தது அதைவிடப் பெரிய தப்பு என்று தோன்றியது. அவன் அம்மாவை நினைத்துப் பார்த்தான். இந்தக் கவிதை, இலக்கியம் எல்லாவற்றையும் ஒதுக்கிவிட்டு அவன் ஒரு சாதாரண அமைதியான வாழ்க்கையை நடத்த வேண்டும் என்பதுதான் அவன் அம்மாவின் விருப்பமாக இருந்தது. ஹோட்டல் சமையலறையில் வேலை செய்கிற, தடிமன் தடிமனாக ரொட்டி ஸ்லைஸ் போடுகிற ஒரு பெண்ணைத்தான் சந்தோஷத்தின் ஆதாரமாக அவன் சார்ந்திருக்கிறான் என்று தெரிந்திருந்தால் அவள் என்ன சொல்லியிருப்பாள்? ஒரு பட்டிக்காட்டு ஷேக் முன்னால் கா மண்டியிட்டு வணங்கியதையும், கண்ணீர் வழிய கடவுள்மீது அவனுக்கிருக்கும் நம்பிக்கையை பிரஸ்தாபித்ததையும் அவன் அப்பா அறிந்திருந்தால் என்ன சொல்லியிருப்பார்? வெளியே பனி மீண்டும் விழத் தொடங்கியது. சன்னல் வழியே தெரியும் பனித்துணுக்குகள் மிகப்பெரியனவாக, சலிப்பை ஏற்படுத்துபவையாக இருந்தன.

கதவு தட்டப்பட்டது. திடீரென உத்வேகம் பெற்று கதவுக்கு ஓடினான். இபெக்தான். ஆனால் இப்போது அவள் முகபாவம் முற்றிலும் வேறு விதமாக இருந்தது. ஒரு ராணுவ லாரி இரண்டு பேரோடு இப்போதுதான் வந்ததாம். அதில் ஒருவன் ராணுவ வீரனாம். காவைத் தேடி வந்திருப்பதாகச் சொன்னார்களாம். அவன் இங்கேதான் இருப்பதாகவும், அவர்கள் வந்திருப்பதைத் தெரிவிப்பதாகவும் சொன்னாளாம்.

“ஆல்ரைட்,” என்றான் கா.

“வேண்டுமென்றால் நீங்கள் கேட்ட அந்த இரண்டு நிமிட மஸாஜ் இப்போது தருகிறேன்,” என்றாள் இபெக்.

கா அவளை உள்ளே இழுத்தான். கதவை மூடிவிட்டு அவளைக் கட்டியணைத்து முத்தமிட்டான். கட்டில் ஓரத்தில் உட்கார வைத்தான். அவள் மடியில் தலைவைத்துப் படுத்தான். ஜன்னலுக்கு வெளியே தெரிந்த, தற்போது காவல்துறை தலைமை அலுவலகம் அமைந்திருக்கும் 110 வருடப் பழமையான கட்டிடத்தின் கூரையில் படிந்திருக்கும் பனி விரிப்பின் மேல் நடந்துசெல்லும் காக்கைகளை வெறித்தபடி அவர்கள் இருவரும் அதே நிலையில் அசைவற்றிருந்தனர்.

“சரி, இப்போதைக்குப் போதும். நன்றி,” என்றான் கா. அவனது கருஞ்சாம்பல் நிறக் கோட்டைக் கதவின் கொக்கியிலிருந்து ஜாக்கிரதையாக எடுத்துக்கொண்டு வெளியே வந்தான். படியிறங்கும்போது ஃபிராங்க்ஃபர்ட் நினைவுகளுக்காக கோட்டை முகர்ந்து பார்த்தான். அடுத்த சில நிமிடங்களுக்கு அவன் மனம் முழுக்க அந்நகரம் அதன் அத்தனை விஸ்தீரணத்தோடும் வண்ணங்களோடும் வியாபித்தது. அங்கேயே இருந்திருக்கக்கூடாதா என்று ஏக்கமாக உணர்ந்தான். அந்த கோட்டை காஃப்ஹாஃப்பில் அவன் வாங்கியபோது அந்தக் கடையின் உதவியாளன் ஒருவன் உதவியாக இருந்தான். அந்தக் கோட்டை இவன் அளவுக்கு மாற்றித் தைக்கக் கொடுத்துவிட்டு இரண்டு நாட்கள் கழித்து சென்றபோதும் அவனைப் பார்த்தான். அவன் பெயர் ஹான்ஸ் ஹான்ஸென். அவன் பெயர் மிகவும் ஜெர்மானியத் தனமாக இருந்ததும், அவனது கேசம் பொன்நிறத்தில் இருந்ததும்தான் நள்ளிரவில் தூக்கம் கலைந்து யோசித்துக் கொண்டிருக்கும்போது ஞாபகம் வந்ததற்குக் காரணமாக இருக்கலாம்.

21

இவர்களில் யாரையும் எனக்கு அடையாளம் தெரியவில்லை

சித்திரவதை கொட்டடிகளில் கா

காவை அழைத்துச் செல்ல வந்திருந்தவர்கள் இப்போது துருக்கியில்கூட அரிதாகவே காணக்கிடைக்கும் பழங்கால ராணுவ லாரி ஒன்றில் வந்திருந்தனர். கொக்கிமூக்கோடு, சிவந்த நிறத்தி லிருந்த சீருடை அணியாத இளம் காவலன் ஒருவன் அவனை முகப்பறையில் சந்தித்தான். வண்டியின் முன்னிருக்கையின் நடுவில் காவை உட்காரச் செய்துவிட்டு, அவன் வெளியே குதித்துவிடக் கூடாது என்பதுபோல காவுக்கும் கதவுக்கும் இடையில் தன்னை செருகிக்கொண்டான். ஆனால் அவன் நடந்துகொள்ளும் விதம் மரியாதையாகவே இருந்தது. காவை 'ஸார்' என்று அழைத்தான். அவன் போலீசாக இருக்கமாட்டான், காவை துன்புறுத்தக்கூடாதென்று அறிவுரைத்து அனுப்பப்பட்ட MİT ஏஜென்டாகத்தான் இருப்பானென்று கா தீர்மானித்தான்.

நகரின் வெற்றான வெள்ளை வெளேர் தெருக்களினூடே அவர்கள் மெதுவாகச் சென்றனர். ராணுவ லாரியின் டாஷ்போர்டில் எண்ணற்ற டயல்கள், எதுவும் வேலை செய்யாமல் நிறைந்திருந்தன. அந்த வண்டி தரையிலிருந்து மிகவும் உயரத்தில் அமைந்திருந்ததால் திரைச்சீலைகள் திறந்துவிடப்பட்டிருந்த வீடுகள் சிலவற்றின் உட்புறங்கள் தெரிந்துகொண்டே வந்தன. எல்லா வீடுகளிலும் டி.வி. ஓடிக்கொண்டிருந்தது. பெரும்பாலான வீடுகளில் திரைச் சீலைகள் இழுத்து மூடப்பட்டு தமக்குள் ஒடுங்கியிருந்தன. இந்த வண்டியில் இருந்து பார்க்கும்போது அவர்கள் முற்றிலும் வேறான ஒரு நகரத்தில் பயணிப்பதைப்போன்ற உணர்வே ஏற்பட்டது. கண்ணாடி துடைப்பான்கள் இயந்திரத்தனமாக சலிப்பூட்டும்படி இயங்கிக்கொண்டிருக்க, கனவில் வருவதைப்போன்ற தெருக்களும், பழைய பால்டிக் – பாணி வீடுகளும், பனி அப்பிய அழகான ஓலியாண்டர் மரங்களும் அந்த வண்டி ஓட்டுநரையும் கொக்கி மூக்கனையும்கூட மெய்மறக்க வைத்திருந்தது போலிருந்தது.

காவல்துறை தலைமை அலுவலகத்தின் முன் வண்டி நின்றது. குளிரில் உறைந்து போயிருந்த அவர்கள் கண்ணிமைக்கும் நேரத்தில் வண்டியிலிருந்து இறங்கி உள்ளே ஓடினர். முந்தாநாள் இருந்ததைவிட இப்போது உள்ளே நெரிசலும் பரபரப்பும் அதிகமாக இருந்தது. இதை எதிர்பார்த்திருந்தாலும் காவுக்கு சஞ்சலமாக இருந்தது. இந்த பரபரப்பான ஒழுங்கின்மை அநேகமாக எல்லா துருக்கி அரசு அலுவலகங்களிலும் நிலவுவதுதான். காவின் நினைவில் நீதிமன்ற நடைவழிகளும், கால்பந்து மைதானங்களின் குறுக்கைக் கடவுகளும் குறுக்கிட்டன. கூடவே அயோடினும் ஆஸ்பத்திரியும் கலந்த நெடியும், பயங்கரமும் மரணமும் சேர்ந்த ஒரு வீச்சமும் அங்கே விரவியிருக்க, அவன் நின்றிருந்த இடத்திற்கு மிக அருகிலேயே யாரையோ சித்திரவதை செய்கிற சத்தம் கேட்டது. அதைச் சென்று தடுக்க முடியாத தனது இயலாமையின் குற்றவுணர்வில் அவன் ஆன்மாவை பயம் ஆக்கிரமித்தது.

முக்தாருடன் முந்தாநாள் ஏறிச்சென்ற அதே படிக்கட்டுகளில் இப்போது ஏறும்போது அவனைக் கூட்டிச்செல்லும் அந்த அதிகாரிகளின் தோரணையை தானும் தரித்துக்கொள்ள வேண்டுமென்று உள்ளுணர்வு தெரிவிக்க, தன்னை விறைப்பாக்கிக்கொண்டு கம்பீரமாகத் தோற்றமளிக்க முயற்சி செய்தான். திறந்திருந்த கதவுகள் வழியாக பழைய டைப்ரைட்டர் களின் ஞட் – ஞட் – ஞட் கேட்டது. எல்லா அறைகளிலும் யாராவது வாக்கி டாக்கிகளில் கத்திக் கொண்டிருந்தார்கள் அல்லது கீழே இருக்கும் தேநீர் பையனை இரைந்து கூப்பிட்டுக் கொண்டிருந்தார்கள். வெளியில் போடப்பட்டிருந்த பெஞ்சுகளில் விசாரணையை எதிர் நோக்கி இளைஞர்கள் வரிசை வரிசையாக உட்கார்ந்திருந்தார்கள். ஒவ்வொருவனின் கையும் பக்கத்திலிருப்பவனோடு பிணைத்து விலங்கிடப்பட்டிருந்தது. அவர்கள் மோசமாக அடிவாங்கியிருக்கிறார் களென்பது பட்டவர்த்தனமாகத் தெரிந்தது. எல்லோருடைய முகமும் ஒவ்வொரு விதத்தில் வீங்கியிருந்தது. அவர்களுடைய நேர்ப்பார்வையை சந்திக்காதிருக்க கா முயன்றான்.

முக்தாருடன் அவன் அமரவைக்கப்பட்ட அறையைப்போலவே காணப்பட்ட ஓர் அறைக்கு காவை அழைத்துச் சென்றனர். நேரடியாக விஷயத்திற்கு வந்தனர். கல்வியியல் பயிற்சியக இயக்குநரை கொலை செய்தவனை கா பார்க்கவில்லை என்று ஏற்கனவே வாக்குமூலம் அளித்திருக்கிறான் என்றாலும் முந்தாநாள் அவனிடம் காட்டப்பட்ட புகைப்படங்களிலிருந்தும்கூட அவனால் யாரையும் அடையாளம் காட்ட முடியவில்லையென்பதால், இப்போது கைது செய்யப்பட்டு கீழே அடைத்து வைக்கப்பட்டிருக்கும் சமயக்கல்விக்கூட மாணவர்களைப் பார்த்து அவனால் அடையாளம் காட்ட முடியுமென்று அவர்கள் நம்புகிறார்கள். அவர்கள் பேசியதிலிருந்து 'புரட்சி' ஏற்பட்டபிறகு போலீஸ் மீது தனது அதிகார ஆதிக்கத்தை MİT அதிகரித்திருக்கிற தென்பதும், இந்த இரண்டு துறைகளுக்குமிடையே உறவில் இறுக்கம் ஏற்பட்டிருப்பதும் புலப்பட்டது.

வட்டமான முகம் கொண்ட உளவுத்துறை அதிகாரி ஒருவர் முந்தையதினம் பிற்பகல் நான்கு மணியளவில் அவன் எங்கே இருந்தான் என்று கேட்டார்.

ஒரு கணம் காவின் முகம் வெளிறியது. "மேதகு ஷேக் சாதித்தின் அவர்களை தரிசித்துவிட்டு வந்தால் நல்லது என்று சொன்னார்கள்," என்று ஆரம்பித்தான்.

அந்த வட்டமுக அதிகாரி இடைமறித்து, "இல்லை, அதற்கு முன்பு?" என்றார்.

கா அமைதியாக இருந்தான். அவன் நீலத்தை சந்தித்ததை வட்டமுகத்துக்காரர் நினைவுபடுத்தினார். அவர் சொன்ன விதத்தில், அதைப்பற்றி எல்லாமும் தனக்குத் தெரியும் என்ற குறிப்பு இருந்தது. காவை சங்கடத்துக்குள்ளாக்குவதில் தான் வருத்தப்படுவதைப் போல காட்டிக்கொண்டார். இதை நல்ல நோக்கத்துக்குண்டான அறிகுறியாக எடுத்துக்கொள்வது காவுக்கு கடினமாக இருந்தது. அந்த சந்திப்பை மறைத்ததற்காக ஒரு சாதாரண காவல் அதிகாரியாக இருந்தால் காவை கண்டித்திருப்பார். போலீசுக்கு எல்லாமே தெரியும் என்று சொல்லி அவனை சந்தோஷமாக அவமானப்படுத்தியிருப்பார்.

ஏறக்குறைய மன்னிப்பு கோரும் குரலில் அந்த வட்டமுக அதிகாரி நீலம் என்பவன் ஓர் அபாயகரமான பயங்கரவாதி, மிகப்பெரிய சதிகாரன் என்று விளக்கினார். குடியரசினால் அதிகாரபூர்வமாக அறிவிக்கப்பட்ட எதிரி அவன். இரானின் கைக்கூலி. ஒரு தொலைக் காட்சி அறிவிப்பாளனை அவன் கொலை செய்திருக்கிறான் என்பது நிச்சயமாக உண்மை. அவனைக் கைதுசெய்ய வாரண்ட் பிறப்பிக்கப் பட்டுள்ளது. துருக்கி முழுக்க அலைந்து, அடிப்படைவாதிகளை அவன் ஒருங்கிணைத்துக்கொண்டிருக்கிறான். "உங்கள் சந்திப்பை ஏற்பாடு செய்தது யார்?"

"சமயக்கல்விக்கூடத்தைச் சேர்ந்த ஒரு பையன். அவன் பெயர் தெரியாது."

"அவனை இப்போது உங்களால் அடையாளம் காட்ட முடிகிறதா வென்று பார்த்துவிடலாம்," என்றார் அந்த அதிகாரி. "கவனமாகப் பார்த்துச் சொல்லுங்கள். அவர்கள் அடைக்கப்பட்டிருக்கும் அறைகளின் கதவுகளில் உள்ள சின்ன திறப்பு வழியாகத்தான் பார்க்கப்போகிறீர்கள். பயப்படாதீர்கள், உங்கள் முகத்தை அவர்கள் பார்க்க மாட்டார்கள்."

அடித்தளத்திற்குச் செல்லும் அகலமான படிக்கட்டின் வழியே காவை அழைத்துச் சென்றார்கள். ஏறக்குறைய நூறாண்டுகளுக்கு முன் இந்த அழகிய கட்டிடத்தில் ஓர் ஆர்மீனிய மருத்துவமனை இருந்தபோது, அடித்தளத்தில் கடைநிலை ஊழியர்களுக்கு ஓய்வுக்கூடம் இருந்தது. அதன்பிறகு 1940களில் இந்தக் கட்டடம் ஓர் அரசுப் பள்ளியாக மாறியபோது, அடித்தளத்தின் சுவர்களை இடித்துவிட்டு காலியிடத்தில் ஓர் உணவகத்தை ஏற்படுத்தினார்கள். 1960களில் மார்க்ஸிஸ்டுகளாகவும் மேற்குலகின் ஜென்ம விரோதிகளாகவும் ஆகிவிட்ட பல கார்ஸ் இளைஞர்கள் இந்த இடத்தில்தான் அவர்களது முதல் காட் - லிவர் ஆயில் மாத்திரைகளை விழுங்கியிருக்கிறார்கள். அந்த மாத்திரையை 'யூனிசெப்' வழங்கிய பவுடர் பாலோடு சேர்த்து

விழுங்கும்போது வயிற்றைப் புரட்டும். இப்போது இந்த விஸ்தாரமான இடத்தில் ஒரு நடைக்கூடமும் நான்கு கொட்டடிகளும் இருந்தன.

பலமுறை செய்து பழகிய எளிமையுடன் கவனமாக, தன்னம்பிக்கையுடன் ஒரு காவலர் காவின் தலையில் ராணுவத் தொப்பி ஒன்றை பொருத்தினார். ஓட்டலிலிருந்து காவை அழைத்து வந்த கொக்கிமூக்கு MİT ஏஜென்ட் காவிடம், “இந்தப் பயல்கள் ராணுவத்தொப்பியோடு போனால்தான் பயப்படுவார்கள்,” என்றார்.

வலதுபுறம் இருந்த இரண்டு கொட்டடிகளில் முதலாவதின் கதவிலிருந்த சிறிய கண்காணிப்பு சாளரத்தை காவலர் திறந்து, “அட்டென்ஷன்! ஆபீஸர்!” என்று சத்தமிட்டார். அவன் உள்ளங்கை அளவே இருந்த அந்தத் திறப்பின் வழியே கா பார்வையை செலுத்தினான்.

அந்தக் கொட்டடியே ஓர் இரட்டைக்கட்டில் அளவுக்குத்தான் இருந்தது. ஐந்துபேர் உள்ளே இருந்தார்கள். இன்னும் சிலர் கூட இருந்திருக்கலாம்; அவர்கள் ஒருவரோடொருவர் கொத்தாக ஒட்டிக்கொண்டு நின்றிருந்ததால் சொல்ல முடியவில்லை. அந்தக் கொட்டடியின் அசிங்கமான சுவரோடு சுவராக நின்றிருந்த அவர்களுக்கு ராணுவப்பயிற்சி ஏதும் அளிக்கப்பட்டிருக்காவிட்டாலும் – என்னதான் அலங்கோலமாக இருந்தாலும் – அட்டென்ஷனில் நிற்கத் தெரிந்திருந்தது. அவர்கள் கண்களை இறுக மூடிக்கொண்டிருந்தனர். (சிலர் மட்டும் பாதி கண்ணைத் திறந்து பார்ப்பதைப் போலிருந்தது). ‘புரட்சி’ தொடங்கி பத்து மணி நேரமே ஆகியிருந்தாலும் அதற்குள் இவர்களுக்கு மொட்டையடிக்கப்பட்டிருந்தது. முகங்களும் கண்களும் அடி வாங்கியதில் வீங்கியிருந்தன. நடைவழியைவிட கொட்டடியில் வெளிச்சம் கூடுதலாக இருந்தாலும் எல்லா இளைஞர்களும் காவின் கண்களுக்கு ஒன்று போலவே தோன்றினார்கள். அச்சத்தில் அவனுக்கு தலை சுழன்றது. இந்த நிலையிலும், இவர்களில் நெஸிப் இல்லாததில் நிம்மதியாக உணர்ந்தான்.

இரண்டாவது, மூன்றாவது கொட்டடிகளிலும் எந்தவொரு பையனையும் காவால் அடையாளம் காட்டமுடியாமல் போனதும், கொக்கிமூக்கு MİT அதிகாரி, “எதற்கும் பயப்படாதீர்கள். சாலைகள் திறக்கப்பட்டவுடன் நீங்கள் இங்கிருந்து போய்விடத்தானே போகிறீர்கள்,” என்றான்.

“ஆனால் இவர்களில் யாரையும் எனக்கு அடையாளம் தெரியவில்லையே,” என்றான் கா உறுதியாக.

ஆனால் சிலரை மட்டும் அவன் அடையாளம் கண்டுகொண்டிருந்தான். ஃபுன்டா ஈஸரை கிண்டல் செய்துகொண்டிருந்தவனை நன்றாக ஞாபகமிருந்தது. அப்புறம் கோஷமிட்டுக்கொண்டிருந்த இன்னொருவன். இந்த இளைஞர்களை அவன் காட்டிக்கொடுத்துவிட்டால் அவன் இந்த விசாரணைக்கு ஒத்துழைப்பு தருவதாகக் காட்டும்; அப்புறம் நெஸிப்பை பார்க்க நேர்ந்தாலும்கூட அவனைத் தெரியவில்லை என்று எளிதாகச் சொல்லிவிடலாம் என்று ஓர் எண்ணம் ஓடியது.

(இந்தப் பையன்கள் மீது தீவிரமாக எதுவும் குற்றம் சாட்டப்பட்டிருக்கக் கூடாது.)

ஆனால் அவன் யாரையும் காட்டிக்கொடுக்கவில்லை. முகமெல்லாம் ரத்தமாக இருந்த ஓர் இளைஞன் காவை நேராகப் பார்த்து, "சார், தயவுசெய்து எங்கள் அம்மாக்களிடம் சொல்லிவிடாதீர்கள்," என்று கெஞ்சினான்.

இந்த இளைஞர்கள் புரட்சியின் துவக்க மணி நேரங்களின் உஷ்ணத்தில் அடிபட்டிருக்க வேண்டும். அதிகாரிகள் ஆயுதங்கள் எதையும் பிரயோகித்திருக்கவில்லை. வெறும் பூட்ஸ்களாலும் முஷ்டி களாலும்தான் தாக்கியிருக்கின்றனர். கா இப்போது நான்காவது கொட்டடிக்கு அழைத்துச் செல்லப்பட்டான். அங்கும் கல்வியியல் பயிற்சியக இயக்குநரை கொலை செய்தவனின் ஜாடையில் எவரும் இல்லை. பயத்தில் மிரண்டு போயிருந்த அந்த இளைஞர்களில் நெஸிப் இல்லை என்பதைத் தெரிந்துகொண்டதும் இலகுவாக உணரத் தொடங்கினான்.

அவர்கள் மாடிக்குத் திரும்பியபோது, அந்த வட்டமுக ஏஜென்ட்டும் அவருடைய மேலதிகாரிகளும் கல்லூரி இயக்குநர் கொலையாளியை கண்டுபிடிக்க முடியாதிருப்பதில் பெரும் நெருக்கடியில் இருப்பதை கா உணர்ந்தான். அவனைப் பிடித்துவிட்டால் புரட்சியின் முதல் சாதனை என்று தெருத்தெருவாக இழுத்துச்சென்று நடுத்தெருவிலேயே அவனைத் தூக்கில் ஏற்றுவதுகூட அவர்கள் திட்டமாக இருக்கலாம். அப்போது அந்த அறைக்குள் ஓய்வுபெற்ற மேஜர் ஒருவர் வந்தார். ஊரடங்கு அமலில் இருக்கும்போதும் அவர் எப்படியோ சமாளித்து காவல்நிலையத்திற்கு வந்துவிட்டிருந்தார். அவருடைய பேரனைக் கைது செய்திருக்கிறார்களாம். அவனை விடுவித்து விடுமாறு அந்த மேஜர் இறைஞ்சினார். அந்தப் பையனுக்கு அரசின்மீது எந்தவிதமான அதிருப்தியோ புகாரோ கிடையாது என்றும், அவனுக்கு இலவசமாக உல்லன் கோட்டுகளும் சூட்டுகளும் கிடைக்குமென்பதற்காகத்தான் அவனுடைய ஏழைத் தாய் அவனை சமயக்கல்விக்கூடத்திற்கு அனுப்பிய தாகவும் சொன்னார். சொல்லப்போனால் அவன் குடும்பமே அடாதுர்க் கிற்கும் குடியரசிற்கும் தீவிர ஆதரவாளர்கள் என்றார். வட்டமுக ஏஜென்ட் மேஜரின் பாதிப்பேச்சில் இடைமறித்தார்.

"மை டியர் சார், இங்கே யாரும் துன்புறுத்தப்படுவதில்லை," என்றார்.

பின் மேஜரை புறக்கணித்துவிட்டு காவை வேறு பக்கமாக அழைத்துச்சென்றார். அந்தக் கொலையாளியும் நீலத்தின் ஆட்களும் கால்நடை மருத்துவக் கல்லூரியிலிருந்து கைது செய்யப்பட்டவர்களில் இருக்கக்கூடுமென்று சொன்னார். (கொலையாளி நீலத்தின் ஆட்களில் ஒருவனாகத்தான் இருக்குமென்று காவுக்கும் தோன்றியது).

கொக்கிமூக்கு ஏஜென்ட்டோடு மீண்டும் ராணுவலாரியில் கா ஏற்றப்பட்டான். வெறிச்சோடிய தெருக்கள் அழகாகத் தெரிந்தன.

சிகரெட் ஒன்றை பற்ற வைத்துக் கொண்டான். காவல் நிலையத்திலிருந்து வெளியே வந்தது நிம்மதியாக இருந்தது. இந்த நாடு இஸ்லாமிஸ்ட்டு களுக்கு அடிபணிந்துவிடாமல் ராணுவத்தின் கட்டுப்பாட்டில் வந்துவிட்டதற்காக அவனுக்கு ஒரு பக்கம் ஆறுதலாகவே இருந்தது. ஆனாலும் போலீசுக்கும் ராணுவத்துக்கும் ஒருபோதும் ஒத்துழைக்கக் கூடாது என்று சங்கல்பமும் எடுத்துக்கொண்டான். ஒரு புதிய கவிதை அவன் மனதில் உருவாகத்தொடங்கியது. மிகவும் உக்கிரமாக, அதே நேரத்தில் விநோதமாக கிளர்ச்சியூட்டும்படியாகவும் காவை ஆட்கொள்ள, அந்த கொக்கிமூக்கனிடம், “வழியில் எங்காவது தேநீர் விடுதியில் நிறுத்தமுடியுமா?” என்றான்.

சாதாரணமாக இந்த நகரத்தில் இரண்டடிக்கு ஒரு தேநீர் விடுதி வேலையில்லாத ஆசாமிகள் குவிந்திருக்கக் கண்ணில் படும். ஊரடங்கு ஆணையினால் அநேகமாக எல்லாக் கடைகளும் மூடியிருக்க கால்வாய் தெருவில் இருந்த ஒரு கடை மட்டும் எதிர்நடைபாதையில் நிறுத்தியிருந்த ராணுவ ஜீப்பின் கவனத்தை ஈர்க்காமல் திறந்துவைக்கப்பட்டிருந்தது. உள்ளே ஊரடங்கு எப்போது முடியுமென்று காத்திருப்பதைப்போல ஓர் இளைஞன் தனியாகவும், வேறொரு மேஜையில் மூன்று பேரும் உடகார்ந்திருந்தனர். ராணுவத் தொப்பி அணிந்த ஒருவர் சீருடை அணியாத அதிகாரிகளோடு திடீரென உள்ளே நுழைந்ததில் அதிர்ந்து எழுந்து நின்றனர்.

கண்ணிமைக்கும் நேரத்தில் கொக்கிமூக்கு ஏஜென்ட் கோட் பாக்கெட்டிலிருந்து துப்பாக்கியை உருவி, அந்த இளைஞர்களை சுவிட்ஸர்லாந்து இயற்கைக் காட்சி ஒட்டியிருந்த சுவரோடு திரும்பி நிற்கவைத்து சோதனையிடத் தொடங்கினான். அவர் செயல்பட்ட வேகத்திலிருந்த தொழில்முறைத் தன்மையும், அந்த இளைஞர்களின் பாக்கெட்டுகளிலிருந்து அடையாள அட்டைகளை திறமையாக வெளியே எடுத்து சரிபார்த்த விதத்திலிருந்த இயந்திரத்தனமான ஒழுங்குமுறையும் வியப்பூட்டுவதாக இருந்தன. கா நகர்ந்து சென்று அடுப்புக்குப் பக்கத் திலிருந்த மேஜையில் அமர்ந்து அவனது கவிதையை சரளமாக எழுதி முடித்தான்.

பின்னர் இக்கவிதைக்கு ‘கனவு வீதிகள்’ என்று தலைப்பிட்டிருந்தான். இந்தக் கவிதை கார்ஸ்ஸின் பனி மூடிய தெருக்களோடு தொடங்குகிறது. ஆனால் அதன் முப்பத்தி ஆறு வரிகளிலும் பழங்கால இஸ்தான்புல்லின் தெருக்களைப்பற்றியும், ஆனி எனப்படும் பாழடைந்த ஆர்மீனிய நகரத்தைப்பற்றியும், அவனது சொப்பனங்களில் கண்ட வியப்பூட்டும் அச்சமூட்டும் வெறிச்சோடிய நகரங்களைப்பற்றியும் எண்ணற்ற குறிப்புகள் இடம்பெற்றிருந்தன. கவிதையை முடித்துவிட்டு நிமிர்ந்த போது அங்கிருந்த கருப்பு வெள்ளை தொலைக்காட்சியில் அந்த நாட்டுப்புறப் பாடகன் இல்லை. நேஷனல் தியேட்டரில் புரட்சி அரும்பிய ஆரம்ப காட்சிகள் மறுஒளிபரப்பாகிக்கொண்டிருந்தன. கோல்கீப்பர் வுரால் தனது கடந்தகால காதல்களையும், தன்னைக் கடந்து சென்ற கோல்களையும் பற்றி அப்போதுதான் பேசத் தொடங்கி

யிருந்தான். கணக்கு போட்டுப் பார்த்தால் இன்னும் இருபது நிமிடங் களில் தான் கவிதை வாசிப்பது வந்துவிடுமென்று ஊகித்தான். இந்தக் கவிதைதான் எழுதிவைத்துக் கொள்ளும் சந்தர்ப்பம் கிடைப்பதற்கு முன்பாகவே மனதிலிருந்து அழிந்துவிட்டது. அதை இப்போது பதிவு செய்துகொள்ள வேண்டுமென்று தீர்மானித்தான்.

மேலும் நான்குபேர் அந்தத் தேநீர் விடுதியின் பின்வாசல் வழியே உள்ளே நுழைந்தனர். கொக்கிழுக்கு MİT ஏஜென்ட் மீண்டும் துப்பாக்கியை உருவிக்கொண்டு அவர்களை சுவரையொட்டி வரிசையாக நிற்க வைத்தான். குர்து இனத்தவனான விடுதி உரிமையாளன் அந்த ஏஜென்ட்டை 'கமாண்டர் அவர்களே' என்று விளித்து, இவர்களெல் லோரும் ஊரடங்கு ஆணையை மீறியவர்கள் அல்ல, தோட்டத்தின் வழியே முற்றத்திற்கு வந்திருக்கிறார்களென்றும் விளக்க முயன்றான்.

இருப்பினும் MİT ஏஜென்ட் அவர்கள் சொல்லும் விளக்கங்களை சரிபார்க்க முடிவெடுத்தான். அவர்களில் ஒருவனிடம் அடையாள அட்டை இல்லாததால் பயத்தில் நடுங்கிக்கொண்டிருந்தான். அவன் வந்த வழியாகவே அவன் வீட்டுக்கு கூட்டிச்சென்று சோதனையிடப் போவதாக ஏஜென்ட் அறிவித்துவிட்டு, முன்னதாக சுவரோரம் நிறுத்தி வைக்கப்பட்டிருந்தவர்களை கண்காணித்துக்கொண்டிருந்த ஓட்டுநரை அழைத்தான். கவிதை நோட்டை பாக்கெட்டில் செருகிக் கொண்டு கா அவ்விருவரைத் தொடர்ந்து பின்வாசல் வழியாக ரத்தத்தை உறையவைக்கும் பனி மண்டிய முற்றத்துக்கு வந்தான். ஒரு சின்ன வாசலின் சில்லிட்ட மூன்று படிகளில் அவர்கள் இறங்கும் போது சங்கிலியில் கட்டப்பட்டிருந்த ஒரு நாய் குரைத்தபடி அவர்களை நோக்கிப் பாய்ந்தது. கார்ஸ்ஸில் பரவலாக காணப்படுவதைப் போலிருந்த ஒரு சிதிலமுற்ற சிமெண்ட் கட்டிடத்திற்குள் நுழைந்தார்கள். அடித்தளத்தில் ஈரச்சேறும் அழுக்கடைந்த படுக்கைத் துணிகளும் சேர்ந்த துர்நாற்றம் அடித்தது. முன்னால் சென்றவன் கனன்றுகொண் டிருந்த அடுப்பைக் கடந்து பெட்டிகளும் காய்கறி அழிக்கூடைகளும் அடுக்கி வைத்திருந்த இடத்துக்குச் சென்றான். அங்கே அசிங்கமாகப் போடப்பட்டிருந்த கட்டிலில் அசாதாரணமான அழகுடன் வெள்ளை நிறப் பெண் ஒருத்தி தூங்கிக்கொண்டிருந்தாள். இவர்கள் நுழைந்த சத்தத்தில்கூட அவள் தூக்கம் கலையவில்லை. அவளின் பேரழகு காவை ஸ்தம்பிக்க வைத்தது. அவளை விட்டு கண்களை நகர்த்துவது இயலாத காரியமாக இருந்தது. அடையாள அட்டை இல்லாதவன் ஒரு பாஸ்போர்ட்டை எடுத்து MİT ஏஜென்ட்டிடம் காட்டினான். கணப்பு ஏற்படுத்திக் கொண்டிருந்த சத்தத்தில் அவர்கள் பேசுவதை காவால் கேட்கமுடியவில்லை. நிழல்களுக்கிடையே அவர்களை மீண்டும் பார்க்கத் திரும்பியபோது அவன் இரண்டாவது பாஸ்போர்ட்டை எடுத்துக் காட்டிக்கொண்டிருந்தான்.

அவனும் படுக்கையில் இருந்த அந்தப் பெண்ணும் ஜார்ஜியா விலிருந்து துருக்கிக்கு வேலை தேடி வந்தவர்கள். MİT ஏஜென்ட் இதற்குமுன் சோதனையிட்ட அந்தத் தேநீர் விடுதியிலிருந்த வேலையற்ற

இளைஞர்களுக்கு இந்த ஜார்ஜியர்கள் மீது நிறைய புகார்கள் இருந்தன. அந்தப் பெண் ஒரு விலைமாது. அவளுக்குக் காசநோய் இருந்தது. ஆனாலும் அவள் பால்பண்ணை தொழிலாளர்களிடமும் நகரத்துக்கு வரும் தோல் வியாபாரிகளிடமும் தொழில் செய்துகொண்டிருந்தாள். அவள் புருஷன் மற்ற ஜார்ஜியர்களைப் போலவே, அங்காடிகளில் பாதி கூலிக்கு வேலை பார்க்கத் தயாராக இருந்தது உள்ளூர்வாசி களுக்கு – ஏற்கனவே வேலை இல்லாத காலத்தில் – பெரும் தலைவலியாக இருந்தது. விடுதிகளில் தங்க வாடகைகூட தரமுடியாத அளவுக்கு அவர்கள் ஏழைகளாக இருந்தனர். இந்தக் கணப்பறையில் தங்கிக்கொள் வதற்காக குடிநீர் வழங்கல் அலுவலக காவல்காரனுக்கு மாதத்திற்கு ஐந்து டாலர்கள் கொடுத்துவந்தனர். சொந்த நாட்டுக்குத் திரும்பியதும் வாங்கப்போகிற வீட்டுக்காக அவர்கள் பணம் சேர்த்து வருவதாக சொல்லப்பட்டது. அப்புறம் மீதி நாட்களுக்கு அவர்கள் வேலைக்கே போகப்போவதில்லையாம். அந்தப் பெட்டிகளில் அவர்கள் டிஃப்ளிஸ்ஸில் விற்பதற்காக மலிவான விலையில் வாங்கப்பட்ட தோல் பொருட்கள் இருந்தன. இதற்கு முன் இருமுறை அவர்கள் நாட்டைவிட்டு வெளியேற்றப் பட்டிருக்கிறார்கள். இரண்டு முறையும் அவர்களின் கணப்பறை ‘வீட்டுக்கு’ திருட்டுத்தனமாகத் திரும்பி வந்துவிட்டனர். ராணுவத்தின் கட்டுப்பாட்டில் இப்போது நகரம் வந்துவிட்ட நிலையில், இவ்வளவு காலம் நகராட்சி அலுவலகத்தின் ஊழல் பேர்வழிகளால் செய்ய முடிந்திராத ‘இந்த ஒட்டுண்ணிகளை விரட்டியடித்து நகரத்தை சுத்தப்படுத்தும் திட்டம்’ ராணுவத்தின் கைக்கு வந்திருக்கிறது.

அவர்கள் தேநீர் விடுதிக்குத் திரும்பினார்கள். உரிமையாளன் வந்திருப்பவர்களுக்கு மகிழ்ச்சியோடு பரிமாறினான். MİT ஏஜென்ட்டின் நைச்சியமான தூண்டலில் அந்த சோகையான, வேலையற்ற வாலிபர்கள் அந்தப் புரட்சியின் பலனாக அவர்கள் எதிர்பார்ப்பதை திக்கித்திணறி சொல்லத் தொடங்கினார்கள். கேவலமான அரசியல்வாதிகளைப் பற்றிய குற்றச்சாட்டுகளோடு அவர்கள் கேள்விப்பட்டிருந்த ஊழல், சதித்திட்ட விஷயங்களும் கலந்திருந்தன: உரிமம் பெறாமல் இறைச்சிக் காக விலங்குகளை வெட்டுவது, அரசு நுகர்பொருள் வாணிபக் கிடங்கில் நடக்கும் ஊழல்கள், ஆர்மீனியர்களை இறைச்சி வண்டிகளில் திருட்டுத்தனமாக கூட்டிவந்து பயன்பாட்டில் இல்லாத ராணுவ குடியிருப்புகளில் தங்கவைக்கும் வக்கிரபுத்தி கொண்ட ஒப்பந்ததாரர்கள், நாள் முழுக்க வேலை வாங்கிவிட்டு சொற்பமாக கூலி தருபவர்கள் . . . ராணுவம் அதிகாரத்தை கைப்பற்றியது குர்த்திய தேசியவாதத்தை ஒடுக்கவும், ‘மதவெறியர்கள்’ நகரசபை தேர்தல்களில் வெற்றிபெறுவதை தடுப்பதற்கும்தான் என்பது அந்த அப்பாவி இளைஞர்களுக்கு லவலேசமும் புரிந்ததாகத் தெரியவில்லை. நேற்றிரவு நடந்த சம்பவங்கள், நெறிபிறழ்வுகளையும் வேலையில்லாத் திண்டாட்டத்தையும் ஒழிப்பதற் காக நடந்த எழுச்சியென்று அவர்கள் நம்பிக்கொண்டிருக்கிறார்கள் போல. அவர்களுக்கு வேலை தேடித்தந்து ஒரு புதிய வாழ்க்கையை அமைத்து தருவதற்காகவே ராணுவம் தலையிட்டிருப்பதாக அவர்கள் நினைத்துக் கொண்டிருப்பது எவ்வளவு பரிதாபத்துக்குரியது!

ராணுவ லாரிக்குத் திரும்பியதும் கொக்கிமூக்கு MİT ஏஜென்ட் அந்த ஜார்ஜியப் பெண்ணின் பாஸ்போர்ட்டை எடுத்துப் பார்ப்பதை கா கவனித்தான். காமப்பசியோடு அவளது படத்தை அவன் ரசிப்பதை உணர்ந்து காவுக்கு ஒரு விநோதமான சங்கடம் நேரிட்டது.

கால்நடை மருத்துவக் கல்லூரியில் காலெடுத்து வைத்ததுமே தலைமை காவல் நிலையத்தில் அவன் கண்ணுற்றவையெல்லாம் இவற்றோடு ஒப்பிடும்போது எவ்வளவு தணிவான விஷயங்களென்று காவுக்கு நினைக்கத் தோன்றியது. பனிப்பாறைபோல சில்லிட்டிருந்த அக்கட்டிடத்தின் தாழ்வாரத்தில் அவன் நடந்து செல்கையில் அவன் இப்போது இருக்கும் இடம் மற்றவர்களின் வலியை ஒரு கணம்கூட ஏறிட்டுப் பாராதவர்களுக்கான இடம் என்பது உறைத்தது. அவர்கள் கைது செய்திருந்த எல்லா குர்த்திய தேசியவாதிகளையும், குண்டு வெடிப்புகளுக்கு பெருமையோடு பொறுப்பேற்றுக்கொண்ட இடதுசாரி பயங்கரவாதிகளையும், இவர்களுக்கு ஆதரவளிப்பவர்கள் என்று MİT கோப்புகளில் இடம்பெற்றிருந்தவர்களையும் இந்த இடத்திற்குத் தான் கொண்டு வந்திருக்கின்றனர். இந்தக் குழுவினர் நடத்திய எந்தவொரு பயங்கரச் சம்பவத்திலும் இவர்களில் எவரும் பங்கெடுத் திருந்ததாக போலீசுக்கோ, ராணுவத்தினருக்கோ, அரசு வக்கீல்களுக்கோ உறுதியான ஆதாரம் கிடைத்திருக்கவில்லை. மலைகளைத்தாண்டி இந்நகரத்திற்குள் நுழைந்துவிட்ட குர்த்திய கெரில்லாக்களுக்கு உடந்தை யாகவோ, நிதியுதவி அளித்ததாகவோ இவர்கள்மீது எந்த ஆதாரமும் இல்லாத நிலையிலும் ராணுவத்தினருக்கு இவர்கள்மீது அணுவளவும் இரக்கம் இருப்பதாகத் தெரியவில்லை. இஸ்லாமிய அரசியலாளர்களோடு கூட்டு வைத்திருப்பவர்களாக சந்தேகப்பட்டு கைது செய்யப்பட்டவர்களை விட இவர்களை மிக மோசமாக, மிருகத்தனமாக சித்திரவதை செய்து விசாரணை நடத்தினார்கள்.

வாட்டசாட்டமாக இருந்த ஓர் உயரமான காவலர் காவை ஒரு தள்ளாத கிழவனை நடத்திச் செல்வதைப்போல கையைப் பிடித்து கூட்டிச் சென்றார். அவர்கள் மூன்று வகுப்பறைகளுக்குச் சென்றார்கள். அந்த அறைகளில் அவர் பார்த்த கொடூரமான காட்சிகளைப்பற்றி கா அவனது குறிப்பேட்டில் எந்தக் குறிப்பையும் எழுதாமல் தவிர்த்திருக் கிறான். அவனைப் பின்பற்றி நானும் அவற்றைப்பற்றி விளக்கமாக எழுதாமலிருக்க முயல்கிறேன்.

முதல் வகுப்பறையில் சந்தேகத்திற்கிடமானவர்களென்று கைது செய்யப்பட்டிருந்தவர்களை ஒரு சில விநாடிகளுக்கு உற்றுப்பார்த்த காவுக்கு உடனே தோன்றிய எண்ணம், ஜனனத்திலிருந்து மரணம் வரை மனிதனுக்கு வாய்த்திருக்கும் வாழ்க்கைப்பயணம் எவ்வளவு குறுகியதாக இருக்கிறது என்பதுதான். அவர்களை அப்போதுதான் விசாரணை செய்து முடித்திருக்கிறார்கள். அவர்களைப் பார்க்கும் போது காவுக்கு அவன் எப்போதுமே சென்றிருக்காத தூரதேசங்கள், அவற்றின் நாகரிகங்கள் பற்றிய ஏக்கமான கனவுகள் கவிந்தன. அந்த அறையில் இருப்பவர்களோடு அவனும் அவர்களுக்கு நிர்ணயிக்கப் பட்ட காலத்தின் முடிவை நோக்கி வேகமாக சரிந்துகொண்டிருப்பது

சர்வ நிச்சயமாகத் தெரிந்தது; அவர்களின் மெழுகுவர்த்திகள் விரை விலேயே அணையப்போகின்றன. அவனது குறிப்பேட்டில் கா இந்த இடத்தை 'மஞ்சள் அறை' என்று குறிப்பிடுவான்.

இரண்டாவது அறையில் கண்ணுற்ற காட்சி முந்தைய அறையளவுக்கு மோசமாக இல்லை. அங்கிருந்தவர்களை இரண்டு நாட்களுக்குமுன் நகரைச் சுற்றிவந்தபோது ஒரு தேநீர் விடுதியில் பார்த்த ஞாபகம் இருந்தது. அவர்கள் விழிகள் இப்போது இழிவுணர்வில் வெற்றாக இருந்தன. ஏதோவொரு தொலைதூர கனவுலகிற்கு இப்போது அவர்கள் புடைபெயர்ந்து சென்றுவிட்டதைப் போல காவுக்குத் தோன்றியது.

மூன்றாவது வகுப்பறைக்கு நகர்ந்தான். அந்த அறையில் அவன் ஆன்மாவை சட்டென்று பீடித்த துயரார்ந்த இருண்மையில் அவன் அறிந்திருந்த எல்லாவற்றையும் வெளிப்படுத்த மறுத்து இப்பூலோக வாழ்வை வேதனைக்குரியதாக்கியிருக்கும் நிறைபேரறிவான மாசக்தியின் இருப்பை உணர்ந்தான். அவன் விழிகள் திறந்திருந்தன. ஆனால் அவனுக்கெதிரே இருப்பதைக் காண முடியவில்லை. அவன் தலைக்குள்ளிருக்கும் நிறம் மட்டுமே தெரிந்தது. இது சிவப்புக்கு அருகிலிருந்த ஒரு நிறமென்பதால் இந்த அறையை 'சிவப்பு அறை' என்று அவன் குறிப்பிடுவான். முதல் இரண்டு அறைகளில் அவனுக்குத் தோன்றிய எண்ணங்கள் – வாழ்க்கை குறுகியது; மனித இனம் இழிவுணர்வில் தோய்ந்திருக்கிறது – மீண்டெழுந்து வந்து அவனை வாட்டின. அவனை அச்சுறுத்தும் நிலப்பரப்பு அவனெதிரே தோன்றிய போதும் நிலைகுலையாமல் அமைதியாக இருக்கும்படி சமாளித்துக் கொள்ள முடிந்தது.

கால்நடை மருத்துவக் கல்லூரியிலிருந்து அவர்கள் வெளியேறும் போது அந்த அதிகாரிகளுக்கு காவின் மீதிருந்த நம்பிக்கை குறைந்திருப் பதையும், அவனது உள்நோக்கங்களை அவர்கள் சந்தேகப்படத் தொடங்கியிருப்பதையும் அவனால் உணர்ந்துகொள்ள முடிந்தது. இதுவரையிலும் எவரொருவரையும் அவனால் அடையாளம் காட்ட முடியாமலிருப்பது அசாதாரணமாகத்தான் அவர்களுக்கு இருந்திருக்கும். ஆனால் இவர்களில் நெஸிப் காணப்படாததில் அவனுக்கு பெரிய ஆறுதல். எனவே அந்த கொக்கிமூக்கன், அரசு காப்பீட்டு மருத்துவ மனையின் சவக்கிடங்கில் உள்ள பிரேதங்களை ஒருமுறை பார்த்து விடலாம் என்றபோது கா உடனடியாக ஒப்புக்கொண்டான்.

மருத்துவமனையின் அடித்தளத்திலிருந்த சவக்கிடங்கிற்கு வந்தபோது, அவர்களுக்குப் பெரிதும் சந்தேகத்திற்குரியதாக இருந்த பிரேதத்தை முதலில் காட்டினார்கள். அது ராணுவத்தினரின் இரண்டாவது சுற்று துப்பாக்கிச் சூட்டில் மூன்று புல்லட்டுகள் பாய்ந்து இறந்திருந்த இஸ்லாமிஸ்ட் போராளி. நேஷனல் தியேட்டரில் உரத்த குரலில் கோஷமிட்டுக்கொண்டிருந்தவர்களில் அவன் ஒருவன். ஆனால் கா அவனை இதற்குமுன் பார்த்ததில்லை. அந்த உடலை தயக்கத்தோடு நெருங்கினான். அந்த இளைஞன் சோகமும் மரியாதையும் கலந்து காவுக்கு வணக்கம் தெரிவிப்பதைப் போலிருந்தது. இரண்டா வதாகக் காட்டிய பளிங்கு மேடையில் கிடத்தப்பட்டிருந்த பிரேதம்

குளிரில் நடுங்கிக்கொண்டிருப்பதைப் போல காணப்பட்டது. அது அந்தக் குள்ளமான தாத்தா. அவர் உடலை காவிடம் காட்டியதற்குக் காரணம், ராணுவச் சேவை ஆற்றிக்கொண்டிருக்கும் தன் பேரனைப் பார்ப்பதற்காக டிராப்ஸானிலிருந்து வந்தவர் என்பதை அவர்களால் உறுதிசெய்துகொள்ள இயலாததுதான். மேலும் அவர் குள்ளமாக இருந்ததால் கல்வியியல் பயிற்சியக இயக்குநரைக் கொன்றவராக இருக்குமோ என்ற சந்தேகமும் அவர்களுக்கு இருந்தது. மூன்றாவது சடலத்தை நெருங்கும்போது காவுக்கு இபெக்கை விரைவில் சந்திக்கப் போகும் இனிய கனவுகள் சூழத் தொடங்கிவிட்டிருந்தன. இந்த உடலில் ஒரு கண் சிதைக்கப்பட்டிருந்தது. அந்த அறையிலிருக்கும் எல்லா பிரேதங்களிலும் இது பொதுவான அம்சமாக இருப்பதாக காவுக்கு ஒரு கணம் தோன்றிற்று. சடலமாகக் கிடந்த அந்தப் பையனின் வெளுப்பான முகத்தைச் சற்று உற்றுப் பார்த்தபோது காவுக்குள்ளிருந்த ஏதோவொன்று நொறுங்கி சரிந்தது.

அது நெஸிப். அதே குறும்புத்தனமான முகம். ஏதோ இன்னொரு குழந்தைத்தனமான கேள்வியைக் கேட்கப்போவதைப் போல முன் துருத்தியிருக்கும் உதடுகள். மருத்துவமனையின் குளிரும் நிசப்தமும் காவை திடீரென்று தாக்கின. முன்பு அந்த இளைஞனின் முகத்தில் பார்த்த அதே சின்னஞ்சிறு பருக்கள். அதே கழுகு மூக்கு. அதே அழுக்கு பிடித்த பள்ளி மேற்சட்டை. அழப்போகிறோமோவென்று ஒரு கணம் தோன்றி அவன் கலவரமுற்றான். ஆனால் அந்த பயம், கண்ணீரை அடக்கிக்கொள்ள போதிய அவகாசத்தையும் தந்தது. பனிரெண்டு மணி நேரத்திற்கு முன் அவன் உள்ளங்கையை வைத்து அழுத்திய நடுநெற்றியில் ஒரு புல்லட் துவாரம் இருந்தது. ஆயினும் காவை நிலைகுலையவைத்த மிகப்பெரிய மரணத்தன்மை, நெஸிப்பின் நெற்றியிலிருந்த புல்லட் துவாரமோ, வெளுத்து நீலம்பாரித்திருந்த நிறமோ அல்ல; அந்த மேடையில் அவனை கிடத்தியிருந்ததில் காணப்பட்ட உறைந்த விறைப்புத்தன்மைதான்.

ஒரு நிம்மதியுணர்வு ஓர் அலையாக காவின் மேல் படர்ந்தது. அவன் இன்னமும் உயிரோடிருப்பதற்காக ஒருகணம் மகிழ்ச்சியுற்றான். அடுத்த கணம் அந்த மனத்திருப்தி அவனை நெஸிப்பிடமிருந்து அந்நியப்படுத்தி வெட்கமுற வைத்தது. முன்னால் குனிந்து, கோர்த்துக் கொண்டிருந்த பின்னங்கைகளை விடுவித்துக்கொண்டு நெஸிப்பின் தோள்களின் மேல் பதித்து இரு கன்னங்களிலும் முத்தமிட்டான். அந்த இளைஞனின் கன்னங்கள் சில்லிட்டிருந்தாலும் இன்னமும் கெட்டித்திருக்கவில்லை. அவனிடம் மிச்சமிருந்த பச்சைநிற விழி இன்னமும் பாதி திறந்து காவை நேராகப் பார்த்துக்கொண்டிருந்தது. கா நிமிர்ந்து நின்றான். கொக்கிமூக்கு ஏஜென்ட்டிடம் இது அவனுடைய ஒரு ‘நண்பன்’ என்று தெரிவித்தான். முந்தாநாள் காவை தெருவில் மறித்து அவன் ஓர் அறிவியல் புனைகதையாளனாக விரும்புவதைப் பற்றி ஆலோசனை கேட்டான் என்று சொன்னான். அவனை நீலத்திடம் அழைத்துச் சென்றது நெஸிப்தான் என்பதையும் பின்னர் தெரிவித்தான். மிகவும் தூய்மையான மனம் படைத்த இளைஞன் என்பதால்தான் அவனை முத்தமிட்டதாக அவரிடம் விளக்கினான்.

22

அடாதுர்க் பாத்திரத்திற்கான மக்களின் தேர்வு

சுனய் ஸயிம்மின் ராணுவ, நாடகப் பணிகள்

சமூக காப்பீட்டு மருத்துவமனையில் நெஸிப்பை கா அடையாளம் கண்டு சொன்னதும், ஓர் அதிகாரி அவசர அவசரமாக அறிக்கை ஒன்றை எழுதி, கையெழுத்திட்டு, சான்றளிக்கப்படுவதற்காகக் கொடுத்தனுப்பினார். காவும் கொக்கி மூக்கு ஏஜென்ட்டும் ராணுவ லாரியில் திரும்பவும் ஏறிப் புறப்பட்டார்கள். வண்டியின் கூடவே சப்பையான சில நாய்கள் நடந்துவந்தன. மக்கள் உயிர்வாழ்வதற்கான ஒரே அடையாளமாக தேர்தல் விளம்பரங்களும் தற்கொலைக்கெதிரான சுவரொட்டிகளும் மட்டுமே காணப்பட்டன. கடந்து செல்லும் வண்டிகளை வீட்டு சன்னல்களின் வழியே, திரைச்சீலைகளைத் திருகியபடி கவலையோடு பார்த்துக்கொண்டிருக்கும் அப்பாக்களையும், அவர்களின் துறுதுறுவென்ற பிள்ளைகளையும் நோக்கி காவின் பார்வை இழுக்கப்பட்டாலும் அவர்கள் கவனத்தில் பதியாமல் போயினர். நினைவு முழுக்க நெஸிப்பின் முகமும், நெஸிப்பின் விறைத்திருந்த உடலும் வியாபித்திருந்தது. ஹோட்டலுக்குத் திரும்பியதும் இபெக் அவனைத் தேற்றுவதைப் போல கற்பனை செய்துகொண்டான். ஆனால் காலியான நகர மையத்தைக் கடந்ததும் வண்டி நேராக அடாதுர்க் அவென்யூவில் நுழைந்தது. நேஷனல் தியேட்டரிலிருந்து இரண்டு தெருக்கள் தள்ளியிருந்த ஒரு தொண்ணூறு வருடப் பழமையான ரஷ்யக் கட்டிடத்திற்கு பக்கத்தில் நின்றது.

கார்ஸ்ஸில் கா கழித்த முதல் நாள் இரவின்போது அவன் பார்த்து அதிசயித்த, பயன்பாட்டில் இல்லாத அழகான ஓரடுக்கு மாளிகைகளில் இதுவும் ஒன்று. கார்ஸ் நகரம் துருக்கியர்களின் ஆளுகையின் கீழ்வந்து குடியரசில் சேர்க்கப்பட்டபோது இந்த மாளிகை மாரூஃப் பே என்ற புகழ்பெற்ற வணிகரின் வசம் சென்றது. அவர் சோவியத் யூனியனுக்கு மரங்களையும் தோல்

பொருட்களையும் விற்பனை செய்துவந்த செல்வந்தர். நாற்பத்தி மூன்று வருடங்களுக்கு எல்லா வேலைகளையும் கவனித்துக்கொள்ள வேலையாட்கள், சமையலர்கள், குதிரைகள் இழுத்துச்செல்லும் சறுக்கு வண்டிகள், இருப்பூர்திகள் என அவரும் அவர் குடும்பத்தினரும் இந்த மாளிகையில் அமோகமாக வாழ்ந்து வந்தனர். இரண்டாம் உலகப்போருக்குப் பின், அமெரிக்க – ரஷ்ய பனிப்போரின் ஆரம்ப கட்டத்தில் தேசிய பாதுகாப்புத் துறை சோவியத் யூனியனோடு வியாபாரம் செய்து வந்த எல்லா வணிகர்களையும் ஒற்று வேலை பார்த்ததாகக் குற்றம் சுமத்தி சிறையில் அடைத்தது. அவர்களில் எவரும் உயிரோடு திரும்பவில்லை. எனவே அடுத்த இருபது வருடங்களுக்கு மாரூஃப் பே மாளிகை உரிமையாளர் யாருமில்லாத காரணத்தாலும், அதன் வாரிசுரிமையில் ஒரு வழக்கு இருந்ததாலும் பாழாகக் கிடந்தது. எழுபதுகளின் மத்தியில் குண்டாந்தடிகள் சகிதம் வந்த மார்க்ஸிஸ்ட் கோஷ்டி ஒன்று இந்தக் கட்டிடத்தைக் கைப்பற்றி அதன் தலைமையகமாக மாற்றிக்கொண்டது. இந்தக்குழு செய்த பல அரசியல் படுகொலைகளுக்கு இந்தக் கட்டிடத்தில்தான் திட்டம் தீட்டப்பட்டது (இவர்களின் கொலை முயற்சிகளில் ஒன்றான முஸாபர் பே மீதான தாக்குதலில் வழக்கறிஞரும் முன்னாள் மேயருமான அவர் காயமடைந்தாலும் உயிர் தப்பிவிட்டார்). 1980ஆம் வருட கலகத்திற்குப் பின் இக்கட்டடம் மீண்டும் கொஞ்ச காலத்திற்குக் காலியாக இருந்தது. அதன்பின் பக்கத்துக் கட்டிடத்திலிருந்த வீட்டு உபயோக சாதனங்கள் விற்பனையாளர் கட்டிடத்தின் பாதியை தனது சரக்குக் கிடங்காக மாற்றியிருந்தான். அடுத்த பாதி பகுதியில் இஸ்தான்புல்லிலும் சவுதி அரேபியாவிலும் நன்றாகப் பொருளீட்டிவிட்டு தனது சொந்த ஊருக்கு மூன்று வருடங்கள் கழித்து பெரும் கனவுகளோடு வந்த ஒரு தையல்காரன் ஏகப்பட்ட ஊழியர்களை அமர்த்தி ஒரு தையற்கூடத்தைத் தொடங்கினான்.

கா அந்தக் கட்டிடத்திற்குள் நுழைந்ததும் சுற்றிலும் பட்டன் மெஷின்களும், பூதாகரமான பழங்கால தையல் மெஷின்களும், சுவரில் ஆணியடித்து மாட்டப்பட்டிருந்த ராட்சச அளவிலான கத்திரிக்கோல்களும் ரோஜா டிசைன் வால்பேப்பரிலிருந்து பிரதிபலித்த மென்மையான செம்மஞ்சள் ஒளியில் சித்திரவதைக் கருவிகள்போல தோற்றமளித்தன.

சுனய் ஸயிம் இரண்டு நாட்களுக்கு முன் பார்த்தபோது அணிந்திருந்த அதே கிழிசல் கோட், புல்ஓவர், ராணுவ பூட்ஸ்களிலேயே இப்போதும் இருந்தான். ஃபில்ட்டர் இல்லாத சிகரெட்டை விரல்களுக்கிடையே வைத்துக்கொண்டு அறையில் குறுக்கும் நெடுக்குமாக நடை பழகிக்கொண்டிருந்தான். காவைப் பார்த்ததுமே பால்ய சிநேகிதனைக் கண்டதைப் போல அவன் முகம் பளிச்சிட, ஓடி வந்து அவனைக் கட்டியணைத்து இரு கன்னங்களிலும் முத்தமிட்டான். ஹோட்டலில் அந்த மாட்டுத்தரகன் சொன்னதைப் போல, ‘வாழ்த்துக்கள்! இது நமது நாட்டுக்கு ஒரு மகத்தான தினம்!’ என்பானோ என கா எதிர்பார்த்தான். அவன் காட்டிய மிகையான தோழமை காவை உஷார்படுத்தியது. சுனய்யுடன் பழகியதைப்பற்றி கா நல்லவிதமாகவே

எழுதுகிறான்: இருவருமே இஸ்தான்புல்லிலிருந்து, ஓர் ஒதுக்குப்புறமான, வறிய நகரத்துக்கு வந்து, சிக்கலான சூழ்நிலையில் ஒன்றாகப் பணியாற்ற விதிக்கப்பட்டவர்கள். ஆனால் அந்த சிக்கலான சூழ்நிலையை உண்டாக்கியதில் சுனய்க்கு இருந்த பங்கைப் பற்றி அவன் நன்றாகவே அறிந்திருந்தான்.

"என் ஆன்மாவில் உள்ளச்சோர்வு எனும் கருப்புக் கழுகு தன் சிறகுகளை விரிக்காமல் ஒரு நாளும் எனக்குக் கழிவதில்லை." ஒரு மர்மமான பெருமிதத்தை வார்த்தைகளில் ஏற்றி சுனய் பேசியவிதம் நாடகத்தனமாக இருந்தது. "ஆனால் என்னைக் கட்டுப்படுத்திக் கொள்ள முடிவதில்லை. பல்லைக் கடித்தபடி பின்வாங்காமல் இருக்க வேண்டியதுதான். எல்லாம் நல்லவிதமாக முடிந்தால் சரி."

அகன்ற சன்னல்கள் வழியே பாயும் வெண்ணொளியில் அந்த விஸ்தாரமான அறையை கா நோட்டமிட்டான்: மாபெரும் அடுப்பும் அந்த அறையின் உயர்ந்த உத்தரங்களின் மூலைகளிலிருந்த ஒப்பனைப் பட்டைகளும் கீர்த்தி பெற்றிருந்த இறந்த காலத்தின் சாட்சிகளாக இருந்தன. இப்போது வாக்கி – டாக்கிகளோடு அலைந்து கொண்டிருப்பவர் களுக்கிடையில் இரண்டு வாட்டசாட்டமான காவலாளிகள் காவின் ஒவ்வோர் அசைவையும் கவனித்துக்கொண்டிருந்தார்கள். தாழ்வாரத் திற்குச் செல்லும் வாசலுக்குப் பக்கத்தில் இருந்த மேஜையில் ஒரு வரைபடமும், ஒரு துப்பாக்கியும், தட்டச்சு இயந்திரமும், கோப்புக் கட்டுகளும் இருந்தன. புரட்சியின் தலைமைச் செயலகம் இதுதான் என்பதும் இந்த இடத்திலேயே பெரும் அதிகாரம் படைத்தவன் சுனய்தான் என்பதும் பட்டவர்த்தனமாகத் தெரிந்தது.

அந்த அறையில் குறுக்கும் நெடுக்குமாக நடைபோட்டபடி சுனய் பேசத்தொடங்கினான்: "நல்ல நேரங்கள் என்று சில நேரங்கள் இருக்கின்றன. இப்போது கெட்ட நேரம். அதிர்ஷ்டம் கெட்ட ஏதோவொரு நகரத்துக்குச் சென்றிருப்போம். அது கடவுளால் கைவிடப் பட்ட இடமாக இருக்கும். எங்கள் நாடகங்களை மேடையேற்ற இடம் கிடைக்குமா, தங்குவதற்கு – இளைப்பாறுவதற்கு ஏதாவது விடுதி இருக்குமா என்றெல்லாம் எதுவுமே தெரிந்திருக்காது. அந்த நகரத்தில் இருக்கும் நம்முடைய பழைய நண்பரைத் தேடிச்சென்றால், அவர் அச்சிற்றூரை விட்டு வெகுநாட்களுக்கு முன்பே சென்றுவிட்ட தாகத் தெரியவரும். அத்தகைய சந்தர்ப்பங்களில் மனச்சோர்வு – துக்கம் – என்னை ஆட்கொள்ளும். இதிலிருந்து மீள்வதற்காக அந்நகரத் தெருக்களில் அலைவேன். உள்ளூர் மருத்துவர்கள், வழக்கறிஞர்கள், ஆசிரியர்கள் வீட்டுக்கதவுகளைத் தட்டி, அவர்களிடம் நவீன கலை யம்சமும் சமகால கலாச்சாரக் கூறுகளும் பொருந்திய முன்னோடி படைப்புகளை நாடகங்களாக நாங்கள் கொண்டுவந்திருக்கிறோம் என்று பிரஸ்தாபிப்போம். அவர்களில் யாராவது – யார் ஒருவராவது – நாங்கள் சொல்வதில் ஆர்வம் காட்டுகிறார்களா என்று ஏக்கத்தோடு தேடுவோம். கையில் வைத்திருக்கும் ஒரேயொரு விலாசத்தில் யாரும் இருக்கமாட்டார்கள். போலீஸ் வந்து எங்கள் நாடகத்திற்கு அனுமதி வழங்குவதற்கில்லை என்று அறிவிப்பார்கள். கடைசி நம்பிக்கையாக

இருந்த நகரத்தின் மேயரும் நாங்கள் தங்குவதற்கு இடமளிக்க இயலவில்லை என்பார். இருட்டு என்னை விழுங்கிவிடுமோவென்று அப்போது அச்சம் கவியத்தொடங்கும். இப்படிப்பட்ட தருணங்களில் என் நெஞ்சுக்குள்ளிருக்கும் அந்தக் கழுகு உயிர்பெறும். அது என்னை மூச்சுத்திணறவைத்தபடி சிறகுகளை விரித்து பறக்கத்தொடங்கும். எங்கள் நாடகத்தை எந்த இடத்தில் நடத்த நேரிட்டாலும் அதற்குத் தயங்கமாட்டோம். அது உலகத்திலேயே மிக மோசமான தேநீர் விடுதியாக இருக்கும். எங்கள் குழுவில் உள்ள ஏதாவது ஒரு நடிகையைப் பார்த்து மயங்கி ரயில் நிலையத்தில் எங்கள் நாடகத்தைப் போடுவதற்கு அந்த ஸ்டேஷன் மாஸ்டர் அனுமதித்திருப்பார்; தீயணைப்பு நிலையமாக இருக்கும் அல்லது உள்ளூர் தொடக்கப்பள்ளி வகுப்பறைகளாகவோ, உணவகம் ஒன்றின் மோசமான கொட்டிலாகவோ, முடித் திருத்தகத்தின் முகப்பாகவோ இருக்கும். ஒரு பகட்டான ஷாப்பிங் ஆர்கேடின் படிக்கட்டுகளிலும் தானியக் களஞ்சியத்திலும் நடைபாதையிலும்கூட எங்கள் நாடகங்களை நடத்தி இருக்கிறோம். மனச்சோர்வுக்கு இரையாகிவிடக்கூடாது என்பதில் மட்டும் தீர்மானமாக இருந்தேன்."

கதவைத் திறந்துகொண்டு ஃபுன்டா ஈஸர் வந்து அவர்களுடன் சேர்ந்துகொண்டாள். உடனே சுனய்யின் பேச்சில் வந்துகொண்டிருந்த 'நான்', 'நாங்கள்' என்றாகியது. அவர்களிருவரும் மிகவும் அன்னி யோன்னியமான தம்பதியினர் என்பதால் பன்மைக்கு மாறியது செயற்கையாகத் தெரியவில்லை. ஃபுன்டா ஈஸர் பாரியான உடம்பை அலட்டிக்கொள்ளாமல் இலேசாகச் சுமந்தபடி அறைக்குள் நளினமாக நடமாடிக்கொண்டிருந்தாள். காவிடம் அவசரமாக கைக்குலுக்கிவிட்டு அவள் கணவனின் செவியில் எதையோ ரகசியமாகச் சொல்லிவிட்டு, தீவிர யோசனையில் இருக்கும் பாவத்தோடு வெளியேறினாள்.

"ஆம், அவையெல்லாம் மிக மோசமான வருடங்கள்," அவன் தொடர்ந்து பேசத் தொடங்கினான். "சமுதாயச் சிக்கல்களோடு சேர்ந்து இஸ்தான்புல்லும் அங்காராவும் கூட்டாக நிறைவேற்றிய முட்டாள் தனங்கள் கொஞ்சநஞ்சமல்ல. எங்கள் வீழ்ச்சி செய்தி இதழ்களில் விரிவாகவே ஆவணப்படுத்தப்பட்டிருக்கிறது. உண்மையான மேதை களுக்கு மட்டுமே வாய்க்கக்கூடிய மகத்தான சந்தர்ப்பத்தை நான் கையகப்படுத்திக் கொண்டேன் – நானே ஒரு மேதையல்லவா? – சரித்திரத்தின் நீரோட்டத்தில் குறுக்கிடுவதற்கு என் கலையைப் பயன் படுத்தத் தயாராக இருந்த அதே நாளில் நான் கால்வாரப்பட்டேன். கற்பனை செய்தும் பார்க்க முடியாத கொடுஞ்சேற்றில் நான் தள்ளப் பட்டேன். இது என்னை சிதைக்கவில்லையென்றாலும் என் பழைய நண்பனான விரக்தி திரும்பவந்து ஆன்மாவைப் பீடித்துக்கொண்டது. எவ்வளவு காலம்தான் சேற்றில் உழன்றாலும், என்னைச் சுற்றிலும் எவ்வளவுதான் நரகலும், இழிவுகளும், ஏழ்மையும், அறியாமையும் சூழ்ந்திருந்தாலும் என்னை வழிநடத்திச்செல்லும் குறிக்கோள்களின் மீது வைத்திருந்த நம்பிக்கையை ஒருபோதும் இழந்துவிடவில்லை. சிகரத்தை அடைந்துவிட்டதாக நான் ஒருபோதும் ஐயுற்றதில்லை. எதற்காக இவ்வளவு பயந்திருக்க வேண்டும்?"

வெள்ளைக் கோட்டு அணிந்திருந்த ஒரு டாக்டர், கையில் ஒரு பையோடு வாசலில் தோன்றினான். பாதி அக்கறையும் பாதி போலித்தனமும் கலந்த பரபரப்போடு பையிலிருந்து இரத்த அழுத்த மானியை எடுத்து சுனய்யின் கையைச் சுற்றிக் கட்டினான். இரத்த அழுத்தம் சோதிக்கப்படும் நேரம் முழுக்கவும் சுனய் சன்னல் வழியே இறங்கிக்கொண்டிருந்த வெண்ணொளியை வெறித்தபடி இருந்தான். அவன் தோரணையில் ஒரு சோகமான பாவம் கலந்திருப்பதை கவனிக்கும்போது, எண்பதுகளின் தொடக்கத்தில் சந்தித்த வீழ்ச்சியைப் பற்றியே இன்னமும் அவன் நினைத்துக் கொண்டிருக்கிறானோ என்று காவுக்குத் தோன்றியது. காவின் நினைவில் சுனய் இருந்ததற்கு முக்கிய காரணம், எழுபதுகளில் அவன் ஏற்று நடித்து, அவனுக்கு அளப்பரிய புகழை ஈட்டித் தந்த பாத்திரங்கள். அந்தக் காலகட்டம் இடதுசாரி அரசியல் நாடகங்களின் பொற்காலம். குறிப்பிட்டுச் சொல்ல முடியாத இச்சிறிய நாடகக்குழுவில் சுனய் தனித்துத் தெரிந்தானென்றால் அதற்குக் காரணம் அவன் மிகக் கடினமாக உழைக்கக்கூடிய பரிபூரண நடிகன் என்பதாலோ, சவாலான பாத்திரங்களைக்கூட வெற்றிகரமாக நடித்துக் காட்டக்கூடிய திறமைசாலி என்பதாலோ அல்ல. பார்வையாளர்களை பெரிதும் கவர்ந்தது அவனிடமிருந்த தலைமைப் பண்புகளே. நெப்போலியன், லெனின், ராப்ஸ்வியர் போன்ற மாபெரும் தலைவர்களின் பாத்திரங்களில் மட்டுமன்றி பொதுமக்கள் தம்மோடு இணைத்து எளிதில் அடையாளம் கண்டுகொள்ளக்கூடிய நாட்டார் கதை நாயகர்களின் பாத்திரங்களிலும் அவனது அபாரமான நடிப்பைக் கண்டு ரசிக்க துருக்கிய இளைஞர்கள் அலைமோதினர். அடக்குமுறைக்கு எதிராக அவன் கம்பீரமான குரலில் சூளுரைக்கும்போதும், மேடையில் அவனை வக்கிர புத்தி வெறியர்கள் அடித்துத் துவைக்கும்போது தலையை பெருமிதத்தோடு உயர்த்தி, “இவை எல்லாவற்றிற்கும் இவர்கள் நம்மிடம் பதில் சொல்ல வேண்டிய நாள் விரைவில் வரும்,” என்று முழங்கும்போதும், அவன் கைது செய்யப்படுவது உறுதி என்பது அவனுக்கு மட்டுமன்றி எல்லோருக்கும் தெரிந்துவிட்ட தினத்தில் பல்லைக் கடித்துக்கொண்டு அவன் நண்பர்களுக்கு வாழ்த்து தெரிவித்துவிட்டு, எதிர்காலம் எவ்வளவு இன்னல் நிறைந்ததாக இருந்தாலும் இரக்கமற்ற வன்முறைப் போராட்டங்களின் வழியாக மக்களுக்கு மகிழ்ச்சியான எதிர்காலத்தை அவர்கள் பெற்றுத்தந்து விடுவார்களென்ற நிச்சயமான நம்பிக்கை அவனுக்கிருப்பதாக கர்ஜிக்கும் போதும், பார்வையாளர்களில் இருக்கும் லீஸே பள்ளி மாணவர்களும், பல்கலைக்கழகத்தின் ‘முற்போக்கு’ மாணவர்களும் கண்ணீர் மல்க பலத்த கரவொலி எழுப்புவார்கள். இந்த நாடகங்களின் இறுதியில், அதிகாரம் இவன் கைகளுக்கு வந்து, கெடுமதி கொண்ட அடக்குமுறை யாளர்களுக்கு தண்டனை வழங்கும் இடங்களில் இவன் நடிப்பில் மிளிரும் கம்பீரமும் உறுதியும் மெய்சிலிர்க்க வைப்பதாக இருக்கும். அவன் பெற்றிருந்த ராணுவப்பயிற்சியின் தாக்கம் இதில் வெளிப்படு வதாக விமரிசகர்கள் குறிப்பிட்டிருக்கின்றனர். அவன் குலேலி ராணுவப் பயிற்சி கல்லூரியில் பயின்றவன். கடைசி வருடப் படிப்பின்போது இஸ்தான்புல்லிற்கு கள்ளத்தோணியில் சென்று பேயோலோ தியேட்டர்

களில் நடித்ததற்காகவும், 'பனி உருகுவதற்கு முன்னால்' என்ற தடைசெய்யப்பட்ட நாடகத்தில் திருட்டுத்தனமாகத் தோன்றியதற்காகவும் பயிற்சியிலிருந்து நீக்கப்பட்டான்.

1980இல் ராணுவம் ஆட்சியைக் கைப்பற்றியவுடன் எல்லா இடதுசாரி நாடகங்களும் தடைசெய்யப்பட்டன. சிறிதுகாலம் கழித்து, அடாதுர்க்கின் நூற்றாண்டு விழாவை முன்னிட்டு தொலைக்காட்சியில் ஒரு நெடுந்தொடர் தயாரிக்க முடிவெடுக்கப்பட்டது. அடாதுர்க் என்ற பொன்நிற கேசமும் நீலநிறக் கண்களும் கொண்ட, மேலைச் சாய்வு கொண்ட தேசிய நாயகனின் பாத்திரத்தை துருக்கியன் ஒருவனால் ஏற்று நடிக்க முடியுமென்று அதற்குமுன் யாருமே நினைத்துப் பார்த்ததில்லை. அத்தகைய மகத்தான தலைவனைப் பற்றி பெரிய அளவில் படமெடுப்பதாக இருந்தால் லாரன்ஸ் ஆலிவர், கர்ட் ஜர்கென்ஸ், சார்ல்டன் ஹெஸ்டன் போன்ற சர்வதேச நட்சத்திரங்கள் தான் பொருத்தமாக இருப்பார்களென்பது பொதுவான கருத்தாக இருந்தது. ஆனால் இம்முறை துருக்கியின் முன்னணி நாளிதழான 'ஹுரியத்' களத்தில் இறங்கி, ஒரு துருக்கியன்தான் அடாதுர்க் பாத்திரத்தை ஏற்று நடிக்க வேண்டுமென்று ஒரு பெரிய சர்ச்சையை கிளப்பியது. அதோடு நில்லாமல், அடாதுர்க் பாத்திரத்திற்கு பொருத்த மான துருக்கிய நடிகர்கள் சிலரை அந்நாளிதழ் வரிசைப்படுத்தி, இவர்களில் யார் சிறந்த தேர்வாக இருக்கமுடியுமென்று வாசகர்கள் முடிவெடுக்க வேண்டுமென்று ஒரு வாக்கெடுப்பைத் தொடங்கியது. அப்பட்டியலில் சுனய்யின் பெயரும் இருந்தது. ஜனநாயக நாட்களில் அவன் அரங்கேற்றிய நாடகங்களால் அவன் ஏற்கனவே பெயர் பெற்றிருந்தான். வாக்கெடுப்பின் முதல் நாளிலிருந்தே சுனய்தான் முன்னணியில் இருந்துவந்தான். பல வருடங்களாக பல்வேறு புரட்சிக் காரர்களின் வேடமேற்று நடித்தவனல்லவா அவன்! இந்த ஆணழகனான, கம்பீரமான, நம்பிக்கையூட்டக்கூடிய சுனய், அடாதுர்க்கின் பாத்திரத்தில் அற்புதமாக பொருந்தியிருப்பான் என்பதில் துருக்கிய ரசிகர்களுக்கு எவ்வித ஐயமும் இருக்கவில்லை.

இந்த நடிகனின் முதல் தவறு, மக்களின் வாக்கெடுப்பை சீரியஸாக எடுத்துக்கொண்டது. அதன்பின் அவன் தானாகவே முன்வந்து நாளிதழ், தொலைக்காட்சி அலுவலகங்களுக்குச் சென்று இவன் பேசுவதைக் கேட்கத் தயாராக இருப்பவர்களிடம் அட்டகாசமான பிரகடனங்களை செய்யத் தொடங்கினான். ஃபுன்டா ஈஸரோடு வீட்டில் இளைப்பாறிக் கொண்டிருப்பதைப் போல புகைப்படங்கள் எடுத்துக்கொண்டான். அவன் வீட்டு விஷயங்களைப்பற்றி, அவனது அரசியல் பார்வையைப் பற்றியெல்லாம் அம்மகத்தான புரட்சியாளரின் பிம்பத்தோடு தன்னை பொருத்தி வைத்துக்கொள்ளும்படி வெளிப்படையாக பிரஸ்தாபிக்கத் தொடங்கினான். அடாதுர்க்கைப் போலவே தானும் மதச்சார்பற்றவன் என்று காட்டிக்கொள்ள பெரும் முயற்சி எடுத்துக்கொண்டான். அவனுக்கும் அவனுடைய மனைவிக்கும் உள்ள பொதுவான ஈடுபாடுகள், ஒரேமாதிரியான பொழுதுபோக்கு கேளிக்கைகள் (ராக்கி அருந்துவது, நடனமாடுவது, நேர்த்தியாக உடையணிந்துகொள்வது போன்ற 'நாகரீக

நடத்தைகள்'). அடாதுர்க்கின் Orations நூலின் பாகங்களை கையில் வைத்துக்கொண்டு அவரது எழுத்துக்கள் எல்லாவற்றையும் ஆரம்பத் திலிருந்து கடைசிவரை திரும்பத்திரும்ப படித்துக் கொண்டிருப்பதாகச் சொன்னான். (இவனது அலட்டல்களால் எரிச்சலுற்றிருந்த ஒரு செய்தியாளன், அவன் கையில் வைத்திருந்தது Orations இன் அசல் பிரதி அல்ல, சுருக்கப்பட்ட துருக்கிய மொழியாக்கம்தான் என்று எழுதிவிட்டான். உடனே நூலகத்திலிருந்து அசல் பிரதியை எடுத்து கையில் வைத்துக்கொண்டு மற்றொரு போட்டோ எடுத்து அந்த நாளிதழுக்கு அனுப்பினான். பரிதாபத்துக்குரிய வகையில் அவன் முயற்சிகள் பலனளிக்காமல் அந்த புகைப்படங்கள் பிரசுரமாகவில்லை). இதனால் அயர்ந்துவிடாமல் சுனய் தொடர்ந்து கோலாகலமான திறப்பு விழாக்களிலும் கச்சேரிகளிலும் முக்கியமான கால்பந்து போட்டிகளிலும் பிரசன்னமாகிக்கொண்டிருந்தான். எல்லா இடங் களிலும் 'அடாதுர்க்கும் கலைகளும்', 'அடாதுர்க்கும் இசையும்', 'அடாதுர்க்கும் துருக்கிய விளையாட்டுகளும்' போன்ற தலைப்புகளில் மூன்றாந்தரமான நிருபர்கள் கேட்கும் கேள்விகளுக்கெல்லாம் பதில் சொல்லிக்கொண்டிருந்தான். அதேநேரத்தில் தன்னை ஒரு புரட்சிகர அரசியல்வாதியென்றும் ஒரேயடியாக காட்டிக்கொள்ளக் கூடாதென் பதற்காக மேற்குலகிற்கு எதிரான சமய நாளிதழ்களுக்கும் பேட்டி யளித்துக் கொண்டிருந்தான். அதைப் போன்றதொரு நேர்காணலில் உப்புச்சப்பில்லாத ஒரு சாதாரண கேள்விக்குப் பதிலளிக்கும்போது, "என்றாவது ஒருநாள், மக்கள் என்னை பொருத்தமானவன் என்று கருதினால், இறைத்தூதர் முகமதுவின் பாத்திரத்தைக்கூட நான் ஏற்று நடிக்க வேண்டியிருக்கலாம்," என்று சொல்லிவிட, அவனுக்கு உண்மையான சிக்கல்கள் ஆரம்பமாகின.

'இறைவன் மன்னிப்பாராக, சாதாரண மானிடன் ஒருவன் மகத்தான இறைத்தூதராக தோன்றுவதா?' எனச் சிறிய இஸ்லாமிஸ்ட் வார இதழ்கள் கடுமையாக அவனைத் தாக்கின. 'நமது இறைத்தூதரை அவமதிப்பதாக' சுனய்யை ஆரம்பத்தில் குற்றம் சாட்டிக்கொண்டிருந்த கோபமுற்ற இதழாளர்கள், விரைவிலேயே 'இறைத்தூதரை அவன் இகழ்ச்சி செய்வதாக' எழுத ஆரம்பித்தனர். இஸ்லாமிய அரசியலாளர் களை அமைதிப்படுத்த ராணுவத்தால்கூட முடியாமற்போனதும் அவனது பொறுப்பற்ற பேச்சு ஏற்படுத்திய தீயை அணைக்கும் பொறுப்பு சுனய்யின் தலையிலேயே விழுந்தது. அவர்கள் பயத்தை மட்டுப்படுத்துவதற்காக கையில் புனித குர்ஆன் பிரதியை வைத்துக் கொண்டு அதன் பழமைவாத வாசகர்களிடம் இந்த நூலை அவன் எந்தளவுக்கு நேசிக்கிறான், எப்படி பலவிதங்களில் இப்புனிதநூல் நவீனத்துவம் மிக்கதாயிருக்கிறது என்றெல்லாம் பேட்டியளித்துக் கொண்டிருந்தான். ஆனால் அடாதுர்க் பாத்திரத்திற்கு ஏகோபித்த ஆதரவோடு தன்னை மக்கள் தேர்ந்தெடுத்திருப்பதாகப் பீற்றிக் கொண்டிருந்த அவனுக்குக் கண்டனம் தெரிவித்துக்கொண்டிருந்த கெமாலிஸ்ட் செய்தியாளர்களுக்கு இது ஒரு நல்ல சந்தர்ப்பத்தை உண்டாக்கித் தந்தது. "மதவெறியர்களை சமாதானப்படுத்தவதற்காக அடாதுர்க் இப்படியெல்லாம் வேஷம் போட்டதில்லை" என்று

எழுதினர். ராணுவ கலகத்தை ஆதரித்து வந்த நாளிதழ்கள் சுனய் கையில் ஒரு குர்ஆன் பிரதியோடு தெய்வீகத் தோரணையில் போஸ் கொடுத்துக்கொண்டிருந்த புகைப்படங்களை வெளியிட்டு, அதற்கடியில் 'அடாதுர்க்கை இந்தக் கோலத்தில் கற்பனை செய்ய உங்களால் முடிகிறதா?' என்று தலைப்பிட்டிருந்தனர். பின்னர் இஸ்லாமிஸ்ட் இதழ்கள் தமது தாக்குதலைத் தொடங்கின. சுனய் ராக்கி அருந்தும் படத்தை வெளியிட்டு 'இவர் அடாதுர்க்கைப் போலவே ராக்கி குடிப்பவர்!' என்றும் 'மகத்தான இறைத்தூதர் வேடத்தில் நடிக்கப்போவது இவரா?' என்றும் கேட்டிருந்தனர். இத்தகைய காகித யுத்தங்கள் இஸ்லாமிஸ்ட் இதழ்களுக்கும் மதச்சார்பற்ற இதழ்களுக்கு மிடையே இரண்டு மாதங்களுக்கொருமுறை நடப்பதுதான். ஆனால் இந்தமுறை சுனய் அவர்களின் குண்டுவீச்சுகளுக்கிடையே மாட்டிக் கொண்டான்.

அடுத்த ஒரு வாரத்திற்கு அவனது படங்கள் வராத இதழ்களே இருக்கவில்லை. அவன் பல வருடங்களுக்கு முன்பு பீர் அருந்துவது போலிருந்த விளம்பரப்படம் ஒன்று தேடியெடுக்கப்பட்டு பிரசுரமாகி யிருந்தது. மற்றொரு படத்தில் அவன் வாலிப வயதில் நடித்திருந்த ஒரு திரைப்படத்திலிருந்து ஒரு காட்சி இருந்தது. அதில் அவனைக் கீழே தள்ளி எல்லோரும் அடித்துக்கொண்டிருக்க, அவன் முஷ்டியை உயர்த்திக்கொண்டிருந்தான். அரிவாள் சுத்தி சின்னம் கொண்ட கொடியை இன்னொரு கையில் விடாப்பிடியாக பிடித்துக்கொண்டிருந் தான். இன்னொரு படத்தில் அவன் மனைவி, எந்தெந்த நடிகர்களையோ முத்தமிட்டுக்கொண்டிருக்க அவன் வேடிக்கை பார்த்துக்கொண்டிருந் தான்... இதைப்போன்ற குத்தல்கள் எல்லாப் பக்கங்களிலும் படங் களோடு தலைகாட்டிக் கொண்டேயிருந்தன: அவன் மனைவி ஒரு பெண்பாற் புணர்ச்சியாளர், அவன் இன்னும் ஒரு கம்யூனிஸ்ட்டாகவே தான் இருந்து வருகிறான்; அவனும் அவன் மனைவியும் ஆபாச நீலப்படங்களுக்கு குரல் கொடுத்திருக்கின்றனர், பணத்துக்காக அவன் எதையும் செய்யத் தயங்கமாட்டான் என்றெல்லாம் அடுக்கடுக்காக வசைகள். அவன் பிரெக்ட் நாடகத்தை நடத்தியதுகூட கிழக்கு ஜெர்மனியின் நிதியுதவியால்தான்; கலகத்திற்குப் பிறகு ஸ்வீடிஷ் மாதர் சங்கம் ஒன்றிற்கு அளித்த பேட்டியில் 'சித்திரவதை தண்டனைகள் துருக்கியில் பரவலாகக் காணக்கிடைக்கும் ஒரு தொற்றுநோய்' என்று கூறி தேசத்தையே அவமானப்படுத்தியிருப்பவனும் இவன்தான்.

இறுதியில் ஓர் 'உயர்நிலை அதிகாரி' சுனய்யை ராணுவ தலைமை அலுவலகத்திற்கு அழைத்து, எவ்வித பீடிகையுமின்றி நேராக, அடாதுர்க் வேடத்திற்கான போட்டியிலிருந்து அவன் விலகிவிட வேண்டுமென்று ஏறக்குறைய உத்தரவிட்டார். இதற்கு முன்பு பணியிலிருந்த வேறோர் அதிகாரி துடுக்குத்தனமான இஸ்தான்புல் செய்தியாளர்களை அழைத்து முதலில் சாக்லெட்டுகள் கொடுத்து இனிமையாகப் பேசிவிட்டு பின்னர் ராணுவம் அரசியலில் தலையிடுவதைப்பற்றி அவர்கள் விமர்சித்து எழுதுவதற்காகக் கடுமையாக எச்சரித்திருந்தார். இவர் அந்த அதிகாரியைப்போலவே பொதுத்துறையில் வந்திருக்கும்

இறுக்கமான அதிகாரி. இவருக்கெதிரே பயத்தில் நடுங்கிக்கொண்டு நின்றிருக்கும் சுனய்யைக் கண்டு அவர் சிறிதளவும் இரக்கம் காட்டவில்லை. 'அடாதுர்க் வேடத்திற்கு தேர்ந்தெடுக்கப்பட்டவன்' என்ற ஹோதாவில் அவனது சொந்த அரசியல் கருத்துக்களையெல்லாம் பிரேரேபித்துக் கொண்டிருப்பதற்காக அவனைப் பரிகசித்தார். இரண்டு நாட்களுக்கு முன்பு அவனுடைய சொந்த ஊருக்குச் சென்றிருந்தபோது தன்னை ஒரு 'மக்கள் தலைவன்' போல காட்டிக்கொண்டு திரிந்தது அவருக்குத் தெரியும் என்று சூசகமாகத் தெரிவித்தார். அவன் ஊருக்குப் போயிருந்தபோது அவனை வரவேற்க நீண்ட கார் வரிசையும், புகையிலை தயாரிப்பாளர்களும் வேலையற்ற மனிதர்களுமாக பெருந் திரளான கூட்டமும் இருந்தது. அதில் சொக்கிப்போனவனாக அந்நகரின் மையப்பகுதியிலிருந்த அடாதுர்க் சிலைக்கு ஏறி, சிலையின் கையைப் பற்றி 'போஸ்' கொடுக்க, கீழேயிருந்த கூட்டம் ஆர்ப்பரித்தது. பிரபலமான பத்திரிகை ஒன்றின் நிருபர் அவனிடம் நாடகத்தை விட்டு விலகி அரசியலில் புகும் எண்ணம் இருக்கிறதாவென்று கேட்ட போது, "மக்கள் விரும்பினால்," என்று பதிலளித்தான். பிரதம மந்திரி அலுவலகத்திலிருந்து அடாதுர்க் திரைப்படம் காலவரையறையின்றி ஒத்திபோடப்பட்டிருப்பதாக அறிவிப்பு வெளியானது.

இந்தத் தோல்வியை தாங்கிக் கொள்ளுமளவுக்கு சுனய் போதிய அனுபவம் வாய்ந்தவனாக இருந்தான். அடாதுர்க் வேடத்தை கைப் பற்றிக் கொள்வதற்காக ஒரு மாத காலத்திற்கு பிரச்சார முயற்சிகளில் ஈடுபட்டிருந்த அவனுக்கு உண்மையான சோதனை அடுத்து நிகழ்ந்தவை தான். தொலைக்காட்சியில் அவனுக்களிக்கப்பட்ட வெளிச்சத்தினால் எல்லோருக்கும் அவனை அடாதுர்க்குடன் சம்மந்தப்படுத்தியே தோன்றத் தொடங்கிவிட்டதால் இப்போது யாரும் அவனுக்கு பின்னணி குரல் கொடுக்கும் வேலையைத் தரவில்லை. ஆரோக்கியமான, நல்ல பொருட் களை விளம்பரப்படுத்த பொருத்தமானவனாக அவனை நினைத்திருந்த தொலைக்காட்சி விளம்பர ஏஜென்ஸிகள் தவிர்க்கத் தொடங்கின: பல் விளக்கும் பிரஷ், பெயின்ட் டப்பாவை கையில் வைத்துக்கொண்டு அருமையான சரக்கு இது என்றும், குறிப்பிட்ட வங்கி தனக்கு திருப்திகர மான சேவையை அளிக்கிறதென்றும் அடாதுர்க்கை சொல்ல வைப்பது பார்ப்பவர்களுக்கு விநோதமாகத் தெரியும் என்று அவர்களுக்குத் தோன்றிவிட்டது. சுனய்க்கு நேர்ந்த மிகப்பெரிய துரதிருஷ்டம், நாளிதழ் களில் வந்த எல்லாவற்றையும் பெரும்பாலான மக்கள் நம்பிவிட்டதே தான். அவர்கள் அவனை ஒரே நேரத்தில் அடாதுர்க்கின் எதிரி என்றும் மதத்தின் எதிரி என்றும் திட்டத் தொடங்கினர். அவன் மனைவி மற்ற ஆண்களை முத்தமிடும்போது அவன் பார்த்துக்கொண்டு சும்மா இருந்தானென்றே சிலர் நம்பினர். அப்படி நம்பாதவர்கள்கூட நெருப்பில்லாமல் புகையுமா என்று பேசினர்.

இவையனைத்தும் ஏற்படுத்திய விளைவுகளில் முக்கியமானது சுனய்யின் நாடகக்குழு சந்திக்க நேர்ந்த தோல்விகள். அவனது நாடகங் களைப் பார்க்க வருபவர்களின் எண்ணிக்கை சரியத் தொடங்கியது. தெருவில் நடந்து செல்லும்போது சிலர் அவனை நிறுத்தி, "உங்களிடம்

இதைவிட மேலானதாக எதிர்பார்த்தேன்!” என்றனர். ஓர் இளம் சமயக்கல்விக்கூட மாணவன் (தன் பெயர் நாளிதழில் வருமென்ற உந்துதலினாலும்கூட) சுனய் இறைத்தூதரை நாக்கைத் துருத்தி அவமானப் படுத்தியதை பார்த்ததாகச் சொல்லிவிட்டு சுனய்யின் நாடகம் நடக்கும் அரங்கம் ஒன்றிற்குள் கத்தியோடு நுழைந்து, பார்வையாளர்கள் பல பேரின் முகத்தில் காறித்துப்பி தற்காலிகப் புகழடைந்தான். இது ஐந்து நாட்களுக்குத் தொடர்ந்தது. சுனய்யும் ஃபுன்டாவும் தலைமறைவாயினர்.

அவர்கள் தலைமறைவாகி விட்டபிறகு வதந்திகள் மேலும் அதிகரித்தன. அவர்கள் பிரெக்டியன் பெர்லினர் குழுவில் நாடகம் கற்றுத் தருவதற்காக சேர்ந்திருப்பதாக ஒரு வதந்தி கூறியது. இன்னொரு வதந்தி இது வெறும் பாசாங்கு என்றும், உண்மையில் அவர்கள் பயங்கரவாத பயிற்சி முகாமில் பயின்றுவருவதாகவும் கூறியது. இதுவல்லாமல் அவர்களுக்கு பிரெஞ்சு கலாச்சார அமைச்சகம் மானியமும், ஷிஷ்லியில் உள்ள பிரெஞ்சு மனநல மருத்துவமனையில் உறைவிடமும் தந்திருப்பதாக மற்றொரு வதந்தி கூறியது.

உண்மையில் அவர்கள் கருங்கடலோரமாக இருந்த ஃபுன்டா ஈஸரின் அம்மாவின் (அவளும் ஒரு நடிகை) வீட்டில் ஒதுங்கியிருந்தனர். ஒரு வருடம் கழித்து அந்தால்யாவிலுள்ள அதிகம் பிரபலமல்லாத ஒரு ஓட்டலில் செயல் இயக்குநர்களாக அவர்களுக்கு வேலை கிடைத்தது. காலை நேரங்களில் ஜெர்மானிய வியாபாரிகளோடும் டச்சு டூரிஸ்டு களோடும் மணலில் வாலிபால் விளையாடினார்கள். பிற்பகல்களில் சிறுவர்களை மகிழ்விக்கும் நிழல் நாடகங்களில் காரகூஸ், ஹேஸிவட் போன்ற பாத்திரங்களேற்று உடைந்த ஜெர்மன் மொழியில் வசனம் பேசி நடித்தனர். மாலை நேரங்களில் சுனய் ஒரு சுல்தானாகவும் ஃபுன்டா ஈஸர் சுல்தானின் அந்தப்புர நாயகிகளில் ஒருத்தியாக ‘பெல்லி – டான்ஸ்’ ஆடிக்கொண்டும் மேடையை ஆக்கிரமித்தனர். ஃபுன்டா ஈஸர் ‘பெல்லி – டான்ஸ்’ ஆடத் தொடங்கியதும் அப்போது தான். அது அடுத்த பத்து வருடங்களுக்கு, அந்த மாநிலம் முழுக்க நடைபெற்ற நிகழ்ச்சிகளில் தொடர்ந்தது. முதல் மூன்று மாதங்களுக்கு சுனய் ஒரு கோமாளியாகவே வந்து சென்று கொண்டிருந்தான். அதன்பின் ஒருநாள் ஸ்விட்சர்லாந்தைச் சேர்ந்த நாவிதன் ஒருவன் எல்லைமீறி நடக்கத் தொடங்கியபோது பிரச்சனை ஆரம்பித்தது. அந்தப்புரப் பெண்களோடு ஆட்டம் போடும் குல்லாய் அணிந்த துருக்கியர்களைப்பற்றி அவன் ஆபாசமாக கிண்டல் செய்து அவர்கள் நிகழ்ச்சியில் குறுக்கிட்டான். அவனே அடுத்தநாள் கடற்கரையில் ஃபுன்டாவிடம் வந்து அத்துமீறி நடக்க முயற்சித்தான். கடற்கரையில் குழுமியிருந்த டூரிஸ்ட்டுகள் அதிர்ந்து, பயந்து பார்த்துக்கொண்டிருக்க, சுனய் அவனை அடித்துத் துவைத்தெடுத்தான்.

அதற்குப்பிறகு அந்தத் தம்பதியினர் நிகழ்ச்சி தொகுப்பாளர்களாக, நடனக்காரர்களாக, ‘கேளிக்கை நாடகக்காரர்களாக’ திருமண நிகழ்ச்சி களிலும் நடன அரங்குகளிலும் அந்தால்யா பிரதேசம் முழுக்க நிகழ்ச்சி கள் நடத்திக்கொண்டிருந்தனர். மட்டமான பாடகர்களையும் நெருப்பை

விழுங்கும் செப்படி வித்தைக்காரர்களையும் மூன்றாந்தரமான காமெடியன் களையும் அவன் அறிமுகப்படுத்தும்போதுகூட அடாதுர்க்கைப் பற்றியும் குடியரசைப் பற்றியும் திருமண அமைப்பைப்பற்றியும் குட்டிப் பிரசங்கம் நிகழ்த்துவான். ஃபுன்டா ஈஸர் தன் பங்குக்கு ஒரு 'பெல்லி – டான்ஸ்' ஆடிக் காட்டுவாள். பின்னர் அவர்களிருவரும் திடுதிப்பென்று தோரணையை மாற்றி, சாதுவாக, கௌரவமானவர்களாக 'பாங்கோ படுகொலை' போன்ற சிறு நாடகம் ஒன்றை பத்து நிமிடங்களுக்கு நிகழ்த்திக் காட்டுவார்கள். கரகோஷம் பலமாகவே இருக்கும். பின்னாளில் சுற்றுலா நாடகக் குழு அமைத்து அவர்கள் அனடோலியா முழுக்க ஆக்கிரமித்திருந்ததற்கு ஆரம்ப விதைகள் அப்போதுதான் ஊன்றப்பட்டன.

சுனய்க்கு இரத்த அழுத்தம் சோதித்து முடிந்ததும், அவனுடைய மெய்க்காப்பாளர்களில் ஒருவனை வாக்கி – டாக்கி எடுத்து வரும்படி பணித்தான். ஒரு சில உத்தரவுகளைக் கொடுத்துவிட்டு, பணியாள் ஒருவன் அவன் முகத்திற்கெதிரே நீட்டிய ஒரு குறிப்பை வாசித்துவிட்டு காவின் பக்கம் திரும்பினான். அவன் முகம் வேறுவிதமாக சுருங்கி யிருந்தது. "எல்லோரும் ஒருவர் மீது மற்றவர் பழி சொல்லிக் கொண்டிருக் கிறார்கள்," என்றான். அனடோலியாவின் மூலைமுடுக்குக்கெல்லாம் இவ்வளவு காலமாக அவன் சென்று வந்ததில் அறிந்துகொண்டது என்னவெனில் இந்த தேசத்து ஆண்கள் அனைவரும் விரக்தியில் செயலிழந்து போயிருக்கிறார்கள் என்பதுதான், என்று சொன்னான்.

"நாள் முழுக்க அந்தத் தேநீர் விடுதிகளில் உட்கார்ந்திருக்கிறார்கள்; ஒவ்வொருநாளும் அங்கே சென்று, ஒரு வேலையும் செய்யாமல் உட்கார்ந்திருக்கிறார்கள்," என்றான். "இவர்களைப் போல வேலையில்லாத, அதிர்ஷ்டமில்லாத, நம்பிக்கையில்லாத, சுறுசுறுப்பில்லாத ஏழைகள் ஒவ்வொரு ஊரிலும் நூற்றுக்கணக்கில் இருக்கிறார்கள். ஒட்டுமொத்தமாக இந்நாட்டில் அதுபோல இலட்சக்கணக்கில் இருக்கக்கூடும். இவர்களுக்கு ஒழுங்காகத் தோற்றமளிக்கக்கூட மறந்துவிட்டிருக்கிறது. அவர்களுடைய எண்ணெய் கறை படிந்த அழுக்கான மேற்சட்டைகளுக்குப் பொத்தான் களை ஒழுங்காகப் போட்டுக்கொள்ளும் ஆர்வத்தைக்கூட இழந்திருக் கிறார்கள். கையை காலைக் கூட அசைக்க முடியாதபடிக்கு சக்தியிழந்து சோம்பியிருக்கிறார்கள். அவர்களால் ஒரு கதையைக்கூட கடைசிவரை மனதை ஒருமுகப்படுத்திக் கேட்கமுடிவதில்லை. ஒரு ஜோக்கிற்கு சிரிப்பது எப்படி என்பதைக்கூட மறந்துவிட்டிருக்கிறார்கள் இந்த அருமைச் சகோதரர்கள்."

நிறையப்பேர் தூங்கமுடியாத அளவுக்குத் துயரத்தில் மூழ்கி இருக்கிறார்கள். அவர்கள் புகைக்கும் சிகரெட்டுகள் அவர்களைக் கொன்று கொண்டிருப்பதில் சந்தோஷம் காண்கிறார்கள். எதையாவது சொல்ல ஆரம்பித்துவிட்டு, அதைப் பேசுவது எந்தளவுக்கு அர்த்த மில்லாதது என்று புரிந்ததைப் போல பாதியிலேயே நிறுத்திவிடுகிறார்கள். அவர்கள் தொலைக்காட்சி பார்ப்பது அந்த நிகழ்ச்சிகளை ரசிப்பதற்காக அல்ல, அவர்களுடைய நண்பர்களின் விரக்திப் புலம்பல்களை கேட்க சகிக்காமல்தான் தொலைக்காட்சியில் மூழ்கிவிடுகிறார்கள். அவர்களுக் கிருக்கும் ஒரே ஆசை, சாவது. ஆனால் தற்கொலை செய்துகொள்ளக்

கூட தங்களுக்குத் தகுதி இல்லை என்று நினைக்கிறார்கள். தேர்தல் நேரத்தில் தம்மையே சுயசித்திரவதை செய்துகொள்வதில் விருப்பம் கொண்டிருப்பவர்கள் போல, இருப்பதிலேயே மிகவும் மோசமான கட்சிக்கு, மிகக்கேவலமான வேட்பாளருக்கு வாக்களிக்கிறார்கள். இவர்கள், அரசியல்வாதிகளைவிட ராணுவப்புரட்சிக்கு தலைமை யேற்றிருக்கும் ஜெனரல்களை நம்புகிறார்கள் என்றான் சுனய். ஏனென்றால் தண்டனை அளிப்பதன் அவசியத்தைப்பற்றி நேர்மையான யதார்த்தத்துடன் ராணுவ ஜெனரல்கள் பேசுகிறார்கள்; ஆனால் அரசியல்வாதிகள் வெறுமனே வாக்குறுதிகள் மட்டுமே முடிவில்லாமல் அளித்துக்கொண்டிருக்கிறார்கள்.

இப்போது அறைக்குள் மீண்டும் வந்திருந்த ஃபுன்டா ஈஸர் பெண்களில்கூட எண்ணற்றவர்கள் துயரத்தில் மூழ்கியிருப்பதாகச் சொன்னாள். கணக்கில்லாமல் குழந்தை பெற்றுக்கொள்வது, புகையிலை சுருட்டுவது, தரை விரிப்புகள் பின்னுவது, சொற்பக் கூலிக்கு தாதிகளாக வேலை பார்ப்பது என பெண்கள் தம்மைத்தாமே சிதைத்துக் கொள் கின்றனர். இவர்களுடைய கணவன்மார்கள் எங்கே இருக்கிறார்களென்று யாருக்கும் தெரியாது. நாள் முழுதும் அவர்களுடைய குழந்தைகளிடம் இரைந்துகொண்டு, அழுதுகொண்டிருக்கும் இந்தப் பெண்கள்தான் வாழ்க்கையை நடத்துகிறார்கள். இவர்கள் மட்டும் இல்லையென்றால் அனடோலியாவெங்கும் நிறைந்திருக்கும் வேலையில்லாத, குறிக் கோளில்லாத இலட்சக்கணக்கான ஆண்கள் வாழ்க்கை அஸ்தமித்து விடும். இந்த ஆண்கள் எல்லோரும் ஒன்றுபோலவே காணப்படுகிறார்கள்: சவரம் செய்துகொள்ளாத முகம், அழுக்குச்சட்டை. இவர்களை கவனித்துக்கொள்ள பெண்கள் மட்டும் இல்லாவிட்டால் பிச்சைக் காரர்களாக தெருமுனையில் குளிரில் உறைந்து செத்துப்போவார்கள், அல்லது குடித்துவிட்டு, திறந்திருக்கும் சாக்கடையில் விழுந்து சாவார்கள். ரொட்டித்துண்டு வாங்கிவருவதற்கு அனுப்பப்பட்ட தள்ளாத கிழவர்கள் வழிதவறிப் போவார்கள். இந்த அதிர்ஷ்டம் கெட்ட கார்ஸ் நகரத்தில் தான் இப்படிப்பட்ட ஆண்கள் எவ்வளவுபேர் இருக்கிறார்களென்று நீங்களே பார்த்திருப்பீர்களே. என்னதான் அவர்களுடைய மனைவியைச் சார்ந்து இருப்பவர்களாக இருந்தாலும் தமது மனைவிகள்மீது அவர்கள் வைத்திருக்கும் அன்பில் அவமானமடைந்து அவர்களை அடித்து சித்திரவதை செய்கிறார்கள்.

“மகிழ்ச்சியற்றிருக்கும் என் நண்பர்களை அவர்களின் இன்னல் களிலிருந்தும் விரக்தியிலிருந்தும் மீட்டெடுப்பதற்காக என் வாழ்வில் பத்து வருடங்களைச் செலவழித்தேன்,” என்றான் சுனய். அவன் குரலில் எந்தவிதமான சுயபரிதாபமும் இல்லை. “அவர்கள் எங்களை என்னவெல்லாம் குற்றம் சாட்டினார்கள்! கம்யூனிஸ்ட்டுகள் என்றார்கள், வக்கிரபுத்தி படைத்தவர்கள் என்றார்கள், மேலைநாட்டு ஒற்றர்கள் என்றார்கள், ஜெஹோவாவின் சாட்சிகள் என்றுகூட சொன்னார்கள். நான் ஒரு செக்ஸ் தரகன், என் மனைவி ஒரு விலைமாது என்றெல்லாம் சொன்னார்கள். நினைத்தபோதெல்லாம் எங்களை சிறையில் தள்ளி அடித்து, உதைத்து, சித்திரவதை செய்தார்கள், பலாத்காரம் செய்ய

முயன்றார்கள். ஆனால் சிறிதுகாலம் கழித்து என் நாடகங்களை அவர்கள் புரிந்துகொள்ளத் தொடங்கினார்கள். எனது நாடகக் குழுவினர் அவர்களுக்கு அளித்த சுதந்திரத்தையும் மகிழ்ச்சியையும் நேசிக்கத் தலைப்பட்டார்கள். எனவே இப்போது மிகப்பெரிய வாய்ப்பு ஒன்று எனக்கு வழங்கப்பட்டிருக்கிறது, நான் பலவீனமடைந்து விடக்கூடாது."

அந்த அறைக்குள் இரண்டுபேர் வந்தனர். முன்பைப் போலவே சுனய்யிடம் ஒரு வாக்கி – டாக்கியை கொடுத்தார்கள். ஒலிவாங்கி திறந்திருந்ததால் அதில் பேசுவது காவுக்குக் கேட்டது: அவர்கள் சுகாபி மாநிலத்திலுள்ள ஒரு குச்சுவீட்டைச் சுற்றி வளைத்திருக்கிறார்கள். உள்ளேயிருந்து யாரோ அவர்களை நோக்கி சுட்டதால் அவர்கள் உள்ளே சென்று ஒரு குர்த்திய கெரில்லாவையும் ஒரு குடும்பத்தையும் கண்டுபிடித்திருக்கிறார்கள். அதே அலைவரிசையில் ஒரு படைவீரன் உத்தரவிட்டுக் கொண்டிருப்பதும் கேட்டது. கீழ்நிலை வீரர்கள் அவனை 'கமாண்டர்' என்று விளித்துக் கொண்டிருந்தார்கள். பின்பு அவர்கள் செய்ய வேண்டியவை பற்றி முன்கூட்டியே அவனிடம் தெரிவிக்குமாறு கேட்டுக்கொண்டான். அவன் பேசுவதைக் கேட்டால் ஒரு புரட்சியின் தலைவரைப் போலல்லாமல் ஏதோ பால்யகால நண்பனைப் போல இருந்தது.

காவிடம் தென்பட்ட ஆர்வத்தைக் கவனித்த சுனய், "அந்தக் குள்ளன் கார்ஸ்ஸில் இருக்கும் ஒரு பிரிகேட் அதிகாரி," என்றான். "பனிப்போர் காலத்தில் மத்தியபிரதேசங்களில் மிகச்சிறந்த ராணுவப் படைகளை மேலிடம் குவித்து வைத்திருந்தது. முக்கியமாக ஸரிகாமிஷ் பகுதியில் சோவியத் படையெடுப்பு நிகழும் என்ற எதிர்பார்ப்பு அப்போது இருந்தது. முதல் தாக்குதலில் இவர்கள் திசைதிருப்புவதற்காகத் தான் பயன்பட்டிருப்பார்கள். இப்போது பிரதானமாக ஆர்மீனியா வுடனான எல்லைப்பகுதியைப் பாதுகாப்பதற்காகத்தான் இருக்கிறார்கள்."

காவும் அவனும் எர்ஸுரும்மிலிருந்து ஒரே பேருந்தில் வந்த அன்றிரவு கிரீன் பாஸ்சர்ஸ் ரெஸ்டாரெண்ட்டில் ஒஸ்மான் நூரி சோலக்கை சந்தித்ததாகச் சொன்னான். அவன் சுனய்க்கு முப்பதாண்டு கால நண்பனாம். குலேலி மிலிட்டரி அகாடெமியில் ஒன்றாகப் பயின்றவர்கள். "குலேலியில் சுனய்யைத்தவிர பிரண்டெல்லோவைப் பற்றியும் சார்த்தரின் நாடகங்களைப் பற்றியும் கேள்விப்பட்டிருந்தவனாக சோலக் மட்டும் இருந்தான். என்னைப் போல ஒழுங்கீனத்திற்காக வெளியேற்றப்படுபவனாக அவன் இருக்கவில்லை. அதே நேரத்தில் அவனால் ராணுவ சேவையையும் முழுமனதோடு ஏற்றுக்கொள்ள இயலவில்லை. அவன் மிகவும் குள்ளமாக இருப்பதால் எந்த காலத்திலும் அவனால் ஜெனரல் ஆகமுடியாது என்று சிலர் கிசுகிசுத்துக் கொண்டிருந் தனர். அவன் ஒரு கோபக்காரன்; அமைதியின்றி காணப்படுவான். ஆனால் இதற்கு வேலை சம்பந்தமான காரணங்கள் இருக்குமென்று நான் நினைக்கவில்லை. அவனுடைய மனைவி, குழந்தைகளை அழைத்துக் கொண்டு அவனைவிட்டுப் போய்விட்டதனால் இருக்கும். தனியாக இருந்து வம்பு பேசிக்கொண்டு நாட்களை கடத்துவது அவனுக்கு

சிரமமாக இருந்தது. ஆனால் உண்மையில் அதிகமாக வம்பு பேசுகிறவனே அவன்தான். புரட்சியை அறிவித்தவுடன் உரிமம் பெற்றிராத கசாப்புக் கடைக்காரர்கள், வேளாண் வங்கிக் கடன்களைப்பற்றியும் குர்ஆன் வகுப்புகளைப்பற்றியும் கிளப்பியிருந்த அவமானத்திற்குரிய கதைகளைப் பற்றியெல்லாம் முதலில் என்னிடம் சொன்னவனே அவன்தான். அவன் மிதமிஞ்சி குடித்துக்கொண்டிருந்தான். என்னைப் பார்த்ததும் அவனுக்கு சந்தோஷம் தாங்கமுடியவில்லை. ஆனால் உடனே அவனது தனிமையைப்பற்றி புலம்பத் தொடங்கிவிட்டான். பின் சமாதான மடைந்து ஒருவிதமான பீற்றிக்கொள்ளும் பாவனையில் அன்றிரவு, கார்ஸ்ஸில் இருக்கும் ராணுவ அதிகாரிகளிலேயே அவன்தான் பெரிய அதிகாரி என்று சொன்னான். அதனால் அடுத்தநாள் காலை சீக்கிரமாக விழித்தெழ வேண்டியிருக்கிறது என்று சோகமாகச் சொன்னான். அவனது படைப்பிரிவின் கமாண்டர் அங்காராவுக்கு அவருடைய மனைவியின் மூட்டுவலிக்காக சிகிச்சை செய்ய சென்றிருக்கிறார். டெபுடி கர்னல் ஸரிகாமிஷ்ஷில் அவசர கூட்டம் ஒன்றிற்காக அழைக்கப் பட்டிருந்தார். ஆளுநர் எர்ஸுரும்மில் இருந்தார். எல்லா அதிகாரமும் இவன் கையில் இருந்தது! பனிப்பொழிவு தொடர்ந்து இருப்பதால் இப்போதைக்கு சாலைகள் திறக்கப்படாது என்று அவனுக்குத் தெரியும். என் வாழ்நாளெல்லாம் எதிர்பார்த்துக்கொண்டிருந்த சந்தர்ப்பம் இதுதான் என்று உணர்ந்தேன். என் நண்பனுக்கு இன்னொரு இரட்டை ராக்கி மதுபானம் ஆர்டர் செய்தேன்."

அங்காராவிலிருந்து அனுப்பப்பட்ட மேஜர் சமர்ப்பித்த அறிக்கையின் படி, கா சில கணங்களுக்கு முன் வாக்கி – டாக்கியில் கேட்டது கர்னல் ஒஸ்மான் நூரி சோலக் என்று தெரிகிறது (இவனை ராணுவப் பள்ளி சிநேகிதனான சுனய் 'கோணல் கையன்' என்றான்). மேஜர் தனது அறிக்கையில் மேலும் குறிப்பிடும்போது, ராணுவ கலகம் ஒன்றை நடத்தலாம் என்றதொரு விநோதமான யோசனையை அவனிடம் சொன்னபோது அதை விளையாட்டாகவே எடுத்துக் கொண்டதாகவும், குடித்திருந்த ராக்கியும் உசுப்பிவிட, இரண்டே இரண்டு டாங்கிகளை வைத்துக்கொண்டு ஒரு கலகத்தை அரங்கேற்றி விடலாம் என்று துணிச்சல் வந்துவிட்டதாகவும் வாக்குமூலம் அளித்ததாக கூறுகிறார். சுனய்யின் வற்புறுத்தலுக்கு இணங்காவிட்டால் தன்னை ஒரு கோழையாக அவன் நினைத்துவிடுவானே என்பதற் காகவும், இந்த ராணுவப்புரட்சியின் விளைவுகள் அங்காராவுக்கும் சந்தோஷமளிப்பதாக இருக்கும் என்ற நம்பிக்கை இருந்ததாலும் மட்டுமே அத்திட்டத்தை அவன் செயலாற்றியதாகத் தெரிவித்திருந்தான். இதற்கு அவனது தனிப்பட்ட வெறுப்போ, மனக்குறையோ, தனக்குப் பெரிய பெயர் கிடைக்குமென்ற நப்பாசையோ காரணமல்ல என்றான். மேஜரின் அறிக்கையில் வேறொரு விஷயமும் இருந்தது. அடாதுர்க் அபிமானியான ஒரு பல் மருத்துவருக்கும் சோலக்கிற்கும் ஒரு பெண் தொடர்பாக விரோதம் இருந்திருக்கிறது. இந்தச் சந்தர்ப்பத்தைப் பயன்படுத்திக்கொண்டு அவரது மருத்தவமனையை அத்துமீறி சோதனை யிட்டதன் மூலம் சோலக் கடமை தவறியிருப்பதாக மேஜர் தனது அறிக்கையில் குறிப்பிட்டிருந்தார்.

வீடுகளையும் பள்ளிகளையும் சோதனையிடுவதற்கு அந்த கர்னல் படையணிப்பிரிவில் பாதியை உபயோகப்படுத்தியிருந்தான். உதிரி பாகங்கள் கிடைப்பதற்கு அரிதாக இருப்பதால் மிகவும் எச்சரிக்கை யோடு இயக்க வேண்டிய டி–1 டாங்கிகள் இரண்டையும் நான்கு லாரிகளையும் பயன்படுத்தியிருந்தான். வேறு எந்த ராணுவ உபகரணங்களையும் எடுத்திருக்கவில்லை. Z டெமிர்கோலும் அவன் நண்பர்களும் கொண்ட ‘சிறப்புக்குழு’ காரணமாக இருந்த ‘விளக்க முடியாத மரணங்க’ளை ஒரு பக்கமாக ஒதுக்கிவிட்டுப் பார்த்தால், நடந்தவையெல்லாமே சாதாரணமாக ஒரு துருக்கிய கலகத்தில் நிகழ்வன வாகவே இருந்தன. வேறு வார்த்தைகளில் சொன்னால் MİT யிலும் காவல்துறை தலைமையகத்திலும் கடினமாக உழைக்கக்கூடியவர்களாக இருந்த அதிகாரிகளே இந்தப் புரட்சியில் முக்கிய பங்கு வகித்தவர்களாக இருந்தனர். மக்கள் தொகையில் பத்தில் ஒரு பங்கினரை உளவு சொல்லிகளாக அமர்த்தி, நகரத்தில் வசிக்கும் அந்தனை பேரைப் பற்றியும் கோப்புகள் வைத்திருந்தவர்களல்லவா அவர்கள்! நேஷனல் தியேட்டரில் மதச்சார்பற்றவர்கள் அரங்கேற்றப்போகிற ஆர்ப்பாட்டத் தைப் பற்றியும், நகருக்கு வெளியே விடுமுறையில் இருக்கும் அவர்கள் நண்பர்களை உடனே திரும்பிவந்து வேடிக்கையில் கலந்துகொள்ளும் படி அதிகாரப்பூர்வமாக தந்தி அடித்திருக்கிறார்கள் என்றும் கிளம்பி யிருந்த வதந்திகளால் இந்த அலுவலர்கள் மிகவும் குதூகலமுற்றிருந்தனர்.

வாக்கி – டாக்கியிலிருந்து வந்த இரைச்சல்களை வைத்துப் பார்க்கும் போது சுகாபி மாகாணத்தில் ஏற்பட்டிருந்த சச்சரவு இப்போது தீவிரமடைந்திருக்கிறது என்று தெரிந்தது. மூன்று துப்பாக்கி வெடிச் சத்தங்கள் முதலில் வானொலி அலைவரிசையில் கேட்டதற்குப் பிறகு பனிப்பரப்பு உறிஞ்சிக்கொண்டது போக மீதிச் சத்தம் சன்னலுக்கு வெளியே அடங்கி எதிரொலித்தது.

“ரொம்பவும் இரக்கமில்லாமல் நடந்துகொள்ளாதீர்கள்,” என்றான் சுனய் வாக்கி – டாக்கியில். “புரட்சிக்கும் அரசுக்கும் இருக்கும் வலிமையை அவர்களுக்கு உணர்த்துங்கள். எந்தளவுக்கு மனோதிடம் கொண்டவர் களாக நாம் இருக்கிறோம் என்பதை அவர்களுக்குக் காட்டுங்கள்.” இடது கையை உயர்த்தி, முகவாய்கட்டையை கட்டைவிரலுக்கும் சுட்டு விரலுக்குமிடையே அழுத்திக்கொண்டு ஆழ்ந்த சிந்தனையில் இருப்பவனைப் போல போஸ் கொடுத்தான். எழுபதுகளின் மத்தியில் ஒரு சரித்திர நாடகத்தில் இதே வார்த்தைகளை வசனமாக உச்சரித்து விட்டு இதே சிந்தனையில் ஆழ்ந்த போஸில் சுனய் காணப்படும் படம் காவின் ஞாபகத்தில் வந்தது. அந்த நாட்களில் இருந்ததைப்போல சுனய் இப்போது அழகானவனாக இல்லை – சோர்ந்து, வெளுத்து காணப்பட்டான்.

1940களில் ராணுவத்தில் வழங்கிய போர்முனை கண்ணாடியை மேஜையிலிருந்து சுனய் எடுத்தான். பத்து வருடங்களாக அனடோலியா முழுக்க சுற்றியலைந்தபோது அணிந்திருந்த தடிமனான கிழிசல் கோட்டையும், ரோமத் தொப்பியையும் அணிந்துகொண்டு காவின் கையைப் பிடித்து வெளியே அழைத்துச் சென்றான். குளிர் காவை

திடுக்கிட வைத்தது; கார்ஸ்ஸின் பனிக்காற்றோடு ஒப்பிடும்போது மனிதர்களின் கனவுகளும் இச்சைகளும் எவ்வளவு பலவீனமானவை, அரசியலிலும் தினசரி வாழ்க்கையிலும் இருக்கும் கபடங்கள் எவ்வளவு அற்பமானவை என்று சிந்திக்க வைத்தது. சுனய்யின் இடது கால் அவன் நினைத்திருந்ததைவிட அதிகமாக சேதப்பட்டிருந்ததை கவனித்தான். பனி மூடிய நடைபாதையில் அவர்கள் காலெடுத்து வைத்ததும், வெள்ளை வெளேரென்று பிரகாசமாக இருந்த தெருக்களின் வெறிச்சோடிய காட்சியை வியந்தான். கார்ஸ் நகரத்திலேயே வெளியே நடந்துகொண்டிருப்பது அவர்கள் மட்டும்தானிருக்கும் என்று நினைத்தபோது சந்தோஷம் பொங்கியது. காலியான பழைய மாளிகைகள் நிறைந்த ஓர் அழகிய பனி மூடிய நகரம் ஒரு மனிதனுக்கு வாழ்க்கையின் மேல் காதலையும், காதலிக்க உத்வேகத்தையும் தருமென்பதைவிடவும் காவுக்கு அதிகாரமையத்திற்கு மிக அருகில் இருக்கும் சந்தோஷம் அதிகமாக இருந்தது.

“கார்ஸ்ஸின் மிக அழகான பகுதி இதுதான்,” என்றான் சுனய். “கடந்த பத்து வருடங்களில் என் நாடகக்குழு இந்நகருக்கு வருவது இது மூன்றாவது முறை. ஒவ்வொரு முறையும் வெளிச்சம் மங்கியதும் இங்கேதான் வருவேன். போப்லார், ஓலியாண்டர் மரங்களின் அடியில் அமர்ந்து கரையும் காகங்களையும் குனுகும் புறாக்களையும் ஆனந்தமாகக் கேட்டபடி, கால்நடைகள் மேய்வதையும் பாலத்தையும் நானூறு வருடப் பழமையான ஹமாமையும் (குளியல் அறை) பார்த்துக் கொண்டிருப்பேன்.”

இப்போது அவர்கள் உறைந்திருந்த கார்ஸ் நதியின் பாலத்தின் மேல் நின்றிருந்தனர். நதியின் இடது பக்கக் கரையிலிருந்து உயர்ந்திருந்த மேட்டுப்பகுதியில் சிதறியிருந்த குச்சுவீடுகளை சுனய் உற்றுப் பார்த்துக்கொண்டிருந்தான். அவற்றில் ஒரு குடிசையை சுட்டிக் காட்டினான். அந்த வீட்டுக்கு கீழே தெருவிலிருந்து சற்று மேலேறி ஒரு டாங்கியும் சற்றுத் தள்ளி ஒரு ராணுவ லாரியும் நின்றிருந்தன. சுனய் போர்முனை கண்ணாடிகளை அணிந்துகொண்டு வாக்கி – டாக்கியில், “உங்களைப் பார்த்துக்கொண்டுதான் இருக்கிறேன்,” என்றான். சில நொடிகள் கழித்து முதலில் வாக்கி – டாக்கியிலும், பின் ஆற்றுப்படுகையின் மேலிருந்தும் இரண்டு வெடிச்சத்தங்கள் கேட்டன. இது ஒருவித வணக்கம் தெரிவிக்கும் முறையா? எதிரே பாலத்தின் ஆரம்பத்தில் இரண்டு மெய்காப்பாளர்கள் இவர்களுக்காகக் காத்திருந்தனர். ரஷ்ய பீரங்கிகள் ஆட்டமன் பாஷாக்களின் மாளிகைகளை தரைமட்டமாக்கியதற்கு நூறு வருடங்கள் கழித்து வீடற்ற ஏழைகள் இந்த இடத்திற்கு வந்து குச்சுவீடுகள் கட்டிக் கொண்டனர். எதிர்க்கரையிலிருந்த பூங்கா ஒருகாலத்தில் கார்ஸ்ஸின் பூர்ஷ்வாக்கள் குடியிருந்த இடமாக இருந்தது. இந்த இடத்திற்குப் பின்னாலிருந்து எழும்பும் மேட்டுப்பகுதியில் நகரம் தொடங்குகிறது.

“சரித்திரமும் நாடகமும் ஒரேவிதமான மூலக்கூறுகளால் உண்டாக்கப்பட்டவை என்பதை முதலில் கவனித்தது ஹெகல்,” என்றான் சுனய். “நாடகங்களைப் போலவே சரித்திரமும் முக்கிய

பாத்திரங்களை ஏற்று நடிப்பவர்களைத்தான் தேர்ந்தெடுக்கிறது என்பதை நினைவில் கொள்ள வேண்டும். நடிகர்கள் தங்களின் மன உரத்தை மேடையில் வைத்து சோதித்துக்கொள்வதைப் போலவே, தேர்ந்தெடுக்கப்பட்ட சிலர் சரித்திரத்தின் மேடையில் சோதித்துக் கொள்கின்றனர்.”

வெடியோசைகளில் ஆற்றுப்படுகை முழுக்கவும் அதிர்ந்தது. டாங்கியின் மேல் பொருத்தப்பட்டிருக்கும் இயந்திரத் துப்பாக்கி பயன்படுத்தப்படுகிறதென்று காவுக்குத் தெரிந்தது. டாங்கியின் பீரங்கி யிலிருந்தும் சுடப்பட்டது. ஆனால் அவை இலக்கைத் தவறவிட்டன. அதன் பின்னர் கையெறி குண்டுகள் வீசப்பட்டன. கருப்பு நாய் ஒன்று அடிவயிற்றிலிருந்து வெறியோடு குரைத்துக்கொண்டிருந்தது. அந்த குச்சுவீட்டின் கதவு திறந்து இரண்டுபேர் கைகளை உயரத் தூக்கியபடி வெளியே வந்தனர். அந்த வீட்டின் உடைந்த சன்னல் கண்ணாடிகளை தீ நாக்குகள் நக்கிக்கொண்டிருப்பதை இங்கிருந்தே பார்க்க முடிந்தது. இதற்கு நடுவே அந்த நாய் முன்னும் பின்னும் ஓடியபடி, வாலை ஆட்டிக்கொண்டு சந்தோஷமாக குரைத்தபடியே யிருந்தது. தரையோடு தரையாக குப்புறப் படுத்துக்கொண்டிருப்பவர் களிடம் ஓடியது. தூரத்தில் ஒருவன் மட்டும் தனியாக ஓடுவதையும், ராணுவத்தினர் அவனை நோக்கி சுடுவதையும் பார்த்தான். ஓடிக் கொண்டிருந்தவன் சுருண்டு விழுந்தான். எல்லா சத்தங்களும் அடங்கின. கொஞ்சநேரம் கழித்து யாரோ கூச்சலிட்டனர். சுனய்யின் கவனம் வேறெங்கோ நிலைத்திருந்தது.

மெய்காப்பாளர்கள் தொடர, அவர்கள் தையலகத்திற்குத் திரும்பினர். அந்தப் பழைய மாளிகையின் சுவரில் அற்புதமான வேலைப்பாடு களோடிருந்த சுவரலங்காரத்தைப் பார்த்த கணத்தில் தனக்குள் ஒரு புதிய கவிதை முகிழ்ப்பதை உணர்ந்தான். அதன் எழுச்சியை அடக்கவியலாமல் ஒரு மூலைக்கு ஒதுங்கினான்.

‘தற்கொலையும் அதிகாரமும்’ என்று அவன் தலைப்பிடப்போகும் இக்கவிதையில் சுனய்யோடு அவன் நடந்து சென்ற அனுபவம் குறித்து சில அழுத்தமான குறிப்புகள் இருந்தன: அதிகாரத்தின் ருசியை, இம்மனிதனோடு அவன் ஏற்படுத்திக்கொண்ட நட்பின் சுவையை, தற்கொலை செய்துகொள்ளும் பெண்களால் தனக்கு ஏற்பட்டிருக்கும் குற்றவுணர்வை அவன் இக்கவிதையில் விளக்குகிறான். கார்ஸ்ஸில் அவன் கண்ணுற்ற நிகழ்வுகள் மிக வலுவாகவும், உண்மையாகவும் இந்த ‘கனமான, கச்சிதமான’ கவிதையில் வெளிப்பட்டிருப்பதாக பின்னர் அவன் எழுதியிருந்தான்.

23

இறையறிவு என்பது வாழ்க்கையை எப்படி வாழ்கிறீர்களென்று தெரிந்துகொள்வதுதான்; மெய்யறிவாலோ தருக்கத்தாலோ புரிந்துகொள்ளப்படுவதல்ல

ராணுவத் தலைமையகத்தில் சுனய்யுடன்

கா தனது கவிதையை எழுதி முடித்துவிட்டானென்பதைப் பார்த்ததும் சுனய் அவன் அமர்ந்திருந்த ஒடிசலான மேஜையிலிருந்து எழுந்து, விந்திக்கொண்டே வந்து தனது பாராட்டுகளைத் தெரிவித்தான். “நேற்று அரங்கத்தில் நீங்கள் மொழிந்த கவிதை மிக நவீனமாக இருந்தது,” என்றான். “நவீன கலையை புரிந்து கொள்ளுமளவுக்கு உன்னதமானவர்களாக நமது ரசிகர்கள் இல்லை என்பதுதான் அவமானமாக இருக்கிறது. இதனால்தான் என் நிகழ்ச்சிகளில் பெல்லி – டான்ஸையும், கோல்கீப்பர் வுராலின் ஆபாச வாக்குமூலங்களையும் சேர்த்து வழங்குகிறேன். மக்கள் எதை விரும்புகிறார்களோ அதை முதலில் நான் தருகிறேன்; அதன் பின்பு கலப்படமற்ற ‘வாழ்க்கை நாடகத்தை’ அவர்களுக்கு வழங்குகிறேன். இஸ்தான்புல்லில் இருந்துகொண்டு பல்வேறு வங்கிகளின் விளம்பரதாரர் நிகழ்ச்சிகளாக மேல்தட்டு நகைச்சுவை நாடகங்களை நடத்துவதைவிட மக்களுக்காக கீழான விஷயங்களோடு உயர்ந்த கலையைக் கலந்து வழங்குவதை மேலானதாக நினைக்கிறேன். சரி, இப்போது சொல்லுங்கள்: காவல் நிலையத்திலும் கால்நடை மருத்துவக் கல்லூரி வளாளத்திலும் உங்களுக்கு காட்டப்பட்ட சந்தேகத்திற்குரிய இஸ்லாமிஸ்ட்டுகளில் யாரையும் நீங்கள் அடையாளம் காட்டவில்லையே, அது ஏன்?”

“ஏனென்றால் அவர்களில் யாரையும் எனக்கு அடையாளம் தெரியவில்லை.”

“நீலத்திடம் உங்களைக் கூட்டிச்சென்ற அந்தப் பையன்மீது நீங்கள் எவ்வளவு பாசத்தோடு இருக்கிறீர்களென்று தெரிந்ததும் ராணுவ வீரர்கள் உங்களைக் கைதுசெய்ய விரும்பினார்கள். அவர்களுக்கு ஏற்கெனவே உங்கள்மீது சில விஷயங்களுக்காக சந்தேகம் இருந்தது: ஜெர்மனியிலிருந்து கிளம்பி, இங்கே சரியாக புரட்சி ஆரம்பிக்கும் சமயத்தில் வந்து சேர்கிறீர்கள்; கல்வி நிலைய இயக்குநர் படுகொலை செய்யப்படுவதை நேரில் பார்க்கிறீர்கள் ... உங்களை விசாரணைக்கு உட்படுத்தி, கொஞ்சம் சித்திரவதை செய்து, உங்கள் வாயிலிருந்து பிடுங்கலாம் என்றிருந்தார்கள். நான்தான் அவர்களைத் தடுத்து நிறுத்தினேன். உங்களைக் காப்பாற்றியது நான்தான்.”

“நன்றி.”

“யாருக்கும் புரியாதது, நீங்கள் ஏன் அந்தப் பையனை முத்தமிட்டீர்கள் என்பதுதான்.”

“எனக்கும் தெரியவில்லை,” என்றான் கா. “அவன் மிகவும் நேர்மையானவன், இதயத்திலிருந்து பேசினான். அவன் நூறு ஆண்டுகள் வாழ்வானென்று நினைத்தேன்.”

“நீங்கள் இவ்வளவுதூரம் வருத்தப்படுகிற இந்த நெஸிப் உண்மையில் எப்படிப்பட்டவன் என்பது தெரியுமா? கொஞ்சம் இருங்கள், ஒரு சிலவற்றை படித்துக் காட்டுகிறேன்.” அவன் வெளியே எடுத்த காகிதத்தில் பின்வரும் தகவல்கள் இருந்தன: சென்ற மார்ச் மாதத்தில் ஒருநாள் அவன் பள்ளியிலிருந்து ஓடிவிட்டான்; ரமதான் நோன்பு காலத்தில் ஆல்கஹால் விற்றதற்காக ஜாயஸ் பீர்ஹாலின் சன்னல் கண்ணாடிகளை உடைத்த கும்பலில் இவனும் இருந்தான்; வளமைக் கட்சி தலைமை அலுவலகத்தில் கொஞ்ச காலத்திற்கு எடுபிடி வேலைகள் செய்து கொண்டிருந்தான். ஆனால் அவனது தீவிரமான கருத்துக்கள் எச்சரிக்கை எழுப்பியதாலோ அல்லது மனநிலை பிறழ்ந்து எல்லோரும் பயப்படும்படி ஆகிவிட்டதாலோ அங்கிருந்து நின்றுவிட்டான் (வளமைக்கட்சி தலைமையகத்தில் இன்ஃபார்மர்கள் பலபேர் உண்டு); நீலத்தின்மீது அவனுக்கு மையல் உண்டு. இந்நகரத்தில் நீலம் இருந்த பதினெட்டு மாதங்களில் அவனோடு குலாவிக்கொண்டிருந்தான்; அவன் ஒரு கதை எழுதி எழுபத்தைந்து பிரதிகள் அச்சாகும் ஒரு மதப்பிரச்சார செய்தித்தாளில் வெளிவந்தது. அந்தக் கதை ‘புரிந்துகொள்ள முடியாத’தாக இருப்பதாக MİT மதிப்பிட்டது. இதே செய்தித்தாளில் பத்திகள் எழுதிக்கொண்டிருந்த ஓய்வுபெற்ற மருந்தாளுநர் ஒருவர் அவனை ஒருவிதமான முறை தகாத விதத்தில் சிலமுறை முத்தமிட்டதால் நெஸிப்பும் அவன் நண்பர்களும் அவரை கொலை செய்ய சதித்திட்டம் தீட்டினர். (அதாவது இப்படிப்பட்ட தகவல் இவர்கள் காட்டும் இந்த ஆவணத்தின்படி இருப்பதாகும். கொலை நடந்த இடத்தில் கொலை செய்தவர்கள் விட்டுச்சென்ற பொறுப்பேற்பு கடிதம் ஆவணக் காப்பகத்திலிருந்து திருடப்பட்டு விட்டது.) அடாதுர்க் அவென்யூ வழியாக நெஸிப்பும் அவன் நண்பர்களும் உரக்க சிரித்து பேசியபடி செல்வது வழக்கம். அதில் கடந்த அக்டோபரில் ஒருமுறை ஒரு

சின்னமில்லாத காவலர் ஊர்தியைப் பார்த்து நெஸிப் ஆபாசமாக சைகை காட்டியிருக்கிறான்.

“MİT இங்கே சிறப்பாகத்தான் செயல்பட்டுக் கொண்டிருக்கிறது,” என்றான் கா.

“மேதகு ஷேக் சாதித்தின்னின் வீடு ஒட்டு கேட்கப்படுகிறது, ரகசிய கேமிராக்கள் அங்கே ஒளித்து வைக்கப்பட்டிருக்கின்றன. நீங்கள் அங்கே சென்றதும், முதல் காரியமாக அவரது கரத்தை நீங்கள் முத்தமிட்டதும் அவர்கள் அறிவார்கள். கடவுளை நம்புவதாக நீங்கள் கண்ணீர் மல்க அவரிடம் ஒப்புக்கொண்டது அவர்களுக்குத் தெரியும். எதற்காக அப்படிச் செய்தீர்கள் என்பதுதான் அவர்களுக்குப் புரிய வில்லை. இஸ்லாமிஸ்ட்டுகள் அடுத்து ஆட்சியைப் பிடித்து கட்டாயப் படுத்துவதற்குள் தாமாகவே மதநம்பிக்கையுடையவர்களாக மாறி விடுவதென்று இடதுசாரி கவிஞர்கள் நிறையபேர் இப்போது கட்சி மாறிக்கொண்டிருக்கிறார்கள்.”

அவமானத்தில் தன் முகம் சிவப்பதை கா உணர்ந்தான். ஷேக்கிடம் தான் நடந்துகொண்ட விதம் தன் பலவீனத்தைக் காட்டுவதாக அவன் நினைப்பது மேலும் அவமானகரமாக இருந்தது.

“இன்று காலை நீங்கள் காண நேர்ந்த விஷயங்கள் உங்களை ஆழமாக பாதித்திருக்கும் என்பது எனக்குத் தெரியும். நம் இளைஞர் களை காவலர்கள் மிகவும் மோசமாக நடத்துகிறார்கள் என்பது உண்மைதான். நம்மிடையே ஏராளமான மிருகங்கள் இருக்கின்றன. இந்த இளம் வாலிபர்களை அடித்துத் துவைப்பதில் குரூரமான சந்தோஷம் அவர்களுக்கு. சரி, இந்த விஷயத்தை இதோடு விட்டு விடலாம் . . .” காவிடம் ஒரு சிகரெட்டு எடுத்து நீட்டினான். “உங்களைப் போலவே நான் என் வாலிப வருடங்களை நிஷாந்தஷேவிலும் பேயோலோவிலும் தெருத்தெருவாக சுற்றுவதில் கழித்தேன். மேலை நாட்டு திரைப்படங்களின் மேல் அப்போது பைத்தியமாக இருந்தேன் – விரும்புமளவுக்கு படங்கள் பார்க்கக் கிடைக்காது. சார்த்தரும் ஜோலாவும் எழுதிய எல்லாவற்றையும் படித்தேன். நமது எதிர்காலம் ஐரோப்பாவைத் தான் சார்ந்திருப்பதாக நம்பத் தொடங்கினேன். இரானில் நடப்பதைப் போல எல்லாமும் அழிக்கப்படுவதைப் பார்க்கும்போது, என் சகோதரியை கட்டாயப்படுத்தி முக்காடு அணிய வைப்பதைப் பார்க்கும்போது, மதத்திற்கு எதிராக இருப்பதாக கவிதைகளைத் தடைசெய்வதைப் பார்க்கும்போது, இதையெல்லாம் கண்மூடி பொறுத்துக்கொண்டிருப்பது சரியல்லவென்று முடிவெடுத்தேன். நீங்கள் என் உலகத்தைச் சேர்ந்தவர். டி.எஸ். எலியட் கவிதைகளை கார்ஸ்ஸில் படிப்பது நம்மைத் தவிர வேறு ஒருவருமில்லை.”

“வளமைக் கட்சி வேட்பாளர் முக்தாருக்கு கவிதையில் நல்ல ஈடுபாடு உண்டு.”

சுனய் மெதுவாகப் புன்னகைத்துவிட்டு, “அவரைக்கூட இதற்கு மேலும் வீட்டுக் காவலில் வைத்திருக்க வேண்டிய அவசியம் இல்லை,”

என்றான். "போட்டியிலிருந்து விலகிக் கொள்வதாக கையெழுத்திட்டு கொடுத்துவிட்டார். அவர் வீட்டுக் கதவைத் தட்டிய முதல் ராணுவ வீரனிடமே அக்கடிதத்தைக் கொடுத்துவிட்டார்," என்று சிரித்தான்.

திடீரென்று எழுந்த வெடிச்சத்தத்தில் சன்னல் கண்ணாடிகளும் சட்டங்களும் கடகடத்தன. சத்தம் வந்த திசையை நோக்கி சன்னல் வழியே கார்ஸ் நதியின் பக்கம் பார்த்தனர். அங்கு தெரிந்ததெல்லாம் பனிமூடிய பாப்ளர் மரங்களும் குறிப்பிட்டுச் சொல்லமுடியாத பாழடைந்த கட்டடம் ஒன்றின் பனி கவிந்த இறவாரணமும் மட்டுமே. வெளியில் காவலுக்கிருந்த வீரரைத் தவிர வேறு ஒருவரும் தெருவில் காணக்கிடைக்கவில்லை. காலை தொடங்கி இவ்வளவு நேரம் கழிந்த பின்பும் கார்ஸ் மங்கொளியில் கனத்திருந்தது.

சுனய் ஒரு மெலிதான நாடகக்குரலில் பேசத் தொடங்கினான்: "ஒரு நல்ல நடிகன் என்பவன், அடி வண்டலை, இதுவரை அகழப்படாத வற்றை, நூற்றாண்டுகளாக விளக்கப்படாமலிருக்கும் சக்திகளை பிரதிநிதித்துவப்படுத்துபவனாக இருப்பவன். அவன் பொறுக்கிச் சேகரித்தவற்றை பாடமாக எடுக்கிறான், அதை அவனுக்குள் ஆழத்தில் புதைத்துவைக்கிறான். அவனது தன்னாண்மைத்திறம் பிரமிப்பூட்டுவது; மேடையில் அவன் ஏறும்வரை அவன் எவ்வளவு வலிமைமிக்கவன் என்பது எவருக்கும் தெரிந்திருக்காது. நிலைகுலைந்து சிதிலமான அரங்குகளில், கடவுளர்களால் கைவிடப்பட்ட வெற்றுநகரங்களில் நாடகங்களை நிகழ்த்த பரிச்சயமில்லா சாலைகளில் அவன் வாழ்நாள் முழுக்க நடந்துகொண்டிருக்கிறான். எங்கு சென்றாலும் அவனுக்கு உண்மையான சுதந்திரத்தை வழங்கக்கூடிய ஒரு குரலைத் தேடி அலைகிறான். அந்தக் குரலைக் கண்டடையும் நற்பேறு அவனுக்குக் கிடைத்தால் அதனை பயமின்றி ஆலிங்கனம் செய்து கடைசிவரை அதனைப் பின்தொடர்ந்து அவன் சென்றாக வேண்டும்."

"இன்னும் மூன்று தினங்களில் பனி உருகி, சாலைகள் திறக்கப்பட்ட பின், இந்தப் படுகொலைகளுக்கு காரணமானவர்கள்மீது அங்காரா கடும் நடவடிக்கை எடுக்கப் போகிறது," என்றான் கா. "அவர்கள் ஒன்றும் இதைப்போன்ற வெறிச்செயல்களுக்கு எதிரானவர்கள் அல்லவென்றாலும், இம்முறை இந்த கோரத்தாண்டவம் அவர்களால் நடத்தப்பட்டதல்லவென்பதால் அவர்கள் கோபப்படுவார்கள். கார்ஸ் மக்கள் இனி உங்களை வெறுக்கப்போகிறார்கள், உங்களுடைய விநோதமான நாடக நிகழ்ச்சிகளையும் வெறுத்து ஒதுக்கப்போகிறார்கள். அப்போது என்ன செய்வீர்கள்?"

"இப்போது வந்துவிட்டுப்போன மருத்துவரைப் பார்த்தீர்கள் இல்லையா? என் இதயம் பலவீனமாகி, நோய்வாய்ப்பட்டிருக்கிறது. எனக்கென்று விதிக்கப்பட்ட காலத்தின் இறுதிக்கு வந்துவிட்டேன். அவர்கள் என்ன வேண்டுமானாலும் என்னை செய்துகொள்ளட்டும். எனக்குக் கவலை இல்லை," என்றான் சுனய். "இதைக் கேட்டுக் கொள்ளுங்கள்: அவர்கள் என்ன பேசிக்கொண்டிருக்கிறார்கள் தெரியுமா? கல்வியியல் பயிற்சியக இயக்குநரைக் கொன்றவனைப்

போல முக்கியமான குற்றவாளி எவனையாவது நாம் பிடித்து, உடனே அவனை தூக்கிலுமிட்டு, அதை தொலைக்காட்சியில் நேரடியாக ஒளிபரப்பவும் செய்தோமென்றால், ஏற்றிவைத்த மெழுகுவர்த்திகள்போல நகரத்திலுள்ள எல்லோரையும் நாம் அசையாமல் உட்காரவைத்து விடலாம் என்கிறார்கள்."

"அவர்கள் ஏற்கெனவே மெழுகுவர்த்திகளைப் போல அசையாமல் தான் இருக்கிறார்கள்."

"அவர்கள் தற்கொலைப்படை தாக்குதல் நடத்தப்போவதாக எங்களுக்கு தகவல் கிடைத்தது."

"நீங்கள் யாரையாவது தூக்கிலிட்டால், அதன்மூலம் மேலும் அதிகமான பயங்கரச் செயல்கள்தான் அதிகரிக்கும்."

"நாம் இங்கே நடத்தியிருக்கும் புரட்சியை ஐரோப்பியர்கள் பார்த்தால் உங்களுக்கு ஏற்படப்போகும் அவமானத்தை நினைத்துப் பயப்படுகிறீர்களா? நீங்கள் பெரிதும் சிலாகிக்கும் அந்த நவீன உலகத்தை நிறுவுவதற்காக அவர்கள் எத்தனை பேரை தூக்கிலிட்டார் களென்று உங்களுக்குத் தெரியுமா? அடாதுர்க்கிற்கு மூளையில்லாத கற்பனாவாதிகளைப் பற்றி கவலைப்பட நேரம் இருந்ததில்லை – உங்களைப் போன்றவர்களை முதல்நாளிலிருந்தே கயிற்றிலிருந்து ஊசலாட வைத்திருந்தார். இதையும் உங்கள் தலைக்குள் ஏற்றிக் கொள்ளுங்கள்," என்றான் சுனய். "இன்றைக்கு சிறைகளில் நீங்கள் பார்த்த அந்த சமயக்கல்விக்கூட மாணவர்களின் ஞாபகத்தில் உங்கள் முகம் தெளிவாக நிரந்தரமாகப் பதிந்துவிட்டிருக்கும். அவர்கள் யாரை நோக்கியும் எதனை நோக்கியும் குண்டு வீசக்கூடியவர்கள் –அவர்களுக்கு எதைப் பற்றியும் அக்கறை கிடையாது. அதுமட்டுமன்றி, எங்கள் நிகழ்ச்சிக்கு வந்து நீங்கள் ஒரு கவிதையையும் வாசித்திருப்பதால் நீங்களும் இந்த திட்டத்திற்கு உடந்தை என்று அவர்கள் ஊகித்துக் கொள்வார்கள். மதச்சார்பில்லாத ராணுவம் மட்டும் பாதுகாப்பிற்கு இல்லாவிட்டால் இலேசான மேலைச்சாய்வு கொண்டிருப்பவர்கள் கூட இந்த தேசத்தில் நிம்மதியாக மூச்சுவிட முடியாது. மற்ற எல்லோரையும் விட தாங்கள்தான் உயர்ந்தவர்களென்று மக்களை அலட்சியமாகப் பார்க்கும் அறிவுஜீவிகளுக்கே இந்தப் பாதுகாப்பு முக்கியமாகத் தேவைப் படுகிறது. ராணுவம் மட்டும் இல்லையென்றால் மதவெறியர்கள் துருப்பிடித்த கத்திகளை வைத்துக்கொண்டு இந்த அறிவுஜீவிகள் பலபேரை குத்திக் கொன்றுவிட்டு, மேக்கப் பூசிய அவர்கள் மனைவிகளை கண்டந்துண்டமாக வெட்டிப் போட்டிருப்பார்கள். ஆனால் இந்தப் புதுப் பவிசாளர்கள் பதிலுக்கு என்ன செய்கிறார்கள்? ஏதோ ஐரோப்பா விலிருந்து நேராக இறங்கி வந்திருப்பவர்கள்போல சில சில்லறை மோஸ்தர்களை பற்றிக்கொண்டு, அவர்கள் உயிரைக் காப்பாற்றிய ராணுவத்தையே நன்றியில்லாமல் அலட்சியமாகப் பேசிக்கொண்டு திரிகின்றனர். இரான் வழியிலேயே நாமும் சென்றுவிட்டால் நிலைமை எப்படி இருக்கும் தெரியுமா? உங்களைப் போன்ற பரந்த உள்ளம் கொண்ட லிபரல் ஒருவர் சமயக்கல்விக்கூட மாணவன் ஒருவனுக்காக

எப்படி கண்ணீர் சிந்தினார் என்று யாராவது ஞாபகம் வைத்திருப்பார் களென்றா நினைக்கிறீர்கள்? அந்த நாள் வருமானால், இலேசான மேலைப்பண்பு கொண்டிருக்கும் காரணத்திற்காகவே நீங்கள் கொலை செய்யப்படுவீர்கள். ஒரு சாதாரண தொழுகையில், அரபி வார்த்தைகளை பயத்தில் மறந்துவிட்டால்கூட, கழுத்தில் டை கட்டிக்கொண்டிருந்தால் கூட, அல்லது நீங்கள் அணிந்திருப்பதைப் போல கோட் அணிந்திருந் தாலும்கூட அவர்கள் உங்களைக் கொன்றுவிடுவார்கள். அதுசரி, இவ்வளவு அழகான கோட்டை எங்கே வாங்கினீர்கள்? இதை ஒரு நாடகத்திற்கு நான் அணிந்துகொள்ளலாமா?"

"ஓ, அதற்கென்ன."

"உங்கள் அழகான கோட்டில் புல்லட் துவாரங்கள் ஏற்பட்டுவிடக் கூடாதென்பதற்காக உங்களுக்கு ஒரு மெய்க்காப்பாளனை ஏற்பாடு செய்கிறேன். இன்னும் சிறிது நேரத்தில் தொலைக்காட்சியில் ஓர் அறிவிப்பு செய்யப்போகிறேன். ஊரடங்கு மதியம்தான் முடிகிறது, எனவே தெருவில் நடக்காதீர்கள்."

"கார்ஸ்ஸில் என் தலையைப் பார்த்தாலே சுட்டுத்தள்ள இஸ்லாமிஸ்ட்டுகள் தயாராக இருக்கிறார்களென்றால் என்னால் நம்ப முடியவில்லை."

"நான் சொன்னதை நினைத்து கவலைப்படாதீர்கள்," என்றான் சுனய். "எல்லாவற்றுக்கும் மேலாக, இந்த நாட்டின் ஆட்சியைக் கைப்பற்றுவதற்கு அவர்களுக்கு இருக்கும் ஒரே வழி நம்மை பயத்தில் ஆழ்த்தி வைத்திருப்பதுதான் என்று அவர்களுக்குத் தெரியும். காலம் செல்லச் செல்ல, நமது பயங்களும் உண்மையானவைதான் என்று ஆகிவிடும். இந்த அபாயகரமான வெறியர்களை ராணுவமும் அரசாங்கமும் ஒடுக்காவிட்டால், சரித்திரத்தில் பின்நகர்ந்து இடைநிலைக் காலத்திற்குச் சென்று, சட்டங்களும் விதிமுறைகளும் செல்லுபடியாகாத ஆட்சிக் குலைவுக்குச் சென்றுவிடுவோம். ஆசியாவின் பழங்குடி தேசங்கள் பலவற்றிலும், மத்திய கிழக்கிலும் இருப்பதைப்போல காட்டுமிராண்டி வழியில்தான் இந்தத் தேசமும் பயணிக்கும்."

நேராக நிமிர்ந்து நின்று, கம்பீரமான குரலில், எதிரே இருக்கும் கற்பனையான பார்வையாளர்களின் தலைவரிசைக்கு மேலே பார்வையை நிலைகுத்தி அவன் இப்போது பேசுகிற தோரணையை கா இருபது வருடங்களுக்கு முன் மேடையில் பார்த்திருக்கிறான். ஆனால் காவுக்கு சிரிப்பு வரவில்லை. இன்றைய நாடகத்தில் அவனும் ஒரு பாத்திரமாக இருப்பதாகவே உணர்ந்தான்.

"என்னிடமிருந்து என்ன எதிர்பார்க்கிறீர்கள்? தெளிவாகச் சொல்லிவிடுங்கள்."

"நான் மட்டும் இல்லாவிட்டால் உங்களால் இந்த ஊரில் பிழைத்திருக்க முடியாது. இஸ்லாமிஸ்ட்டுகளோடு நீங்கள் எவ்வளவு தான் குலாவினாலும் உங்கள் கோட்டில் புல்லட் துவாரங்கள் ஏற்பட்டே

தீரும். இங்கே உங்களுக்கு இருக்கும் ஒரே நண்பன் நான் மட்டும்தான். உங்களைப் பாதுகாக்கக்கூடிய ஒரே ஆள் கார்ஸ் நகரில் நான் மட்டும்தான். எனது நட்பு மட்டும் இல்லாவிட்டால் காவல் நிலையத்தின் அடித்தளத்தில் இருக்கும் பாதாளச் சிறை ஒன்றில் சித்திரவதை செய்யப் படுவதற்காக நடுங்கிக்கொண்டு காத்திருப்பீர்கள். 'ரிபப்ளிகன்'னில் இருக்கும் உங்கள் நண்பர்கள் உங்கள் மேல் நம்பிக்கை வைத்து உங்களை இங்கே அனுப்பி வைக்கவில்லை. ராணுவத்தைத்தான் அவர்கள் நம்பியிருக்கிறார்கள். ஆகவே உங்கள் ஸ்திதியை அறிந்துகொள்ளுங்கள்."

"எனக்கும் தெரியும்."

"அப்படியானால் இன்று காலை காவலரிடம் நீங்கள் சொல்லாமல் மறைத்தவற்றை இப்போது என்னிடம் சொல்லுங்கள். உங்கள் இதயத்தின் ஆழத்தில் ஒளித்துவைத்திருக்கும் குற்றவுணர்ச்சியைச் சொல்லுங்கள்."

"இங்கே வந்தபிறகு நானும்கூட கடவுளை நம்பத் தொடங்கி விட்டேன் என்று நினைக்கிறேன்," என்று கா புன்னகைத்தான். "இந்த விஷயத்தை என்னிடமிருந்தேகூட நான் மறைத்து வைத்திருக்கலாம்."

"உங்களை நீங்களே ஏமாற்றிக் கொள்கிறீர்கள்! கடவுளை நம்புவதாக இருந்தாலும்கூட, தனித்து நின்றுகொண்டு கடவுளை நம்புவது அர்த்த மற்றது. கடவுளை நம்புவது ஏழைகள் நம்புவதைப் போல இருக்க வேண்டும். ஏழை எளியாரோடு நீங்களும் ஒருவராக வேண்டும். அவர்கள் உண்பதையே நீங்களும் உண்டு, அவர்கள் வாழுமிடத்திலேயே நீங்களும் வாழ்ந்து, அவர்கள் சிரிப்பதற்கெல்லாம் நீங்களும் சிரித்து, அவர்களைப் போலவே கோபப்பட்டாலும் மட்டுமே அவர்கள் கடவுளை நம்பமுடியும். நீங்கள் மட்டும் முற்றிலும் வேறானதொரு வாழ்க்கையை நடத்திக்கொண்டிருந்தால், அவர்கள் வணங்கும் அதே கடவுளை உங்களால் வணங்க முடியாது. இறையறிவு என்பது வாழ்க்கையை எப்படி வாழ்கிறீர்களென்று தெரிந்துகொள்வதுதான்; மெய்யறிவாலோ தருக்கத்தாலோ புரிந்துகொள்ளப்படுவதல்ல. ஆனால் நான் இப்போது உங்களிடம் கேட்பது அதைப்பற்றியல்ல. இன்னும் அரைமணி நேரத்தில் தொலைக்காட்சியில் கார்ஸ் நகர மக்களுக்கு உரையாற்றப் போகிறேன். அவர்களுக்கு நல்ல செய்திகளைத் தர விரும்புகிறேன். கல்வியியல் பயிற்சியக இயக்குநரை கொலை செய்தவனை பிடித்துவிட்டோம் என்று கூறப்போகிறேன். அவனேதான் மேயரையும் சுட்டிருப்பான் என்று கருத இடமிருக்கிறது. இன்று காலை நீங்கள்தான் அவனை அடையாளம் காட்டினீர்கள் என்று நான் சொல்லலாமா? பிறகு நீங்கள் தொலைக்காட்சியில் தோன்றி முழுகதையையும் சொல்லலாம்."

"ஆனால் நான் யாரையும் அடையாளம் காட்டவில்லையே!"

நாடகத் தன்மையில்லாத அசல் கோபத்தோடு சுனய், காவின் கையைப் பிடித்து அறைக்கு வெளியே இழுத்துக்கொண்டு வந்து, அகன்ற தாழ்வாரத்தைக் கடந்து, உள்முற்றத்தைப் பார்த்தபடியிருந்த ஒரு பிரகாசமான வெண்ணிற அறைக்குள் செலுத்தினான். அந்த

அறையைப் பார்த்ததுமே காவுக்கு குமட்டிக்கொண்டு வந்ததற்குக் காரணம் குப்பைக் கூளமல்ல, அங்கிருந்த அருவருக்கத்தக்க சூழல்தான். சன்னல் தாழ்ப்பாளிலிருந்து சுவரிலிருந்த ஆணிக்கு ஒரு கயிறு கட்டி அதில் காலுறைகள் தொங்கிக் கொண்டிருந்தன. ஒரு மூலையில் திறந்திருந்த சூட்கேஸில் ஹேர்டிரையரும், ஒரு ஜோடி கையுறைகளும் சட்டைகளும் ஃபுன்டா ஈஸருக்கு பொருந்தக்கூடிய ஒரு மாபெரும் பிராவும் தெரிந்தன. சூட்கேஸுக்குப் பக்கத்திலிருந்த நாற்காலியில் அவள் உட்கார்ந்திருந்தாள். அவளெதிரில் இருந்த மேஜையில் ஒரு சூப் கிண்ணத்திற்காக பேப்பர்களையும் ஒப்பனை சாதனங்களையும் கும்பலாக ஒதுக்கியிருந்தாள். அந்தக் கிண்ணத்தில் இருப்பது பழரசமா, சூப்பா? அவள் எதையோ படித்துக்கொண்டே அருந்திக்கொண்டிருந்தாள்.

சுனய் காவின் கையை மேலும் அழுத்தி, “நவீன கலையின் பெயரால் நாங்கள் இங்கே இருக்கிறோம்... நகமும் சதையும் போல நாங்கள் இருவரும் அன்னியோன்னியமாக இருக்கிறோம்,” என்றான்.

சுனய் என்ன சொல்ல வருகிறான் என்று காவுக்கு சரியாக விளங்கவில்லை. சுனய்க்கேகூட இது நாடகமா நிஜமா என்று விளங்காமல் இருப்பது போலிருந்தது.

ஃபுன்டா ஈஸர், “கோல்கீப்பர் வுராலைக் காணவில்லையாம்,” என்றாள். “காலையில் வெளியே சென்றிருக்கிறார், அதன்பிறகு திரும்ப வில்லையாம்.”

“எங்கேயோ மறைந்துவிட்டிருக்கிறான்,” என்றான் சுனய்.

“எங்கே இருக்கும்? எல்லா இடங்களும் அடைக்கப்பட்டிருக்கின்றன. தெருவுக்கு வர ஒருவருக்கும் அனுமதி இல்லை. ராணுவ வீரர்கள் தேடிக்கொண்டிருக்கிறார்கள். அவரைக் கடத்திக்கொண்டு போய் விட்டார்களோவென்று பயமாக இருக்கிறது,” என்றாள்.

“அவன் கடத்தப்பட்டிருக்க வேண்டுமென்று கடவுளைக் கேட்டுக்கொள்வேன்,” என்றான் சுனய். “அவர்கள் அவனை உயிரோடு தோலை உரித்து நாக்கை வெட்டியெறிந்துவிட்டால் நம்மெல்லோருக்கும் நலமாக இருக்கும்.”

என்னதான் கரடுமுரடாக நடந்துகொண்டு, முரட்டுத்தனமாக பேசிக்கொண்டிருந்தாலும் இந்த தம்பதியினரின் கொஞ்சல்களிலும் அலட்டல்களிலும் ஒருவித பண்பட்ட தன்மை, பரஸ்பர புரிதலின் ஆழத்திலிருந்து வெளிப்படுவது தெரிந்தது. காவுக்கு அவர்கள்மீது மரியாதையும் – கொஞ்சம் பொறாமையும் கூட ஏற்பட்டது. ஃபுன்டா ஈஸரின் பார்வையை முதன்முதலாக சந்திக்க நேர்ந்ததுமே கா இயல்பாக தலைவணங்கி மரியாதை செலுத்தினான்.

“மேடம், நேற்றிரவு எல்லோரையும் எழுச்சிகொள்ள செய்து விட்டீர்கள்,” என்று மனப்பூர்வமான பாராட்டுடன் சேர்ந்த நெகிழ்வான குரலில் சொன்னான்.

அவள் மெலிதான சங்கடத்தோடு, "அப்படியல்ல," என்றாள். "எங்கள் குழுவைப் பொறுத்தவரை மாஸ்டர்பீஸ்களை உருவாக்குவது நடிகர்களல்ல, பார்வையாளர்கள்தான்."

அவள் கணவன் பக்கம் திரும்பி உரையாடத் தொடங்கினாள். அவர்கள் பேச்சு ஒன்றிலிருந்து மற்றதிற்கு தாவிக்கொண்டேயிருக்க, தமது ராஜ்ஜியத்தின் முக்கியப் பிரச்சனைகளை அலசி ஆராயும் ராஜா, ராணியைப் போல அவர்களைப் பார்க்கத் தோன்றியது. வரப்போகும் தொலைக்காட்சி நிகழ்ச்சிக்காக எந்த உடையை அணிந்து கொள்வதென்று கணவனும் மனைவியும் சிணுங்கியபடி வாதம் செய்வதை வியப்பும் பாராட்டும் கலந்து பார்த்துக் கொண்டிருந்தான். (சாதாரண உடையா? ராணுவ சீருடையா? கருப்பு டை?) சுனய் ஆற்றப்போகும் உரையின் பிரதியை வைத்துக்கொண்டு அவர்கள் தொடர்ந்து விவாதித்துக்கொண்டிருந்தனர் (ஃபுன்டா ஈஸர் அதில் ஒரு பகுதியை எழுதியிருந்தாள்.) அதன்பின் இதற்கு முந்தைய வருகைகளில் அவர்கள் தங்கியிருந்த விடுதி உரிமையாளரின் வாக்குமூலத்தை வைத்துக்கொண்டு விவாதித்தனர் (ராணுவ வீரர்கள் தொடர்ந்து சோதனையிட வந்துகொண்டேயிருப்பதால் மிரண்டுபோயிருந்த அந்த விடுதியாளர் சந்தேகத்திற்கிடமாக தோற்றமளித்த இரண்டு இளம் விருந்தினர்களை ராணுவத்திடம் பிடித்துக் கொடுத்துவிட்டான்). இறுதியாக அவர்கள் ஒரு சிகரெட் பெட்டியை வெளியே எடுத்தனர். அதன் மேல் 'பார்டர் சிட்டி டெலிவிஷ'னின் அன்றைய பிற்பகல் நிகழ்ச்சிகளை யாரோ எழுதியிருந்தனர் (நேஷனல் தியேட்டர் கொண்டாட்டங்கள் ஐந்து முறை மறு ஒளிபரப்புகள், சுனய்யின் உரை, எல்லைப் பிரதேசங்களைப் பற்றியும் வீரவரலாறுகள் பற்றியும் நாட்டுப்பாடல்கள் மூன்று முறை, கார்ஸ்ஸின் இயற்கை எழில் குறித்து ஒரு பயணச்சித்திரம், பின் இறுதியாக ஒரு துருக்கியத் திரைப்படம் 'கியூலிஸார்'). அதை அவர்கள் வாசித்துப் பார்த்ததும் அங்கீகாரம் அளித்துக் கொள்ளப்பட்டது.

"சரி, இப்போது நமது கவிஞர் அவர்களை நாம் என்ன செய்யப் போகிறோம்?" என்றான் சுனய். "இவருடைய அறிவுத்திறன் ஐரோப்பாவைச் சேர்ந்ததாகவும் இவருடைய ஆத்மார்த்தமான பாசம் சமயக்கல்விக் கூடத்தின் பயங்கரவாதிகள் மீதும் இருப்பதால், இவர் தலை முற்றிலுமாகக் குழம்பியிருக்கிறது!"

ஃபுன்டா ஈஸர் இனிமையாக புன்னகைத்தபடி, "இவர் முகத்தைப் பார்த்தாலே தெரிகிறதே, இவர் நல்ல பையன்தான். நமக்கு உதவப் போகிறார் பாருங்கள்," என்றாள்.

"ஆனால் இவர் இஸ்லாமிஸ்ட்டுகளுக்காக கண்ணீர் சிந்திக் கொண்டிருக்கிறாரே?"

"அதற்குக் காரணம் இவர் காதலில் விழுந்திருக்கிறார்," என்றாள் ஃபுன்டா ஈஸர். "நமது கவிஞர் அவர்கள் கடந்த சில நாட்களாக உணர்ச்சி வெள்ளத்தில் திக்குமுக்காடிக் கொண்டிருக்கிறார்."

“ஆஆஆஹா, நமது கவிஞர் காதலில் அகப்பட்டிருக்கிறாரா?” என்று மிகையாக கைகளை ஆட்டிக்கொண்டு சுனய் உற்சாகித்தான். “பரிசுத்தம் வாய்ந்த கவிஞர்கள் மட்டுமே புரட்சிக் காலத்திலும் தங்கள் இதயத்திற்குள் காதலை அனுமதிப்பார்கள்.”

“இவர் பரிசுத்தமான கவிஞரல்ல, பரிசுத்தமான காதலர்.”

கணவனும் மனைவியும் இதை மேலும் சுவாரஸ்யமாக அவர்கள் பாணியில் நீட்டித்துக்கொண்டு செல்ல காவுக்கு கோபமும் திகைப்பும் மேலிட்டது.

பின், அவர்கள் திரும்பி வந்து அந்த பெரிய மேஜையில் அமர்ந்து ஒன்றாகத் தேநீர் அருந்தினர்.

“எங்களுக்கு உதவிகரமாக இருப்பதுதான் நீங்கள் செய்யக்கூடிய புத்திசாலித்தனமான காரியமாக இருக்கும் என்பதை புரிய வைப்பதற்காகத்தான் இதை உங்களிடம் சொல்கிறேன்,” என்று ஆரம்பித்தான் சுனய். “கடிஃபே நீலத்தின் வைப்பாட்டி. நீலத்தை கார்ஸ்ஸுக்கு இழுப்பது அரசியல் அல்ல, காதல். அவன் இன்னும் கைது செய்யப்படாதது ஏனென்றால் அவனோடு இருக்கும் இளம் இஸ்லாமிஸ்ட்டுகள் யார் யாரென்று கண்டுபிடிப்பதற்காகத்தான். அவனை இதுவரை கைது செய்யாமலிருந்ததற்காக அவர்கள் இப்போது வருத்தப்படுகிறார்கள். நேற்றிரவு சமயக்கல்விக்கூட விடுதியில் சோதனை நடத்துவதற்கு சற்று முன்பாக அவன் புகையைப் போல மறைந்துவிட்டான். கார்ஸ்ஸில் உள்ள எல்லா இளம் இஸ்லாமிஸ்ட்டுகளும் அவனுடைய அடிமைகளாக, அவன் பிடியில் இருக்கின்றனர். அவன் இந்த நகரத்தில்தான் எங்கோ இருக்கிறான். நிச்சயமாக உங்களை மறுபடியும் சந்திக்க முயல்வான். அந்த சந்தர்ப்பத்தில் எங்களுக்கு சமிக்ஞை தர உங்களால் முடியாமல் போகலாம். அதனால் உங்கள் உடையில் சின்னதாக இரண்டு மைக்ரோஃபோன்கள் அல்லது உங்கள் கோட்டில் ஒரு டிரான்ஸ்மிட்டரை பொருத்தி விடுவது நல்லதென்று நினைக்கிறேன். அதன்பிறகு அந்த கல்வியியல் பயிற்சியக இயக்குநருக்கு தரப்பட்டதைப் போல உங்களுக்கும் பாதுகாப்பு கிடைக்கும், உங்கள் பாதுகாப்பை நினைத்து நீங்கள் கவலைப்பட வேண்டியதில்லை. நீங்கள் அவனைச் சந்தித்துவிட்டு வெளியே வந்ததும் நாங்கள் உள்ளே சென்று அவனைப் பிடித்துவிடுவோம்.”

காவின் முகம் போகிற போக்கிலிருந்து இந்தத் திட்டத்திற்கு அவனால் உடன்பட முடியாதென்பது சுனய்க்குப் புரிந்தது.

“நான் வற்புறுத்தப்போவதில்லை,” என்றான். “பொதுவாக அப்படித் தெரியாவிட்டாலும் இன்று உங்கள் நடத்தையைப் பார்க்கும்போது மிகவும் எச்சரிக்கையானவரென்று தெரிகிறது. உங்களை தற்காத்துக் கொள்வது எப்படியென்று உங்களுக்குத் தெரியும். ஆனாலும் கடிஃபேவிடம் நீங்கள் எச்சரிக்கையோடு நடந்துகொள்ள வேண்டும் என்பதை மட்டும் சொல்லிக் கொள்கிறேன். அவள் காதில் விழுகிற எல்லா விஷயங்களையும், அவள் அப்பா ஒவ்வொரு மாலையிலும் தனது நண்பர்களோடு

அளவளாவுவதைக்கூட, அட்சரம் பிசகாமல் நீலத்திடம் சொல்லி விடுகிறாள் என்று சந்தேகப்படுகிறோம். அப்பாவுக்குத் துரோகம் இழைக்கும் த்ரில்லுக்காகக்கூட அவள் இப்படிச் செய்பவளாக இருக்கலாம். இதைத்தவிர நீலத்தின் காதலிலும் கட்டுண்டு கிடக்கிறாள், இந்த இச்சையின் வலிமையை எப்படி விளக்குவீர்கள்?”

“கடிஃபேவையா சொல்கிறீர்கள்?” என்று கேட்டான் கா.

சுனய் பொறுமையிழந்து, “இல்லை,” என்றான். “நான் சொல்வது நீலத்தின் மீதிருக்கும் இச்சையைப் பற்றி. எல்லோரும் அவன்மீது மையல் கொண்டு விழுமளவிற்கு அந்தக் கொலைகாரனிடம் என்ன தான் இருக்கிறது? எதற்காக அனடோலியா முழுக்க அவனை நாயகனாகக் கொண்டாடிக் கொண்டிருக்கிறார்கள்? நீங்கள்தான் அவனோடு பேசியிருக்கிறீர்களே – இந்த மர்மத்தை எனக்குக் கொஞ்சம் விளக்குங்களேன்.”

ஃபுன்டா ஈஸர் ஒரு பிளாஸ்டிக் சீப்பை எடுத்து அவள் கணவனின் மணல்நிற கேசத்தை மிக மிருதுவாக, வாஞ்சையோடு வாரத் தொடங்க, கா கவனம் கலைந்து அமைதியானான்.

“நான் தொலைக்காட்சியில் ஆற்றும் உரையை நீங்கள் கேட்க வேண்டுமென்பது என் ஆசை. என்னோடு ராணுவ லாரியில் நீங்களும் வாருங்கள். போகும் வழியில் ஹோட்டலில் உங்களை இறக்கி விடுகிறேன்.”

ஊரடங்கு முடிய இன்னும் நாற்பத்தி ஐந்து நிமிடங்கள் இருந்தன. கா அந்த அழைப்பை பணிவோடு மறுத்துவிட்டு, ஹோட்டலுக்கு நடந்துசெல்ல அவனுக்கு அனுமதி கிடைக்குமா என்று கேட்டான்; அனுமதி கிடைத்தது.

அடாதுர்க் அவென்யூவின் அகன்ற, வெறிச்சோடிய நடைபாதையில் நடப்பது சுகமான நிம்மதியாக இருந்தது. பனிமூடிய குறுக்குத் தெருக்களின் அமைதியையும் பனித்தொப்பியணிந்த ரஷ்ய வீடுகளையும் ஓலியாண்டர்களையும் ரசித்தபடியே நடந்துகொண்டிருந்தவனுக்கு யாரோ தன்னை பின்தொடர்வதுபோல தோன்றியது. ஹலித்பாஷா அவென்யூவுக்குத் திரும்பி, பின் மீண்டும் இடப்புறம் லிட்டில் காஸிம்பே சந்திற்குள் நுழைந்தான். அவனைப் பின்தொடர்ந்து வந்த துப்பறிபவன் பனிச்சேற்றில் கால்புதைய மூச்சு வாங்கியபடி வந்துகொண்டிருந்தான். அவனுக்குப் பின்னால், முன்பு இரயில் நிலையத்தில் நெஸிப்பையும் இரண்டு நண்பர்களையும் கா சந்தித்தபோது பார்த்த அதே கருப்பு நாய் சந்தோஷமாக ஓடிவந்துகொண்டிருந்தது. யூசுஃப் பாஷா வட்டாரத்தில் இருந்த பணிமனை ஒன்றின் வாசலுக்குப் பின்னால் கா ஒளிந்துகொண்டான். அந்த ஒற்றன் காவை கண்டுபிடிக்க முடியாமல் போய்விடுவானென்று நினைத்தால் அவன் திடீரென்று காவின் எதிரே வந்து நின்றான்.

கா அவனைப் பிடித்து, “எதற்காக என்னைப் பின்தொடர்கிறாய், உளவு பார்க்கவா அல்லது என் பாதுகாப்புக்காகவா?” என்றான்.

“இறைவனுக்குத்தான் வெளிச்சம், ஐயா. நீங்கள் எப்படி எடுத்துக் கொண்டாலும் சரி.”

அவனே மிகவும் களைத்துப் போயிருந்தான். அவனால் தன்னையே பாதுகாத்துக்கொள்ள முடியுமோவென்று சந்தேகமாக இருந்தது. அவனுக்கு அறுபத்தைந்து வயதிருக்கலாம். முகம் சுருக்கங்கள் விழுந்து குரல் ஹீனமாக இருந்தது. கண்களில் ஒளி இல்லை. பெரும்பாலான வர்கள் போலீசை பார்க்கும் அதே பயந்த பார்வையில் அவன் காவை பார்த்தான். துருக்கியில் உள்ள எல்லா சீருடையணியாத ஏஜென்ட்டுகளைப் போலவே இவனும் ஸ்யூமர்பேங்க் ஷூக்கள் அணிந்திருந்தான். அவற்றின் அடிப்பகுதி கிழிந்து மேற்பகுதியிலிருந்து பிளந்திருப்பதைப் பார்த்தபோது அவன் மேல் காவுக்கு இரக்கமாக இருந்தது.

“நீ ஒரு போலீஸ்காரன்தானே? உன் அடையாள அட்டையைக் காட்டி அந்த கிரீன் பாஸ்சர்ஸ் ரெஸ்டாரன்ட் கதவைத் திறக்கச் சொல். அங்கே கொஞ்சநேரம் உட்கார்ந்திருக்கலாம்.”

அந்த உணவகத்தின் கதவை வெகுநேரம் தட்ட வேண்டியதாக இருக்கவில்லை. காவும் சஃபேட் என்ற அந்த ஒற்றனும் உள்ளே நுழைந்தனர். கூடவே கருப்பு நாயும் வந்தது. தொலைக்காட்சிப் பெட்டியில் சுனய்யின் உரையை கேட்டபடியே ராக்கி அருந்தினர். பாலாடைக்கட்டி அப்பத்தை அந்தக் கருப்பு நாயோடு பகிர்ந்து கொண்டனர். சுனய்யின் உரை காவின் பிள்ளைப் பருவத்தில் நடந்த ராணுவ புரட்சிகளின்போது கேட்ட தளபதிகளின் உரைகளைப் போலவே இருந்தது. குர்த்திய, இஸ்லாமிஸ்ட் பயங்கரவாதிகள் எப்படி ‘வெளிநாடுகளிலிருக்கும் நமது எதிரி’களின் கைக்கூலிகளாக செயல்படு கிறார்களென்றும், வாக்குகளைப் பெறுவதற்காக இந்த கேடுகெட்ட அரசியல்வாதிகள் எப்படி கார்ஸ்ஸை சீரழித்து விட்டார்களென்றும் அவன் விவரிக்கத் தொடங்கியதும் காவுக்கு போரடித்தது.

கா இரண்டாவது சுற்று ராக்கியை பருகிக்கொண்டிருக்கும்போது சஃபேட் தொலைக்காட்சியில் தெரிந்த சுனய்யை மரியாதையுடன் சுட்டிக்காட்டி காவின் கவனத்தை தொலைக்காட்சிக்குத் திருப்பினான். அவன் முகம் எந்தவிதத்திலோ மாறிவிட்டிருந்தது: அது இப்போது மூன்றாந்தர ஒற்றனுடையதாக இல்லை. நெடுநாட்களாக துன்பத்தில் உழன்றுகொண்டு, இப்போது கோரிக்கை மனு கொடுக்கும் குடிமகனைப் போல காணப்பட்டான். “உங்களுக்கு இவரைத் தெரிந்திருக்கிறது. அதைவிட, அவர் உங்களை மிகவும் மதிக்கிறார் என்பதையும் பார்த்தேன்,” என்றான் ஒடுங்கிய குரலில். “நீங்கள் என் தாழ்மையான வேண்டுகோளை நிறைவேற்ற வேண்டும். அவரிடம் எடுத்துச் சொல்லி என்னை இந்த நரக வாழ்க்கையிலிருந்து காப்பாற்ற வேண்டும். தயவுசெய்து இந்த நச்சு பான விசாரணையிலிருந்து என்னை விடுவித்து வேறு பணியைத் தரச் சொல்லுங்கள்.”

அவன் எழுந்து சென்று அந்த உணவகத்தின் வாசற்கதவை மூடி தாழ்ப்பாளிட்டுவிட்டு வந்தான். காவின் அருகில் அமர்ந்து

‘நச்சு பான விசாரணை’யைப் பற்றி சொல்லத் தொடங்கினான். அந்தப் பரிதாபகரமான ஒற்றனால் தெளிவாகப் பேசமுடியவில்லை. ஏற்கனவே குழம்பியிருந்த காவின் தலைக்குள் ராக்கியும் சென்றுவிட்ட தால் அவன் பேசுவதை கவனிப்பதில் சிரமம் இருந்தது. ராணுவ மற்றும் உளவுத்துறை தலைமையகத்திற்கு அருகில் நகர்மையத்தில் இருந்த மாடர்ன் பஃபே சிற்றுண்டியகத்தில்தான் பிரச்சனை தொடங்கியது. ராணுவ வீரர்களில் நிறைய பேர் அங்கு ஸான்ட்விச், சிகரெட்டுகளுக்காக செல்வதுண்டு. சமீபகாலமாக அங்கு விற்கப்படும் இலவங்க சர்பத்தில் விஷம் கலக்கப்பட்டு தரப்படுவதாக சந்தேகங்கள் கிளம்பின.

முதலில் பாதிப்படைந்தது இஸ்தான்புல்லிலிருந்து வந்திருந்த தரைப்படை அதிகாரி ஒருவர். இரண்டு வருடங்களுக்கு முன்பு, கடுமையான, ஆபத்து மிகுந்த ரோந்துப்பணி இருந்த ஒரு காலை நேரத்தில் அந்த அதிகாரிக்குத் திடீரென ஒரு விநோதமான காய்ச்சல் ஏற்பட்டது. அவரது மொத்த உடம்பும் நிற்கமுடியாதளவுக்கு நடுங்கிக் கொண்டிருந்தது. அவரை ராணுவ மருத்துவமனைக்குத் தூக்கிச் சென்றார் கள். அங்கே அவருக்கு விஷமூட்டப்பட்டிருப்பதாக மருத்துவர்கள் தெரிவித்தபோது, தான் விரைவில் சாகப்போகிறோம் என்று நினைத்துக் கொண்டு லிட்டில் காஸிம்பே, காஸிம் காராபெகிர் அவென்யூ மூலையிலிருக்கும் அந்த சிற்றுண்டியகத்தில் அவர் அருந்திய இலவங்க சர்பத்தான் இதற்கு காரணம் என்று புலம்பினார். அதைக் குடிக்கும் போதே ஏதோ வித்தியாசமாக உணர்ந்ததாகச் சொன்னார்.

முதலில் இது ஒரு விபத்து என்றுதான் எல்லோரும் நினைத்து, விரைவிலேயே மறந்து போனார்கள். ஆனால் சில நாட்கள் கழித்து அதே மருத்துவமனைக்கு அதே போன்ற அறிகுறிகளோடு இரண்டு ராணுவ அதிகாரிகள் கொண்டுவரப்பட்டனர். அவர்களாலும் சரியாகப் பேச முடியாமல் வாய் குழறிக்கொண்டிருந்தது. நிற்க வைத்தபோது முடியாமல் கீழே விழுந்தார்கள். அவர்களும் அந்த சூடான இலவங்க சர்பத்தைத்தான் ஆர்வமிகுதியில் குடித்துப் பார்த்ததாகச் சொன்னார்கள். அடாதுர்க் வட்டாரத்தில் உள்ள ஒரு குர்த்திய மூதாட்டிதான் இந்த பானத்தை தன் வீட்டில் வைத்து தயாரிப்பதாகவும், அது எல்லோருக்கும் பிடித்திருந்ததால் பேரப்பிள்ளைகள் அந்த பானத்தை அக்குறிப்பிட்ட சிற்றுண்டியகத்தில் விற்றுவருவதாகவும் தெரிந்தது. இந்த விபரங்களெல் லாம் கார்ஸ் ராணுவ தலைமையகத்தில் நடைபெற்ற சிறப்பு விசாரணையில் கண்டுபிடிக்கப்பட்டன. ஆனால் அந்த மூதாட்டி தயாரித்த சர்பத்தை கால்நடை மருத்துவக் கல்லூரி சோதனைச் சாலையில் சோதித்தபோது நச்சுப் பொருட்களுக்கான எந்த தடயமும் அந்த பானத்தில் இருக்கவில்லை.

ராணுவ ஜெனரல் இந்த விசாரணையைப் பற்றி அவர் மனைவி யிடம் சாதாரணமாக பேசிக்கொண்டிருந்தபோது ஓர் எதிர்பாராத திருப்பம் ஏற்பட்டது. மூட்டுவலிக்கு நல்ல நிவாரணமாக இருக்குமென்று நம்பி அவர் மனைவியும் அந்த சர்பத்தை ஒவ்வொருநாளும் பல கோப்பைகள் அருந்தி வருவதாகக் கேட்டு அவர் அதிர்ந்து போனார்.

அதன் பிறகு இதை மேலும் விசாரிக்கும்போது பல ராணுவ அதிகாரிகளும் அவர்களுடைய மனைவிகளும் பல்வேறு ஆரோக்கிய காரணங்களுக்காக இந்த சர்பத்தை பெருமளவில் அருந்தி வருகிற விஷயம் தெரிந்தது. ஆனால் உண்மையில் அதன் விநோதமான ருசியில் மயங்கியே பலரும் அருந்தி வந்தனர். மேலும் இது குறித்து விசாரிக்கும்போது அதிகாரிகளும் அவர்கள் மனைவிகளும் மட்டுமல்லாது விடுமுறையில் சென்றிருக்கும் ராணுவ வீரர்களும்கூட இந்தப் புதிய போதைக்கு ஆட்பட்டிருப்பது தெரியவந்தது. இந்த சிற்றுண்டியகம் ஊருக்கு நடுவில் இருப்பதும் கார்ஸ்ஸில் இருக்கும் ஒரே புதிய விஷயம் இந்த சர்பத் மட்டும்தான் என்பதும் இந்த பானத்தின் அமோக வெற்றிக்கு கூடுதல் காரணங்களாக இருந்தன. இந்த விபரங்கள் அனைத்தையும் ஜெனரல் தனது விசாரணை அறிக்கையில் சேர்க்கும்போது, இதன் பின்விளைவுகள் எவ்வாறு இருக்குமென்று அவர் கவலைப்பட்டார். இந்த விஷயத்தை MİTயிடமும் ராணுவ ஆய்வரகத்திடமும் ஒப்படைத்து விடுவதுதான் சரியென்று முடிவெடுத்தார்.

குர்த்திய PKK கெரில்லாக்களை ஒடுக்குவதற்காக ராணுவம் மேற்கொண்டு வந்த காட்டுமிராண்டித்தனமான நடவடிக்கைகள், வேலையில்லாமல் விரக்தியில் உழன்றுகொண்டிருக்கும் சக்தியற்ற அப்பாவி குர்த்திய இளைஞர்களுக்குக் கடுமையான பாதிப்புகளை மறைமுகமாக உண்டாக்கி வந்தன. ஏற்கனவே கையறுநிலையிலிருந்த அவர்களை இந்த ராணுவத் தாக்குதல்கள் மேலும் அதிகமாக சின்னா பின்னப்படுத்தி, அவர்களில் சிலருக்கு விநோதமான, பழிவாங்கும் இச்சைகளைத் தூண்டிவிட்டன. முக்கிய புள்ளிகளைக் கடத்துவது, குண்டுவைப்பது, சாத்தியப்படுமானால் அடாதுர்க் சிலையைத் தகர்ப்பது, நகரின் குடிநீர் தேக்கத்தில் விஷம் கலப்பது, பாலங்களை வெடிவைத்து தகர்ப்பது போன்ற சதியாலோசனைகள் நகரின் காபி விடுதிகளில் வெட்டியாக உட்கார்ந்து கொட்டாவி விட்டுக்கொண்டிருக்கும் சில ஒற்றர்களின் செவிகளில் விழுந்தன. இதனால்தான் இலவங்க சர்பத் விவகாரத்தை அதிகாரிகள் தீவிரமாக எடுத்துக்கொள்ள வேண்டியிருந்தது. ஆனால் இந்தச் சிக்கலில் பொதிந்திருக்கும் உணர்ச்சிகரமான இயல்பின் காரணமாக அந்த சிற்றுண்டியகத்தின் உரிமையாளர்களை விசாரணைக்கோ, சித்திரவதைக்கோ அவர்களால் உட்படுத்தமுடியாமல் இருந்தது. இதற்கு மாற்றாக, ஆளுநர் அலுவலகத்திலிருந்த ஒற்றர்களில் கணிசமானவர்களை மாடர்ன் பஃபேவில் மட்டுமல்லாது இப்போது விற்பனையில் கொடிகட்டி பறந்துகொண்டிருந்த அந்தக் கிழவியின் சமையலறைக்குள்ளும் ஊடுருவி வேவு பார்க்க பணியமர்த்தினார்கள்.

மாடர்ன் பஃபேவில் பணியமர்த்தப்பட்ட உளவாளி, கிழவியின் சர்பத்தை பல்வேறு விதங்களில் சோதனைக்குட்படுத்திப் பார்த்தான். கண்ணாடி கோப்பைகளை, அகப்பைகளின் கைப்பிடிகளை, கல்லாப் பெட்டியை, துருப்பிடித்த துவாரங்களை, பணியாளர்களின் கைகளை யெல்லாம் சோதித்து ஏதாவது விநோதமான பவுடர் அவற்றில் ஒட்டியிருக்கிறதாவென ஆராய்ந்துகொண்டிருந்தான். ஒரு வாரம் கழித்து அவனையும் அந்த விஷபாதிப்பு தாக்கியது. கடுமையான

உடல் நடுக்கத்தோடு இருமல் அதிகரித்து அவன் விடுமுறையில் செல்ல வேண்டியிருந்தது.

அந்த மூதாட்டியின் சமையலறைக்கு அனுப்பப்பட்டிருந்த ஒற்றன், முன்னவனைவிட சுறுசுறுப்பானவனாக இருந்தான். ஒவ்வோர் இரவும் உட்கார்ந்து, அந்த சமையலறைக்குள் அன்று யார்யாரெல்லாம் வந்து போனார்கள் என்ற விபரத்திலிருந்து, அந்த மூதாட்டி வாங்கிய காய்கறி, இதர உணவுப்பொருட்கள் வரை (கேரட், ஆப்பிள், ப்ளம், உலர்ந்த மல்பெரி, மாதுளம்பூக்கள், காட்டுரோஜா, சதுப்புநில மல்லோஸ்) பட்டியலிட்டு முழு அறிக்கை தயார் செய்துகொண்டிருந்தான். அவனது அறிக்கைகளிலிருந்து வெளிச்சத்திற்கு வந்த ஒரே விஷயம் இந்த அபாரமான ருசிகொண்ட பானத்தைத் தயாரிக்கும் முறை மட்டும் தான். ஒருநாளைக்கு ஐந்திலிருந்து ஆறு கோப்பைகள்வரை இந்த சர்பத்தை குடித்துக்கொண்டிருந்த அந்த ஒற்றனுக்கு எந்தவித பாதிப்பும் ஏற்படவில்லை. ‘இது ஒரு பரிசுத்தமான மருத்துவ குணம் கொண்ட பானம். குர்த்திய இதிகாசமான மேம் ஊ ஸின் னில் குறிப்பிடப்படும் “மலை சர்பத்” என்பது இதுதான்’ என்றுகூட அவன் அறிக்கையில் குறிப்பிட்டிருந்தான்.

அங்காராவிலிருந்து வரவழைக்கப்பட்டிருந்த நிபுணர்கள் இந்த ஒற்றனிடம் விரைவிலேயே நம்பிக்கை இழந்தனர். ஏனென்றால் அவனே ஒரு குர்து. மேலும் அவனது அறிக்கைகளின்படி பார்க்கும்போது அந்த சர்பத் துருக்கியர்களுக்கு மட்டும்தான் நஞ்சாக இருந்திருக்கிறது, ஒரேயொரு குர்துகூட பாதிப்படையவில்லையென்பது தெரிந்தது. ஆனால் அதிகாரபூர்வமான நிலைப்பாட்டின்படி குர்துகளை துருக்கியர் களிலிருந்து வித்தியாசப்படுத்தி பார்க்க முடியாதென்பதால் இந்த முடிவை தமக்குள்ளாகவே வைத்துக்கொண்டனர்.

இந்த நிலையில் சமுதாய காப்பீட்டு மருத்துமனையில் இஸ்தான் புல்லிலிருந்து வரவழைக்கப்பட்ட ஒரு மருத்துவக்குழுவை வைத்து ஒரு சிறப்பு சிகிச்சை மையம் தொடங்கப்பட்டது. ஆனால் இந்த மருத்துவமனைக்கு பூரண உடல் நலத்தோடு இருக்கும் கார்ஸ் நகரவாசிகள் இலவச சிகிச்சை என்பதற்காக தலைமுடி கொட்டுவது, சிரங்கு, குடல் இறக்கம், திக்குவாய் என்றுகூட சிகிச்சை பெறுவதற்கு வரத் தொடங்க, இந்த ஜனநெரிசலில் அந்த சிகிச்சை மையம் தொடங்கப் பட்டதற்கான காரணமும், அந்த விசாரணையின் தீவிரத் தன்மையும் நீர்த்துப்போனது.

எனவே சர்பத் புதிரை அவிழ்க்கும் பொறுப்பு மீண்டும் கார்ஸ் உளவுத்துறையின் தலையில் சுமத்தப்பட்டது. ஏற்கனவே ஆயிரக்கணக் கான ராணுவ வீரர்களின் உடல்நலம் பாதிக்கப்பட்டிருப்பதாக பேச்சு உலவிக்கொண்டிருந்தது. மொத்த நகரமும் இந்த சதியில் பீடிக்கப் படுவதற்கு முன், MİT அந்த சதிகாரர்களை பிடித்தாக வேண்டுமென்ற அவசரத்தில் நியமிக்கப்பட்ட துப்பறிபவர்களில் ஒருவன்தான் சஃபேட். பெரும்பாலான துப்பறிபவர்களுக்கு அளிக்கப்பட்ட வேலை அந்த பானத்தை ரசித்துக் குடித்துவிட்டுச் செல்பவர்களை பின்தொடர்ந்து

சென்று பார்ப்பதாக மட்டும்தான் இருந்தது. எனவே இந்த விசாரணை, விஷத்தை கலப்பது யார் என்பதை கண்டுபிடிப்பதிலிருந்து விலகி, யார் யாருக்கு விஷமளிக்கப்பட்டிருக்கிறது, யாருக்கு இல்லை என்பதை கண்டுபிடிக்கும் வேலையாக மாறிப்போனது. இதைக் கண்டுபிடிப்பதற்காக இந்த துப்பறிபவர்கள், இலவங்க சர்பத்தை வாங்கிக் குடித்துவிட்டுச் செல்லும் எல்லா ராணுவ வீரர்கள், காவலர்கள், சீருடையணியாத காவலர்களையும் அவர்கள் வீட்டுக்குப் போய் சேரும்வரை பின் தொடர்ந்து செல்லவேண்டியதாக இருந்தது.

இந்த அயர்ச்சியூட்டும் அவஸ்தை கதை, இதைச் சொல்லிக் கொண்டிருந்த ஒற்றனை மட்டுமல்லாமல் காவையும் அதீத சோர்வுக் குள்ளாக்கியது. தொலைக்காட்சியில் சுனய் தனது உரையை இன்னும் நிகழ்த்திக்கொண்டிருக்க அந்த துப்பறிபவனுக்காக சுனய்யிடம் சிபாரிசு செய்வதாக கா வாக்களித்தான்.

காவின் வாக்குறுதியைக் கேட்டு மகிழ்ந்து அந்த ஒற்றன் காவை ஆரத்தழுவி, இரண்டு கன்னங்களிலும் முத்தமிட்டுவிட்டு, அந்த உணவகத்தின் கதவை தாழ்ப்பாளை நீக்கித் திறந்தான்.

24

"நான், கா."

அறுகோண பனித்திவலை

அந்த கருப்பு நாய் பின்தொடர்ந்து வர, பனிமூடிய சாலைகளின் வெறிச்சோடிய அழகை மீண்டும் ரசித்துக்கொண்டே ஹோட்டலுக்குத் திரும்பினான். வரவேற்பாளன் கேவிட்டிடம் 'உடனே வா' என்றொரு குறிப்பை சீட்டில் எழுதி இபெக்கிடம் உடனடியாக சேர்த்துவிடுமாறு சொல்லிவிட்டு, மாடியில் தன் அறைக்குச் சென்று படுக்கையில் விழுந்தான். காத்துக்கொண் டிருக்கும்போது நினைவுகள் முதலில் அவன் அம்மாவைச் சுற்றியே சுழன்று கொண்டிருந்தன; பின் இபெக்கிடம் திரும்பியது. அவள் இன்னும் வரவில்லை. அவள் மேல் காதல் வயப்பட்டது முட்டாள்தனம், கார்ஸ்ஸிற்கு வந்தது அதைவிட பெரிய முட்டாள்தனம் என்று தாங்கமுடியாத அளவுக்கு மனம் வலித்தது. மேலும் நேரம் கடந்தது. இபெக் வருவதற்கான அறிகுறியே தென்படவில்லை.

கா ஹோட்டலுக்குத் திரும்பி முப்பத்தியெட்டு நிமிடங் களுக்குப் பிறகு, இபெக் அவன் அறைக்குள் நுழைந்தாள். "அடுப்புக்கரி வாங்குவதற்காகச் சென்றிருந்தேன்," என்றாள். "ஊரடங்கு முடிந்ததும் அங்கே ஒரு நீண்ட வரிசை சேர்ந்துவிடும் என்று தெரியும். அதனால் பதினொன்றே முக்காலுக்கே பின்வாசல் வழியாக போய்விட்டேன். பனிரெண்டு மணி ஆனதும் அங்காடி யில் கொஞ்சநேரம் சுற்றிக்கொண்டிருந்தேன். தெரிந்திருந்தால் நேராக வந்துவிட்டிருப்பேன்."

இபெக் அந்த அறைக்கு உயிரூட்டியிருந்தாள். காவின் மனம் கிறுகிறுக்கும் உயரத்திற்குச் சென்று இந்த உன்னதமான தருணத்தை ஏதாவது செய்து குலைத்துவிடுவோமோ என்று பயந்தான். அவன் இபெக்கின் நீண்ட, வழவழப்பாக ஒளிரும் கூந்தலை வைத்தகண் வாங்காமல் பார்த்துக்கொண்டிருக்க, அவள் கை நிற்காமல் வேலை செய்துகொண்டேயிருந்தது. (அவள் இடது கை கூந்தலிலிருந்து மூக்கிற்குச் சென்று, அங்கிருந்து

கீழிறங்கி இடுப்பில் பெல்ட்டுக்கு வந்து, கதவின் விளிம்பை தொட்டு விட்டு, நீண்ட அழகான கழுத்தை அடைந்து, மீண்டும் கூந்தலை வருடச் சென்றுவிட்டு, ஒரு கணம் கழித்து கழுத்து நெக்லஸ்ஸை வருடிக்கொண்டிருந்தது – அதனை அவள் அப்போதுதான் அணிந்திருக்க வேண்டும். காவும் இப்போதுதான் அதனைக் கவனித்தான்.)

"நான் உன்மீது உக்கிரமாக காதல்வயப்பட்டு, வேதனையில் இருக்கிறேன்," என்றான் கா.

"கவலைப்படாதீர்கள் – இவ்வளவு வேகமாக மலரும் காதல் அதே வேகத்தில் உதிர்ந்தும்விடும்."

கா அவளை அணைத்து முத்தமிட்டான். இபெக்கும் திருப்பி முத்தம் கொடுத்தாள். அவனைப் போல வெறியில் முறுக்கேறியிருக்காமல் நிதானமாக இருந்தாள். அவளது சன்னமான கரங்கள் அவன் தோள் மீது தொற்றியிருப்பதையும் அவள் முத்தத்தின் இனிமை இதழ்களில் ஊர்வதையும் உணர்ந்து அவன் தலை சுழன்றது. அவள் உடலை அவன் அணைப்பிற்குள் இலகுவாக அனுமதிக்கும் விதத்திலிருந்து இப்போது காதல்புரிய அவள் தயாராக இருப்பதை உணர்ந்து கொண்டான். இந்தத் தருணத்திற்காக காத்திருந்த அவன் கண்களும், அவன் இதயமும், அவன் நினைவுகளும் முழுசாகத் திறந்துகொண்டன.

"எனக்கும் உங்களோடு காதல்புரிய விருப்பம்தான்," என்றாள். ஒருகணம் அவனைக் கடந்து நேராகப் பார்த்தாள். பின் சட்டென்று உறுதியோடு பார்வையை உயர்த்தி காவை சந்தித்தாள். "ஆனால், நான் ஏற்கனவே சொன்னதைப் போல, என் அப்பா இங்கே இருக்கும் போது அது சாத்தியமில்லை."

"சரி, உன் அப்பா எப்போது வெளியே செல்வார்?"

"எப்போதுமே போகமாட்டார். நான் போக வேண்டும்," அவள் தன்னை விடுவித்துக்கொண்டு வெளியேறினாள்.

வாசலில் நின்று இபெக் மாடிப்படி இறங்கி தாழ்வாரத்தின் மங்கலான வெளிச்சத்தில் மறையும்வரை பார்த்துக்கொண்டிருந்தான். கதவை மூடிவிட்டு படுக்கையின் விளிம்பில் அமர்ந்தான். பாக்கெட்டிலிருந்து நோட்டுப் புத்தகத்தை எடுத்துப் புரட்டி, காலியான பக்கத்தில் 'நாதியற்றவர்கள் பொறுத்துக்கொள்ள வேண்டியவை' என்று தலைப்பிடப் போகும் கவிதையை எழுதத் தொடங்கினான்.

கவிதையை முடித்துவிட்டு படுக்கையின் ஓரத்திலேயே சிறிதுநேரம் அமர்ந்திருந்தான். கார்ஸ்ஸிற்கு வந்த பின் முதன்முறையாக அவனுக்கு ஒன்று தோன்றியது: இபெக்கின் பின்னால் அலைவதையும், கவிதை எழுதுவதையும் தவிர்த்துப் பார்த்தால் இந்த நகரத்தில் அவனுக்கு செய்வதற்கு ஒரு வேலையும் இல்லை. இந்த ஞானோதயம் அவனுக்கு எதையோ பறிகொடுத்த உணர்வையும் விட்டு விடுதலையான உணர்வையும் சமஅளவில் உண்டாக்கியது. இபெக்கை எப்படியாவது இணங்கச் செய்து கார்ஸ்ஸைவிட்டு தன்னோடு கிளம்பிவரச்

செய்துவிட்டால் வாழ்நாள் முழுக்க அவளோடு இன்பமாக இருக்கலாம். அதற்கான நேரமும் கனிந்து வருகிறது. இப்போதிருக்கும் சூழ்நிலை அவன் வேலையை சுலபமாக்கும். கா பனிக்கு நன்றி தெரிவித்துக் கொண்டான்.

கோட்டை எடுத்து அணிந்துகொண்டு அவன் ஹோட்டலைவிட்டு வெளியேறுவதை ஒருவரும் கவனிக்கவில்லை. நகர் அரங்கை நோக்கி நடப்பதற்குப் பதிலாக நேஷனல் இண்டிபென்டன்ஸ் அவென்யூவில் இடதுபுறம் திரும்பி மேட்டிலிருந்து இறங்கினான். நாலெட்ஜ் ஃபார்மஸியில் விட்டமின் சி மாத்திரைகள் வாங்கிக்கொண்டு ஃபெய்க்பே அவென்யூவிலிருந்து இடதுபுறம் திரும்பி நேராக நடந்தான். அவ்வப்போது நின்று உணவகங்களின் சன்னல்களைப் பார்த்துக் கொண்டே காஸிம் காராபெகிர் அவென்யூவிற்குத் திரும்பினான். அங்கு இரண்டு நாட்களுக்கு முன் படபடத்துக் கொண்டிருந்த தேர்தல் பிரச்சார பேனர்கள் இப்போது அப்புறப்படுத்தப்பட்டிருந்தன. எல்லா கடைகளும் திறந்திருந்தன. எழுதுபொருட்களும் ஒலிநாடாக்களும் விற்கும் கடையில் இரைச்சலாக சங்கீதம் ஒலித்துக்கொண்டிருந்தது. ஊரடங்கு முடிந்துவிட்டதை அனுபவிப்பதற்காகவே மக்கள் கூட்டம் நடைபாதைகளில் குவிந்திருந்தது. எந்தக் காரணமுமின்றி அங்காடிவரை நடந்துசெல்வதும், மேடேறி கடை சன்னல்களுக்கெதிரே குளிரில் நடுங்கியபடி வேடிக்கை பார்ப்பதுமாக இருந்தார்கள். வழக்கமாக புறநகர் பகுதிகளுக்குச் செல்லும் மினிபஸ்களில் பயணம் செய்பவர்களையும் தேநீர் விடுதிகளில் சோம்பிக் கழிப்பதற்காக மத்திய நகர் பகுதிக்கு வருபவர்களையும் முடிதிருத்தகங்களில் சவரம் செய்துகொள்ள வருபவர்களையும் இன்று காணக் கிடைக்கவில்லை. பல தேநீர் விடுதிகளும் முடிதிருத்தகங்களும் காலியாக இருப்பது காவுக்கு பார்க்க சந்தோஷமாக இருந்தது. தெருவில் இருந்த சிறுவர்கள் பாலங்களின் மேல் பனிச்சறுக்கிக்கொண்டு, பனி உருண்டைகள் வீசிக்கொண்டு, மைதானங்களிலும் பனிமூடிய சதுக்கங்களிலும் பள்ளி மைதானங்களிலும் அரசு அலுவலகங்களையொட்டியிருக்கும் தோட்டங்களிலும் சண்டையும் சச்சரவுமாக விளையாடிக் கொண்டிருப்பதைப் பார்க்கும்போது அவர்களுக்குள்ளிருக்கும் பயத்தை மறந்திருப்பதைப் போலிருந்தது. ஒருசிலர் மட்டுமே கோட்டுகள் அணிந்திருந்தார்கள், பெரும்பாலோர் பள்ளி மேலுடைகளிலும் துண்டுகளிலும் தலைக் குல்லாவிலும் இருந்தார்கள். அந்தக் கலகத்தினால் பள்ளிக்கு ஒருநாள் விடுமுறை கிடைத்த மகிழ்ச்சி அவர்களுக்கு. எப்போதெல்லாம் குளிர் தாங்கமுடியாத அளவுக்கு இருக்கிறதோ, அப்போதெல்லாம் கா நடப்பதை நிறுத்தி, பின்தொடர்ந்து வந்துகொண்டிருக்கும் சஃபேட்டை அழைத்துக்கொண்டு அருகில் உள்ள தேநீர் விடுதிக்குச் சென்று ஒரு கோப்பை அருந்திவிட்டு மீண்டும் நடந்தான்.

சஃபேட் அவனைப் பின்தொடர்ந்து வருவது பழகிவிட்டதால் அவனைப் பார்க்க பயமாக இல்லை. இவன் செய்கின்ற விஷயங்கள் எல்லாவற்றையும் கண்காணிக்க வேண்டுமென்றால் காவின் கண்ணுக்குப் படாமல் செயல்படும் ஒற்றனைத்தான் அவர்கள் அமர்த்தியிருப்பார்கள்.

அதனால்தான் ஒரு கட்டத்தில் திரும்பிப் பார்த்தபோது சஃபேட் பார்வையில் தட்டுப்படாததும் கா பதற்றமடைந்து போனான். கொஞ்ச நேரத்திலேயே சஃபேட் மூச்சு வாங்க, ஒரு கையில் பிளாஸ்டிக் பையோடு ஃபெயிக்பே அவென்யூவின் மூலையில் வருவது தெரிந்தது. இதே மூலையில்தான் முந்தாநாள் இரவு டாங்கியைப் பார்த்தான்.

"ஆரஞ்சுப்பழங்கள் மிகவும் மலிவாக இருந்தன, வாங்காமல் வரமுடியவில்லை," என்றான். அவனுக்காக கா காத்திருந்ததற்கு நன்றி தெரிவித்தான். இதை சாக்காக பயன்படுத்திக்கொண்டு தப்பிச் சென்றுவிடாமல் இருந்தது காவினுடைய நல்ல இயல்பை காட்டுவதாகச் சொன்னான். "இனி நீங்கள் எங்கே செல்கிறீர்களென்று என்னிடம் சொல்லிவிட்டால் நம்மிருவருக்குமே நல்லதாயிருக்குமே," என்றான்.

காவுக்கே எங்கே சென்றுகொண்டிருக்கிறோம் என்று தெரியவில்லை. மற்றொரு காலியான தேநீர் விடுதியில் மேலும் இரண்டு கோப்பைகள் ராக்கிக்குப் பிறகு மேதகு ஷேக் சாதித்தின்னைப் பார்க்க விருப்பம் இருப்பதை உணர்ந்தான். இன்னும் கொஞ்சநேரத்திற்கு இபெக்கை பார்க்க வாய்ப்பில்லை. ஷேக் அவர்களின் முன்பு இந்த காதல் அவஸ்தையை மனம்திறந்து கொட்டிவிடுவோமோ என்று பயந்தான். அவன் இதயத்தில் இருக்கும் கடவுள் பக்தியைப் பற்றி அவன் சொல்லத் தொடங்குவான். பின் அவர்களிருவரும் இறைவனின் நோக்கங்கள் பற்றியும் வாழ்க்கையின் அர்த்தம் குறித்தும் ஒரு நாகரீக மான உரையாடலில் ஈடுபடுவார்கள். சட்டென்று ஷேக் அவர்களின் உறைவிடம் ஒட்டு கேட்கப்படுவது அவன் ஞாபகத்துக்கு வந்தது. அவன் பேசுவதை போலீஸ் கேட்பார்கள். கேட்டுவிட்டு விழுந்து விழுந்து சிரிப்பார்கள்.

இருந்தும் பைத்தர்ஹொானேவில் இருக்கும் மேதகு ஷேக் அவர்களின் எளிமையான உறைவிடத்தைக் கடக்கும்போது ஒரு கணம் நின்று நிமிர்ந்து சன்னல்களைப் பார்த்தான்.

கொஞ்சதூரம் நடந்ததும் உள்ளூர் நூலகத்தின் கதவுகள் திறந் திருப்பது கண்ணில் பட்டது. உள்ளே நுழைந்து சேறு படிந்த படிகளில் ஏறிச் சென்றான். படிகளின் திருப்பத்தில் சுவரில் மாட்டியிருந்த அறிவிப்பு பலகையில் உள்ளூர் நாளிதழ்கள் ஏழையும் யாரோ கவனமாக ஒட்டியிருந்தனர். 'பார்டர் சிட்டி கெஜட்'டைப் போலவே அவையும் முன்தினமே அச்சிடப்படுபவையென்பதால் புரட்சியைப் பற்றிய எந்தச் செய்தியும் அவற்றில் இல்லை. ஆனால் நேஷனல் தியேட்டரில் நடைபெற்ற பிரமிப்பூட்டும் நிகழ்ச்சி பற்றியும் தொடரும் பனிச்சூறை பற்றியும் விரிவான செய்திகள் இருந்தன.

நகரத்தின் பள்ளிகள் எல்லாம் மூடியிருந்தாலும் ஐந்தாறு மாணவர்கள் வாசிப்பறையில் இருப்பதைப் பார்த்தான். கூடவே ஒருசில ஓய்வுபெற்ற அரசுப் பணியாளர்களும் இருந்தனர். அந்த மாணவர்களைப் போலவே இவர்களும் வீட்டில் இருக்கும் குளிருக்கு பயந்து இங்கே வந்திருக்க வேண்டும். அந்த அறைமூலையில் கந்தலான அகராதிகளுக்கும் கிழிந்த சிறுவர் கலைக்களஞ்சியங்களுக்கும்

இடையில் சிறுவனாக இருந்தபோது அவனுக்கு பலமணிநேரப் பரவசங்களைக் கொடுத்த The Encyclopedia of Life தொகுதியின் பழைய பிரதிகள் இருப்பதைக் கவனித்தான். ஒவ்வொரு தொகுதியின் பின் அட்டைக்குள்ளும் பலவண்ண படவரிசையில் கார், கப்பல், மனித உடலின் உட்பாகங்கள் இருந்தன. கா நான்காவது தொகுதியை ஆர்வத்தோடு எடுத்தான், அந்தத் தொகுதியில் முட்டைக்குள் கோழிக் குஞ்சைப் போல ஒரு தாயின் வீங்கிய வயிற்றுக்குள் பொதிந்திருக்கும் பாப்பாவின் படம் காவின் ஞாபகத்தில் இன்னும் இருந்தது. ஆனால் அந்தத் தொகுதியை பிரித்துப் பார்த்தபோது அந்தப் படத்தாள் கிழிக்கப்பட்டு, பின் அட்டையின் கிழித்த பிசிறுகள்தான் மிச்சமிருந்தன.

அதே தொகுதியின் (PE – TA) பக்கம் *324*இல் இருந்த பதிவீடு ஒன்றை கவனத்துடன் படித்தான்:

> *பனி.* வளிமண்டலத்தின் ஊடாக தண்ணீர் விழும்போதும், கடக்கும் போதும் அடையும் திடநிலை. பொதுவாக அறுகோண வடிவம் கொண்ட அழகான படிகங்களாக காணப்படுகிறது. ஒவ்வொரு பனிக்கீற்றுப் படிகமும் ஒவ்வொரு வடிவ அறுகோண அமைப்பைக் கொண்டிருக்கும். புராதன காலத்திலிருந்தே மனித இனம் பனியின் ரகசியங்களைக் கண்டு ஆச்சரியமும் திகைப்பும் அடைந்து வந்திருக்கிறது. *1555*இல் ஸ்வீடனில் உள்ள உப்ஸாலாவைச் சேர்ந்த ஓலெஎஸ் மாக்னஸ் என்ற பாதிரி ஒவ்வொரு பனித் திவலையும் படத்தில் காட்டப்பட்டிருப்பதைப் போன்று ஆறு மூலைகளைக் கொண்டுள்ளது என்று கண்டுபிடித்தார்.

கார்ஸ்ஸில் கா தங்கியிருந்த காலத்தில் எத்தனை முறை இந்தப் பதிவீட்டை படித்திருப்பான், அதனோடு இணைத்திருந்த பனிப் படிகத்தின் படத்தை எந்தளவுக்கு அகநிலைப்படுத்தி உள்வாங்கிக் கொண்டிருப்பான் என்றெல்லாம் என்னால் சொல்ல முடியவில்லை. பல வருடங்கள் கழித்து நிஷாந்தஷேவில் உள்ள அவன் குடும்ப வீட்டுக்குச் சென்றிருந்தேன். அவன் அப்பாவுக்கு அப்போதுகூட அழுகை நின்றிருக்கவில்லை. எப்போதும் போல மனக்கலக்கமும் ஐயுறுவும் கொண்டிருந்த அவரோடு பல மணிநேரம் பேசிக்கொண்டிருந்து விட்டு, அம்முதியவரின் நூலகத்தைப் பார்க்கலாமா என்று கேட்டேன். அதற்கு காரணம், நான் தேடிக்கொண்டிருப்பது காவின் அறையில், சிறுவயதிலிருந்து அவன் சேகரித்து வைத்திருக்கும் புத்தகக்குவியலில் இருக்கப்போவதில்லை; அவன் அப்பாவின் வசிப்பறையின் இருட்டு மூலையிலிருக்கும் அலமாரியில் அவரது சேகரிப்புகளுக்கிடையில்தான் இருக்குமென்று என் உள்ளுணர்வு கூறிக்கொண்டிருந்தது. அந்த அலமாரியில் அவன் அப்பாவின் சட்டப் புத்தகங்களின் நேர்த்தியான வரிசைக்கு அடுத்து, நாற்பதுகளின் நாவல்களும் – சில துருக்கிய மொழி நாவல்கள், மற்றவை மொழிபெயர்ப்புகள் – தொலைபேசி டைரக்டரிகளும் இருந்தன. இவற்றுக்கு மத்தியில் அழகாக பைண்ட் செய்யப்பட்ட The Encyclopedia of Life தொகுதிகள். நான் செய்த முதல் காரியம், அதன் நான்காவது தொகுதியை எடுத்ததுதான். கருவுற்றிருக்கும் பெண்ணின் உடற்கூற்றியல் படம்தான் முதலில் கண்ணில் பட்டது. அப்புத்தகத்தை ஒரு வஸ்துவைப் போல கையில்

வைத்துப் பார்த்துக் கொண்டிருந்தேன். இவ்வளவு வருடங்களாகியும் மெருகு குலையாமலிருக்கும் இந்த அற்புத நூலை பார்த்துக்கொண்டே யிருந்தபோது, அது தானாகவே உயிர்பெற்றுக் கொண்டதைப் போல பிரிந்து, என் கண்ணெதிரே 324வது பக்கத்தில் இருந்தது. அதில் பனியைப் பற்றிய பதிவீட்டுக்குப் பக்கத்தில் முப்பத்தியிரண்டு வருடங்களுக்கு முந்திய மையுறிஞ்சும் தாள் ஒன்றின் துண்டு இருந்தது.

கலைக்களஞ்சியத்தை பார்த்து முடித்ததும், கா தனது பாக்கெட்டிலிருந்து நோட்டுப்புத்தகத்தை எடுத்து, வீட்டுப்பாடம் செய்யும் மாணவனின் முனைப்போடு கவிதை எழுதத்தொடங்கினான். அவன் கார்ஸ்ஸுக்கு வந்ததிலிருந்து எழுதும் பத்தாவது கவிதை அது. முதல் வரிகளில் பனிக்கீற்றுகளின் தனித்தன்மையை வியந்திருந்தான். பின், The Encyclopedia of Life இன் நான்காவது தொகுதியின் பின் அட்டையில் இப்போது அவனுக்கு காணக் கிடைக்காத தாயும் சேயும் குறித்த சிறுவயது ஞாபகங்களை விவரித்திருந்தான். கடைசி வரிகளில் தனது சுயதரிசனத்தையும் உலகத்தில் தனக்கான இடத்தையும் அவனது ஆதாரமான பயங்களையும் அவனது விசேஷமான இயற் பண்புகளையும் அவனுக்கான தனித்தன்மையையும் வர்ணித்திருந்தான். இந்தக் கவிதைக்கு அவன் கொடுத்த தலைப்பு ‘நான், கா’.

கவிதையை எழுதிக்கொண்டிருக்கும்போதே யாரோ தன்னையே பார்த்துக்கொண்டிருப்பதை உணர்ந்தான். குறிப்பேட்டிலிருந்து பார்வையை உயர்த்தியதும் அவன் மூச்சடைத்துப் போனான்: அது நெஸிப்.

இந்தப் பேயுருவைப் பார்த்தால் அவனுக்குப் பயமாகவோ, வியப்பாகவோ இல்லை. பதிலாக, அவமானமாக இருந்தது – அவ்வளவு சுலபத்தில் செத்துவிட முடியாத ஒருவனை, செத்துவிட்டதாகவே கா நம்பி வந்திருக்கிறான்.

“நெஸிப்,” என்று அழைத்தான். அந்த இளைஞனை ஆரத்தழுவி முத்தமிட விரும்பினான்.

அந்த இளைஞன். “நான் ஃபாசில்,” என்றான். “தெருவில் உங்களைப் பார்த்து, பின்தொடர்ந்து வந்தேன்,” சஃபேட் உட்கார்ந்திருந்த மேஜையை ஒருமுறை திரும்பிப் பார்த்துவிட்டு, “சீக்கிரம் சொல்லுங்கள் – நெஸிப் இறந்துவிட்டது உண்மைதானா?”

“உண்மைதான். நானே என் கண்ணால் பார்த்தேன்.”

“அப்புறம் ஏன் என்னை நெஸிப் என்று அழைத்தீர்கள்? உங்களுக்கு இன்னும் உறுதியாகத் தெரியாததால்தானே?”

“இல்லை, அப்படியில்லை.”

ஒருகணம் ஃபாசிலின் முகம் சுருங்கியது. பின் சுதாரித்துக் கொண்டான்.

“அவனுக்காக நான் பழிவாங்க வேண்டுமென்று அவன் விரும்புகிறான். அவன் இறந்துவிட்டான் என்று அதனால்தான் எனக்கு உறுதியாகியிருக்கிறது. ஆனால் கல்லூரி திறந்துவிட்டால், படிப்பில் முழுமூச்சாக ஈடுபடவே விரும்புவேன், பழிவாங்க விரும்பமாட்டேன், அரசியலில் ஈடுபட விரும்பமாட்டேன்.”

“எப்படியிருந்தாலும், பழியுணர்வு என்பது பயங்கரமானது.”

“இருக்கலாம். ஆனால் அவன் என்னை உண்மையிலேயே பழி வாங்கச் சொல்கிறான் என்று தெரிந்தால் நிச்சயம் நான் பழிவாங்க கிளம்பிவிடுவேன்,” என்றான் ஃபாசில். “இதை அவனோடு நீங்கள் விவாதித்திருக்கிறீர்கள் என்று கேள்விப்பட்டேன். அந்தக் கடிதங்களை ஹிக்ரானிடம் . . . அதாவது கடிஃபேவிடம் கொடுத்துவிட்டீர்களா?”

“கொடுத்துவிட்டேன்.”

ஃபாசிலின் கூர்மையான பார்வை காவை சங்கடப்படுத்தியது. கொடுக்கவில்லை என்பதைச் சொல்லிவிடலாமா என்று தன்னைத் தானே கேட்டுக்கொண்டான். அல்லது ‘கொடுக்கத்தான் நினைத்தேன்’ என்று சொல்லலாமா? இல்லை, ஏற்கனவே நேரம் கடந்துவிட்டது. ஏதோ விளங்கமுடியாத காரணத்திற்காக, அவன் சொன்ன பொய்யால் பத்திரமாக உணர்ந்தான்.

ஃபாசிலின் முகத்தில் தென்பட்ட வலி தாங்கமுடியாததாக இருந்தது. அந்த இளைஞன் முகத்தை கைகளால் மூடிக்கொண்டு கொஞ்சம் அழுதான். ஆனால் கண்ணீர் வராதது அவனுக்குக் கோபத்தை ஏற்படுத்தியது. “நெஸிப் இறந்துவிட்டானென்றால், நான் பழி வாங்க வேண்டிய ஆள் யார்?” கா பதில் எதுவும் தராததும் ஃபாசில் அவன் கண்ணுக்குள் நேராகப் பார்த்தான். “அது யாரென்று உங்களுக்குத் தெரியும்,” என்றான் கடுமையாக.

“சில நேரங்களில் நீங்கள் இருவரும் ஒரே விஷயத்தைப் பற்றி ஒரே நேரத்தில் யோசிப்பீர்களென்று கேள்விப்பட்டிருக்கிறேன்,” என்றான் கா. “இப்போதுகூட உன்னால் அது முடியுமென்றால், அந்த ஆள் யாரென்று உனக்கே தெரிந்துவிடும்.”

“ஆனால் அவன் நினைப்பதும், நான் என்ன நினைக்க வேண்டு மென்று அவன் விரும்புவதும் எனக்கு கடுமையான வலியை உண்டாக்குகிறது.”

முதல் முறையாக அவன் கண்களில் நெஸிப்பிடம் பார்த்த அதே ஒளியை கா கண்டான். ஆவி ஒன்றின் எதிரில் உட்கார்ந்திருப்பதைப் போலிருந்தது.

“நீ என்ன நினைக்க வேண்டுமென்று அவன் உன்னை வற்புறுத்து கிறான்?”

“பழி,” என்றான் ஃபாசில். மேலும் கொஞ்சம் அழுதான்.

பழி வாங்குவது இல்லாமல் ஃபாசிலுக்கு வேறு ஏதோ மனதில் இருக்கிறது என்பதை காவால் உடனே புரிந்துகொள்ள முடிந்தது. சஃபேட் அவன் இடத்திலிருந்து எழுந்து இவர்களை நோக்கி வர, ஃபாசிலும் கா நினைத்ததையே சொன்னான்.

ஃபாசிலை கோபமாகப் பார்த்தபடியே, "உன் அடையாள அட்டையைக் காட்டமுடியுமா?" என்றான் அந்த ஒற்றன்.

"என் கல்லூரி அடையாள அட்டையை அந்தப் புத்தக விநியோக மேஜையில் வாங்கி வைத்திருக்கிறார்கள்."

சீருடை அணியாத போலீஸ்காரனுடன் பேசிக்கொண்டிருக்கிறோம் என்று தெரிந்ததால் ஃபாசிலின் முகத்தில் படர்ந்த பயத்தை கா கவனித்தான். அவர்கள் புத்தக விநியோக மேஜையை நோக்கிச் சென்றார்கள். பணியிலிருந்த அந்தப் பெண் மிரண்டிருந்தாள். அடையாள அட்டையை அவள் கையிலிருந்து சஃபேட் வெடுக்கென்று பிடுங்கி ஆராய்ந்தான். ஃபாசில் சமயக்கல்விக்கூட மாணவன் என்று தெரிந்ததும், 'நான் நினைத்தேன்' என்று ஒரு பார்வை பார்த்தான். குழந்தையின் பொம்மையை பறிமுதல் செய்யும் ஒரு கிழவனைப்போல, அந்த அட்டையை பாக்கெட்டுக்குள் போட்டுக்கொண்டான்.

"உன் அடையாள அட்டை வேண்டுமென்றால் காவல் நிலையத்துக்கு வந்து வாங்கிக்கொள்."

"நான் சொல்வதைக் கொஞ்சம் கேளுங்கள்," என்றான் கா. "இந்தப் பையன் எந்த வம்புக்கும் செல்லாதவன். அவனுடைய உயிர் நண்பன் இறந்துவிட்ட விஷயம் அவனுக்கு இப்போதுதான் தெரிந்திருக்கிறது. அவன் அட்டையை திருப்பிக்கொடுத்துவிடலாமே?"

அவனைப்பற்றி சில நல்ல வார்த்தைகள் சொல்லி சிபாரிசு செய்வான் என்ற நம்பிக்கையில் காவிடம் சிலமணி நேரங்களுக்கு முன் குழைந்துகொண்டிருந்த சஃபேட் இப்போது அசைய மறுத்தான். யாரும் கவனிக்காத நேரத்தில் சஃபேட்டிடம் நைச்சியமாகப் பேசி இணங்க வைத்துவிடலாம் என்ற நம்பிக்கையில் கா, ஃபாசிலிடம் இரும்புப்பாலம் அருகே ஐந்து மணிக்கு சந்திக்கலாம் என்றான். அந்த இளைஞன் நூலகத்தைவிட்டு உடனே கிளம்பினான்.

நூலகத்தில் இருந்த எல்லோருக்கும், தங்களுடைய அடையாள அட்டைகளையும் சோதிக்கப் போகிறார்களோவென்ற பயம் இதற்குள் வந்துவிட்டிருந்தது. ஆனால் சஃபேட் அவர்களைப் புறக்கணித்துவிட்டு, 1960களின் Life இதழ் தொகுப்பை எடுத்துக்கொண்டு தனது மேசைக்குத் திரும்பி வந்தான். அந்த இதழ்களில் இளவரசி சுரய்யாவினால் கருத்தரிக்க இயலவில்லை என்பதற்காக அவருடைய கணவரான ஷா அவரை அடித்து உதைத்து, ஒதுக்கி வைத்த கதை; தூக்கிலிடப்படுவதற்கு முன், முன்னாள் பிரதம மந்திரி அட்னன் மெந்தெரஸ்ஸை எடுத்த கடைசி புகைப்படம் போன்ற அவனுக்கு சுவாரஸ்யமான சில விஷயங்கள் இருந்தன.

ஃபாசிலின் அடையாள அட்டையை மீட்கமுடியாது என்று தெரிந்ததும், காவும் நூலகத்தைவிட்டு வெளியேறினான். மனதை மயக்கும் வெண் பனிச்சாலையில் குதூகலச் சிறுவர் கூட்டம் பனி உருண்டைகளை வீசி விளையாடிக் கொண்டிருப்பதைப் பார்த்ததும் அச்சங்கள் அனைத்தும் மாயமாக மறைந்தன. அவனுக்கு ஓடவேண்டும் போலிருந்தது. ஆனால் அரசாங்க சதுக்கத்தில் சூழ்நிலை மந்தமாக இருந்தது. குளிரில் நடுங்கிக்கொண்டு சோகமான முகத்தோடு கையில் பேப்பரில் சுற்றி கட்டிவைத்த பொட்டலங்களோடு ஒரு நீண்ட வரிசை நின்றிருந்தது. கார்ஸ் நகரின் ஜாக்கிரதை உணர்வு கொண்ட குடிமக்கள் அவர்கள். நேற்றைய கலகத்தை சீரியஸாக எடுத்துக்கொண்டு, அவர்கள் வசமிருந்த ஆயுதங்கள் அனைத்தையும் அரசிடம் ஒப்படைப்பதற்காக நின்றிருந்தனர். அவர்களை நம்பாத அதிகாரிகள் மாகாண நிர்வாக அலுவலகத்திற்குள் அவர்களை அனுமதிக்காமல் வெளி பிரதான வாயிலுக்கெதிரே குளிரில் உறைந்த செம்மறியாடுகளைப் போல வரிசையில் நிறுத்தி வைத்திருந்தனர். கைவசம் உள்ள எல்லா ஆயுதங் களையும் அரசிடம் ஒப்படைக்க வேண்டுமென்று முதலில் அறிவிக்கப் பட்டவுடனேயே, பெரும்பான்மையான கார்ஸ் நகரத்தினர் எல்லா ஆயுதங்களையும் எடுத்துக்கொண்டு நட்டநடு ராத்திரியில் குளிரில் நடந்து யாராலும் கண்டுபிடிக்க முடியாத உறைந்த நிலங்களைத் தோண்டிப் புதைத்து வைத்துவிட்டனர்.

ஃபெய்க்பே அவென்யூவில் நடந்து செல்லும்போது எதிரே கடிஃபே வருவதைப் பார்த்து தன் முகம் சிவப்பதை கா உணர்ந்தான். இபெக் பற்றிய நினைவுகளோடு நடந்துகொண்டிருந்தவனுக்கு, அவளுடைய தங்கை எதிரே வருகிறாள் என்ற நினைப்பில் அவன் கண்களுக்கு கடிஃபேவும் பேரழகியாகவே தெரிந்தாள். பாய்ந்து சென்று அவளை ஆரத்தழுவிக் கொள்ள வேண்டுமென்ற துடிப்பை சிரமப்பட்டு அடக்கிக் கொண்டான்.

"உங்களிடம் அவசரமாக ஒன்றைச் சொல்ல வேண்டும்," என்றாள் கடிஃபே. "ஆனால் ஒரு ஆள் உங்களைப் பின்தொடர்ந்து வந்துகொண் டிருக்கிறான். அவன் எதிரில் எதையும் சொல்ல முடியாது. நீங்கள் ஹோட்டலுக்குச் சென்றுவிட்டு இரண்டு மணிக்கு 217ஆம் அறைக்கு வரமுடியுமா? உங்கள் தாழ்வாரத்தின் கடைசியில் இருக்கும் அறை அது."

"அங்கே நம்மால் வெளிப்படையாகப் பேசமுடியுமா?"

கடிஃபே கண்களை அகலவிரித்து "நாம் சந்தித்துப் பேசினோம் என்பதை நீங்கள் யாரிடமும் – இபெக்கிடம்கூட – சொல்லாமலிருந்தால் யாருக்கும் எப்போதும் தெரியப்போவதில்லை," என்றாள். அவன் கைகளை அழுத்தமாகப் பற்றி சம்பிரதாயமாக குலுக்கினாள். "சரி, சாதாரணமாக பார்ப்பதைப் போலத் திரும்பி, எனக்குப் பின்னால் உளவாளிகள் யாராவது பின்தொடர்ந்து வருகிறார்களா என்று சொல்லுங்கள்."

மெல்லிய புன்னகையுடன் ஆம் என்று தலையசைத்தபோது காவுக்கு தனது வஞ்சனையை நினைத்து ஆச்சர்யமாக இருந்தது. கடிஃபே எதற்காக அறைக்கு வந்து ரகசியமாக சந்திக்கச் சொல்கிறாள் என்பது குழப்பமாக இருந்தாலும், அதை நினைப்பிலிருந்து அகற்றி வைக்க முடிந்தது. கடிஃபேவை சந்திப்பதற்கு முன் இபெக்கை யதேச்சையாகக் கூட பார்த்துவிடக் கூடாதென்பதால், பொழுதைப் போக்க தொடர்ந்து நடக்கலாமென்று முடிவெடுத்தான். யாருக்கும் கலகத்தைப் பற்றி புகார் இருப்பதாகத் தெரியவில்லை. அவன் சிறுவயதில் பார்த்த கலகங்களின்போது அவன் ஞாபகத்திலிருந்த மனநிலையைப் போலவே இப்போதும் இருந்தது. ஒரு புதிய தொடக்கத் திற்கான, சலிப்பூட்டும் தினசரி வழமைகளிலிருந்து விலகும் ஒரு மாறுதலுக்கான மனநிலைதான் தென்பட்டது. பெண்கள் கைப் பைகளையும் அவர்களுடைய குழந்தைகளையும் சேகரித்துக்கொண்டு பழங்களையும் மளிகை சாமான்களையும் பேரம் பேசி வாங்குவதற்கு கூடிவிட்டிருந்தனர். கட்டைமீசை ஆட்கள் தெருமுனைகளில் ஃபில்டர் இல்லா சிகரெட் பிடித்தபடி கடந்துசெல்பவர்களைப் பார்த்து வம்பளந்து கொண்டிருந்தனர். இரண்டு நாட்களுக்கு முன் பார்வையற்றவன்போல பாசாங்கு செய்துகொண்டிருந்த பிச்சைக்காரனை கொட்டில்களுக்கும் அங்காடிக்கும் இடையிலிருந்த அந்த காலியான கட்டிடத்தினடியில் இப்போது காணவில்லை. ஆரஞ்சு, ஆப்பிள் பழங்களை அடுக்கி நடுத்தெருவில் வண்டியை நிறுத்தி வியாபாரம் செய்துகொண்டிருந்தவர் களையும் காணோம். சாதாரணமாகவே மிதமாக இருக்கும் போக்கு வரத்து இப்போது ஏறக்குறைய இல்லாதிருந்தது. ஆனால் இது கலகத்தாலா அல்லது பனியாலா என்பதைச் சொல்வது கடினம். தெருக்களில் சீருடையணியாத காவலர்கள் நிறையபேர் தென்பட்டனர் (அவர்களில் ஒருவனை ஹலித்பாஷா அவென்யூ மூலையில் கால்பந்து ஆடிக்கொண்டிருந்த சிறுவர்கள் கோல்கீப்பராக நிறுத்தியிருந்தனர்). கொட்டில்களுக்கு பக்கத்தில் விபச்சார விடுதிகளாக செயல்பட்டுக் கொண்டிருந்த இரு ஹோட்டல்களும் ('தி பான்' & 'தி ஃப்ரீடம்') சேவல் சண்டை விடுதிகளையும், உரிமம் இல்லா கசாப்பு கடைகளைப் போலவும், இனி பொறுக்க முடியாதென்று தடைசெய்யப்பட்டிருந்தன. குறிப்பாக இரவு நேரங்களில் நகரின் குடிசைப்பகுதிகளிலிருந்து கேட்கும் வெடிச்சத்தங்களுக்கு கார்ஸ் மக்கள் ஏற்கனவே பழக்கப்பட்டுப் போயிருந்ததால், அவர்களின் அமைதி பெரும்பாலும் குலையாமலேயே இருந்தது.

பொதுவாகக் காணப்பட்ட ஆர்வமின்மை காவுக்கு சுதந்திர உணர்வைக் கொடுத்தது. அதன் காரணமாகவே லிட்டில் காஸிம்பேவும் காஸிம் காராபெகிர் அவென்யூவும் சந்திக்கும் மூலையிலிருந்த சிற்றுண்டி யகத்திற்குச் சென்று சூடான இலவங்க சர்பத் வாங்கி ரசித்துக் குடித்தான்.

25

கார்ஸ்ஸில் நாம் சுதந்திரமாக இருக்கப்போகும் ஒரேநேரம் இதுதான்

ஹோட்டல் அறையில் கடிஃபேவுடன் கா

பதினாறு நிமிடங்கள் கழித்து அறை எண் 217க்குள் நுழையும்போது யாராவது பார்த்துவிட்டிருப்பார்களோவென்று கா மிகவும் பயந்திருந்தான். பயத்தை மறைக்க கடிஃபேவிடம் அவன் அருந்திவிட்டு வந்த இலவங்க சர்பத்தைப் பற்றியும் வாயில் இன்னும் மிச்சமிருக்கும் உவர்ப்பைப் பற்றியும் வேடிக்கையாகப் பேச முயற்சித்தான்.

“ராணுவ அதிகாரிகளைக் கொல்வதற்காக இந்த சர்பத்தில் குர்த்திய பயங்கரவாதிகள் விஷம் கலப்பதாக கொஞ்ச நாட்களுக்கு ஒரு வதந்தி உலவிக் கொண்டிருந்தது,” என்றாள் கடிஃபே. “இந்த மர்மத்தை தீர்ப்பதற்காக ரகசிய புலனாய்வாளர்களை அரசு அனுப்பிவைத்திருப்பதாகக்கூட சொல்லப்பட்டது.”

“இந்தக் கதைகளையெல்லாம் நீ நம்புகிறாயா?”

“படித்துவிட்டு மேலை நாகரிகத்தில் திளைத்திருக்கும் வெளியாட்கள் கார்ஸ்ஸுக்கு வந்து இந்த சதித்திட்டங்களைப் பற்றிக் கேள்விப்படும்போது, அவற்றை நம்பாமல், பொய்யென்று காட்டுவதற்காக அந்த சிற்றுண்டியகத்திற்குச் சென்று அந்த சர்பத்தை வாங்கிக் குடிப்பார்கள். இந்த முட்டாள்களுக்கு அவை வதந்தியல்ல, உண்மையென்று தெரியாமல் அந்த விஷ பானத்தை குடித்துவிட்டு மயங்கி விழுவார்கள். சில குர்துகளுக்கு கடவுளைப் பற்றி எதுவும் தெரியாமல் இருப்பதால் மகிழ்ச்சியற்று இருக்கிறார்கள்.”

“அப்படியென்றால் இவ்வளவு நடந்த பிறகு, அரசாங்கம் ஏன் நடவடிக்கை எடுக்கவில்லை?”

“எல்லா மேலை அறிவுஜீவிகளைப் போலவே நீங்களும் சுயசிந்தனை இல்லாமல் உங்கள் நம்பிக்கைகள் எல்லாவற்றையும்

அரசாங்கத்தின் மீது வைத்துவிடுகிறீர்கள். MİTக்கு கார்ஸ்ஸில் நடக்கும் எல்லா விஷயங்களும் தெரியும். சர்பத் பற்றியும் தெரியும். ஆனால் அவர்கள் தடுத்து நிறுத்தமாட்டார்கள்.”

“எனவே நாம் இந்த அறையில் ஒன்றாக இருப்பதுகூட MİTக்குத் தெரியுமா?”

கடிஃபே புன்னகையோடு, “கவலைப்படாதீர்கள். தற்போதைக்கு தெரியாது,” என்றாள். “ஒருநாள் கண்டுபிடித்து விடுவார்கள். அந்த நாள்வரை நாம் இங்கே சுதந்திரமாக இருக்கலாம். கார்ஸ்ஸில் நாம் சுதந்திரமாக இருக்கப்போகும் ஒரே நேரம் இதுதான். இதை ரசியுங்கள். உங்கள் கோட்டைக் கழற்றுங்கள்.”

“இந்த கோட்டு தீயசக்திகளிலிருந்து என்னை பாதுகாக்கிறது,” என்றான் கா. கடிஃபேவின் முகத்தில் தெரிந்த பயத்தைக் கவனித்து, “இங்கே குளிர் தாங்கமுடியாமல் இருக்கிறதே, அதைச் சொன்னேன்,” என்றான்.

அவர்கள் இருந்த அறை ஒரு பழைய கிடங்கு அறையில் ஒரு பாதி. உள்முற்றத்தைப் பார்த்தபடி ஒரு குறுகலான சன்னல். அவர்கள் இப்போது உட்கார்ந்திருந்த ஒற்றைக் கட்டிலுக்குத்தான் இடமிருந்தது. ஒரு முனையில் கா நிச்சயமில்லாமல் விளிம்பில் உட்கார்ந்தான் எதிர்முனையில் கடிஃபே. காற்றோட்டமில்லாத ஹோட்டல் அறைகளில் இருக்கும் மூச்சடைக்கும் புழுதி நெடி அந்த அறையில் விரவியிருந்தது. கடிஃபே பக்கவாட்டில் சாய்ந்து ரேடியேட்டரின் குமிழைத் திருக முயற்சித்து, அது சுழல மறுத்ததும் கைவிட்டாள். கட்டிலிலிருந்து பதறி கீழே குதித்திருந்த காவைப் பார்த்து ஒரு புன்னகையை உருவாக்கி வீசினாள்.

இப்படி கள்ளத்தனமாக மறைவிடத்தில் சந்திப்பதில் கடிஃபேவிற்கு அதிகம் சந்தோஷம் இருப்பதைப்போல ஒரு கணம் காவுக்குத் தோன்றியது. பல வருடத் தனிமைக்குப் பிறகு, ஓர் அழகான பெண்ணோடு தனியாக ஓர் அறையில் இருப்பது அவனுக்கும் கிளர்ச்சியூட்டுவதாகவே இருந்தது. ஆனால் அவளுக்கு இத்தகைய அற்ப விஷயங்களுக்கு நேரம் கிடையாது என்பதை அவன் உணர்ந்தான்: அவள் விழிகளில் பளிச்சிடும் ஒளி, ஏதோ ஓர் இருண்மையை, பெரும் அழிவை உண்டாக்கும் யத்தனத்தை கோடிகாட்டியது.

“கவலைப்படாதீர்கள் – இப்போதைக்கு உங்களைப் பின்தொடர்ந்து உளவு பார்ப்பது, ஆரஞ்சு பழங்கள் வாங்கிய அந்த அசட்டு ஆசாமி ஆள் மட்டும்தான். இதிலிருந்து, அரசாங்கம் உங்களைப் பார்த்து பயப்படவில்லை, உங்களை வெறுமனே அச்சுறுத்தத்தான் விரும்புகிறது என்பதை நீங்கள் புரிந்துகொள்ளலாம். சரி, என்னைப் பின்தொடர்ந்து வந்தது யார்?”

கா சங்கடத்தோடு, “நான் சரியாக கவனிக்கவில்லை,” என்றான்.

“என்ன?” என்று கடிஃபே விஷமாக முறைத்துப் பார்த்தாள். “உங்களுக்கு காதல் பித்து தலைக்கேறியிருக்கிறது,” என்று கத்தினாள்.

உடனே தன்னை கட்டுப்படுத்திக்கொண்டு, “மன்னியுங்கள். நாமெல் லோருமே மிகவும் பயந்து போயிருப்பதால்தான்,” என்றாள். அவள் முகபாவம் சட்டென்று மாறியது. “நீங்கள் என் அக்காவை சந்தோஷமாக வைத்திருக்க வேண்டும்; அருமையான பெண் அவள்.”

“அவள் என்னை பதிலுக்கு காதலிப்பாள் என்று உனக்குத் தோன்றுகிறதா?” காவின் குரல் ஏறக்குறைய கிசுகிசுப்புக்கு இறங்கியது.

“நிச்சயமாக. அவள் உங்களை காதலிக்கத் தொடங்குவாள். காதலித்துத்தான் தீரவேண்டும். நீங்கள் ஓர் இனிமையான மனிதர்,” என்றாள் கடிஃபே. அவனை எந்தளவுக்கு அதிர்ச்சியடையச் செய்து விட்டோம் என்பதைப் பார்த்ததும், “அதுமட்டுமல்ல, இபெக்கைப் போலவே நீங்களும் மிதுன ராசியாக இருக்கிறீர்கள்,” என்றாள் சமாதானமாக. மிதுன ராசி ஆண்களுக்கு கன்னி ராசி பெண்கள்தான் பொருத்தமானவர்கள் மிதுன ராசிக்காரர்களை மேலோட்டமான வர்களாக, ஆழமற்றவர்களாக ஆக்கிவிடும் அவர்களின் இரட்டை ஆளுமை மிதுன ராசி பெண்களை ஒன்று மகிழ்வூட்டும் அல்லது வெறுப்பூட்டும். ஆனால் நீங்கள் இருவரும் மகிழ்ச்சியான வாழ்க்கையை வாழத் தகுதியானவர்கள்.” அவள் ஆறுதலாகச் சொன்னாள்.

“என்னைப்பற்றி உன் அக்காவிடம் நீ பேசியபோது, அவள் என்னோடு ஜெர்மனிக்கு வருவதைப்பற்றி ஏதாவது சொன்னாளா?”

“நீங்கள் மிகவும் அழகானவர் என்று அவள் நினைக்கிறாள், ஆனால் உங்கள் மேல் அவளுக்கு முழு நம்பிக்கை வரவில்லை. நம்பிக்கை வருவதற்குக் கொஞ்ச காலம் பிடிக்கும். உங்களைப் போன்ற பொறுமையற்ற ஆண்கள் ஒரு பெண்ணின் மேல் காதல்வயப் படுவதில்லை, அவளை உடமையாக்கிக் கொள்கிறீர்கள்.”

கா புருவத்தை உயர்த்தி, “அவள் இதைப் போல சொன்னாளா?” என்று கேட்டான். “காலம் என்பது இந்நகரத்தில் அரிதாகக் கிடைக்கும் பொருளாக இருக்கிறதே.”

கடிஃபே கைக்கடிகாரத்தைப் பார்த்தாள். “நீங்கள் இங்கே வந்த தற்காக முதலில் உங்களுக்கு நன்றி சொல்லிக்கொள்கிறேன். உங்களை இங்கே வரவழைத்ததற்குக் காரணம், முக்கியமான ஒரு விஷயம் பற்றி பேசுவதற்காகத்தான். நீலம் உங்களுக்கு ஒரு செய்தி கொடுத்தனுப்பியிருக்கிறார்.”

“நாங்கள் மீண்டும் சந்தித்தால், அவர்கள் என்னைப் பின்தொடர்ந்து வந்து அவரை அங்கேயே கைது செய்துவிடுவார்கள்,” என்றான் கா. “அப்புறம், அவர்கள் நம்மெல்லோரையும் சித்திரவதைக்குள்ளாக்கு வார்கள். அவர் வீட்டுக்கு அவர்கள் சென்றிருக்கிறார்கள். அவர் பேசுவது எல்லாவற்றையும் போலீஸ் கேட்டுக்கொண்டுதான் இருக்கிறது.”

“அவர்கள் ஒட்டுக்கேட்கிறார்களென்று நீலத்திற்குத் தெரியும்,” என்றாள் கடிஃபே. “இந்தச் செய்தியை கலகத்திற்கு முன்பாகவே

உங்களுக்கு அனுப்பியிருந்தார். மேலை நாட்டினருக்கும் ஒரு செய்தியை இணைத்திருந்தார். இந்த தற்கொலை விவகாரத்தில் அவர்கள் மூக்கை நுழைப்பதை நிறுத்த வேண்டும் என்பதுதான் அவர் சொல்லியிருந்ததன் சாராம்சம். அதை மட்டும்தான் சொல்ல விரும்பியிருந்தார். ஆனால் இப்போது எல்லாமே மாறியிருக்கிறது. அதனால் அவரது செய்தியை ரத்துசெய்யச் சொல்லியிருக்கிறார். இப்போது அதைவிட முக்கியமான ஒன்று: அவர் இப்போது ஒரு புதிய செய்தியைக் கொடுத்தனுப்பியிருக் கிறார்."

கடிஃபே பேசப்பேச காவுக்கு குழப்பம் அதிகரித்தது. "இந்த நகரத்தில் யார் கண்ணிலும் படாமல் எங்கேயும் போகமுடியாது போலிருக்கிறது," என்றான் கடைசியாக.

"ஒரு குதிரை வண்டி வரும். ஒரு நாளைக்கு இரண்டு முறை எரிவாயு கலன்களையும் அடுப்புக்கரியையும் தண்ணீர் பாட்டில்களையும் சமையலறை வாசலில் இறக்கிவிட்டுச் செல்லும். பிறகு நகரம் முழுவதும் விநியோகிக்கச் செல்லும். பனியிலிருந்தும் மழையிலிருந்தும் சரக்குகளை பாதுகாப்பதற்காக கேன்வாஸ் துணியால் போர்த்தப்பட்ட வண்டி அது. வண்டியோட்டியை நம்பலாம்."

"ஒரு திருடனைப் போல கேன்வாஸுக்கு அடியில் ஒளிந்து கொண்டு நான் வரவேண்டுமா?"

"நானே பலமுறை அப்படிச் சென்றிருக்கிறேன்," என்றாள் கடிஃபே. "யாருக்கும் தெரியாமல் நகர்வலம் வருவது வேடிக்கையாக இருக்கும். இந்த சந்திப்புக்கு நீங்கள் உடன்பட்டால் நீங்கள் இபெக்கை அடைவதற்கு முழுமுயற்சியும் செய்வேன். ஏனென்றால் நீங்கள் அவளை திருமணம் செய்துகொள்ள வேண்டுமென்பதுதான் என் ஆசை."

"ஏன்?"

"தன் அக்காவுக்கு சந்தோஷமான வாழ்க்கை கிடைக்க வேண்டு மென்று எந்தப் பெண்தான் விரும்பமாட்டாள்?"

ஒருவர்மேல் மற்றவருக்கு ஆழமான வெறுப்பு பொதிந்திருக்காத உடன்பிறப்புகள் எவரையும் இதுவரை கா கண்டதில்லை. ஒற்றுமையாக இருப்பதைப் போல காட்டிக்கொண்டாலும் அதில் ஒருவித அடக்கு முறையும் பாசாங்குகளுக்குப் பின்னேயிருக்கும் துரோக எண்ணங்களும் உன்னிப்பாகப் பார்க்கும்போது தெரியும். ஆனால் கடிஃபேவின் கூற்றை காவால் ஏற்றுக்கொள்ள முடியாமலிருந்ததற்கு இது காரணமல்ல. பேசும்போது தன்னிச்சையாக அவளுடைய இடதுபுருவத்தை உயர்த்திக் கொள்ளும் விதமும், அழத்தயாராக இருக்கும் குழந்தையைப் போல உதட்டை பிதுக்கிக்கொள்ளும் முறையும் – அப்பாவித்தனத்தை காட்டு வதற்காக துருக்கிய திரைப்பட நடிகைகள் இப்படித்தான் முகத்தை வைத்துக்கொள்வார்கள் – அவள்மீது சந்தேகத்தை உண்டாக்கின. இருந்தாலும், கடிஃபே தனது கைக்கடிகாரத்தை மீண்டும் ஒருமுறை பார்த்துவிட்டு, குதிரைவண்டி இன்னும் பதினேழு நிமிடங்களில்

வந்துவிடும் என்றும், நீலத்தை சந்திப்பதற்காக அவளோடு வந்தால் அவனிடம் எல்லாவற்றையும் சொல்வதாகவும் சொன்னபோது கா உடனடியாக ஒப்புக்கொண்டான். "ஆனால் என்மேல் இந்தளவுக்கு நீ நம்பிக்கை வைப்பதற்கு என்ன காரணம் என்பதை முதலில் சொல்ல வேண்டும்," என்றான்.

"நீங்கள் ஒரு சன்யாசி என்கிறார் நீலம். எப்போதும் இறுகிவிடாத வெகுளித்தன்மையை இறைவன் உங்களுக்கு அளித்திருப்பதாக அவர் கருதுகிறார்."

கா அவசரமாக, "அப்படியென்றால் சரி," என்றான். "விசேஷமாக எனக்களிக்கப்பட்ட இந்த அருட்கொடையைப் பற்றி இபெக்கிற்கு தெரியுமா?"

"அவளுக்கு ஏன் தெரிய வேண்டும்? இது நீலத்தின் அபிப்பிராயம்."

"என்னைப் பற்றி இபெக் என்னதான் நினைக்கிறாள், அதைச் சொல்."

"நாங்கள் விவாதித்த எல்லாவற்றையும் ஏற்கனவே உங்களிடம் சொல்லியிருக்கிறேன்," என்றாள் கடிஃபே. அப்படிச் சொன்னவுடனேயே கா மனமுடைந்து போவது வெளிப்படையாகத் தெரிய, அவள் சில கணங்கள் யோசித்தாள். அல்லது யோசிப்பதைப் போல நடித்தாள். அது நடிப்பா நிஜமா என்று தெரியாத அளவுக்கு கா இப்போது மனம் கலங்கியிருந்தான். "அவள் நீங்கள் ஒரு சுவாரஸ்யமான மனிதர் என நினைக்கிறாள். ஜெர்மனியிலிருந்து இப்போதுதான் வந்திருக்கிறீர்கள். பேசுவதற்கு நிறைய விஷயங்கள் உங்களிடம் இருக்கின்றன!"

"அவளை இணங்கவைக்க நான் என்னதான் செய்ய வேண்டும்?"

"முதல் பார்வையில் அது நிகழாமல் போகலாம். ஆனால் ஆண் ஒருவனை சந்தித்த பத்து நிமிடங்களுக்குள்ளேயே, அவன் யார், எப்படிப்பட்டவனாக அவன் இருக்கக்கூடும் என்றெல்லாம் ஒரு பெண்ணுக்கு தெளிவாகத் தெரிந்துவிடும். அவன்மீது அவள் காதல் கொள்ளப் போகிறாளாவென்பதையும் அவள் இதயம் முன்கூட்டியே சொல்லிவிடும். ஆனால் அவள் இதயம் முடிவுசெய்ததைப் புரிந்து கொள்ள அவள் மூளைக்கு சற்று நேரம் பிடிக்கிறது. என்னைக் கேட்டால் இந்த கட்டத்தில் காலம் கனிவதற்காக காத்துக் கொண்டிருப்பதைத் தவிர ஓர் ஆண் செய்வதற்கு எதுவுமில்லை. நீங்கள் அவளை உண்மையிலேயே காதலிப்பதாக இருந்தால், நீங்கள் செய்யவேண்டியதெல்லாம் அவளைப் பற்றி உங்களுக்குத் தோன்றும் இனிமையான அழகான விஷயங்களை தொடர்ந்து சொல்லிக் கொண்டிருப்பதுதான். ஏன் அவளை காதலிக்கிறீர்கள், எதற்காக அவளை மணம் செய்து கொள்ள விரும்புகிறீர்கள் என்றெல்லாம் சொல்லுங்கள்."

கா எதுவும் பேசவில்லை. விரக்தியுற்ற சிறுவனைப் போல கா ஜன்னலுக்கு வெளியே வெறித்துக் கொண்டிருப்பதை கடிஃபே

கவனித்தாள். காவும் இபெக்கும் ஃபிராங்க்ஃபர்ட்டில் சந்தோஷமாக இணைந்து வாழ்வதை இப்போதே அவள் மனக்கண்களில் காண்பதாகச் சொன்னாள். கார்ஸ்ஸை மொத்தமாகத் துறந்துவிட்டுச் சென்றால் இபெக் எவ்வளவு சந்தோஷமாக இருப்பாள் என்று கற்பனை செய்து பார்ப்பதாகச் சொன்னாள். அவர்கள் இருவரும் புன்னகையோடு மாலைக்காட்சி திரைப்படம் பார்க்க ஃபிராங்க்ஃபர்ட்டின் ஏதோவொரு தெருவில் நடந்து செல்வது அவளுக்குத் தெரிகிறது என்றாள். "ஃபிராங்க் ஃபர்ட்டில் இருந்தால் நீங்கள் எந்த திரையரங்குக்குச் செல்வீர்களென்று சொல்லுங்கள்," என்றாள். "ஏதாவது ஒரு பெயர்."

"ஃபிலிம்ஃபோரம் ஹாக்ட்ஸ்," என்றான் கா.

"அல்ஹாம்பிரா, ஹவுஸ் ஆஃப் டிரீம்ஸ், மெஜெஸ்டிக் என்பது போன்ற பெயர்களில் ஜெர்மனி திரையரங்குகள் இல்லையா?"

"ம்ஹ்ம் . . . , எல்டராடோ என்று ஓர் அரங்கம் இருக்கிறது."

முற்றத்திற்கு மேலே இலக்கில்லாமல் சுழன்றுகொண்டிருக்கும் பனித்துணுக்குகளை பார்த்துக்கொண்டே, பல்கலைக்கழக நாடகக் கழகத்தில் இருந்தபோது தனக்களிக்கப்பட்ட ஒரு பாத்திரத்தைப் பற்றி கடிஃபே சொல்லத் தொடங்கினாள். அது ஒரு ஜெர்மன் – துருக்கி கூட்டுத்தயாரிப்பு. அவள் வகுப்புத்தோழியின் மைத்துனிக்கு அதில் ஏதோ பங்கிருந்தது. அவர்களுக்கு முக்காடிட்ட பெண் வேடத்தில் நடிக்க ஒரு நடிகை தேவைப்பட்டது. கடிஃபே மறுத்துவிட்டாள். இப்போது அதே ஜெர்மானிய – துருக்கிய உலகத்தில் மகிழ்வோடு வாழ்வதற்கு இபெக்கிற்கு ஒரு சந்தர்ப்பம் கிடைத்திருக்கிறது. சந்தோஷமாக வாழவேண்டிய பெண் அவள். ஆனால் இப்போதுவரை தான் மகிழ்ச்சியற்றிருப்பதையே உணர்ந்துகொள்ளவியலாதவளாக இருந்துவருகிறாள், அதுதான் பிரச்சனை. குழந்தை பெற்றுத்தர முடியாத இயலாமை அவளை நிர்மூலமாக்கிவிட்டிருக்கிறது. ஆனால் அவள் வேதனையின் ஆதார வித்து என்பது, இவ்வளவு அழகாக, இவ்வளவு நாகரீகமாக, இவ்வளவு அறிவாளியாக, இவ்வளவு நேர்மையானவளாக இருந்தும் ஏன் சந்தோஷமில்லாமல் இருக்கிறோம் என்று புரிந்துகொள்ளாமல் இருப்பதுதான். அவளிடம் இவ்வளவு அற்புதமான தகுதிகள் ஒருசேர இருப்பதுதான் அவளது துன்பத்திற்கு காரணமோவென்று சில சமயங்களில் தோன்றியிருக்கிறது. இந்த இடத்தில் கடிஃபேவின் குரல் உடையத் தொடங்கியது. அவளது பிள்ளைப்பருவம் முழுக்கவும் அவள் அக்காவைத்தான் ஆதர்சமாக ஏறெடுத்துப் பார்த்திருக்கிறாள். அவளைப் போலவே நற்குணங்களும் அழகும் கொண்ட பெண்ணாக இருக்க வேண்டுமென்று முயற்சித்திருக் கிறாள். அவள் குரல் மீண்டும் உடைந்தது. தன்னை இபெக்கோடு ஒப்பிட்டுப் பார்க்கும்போது அவளுக்கு அசிங்கமாக இருக்கும். அவள் அக்காவுக்கு இது தெரியும். அதற்காகவே தனது அழகை வெளிக்காட்டாமல் மறைத்துக்கொள்வாள். கடிஃபேவுக்கு சங்கடம் ஏற்படாத வகையில் சகஜமாக நடந்துகொள்வாள். இதைச் சொல்லும் போது கடிஃபேவிற்கு அழுகை வெடித்தது. கண்ணீரோடு கேவல்களுக்கு

இடையில் அவள் நடுநிலைப்பள்ளியில் படித்துக்கொண்டிருந்தபோது நடந்ததை நடுங்கும் குரலில் சொன்னாள். “அப்போது இஸ்தான்புல்லில் இருந்தோம். எங்களையொன்றும் ஏழைக்குடும்பம் என்று சொல்ல முடியாது,” என்றாள். கா குறுக்கிட்டு, “இப்போதுகூட உங்களை ஏழைகள் என்று சொல்லமுடியாதுதானே!,” என்றதற்கு “நாங்கள் கார்ஸ்ஸில் வசிக்கிறோம் என்பதை மறக்காதீர்கள்,” என்று அவன் வாயை அடக்கினாள். ஒருநாள் முதல் பீரியட்டிற்கு கடிஃபே தாமதமாக வந்தபோது அவளுடைய உயிரியல் ஆசிரியை மெஸ்ரூர் ஷெனிம், “என்ன, இன்று உன் அக்கா கூட தாமதமாகத்தான் வந்திருக்கிறாளா?” என்று கேட்டுவிட்டு, “இந்த முறை உன்னை மன்னித்து விடுகிறேன், ஏனென்றால் உன் அக்கா என் செல்லம்,” என்றார். ஆனால் அன்று இபெக் தாமதமாகச் சென்றிருக்கவில்லை.

குதிரை வண்டி முற்றத்திற்குள் நுழைந்தது. அது ஒரு பழைய வண்டி. கூண்டின் பக்கங்களில் சிவப்பு ரோஜாக்களும் வெள்ளை டெய்ஸி பூக்களும் பச்சை இலைகளும் தீட்டப்பட்டிருந்தன. நாசித்துவாரங்களில் பனிப்புழுதி அப்பியிருக்க, களைத்துப்போன கிழக்குதிரைகளின் மூச்சு பனிமேகமாக அதன் முகத்தெதிரே மிதந்திருந்தது. வண்டியோட்டி அகன்ற தோள்களுடன் லேசாக கூன் விழுந்த முதுகோடு இருந்தான். அவன் தொப்பியிலும் கோட்டின்மீதும் மெலிதான பனிப்படலம் மூடியிருந்தது. தார்ப்பாயின்மீது மற்றொரு பனிப்போர்வையைக் கண்டதும் காவின் இதயம் வேகமாகத் துடிக்கத் தொடங்கியது.

“தயவுசெய்து பயப்படாதீர்கள்,” என்றாள் கடிஃபே. “நான் உங்களைக் கொல்லப் போவதில்லை.”

அவள் கையில் துப்பாக்கியோடு நிற்பதை அப்போதுதான் பார்த்தான். அதை அவனை நோக்கி நீட்டிக்கொண்டிருப்பதுகூட அதுவரை உறைத்திருக்கவில்லை.

“எனக்கு ஏதோ பைத்தியம் பிடித்துவிட்டிருப்பதாக நினைத்துக் கொள்ளாதீர்கள்,” என்றாள் கடிஃபே. “நீங்கள் வேடிக்கையாக ஏதாவது செய்ய முயற்சித்தால், உண்மையாகவே சொல்லிக் கொள்கிறேன், உங்களை சுட்டுவிடுவேன் . . . நீலத்தின் வாயிலிருந்து ஏதாவது பிடுங்குவதற்காக வருகிற செய்தியாளர்களையும் அந்நியர்களையும் நாங்கள் நம்புவதில்லை.”

“நீதானே என்னை அழைத்திருக்கிறாய்?”

“உண்மைதான். ஆனால் ஒன்று சொல்கிறேன். நீங்கள் நம்பாவிட்டால்கூட, MİTக்கு நாம் இந்த சந்திப்புக்கு ஏற்பாடு செய்யப் போகிறோம் என்பது தெரிந்திருக்கும். ஒட்டுகூட கேட்டுக்கொண்டிருக்கலாம். உங்கள் அபிமான கோட்டை ஏன் கழற்றவே மாட்டேனென்கிறீர்களென்று எனக்கு சந்தேகமாக இருக்கிறது. கொஞ்சநேரத்திற்கு முன்புகூட கவனித்தேன். இப்போது அதைக் கழற்றி படுக்கையின் மேல் வையுங்கள் – சீக்கிரம்!”

அவள் உத்தரவிட்டதைப் போலவே செய்தான். அவள் அக்காவினுடையதைப் போலவே மெலிந்திருந்த கரங்களை கடிஃபே அவன் கோட்டின் எல்லா மூலைகளுக்குள்ளும் செலுத்தி சோதித்தாள். எதுவும் கிடைக்காததும், "தயவுசெய்து தவறாக எடுத்துக்கொள்ளாதீர்கள். இப்போது உங்கள் ஜாக்கெட்டையும் சட்டையையும் பனியனையும் கழற்றுங்கள். ஏனென்றால் குட்டி மைக்ரோஃபோன்களை முதுகிலும் மார்பிலும் ஒட்டவைத்துவிடுகிறார்கள். கார்ஸ்ஸில் மட்டும் இதுபோல மைக்ரோஃபோன்களோடு நூறுபேராவது அலைந்துகொண்டிருக்கிறார்கள்."

ஜாக்கெட்டை கழற்றிவிட்டு டாக்டரிடம் வயிற்றைக் காட்டும் குழந்தையைப் போல சட்டையையும் பனியனையும் மேலே உயர்த்திக் காட்டினான்.

"திரும்பி நில்லுங்கள்," என்றாள் கடிஃபே. கா மௌனமாக உடன்பட்டான். "நல்லது. மன்னியுங்கள் ... மைக்ரோஃபோன்களை பொதித்து வைத்திருக்கும் ஆட்கள் எங்களை சோதனையிடவே அனுமதிக்கப்பட்டார்கள். அசையாமல் நிற்கவே மாட்டார்கள் ..." அவள் இன்னமும் துப்பாக்கியை கீழிறக்கவில்லை. பின் மிரட்டும் தொனியில், "இங்கே கவனியுங்கள்," என்றாள். "நாம் பேசிக்கொண்டிருப்பதைப் பற்றியோ, நமது நட்பைப் பற்றியோ நீலத்திடம் எதுவும் பேசக்கூடாது," அவள் பேசுகிற விதம், நோயாளியை சோதித்துப் பார்த்துவிட்டு திட்டுகிற டாக்டரைப் போலிருந்தது. "இபெக்கைப் பற்றி அவரிடம் எதுவும் சொல்லக்கூடாது. அவள்மீது உங்களுக்கு இருக்கும் காதலைப்பற்றி அவரிடம் எதுவும் சொல்லக்கூடாது. அதைப்போன்ற குப்பைத் தகவல்களை நீலம் சகித்துக்கொள்ள மாட்டார் ... அதைப்பற்றி பேசித்தான் ஆவேனென்று நீங்கள் பிடிவாதம் பிடித்து, அவரும் உங்களை எரித்து பஸ்பமாக்காவிட்டால், மிச்சத்தை நான் பார்த்துக்கொள்கிறேன். ஒரு 'ஜின்'னைவிட நுட்பமாக மனதைப் படிக்கக்கூடியவர் அவர் – இனிமையாகப் பேசி உங்களிடமிருந்து வேண்டியதைக் கறந்துவிடுவார். அவர் அப்படி உங்கள் வாயைக் கிளறினால், இபெக்கை ஒன்றிரண்டு முறை மட்டுமே பார்த்திருப்பதாகச் சொல்ல வேண்டும். புரிகிறதா?"

"புரிகிறது."

"நீலத்திடம் மரியாதையாக நடந்துகொள்ளுங்கள், இது முக்கியம். கர்வம் பிடித்த, அயல்நாட்டில் படித்த, ஐரோப்பிய கனவான்போல பாசாங்கு செய்து அவரை அவமானப்படுத்த முயலாதீர்கள். இப்படிப்பட்ட முட்டாள்தனம் தவறிப்போய் உங்களிடமிருந்து வந்துவிட்டால், சிரிப்பு வராமல் பார்த்துக்கொள்ளுங்கள் ... ஒன்றை மறந்துவிடாதீர்கள். நீங்கள் ஒரேயடியாக சிலாகித்து, வெட்கமில்லாமல் காப்பியடிக்கிறீர்களே, அந்த ஐரோப்பியர்கள் உங்களைப் போன்றவர்களை பொருட்டாகவே மதிக்காமல் அலட்சியப்படுத்துவார்கள் ... ஆனால் நீலத்தைப் போன்ற ஆட்களைப் பார்த்தால் பயந்து நடுங்குவார்கள்."

"தெரியும்."

"நான் உங்கள் சினேகிதி. என்னிடம் வெளிப்படையாக இருங்கள்," ஒரு மட்டமான இரண்டாம்தர துருக்கி திரைப்பட பாணியில் பேசினாள்.

சன்னலுக்கு வெளியே எட்டிப்பார்த்து, "வண்டியோட்டி தார்ப்பாயை எடுத்துவிட்டான்," என்றான்.

"இந்த வண்டியோட்டியை நீங்கள் நம்பலாம். இவனுடைய மகன் சென்ற வருடம் காவலர்களுடன் நடந்த சண்டையில் இறந்துவிட்டான். உங்கள் பயணம் நல்லவிதமாக அமையட்டும்."

கடிஃபே முதலில் கீழிறங்கிச் சென்றாள். அவள் சமையலறையை அடைந்ததும் குதிரை வண்டி அந்தப் பழங்கால ரஷ்ய முற்றத்தை தெருவிலிருந்து பிரிக்கும் நுழைவாயில் வளைவுக்கடியில் நகர்ந்து வருவதைப் பார்த்து அறிவுறுத்தியபடியே கீழிறங்கிச் சென்றான். சமையலறையில் யாருமில்லாததைக் கண்டு ஒரு கணம் திடுக்கிட்டான். முற்றத்துக்குச் செல்லும் நடைவழியில் வண்டியோட்டி நின்றிருப்பதைப் பார்த்தான். எதுவும் பேசாமல் காலியான எரிவாயுக் கலன்களுக்கிடையே கடிஃபேவுக்குப் பக்கத்தில் படுத்துக்கொண்டான்.

இந்தச் சவாரியை எப்போதுமே மறக்கமுடியாது என்று அவனுக்குத் தோன்றியது. போய்ச்சேர மொத்தம் எட்டு நிமிடங்கள் மட்டுமே பிடித்தாலும் வெகுநேரம் பயணம் செய்ததைப் போல இருந்தது. நகரத்தின் எந்தப்பகுதியில் இருக்கிறோம் என்று தெரியவில்லை. வெளியே கிறீச்சிடும் வண்டிச் சத்தத்திற்கிடையே பேச்சுக்குரல்கள் கேட்டன. அவனுக்கருகில் அமைதியாக படுத்திருக்கும் கடிஃபேவின் சீரான மூச்சை கேட்டபடி படுத்திருந்தான். ஒரு சிறுவர் கூட்டம் ஓடிவந்து வண்டியின் பின்பக்கத்தைப் பிடித்தபடியே கொஞ்சதூரம் ஓடிவந்தனர். அவனைப் பார்த்து கடிஃபே இனிமையாகப் புன்னகைத்தது, அவனுக்குப் பிடித்திருந்தது. அது அந்தச் சிறுவர்களைப் போலவே அவனையும் குதூகலப்படுத்தியது.

26

எங்களைப் போன்றவர்களை கடவுளுக்கு அருகில் கொண்டுசெல்வது ஏழ்மை அல்ல

மேலைநாடுகளுக்கு நீலத்தின் அறிவிப்பு

குதிரை வண்டியின் சக்கரங்கள் பனிச்சேற்றில் உருண்ட படி காவை தொட்டில் குழந்தைபோல தாலாட்ட, ஒரு புதிய கவிதையின் ஆரம்ப வரிகள் அவனுக்குள் எழுந்தன. சாலை யிலிருந்து வண்டி விலகி நடைபாதையின் மேல் தடாலென்று ஏறியதும் கா நிஜவுலகிற்கு குலுக்கி எழுப்பப்பட்டான். கிறீச்சிட்ட படி வண்டி நின்றது. பின் எதுவும் நிகழாமல் ஒரு நீண்ட மௌனம். காவுக்கு கவிதையின் மேலும் சில வரிகள் தோன்றின. வண்டியோட்டி தார்ப்பாயை விலக்கினான். அவர்கள் ஒரு விசாலமான, காலியான முற்றத்தின் நடுவில் இருந்தனர். சுற்றிலும் கார் பழுதுபார்க்கும், வெல்டிங் செய்யும் பட்டறைகள். ஒரு டிராக்டர் உடைந்து கிடந்தது. மூலையில் சங்கிலியில் கட்டப் பட்டிருந்த கருப்புநாய், அவர்கள் வண்டியிலிருந்து இறங்கியதும் சில குரைப்புகளோடு வரவேற்றது.

வாதுமை மரக்கதவைத் தாண்டி, இன்னொரு கதவையும் கடந்து அவர்கள் நுழைய, பனி போர்த்தியிருந்த முற்றத்தை வெறித்தபடி நீலம் நின்றிருந்தான். நீலத்தின் பழுப்பு கேசத்தில் மின்னும் செந்நிற ரேகைகளும் முகத்தின் தவிட்டுநிறப் புள்ளிகளும் நடுநிசி நீல விழிகளும் மீண்டும் ஒருமுறை காவை ஸ்தம்பிக்க வைத்தன. இது அறைகலன்களற்ற இன்னுமொரு வெற்றான அறை. சுற்றிலும் பரிச்சயமாகியிருந்த சில விஷயங்கள் (நேற்றிருந்த அதே முடிஉலர்த்தி, அதே திறந்த சூட்கேஸ், விளிம்புகளில் ஆட்டமன் சித்திரங்கள் கொண்ட அதே 'எர்ஸின் எலெக்ட்ரிக்' பிளாஸ்டிக் சாம்பல் குடுவை). நீலம் நேற்றிரவுதான் இந்த வீட்டுக்குக் குடிபெயர்ந்திருக்கிறான் என்று காவுக்கு உடனே புரிந்தது. இப்புதிய சூழலுக்கு தன்னைத் தகவமைத்துக்

கொண்டிருப்பது மட்டுமல்லாமல், அரசாங்கத்தின் பார்வையிலிருந்தும் தப்பித்து வந்திருப்பதில் திருப்தியடைந்திருப்பதும் அவனது சினேகிதமில்லாத புன்னகையிலிருந்து காவுக்குத் தெரிந்தது.

"ஒரு விஷயம் மட்டும் உறுதியாகியிருக்கிறது," என்று ஆரம்பித்தான் நீலம். "தற்கொலை பெண்களைப் பற்றி இப்போது நீங்கள் எழுத முடியாது."

"ஏன்?"

"ஏனென்றால் இப்போது என்னைப் போலவே ராணுவமும் அவர்களைப் பற்றி எதுவும் எழுதக்கூடாது என்று விரும்புகிறது."

"நானொன்றும் ராணுவத்திற்கு செய்தித் தொடர்பாளன் அல்ல," என்றான் கா எச்சரிக்கையாக.

"அது எனக்குத் தெரியும்."

இறுக்கமாக நீடித்த சில விநாடிகளுக்கு அவர்களிருவரும் ஒருவரையொருவர் ஆழமாக கண்ணுக்குள் பார்த்துக்கொண்டிருந்தனர்.

"நேற்று நீங்கள் பேசும்போது தற்கொலைப் பெண்களைப் பற்றி மேல்நாட்டு ஊடகங்களில் எழுதியே தீருவேன் என்று சொன்னதாக ஞாபகம்," என்றான் நீலம்.

அவன் சொன்ன சின்ன பொய் ஞாபகத்திற்கு வந்ததும் காவுக்கு சங்கடமாக இருந்தது.

"எந்த மேலைநாட்டு இதழை மனதில் வைத்துக்கொண்டு பேசினீர்கள்? எந்தெந்த ஜெர்மானிய நாளிதழ்களோடு உங்களுக்கு தொடர்பிருக்கிறது?"

"Frankfurter Rundschau," என்றான் கா.

"என்ன அது?"

"அது ஒரு லிபரல் ஜெர்மன் நாளிதழ்."

"நீங்கள் தொடர்பு வைத்திருப்பவரின் பெயர் என்ன?"

"ஹான்ஸ் ஹான்ஸென்," என்றான் கா தனது கோட்டைத் தடவியபடி.

"அந்த ஹான்ஸ் ஹான்ஸனிடம் தெரிவிப்பதற்கு என்னிடம் ஓர் அறிவிப்பு இருக்கிறது. இந்தக் கலகத்திற்கு எதிராக பேசப்போகிறேன்," என்றான் நீலம். "நமக்கு நேரம் அதிகம் இல்லை; நான் சொல்வதை இப்போதே எழுதிக்கொள்ள வேண்டும்."

கா அவனது கவிதை நோட்டுப் புத்தகத்தின் கடைசி பக்கத்தைத் திருப்பி, குறிப்பெடுத்துக்கொள்ளத் தொடங்கினான்.

இதுவரை குறைந்தது எண்பது பேராவது கொல்லப்பட்டிருக்கிறார்கள் என்று நீலம் ஆரம்பித்தான். (நாடக அரங்கில் கொல்லப்

பட்டவர்களைச் சேர்த்து கொல்லப்பட்டவர்களின் உண்மையான எண்ணிக்கை பதினேழு). எண்ணற்ற பள்ளிக்கூடங்களும் வீடுகளும் சோதனையிடப்பட்டுள்ளன. பீரங்கிகள் ஒன்பது குடிசைகளை (உண்மை யான எண்ணிக்கை நான்கு) அழித்திருக்கின்றன. சித்திரவதையில் ஏராளமான மாணவர்கள் இறந்திருக்கிறார்கள் என்று கூறிவிட்டு, கா இதுவரை யாரும் சொல்லி கேள்விப்பட்டிராத எண்ணற்ற தெருச் சண்டைகளை குறிப்பிட்டுச் சொன்னான். குர்துகள் அனுபவிக்கும் துன்பங்களை சுருக்கமாக விவரித்தான். இஸ்லாமிஸ்ட்டுகளுக்கு இழைக்கப்பட்ட கொடுமைகளை சற்றே மிகையாக பிரஸ்தாபித்தான். மேயரையும் கல்வியியல் பயிற்சியகத்தின் இயக்குநரையும் படுகொலை செய்ய அரசாங்கமேதான் ஏற்பாடு செய்தது என்றான். இவற்றைக் காரணம் காட்டி புரட்சியை நியாயப்படுத்துகிறார்கள் என்றான். இஸ்லாமிஸ்ட்டுகளை தேர்தலில் வெற்றி பெறுவதிலிருந்து தடுப்பதற் காகவே இந்தப் புரட்சி உருவாக்கப்பட்டிருக்கிறது. எல்லா அரசியல் கட்சிகளும் சங்கங்களும் இப்போது தடைசெய்யப்பட்டிருப்பது இதை நிரூபிப்பதாக இருக்கிறது என்றான்.

நீலம் மேலும் விளக்கமாகப் பேசப்பேச, கா கடிஃபேவின் கண்களைக் கவனித்தான். நீலம் உதிர்க்கும் ஒவ்வொரு வார்த்தையையும் பக்திபூர்வமாக கிரகித்துக்கொண்டிருந்தாள். நீலம் பேசிக்கொண்டிருக்கும் போது கா இபெக்கைப் பற்றித்தான் நினைத்துக்கொண்டிருந்தான் என்பதற்கு நிரூபணமாக இந்தப் பக்கங்களின் மார்ஜின்களில் (இந்தப் பக்கங்களை நோட்டுப் புத்தகத்திலிருந்து பின்னர் கிழித்து தனியே அவன் வைத்திருந்தான்) பலவிதமான சித்திரங்களையும் கிறுக்கல் களையும் வரைந்திருந்தான்: ஒரு மெல்லிய கழுத்து, கேசம் விளிம்பிட்ட ஒரு வெற்று முகம், ஒரு குழந்தை வீட்டின் குழந்தை புகைப்போக்கி யிலிருந்து எழும் குழந்தைப் புகை. பல வருடங்கள் கழித்து வேறு எந்த சந்தர்ப்பத்திலோ போகும்போது, நல்ல கவிஞன் ஒருவன் கடின மான உண்மைகளை எதிர்கொள்கையில், அவை உண்மையென்றாலும் கவிதைக்கு அவை எதிரானவையென்று அவனுக்குத் தெரியும்போது, மார்ஜின்களுக்கு தப்பிச் செல்வதைவிட அவனுக்கு வேறு போக்கிடம் இல்லை என்றான். இந்தப் பின்வாங்கல்தான் எல்லாக் கலைகளுக்கும் ஆதாரவித்தாக ஆழத்தில் புதைந்திருக்கும் இசையை அவனுக்குக் கேட்கச் செய்கிறது என்றான்.

நீலத்தின் பிரஸ்தாபங்களில் சிலவற்றை கா வெகுவாக ரசித்தான். வார்த்தை மாறாமல் அவற்றை அப்படியே பதிவு செய்தான். "மேலை நாட்டினர் நினைப்பதுபோல எம்மைப் போன்றவர்களை கடவுளுக்கு அருகில் கொண்டுசெல்வது வறுமை அல்ல. இந்த உலகில் எதற்காக இருக்கிறோம், மறுமையில் நமக்கு என்ன நடக்கும் என்பதையெல்லாம் அறிந்துகொள்வதில் எங்களைவிட ஆர்வம் அதிகம் கொண்டவர் எவருமில்லை."

இந்த ஆர்வத்தின் மூலத்தையும் உலகில் மனித இனத்தின் நோக்கத்தையும் விளக்குவதற்குப் பதிலாக நீலம் ஒரு முடிவான சவாலை

விடுத்தான்: “இறைவனின் வாக்கியத்தைவிட உயர்வானது என்று அவர்கள் சொல்லிக்கொள்ளும் ‘ஜனநாயகம்’ என்ற மாபெரும் விஷயத்தை கண்டுபிடித்திருப்பதாக பீற்றிக்கொள்ளும் மேலைநாட்டினர் கார்ஸ்ஸில் ஜனநாயகத்தை முடிவுக்கு கொண்டுவந்திருக்கும் இந்தப் புரட்சிக்கு எதிராக குரல் கொடுப்பார்களா?” அவன் பேச்சை நிறுத்தி நாடகத்தனமாக இடைவெளி விட்டான். “அல்லது ஜனநாயகம், சுதந்திரம், மனித உரிமை என்பனவெல்லாம் உலகில் அவர்களைத்தவிர மற்றவர்களுக்கு உரிமையானவையல்ல, நாம் குரங்குகளைப் போலத் தான் வாழவேண்டுமென்று மேற்குலகினர் விரும்புகின்றனர் என்று நாம் முடிவுகொள்ளலாமா? மேற்கிற்கு மட்டுமே பாத்தியதையான ஜனநாயகத்தை தம்மை எந்தவிதத்திலும் ஒத்திருக்காத எதிரிகள் சாதித்திருப்பதை மேற்கினால் சகித்துக்கொள்ள முடியுமா? மற்ற எல்லா நாடுகளுக்கும் நான் கூறவேண்டியது ஒன்றிருக்கிறது: மேற்குலகு பின்தங்கிவிட்டது. சகோதரர்களே நீங்கள் தனியானவர்கள் அல்லர் . . .” அவன் மீண்டும் பேச்சை நிறுத்தினான். “*Frankfurter Rundschau*வில் உள்ள உங்கள் நண்பர் இவையெல்லாவற்றையும் அச்சிடுவார் என்று நம்புகிறீர்களா?”

“மேலைநாடுகள் எல்லாவற்றையும் ஒரே தட்டில் வைத்து எடை போடுகிற விமரிசனங்களை அவர்கள் விரும்புவதில்லை,” கா வார்த்தை களை கவனமாகத் தேர்ந்தெடுத்துப் பேசினான்.

“ஆனால் அப்படித்தான் இருக்கிறது,” நீலம் மற்றுமொரு மௌனத் திற்குப் பின் சொன்னான். “மேற்கு உலகம் என்பது ஒன்றே ஒன்றுதான். மேலைக் கண்ணோட்டம் என்பது ஒன்றுபோலவேதான் இருக்கிறது. நாம் எடுத்திருக்கும் நிலை அதற்கு நேரெதிரானது என்பதுதான் நிஜம்.”

“உண்மை என்னவென்றால் மேலை நாடுகளில் அவர்கள் அந்த வகையில் வாழ்க்கையை நடத்துவதில்லை,” என்றான் கா. “இங்கே இருப்பதைப் போல அங்கு கிடையாது. எல்லோரும் ஒன்றுபோலவே சிந்திப்பது என்பது அவர்களுக்கு உவப்பானதல்ல. எல்லோருக்கும், சாதாரண மளிகைக் கடைக்காரருக்கும்கூட, தனக்கென்று தனிப்பட்ட கருத்துகள் இருக்கின்றனவென்று காட்டிக்கொள்வதில் பெருமை உண்டு. எனவே வெறுமனே ‘மேற்குலகினர்’ என்று சொல்வதைவிட ‘மேலை ஜனநாயகவாதிகள்’ என்று நாம் குறிப்பிட்டால் அவர்களின் மனசாட்சியை உறுத்தச் செய்வது சாத்தியமாக இருக்கும்.”

“நல்லது, உங்களுக்கு எது சரியென்று படுகிறதோ அப்படியே செய்யுங்கள். இதனை பிரசுரம் செய்வதற்கு இன்னும் ஏதாவது திருத்தங்கள் செய்யவேண்டியிருக்குமா?”

“ஒரு செய்திக் கட்டுரைபோல இது ஆரம்பித்தாலும், போகப்போக ஒரு சுவாரஸ்யமான விஷயமாக மாறிவிட்டது. ஏறக்குறைய ஒரு பிரகடனத்தைப் போல. உங்கள் பெயரைக்கூட அதில் அவர்கள் சேர்க்க விரும்பலாம் . . . உங்கள் வாழ்க்கைக் குறிப்புகளோடு . . .”

“ஏற்கனவே அவற்றை தயாரித்து வைத்திருக்கிறேன்,” என்றான் நீலம். “அவர்கள் சொல்லவேண்டியதெல்லாம் – துருக்கியில், ஏன், மொத்த மத்திய கிழக்கிலும் இருக்கின்ற முக்கியமான இஸ்லாமிஸ்ட்டுகளில் நானும் ஒருவன் என்பது மட்டுமே.”

“நீங்கள் சொல்வதைப்போல ஹான்ஸ் ஹான்ஸென் பிரசுரிக்க மாட்டார்.”

“என்ன?”

“*Frankfurter Rundschau* என்பது ஒரு சோஷலிச ஜனநாயக இதழ். ஒரு தனிப்பட்ட துருக்கிய இஸ்லாமிஸ்ட்டின் அறிக்கையை வெளியிட்டால் அந்த இதழ் ஒரு சார்புநிலை எடுத்ததுபோல இருக்கும்,” என்றான் கா.

“ஓஹோ, அப்படியா. ஹெர் ஹான்ஸ் ஹான்ஸென் அவர்களின் விருப்பப்படி அமையாவிட்டால் அவர் நழுவிச் சென்றுவிடுவார், அப்படித்தானே? அவரை இணங்க வைப்பதற்கு நாம் என்ன செய்ய வேண்டும்?”

“துருக்கியில் நடந்த ஒரு ராணுவப் புரட்சிக்கு எதிராக ஜெர்மானிய ஜனநாயகவாதிகள் முன்வந்தாலும் – முதலில் அது ஒரு உண்மையான புரட்சியாக இருக்க வேண்டும், நாடகத்தனமான புரட்சியாக இருக்கக் கூடாது – அவர்கள் ஆதரவு தெரிவிக்கின்ற நபர்கள் இஸ்லாமிஸ்ட்டுகள் தானென்றால் தயங்குவார்கள்.”

“ஆம், அவர்களெல்லோருமே எங்களைப் பார்த்து பயந்து நடுங்கிப் போயிருக்கிறார்கள்,” என்றான் நீலம்.

அவன் புரியாமல் பேசுகிறானா அல்லது பீற்றிக் கொள்கிறானா வென்று காவினால் சொல்லமுடியவில்லை. “அதனால், உங்கள் அறிக்கையில் ஒரு முன்னாள் கம்யூனிஸ்ட், ஒரு லிபரல், ஒரு குர்த்திய தேசியவாதி ஆகியோரின் கையொப்பங்களை சேர்த்து வழங்கினால், இந்த அறிவிப்பை *Frankfurter Rundschau* இதழில் வெளியிட பிரச்சனை எழாது.”

“என்னது? இன்னொரு முறை சொல்லுங்கள்.”

“இந்த நகரத்தைச் சேர்ந்த வேறு இருவரையும் இந்த அறிக்கையில் இணைத்துக்கொண்டால் அதனை ஒரு கூட்டறிக்கையாக உடனே வெளியிட்டுவிடலாம்,” என்றான் கா.

“மேலைநாட்டினருக்கு என்னை பிடிக்கவேண்டுமென்பதற்காக நான் ஒயின் அருந்தவேண்டுமென்றால், அது என்னால் முடியாது,” என்றான் நீலம். “அவர்கள் என்மீது பயப்படுவதை நிறுத்தி, நான் என்ன செய்கிறேன் என்பதை புரிந்துகொள்ள வேண்டுமென்பதற்காக அவர்களைப் போலவே காப்பியடித்து இளித்துக்கொண்டு திரிய மாட்டேன். உலகின் கடவுளற்ற நாத்திகர்கள் எங்களைப் பார்த்து பரிதாபப்பட வேண்டுமென்பதற்காக இந்த மேலைநாட்டுக்காரர் –

இந்த ஹெர் ஹான்ஸ் ஹான்ஸென்னின் வாசலில் மண்டியிடப் போவதில்லை. யார் இந்த ஹெர் ஹான்ஸ் ஹான்ஸென்? எதற்காக இவ்வளவு நிபந்தனைகளை விதிக்கிறார்? அவர் ஒரு யூதரா?"

கா பதிலளிக்கவில்லை.

அவன் தவறாகப் பேசிவிட்டானென்று கா நினைக்கிறான் என்பதையுணர்ந்து அவனை வெறுப்போடு முறைத்தான். சமாளித்துக் கொண்டு, "நமது நூற்றாண்டில் பெரிதும் அடக்குமுறைக்கு உள்ளானவர்கள் யூதர்கள்தான்," என்றான். "என் அறிக்கை வாசகங்களை திருத்துவதற்கு முன், இந்த ஹான்ஸ் ஹான்ஸென்னைப் பற்றி எனக்குக் கொஞ்சம் தெரியவேண்டும். அவரை நீங்கள் எப்படி சந்தித்தீர்கள்?"

"*Frankfurter Rundschau*, துருக்கியைப் பற்றி ஒரு கட்டுரை வெளியிடப் போவதாகவும் அந்நாட்டுப் பின்னணியை அறிந்த ஒருவரோடு அந்த கட்டுரையாளர் பேச விரும்புவதாகவும் ஒரு துருக்கிய நண்பர் சொன்னார்."

"ஹான்ஸ் ஹான்ஸென் எதற்காக உங்கள் நண்பரிடமே விபரம் கேட்கவில்லை? உங்களோடு பேசவேண்டிய அவசியம் என்ன?"

"இக்குறிப்பிட்ட துருக்கிய நண்பருக்கு என்னளவுக்கு பின்னணி விஷயங்கள் தெரியாது."

"இந்த பின்னணி விஷயங்கள் என்னவாக இருக்குமென்று ஊகிக்கட்டுமா? சித்திரவதை, மிருகத்தனம், மோசமான சிறைச்சூழல், அப்புறம் நம்மை இன்னும் கேவலமாகக் காட்டக்கூடிய இதர விஷயங்கள்."

"ஏறக்குறைய அந்த சமயத்தில் மலாத்யாவில் உள்ள சமயக்கல்விக் கூட மாணவர்கள் சிலர் ஒரு நாத்திகரைக் கொலை செய்திருந்தனர்," என்றான் கா.

"அதைப் போன்ற சம்பவத்தைக் கேள்விப்பட்டதாக நினைவில்லை," என்றான் நீலம். அவன் காவை உன்னிப்பாக அளந்துகொண்டிருந்தான். "ஏதோ ஒரேயொரு அப்பாவி நாத்திகனைக் கொன்றுவிட்டு அதை ஒரு சாதனைபோல தொலைக்காட்சியில் இஸ்லாமிஸ்ட்டுகள் பீற்றிக் கொள்வது கண்டிக்கத்தக்க ஒன்றுதான். ஆனால் இஸ்லாமிஸ்ட்டுகளை நிந்திப்பதற்காக புறப்பட்டிருக்கும் மதச்சார்பற்ற ஓரியன்டலிஸ்ட்டுகள் பலி எண்ணிக்கையை பத்து, பதினைந்து என்று மிகைப்படுத்தி செய்தி அறிக்கை வெளியிடுவதும் அதேயளவு கேவலமான செயல்தான். மதிப்பிற்குரிய ஹான்ஸ் ஹான்ஸென் அவர்களும் இந்தக் கூட்டத்தில் ஒருவர்தானென்றால், அவரை மறந்துவிடலாம்."

"ஹான்ஸ் ஹான்ஸென் என்னிடம் கேட்டவையெல்லாம் ஐரோப்பிய ஒன்றியம் பற்றியும் துருக்கியைப் பற்றியும் மட்டும்தான். ஒரு வாரம் கழித்து மீண்டும் என்னை அழைத்தார். இரவு உணவுக்காக அவர் வீட்டுக்கு என்னை அழைத்தார்."

“அவ்வளவு அலட்சியமாக – எந்தக் காரணமும் கூறாமலா உங்களை அழைத்தார்?”

“ஆம்.”

“இது மிகவும் சந்தேகத்திற்குரியதாக இருக்கிறதே! அவர் வீட்டில் இருக்கும்போது நீங்கள் பார்த்தவை பற்றிச் சொல்லுங்களேன். அவர் தன் மனைவியை உங்களுக்கு அறிமுகப்படுத்தினாரா?”

கா கடிஃபேவைப் பார்த்தான். முற்றிலும் இழுத்து மூடப்பட்டிருந்த திரைச்சீலைகளுக்குப் பக்கத்தில் அவனையே தீர்க்கமாகப் பார்த்தபடி அமர்ந்திருந்தாள்.

“ஹான்ஸ் ஹான்ஸெனுக்கு ஓர் அழகான, சந்தோஷமான குடும்பம்,” என்றான் கா. “ஒரு நாள் மாலை, நாளிதழை அச்சுக்கு அனுப்பிவிட்டு ஹெர் ஹான்ஸென் என்னை Bahnhof இலிருந்து கூட்டிச் சென்றார். அரைமணி நேரம் கழித்து ஒரு தோட்டத்திற்குள் கட்டப் பட்டிருந்த மிக அழகான, பிரகாசமான வீட்டைச் சென்றடைந்தோம். அவர்கள் என்னிடம் மிகவும் கரிசனத்தோடு நடந்துகொண்டனர். வறுத்த கோழியும் உருளைக்கிழங்கும் உண்டோம். அவர் மனைவி உருளைக்கிழங்கை முதலில் வேகவைத்து, பின் அடுப்பில் வறுத்தெடுத்தார்.”

“அவர் மனைவி எப்படி இருந்தார்?”

அவனுடைய அற்புதமான கோட்டை விற்றவனான காஃப்ஹாப் விற்பனையாளன் ஹான்ஸ் ஹான்ஸெனின் பிம்பத்தை கா மனதில் நிறுத்திப் பார்த்தான். “ஹான்ஸ் ஹான்ஸென் பொன்நிறக் கேசமும் அகன்ற தோள்களும் கொண்ட அழகான மனிதர். அவர் மனைவி இங்போர்க்கும் அவர் குழந்தைகளும் அதேபோன்ற பொன்னிறக் கேசம் கொண்டவர்கள்.”

“சுவரில் சிலுவை மாட்டியிருந்ததா?”

“எனக்கு நினைவில்லை. இல்லையென்று நினைக்கிறேன்.”

“சிலுவை இருந்தது, ஆனால் நீங்கள் கவனிக்காமல் இருந்திருக் கிறீர்கள்,” என்றான் நீலம். “ஐரோப்பியர்களைக் கொண்டாடும் நமது நண்பர்கள் ஊகித்திருப்பதற்கு மாறாக, ஐரோப்பிய அறிவுஜீவிகள் எல்லோருமே தமது மதத்தையும் தமது சிலுவைச் சின்னங்களையும் மிகவும் மதிப்பவர்களாகவே இருக்கின்றனர். நமது நண்பர்கள் துருக்கிக்கு திரும்பியதும் இதை குறிப்பிடவே மாட்டார்கள். ஏனென்றால் மேற்கின் தொழில்நுட்ப ஆதிக்கத்தைப் பயன்படுத்தி நாத்திகத்தின் உயர்வை நிரூபிப்பதில்தான் அவர்களுக்கு ஆர்வம்... நீங்கள் என்ன பார்த்தீர்கள், என்ன பேசினீர்கள் என்று சொல்லுங்கள்.”

“*Frankfurter Rundschau*வின் அயல்நாட்டு செய்திப் பிரிவில் பணி யாற்றி வந்தாலும் ஹெர் ஹான்ஸ் ஹான்ஸெனுக்கு இலக்கிய ஆர்வம் உண்டு. எங்கள் உரையாடல் விரைவிலேயே கவிதையை நோக்கித் திரும்பி விட்டது. நாங்கள் கவிதைகள், நாடுகள், கதைகள் என்று பேசிக்கொண்டிருந்தோம். நேரம் போனதே தெரியவில்லை.”

“அவர்கள் உங்களைப் பார்த்து அனுதாபப்பட்டார்களா? நீங்கள் ஒரு பரிதாபத்துக்குரிய துருக்கியன், தனியான ஆதரவற்ற அரசியல் அகதி, குடிகார ஜெர்மன் இளைஞர்கள் பொழுதுபோகாமல் சந்தோஷத் திற்காக பிடித்து உதைக்கும் ஒரு துருக்கியப் பரதேசி என்பதால் மனமுருகி நடந்துகொண்டார்களா?”

“தெரியவில்லை. யாரும் என்னை நிர்ப்பந்தப்படுத்தவில்லை.”

“அவர்கள் நிர்ப்பந்தப்படுத்தாமல், உங்கள் மேல் அந்தளவுக்கு அனுதாபப்படுகிறார்கள் என்று சொன்னால், அந்த அனுதாபத்தை ஆரத்தழுவி ஏற்றுக்கொள்வதுதானே மனித இயல்பு! இதைப்போன்ற அனுதாபத்தை மூலதனமாக வைத்துக்கொண்டு சௌகரியமான வாழ்க்கையை ஈட்டிக்கொண்ட துருக்கிய – குர்த்திய அறிவுஜீவிகள் ஆயிரக்கணக்கில் ஜெர்மனியில் உண்டு.”

“ஹான்ஸ் ஹான்ஸென் குடும்பத்தினர் – அவர் பிள்ளைகள் – அவர்கள் எல்லோருமே அருமையான மனிதர்கள். மிகவும் நாகரிகமான, நயமான இயல்புடையவர்கள். அவர்கள் என்மீது எவ்வளவு அனுதாபம் கொண்டிருக்கிறார்கள் என்பதை வெளிக்காட்டாமல் நாகரீகமாக மறைத்திருக்கலாம். நான் அவர்களை மிகவும் நேசித்தேன். அவர்கள் என்மேல் அனுதாபப்பட்டிருந்தால்கூட அதை பொருட்படுத்தியிருக்க மாட்டேன்.”

“அதாவது, இந்தச் சூழ்நிலை உங்கள் கௌரவத்தைக் குலைக்க வில்லை என்கிறீர்கள்.”

“அது என் கௌரவத்தை சீண்டியிருக்கலாம், ஆனால் மிக இனிமையான மாலைப்பொழுதாக அந்நேரம் அமைந்தது. பக்கத்து மேசைகளில் ஆரஞ்சு ஒளியை விரித்துக்கொண்டிருந்த விளக்குகள் இதமாக இருந்தன. கத்திகளும் முட்கரண்டிகளும் நான் அதுவரை காணாத தினுசில் இருந்தாலும் அவற்றை உபயோகப்படுத்துவதில் சங்கடமேற்படுத்தாமல் இருந்தன ... தொலைக்காட்சி முழுநேரமும் ஓடிக்கொண்டிருந்தது. அவ்வப்போது அவர்கள் அதை ஓரக்கண்ணில் கவனித்துவிட்டு, மீண்டும் பேச்சில் கலந்துகொள்வது எனக்கு குடும்பத் தாரோடு இருப்பதைப்போன்ற உணர்வை கொடுத்தது. சில நேரங்களில் அவர்களிடையே பேசிக்கொள்ளும் ஜெர்மனை என்னால் புரிந்து கொள்ள முடியவில்லை என்பதை கவனிக்கும்போது அவர்கள் ஆங்கிலத் திற்கு மாறினார்கள். சாப்பிட்டு முடிந்ததும் குழந்தைகள் அவர்கள் அப்பாவிடம் வீட்டுப்பாடத்தில் உதவும்படி கேட்டார்கள். அவர்களை படுக்கையில் கிடத்தும்போது பெற்றோர்கள் முத்தமிட்டனர். சாப்பிட்டு கொஞ்சநேரம் கழித்து நானே வலியச்சென்று இரண்டாவது கேக் துண்டை எடுத்துக்கொண்டபோது, அது மிக இயல்பான விஷயம் போல இருந்தனர். எனக்கு பெரும் ஆசுவாசத்தை கொடுப்பதாக இருந்தது அவர்கள் விருந்தோம்பல். இதைப்பற்றியெல்லாம் பிற்பாடு நான் நிறைய யோசித்துப் பார்த்திருக்கிறேன்.”

“அது எந்தமாதிரியான கேக்?” எனக் கேட்டாள் கடிஃபே.

"அத்தியும் சாக்லெட்டும் கலந்த வியன்னா டார்டே கேக்."

சில விநாடிகள் கழித்து, "திரைச்சீலைகள் எந்த நிறத்தில் இருந்தன? எந்த மாதிரியான டிஸைனில் இருந்தன?" என்று கேட்டாள் கடிஃபே.

"ஆஃப் – ஒயிட் அல்லது க்ரீம் நிறத்தில் இருந்தன," என்றான் கா. ஒரு தொலைதூர ஞாபகத்தை மீட்டெடுக்கத் திணறுபவன்போல தன்னை காட்டிக்கொள்ள முயற்சி செய்தான். "அவற்றில் சின்னச் சின்னதாக மீன்களும் பூக்களும் நிலாக்களும் எல்லா நிறங்களிலும் பழங்களும் இருந்ததாக ஞாபகம்."

"அதாவது குழந்தைகளுக்கு வாங்கும் துணியைப் போல?"

"அப்படியல்ல – அந்த வீட்டிலிருந்த சூழல் மிகவும் தீவிரத் தன்மை கொண்டதாக இருந்தது. இதை மட்டும் சொல்வேன்: அவர்களுடையது ஒரு மகிழ்ச்சியான குடும்பம். ஆனால் அவர்கள் நம்மைப் போல எந்தக் காரணமும் இல்லாமல் சந்தோஷமாக இருப்பதாக காட்டிக்கொள்வதற்காக ஒவ்வொரு நிமிடமும் சிரித்துக் கொண்டிருப்பது போல இல்லை. ஒருவேளை இதனால்தான் அவர்கள் சந்தோஷமாக இருக்கிறார்களென்று நினைக்கிறேன். அவர்களைப் பொறுத்தவரை வாழ்க்கை என்பது பொறுப்புடன் அணுக வேண்டிய ஒரு தீவிரமான விஷயம். இங்கிருப்பதைப் போல கடக்க முடியாத போராட்டமோ, வலி மிகுந்த அவஸ்தையோ அல்ல. ஆனால் அவர்களுடைய குறிக்கோளின் ஆகர்ஷணம், அவர்கள் வாழ்வின் எல்லா அம்சங்களிலும் ஊடுருவியிருக்கிறது. அவர்கள் திரைச்சீலைகளிலிருக்கும் நிலாக்களும் மீன்களும் இதர விஷயங்களும் அவர்களை ஊக்கமூட்டக் கூடியதாக இருப்பதைப் போல."

"மேசைவிரிப்பின் நிறம் என்ன?" கடிஃபே கேட்டாள்.

ஞாபக அடுக்குகளில் துழாவுவதைப் போல பாவனை செய்துவிட்டு, "ஞாபகமில்லை," என்றான்.

நீலம் மெலிதான எரிச்சலோடு, "எவ்வளவுமுறை அங்கு சென்றிருக்கிறீர்கள்?" என்றான்.

"அன்றிரவை அவ்வளவு இனிமையாகக் கழித்ததால், இரண்டாவது முறை அங்கு செல்வதற்கு ஆர்வமாக இருந்தேன். ஆனால் ஹான்ஸ் ஹான்ஸென் என்னை மீண்டும் அழைக்கவேயில்லை."

முற்றத்தில் சங்கிலியில் கட்டப்பட்டிருந்த நாய் இப்போது உரக்க குலைத்துக்கொண்டிருந்தது. அவனை கோபம் கலந்த வெறுப்புடன் நீலம் முறைத்தபடியிருக்க, கடிஃபேவின் முகத்தில் துயரம் படர்வதை கா கவனித்தான்.

"அவர்களைப் போய் பார்க்கவேண்டுமென்று பலமுறை நினைத்திருக்கிறேன்," கா பிடிவாதத்துடன் தொடர்ந்தான். "நான் வீட்டில் இல்லாத நேரத்தில் இரவு உணவுக்காக என்னை அழைக்க வந்திருப்பாரோ என்று சில நேரங்களில் தோன்றியிருக்கிறது. அப்படித் தோன்றிய

போதெல்லாம் நூலகத்தைவிட்டு வேகமாக வீட்டுக்கு ஓடிவருவேன். அலமாரிக்குப் பின்னால் கண்ணாடி பதித்த அந்த அழகிய ஒப்பனை மேஜையை மீண்டும் ஒருமுறை பார்ப்பதற்காக மிகவும் ஏங்கினேன். அப்புறம் அந்த நாற்காலிகள்! அவை எந்த நிறத்தில் இருந்தனவென்பதை மறந்துவிட்டேன், எலுமிச்சை மஞ்சளாக இருக்கலாம். அவர்களுடைய மேஜையில் மீண்டும் அமர்ந்து, மரப்பலகைமேல் ரொட்டியை வெட்டிக் கொண்டே, 'இப்படி வெட்டினால் உங்களுக்குப் பிடிக்குமா?' என்று என்னைக் கேட்பதைப் போல கற்பனை செய்துவந்தேன். (உங்களுக்கே தெரியும், ஐரோப்பியர்கள் நம்மளவிற்கு ரொட்டி உண்பதில்லை.) சுவர்களில் சிலுவைச்சின்னங்கள் இல்லை. ஆல்ப்ஸ் மலைப்பிரதேச அழகான இயற்கை காட்சிகள் மட்டும்தான் இருந்தன. அவற்றை யெல்லாம் மீண்டும் பார்ப்பதற்காக எதை வேண்டுமானாலும் தருவேன்."

இப்போது நீலம் தன்னை வெளிப்படையான அருவறுப்போடு முறைத்துக்கொண்டிருப்பதை கா கவனித்தான்.

"மூன்று மாதங்கள் கழித்து துருக்கியிலிருந்து என் நண்பன் ஒரு செய்தியைச் சொன்னான்," என்றான் கா. "சித்திரவதைகளும் மிருக வெறித் தாக்குதல்களும் அழிவு வேலைகளும் திடீரென அதிகரித்திருப் பதாக கேள்விப்பட்டேன். இதனை ஒரு சாக்காக வைத்துக்கொண்டு ஹான்ஸ் ஹான்ஸெனைச் சென்று பார்த்தேன். வழக்கம்போல நாகரிகத்தோடும் கரிசனத்தோடும் நடந்துகொண்டார். நான் சொல்வதை கவனமாக கேட்டுக்கொண்டார். ஒரு சிறிய செய்தியாக நாளேட்டில் அது வெளிவந்தது. அதில் குறிப்பிடப்பட்டிருந்த சித்திரவதைகளைப் பற்றியும் மரணத்தைப் பற்றியும் அதிகமாக நான் அக்கறை எடுத்துக் கொள்ளவில்லை. நான் எதிர்பார்த்ததெல்லாம் ஹான்ஸ் ஹான்ஸென் என்னை அழைப்பார் என்றுதான். ஆனால் அவர் என்னை மீண்டும் அழைக்கவேயில்லை. அவருக்குக் கடிதம் எழுதி நான் என்ன தவறு செய்தேன், ஏன் அவர் வீட்டுக்கு திரும்ப அழைக்கவேயில்லை என்று கேட்டாலென்னவென்று தோன்றும்."

நீலம் மேலும் இறுக்கமடைவது பட்டவர்த்தனமாகத் தெரிய, கா புன்னகைத்துக்கொண்டான்.

அவன் எரிச்சலோடு, "இப்போது அவரைப் போய் பார்ப்பதற்கு ஒரு புது சாக்கு கிடைத்திருக்கிறதே," என்றான்.

"அவரது செய்தித்தாளில் உங்கள் அறிக்கை வெளிவரவேண்டு மென்றால், அது ஜெர்மானிய தரத்தை எட்டியிருக்க வேண்டும், ஒரு கூட்டறிக்கையாக இருக்க வேண்டும்," என்றான் கா.

"இந்த கூட்டறிக்கையில் கையெழுத்திட எந்த குர்த்திய தேசியவாதி இருக்கிறார்? ஒரு லிபரல் கம்யூனிஸ்டை எங்கே போய் தேடுவேன்?"

"இப்படியே நீங்கள் கவலைப்பட்டுக்கொண்டிருந்தால், அவர்கள் போலீசுக்கு ஆதரவாகத் திரும்பிவிடுவார்கள். பெயர்களை நீங்களே தேர்ந்தெடுத்துச் சொல்லுங்கள்," என்றான் கா.

“ஒரு மேல்நாட்டு செய்தியாளருக்கு ஒரு இஸ்லாமிய குர்த்திய தேசியவாதியைவிட ஒரு நாத்திக குர்த்திய தேசியவாதி மதிப்பு வாய்ந்தவன் என்பதில் சந்தேகமில்லை. சமயக்கல்விக்கூட மாணவர் களுக்கு இழைக்கப்பட்ட கொடுமைகளுக்காக குர்த்திய இளைஞர்கள் பலர் ஆயுதங்களோடு வெகுண்டெழுந்திருக்கிறார்கள். நமது அறிக்கையில் இளம் மாணவன் ஒருவன் பங்கெடுத்துக்கொள்வான்.”

“நல்லது. இளம் மாணவன் ஒருவனை உங்களால் ஏற்பாடு செய்ய முடிந்தால் *Frankfurter Rundschau* அவனை ஏற்றுக்கொள்ளும் என்பதற்கு நான் உறுதியளிக்கிறேன்.”

“ஆம், உண்மைதானே,” என்றான் நீலம் கேலியாக. “மேலைநாடு களுக்கான எங்கள் தூதர் நீங்கள்தான்.”

கா அந்தத் தூண்டிலில் சிக்காமல், “கம்யூனிஸ்ட்டாக இருந்து இப்போது நவஜனநாயகவாதியாக மாறியிருக்கும் துர்குத் பேதான் அதற்குப் பொருத்தமானவர்,” என்றான்.

கடிஃபே திடுக்கிட்டு, “என் அப்பாவா?” என்றாள்.

கா ஆமென்று தலையாட்டினான். கடிஃபே அவளுடைய அப்பா ஓட்டலைவிட்டு வெளியே செல்வதே கிடையாது என்று எச்சரித்தாள். அவர்களனைவரும் ஒரே நேரத்தில் பேசத் தொடங்கினார்கள். எல்லா பழைய கம்யூனிஸ்ட்டுகளைப் போலவும் துர்குத் பே உண்மையில் ஒரு ஜனநாயகவாதி அல்ல என்றான் நீலம். இஸ்லாமிஸ்ட்டுகளை முடக்கிப் போட்டிருப்பதால் இந்தப் புரட்சியைப் பற்றிக்கூட அவர் திருப்தியாகத்தான் இருப்பார். ஆனால் இடதுசாரிகளுக்கு கெட்ட பெயர் வந்துவிடக்கூடாதே என்பதற்காக இந்தப் புரட்சி தவறானது என்று நடித்துக்கொண்டிருக்கிறார்.

“என் அப்பா ஒன்றும் பாசாங்குக்காரர் அல்ல!” என்றாள் கடிஃபே.

அவள் குரலில் இருந்த நடுக்கத்திலிருந்தும் நீலத்தின் கண்கள் கோபத்தில் பளிச்சிட்ட விதத்திலிருந்தும் அடிக்கடி சண்டையிட்டுக் கொள்ளும் ஜோடிகளைப் போல ஒரு பெரிய வாக்குவாதத்தின் ஆரம்பத்தில் அவர்கள் இருப்பதாக காவுக்குத் தோன்றியது. இவர்களுக் கிடையே இதுபோல பலமுறை நிகழ்ந்திருக்க வேண்டும். வெளியாட் களுக்கெதிரே கூட தமது வேறுபாடுகளை மறைக்கும் திராணியில்லாத வர்களாகத் தெரிந்தனர். கடிஃபே மோசமாக நடத்தப்பட்டதில் சீண்டப்பட்டு, என்ன நடந்தாலும் ஒரு கை பார்த்துவிடுவது என்பது போன்ற தோரணையில் இருந்தாள். நீலத்தின் முகபாவத்தில் பெருமிதமும் அசாதாரணமான மென்மையும் கலந்திருந்தது. ஆனால் இப்போது ஒரு கண இடைவெளியில் எல்லாமும் மாறிவிட்டது. இப்போது நீலத்தின் கண்களில் தெரிந்தது பிடிவாதம்தான்.

“நாத்திகர்களாக தம்மை காட்டிக்கொண்டிருக்கிற ஐரோப்பிய இடதுசாரி அறிவுஜீவிகள் எல்லோரையும்போல உன்அப்பாவும் மனிதர்களை ஒரு பொருட்டாக நினைக்காத பாசாங்குக்காரர்தான்.”

கடிஃபே ‘எர்ஸின் எலெக்ட்ரிக்’ சாம்பல் கிண்ணத்தை எடுத்து நீலத்தை நோக்கி வீசினாள். குறி தவறி கிண்ணம் அவனுக்குப் பின்னால் சுவரில் மாட்டியிருந்த வெனிஸ் நகர வரைபடத்தின்மீது மோதி தரையில் விழுந்தது.

“அதுமட்டுமல்லாமல், ஒரு புரட்சிகர இஸ்லாமிஸ்ட்டின் ஆசை நாயகியாக அவருடைய மகள் இருக்கும் விஷயம்கூட தெரிந்திருக்காதது போல் உன் அப்பா பாசாங்கு செய்துவருகிறார்,” என்றான் நீலம்.

கடிஃபே நீலத்தின் மார்பில் இருகைகளாலும் மாறிமாறி அடித்து விட்டு உடைந்து அழுதாள். நீலம் அவளை மூலையிலிருந்த நாற்காலியில் உட்கார வைத்தான். ஒத்திகை செய்யப்பட்டதைப் போல அவர்கள் இப்போது நடந்துகொள்ளும் முறையைப் பார்க்கும்போது காவுக்காக நடத்திக் காட்டும் நாடகம்போல தோன்றியது.

“நீ சொன்னதை வாபஸ் வாங்கு,” என்று தேம்பினாள்.

“சரி, நான் சொன்னதை திரும்பப் பெற்றுக்கொள்கிறேன்,” என்றான் நீலம். அவன் பயன்படுத்திய குரல் அழுகிற குழந்தையை சமாதானப் படுத்தும் குரல். “இதை உனக்கு நிரூபிப்பதற்காக உன் அப்பா காலை, மதியம், இரவு என எல்லா நேரங்களிலும் பெருமைக்காக உதிர்த்துக் கொண்டிருக்கும் தெய்வ நிந்தனை ஜோக்குகளைக்கூட பொருட்படுத் தாமல் அவரோடு சேர்த்து கூட்டறிக்கையில் கையெழுத்திடுகிறேன். ஆனால் நம்மிடையே இருக்கும் இந்த ஹான்ஸ் ஹான்ஸெனின் பிரதிநிதி நம்மை ஒரு பொறியில் சிக்கவைப்பதற்காக செய்யும் சூழ்ச்சியாக இது இருப்பதற்கான சாத்தியம் இருப்பதால் நான் உங்கள் ஓட்டலுக்கு வரப்போவதில்லை. புரிகிறதா அன்பே?” என்று சொல்லிவிட்டு காவைப் பார்த்து புன்னகைத்தான்.

“ஆனால் என் அப்பா ஓட்டலைவிட்டு வெளியே வருவதேயில்லை,” என்றாள் கடிஃபே. செல்லம் கொடுத்து சீரழிந்த சின்னப்பெண்ணைப் போல அவள் பேசுவது காவுக்கு வியப்பாக இருந்தது. “கார்ஸின் ஏழ்மை அவர் மனஅமைதியை குலைத்துவிடுகிறது.”

அவளிடம் இதுவரை பிரயோகித்திராத ஓர் அதிகாரத் தொனியில், “அப்படியானால் இந்த ஒருமுறை அவரை வெளியே கிளம்பி வரச் சொல்,” என்றான். “இப்போது நகரம் அவருக்கு வாட்டத்தை ஏற்படுத்தாது – அது பனியில் புதைந்திருக்கிறது.” அவள் கண்களுக்குள் நேராகப் பார்த்தான்.

இம்முறை கடிஃபே அதன் அர்த்தத்தைப் புரிந்துகொண்டாள். “சரி,” என்றாள். “அவர் ஓட்டலைவிட்டு வெளியே வருவற்கு முன் யாராவது அவரிடம் ஒரு இஸ்லாமிஸ்ட்டோடும் ஒரு குர்த்திய தேசியவாதியோடும் அவரது பெயரையும் ஒரே அறிக்கையில் இடுவதைப் பற்றி பேசி இணங்க வைக்க வேண்டும்.”

“அதை நான் செய்கிறேன்,” என்றான் கா. “நீ எனக்கு இதில் உதவலாம்.”

“எந்த இடத்தில் அவர்கள் சந்திக்கப் போகிறார்கள்?” என்று கேட்டாள் கடிஃபே. “இந்த அபத்தமான ஏற்பாடு என் அப்பாவை கைதுசெய்வதில் முடிந்தால்? அவர் வாழ்க்கை முடியும்வரை சிறையில் இருக்க வேண்டியிருந்தால்?”

“இது அபத்தம் அல்ல,” என்றான் நீலம். “ஐரோப்பிய இதழ்களில் ஒன்றிரண்டு செய்திகள் பிரசுரமானால் அங்காரா சிலர் காதுகளில் கிசுகிசுத்து அவற்றை நிறுத்தும்.”

“ஐரோப்பிய இதழ்களில் செய்திகளை வரவழைப்பது நமது நோக்கமல்லவே. துருக்கிய இதழ்களில் உங்கள் பெயரை வரவழைப்பது தானே முக்கியம், இல்லையா?” என்று கேட்டாள் கடிஃபே.

இந்தக் கேள்வியை ஓர் இனிமையான சகிப்புப் புன்னகையோடு நீலம் ஏற்றுக்கொண்டபோது அவன் மேல் காவுக்கு ஒருவிதமான மரியாதை உண்டானது. *Frankfurter Rundschau*வில் எது வந்தாலும் இஸ்தான்புல்லின் இஸ்லாமிஸ்ட் சிற்றிதழ்கள் அதனை பெருமையாக மிகைப்படுத்தி வெளியிடும் என்ற விஷயம் அப்போதுதான் அவனுக்கு உறைத்தது. அதனால் துருக்கி முழுக்க நீலம் பிரபலமாகிவிடுவான்.

ஒரு நீண்ட மௌனம். கடிஃபே கைக்குட்டையை எடுத்து கண்களைத் துடைத்தாள். அவன் கிளம்பியவுடனேயே இந்தக் காதலர்கள் முதலில் சண்டையிட்டுக் கொள்வார்கள், பின் காதல் புரியத் தொடங்கி விடுவார்கள் என்று காவுக்குத் தோன்றியது. அவன் கிளம்ப வேண்டு மென்று எதிர்பார்க்கிறார்களா? உயரே வானத்தில் விமானம் ஒன்று கடந்துகொண்டிருந்தது. அவர்கள் அனைவரும் ஜன்னலின் மேற்பகுதிக்கு பார்வையைத் திருப்பி, வானத்தை வெறித்தபடி விமான ஒலியை செவிமடுத்துக் கொண்டிருந்தனர்.

“இந்தப் பகுதியில் விமானங்கள் செல்வது வழக்கமில்லையே!” என்றாள் கடிஃபே.

“மிக விநோதமாக, மிக அசாதாரணமாக ஏதோ நடந்துகொண்டிருக் கிறது,” என்றான் நீலம். தனது போலி பயத்திற்காக நக்கலாக சிரித்துக் கொண்டான். ஆனால் காவும் சேர்ந்துகொண்டபோது அதை அவன் ரசிக்கவில்லை.

“குளிர் மைனஸ் இருபதுக்குக் கீழே போகும்போதுகூட அரசாங்கம் அதை ஒப்புக்கொள்வதில்லை என்கிறார்கள்,” என்றான் கா.

உடன்படாமல் நீலம் காவை உற்றுப் பார்த்தான்.

“எனக்கு வேண்டியதெல்லாம் ஒரு சாதாரண வாழ்க்கைதான்,” என்றாள் கடிஃபே.

“ஒரு சாதாரண, பூர்ஷ்வா வாழ்க்கையை அடைவதற்கான வாய்ப்பை நீ உதறியெறிந்துவிட்டாய்,” என்றான் நீலம். “அதுதான் உன்னை ஒரு விதிவிலக்கான பெண்ணாக ஆக்கியிருக்கிறது.”

“விதிவிலக்கானவளாக இருப்பதை நான் விரும்பவில்லை. எல்லோரையும்போலத்தான் நான் இருக்க வேண்டும். இந்தப் புரட்சி மட்டும் நடந்திராவிட்டால்? யாருக்குத் தெரியும், நான்கூட எல்லோரையும்போல இருக்க முடிவெடுத்து என் முக்காடைக்கூட அகற்றிவிட்டிருக்கலாம்.”

“இங்கே எல்லா பெண்களும் முக்காடு அணிகிறார்கள்,” என்றான் நீலம்.

“அது உண்மையல்ல, என்னைப் போன்ற பின்னணியில் உள்ள பெரும்பாலான படித்த பெண்கள் முக்காடு அணிவதில்லை. சூழலுக்கு அடங்கிச் செல்லும் சாதாரணப் பெண்ணாக இருக்கக்கூடாதென்று தான் என்னுடைய சகாக்களிலிருந்து விலகி முக்காடு அணியத் தொடங்கினேன். இதில் ஒரு பெருமிதம் இருக்கிறது. இதை நானொன்றும் மனமுவந்து செய்யவில்லை.”

“அப்படியானால் நாளைக்கே உன் முக்காடைக் கழற்றி தலையைக் காட்டிக்கொள்ளேன்,” என்றான் நீலம். “அதிகாரக்குழு ஜண்டாவுக்கு பெரும் வெற்றி கிடைத்திருப்பதாக எல்லோரும் நினைக்கட்டும்.”

“மற்றவர்கள் என்ன நினைப்பார்களென்ற கவலையில் வாழ்க்கையை அமைத்துக்கொள்ளும் பெண் அல்ல நான் என்பது எல்லோருக்கும் தெரியும், உங்களுக்குத்தான் தெரியவில்லை.” அவள் முகம் உணர்ச்சிப் பிழம்பில் சிவந்திருந்தது.

நீலம் இன்னுமோர் இனிமையான புன்னகையை பதிலாக அளித்தான். ஆனால் இம்முறை இப்படியொரு புன்னகையை உருவாக்கு வதற்காக அவன் மொத்த பலத்தையும் திரட்ட வேண்டியிருந்ததை காவினால் கவனிக்க முடிந்தது. கா இதை கவனித்துவிட்டான் என்பதை நீலம் கவனித்துவிட்டான். இது அந்த இருவரிடையே ஓர் அசௌகரிய மான அன்னியோன்னியத்தை ஏற்படுத்தி, காவுக்கு அந்த ஜோடியின் அந்தரங்கத்திற்குள் பிரவேசித்துவிட்டதாக தோன்ற வைத்தது. தன் காதலனிடம் கடிஃபே நிகழ்த்தும் வீராவேசப் பேச்சுக்களில் உட்கிடை யாகப் பொதிந்திருந்த இச்சையை கா கவனிக்கத் தவறவில்லை. அவர்களுக்கு இடையிலிருந்த நாராசமான விவகாரங்களையெல்லாம் வெளியே இழுத்து வருவது நீலத்தை வெறுப்பேற்றுவதற்கு மட்டுமல்ல, அதற்கு சாட்சியாக இருப்பதற்காக காவையும் சங்கடப்படுத்துவதற்காகத் தானென்று தோன்றியது. ஆனால் நேற்றைக்கு முந்திய இரவிலிருந்து அவன் சட்டைப்பையில் இருந்துவரும் கடிஃபேவுக்கு நெஸிப் எழுதிய காதல் கடிதங்களைப்பற்றி எதற்காக இந்தத் தருணத்தில் அவனுக்கு ஞாபகம் வந்தது?

“முக்காடு அணிந்து வந்ததற்காக அடித்து உதைக்கப்பட்டு பள்ளியிலிருந்து விரட்டப்பட்ட பெண்களைப்பற்றி இந்த செய்திக் கட்டுரைகளில் எந்தக் குறிப்பும் இருக்காது என்று நாம் நிச்சயமாகச் சொல்லலாம்.” அவள் குரல் அவள் கண்களிலிருந்த உக்கிரமான வெறிக்கு பொருத்தமாக இருந்தது. “வாழ்க்கை சீரழிக்கப்பட்ட

பெண்களை அவர்கள் கண்டுகொள்ளாமல் கடந்து போய்விடுவார்கள். அதற்குப் பதிலாக அப்பெண்களின் சார்பாக பேசுவதாகச் சொல்லிக் கொள்ளும் நாட்டுப்புறத்து இஸ்லாமிஸ்ட்டுகளின் படங்கள்தான் நமக்குக் காணக்கிடைக்கும். ஏதாவது முஸ்லிம் பெண்ணின் படத்தை நீங்கள் பார்க்க நேர்ந்தால் அவள் நிச்சயமாக ஒரு மேயர் அல்லது அதுபோன்ற ஏதோ ஓர் அதிகாரியின் மனைவியாக, மதப்பண்டிகை விழாவில் கணவருக்குப் பக்கத்தில் நின்றுகொண்டிருப்பவளாக இருப்பாள். இந்த காரணத்திற்காகவே என் படம் இந்த நாளேடுகளில் வருவதைவிட வராமலிருப்பது நல்லது என்பேன். எமது அந்தரங்கத்தைப் பாதுகாத்துக் கொள்வதற்காக எவ்வளவோ கொடுமைகளைத் தாங்கிக் கொண்டிருக்கும்போது பிரபல்யத்திற்காக இந்த ஆண்கள் இவ்வளவு கஷ்டப்படுவதைப் பார்த்தால் பரிதாபமாக இருக்கிறது. அதனால்தான் தற்கொலை செய்துகொண்ட பெண்களைப் பற்றி குறிப்பிட வேண்டியது முக்கியம் என கருதுகிறேன். யோசித்துப் பார்த்தால், ஹான்ஸ் ஹான்ஸெனிடம் நானேகூட ஒன்றிரண்டு விஷயங்களை பட்ட வர்த்தனமாக சொல்லிவிடலாமென்று தோன்றுகிறது."

"பிரமாதம்," என்றான் கா யோசிக்காமல். "முஸ்லிம் பெண்ணிய வாதிகளின் பிரதிநிதியாக நீ கையெழுத்திடலாம்."

கடிஃபே வெடுக்கென்று "நான் யாரையும் பிரதிநிதிப்படுத்த விரும்பவில்லை," என்றாள். "ஐரோப்பியர்களுக்கெதிரே நான் நிற்பதாக இருந்தால் அது என் சொந்தக் காலிலேயே நின்று, என் சொந்தக் கதையை – என் பாவங்கள், இழுக்குகள் அனைத்தையும் கொண்ட என் முழுக்கதையையும் சொல்வதாக இருக்கும். சிறுவயதில் நான் படித்த ஐரோப்பிய நாவலாசிரியர்களிடம் அவர்களுடைய நாயகர்கள் சொல்வதைப் போல – இதற்குமுன் சந்தித்திருக்காத, இனி எப்போதும் மீண்டும் சந்திக்க வாய்ப்பிருக்காத ஒருவரிடம் எல்லாவற்றையும், நமது மொத்த வாழ்க்கைக் கதையையும் – என் கதையை நான்கைந்து ஐரோப்பியர்களிடம் சொல்வதற்குத் தயங்கமாட்டேன்."

மிகவும் கிட்டத்தில் ஒரு வெடிச்சத்தம் கேட்டது; மொத்த வீடும் குலுங்கி, சட்டங்களில் சன்னல்கள் கடகடத்தன. ஒன்றிரண்டு விநாடிகள் கழித்து நீலமும் காவும் எழுந்தனர்.

அம்மூவரில் பதற்றமடையாதிருந்த கடிஃபே, "என்னவென்று பார்க்கிறேன்," என்றாள்.

கா திரைச்சீலைகளின் ஊடாக தயக்கத்துடன் நோக்கினான். "அந்த வண்டி இல்லையே," என்றான்.

"முற்றத்திலேயே வெகுநேரம் நின்றிருப்பது அவனுக்கு ஆபத்து," என்றான் நீலம். "நீங்கள் போகும்போது பக்கவாட்டு வாசல்வழியாகச் செல்வீர்கள்."

அவன் சொல்வதற்கு அர்த்தம் 'இப்போது கிளம்புகிறாயா?' என்றுதான் காவுக்குத் தோன்றியது. ஆனாலும் இருக்கைக்கு திரும்ப

வந்து காத்திருந்தான். நீலமும் அவனும் வெறுப்பு தோய்ந்த பார்வை களை பரிமாறிக்கொண்டனர். காவின் பல்கலைக்கழக தினங்களில் தீவிர தேசியவாத மாணவர்கள் ஆயுதங்களோடு பதுங்கியிருக்கும் இருட்டுப் பாதைகளையும் காலியான நடைவழிகளையும் கடந்து போகும்போது உணர்கிற பயம் இப்போது ஞாபகத்தில் வந்தது. ஆனால் அந்நாட்களில் அந்தப் பார்வை பரிமாற்றங்களில் பாலியல் தொனி இருந்ததில்லை.

"சில நேரங்களில் கொஞ்சம் சந்தேகப் பிராணியாக இருப்பேன், ஆனால் அதற்காக நீங்கள் மேலைநாட்டு உளவாளி அல்ல என்று நம்பிவிட்டேன் என்று அர்த்தமல்ல," என்றான் நீலம். "நீங்கள் ஓர் உளவாளி அல்லவென்று உங்களுக்குத் தெரிந்திருக்கலாம், உங்களுக்கு அதில் விருப்பம் இல்லாதிருக்கலாம், ஆனால் அது நிலைமையை சிறிதளவும் மாற்றப் போவதில்லை. எங்களுக்கு மத்தியில் அந்நியனாக நீங்கள் இருக்கிறீர்கள். இந்த இனிமையான, பயபக்தி கொண்ட பெண்ணின் மனதில் சந்தேகத்தை விதைத்து விட்டீர்கள். அவளைச் சுற்றி நடக்கும் விநோதமான விஷயங்களே இதற்கு சாட்சி. இப்போது உங்கள் மேட்டிமைத்தனமான மேலை கருத்துக்களை வெளியிட்டிருக் கிறீர்கள். எங்களைப் பார்த்து உள்ளுக்குள் சிரித்துகூட இருக்கலாம். அதைப்பற்றி எனக்கோ கடிஃபேவுக்கோ அக்கறை இல்லை. ஆனால் உங்கள் சூதுவாதற்ற கருத்துக்களை எங்கள்மீது செலுத்தி, நற்பேற்றையும் நீதியையும் தேடிச்செல்லும் மேலைத் தேடல்களை சம்மந்தமில்லாமல் எங்களிடம் திணித்து, எங்கள் சிந்தனைகளை குழப்பிவிட்டிருக்கிறீர்கள். ஆனால் உங்கள்மீது எனக்குக் கோபமில்லை. ஏனென்றால் நல்ல மனிதர்கள் எல்லோரையும்போல உங்களுக்குள்ளிருக்கும் தீவினையை நீங்கள் அறிந்திருக்கவில்லை. ஆனால் இதை என்னிடமிருந்து இப்போது கேட்டறிந்துகொண்ட பிற்பாடு, இந்தக் கணத்திலிருந்து உங்களை ஒரு வெகுளியென்று சொல்லிக்கொள்ள முடியாது."

27

உறுதியாக இரு, பெண்ணே. கார்ஸ்ஸிலிருந்து உதவி வந்துகொண்டிருக்கிறது

அறிக்கையில் கையெழுத்திட துர்குத் பேவை கா ஒப்புக்கொள்ள வைக்கிறான்

வெளிமுற்றத்திலும் கார் ரிப்பேர் கடைகளிலும் இருப்பவர்கள் கண்ணில் படாமல் கா வெளியேறினான். நேராக அங்காடிக்கு நடந்தான். முந்தைய தினம் பெப்பினோடி காப்ரியின் குரலில் 'ராபெர்டா'வைக் கேட்ட அதே எழுது பொருட்கள் – இசைத் தொகுப்புகள் கடைக்குச் சென்றான். கட்டையான புருவங்கள் கொண்டிருந்த ஒரு வெளிறிய பதின்பருவ பணியாளனிடம் நெஸிப் கடிஃபேவுக்கு எழுதிய காதல் கடிதங்களை போட்டோ பிரதியெடுக்கக் கொடுத்தான். அக்கடிதங்கள் பிரதியெடுக்கப்பட்டதும் அசல்களை அக்கடிதத் தாட்களைப் போலவே மலிவாக சாயமிழந்திருந்த மலிவான புதிய உறையிலிட்டு, நெஸிப்பின் கையெழுத்தைப் போலவே முனைந்து கடிஃபே யில்டிஷ்ஷின் முகவரியை எழுதினான்.

தன் இன்பத்திற்காக எப்போதும் போராட, பொய் சொல்லத் தயாராக இருப்பவன் கா. அவன் கனவு நிஜமாவதற்காக எந்தவிதமான சூழ்ச்சியிலும் ஈடுபடுவான். இப்போது இபெக்கின் உருவத்தை மனதில் உருவகித்துக்கொண்டே வேகமாக ஓட்டலை நோக்கி நடந்தான். மறுபடியும் பனிப்பொழிவு தொடங்கியிருந்தது. முன்பைப் போலவே மிகப்பெரிய பனித்திவலைகள். தெருக்களில் இருந்த எல்லோரும் ஒரு சாதாரண மாலைநேரத்தில் இருப்பதைப் போலவே சோர்ந்து, இறுக்கமாக காணப்பட்டனர். பேலஸ் பாத் ரோடும் ஹலித்பாஷா அவென்யூவும் சேரும் மூலையில் சேறு அப்பியிருந்த அடுப்புக்கரி வண்டி பனிப்புதைவில் சிக்கியிருந்தது. வெகுவாகச் சோர்ந்திருந்த அந்த வண்டிக் குதிரை மேலே இழுக்க திணறிக்கொண்டிருந்தது.

பின்னாலிருந்த லாரியின் வைப்பர்கள் எவ்வளவு வேகமாக துடைத்தாலும் வீழும் பனிச்சருகுகள் லாரியின் கண்ணாடிமேல் குவிந்துகொண்டிருந்தன. பாதசாரிகள் பிளாஸ்டிக் பைகளை பிடித்துக்கொண்டு வேகமாக ஓடுவது வீட்டுக்குப்போய் பத்திரமாக ஒளிந்துகொள்ளத்தானென்று அவனுக்குத் தோன்றியது. சூழலில் விரவியிருந்த கனத்த சோகம் அவனது இளம் பருவத்து சாம்பல் நிற குளிர்கால மாலை நேரங்களை நினைவுபடுத்தினாலும் ஒரு புது வாழ்வைத் தொடங்கவிருக்கும் சமயத்தில் அது அவனை தளர்ச்சியடையச் செய்யாமல் பார்த்துக்கொண்டான்.

நேராக அறைக்குச் சென்று நெஸிப்பின் கடிதங்களை சூட்கேஸின் அடியில் மறைத்துவைத்துவிட்டுத்தான் கோட்டையே கழற்றி ஹாங்கரில் மாட்டினான். குழாய்க்குச் சென்று தேவைக்கு அதிகமாகவே கைகளை தேய்த்துக் கழுவினான். பின் ஏனென்று தெரியாமலே பல் தேய்க்கத் தொடங்கினான் (மாலையில் பல்தேய்ப்பது அவன் வழக்கம்). ஒரு புதிய கவிதை வருகிறது என்பதையுணர்ந்து ரேடியேட்டரிலிருந்து எழும் சூட்டை அனுபவித்தபடியே சன்னலுக்கு வெளியே நெடுநேரம் வெறித்திருந்தான். ஆனால் கவிதைக்குப் பதிலாக இளம்வயது ஞாபகங்கள் வெள்ளமாக வரத்தொடங்கின: பேயோலோவுக்கு அவன் அம்மாவுடன் பொத்தான்கள் வாங்கச் சென்றபோது அவர்களைப் பின்தொடர்ந்து வந்த ஓர் 'அழுக்கு ஆள்'; காவின் அம்மாவும் அப்பாவும் மட்டும் ஐரோப்பா சுற்றுப்பயணத்திற்குச் சென்றபோது நிஷாந்தஷேவிலிருந்து விமான நிலையத்திற்குச் செல்லும் அவர்கள் டாக்ஸி இவன் பார்வையிலிருந்து தூர, தூர, விலகி ஒரு திருப்பத்தில் மறைந்தது; பூயூகடாவில் நடந்த ஒரு பார்ட்டியில் நீண்ட கூந்தலும் பச்சைக் கண்களும் கொண்டிருந்த ஓர் உயரமான பெண்ணுடன் மணிக்கணக்காக நடனமாடியது (அடுத்த சில நாட்களுக்கு அவனுக்கு கழுத்து கடுமையான சுளுக்கில் அசைக்கவே முடியாதிருந்தது) – அந்தப் பெண்ணின்மீது அவனுக்கு உடனடியாக காதல் ஏற்பட்டாலும் எப்படி அவளை அணுகுவது என்று தெரியாமல் அவஸ்தைப்பட்டது . . . இந்த ஞாபகங்கள் எல்லாமே காதலின் பொதுமைத்தன்மையைக் கொண்டிருந்ததைத்தவிர வேறு எவ்விதத்திலும் ஒன்றுடன் ஒன்று தொடர்பு கொண்டவையல்ல. வாழ்க்கை என்பது தொடர்பற்ற சம்பவங்களின் அர்த்தமற்ற கண்ணியில் பிணைக்கப்பட்டிருப்பது தானென்று காவுக்குத் தெரியும்.

பல வருடங்களாகச் செல்ல திட்டமிட்டிருந்த ஓர் இடத்திற்கு அப்போதுதான் வந்துசேர்ந்தவனைப்போன்ற ஆர்வத்துடன் படியிறங்கி ஓடினான். ஹோட்டல் உரிமையாளர் அலுவலகத்தையும் லாபியையும் பிரிக்கும் வெண்ணிறக் கதவைத் தட்டியபோது தனக்குள்ளிருந்த தீர்மானித்த அமைதியைக் கண்டு அவனுக்கே அதிர்ச்சியாக இருந்தது. கதவைத் திறந்த குர்த்திய வேலைக்காரியின் முகபாவத்தில் சதித்தன்மை பாதியும் மரியாதை பாதியும் கலந்து ஏதோ ஒரு துர்க்கனேவ் பாத்திரம் உயிர்பெற்று வந்ததுபோல காவுக்குத் தோன்றிற்று. நேற்று இரவு விருந்துண்ட இடத்தில் துர்குத் பேவும் இபெக்கும் பின்கதவை

நோக்கியிருந்த நீளமான திவானில் அமர்ந்துகொண்டு தொலைக்காட்சி பார்த்துக்கொண்டிருந்தனர்.

கா உள்ளே வரும் சத்தத்தைக் கேட்டு, “கடிஃபே, இவ்வளவு நேரம் எங்கே போயிருந்தாய்? நிகழ்ச்சி ஆரம்பிக்கப் போகிறது,” என்றார் துர்குத் பே.

இந்த விசாலமான, உயர்ந்த கூரை கொண்ட ரஷ்ய வீட்டின் சாளரங்களிலிருந்து பாயும் வெளிறிய வெளிச்சத்தில் அறையின் சூழல் முந்தைய இரவிலிருந்து மாறுபட்டு வேறுவிதமாகத் தெரிந்தது.

உள்ளே வந்தது கா எனத் தெரிந்ததும் தம்பதியினர் தனியாக இருக்கும்போது அந்நியன் நுழைந்து விட்டதைப் போல தந்தையும் மகளும் ஒரு கணம் நெளிந்தனர். ஆனாலும் இபெக்கின் கண்களில் பளீரிட்ட ஒளியைக் கண்டு கா மகிழ்ந்தான். அவர்களையும் தொலைக் காட்சி பெட்டியையும் நோக்கியிருந்த நாற்காலியில் கா அமர்ந்தான். இபெக், அவன் கற்பனையில் இருப்பதைவிட நேரில் இன்னும் எவ்வளவு அழகாக இருக்கிறாள் என்பதை மீண்டும் ஒருமுறை கவனித்தான். இது அவன் பயத்தை அதிகரித்தது. கொஞ்சநேரத்திலேயே அவர்களிரு வரும் சந்தோஷமாக காலகாலத்திற்கும் வாழ விதிக்கப்பட்டிருப்பவர் களென்றும் எண்ணத்தில் முகிழ்ந்தது.

“தினமும் பிற்பகல் நான்கு மணிக்கு நானும் என் மகள்களும் இந்த திவானில் அமர்ந்து ‘மரியானா’ பார்ப்போம்,” என்றார் துர்குத் பே. அவர் குரலில் ஒருவித சங்கடம் தெரிந்தது. அதன்கூடவே அதற்காக நான் வருத்தப்படுவதற்கு எதுவுமில்லை என்ற செய்தியும் ஒட்டியிருந்தது.

‘மரியானா’ என்ற அந்த மெக்ஸிகன் நெடுந்தொடர் வாரத்திற்கு ஐந்து நாட்கள் இஸ்தான்புல்லின் மிகப்பெரிய தொலைக்காட்சி அலைவரிசை ஒன்றில் ஒளிபரப்பாகி வந்தது. தேசம் முழுக்க பிரபலமாகி யிருந்த இத்தொடரின் நாயகி மரியானா ஒரு குள்ளமான, துடிப்புமிக்க, இனிய பெண். பெரிய பச்சைநிற விழிகள். அவள் சருமத்தின் வெளுப்பு மேட்டுக்குடித்தனமாக இருந்தாலும் அவள் மிகவும் கீழ்ப்பட்ட வகுப்பைச் சேர்ந்தவள். நீண்ட கேசம் கொண்ட அந்த அப்பாவி மரியானா சிறுவயதிலேயே அனாதையானவள். ஏழ்மையிலும் தனிமை யிலுமே அவளது வருடங்கள் கழிந்திருந்தன. ஒவ்வொரு நாளும் ஒவ்வொரு புது பிரச்சனைகள் அவளுக்கு. யாரிடமாவது அவள் காதல் வயப்பட்டால் அவன் நிராகரித்து விடுவான், அல்லது பூசலிலோ வீண்பழியிலோ அவள் ஆளாகிவிடுவாள். அப்போதெல்லாம் துர்குத் பேவும் அவருடைய இரு மகள்களும் பூனைக்குட்டிகள்போல ஒட்டி குறுக்கிக்கொள்வார்கள். அவர்கள் அப்பாவின் மார்பிலும் தோள்களிலும் சாய்ந்துகொண்டிருக்க, மூவரும் கண்ணீர் உகுப்பார்கள். ஓர் அபத்தமான நெடுந்தொடரைப் பார்த்து உருகுவதில் வெட்கப்பட்டோ என்னவோ, மரியானாவையும் அவள் நாடான மெக்ஸிகோவையும் விடாமல் பீடித்திருக்கும் வறுமைக்கான காரணங்களைப் பற்றி துர்குத் பே

ஒரு நேரடி வர்ணனையை வழங்கத் தொடங்கினார். மரியானா முதலாளித்துவவாதிகளுக்கெதிராக போராடும்போது கரவொலி எழுப்புவது அவர் வழக்கம். அவ்வப்போது திரையைப் பார்த்து, "உறுதியாக இரு பெண்ணே, கார்ஸ்ஸிலிருந்து உதவி வந்துகொண்டிருக்கிறது" என்று குரல் கொடுப்பார். அப்போதெல்லாம், கண்ணீர் மல்கிய கண்களோடு அவர் புதல்விகள் சோகையாகப் புன்னகைப்பார்கள்.

நிகழ்ச்சி தொடங்கியதும் காவுக்கும் புன்னகை மலர்ந்தது. அவன் பார்வையும் இபெக்கின் பார்வையும் சந்தித்தபோது அவன் புன்னகையை அவள் வரவேற்கவில்லை என்பதையுணர்ந்து முகபாவத்தை தீவிரமாக்கிக் கொண்டான்.

முதல் விளம்பர இடைவேளையின்போது கா சட்டென்று அந்தக் கூட்டறிக்கை விவகாரத்தை நம்பிக்கையோடு எடுத்தான். அவன் பேசத் தொடங்கிய கொஞ்சநேரத்துக்குள்ளாகவே துர்குத் பேவுக்கு ஆர்வம் துளிர்க்க ஆரம்பித்துவிட்டது, தன்னையும் ஒரு பொருட்டாக நினைத்து அவர்கள் செயல்படுவதில் புளகாங்கிதமடைந்துவிட்டார் என்பது பட்டவர்த்தனமாகத் தெரிந்தது. இது யாருடைய திட்டம், எப்படி அவருடைய பெயர் பரிந்துரைக்கப்பட்டது என்றெல்லாம் கேட்டார்.

ஜெர்மனியில் லிபரல் இதழாளர்களோடு கலந்தாலோசித்த பின்னரே இப்படி ஒரு முடிவை தான் எடுத்ததாக கா சொன்னான். *Frankfurter Rundschau*வின் விற்பனை எவ்வளவு பிரதிகள் என்று கேட்டார். ஹான்ஸ் ஹான்ஸென் தன்னை ஒரு 'மனிதாபிமானவாதி' என்று அழைத்துக்கொள்பவரா என்றார். நீலத்திற்காக துர்குத் பேவை தயார் செய்வதற்காக அவனை ஜனநாயகத்தின் முக்கியத்துவத்தை அறிந்த ஒரு மதவெறியன் என்று கா வர்ணித்தான். ஆனால் துர்குத் பே கவரப்படாதவராகத் தெரிந்தார். மக்கள் ஏழ்மையால்தான் மதத்தில் சரணடைகிறார்கள் என்றார். அவர் மகளும் அவளுடைய தோழிகளும் செய்யும் காரியங்களில் அவருக்கு நம்பிக்கையில்லாவிட்டாலும், அதை மதிப்பதாகச் சொன்னார். அதேபோல, குர்த்திய தேசியவாதிகளை – அது யாராக இருந்தாலும் சரி; இன்றைய தினம் கார்ஸ்ஸில் வாழ்கிற குர்த்திய இளைஞனாக இருந்தாலும், ஒரு தீவிரமான தேசியவாதியாகவும் இருந்தாலும் கூட – அவர் மதிப்பதாகக் கூறினார். இவையெல்லாவற்றையும் மரியானாவுக்கு ஆதரவு தெரிவித்த அதே வேடிக்கை தொனியில்தான் சொல்லிக் கொண்டிருந்தார். "இதை வெளிப்படையாகச் சொல்வது தவறுதான், ஆனால் நான் ராணுவப் புரட்சிகளுக்கு எதிரானவன்," என்று அறிவித்தார். கா உடனே அவரை சமாதானப்படுத்தும் விதமாக, அவரது கூற்று துருக்கியில் அச்சிடப்படப்போவதில்லையென்றான். அவர் நீலத்தை சந்திக்கக் கூடிய ஒரே இடம் ஹோட்டல் ஆசியாவின் மொட்டை மாடியில் இருக்கக்கூடிய ஷெட்டில்தான் என்றும் கூறினான். துர்குத் பே அவரது ஹோட்டல் முற்றத்தையொட்டியிருக்கும் பக்கத்து கடையின் பின்வாசல் ஊடாக அங்கே சென்றுவிடலாம்.

“துருக்கியில் உண்மையான ஜனநாயகவாதிகள் இருக்கின்றனர் என்று உலகிற்கு நாம் காட்ட வேண்டும்,” என்றார் துர்குத் பே. தொலைக்காட்சித் தொடர் ஆரம்பிக்கப் போகிறதென்பதால் வேகமாகப் பேசினார். ‘மரியானா’ மீண்டும் தொடங்குவதற்கு சற்று முன்பு, அவர் கைக்கடிகாரத்தைப் பார்த்துவிட்டு, “கடிஃபே எங்கே?” என்றார்.

பின் அம்மூவரும் மௌனமாக ‘மரியானா’வுக்குத் திரும்பினர்.

ஒரு கட்டத்தில் மாடிப்படிகளில் காதலனோடு ஏறிக்கொண்டிருந்த மரியானா யாரும் பார்க்கவில்லையென்பதை உறுதிப்படுத்திக்கொண்டு அவனை கைகளால் வளைத்துக்கொண்டாள். அவர்கள் முத்தமிட்டுக் கொள்ளவில்லை. ஆனால் அவர்கள் தமது பலம்கொண்டவரை ஒருவரை யொருவர் இறுக்கமாக தழுவிக்கொண்டது முத்தமிட்டுக்கொள்வதை விட காவுக்கு அதிக எழுச்சியை தரக்கூடியதாக இருந்தது. அதைத் தொடர்ந்து நீண்ட மௌனத்தின்போது, அந்நகரம் மொத்தமும் இதே காட்சியைப் பார்த்துக்கொண்டிருக்கும் என்பது காவுக்கு உறைத்தது. கார்ஸ் முழுக்க, மார்க்கெட்டிலிருந்து வந்த மனைவிமார்கள் கணவர் களோடும், நடுநிலைப்பள்ளி மாணவிகள் அவர்களுடைய வயதான உறவினர்களோடும் உட்கார்ந்து பார்த்துக் கொண்டிருப்பார்கள். கார்ஸ்ஸின் சீரழிந்த வீதிகள் மட்டுமல்ல, நாட்டின் எல்லா தெருக்களும் இப்போது வெறிச்சோடியிருக்கும். அவனது அறிவார்ந்த பாசாங்குகளும் அரசியல் செயல்பாடுகளும் கலாச்சாரப் பகட்டு இறுமாப்பும் இந்த நெடுந்தொடர் தூண்டிக் கொண்டிருக்கும் உணர்வுகளிலிருந்து அவனைத் துண்டித்து ஒரு வறண்ட நிலைக்கு கொண்டுசெல்வதை அக்கணத்தில் புரிந்துகொண்டான். அவனது முட்டாள்தனமான தவறுதான் எல்லா வற்றையும்விட மோசமானது. நீலமும் கடிஃபேவும் காதல் புரிந்து முடித்த பின்னர் ஒருவரையொருவர் கரங்களால் பிணைத்தபடி ‘மரியானா’ தொடர் பார்த்துக்கொண்டிருப்பார்களென்று காவுக்கு உறுதியாகத் தோன்றியது.

மரியானா காதலனை நோக்கித் திரும்பி, “இந்த நாளுக்காக வாழ்நாளெல்லாம் காத்திருந்தேன்,” என்றபோது அவள் அவன் எண்ணங்களையே எதிரொலிப்பது போலிருந்தது. இதை தற்செயல் இணைவாக நினைக்கமுடியாமல் இபெக்கின் பார்வையை ஈர்க்க முயற்சித்தான். அவள் தந்தையின் மார்பின்மேல் தலையை சாய்த்துக் கொண்டிருந்தாள். அவளது அகன்ற, சோகமான, காதலில் ஏங்கிய விழிகள் தொலைக்காட்சித் திரையில் பதிந்திருக்க, அந்த நெடுந்தொடர் தட்டியெழுப்பிய இச்சைகளில் தொலைந்து போயிருந்தாள்.

“எனக்கு இன்னும் கவலையாகவே உள்ளது,” என்றான் மரியானாவின் அழகான சுத்தமாக சவரம் செய்திருந்த காதலன். “என் குடும்பம் நம்மிருவரையும் ஒன்றாக வாழ அனுமதிக்காது.”

“நாம் ஒருவரையொருவர் உளப்பூர்வமாக காதலிக்கும்வரை எதற்காகவும் பயப்படத் தேவையில்லை,” என்றாள் அப்பாவி மரியானா.

“ஜாக்கிரதை பெண்ணே, இந்தப் பயல்தான் உனது மோசமான எதிரி!” துர்குத் பே திரையிடம் சத்தமிட்டார்.

“நீங்கள் என்னை எந்தவித பயமுமின்றி காதலிக்க வேண்டும்,” என்றாள் மரியானா.

இபெக்கின் மர்மம் செறிந்த விழிகளுக்குள் கா ஆழமாக பார்த்துக் கொண்டிருந்தது பலனளித்து அவள் பார்வையைத் திருப்பி உடனே விலக்கிக் கொண்டாள். அடுத்த விளம்பர இடைவேளையில் அவள் “அப்பா, என்னைக் கேட்டால் நீங்கள் ஹோட்டல் ஆசியாவுக்குச் செல்வது மிகவும் அபாயகரமானது என்பேன்,” என்றாள்.

“கவலைப்படாதே.”

“கார்ஸ் நகரத் தெருக்களில் நடந்தாலே உங்களை துரதிருஷ்டம் பீடித்துக்கொள்கிறது என்று நீங்கள்தானே இத்தனை வருடங்களாக சொல்லிக்கொண்டிருக்கிறீர்கள் ?”

“ஆமாம். ஆனால் இந்தக் கூட்டத்தில் நான் கலந்துகொள்ளா விட்டால், அது கொள்கை வயப்பட்ட முடிவாக இருக்க வேண்டும். பயத்தின் காரணமாக இருக்கக்கூடாது,” என்றபடி காவை நோக்கித் திரும்பினார். “ஒரு கம்யூனிஸ்டாக, நவீனப் பார்வை கொண்ட மதச்சார்பற்ற ஜனநாயகவாதியான தேசபக்தனாக பேசும்போது, நான் எதற்கு முன்னுரிமை தரவேண்டும் – அறிவு விளக்கத்துக்கா அல்லது மக்கள் விருப்பத்திற்கா? ஐரோப்பிய அறிவு விளக்கத்தை நான் முதலும் முற்றிலுமாக நம்புவதாக இருந்தால், இஸ்லாமிஸ்ட்டு களை என் எதிரிகளாக நினைத்து இந்த ராணுவப் புரட்சியை ஆதரித்தாக வேண்டும். என் முதல் கடப்பாடு மக்களின் விருப்பம் என்பதாக இருந்தால் – அதாவது நான் ஒரு கலப்படமற்ற ஜனநாயக வாதியாக ஆகியிருந்தால் – அந்த அறிக்கையில் கையெழுத்திடுவதைத் தவிர எனக்கு வேறு எந்தத் தேர்வும் இல்லை. நான் சொன்ன இந்த இரண்டில் எது உண்மை?”

“ஒடுக்கப்பட்டவர்களின் பக்கம் சேர்ந்து அறிக்கையில் கையெழுத் திடுவதுதான் சரியாக இருக்கும்,” என்றான் கா.

“ஒடுக்கப்பட்டவர்களாக இருப்பது மட்டுமே போதாது, சரியான மார்க்கத்தில் செல்பவர்களாகவும் இருக்க வேண்டும். ஏனென்றால் பெரும்பாலான ஒடுக்கப்பட்ட மனிதர்கள் ஏளனத்திற்குரிய வகையில் தவறான வழியில் செல்பவர்களாக இருக்கிறார்கள். நான் எதில் நம்பிக்கை வைப்பது?”

“இவருக்கு எதிலுமே நம்பிக்கை கிடையாது,” என்றாள் இபெக்.

“எல்லோரும் ஏதாவது ஒன்றில் நம்பிக்கை கொண்டவர்களாகவே இருக்கிறார்கள்,” என்றார் துர்குத் பே. “நீங்கள் என்ன நினைக்கிறீர் களென்று தயவுசெய்து சொல்லுங்கள்.”

துர்குத் பே மட்டும் அந்த அறிக்கையில் கையெழுத்திட ஒப்புக் கொண்டால், ஜனநாயகத்தை நோக்கி கார்ஸ் நகர்வதற்கு அவர் பங்கை ஆற்றியதாக இருக்கும் என்று சொல்லி அவரை இணங்கவைக்க தன்னாலான முயற்சிகளை கா செய்து பார்த்தான். இபெக் அவனோடு ஃபிராங்க்ஃபர்ட்டுக்கு வர மறுப்பதற்கு சாத்தியம் அதிகம் இருப்பதாக அவனுக்குத் தோன்றியதும், துர்குத் பேவை அவர் ஓட்டலிலிருந்து வெளியே கிளப்பக்கூட தன்னால் முடியாமற்போகுமோ என்று கவலைப் படத் தொடங்கினான். நமக்கே உறுதியாக இல்லாத நம்பிக்கைகளை வெளிப்படுத்துவது என்பது ஆசுவாசம் அளிப்பதாக இருந்தது. கூட்டறிக்கையைப் பற்றியும் ஜனநாயகப் பிரச்சனைகள் பற்றியும் மனித உரிமை உள்ளிட்ட இதர விஷயங்களைப் பற்றியும் அவன் பகட்டாரவாரமாக பிரசங்கம் செய்துகொண்டிருக்க, இபெக்கின் கண்களில் தெரிந்த வெளிச்சம் அவன் சொல்வதில் ஒரு வார்த்தையைக் கூட அவள் நம்பவில்லை என்பதை உணர்த்தியது. ஆனால் அந்தப் பார்வையில் அவன் மோசடித்தனத்தை இடித்துக்காட்டுகிற அறவெளிச்சம் இருக்கவில்லை. அதற்கு நேரெதிராக பாலியற்தூண்டல்தான் பளிச் சிட்டது. அவள் கண்கள், "நீ இந்தப் பொய்களையெல்லாம் பிரஸ்தாபிப்பது என்னை அடைவதற்காகத்தானென்று எனக்குத் தெரியும்," என்றன.

உணர்ச்சி முனைப்பான நுண்ணுணர்வுகளின் முக்கியத்துவத்தை கண்டுபிடித்த ஒரு சில நிமிடங்களிலேயே காவுக்கு இதுநாள்வரை பிடிபடாதிருந்த இரண்டாவது மகத்தான உண்மையை அறிந்து கொண்டதாக உணர்ந்தான்: காதலைத்தவிர வேறு எதன்மீதும் நம்பிக்கை கொண்டிராத ஓர் ஆணை எதிர்த்து நிற்க பெண்களால் முடியவே முடியாது. இந்தப் புதிய கண்டுபிடிப்பினால் புளகாங்கிதமடைந்து, மனித உரிமைகள், கருத்து சுதந்திரம், ஜனநாயகம் மற்றும் இதர தொடர்பான விஷயங்கள் பற்றி தனது தனியுரையை அவிழ்த்துவிடத் தொடங்கினான். மேலைநாட்டு மேதைகளின் நன்நோக்கம் கொண்ட தத்துவங்களை மனம்போனபடி எளிமையாக்கி, வெட்கமின்றி முன்னுக்குப்பின் முரணாகக் குழப்பி, துருக்கியின் வாய்ச்சவடால் பேச்சாளர்கள்போல அசல் வசனங்களை வார்த்தை பிசகாமல் ஒப்பித்து அந்தப் பிரசங்கத்தை நடத்திக்கொண்டிருந்தபோது, வெகுவிரைவிலேயே இபெக்கிடம் காதல் புரியப் போகிறோமென்ற நினைப்பில் காவுக்கு சிலிர்ப்பேர்ப்பட்டது. அந்தப் பேச்சு நேரம் முழுக்கவும் இபெக்கின் கண்களை நேராகப் பார்த்துக்கொண்டு தனது வேட்கையின் பிரதிபலிப்பு அவள் பார்வையில் தெரிகிறதா என்று தேடிக்கொண்டிருந்தான்.

விளம்பரங்கள் முடிந்ததும், "நீங்கள் சொல்வது உண்மைதான்," என்றார் துர்குத் பே. "கடிஃபே எங்கே?"

நிகழ்ச்சி தொடங்கியதும் துர்குத் பே பதற்றமடைந்து காணப் பட்டார். அவருடைய ஒரு பகுதி ஹோட்டல் ஆசியாவுக்குப் போக விரும்பியது, மறுபாதி எதிர்த்தது. கனவுகளும் பிசாசுகளும் கலந்த வெளியில் தொலைந்துபோன ஒரு கிழவன்போல, 'மரியானா'வைப் பார்த்தபடியே அவருக்குத் தோன்றிய அரசியல் ஞாபகங்களையும்

சிறையில் அடைக்கப்படும் சாத்தியம் குறித்த அவரது அச்சங்களையும் மனிதர்களுக்கு இருக்கவேண்டிய பொறுப்புணர்ச்சி பற்றியும் பிதற்றிக் கொண்டிருந்தார். அவள் தந்தையை இப்படியொரு குழப்பநிலைக்கு தள்ளிவிட்டதற்காக தன்மீது இபெக் எரிச்சலடைந்திருப்பது காவுக்கு பளிச்சென்று தெரிந்தது. ஆனால் கிழவரை ஓட்டலைவிட்டு கிளப்பச் செய்வதில் அவ்வளவு சீக்கிரம் வெற்றிகண்ட அவன் சாதுர்யத்தை ரசிப்பதையும் புரிந்துகொள்ள முடிந்தது. அவன் கண்களை சந்திக்க அவள் மறுப்பது பற்றி அவன் கவலைப்படவில்லை. அந்தத் தொடர் முடிந்ததும் அவள் தந்தையின் பக்கம் திரும்பி, தோள்களில் கைகளைக் கோர்த்துக்கொண்டு, “உங்களுக்குப் பிடிக்கவில்லையென்றால் போகாதீர்கள் அப்பா. மற்றவர்களுக்கு உதவச் சென்று ஏற்கனவே நிறைய கஷ்டங்களை அனுபவித்துவி' ீடீர்கள்,” என்றாள். கா புண்படவில்லை.

இபெக்கின் முகத்தை ஒரு மேகம் கடந்துசெல்வதை அவன் பார்த்தான். இப்போது அவனுக்கு ஒரு புதிய, மகிழ்ச்சிகரமான கவிதை ஜனித்துவிட்டது. கொஞ்சநேரத்திற்கு முன்னால் கண்ணில் நீர் வழிய ‘மரியானா’வைப் பார்த்துக்கொண்டிருந்த ஸாஹிதே ஹெனும் உட்கார்ந்திருந்த நாற்காலிக்கு கா இப்போது சென்றமர்ந்தான். நம்பிக்கை சுடரொளிக்க அமைதியாக எழுதத் தொடங்கினான். இக்கவிதையை எழுதி சிலவருடங்கள் கழித்தே இதற்கு ‘நான் மகிழ்ச்சியோடு இருக்கப் போகிறேன்’ என்று தன்னைத்தானே துன்புறுத்திக் கொள்வதற்காகவோ என்னவோ தலைப்பிட்டான். ஒரேயொரு வார்த்தையைக்கூட தவறவிடாமல், தடங்கலில்லாமல் அக்கவிதையை எழுதி முடித்த நேரத்தில் கடிஃபே அறைக்குள் வேகமாகப் புகுந்தாள்.

துர்குத் பே துள்ளியெழுந்து அவளை அணைத்து முத்தமிட்டார். அவள் எங்கே சென்றிருந்தாள், ஏன் அவள் கைகள் இவ்வளவு சில்லிட்டிருக்கின்றன என்று கேட்டார். ஒரேயொரு கண்ணீர் முத்து அவர் கன்னத்தில் வழிந்தது. கடிஃபே ஹண்டேவின் வீட்டுக்குப் போயிருந்ததாகச் சொன்னாள். எதிர்பார்த்ததைவிட அதிக நேரம் தங்கவேண்டி வந்துவிட்டது என்றாள். ‘மரியானா’வை தவறவிடக் கூடாதென்பதற்காக அது முடியும்வரை அங்கேயே இருந்துவிட்டாளாம். “நம்முடைய பெண் எப்படியிருக்கிறாள்?” என்று கேட்டார் துர்குத் பே (அவர் குறிப்பிட்டது மரியானாவை). ஆனால் கடிஃபேவின் பதிலுக்கு காத்திராமல் வேறு விஷயங்களுக்கு மாறினார். காவிடமிருந்து கேட்டறிந்ததை சுருக்கமாக அவர் சொல்லச்சொல்ல ஒரு கவலை மேகம் அவர்மீது கவிந்திருப்பது புலப்பட்டது.

இவையெல்லாவற்றையும் முதல்முறையாகக் கேட்பதுபோல நடிப்பதற்கு கடிஃபேவுக்கு அவ்வளவாக வரவில்லை. கா அறையின் மறுகோடியில் இருப்பதைப் பார்த்ததும் ஆச்சரியப்பட்டதைப் போல பாவனை காட்டினாள். “நீங்கள் இங்கே இருப்பதில் மிகவும் சந்தோஷம்,” என்று கூவினாள். அவசர அவசரமாக கேசத்தை மறைக்க முயன்றாள். தொலைக்காட்சிக்கெதிரே அமர்ந்து அவள் தந்தைக்கு ஆலோசனை

சொல்லிக்கொண்டிருந்த நேரத்தில் அவள் முக்காடு கழன்று சரிந்துவிட்டிருந்ததால் இப்போது அவள் கைக்கு அகப்படவில்லை. அவனைப் பார்த்ததும் ஆச்சரியம் காட்டிய அவள் நடிப்பு நம்பும் படியாகவே இருந்தது. அவள் தந்தையிடம் அந்தச் சந்திப்புக்குச் சென்று அறிக்கையில் கையெழுத்திடுமாறு ஊக்கப்படுத்தினாள். இதுகூட நடிப்பாக இருக்குமோவென்று கா நினைத்தான். அயல்நாட்டு இதழ்கள் ஆட்சேபணையின்றி பிரசுரிக்கும்படியாக அந்த அறிக்கை இருக்கவேண்டுமென நீலம் விரும்புவதால் அவனது சஞ்சலங்கள் சரியாக இருக்கலாம். ஆனால் இபெக்கின் முகபாவத்திலிருந்த அச்சத்தைப் பார்க்கும்போது இங்கே வேறு ஏதோ விஷயம் நடந்து கொண்டிருக்கிறதென்று காவுக்குத் தோன்றியது.

“உங்களோடு நானும் ஹோட்டல் ஆசியாவுக்கு வருகிறேன்,” என்றாள் கடிஃபே.

“என் பொருட்டு நீ சிக்கலில் மாட்டிக்கொள்வதை நான் அனுமதிக்க மாட்டேன்,” என்றார் துர்குத் பே. அவர் தோரணையில் காட்டிய துணிச்சல், அவர்கள் ஒன்றாகச் சேர்ந்து உட்கார்ந்து பார்த்த நெடுந் தொடர்களிலிருந்தும் முன்பொரு காலத்தில் ஒன்றாகப் படித்த நாவல் களிலிருந்தும் உருவியெடுத்ததாக இருந்தது.

“ப்ளீஸ், அப்பா, இந்த விவகாரத்தில் காலை விட்டால் தேவை யில்லாத அபாயங்களுக்கு இடமளித்து விடுவீர்கள்,” என்றாள் இபெக்.

இபெக் அவள் அப்பாவுடன் பேசியபோது ஒரு விஷயத்தை கவனித்தான். அறையில் எல்லோரும் இருக்கும்போதே அவள் சொன்னது எல்லாவற்றிற்கும் இரட்டை அர்த்தம் உள்ளதுபோல பட்டது. ஒரு கணம் அவன் பார்வையை தவிர்ப்பது, மறுகணம் அவனை உற்றுப் பார்ப்பது என அவள் விழிகளை வைத்து விளையாடிய விளையாட் டிலிருந்து அவனால் ஊகிக்க முடிந்ததெல்லாம் கலவையான ஒரு செய்தியைப் பரப்புவதற்கு அது இன்னொரு வழி என்பது மட்டும்தான். ஆனால் இதற்குப் பிறகு பலநாட்கள் கழித்தே அவனுக்கு ஒன்று புரிந்தது: நெஸிப்பைத் தவிர, கார்ஸ்ஸில் அவன் சந்தித்துப் பேசிய எல்லோருமே இதே ரீதியில்தான் பேசினார்கள். ஒரு கூட்டிசையின் லயம் தவறா பகுதிபோல. அவர்களிடமிருந்து இத்தகைய நடத்தை வெளிப்படுவதற்கு காரணம் ஏழ்மையா, பயமா, தனிமையா அல்லது அவர்கள் வாழ்வின் எளிமைத்தன்மையா என்று கா தன்னைத்தானே கேட்டுக்கொள்வான். ‘அப்பா, போகாதீர்கள்’ என்று இபெக் சொல்லும் விதத்திலேயே காவை உசுப்புவது புலப்பட்டது. கூட்டறிக்கையைப் பற்றியும் அவள் அப்பாவோடு அவளுக்கிருக்கும் பிணைப்பைப் பற்றியும் கடிஃபே பேசும்போது நீலத்துடன் அவளுக்கிருக்கும் உறவை வெளிப் படுத்துவதாகவே இருக்கிறது.

இவையெல்லாம் மனதில் ஓடிக்கொண்டிருக்க, ‘என் வாழ்நாளின் ஆழ்ந்த புலமைமிக்க வஞ்சகப் பேச்சு’ என அவனால் பின்னர் வர்ணிக்கப்பட்ட அந்த உரையாடலுக்குள் கா புகுந்தான். துர்குத்

பேவை இப்போது ஓட்டலைவிட்டு தன்னால் கிளப்பவைக்க முடியா விட்டால், இபெக்கோடு படுக்கும் வாய்ப்பு இனி எப்போதும் கிடைக்காது என்ற திடமான எண்ணம் அவனுக்கு இருந்தது. இபெக்கின் விழிகளில் தெரிந்த சவால் இந்த எண்ணத்தை உறுதிப்படுத்தவே செய்ததால், அவன் வாழ்வின் ஈடேற்றத்திற்கான கடைசி வாய்ப்பு இதுதான் என்று சொல்லிக்கொண்டான். அவன் வாழ்க்கையை சீரழித்திருந்த அதே வார்த்தைகளையும் கருத்துக்களையும் பிரயோகித்து பேசத் தொடங்கினான். பொது நன்மைக்காக செயல்பட வேண்டியதும், நாட்டின் ஏழைகளுக்காக பொறுப்பேற்று அவர்களின் போராட்டங்களில் கலந்துகொள்வதும் முக்கியம் என்பதால் – துர்குத் பேவின் பங்கு அற்பமானதாகத் தெரிந்தாலும் அவர் நாகரிக குடிமைவாதிகளின் பக்கம் நின்று இருண்மை சக்திகளை எதிர்த்து வருகிறார் என்பதால், அவர் ஓட்டலைவிட்டு கிளம்பிச் சென்றுதான் ஆக வேண்டுமென மசியவைத்துக் கொண்டிருக்கும்போது அவன் சொல்லிக்கொண்டிருந்த வற்றில் சிலவற்றை அவனே நம்பத் தொடங்கிவிட்டிருப்பதை உணர்ந் தான். இளம்வயதில் துருக்கிய பூர்ஷ்வாக்களோடு சேரக்கூடாதென்ற உறுதி படைத்த ஓர் இடதுசாரியாக இருந்ததையும் அறையில் தனியாக அமர்ந்தபடி மகத்தான புத்தகங்களை வாசித்துக்கொண்டும் மகத்தான சிந்தனைகளை வளர்த்துக்கொண்டும் இருப்பதை மட்டுமே இலட்சிய மாகக் கொண்டிருந்ததையும் நினைவுகூர்ந்தான். அவன் அம்மாவை மிகவும் எரிச்சலுற வைத்திருந்த அதே எண்ணங்களையும் கொள்கை களையும் ஓர் இருபது வயது இளைஞனின் ஆர்வத் துடிப்போடு இத்தனை வருடங்கள் கழித்து திரும்ப முழங்கிக்கொண்டிருந்தான். அவன் அம்மாவுக்கு அவன் கவிஞனாகக் கூடாது என்ற எண்ணம். கவிஞனாக இருந்ததால்தான் ஃபிராங்க்ஃபர்ட்டில் எலிவளை ஒன்றுக்குள் அவன் பதுங்கியிருக்க வேண்டியிருந்தது என்ற ஆதங்கம் அவளுக்கு இருந்தது. இதனிடையே அவன் வார்த்தைகளின் வேகம் இபெக்கிற்கு தெரிவிப்பது என்னவென்பதை கா நன்கு அறிந்தே இருந்தான்: ‘உன்னோடு காதல் புரிவதற்காகத்தான் இவ்வளவு வேட்கையோடு இருக்கிறேன் என்பதை புரிந்துகொள்.’ அவன் வாழ்வைக் கெடுத்திருந்த அந்த வானளாவிய வாலிப வாசகங்களால் கடைசியில் ஒரு பலன் கிடைத்திருக்கிறது என்று நினைத்துக்கொண்டிருந்தான்: அவற்றால்தான் அவன் லட்சிய யுவதியோடு காதல்புரியப் போகிறான். அதேநேரத்தில் அவற்றின்மீதிருந்த நம்பிக்கையையும் இழந்திருந்தான். வாழ்க்கையின் அதிஉன்னதமான சந்தோஷம் எதுவென்றால் ஓர் அழகிய, அறிவார்ந்த பெண்ணை ஆரத்தழுவிக் கொள்வதும், ஒரு மூலையில் அமர்ந்து கவிதை எழுதுவதும்தானென்று தோன்றியது.

துர்குத் பே அந்தச் சந்திப்பிற்காக ஹோட்டல் ஆசியாவுக்கு ‘உடனே’ கிளம்புவதாக அறிவித்தார். உடையை மாற்றிக்கொள்ள கடிஃபேவுடன் அறைக்குள் சென்றார்.

இபெக் இப்போதும் தந்தையுடன் உட்கார்ந்து தொலைக்காட்சி பார்த்துக்கொண்டிருந்த இடத்திலேயே இருந்தாள். அந்தக் கிழவரின்மீது இன்னமும் சாய்ந்துகொண்டிருப்பதைப் போலவே அவள் தோரணை

இருந்தது. "என் அறையில் உனக்காகக் காத்திருப்பேன்," என்றான் கா கள்ளக்குரலில்.

"நீங்கள் என்னை காதலிக்கிறீர்களா?" இபெக் கேட்டாள்.

"மிகவும் காதலிக்கிறேன்."

"உண்மையாகவா?"

"மிகவும் உண்மையாக."

கொஞ்ச நேரத்திற்கு இருவரும் பேசாதிருந்தனர். இபெக் ஜன்னலுக்கு வெளியே வெற்றுப்பார்வை பார்க்க, காவும் அவள் பார்வையைத் தொடர்ந்தான். மீண்டும் பனி பொழிய ஆரம்பித்திருந்தது. ஓட்டலுக்கு எதிரேயிருந்த தெருவிளக்குகள் எரியத் தொடங்கிவிட்டிருந்தன. இருட்டு இன்னமும் கவிழத் தொடங்கவில்லை. அதனால் அந்த ராட்சத பனிச்சருகுகளின் சீற்றத்தை விளக்கொளி ஜ்வலிக்க வைத்துக் கொண்டிருந்தாலும் மீமிகையாகவே அவை தோற்றமளித்துக் கொண்டிருந்தன.

"உங்கள் அறைக்குச் செல்லுங்கள்," என்றாள் இபெக். "அவர்கள் புறப்பட்டுச் சென்றதும் மேலே வருகிறேன்."

28

காதலுக்கும் காத்திருத்தலின் வேதனைக்கும் இடையே உள்ள வேறுபாடு

ஹோட்டல் அறையில் காவும் இபெக்கும்

ஆனால் இபெக் உடனடியாக மேலே வரவில்லை. அந்தக் காத்திருத்தல் கா இதுவரை அறிந்திராத சித்திரவதையாக இருந்தது. அவனுக்கு இந்த வலி, இந்தக் கொடுமையான காத்திருப்பு, இதுதான் இப்போது ஞாபகத்தில் இருக்கிறது. இதுதான் அவனை காதலில் விழ அச்சுறுத்தி வந்திருக்கிறது. அறைக்கு வந்தவுடனேயே அவன் படுக்கையில் விழுந்தான். உடனே எழுந்து உடையை சீராக்கிக் கொண்டான். கைகளைக் கழுவினான். தலை வாரினான். கண்ணாடியில் பார்த்து தலையை கலைத்துக் கொண்டான். இவை எல்லாவற்றிற்கும் ஆன நேரம் கொஞ்சம்தான். சன்னல் வழியே கவலையும் பதற்றமும் கலந்த பார்வையை செலுத்தினான்.

துர்குத் பே கடிஃபேவுடன் ஓட்டலை விட்டு வெளியேறுவதைப் பார்க்கக் காத்திருந்தான். ஒருவேளை அவன் குளியலறையில் இருந்தபோது அவர்கள் சென்று விட்டிருக்கலாம். அப்படியென்றால் இபெக் இந்நேரம் இங்கே வந்துவிட்டிருப்பாள். ஒருவேளை, முகத்தை ஒப்பனை செய்யவும், கழுத்தில் பர்ஃப்யூம் தெளித்துக் கொள்ளவும் நேற்றிரவு அவளைப் பார்த்த அந்த அறைக்குள் சென்றுவிட்டிருக்கலாம். அவர்களுக்கு கிடைக்கக்கூடிய சொற்பமான நேரத்தை எப்படியெல்லாம் விரயமாக்குகிறாள்! அவன் எந்தளவுக்கு அவளைக் காதலிக்கிறான் என்பதை அவள் புரிந்து கொள்ளவில்லையா? அவள் என்ன செய்து கொண்டிருந்தாலும், இந்தக் கணம் அவன் அனுபவிக்கும் வேதனையை அது நியாயப்படுத்திவிடாது. அவள் வந்த பிறகு இதை சொல்லத்தான் போகிறான். ஆனால் அவள் வருவாளா? ஒவ்வொரு கணமும் கடந்து செல்லச் செல்ல, இபெக் தன் மனதை மாற்றிக் கொண்டுவிட்டாள் என்ற எண்ணம் அவனுக்கு வலுவடைந்து கொண்டே வந்தது.

குதிரை வண்டி ஒன்று ஓட்டலை நோக்கி வருவதைப் பார்த்தான். ஸாஹிதே ஹெனும்மும், வரவேற்பாளன் கேவிட்டும் உடன் வர, துர்குத் பேவும் கடிஃபேவும் வெளிப்பட்டு, வண்டியில் ஏறினார்கள். வண்டியின் மெழுகுத்துணி கூடாரம் அவ்விருவரையும் மூடிக்கொண்டது. ஆனால் வண்டி நகரவில்லை. வண்டியின் மேற்கவிகையில் பனிப் படலம் கனத்துக்கொண்டே வந்தது. தெருவிளக்கு வெளிச்சத்தில் ஒவ்வொரு பனித்திவலையும் அதற்கு முந்தையதை விட பெரிதாகத் தெரிந்தது. காலம் நகர்வதை நிறுத்திவிட்டது போல. அவனுக்குள் வெறியேறியது. ஸாஹிதே நடைவழியிலிருந்து ஓடிவந்தாள். வண்டிக்குள் இருப்பவர்களிடம் எதையோ கொடுத்தாள். வண்டி நகரத் தொடங்கியது. காவின் இதயம் வேகமாகத் துடிக்க ஆரம்பித்தது.

ஆனால் இப்போதும் இபெக் வரவில்லை.

காதலுக்கும் காத்திருத்தலின் வேதனைக்கும் இடையே உள்ள வேறுபாடு என்ன? காதலைப் போல, காத்திருத்தலின் வேதனை மேல் வயிற்றுக்கருகில் எங்கோ இருக்கும் தசைகளிலிருந்து புறப்பட்டு, விரைவிலேயே மார்புக்குப் பரவி, பின் தொடைகளுக்கும் நெற்றிக்கும் தொற்றிக் கொண்டு, மொத்த உடம்பையும் ஆக்கிரமித்து மரத்துப் போக வைக்கிறது. அந்த இல்லத்தின் மற்ற பகுதிகளிலிருந்து வரும் ஒலிகளுக்காக காதைத் தீட்டிக்கொண்டு, இபெக் என்னதான் செய்து கொண்டிருப்பாள் என்று ஊகிக்க முயன்றான். தெருவில் ஒரு பெண் சென்றாள். அவள் இபெக்கைப் போல இல்லாவிட்டாலும், அது அவளாகத் தானிருக்குமென்று நினைத்தான். வானிலிருந்து வீழும் பனி எவ்வளவு அழகு!

சிறுவயதில் அவனும், அவன் வகுப்புப் பையன்களும் தடுப்பு ஊசி போடப்படுவதற்காக பள்ளி உணவுக் கூடத்திற்கு அனுப்பப்பட்ட தினம் ஞாபகத்திற்கு வந்தது. அயோடின் கலந்த நீராவி அவன் தலையை சுற்ற வைத்து, இப்போது இருப்பதைப் போலவே அவன் வயிற்றுக்குள் அப்போது வலியெடுத்தது. செத்துவிடலாமாவென்று அவனுக்கு அப்போது இருந்தது. வீட்டுக்கு, அவன் அறைக்கு உடனே ஓடிப் போய்விட வேண்டுமென்று அப்போது நினைத்தான். இப்போது ஃபிராங்க்ஃபர்ட்டில் இருக்கும் அவனது மட்டமான அறைக்கு உடனே போய்விடவேண்டுமென்று நினைத்தான். இங்கே வந்தது எவ்வளவு பெரிய தவறு! கவிதைகள் வருவதுகூட இப்போது நின்று விட்டது. அவன் அப்படிப்பட்ட ஒரு வலியில் இருந்தான். இருந்தும், இந்த கதகதப்பான அறை சன்னலிலிருந்து பனிப் பொழிவை பார்த்துக் கொண்டிருப்பது சற்றே ஆறுதலாக இருந்தது. செத்துப் போவதைவிட இது மேலானதுதான். ஆனால் இன்னும் கொஞ்சநேரத்தில் இபெக் வராவிட்டால், அவன் எப்படியும் செத்துப்போய் விடுவான்.

விளக்குகள் அணைந்தன.

இது அவனுக்காகவே அனுப்பப்பட்ட ஒரு சமிக்ஞை என்று நினைத்தான். மின்தடை ஏற்படப் போகிறதென்று தெரிந்திருந்ததால்தான்

இபெக் வரவில்லை போலிருக்கிறது. இபெக் இதுவரை வராமலிருப்பதற்கு காரணத்தைத் தேடுவதைப் போல அந்த இருட்டுத் தெருவில் ஏதாவது நடமாட்டம் தென்படுகிறதாவென்று உற்றுப்பார்த்தான். லாரி ஒன்று நின்றிருப்பது புலப்பட்டது – ராணுவ லாரியா அது? இல்லை, மனப் பிராந்தி தான். இப்போது படிகளில் யாரோ ஏறி வருகிற சத்தம். இல்லை, யாரும் வரவில்லை. ஜன்னலைவிட்டு வந்து படுக்கையில் மல்லாந்து படுத்துக்கொண்டான். வயிற்றிலிருந்து புறப்பட்டிருந்த வலி இப்போது அவன் ஆன்மாவிற்கும் பரவிவிட்டது. உலகத்தில் தனியாக இருப்பவன் அவன். வேறு யாரையும் குற்றம் சொல்ல முடியாது. எல்லாவற்றிற்கும் அவனேதான் காரணம். அவன் வாழ்க்கை ஒன்றுமில்லாததாகப் போய்விட்டது; இடும்பையிலும் தனிமையிலும் அவன் இங்கே மரிக்கப் போகிறான். ஃபிராங்க்ஃபர்ட்டிலிருக்கும் அந்த வளைக்குள் எலியைப் போல ஓடக்கூட இம்முறை அவனுக்கு தெம்பு இருக்காது. அவனது பயங்கரச் சோகம், துக்கத்தையும் விரக்தியை யும் தருவதாக இருந்தாலும், அவன் இன்னும் சற்று புத்திசாலித்தனமாக நடந்து கொண்டிருந்தால் அவன் வாழ்க்கை எவ்வளவோ நன்றாக இருந்திருக்கும் என்ற நினைப்பு அதிக வேதனை அளிப்பதாக இருந்தது. எல்லாவற்றையும் விட மிகக் கொடுமையானது என்னவென்றால் அவனது அச்சத்தையும் அவனது இடும்பையையும் தனிமையையும் யாருமே கவனித்திருக்கவில்லை என்பதை அறிந்துகொள்வதுதான். இதுமட்டும் இபெக்கிற்குத் தெரிந்திருந்தால் தாமதமில்லாமல் உடனே வந்து சேர்ந்திருப்பாள்! அவனை இந்த நிலையில் அவன் அம்மா பார்த்திருந்தால் . . . இந்த உலகத்திலேயே அவனைப் புரிந்துகொண்ட ஒரே ஜீவன் அவன் அம்மாதான்; அவன் கேசத்திற்குள் விரல்களை அளைந்து அவனை ஆற்றுப்படுத்தியிருப்பாள்.

தெரு விளக்குகளிலிருந்தும் பக்கத்து வீடுகளிலிருந்தும் வந்த வெளிச்சத்தில் சன்னலின் மேலிருந்த பனி ஆரஞ்சு நிறத்தில் ஒளிர்ந்தது. பனி விடாமல் பொழிந்து கொண்டே இருக்கட்டும் என்று நினைத்தான். நாட்கணக்காக, மாதக் கணக்காக பொழிந்துகொண்டே இருக்கட்டும். கார்ஸ் நகரம் இனி எவரும் கண்டுபிடிக்க முடியாதபடிக்கு பனிக்கடியில் புதைந்து போகட்டும். வெயில் வீசும் ஒரு காலை வரை அவன் இந்தப் படுக்கையிலேயே தூங்கிக்கிடக்க வேண்டும். எழுந்திருக்கும் போது, பக்கத்தில் அம்மாவோடு அவன் மீண்டும் ஒரு குழந்தையாக மாறிக் கிடக்கவேண்டும்.

கதவு தட்டப்பட்டது. சமையலறையில் யாரோ எழுப்பும் சத்தம் என்று கா தனக்குத்தானே சொல்லிக் கொண்டான். ஆனாலும் படுக்கையிலிருந்து பாய்ந்து எழுந்து, கதவுக்குப் பறந்து சென்று திறந்தவுடனேயே இபெக்கின் தரிசனம் அவனை மூழ்கடித்தது.

“எங்கே போயிருந்தாய்?”

“தாமதமாகி விட்டதா?”

அவள் கேட்டது காவின் செவியில் விழுந்ததாகவே தெரியவில்லை. அதற்குள் அவளை பலம் கொண்ட வரைக்கும் இறுக்கமாக அணைத்துக்

கொண்டிருந்தான்; அவள் கழுத்தில் அவன் தலையை வைத்து அவள் கூந்தலில் முகத்தை புதைத்துக் கொண்டான்; இம்மியளவும் அசையாமல் அப்படியே நின்றிருந்தான். அவனுக்குள் நிரம்பிய பரவசத்தில் காத்திருந்த வேதனை இப்போது அபத்தமாகத் தெரிந்தது. ஆனால் அந்த வேதனை அவனைப் பெரிதும் அயர்ச்சியுறச் செய்து அவளது அருகாமையை முழுதாக அனுபவிக்க முடியாமல் செய்திருக்கிறது என்று உணர்ந்தான். தாமதத்திற்கு காரணம் என்னவென்று கேட்டான். அதைக் கேட்க அவனுக்கு உரிமையில்லையென்று தெரிந்திருந்தும் அவன் அவளைக் குற்றம் சொல்லிக் கொண்டிருந்தான். அவள் அப்பா கிளம்பியவுடனேயே அவள் வந்துவிட்டதாகச் சொன்னாள். உண்மைதான், சமையலறையில் ஒரு நிமிடம் நின்று ஸாஹிதேவிடம் இரவு உணவு பற்றி ஒன்றிரண்டு விஷயங்களை உத்தரவிட்டுவிட்டு வந்திருக்கிறாள். ஆனால் அதற்கு ஒரு நிமிடத்திற்கு மேல் ஆகியிருக்காது. அந்த இருவரில் கா மட்டுமே எளிதில் சூடாகி விடுபவனாகவும், நொறுங்கிவிடுகிறவனாகவும் காட்டிக்கொண்டிருந்தான். அவர்களுக்கிடையே உறவு ஏற்பட்ட ஆரம்பகட்டத்திலேயே இபெக்கின் கை ஓங்கியிருக்க அனுமதித்திருந்தான். தன்னை பலவீனனாகக் காட்டிக் கொள்வோமோ என்ற அச்சவுணர்வு, அவளால் அனுபவிக்கும் வேதனையை மூடிமறைக்க உதவினாலும், அவனது பாதுகாப்பாற்ற தன்மையோடு அவன் மல்லுக்கட்ட வேண்டியிருந்தது. தவிரவும், காதல் என்பது அனைத்தையும் பகிர்ந்து கொள்வது என்பதுதானே? உங்கள் ஒவ்வொரு எண்ணத்தையும் பகிர்ந்துகொள்ளவேண்டுமென்ற ஆவல் இருக்காவிட்டால் அது காதலா என்ன? ஒரு பயங்கரமான ரகசியத்தை வெளிப்படுத்துகிறவன்போல இந்த எண்ணத்தொடர் அனைத்தையும் இபெக்கிடம் கொட்டித்தீர்த்தான்.

“இவையெல்லாவற்றையும் உங்கள் தலையிலிருந்து இப்போது தள்ளிவிடுங்கள்,” என்றாள் இபெக். “நான் உங்களோடு காதல் புரிவதற்காக வந்திருக்கிறேன்.”

அவர்கள் முத்தமிட்டுக்கொண்டனர். அந்த மென்மை அளித்த சுகத்தில் படுக்கையில் விழுந்தனர். நான்கு வருடங்களாக சம்போகத்தில் ஈடுபட்டிருக்காத காவுக்கு இது நம்பமுடியாத ஓர் அற்புதமாகத் தோன்றியது. தேக சுகத்திற்கு தன்னை ஒப்புக்கொடுத்து விட்டாலும் அவனது அறிமனம் இது எவ்வளவு அழகானதொரு தருணம் என்பதை நினைவூட்டிக் கொண்டிருந்தது. அவனது முதல் செக்ஸ் அனுபவத்தைப் போலவே இப்போதும் செயலைவிட காதல் புரிவதின் எண்ணம் மட்டுமே அவனை ஆக்கிரமித்திருந்தது. அதீத உணர்ச்சி மேலீட்டிலிருந்து இது அவனை சிறிது நேரத்திற்கு காப்பாற்றி வந்தது. ஃபிராங்க்ஃபர்ட்டில் பெரும் போதையாக அவனை ஆக்கிரமித்திருந்த நீலப்படங்களில் வரும் விஷயங்கள் அவன் மனதில் பெருக்கெடுத்து ஓடி, தருக்கத்தைத் தாண்டிய ஒரு கவித்துவ பிரபையை உண்டாக்கியது. ஆனால் எழுச்சி கொள்வதற்காக இந்தக் காட்சிகளை அவன் கற்பனை செய்து கொண்டிருக்கவில்லை; அவன் மனதில் இடைவிடாமல் தோன்றிக் கொண்டிருந்த அத்தகைய கற்பனைகளை கடைசியில் செயல்படுத்த

முடிந்திருப்பதற்காக கொண்டாடிக் கொண்டிருந்தான். அதனால் அவனுக்கு எழுச்சி உண்டாக்கிக் கொண்டிருந்தது. இபெக் இருக்கும் இடத்தில் நீலப்பட பிம்பங்களாக இருந்தது. அவனோடு அவள் இருக்கும் அற்புதத்தைவிட, அவன் கற்பனைகளை படுக்கையில் செயல் படுத்திக் கொள்வதே பிரதானமாக இருந்தது.

அவள் உடைகளை நாகரீகமற்ற முரட்டுத்தனத்துடன் அகற்றிய போதுதான் நிஜமான இபெக்கை பார்க்கத் தொடங்கினான். அவள் மார்பகங்கள் பிரம்மாண்டமாக இருந்தன. கழுத்திலும் தோளிலும் சருமம் அற்புதமான மென்மையுடன் விநோதமான அயல்நாட்டு நறுமணத்துடன் இருந்தது. வெண்ணிற ஒளி அவள்மீது நடமிடுவதை கவனித்துக்கொண்டிருந்தான். அவள் கண்களிலிருந்து ஏதோவொன்று பளிச்சிட்டு அவனை அவ்வப்போது அச்சுறுத்திக்கொண்டிருந்தது. அந்தக் கண்கள் திடமாக இருந்தன: இபெக் அவன் எதிர்பார்த்த அளவுக்கு வலுவற்றவளாக இல்லையென்பது அவனுக்குக் கவலை யளித்தது. அவளுக்கு வலிக்கும்படி தலைமுடியைப் பற்றியிழுத்தது அதனால்தான்; அவளுக்கு ஏற்பட்ட வலியிலிருந்து அவன் அடைந்த சந்தோஷத்தில் மீண்டும் வெடுக்கென்று இழுத்தது அதனால்தான்; அவன் மனதுக்குள் இன்னமும் ஓடிக்கொண்டிருந்த நீலப்படங்களால் உந்தப்பட்டு மேலும் சில செய்கைகளை அவளுக்கு வேதனையேற்படும் படி பிரயோகித்தது அதனால்தான்; அவனுக்குள் ஆழத்தில், ஆதி மனித வெறியோடு ஒலித்துக் கொண்டிருந்த இசைத்தடத்திற்கு ஏற்ப அவள் மேல் முரட்டுத்தனமாக அவன் இயங்கியது அதனால்தான். அவனது முரட்டுத்தனத்தை அவள் ரசிக்கிறாள் என்று தெரிந்தபோது அவனது வெற்றிக்களிப்பு வடிந்து சகோதரத்துவ வாஞ்சை எழும்ப, அவளைச் சுற்றி அணைத்துக் கொண்டான். கார்ஸ்ஸின் தரித்திரத் திலிருந்து தன்னைக் காப்பாற்றிக் கொள்வது இப்போது முக்கியமாகப் படவில்லை; அவன் இபெக்கையும் காப்பாற்ற விழைந்தான். அவனது பாசவுணர்ச்சிக்கு சமமாக அவளது எதிர்வினையும் இருக்கிறதென்று தெரிந்ததும் அவன் விலகினான். அவனுடைய மனதின் மூலையில் இந்த உடலுறவு வித்தைகளை ஆச்சரியகரமான லாவகத்துடன் கட்டுப்படுத்தி ஒருங்கிணைக்க அவனுக்கு முடிந்தது. ஆனால் எங்கோ தூரத்தில் அவன் மனம் அலைந்துகொண்டிருக்க, முரட்டு வெறியோடு அந்தப் பெண்ணை கையாண்டு கொண்டிருக்கும் அத்தருணத்தில் அவளை காயப்படுத்துவதுதான் அவன் விருப்பமாக இருந்தது.

அவனது புணர்ச்சியைப் பற்றி கா குறிப்பெழுதி வைத்திருப்பதை என் வாசகர்களோடு பகிர்ந்து கொள்ளத்தான் வேண்டும்: அவனது ஆழமான வேட்கைக்கு உரிய பரஸ்பர சரியீடு கடைசியில் அவளிடமிருந்து கிடைத்ததும், உலகை மறந்து முழு வேகத்தோடு ஒருவர் மீது ஒருவர் விழுந்துகொண்டனர். அனைத்தும் முடிந்ததும் இபெக் வேதனையோடு கூவியது அந்தக் குறிப்பில் இருக்கிறது.

இந்த ஓட்டலின் ஆளரவமற்ற ஒதுக்கமான மூலையிலிருக்கும் அறையை அவனுக்கு இதற்காகத்தான் கொடுத்தார்களா என்று

அப்போது திடீரென்று தோன்ற, காவின் உணர்ச்சிகள் வேகமாகப் பிறழ்ந்தன. பரஸ்பரம் ஒருவருக்கொருவர் உண்டாக்கிக் கொண்ட வலிகளுக்காக அவர்கள் அடைந்த இன்பம் இப்போது பழைய தனிமை யுணர்வுக்கு இடம்விட்டது. இந்த ஒதுக்கமான இடைவழியிலிருக்கும் இந்த ஒதுக்கமான அறை, ஓட்டலின் மிச்ச பகுதியிலிருந்து பிய்த்துக் கொண்டு உயரே எழுந்து இந்த வெறிச்சோடிய நகரத்தின் மிக ஒதுக்கமான மூலைக்கு மிதந்து செல்வதைப் போல அவனுக்குத் தோன்றியது. நகரம் அதிமௌனத்தில் உறைந்திருந்ததில் உலகம் முடிவுக்கு வந்துவிட்டதைப் போலிருந்தது. பனியும் பொழிந்து கொண்டிருந்தது.

நெடுநேரத்திற்கு அவர்கள் ஒன்றாகப் படுத்தபடி பனியை மௌனமாக வெறித்துக் கொண்டிருந்தனர். அவ்வப்போது கா தலையைத் திருப்பி, இபெக்கின் கண்களில் பனிப்பொழிவை பார்த்துக் கொண்டிருந்தான்.

29

உன்னை மட்டுமல்ல நான் இழந்தது

ஃபிராங்க்ஃபர்ட்டில்

கா, கார்ஸ்ஸுக்கு வந்துச்சென்று நான்கு வருடங்களும், அவன் மரணமடைந்து நாற்பத்தி இரண்டு நாட்களும் கழித்து அவனது ஃபிராங்க்ஃபர்ட் குடியிருப்பைப் பார்க்கச் சென்றேன். அவனது கடைசி எட்டு வருடங்களைக் கழித்த அறை அது. நான் சென்றது ஆலங்கட்டி மழையும் பேய்க்காற்றும் வீசிக் கொண்டிருந்த ஒரு பிப்ரவரி தினம். இஸ்தான்புல்லிலிருந்து புறப்பட்ட அதிகாலை விமானத்தில் ஃபிராங்க்ஃபர்ட்டைச் சென்றடைந்தபோது, அந்த நகரம் கடந்த பதினாறு வருடங்களாக கா எனக்கு அனுப்பி வந்த தபால் அட்டைகளில் இருந்ததை விட அதிக விகாரமாகத் தெரிந்தது. தெருக்களில் விரைந்து கொண்டிருந்த கருப்புக் கார்களையும் எங்கிருந்து வருகிறதென்று தெரியாமல் திடீரென்று பிசாசுகள்போல எதிர்பட்டு கணநேரத்தில் மறைந்து விடுகிற ட்ராம் வண்டிகளையும் நடைபாதைகளில் குடைகளோடு அவசரகதியில் நடக்கும் மனைவிமார்களையும் தவிர தெருக்கள் காலியாக இருந்தன. அது நண்பகல் நேரம்தான். ஆனாலும் அந்த அடர்த்தியான கரும் மூடுபனிக்குள் பார்க்கும்போது தெருவிளக்குகளின் சோகையான மஞ்சள் ஒளிவட்டங்களை மட்டுமே பார்க்க முடிந்தது.

இருந்தாலும், சென்ட்ரல் ரயில்வே ஸ்டேஷனைச் சுற்றியிருக்கும் தெருக்களிலும், 'டூனர் – கெபாப்' உணவகங்கள் டிராவல் ஏஜென்ஸிகள் ஐஸ்கிரீம் பார்லர்கள் செக்ஸ் ஷாப்புகள் வரிசையிட்டிருந்த நடைபாதைகளிலும் எல்லா பெருநகரங்களையும் உயிர்ப்போடு வைத்திருக்கும் ஆதார சக்தியின் அடையாளங்கள் தெரிவது சந்தோஷத்தையளித்தது. ஓட்டலில் அறைக்கு வந்ததும், (நான் கோரியபடி) நகர அரங்கில் ஒரு கூட்டத்திற்கு ஏற்பாடு செய்திருந்த இளம் துருக்கிய – ஜெர்மன் இலக்கிய ஆர்வலனுக்கு தொலைபேசிவிட்டு, ஸ்டேஷனிலிருந்த இத்தாலிய உணவகத்திற்கு தார்குட் ஊல்ச்சூனை சந்திக்கச் சென்றேன். இஸ்தான்புல்லில் காவின் சகோதரி அவருடைய எண்ணைக்

கொடுத்திருந்தாள். களைத்துக் காணப்பட்ட இந்த அறுபது வயது நல்ல மனிதர்தான் கா ஃபிராங்க்ஃபர்ட்டில் இருந்த வருடங்களில் அவனுக்கு நெருக்கமாக இருந்தவர். காவின் மரண விசாரணையில் காவல்துறைக்கு வாக்குமூலம் அளித்தது அவர்தான். காவின் குடும்பத்தோடு தொடர்புகொண்டு சடலத்தை இஸ்தான்புல்லிற்கு அனுப்ப ஏற்பாடுகள் செய்ததும் அவர்தான். அந்த சமயத்தில் அவனது கவிதைத் தொகுப்பின் தட்டச்சுப் பிரதியை கண்டெடுக்க முயன்று கொண்டிருந்தேன். கார்ஸ்ஸிலிருந்து நான்கு வருடங்களுக்கு முன் திரும்பி வந்ததிலிருந்து இந்தக் கவிதை தொகுப்பை திருத்தி செப்பனிடுவதற்காக கடுமையாக உழைத்திருந்ததாக கா என்னிடம் சொல்லியிருந்தான். தொகுப்புப் பணிகளை அவன் அப்போதுதான் முடித்திருந்ததால் அவன் உடமைகளுக்கு என்ன ஆனது என்று அவனுடைய அப்பாவிடமும் சகோதரியிடமும் கேட்டேன். ஜெர்மனிக்கு வந்து அவன் அறையை காலி செய்துகொண்டு திரும்ப அவர்களிடம் தெம்பு இல்லாததால் அவர்களுக்காக என்னை போகச்சொல்லி கேட்டுக்கொண்டனர்.

தார்குட் ஊல்ச்சூன் அறுபதுகளின் ஆரம்பத்தில் நிகழ்ந்த முதல்கட்ட குடியேற்றத்தின்போது ஜெர்மனிக்கு வந்தவர். பல வருடங்களாக ஆசிரியராகவும் துருக்கிய சங்கங்களிலும் அறநிலையங்களிலும் உறுப்பினராகி சமூக சேவையாளராகவும் பணியாற்றியிருக்கிறார். ஜெர்மனியில் பிறந்திருந்த அவருடைய மகன், மகளின் புகைப்படங்களைக் காட்டி அவர்களை பல்கலைக்கழகத்தில் படிக்க வைத்திருப்பதாகப் பெருமையோடு சொன்னார். ஃபிராங்க்ஃபர்ட்டின் துருக்கிய சமூகத்தில் ஒரு முக்கியஸ்தராக இருந்தாலும் தார்குட்டின் முகத்தில் முதல் தலைமுறை குடியேற்றவாசிகள், அரசியல் அகதிகளிடம் காணப்படும் துணையற்ற தன்மையும் தோல்வியும் இன்னமும் இருந்தன.

தார்குட் ஊல்ச்சூன் என்னிடம் ஒப்படைத்த முதல் பொருள் கா சுடப்பட்டபோது வைத்திருந்த ஒரு புத்தகப்பை. போலீஸ் அதனை தார்குட்டிடம் ஒப்படைப்பதற்கு முன் அவரை கையெழுத்திட வைத்திருக்கின்றனர். அதை உடனே திறந்து அவசர அவசரமாக துருவினேன். நிஷாந்தஷேவில் பதினெட்டு வருடங்களுக்கு முன் கா வாங்கிய பைஜாமாவும் ஒரு பச்சை நிற மேற்சட்டையும் சவர உபகரணங்களும் டூத் பிரஷ்ஷும் ஒரு ஜோடி காலுறைகளும் உபரி அண்டர் வேரும் இஸ்தான்புல்லிலிருந்து நான் அனுப்பி வைத்திருந்த இலக்கிய இதழ்களும் இருந்தனவேயொழிய, அவனது பச்சை நிற கவிதை நோட்டுப்புத்தகத்தின் சுவடே இல்லை.

ரயில் நிலையத்தில் அலைமோதிக் கொண்டிருந்த கூட்டத்தை வேடிக்கை பார்த்தபடியே காபி அருந்திக்கொண்டிருந்தோம். வயதான துருக்கியர்கள் இருவர் சத்தமாக பேசி சிரித்துக் கொண்டே தரையை துடைத்துக் கொண்டிருந்தனர். தார்குட், “ஓரான் பே, உங்கள் நண்பர் கா பே யாரோடும் பழகாத ஒரு தனியான மனிதராகத்தான் இருந்தார். ஃபிராங்க்ஃபர்ட்டில் என்னைத்தவிர வேறு யாருக்கும் அவர் என்ன செய்து கொண்டிருந்தார் என்பது தெரியாது,” என்றார். அவருக்குத் தெரிந்த எல்லாவற்றையும் என்னிடம் சொல்வதாக வாக்களித்தார்.

ரயில் நிலையத்தைச் சுற்றிக் கொண்டு அதற்குப் பின்னால் பழைய ராணுவ குடியிருப்புகளையும் நூறாண்டுப் பழமையான தொழிற்சாலை கட்டிடங்களையும் தாண்டி குட்லூஸ்ட்ராஸ் அருகில் கா அவனது கடைசி எட்டு வருடங்களைக் கழித்த அடுக்குமாடி இல்லத்தை அடைந்தோம். நாங்கள் சென்றபோது வீட்டு உரிமையாளர் இல்லாததால், பெயின்ட் உரிந்து கொண்டிருந்த பழைய வாசற்கதவை திறக்க ஒருவரும் வரவில்லை. ஆலங்கட்டி மழையில் நனைந்தபடியே நின்று கொண்டிருந்த போது அவனது கடிதங்களிலும் எப்போதாவது கூப்பிடுகிற தொலைபேசி அழைப்புகளிலும் அவன் வர்ணித்திருந்த பல விஷயங்களை அடையாளம் காண முடிந்தது. (அவனது தொலைபேசி பேச்சுக்களை யாரோ ஒட்டுக் கேட்கிறார்களென்ற மனப்பிராந்தி அவனுக்கு எப்போதுமே இருந்ததால், அரிதாகவே தொலைபேசியை உபயோகித்தான்.) அவனது தனியறைக்கு எதிரே ஒரு சின்ன சதுரமாக விளையாட்டு மைதானமும் ஒரு புறக்கணிக்கப்பட்ட பூங்காவும் ஒரு மளிகைக் கடையும் இருந்தன. அவற்றைத் தாண்டி ஆல்கஹாலும் நாளிதழ்களும் விற்கும் கடைகளின் இருண்ட சன்னல்களுக்கு என் பார்வை அலைந்த போது, எனது சொந்த ஞாபகங்களில் பிரவேசிப்பதைப்போல உணர்ந்தேன். கா அவனுடைய அடுத்த வீட்டுக்காரர்களான இத்தாலிய, யூகோஸ்லாவிய தொழிலாளர்களுடன் கோடைக்கால மாலைநேரங்களில் பீர் அருந்திய பெஞ்சுகளிலும் மைதானத்தின் ஊஞ்சல்களிலும் சாய்ந்தாடி மரங்களிலும் இப்போது மெல்லிய ஈரப்பனி படர்ந்திருந்தது.

காத்திருப்பதை கைவிடுத்து, அவனது கடைசி வருடங்களில் ஒவ்வொரு நாள் காலையிலும் நகர நூலகத்திற்கு கா சென்று கொண்டிருந்த அதே வழியில் ஸ்டேஷன் ஸ்கொயருக்குத் திரும்பினோம். வேலைக்கு அவசர கதியில் விரைந்து கொண்டிருக்கும் ஜனங்களுக்கிடையே புகுந்து செல்வது அவனுக்குப் பிடித்தமான செயல். எனவே அவன் வழியிலேயே ஸ்டேஷனுக்குள் சென்று, சுரங்க அங்காடிக்கு இறங்கி, மீண்டும் மேலேறி வந்து செக்ஸ் ஷாப்புகளும் பரிசுப் பொருட்கடைகளும் பேட்டீஸரி கேக் கடைகளும் கெய்ஸர்ஸ்ட்ராஸ் மருந்து கடைகளும் வரிசையிட்டிருந்த ட்ராம் தடத்திலேயே ஹாப்ட்வாஷ் ஸ்கொயர் வரை நடந்தோம். டோனர் ஷாப்புகள், கெபாப் உணவகங்கள், காய்கறி மளிகைக் கடைகளில் அவருக்கு பழக்கமாகியிருந்த துருக்கியர்களையும் குர்துகளையும் பார்த்து தார்குட் ஊல்ச்சூன் கையாட்டினார். இதே மனிதர்கள், கா ஒவ்வொரு நாளும் காலையில் இதே நேரத்தில் நூலகத்திற்குச் செல்லும்போது அவனைப் பார்த்து 'குட்மார்னிங் புரபொசர்!' என்று உரக்க கூப்பிடுவார்கள் என்றார் தார்குத். ஹாப்ட் வாஷ் ஸ்கொயருக்கு வந்ததும் சதுக்கத்திற்கு எதிர்திசையிலிருந்த ஒரு மிகப்பெரிய கடை – 'தி காஃப்ஹாஃப்' – ஐ சுட்டிக் காட்டினார். கார்ஸ்ஸில் கா அணிந்திருந்த கோட்டை அவன் இங்குதான் வாங்கியிருந்தான் என்று நான் சொன்னதும் உள்ளே சென்று பார்க்க அவர் அழைத்தார்; மறுத்தேன்.

கா ஒவ்வொரு நாளும் கடைசியாகச் சென்றடையும் இடமான நகர நூலகம் ஒரு நவீனமான பெயரற்ற கட்டிடத்தில் இருந்தது.

உள்ளே இருப்பவர்கள் இத்தகைய நூலகங்களில் வழக்கமாகக் காணப் படும் ரகத்தினர்களாகவே இருந்தனர்: இல்லத்தரசிகள், பொழுதைப் போக்க வந்த வயோதிகர்கள், வேலையற்றவர்கள், ஒன்றிரண்டு துருக்கியர்களும் அராபியர்களும், வீட்டுப் பாடங்களை வைத்துக்கொண்டு சிரித்துக்கொண்டிருந்த மாணவர்கள், குண்டான, முடமான, பைத்தியமான, சித்தம் கலங்கிய பல்வேறுவித ஆசாமிகள். என்னெதிரி லிருந்த ஒரு குறும்பு இளைஞன் கையில் வைத்திருந்த படக்கதை புத்தக்கத்திலிருந்து நிமிர்ந்து என்னைப் பார்த்து நாக்கைத் துருத்திக் காட்டினான். என்னுடைய வழிகாட்டிக்குப் புத்தகங்களில் அதிக ஆர்வமில்லாததால் கீழ்த்தளத்திலிருந்த காபி ஷாப்பில் அவரை விட்டுவிட்டு, ஆங்கில கவிதைத் தொகுப்புகள் இருக்கும் இடத்தைத் தேடச் சென்றேன். புத்தகங்களின் பின் அட்டைகளில் செருகி வைத்திருக்கும் செக் – அவுட் ஸ்லிப்புகளில் என் நண்பனின் பெயர் இருக்கிறதாவென்று பார்த்தேன். ஆடென், பிரௌனிங் அல்லது கூலெரிட்ஜ் போன்றவர்களின் புத்தகங்களில் அவன் கையெழுத்தைப் பார்க்கும்போது அவனுக்காக, இந்த நூலகத்திலேயே வீணடிக்கப்பட்ட அவனது வருடங்களுக்காகக் கண்ணீர் உகுத்தேன்.

துக்கம் மேலிட, தேடுவதைப் பாதியிலேயே நிறுத்தினேன். நானும் என்னுடைய வழிகாட்டியும் ஒரு வார்த்தையும் பேசாமல், வந்த வழியிலேயே திரும்பி நடந்தோம். கெய்ஸர் ஸ்ட்ராஸின் நடுவில் ‘வேர்ல்ட் செக்ஸ் சென்டர்’ என்றோ அல்லது அதைப்போன்ற வேறு ஏதோவொரு அபத்தமான பெயரையோ கொண்டிருந்த இடத்திற்கு முன்னால் இடப்புறம் திரும்பி நடந்தோம். ஒரு தெருவைக் கடந்ததும் வந்த மன்சேனெர்ஸ்ட்ராஸ் என்ற இடத்தில் துருக்கியர் களின் காய்கறி கடைகளும் கெபாப் உணவகங்களும் நிறைய இருந்தன. ஒரு முடித்திருத்தகம் காலியாக இருந்தது. இதற்கு அடுத்து அவர் எனக்குக் காட்டப்போவது என்னவென்று இதற்குள் எனக்குத் தெரிந்து விட்டதில் என் இதயம் வேகமாக இடிக்கத் தொடங்கியது. காய்கறிக் கடைகளுக்கு வெளியே பரப்பி வைத்திருந்த லீக் பூண்டுகளிலிருந்தும் ஆரஞ்சுப்பழங்களிலிருந்தும் என் பார்வை விலகி, பக்கத்தில் ஒற்றைக் காலோடு பிச்சையெடுத்துக் கொண்டிருந்தவன்மீது நகர்ந்து, ஹோட்டல் ஈடனின் நீராவி படிந்த சன்னல்களுக்குச் சென்றது. சாம்பல் நிற அந்தி வெளிச்சத்தில் அதிபிரகாசமாக, இளஞ்சிவப்பில், ஓர் ஒற்றை அலங்கார காந்தியென ‘K’ என்ற நியான் எழுத்து ஒளிர்ந்தது.

“இங்கேதான் அது நடந்தது,” என்றார் தார்க்குட் ஊல்ச்சூன். “ஆம், இங்கேதானென்று நினைக்கிறேன். இந்த இடத்தில்தான் காவின் உடலைப் பார்த்தார்கள்.”

செயலிழந்து அந்த இடத்தைக் குனிந்து நோக்கினேன். காய்கறி கடையிலிருந்து இரண்டு சிறுவர்கள் ஒருவரையொருவர் இடித்துத் தள்ளிக் கொண்டு ஓடிவந்தனர். அவர்களில் ஒருவன் உடம்பில் மூன்று புல்லட்டுகளோடு நடைபாதையில் கா விழுந்து கிடந்த ஈரமான இடத்தை மிதித்துக்கொண்டு ஓடினான். சற்று அருகே நின்றிருந்த லாரியின் சிவப்பு விளக்குகள் தார்ச்சாலையில் பிரதி

பலித்தன. இதே நடைபாதையில்தான் கா உயிருக்கு போராடியபடி பல நிமிடங்கள் துடித்துக்கொண்டிருந்திருக்கிறான். ஆனால் ஆம்புலன்ஸ் வந்து சேர்வதற்கு முன்பாகவே இறந்துவிட்டிருக்கிறான். அவன் உயிர் போகும்போது கடைசியாகப் பார்த்த வானத்தின் பகுதி எதுவாக இருக்குமென்று தலையுயர்த்திப் பார்த்தேன்: துருக்கிய டோனர் ஷாப்புகளும் டிராவல் ஏஜென்ஸிகளும் முடிதிருத்தகங்களும் மதுக் கூடங்களுமாக இருந்த பழங்காலக் கரும் கட்டிடங்களுக்கிடையில், தெருவிளக்குகளும் மின் ஒயர்களும் குறுக்கிட ஒரு துண்டு வானம் தெரிந்தது.

இரவு பன்னிரெண்டு மணி வாக்கில் கா சுடப்பட்டிருந்தான். அந்த நேரத்தில் அந்தத் தெருவில் விலைமாதர்களின் நடமாட்டம் அதிகமாகவே இருந்திருக்கும் என்றார் தார்குட் ஊல்ச்சூன். சிவப்பு விளக்குப்பகுதி ஒரு தெருவைத்தள்ளி கெய்ஸர்ஸ்ட்ராஸை ஒட்டியே இருந்தாலும் பிஸியான இரவுகளிலும் வார இறுதிகளிலும் பொருட் காட்சி சமயங்களிலும் இந்தத் தெருவரைக்கும்கூட வருவார்களாம். நான் இடமும் வலமும் திரும்பி ஏதாவது தடயம் கிடைக்குமா என்பதைப் போல பார்ப்பதை கவனித்து, “அவர்கள் எதையும் பார்க்க வில்லையாம்,” என்றார். “ஜெர்மன் போலீஸ் நம்முடைய துருக்கி போலீஸைப் போல அல்ல – அவர்கள் வேலையை பழுதில்லாமல் செய்வார்கள்.”

அக்கம் பக்கத்திலிருந்த கடைகளில் இருந்தவர்களிடம் நான் விசாரிக்கத் தொடங்கியபோது, இந்த நல்லியல்பான மனிதர் அவரால் முடிந்த உதவியைச் செய்வதாகச் சொன்னார். முடிதிருத்தகத்தில் இருந்த பெண்கள் அவரை அடையாளம் கண்டுகொண்டனர். அவர் களிடம் கொஞ்சநேரம் அளவளாவி விட்டு, அவர்கள் எதையாவது பார்த்தார்களா என்று கேட்டார். கொலை நடந்த சமயத்தில் அவர்கள் கடையிலேயே இருக்கவில்லையாம். அப்படியொரு சம்பவத்தைப் பற்றியே கேள்விப்படவில்லை என்றனர். வெளியே வந்ததும், “துருக்கிய குடும்பங்களில் பெண்களுக்கு கற்றுத்தரப்படும் ஒரே பாடம் எப்படி சிகையலங்கார நிபுணர்களாவது என்பது மட்டும்தான்,” என்றார். “ஃபிராங்க்ஃபர்ட்டில் நூற்றுக்கணக்கான துருக்கிய சிகையலங்கார நிபுணர்கள் இருக்கிறார்கள்.”

இதற்கு நேரெதிராக காய்கறி கடையிலிருந்த குர்துகளுக்கு அந்தக் கொலையைப் பற்றியும் அதைத் தொடர்ந்த போலீஸ் விசாரணை பற்றியும் நன்றாகவே தெரிந்திருந்தது. அதனாலேயே எங்களிடம் பேசுவதற்கு இஷ்டமில்லாதவர்களாகத் தெரிந்தனர்.

ஹாலிடே கெபாப் ஹவுஸிலிருந்த வெயிட்டர் அன்றிரவு பன்னிரெண்டு மணி சுமாருக்கு பார்மைகா மேஜைகளைத் துடைத்துக் கொண்டிருந்தபோது துப்பாக்கிச் சத்தங்களை கேட்டிருக்கிறான். அப்போது அவன் கையில் வைத்திருந்த அழுக்குத் துணியைத்தான் இப்போதும் வைத்திருந்தான். துப்பாக்கிச் சத்தம் கேட்டபின் சற்று நேரம் தயங்கி இருந்துவிட்டு வெளியே சென்று பார்த்ததாகச்

சொன்னான். கா தன் கண்களால் பார்த்த கடைசி மனிதன் அவன் தான்.

கெபாப் உணவகத்திலிருந்து வெளியே வந்ததும் கண்ணுக்குத் தெரிந்த முதல் வழித்தடத்திற்கு வேகமாக நடந்தேன். அது ஓர் இருட்டான கட்டிடத்தின் பின் முற்றத்தில் முடிந்தது. தார்குட் பேவைப் பின் தொடர்ந்து ஒரு கதவைத் திறந்து சென்றதும் கீழிறங்கிய படிக்கட்டுகளில் இரண்டு தளங்கள் இறங்கிச் சென்றோம். வந்தடைந்த இடம் ஒரு விமானக் கொட்டகை அளவிற்கு விஸ்தாரமாக இருந்தது. ஒரு காலத்தில் சேமிப்பு கிடங்காக இருந்த இடம். மேலே இருந்த சாலையின் விஸ்தாரத்திற்கு கீழேயும் இருந்தது. ஒரு மசூதி கூட இருந்தது. மத்தியில் போடப்பட்டிருந்த தரைவிரிப்பில் ஐம்பது அறுபது பேர் மாலைத் தொழுகை நடத்திக் கொண்டிருந்தனர். இஸ்தான் புல்லின் தரையடி அங்காடிகளில் காணப்படுகிற அழுக்கான இருட்டு கடைகளைப் போலவே இங்கேயும் வரிசையிட்டிருந்தது. நகைக் கடை ஒன்றில் சோர்ந்துபோய் ஒருவன் உட்கார்ந்திருந்தான். காய்கறிக் கடையில் இருந்தவனை ஏறக்குறைய சித்திரக்குள்ளன் என்று சொல்லலாம் போலிருந்தது. பக்கத்திலிருந்த கறிக்கடையில் கூட்டம் நிறைந்திருக்க, பூண்டு பொதியப்பம் சூழ மளிகைக் கடையிலிருந்தவன் காபி இல்லத்தின் டெலிவிஷனை வேடிக்கை பார்த்துக்கொண்டிருந்தான். அந்த உணவகத்தில் துருக்கிய பழரச பெட்டிகளும், துருக்கிய மக்கரோனியும், பதப்படுத்தப்பட்ட துருக்கிய பதார்த்தங்களும் மத நூல்களும் அடுக்கி வைக்கப்பட்டிருந்தன. அந்த கஃபே, மசூதியைவிட அதிகப் பிரபலம் போலிருந்தது. காற்றில் சிகரெட் புகை அடர்ந் திருந்தது. அமர்ந்திருந்தவர்கள் களைத்துப்போய் காணப்பட்டனர். அங்கிருந்தவர்களில் பெரும்பாலோர் டிவியில் துருக்கிய திரைப்படத்தில் ஆழ்ந்திருந்தனர். தற்காலிகமாக அமைக்கப்பட்டிருந்த தண்ணீர் குழாயில் அவ்வப்போது சிலர் வந்து பிளாஸ்டிக் பக்கெட்டில் நீரை நிரப்பி கைகால் அலம்பிக்கொண்டு தொழுகைக்குச் சென்று கொண்டிருந்தனர். “வெள்ளிக் கிழமைகளிலும் விடுமுறை தினங்களிலும் இங்கே இரண் டாயிரம் பேரைப் பார்க்கலாம்,” என்றார் தார்குட் பே. “படிகளிலெல்லாம் ஜனங்கள் பின்முற்றம்வரை நின்றிருப்பார்கள்.” புத்தகங்களும் சஞ்சிகை களும் விற்றுக் கொண்டிருந்த கடையில் விசேஷமான காரணம் எதுவுமின்றி *Communication* இதழை வாங்கினேன்.

மேலே ஏறிச்சென்றோம். பழைய மியூனிச் பாணியிலிருந்த மதுக் கூடத்திற்குள் நுழைந்தோம். தார்குட் ஊல்ச்சூன் கீழே தரையை சுட்டிக்காட்டி, “அந்த மசூதி சுலைமான்களுக்குச் சொந்தமானது” என்றார். “அவர்களெல்லாம் இறையியலாளர்கள், ஆனால் பயங்கர வாதத்திற்கு எதிரானவர்கள். நேஷனல் அட்வகேட்ஸ், கெமாலுதீன் டைகர்ஸ்போல துருக்கிய தேசத்திற்கெதிராக ஆயுதங்களைத் தூக்குபவர் களல்லர்.” என் முகத்தில் தென்பட்ட சந்தேகக்குறியாலோ, அல்லது *Communication* இதழில் ஏதாவது விடை கிடைக்குமா என்பதுபோல அதை நான் படித்துக் கொண்டிருந்த விதத்தாலோ சங்கடமடைந்து காவின் கொலையைப் பற்றி அவருக்குத் தெரிந்தவற்றையும், பின்னர்

காவல்துறையிடமிருந்தும் செய்தி இதழ்களிலிருந்தும் அறிந்து கொண்டவற்றையும் விளக்கமாகச் சொன்னார்.

❍

நான் இங்கே வந்திருப்பதற்கு சரியாக நாற்பத்தியிரண்டு தினங்களுக்கு முன்னால், கா ஹாம்பர்க்கில் ஒரு கவிதை நிகழ்வில் கலந்து கொண்டிருந்துவிட்டு இரவு பதினொன்றரை மணிக்குத் திரும்பினான். அந்தப் பயணத்திற்கு ஆறுமணி நேரம் பிடித்திருந்தது. நிலையத்திற்கு வந்து சேர்ந்ததும் குட்ல்யூஸ்ட்ராஸ்ஸில் இருக்கும் அவன் அபார்ட்மென்ட்டுக்கு நேராகச் செல்வதற்கான தெற்கு வாசலை தேர்ந்தெடுக்கவில்லை. பதிலாக கெய்ஸர்ஸ்ட்ராஸ்ஸிற்குச் செல்லும் வடக்கு வாசல் வழியாக வெளியேறினான். அடுத்த இருபத்தைந்து நிமிடங்களுக்கு டூரிஸ்ட்டுகளுக்கும் குடிகாரர்களுக்கும் தனியாகச் சென்று கொண்டிருந்தவர்களுக்கும் வாடிக்கையாளர்களைத் தேடிக்கொண்டிருந்த விலைமாதர்களுக்குமிடையே அலைந்து கொண்டிருந்தான். அரைமணிநேரம் சுற்றித் திரிந்துவிட்டு வேர்ல்டு செக்ஸ் சென்டருக்கு வலப்புறம் திரும்பினான். மன்செனெர்ஸ்ட்ராஸை கடக்கும்போது சுடப்பட்டான்.

அவன் பிக் அந்தால்யா காய் கனி கடையில் புதிதாக வந்த கிச்சிலிப் பழங்களை வாங்குவதற்காக சென்றிருக்க வேண்டும். அந்த நேரத்தில் திறந்திருக்கும் ஒரே காய் கனி கடை அதுதான். அந்த கடைப் பையனும் கிச்சிலிப்பழங்கள் வாங்குவதற்காக கா அங்கு அடிக்கடி வருவான் என்று போலீசிடம் சொல்லியிருந்தான். கா கொலையுண்டதைப் பற்றி அவனுக்கு எதுவுமே தெரியாது என்று அவன் சாதித்து வந்ததால் போலீசுக்கு அவன்மீது சந்தேகம் வந்து விசாரணைக்கு அழைத்துச் சென்றார்கள். பின் அடுத்த நாள் சந்தேகம் விலகி அவனை விடுவித்தார்கள்.

காவைக் கொன்றவனை கண்ணால் பார்த்த சாட்சி ஒருவர்கூட காவல்துறைக்குக் கிடைக்கவில்லை. ஹாலிடே கெபாப் ஹவுஸின் வெயிட்டர் துப்பாக்கி சத்தங்களைக் கேட்டிருக்கிறான். ஆனால் தொலைக்காட்சியும் வாடிக்கையாளர்களும் எழுப்பி வந்த இரைச்சலில் எத்தனை குண்டு சத்தங்கள் கேட்டன என்றுகூட அவனுக்கு நிச்சயமாகத் தெரியவில்லை. மசூதிக்கு நேர் மேலே அமைந்திருந்த மதுக்கூடத்தின் புகைபடிந்த சன்னல்களினூடாக எதைப் பார்ப்பதும் இயலாததாக இருந்தது. அடுத்த தெருவில் தனது ஜாலவித்தைகளுக்கு நடுவில் சிகரெட் பிடித்துக்கொண்டிருந்த விலைமாது ஒருத்தி நள்ளிரவு வாக்கில் 'துருக்கியனைப் போல தோற்றமளித்த ஒருவன்' கருப்பு கோட் அணிந்து கெய்ஸர்ஸ்ட்ராஸ் திசையில் ஓடியதைப் பார்த்ததாகச் சொன்னாள். ஆனால் அவனைப் பற்றி தெளிவாகவும் விரிவாகவும் வர்ணிக்க அவளால் முடியாததால் போலீசுக்கு அது உதவியாக இல்லை. தனது குடியிருப்பின் பால்கனியில் நின்றுகொண்டிருந்த ஒரு ஜெர்மானியன்தான் கா குண்டடிபட்டு விழுந்ததைப் பார்த்து ஆம்புலன்ஸிற்கு போன் செய்திருக்கிறான். ஆனால் அவனும் கொலைகாரனைப் பார்த்திருக்கவில்லை.

முதல் குண்டு காவின் பின்னந்தலையை தாக்கி இடது கண் வழியாக வெளியேறியிருக்கிறது. மற்ற இரண்டு குண்டுகளும் இதயத்திற்கும் ஈரலுக்கும் பக்கத்தில் முக்கியமான ரத்தக்குழாய்களை சிதறடித்திருக்கின்றன. அடுப்புக்கரி நிறத்திலான அவன் கோட்டின் பின்புறத்திலும் முன்புறத்திலும் குண்டு துளைத்து ரத்தத்தில் நனைந்திருந்தது.

"அவன் பின்னாலிருந்து சுடப்பட்டிருக்கிறான் என்பதால் இது திட்டமிட்ட கொலைதான்," என்றார் அவனது கொலையை விசாரணை செய்துகொண்டிருந்த துப்பறியும் அதிகாரி. வறட்டு இருமல்களுக் கிடையே தொணதொணவென்று பேசினார். அந்தக் கொலைகாரன் காவை ஹாம்பர்கிலிருந்தே பின்தொடர்ந்து வந்திருக்க வேண்டும். காவல்துறையினர் பல்வேறு திசைகளில் கொலைக்கான காரணங்களைத் தேடினர்: பெண் விவகாரத்திலிருந்து துருக்கிய சமுதாயத்தினரிடையே சாதாரணமாகக் காணப்படும் அரசியல் பழிவாங்கல்கள் வரை. ரயில் நிலையத்தைச் சுற்றியுள்ள பகுதிகளிலிருந்து செயல்படும் நிழல்உலக கும்பல்களோடு காவுக்கு எந்தவிதமான தொடர்பும் இருந்திருக்க வில்லை. சம்பவம் நடந்த இடத்திற்கு அருகில் பணியாற்றி வந்தவர்களிடம் அவனது புகைப்படத்தை காவல்துறையினர் காட்டியபோது, அவர்களில் சிலர் அவனை பக்கத்திலிருந்த 'செக்ஸ் ஷாப்'பில் அவ்வப்போது பார்த்திருப்பதாகச் சொன்னார்கள். அந்தக் கடையின் உள்ளே நீலப்படங்களை பார்ப்பதெற்கென்று தனியாக அமைக்கப் பட்டிருந்த சிற்றறைகளில் அவன் படம் பார்த்துக்கொண்டிருந்ததுகூட சிலருக்கு ஞாபகத்தில் இருந்தது. ஆனால் கொலையைக் கண்ணால் பார்த்ததாகச் சொல்வதற்கு உண்மையான சாட்சியோ, பொய் சாட்சியோ கூட காவல்துறைக்கு கிடைக்கவில்லை. மேலும் காவல் துறை உயர் மட்டத்திலிருந்து கொலையாளியை கண்டுபிடிக்கச் சொல்லி கட்டாய உத்தரவுகள் எதுவும் வரவில்லை. உள்ளூர் செய்தி இதழ்களும் பெரிதாகக் கண்டுகொள்ளவில்லை.

காவுக்கு தெரிந்தவர்களை விசாரிக்கும்போது அந்த வாயாடி துப்பறியும் அதிகாரி வந்த வேலையை மறந்துவிட்டு வேறு எந்தெந்த கதைகளோ பேசுகிறவராக இருந்தார். விசாரணையில் அதிகப்படியாக பேசிக்கொண்டிருந்தது அவர்தான். அவருக்கு துருக்கியர்கள்மீது அடிப்படையிலேயே ஒரு கரிசனம் இருந்தது. கார்ஸ்ஸிற்குச் செல்வதற்கு எட்டுவருடங்களுக்கு முன்பு காவின் வாழ்க்கையில் நுழைந்திருந்த இரண்டு பெண்களைப் பற்றி இவரிடமிருந்துதான் தார்குட் ஊல்ச்சூனுக் குத் தெரியவந்தது. அவர்களில் ஒருத்தி ஜெர்மானியப்பெண். மற்றவள் துருக்கியைச் சேர்ந்தவள். (அவர்கள் இருவருடைய பெயர்களையும் எனது குறிப்பேட்டில் கவனமாக எழுதிக்கொண்டேன்.) கார்ஸிலிருந்து திரும்பி வந்ததற்குப்பின் அடுத்த நான்கு வருடங்களில் காவுக்கு எந்தப் பெண்ணோடும் தொடர்பிருக்கவில்லை.

அவர்கள் விசாரணையில் எந்த முன்னேற்றமும் ஏற்படாததால் காவல் துறையினர் இறுதியில் புலனாய்வை நிறுத்திவைத்தனர்.

தார்குட்டும் நானும் மீண்டும் பனிப்பொழிவுக்குள் நுழைந்தோம். காவின் வீட்டுக்குச் செல்லும்வரை இருவரும் பேசிக் கொள்ளவில்லை.

இந்த முறை வீட்டுக்காரர் இருந்தார். இணக்கமானவராகத் தெரிந்தாலும் அந்த குண்டான நபர் எளிதில் எரிச்சல் படுவார் போலிருந்தது. எங்களை வீட்டுக்குள் அனுமதித்தார். குளிர்ச்சியான, புகைக்கரி நெடியடிக்கும் இடமாக இருந்தது. சரிவாக வேயப்பட்ட அந்தக் கொட்டிலுக்கு கூட்டிச் சென்றார். சிடுசிடுப்பான குரலில் இந்தக் குடியிருப்பை அவர் மீண்டும் வாடகைக்கு விடப்போவதாகச் சொன்னார். அவன் அறையிலிருக்கும் குப்பை கூளங்களை இப்போது நாங்கள் எடுத்துச் செல்லாவிட்டால் அவற்றை தூக்கியெறிந்துவிடப் போவதாகச் சொல்லிவிட்டு கிளம்பிச் சென்றார். கா அவனது கடைசி எட்டு வருடங்களைக் கழித்திருந்த இச்சிறிய, இருட்டான, தாழ்வான விட்டங்கள் கொண்டிருந்த அறைக்குள் நுழைந்த கணத்தில் என் கண்கள் தளும்பின: அறையிலிருந்த அந்த தனிப்பட்ட வாசனை எங்கள் இளம்பருவத்திற்கு கொண்டு சென்றது. இதே வாசனைதான் அவனது பள்ளிப் புத்தகப் பையிலும் அவன் அம்மா பின்னியிருந்த மேல்கோட்டிலும் இருக்கும். அது ஒரு துருக்கிய சோப்பின் வாசனை என்று நினைத்தேன். அதன் பெயர் தெரியவில்லை. அதைக் கேட்க வேண்டுமென்றும் முன்பு தோன்றவில்லை.

ஜெர்மனியில் அவன் கழித்த ஆரம்ப வருடங்களில் சுமை தூக்குபவனாக, சுத்திகரிப்பு தொழிலாளியாக, பெயின்ட் அடிப்பவனாக, துருக்கியர்களுக்கு ஆங்கிலம் கற்றுத்தருபவனாக என பற்பல வேலைகளில் இருந்திருக்கிறான். 'அரசியல் அகதி' என ஜெர்மனியால் அதிகாரபூர்வமாக அறிவிக்கப்பட்டு அடைக்கல பலன்கள் அளிக்கப் பட்டதும், அவனுக்கு அதுவரை உதவி செய்து, வேலை வாய்ப்பளித்து வந்த அவ்வட்டாரத்து துருக்கிய கம்யூனிஸ்ட்டுகளின் தொடர்புகளை துண்டித்துக் கொண்டான். அவனது சக அகதிகளின் கூற்றுப்படி கா யாரோடும் கலக்காத, ஒரு பூர்ஷ்வாத்தனமான மனிதனாகவே இருந்திருக்கிறான். அவனது கடைசி பனிரெண்டு வருடங்களில் நகர நூலகங்களிலும் கலாச்சார மையங்களிலும் துருக்கிய சங்கங்களிலும் கவிதை வாசிப்புகள் நடத்தி உபரி வருமானம் ஈட்டி வந்தான். இந்நிகழ்வுகளில் வெறும் துருக்கியர்கள் மட்டுமே கலந்து கொண்டனர். பெரும்பாலும் அவர்களும் இருபது பேரைத் தாண்டியதில்லை. இருப்பினும் மாதத்திற்கு மூன்று நிகழ்ச்சிகள் நடத்தினாலும் அவனுக்கு ஐநூறு மார்க்குகள் உபரியாக கிடைத்திருக்குமென்பதால், அவனது அடைக்கல உதவித்தொகையும் சேர்ந்து அவனால் சௌகரியமாகவே வாழ முடிந்திருக்கிறது.

ஆனால் அத்தகைய மாதங்கள் இப்போது அரிதாகவே அவனுக்கு வாய்த்திருக்கின்றன என்பது அந்த அறையில் தெரிந்தது. நாற்காலிகள் உடைந்திருந்தன. சாம்பல் குடுவைகள் பிளந்திருந்தன. மின் அடுப்பு துருவேறியிருந்தது. எங்களை உள்ளே அனுமதித்தபோது வீட்டு உரிமையாளர் விடுத்த அச்சுறுத்தல் இன்னும் என்னை ஊறு செய்து கொண்டேயிருக்க, காவின் உடமைகள் எல்லாவற்றையும் ஒரு பழைய சூட்கேஸிலும் இரண்டு பிளாஸ்டிக் பைகளிலும் அடைத்துக்கொண்டு கிளம்ப முடிவெடுத்தேன். ஒன்று விடாமல் எல்லா பொருட்களையும்

எடுத்துக் கொள்ள வேண்டும்: அவன் தலைமுடியின் வாசம் இன்னமும் மிச்சமிருந்த தலையணை; உயர்நிலைப்பள்ளியில் அவன் அணிந்திருந்த, எனக்கு இன்னமும் ஞாபகத்தில் இருந்த அந்த டை; வீட்டுக்குள் உபயோகப்படுத்தும் ‘ஸ்லிப்பர்களாக’ மாறிவிட்ட விரற்பகுதியில் ஓட்டை விழுந்துவிட்ட பாலி காலணிகள் (அவற்றைப் பற்றி கடிதங்களில் குறிப்பிட்டிருக்கிறான்); டூத் பிரஷ்ஷையும் பற்பசையையும் வைத்திருந்த அழுக்கு கிளாஸ்; அவனது சேகரிப்பில் இருந்த முன்னூற்றி ஐம்பது புத்தகங்கள்; தொலைக்காட்சிப் பெட்டி; என்னிடம் எப்போதுமே குறிப்பிட்டிருக்காத வீடியோ ரிகார்டர்; நைந்து போன மேல் கோட்டும், காலாவதியான சட்டைகளும்; பதினெட்டு வருடங்களுக்கு முன் துருக்கியிலிருந்து எடுத்து வந்திருந்த பைஜாமாக்கள். அவனது எழுது மேஜையைப் பார்த்ததும் பாய்ந்து சென்றேன். எதை மிகவும் மதிப்பு வாய்ந்ததாக நினைத்தேனோ, எதை மீட்டெடுப்பதற்காக இப்போது ஃபிராங்க்ஃபர்ட்வரை வந்திருக்கிறேனோ அது அங்கே கிடைக்க வில்லையென்றதும் என் உற்சாகம் ஆவியானது.

ஃபிராங்க்ஃபர்ட்டிலிருந்து கா எழுதிய கடைசி கடிதத்தில், நான்கு வருட கடின உழைப்புக்குப்பிறகு அவன் ஒரு புதிய கவிதைத் தொகுப்பை எழுதி முடித்திருப்பதாக சந்தோஷத்துடன் அறிவித்திருந் தான். அதன் தலைப்பு ‘பனி’ என்று எழுதியிருந்தான். பெரும்பாலான கவிதைகள் அவனது கார்ஸ் வருகையின்போது துண்டுத்துண்டாக பளிச்சிட்ட இளம்வயது ஞாபகங்களைத்தான் கொண்டிருந்தன. இந்த அகவெழுச்சிகளை ஒரு பச்சைநிற குறிப்பேட்டில் அவன் பதிவு செய்திருந்தான். கார்ஸ்ஸிலிருந்து கிளம்பியவுடனே எனக்கு எழுதி யிருந்த ஒரு கடிதத்தில், வரப்போகும் அந்தத் தொகுப்பு ‘ஆழமும் மர்மமும்’ அடிநாதமாக கட்டமைக்கப்பட்டுள்ள ஒன்றாக இருக்குமென்று தோன்றுவதாக எழுதியிருந்தான் இந்த உட்புதைந்த வடிவத்தில் வெற்றிடமாக இருப்பவற்றை நிரப்புவதற்காக ஃபிராங்க்ஃபர்ட்டில் அவனது கடைசி நான்கு வருடங்களை செலவழித்திருந்தான். களைப் பூட்டும் இந்த வேலைக்காக ஒரு சமயத் துறவியைப் போல உலகின் புலனின்பங்களிலிருந்து ஒதுங்கியிருந்தான். கார்ஸ்ஸில் இருந்தபோது யாரோ அவன் காதில் கவிதைகளை கிசுகிசுக்க, ஓர் ஆவித் தொடர்பாளன் போல உணர்ந்து வந்ததாகச் சொன்னான். ஃபிராங்க்ஃபர்ட்டுக்குத் திரும்பி வந்தபிறகு அவை அவனுக்கு கேட்கவேயில்லை.

இருந்தும், கார்ஸ்ஸில் அவனுக்கு ஏற்பட்ட தரிசனங்களுக்கும் அகவெழுச்சிக்கும் அத்தாட்சியாக இருக்கின்ற இரகசிய தருக்கத்தில் அவனுக்கு நம்பிக்கை ஏற்பட்டுவிட்டதை பெரிதும் சிரமப்பட்டு என்னிடம் வெளிப்படுத்தினான். அசாத்திய முயற்சி தேவைப்பட்டிருந்த இப்பணி நிறைவடைந்துவிட்டதால், அந்தக் கவிதைகளை பல்வேறு ஜெர்மானிய நகரங்களில் நடைபெறும் கவிதை நிகழ்வுகளில் சோதித்துப் பார்க்கப் போவதாக அவனது கடைசி கடிதத்தில் குறிப்பிட்டிருந்தான். அந்த பச்சைநிற குறிப்பேட்டில் கையால் எழுதி வைத்திருந்த கவிதை களுக்கு நகல் எடுத்து வைத்திருக்கவில்லை என்றான். அனைத்தும் சரியாக அமைந்திருக்கிறது என்ற நம்பிக்கை வந்ததும், அவற்றை

தட்டச்சு செய்து அதன் ஒரு நகலை எனக்கும் இன்னொரு நகலை அவனுடைய இஸ்தான்புல் பதிப்பாளருக்கும் அனுப்பி வைக்கப் போவதாகச் சொன்னான். நூலின் பின்னட்டையில் தனக்காக ஓரிரு வார்த்தைகளை என்னால் எழுதித்தர முடியுமாவென்றும் எங்கள் பொதுவான நண்பரான ஃபாஹிருக்கு அனுப்பிவைக்க முடியுமா வென்றும் கேட்டான்.

காவின் மேஜையிலிருந்து பார்க்கும்போது தெரிந்த ஃபிராங்க் ஃபர்ட்டின் பனி போர்த்திய வீட்டுக்கூரைகள் இப்போது இரவின் ஆதிக்கத்தில் இருண்டு வந்தன. பச்சைநிற விரிப்போடு காவின் மேஜை ஒரு கவிஞனுக்குரியதைப் போலல்லாமல் ஆச்சரியகரமாக துப்புரவாக இருந்தது. வலது புறத்தில் அடுக்கியிருந்த டைரிகளில் கார்ஸ் பயணத்தைப் பற்றியும் அங்கே அவனுக்கு உதித்த கவிதைகளைப் பற்றியும் வர்ணித் திருந்தான். இடப்புறத்தில் அவன் படித்துக் கொண்டிருந்த புத்தகங்களும் இதழ்களும் குவிந்திருந்தன. மேஜையின் நடுப்பகுதியிலிருந்து சமதூரத்தில் ஒரு பித்தளை விளக்கும் ஒரு தொலைபேசியும் அமைக்கப்பட்டிருந்தன. இழுப்பறைகளில் நான் எதிர்பார்த்து வந்த அந்த கவிதை நோட்டுப் புத்தகத்தைத் தேடினேன்; புத்தக அடுக்குகளை பிரித்துப் பார்த்தேன்; டைரிகளுக்கிடையிலும் அரசியல் அகதிகளின் அறைகளில் தவிர்க்க முடியாமல் இடம் பெற்றிருக்கும் நாளேட்டு நறுக்குகளுக்கு மத்தியிலும் ஆராய்ந்தேன். அந்த நோட்டுப் புத்தகம் எங்கும் இல்லை. பதற்றம் அதிகரிக்க, ஆடை அலமாரியையும் சமையலறை நிலைப் பெட்டிகளை யும் ரெஃப்ரிஜரேட்டரையும் குளியலறையையும் அழுக்குத் துணிக் கூடையையும் திறந்து பார்த்தேன். அவன் அறையின் ஒவ்வொரு மூலை முடுக்கையும், ஒருவன் ஒரு நோட்டுப்புத்தகத்தை மறைத்து வைக்க நினைத்தால் எங்கெல்லாம் வைப்பானோ, அந்த இடங்கள் அத்தனையையும் சல்லடையிட்டுத் தேடினேன். அது தொலைந்து விட்டிருக்குமென்பதை நினைத்துப் பார்க்கவே முடியவில்லை. தேடிய இடங்களிலேயே மறுபடியும் தேடினேன். தார்குட் ஊல்ச்சூன் புகை பிடித்தபடி ஃபிராங்க்ஃபர்ட்டின் மீது பொழிந்து கொண்டிருக்கும் பனியை வேடிக்கை பார்த்துக் கொண்டிருந்தார். ஹாம்பர்க்கிற்கு அவன் எடுத்துச் சென்ற சூட்கேஸில் அந்த நோட்டுப்புத்தகத்தை எடுத்து சென்றிருக்காவிட்டால், அது இங்கே இந்த அறையில்தான் இருக்க வேண்டும். அவனது கவிதைகளில் கடைசி திருத்தத்தை செய்து முடிக்கும்வரை – எல்லா வார்த்தைகளும் அதனதன் இடத்தில் சரியாகப் பொருந்திவரும்வரை – நகலெடுக்க மாட்டான், அது அதிர்ஷ்டக் கேடு என்று கருதினான். ஆனால் அவன் என்னிடம் தொகுப்பு முழுமையாக திருத்தப்பட்டு முடிந்துவிட்டதென்றும் வெளியிடுவதற்கு தயார் நிலையில் இருக்கிறதென்றும் சொல்லியிருந்தான். அப்படியானால் அது எங்கே?

இரண்டு மணி நேரத் தேடலுக்குப் பிறகும் அந்தப் பச்சை நிற நோட்டுப் புத்தகம் கிடைக்கவில்லை என்பதை மனம் ஏற்றுக்கொள்ள மறுத்தது. அது இங்கேதான், ஏதோவோர் இடத்தில், என் மூக்குக்கு கீழேயே ஒளிந்திருக்கிறது என்று நிச்சயமாகத் தோன்றியது. அதீதமான

பதற்றத்தில் நான் இருப்பதால் கண்ணுக்கு அகப்படாமலிருக்கிறது. வீட்டு உரிமையாளர் பொறுமையின்றி மீண்டும் கதவைத் தட்ட, காவின் இழுப்பறையில் இருந்த எல்லா நோட்டுப் புத்தகங்களையும் கையால் எழுதிய குறிப்புகளையும் ஒரு பிளாஸ்டிக் பையில் போட்டுத் திணித்தேன். வி.சி.ஆரின் பக்கத்தில் குவிந்திருந்த நீலப்பட வீடியோ டேப்புகள் எல்லாவற்றையும் – வெளியாட்கள் யாரையும் அவன் அறைக்குள் அனுமதித்ததில்லை என்பதற்கு சாட்சி – காஃப்ஹாஃப் ஷாப்பிங் பையில் போட்டேன். ஒரு நீண்ட யாத்திரை மேற்கொள்ளும் பயணி, ஒவ்வொரு நாளுக்கும் அடையாளமாக ஒரு பொருளை ஞாபகத்திற்கு சேகரித்துக் கொள்வதைப் போல என் நண்பனுக்கான ஓர் எளிய நினைவூட்டுச் சின்னத்திற்காக அந்த அறையைத் துழாவி அலசிப் பார்த்தேன். தீர்மானிக்க முடியாமல் அந்த பிளாஸ்டிக் கோணிப் பைக்குள் மேஜையில் சிகரெட் துண்டுகளோடிருந்த சாம்பல் கிண்ணத்தையும் கடிதத்தைப் பிரிப்பதற்கான கத்தியையும் படுக்கை மேஜை மேலிருந்த கடிகாரத்தையும் இருபத்தைந்து வருடங்களுக்கு முன்பு பைஜாமாக்களுக்கு மேல் அவன் அணிந்து கொண்டிருந்த, இப்போதும் அவன் வாசனை மிச்சமிருந்த அந்தக் கந்தலான இடுப்பளவு மேற்சட்டையையும் டோல்மாபாஷ் துறைமுக மேடையில் அவனும் அவன் சகோதரியும் நின்று எடுத்துக் கொண்ட புகைப் படத்தையும் அள்ளிப்போட்டுக் கொண்டேன். என் அந்தரங்க இச்சையின் அருங்காட்சியகக் காப்பாளராக இதற்குள் மாறிவிட்டிருந்தேன். இதுதான் கடைசி வாய்ப்பு என்றுணர்ந்து ஏறக்குறைய அறையிலிருந்த எல்லாவற்றையும் பொறுக்கிக்கொண்டேன். அவனது அழுக்கு காலுறை களிலிருந்து ஒருமுறைகூட உபயோகித்திராத கைக்குட்டைகள்வரை, சமையலறை ஸ்பூன்களிலிருந்து குப்பைக் கூடையிலிருந்த காலி சிகரெட் பாக்கெட்டுகள்வரை. இஸ்தான்புல்லில் கடைசியாக நாங்கள் சந்தித்துக் கொண்டபோது ஒருமுறை, கா புதிய நாவல் பற்றிய எனது திட்டங்களைப் பற்றிக் கேட்டான். அதுவரை நான் யாரிடமும் வெளிப்படுத்தியிராத தகவலான ‘மாசின்மையின் அருங்காட்சியகம்’ பற்றி அவனிடம் சொன்னேன்.

என் வழிகாட்டியிடமிருந்து விடைபெற்றுக் கொண்டு அறைக்குத் திரும்பியவுடனேயே காவின் உடமைகளை ஆராயத் தொடங்கினேன். என் நண்பன் பற்றிய உணர்ச்சிகர ஞாபகங்களை, விரக்தி என்னை அழிப்பதற்கு முன், சாந்திப்படுத்த முடிவெடுத்து உணர்ச்சிவசப்படாமல் செயல்பட முனைந்தேன். எனக்கு நானே விதித்துக் கொண்ட முதல் வேலை, அந்த நீலப்பட டேப்புகளை ஆராய்வது. என் அறையில் வி.சி.ஆர். இல்லை. அந்த கேஸட்டுகளின் உறைகளில் கா தனது கையெழுத்தில் குறித்து வைத்திருப்பதிலிருந்து, மெலிண்டா என்ற ஓர் அமெரிக்க நட்சத்திரத்தின் பேரில் அவனுக்கு விசேஷமான பிரியம் இருந்தது தெரிந்தது.

அடுத்ததாக, கார்ஸ்ஸில் இருந்தபோது எழுதிய கவிதைகளைப் பற்றி கா குறிப்பிட்டிருந்த நோட்டுப் புத்தகங்களை படிக்கப் புகுந்தேன். இந்தக் காதல் உறவைப் பற்றியோ, அவன் கண்ணுற்ற பயங்கரங்களைப்

பற்றியோ அவன் எந்த இடத்திலும் குறிப்பிடவேயில்லையே, அது ஏன்? இதற்கான பதில், காவின் இழுப்பறைகள் ஒன்றிலிருந்து எடுத்து வந்திருந்த ஒரு கோப்பில் கிடைத்தது. அந்த உறையைத் திறந்ததும் கடிதங்கள் என் மடிமேல் சரிந்தன. ஏறக்குறைய நாற்பது கடிதங்களாவது இருக்கும். காதல் கடிதங்கள்! எல்லாமே இபெக்கிற்கு எழுதிய கடிதங்கள். ஒன்றுகூட அஞ்சலில் சேர்க்கப்பட்டிருக்கவில்லை. எல்லா கடிதங்களிலும் துவக்கம் ஒன்றுபோலவே இருந்தது: 'என் அன்பே, உனக்கு இக்கடிதத்தை எழுதத்தான் வேண்டுமாவென்று நெடுநேரம் கடுமையாக யோசித்துப் பார்த்தேன் ...' அதற்குப் பிறகு கார்ஸ்ஸில் அவனுக்கு ஏற்பட்டிருந்த வெவ்வேறு அனுபவங்கள் வர்ணிக்கப்பட்டிருந்தன. இபெக்மீது அவன் கொண்டிருந்த காதலை நான் புரிந்து வைத்திருந்த விதத்தில், மனதைப் பிசையும் ஒரு புதிய விபரத்தை சேர்த்தளிப்பதாக ஒவ்வொரு கடிதமும் இருந்தது.

ஃபிராங்க்ஃபர்ட்டில் அவனது தினசரி வாழ்க்கையின் எண்ணச் சிதறல்களும் இருந்தன (வான் – பெத்மான் பூங்காவில் அவன் கண்ணில் பட்ட அந்த நொண்டி நாயும் யூத அருங்காட்சியகத்திலிருந்த துத்தநாக மேஜைகளும் அவனைப் பெரிதும் துக்கத்தில் ஆழ்த்தியதாக எனக்கு எழுதிய கடிதங்களில் குறிப்பிட்டிருக்கிறான்.) இக்காதல் கடிதங்கள் எவற்றையும் அவன் மடித்து வைத்திருக்காதது அவற்றை ஓர் உறைக் குள்ளிடுகின்ற கடப்பாட்டை அனுமதிக்காத அவனது தயக்கத்தை, அவற்றை தபாலில் சேர்ப்பதைப் பற்றி அவனுக்கிருந்த தீர்மானமின்மையை வெளிக்காட்டுவதாக இருந்தது.

ஒரு கடிதத்தில், 'ஒரு வார்த்தை சொல், உன்னிடம் வருகிறேன்,' என்று எழுதியிருந்தான். ஆனால் இன்னொன்றில் 'இன்னொரு முறை நீ என்னைத் தவறாகப் புரிந்துகொள்வதை என்னால் அனுமதிக்க முடியாதென்பதால் இனி ஒரு போதும் கார்ஸ்ஸிற்குத் திரும்பி வரமாட்டேன்' என்று அறிவித்திருந்தான். ஒரு கடிதத்தில் கவிதை ஒன்றைப் பற்றி குறிப்பிட்டிருந்தான் (அந்தக் கவிதையை அவன் இணைத்திருக்கவில்லை.) இன்னொன்றில் இபெக்கிடமிருந்து இதற்கு முன் வந்திருப்பதைப் போன்ற ஒரு, கடிதத்தை கற்பனை செய்து கொள்ள அழைத்தது; 'என் கடிதத்தை தகாத ஒன்றாக நீ எடுத்துக் கொண்டதற்காக மிகவும் வருந்துகிறேன்!'

அன்று மாலை, காவின் உடமைகள் எல்லாவற்றையும் படுக்கை யின் மீதும், அறையின் எல்லா பரப்புகளின் மீதும் கடைவிரித்து வைத்து, ஒவ்வொன்றையும் ஒரு தடய வல்லுநரின் கண்ணோடு ஆராய்ந்தேன். இபெக்கிடமிருந்து ஒரேயொரு கடிதம்கூட காவுக்கு வரவில்லை என்பதை நிச்சயமாகச் சொல்லமுடியும். அப்படியிருக்க, கா எதற்காக ஒன்றிற்கு பதிலளிப்பதைப்போல பாசாங்கு செய்து கொள்ள வேண்டும்? மேலும் அவனும் ஒரு கடிதத்தைக் கூட அவளுக்கு அனுப்பியிருக்காதபோது?

இந்த இடத்தில் நமது கதையின் மையப்புள்ளிக்கு நாம் வந்திருக் கிறோம் எனலாம். இன்னொருவர் இதயத்தில் இருக்கும் காதலையும்

வலியையும் எந்தளவுக்கு நம்மால் அறிந்துகொள்ள முடியும்? நாம் அறிந்திருப்பதைவிட ஆழமான வேதனையையும் பேரிழப்புகளையும் கடுமையான ஏமாற்றங்களையும் அனுபவித்தவர்களை எந்தளவுக்கு நம்மால் புரிந்துகொள்ள முடியும்? உலகெங்கிலும் உள்ள கோடிக்கணக் கான ஏழை எளியவர்களின் இடங்களில் உலகின் பெரும் செல்வமும் அதிகாரமும் கொண்டிருப்பவர்கள் தம்மை வைத்துப் பார்த்தாலும்கூட அவர்களின் வேதனையை எந்தளவுக்கு அவர்களால் புரிந்து கொள்ள முடியும்? எனவே நாவலாசிரியன் ஓரான், கவிஞனான அவனுடைய நண்பனின் வலிமிகுந்த கடினமான வாழ்க்கையின் இருட்டு மூலை களுக்குள் எட்டிப் பார்க்கும்போது எந்தளவுக்கு அவனால் உண்மை யிலேயே பார்க்க முடியும்?

‘அடிபட்டிருக்கும் ஒரு விலங்கைப் போலவே என் வாழ்க்கை பூராவும் தொலைந்து போனவனாகவும் தனியானவனாகவுமே உணர்ந்து வந்திருக்கிறேன்,’ என்று கா எழுதியிருந்தான். ‘அந்தளவுக்கு முரட்டுத் தனமாக உன்னை நான் அணைத்திருக்காவிட்டால், உன்னை நான் அந்தளவுக்கு கோபப்படுத்தியிருக்க மாட்டேன். பனிரெண்டு வருடங் களாக கட்டி வைத்திருந்த கோட்டையை தகர்த்துவிட்டு ஆரம்ப இடத்திற்கே வந்து நின்றிருக்கவும் மாட்டேன். ஆனால் இப்போது இங்கே கைவிடப்பட்டவனாக மட்கிக் கொண்டிருக்கிறேன். தாங்க முடியாத வேதனையின் தழும்புகளை உடம்பின் ஒவ்வோர் அங்குலத் திலும் சுமந்திருக்கிறேன். உன்னை மட்டும் இழந்திருக்கவில்லை, உலகில் உள்ள எல்லாவற்றையுமே நான் இழந்திருக்கிறேன் என்று சில நேரங்களில் எனக்குத் தோன்றுகிறது.’ இந்த வாசகங்களை வெறுமனே நான் வாசிப்பது, அவற்றை நான் புரிந்துகொண்டு விட்டேன் என்றாகுமா?

பின்னிரவில் அந்தச் சின்னஞ்சிறு மதுக்கூடத்தில் நான் அருந்திய விஸ்கியின் இனிய மயக்கத்தோடு மெலிண்டாவைப் பற்றி விசாரிக்க கெய்ஸர்ஸ்ட்ராஸிற்குச் சென்றேன்.

அவளுக்குப் பெரிய, ஆலிவ் நிறக் கண்கள். ஓரப் பார்வை. அவள் நிறம் வெண்மையாக, கால்கள் நீண்டதாக, ஓர் ஆட்டமன் அரண்மனைப்புலவன் செர்ரிப்பழங்கள் என்று வர்ணித்திருக்கக்கூடிய இதழ்கள் மெல்லியதாக, முழுமையானதாக இருந்தன. அவள் மிகவும் பிரபலமானவள் என்று தெரிந்தது: ‘வேர்ல்டு செக்ஸ் சென்ட’ரில் உள்ள வீடியோ பிரிவில் இருபதே நிமிடங்களில் அவள் பெயரைத் தாங்கிய ஆறு படங்களை கண்டெடுக்க முடிந்தது. அந்த வீடியோ காஸட்டுகளை இஸ்தான்புல்லுக்கு கடத்திக்கொண்டு வந்தேன். ஒரே ஒருமுறை அவற்றைப் போட்டுப்பார்த்தேன். அப்போதுதான் கா என்ன உணர்ந்திருப்பான் என்று கொஞ்சம் மேலோட்டமாகப் புரிந்துகொள்ள முடிந்தது. எந்தவொரு மனிதனுக்கு முன்னால் அவள் கிடத்தப்பட்டிருந்தாலும் – உலகத்திலேயே மிகவும் அசிங்கமான, நாகரீகமற்ற ஆணாக இருந்தபோதிலும் கூட – அவனது முயக்கத்தின் இன்ப முனகல்களுக்கு எப்போதும் இணக்கமாக எதிர்வினையாற்று

பவளாக இருந்தாள்: அவளுடைய வெளுப்பான முகம் ஒரு தாய்க்கு மட்டுமே சாத்தியமான அன்போடு நெகிழ்ந்தது. எவ்வளவுதான் கவர்ச்சிகரமாக உடையணிந்திருந்தாலும் (பொறுமையில்லாத 'பிஸினஸ் வுமன்', விளையாட்டுத்தனமான பரிசாரகப் பெண், செயல் திறனில்லாத கணவனிடம் சலிப்படைந்த இல்லத்தரசி என எந்த வேடத்தில் வந்தாலும்) ஆடை களைந்து நிர்வாண கோலத்தில் அவள் எப்போதும் வலுவற்ற வளாகவும் எதிர்ப்பற்றவளாகவுமே இருந்தாள். பின்னர் என் சொந்த வேலையாக கார்ஸ்ஸிற்கு நான் சென்றபோதுதான் அவளுடைய பாவனைகளில் கொஞ்சம் இபெக் – தன்மை இருந்ததை உணரமுடிந்தது. அதே பெரிய கண்கள், கவர்ச்சிகரமான வளைவுகள் கொண்ட உடலமைப்பு.

என் நண்பன் தனது வாழ்வின் கடைசி நான்கு வருடங்களை இத்தகைய பாலியல் பொழுதுபோக்குகளில் திளைத்தே கடத்தியிருக் கிறான் என்று சொல்லும்போது, கவிஞர்களைப் புனிதர்களாகவும் மெய்ப்பொருள் வாதிகளாகவும் மட்டுமே காண விழையும் அப்பாவி ஆன்மாக்களை புண்படுத்திவிடுகிற அபாயத்தை உணர்ந்தே இருக்கிறேன். 'வேர்ல்டு செக்ஸ் சென்ட'ரில் மெலிண்டாவின் வீடியோக்களை தேடியபடி அலைந்து கொண்டிருந்த நேரத்தில், பரிதாபகரமான, இரங்கத்தக்க நிலையில் அங்கே பெருந்திரளாக கூடியிருந்த சக வாடிக்கையாளர்களுக்கும் காவுக்கும் இடையே ஒரேயொரு பொதுத் தன்மை இருப்பதாக எனக்குத் தோன்றியது. இவர்கள் எல்லோருமே இந்தப் படங்களைப் பார்க்கும் குற்றவுணர்வில் இருட்டுக்குள் பதுங்கிக்கொள்கிறார்கள். நியூயார்க்கின் 42வது தெருவிலுள்ள திரையரங்குகளிலும் ஃபிராங்க்ஃபர்ட்டின் கெய்ஸர்ஸ்ட்ராஸிலும் பேயோலோவின் ஒதுக்குப்புறமான சந்துகளிலும் மற்றவர் பார்வையை தவிர்க்கிற, சுயவெறுப்பு மிகுந்த, இந்தத் தனியான, கைவிடப்பட்ட மாந்தர்கள் இந்நீலப்படங்களை அவமானத்தை விழுங்கியபடி பார்த்துக் கொண்டு, தேசிய பொதுமைக் கூறுகளையும் இன வேறுபாடுகளையும் கடந்து ஒன்றுபோலவே காணப்படுகிறார்கள். கருப்பு பிளாஸ்டிக் பை நிறைய மெலிண்டா வீடியோக்களோடு 'வேர்ல்டு செக்ஸ் சென்ட'ரை விட்டு வெளியே வந்து, ராட்சத பனித்திவலைகளின் பொழிவுக்கிடையே வெறிச்சோடிய தெருக்களைக் கடந்து ஓட்டலை அடைந்தேன்.

வரவேற்பறையில் தற்காலிகமாக அமைக்கப்பட்டிருந்த மதுவறையில் மேலும் இரண்டு விஸ்கிகள் வாங்கி அருந்திவிட்டு அது வேலை செய்ய ஆரம்பிக்கும்வரை வெளியே பனிப்பொழிவை வேடிக்கை பார்த்துக்கொண்டு அமர்ந்திருந்தேன். போதை ஒருவேளை அதிகமாகி விட்டால் மெலிண்டாவுக்கும் காவின் நோட்டுப் புத்தகங்களுக்கும் ஒரு சிறிய இடைவேளை விடலாமென்று முடிவெடுத்தேன். ஆனால் அறையை அடைந்தவுடனேயே காவின் நோட்டுப் புத்தகங்களில் கைக்கு கிடைத்த ஒன்றை எடுத்துப் பிரித்தேன். உடையைக்கூட மாற்றாமல் கட்டிலில் உட்கார்ந்து படிக்கத் தொடங்கினேன். மூன்றாவது பக்கத்தில் பனிச்சருகு ஒன்றின் படம் இப்படி இருந்தது:

தற்கொலையும் அதிகாரமும்
கற்பனை
நான் மகிழ்ச்சியோடு இருக்கப் போகிறேன்
சொர்க்கம்
சுட்டுக் கொல்லப்படுதல்
ஞாபகம்
புரட்சி நிகழ்ந்த இரவு
உலகம் முடிவடையும் இடம்
நான், கா
சதுரங்கம்
தர்க்கம்
நாதியற்றவர்கள் பொறுத்துக்கொள்ள வேண்டியவை
நட்சத்திரங்களும் அவற்றின் தோழர்களும்
பனி
தர்க்கம்
மாறுடவர்க்கமும் நட்சத்திரங்களும்
கடவுள் இருக்காத இடம்
நாய்
ஞாபகம்
கனவு வீதிகள்
காதல்
பொறாமை
சாக்லெட் பெட்டி
கற்பனை

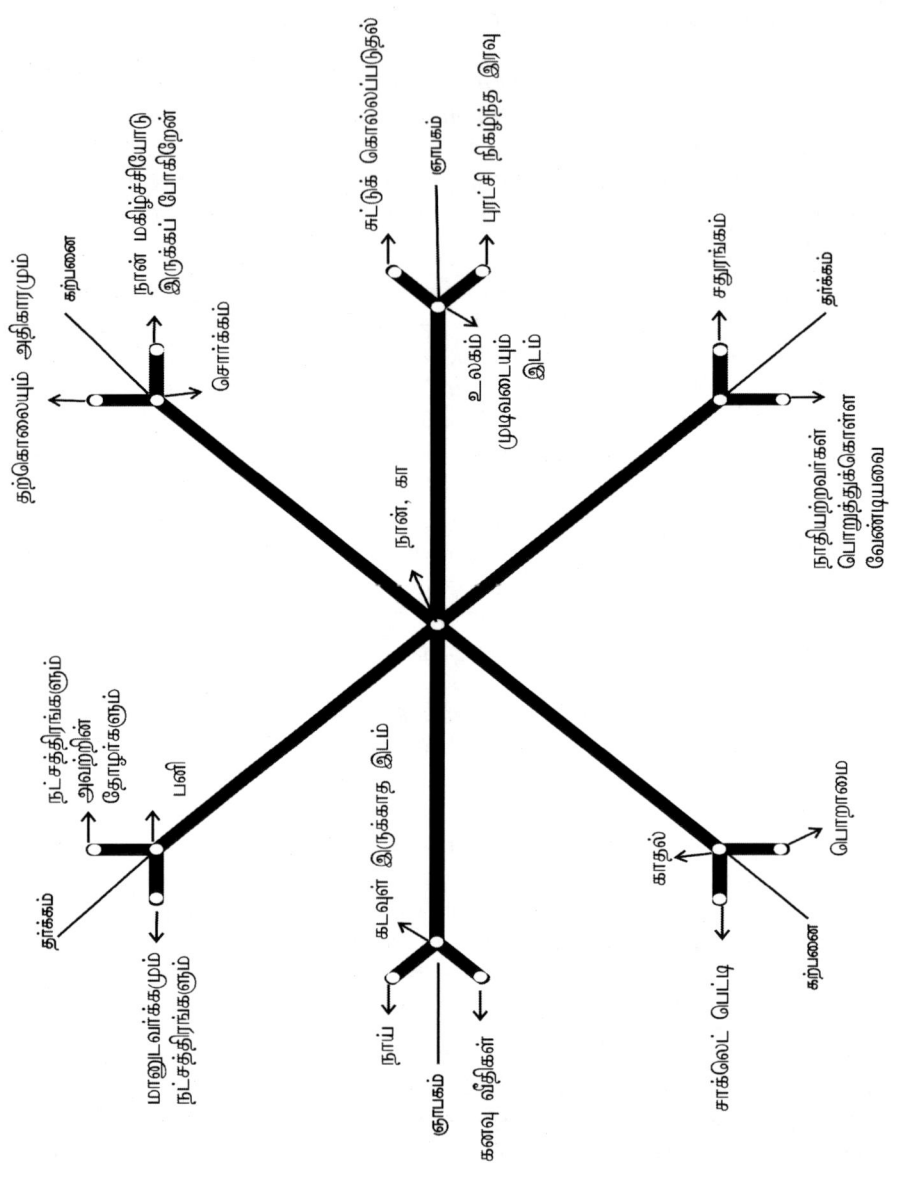

30

நாம் மீண்டும் சந்திப்பது எப்போது?

சொற்ப நேர சந்தோஷம்

காவும் இபெக்கும் காதல்புரிந்து முடித்ததும் பரஸ்பர அணைப்பில் அப்படியே கிடந்தனர்; கொஞ்ச நேரத்திற்கு ஒருவரும் அசையவில்லை. உலகம் நிசப்தத்தால் கனமாக போர்த்தப்பட்டிருந்தது. காவுக்கு இருந்த அதீதமான பரவசத்தில் அந்த அணைப்பு ஒரு யுகத்திற்கு நீண்டிருப்பதாகத் தோன்றியது. அதனால் தானோ என்னவோ ஒரு திடீர் படபடப்பு அவனைக் கைப்பற்ற, படுக்கையிலிருந்து துள்ளியெழுந்து சன்னலுக்குப் பாய்ந்து வந்து, வெளியே உற்றுப் பார்த்தான். இது நடந்து சில காலம் கழித்து, அவன் வாழ்க்கையிலேயே மிகவும் சந்தோஷ மான தருணம் என்பது அவர்களிருவரும் நெடுநேரம் மௌனத் தைப் பகிர்ந்தபடி படுத்திருந்த நேரம்தான் என்பதை உணர்ந்தான். அவ்வாறிருக்க, எதற்காக இந்த ஈடிணையற்ற பேரின்ப நிலையை திடீரென்று அறுத்துக்கொண்டு, இபெக்கின் அணைப்பிலிருந்து தன்னை விலக்கிக்கொள்ள வேண்டுமென்று தன்னைத்தானே கேட்டுக் கொண்டிருக்கிறான். இதற்கான விடை, ஒரு திடீர் கிலியுணர்வு அவனை ஆட்கொண்டது என்பதே: சன்னலுக்கு வெளியே, பனிமூடிய அச்சாலையில் ஏதோவொன்று நடக்கப் போகிறது என்றும், அது நிகழ்வதற்கு முன் தான் அங்கே இருக்கவேண்டும் என்பதைப் போன்ற ஒரு திகில் உணர்ச்சி.

பொழிந்து கொண்டிருந்த பனியைத் தவிர சன்னலுக்கு மறுபுறத்தில் பார்ப்பதற்கு எதுவும் இருக்கவில்லை. மின்சாரம் இன்னும் வந்திருக்கவில்லை. கீழே சமையலறைக்குள் சன்னலில் வைக்கப்பட்டிருந்த மெழுகுவர்த்தியின் வெளிச்சம் வெளியே இறங்கிக் கொண்டிருந்த அடர்ந்த பனியின் ஊடே ஆரஞ்சுப் பிரபையாகத் தெரிந்தது. பல நாட்கள் கழித்து இதைப் பற்றி யோசிக்கும்போது, தன்னால் பேரானந்தத்தில் திளைத்திருப்பதை தாங்கமுடியாமல்தான் அந்த இன்பத்தருணத்தைத் துண்டித்துக் கொண்டதாக காவுக்குத் தோன்றியிருக்கிறது. ஆரம்பத்தில் இபெக்கின் கரங்கள் அவனை வளைத்திருக்க, கட்டிலில்

படுத்திருந்தபோது அவன் பரிபூரண சந்தோஷத்தில் இருப்பதுகூட அவனுக்கு உறைத்திருக்கவில்லை. ஆனால் அவன் மனம் நிச்சலனமான அமைதியில் திளைத்திருந்தது. மிகவும் இயல்பாகத் தோன்றியிருந்த இந்த அமைதியுணர்வில், அவன் வாழ்க்கை அப்போதுவரை ஏன் அவ்வளவு துயரங்களும் கொந்தளிப்புமாக இருந்ததென்று எவ்வளவு முயன்றாலும் யோசிக்க முடியாமலிருந்தது. அவன் உணர்ந்த அமைதி, கவிதை பிறப்பதற்கு முன்னால் தோன்றும் நிசப்தம் போலிருந்தது. ஆனால் கவிதை பிறக்கும் அத்தகைய நேரங்களில் வாழ்க்கையின் அர்த்தம் பட்டவர்த்தனமாக புலப்படுவதை அவனால் பார்க்க முடியும். அந்த தரிசனம் அவனுக்கு பெருமகிழ்ச்சியைக் கொடுக்கும். இபெக் பற்றிய இந்த இன்பமான நினைவுகளில் அத்தகைய அறிவொளித் தருணம் ஏதும் வாய்க்கவில்லை. அதில் ஓர் எளிமையான, குழந்தைத் தனமான தூய்மை – வாழ்க்கையின் அர்த்தம் பற்றி ஒரு குழந்தை நுனி நாக்கில் உதிர்க்கும் வார்த்தைகள்போல ஒரு பரிசுத்தம் இருந்தது.

அன்று பிற்பகல் நூலகத்தில் பனிச்சருகுகள் பற்றி படித்த உண்மைகளை ஒவ்வொன்றாக நினைவு கூர்ந்தான். பனியைப் பற்றி இன்னொரு கவிதை அவனுக்கு வரக்கூடுமென்ற உணர்வில், தன்னை தயாராக்கிக் கொள்வதற்காகவே அங்கு நின்றிருந்தான். ஆனால் இப்போது கவிதை எதுவும் பிறக்காமல் அவன் தலை காலியாக இருந்தது. அவனது கவிதைகள் ஒவ்வொன்றும் தனித்தனியாக அவனிடம் பிறந்தவையென்றாலும், அவையனைத்தும் இப்போது அந்த கலைக் களஞ்சியத்தில் பார்த்த குழந்தைத்தனமான அறுகோண பனிச்சருகைப் போல ஒழுங்காக பொருந்தியிருப்பதாக அவனுக்குத் தெரிந்தது. இந்தத் தருணத்தில்தான் அவன் கவிதைகள் எல்லாமே ஒரு பிரம்மாண்ட வடிவமைப்பின் பகுதியாக இருக்கின்றனவென்பதற்கு முதல் அறிகுறி அவனுக்குக் கிடைத்தது.

“அங்கே என்ன செய்துகொண்டிருக்கிறீர்கள்?” என்று கேட்டாள் இபெக்.

“பனியை வேடிக்கை பார்த்துக்கொண்டிருக்கிறேன், அன்பே.”

பனிச் சருகுகளின் வடிவியல் அழகைத்தாண்டி அவனால் பார்க்க முடிகிறது என்பதை இபெக் எந்தவிதத்திலோ உணர்ந்திருக்கிறாள் என்று அவனுக்குத் தோன்றியது. அதே நேரத்தில் அப்படி இருக்க முடியாதென்றும் தோன்றியது. அவன் கவனம் வேறெங்கோ பதிந்திருப்பது குறித்து இபெக் அதிருப்தியடைந்திருக்கிறாளென்று அவனுடைய ஒரு பகுதிக்குத் தெரிந்தது. அதுவரைக்கும் அவன்தான் நாடிச் செல்பவனாக இருந்திருக்கிறான். பட்டவர்த்தனமாக வெளியே தெரியும் அவன் தவிப்பு அவனை எதிர்ப்பாற்றல் குன்றியவனாக ஆக்கி வைத்திருந்தது. எனவே இப்போது நிலைமை தலைகீழாக மாறியிருப்பதில் கா மகிழவே செய்தான்: அவளோடு காதல் புரிந்த தினால் அவனுக்கு மெலிதான அனுகூலம் ஏற்பட்டிருக்கிறது என்று உய்த்துணர்ந்தான்.

“என்ன யோசித்துக்கொண்டிருக்கிறீர்கள்?” என்று கேட்டாள் இபெக்.

“என் அம்மாவைப் பற்றி யோசித்துக்கொண்டிருக்கிறேன்,” என்று சொல்லிவிட்டு, பின் எதற்காக அப்படிச் சொன்னோம் என்று வியந்தான். அவள் அப்போதுதான் காலமாகியிருக்கிறாள்; மேலும் அவன் நினைவுகளில் அவனுடைய அம்மா இருந்திருக்கவும் இல்லை. ஆனால் பின்னர் இந்தத் தருணத்தைப் பற்றிப் பேசும்போது, “என் கார்ஸ் பயணம் முழுக்கவும் என் அம்மாவின் நினைவு என் மனதில் நிறைந்தே இருந்தது,” என்று விளக்கியிருக்கிறான்.

“உங்கள் அம்மாவைப் பற்றி என்ன நினைத்துக் கொண்டிருந்தீர்கள்?”

“எப்படி ஒரு குளிர்கால இரவில் ஜன்னலருகே நின்றபடி வெளியே பனி பொழிவதைப் பார்த்துக்கொண்டிருந்தோம், அவள் என் கேசத்தை எப்படிக் கோதிக்கொண்டிருந்தாள் என்றெல்லாம் நினைத்துக்கொண்டிருந்தேன்.”

“குழந்தையாக இருந்தபோது சந்தோஷமாக இருந்தீர்களா?”

“மக்களுக்கு அவர்கள் சந்தோஷமாக இருக்கும்போது அது தெரிவதில்லை. குழந்தையாக இருந்தபோது சந்தோஷமாக இருந்திருக்கிறேன் என்று பல வருடங்கள் கழித்துதான் எனக்குத் தெரிந்திருக்கிறது. ஆனால் உண்மையில் நான் மகிழ்ச்சியாக இருந்ததில்லை. அடுத்து வந்த வருடங்களில் நான் இருந்ததைப் போன்ற துக்கம், எனது குழந்தைப் பருவத்தில் இருந்ததாகச் சொல்ல முடியாது. குழந்தையாக இருந்தபோது மகிழ்ச்சியாக இருப்பதில் எனக்கு ஆர்வமில்லாமல் இருந்தது என்பதுதான் உண்மை.”

“உங்களுக்கு ஆர்வம் எப்போது வரத்தொடங்கியது?”

‘எப்போதுமே இல்லை’ என்று சொல்வதற்கு விருப்பமாக இருந்தாலும் சொல்லவில்லை. அதற்கு ஒரு காரணம், அது உண்மையல்ல என்பது. மற்றொரு காரணம், அப்படிச் சொன்னால் அது மிகவும் அகம்பாவமாகத் தெரியும் என்பது. இருந்தாலும் இபெக்கை கவர்வதற்காக அவனுக்கு அப்படியே சொல்லிவிடலாமா என்று தோன்றினாலும் வேறு கனமான விஷயங்கள் அவன் மனதை அழுத்திக் கொண்டிருந்தன.

“என்னால் கொஞ்சம்கூட அசைய முடியாதபடிக்கு துக்கம் அழுத்தியிருந்த ஒரு சமயத்தில் நான் மகிழ்ச்சியைப் பற்றி யோசிக்கத் தொடங்கினேன்,” என்றான் அவளிடம்.

அவளிடம் சொல்வதற்கு சரியான விஷயம்தானா இது? அவள் மௌனம் அவனை சங்கடப்படுத்தியது. அவன் எந்தளவுக்கு ஃபிராங்க் ஃபர்ட்டில் சந்தோஷமற்று இருந்தான் என்று அவளிடம் சொன்னால், அதன் பின்னர் எந்த முகத்தோடு அவளைத் தன்னோடு அங்கே வந்துவிடக் கேட்க முடியும் – ஒரு திடீர் சூறைக்காற்று பனிச் சருகுகளை வெளியே சிதறடிக்க, முன்பு அவனைப் பீடித்திருந்த அந்த கிலியுணர்வு

மீண்டும் அதே உத்வேகத்துடன் திரும்பி வந்து அவனைத் தாக்கியது. காதலாலும், காத்திருத்தலின் வேதனையாலும் வலித்ததை விட அதிகமாக வயிற்றில் வலித்தது. ஒரு சில கணங்களுக்கு முன் அவன் திளைத்திருந்த மகிழ்ச்சி இப்போது அதனை இழக்கப் போகும் நிச்சயமின்மைக்கு ஒதுங்கி இடம் விட்டிருந்தது. மகிழ்ச்சியின் இடத்தில் சந்தேகங்கள் குவிந்தன. இபெக்கிடம், "நீ என்னோடு ஃபிராங்க்ஃபர்ட்டுக்கு வரப் போகிறாயா இல்லையா?" என்று கேட்கவேண்டும் போலிருந்தது. ஆனால் அவன் விரும்புகின்ற பதில் கிடைக்காதோ என்ற பயம் அவனைத் தடுத்தது. கட்டிலுக்குத் திரும்பி வந்தான். ஒருக்களித்து படுத்திருந்த இபெக்கின் முதுகோடு ஒட்டிக்கொண்டு அவளை பலம் கொண்டவரைக்கும் இறுக்கமாகக் கட்டிக்கொண்டான். "அங்காடித் தெருவில் ஒரு கடை இருந்தது. அதில் பெப்பினோ டி காப்ரியின் பழைய பாட்டு 'ராபெர்டா' பாடிக் கொண்டிருந்தது. அவர்களுக்கு எங்கிருந்து அந்த இசைத்தட்டு கிடைத்திருக்கும்?"

"கார்ஸ்ஸில் இன்னும்கூட சில பழைய குடும்பங்கள் ஒட்டிக் கொண்டிருக்கின்றன. பெற்றோர்கள் இறந்த பிறகு பிள்ளைகள் அவர்களது உடமைகளை வந்தவிலைக்கு விற்றுவிட்டு ஊரை காலி செய்து கொண்டு போய்விடுவார்கள். இந்த ஏழை நகரத்தில் இன்று அதிசயமாக நம் கண்ணில் படுகிற விஷயங்களெல்லாம் இப்படித்தான் சந்தைக்கு வருகின்றன. வேனிற் காலத்தில் இஸ்தான்புல்லிலிருந்து ஒரு கழிபட்ட பொருட்களை வாங்கி விற்பவன் வருவான். மலிவாக கிடைக்கும் பொருட்கள் எல்லாவற்றையும் வாங்கிக் கொண்டு போவான். அவன்கூட இப்போது வருவதை நிறுத்திவிட்டான்."

ஒரு கணம் காவுக்கு அந்தப் பழைய ஈடிணையற்ற பேரின்ப உணர்வு திரும்ப வந்துவிட்டதைப் போலத் தோன்றியது. ஆனால் அது முன்பிருந்ததைப் போல இருக்கவில்லை. அது இனி என்றென் றைக்கும் வாய்க்காமல் போய்விடுமோவென்ற பயம் அவனை மீண்டும் ஆக்கிரமித்தது. கண்ணெதிரேயிருந்த அனைத்தும் அவன் கலவரத்தை அதிகரித்தன. அவனோடு ஃபிராங்க்ஃபர்ட்டுக்கு வருவதற்கு அவனால் இபெக்கை ஒருபோதும் இணங்க வைக்க முடியப்போவதில்லை, அது மட்டும் நிச்சயம்.

"சரி, டார்லிங். நான் போக வேண்டிய நேரம் வந்துவிட்டது."

அவள் டார்லிங் என்ற வார்த்தையை பயன்படுத்திய போதும், அவனை இனிமையாக முத்தமிட்டபோதும்கூட காவுக்கு மனம் அமைதியுறவில்லை.

"நாம் மறுபடியும் எப்போது சந்திப்பது?"

"எனக்கு அப்பாவைப் பற்றி கவலையாக இருக்கிறது. காவல் துறையினர் அவரைப் பின்தொடர்ந்து சென்றிருக்கலாம்."

"அவர்களைப்பற்றி எனக்கும் விசனமாகத்தான் இருக்கிறது," என்றான் கா. "சரி, முதலில் நாம் எப்போது மறுபடியும் சந்திப்பது என்று சொல்."

“அப்பா ஓட்டலில் இருக்கும்போது இந்த அறைக்கு வரமாட்டேன்.”

“ஆனால் இப்போதுதான் எல்லாம் மாறிவிட்டதே,” என்றான் கா. இருந்தாலும் அந்த இருட்டில் நன்கு பழக்கமான அமைதியோடு உடையணிந்து கொள்ளும் லாவகத்தைப் பார்க்கும்போது எதுவுமே மாறியிருக்கவில்லையென்ற பயம் அவன் முகத்தில் அறைந்தது. “சரி, நாம் இடைஞ்சலில்லாமல் சந்தித்துக் கொள்வதற்காக நான் வேறு ஓட்டலுக்குப் போய் தங்கிக் கொள்ளவா?” என்றான்.

திடீரென உண்டான அமைதி நிலைகுலைய வைப்பதாக இருந்தது. ஒரு புதிய பயஅலை இப்போது அவனை மூழ்கடித்தது. இனந் தெரியாத ஒரு பொறாமை அவனுக்குள் ஓடியது. இபெக்கிற்கு இன்னொரு காதலன் இருப்பானோ என்று தோன்றிய சந்தேகத்தை அடக்க முடியவில்லை. அவனுடைய ஒரு பகுதி, இதைப்போன்ற பொறாமை யுணர்ச்சி இன்னும் வேரூன்றியிருக்காத காதலின் ஆரம்ப கட்டத்தில் பொதுவாகத் தோன்றக் கூடியதுதான் என்று சமாதானம் சொன்னது. ஆனால் அதைவிட வலுவாக இருந்த ஓர் அகக்குரல் அவளை பலம் கொண்ட வரைக்கும் இறுக்கமாக அணைத்து, அவர்களுக்கிடையே இன்னமும் தடைக்கற்களாக இருக்கின்ற எல்லாவற்றையும் நொறுக்கு வதில் மட்டுமே அவன் சக்தியனைத்தையும் செலவிடவேண்டுமென்று சொல்லியது. இது உடனடித்தேவை என்பது அவனுக்குப் புரிந்திருந்தாலும், ஆய்ந்தமைவின்றி பதற்றத்தோடு அவன் செயல்பட்டால் சிக்கலான நிலைமையை தருவித்துக் கொள்வான் என்பதும் தெரிந்திருந்ததால், தீர்மானிக்க முடியாமல் அமைதியாகச் சமைந்திருந்தான்.

31

நாங்கள் மூடர்களல்லர்! வெறும் ஏழைகள்!

ஹோட்டல் ஆசியாவில் ரகசியக்கூட்டம்

ஹோட்டல் ஆசியாவில் நடக்கப்போகும் ரகசியக் கூட்டத்திற்கு துர்குத் பேவும் கடிஃபேவும் செல்வதற்கு இருந்த குதிரை வண்டிக்கு ஸாகிதே ஓடிவந்து அவர்களிடம் எதையோ கொடுத்தபோது இருட்டிக் கொண்டிருந்தது. அதனால் மாடி சன்னலிலிருந்து பார்த்துக்கொண்டிருந்த காவுக்கு அந்தப் பணிவான வேலைக்காரி கையில் வைத்திருந்தது என்னவென்று தெளிவாகப் புலப்படவில்லை. அது ஒரு ஜோடி பழைய உல்லன் கையுறை. அந்த சந்திப்பின்போது என்ன அணிந்துகொள்வது என்று முடிவெடுக்க முடியாமல் கருப்பிலும் சாம்பல் நிறத்திலுமாக இரண்டு மேல் கோட்டுகளை எடுத்து – அவை அவருடைய ஆசிரிய நாட்களில் அணிந்திருந்தவை – படுக்கையின் மேல் விரித்து வைத்தார். தேசிய விடுமுறைகளிலும் சோதனை ஆய்வு செய்யும் நாட்களிலும் மட்டும் அணிகிற கம்பளித் தொப்பியையும் ஸாகிதேவின் மகனுக்கு விளையாட்டு காட்டுவதற்காக மட்டுமே வெளியே எடுக்கிற, அவர் பல வருடங்களாக அணிந்திராத கட்டம் போட்ட டையையும் பக்கத்தில் வைத்தார். ஆடை அலமாரியில் இருந்த எல்லாவற்றையும், இழுப்பறையில் இருந்த வற்றையும் அள்ளிக் கொண்டு வந்து கடை பரப்பினார். நடன நிகழ்ச்சிக்கு எந்த ஆடை அணிந்து செல்ல அப்பா அனுமதிப் பாரென்று தெரியாமல் கனவில் மிதந்து கொண்டிருக்கும் இளம் பெண்ணைப் போல அவர் நடந்துகொண்டிருப்பதைப் பார்த்து கடிஃபே அவருக்காக தேர்ந்தெடுக்க உள்ளே வந்தாள். அவருடைய சட்டைக்குப் பொத்தான்களிட்டு, ஜாக்கெட்டையும் கோட்டையும் அணிவித்தாள். வெள்ளை நிற நாய்த்தோல் கையுறைகளை அவரது சிறிய கைகளில் அணிவிக்க சிரமப்பட்டாள். இந்த நேரத்தில் துர்குத் பேவுக்கு பழைய உல்லன் கையுறைகள் நினைவுக்கு வந்தன. உடனே அதைத்தான் அணிந்துகொள்ள

வேண்டுமென்று பிடிவாதம் பிடிக்கத் தொடங்கினார். இபெக்கையும் கடிஃபேவையும் வீட்டில் உள்ள அலமாரிகள், மூலைமுடுக்கெங்கும் தேடுவதற்கு விரட்டினார். கடைசியில் அதை அவர்கள் கண்டுபிடித்த போது பூச்சிகள் அதனை சல்லடையாக துளையிட்டிருப்பதைப் பார்த்து தூர எறிந்தனர். ஒரு வழியாக அவரை சமாதானப்படுத்தி குதிரைவண்டியில் ஏற்றிவிட்டபிறகும், அந்தக் கையுறைகள் இல்லாமல் கிளம்பமாட்டேன் என்று எதிர்த்தார். பல வருடங்களுக்கு முன் அவரது இடதுசாரி நடவடிக்கைகள் அவரை சிறைக்குச் செல்ல வைத்தபோது, அவருடைய அருமை மனைவி இந்தக் கையுறைகளை அவளே பின்னிக் கொண்டுவந்து கொடுத்தாகச் சொன்னார். கடிஃபே வுக்கு தன்னைவிட தன் அப்பாவின் குணம் நன்றாகவே தெரியும். விஷயம் என்னவென்றால், கிழவர் அந்தக் கையுறைகளை ஒரு மந்திரக் காப்பாகக் கருதி கேட்கிறாரென்றால் அவர் மிகவும் பயந்து போயிருக்கிறார் என்று பொருள்.

கையுறைகள் வந்து சேர்ந்து, குதிரை வண்டி பனிப் பொழிவுக்குள் நகரத் தொடங்கியதும், கடிஃபே தந்தையிடம் அவரது சிறை நாட்களைப் பற்றிச் சொல்லும்படி கேட்டுக்கொண்டாள். அவர் தனது கதைகளை ஆரம்பிக்க (அவர் மனைவியிடமிருந்து கடிதங்கள் வந்தபோதெல்லாம் அவர் உடைந்து அழுதது; சிறையில் பிரெஞ்சு கற்றுக்கொண்டது; பனிக்கால இரவுகளில் இதே கையுறைகளோடு தூங்கச் சென்றது), அவற்றை முதல்முறையாக கேட்பவள் போல உன்னிப்பாக கேட்டுக் கொண்டாள். இடையிடையே “அப்பா! எவ்வளவு தீரமான மனிதர் நீங்கள்!” என்றாள். அவருடைய புதல்விகள் இந்த வார்த்தையைச் சொல்லும் போதெல்லாம் (கடந்த சில வருடங்களாக அவை மிகவும் அருகிவிட்டன) அவர் எப்படி நடந்துகொள்வாரோ, அப்படியே இப்போதும் நடந்துகொண்டார்: கண்ணீரை அடக்கிக்கொண்டு, கடிஃபேவின் கைகளை வாங்கி உள்ளங்கைக்குள் பொதித்துக்கொண்டு, உடல் நடுங்க, அவள் கன்னங்களில் முத்தமிட்டார்.

வண்டியிலிருந்து கீழிறங்கியதும் சுற்றிலும் பார்த்து, “புதிதாக எவ்வளவு கடைகள் வந்துவிட்டன. பார்!” என்றார். “வா, இந்தக் கடைகளில் என்ன இருக்கிறதென்று வெளியிலிருந்தே பார்க்கலாம்.”

அவருக்கு பயம் மேலிட்டிருப்பதால்தான் இப்படி சுற்றக் கிளம்புகிறார் என்று கடிஃபேவுக்குப் புரிந்தது. அவரை அவசரப்படுத்தக் கூடாதென்று பொறுமையாக இருந்தாள். உளவாளி எவனாவது பின்தொடர்ந்து வந்துகொண்டிருந்தால் அவனுக்கு போக்கு காட்டுவோம் என்றபடியே எலுமிச்சை தேநீர் அருந்தலாம் என்று ஒரு கடைக்குள் நுழைந்தார். அமைதியானதொரு மூலையில் உட்கார்ந்து அங்கிருந்த தொலைக்காட்சியில் கார் ரேஸ் நிகழ்ச்சியைப் பார்த்தார்கள். கிளம்பிச் செல்லும்போது பக்கத்து மேஜையில் துர்குத் பேவின் பழைய நாவிதன் அமர்ந்திருந்ததைப் பார்த்து பதற்றத்துடன் திரும்பி மீண்டும் கடைக்குள் புதிதாக நுழைவதைப் போல காட்டிக் கொள்ளலாம் என்றார். அவர் நீலத்தைப் பார்க்கச் செல்லும்போது யாரும் அவரை அடையாளம் கண்டுகொள்வதில் அவருக்கு விருப்பமில்லை.

துர்குத் பே கடிஃபேவிடம், "நாம் தாமதமாகச் செல்கிறோமென்று தோன்றுகிறதா?" எனக் கேட்டார். "நாம் போகாமலேயே இருந்து விட்டால் அவர்களைப் புண்படுத்துவதாக இருக்குமா?"

அந்தப் பருமனான நாவிதர் இவர் பேசுவதை ஒட்டுக் கேட்பதைப் போலத் தோன்றியது. எனவே கடிஃபேவிடம் கள்ளக்குரலில் பேசினார். அவள் கையைப் பற்றிக்கொண்டு, பின்முற்றம் நோக்கிச் செல்வதற்கு பதிலாக எழுதுபொருட்கள் கடை ஒன்றினுள் நுழைந்து கருநீல நிறத்தில் பேனா ஒன்றை வாங்கினார். 'எர்ஸின் எலெக்ட்ரிக் அண்டு பிளம்பிங் சப்ளைஸ்' கடையின் பின்முற்றத்தை ஒருவழியாக அவர்கள் அடைந்து ஹோட்டல் ஆசியாவின் பின்வாசலான அந்த கருப்புக் கதவை நோக்கித் திரும்பியபோது அவர் முகம் ரத்தமிழந்து வெளிறிப் போயிருப்பதைக் கண்டாள். அச்சுறுத்தும்படி எதுவும் இல்லாவிட்டாலும் அவர்களிருவரும் மனதைரியத்திற்காக ஒருவரோடொருவர் ஒட்டிக் கொண்டே நடந்தனர். அவர்களை யாரும் பின்தொடரவில்லை. ஒரு சில தப்படிகள் வைத்தவுடனேயே இருள் சூழ்ந்துகொண்டது. கடிஃபே தட்டுத் தடுமாறித்தான் படிக்கட்டுகளைக் கண்டுபிடித்தாள். "என் கையை விட்டுவிடாதே," என்றார் துர்குத் பே.

கூடம் இருட்டாக இருந்தது. உயரமான சன்னல்கள் கனத்த திரைகளுக்குப் பின்னால் ஒளிந்திருந்தன. ஆனால் மேஜையில் இருந்த ஒரு சோகையான அழுக்கு விளக்கின் வெளிச்சத்தில் மேஜைக்குப் பின்னால் நின்றிருந்த வரவேற்பாளனின் சவரம் செய்யாத தலை வாராத முகம் தெரிந்தது. மேஜைக்குப் பின்னாலிருந்த இருட்டில் கூடத்தில் நடந்துகொண்டிருந்த, படிகளில் ஏறி இறங்கிக் கொண்டிருந்த வர்களின் நிழலுருவங்கள் புலப்பட்டன. அவர்கள் சீருடை அணியாத காவலர்களாகவோ, வீட்டு விலங்குகளை கள்ளச்சந்தையில் விற்பவர் களாகவோ இருப்பார்கள்; அல்லது எல்லைக்கப்பாலிருந்து கள்ளத் தனமாக தருவிக்கப்பட்ட முறைசாரா கூலிக்காரர்களாக இருப்பார்கள்.

எண்பது வருடங்களுக்கு முன் இந்த ஹோட்டல் ரஷ்ய வணிகர் களிடையே பிரபலமாக இருந்தது. புரட்சிக்குப் பிறகு இஸ்தான்புல் துருக்கியர்களும் சோவியத் யூனியனில் உளவு பார்ப்பதற்காக ஆர்மீனியா வுக்குச் செல்லும் ஆங்கிலேய 'டபுள் ஏஜென்ட்டு'களுமே பெரும்பாலும் இங்கு வருபவர்களாக இருந்தனர். இப்போது ஜார்ஜியாவிலிருந்தும் உக்ரைனிலிருந்தும் விபச்சாரம் செய்வதற்காக வரும் பெண்களும் சில்லரை கடத்தல்காரர்களும்தான் வாடிக்கையாளர்கள். கார்ஸ்ஸைச் சுற்றியுள்ள கிராமங்களைச் சேர்ந்தவர்கள் இந்தப் பெண்களுக்காக ஓட்டலில் நிரந்தரமாக அறைகளை வாடகைக்கு எடுத்திருப்பார்கள். பகல் முழுக்க திருமணமான தம்பதிகளைப் போலவே இருந்துவிட்டு, இரவானதும் கடைசி மினிபஸ்ஸில் அவர்கள் கிராமங்களுக்குத் திரும்புவார்கள். அவர்கள் சென்றதும் இந்தப் பெண்கள் கீழே இறங்கி வந்து ஹோட்டல் பாரில் காபியும் கோஞ்ஞாக் சாராயமும் குடிப்பார்கள்.

ஒரு காலத்தில் சிவப்பு வெல்வெட்டில் தைக்கப்பட்டிருந்த மர நாற்காலிகளுக்கு நடுவே இருட்டில் தட்டுத்தடுமாறிச் செல்லும்போது

இறுக்கமாக உடையணிந்த ஒரு மட்டரகமான பொன்னிறக் கூந்தலழகி எதிர்ப்பட்டாள். துர்குத் பே கடிஃபேவிடம் திரும்பி, “இஸ்மெத் பாஷா லாஸான் ஒப்பந்தத்தை முடிவு செய்ய கிராண்ட் ஓட்டலில் தங்கியிருந்தபோது, அங்கு இதே போலத்தான் பலநாட்டுக் கலவையாக இருந்தது,” என்று கிசுகிசுத்துக்கொண்டே புதிதாக வாங்கிய பேனாவை பாக்கெட்டிலிருந்து எடுத்தார். “லாஸான்னில் இஸ்மத் பாஷா செய்ததைப் போலவே நானும் இப்போது செய்யப் போகிறேன். அந்த அறிக்கையில் இந்தப் புத்தம் புது பேனாவில்தான் கையெழுத்திடப் போகிறேன்.”

கொஞ்சநேரத்திற்கு அசையாமல் நின்றிருந்தார். மேலே செல்வதற்குத் தயக்கமா, அல்லது மாடிப்படிகளில் காலடியோசைகளைக் கேட்டுக் கொண்டு நிற்கிறாரா என்று கடிஃபேவுக்கு விளங்கவில்லை. பின் திடப்பட்டு படிகளில் ஏறத் தொடங்கினார். அறை எண் 307க்கு எதிரே வந்ததும், “இதில் கையெழுத்து போட்டுவிட்டு உடனே கிளம்பி விட வேண்டும்,” என்றார்.

அறைக்குள் கூட்டமாக இருந்ததைப் பார்த்து தவறான அறைக்கு வந்துவிட்டோமோவென்று கடிஃபே முதலில் நினைத்தாள். சன்னலுக் கருகே வேறு இரண்டு இஸ்லாமிஸ்ட் போராளிகளோடு உம்மென்ற முகத்தோடு நீலம் உட்கார்ந்திருப்பதைப் பார்த்து, அவரை வழிநடத்திச் சென்று அவர்களுக்குப் பக்கத்தில் உட்கார வைத்தாள். உத்தரத்திலிருந்து ஒரு பல்பு காப்புத்தகடு இல்லாமல் நிர்வாணமாகத் தொங்கிக் கொண்டிருந்தது. மீன் வடிவத்தில் ஒரு விளக்கு மேஜை மேல் இருந்தது. இருந்தாலும் அந்த அறை பாதி இருட்டில்தான் இருந்தது. அந்த மீன் வடிவ விளக்கு பேக்கெலைட்டில் செய்யப்பட்டது. வால் துப்புகளை எழுப்பிக்கொண்டு பல்பை வாயில் கவ்விக்கொண்டிருந்த அதன் ஒரு கண்ணில் அரசாங்கத்திற்குச் சொந்தமான ஓர் ஒட்டு கேட்கும் மைக்ரோபோன் ஒளிந்திருந்தது.

ஃபாசிலும் அறையில் இருந்தான். கடிஃபேவைப் பார்த்ததும் துள்ளியெழுந்து நின்றான். துர்குத் பேவுக்கு மரியாதை செலுத்தும் விதமாக மற்றவர்களும் எழுந்தனர். ஃபாசில் யாரோ அவனை மந்திரித்து விட்டதைப் போல ஸ்தம்பித்து காணப்பட்டான். அவன் ஏதோ பேசுவதற்கு இருக்கிறான் என்று அறையிலிருந்த சிலர் நினைத்தனர். கடிஃபே அவனைக் கவனிக்கக்கூட இல்லை. அவள் பார்வை நீலம் மீதும் துர்குத் பேவின் மீதும் மட்டுமே இருந்தது. அவர்களும் அவளைத் தான் பார்த்துக்கொண்டிருந்தார்கள். சூழல் இறுக்கமாக இருந்தது.

அறிக்கையில் கையெழுத்திடும் குர்த்திய தேசியவாதியும் ஒரு நாத்திகராக இருந்தால் மேலைநாடுகள் அறிக்கையை மதிக்கும் என்று நீலம் முடிவெடுத்திருந்தான். ஆனால் மற்ற இரு குர்த்திய தேசியவாத சகாக்களுடன் கையெழுத்திட அரைமனதோடு ஒப்புக்கொண்டு வந்திருந்த அந்த வெளுப்பான ஒல்லி பதின் வயதினன் அறிக்கையில் இருந்த சில வார்த்தைகளுக்கு ஆட்சேபம் தெரிவித்து கையெழுத்திட மறுத்தான். அம்மூவரும் பேசுவதற்கு தங்கள் முறை வருவதற்காக சிடுசிடுத்த முகங்களோடு காத்திருந்தனர். மலைகளிலிருந்து வருகிற

குர்த்திய கெரில்லாக்களுக்கு ஆதரவளிக்கும் கோபம்செறிந்த, நம்பிக்கையிழந்த, வேலையற்ற இளைஞர் சங்கத்தினர் அவர்களது கூட்டங்களை சங்க உறுப்பினர்களின் வீடுகளில் வைத்தே நடத்துவது வழக்கம். இத்தகைய கூட்டங்களில் அவ்வப்போது திடீர் சோதனைகள் நடத்தி தலைவர்களைக் கைது செய்து, அடித்து, சித்திரவதை செய்வது நடைமுறையாகி விட்டதால் புரட்சிக்குப்பிறகு இந்த இளைஞர்களைக் கண்டுபிடிப்பது கடினமாக இருந்தது. ஆனால் அங்கிருந்த மூன்று குர்த்திய இளைஞர்களை அதைவிடப் பெரிய பிரச்சனை ஒன்று வாட்டிக் கொண்டிருந்தது: மலைப் போராளிகளுக்கு இந்த இளைஞர்கள் இந்த அறையில் குழுமியிருப்பதே சந்தேகத்திற்குரியதாகத் தோன்றலாம். இந்த இளைஞர்கள் கதகதப்பான மாநகர அறைகளில் தங்கிக்கொண்டு துருக்கிய குடியரசோடு ரகசியக்கூட்டு வைத்திருப்பதாக போராளிகளைக் குற்றம் சாட்டுவதாக அவர்கள் நினைக்கலாம். உண்மையைச் சொல்லப் போனால் இந்த சங்கத்தினர் போதிய அளவில் கெரில்லா போராளிகளை தேர்வுசெய்து மலைகளுக்கு அனுப்பாமல் இருப்பது இன்னமும் கைது செய்யப்படாமலிருக்கும் ஒருசில உறுப்பினர்களையும் விசனப்பட வைத்திருக்கிறது.

அந்தக் கூட்டத்தில் பழைய பாணி ‘சோஷலிஸ்டுகள்’ இரண்டு பேரும் இருந்தனர். இருவருக்கும் வயது முப்பதுகளில் இருக்கும். ஜெர்மானிய ஊடகங்களுக்கு ஒரு கூட்டறிக்கை கையெழுத்திட்டு அளிப்பதைப் பற்றி குர்த்திய இளைஞர்கள் அவர்களிடம் தெரிவித்திருந் தனர். குர்த்திய இளைஞர்களுக்கு கொஞ்சம் தம்பட்டம் அடித்துக் கொள்வதில் விருப்பம். அதற்காக மட்டுமல்லாமல் சோஷலிஸ்டுகளிடம் ஆலோசனை பெற்றுக்கொள்வதற்காகவும் அவர்களிடம் செல்வது வழக்கம். சோசலிஸ்ட் பயங்கரவாதம் ஒரு காலத்தில் கார்ஸ்ஸை கடுமையாக ஆக்கிரமித்திருந்ததெல்லாம் இப்போது காலாவதி ஆகிவிட்டது. இன்றைய தினங்களில் திடீர் தாக்குதல்கள் நடத்தவும் காவலர்களைக் கொல்லவும் தபாலில் குண்டு வைத்து அனுப்பவும் குர்த்திய கொரில்லாக்களின் ஆசீர்வாதத்தை வாங்கிக்கொள்ளாமல் எந்த சோசலிஸ்டும் இறங்குவதில்லை. இதன் காரணமாக ஒருகாலத்தில் பலம் பொருந்தியதாக இருந்த சோசலிஸ்ட் பெருந்தலைகள் இப்போது தேங்கிப்போய் விரக்தியில் மூழ்கியிருந்தனர். ஐரோப்பாவில் மார்க்ஸிஸம் இன்னமும் தழைத்துக்கொண்டுதானிருக்கிறது என்று கேள்விப்பட்டு அந்த இரண்டு பழைய பாணி போராளிகளும் அழையா விருந்தாளிகளாக இக்கூட்டத்திற்கு வந்திருந்தனர். அவர்களில் மூத்தவனாக காணப்பட்டவன் அறையின் கடைக்கோடி மூலையில் சலிப்போடு உட்கார்ந்திருந்தான். அவனுக்குப் பக்கத்தில் தளர்வாக காணப்பட்ட சுத்தமாக சவரம் செய்திருந்த காம்ரேட், MİTயின் உள்ளூர் கிளையில் தெரிவிப்பதற்கான விபரங்களை உற்சாகமாக சேகரித்துக் கொண்டிருந்தான். அவனுக்கு கெட்ட நோக்கம் எதுவும் கிடையாது: MİTக்கு தானாக முன்வந்து தகவல்களை அளிப்பது சங்க உறுப்பினர்களை காவல்துறை தொல்லைகளை தவிர்ப்பதற்காகத் தான். அவனுக்கு பிடிக்காத செயல்பாடுகளை அரசாங்கத்திற்கு உளவு

சொல்வான் – அப்புறம் பார்த்தால் அவையெல்லாமே உபத்திரவமற்ற தகவல்களாகவே இருக்கும் – ஆனால் அவன் உள்மனதில், கொள்கைக் காக தெருவில் இறங்கிப் போராடும் கலகக்காரர்களை உயர்வாகவே மதித்திருந்தான். அவர்கள் நடத்திய துப்பாக்கிச் சூடுகள், ஆட் கடத்தல் கள், தாக்குதல்கள், குண்டுவெடிப்புகள், படுகொலைகள் ஆகியவற்றைப் பற்றி கேட்கத் தயாராக இருக்கும் எவரிடமும் விஸ்தாரமாக பீற்றிக் கொள்வான்.

முதலில் யாருமே பேசவில்லை. அந்த அறையில் ஒட்டு கேட்கும் கருவிகள் இருக்குமென்றும் கூட்டத்தினரிடையே உளவாளிகள் இருப்பார்களென்றும் அவர்களுக்கு நிச்சயமாகத் தெரிந்திருந்தது. யாரோ ஒருவர் சன்னலை நோக்கி தலையை ஆட்டி இன்னமும் பனிப்பொழிவு நிற்கவில்லை என்றபோதும், சிகரெட்டை தரையில் போட்டு அணைக்க வேண்டாம் என்ற போதும் மட்டுமே அந்த நிசப்தம் குலைந்தது. அதுவரையிலும் யாருடைய கவனத்திலும் இல்லாமல் அங்கே உட்கார்ந்திருந்த ஒரு குர்த்தியக் கிழவி எழுந்து அவளுடைய மகன் மாயமான கதையைச் சொல்லத் தொடங்கிய போதுதான் அந்த அமைதி முடிவுக்கு வந்தது. (அவர்கள் நள்ளிரவில் வந்து கதவைத் தட்டி அவனை இழுத்து சென்று விட்டார்களாம்.)

இந்தக் கடத்தல் கதையை அரைகுறையாகவே கேட்டுக் கொண்டிருந் தாலும் துர்குத் பேவுக்கு மன உலைவு உண்டானது. அர்த்தராத்திரியில் குர்த்திய இளைஞர்களைக் கடத்திச் சென்று கொல்வதையும் அவர்கள் உண்மையில் ‘அப்பாவிகள்’ என்று சொல்லப்படுவதையும் கேட்பதற்கு திகைப்பாக இருந்தது. நீலத்தின் முகத்தில் தென்பட்ட வெறுப்புக்கும் ஏளனத்துக்கும் என்ன அர்த்தமென்று புரியாமல் கடிஃபே அவள் அப்பாவின் கையைப் பற்றிக்கொண்டிருந்தாள். நீலத்திற்கு தானாக முன்வந்து ஒரு பொறியில் சிக்கிக் கொண்டதைப் போலிருந்தது. இப்போது எழுந்து சென்றுவிட்டால் எல்லோரும் தன்னைப் பற்றி என்ன பேசுவார்களோ என்ற அச்சத்தில், விருப்பமின்றி அமர்ந்திருந்தான். அதன் பிறகு நடந்தவை:

1. ஃபாசிலுக்குப் பக்கத்தில் உட்கார்ந்திருந்த இஸ்லாமிஸ்ட் இளைஞன், கல்வியியல் பயிற்சியகத்தின் இயக்குநரைக் கொன்றது ஒரு அரசாங்க ஏஜென்ட்தான் என்று வாதிட்டான். (அந்த இயக்குநரின் கொலை வழக்கில் அவனுக்கு தொடர்பிருப்பது மூன்று மாதங்கள் கழித்து நிரூபணமாகியது.)

2. அறையிலிருந்த புரட்சியாளர்கள், சிறையில் அடைக்கப் பட்டிருக்கும் அவர்களுடைய தோழர்கள் உண்ணாவிரதம் இருக்கத் தொடங்கியிருப்பதைப் பற்றி நீளமாக அறிக்கை வாசித்தனர்.

3. குர்த்திய சங்கத்தைச் சேர்ந்த மூன்று இளைஞர்கள் அதைவிட நீளமான அறிவிப்பை வாசித்தனர். குர்த்திய கலாச்சாரத்தையும் இலக்கியத்தையும் உலக சரித்திரத்தில் அதற்குண்டான இடத்தில் மீண்டும் அமர்த்தும்படியாக இந்த அறிக்கையை *Frankfurter Rundschau*

முழுமையாக பிரசுரிக்காவிட்டால் இந்தக் கூட்டறிக்கையில் கையெழுத் திடுவதிலிருந்து விலகிவிடுவோம் என்று அச்சுறுத்தினர்.

காணாமற்போன தன் மகனுக்காக மனு கொடுக்க வந்திருந்த அந்தக் கிழவி, 'அந்த ஜெர்மன் பத்திரிகையாளர்' எங்கே என்று கேட்டபோது கடிஃபே எழுந்து உறுதியளிக்கும் குரலில் கா இன்னமும் கார்ஸ்ஸில்தான் இருப்பதாகவும், இந்த கூட்டறிக்கையின் 'நடுநிலைத் தன்மை'க்கு தனது வருகை எவ்வித ஐயத்தையும் உண்டாக்கி விடக் கூடாதென்பதற்காக கூட்டத்திற்கு வராமல் ஒதுங்கியிருப்பதாகவும் அறிவித்தாள். அரசியல் கூட்டம் ஒன்றில் ஒரு பெண் இவ்வளவு தன்னம்பிக்கையோடு பேசுவது கூட்டத்தில் இருந்தவர்களுக்கு பழக்க மில்லாத ஒன்றாக இருந்தது. அவர்களிடையே அவளைப் பற்றிய மதிப்பு உடனடியாக உயர்ந்தது. அந்தக் கிழவி கடிஃபேவிடம் வந்து அவளைக் கட்டிக்கொண்டு அழத்தொடங்கினாள். கடிஃபே தன் அதிகாரத்தைப் பயன்படுத்தி, அவள் மகனுடைய கதையை ஜெர்மன் ஊடகங்களில் வெளியிட வேண்டுமென்று கெஞ்சினாள். அவளிடம் யாரோ ஒருவர் ஒரு காகிதத்துண்டை கொடுக்க, அதில் அவள் மகனின் பெயரை எழுதிக் கொடுத்தாள்.

நல்ல மனம் கொண்ட உளவாளியான அந்த இடதுசாரிப் போராளி இந்த சந்தர்ப்பத்தைப் பயன்படுத்திக் கொண்டு, ஒரு நோட்டுப் புத்தகத்தில் எழுதிவைத்திருந்த அறிக்கையின் முதல் வரைவை படிக்கத் தொடங்கினான். அதைப் படிக்கும் போது தனக்கு ஒரு மர்மமான தோரணையை ஏற்படுத்திக் கொள்ள தன்னாலியன்றவரை முயன்றான்.

அதன் தலைப்பு 'கார்ஸ் நிகழ்வுகள் குறித்து ஐரோப்பிய மக்களுக்கு ஓர் அறிவிப்பு.' அநேகமாக எல்லோருக்கும் இத்தலைப்பு உடனே பிடித்துப் போனது. இந்தத் தருணத்தைப் பற்றி ஃபாசில் காவிடம் பிறகு பேசும்போது, "நமது குட்டி நகரம்கூட ஒருநாள் உலக சரித்திரத்தில் ஒரு முக்கிய இடத்தைப் பிடிக்கப் போகிறதென்று முதல் முறையாக எனக்குத் தோன்றியது," என்று புன்னகைத்தான். அதற்குப் பிறகு இதே வார்த்தைகளை கா தனது 'மானுடவர்க்கமும் நட்சத்திரங்களும்' கவிதையில் பயன்படுத்தியிருந்தான்.

நீலம் மட்டுமே இந்தத் தலைப்பை வன்மையாக எதிர்த்தான். "நாம் ஐரோப்பாவிடம் கோரிக்கை விடுத்துக் கொண்டிருக்கவில்லை," என்றான். "நாம் அனைத்துலக மக்களையும் நோக்கி பேசிக்கொண்டிருக் கிறோம். நமது அறிக்கையை கார்ஸ்ஸிலும் இஸ்தான்புல்லிலும் மட்டும் பிரசுரிக்க இயலாதவர்களாக இருக்கிறோம் என்று நண்பர்கள் கருத வேண்டாம். ஃபிராங்க்ஃபர்ட்டிலும் நமது அறிக்கையை நம்மால் வெளியிட முடியாது. ஐரோப்பிய மக்கள் நம்முடைய நண்பர்களல்லலர், எதிரிகள். இதற்கு காரணம் ஏதோ நாம் அவர்களுக்கு எதிரிகளாக இருக்கிறோம் என்பதல்ல. அவர்கள் இயல்பாகவே நம்மை இழிவாகக் கருதுகிறார்கள் என்பதுதான்."

முதல் வரைவுக்கு பொறுப்பேற்றிருந்த அந்த இடதுசாரி இங்கே குறுக்கிட்டு உலகமக்கள் எல்லோரும் நம்மை இழிவாக நினைப்பதில்லை,

ஐரோப்பிய பூர்ஷ்வாக்கள் மட்டுமே நம்மை ஏளனமாகப் பார்க்கிறார்கள் என்றான். ஏழைகளும் வேலையற்றவர்களும் அவர்களுடைய சகோதரர்கள் என்று நினைவூட்டினான். ஆனால் அவனுடைய சோசலிஸ்ட் சகாவைத் தவிர வேறெவரும் ஏற்றுக்கொள்ளவில்லை.

அந்த மூன்று குர்த்திய இளைஞர்களில் ஒருவன் கீச்சுக்குரலில், "நம்மைப்போல ஏழைகளாக ஐரோப்பாவில் யாருமில்லை," என்றான்.

துர்குத் பே, "மகனே, நீ எப்போதாவது ஐரோப்பாவுக்கு சென்றிருக்கிறாயா?" என்று கேட்டார்.

"அந்த சந்தர்ப்பம் இதுவரை எனக்குக் கிடைக்கவில்லை, ஆனால் என் மாமா ஜெர்மனியில் தொழிலாளியாக இருக்கிறார்."

இதைக் கேட்டதும் ஒரு சிரிப்பலை எழுந்தது.

துர்குத் பே நாற்காலியை நேராக்கிக் கொண்டார். "ஐரோப்பா என்ற சொல்லே என் அபிமானத்துக்குரியதாக இருந்தாலும், ஐரோப்பாவுக்கு நானும் இதுவரை சென்றதில்லை," என்றார். "இது வொன்றும் நகைப்புக்குரிய விஷயமல்ல. இந்த அறையில் இருப்பவர் களில் ஐரோப்பாவுக்கு சென்றிருப்பவர்கள் தயவுசெய்து கையை உயர்த்துங்கள்."

ஜெர்மனியில் பல வருடங்களைக் கழித்திருந்த நீலத்தைத்தவிர ஒருவரும் கையுயர்த்தவில்லை.

துர்குத் பே தொடர்ந்தார்: "ஆனால் ஐரோப்பா என்பது எவ்வளவு முக்கியமானதொன்றாக ஆகிவிட்டிருக்கிறதென்று நாமெல்லோரும் அறிவோம். ஐரோப்பாதான் நமது எதிர்காலம். நம் மக்களுக்கான எதிர்காலம். ஆகவே, அதோ அங்கிருக்கும் ஐயா அவர்கள் –" நீலத்தை சுட்டிக் காட்டினார் – "'ஐரோப்பா' என்பதற்கு பதிலாக 'அனைத்துலக மக்கள்' என்று சொல்ல வேண்டுமென்று நினைத்தால் அதற்கேற்றாற் போல நமது அறிக்கையையும் மாற்றிக்கொள்ள வேண்டும்."

நீலம் புன்னகையோடு, "என் எதிர்காலம் ஐரோப்பா அல்ல," என்றான். "நான் உயிரோடு இருக்கும் வரை அவர்களை நான் போலி செய்யவோ அல்லது அவர்களிலிருந்து நான் வேறுபட்டிருப்பதற்காக வெட்கப்படவோ மாட்டேன்."

"இந்த நாட்டைக்குறித்து பெருமிதப்படுபவர்கள் இஸ்லாமிஸ்ட்டுகள் மட்டுமல்ல, ரிபப்ளிகன்களும் அவ்வாறே உணர்கிறார்கள். 'ஐரோப்பா' என்று சொல்வதற்குப் பதிலாக 'அனைத்துலக மக்கள்' என்று சொன்னால் அதற்கு என்ன பொருள்?" என்றார் துர்குத் பே.

"'கார்ஸ் நிகழ்வுகள் குறித்து அனைத்துலக மக்களுக்கும் ஓர் அறிவிப்பு,'" என்று உச்சரித்துப் பார்த்தான் அறிக்கைக்கான பொறுப்பாளன். "மிகவும் அடக்கமற்று தெரியுமே."

இதையடுத்து ஒரு விவாதம் தொடங்கியது. 'அனைத்துலக மக்கள்' என்பதற்குப் பதிலாக 'மேற்குலகம்' என்று வைக்கலாமாவென்று

ஆலோசித்தனர். ஆனால் நீலத்திற்குப் பக்கத்தில் உட்கார்ந்திருந்த தோலில் சிவப்பு புள்ளிகளோடிருந்தவன் அதற்கு மறுத்தான். கீச்சுக் குரல் கொண்ட குர்த்திய இளைஞன் வெறுமனே 'ஓர் அறிவிப்பு' என்றிருக்கலாமே என்று யோசனை சொன்னான். உடனே அனைவரும் ஒப்புக்கொண்டனர்.

எல்லோருடைய எதிர்பார்ப்புகளுக்கும் மாறாக அந்த கூட்டறிக்கை யின் வரைவு மிகவும் சிறியதாக இருந்தது. அதில் குறிப்பிட்டிருந்த முதல் விஷயமே, வரப்போகும் தேர்தலில் இஸ்லாமிஸ்ட் மற்றும் குர்த்திய வேட்பாளர்களே வெற்றி பெறப் போகிறார்களென்பது தெளிவாகத் தெரிந்தவுடனேயே கலகம் வெடித்திருக்கிறது என்பதுதான். துர்குத் பே மட்டும் இதனை ஆட்சேபித்தார். இத்தகையதொரு வாதமே கருத்துக் கணிப்புகளை அடிப்படையாகக் கொண்டு எழுந்தவொன்று என்றார். இதனை ஐரோப்பிய வாசகர்களால் ஏற்றுக்கொள்ள முடியாது என்றார். தேர்தலுக்கு முதல்நாள், அல்லது வாக்குச் சாவடிக்குள் நுழைவதற்கு சற்று முன்புகூட வாக்காளர்கள் மனம் மாறி, அதற்கு முன்பு எந்தெந்த விஷயங்களையெல்லாம் அவர்கள் கடுமையாக எதிர்ப்பதாக இருந்தார்களோ, அந்த விஷயங்களைக் கொள்கையாகக் கொண்டிருக்கும் கட்சிக்கே வாக்களித்து விடுவார்களென்பது ஐரோப்பிய வாசகர்களுக்குத் தெரியும் என்றார். இதனால், தேர்தல் முடிவுகள் முன்கூட்டியே தெரிந்தவொன்று என்ற அடிப்படையில் எழுத வேண்டாம் என்று துர்குத் பே கருத்து தெரிவித்தார்.

இதற்கு பதிலளிக்கும் விதத்தில், அறிக்கையை எழுதிய இடதுசாரிப் போராளியான உளவாளி, "குறிப்பிட்ட ஒரு சிலர் தேர்தலில் வெற்றி பெற்றுவிடக்கூடாது என்பதற்காகவே, தேர்தலுக்கு முன்பாக இந்தக் கலகம் அரங்கேற்றப்பட்டிருக்கிறது என்பது எல்லோரும் அறிந்த விஷயம்," என்றான்.

"இவற்றை ஆரம்பித்து வைத்ததே ஒரு நாடகக்குழுதான் என்பதை நாம் மறந்துவிடக்கூடாது," என்றார் துர்குத் பே. "அவர்கள் முயற்சியில் வெற்றியடைந்ததற்கு ஒரே காரணம் சாலைகள் அடைக்கப்பட்டிருந்தது தான். இன்னும் சில நாட்களில் எல்லாம் சகஜ நிலைக்கு திரும்பிவிடும்."

நீலத்திற்குப் பக்கத்தில் மலர்ந்த முகத்தோடு அமர்ந்திருந்த இளைஞன், "கலகத்தை நீங்கள் எதிர்க்கவில்லையென்றால் எதற்காக இங்கு வந்தீர்கள்?" என்று வினவினான்.

துர்குத் பே பதிலளிக்கவில்லை. ஆனால் கடிஃபே உடனே எழுந்தாள் (அந்த அறையில் இருப்பவர்களில் அவளைத் தவிர வேறு எவரும் பேசும்போது எழுந்து நிற்பவர்களாக இல்லை. ஆனால் அவளுக்கு எழுந்து நின்று பேசுவது விசித்திரமானதாகத் தெரியவேயில்லை.) அவள் கண்கள் கோபத்தில் பிழம்பாக மாறின. அவள் தந்தை அவரது அரசியல் கொள்கைகளுக்காக பலவருடங்களைச் சிறையில் கழித்தவர்; அரசின் ஆதரவோடு நடத்தப்படும் எல்லாவிதமான அடக்குமுறை களையும் தொடர்ந்து வன்மையாக எதிர்த்துக் கொண்டிருப்பவர் என்றாள்.

துர்குத் பே அவரது மேல் கோட்டை கழற்றிவிட்டு அவளை உட்காரும்படி ஜாடை காட்டினார். “உன்னுடைய கேள்விக்கு என் பதில் இதுதான்: இந்தக் கூட்டத்திற்கு நான் வந்ததற்கு காரணம் துருக்கியில்கூட விவேகத்திலும் ஜனநாயகத்திலும் நம்பிக்கை கொண் டிருக்கும் நபர்கள் இருக்கிறார்கள் என்பதை ஐரோப்பியர்களுக்கு நிரூபிப்பதற்காகத்தான்,” என்றார்.

அந்த இளைஞன் முகம் சிவந்து, “ஒரு மாபெரும் ஜெர்மன் நாளிதழ் இரண்டு வரிகளை எனக்காக ஒதுக்குமென்றால் நான் நிரூபிக்க நினைக்கும் முதல் விஷயம் இதுவல்ல,” என்றான். அவன் மேலும் பேசுவதற்கு முன் நீலம் எச்சரிக்கை போல அவனை கையமர்த் தினான்.

துர்குத் பேவுக்கு ஏன்தான் இங்கு வந்தோமோவென்று தோன்று வதற்கு இதுவே போதுமானதாக இருந்தது. வேறெங்கோ போகும்போது நடுவில் இங்கே யதேச்சையாக வந்திருப்பதாக தனக்குள் சொல்லிக் கொண்டு மனதைத் தேற்றிக்கொண்டார். இந்த அறையில் நடக்கும் விஷயங்களைத் தாண்டி வேறெதுவோ மனதை ஆக்கிரமித்துக் கொண்டதைப் போன்ற பாவனையோடு அவர் எழுந்து கதவை நோக்கி சில அடிகள் எடுத்து வைத்தார். காரதா அவென்யூவில் பனிச்சேறு குவிந்துகொண்டேயிருப்பதைப் பார்த்து, சன்னலுக்கு நகர்ந்தார். அவரால் அதற்குமேல் சுயமாக நடக்கமுடியாது என்று காட்டுவதைப்போல கடிஃபே அவரை கைத்தாங்கலாகப் பிடித்துக் கொண்டாள். ரொம்ப நேரம் அழுதுவிட்டு சமாதானமாகிக்கொள்ளும் குழந்தைகளைப் போல தந்தையும் மகளும் அங்கேயே வெகுநேரம் நின்று கொண்டிருக்க வெளியே ஒரு குதிரை வண்டி முக்கிமுனகி சென்றுகொண்டிருந்தது.

கீச்சுக் குரல் கொண்ட அந்த குர்த்தியப் பையன் ஆர்வத்தை அடக்கமுடியாமல் சன்னலில் அவர்களுக்குப் பக்கத்தில் சேர்ந்து கொண்டான். மற்றவர்கள் மரியாதையும் சந்தேகமும் கலந்து பார்த்துக் கொண்டிருந்தனர். காவலர்கள் திடீரென்று பிரவேசித்து சோதனை நடத்தப் போகிறார்களோவென்ற சந்தேகத்தில் அந்த அறையில் இறுக்கம் அதிகரித்தது. அக்கூட்டத்திலிருந்து பல்வேறு பிரிவினருக்கும் அறிக்கையின் மிச்சப்பகுதி விவாதிக்கப்படாமல் ஏற்றுக்கொள்ளப்பட்டு விட்டதோவென்று கவலையாக இருந்தது.

அதில், அந்த ராணுவக் கலகம் ஒரு சில சாகச விரும்பிகளைக் கொண்டு நடத்தப்பட்டது என்று தெளிவாக்கப்பட்டிருந்தது. இப்படி எழுதச் சொன்னது நீலம். மற்றவர்கள் இதைப் பற்றி விரிவாக குறிப்பிடச் சொன்னபோது, ஐரோப்பியர்களுக்கு மொத்த துருக்கியும் ராணுவத்தின் கீழ் வந்துவிட்டதாக ஓர் அபிப்பிராயம் ஏற்படும் என்று விளக்கினான். இறுதியில் ‘அங்காராவின் ஆதரவோடு ஓர் உள்ளூர் கலகம்’ ஏற்பட்டிருப்பதாகக் குறிப்பிட அனைவரும் ஒப்புக்கொண்டனர். சுடப்பட்ட, வீடுகளிலிருந்து கடத்திச்சென்று கொல்லப்பட்ட குர்த்தியர்களைப் பற்றியும் சமயக்கல்விக்கூட

மாணவர்களுக்கு இழைத்த சித்திரவதைகள், அச்சுறுத்தல்களைப் பற்றியும் அறிக்கையில் சுருக்கமாகக் குறிப்பிடப்பட்டிருந்தது. 'மக்கள் மீது தொடுக்கப்பட்ட ஒரு பன்முனைத்தாக்குதல்' என்பது 'மக்கள் மீதும், இத்தேசத்தின் ஆன்மாவின் மீதும், மதத்தின் மீதும் தொடுக்கப் பட்ட தாக்குதல்' என்று மாற்றப்பட்டது. கடைசி வரியில் துருக்கிய குடியரசுக் கெதிராக ஐரோப்பிய மக்களை ஒன்று திரண்டு எதிர்ப்பு தெரிவிக்க அழைக்கப்பட்டது திருத்தப்பட்டு 'அனைத்துலக மக்களும் ஒன்றுபட்டு' என மாற்றப்பட்டது. இந்த வரியை வாசிக்கும்போது, நீலத்தின் கண்களில் தெரிந்த மனநிறைவை துர்குத் பே கவனித்தார். அங்கே வரநேர்ந்ததற்காக மீண்டும் வருத்தப்பட்டார்.

"வேறு ஆட்சேபங்கள் எதுவும் இல்லையென்றால் இதில் உடனடி யாக நாமெல்லோரும் கையெழுத்திட்டுவிடலாம்," என்றான் நீலம். "ஏனென்றால் எந்த நேரத்திலும் சோதனை மேற்கொள்ளப்படலாம்."

அந்த அறிக்கை அடித்து, திருத்தப்பட்டு, சில வார்த்தைகள் சுழிக்கப்பட்டு மாற்றப்பட்டு, அம்புக்குறியிட்டு சேர்த்து, அலங்கோலமாக இருந்தது. ஆனால் முண்டியடித்துக்கொண்டு ஓடிவந்து கையெழுத்திட்ட வர்களுக்கு அது ஒரு பொருட்டாக இல்லை. எல்லோருக்கும் ஒரே குறிக்கோள்: கையெழுத்திட்டுவிட்டு தலைதெறிக்க ஓடிவிடுவது. சிலர் அதற்குள் வாசலை நோக்கி நகர்ந்து கொண்டிருக்க, கடிஃபே உரக்க குரலெழுப்பினாள். "நில்லுங்கள்! என் அப்பா உங்களிடம் ஒன்று சொல்லப் போகிறார்."

அவளது அறிவிப்பு அவர்களிடையே திகிலை அதிகரித்தது. நீலம் அந்த முகம் சிவந்த பையனை வாசலுக்குக் காவலாக நிற்க அனுப்பினான். "யாரும் வெளியேறக்கூடாது," என்றான். "துர்குத் பே தனது மறுப்பை தெரிவிக்கட்டும்."

"மறுப்பு அல்ல," என்றார் கிழவர். "கூட்டறிக்கையில் என் பெயரை சேர்ப்பதற்கு முன்பு, அங்கேயிருக்கும் அந்தப் பதின்பருவ இளைஞனிட மிருந்து எனக்கு ஒரு பதில் வரவேண்டும்." அவர் சிந்திப்பதற்காக ஒரு கணம் மௌனமானார். "அவனிடமிருந்து மட்டுமல்ல – இந்த அறையிலுள்ள எல்லோரிடமிருந்தும்." இவரோடு விவாதித்துவிட்டு இப்போது வாசலுக்கு காவலாக நிற்கும் முகம் சிவந்த இளைஞனை சுட்டிக்காட்டினார். "நான் இப்போது ஒரு கேள்வி கேட்கப்போகிறேன். இதற்கான பதில் முதலில் அந்த இளைஞனிடமிருந்து வரவேண்டும், அதன் பின்பு மற்றவர்களிடமிருந்து. எனக்கு பதில் கிடைக்காவிட்டால் இந்த அறிக்கையில் நான் கையெழுத்திடப் போவதில்லை." நீலத்தின் முகத்தில் தன் பேச்சு ஏற்படுத்திய மாற்றத்தை கவனிப்பதற்காக அவன்பால் திரும்பினார்.

"நீங்கள் எம் விருந்தினர். உங்கள் கேள்வியைக் கேளுங்கள். எங்கள் சக்திக்குட்பட்டிருந்தால் மகிழ்ச்சியோடு பதிலளிக்கிறோம்," என்றான் நீலம்.

“சில நிமிடங்களுக்கு முன் நீங்களெல்லாரும் என்னைப் பார்த்து சிரித்தீர்கள். இப்போது நீங்களனைவரும் இதற்கு பதிலளிக்க வேண்டும். ஒரு மாபெரும் ஜெர்மானிய நாளிதழ் உங்கள் ஒவ்வொருவருக்கும் தனித்தனியாக இரண்டு வரிகளுக்கான இடத்தை வழங்கினால், மேற்குலகிற்கு நீங்கள் விடுக்கும் செய்தி எதுவாக இருக்கும்? அங்கே இருக்கும் அந்தப் பையன் முதலில் பதில் சொல்லட்டும்.”

சிவந்த முகம் கொண்ட அந்த இளைஞன் எல்லாவற்றைப் பற்றியும் ஓர் அபிப்பிராயம் கொண்டிருக்கும் வலுவான இளைஞன். ஆனால் இந்தக் கேள்விக்கு அவன் தயாராக இல்லை. கதவின் கைப்பிடியை இறுக்கமாக பற்றியபடி, உதவிக்காக நீலத்தைப் பார்த்தான்.

நீலம் வலிந்து வரவழைக்கப்பட்ட புன்னகையோடு, “இரண்டு வரிகள் உனக்கு ஒதுக்கப்பட்டால் என்ன சொல்வாய் என்று நினைக் கிறாயோ அதைத் தைரியமாகச் சொல். அப்புறம் நாம் கலைந்து சென்றுவிடலாம்,” என்றான். “இல்லாவிட்டால் காவலர் சோதனையிட வந்துவிடுவார்கள். காலம் தாழ்த்தவேண்டாம்.”

பரீட்சைக்கு முன்தினம் வரை தெரிந்திருந்த ஒரு விடை தேர்வுக் கூடத்தில் மறந்து போய்விட்ட பையனைப் போல மூளையைக் கசக்கிக் கொண்டான்.

அவனிடமிருந்து பதில் வராததால், நீலம் முன் வந்தான். “நல்லது, நான் முதலில் பதிலளிக்கிறேன். உங்கள் ஐரோப்பிய எஜமானர்கள் மீது எனக்கு எந்த மதிப்பும் கிடையாது. அவர்களுடைய நிழலிலிருந்து வெளியே வரவேண்டுமென்பதுதான் என் விருப்பம். உண்மை என்ன வென்றால், நாமெல்லோருமே ஒரு நிழலுக்கடியில்தான் வாழ்ந்து வருகிறோம்.”

“அவனுக்கு உதவிசெய்ய முயலாதீர்கள், அவன் மனதில் இருப்பதை அவன் சொல்லட்டும்,” என்றார் துர்குத் பே. “நீங்கள் இறுதியில் பேசலாம்.” தீர்மானமின்றி நெளிந்து கொண்டிருந்த அந்த முகம் சிவந்த இளைஞனைப் பார்த்து புன்னகைத்தார். “இது ஒரு கடினமான முடிவு. மிகவும் சிக்கலான விஷயம். சும்மா காலாட்டிக் கொண்டு தீர்மானிக்க முடிகிற விஷயமல்ல.”

அறையின் பின்னாலிருந்து யாரோ, “இவர் ஏதாவது சாக்கு கிடைக்குமாவென்று பார்க்கிறார்,” என்று சத்தம் போட்டனர். “இவருக்கு அறிக்கையில் கையெழுத்திட விருப்பமில்லை.”

அவர்கள் அனைவரும் தத்தமது சொந்தக் கவலைகளுக்குள் ஒடுங்கினர். ஒரு சிலர் சன்னலுக்குச் சென்று, தெருவில் ஒரு குதிரை வண்டி முன்னும் பின்னும் ஆடிக் கொண்டு ஊர்ந்து செல்வதை பார்த்தனர். இதற்கு வெகுநேரம் கழித்து அதே இரவன்று ஃபாசில் காவிடம் அப்போது அறையில் கவிந்த அந்த ‘மயங்க வைத்த மௌனத்தில்’ “நாங்களெல்லோரும் திடீரென்று சகோதரர்களாகி

விட்டதைப் போலவும், எப்போதையும் விட இப்போது நெருக்கமாகி விட்டதைப் போலவும் தோன்றியது" என்றான். அந்த மௌனத்தை உடைத்த முதல் ஒலி, அந்த ராத்திரி வானத்தில் அப்போது பறந்து சென்ற விமானத்திடமிருந்து வந்தது.

"இன்று கடந்துபோகும் இரண்டாவது விமானம் இது," என்றான் நீலம் ரகசியக்குரலில்.

"நான் கிளம்புகிறேன்!" யாரோ ஒருவன் கத்தினான்.

அது முப்பதுகளில் இருந்த ஒரு வெளிறிப்போன ஆள். சோகையாக ஜாக்கெட் அணிந்திருந்தான். அந்தக் கணம் வரை அவனை யாரும் கவனித்திருக்கவில்லை. அந்த அறையிலிருந்த மூன்று தொழிலாளிகளில் அவன் ஒருவன். 'சோஷியல் இன்ஷ்யூரன்ஸ் ஹாஸ்பிட'லில் சமையலராக பணிபுரிபவன். கைக்கடிகாரத்தைப் பார்த்துக் கொண்டே இருந்தான். காணாமற் போனவர்களின் குடும்பங்களோடு அவன் வந்திருந்தான். பிறகு கிடைத்த தகவல்களின்படி அரசியற் களப்பணியாளனான அவனுடைய அண்ணனை விசாரணைக்காக காவல் நிலையத்திற்கு இழுத்துச் சென்றதாகவும், பின் அவன் திரும்பவேயில்லையென்றும் தெரிந்தது. அவன் அண்ணனின் அழகான மனைவியை தான் மணந்து கொள்வதற்காக அவன் அண்ணனின் மரணச் சான்றை வழங்க அரசிடம் முயன்று கொண்டிருந்தான் என்று சொல்லப்பட்டது. அவன் அண்ணன் காணாமற் போய் ஒரு வருடம் கழித்து முறைப்படி விண்ணப்பித்திருக்கிறான். ஆனால் காவல்துறை, MİT, அரசுத்தரப்பு வக்கீல் யாருமே அவனைக் கண்டுகொள்ளவில்லை. இரண்டு மாதங் களுக்கு முன் காணாமற்போனவர்களின் குடும்பங்களோடு அவனும் சேர்ந்து கொண்டான். பழிவாங்குவதற்காக அல்ல. அவன் சொல்வதைக் காது கொடுத்து கேட்டவர்கள் அவர்கள் மட்டும்தான் என்பதால்.

"என் முதுகுக்குப் பின்னால் என்னை நீங்கள் கோழை என்று சொல்லலாம். ஆனால் நீங்கள்தான் கோழைகள். உங்களுடைய இந்த ஐரோப்பியர்கள் கோழைகள். எல்லோரையும் விட பெரிய கோழைகள் ஐரோப்பியர்கள்தான். நான்தான் சொல்கிறேன் என்று என் பெயரைப் போட்டு பிரசுரம் செய்து கொள்ளுங்கள்." அவன் கதவை உதைத்துத் திறந்து வெளியே சென்றான்.

இந்த கட்டத்தில்தான் யாரோ "யார் இந்த ஹான்ஸ் ஹான்ஸென் பே?" என்று கேட்டனர். கடிஃபே கலவரமுற்றாள். ஆனால் ஆச்சரியமாக நீலம் குறுக்கிட்டு, அவர் நல்ல எண்ணம் கொண்ட ஒரு ஜெர்மன் இதழாளர், அவருக்கு துருக்கியின் பிரச்சனைகள் குறித்து தீவிர ஆர்வம் உண்டு என்றான்.

"நல்ல எண்ணம் கொண்ட ஜெர்மானியர்களிடம் எச்சரிக்கையாக இருங்கள்!" என்று யாரோ குரல் கொடுத்தனர்.

கருப்பு ஜாக்கெட்டில் சன்னலுக்குப் பக்கத்தில் நின்றிருந்தவன் இந்த கூட்டறிக்கையோடு இணைப்பாக சில கூடுதல் அபிப்பிராயங்

களையும் அந்த ஜெர்மன் இதழ் வெளியிட திட்டமிட்டிருக்கிறதா என்று கேட்டான்.

“நண்பர்களே, பயந்து போயிருக்கும் பள்ளிக் குழந்தைகள் மற்ற குழந்தைகள் முதலில் பேசுவதற்காக காத்திருப்பதைப்போல நாம் இருக்க வேண்டாம்,” என்று ஒரு குரல் எழுந்தது.

“லீஸே பள்ளியில் நான் படிக்கிறேன். இங்கே வருவதற்கு முன்பாகவே நான் என்ன சொல்வேன் என்பது எனக்குத் தெரியும்,” என்றான் அந்த குர்த்திய இளைஞர்களில் ஒருவன் கீச்சுக்குரலில்.

“அதாவது, ஒரு ஜெர்மானிய நாளிதழுக்காக ஒருநாள் பேட்டி யளிப்பாய் என்று உனக்கு முன்பே தெரியுமா?”

“ஆம், அப்படித்தான்,” என்றான் அந்த இளைஞன். அவன் குரலில் பதற்றம் இல்லாவிட்டாலும் முகத்தில் உணர்ச்சிகள் கொப்பளித்தன. “என் எண்ணங்களை உலகத்து மக்களோடு பகிர்ந்து கொள்வதற்கு என்றாவது ஒருநாள் வாய்க்குமென்று கனவு கண்டு கொண்டிருந்தேன். இந்த அறையில் இருக்கும் எல்லோருக்கும் அவ்வாறே இருந்திருக்குமென்று எனக்குத் தெரியும்.”

“அதைப் போல ஒருநாளும் நான் நினைத்ததில்லை.”

“நான் சொல்லப் போவது ஒரு மிக எளிய வாசகம்,” என்றான் அந்த உணர்ச்சி ததும்பும் இளைஞன். “அந்த ஃபிராங்க்ஃபர்ட் இதழில் நான் சொல்லப்போவது இதுதான்: ‘நாங்கள் முட்டாள்கள் அல்ல! வெறும் ஏழைகள்! இந்த வேறுபாட்டை உங்களிடம் வலியுறுத்தி சொல்லிக்கொள்கிறோம்.”

“எவ்வளவு அடக்கமான வார்த்தைகள்!”

“‘நாங்கள்’ என்று யாரைச் சொல்கிறாய், மகனே?” என்று கேட்டார் இன்னொருவர். “துருக்கியர்களைச் சொல்கிறாயா, குர்துகளையா, சர்கேஸியர்களையா, கார்ஸ் நகர மக்களையா? குறிப்பாக யாரைச் சொல்கிறாய்?”

அந்தக் கேள்வி அவன் காதிலேயே விழாததுபோல புறக்கணித்து விட்டு, “ஏனென்றால் மனிதகுலத்தின் மகத்தான தவறு, கடந்த ஆயிரமாண்டுகளாக இருந்து வரும் மிகப்பெரிய மோசடி இதுதான்: ஏழ்மையையும் முட்டாள்தனத்தையும் குழப்பிக் கொள்வது.”

“‘முட்டாள்தனம்’ என்று இவர் எதைக் குறிப்பிடுகிறார்? இந்த வார்த்தையை உபயோகப்படுத்தியதற்கு இவர் விளக்கம் தரவேண்டும்,” என்றொரு குரல் உயர்ந்தது.

“வரலாறெங்கிலும் மதத்தலைவர்களும், மனசாட்சியுள்ள கௌரவ மான மனிதர்களும் இந்த அவமானகரமான குழப்பத்தைப் பற்றி எப்போதுமே எச்சரித்து வந்திருக்கிறார்கள். ஏழைகளுக்கு மற்ற எல்லோருக்கும் உள்ளதைப் போல இதயம், மனம், மனிதத்தன்மை,

அறிவு இருக்கின்றனவென்று அவர்கள் நினைவூட்டுகிறார்கள். ஹான்ஸ் ஹான்ஸென் ஏழை ஒருவனைப் பார்க்கும்போது அவனுக்காக பரிதாபப் படுகிறார். உடனே, அவன் தனது வாய்ப்புகளை அலட்சியப்படுத்திய முட்டாள் என்றோ, மனத்திட்டத்தை இழந்துவிட்ட ஒரு குடிகார னென்றோ அவர் நினைத்துவிட மாட்டார்."

"ஹான்ஸ் ஹான்ஸென் சார்பாக என்னால் பேசமுடியாது. ஆனால் ஏழை ஒருவனைப் பார்க்கும்போது அதைப் போலத்தான் எல்லோரும் நினைக்கிறார்கள்."

"நான் சொல்ல வருவதை தயவு செய்து கேளுங்கள்," என்றான் அந்த உணர்ச்சிவசப்பட்ட குர்த்திய இளைஞன். "நான் நெடுநேரம் பேசமாட்டேன். சிரம தசையில் இருக்கும் ஒருவனைப் பார்த்து மக்கள் வருத்தப்படலாம், ஆனால் ஒரு தேசம் மொத்தமுமே ஏழையாக இருந்தால் அந்த நாட்டின் மக்கள் அனைவரும் மூளையற்ற, சோம்பலான, அழுக்கான, அலங்கோலமான முட்டாள்களென்று உலகத்திலுள்ள மற்றவர்கள் நினைத்துக் கொள்கின்றனர். பரிதாபத்திற்கு பதில் இம்மக்கள் கேலிச் சிரிப்பு மூட்டுகின்றனர். அவர்களின் கலாச்சாரம், அவர்களின் பழக்கவழக்கங்கள், அவர்களின் சடங்குகள் எல்லாமே கேலிக்குரியதாகத் தெரியத் தொடங்கிவிடுகின்றன. காலம் செல்லச் செல்ல, உலக மக்களில் சிலர் இதைப்போல நினைப்பதிலும் நடந்து கொள்வதிலும் அவமானமுறுகின்றனர். அவர்கள் நாடுகளில் இந்த ஏழை நாடுகளிலிருந்து வந்த குடியேறிகள் தரையைக் கழுவுவது போன்ற அற்பக் கூலி வேலைகள் செய்வதைப் பார்க்கும்போது, இவர்களெல்லோரும் ஒருநாள் தமக்கெதிராக எழுந்துவிடுவார்களோ என்ற பயம் இயல்பாகவே அவர்களுக்கு ஏற்படுகிறது. எனவே அவர்களை தாஜா செய்வதற்காக குடியேறிகளின் கலாச்சாரத்தில் ஆர்வம் வந்துவிட்டதைப்போல பேசத்தொடங்குகின்றனர், சில நேரங்களில் அவர்களை தமக்கு சமமானவர்கள்போல பாசாங்கு செய்கின்றனர்."

"இவர் எந்த நாட்டைப் பற்றிப் பேசுகிறார் என்பதை இப்போதாவது சொல்லலாம்."

அவனுடைய நண்பன் இதற்கு பதிலளிப்பதற்கு முன் கீச்சுக்குரல் கொண்ட அக் குர்த்திய இளைஞன் குறுக்கிட்டான். "இன்னொன்றும் நான் சேர்த்துக் கொள்கிறேன். ஒருவரையொருவர் கொன்று கொண்டும், அடக்கியாண்டு கொண்டும் இருப்பவர்களைக் கண்டு இப்போதெல்லாம் மனிதகுலம் நட்பாகச் சிரிப்பதில்லை. சென்ற கோடையில் ஜெர்மனி யிலிருந்து கார்ஸ்ஸுக்கு வந்திருந்த என் மாமாவிடமிருந்து இதைத் தெரிந்து கொண்டேன். ஒடுக்குமுறை தேசங்களின்பால் உலகம் தன் பொறுமையை இழந்துவிட்டது."

"மேலைநாடுகள் சார்பாக நீங்கள் ஓர் அச்சுறுத்தல் விடுக்கிறீர் களென்று நினைத்துக் கொள்ளலாமா?"

அந்த உணர்ச்சிமயமான குர்த்தியன் தொடர்ந்தான். "நான் சொல்லிக்கொண்டிருந்ததைப்போல, ஏழை நாட்டைச் சேர்ந்த யாராவது

ஒருவனை ஒரு மேற்கத்தியன் சந்தித்தால், அவனுக்குத் தோன்றும் முதல் உணர்வு பெரும் அலட்சியம்தான். அவன் முட்டாள்கள் தேசம் ஒன்றிலிருந்து வருவதால்தான் இப்படி ஏழையாக இருக்கிறான் என்று அந்த மேற்கத்தியன் நினைக்கிறான். அந்தப் பரிதாபகரமான மனிதனின் தலைமுழுக்க அவன் தேசத்தை வறுமையிலும் மனக் கசப்பிலும் ஆழ்த்தியிருப்பதற்குக் காரணமான அபத்தமான விஷயங்கள் தான் நிரம்பியிருக்க வேண்டுமென்றுதான் அவனுக்கு அடுத்ததாகத் தோன்றுகிறது."

"அவன் அப்படி நினைக்கிறானென்றால் அதில் பெரிய தவறு எதுவுமில்லைதானே?"

"நம்மையெல்லாம் மூடர்களென்று நினைக்கும் அந்த இறுமாப்பு கொண்ட கவிஞனைப் போலத்தான் நீங்களுமென்றால், எழுந்து நின்று உங்கள் கருத்தை வெளிப்படையாக, விளக்கமாக அறிவியுங்கள். இறைவனை நம்பாத அந்த நாத்திகன் நரகத்தில்தான் விழப்போகிறான், ஆனாலும் அவனுக்குக் கொஞ்சம் துணிச்சல் இருந்தது. தொலைக் காட்சியின் நேரடி ஒளிபரப்பில் மொத்த தேசத்தையும் நேருக்குநேராக நோக்கி, நம் முகத்துக்கெதிரேயே நம்மை மூடர்கள் என்று சொன்னான்."

"மன்னியுங்கள், நேரடி ஒளிபரப்பில் ஒருவருக்கு பார்வையாளர்களை நேருக்குநேராகப் பார்க்க முடியாது."

"அந்தக் கனவான் நேருக்கு நேராகப் 'பார்த்ததாக' சொல்லவில்லை. அவர் சொன்னது 'நோக்கியதாக'."

"நண்பர்களே! தயவுசெய்து அமைதியாக இருங்கள்! நாம் வாதப் பிரதிவாதம் செய்கிற குழுவாக இருக்கவேண்டாம்," என்று கேட்டுக் கொண்டான் நிகழ்ச்சிக் குறிப்புகள் எடுத்துக்கொண்டிருந்த இடதுசாரி. "தயவுசெய்து இவ்வளவு வேகமாகப் பேசாதீர்கள்."

"எந்த நாட்டைப்பற்றிப் பேசுகிறார் என்பதைச் சொல்வதற்கு அவருக்கு தைரியம் இல்லாவிட்டால், என்னால் அமைதியாக இருக்க முடியாது. நமது தேசத்தை தரம் தாழ்த்துகிறார்போல ஒரு கருத்தை ஜெர்மானிய நாளிதழுக்குத் தெரிவிப்பதென்பது ராஜ துரோகம் என்று நமக்குப் புரியவேண்டும்."

"நானொன்றும் ராஜ துரோகியல்ல. நீங்கள் சொல்வதோடு உடன்படுகிறேன்," என்று உணர்ச்சிவயப்பட்ட குர்து எழுந்து நின்றான். "எனவேதான், என்றாவது ஒரு நாள் ஜெர்மனிக்குச் செல்வதற்கு எனக்கொரு வாய்ப்பு கிடைத்தாலும், அவர்கள் எனக்கு விசா வழங்கினாலும், நான் போகமாட்டேன் என்பதை இந்த ஜெர்மானிய நாளிதழுக்குச் சொல்ல விரும்புகிறேன்."

"உன்னைப் போன்ற மந்தமான, வேலையற்ற வெற்றுப்பயலுக்கு ஐரோப்பிய விசா ஒருநாளும் தரமாட்டார்கள்."

"விசாவை விடுங்கள். நம்முடைய நாட்டிலேயே இவனுக்கு கடவுச்சீட்டு தரமாட்டார்கள்."

அவன் தன்னடக்கத்தோடு, "நீங்கள் சொல்வது சரி. அவர்கள் தரமாட்டார்கள்," என்று ஒப்புக்கொண்டான். "ஒருவேளை அவர்கள் அனுமதி வழங்கி, நானும் சென்றுவிட்டால், தெருவில் நான் சந்திக்கும் முதல் மேற்கத்தியன் ஒரு நல்ல மனிதனாக, என்னை இகழாதவனாக இருக்கும் பட்சத்தில்கூட அவனை நான் நம்பமாட்டேன் – அவன் மேற்கத்தியன் என்ற ஒரே காரணத்திற்காக. அவன் என்னை இகழ்ச்சி யாகப் பார்ப்பதாகவே எனக்கு உள்ளூரத் தோன்றிக் கொண்டிருக்கும். ஏனென்றால் ஜெர்மனியில் துருக்கியர்களை அவர்கள் தோற்றத்தை வைத்தே அவர்களால் அடையாளம் கண்டுகொள்ளமுடியும். அவர்கள் நம்மை இகழ்ச்சியாகக் கருதுவதைப் போலவே நாமும் அவர்களை இகழ்வாக நினைக்கிறோம் என்பதை கிடைக்கும் முதல் சந்தர்ப்பத் திலேயே வெளிப்படுத்தி விட்டால்தான் இந்த அவமானத்திலிருந்து தப்பிக்கமுடியும். ஆனால் இது சாத்தியமற்ற ஒன்றுதான். ஒருவனின் கௌரவத்தை இது குலைத்து விடலாம்,"

"மகனே, நீ ஆரம்பிக்கும்போது தவறாக ஆரம்பித்தாய், ஆனால் சரியான இடத்தில் முடித்துவிட்டாய்," என்றார் ஒரு முதிய அஸேரி இதழாளர். "ஆனால் இதையெல்லாம் ஜெர்மானிய ஊடகங்களிடம் நாம் சொல்லப் போனால் அவர்கள் நம்மை எள்ளி நகையாடுவார்கள். நாம் சொல்லாதிருப்பதே நல்லதென்று நினைக்கிறேன்." ஒரு கணம் தயங்கி, பின் விஷமமாக, "சரி, நீ எந்த நாட்டைப் பற்றி பேசிக் கொண்டிருக்கிறாய்?" என்று கேட்டார்.

அந்தக் குர்த்திய இளைஞன் பதிலளிக்காமல் அமர்ந்ததும், இதழாளருக்குப் பக்கத்தில் உட்கார்ந்திருந்த அவர் மகன் சத்தமாக, "இவருக்கு பயம்!" என்றான்.

"அவன் பயப்படுவது நியாயம்தான்," என்று யாரோ குரலெழுப்ப, வேறு சிலர், "அவன் உங்களைப் போல அரசாங்கத்தின் கைக்கூலியாக இல்லை," என்று முணுமுணுத்தனர்.

இந்தக் கூற்றுக்கு அந்த இதழாளரோ அவருடைய மகனோ எதிர்ப்பு தெரிவிக்கவில்லை. எல்லோரும் ஒரே நேரத்தில் பேசிக் கொண்டிருந்தனர். பேச்சுகளில் வெறுப்பு தென்படவில்லை. பதிலாக கேலியும் கிண்டலுமாக அந்தச்சூழல் கொண்டாட்ட மனநிலைக்கு எல்லோரையும் மாற்றி நெருக்கமாக உணர வைத்திருந்தது. இவை நடந்து வெகுநேரம் கழித்து, ஃபாசில் நடந்த விஷயங்களை விளக்கமாக வர்ணித்ததைக் கேட்டுவிட்டு கா தனது நோட்டுப்புத்தகத்தில் இந்த விதமான அரசியல் கூட்டங்கள் மணிக்கணக்காக செல்லக் கூடியவை யென்றும், அவற்றில் கலந்துகொள்ளும் உம்மணாம்மூஞ்சி, மீசைக்கார ஆசாமிகள் புகைபிடித்துக்கொண்டு இனிமையாக பொழுதைக் கழித்துக் கொண்டிருக்கும் பிரக்ஞையேயின்றி கூட்டத்தின் சந்தோஷத்தை அனுபவித்துக் கொண்டிருப்பார்கள் என்று எழுதியிருந்தான்.

இளம் இஸ்லாமிஸ்ட்டுகளில் ஒருவன் பெருமிதத்தோடு கூவினான். "அவர்கள் பீரங்கிகளைக் கொண்டு நம்மை நசுக்கலாம், குண்டுகளால்

துளைத்து நம் எல்லோரையும் கொல்லலாம். ஆனால் நமது ஆன்மாக் களை அவர்களால் மாற்ற முடியாது.”

கீச்சுக்குரல் கொண்ட குர்து, “நீங்கள் என் உடலை கைப்பற்றலாம், ஆனால் என் ஆன்மாவை எப்போதும் உங்களால் தீண்டமுடியாது,” என்றான். ஒரு துருக்கிய மிகையுணர்வு நாடக வசனம்போல நீட்டி முழக்கி ராகமாக இதைச் சொன்னான்.

எல்லோரும், அந்தப் பையன் உட்பட, உரக்க சிரித்தனர்.

நீலத்தின் அருகில் உட்கார்ந்திருந்த இளைஞர்களில் ஒருவன், “நான் ஒன்று சொல்லப்போகிறேன்,” என்றான். “மேற்கத்திய பாணிகளை போலி செய்யும் அற்ப ஜீவன்களிடமிருந்து தாம் வேறுபட்டவர்களென்று காட்டிக் கொள்வதற்காக இங்கிருக்கும் நம் நண்பர்கள் எவ்வளவு கடுமையாக முயற்சி செய்தாலும், அதில் ஒருவித பாசாங்கு இருப்பதை என்னால் உணரமுடிகிறது. ‘ஒரு மேலைநாட்டவனாக இல்லாதிருப்பதில் எனக்குப் பெரும் வருத்தம்’ என்று அவர்கள் சொல்லாமல் சொல்வது கேட்கிறது.” நிகழ்ச்சிக் குறிப்புகளை எடுத்துக்கொண்டிருந்த லெதர் ஜாக்கெட் ஆளைநோக்கித் திரும்பினான். “ஐயா, தயவுசெய்து எனது இந்தப் பீடிகையை குறிப்பெடுக்காதீர்கள்!” அவன் ஓர் அடக்கமான போக்கிரியைப் போலிருந்தான். “நீங்கள் என்ன எழுத வேண்டுமென்றால்: நான் ஓர் ஐரோப்பியன் அல்ல என்ற எனது ஆளுமையின் அம்சத்தில் பெருமை கொண்டிருக்கிறேன். சிறுபிள்ளைத்தனமாகவும் கொடூரமாகவும் ஆதிமனிதத் தனமாகவும் ஐரோப்பியர்களுக்குத் தோன்றுகிற எனது குணங்களுக்காக நான் பெருமிதம் கொள்கிறேன். ஐரோப்பியர்கள் அழகாக இருந்தால் நான் அசிங்கமாக இருக்க விரும்புகிறேன்; அவர்கள் அறிவுள்ளவர்களாக இருந்தால் நான் மூடனாக இருக்க விரும்புகிறேன்; அவர்கள் நவீனமாக இருந்தால், நான் எளிமையாக இருந்துவிட்டுப் போகிறேன்.”

அவனுடைய இந்தப் பிரகடனத்திற்கு அறையில் எவரிடமிருந்தும் ஆதரவு இல்லை. ஆனால் அதைத் தொடர்ந்து வந்த சிரிப்பு, அக் கூட்டத்தின் புதிய கொண்டாட்ட மனநிலையை தக்கவைத்து, அதன் பின் எதைச் சொன்னாலும் அதை நகைச்சுவையாக மாற்றிக் கொண்டிருந்தது. ஆனால் சிலர் வரம்பு மீறியும் சென்றனர்; “ஏற்கனவே நீ முட்டாள்தானே!” அதிர்ஷ்டவசமாக அந்த இரு இடதுசாரிகளும் சிரிப்பு அதிகமாகி அடிவயிற்றிலிருந்து இருமத் தொடங்கிவிட்டதால் அந்தப் புண்படுத்தும் வார்த்தைகளைச் சொன்னது யாரென்று ஒருவருக்கும் தெரியவில்லை.

வாசலில் காவலுக்கு இருந்த முகம் சிவந்த இளைஞன் திடீரென்று ஒரு கவிதையை ஒப்பிக்கத் தொடங்கினான். அதன் முதல் வரிகள் இவ்வாறு இருந்தன:

ஐரோப்பா, ஓ ஐரோப்பா

கொஞ்சம் நின்று கவனிப்போம்

நமது கனவுகளில் நாம் ஒருங்கே சேர்ந்திருக்கும்போது

பிசாசு அதன் இஷ்டத்திற்கு செல்லாமல் தடுப்போம்...

ஃபாசிலால் தொடர்ந்து கேட்கமுடியாதபடிக்கு இருமல்களும் வசவுகளும் பரிகாசச் சிரிப்புகளும் கவிதை வரிகளை மூழ்கடித்தன. அந்தக் கவிதையை அவனால் முழுமையாகக் கேட்கமுடியாவிட்டாலும், அதற்கு எழுந்த ஆட்சேபங்களை ஒன்றுவிடாமல் காவிடம் சொல்ல முடிந்தது. மேற்குலகிற்கு விடுத்த இரண்டு வரி அறிக்கைகளை பதிவு செய்திருந்த பக்கத்திலேயே எதிர்ப்பு வாசகங்களையும் கா எழுதிக் கொண்டான். கா அதன் பிறகு எழுதப்போகும் 'மானுட வர்க்கமும் நட்சத்திரங்களும்' கவிதையில் இவையனைத்தும் இடம்பெற்றன:

1. "அவர்களைப் பார்த்து நாம் அஞ்சத்தேவையில்லை; அஞ்சுவதற்கு எதுவுமில்லை," என்று சத்தமிட்டான் இடதுசாரி போராளிகளில் ஒருவன்.

2. "எந்த நாட்டைப் பற்றிக் குறிப்பிடுகிறாய்?" என்று விடாமல் கேட்டுக்கொண்டிருந்த அந்த வயதான அஸேரி பத்திரிகையாளர், "நம்முடைய துருக்கியத் தன்மையை தியாகம் செய்துவிட வேண்டாம்," என்று குரலெழுப்பினார். தொடர்ந்து சிலுவைப்போர், 'ஹோலோகாஸ்ட்' எனப்படும் யூதப் பாடழிவு, பழங்குடி இந்தியர்களைத் துடைத்தழித்த அமெரிக்கப்படுகொலை, அல்ஜீரிய முஸ்லிம்களை பிரான்ஸ் படுகொலை செய்தது என்று அவர் நீளமாகப் பேசிக்கொண்டே போக, கூட்டத்தில் ஹீனமாகக் காணப்பட்ட ஒருவன் தனது மறைவடக்கமான குரலில், "ஒரு காலத்தில் கார்ஸ் உட்பட அனடோலியா முழுவதிலும் வாழ்ந்து வந்த இலட்சக்கணக்கான ஆர்மீனியர்களுக்கு என்ன நடந்தது?" என்று கேட்டான். நிகழ்ச்சி குறிப்புகளை காவல்துறைக்காக பதிவு செய்துகொண்டிருந்த தெரிவிப்பாளன் அவன்மேல் பரிதாபப்பட்டு அவன் பெயரை எழுதிக் கொள்ளவில்லை.

3. "நல்ல மனஆரோக்கியத்தோடு இருக்கும் எவனும் இப்படிப் பட்ட நீளமான, மடத்தனமான கவிதையை மொழிபெயர்க்க விரும்ப மாட்டான், ஹான்ஸ் ஹான்ஸென் அவரது நாளிதழில் இதனை ஒருபோதும் பிரசுரிக்கவும் மாட்டார்." இதைச் சொன்னது அறையிலிருந்த கவிஞர்களில் ஒருவர் (மொத்தம் மூன்று கவிஞர்கள் இருந்தனர்). இந்த வாய்ப்பை அவர்கள் பயன்படுத்திக் கொண்டு சர்வதேச அரங்கில் துருக்கிய கவிஞர்களை ஒதுக்கி வைத்திருக்கும் துரதிருஷ்டத்தை புலம்பினர்.

கவிதையை அவன் வாசித்து முடித்ததும் அங்கு கூடியிருந்தவர்கள் அனைவருமே அதனை அபத்தமானதென்றும், சிறுபிள்ளைத்தனமாக இருக்கிறதென்றும் இழித்துரைத்ததைக் கேட்டு அந்த முகம் சிவந்த இளைஞனுக்கு குப்பென்று வியர்த்தது. அங்கொன்றும் இங்கொன்றுமாக அலட்சியமான கைத்தட்டல்கள் கிடைத்தன. அங்கிருந்த பெரும் பாலோருக்கு இந்தக் கவிதை ஜெர்மனியில் வெளிவந்தால் 'அவர்களை' பெரிதும் கிண்டலுக்கு உள்ளாக்கி விடுமென்ற எண்ணம் இருந்தது.

தன்னுடைய மாமா ஜெர்மனியில் இருப்பதாகச் சொன்ன குர்த்திய இளைஞன்தான் இந்த விஷயத்தில் மிகவும் வெளிப்படையாகப் பேசினான்: "மேலைநாடுகளில் கவிதைகள் எழுதினாலும் பாடல்கள் பாடினாலும் அது மொத்த மானுட வர்க்கத்திற்காகவும் பேசுவதாக அமைகின்றன. அவர்களெல்லாம் மனிதப் பிறவிகள் – ஆனால் நாம் வெறும் முஸ்லிம்கள் மட்டும்தான். நாம் எதைப் பற்றியாவது எழுதினால் அது இனச்சார்பு கவிதையாக மட்டுமே இருக்கிறது."

கருப்பு ஜாக்கெட்டில் இருந்தவன் பேசினான். "நான் விடுக்கும் செய்தி இதுதான். எழுதிக்கொள்ளுங்கள். ஐரோப்பியர்களின் பாதை தான் சரியானதென்றால், நமக்கிருக்கும் ஒரே எதிர்காலமும் நமக்கிருக்கும் ஒரே நம்பிக்கையும் அவர்களைப் போல நம்மை மாற்றிக் கொள்வதில்தான் இருக்கிறதென்றால், நம்மை நாமாக வைத்திருப்பது எதுவென்று பேசி பொழுதை வீணாக்குவது முட்டாள்தனமான செயல்."

"ஆ, இதுவரை சொல்லப்பட்ட விஷயங்களிலேயே இதுவொன்றுதான் சந்தேகமில்லாமல் நாம் முட்டாள்கள்தானென்று ஐரோப்பியர்களை நம்பவைக்கும்."

"சரி, இப்போதாவது அப்படி முட்டாள்தனமாக நினைக்கப்போவது எந்த நாடு என்பதை தயவுசெய்து தெளிவாகச் சொல்லுங்கள்."

"நாமெல்லோரும் மேற்கத்தியர்களை விட மிகவும் அறிவாளிகள் போலவும் மதிப்பு மிக்கவர்கள்போலவும் இங்கே நடித்துக் கொண்டிருக்கிறோம். ஆனால் அய்யா, ஒன்றுமட்டும் சொல்கிறேன். இன்றைக்கு கார்ஸ்ஸில் ஜெர்மனி ஒரு தூதரகத்தைத் திறந்து எல்லோருக்கும் இலவச விசா கொடுக்கிறது என்றால் ஒருவாரத்துக்குள் மொத்த நகரமும் காலியாகிவிடும்."

"பொய். அங்கே அமர்ந்திருக்கும் நம் நண்பர் அவருக்கு வாய்ப்பு கிடைத்தால்கூட போகமாட்டாரென்று இப்போதுதான் சொன்னார். நானும் போக மாட்டேன். கௌரவமாக இங்கேயே இருப்பேன்."

"இன்னும் நிறையபேர் இங்கேயே தங்கியிருப்பார்கள், சந்தேகமே வேண்டாம். சரி, யார் யாரெல்லாம் போக மாட்டீர்களோ, அவர்கள் கைகளை உயர்த்துங்கள், பார்க்கலாம்."

ஒரு சிலர் அசுவாரஸ்யமாக கைகளை உயர்த்தினர். இளைஞர்களில் சிலர் தீர்மானிக்க முடியாமல் அவர்களைப் பார்த்தனர். கருப்பு ஜாக்கெட்டில் இருந்தவன், "இங்கிருந்து வெளியேறுவது அகௌரவமான செயலென்று ஏன் அவர் கருதுகிறார்?"

"எதையுமே புரிந்துகொள்ள முடியாதவர்களுக்கு விளக்குவது கடினம்," என்றான் இதுவரை பேசாதிருந்த ஒரு மர்மமான ஆள்.

கடிஃபே இவையெல்லாவற்றிலுமிருந்து திரும்பி நின்றுகொண்டு ஜன்னலுக்கு வெளியே துயரத்தோடு பார்த்துக்கொண்டிருப்பதை ஃபாசில் கவனித்தான். அவன் இதயம் தாறுமாறாகத் துடிக்கத்

தொடங்கியது. இறைவா, என் தூய்மையை பாதுகாத்து வைத்திருக்க தயவுசெய்து எனக்கு உதவுங்கள்; குழப்பத்திலிருந்து என் மனதை காப்பாற்றுங்கள் என்று பிரார்த்தித்தான். இந்த வார்த்தைகள் கடிஃபேவுக்குப் பிடித்திருக்குமென்று பட்டது. மேற்குலகிற்கான அவனது அறிவிப்பாக இதை வைத்துக் கொள்ளலாமென்றும் தோன்றியது. ஆனால் இவ்வளவு பேர் சத்தமாகப் பேசிக்கொண்டிருக்கும்போது அவன் பேசுவது கேட்கப்படுவதற்கு வாய்ப்பே இல்லை.

இந்த இரைச்சலையும் மீறி கேட்டுக் கொண்டிருந்த ஒரே குரல் அந்த கீச்சுக்குரல் குர்த்தியனுடையதுதான். அவனுக்கு வந்த ஒரு கனவைப்பற்றி அந்த ஜெர்மன் நாளிதழுக்கு சொல்லவேண்டுமென்றான். அவ்வப்போது உடல் நடுங்கிக்கொண்டே, அந்தக் கனவில் அவன் நேஷனல் தியேட்டரில் தன்னந்தனியாக உட்கார்ந்துகொண்டு ஒரு படம் பார்த்துக் கொண்டிருந்ததை விவரித்தான். அது ஓர் ஐரோப்பிய திரைப்படம் என்பதால் அதில் வருபவர்கள் எல்லோரும் ஏதோ ஓர் அந்நிய மொழியில் பேசிக்கொண்டிருந்தனர். ஆனால் அது அவனுக்கு அசௌகரியத்தை ஏற்படுத்தவில்லை: அவர்கள் பேசுவது எல்லாமே அவனுக்கு எப்படியோ புரிந்தது. திடீரென கண்ணிமைக்கும் நேரத்தில் அவனே அந்தப் படத்துக்குள் நுழைந்துவிட்டான். ஒரு கிருத்துவ குடும்பத்தின் வரவேற்பறையில் அவன் உட்கார்ந்து கொண்டிருந்தான். அங்கே, அவனுக்கெதிரே உணவுகள் பரிமாறி வைத்திருந்த மேஜை இருந்தது. பசியாறிக்கொள்ள அவனுக்கு ஆசையாக இருந்தாலும் ஏதாவது தவறாகி விடுமோவென்ற பயத்தில் வாளாயிருந்தான். அவன் இதயம் வேகமாகத் துடிக்கத் தொடங்கியது. அங்கே அவனெதிரே அழகிய பொன்நிறக் கூந்தலழகி ஒருத்தி இருந்தாள். அவளைப் பார்த்தவுடனேயே பலவருடங்களாக அவளை அவன் காதலித்து வந்தது நினைவுக்கு வந்தது. அவன் நினைத்ததைவிட அந்தப் பெண் இனிமையானவளாக அன்பானவளாக இருந்தாள். அவனது உடைகளையும் அவனது பாங்கையும் பாராட்டினாள். அவன் கன்னங்களில் முத்தமிட்டாள். அவன் கேசத்தை கோதினாள். அவன் பரவசத்தில் மதி மயங்கினான். திடீரென்று அவனைத் தன் மடிமீது அமர்த்திக் கொண்டாள். மேஜையிலிருக்கும் உணவைக் காட்டினாள். அப்போதுதான் அவனுக்கு தான் இன்னமும் ஒரு குழந்தையாகவே இருப்பது புரிந்தது. குர்த்திய இளைஞனின் கண்களில் இப்போது கண்ணீர் நிரம்பியது. அவன் ஒரு குழந்தையாக இருப்ப தாலேயே அந்தப் பெண்ணுக்கு அவனைப் பிடித்திருக்கிறது.

சொல்லி முடித்துவிட்டு ஆழத்தில் பொதிந்திருக்கும் அச்சம் ஒன்றின் விளைவுதான் இந்தக் கனவு என்று அவனுக்குத் தோன்றியதாகச் சொன்னான்.

அந்த வயதான பத்திரிகையாளர் மௌனத்தை உடைத்தார். “யாராலும் இதைப்போல ஒரு கனவைக் காணமுடியாது,” என்றார். “ஜெர்மனியர்களிடம் நம்மைக் கிண்டல் செய்வதற்காகவே இந்தக் குர்த்திய இளைஞன் இட்டுக்கட்டிச் சொல்கிறான்.”

தன் கனவின் உண்மைத் தன்மையை நிரூபிப்பதற்காக அவன் சொல்லாமல் விட்டுவிட்ட ஒரு தகவலை இப்போது சொன்னான்: அந்தக் கனவை கண்டதிலிருந்து ஒவ்வொருமுறை தூக்கத்திலிருந்து விழிக்கும்போதும் அதே பொன்னிறக் கூந்தலழகியின் ஞாபகம் தவறாமல் வருகிறது. அவளை ஐந்து வருடங்களுக்கு முன்பு ஆர்மீனிய தேவாலயங் களைப் பார்க்க வரும் ஒரு சுற்றுலாக் குழுவில் ஒரு பேருந்திலிருந்து இறங்குவதைப் பார்த்திருக்கிறான். தோள்பட்டை தெரிகிற மாதிரி ஒரு நீலநிற ஆடை அணிந்திருந்தாள். அவன் கனவிலும் அவள் அதே உடையைத்தான் அணிந்திருந்தாள்.

இது மேலும் சிரிப்பை கிளப்பியது. “அதைப் போன்ற ஐரோப்பியப் பெண்களை நாமெல்லோருமே பார்த்திருக்கிறோம்,” என்றான் எவனோ ஒருவன். “பிசாசின் கவர்ச்சியில் நாமெல்லோருமே கவரப்பட்டிருக் கிறோம்.”

இந்த சந்தர்ப்பத்தைப் பயன்படுத்திக்கொண்டு மற்றவர்கள் மேலைநாட்டுப் பெண்களைப் பற்றிய குறும்பான துணுக்குகளையும் அசிங்கமான ஜோக்குகளையும் ஒரு சில கோபமான வசவுகளையும் உதிர்க்கத் தொடங்கினர். அதுவரை யார் கண்ணிலும் படாமல் பதுங்கியிருந்த ஒரு மெலிந்த, உயரமான, கொஞ்சம் அழகாகக்கூட இருந்த இளைஞன் அப்போது பின்வரும் கதையை சொல்லத் தொடங் கினான்: ஒரு மேலை நாட்டவனும் ஒரு முஸ்லிமும் ஒரு ரயில் நிலையத்தில் சந்தித்தனர். ரயில் வந்த பாடில்லை. அதே நடைபாதை யின் கடைசியில் அந்த ரயிலுக்காக ஓர் அழகான பிரெஞ்சுப் பெண்ணும் காத்துக் கொண்டிருந்தாள் . . .

தேசிய கலாச்சாரத்தோடு ஆண்மையின் வீரியத்தைத் தொடர்பு படுத்திச் சொல்லும் இந்தக்கதையை ஆடவர் கல்லூரிக்கு சென்றிருந் தவர்களும் ராணுவப் பயிற்சியை மேற்கொண்டவர்களும் அறிந்திருப் பார்கள். சொல்லப்பட்ட இக்கதையில் அருவருப்பான வார்த்தைகள் எதுவும் இல்லாவிட்டாலும், அதன் விநயமற்ற விஷயம் மறைமுகமாக திரையிடப்பட்டு நாசூக்காக சொல்லப்பட்டது. ஆனால் கொஞ்ச நேரத்திலேயே அந்த அறையின்மீது கவிந்த மனநிலை, ஃபாசிலின் அறிக்கையின் ஒரு வரியில் பூரணமாக வெளிப்பட்டிருந்தது. “அவமானத்தில் என் இதயம் கனத்திருக்கிறது!”

துர்குத் பே எழுந்து நின்றார். “சரி, மகனே. போதும்,” என்றார். “அந்த அறிக்கையை எடு, கையெழுத்திடுகிறேன்.”

அவர் தனது புதிய பேனாவை எடுத்து கையெழுத்திட்டார். இரைச்சலும் சிகரெட் புகையும் அவரை சோர்வடைய வைத்திருந்தன. கடிஃபேவின் உதவியோடுதான் அவரால் நிற்க முடிந்தது.

“எல்லோரும் ஒரு நிமிடம் கேளுங்கள்,” என்றாள் கடிஃபே. “உங்களுக்கெல்லாம் வெட்கமே கிடையாது போலிருக்கிறது. இப்போது என் காதில் விழுந்த விஷயங்களுக்காக என் முகம் சிவந்திருக்கிறது.

நீங்கள் என் கேசத்தைப் பார்க்கக்கூடாதென்பதற்காக என் தலையை முக்காடிட்டிருக்கிறேன். எனக்கு இது பெரும் அசௌகரியத்தைத் தருகிறதென்று நீங்கள் நினைக்கலாம், ஆனால் –”

“எங்களுக்காக இதைச் செய்ய வேண்டாம்,” யாரோ ஒருவர் மரியாதை கலந்து கிசுகிசுத்தார். “உன் ஆன்மீகத்தை வெளிப்படுத்த இறைவனுக்காகச் செய்!”

“அந்த ஜெர்மானிய இதழிடம் சொல்வதற்கு என்னிடமும் சில விஷயங்கள் உண்டு. தயவு செய்து எழுதிக் கொள்ளுங்கள்.” அங்கிருப்பவர்களுக்கு அவள் மேல் பாதி வெறுப்பும் பாதி மரியாதையும் கலந்து இருக்கிறது என்பதைத் தெரிந்து வைத்திருக்கும் ஒரு தேர்ந்த நடிகையாக அவள் இருந்தாள்.

“‘கார்ஸ்ஸில் உள்ள ஓர் இளம்பெண்’ – வேண்டாம், அப்படி எழுதாதீர்கள். ‘கார்ஸ்ஸில் வசிக்கும் ஒரு முஸ்லிம் பெண்’ என்று எழுதுங்கள் – அவளது தனிப்பட்ட சமயக் காரணங்களுக்காக தனது தலையைப் போர்த்தி வைத்திருக்கிறாள். அவள் நம்பிக்கையின் அடையாளமாகவே முக்காடை அணிந்திருக்கிறாள். ஒரு நாள் திடீரென்று மனமாற்றத்தில் பீடிக்கப்பட்டு அவள் தலை முக்காடை கழற்றி விடுகிறாள்.’ மேற்கத்தியர்கள் இதனை ஒரு நற்செய்தியாக வரவேற்பார்கள். இவ்வாறு நாம் செய்தோமென்றால் ஹான்ஸ் ஹான்ஸென் நிச்சயமாக நமது கருத்துக்களை வெளியிட விரும்புவார். ‘முக்காடை கழற்றிவிட்டு அந்தப்பெண், “இறைவனே, நான் தனியாக இருக்க வேண்டுமென்றால் தயவுசெய்து என்னை மன்னியுங்கள். இந்த உலகம் மிகவும் வெறுக்கத் தக்கதாக உள்ளது. நான் சக்தியின்றி, பெரும் இன்னலில் உழல்வதால் உங்கள் –”’”

“கடிஃபே” என்று கிசுகிசுப்பாக அழைத்தான் ஃபாசில். “தயவு செய்து கெஞ்சிக் கேட்டுக்கொள்கிறேன், உன் முக்காடை நீக்காதே. இங்கே நாங்கள் எல்லோரும் இருக்கிறோம். நானும் நெஸிப்பும் கூட இருக்கிறோம். இது எங்களை, எங்களெல்லோரையும் கொன்று விடும்.”

இந்த வார்த்தைகளால் அறையிலுள்ள எல்லோரும் குழப்ப மடைந்தது போலிருந்தது. “அபத்தமாக பேசுவதை நிறுத்து,” என்று யாரோ சொல்ல, இன்னொருவர், “அவள் முக்காடை கழற்றக் கூடாது தான்,” என்று சேர்த்துக் கொண்டார். மற்றவர்களுக்கு அவள் அதிர்ச்சி யூட்டும்படியும் செய்திகளில் இடம்பெறும்படியும் ஏதாவது செய்யப் போகிறாளா என்ற எதிர்பார்ப்பும், இந்த உணர்ச்சிகர நாடகத்தை யார் உருவாக்கி, யாரோடு நடித்துக் கொண்டிருக்கிறார்கள் என்று புரியாத வியப்பும் கலந்திருந்தது.

“அந்த ஜெர்மானிய இதழுக்கு நான் தெரிவிக்கும் இரண்டு வரிகள் இவைதான்,” என்றான் ஃபாசில். அறையிலிருந்த கூட்டொலி அதிகரித்தது. “நான் எனக்காக மட்டும் பேசவில்லை. புரட்சி இரவில்

கொடூரமாக கொல்லப்பட்ட என் தோழன் நெஸிப்பிற்காகவும் பேசுகிறேன். கடிஃபே, நாங்கள் உன்னை மிகவும் நேசிக்கிறோம். உன் முக்காடை அகற்றினால் நான் தற்கொலை செய்துகொள்வேன். எனவே, தயவுசெய்து, தயவுசெய்து அப்படிச் செய்யாதே."

ஒரு சில செய்தி அறிக்கைகளின் படி, ஃபாசில் 'நாங்கள் உன்னை நேசிக்கிறோம்' என்று சொல்லவில்லையென்றும், 'நான் உன்னை நேசிக்கிறேன்' என்றுதான் சொன்னதாகவும் இருந்தது. ஆனால் இதற்கு சாட்சியாக இருந்தவர்களின் ஞாபகங்கள், ஃபாசில் பின்னர் செய்யப் போவதினால் பாதிக்கப்பட்டதாகவும் இருக்க வாய்ப்புண்டு.

"தற்கொலை பற்றி இந்நகரத்திலிருப்பவர்கள் எவர் பேசவும் அனுமதி கிடையாது," என்று நீலம் உறுமினான். கடிஃபேவைக் கூட ஏறிட்டுப் பார்க்காமல் அவன் அறையைவிட்டு புயலென வெளியேற, கூட்டம் உடனடியாக முடிவுக்கு வந்தது. அமைதியாகக் கலைந்தனர் என்று சொல்லமுடியாதபடிக்கு சளசளத்தபடியே ஒரு சில வினாடிகளில் அந்த இடத்தைவிட்டு எல்லோரும் அகன்றனர்.

32

என் உடம்புக்குள் இரண்டு ஆன்மாக்கள் இருக்கும்வரை அது சாத்தியமாகாது

காதல், அற்பமான விஷயங்கள், நீலத்தின் தலைமறைவு போன்றவை குறித்து

ஸ்னோ பேலஸ் ஓட்டலிலிருந்து நான்கே முக்கால் மணிக்கு கா வெளியில் வந்தான். துர்குத் பேவும் கடிஃபேவும் ஓட்டல் ஆசியா கூட்டத்திலிருந்து இன்னும் திரும்பியிருக்கவில்லை. ஃபாசிலை சந்திக்க காவுக்கு இன்னும் பதினைந்து நிமிடங்கள் இருந்தன. ஆனாலும் அவனுக்கு அங்கேயே அசைவற்று அமர்ந் திருக்கத்தான் பிடித்திருந்தது. இடப்பக்கம் அடாதுர்க் அவென்யூவில் திரும்பி கார்ஸ் நதி வரைக்கும் நடந்தான். அவ்வப்போது நடையை மெதுவாக்கி பலசரக்கு கடைகள், புகைப்பட நிலையங்கள், தேநீர் விடுதிக்குள் தொலைக்காட்சி பார்த்தபடி குவிந்திருப்பவர்கள் என்று சன்னல் சன்னல்களாக பார்த்துக்கொண்டு நகர்ந்தான். இரும்புப்பாலத்தை அடைந்ததும் நின்று இரண்டு மால்பரோ சிகரெட்டுகளை அடுத்தடுத்து புகைத்தான். ஃபிராங்க்ஃபர்ட்டில் காலாகாலத்திற்கும் இபெக்கோடு சந்தோஷமாக வாழப்போகிற கற்பனைகள் தலைக்குள் அடர்ந்திருந்ததில் அவனுக்கு குளிரே உறைக்கவில்லை. ஆற்றின் எதிர்கரையில் கார்ஸ்ஸின் மேட்டுக் குடியினர் பனிச்சறுக்கு விளையாட்டைப் பார்க்கச் செல்லும் பகுதி இப்போது தீக்குறிபோல இருண்டிருந்தது.

சந்திக்க குறிப்பிட்டிருந்த இரும்புப்பாலத்திற்கு ஃபாசில் தாமதமாகத்தான் வந்துசேர்ந்தான். நிழலிலிருந்து அவன் வெளிப் பட்டபோது ஒரு கணம் நெஸிப்பைப்போலவே காவுக்குத் தெரிந்தான். இருவரும் லக்கி பிரதர்ஸ் டீ – ஹவுஸிற்குச் சென்றனர். ஓட்டல் ஆசியா கூட்டத்தில் நடந்தவற்றில் அவனுக்கு ஞாபகத் திலிருந்த எல்லாவற்றையும் சொல்லத்தொடங்கினான். அவனது சிற்றூரின் வரலாறு இப்போது உலக சரித்திரத்தில் இடம்பெற்று விட்டது என்று அவன் அறிவித்த இடத்திற்கு வந்தபோது,

வானொலியில் சொல்லப்படுகிற எதையோ கவனமாகக் கேட்க முற்படுகிற மாதிரி கா அவனை கையமர்த்தினான். அவனுக்குள் கவிதை ஒன்று பிறந்து வர, உடனே 'மானுட வர்க்கமும் நட்சத்திரங்களும்' என்ற தலைப்பிட்ட கவிதையை எழுதத் தொடங்கினான்.

அதன் பின்னர், அவன் எழுதிய குறிப்புக்களில் வெளி உலகினால் மறக்கடிக்கப்பட்ட, வரலாற்றிலிருந்து அப்புறப்படுத்தப்பட்ட ஒரு நகரத்தின் துயரம்தான் இக்கவிதையின் கருப்பொருள் என்று விவரித் திருந்தான். இக்கவிதையின் ஆரம்ப வரிகள் அவன் சிறுவனாக இருந்த போது பார்த்து பெரிதும் மகிழ்ந்த ஒரு ஹாலிவுட் திரைப்படத்தின் துவக்கக் காட்சியை நினைவுபடுத்தின. திரைக் கலைஞர்களின் பெயர்கள் ஓடிக்கொண்டிருக்க, பின்னணியில் அண்டவெளியிலிருந்து மெதுவாகச் சுழலும் பூமி உருண்டையின் காட்சி தெரிகிறது. காமிரா கிட்டே நெருங்க, பூமியின் நிலப்பரப்பு விபரங்கள் தெளிவடைகின்றன. ஒரு குறிப்பிட்ட நாட்டை மையமாக வைத்து காட்சி குவிகிறது. அந்த நாடு – சிறுவயதிலிருந்து அவன் கற்பனையில் சுழன்றுகொண்டிருந்த படங்களைப் போல – துருக்கிதான். காமிரா மேலும் நெருங்க, மார்மரா கடலின் நீலமும், பாஸ்ஃபோரஸ்ஸும், கருங்கடலும் காட்சியை வியாபிக்கின்றன. பின், இஸ்தான்புல், காவின் இளம்வயது நிஷாந்தஷே, டெஷ்விகியே அவென்யூவில் போக்குவரத்து காவலர்கள், கவிஞர் நிகார் தெரு, மரங்கள், வீடுகளின் மேற்தளங்கள் (மேலிருந்து பார்க்கும் போது எவ்வளவு அழகாக இருக்கின்றன!) பிறகு காட்சி நகர்ந்து கொடிக்கயிற்றில் உலர்த்தப்பட்டிருக்கும் துணிகள், பதப்படுத்திய உணவான 'டாமெக்'கின் விளம்பரப் பலகை, துப்புரவற்ற சாக்கடைகள், நடைபாதைகளைக் காட்டிவிட்டு காவின் படுக்கையறை சன்னலுக்கு வந்து நிலைத்தது. சன்னலிலிருந்து காமிரா உள்ளே நுழைந்து, அடுக்கி வைக்கப்பட்ட புத்தகங்கள், தூசு படிந்த அறைகலன்கள், தரைவிரிப்பைத் தாண்டி, எதிர்ப்புற ஜன்னலை நோக்கியிருந்த மேஜையில் அமர்ந்திருக்கும் காவுக்கு வந்தது. அவன் முதுகுக்குப் பின்னாலிருந்து காமிரா உயர்ந்து, மேஜையிலிருந்த ஒரு காகிதத்தை நெருங்கி, அவன் எழுதிக்கொண்டிருந்த வரிகளை அடைந்தது. கவிதை வரலாற்றில் நான் அடியெடுத்து வைத்த தினத்தன்று இருந்த எனது முகவரி: 'கவிஞர் கா, 16/8 கவிஞர் நிகார் தெரு, நிஷாந்தஷே, இஸ்தான்புல், துருக்கி.' இந்தக் கவிதை 'தர்க்கம்' என்ற அச்சில் அமைந்திருந்தாலும் 'கற்பனை' அச்சுக்கு அருகில் அமைந்து அதன் தாக்கத்தையும் கொண்டிருப்பதை நுண்ணறிவுடைய வாசகர்கள் ஏற்கனவே அறிந்திருப்பார்கள்.

அவன் சொல்லிமுடித்தபோது அவன் மனதைப் பிசைந்துகொண் டிருந்த கவலை தெளிவாகத் தெரிந்தது; கடிஃபே முக்காடை அகற்றி விட்டால் அவன் தற்கொலை செய்துகொள்வதாக மிரட்டியதைப் பற்றி அவன் சங்கடப்பட்டுக்கொண்டிருந்தான். "தற்கொலை செய்துகொள்வ தென்பது கடவுள் நம்பிக்கையைத் துறப்பதற்கு ஒப்பானவொன்று என்பது மட்டுமல்ல எனது சங்கடத்திற்குக் காரணம், அதை நான் உண்மையாகச் சொல்லவில்லை என்பதும் முக்கிய காரணம். நான் மனமொப்ப நம்பாதவொன்றை எதற்காகச் சொன்னேன்?" அவன் அந்த வார்த்தையைச் சொன்னவுடனேயே, "கடவுளே என்னை

மன்னியுங்கள், இனி இதைப்போன்ற வார்த்தையை உதிர்க்க மாட்டேன்!" என்று இறைவனிடம் இறைஞ்சிக் கொண்டதாகச் சொன்னான். அதனால் தான் கதவருகே கடிஃபேவை நேருக்கு நேராகப் பார்த்தபோது சூறைக் காற்றில் இலைபோல நடுங்கத் தொடங்கிவிட்டான். "கடிஃபேவுக்கு நான் அவள் மீது காதல் வயப்பட்டிருப்பது தெரியுமென்று நினைக்கிறீர் களா?" என்று காவைக் கேட்டான்.

"நீ அவளைக் காதலிக்கிறாயா?"

"உண்மை என்னவென்று உங்களுக்கு ஏற்கனவே தெரியும். நான் தெஸ்லிம்மை காதலித்தேன், அவள் ஆன்மா சாந்தியடையட்டும். கடிஃபேவை காதலித்தது என் நண்பன் நெஸிப்தான், அவன் ஆன்மாவும் சாந்தியடையட்டும். அவன் இறந்த மறுநாளே அவன் காதலித்த பெண்ணின் மீது நான் காதல் கொள்ளத் தொடங்கிவிட்டதற்காக மிகவும் வெட்கப்படுகிறேன். இதற்கு ஒரேயொரு விளக்கம்தான் இருக்க முடியுமென்று தோன்றுகிறது. அது என்னையும் அச்சுறுத்துகிறது. சரி, நெஸிப் உண்மையாகவே இறந்துவிட்டான் என்று ஏன் உறுதிபடக் கூறுகிறீர்கள்?"

"அவன் நெற்றியில் குண்டு துளைத்திருந்ததைப் பார்த்தேன். அவனைத் தழுவி முத்தமிட்டேன்."

"நெஸிப்பின் ஆன்மா இப்போது என் உடலிற்குள் வசித்துக் கொண்டிருக்கிறதாகவே நம்புகிறேன்," என்றான் ஃபாசில். "கேளுங்கள். நேற்றிரவு நடந்த கலாட்டாவிலிருந்து நான் ஒதுங்கியே இருந்தேன். அதை தொலைக்காட்சியில்கூட பார்க்கவில்லை. சீக்கிரமாகவே தூங்கச் சென்று உடனே தூங்கியும் விட்டேன். அதன் பிறகுதான் நான் தூங்கிக்கொண்டிருந்த நேரத்தில் நெஸிப்பிற்கு நிகழ்ந்த பயங்கரத்தைப் பற்றிக் கேள்விப்பட்டேன். அதற்குப் பிறகு ராணுவ வீரர்கள் எங்கள் விடுதிக்குள் பிரவேசித்து சோதனை நடத்தினார்கள். நான் கேள்விப்பட்ட தெல்லாம் உண்மையென்று அப்போதே தெரிந்துவிட்டது. உங்களை நூலகத்தில் பார்த்தபோது நெஸிப் இறந்துவிட்டான் என்று எனக்குத் தெரிந்திருந்தது. ஏனென்றால் விடிகாலை முதலே அவன் ஆன்மா எனக்குள்ளேதான் இருந்து வந்தது. விடுதியை காலி செய்ய வைத்துக் கொண்டிருந்த காவலர்கள் என்னை கவனிக்காமல் கடந்து போயினர். நான் அங்காடித் தெருவிற்குச் சென்று அங்கே என் தந்தையின் ராணுவ நாட்களில் நண்பராக இருந்த ஒருவரின் வீட்டில் இரவைக் கழித்தேன். அவர் வீட்டு படுக்கையில் நான் படுத்திருக்கும்போது என் தலை திடீரென்று சுழலத் தொடங்கியது. ஓர் ஆழமான, அடர்வான உணர்வு என் மேல் படர்ந்தது: என் நண்பன் மீண்டும் என்னருகே இருந்தான்; எனக்குள் இருந்தான். பழைய நூல்களில் குறிப்பிடுவதைப் போலவே, இறந்து ஆறுமணிநேரங்கள் கழித்து ஆன்மா உடலைவிட்டு நீங்குகிறது. அந்தக் கணத்தில் ஆன்மா ஒரு விளையாட்டுத் தன்மை கொண்ட, துடிப்பான ஒன்றாக இருக்கும் என்றும், தீர்ப்பு தினம் வரை அது பெர்ஸாஹ் – இல் அமர்ந்திருக்க வேண்டுமென்றுதான் சுயூட்டி சொல்கிறது. ஆனால் நெஸிப்பின் ஆன்மா என் உடம்பிற்குள் நுழைய முடிவெடுத்துவிட்டது. இது எனக்கு நிச்சயமாகத் தெரிகிறது.

இது குர்ஆனில் எந்த இடத்திலும் குறிப்பிடப்பட்டிராததால் எனக்கு மிகவும் அச்சமாகவும் இருக்கிறது. கடிஃபேவின் மேல் அவ்வளவு சீக்கிரத்தில் நான் காதல்வயப்பட்டுவிட்டதை வேறு எப்படியும் விளக்கு வதற்கில்லை. கடிஃபேவுடன் சடுதியில் காதல்கொண்டுவிட்டேன். எனவே அவளுக்காக தற்கொலை செய்துகொள்வது என்ற எண்ணம் கூட என்னுடையதாக இருக்காது. நெஸிப்பின் ஆன்மா என் உடம்புக்குள் அடைக்கலம் புகுந்திருப்பது உண்மையாகத்தானிருக்குமென நீங்கள் நம்புகிறீர்களா?"

கா ஜாக்கிரதையாக, "நீ அப்படி நம்புகிறாய் என்றால் சரி," என்றான்.

"உங்களிடம் மட்டும்தான் இதைச் சொல்கிறேன். வேறு யாரிடமும் சொல்லாத ரகசியங்களை நெஸிப் உங்களிடம் சொல்லியிருக்கிறான். ஆனால் ஒரேயொருமுறைகூட அவனுக்குள் வேரூன்றத் தொடங்கியிருந்த நாத்திக ஐயங்களை என்னிடம் சொன்னதில்லை. ஆனால் உங்களிடம் சொல்லியிருக்கக்கூடும். கெஞ்சிக் கேட்கிறேன், உண்மையைச் சொல்லுங் கள். உங்களிடம் நெஸிப் எப்போதாவது – இறைவன் மன்னிப்பாராக – இறைவனின் இருப்பை சந்தேகித்திருக்கிறானா?"

"நீ கற்பனை செய்துகொண்டிருப்பதைப் போன்ற ஐயம் அல்ல அது. அவன் என்னிடம் சொன்னது வேறுவிதமானது. உன் பெற்றோர் ஒருநாள் இறந்துபோகப் போகிறார்கள் என்பதை கற்பனை செய்து கண்ணீர் விடுவதைப் போன்ற, அந்த துக்கத்தை ரசிப்பதைப் போன்ற விஷயமாக அது இருந்தது. அவனது நேசிப்பிற்குரிய இறைவன் என்பவன் இல்லாமலிருக்கும் பட்சத்தில் என்ன நடக்குமென்று அவனுக்கு அடக்க முடியாமல் தோன்றிக்கொண்டிருந்த எண்ணங்களைத்தான் சொன்னான்."

"இதே விஷயம் இப்போது எனக்கும் நிகழ்ந்துகொண்டிருக்கிறது," என்றான் ஃபாசில். "நெஸிப்பின் ஆன்மாதான் எனக்குள் இத்தகைய எண்ணங்களை விதைத்திருக்கிறது என்பதில் சந்தேகமில்லை."

"ஆனால் இத்தகைய சஞ்சலங்களையெல்லாம் நாத்திகம் என்று வகைப்படுத்திவிட முடியாதே!"

"ஆனால் தற்கொலைப் பெண்கள் சார்பாக நான் ஏற்கனவே சாயத் தொடங்கிவிட்டேனே," என்றான் ஃபாசில் சோகமாக. "ஒரு நிமிடத்திற்கு முன்புதான் தற்கொலை செய்துகொள்ளத் தயாராக இருப்பதாகச் சொன்னேன். காலமான என் அன்புக்குரிய நண்பன் ஒரு நாத்திகன் என்று நான் நம்ப விரும்பவில்லை. ஆனால் இப்போது எனக்குள்ளிருக்கும் ஒரு நாத்திகனின் குரல் எனக்குக் கேட்கிறது. இது என்னை கதிகலங்க வைக்கிறது. இதேபோலத்தான் உங்களுக்கும் இருக்குமாவென்று எனக்குத் தெரியவில்லை. நீங்கள் ஐரோப்பாவிற்குச் சென்றிருக்கிறீர்கள், அங்கிருக்கும் அறிவு ஜீவிகளை, மது, தூக்க மருந்து உட்கொள்ளும் போதையாளர்களையெல்லாம் சந்தித்திருப்பீர்கள். தயவு செய்து சொல்லுங்கள்: நாத்திகனாக இருப்பவர்கள் எப்படி இருப்பார்கள்?"

"நிச்சயமாகத் தற்கொலையைப் பற்றியே முடிவில்லாமல் கற்பனை செய்துகொண்டிருப்பவர்களாக இருக்க மாட்டார்கள்."

"நான் முடிவில்லாமல் கற்பனை செய்து கொண்டிருப்பதில்லை, ஆனால் சில நேரங்களில்தான் அதைப்பற்றி சிந்திக்கிறேன்."

"ஏன்?"

"ஏனென்றால் கடிஃபேவின் காரணமாக. அவளை என் மனதிலிருந்து அகற்ற முடியவில்லை! கண்களை மூடினால் எதிரே தகதகவென்று நின்றிருக்கிறாள். படிக்கும்போதும், தொலைக்காட்சி பார்க்கும்போதும், மாலை நேரம் வருவதற்காகக் காத்திருக்கும்போதும், எல்லா விஷயங் களும் கடிஃபேவையே நினைவூட்டுகின்றன. இது எனக்கு பெரும் வேதனையை அளிக்கின்றது. நெஸிப் இறப்பதற்கு முன்பே இது ஆரம்பித்துவிட்டது. உங்களிடம் உண்மையைச் சொல்ல வேண்டுமானால், நான் உண்மையில் காதலித்தது தெஸ்லிம்மையே அல்ல; கடிஃபேவைத் தான். என் நண்பன் அவளைக் காதலித்தான் என்பதால் என் உணர்வுகளை மறைத்து வைத்திருந்தேன். கடிஃபேவைப்பற்றி விடாமல் பேசிக்கொண்டு எனக்குள் காதலைத் தூண்டிவிட்டதே நெஸிப்தான். எங்கள் விடுதிக்குள் ராணுவத்தினர் பிரவேசித்தபோது அவனை அவர்கள் கொன்றுவிட்டிருக்கக் கூடுமென்று எனக்குத் தோன்றியது. ஆம், அந்த எண்ணம் என்னை மகிழ்ச்சிக்குள்ளாக்கியது. அவளை அடைவதற்கான பாதை எளிதாகிவிட்டது என்பதற்காக அல்ல, எனக்குள் இந்தக் காதலை தூண்டிவிட்டதற்காக அவனுக்குக் கிடைத்த தண்டனை என்று சந்தோஷப்பட்டேன். இப்போது நெஸிப் இல்லை, நான் சுதந்திரமானவன். இந்த காரணத்திற்காகவே கடிஃபேவை மேலும் அதிகமாக நான் நேசிக்கிறேன். காலையில் எழுந்ததிலிருந்தே அவளைப் பற்றி சிந்தித்துக்கொண்டிருக்கிறேன், என் நினைவுகளை மேலும் மேலும் அதிகமாக ஆக்கிரமித்துக்கொண்டிருக்கிறாள். வேறு எதைப்பற்றியும் சிந்திக்க முடியாமல் இருக்கிறேன் – கடவுளே – எனக்கு என்ன செய்வதென்று தெரியவில்லை."

ஃபாசில் கைகளுக்குள் முகத்தைப் புதைத்துக்கொண்டு அழத் தொடங்கினான். ஒரு சுயநலமான அலட்சிய அலை காவுக்குள் கடந்து செல்ல, ஒரு மால்பரோவை பற்றவைத்துக்கொண்டான். இருப்பினும் அந்த இளைஞனை சமாதானப்படுத்தும் விதமாக வெகுநேரம் அவன் தலையைத் தட்டிக்கொடுத்துக்கொண்டிருந்தான்.

அவர்களைப் பின்தொடருவதற்காக நியமிக்கப்பட்டிருந்த உளவாளியான சஃபேட் அந்த தேநீர் விடுதியின் மறுகோடியிலிருந்து அவர்களை ஒரு கண்ணிலும், தொலைக்காட்சியில் மறுகண்ணையும் வைத்து கவனித்துக்கொண்டிருந்தான். இப்போது எழுந்து அவர்கள் மேஜைக்கு வந்தான். "இந்தப் பையனை அழுவதை நிறுத்தச் சொல்லுங்கள். இவன் அடையாள அட்டையை தலைமை அலுவலகத்தில் நான் ஒப்படைத்துவிடவில்லை, என்னிடம்தான் இருக்கிறது." ஃபாசிலின் அழுகை குறையாததால் அவன் பைக்குள் கையைவிட்டு அந்த அட்டையை எடுத்தான். கா அதனை வாங்கிக்கொண்டான். சஃபேட்

தொழில்முறை ஆர்வத்தினாலும், இரக்கத்தாலும், "ஏன் இவன் அழுகிறான்?" என்று கேட்டான்.

"இவன் காதல்வயப்பட்டிருக்கிறான்," என்றான் கா.

அவன் நிம்மதியடைந்து அங்கிருந்து கிளம்பி, தேநீரகத்தை விட்டு வெளியே இருட்டில் சென்று மறைவதை கா கவனித்துக் கொண்டிருந்தான்.

கடிஃபேவின் கவனத்தைப் பெற தான் என்ன செய்யவேண்டு மென்று ஃபாசில் கொஞ்சநேரம் கழித்துக் கேட்டான். கடிஃபேவின் அக்கா இபெக் மீது கா காதல் கொண்டிருக்கிறான் என்று கார்ஸ் நகரம் முழுக்கத் தெரியும் என்று அவன் சொல்லும்போதுதான் இப்படிக் கேட்டான். ஃபாசிலின் காதல் வேட்கை முழுவதும் நம்பிக்கை யற்றதாகவும் சாத்தியமில்லாததாகவும் காவுக்குத் தோன்றியபோது அவனுடைய இபெக் மீதான காதலும் இதைப்போல துர்விதிக்குட்படக் கூடாதென்று தோன்றியது. ஃபாசிலின் கேவல்கள் மெதுவாக அடங்க, காவுக்கு இபெக் கொடுத்த அறிவுரையையே அவனுக்கும் அளித்தான்: "நீ நீயாகவே இரு."

"என் உடம்புக்குள் இரண்டு ஆன்மாக்கள் இருக்கும்வரை அது சாத்தியமாகாது," என்றான் ஃபாசில். "குறிப்பாக, நெஸிப்பின் நாத்திக ஆன்மா எனக்குள் மெதுவாக ஆக்கிரமித்துக் கொண்டிருக்கும்வரை. என் நண்பர்களும் வகுப்புத் தோழர்களும் அரசியலில் ஈடுபடுவது மிகத் தவறானது என்று பல வருடங்களாக நினைத்து வந்தேன். இப்போது திடீரென்று எனக்கு இஸ்லாமிஸ்ட்டுகளோடு சேர்ந்து இந்த ராணுவ கலகத்திற்கெதிராக ஏதாவது செய்யவேண்டுமென்று தோன்றுகிறது. அப்போது கூட கடிஃபேவின் கவனத்தை ஈர்க்க வேண்டுமென்பதுதான் என் நோக்கமாக இருக்குமென்று நினைக்கிறேன். என் மண்டைக்குள் கடிஃபேவைத் தவிர வேறெதுவுமே இல்லாதது என்னை அச்சுறுத்துகிறது. அவளை எனக்குத் தெரியாது என்பதால் மட்டுமல்ல. வகைமாதிரியானதொரு நாத்திகனாக இருப்பதை இது நிரூபிக்கிறது என்பதாலும்தான்: காதலையும் மகிழ்ச்சியையும் தவிர எனக்கு எதைப்பற்றியும் அக்கறை இல்லை.

ஃபாசில் மீண்டும் அழத் தொடங்கினான். இந்த அசட்டுத்தனமான குழந்தைக் காதலை தனக்குள்ளேயே வைத்திருப்பது நல்லது. நீலத்திற்குத் தெரிந்தால் அவனுக்கு பேராபத்து நிகழுமென்று அவனிடம் சொல்லி விடலாமாவென்று காவுக்குத் தோன்றியது. இபெக்கின் மீதான அவனது காதல் எல்லோருக்கும் தெரியுமென்று வைத்துக்கொண்டால் கடிஃபேவுக்கும் நீலத்திற்குமிடையே இருக்கும் உறவைப் பற்றியும் எல்லோருக்கும் தெரிந்துதானிருக்கும். அப்படியானால் ஃபாசில் உரிமை கொண்டாடும் இந்தப் பிரேமை கார்ஸ்ஸின் இஸ்லாமிஸ்ட் வாரிசுரிமைக்கு நேரடியான போட்டியாகவே எடுத்துக்கொள்ளப்படும்.

"நாம் ஏழைகள், அற்பமானவர்கள்," என்றான் ஃபாசில். அவன் குரலில் விநோதமானதொரு சீற்றம் கலந்திருந்தது. "நமது இழிவான வாழ்க்கைகளுக்கு மனிதகுல வரலாற்றில் எந்த இடமும் இருக்கப்

போவதில்லை. இன்று கார்ஸ்ஸில் வசிக்கும் எல்லோரும் ஒருநாள் மடிந்து மறையப் போகிறோம். யாரும் நம்மை நினைவுகொள்ளப் போவதில்லை. நமக்கு என்ன நிகழ்ந்ததென்று ஒருவரும் கவலைப்படப் போவதில்லை. நமது மிச்ச வாழ்நாள் முழுக்கவும் பெண்கள் எம்மாதிரியான முக்காடை தலையைச் சுற்றி அணிந்துகொள்ளப் போகிறார்களென்று வாதித்துக்கொண்டிருக்கப்போகிறோம். நமது அற்பத்தனமான, மடத் தனமான சச்சரவுகளில் நாம் மூழ்கியிருப்பதை ஒருவரும் பொருட்படுத்தப் போவதில்லை. என்னைச் சுற்றிலும் இவ்வளவு பேர் இப்படிப்பட்ட முட்டாள்தனமான வாழ்க்கையை நடத்திக்கொண்டு, எந்தவொரு சுவடுமில்லாமல் மறைந்துபோவதைப் பார்க்கும் போது, எனக்குள்ளே ஒரு கோபம் பரவுகிறது. வாழ்க்கையில் காதலைவிட வேறெதுவும் உண்மையில் முக்கியமில்லையென்று எனக்குப் புரிகிறது. இதை நினைக்கும்போது கடிஃபேவைப் பற்றிய என் உணர்வுகள் மேலும் பொறுக்க முடியாமல் அதிகரித்திருக்கிறது – எனக்குக் கிடைக்கக் கூடிய ஒரே ஆறுதல் என் மிச்ச வாழ்க்கை முழுக்க கடிஃபேவுடன் கைகோர்த்துக்கொண்டு இருப்பதுதான் என்று நினைக்கும்போது மனம் வலிக்கிறது."

கா ஈவிரக்கமில்லாமல், "ஆம், இவையெல்லாம் ஒரு நாத்திகனின் எண்ணங்கள்தான்," என்றான்.

ஃபாசில் மீண்டும் அழத் தொடங்கினான். அதற்குப்பின் அவர்கள் எதைப்பற்றி விவாதித்தார்கள் என்பதெல்லாம் காவுக்கு ஞாபகத்தில் இல்லையோ, அல்லது எழுத வேண்டாமென்று நினைத்தானோ தெரியவில்லை. அவனது நோட்டுப் புத்தகத்தில் அவர்கள் உரையாடல் பற்றி எந்தக் குறிப்பும் இல்லை. தொலைக்காட்சியில் அமெரிக்கச் சிறுவர்கள் காமிராவுக்கெதிரே கோமாளி ஆட்டம் போட்டுக்கொண்டிருந்தனர். நாற்காலிகளை உருட்டித் தள்ளினர், ஒரு மீன் தொட்டியை கவிழ்த்தனர், பின் செயற்கை சிரிப்புச் சத்தப் பின்னணியில் எல்லோரும் தரையில் மண்டியிட்டு அமர்ந்தனர். அந்தத் தேநீர் விடுதியிலிருந்த எல்லோரைப் போலவும் ஃபாசிலும் காவும் தத்தமது கவலைகளை மறந்து அந்த அமெரிக்கச் சிறார்களின் கோணங்கித்தனங்களைப் பார்த்து சிரித்துக்கொண்டிருந்தனர்.

ஸாஹிதே அந்தத் தேநீர் விடுதிக்குள் நுழைந்தபோது காவும் ஃபாசிலும் லாரி ஒன்று திருட்டுத்தனமாக வளைந்து நெளிந்து காட்டின் வழியே செல்வதைப் பார்த்துக்கொண்டிருந்தனர். ஸாஹிதே காவிடம் ஒரு மஞ்சள் உறையைக் கொடுக்க, ஃபாசில் அதில் ஆர்வமின்றி வேறெங்கோ பார்த்துக்கொண்டிருந்தான். கா அதைத் திறந்து உள்ளேயிருந்த சீட்டை எடுத்துப் படித்தான். அது இபெக்கிடமிருந்து. அவளும் கடிஃபேவும் இன்னும் இருபது நிமிடங்களில் நியூலைஃப் பாஸ்ட்ரி ஷாப்பில் அவனை சந்திக்க விரும்புகின்றனர். அதிர்ஷ்டவசமாக உளவாளி சஃபேட் மூலமாக கா லக்கி பிரதர்ஸ் டீ ஹவுஸில் இருப்பது ஸாஹிதேவுக்குத் தெரிந்திருக்கிறது.

ஸாஹிதே கிளம்ப, ஃபாசில், "இவளுடைய பேரன் என் வகுப்பில் தான் இருக்கிறான். சூதாடுவதில் பைத்தியமாக இருப்பான். எங்காவது

சேவல் சண்டை, நாய்ச் சண்டை நடந்தால் உடனே ஓடிப்போய் பணம் கட்டுவான்."

சஃபேட்டிடமிருந்து பெற்ற அவனது அடையாள அட்டையை கா ஃபாசிலிடம் திருப்பிக் கொடுத்தான். எழுந்து, "இரவு உணவுக்காக என்னை ஓட்டலுக்குத் திரும்பச் சொல்லியிருக்கிறார்கள்," என்றான்.

ஃபாசில் அவநம்பிக்கையோடு, "கடிஃபேவை பார்க்கப் போகிறீர் களா?" என்றான். காவின் முகத்தில் தெரிந்த இரக்கத்தையும் எரிச்சலையும் பார்த்ததும் அவன் முகம் அவமானத்தில் சுருங்கியது. கா தேநீர் விடுதியை விட்டு கிளம்ப, ஃபாசில் உரத்த குரலில், "நான் தற்கொலை செய்துகொள்ள விரும்புகிறேன். அவளைப் பார்த்தால் சொல்லுங்கள், அவள் முக்காடை அகற்றினால் நான் தற்கொலை செய்துகொள்வேன். அது அவள் முக்காடை அகற்றியதால் அல்ல. அவளுடைய கௌரவத் திற்காக உயிரை விடும் சந்தோஷத்திற்காக அதைச் செய்வேன்," என்றான்.

அவர்களைச் சந்திக்க இன்னும் கொஞ்ச நேரம் இருந்ததால் தெருவில் சற்று காலாற நடக்கலாமென்று கா முடிவெடுத்தான். கௌனால் தெருவில் நடக்கும்போது அன்று காலை 'கனவு வீதிகள்' கவிதையை எழுதிய தேநீர் விடுதியைப் பார்த்தான். அதற்குள் நுழைந்த பிறகுதான் அந்தக் கவிதையை எழுதிய அதே புகை மண்டிய, பாதி காலியான இந்த இடத்தில் அவனது அடுத்த கவிதையை எழுத தனக்கு விதிக்கப்பட்டிருக்கவில்லையென்பதை உணர்ந்து, பின்கதவு வழியாக வெளியேறினான். பனி விரித்த முற்றத்தைத் தாண்டி, இருட்டில் மெலிதாகவே புலப்பட்ட தாழ்வான சுவற்றின் மேலேறி குதித்து, குரைத்துக் கொண்டிருந்த அதே நாய்களைக் கடந்து அடித்தளத்திற்குச் செல்லும் படிகளில் இறங்கினான்.

உள்ளே ஒரு சோகையான விளக்கு எரிந்துகொண்டிருந்தது. அடுப்புக்கரி நெடி, பழைய மெத்தைகளின் வீச்சத்தோடு இப்போது ராக்கி பானத்தின் ஆவியும் கலந்திருந்தது. அடங்கிய குரலில் கனன்று கொண்டிருந்த அடுப்பைச் சுற்றி பல நிழலுருவங்கள் நெருக்கமாக உட்கார்ந்திருப்பதைப் பார்க்க முடிந்தது. அந்த கொக்கி மூக்கு MİT ஏஜென்ட் ராக்கி அருந்திக்கொண்டு அந்த காசநோயாளி ஜார்ஜியப் பெண்ணோடும் அவள் கணவனோடும் உட்கார்ந்திருந்ததைப் பார்த்த போது அவன் வியப்படையவில்லை. காவைக் கண்டதில் அவர்களுக்கும் ஆச்சரியமேற்பட்டதாகத் தெரியவில்லை. அந்தப் பெண் நவீனமான சிவப்புத் தொப்பி அணிந்திருப்பதைக் கவனித்தான். அவள் காவுக்கு வேகவைத்த முட்டைகளையும் ரொட்டியையும் ஒரு தட்டில் வைத்துத் தந்தாள். அவள் கணவன் ஒரு குவளையில் ராக்கியை ஊற்றித் தந்தான். கா முட்டைகளை உரித்துக்கொண்டிருந்தபோது, கொக்கி மூக்கு MİT ஏஜென்ட் இந்த கணப்பு அறை கார்ஸ்ஸிலேயே மிகவும் கதகதப்பான அறை மட்டுமல்ல, சொர்க்கமே இதுதான் என்றான்.

அதைத் தொடர்ந்த மௌனத்தில், ஒரேயொரு இடத்தில்கூட நிற்காமல், ஒரேயொரு வார்த்தையைக்கூட விடாமல், அதன்பின்னர் 'சொர்க்கம்' என்று பிற்பாடு தலைப்பிடப்போகிற கவிதையை கா

எழுதி முடித்தான். பனித் திவலையின் 'கற்பனை' அச்சில், மையத்திலிருந்து விலகி, உச்சியில் அக்கவிதையை அவன் பொருத்தியிருந்தானென்றால் அதற்குக் காரணம் நமது கனவின் எதிர்காலம் சொர்க்கம் என்பதல்ல: காவைப் பொறுத்தவரை சொர்க்கம் என்பது ஞாபகங்களின் கனவுகளை உயிர்ப்போடு வைத்திருக்கும் இடம்தான். பல வருடங்கள் கழித்து, இந்தக் கவிதையை நினைவுகூரும்போது பழைய நினைவுகளை ஒவ்வொன்றாக, வரிசையாக அடுக்கினான்: அவன் இளம் வயதின் கோடை விடுமுறைகள், பள்ளிக்குச் செல்லாமல் வீட்டில் இருந்த தினங்கள், அவனும் அவன் சகோதரியும் தம் பெற்றோர்களின் படுக்கைக்குச் சென்று அவர்களோடு சேர்ந்து படுத்துக்கொண்ட நாட்கள், பள்ளி விழாவில் சந்தித்த ஒரு பெண்ணோடு முதல்முறையாக வெளியே சென்று அவளுக்கு தைரியமாக முத்தம் கொடுத்தது.

நியூலைஃப் பாஸ்ட்ரி ஷாப்பில் நுழைந்தபோது அவன் மனம் முழுக்க இபெக்கால் நிறைந்திருந்தது. அவனுக்கு முன்பாகவே அவளும் கடிஃபேவும் அங்கு வந்துவிட்டிருந்தனர். இபெக் மிக அழகாக இருப்பதைப் பார்க்கும்போது மகிழ்ச்சியில் அவன் கண்கள் கலங்கின (அது சற்று நேரத்திற்கு முன்பு வெறும் வயிற்றில் ராக்கி பானம் அருந்தியதால்கூட இருக்கலாம்). இரண்டு அழகான பெண்களோடு ஒன்றாக அமர்ந்திருப்பது சந்தோஷமாக மட்டுமல்லாமல், பெருமை யாகவும் இருந்தது: ஒவ்வொரு நாளும் காலையிலும் மாலையிலும் அவன் கடந்து செல்லும்போது புன்னகையோடு கையசைக்கும் ஃபிராங்க்ஃபர்ட்டின் பஞ்சடைந்த துருக்கிய கடைக்காரர்களை இப்போது நினைத்துப் பார்த்தான். இந்தப் பெண்களோடு அவன் இருப்பதைப் பார்த்து அவர்கள் என்ன நினைப்பார்களென்று யோசித் தான். இன்று அவனைப் பார்ப்பதற்கு ஒருத்தருமில்லை. கல்வியியல் பயிற்சியகத்தின் இயக்குநர் சுடப்பட்டபோது இருந்த அந்த வயதான வெயிட்டர் மட்டுமே இருந்தான். நியூலைஃப் பாஸ்ட்ரி ஷாப்பில் இபெக், கடிஃபேவுடன் கா உட்கார்ந்திருக்கும் காட்சி, வெளியிலிருந்து எடுக்கப்பட்ட ஒரு புகைப்படத்தில் இருப்பதைப்போலவே நினைத்தான். அந்தப் படத்தில் இரு அழகான பெண்களோடு மேஜையில் அமர்ந் திருக்கிறான் – அவர்களில் ஒருத்தி முக்காடு அணிந்திருந்தால்தான் என்ன ?

அந்த இரு பெண்களும் எந்தளவுக்கு பதற்றத்தோடு இருந்தார் களோ அந்தளவுக்கு கா அமைதியாக இருந்தான். கூட்டத்தில் நடந்த எல்லாவற்றையும் முழுமையாக ஃபாசில் அவனிடம் சொல்லிவிட்டான் என்றதும், இபெக் நேரடியாக விஷயத்திற்கு வந்தாள்.

"அந்தக் கூட்டத்தைவிட்டு நீலம் அவசரமாக வெளியேறியிருக்கிறார். அங்கே கடிஃபே, தான் பேசிய விஷயத்திற்காக இப்போது வருத்தப் படுகிறாள். மறைவிடத்திற்கு ஸாஹிதேவை அனுப்பினோம், ஆனால் அவர் அங்கே இல்லை. நீலம் எங்கே இருக்கிறார் என்று தெரியவில்லை." சிக்கலில் இருக்கும் ஒரு தங்கைக்கு உதவும் மூத்த சகோதரியின் குரல் அவளிடம் இருந்தது. அவளும் நிலைகுலைந்து போயிருப்பது உடனே தெரிந்தது.

"அவனைப் பார்த்து என்ன கேட்கப் போகிறீர்கள்?"

"அவரை யாரும் கைது செய்திருக்கவில்லையென்று தெரிய வேண்டும். அதற்கும் மேலாக, அவர் உயிரோடுதான் இருக்கிறாரா என்று தெரிந்தாக வேண்டும்," என்றாள் இபெக். அவள் கடிஃபேவை ஓரக் கண்ணால் பார்த்தாள். அவளைப் பார்க்க எந்நேரமும் வெடித்து அழப்போகிறாள் போலிருந்தது. "எனவே அவர் எங்கேயிருக்கிறாரென்று கண்டுபிடித்து எங்களிடம் சொல்லவேண்டியது ஏதாவது இருக்கிறதா வென்று கேளுங்கள். அவர் என்ன சொல்கிறாரோ அதைச் செய்வதற்கு கடிஃபே தயாராக இருப்பதாகச் சொல்லுங்கள்."

"என்னைவிட கார்ஸ் உங்களுக்குத்தான் பரிச்சயம்."

"இப்போது இருட்டிவிட்டது. மேலும் நாங்கள் பெண்கள். இதற்குள் நகரம் உங்களுக்கு பழகிவிட்டிருக்காதா என்ன? 'மேன் இன் தி மூன்', 'டிவைன் லைட் டீ ஹவுஸ்' போன்ற விடுதிகளுக்குத்தான் மதக்கல்வி மாணவர்களும் இஸ்லாமிஸ்ட் மாணவர்களும் செல்வார்கள். எப்போதும் நெரிசலாக, ரகசிய போலீஸ் ஒற்றர்களோடு அந்த இடங்கள் இருக்கும். அந்த மாணவர்கள் வாய்ஓயாமல் வம்பு பேசுவார்கள். நீலத்திற்கு ஏதாவது கெடுதலாக நடந்திருந்தால் நிச்சயமாக அதைப்பற்றி அவர்களிடம் பேச்சு அடிபடும்."

கடிஃபே கைக்குட்டையை எடுத்து மூக்கைச் சிந்தினாள். அவள் இப்போதும் அழுகையின் விளிம்பில் இருப்பதாக கா நினைத்தான்.

"நீலத்தைப் பற்றி விசாரித்து வந்து சொல்லுங்கள். இங்கேயிருந்து நாங்கள் சீக்கிரம் கிளம்பவேண்டும், அப்பா கவலைப்படத் தொடங்கி விடுவார். இரவு உணவுக்காக உங்களை எதிர்பார்த்துக்கொண்டிருக்கிறார்."

கடிஃபே இருக்கையிலிருந்து எழுந்து, "பேராம்பாஷா அவென்யூவில் இருக்கும் தேநீர் விடுதிகளில் மறக்காமல் தேடிப் பாருங்கள்," என்றாள். அவள் குரல் உடைவதற்குத் தயாராக இருந்தது.

இரு பெண்களும் கதிகலங்கிப் போயிருப்பது அப்பட்டமாக தெரிந்தது. இருவரும் வேகமாக நம்பிக்கையை இழந்து வருகின்றனர். அவர்களை இந்த நிலையில் தனியாக விட்டுச் செல்ல சங்கடமாக இருந்ததால் ஸ்னோ பேலஸ் ஓட்டலுக்குத் திரும்பும் வழியில் பாதி வரை அவர்களோடு துணையாகச் சென்றான். இபெக்கை இழந்து விடுவோமோ என்ற பயம் இருந்தாலும் அவர்களுக்குத் துணையாக, அவர்கள் அப்பாவுக்குத் தெரியாமல் உதவிக் கொண்டிருப்பதில் இருவரோடும் ஏற்பட்டிருக்கும் பிணைப்பு ஆறுதலாக இருந்தது. நடந்து போகும்போது அவனும் இபெக்கும் ஃபிராங்க்ஃபர்ட்டில் இருப்பதைப் போலவும், கடிஃபே அவர்களைப் பார்க்க வருவதைப் போலவும், மூவரும் பெர்லினர் அவென்யூவின் உணவகங்களுக்குப் போவதைப் போலவும், கடைகளின் முன்னால் நின்று வேடிக்கை பார்ப்பதைப் போலவும் கற்பனை செய்துகொண்டு வந்தான்.

ஆனால் இவையெல்லாம் நிராசையாகப் போய்விடுமோவென்ற சந்தேகமும் அவனுக்கு உடனே தோன்றியது. 'மேன் இன் தி மூன்'

பனி

தேநீரகத்தைக் கண்டுபிடிப்பதில் சிரமம் இருக்கவில்லை. அந்த இடம் மிகச் சாதாரணமாக, உற்சாகமிழந்து, காவுக்கு எதற்காக அங்கு வந்திருக்கிறோமென்பதே மறந்து போகுமளவுக்கு இருந்தது. தொலைக் காட்சியைப் பார்த்தபடி வெகுநேரம் தனியாக உட்கார்ந்திருந்தான். மாணவர்களைப் போல தோற்றமளித்த சில இளைஞர்கள் இருந்தனர். தொலைக்காட்சியில் ஒளிபரப்பாகிக்கொண்டிருந்த கால்பந்து போட்டியைப் பற்றி அவர்களோடு உரையாடலை துவக்க அவன் முயன்றாலும் யாரும் பதிலளிக்கவில்லை. யாராவது அவனை அணுகினால் தருவதற்காக பாக்கெட்டிலிருந்து சிகரெட்டுகளை எடுத்து லைட்டரையும் மேஜைமேல் வைத்துவிட்டு காத்திருந்தான். அவர்களில் யாரும், கவுண்ட்டரில் உட்கார்ந்திருந்த ஒன்றரைக் கண் ஆள்கூட பேசத் தயாராக இல்லையென்று தெரிந்ததும் அங்கிருந்து வெளியேறி, அடுத்திருந்த 'டிவைன் லைட்'டிற்குச் சென்றான். அதே கால்பந்து போட்டியை கருப்பு – வெளுப்பில் பார்த்துக்கொண்டிருந்த இளைஞர்கள் கணிசமாகவே இருந்தனர். சுவரில் ஒட்டப்பட்டிருந்த செய்தித்தாள் நறுக்குகளில் கார்ஸ்போர் ஆட்டங்கள் என்றென்றைக்கு நடைபெறுகிறது என்பதை அவன் பார்க்கச் சென்றிருக்காவிட்டால், நேற்று இதே தேநீர் விடுதியில்தான் அவனும் நெஸிப்பும் கடவுளின் இருப்பு குறித்தும் வாழ்க்கையின் பொருள் குறித்தும் விவாதித்துக் கொண்டிருந் தனர் என்பது அவன் ஞாபகத்தில் வந்திருக்காது. கார்ஸ்போர் சுவரொட்டியில் கிறுக்கி வைத்திருந்த அந்த நையாண்டி கவிதையில் நேற்று இருந்திராத ஒருசில வரிகள் கூடுதலாக எழுதப்பட்டிருந்ததைப் பார்த்து அவன் நோட்டுப் புத்தகத்தில் எழுதிக் கொண்டான்:

எனவே இது தீர்மானிக்கப்பட்டுவிட்டது: எங்கள் அம்மா
சொர்க்கத்திலிருந்து திரும்பி வரப்போவதில்லை,

அவள் அரவணைப்பை என்றென்றைக்கும்
நாங்கள் அறியப்போவதில்லை,

எங்கள் அப்பாவின் கைகளில் எவ்வளவுதான்
அடிபட்டு வந்தாலும்,

அவள் எங்கள் இதயத்தை சுகப்படுத்தி, எங்கள்
ஆன்மாக்களுக்குள் உயிரைப் பாய்ச்சிக்கொண்டிருப்பாள்,

ஏனெனில் அதுதான் எங்கள் தலைவிதி,

மலக்குழியின் துர்நாற்றத்தில் புதைந்து கொண்டிருக்கையிலும்
சொர்க்கம் போலவே தெரிவதுதான் இந்தக் கார்ஸ் நகரம்.

கவுன்ட்டரில் இருந்த பையன், "கவிதையா எழுதுகிறீர்கள்?" என்று கேட்டான்.

"கங்கிராஜுலேஷன்ஸ்," என்றான் கா. "தலைகீழாக இருப்பதைக் கூட உன்னால் படிக்க முடியுமா?"

"இல்லை அண்ணா. நேராக இருந்தால்கூட எனக்குப் படிக்க முடியாது. பள்ளியிலிருந்து ஓடி வந்துவிட்டேன். எழுதப் படிக்க கற்றுக்கொள்ளவேயில்லை. அதெல்லாம் பழைய கதை."

“சுவரில் இந்த புதிய கவிதையை யார் எழுதியது?”

“இங்கே வரும் பையன்களில் பாதிப்பேர் கவிஞர்கள் தான்.”

“இன்று ஏன் அவர்களில் யாரும் இங்கே இல்லை?”

“ராணுவத்தினர் எல்லோரையும் சுற்றிவளைத்துவிட்டனர். சிலர் இப்போது சிறையில் இருக்கிறார்கள். மற்றவர்கள் தலைமறைவாக இருக்கிறார்கள். உங்களுக்குத் தெரிந்துகொள்ள வேண்டுமென்றால் அங்கே இருப்பவர்களைக் கேளுங்கள். ரகசிய போலீஸ் அவர்கள். அவர்களுக்குத் தெரிந்திருக்கும்,” அந்த பையன் கால்பந்து போட்டியை வெகு சுவாரஸ்யமாக விவாதித்துக்கொண்டிருந்த இரு இளைஞர்களை சுட்டிக்காட்டினான்.

காணாமற்போன கவிஞர்களைப் பற்றி அவர்களை அணுகிக் கேட்பதற்குப் பதிலாக கதவை நோக்கி நடந்தான். மீண்டும் பனி பொழியத் தொடங்கியிருப்பதைப் பார்த்து மகிழ்வுற்றான். பேராம்பாஷா அவென்யூ தேநீர் விடுதிகளில் நீலம் பதுங்கியிருக்குமிடம் பற்றி எந்தத் துப்பும் கிடைக்கப்போவதில்லையென்று அவனுக்கு உறுதியாகத் தெரிந்தது. நகரின் மீது கவியத் தொடங்கிவிட்டிருந்த மங்கலான அந்திக்கருக்கல் சோகத்தில் அவனும் மூழ்கியிருந்தாலும் தணிவாகவே உணர்ந்தான். அடுத்த கவிதைக்காக அவன் காத்திருக்க, விழித்தெழுந்த பின்னும் ஓடும் கனவுபோல வரிசையாக பிம்பங்கள் விரைந்தன: அவலட்சணமான, சாயமிழந்த கான்கிரீட் கட்டிடங்கள், பனியில் புதைந்த வாகன நிறுத்தங்கள், தேநீர் விடுதிகள், சில்லிட்ட மங்கலான சன்னல்களுக்குப் பின்னால் ஒளிந்திருக்கும் முடிதிருத்தகங்கள், பலசரக்கு கடைகள், ரஷ்யர்களின் காலத்திலிருந்து முற்றங்களில் கூட்டாக குரைத்துக் கொண்டிருக்கும் நாய்கள், குதிரை லாயங்களுக்கும் பாலாடைக் கட்டி கடைகளுக்குமிடையே டிராக்டர்களுக்கு உதிரி பாகங்கள் விற்கும் கடைகள்: அவன் மனக் கண்ணில் வரிசையிட்ட காட்சிகளின் நுட்பமான விபரங்கள் அவனுக்குப் பிரமிப்பூட்டுவதாக இருந்தன: தாய்நாடு கட்சியின் பதாகைகள், சிறிய சன்னல்களுக்குப் பின்னால் இறுக்கமாக இழுத்துவிடப்பட்ட திரைச்சீலைகள், ‘ஜப்பானிய இன்ஃப்ளூயென்சா நோய்க்கான ஊசி மருந்து இங்கே கிடைக்கும்’ என்று லேபிள் எழுதி ஒட்டிய ‘நாலெட்ஜ் மருந்து கடை’யின் சில்லிட்ட சன்னல்கள், தற்கொலைக்கு எதிரான மஞ்சள் நிற போஸ்டர்கள் – இவை அவன் வாழ்நாள் முழுக்க நினைவில் இருக்கப் போகின்றன. இந்த உதிரி விஷயங்களிலிருந்து அசாதாரணமான சக்தி கொண்ட ஒரு தரிசனப் பார்வையாக: ‘உலகில் உள்ள அனைத்தும் ஒன்றோ டொன்று பிணைக்கப்பட்டிருக்கின்றன; இந்த ஆழ்ந்த, அழகான உலகத்தோடு நானும் சிக்கலான சரங்களில் கோர்க்கப்பட்டிருக்கிறேன்’ என்றோர் எண்ணம் முகிழ்த்தது. இன்னொரு கவிதை வரத் தயாராக இருப்பதை உணர்ந்து அடாதுர்க் அவென்யூவில் இருந்த ஒரு தேநீர் விடுதிக்குள் சென்றான். ஆனால் அக்கவிதை அவனுக்கு வரவேயில்லை.

33

கார்ஸ்ஸில் ஒரு கடவுள் மறுப்பாளன்

சுடப்படுவோமென்ற அச்சம்

தேநீர் விடுதியிலிருந்து வெளிப்பட்டு பனி மூடிய நடை பாதையில் கால் வைத்ததுமே எதிரே முக்தார் வருவதைப் பார்த்தான். ஏதோ முக்கிய காரணமாக எதிரே கவனமின்றி வருபவனைப்போல காணப்பட்டான். ராட்சத பனித்திவலை களின் ஊடே காவை அவன் பார்த்தபோது அடையாளம் கண்டுகொண்டதைப்போலத் தெரியவில்லை. அவனைக் கண்டு கொள்ளாமலேயே கடந்துவிடலாமாவென்று ஒரு கணம் காவுக்குத் தோன்றியது. ஆனால் நெருங்கியதும் அவ்விருவரும் பலநாள் பிரிந்திருந்த நண்பர்கள்போலப் பாய்ந்து தழுவிக்கொண்டனர்.

“நான் சொன்னதை இபெக்கிடம் தெரிவித்துவிட்டாயா?”

“ஆம்.”

“என்ன சொன்னாள்? வா, அந்தத் தேநீர் விடுதியில் உட்கார்ந்து பேசுவோம்.” திடீர் கலகம், காவல் நிலையத்தில் கிடைத்த அடிகள், ரத்து செய்யப்பட்ட தேர்தல் எதுவும் அவனை வாட்டமுற வைத்திருப்பதாகத் தெரியவில்லை. “என்னை அவர்கள் எதற்காக கைது செய்யாமல் விட்டுவைத்திருக்கிறார்களென்று நினைக்கிறாய்? ஏனென்றால், பனி உருகி, பாதைகள் திறக்கப் பட்டதும் ராணுவத்தினர் அவர்களது குடியிருப்புகளுக்கு திருப்பி அனுப்பப்பட்டதும், தேர்தலுக்கு புதிய தேதியை அறிவிப்பார்கள் – அதனால்தான்! இபெக்கிடம் கவனமாகச் சொல்லிவிடு.”

நிச்சயம் சொல்லிவிடுவதாக உறுதியளித்துவிட்டு, நீலத்தைப் பற்றி ஏதாவது தகவல் உண்டாவென்று கேட்டான்.

“அவனை முதன்முதலாக கார்ஸ்ஸிற்கு அழைத்துவந்ததே நான்தான். ஆரம்பகாலங்களில் அவன் என்னோடுதான் தங்கி யிருப்பான்,” என்றான் பெருமையாக. “இஸ்தான்புல் ஊடகங்கள் அவனுக்கு பயங்கரவாதி என்ற முத்திரை குத்திவிட்டபிறகு, கட்சிக்கு அவனால் சங்கடம் ஏற்பட்டுவிடக்கூடாதென்பதற்காக

எங்களுடன் தொடர்புகளை அறுத்துக்கொண்டான். அவனைப்பற்றிய எந்தவிதமான தகவலும் எல்லோருக்கும் தெரிந்தபிறகு கடைசியாகத் தான் எனக்குத் தெரியும். என் தகவலை அவளிடம் நீ தெரிவித்தபோது இபெக் என்ன சொன்னாள்?”

அவர்கள் மீண்டும் மணம் செய்துகொள்ளும் திட்டத்தில் அவளுக்கு ஆர்வம் இருக்கவில்லை என்றான் கா.

முக்தார் ஏதோவோர் அரிய தகவலைச் சொல்வதைப்போல, அவனுடைய முன்னாள் மனைவி மிகவும் கூர்மதி கொண்டவளென்றும், நாகரீகமானவளென்றும், ஒத்துணர்வுள்ளவளென்றும், தெரிவித்தான். ஒரு சிக்கலான காலகட்டத்தில் அவளை மிக மோசமாக நடத்தியதற்காக அவன் இப்போது வருத்தப்படுவதை மீண்டும் ஒருமுறை பிரஸ்தாபித் தான். “நீ இஸ்தான்புல்லுக்குத் திரும்பும்போது, உன்னிடம் நான் கொடுத்த கவிதைகளை ஃபாஹீரிடம் நேரடியாகக் கொடுத்துவிடு, செய்வாயா?” என்று கேட்டான்.

கா ஒப்புக்கொண்டதும் முக்தார் தனது முகபாவத்தை ஒரு சோகமான, அன்புள்ளம் கொண்ட மாமனைப்போல மாற்றி வைத்துக் கொண்டான். காவின் சங்கடவுணர்வு, இரக்கத்திற்கும் வெறுப்பிற்கும் இடையிலிருந்த ஏதோவோர் உணர்ச்சியாக மாறியது. முக்தார் பாக்கெட்டிலிருந்து ஒரு நாளிதழை எடுத்தான்.

“உன் நிலையில் நானிருந்தால், இப்படி அலட்சியமாக தெருவில் அலைந்துகொண்டிருக்க மாட்டேன்,” என்றான் இனிமையாக.

அச்சிட்ட மைகூட இன்னும் காய்ந்திராத ‘பார்டர் சிட்டி கெஜட்’டின் அடுத்த நாள் பதிப்பை அவனிடமிருந்து வாங்கினான். தலைப்புச் செய்திகளைப் பார்வையிட்டான்: ‘நாடக புரட்சியாளர்கள் நகரத்தைக் கைப்பற்றினர்,’ ‘சந்தோஷ தினங்கள் கார்ஸ்ஸிற்குத் திரும்புகின்றன,’ ‘தேர்தல்கள் ஒத்திவைப்பு,’ ‘புரட்சிக்கு நகர மக்கள் பாராட்டு . . .’ முக்தார் சுட்டிக்காட்டிய செய்தியிடம் அவன் கவனம் நகர்ந்தது:

கார்ஸ்ஸில் ஓர் இறை மறுப்பாளன்

கவிஞன் என்று கூறப்படும் காவைப்பற்றி எழும் ஐயங்கள்.

இத்தகைய பிரச்சனை மிகுந்த காலகட்டத்தில் இவர் எதற்காக நமது நகரத்திற்கு வந்திருக்கிறார்?

நேற்று கார்ஸ் நகர மக்களுக்கு கவிஞன் என்று அழைக்கப்படும் ஒருவரை அறிமுகப்படுத்தினோம். இன்று அவரைப்பற்றி நமது வாசகர் களிடம் எழுந்திருக்கும் சந்தேகங்களை வெளியிடுகிறோம்.

கவிஞர் என்று அழைக்கப்படுபவர் ஒருவரைப்பற்றி பல வதந்திகளை இப்போது கேள்விப்படுகிறோம். நேற்று சுனய் ஸயிம் குழுவினரின் உற்சாகமான நிகழ்ச்சியின் நடுவே அவர் குறுக்கே புகுந்து கிட்டத்தட்ட நாசம் செய்திருக்கிறார். அடாதுர்க்கையும் குடியரசையும் புகழ்ந்து

கொண்டாடிக்கொண்டிருந்தபோது, அந்தக் குதூகலத்தைக் குலைக்கும் வகையில் ஓர் அர்த்தமற்ற, அழுகுரல் கவிதையால் பார்வையாளர்கள் செவிகளைத் தாக்கியிருக்கிறார். கார்ஸ் நகரத்தினர் ஒரு காலத்தில் ஒற்றுமையாக, சந்தோஷமாக, இணக்கமாக வாழ்ந்துவந்திருந்தாலும், சமீப வருடங்களில் அயலக சக்திகள் சகோதரர்களுக்கிடையே விரோதத்தை உண்டாக்கி, இஸ்லாமிஸ்ட்டுகளுக்கும் மதச்சார்பற்றவர்களுக்கும், குர்தியர்களுக்கும், துருக்கியர்களுக்கும், அஸேரிகளுக்குமிடையே மனதைக் கலைத்து வேறுபாடுகளைத் தூண்டியிருக்கின்றன; பல்லாண்டுகளுக்கு முன்பாகவே புதைக்கப்பட்டிருக்க வேண்டிய ஆர்மீனியர்களின் படு கொலை என்ற பழைய புகார்களை மீண்டும் கிளறியிருக்கின்றன. இத்தகைய சூழ்நிலையில், துருக்கியைவிட்டு பல வருடங்களுக்கு முன் தப்பியோடி, இப்போது ஜெர்மனியில் வசிக்கும் இந்த சந்தேகத்திற் குரிய ஆசாமி இங்கே இச்சமயத்தைத் தேர்ந்தெடுத்து வந்திருப்பதற்கு அவர் ஓர் உளவாளி என்பதுதான் காரணமோவென கார்ஸ் நகர மக்கள் சந்தேகப்படுவது இயல்பானதுதான். நமது சமயக்கல்விக்கூடத்தில் இரண்டு நாட்களுக்கு முன் அவரோடு கலந்துரையாடிக்கொண்டிருந்த மாணவர்களிடம், “நான் ஒரு நாத்திகன். எனக்கு கடவுளில் நம்பிக்கை இல்லை. ஆனால் அதற்காக நான் தற்கொலை செய்துகொள்வேன் என்று பொருளல்ல. ஏனென்றால் கடவுள் என்பதே – இறைவன் மன்னிப் பாராக *– இல்லாத ஒரு விஷயம்தானே?” என்று கூறி பிரச்சனை கிளப்ப முயன்றது உண்மைதானா? மேற்கண்ட வார்த்தைகளை அட்சரம் தவறாமல் அவர்தான் சொன்னாரா? “அறிவுஜீவி ஒருவனின் வேலை என்பதே புனிதங்களை எதிர்த்துப் பேசுவதுதான்” என்று அவர் கூறுவது கடவுளின் இருப்பை அவர் மறுக்கிறார் என்பதாலா? அப்படியானால் கருத்துச் சுதந்திரம் என்ற ஐரோப்பிய கண்ணோட்டத்தை அவர் வெளிப்படுத்துகிறாரா? ஜெர்மனியின் கூலிப்பட்டியலில் நீங்கள் இருக்கும் காரணத்திற்காக, எங்கள் நம்பிக்கைகளை காலில் இட்டு மிதிப்பதற்கு உங்களுக்கு உரிமை இல்லை! துருக்கியனாக காட்டிக்கொள்வதில் அவமானப்படுவதால்தான் ‘கா’ என்ற ஒரு போலித்தனமான, அயல் நாட்டு பாணி புனைபெயரை வைத்துக்கொண்டிருக்கிறீர்களா? பிரச்சனை கள் சூழ்ந்திருக்கும் இந்நாட்களில் இந்த போலி ஐரோப்பிய, கடவுள் மறுப்பாளன் இங்கு வந்து குழப்பம் ஏற்படுத்த முயல்வதைக் கண்டித்து நமது வாசகர்கள் பலர் நம் அலுவலகத்தை தொலைபேசியில் தொடர்பு கொண்டனர். குறிப்பாக இந்த ஆசாமி குடிசைப் பகுதிகளில் அலைந்து கொண்டிருப்பதையும், தரித்திரர்களின் கதவைத்தட்டி அவர்களைக் கலகம் செய்யத் தூண்டுவதையும் அவர்கள் கவலையோடு தெரிவித்தனர். இவர் நமக்கெதிரிலேயே ஒருமுறை நமது தேசத்தையும், நமது தேசப்பிதா அடாதுர்க் அவர்களையும் நக்கல் செய்து பேசியதை கேட்டிருக்கிறோம். கடவுளை மறுப்பவர்களையும் இறைத்தூதர் முகமதுவை எதிர்ப்பவர் களையும் என்ன செய்ய வேண்டுமென்று கார்ஸ்ஸின் இளைஞர்கள் அறிவார்கள்!* (SAS)

“இருபது நிமிடங்களுக்கு முன்பு அவர்கள் அலுவலகத்தைக் கடந்து வந்தபோது சர்தாரின் இரண்டு மகன்களும் இந்தப் பதிப்பை அப்போது தான் அச்சிடத் தொடங்கியிருந்தார்கள்,” என்றான் முக்தார். காவின் மேல் இரக்கப்படுவதற்குப் பதிலாக, ஏதோ ஒரு வேடிக்கையான விஷயத்தைப் பேசுவதைப்போல உற்சாகமாகக் காணப்பட்டான்.

அந்தச் செய்தியை இரண்டாவது முறை மேலும் கவனமாகப் படித்து முடித்ததும் கா மிகவும் நிராதரவாக உணர்ந்தான்.

பல வருடங்களுக்கு முன் அவன் இலக்கிய உலகில் ஓர் ஒளிமயமான எதிர்காலத்தைப்பற்றி முதன்முதலாக கனவு கண்டு வந்தபோது, துருக்கிய கவிதைகளுக்கு அவன் புகுத்தப்போகும் நவீன சோதனை முயற்சிகள் (இந்த கருத்தாக்கமே இப்போது மிகையான தேசியவாதப் பார்வை என்றாகிவிட்டது) கடுமையான விமரிசனங்களையும் தனிப்பட்ட தாக்குதல்களையும் தூண்டப்போகிறதென்று கணித்திருந்தான். அத்தகைய பரபரப்பும் கெட்டபெயரும் தனக்கு ஒரு பந்தாவை ஏற்படுத்துமானால் அதுவும் நல்லதிற்கே என்று நினைத்தான். அடுத்து வந்த வருடங்களில் அவனுக்கு கிடைத்த புகழ் சுமாரான அளவில் மட்டுமே இருந்தாலும், கடுமையான விமரிசனங்கள் கிடைத்ததில்லை, ஆனாலும், இப்போது 'கவிஞர் என்று அழைக்கப்படுபவர்' என்று குறிப்பிட்டிருப்பதில் மனம் புண்பட்டான்.

துப்பாக்கிகளுக்கு 'சுலபமான இலக்காக' தெருக்களில் தனியாக அலைந்துகொண்டிருக்கவேண்டாமென்று எச்சரித்துவிட்டு முக்தார் அகன்றான். எந்த நேரத்திலும் தன்னை நோக்கி குண்டு பாயப்போகிறது என்ற பயம் அவனை ஆக்கிரமித்தது. தேனீர் விடுதியிலிருந்து வெளியேறி பனிப்பொழிவினூடே சிந்தனையில் மூழ்கியபடி நடந்தான். வானிலிருந்து மிதந்து இறங்கிக்கொண்டிருந்த ராட்சத பனித்திவலைகள் மந்திரத்திற்கு ஆட்பட்டதைப்போல படுவேகமாகச் சுழன்றபடியே வீழ்ந்தன.

ஓர் அறிவுபூர்வமான, அரசியல் காரணத்திற்காக அல்லது அவன் எழுத்துக்காக உயிரை விடுவதைவிட பெரிய கௌரவம் ஏதுமில்லை யென்று அவன் இளம்வயதில் உறுதியாக நம்பி வந்திருக்கிறான். அவனது முப்பதுகளில் அவன் நண்பர்களில், பழைய வகுப்புத் தோழர்களில் பலரும் அவர்களுடைய மூடத்தனமான, அபவாத கொள்கைகளுக்காக சித்ரவதைக்கு உட்படுத்தப்பட்டதையும், அவர்களில் சிலர் வங்கிக் கொள்ளையில் ஈடுபட்டபோது சுட்டுக்கொல்லப்பட்டதையும், வெடிகுண்டு தயாரிக்கும்போது விபத்தில் உடல் சிதறி இறந்ததையும் பார்த்தபிறகு, பூமியில் கால் பாவாத கொள்கைகள் ஏற்படுத்தக்கூடிய சேதங்களை உணர்ந்து அவற்றிலிருந்து விலகிக்கொண்டான். அவன் கைவிடுத்த அரசியல் நம்பிக்கைகளுக்காக நாட்டைவிட்டே துரத்தப்பட்டு ஜெர்மனியில் அடைக்கலம் புகுந்தபிறகு அரசியலிலிருந்தும் தியாக வேட்கையிலிருந்தும் முற்றிலுமாக துண்டித்துக்கொண்டான். ஜெர்மனியில் இருந்தபோது துருக்கிய நாளிதழ்களில் செய்தியாளர் களோ, எழுத்தாளர்களோ அரசியல் காரணங்களுக்காக 'அநேகமாக இஸ்லாமிய அரசியலாளர்களால்' சுட்டுக்கொல்லப்பட்டிருக்கும் செய்திகளைப் படிக்கும்போது இறந்துபோனவருக்காக அனுதாபப் பட்டிருக்கிறானே தவிர, கொல்லப்பட்ட எழுத்தாளனை பெருமைக் குரியவராக நினைக்கத் தோன்றியதில்லை.

ஹலித்பாஷா அவென்யூவும் காஸிம் காராபகீர் அவென்யூவும் சந்திக்கும் மூலையில் சாளரங்களற்ற நெடிதுயர்ந்த சுவர் ஒன்றின்

துவாரத்திலிருந்து ஒரு குழாய் நீட்டிக்கொண்டிருப்பதைப் பார்த்த போது அவனை நோக்கி குறிபார்த்திருக்கும் துப்பாக்கியைப்போல அவனுக்குத் தோன்றியது. இந்தப் பனியில் நடைபாதை ஒன்றில் அவன் சுடப்பட்டு இறந்துகொண்டிருப்பதாக ஒரு கற்பனை மனதில் தோன்றி மறைந்தது. அப்படி நடந்தால் இஸ்தான்புல் நாளிதழ்களில் அவனைப்பற்றி என்ன எழுதுவார்கள்? ஆளுநர் அலுவலகமும் MİTயின் உள்ளூர் கிளையும் இந்தக் கொலையில் அரசியல் தொடர்பு இல்லை எனத் தோன்றும்படி அடக்கி வாசிப்பார்கள். அவன் ஒரு கவிஞன் என்ற தகவல் இஸ்தான்புல் ஊடகங்களுக்கு தெரியாமல் போகும்பட்சத்தில் அந்த சம்பவத்தை வெளியிடக்கூடமாட்டார்கள். இலக்கிய உலகிலும் *ரிபப்ளிகன்* இதழிலும் உள்ள அவன் நண்பர்கள் அவன் கொலைக்குப் பின்னாலிருக்கும் அரசியல் கோணத்தைப்பற்றி எழுத முற்பட்டாலும் (யார் எழுதுவார்கள்? ஃபாஹீரா? ஓரானா?) அது அவனது இலக்கிய முக்கியத்துவத்தை குறைத்துக் காட்டுவதற்குத் தான் உதவும். அவன் ஒரு முக்கியமான கவிஞன் என்று யாராவது எழுதினாலும் அது கவின்கலை மற்றும் இலக்கிய பக்கத்தில்தான் வெளியாகும். அதை ஒருவரும் பார்க்கப்போவதில்லை. ஹான்ஸ் ஹான்ஸென் என்ற பெயரில் உண்மையிலேயே ஒரு ஜெர்மன் செய்தியாளர் இருந்து, அவன் காவுக்கும் நண்பனாக இருந்திருக்கும் பட்சத்தில் *Frankfurter Rundschau* அவன் கொலையுண்டதைப்பற்றி ஒரு செய்தி வெளியிட்டிருக்கும், வேறு எந்த மேற்கத்திய நாளிதழும் கண்டுகொண்டிருக்காது. அவன் கவிதைகள் ஜெர்மனில் மொழி பெயர்க்கப்பட்டு, *Akzent*இல் பிரசுரமாவதைப்போல கற்பனை செய்து கொண்டதில் அவனுக்கு சிறிது ஆறுதலாக இருந்தது. ஆனால் 'பார்டர் சிட்டி கெஜட்'டின் இந்தச் செய்தியால்தான் அவன் கொலையுண்டிருக் கிறானென்று தெரிந்தால் பிரசுரமான அவனது மொழிபெயர்ப்புகளுக்கு எந்த அர்த்தமும் இல்லாமல் போய்விடும். அவனை அதிகமாக பயமுறுத்தியது என்னவென்றால், இபெக்கோடு ஃபிராங்க்ஃபர்ட்டில் சந்தோஷமாக வாழப்போகும் தறுவாயில் இறந்துபோகக்கூடுமோ என்ற எண்ணம்தான்.

சமீபகாலத்தில் இஸ்லாமிஸ்ட்டுகளின் புல்லட்டுகளால் இறந்து போன எழுத்தாளர்கள் அவன் கண்முன்னால் வரிசையாகச் சென்றனர்: குர்ரானில் உள்ள முரண்பாடுகளைச் சொல்ல முயன்ற இமாமாக இருந்து நாத்திகராக மாறிவிட்ட ஒரு கிழவர் (அவருக்குப் பின்னாலிருந்து தலையில் சுட்டுக்கொன்றனர்); மெய்விளக்கக் கோட்பாட்டில் இருந்த அதீத ஆர்வத்தில் முக்காடு அணிந்த பெண்கள் பார்ப்பதற்கு 'கரப்பான் பூச்சி'களைப் போல இருப்பதாக அவனது கட்டுரைகள் பலவற்றில் குறிப்பிட்டிருந்த, ஒரு நேர்மையான இதழாளன் என்று பேரெடுத்த செய்திக் கட்டுரையாளன் (ஒருநாள் காலை பணிக்குச் சென்று கொண்டிருந்தபோது அவனையும் அவனுடைய சாரதியையும் குண்டு வீசிக் கொன்றனர்); அப்புறம் இறுதியாக, துருக்கிய இஸ்லாமிஸ்ட் இயக்கத்திற்கும் இரானிற்குமிடையேயிருக்கும் தொடர்புகளை வெளிச்சத்திற்குக் கொண்டுவர துணிச்சலாக முயன்ற புலனாய்வு பத்திரிகையாளன் (காரை இயக்குவதற்காக சாவியை முடுக்கியபோது

வெடித்து அவனும் அவனது காரும் வானில் தூக்கியெறியப்பட்டனர்). இவர்களைப்பற்றி பச்சாதாபத்துடன் வருத்தப்பட்டாலும் இவர்கள் மிகவும் அப்பாவிகளாக செயல்பட்டிருக்கிறார்களென்றே அவனால் நினைக்க முடிந்தது. மேற்கத்திய ஊடகங்களைப்போலவே இஸ்தான்புல் இதழ்களும் ஆர்வக்கோளாறு கொண்ட இந்த செய்தியாளர்கள் மீதும், ஏதோவோர் ஒதுக்குப்புறமான அனடோலிய நகரத்தின் சந்து ஒன்றில் இதேபோன்ற காரணங்களுக்காக சுட்டுக்கொல்லப்பட்ட உதிரி நிருபர்கள் மீதும் பெரிதாக ஆர்வம் காட்டியதில்லை. எழுத்தாளர்களையும் கவிஞர்களையும் மிக எளிதாக மறந்துபோகும் இந்தச் சமூகத்தின் பேரில் காவுக்கு எரிச்சல் ஏற்பட்டது: இந்த நிலையில் செய்யக்கூடிய புத்திசாலித்தனமான காரியம் நகரத்தின் ஏதோ ஒரு மூலைக்குச் சென்று பொழுதை இனிமையாகக் கழிப்பது மட்டும்தான் என்று தோன்றியது.

ஃபெயிக் பே அவென்யூவிலிருக்கும் 'பார்டர் சிட்டி கெஜட்' அலுவலகத்தில் நுழைந்ததும் அடுத்த நாளின் பதிப்பு அப்போதுதான் பனி துடைத்து வைக்கப்பட்டிருந்த சன்னலில் ஒட்டப்பட்டிருந்தது. அவனைப் பற்றிய கட்டுரையை மீண்டும் ஒருமுறை படித்துவிட்டு உள்ளே சென்றான். சர்தார் பேவின் மூத்த மகன் புதிதாக அச்சிடப்பட்ட நாளிதழ்களை நைலான் கயிற்றால் இறுக்க கட்டிக்கொண்டிருந்தான். வந்திருப்பது அவன்தான் என்று தெரிவதற்காக தொப்பியை அகற்றினான். மேல் கோட்டின் தோள்களில் படிந்திருந்த பனித்துகள்களை உதறினான்.

"அப்பா இல்லையே!" என்றபடி இளையவன் பக்கத்து அறையிலிருந்து அச்சுப் பலகையை துடைக்கும் துணியோடு வெளியே வந்தான். "தேநீர் அருந்துகிறீர்களா?"

"நாளைய பதிப்பில் என்னைப்பற்றிய கட்டுரையை எழுதியது யார்?"

இளைய மகன் புருவத்தை உயர்த்தி, "உங்களைப்பற்றிய கட்டுரை வந்திருக்கிறதா என்ன?" என்றான்.

மூத்தவன் அன்பான புன்னகையோடு, "ஆம், இதோ பார்," என்றான். அவன் சகோதரனைப்போலவே இவனுக்கும் தடிமனான உதடுகள். "மொத்த கட்டுரைகளையும் இன்று அப்பாதான் எழுதினார்."

"இந்த நாளிதழை நாளைக் காலை நீங்கள் விநியோகித்தீர் களென்றால் ..." என்று யோசனையோடு தயங்கி நிறுத்தினான். "எனக்கு பிரச்சனை ஏற்படும்."

"ஏன்?" என்றான் மூத்தவன். அவனுக்கு மென்மையும் அன்பும் கலந்த முகம். தூய்மையான களங்கமற்ற கண்கள்.

குழந்தைகளோடு சம்பாஷிப்பதைப்போல கனிவான, நட்பான குரலில் கேள்விகளை சுருக்கமாகக் கேட்டால் இந்தப் பையன்களிட மிருந்து கொஞ்சம் விஷயங்களைக் கறந்துகொள்ளலாமென்று காவுக்குத் தோன்றியது. அதற்கேற்றபடி அச்சகோதரர்கள் கொட்டத் தொடங்கினர்:

இதுவரை மூன்று பேர் மட்டுமே நாளிதழை வாங்கிச் சென்றிருக்கிறார்களாம். முக்தார் பே, தாய்நாடு கட்சி அலுவலகத்திலிருந்து நாளிதழை வாங்கிவரும்படி அனுப்பப்பட்ட ஒரு சிறுவன், ஒவ்வொரு நாள் மாலையும் நாளிதழ் வாங்கிச் செல்லும் ஓய்வுபெற்ற இலக்கிய ஆசிரியர் நூரியே. சாதாரணமாக இஸ்தான்புல்லிற்கும் அங்காராவிற்கும் இந்நேரம் நாளிதழ் கட்டுகளை அனுப்பிவிடுவார்களாம். சாலைகள் அடைக்கப்பட்டிருப்பதால் இன்றைய பதிப்பையே அனுப்பாமல் பனி உருகுவதற்காக காத்துக்கொண்டிருக்க வேண்டியிருக்கிறது. நாளைக் காலை சகோதரர்கள் இருவரும் மீதமுள்ள நாளிதழ்களை விநியோகித்துவிடுவார்கள். அவர்களுடைய அப்பா விரும்பினால் நாளைக்காக புதிய பதிப்பை கூட அச்சிட்டுக்கொள்வார்கள். அவர்கள் அப்பா இரவு உணவுக்கு எதிர்பார்க்க வேண்டாமென்று சொல்லிவிட்டு அப்போதுதான் அலுவலகத்தை விட்டு கிளம்பிச் சென்றிருக்கிறாராம். கா அவர்களிடம் தேநீரை மறுத்துவிட்டு நாளிதழ் ஒரு பிரதியை வாங்கிக்கொண்டு வெளியே வந்து கார்ஸ்ஸின் கொலைகார இரவுக்குள் நுழைந்தான்.

அந்தப் பையன்களின் சிக்கலற்ற வெகுளித்தன்மை அவனைக் கொஞ்சம் நிதானப்படுத்தியிருந்தது. வீழும் பனிச்சருகுகளின் ஊடே மெதுவாக நடக்கும்போது அவனுக்கு அவமானமாக இருந்தது. அந்தளவுக்கு அவன் பயப்பட்டது தவறா? இதேபோன்ற ஊசலாட்டத்தில் அகப்பட்டு, பின் அசட்டு துணிச்சல் காரணமாகவோ அல்லது பெருமைக்காகவோ வெளியே தலைகாட்டி நாலாபக்கங்களிலும் குண்டு பாய்ந்து செத்துப்போன அதிர்ஷடங்கெட்ட எழுத்தாளர்கள் பலரின் தலைவிதியை நினைத்துப் பார்த்தான். வேறு சிலர், அந்நியன் யாராவது ஒரு பார்சலைக் கொடுத்தால் அது துருக்கிய ரசிகன் ஒருவனின் அன்புப்பரிசாகத்தானிருக்குமென்று ஆர்வத்தோடு திறந்து தபால்குண்டில் வெடித்துச் சிதறியிருக்கிறார்கள். ஐரோப்பிய விஷயங்கள் மீது பெரும் அபிமானம் கொண்டிருந்த கவிஞர் நூரத்தீன் இதற்கு ஓர் உதாரணம். இவருக்கு அரசியலில் ஆர்வம் கிடையாது. ஆனால் ஒருநாள் தீவிர இஸ்லாமிஸ்ட் நாளிதழ் ஒன்று அவர் பல வருடங்களுக்கு முன்பு எழுதிய எதையோ தோண்டியெடுத்து – அது கலையும் மதமும் என்றொரு கட்டுரை – அது 'நமது நம்பிக்கையை இழிவுபடுத்துகிறது' என்று திரித்து எழுதியது. அவரை யாரும் கோழை என்று முத்திரை குத்திவிடுவார்களோவென்று பயந்து, நூரத்தீன் அவரது பழைய கொள்கைகளையெல்லாம் தூசி தட்டி வெளியே எடுத்து மீண்டும் ஒருமுறை உறுதிசெய்யத் தொடங்கினார். ராணுவ ஆதரவு பெற்ற மதச்சார்பற்ற ஊடகங்கள் அவருடைய கெமாலிஸ்ட் வாசகங்களை உற்சாகமாக வரவேற்று அவற்றின் முக்கியத்துவத்தை மிகையாக பெருக்கிக்காட்டி அவரை அவர்களுடைய தன்னிகரில்லாத் தலைவர் என்பதுபோல உருவகித்துக்கொண்டிருக்க, ஒருநாள் காலை அவரது காரின் முன்சக்கரத்துக்கெதிரே தொங்கிக்கொண்டிருந்த ஒரு பிளாஸ்டிக் பை வெடித்து காரை சுக்குநூறாக்கியது. அவரது உடல் இணுக்கு, இணுக்காக சிதறி, அவரது பகட்டாரவாரமான சவ ஊர்வலத்தில் கலந்துகொண்டவர்கள் ஒரு வெற்று சவப்பெட்டிக்குப் பின்னால்தான்

செல்லவேண்டிவந்தது. சிறு நகரங்களில் நடக்கும் கதையே வேறு. இச்சிற்றூர்களில் உள்ள பகுத்தறிவுவாத மருத்துவர்களும், முன்னாள் இடதுசாரி உள்ளூர் பத்திரிகையாளர்களும் இதைப்போன்ற குற்றச் சாட்டுகளுக்கு உள்ளாகும்போது, "நாங்கள் இதற்கெல்லாம் பயந்து விடுபவர்களல்லர்" என்று காட்டுவதற்காகவே கோபாவேசமாக மதத்திற்கெதிரான வெற்றுக்கூச்சல் போடுவார்கள். சிலருக்கு 'சல்மான் ருஷ்டியைப் போல' உலகளாவிய கவனம் கிடைக்குமென்ற நம்பிக்கையும் இருந்தது. ஆனால் இவர்களின் வெற்று ஆரவாரங்களையெல்லாம் செவிமடுத்துக் கொண்டிருந்தவர்கள் அவர்களுக்கு அக்கம்பக்கத்திலிருந்த கோபக்கார மதவெறி இளைஞர்கள் மட்டுமே. இவர்களுக்கு பெருநகரங் களில் உள்ள அவர்களுடைய தோழர்களைப்போல நவீன வெடி குண்டுகளோ துப்பாக்கிகளோ பரிச்சயம் கிடைப்பாது. ஃபிராங்க்ஃபர்ட் நகர நூலகத்தில் துருக்கிய நாளிதழ்களை கா புரட்டிக்கொண்டிருக்கும் போது அவற்றின் கடைசி பக்கங்களில் இச்சிற்றூர்களின் இருட்டு சந்துகளில் நாத்திகர்கள் அடையாளம் தெரியாதவர்களால் கத்தியால் குத்தப்பட்டோ, அல்லது கழுத்து நெரித்தோ கொல்லப்பட்ட செய்திகள் கண்ணில் படும்.

கா அவனது தலையையும் கௌரவத்தையும் ஒருசேர காப்பாற்றிக் கொள்வதற்காக 'பார்டர் சிட்டி கெஜட்'டிற்கு ஒரு மறுப்பு கடிதம் எழுத வாய்ப்பு கிடைக்குமா என்று யோசித்தபடியே நடந்துகொண் டிருக்கும்போது ('நான் ஒரு நாத்திகன்தான், ஆனால் இறைத்தூதரை நான் ஒருபோதும் அவமதித்ததில்லை?' 'எனக்கு கடவுள் நம்பிக்கை கிடையாது என்றாலும் நம்பிக்கை கொண்டிருப்பவர்களை கனவில் கூட இழிவுபடுத்த மாட்டேன்?') திடீரென்று அவனுக்குப் பின்னால் பனிப்படுகையை மிதித்தபடி யாரோ வருவதைக் கேட்டான். முதுகுத் தண்டு சில்லிட திரும்பிப் பார்த்தபோது, அது முந்தாநாள் இதே நேரத்தில் மேதகு ஷேக் சாதித்தின் அவர்களின் மடத்தில் சந்தித்த பஸ் கம்பெனி மேலாளர் என்பது தெரிந்தது. அவன் ஒரு நாத்திகனல்ல வென்று இந்த ஆளை வைத்து சாட்சி சொல்ல வைக்கலாமாவென்று ஒரு கணம் தோன்றி, உடனே அப்படி நினைத்ததற்காக வெட்கப்பட்டான்.

அடாதுர்க் அவென்யூவில் பனியாக இருந்த பாதை மூலைகள் காலை வழுக்க, மெதுவாக நடந்தான். ஒரு சாதாரண அபூர்வத்தின் முடிவற்ற தொடர்ச்சியாக வீழ்ந்துகொண்டிருந்த மாபெரும் பனிப் படிகங்களை அவ்வப்போது நின்று ரசித்தான். பிந்தைய வருடங்களில் யோசிக்கும்போது கார்ஸ்ஸின் பனிமூடிய தெருக்களில் அலையும் அழகான காட்சிகள் (குறுகலான தெரு ஒன்றில் மூன்று சிறுவர்கள் ஸ்லெட்ஜ் சறுக்கு வண்டியை இழுத்துச் சென்றது, 'பேலஸ் ஆஃப் லைட்' போட்டோ கடையின் சன்னல்களில் பிரதிபலித்த கார்ஸ்ஸின் ஒரே போக்குவரத்து சிக்னலில் பச்சை) கண்ணெதிரே தோன்றும். இந்த சோகமான தபால்அட்டை ஞாபகங்களை போகுமிடத்திற்கெல்லாம் அவன் ஏன் சுமந்து சென்றுகொண்டிருக்கிறான் என்று அவனே வியந்திருக்கிறான்.

சுனய் தனது செயலகமாக உபயோகப்படுத்திக்கொண்டிருந்த பழைய டெய்லர் கடையின் கதவுக்கு வெளியே இரண்டு ராணுவ வீரர்களும் ஒரு ராணுவ லாரியும் காவல் காத்திருப்பதைக் கவனித்தான். குளிரில் ஒடுங்கியபடி வாசலில் இருந்த வீரர்களிடம் சுனய்யை சந்திக்க விரும்புவதாகக் கூறினான். தலைமை அதிகாரியிடம் மனு கொடுப்பதற்காக ஏதோ கிராமத்திலிருந்து வந்திருக்கும் எளிய நாட்டுப் புறத்தானைப்போல அவனை அவர்கள் நடத்தினார்கள். அந்த நாளிதழ் நாளை விநியோகமாவதை சுனய்யால் தடுக்க முடியுமென்று கா நம்பிக்கொண்டிருந்தான்.

அவனைக் கொஞ்சநேரத்தில் ஆக்கிரமிக்கப்போகும் கோபத்தை நாம் புரிந்துகொள்ள வேண்டுமென்றால் இந்த மறுதலிப்பின் வலியை உணர்ந்துகொள்ள வேண்டும். அவனுக்கு முதலில் தோன்றிய எண்ணம் பனியில் இறங்கி ஓடி ஓட்டலுக்குள் புகுந்துகொள்ள வேண்டுமென்பது தான். ஆனால் சாலைத் திருப்பத்தை அடைவதற்கு முன்பாகவே இடதுபக்கம் திரும்பி 'யூனிட்டி கஃபே'விற்குள் நுழைந்தான். அங்கே சுவற்றுக்கும் கணப்பிற்கும் இடையேயிருந்த மேஜையில் அமர்ந்து, அவன் 'சுட்டுக்கொல்லப்படுவது' என்று பின்னாட்களில் அழைக்கப் போகிற கவிதையை எழுதினான். அவனது குறிப்புகளில் அவன் பிற்பாடு குறிப்பிடும்போது அது 'உண்மையான பயத்தின்' வெளிப்பாடு என்பதால் அறுமுக பனித்திவலையின் 'ஞாபகம்' என்ற அச்சுக்கும் 'கற்பனை' என்ற அச்சுக்கும் நடுவில் பொருத்தியிருப்பதாக கூறுகிறான். அதன் தீர்க்கதரிசனத்தை உணர்ந்திருக்காத அப்பாவியாகவே கா இருந்திருக்கிறான்.

கவிதையை எழுதி முடித்தவுடனேயே, கா 'யூனிட்டி கஃபே'வை விட்டுக் கிளம்பினான். 'ஸ்னோ பேலஸ் ஓட்ட'லை அடைந்தபோது மணி ஏழு இருபதாகியிருந்தது. படுக்கையில் காலை நன்றாக நீட்டிப் படுத்தபடி ஜன்னலுக்கு வெளியே தெருவிளக்கின் பிரபையில் பனிக் கீற்றுகள் மிதந்து அலைவதையும், எதிர்ச்சாரியில் இளஞ்சிவப்பு நிறத்தில் K என்ற எழுத்து துடித்துக்கொண்டிருப்பதையும் பார்த்துக்கொண்டு, தனக்குள் கிளர்ந்துகொண்டிருந்த பய உணர்ச்சியை மட்டுப்படுத்திக் கொள்வதற்காக இபெக்கோடு ஃபிராங்ஃபர்ட்டில் கழிக்கப்போகும் இனிமையான தருணங்களை கற்பனை செய்துகொண்டான். பத்து நிமிடங்கள் கழித்து அவளை உடனே பார்த்தாக வேண்டுமென்ற இச்சை அவனை ஆக்கிரமித்தது. கீழே சென்றான். இரவு உணவு மேசையில் குடும்பத்தினர் அனைவரும் அன்றைய இரவின் விருந்தின ரோடு அமர்ந்திருந்தனர். ஸாஹிதே பரிமாறிக்கொண்டிருந்த சூப்பின் ஆவியில் இபெக்கின் கூந்தல் மினுமினுப்பதைப் பார்க்க அவன் இதயம் துள்ளியது. காவை தனக்கு அடுத்த இருக்கையில் அமரும்படி இபெக் தலையசைத்து சைகை செய்ய, அந்த மேசையில் இருப்பவர்கள் அனைவருக்கும் காவும் இபெக்கும் காதலில் இருக்கின்றனர் என்று இப்போது புரிந்திருக்குமென்று காவுக்கு பெருமையாக இருந்தது. எதிரே விருந்தாளியாக அமர்ந்திருந்தது 'பார்டர் சிட்டி கெஜட்' பத்திரிகை உரிமையாளர் சர்தார் பே.

சர்தார் பே மிகவும் நட்போடு கை நீட்டி குலுக்கியபோது காவுக்கு அவன் பாக்கெட்டில் மடித்து வைத்திருந்த நாளிதழில் படித்தவை உண்மைதானாவென்று சந்தேகமாக இருந்தது. காவே எழுந்து சூப்பை ஊற்றிக்கொண்டான். மேசைக்கடியில் கையை செலுத்தி இபெக்கின் தொடைமீது பதித்து அவளை நோக்கி தலையை சாய்த்தான். அவளிடமிருந்து எழுந்த சுகந்தத்தை பரவசத்துடன் அனுபவித்தபடியே நீலத்தைப்பற்றி எந்தத் தகவலும் தெரியவில்லையென்றான். அவன் அதைச் சொல்லி முடிப்பதற்கு முன்பாகவே, எதிரே சர்தார் பேவுக்குப் பக்கத்தில் உட்கார்ந்திருந்த கடிஃபே அவனை நேராகப் பார்த்துக் கொண்டிருப்பதை உணர்ந்தான். இபெக் அதற்குள்ளாகவே அவளிடம் அவன் சொன்ன தகவலை மௌனமாக கடத்திவிட்டிருப்பது புரிந்து கோபமாக வந்தது.

அவன் மனம் முழுக்க சர்தார் பே நிரம்பியிருந்தாலும், தனது உணர்ச்சிகளை கட்டுப்படுத்திக்கொண்டு துர்குத் பே பேசுவதைக் கேட்கத் தொடங்கினான். ஓட்டல் ஆசியாவில் நடைபெற்ற கூட்டம் பிரச்சனைகளை மட்டுமே கிளறி விட்டிருப்பதாகச் சொன்னார். போலீசுக்கு எல்லா விஷயங்களும் தெரியும் என்றும் சொன்னார். "ஆனால் சரித்திர முக்கியத்துவம் வாய்ந்த இந்நிகழ்வில் கலந்து கொண்டதில் எனக்கு வருத்தமேதும் இல்லை," என்றார். "ஒரு விஷயத் திற்காக மட்டும் எனக்கு சந்தோஷம். இன்றைய அரசியல் என்பது – இளைஞர்கள், முதியவர்கள் எல்லோரையும் சேர்த்தே சொல்கிறேன் – எவ்வளவு கீழ்த்தரமாகப் போயிருக்கிறது என்பதை கண்ணெதிரே பார்க்கக் கிடைத்தது. நம்பிக்கை கொள்வதற்கு ஒருத்தருமில்லை. இந்தக் கலகத்திற்கு எதிராகப் பேசுவதற்காகத்தான் நான் இந்தக் கூட்டத்திற்குச் சென்றேன், ஆனால் இப்போது ராணுவம் செய்தது சரிதான் என்று தோன்றுகிறது. இவர்கள் சமுதாயத்தின் கசடுகள், நகரில் இருக்கும் மிகக் கேவலமான, இழிஞர்கள், மூளையற்றவர்கள். இவர்களை அரசியலிலிருந்து தூக்கி வெளியே எறிவது சரியான செயல்தான். இந்த வெட்கங்கெட்ட கொள்ளைக்காரர்களிடம் நமது எதிர்காலத்தை சரண்செய்துவிடாமல் ராணுவம் காப்பாற்றியிருப்பதற் காக சந்தோஷப்படுகிறேன். கடிஃபே, இதை மீண்டும் உன்னிடம் சொல்லிக்கொள்கிறேன்: தேசிய அரசியலில் நீ குறுக்கிடுவதற்கு முன்னால் உன் நடவடிக்கைகளை எச்சரிக்கையுடன் அமைத்துக்கொள்."

'பார்டர் சிட்டி கெஜட்' பிரதியை கா வெளியே எடுத்தபோது அவர்கள் சாப்பிட அமர்ந்து இருபது நிமிடங்களாவது ஆகியிருக்கும். பின்னணியில் தொலைக்காட்சியின் இரைச்சல் இருந்தாலும், அறை அமைதியாக இருப்பதைப்போலவே தோன்றியது.

"நானே இதைப்பற்றிச் சொல்லலாமென்றிருந்தேன்," என்றான் சர்தார் பே. "நீங்கள் தவறாக எடுத்துக்கொள்வீர்களோ என்று தயக்கமாக இருந்தது."

"சர்தார், சர்தார், உனக்கு இந்த முறை யார் உத்தரவு கொடுத்தது?" என்று கேட்டார் துர்குத் பே. "கா, நீங்கள் நமது விருந்தினரிடம்

நியாயமாக நடந்துகொள்ளவில்லை. அந்த செய்தித்தாளை அவரிடம் கொடுத்து எவ்வளவு மோசமான விஷயத்தை செய்திருக்கிறார் என்பதை படிக்கச் சொல்லுங்கள்."

காவிடமிருந்து நாளிதழை வாங்கிக்கொண்டு சர்தார் பே, "முதலில் ஒரு விஷயத்தை தெளிவுபடுத்திவிடுகிறேன். நான் எழுதியதில் ஒரு வார்த்தையைக்கூட நான் நம்பவில்லை," என்றான். "உண்மையிலேயே நான் நம்பி எழுதியிருப்பதாக நீங்கள் நினைத்தால் நான் வருத்தப் படுவேன். தனிப்பட்ட முறையில் எதுவும் இதில் இல்லை என்பதை தயவுசெய்து உணர்ந்துகொள்ளுங்கள். கார்ஸ்ஸில் உள்ள பத்திரிகை யாளர்கள் இத்தகைய விஷயங்களை எழுதியாக வேண்டிய கட்டாயத் திற்கு ஏன் தள்ளப்படுகிறார்களென்று துர்குத் பே அவர்களே தயவு செய்து விளக்கட்டும்."

"யாரையாவது தூற்றி எழுத வேண்டும் என்று சர்தார் பேவுக்கு எப்போதுமே உத்தரவுகள் இருக்கும்," என்றார் துர்குத் பே. "இந்தக் கட்டுரையைக் கேட்போம்."

சர்தார் பே திரும்பவும், "அந்த வார்த்தைகள் ஒன்றைகூட நான் நம்பவில்லை," என்றான் பெருமிதத்துடன். "எங்கள் வாசகர்களும் கூட நம்பமாட்டார்கள். அதனால்தான் சொல்கிறேன், நீங்கள் பயப்படத் தேவையில்லையென்று," என்று புன்னகைத்தான்.

"நீங்கள் ஒரு நாத்திகரா?" என்று காவிடம் கேட்டார் துர்குத் பே.

"அதுவல்ல விஷயம், அப்பா," என்றாள் இபெக் எரிச்சலோடு. "இந்த நாளிதழ் விநியோகமானால் நாளை இவரை தெருவில் சுட்டுக் கொன்றுவிடுவார்கள்."

"அபத்தம்," என்றான் சர்தார் பே. "மேடம், நிச்சயமாகச் சொல் கிறேன். நீங்கள் பயப்படும்படியாக ஒன்றுமில்லை. ஊரில் உள்ள தீவிர இஸ்லாமிஸ்ட்டுகள், பிற்போக்காளர்கள் எல்லோரையும் ராணுவத்தினர் கைதுசெய்துவிட்டனர்." அவன் காவின் பக்கம் திரும்பினான். "உங்கள் கண்களைப் பார்க்கும்போது என்னை நீங்கள் தவறாக எடுத்துக்கொள்ளவில்லை என்பது தெரிகிறது. உங்கள் எழுத்தின் மீது எந்தளவுக்கு நான் மதிப்பு வைத்திருக்கிறேன் என்பதை அறிவீர்கள். மிக உயர்ந்த மனிதராக உங்களை என் மனதில் இருத்தியிருக்கிறேன். ஐரோப்பிய படித்தரத்தை எங்கள் மீது பொருத்திப் பார்க்கிற அநியாயத்தை தயவுசெய்து செய்யாதீர்கள். அவை எங்களுக்காக வடிவமைக்கப்பட்டவையல்ல. ஐரோப்பியர்களாக தங்களைக் கருதிக் கொண்டு கார்ஸ்ஸில் அலையும் முட்டாள்களுக்கு என்ன நிகழ்கிறது என்பதைச் சொல்கிறேன் – துர்குத் பே அவர்களுக்கும் இதைப் பற்றித் தெரியும். மூன்று நாட்கள், வெறும் மூன்று நாட்கள் மட்டும்தான். எல்லோரும் செத்தொழிந்து போய்விட்டார்கள். சுடப்பட்டு விழுந்தார்கள். உடனே மறந்து போகப்பட்டார்கள். கிழக்கு அனடோலிய பத்திரிகைகள் பெரும் சிக்கலில் இருக்கின்றன. எங்களுடைய சராசரி கார்ஸ்

குடிமகனுக்கு நாளிதழ் படிப்பதில் ஆர்வம் கிடையாது. எங்கள் சந்தாதாரர்கள் பெரும்பாலும் அரசு அலுவலகங்கள்தாம். அதனால் எங்கள் சந்தாதாரர்கள் படிக்க விரும்பும் விஷயங்களைத்தான் நாங்கள் செய்திகளாகப் போட்டாக வேண்டும். உலகமெங்கும் – அமெரிக்காவில் கூட – நாளிதழ்கள் அவற்றின் வாசகர்களின் ரசனைக்கு ஏற்றபடியே செய்திகளைக் கொடுத்துவருகின்றன. உங்கள் வாசகர்கள் எல்லோரும் உங்களிடமிருந்து பொய்களைத் தவிர வேறெதனையும் எதிர்பார்க்க வில்லையென்றால், உண்மையை எழுதி யாரால் நாளிதழ்களை விற்க முடியும்? என் நாளிதழின் விற்பனையை உண்மைச் செய்திகள் கூட்டுமென்றால் நான் ஏன் உண்மையை எழுதாமலிருக்கப் போகிறேன்? எப்படியிருப்பினும், காவல்துறையினர் உண்மையை அச்சிடுவதற்கு எனக்கு அனுமதிப்பதில்லை. கார்ஸ்ஸோடு தொடர்புகொண்ட நூற்றி ஐம்பது வாசகர்கள் இஸ்தான்புல்லிலும் அங்காராவிலும் எங்களுக்கு இருக்கிறார்கள். அவர்களை குஷிப்படுத்துவதற்காக அவர்கள் அங்கே குடிபெயர்ந்த பிறகு எவ்வளவு செல்வந்தர்களாக, வெற்றிகர மானவர்களாக மாறிவிட்டனர் என்று எழுதுகிறோம். எல்லாவற்றையும் மிகைப்படுத்துகிறோம். இல்லையென்றால் அவர்கள் தமது சந்தாக்களை புதுப்பிக்கமாட்டார்கள். உங்களுக்கு ஒன்று தெரியுமா? நாங்கள் அவர்களைப்பற்றி அச்சிடும் பொய்களை அவர்களே நம்பத் தொடங்கி விடுகிறார்கள். ஆனால் அது வேறு விஷயம்." அவன் பலமாகச் சிரித்தான்.

"சரி, இந்தக் கட்டுரையை எழுதும்படி உனக்கு உத்தரவிட்டது யார்? அதை அவரிடம் சொல்," என்கிறார் துர்குத் பே.

"ஐயா! உங்களுக்கே தெரியும், மேலை நாட்டு பத்திரிகா தர்மங்களில் முதன்மையானது செய்தியின் ஆதாரத்தை சொல்லக்கூடாது என்பது."

"இங்கிருக்கும் எங்கள் விருந்தினர். என் மகள்களின் அன்புக்குரியவர். நாளை நீங்கள் இந்த நாளிதழை விநியோகித்தீர்களென்றால் அவர்கள் உங்களை எப்போதும் மன்னிக்கவே மாட்டார்கள். அடிப்படைவாத கிறுக்கன் எவனாவது இவரைச் சுட்டுவிட்டால் அதற்கு நீங்கள்தானே காரணமாக இருப்பீர்கள்?"

சர்தார் புன்னகையுடன் காவை நோக்கித் திரும்பி, "அந்தளவுக்கு நீங்கள் பயப்படுகிறீர்களா என்ன?" என்றான். "அப்படியென்றால் நாளை தெருவில் கால் வைக்காதீர்கள்."

"கா வெளியே வரவேண்டாம் என்பதைவிட உன் நாளிதழ் நாளை வெளியே வராமலிருந்தால் நல்லது. இந்த இதழை நாளை விநியோகிக்காதே."

"அது எங்கள் சந்தாதாரர்களைப் பாதிக்கும்."

"அப்படியென்றால் ஒன்று செய்," துர்குத் பே திடீரென உத்வேக முற்றார். "உனக்கு உத்தரவு கொடுத்தவர் யாரோ அவருக்கு ஒரு பிரதியைக் கொடு. மற்றவர்களுக்கு, இந்தக் கட்டுரையை நீக்கிவிட்டு புதிதாக ஒரு பதிப்பு அச்சிட்டு விற்கலாம்."

இபெக்கிற்கும் கடிஃபேவிற்கும் அதுதான் சரியான யோசனை என்று பட்டது.

"எனது நாளிதழை இவ்வளவு சீரியஸாக நீங்கள் எடுத்துக் கொள்வது சந்தோஷமாக இருக்கிறது. சரி, புதிதாக அச்சிடுவதற்கு யார் பணம் தருவது? அதையும் நீங்களே சொல்லுங்கள்."

"அப்பா உங்களையும் உங்கள் பிள்ளைகளையும் இரவு உணவுக்கு 'கிரீன் பாஸ்சர்ஸ் ரெஸ்டாரன்ட்'டுக்கு அழைத்துச்செல்வார்," என்றாள் இபெக்.

"நீங்களும் வருவதாக இருந்தால் ஒப்புக்கொள்கிறேன்," என்றான் சர்தார் பே. "முதலில் இந்தச் சாலைகள் திறந்து, இந்த நடிகர்கள் கூட்டம் போய் தொலையட்டும்! கடிஃபேவும் வரவேண்டும். கடிஃபே ஹெனும், இப்போது நாம் பேசிக்கொண்டிருந்த கட்டுரையை நீக்கிவிட்டு புதிதாக அச்சிடும்போது உங்கள் உதவி தேவைப்படும். இந்த கலகத்தைப் பற்றி – இந்த coup de theatre பற்றி – உங்கள் கருத்தை கூறமுடியுமா? வாசகர்கள் ரசிப்பார்கள்."

"இல்லை. அவளால் முடியாது. அது கேள்விக்கு அப்பாற்பட்டது," என்றார் துர்குத் பே. "என் பெண்ணைப்பற்றி உங்களுக்குத் தெரியாதா?"

"கடிஃபே ஹெனும், இந்த தியேட்டர் புரட்சிக்குப் பிறகு கார்ஸ்ஸில் தற்கொலை சதவீதம் குறைவதற்கு வாய்ப்பிருக்கிறதாக நினைக்கிறீர்களா? வாசகர்கள் உங்கள் கருத்தை அறிய ஆவலாக இருப்பார்கள் – இந்த முஸ்லிம் பெண்கள் தற்கொலைகளுக்கு எதிரானவர் நீங்கள் என்பதால் கேட்கிறேன்."

"இப்போது இந்த தற்கொலைகளுக்கு எதிராக நான் இல்லை!"

"அப்படியானால் இது உங்களை ஒரு நாத்திகர் என்று ஆக்கி விடாதா?" என்றான் சர்தார் பே. இது இன்னொரு புதிய விவாதத்தைக் கிளப்புமென்று நம்பிக்கொண்டிருந்தவனுக்கு மேசையிலிருப்பவர்கள் அனைவரும் அவனை வெறுப்போடு பார்ப்பதை உணர்ந்து, "ஆல் ரைட், இந்தப் பதிப்பை விநியோகம் செய்யவில்லை," என்றான்.

"புதிதாக ஒரு பதிப்பை அச்சிடப்போகிறீர்களா?"

"ஆம் உடனே. இந்த மேஜையைவிட்டு எழுந்து என் வீட்டுக்குப் போவதற்கு முன்பாகவே."

"அப்படியானால் உங்களுக்கு எங்கள் அனைவரின் நன்றிகள்," என்றாள் இபெக்.

ஒரு நீண்ட விநோதமான மௌனம் கவிந்தது. இது காவுக்கு மிகவும் இதமளிப்பதாக இருந்தது: பல வருடங்கள் கழித்து அவன் ஒரு குடும்பத்தின் பகுதியாக இருப்பதை உணர்ந்தான். 'குடும்பம்' என்று அழைக்கப்படுகிற ஓர் அமைப்பில் சிக்கல்கள், பொறுப்பு சார்ந்த சோதனைகள் என்று எவ்வளவு இருந்தாலும் ஒரு கூட்டுணர்வின் சந்தோஷத்தை இப்போது உணர்ந்தான். தன் வாழ்க்கையில் இந்த

கூட்டுவாழ்க்கை இன்பத்தை முழுமையாக இதுவரை அறிந்துகொள்ளா திருப்பதற்கு வருத்தப்பட்டான். இபெக்கோடு குறையா இன்பத்துடன் வாழ்வைக் கழிக்க முடியுமா? மூன்றாவது கோப்பை ராக்கிக்குப்பிறகு அவன் நாடுவது சந்தோஷம் அல்ல என்று தெளிவாகப் புரிந்தது. இன்னும் சொல்லப்போனால் சந்தோஷமின்மையைத்தான் அவன் விரும்புவதாகக்கூட அவன் சொல்வான். முக்கியமான அம்சம் அவநம்பிக்கையை பகிர்ந்துகொள்ள முடிவதும், தனியானதொரு கூட்டில் இரண்டு பேர் ஒன்றாக வாழ்ந்து உலகத்தின் கொடுங்கைகள் தம்மை நெருங்கவிடாமல் காத்துக்கொள்வதும் மட்டுமே. அவனும் இபெக்கும் மாதக்கணக்கில் முடிவேயில்லாமல் காதல்புரிந்து அத்தகையதொரு வெளியை உருவாக்கிக்கொள்ள முடியுமென்று இப்போது தோன்றியது. சில மணி நேரங்களுக்கு முன்புதான் பிற்பகல் நேரத்தில் அந்தப் பெண்களில் ஒருத்தியோடு காதலில் திளைத்திருந்தான் என்ற நினைப்பும், அவர்களோடு ஒன்றாக இப்போது அமர்ந்திருப்பதும், அவர்கள் சருமத்தின் மென்மையை அருகிலிருந்து காண்பதும், இன்றிரவு அவன் தனியாக உணரப்போவதில்லையென்பதும் . . . காமப் பேரின்பம் அவனுள் பரவ, அந்த நாளிதழ் நாளை விநியோகிக்கப்படமாட்டாது என்ற எண்ணமும் சேர்ந்து அவன் கிளர்ச்சியுற்றான்.

அவனைச் சுற்றி கதைகளும் வதந்திகளும் சுழல, அவற்றால் பாதிக்கப்படாமல் அவன் உற்சாகம் மேலெழும்பிக்கொண்டிருந்தது. அவன் காதில் விழுந்த கதைகளுக்கு ஒரு துயரச் செய்தியின் தாக்கம் இல்லாமல் ஒரு புராதனக் காப்பியத்தின் சில்லிடவைக்கும் வரிகளைக் கேட்பதைப்போலவே இருந்தது. சமையலறையில் ஒத்தாசைக்காக அமர்த்தப்பட்டிருந்த சிறுமிகளில் ஒருத்தி ஸாஹிதேவிடம் கைது செய்யப்பட்டவர்களைப்பற்றி சொல்லிக்கொண்டிருந்தாள். அவர்களெல் லோரையும் கால்பந்து மைதானத்திற்கு அழைத்துச்சென்று பனியில் பாதியளவு புதைந்து இருக்கும் கோல்போஸ்ட்டுகளுக்குப் பக்கத்திலேயே வெட்டவெளியில் நிறுத்தி வைத்திருந்தார்களாம் – அவர்களாக சோர்ந்து கீழே விழுவதற்காக, அல்லது செத்தே போவதற்காக. அவர்களில் சிலரை உடை மாற்றும் அறைக்குக் கூட்டிச்சென்று, மற்றவர்களுக்கு பாடம் புகட்டுவதற்காக சுட்டுக்கொன்றார்களாம். Zடெமிர்கோலும் அவன் நண்பர்களும் அன்று முழுக்க நகரெங்கும் நடத்திய அட்டூழியங் களை நேரில் பார்த்த கதைகளும் – அவை மிகைப்படுத்தப்பட்டிருக்கக் கூடும் – அவர்கள் சொன்னவற்றில் இருந்தன. Zடெமிர்கோல் கும்பல் மெஸபடோமியா சங்கக் கட்டிடத்தை சூறையாடினார்களாம். அது குர்திய தேசியவாத இளைஞர்களால் ‘நாட்டுப்புறக் கலைகளையும் இலக்கியத்தையும்’ மேம்படுத்துவதற்காக உருவாக்கப்பட்ட அமைப்பு. உறுப்பினர்களில் யாரும் அப்போது அங்கு இருக்கவில்லையென்பதால் அங்கு தேநீர் தயாரிப்பதற்காக அமர்த்தப்பட்டிருந்த ஒரு கிழவனை – அரசியலுக்கும் அந்தக் கிழவனுக்கும் எந்த சம்பந்தமுமில்லை – அடித்துத் துவைத்தார்களாம். அப்புறம் வேறு மூன்று இளைஞர்களைப்பற்றியும் சொல்வதற்கு கதைகள் இருந்தன. அம்மூவர் மீதும் – அவர்களில் இருவர் நாவிதர்கள், மற்றவன் வேலையற்றவன் – ஆறு மாதத்திற்கு முன்பு ‘அடாதுர்க் வொர்க் பிளாண்ட்’ கட்டிடத்திற்கு வெளியேயிருந்த

அடாதுர்க்கின் சிலையின் மீது சாயக்கரைசலை ஊற்றி அவமானப் படுத்தியதாக ஒரு குற்றச்சாட்டு இருந்தது. அம்மூவரும் விசாரணைக்கு உட்படுத்தப்பட்டாலும் சிறையில் அடைக்கப்படவில்லை. ஆனால் விசாரணையில் ராத்திரி முழுக்க அவர்களை அடி பின்னியெடுத்ததில் ‘டிரேட் அண்டு இண்டஸ்ட்ரி லீஸே’ பள்ளியின் தோட்டத்தில் இருந்த அடாதுர்க் சிலையின் மூக்கை சுத்தியால் உடைத்தது, ‘கேங் ஆஃப் ஃபிஃப்டீன் கஃபே’ சுவரில் ஒட்டப்பட்டிருந்த சுவரொட்டியில் அசிங்கமான விஷயங்களை எழுதியது, அரசு அலுவலகங்களுக்கு எதிரேயுள்ள சிலைகளை கோடரியால் தகர்க்கும் சதியில் ஈடுபட்டது என அடாதுர்க் எதிர்ப்பு சம்பவங்கள் பலவற்றை நகரத்தில் நடத்தியிருப்பதை ஒப்புக்கொண்டனர். கலகம் தொடங்கிய உடனேயே, Z டெர்மிகோல் கும்பல் ஹலித் பாஷா அவென்யூவில் சுவரில் கோஷங்கள் எழுதிக்கொண்டிருந்த இரண்டு குர்திய இளைஞர்களைப் பிடித்து, அவர்களில் ஒருவனை சுட்டுக்கொன்றனர். அடுத்தவனை மயங்கி விழும்வரை அடித்திருக்கின்றனர். இன்னொரு பையனை அந்தக் கும்பல் பிடித்து, அவனை சமயக்கல்விக்கூடத்திற்குக் கூட்டிச் சென்று சுவரில் எழுதப்பட்டிருந்த வாசகங்களை கழுவி அழிக்கச் சொல்லியிருக்கின்றனர். அந்தப் பையன் தப்பித்து ஓட முயன்றபோது அவன் காலில் சுட்டிருக்கின்றனர். நகரெங்கும் இருந்த இன்ஃபார்மர்கள் அளித்த தகவல்களின்படி ராணுவத்தினரைப் பற்றியும் சுனய் குழுவின் நடிகர்களைப்பற்றியும் மட்டரகமாகப் பேசியவர்கள், நகரின் தேநீர் விடுதிகளில் வம்பளந்தபடி வதந்திகளைப் பரப்பியவர்கள் எல்லோரையும் சுற்றி வளைத்திருக்கின்றனர். ஆனால் இதைப்போன்ற கலவர காலங்களில் வதந்திகளும் மிகைக் கூற்றுகளும் குறைவில்லாமல் பரவக்கூடியவை தாம். குர்திய இளைஞர்கள் வெடிகுண்டுகளை எடுத்துக்கொண்டு வரும்போது அவர்கள் கைகளிலேயே அவை வெடித்துவிட்டதாம்; கலகத்திற்கெதிராக முக்காடுப்பெண்கள் சிலர் தற்கொலை செய்து கொண்டுவிட்டார்களாம்; டைனமைட் நிரப்பிய லாரி ஒன்று இனோனு காவல் நிலையத்தை நோக்கி வந்துகொண்டிருக்கும்போது தடுத்து நிறுத்தப்பட்டதாம்.

வெடிமருந்து லாரியைப்பற்றி பேச்சு எழுந்தபோதுதான் கா சுதாரித்துக்கொண்டு கவனிக்கத் தொடங்கினான் (இந்த தற்கொலைத் தாக்குதல் முயற்சி பற்றி வேறு யாரோ கூட பேசியதை அவன் கேட்டிருக்கிறான்). வேறு எந்த சிந்தனையையும் அனுமதிக்காமல் இபெக்கின் அருகில் அமைதியாக அமர்ந்திருக்கும் இந்த இனிய வேளையை அணுஅணுவாக ரசித்துக்கொண்டிருப்பதே போது மென்றிருந்தது அவனுக்கு.

சர்தார் பே கிளம்புவதற்கு எழ, துர்குத் பேவும் அவர் மகள்களும் விடைகொடுக்க எழுந்துநிற்க, இபெக்கை தன் அறைக்கு அழைக்கலாமா வென்று ஒருகணம் தோன்றியது, அவள் மறுத்துவிட்டால் அவன் மகிழ்ச்சி குலைந்துவிடுமென்ற அச்சத்தில் எதுவும் பேசாமல் மாடிக்குச் சென்றான்.

34

கடிஃபே அதற்கு ஒருபோதும் ஒப்புக்கொள்ள மாட்டாள்

மத்தியஸ்தர்

கா சன்னலருகே நின்று புகைத்துக்கொண்டிருந்தான். பனிப்பொழிவு நின்றுவிட்டிருந்தது. சோகையான தெருவிளக்குகள் அவற்றின் அமானுஷ்ய பிரபையை காலியான, பனி மூடிய முற்றத்தின் மீது கவித்திருக்க, அக்காட்சியின் உலைவின்மை அவனுக்கு அமைதியை அளித்தது. அந்த அமைதி பனியின் அழகினால் விளைந்தது என்பதைவிட காதலினால் உண்டானது என்றே சொல்ல வேண்டும். அவன் இஸ்தான்புல்லையும் ஃபிராங்க்ஃபர்ட்டையும் சேர்ந்தவன் என்ற உயர்வு மனப்பான்மையும் இப்போது பெற்றிருக்கும் அமைதிக்கு ஒரு காரணம் என்று அவனுக்குத் தோன்றியது. அதனை உவப்புடன் அவனால் ஒப்புக் கொள்ள முடியும்.

கதவு தட்டப்பட்டது. கதவைத் திறந்ததும் அங்கு இபெக் நின்றிருப்பதைப் பார்த்து திகைத்துப்போனான்.

“உங்களையே நினைத்துக்கொண்டிருந்தேன். என்னால் தூங்க முடியவில்லை.” அவள் உள்ளே வந்தாள்.

துர்குத் பே அதே கூரையின் கீழே இருந்தாலும் அவளோடு விடியும் வரை காதல் புரியப் போகிறோம் என்ற எண்ணம் காவுக்கு உடனே பளிச்சிட்டது. அவள் வருகைக்காக காத்துக் கொண்டிருக்கும் வேதனை ஏற்படாமல் அவளைத் தழுவத் தொடங்கியது மிக உன்னதமான ஆச்சரிய உணர்வாக இருந்தது. இரவு முழுக்க அவளோடு காதலில் திளைத்திருந்த நேரமெல்லாம் கா மகிழ்ச்சியின் எல்லையைத் தாண்டிய – அவன் மகிழ்ச்சி என்று நினைத்திருந்த ஒரு நிலையை கடந்த – ஒரு வெளியில் மிதந்திருந்தான். காலத்திற்கு அப்பாற்பட்ட, காமத்தால் உட்புக முடியாத ஓரிடத்தில் இருந்தான். இந்த சொர்க்கத்தைக் கண்டடைவதற்கு அவனுக்கு ஒரு வாழ்நாள் முழுக்க ஆகியிருக்கிறதே என்பதே அவனுக்கிருந்த ஒரே வருத்தமாக இருந்தது. முன்னெப்

போதும் இல்லாத அளவுக்கு அவன் மனம் கொந்தளிப்பின்றி நிச்சலனமாக இருந்தது. அவன் மனதின் ஆழத்தில் சேமித்து வைத்திருந்த ஆபாச சஞ்சிகைகளின் படங்களையும் சம்போகக் கற்பனைகளையும் மறந்திருந்தான். அவனும் இபெக்கும் காதலில் கலந்திருந்தபோது அவன் இதுவரை கேட்டிராத, இதுவரை கற்பனைகூட செய்திராத சங்கீதம் அவனுக்குள் கேட்டது. அதன் தாளத்திற்குப் பணிந்து அவன் முன்னேறிச் சென்றான். இடையில் அவ்வப்போது தூக்கத்தில் நழுவினான். கனவில் பிரகாசமான சொர்க்க ஒளியில் நிரம்பிய கோடை விடுமுறைகள் வந்தன. அவன் சுதந்திரமாக ஓடிக்கொண் டிருந்தான். மரணமற்றவனாக இருந்தான். அவன் சென்றுகொண்டிருந்த விமானம் பழுதாகி விழத் தயாராக இருந்தது. ஆனாலும் நிதானமாக ஓர் ஆப்பிளை சாப்பிட்டுக் கொண்டிருந்தான். அந்த ஆப்பிளை சாப்பிட்டு முடிக்க முடியாமல் காலமெல்லாம் தொடர்ந்து கொண்டே யிருந்தது. இபெக்கின் சருமத்திலிருந்து எழுந்த சுகமான ஆப்பிள் நறுமணத்தில் தூக்கத்திலிருந்து எழுவான். நிலா வெளிச்சமும் தெரு விளக்கின் வெளிச்சமும் கலந்த மங்கிய மஞ்சள் ஒளியில் இபெக்கின் கண்கள் மீது தனது கண்களைப் பதித்து அழுத்தி அதற்குள் பார்வையை செலுத்த முயன்றான். அவள் விழித்தபடி மௌனமாக அவனை கவனித்துக் கொண்டிருப்பதைப் பார்த்ததும் ஆழம் குறைந்த தண்ணீரில் இரண்டு திமிங்கிலங்கள் அருகருகே படுத்துக்கிடப்பதைப் போல அவர்கள் இருப்பதாக அவனுக்குத் தோன்றியது. அப்போதுதான் இருவரும் ஒருவர் கையை மற்றவர் பிணைத்துக் கொண்டிருப்பதை உணர்ந்தான்.

அத்தகையதொரு தருணத்தில் இரண்டு பேரும் ஒரே நேரத்தில் கண்களைத் திறந்து, ஒருவரையொருவர் கண்களுக்குள் பார்த்துக் கொண்டிருப்பதை உணர்ந்ததும், இபெக், “நான் என் அப்பாவிடம் பேசப்போகிறேன். உங்களுடன் ஜெர்மனிக்கு வருகிறேன்,” என்றாள்.

அதன் பிறகு நெடுநேரத்திற்கு காவினால் தூங்க முடியாதிருந்தது. அவன் வாழ்க்கை ஒரு மகிழ்ச்சியான திரைப்படம் போல அவனெதிரே நிகழ்வதைப் பார்த்துக்கொண்டிருந்தான்.

நகரத்தில் எங்கேயோ குண்டு வெடித்தது. அது ஒரு பலமான குண்டு வெடிப்பு. கட்டிலையும், அந்த அறையையும், ஓட்டலையும் குலுக்கியது. தூரத்தில் இயந்திரத் துப்பாக்கிகளின் சத்தம் கார்ஸ்ஸை இன்னமும் அழுத்திப் போர்த்தியிருக்கும் பனியின் ஊடே அடங்கிக் கேட்டது. அவர்கள் இறுக்கமாக அணைத்துக் கொண்டு மௌனமாக காத்திருந்தனர்.

அவர்கள் அடுத்த முறை விழித்தபோது துப்பாக்கிச் சண்டை முடிந்துவிட்டிருந்தது. அந்த கதகதப்பான படுக்கையிலிருந்து இரண்டு முறை கா எழுந்து சென்று திறந்திருந்த சில்லிட்ட ஜன்னலின் அருகே வியர்க்கும் உடம்பை குளிர்வித்துக் கொண்டபடி புகை பிடித்தான். கவிதை எதுவும் மனதில் தோன்றவில்லை. இதற்கு முன்னெப்போது மில்லாத அளவிற்கு மகிழ்ச்சியோடிருந்தான்.

கதவு தட்டப்படும் சத்தத்தில் எழுந்தபோது விடிந்து விட்டிருந்தது. இபெக் பக்கத்தில் இல்லை. அப்போது என்ன மணியிருக்குமென்றோ, அவனும் இபெக்கும் எதைப் பற்றி பேசிக்கொண்டிருந்தார்களென்றோ, எப்போது துப்பாக்கிச் சண்டை முடிந்தது என்றோ எதுவும் மனதில் இல்லாமல் இருந்தது.

வந்திருந்தது வரவேற்பாளன் கேவிட். சுனய் ஸயிம் காவை சந்திக்க அழைத்திருப்பதாக ஓர் அதிகாரி கீழே வந்திருப்பதாகச் சொன்னான். அந்த நடிகனின் தலைமையகத்திற்கு கா உடனே செல்ல வேண்டுமாம். அந்த அதிகாரி கீழே அவனுக்காக காத்திருக் கிறானாம். கா சவரம் செய்து கொள்ள நேரம் எடுத்துக்கொண்டான்.

முந்தைய நாள் காலையில் இருந்ததை விட கார்ஸின் வெறிச் சோடிய வீதிகள் மேலும் அழகாக, மேலும் கவர்ச்சிகரமாகத் தெரிந்தன. அடாதுர்க் அவென்யூவில் உடைந்த சன்னல்களோடும், தகர்க்கப்பட்ட கதவோடும், புல்லட்டுகள் துளைத்த முன் சுவரோடும் ஒரு வீட்டைப் பார்த்தான்.

சுனய்யின் அலுவலகமாக செயல்பட்டுக்கொண்டிருந்த அந்தத் தையற்கடையில் நுழைந்ததுமே, சுனய் அவனிடம் ஒரு தற்கொலைப் படையின் வெடிகுண்டு முயற்சி நடந்திருப்பதாகச் சொன்னான். “பாவம், அவன் குழம்பிவிட்டான். இங்கே வருவதற்கு பதிலாக மேட்டுப் பகுதியில் இருந்த ஒரு கட்டிடத்தைத் தாக்கியிருக்கிறான்,” என்று சிரித்தான். “அவன் உடல் சுக்கு நூறாகச் சிதறிவிட்டதில் அவன் இஸ்லாமிற்காக செத்தானா அல்லது PKK விற்காகச் செத்தானா என்றுகூட எங்களுக்குத் தெரியவில்லை.”

ஒரு குழந்தைத்தனமான உற்சாகத்தோடு அந்த நடிகன் தீவிரமாக பேசும் விதம் காவிற்கு வியப்பாக இருந்தது. அவன் புதிதாக சவரம் செய்துகொண்டு, தூய்மையாக, துடிப்பு மிக்கவனாகக் காணப்பட்டான்.

“நீலத்தை சிறைப்பிடித்து விட்டோம்,” என்று காவின் கண்களுக்குள் உற்றுப் பார்த்தான்.

கா தனது உற்சாகத்தை வெளிக்காட்டிக் கொள்ளாதிருக்க கடினமாக முயன்றான். ஆனால் சுனய்யை ஏமாற்ற முடியவில்லை.

“மிகவும் தீயவன் அவன்,” என்றான். “கல்வியியல் பயிற்சியக இயக்குநரின் படுகொலைக்குப் பின்னால் இருந்தது நிச்சயம் அவன் தான். தற்கொலைக்கு எதிரானவன் என்று தன்னை எல்லோரிடமும் பறைசாற்றிக் கொண்டே, வறுமையில் உழலும் அப்பாவி இளைஞர்களை மனிதவெடிகுண்டுகளாக மாற்றிக் கொண்டிருக்கிறான். கார்ஸ் நகரம் முழுவதையும் வெடிவைத்து தகர்க்குமளவுக்கு வெடி மருந்துகளோடு தான் அவன் இங்கு வந்திருக்கிறான் என்பதில் MİTக்கு சற்றும் சந்தேகமேயில்லை. புரட்சி நடந்த இரவன்று அவனைக் கண்காணிப் பதற்காக நாங்கள் அமர்த்தியிருந்த உளவாளிகளுக்கு எப்படியோ போக்கு காட்டித் தப்பிவிட்டான். அவன் எங்கே ஒளிந்து கொண்டிருந் தான் என்று யாருக்கும் தெரியவில்லை. நேற்று மாலை ஓட்டல்

ஆசியாவில் நடைபெற்ற அந்த முட்டாள்தனமான கூட்டத்தைப் பற்றி உங்களுக்குத் தெரிந்திருக்கும், இல்லையா?”

அவர்கள் இருவரும் ஒரு நாடக மேடையில், ஒரு நாடகக் காட்சியில் ஒன்றாக நடித்துக் கொண்டிருப்பதைப் போன்ற உணர்வு காவுக்கு ஏற்பட்டது. அவனும் நாடகத்தனமாகவே தலையாட்டினான்.

“இப்படிப்பட்ட தீயசக்திகளை, பயங்கரவாதிகளை, பிற்போக்காளர் களை நம்மிடையேயிருந்து அகற்றுவதையொன்றும் என் வாழ்க்கை இலட்சியமாக வைத்துக் கொண்டிருக்கவில்லை,” என்றான் சுனய். “பல வருடங்களாக ஒரு நாடகத்தை அரங்கேற்ற வேண்டுமென்று ஏங்கிக்கொண்டிருக்கிறேன்; நான் இங்கே வந்திருப்பதற்கு உண்மையான காரணம் அதுதான். தாமஸ் கிட் என்றோர் ஆங்கில நாடகாசிரியர் இருந்தார். அவரிடமிருந்துதான் ஷேக்ஸ்பியர் *Hamlet*ஐ திருடியதாகச் சொல்கிறார்கள். இவர் சம்மந்தப்பட்ட இன்னோர் அநீதியையும் நான் கண்டுபிடித்திருக்கிறேன். கிட் எழுதி, எல்லோராலும் மறந்து போய்விட்ட நாடகம் ஒன்று உண்டு. அதன் பெயர் *The Spanish Tragedy*. ரத்தக்களறியான வழி வழிப் பகையைச் சொல்லும் அந்த சோக நாடகம் ஒரு தற்கொலையில் முடிகிறது. இதைப் போன்றதொரு சந்தர்ப்பத்திற்காக ஃபுன்டாவும் நானும் பதினைந்து வருடங்களாகக் காத்திருக்கிறோம்.”

நீளமான புகைக் குழலை ஒயிலாக பிடித்துக்கொண்டு ஃபுன்டா அறைக்குள் நுழைய, கா மிகையாகத் தலைசாய்த்து அவளை வணங்கினான். அவளுடைய சந்தோஷம் வெளிப்படையாகத் தெரிந்தது. காவைப் பொருட்படுத்தாமல் அவர்கள் இருவரும் உடனே நாடக விவாதத்தில் இறங்கினர்.

சற்று நேரம் கழித்து சுனய் அவனிடம் திரும்பினான். “நம்மவர்கள் இந்நாடகத்தை பார்த்து ரசிக்க வேண்டும், அதனால் உயர்வடைய வேண்டுமென விரும்புகிறேன். நாடகத்தின் முடிவை சற்று எளிமைப் படுத்தியிருக்கிறேன். நாளை நேஷனல் தியேட்டரில் பார்வையாளர்கள் முன்பு அரங்கேற்றப் போகிறோம். மொத்த நகரமும் கண்டுகளிக்கும் விதமாக தொலைக்காட்சியில் நேரடியாக ஒளிபரப்பாகப் போகிறது.”

“எனக்கும் பார்க்க ஆவலாக இருக்கிறது,” என்றான் கா.

“இந்நாடகத்தில் கடிஃபே நடிக்க வேண்டுமென்பது எங்கள் விருப்பம். ஃபுன்டா தீயகுணம் கொண்ட எதிரி வேடத்தில் வருவாள். கடிஃபே முக்காடு அணிந்து மேடையில் தோன்றுவாள். நகைப்புக்கிடமான பழக்கவழக்கங்களால் இவ்வளவு காலமாக குழுச்சண்டையில் ரத்தம் சிந்தி வந்ததற்கு எதிர்ப்பு தெரிவிக்கும் வகையில் தனது முக்காடை கழற்றியெறிவாள்.” சுனய் நாடகத்தனமாக மிகையான அபிநயத்தோடு தனது தலையிலிருந்த ஒரு கற்பனையான முக்காடை கிழித்து எறிந்தான்.

“இது மேலும் அதிகமான பிரச்சனைகளைக் கொண்டுவரும்,” என்றான் கா.

"பயப்படாதீர்கள் – எந்த பிரச்சனையும் நேராது. இப்போது ராணுவம் முழு கட்டுப்பாட்டையும் ஏற்றிருக்கிறது என்பதை மறந்து விடாதீர்கள்."

"எப்படியிருந்தாலும் கடிஃபே இதற்கு ஒப்புக்கொள்ள மாட்டாள்," என்று இடைமறித்தான் கா.

"கடிஃபே நீலத்தை காதலிக்கிறாளென்று எங்களுக்குத் தெரியும்," என்றான் சுனய். "கடிஃபே முக்காடை அகற்றினால் நீலத்தை உடனே விடுதலை செய்ய ஏற்பாடு செய்கிறேன். அவர்கள் ஏதாவது வெளி நாட்டுக்கு ஓடிப்போய் சந்தோஷமாக வாழ்க்கை நடத்தட்டும்."

ஓர் இனிமையான துருக்கிய மெலோடிராமாவில் இரண்டு காதலர்கள் தொடுவானை நோக்கி நடந்து செல்வதை பூரிப்போடு பார்த்துக்கொண்டிருக்கும் ஒரு நல்லிதயம் கொண்ட அத்தையின் முகத்தைப் போல ஃபுன்டா ஈஸரின் முகம் பிரகாசித்தது. அவனுக்கும் இபெக்கிற்குமிடையேயுள்ள காதலும் கூட அதே விதமான புன்னகையை அவள் இதழ்களில் கொண்டு வருவதைப் போல ஒரு கணம் அவனுக்குத் தோன்றியது.

"நேரடி ஒளிபரப்பில் அவள் முக்காடைக் கழற்றி தலையைக் காட்டுவாள் என்று எனக்குத் தோன்றவில்லை," என்றான் கா.

"விஷயம் என்னவென்றால், இப்போதிருக்கும் சூழ்நிலையில் அவளிடம் பேசி ஒப்புக்கொள்ள வைக்கக்கூடிய ஒரே ஆள் நீங்கள் தானென்று எங்களுக்குத் தோன்றுகிறது," என்றான் சுனய். "எங்களோடு ஒத்துழைக்க மறுப்பதென்பது, மாபெரும் தீயசக்தியாக உருவாகிக் கொண்டிருக்கும் ஒன்றோடு ஒத்துழைப்பது என்று அர்த்தம். முக்காடுப் பெண்களைப் பற்றி உங்களுக்கு அக்கறை அதிகம் என்பது அவளுக்குத் தெரியும். அவள் மூத்த சகோதரியை நீங்கள் காதலிக்கிறீர்கள் என்பதையும் அவள் அறிவாள், இல்லையா?"

"கடிஃபேவை மட்டுமல்ல, நீலத்தையும் இணங்க வைக்க வேண்டும். ஆனால் முதலில் கடிஃபேவை அணுக வேண்டும்." போட்டு உடைத்தாற் போல சுனய் முரட்டுத்தனமாகப் பேசியது காவை ஆழமாகக் குத்தியது.

"உங்களுக்கு விருப்பமான முறையில் இதைச் செய்து முடிக்கலாம்," என்றான் சுனய். "உங்களுக்கு எந்த அதிகாரம், அங்கீகாரம் தேவை யென்று நினைக்கிறீர்களோ, அது தரப்படும். உங்களுக்கென்று தனியாக ஒரு ராணுவ லாரியைத் தருகிறோம். என் பெயரை பயன்படுத்தி, என் சார்பாக நீங்கள் பேச்சுவார்த்தையில் ஈடுபடலாம்."

கா மௌனித்திருந்தான். அவனது தயக்கத்தை சுனய் புரிந்து கொண்டு ஊக்கப்படுத்தத் தொடங்கினான்.

கா இறுதியாக, "இல்லை" என்றான். "வேண்டாம். இதில் நான் சம்மந்தப்பட விரும்பவில்லை."

"அதுதான் ஏனென்று கேட்கிறேன்."

“ஏனென்றால் எனக்கு அச்சமாக இருக்கிறது. இதோ பாருங்கள், நான் இப்போது மிகவும் மகிழ்ச்சியாக இருக்கிறேன். இஸ்லாமிஸ்ட்டுகளின் இலக்காக ஆவதற்கு விருப்பமில்லை. அவள் முக்காடை கழற்றி எறிந்தால், அந்த நாடகத்தை ஏற்பாடு செய்த நாத்திகன் நான்தானென்று அந்த மாணவர்கள் நினைப்பார்கள். எப்படியாவது நான் ஜெர்மனிக்குத் தப்பியோடி விட்டாலும்கூட பின்தொடர்ந்து வருவார்கள். ஒருநாள் பின்னிரவில் தெருவில் தனியாக நடந்து போகும்போது யாராவது என்னைச் சுட்டுக்கொல்வார்கள்.”

“அவர்கள் சுடுவதாக இருந்தால் என்னைத்தான் முதலில் சுடுவார்கள்,” என்றான் சுனய் பெருமையாக. “ஆனால் உங்களுக்கு பயமாக இருக்கிறது என்பதை ஒப்புக்கொண்ட உங்கள் தைரியத்தைப் பாராட்டுகிறேன். எல்லா கோழைகளையும் முடிவுக்கு கொண்டுவரப் போகும் கோழை நான் – ஆம், நம்புங்கள். இந்த காட்டில் கோழைகள்தான் பிழைத்திருக்க முடியும். ஆனால் கோழைகள் எல்லோருக்கும் என்றாவது ஒருநாள் பெரும் துணிச்சல் பெற்றுவிடுவோம் என்ற கனவு இருக்கும் – ஒப்புக் கொள்கிறீர்களா?”

“இப்போது மிகவும் மகிழ்ச்சியோடு இருக்கிறேன்,” என்று மீண்டும் ஒருமுறை கா சொன்னான். “சாகச நாயகனாகக் காட்டிக்கொள்வதில் எனக்கு எந்த ஆசையும் இல்லை. சாகசக் கனவுகள் மகிழ்ச்சியற்று இருப்பவர்களுக்குத்தான் ஆறுதலாக இருக்கும். எங்களைப் போன்றவர்கள் சாகசம் செய்வதாகச் சொல்லும்போது அது ஒருவரையொருவர் கொல்வதாகவோ, அல்லது தற்கொலை செய்து கொள்வதாகவோதான் அர்த்தம்.”

“ஆம், ஆனால் உங்களுக்குள் எங்கேயோ ஒளிந்திருக்கும் ஒரு குரல் உங்களுடைய இந்த மகிழ்ச்சி நீண்டகாலத்திற்கு நிலைத்திருக்கப் போவதில்லை என்று சொல்கிறது அல்லவா?”

“ஏன் நம்முடைய விருந்தினரை பயமுறுத்துகிறீர்கள்?” என்றாள் ஃபுன்டா ஈஸர்.

“எந்த மகிழ்ச்சியும் நீண்ட காலத்திற்கு நிலைப்பதில்லை, அது எனக்கும் தெரியும். ஆனால் வருங்காலத்தில் ஏதோ ஒரு கட்டத்தில் மகிழ்ச்சியை இழக்கப்போகிறேன் என்று தெரிந்திருப்பதாலேயே சாகசங்கள் செய்து செத்துப்போவதில் விருப்பமில்லை.”

“நீங்கள் இதில் சம்மந்தப்படாவிட்டாலும், உங்களைக் கொல்வதற்கு நீங்கள் ஜெர்மனிக்குப் போகும் வரை அவர்கள் காத்திருக்கப் போவதில்லை. இங்கேயே உங்களைக் கொல்வார்கள். இன்றைய நாளிதழை நீங்கள் பார்க்கவில்லையா?”

“அதில் நான் இன்றே சாகப் போகிறேன் என்று எழுதியிருக்கிறதா?” கா புன்னகையோடு கேட்டான்.

சுனய் *பார்டர் சிட்டி கெஜெட்* நாளிதழை எடுத்து கடைசி பக்கத்திற்குத் திருப்பி, கா முந்தைய தினம் படித்த செய்திக் கட்டுரையை சுட்டிக் காட்டினான்.

“கார்ஸ்ஸில் ஓர் இறை மறுப்பாளன்!” என்று கம்பீரக்குரலில் ஃபுன்டா ஈஸர் முழங்கினாள்.

“இது நேற்று அவர்கள் முதலில் அச்சடித்த பிரதி,” என்றான் கா நிதானமாக. “நேற்று மாலை இந்தக் கட்டுரையில் உள்ள தவறான விஷயங்களை நீக்கிவிட்டு புதிதாக அச்சிட சர்தார் பே ஏற்பாடு செய்துவிட்டான்.”

“அதுதான் இல்லை. அவனால் முடியவில்லை. இன்று காலை வெளிவந்த பதிப்பு இதுதான். பத்திரிகைக்காரனின் வாக்குறுதியை அப்படியே நம்பிவிடாதீர்கள். ஆனால் நாங்கள் உங்களைப் பாது காப்போம். இந்த அடிப்படைவாதிகளால் ராணுவத்திற்கெதிராக எதுவும் செய்ய முடியாது. அதனால் அவர்கள் வீரத்தை ஒரு மேலை நாட்டு உளவாளியின் மேல் காட்டுவதற்குத்தான் முயல்வார்கள்.”

“சர்தாரிடம் இந்தக் கட்டுரையை எழுதச் சொன்னது நீங்கள் தானா?” கா கேட்டான்.

ஒரு கௌரவமான மனிதரை அவமதித்து விட்டதைப் போல தன் புருவத்தை உயர்த்தி, உதட்டைப் பிதுக்கி சுனய் காவை முறைத்தான். ஆனாலும் ஓர் அரசியல் வாதியின் நயவஞ்சகம் இதுவென்று காவுக்குப் புரிந்தது.

“கடைசிவரை எனக்கு நீங்கள் பாதுகாப்பளிப்பதாக இருந்தால் உங்களுடைய தூதுவனாக இருக்க எனக்கு சம்மதம்.”

சுனய் உறுதியளித்தான். இன்னமும் புரட்சிக்காரன் பாவனை யிலிருந்து வெளியே வராமல் காவை கட்டித் தழுவினான். அவனை பாராட்டி விட்டு, இரண்டு பாதுகாவலர்கள் அவனை விட்டு விலகவே மாட்டார்கள் என்றான்.

“தேவைப்பட்டால் அவர்கள் உங்களிடமிருந்தே கூட உங்களைப் பாதுகாப்பார்கள்!” என்று ஆர்ப்பாட்டமாக சிரித்தான்.

காவின் செயல்திட்ட விபரங்களை முடிவு செய்ய, நறுமணம் கமழும் இரண்டு தேநீர் கோப்பைகளோடு அமர்ந்தனர். ஃபுன்டா ஈஸர் அப்போதுதான் கம்பெனியில் சேர்ந்த ஓர் அபாரமான, புகழ் பெற்ற நடிகையைப் போல புன்னகை மாறாமலிருந்தாள். *The Spanish Tragedy*யின் வலுவான கருவைப் பற்றி சற்றுநேரம் பேசினாள். காவின் மனம் வேறெங்கோ இருந்தது. அந்தத் தையல் கடையின் உயர்ந்த சாளரங்கள் வழியே வழியும் வெண்ணொளியைப் பார்த்துக் கொண்டிருந்தான்.

கடையை விட்டு வெளியே வந்ததும் அவனுக்காகக் காத்துக் கொண்டிருந்த பருமனான, ஆயுதமேந்திய பாதுகாவலர்களைப் பார்த்ததும் அவன் கனவு பாதியில் அறுந்தது. அவர்களில் ஒருவன் அதிகாரி மட்டத்திலோ அல்லது நேர்த்தியாக உடையணிந்த சீருடை அணியாத உளவாளியாகவோ இருப்பானென்று எதிர்பார்த்திருந்தான். பல வருடங்களுக்கு முன் புகழ்பெற்ற ஒரு எழுத்தாளர் தொலைக்காட்சியில்

துருக்கியர்களை அறிவிலிகள் என்றும், இஸ்லாமில் அவருக்கு நம்பிக்கையில்லையென்றும் கருத்து தெரிவித்திருந்தார். கா ஒருமுறை அவர் இரண்டு அரசாங்க மெய்க்காப்பாளர்களோடு போய்க்கொண்டிருப்பதைப் பார்த்திருக்கிறான். ஆயுளின் கடைசி கட்டத்தில் இருந்த அவருக்கு அளிக்கப்பட்டிருந்த காவலர்கள் நவீனமாக உடையணிந்து நறுவிசான நடத்தையுடன் இருந்தனர். புரட்சிகர எழுத்தாளர்களிடம் எந்தளவுக்கு அடிபணிந்து இருக்க வேண்டுமென்று கா எதிர்பார்த்தானோ, அந்தளவுக்கு மிகையான அடிமைத்தனத்தோடு அவர்கள் நடந்துகொண்டனர். அந்த எழுத்தாளரின் பையை அவர்களே சுமந்து வந்தது மட்டுமன்றி, கதவை அவருக்காக திறந்தும் விட்டனர். படிகளில் ஏறும்போது இருபுறத்திலும் அவர் கைகளை பிணைத்துக்கொண்டு எதிரில் எதிரி வந்தால் காப்பாற்றும்படி அரவணைத்துச் சென்றனர். ராணுவ லாரியில் காவின் பக்கத்தில் உட்கார்ந்திருந்தவர்களைப் பார்க்கும்போது பாதுகாவலர்கள் போல தெரியவில்லை; அவர்கள் நடந்துகொள்ளும் விதம் கைதிகளைப் போல இருந்தது.

கா ஓட்டலுக்குள் நுழைந்தபோது அன்று அதிகாலையில் இருந்ததைப்போல மகிழ்ச்சி அவனிடம் நிரம்பியிருந்தது. இபெக்கை உடனே பார்க்கவேண்டும் போலிருந்தாலும் அவளிடமிருந்து சில விஷயங்களை மறைக்க வேண்டுமே என்ற எண்ணம் அவனை அச்சுறுத்தியது. அவள் அதை துரோகம் என்றுகூட எடுத்துக்கொள்ளலாம். அது சின்ன விஷயமாக இருந்தாலும்கூட அவர்கள் காதலை அது காயப்படுத்தி விடுமென்ற பயம் அவனுக்கு இருந்தது. கடிஃபேவை முதலில் பார்க்க முடிந்துவிட்டால் நல்லது என்று நினைத்துக் கொண்டிருக்கும்போதே முகப்பறையில் இபெக்கை பார்த்துவிட்டான்.

“எப்போதையும் விட மிக அழகாக இருக்கிறாய்!” என்றான் பிரமிப்போடு. “சுனய் என்னை அழைத்திருந்தான். அவனுடைய தூதுவனாக நான் செயல்பட வேண்டுமாம்.”

“எதற்காக?”

“அவர்கள் நீலத்தை பிடித்துவிட்டார்கள். நேற்று மாலை,” என்றான் கா. “ஏன் உன் முகம் இப்படி மாறுகிறது? நாம் எந்த விதமான அபாயத்திலும் இல்லை. ஆம், கடிஃபேவுக்கு வருத்தமாக இருக்கும். ஆனால் எனக்கென்னவோ இது நிம்மதியாக இருக்கிறது. தொல்லை விட்டது.” சுனய் அவனிடம் கூறியவற்றை கடகடவென்று ஒப்பித்தான். அன்றிரவு அவர்கள் கேட்ட சத்தங்கள், துப்பாக்கிச் சண்டை என எல்லாவற்றையும் விளக்கினான். “கவலைப்படாதே, யாருக்கும் எந்த சேதமும் ஏற்படாதவாறு நான் பார்த்துக் கொள்கிறேன். நாம் ஃபிராங்ஃபர்ட் செல்லப்போகிறோம், சந்தோஷமாக இருக்கப் போகிறோம். உன் அப்பாவிடம் பேசினாயா?” அவள் பதிலளிக்கவில்லை. ஆனாலும் அவன் தொடர்ந்து பேசிக்கொண்டிருந்தான். பேச்சுவார்த்தைக்கு செல்லப் போவதைப் பற்றி படபடப்பாக இருக்கிறது என்றான். நீலத்தை விரைவில் சந்திக்க வேண்டும்; அதற்கு முன் கடிஃபேவிடம் பேச வேண்டும். இபெக்கின் கண்களில் தென்பட்ட ஆழ்ந்த சஞ்சலம்

தனக்காக அவள் எந்தளவுக்கு கவலைப்படுகிறாள் என்பதற்கான அறிகுறி என்று நினைக்கும்போது அவன் இதயம் துள்ளியது.

"உங்கள் அறைக்கு கடிஃபேவை அனுப்புகிறேன்," என்று நகர்ந்தாள்.

அவன் அறையைத் திறந்தபோது அறைக்குள் நிகழ்ந்திருந்த மாற்றங்கள் உடனே கண்ணில் பட்டன. யாரோ படுக்கையை சரிப்படுத்தி அமைத்திருக்கிறார்கள். அவன் வாழ்க்கையின் அதி அற்புதமான சந்தோஷ இரவை அனுபவித்த அறை மாற்றியமைக்கப்பட்டிருக்கிறது. வெளியிலிருந்த பனிப் படுக்கையிலிருந்து பிரதிபலித்த வெளிச்சம் கட்டிலுக்கும், மேஜைக்கும், வெளிறிய திரைச் சீலைகளுக்கும் புதிய பரிமாணத்தை வழங்கிக் கொண்டிருந்தது. அறையிலிருந்த நிசப்தம் கூட வேறுவிதமாகத் தோன்றியது. ஆனால் அவர்களுடைய சம்போகத்தின் மணம் இன்னும் மிதந்துகொண்டிருந்தது. அதில் அவனால் சுவாசித்துக் கொண்டிருக்க முடியும். படுக்கையில் சாய்ந்து விட்டத்தை வெறித்தபடி, கடிஃபே ஒப்புக்கொள்ள மறுத்து, நீலமும் ஒத்துழைக்காவிட்டால் வரப்போகும் சிக்கல்களை யோசித்துக்கொண்டிருந்தான்.

கடிஃபே அறைக்குள் பரபரப்பாக நுழைந்தாள். "நீலத்தை கைது செய்திருப்பதைப் பற்றி உங்களுக்கு என்னவெல்லாம் தெரியும், சொல்லுங்கள். அவர்கள் அவரை அடித்தார்களா?"

"அவர்கள் அவனைக் காயப்படுத்தியிருந்தால், அவனைப் பார்க்க இப்போது என்னை அழைத்துச் செல்ல மாட்டார்கள். இன்னும் சில நிமிடங்களில் என்னை அங்கே கொண்டுசெல்லப் போகிறார்கள். நேற்று அந்த ஓட்டல் கூட்டம் முடிந்ததும் அவனைப் பிடித்திருக்கிறார்கள்; அவ்வளவுதான் எனக்குத் தெரியும்."

சன்னலுக்குக் கீழே பனிப்படுகையாக நீண்டிருந்த அவென்யூவை குனிந்து பார்த்துக்கொண்டிருந்தாள். "இப்போது நீங்கள் சந்தோஷமாக இருக்கிறீர்கள், நான் துக்கமாக இருக்கிறேன். அந்தக் கோடி அறையில் நாம் சந்தித்ததற்குப் பிறகு எவ்வளவு விஷயங்கள் மாறிவிட்டிருக்கின்றன!"

கடிஃபே அவனை நோக்கி துப்பாக்கியை நீட்டி, ஆடைகளைக் களையவைத்த அறை எண் 217 சந்திப்பைப் பற்றி யோசித்துப் பார்த்தான். அவை நெடுநாளைக்கு முந்திய இனிய நினைவுகளாக இப்போது தோன்றி அவர்களை ஒன்றாகப் பிணைத்தது.

"கதை இதோடு முடிந்து விடவில்லை, கடிஃபே," என்றான் கா. "கல்வியியல் பயிற்சியகத்தின் இயக்குநரின் படுகொலையில் நீலத்திற்குத் தொடர்பு இருப்பதாக சுனய்யின் கூட்டாளிகள் நம்புகிறார்கள். அது மட்டுமல்ல, அந்தத் தொலைக்காட்சி அறிவிப்பாளன் படுகொலை சம்மந்தப்பட்ட ஆவணங்கள்கூட கார்ஸ்ஸிற்கு வந்திருப்பதாகத் தோன்றுகிறது."

"இந்த 'கூட்டாளிகள்' என்பவர்கள் யார்?"

"கார்ஸ் MİTயைச் சேர்ந்த சிலர் . . . அவர்களோடு சுனய்யுடன் தொடர்புகொண்ட ஓரிரு ராணுவ வீரர்கள். ஆனால் சுனய் ஒன்றும்

இவர்களின் முழு கட்டுப்பாட்டில் சிக்கியிருப்பதாக நினைக்காதே. அவனுக்கென்று சில கலாபூர்வமான குறிக்கோள்களை வைத்திருக்கிறான். உனக்கென்று ஒரு திட்டம் கூட வைத்திருக்கிறான். இன்று மாலை நேஷனல் தியேட்டரில் நாடகம் ஒன்றை அரங்கேற்றவிருக்கிறான். அதில் நீயும் நடிக்க வேண்டுமாம். முகத்தை சுளிக்காதே – சொல்வதைக் கேள்! நேரடியாக ஒளிபரப்பாகப் போகிறது. கார்ஸ் முழுவதும் இந்த நாடகத்தைப் பார்க்கப் போகிறது. இந்த நாடகத்தில் நடிப்பதற்கு நீ ஒப்புக் கொண்டால், நாடகத்தைக் காண வரும் சமயக்கல்விக்கூட மாணவர்கள் இடையூறு செய்யாமல் அமைதியாக உட்கார்ந்து, வேண்டிய இடங்களில் கைத்தட்டி நாடகத்தை ஒழுங்காக நடக்க ஒத்துழைக்க நீலம் அவர்களுக்குக் கட்டளையிடுவதாக இருந்தால், சுனய் நீலத்தை விடுதலை செய்ய ஏற்பாடு செய்வான். அதன் பிறகு எல்லா விஷயங்களும் மறந்து, யாருக்கும் எந்தவித சேதாரமுமின்றி வெளிவந்துவிடலாம். மத்தியஸ்தம் செய்வதற்கு அவர்கள் என்னை நியமித்திருக்கிறார்கள்.”

“அது என்ன நாடகம்?”

தாமஸ் கிட் பற்றியும் *The Spanish Tragedy* பற்றியும் அவனுக்குத் தெரிந்த எல்லாவற்றையும் கா சொன்னான். அந்நாடகத்தை தற்காலத்திற்கு பொருந்துமாறு சுனய் சற்றே மாற்றியிருப்பதையும் குறிப்பிட்டான்.

“கார்நீல், ஷேக்ஸ்பியர், பிரெக்ட் நாடகங்களைக்கூட அவர்கள் இதைப்போல மாற்றியமைத்து, பெல்லி டான்ஸ்களையும், சிற்றின்பப் பாடல்களையும் சேர்த்து இவ்வளவு வருடங்களாக அனடோலியா முழுக்க நாடகம் போட்டு வந்திருக்கின்றனர்.”

“ஆகவே இந்த நாடகத்தில் வரும் இரண்டு குழுக்களிடையே ரத்தக் கலவரம் ஆரம்பிக்க காரணமாயிருக்கப் போகும் வல்லுறவு காட்சியில் நான் நடித்து, அது தொலைக்காட்சியில் நேரடியாக ஒளிபரப்பாக வேண்டும், இல்லையா?”

“இல்லை. நீ நடிக்கப் போவது முக்காடு அணிந்த ஓர் ஒழுங்கான ஸ்பானியப் பெண்ணாக. இந்த வழிவழிப் பகையைக் கண்டு எரிச்சலுற்று, கோபத்தில் உன் முக்காடை கழற்றி எறிகிற புரட்சிப்பெண் வேடம் உனக்கு.”

“துருக்கியில் புரட்சிப் பெண் என்றால், அவள் முக்காடை கழற்றி எறிபவள் அல்ல; முக்காடு அணிபவள் தான்.”

“இது வெறும் நாடகம், கடிஃபே. அதனால் உன் முக்காடை அகற்றுவது பெரிய பிரச்சனையாக இருக்காது.”

“அவர்கள் என்னிடமிருந்து என்ன எதிர்பார்க்கிறார்கள் என்று இப்போது எனக்குப் புரிகிறது. அது நாடகமாக இருந்தாலும்கூட, என் உச்சந்தலையை வெளிக்காட்டமாட்டேன்.”

“இதோ பார் கடிஃபே, இன்னும் இரண்டு நாட்களில் பனி உருகி சாலைகள் திறக்கப்படப் போகின்றன. இப்போது சிறையில்

உட்கார்ந்திருப்பவர்கள் எல்லோரும் அப்போது இரக்கம் என்பதையே அறியாத அதிகாரிகளின் வசம் ஒப்படைக்கப்படுவார்கள். அப்படி நிகழ்ந்தால் இனி உன் வாழ்நாளில் நீலத்தை மீண்டும் பார்க்கமுடியாது. இதை யோசித்துப் பார்த்தாயா?"

"இதைப் பற்றி அதிகம் யோசித்தால் இதற்கு உடன்பட்டு விடுவேனோ என்று பயமாக இருக்கிறது."

"சரி, உன் முக்காடுக்கு அடியில் சவுரியை அணிந்துகொள்ளலாமே. அப்போது உன் உண்மையான கேசம் யாருக்கும் தெரியாது."

"சவுரி அணிவதாக இருந்தால் எனக்குத் தெரிந்த பல பெண்களைப் போல எப்போதோ செய்திருப்பேனே. நிறுவனத்திற்குள்ளேயே அனுமதிக்கப்பட்டிருப்பேன்."

"இது நிறுவனத்திற்கு வெளியே நின்றுகொண்டு உன் கௌரவத்தைக் காப்பாற்றிக் கொள்ள போராடுவதைப் பற்றியல்ல. நீலத்தைக் காப்பாற்றுவதற்காக நீ இதை செய்யப்போகிறாய்."

"சரி, நான் எனது முக்காடை வீசி எறிந்து அவரைக் காப்பாற்றுவதை நீலம் ஒப்புக்கொள்கிறாரா என்று பார்ப்போம்."

"நிச்சயமாக ஒப்புக்கொள்வான்," என்றான் கா. "உன் தலையை வெளிக்காட்டிக் கொள்வதில் அவன் கௌரவம் ஒன்றும் குலையப் போவதில்லை. உங்கள் இருவருக்கும் தொடர்பு இருக்கிறது என்று யாருக்குத் தெரியும்?"

அவளுடைய பலவீனமான புள்ளியை அவன் தொட்டுவிட்டது அவள் கண்களில் தென்பட்ட சீற்றத்திலிருந்து தெரிந்தது. விநோதமான முறையில் அவள் புன்னகைத்தது அவனுக்குள் அச்சத்தையும் பொறாமையையும் நிரப்பியது. கடிஃபே, இபெக்கைப் பற்றி அபாண்டமான எதையோ சொல்லப் போகிறாள் என்று அவன் பயந்தான். அவசரமாக, "நமக்கு நேரம் அதிகமில்லை, கடிஃபே," என்றான். அவன் குரலில் தென்பட்ட அந்த விநோதமான நடுக்கத்தை அவனாலேயே கேட்க முடிந்தது. "இந்த சிக்கல்களிலிருந்து காயப் படாமல் கௌரவமாக வெளியே வருவதற்கு உன்னிடம் விவேகமும் அறிவும் உண்டு என்று எனக்குத் தெரியும். பல வருடங்கள் அரசியல் அகதியாக கழித்தவன் என்ற முறையில் இதை உனக்குச் சொல்கிறேன். நான் சொல்வதைக் கேள். வாழ்க்கை என்பது கொள்கைகள் பற்றியது அல்ல; அது மகிழ்ச்சியைப் பற்றியது."

"ஆனால் உங்களுக்கு கொள்கையே இல்லையென்றால், உங்களுக்கு நம்பிக்கையே இல்லையென்றால், உங்களால் மகிழ்ச்சியோடு இருக்கவே முடியாதே!" என்றாள் கடிஃபே.

"உண்மைதான். ஆனால் மனித உயிரை மலிவான சரக்காக கருதும் நமது மிருகத்தனமான தேசத்தில், உன் நம்பிக்கைகளுக்காக உன்னையே அழித்துக் கொள்வதென்பது முட்டாள்தனமானது.

நம்பிக்கைகள்? கொள்கைகள்? பணக்கார தேசங்களில் வாழ்பவர்களுக்குத்தான் இந்த ஆடம்பர வசதிகளை அனுபவிக்கமுடியும்."

"நீங்கள் சொல்வது தலைகீழாக இருக்கிறது. ஏழை தேசத்தில் மக்களுக்கு உள்ள ஒரே ஆறுதல் அவர்கள் நம்பிக்கைகளிலிருந்துதான் கிடைக்கிறது."

"ஆனால் அவர்கள் நம்புகிற விஷயங்கள் உண்மையானவையல்ல," என்று சொல்ல நினைத்தாலும் அடக்கிக் கொண்டு "ஆனால் நீ ஏழை வர்க்கத்தைச் சேர்ந்தவளல்ல, கடிஃபே. நீ இஸ்தான்புல்லைச் சேர்ந்தவள் இல்லையா?"

"அதனால்தான் நான் நம்புகிற விஷயங்களைச் செய்து கொண்டிருக்கிறேன். போலியாக நடிப்பதில்லை. என் தலையை வெளிக்காட்ட முடிவெடுத்தால், அரைகுறையாகச் செய்யமாட்டேன். நிஜமாகவே செய்து காட்டுவேன்."

"அப்படியானால், இந்தத் திட்டத்திற்கு என்ன சொல்கிறாய்? பார்வையாளர்கள் முன்னிலையில் நாடகத்தை நடத்துவது என்ற எண்ணத்தை அவர்கள் கைவிட்டுவிட்டால்? வெறுமனே தொலைக் காட்சியில் மட்டும் ஒளிபரப்பி, கார்ஸ் மக்கள் மட்டும் பார்ப்பதாக இருந்தால்? நீ உணர்ச்சி வசப்பட்டு முக்காடை இழுப்பதை மட்டும் தான் காட்டுவார்கள். அடுத்த காட்சியில் உன்னைப்போலவே தோற்றம் கொண்ட இன்னொரு பெண்ணை, தலையை விரித்துப் போட்டபடி பின்னாலிருந்து காட்டுவார்கள்."

"இது சவுரியை அணிந்துகொள்வதைவிட நேர்மையற்ற செயல்," என்றாள் கடிஃபே. "இறுதியில், புரட்சி முடிந்த பிறகு முக்காடை கழற்றிப் போட்டது நான்தானென்று எல்லோரும் நினைப்பார்கள்."

"எது உனக்கு முக்கியம் – இறைவனின் கட்டளையை மதித்து நடப்பதா, அல்லது உன்னைப்பற்றி மக்கள் என்ன சொல்வார்களென்று கவலைப்படுவதா? இப்போது திட்டமிட்டபடி இதை செயல்படுத்தினால், உன் முக்காடைக் கழற்றி தலையை வெளிக்காட்ட வேண்டியதேயில்லை, அதுதான் முக்கியம். அப்போதும், மக்கள் என்னை நினைப்பார்களென்று நீ கவலைப்பட்டால், அது ஒன்றும் பிரச்சனையேயல்ல, இந்த அபத்தங்கள் முற்றிலுமாக அடங்கிய பிறகு, கடைசி நேரத்தில் நாம் செய்த ஆள் மாறாட்டத்தை எல்லோரிடமும் அறிவித்துவிடலாம். இதை நீ செய்தது எல்லாமே நீலத்தை காப்பாற்றுவதற்காகத்தான் என்று தெரியவந்ததும் சமயக்கல்விக்கூட மாணவர்களுக்கு உன் மேல் இப்போது இருக்கும் மதிப்பு மேலும் உயரும்."

"ஒருவரை எதற்கோ இணங்க வைப்பதற்காக உங்கள் சக்தியனைத்தையும் செலவழித்து, மூச்சு வாங்காமல் பேசுகிறீர்களே . . ." அவள் குரல் திடீரென்று மாறியது, ". . . நீங்கள் பேசுவது எல்லாமே உங்கள் நம்பிக்கைக்கு விரோதமானவைதானென்று உங்களுக்கு எப்போதாவது உறைத்திருக்கிறதா?"

“அது சாத்தியம்தான். ஆனால் அதுவல்ல இப்போது விஷயம்.”

“சரி, அப்படியிருக்கும் பட்சத்தில், அந்த ஒருவரை நைச்சியமாகப் பேசி உடன்படச் செய்துவிட்டீர்கள் என்று வைத்துக்கொள்வோம்; அவளை ஏமாற்றிக் காரியத்தை சாதித்துக் கொண்டதில் உங்களுக்கு மனதில் உறுத்தாதா? அவளை நட்டாற்றில் விட்டுவிட்டு வந்துவிட்டோமா என்று தோன்றாதா?”

“யாரும் உன்னை நட்டாற்றில் விட்டுப் போகப் போவதில்லை, கடிஃபே. உன் அறிவைப் பயன்படுத்து என்கிறேன், அவ்வளவுதான். நமக்கு முன்னாலிருக்கும் ஒரே தெரிவு இதுதான். சுனய்யின் ஆட்கள் ஈவிரக்கமில்லாதவர்கள். நீலத்தைத் தூக்கிலிடுவது என்று அவர்கள் முடிவெடுத்துவிட்டால், அதை நிறைவேற்றத் தயங்க மாட்டார்கள். அதைத் தடுக்க வேண்டிய கடமை உனக்கு இல்லையா?”

“சரி, நான் என் முக்காடை கழற்றி தலையைக் காட்டுகிறேன் என்றே வைத்துக்கொள்வோம் – அதுவே ஒரு சரணாகதிதான் – ஆனால் அதற்குப்பிறகு அவர்கள் நீலத்தை விடுவிப்பார்கள் என்பதற்கு என்ன உத்திரவாதம்? துருக்கிய அரசுத் தரப்பின் எந்த வாக்குறுதியையும் நான் ஏன் நம்ப வேண்டும்?”

“உண்மைதான். அவர்களிடம் இதைப் பற்றி விவாதிக்கிறேன்.”

“யாரோடு விவாதிப்பீர்கள்? எப்போது விவாதிப்பீர்கள்?”

“முதலில் நீலத்தை சந்திக்கிறேன். பின்னர் சுனய்யிடம் பேசுகிறேன்.”

அவர்களிடையே மௌனம் நீண்டநேரம் கடந்தது. கடிஃபே கிட்டத்தட்ட ஒப்புக் கொண்டுவிட்டாள் என்பது தெளிவாகத் தெரிந்தது. ஆனால் வாய்விட்டுச் சொல்லவேண்டும். அவள் முடிவை நிச்சயப் படுத்திக் கொள்வதற்காக கைக்கடிகாரத்தைத் திருப்பிப் பார்ப்பதாகப் பாவனை செய்தான்.

“நீலத்தை பிடித்து வைத்திருப்பது யார்? MİTயா, ராணுவமா?”

“தெரியவில்லை. இரண்டுக்கும் என்ன பெரிய வித்தியாசம் இருக்கப் போகிறது?”

“ராணுவமாக இருந்தால் அவரை சித்திரவதைப் படுத்தியிருக்க மாட்டார்கள்,” என்றாள். கொஞ்சம் தயங்கி விட்டு, “இவற்றை அவரிடம் கொடுத்துவிடவேண்டும்.” என்று ஒரு பழைய சிகரெட் லைட்டரையும் ஒரு மால்பரோ சிகரெட் பாக்கெட்டையும் கொடுத்தாள். அந்த லைட்டரில் முத்து பதித்து அலங்கரித்திருந்தது. “இந்த லைட்டர் அப்பாவினுடையது. இதை வைத்து சிகரெட் பற்ற வைக்க நீலம் விரும்புவார்.”

கா சிகரெட்டுகளை வைத்துக்கொண்டு லைட்டரை திருப்பிக் கொடுத்தான். “நான் நீலத்திடம் லைட்டரைக் கொடுத்தால் அங்கே வருவதற்கு முன் உன்னைப் பார்த்து பேசிவிட்டு வந்திருக்கிறேன் என்று தெரிந்துகொள்வான்.”

"அதனால் என்ன? அவருக்கு ஏன் தெரியக் கூடாது?"

"ஏனென்றால் நாம் எதைப்பற்றி விவாதித்திருக்கிறோம் என்று அவனுக்குத் தெரிந்துவிடும். நீ என்ன முடிவெடுத்தாய் என்று தெரிந்து கொள்ள விரும்புவான். உன்னை முதலில் பார்த்ததாகவோ, அவனைக் காப்பாற்றுவதற்காக உன் முக்காடை இழக்க நீ தயாராக இருப்பதாகவோ அவனிடம் சொல்வதாக இல்லை."

"ஏன், அவர் அதற்கு ஒருபோதும் ஒப்புக்கொள்ள மாட்டார் என்பதாலா?"

"அல்ல. அவன் ஒரு புத்திசாலியான, விவேகமான மனிதன். தூக்கு மேடையிலிருந்து அவனைக் காப்பாற்றுவதற்காக உன் முக்காடை அகற்றுகிறாய் என்றால் அவன் நிச்சயம் ஒப்புக்கொள்வான். அது உனக்குகூடத் தெரியும். அவனிடம் நேராக வராமல் உன்னை முதலில் சந்தித்துப் பேசியதைத்தான் அவனால் ஏற்க முடியாது."

"ஆனால் இது அரசியல் விவகாரம் மட்டுமல்ல; தனிப்பட்ட விஷயமும் கூட. எனக்கும் அவருக்குமான விஷயம். நீலம் இதைப் புரிந்துகொள்வார்."

"இருக்கலாம். ஆனால் முதலில் வந்திருக்க வேண்டியது அவனிடம் தானே என்று கேட்பான் இல்லையா? அவன் ஒரு துருக்கியன். இஸ்லாமிய அரசியலாளன். நான் நேராக அவனிடம் சென்று, 'இதோ பார், உன்னை விடுதலை செய்வதற்காக கடிஃபே அவளது முக்காடை அகற்ற முடிவெடுத்துவிட்டாள்' என்று சொல்லமுடியாது. அது அவன் முடிவாக இருக்கவேண்டுமென்றுதான் அவன் விரும்புவான். அவனிடம் இதை நிறைவேற்றுவதில் உள்ள பல்வேறு வழிகளைப் பற்றிக் கேட்கப் போகிறேன் – புனைமுடி அணிந்துகொள்வதா அல்லது முக்காடை அகற்றுவதை வேறொரு பெண்ணை வைத்து நடத்திக் கொள்வதா என்று கேட்கப் போகிறேன். எந்த வழியைத் தேர்ந்தெடுத் தாலும் அது உன் கௌரவத்திற்கு குந்தகம் விளைவிக்காமல் சிக்கலைத் தீர்ப்பதாக இருக்க வேண்டுமென்றுதான் நினைப்பான். ஒன்றைத் தெரிந்துகொள்: இப்போது முக்கியம் எதுவென்றால் கௌரவம் என்பதைப் பற்றி அவனது அபிப்பிராயம்தான், உன்னுடையதல்ல. நீ உனது முக்காடை அகற்றுவதாக இருந்தால் அவனது சம்மதத்தோடு தான் செய்கிறாய் என்று எல்லோருக்கும் தெரியவேண்டுமென்றே அவன் நினைப்பான்."

"உங்களுக்கு நீலத்தைக் கண்டால் பொறாமை. அவரை வெறுக்கிறீர் கள்," என்றாள் கடிஃபே. "அவரை ஒரு மனிதனாகக்கூட நீங்கள் பார்க்க விரும்பவில்லை. குடியரசின் மற்ற மதச்சார்பற்றவர்கள் போலத் தான் நீங்களும். மேலைத்தனமாக இல்லாத எவரும் உங்களுக்கு அநாகரிகமானவர்கள், கயவர்கள், தாழ்ந்த இனத்தவர்கள்தான். அவர்களைக் கட்டி வைத்து அடி பின்னியெடுத்தால் மனிதர்களாகி விடுவார்கள் என்று சொல்லிக் கொள்வீர்கள். நீலத்தைக் காப்பாற்று வதற்காக ராணுவத்தின் முன் நான் மண்டியிட்டு தலை வணங்குவதைப்

பார்ப்பதில் உங்களுக்கு அதீதமான சந்தோஷம், இல்லையா? நீசத்தனமான இந்த சந்தோஷத்தை உங்களால் வெளிக்காட்டிக் கொள்ளாமல் மறைத்துக்கொள்ளக்கூட முடியவில்லை." அவள் கண்கள் வெறுப்பில் மின்னின. "முடிவெடுக்க வேண்டியது நீலம்தான் என்றால், நீங்களும் ஓர் அறிவொளி கொண்ட துருக்கியன் என்றால், சுனய்யிடமிருந்து நேராக நீலத்திடம் செல்லாமல் எதற்கு இங்கே வந்தீர்கள்? ஏனென்று சொல்கிறேன். நான் தலைகுனிந்து மண்டியிடுவதை நீங்கள் பார்த்து ரசிக்கவேண்டும். இதன் மூலம் நீங்கள் பயந்து நடுங்குகிற நீலத்தைவிட உங்களை உயர்வானவராக நினைத்துக் கொள்ளலாம் என்பதற்காக."

"ஆம், நீ சொல்வது சரிதான். அவனிடம் நான் பயந்து நடுங்குவது உண்மைதான். ஆனால் நீ சொன்ன மற்றவையெல்லாம் நியாயமே இல்லாத குற்றச்சாட்டுக்கள். நான் நீலத்திடம் முதலில் சென்று, அவன் நீ முக்காடை அகற்றிக்கொள்ளலாம் என்று சொன்னதை உன்னிடம் சொன்னால் அதை நீ ஒரு கட்டளையாக எடுத்துக் கொண்டிருக்கலாம்; மறுத்தும் இருக்கலாம்,"

"நீங்கள் ஒரு மத்தியஸ்தர் அல்ல; கொடுங்கோலர்களுக்கு ஒத்துழைத்துக் கொண்டிருக்கிறீர்கள்."

"என்னுடைய ஒரே குறிக்கோள் இந்த நகரத்தை விட்டு உயிரோடு செல்வது மட்டுமே. இந்தப் புரட்சியைக் கண்டு நான் பயப்படுமளவுக்கு நீ பயப்படத் தேவையில்லை. நீ எந்தளவுக்கு தீரமுள்ள, அறிவார்ந்த, நேர்மையான பெண் என்பதை கார்ஸ் மக்களுக்கு ஏற்கனவே நிரூபித்திருக்கிறாய். இந்தப் பிரச்சனையெல்லாம் தீர்ந்ததும் நானும் உன் அக்காவும் ஃபிராங்க்ஃபர்ட்டுக்குச் செல்கிறோம். அங்கு மகிழ்ச்சியோடு புது வாழ்க்கையைத் தொடங்கப் போகிறோம். நீயும் அதைப்போல ஒரு முடிவெடுக்க வேண்டுமென்று விரும்புகிறேன். நீயும் நீலமும் இங்கிருந்து தப்பித்து விட்டால் ஐரோப்பிய நகரம் எதிலாவது அரசியல் அகதியாக குடியேறி சந்தோஷமாக வாழலாம். உன் அப்பாவுக்கும் உங்களோடு வர விருப்பம் இருக்கும். இவையெல்லாம் நிகழ்வதற்கு முன் நீ என்னை முழுசாக நம்பவேண்டும்."

இனிமையான எதிர்காலம் பற்றி கா பேசப்பேச, கடிஃபேவின் கண்களில் கண்ணீர் முத்து உருத்திரண்டு, கன்னத்தில் வழிந்தது. புரிந்துகொள்ள முடியாத ஒரு விதத்தில் அவள் புன்னகைத்தபோது காவுக்கு கலக்கமாக இருந்தது. கண்ணீரை உள்ளங்கையால் துடைத்துக் கொண்டு, "என் அக்கா கார்ஸ்ஸை விட்டு வருவதற்குத் தயாராக இருக்கிறாளென்று உங்களுக்கு நிச்சயமாகத் தெரியுமா?" என்றாள்.

"எனக்கு நம்பிக்கை இருக்கிறது," என்றான் நிச்சயமில்லாமல்.

"அந்த லைட்டரை நீலத்திடம் நீங்கள் தந்தாக வேண்டுமென்றோ, என்னை முதலில் வந்து பார்த்ததைச் சொல்ல வேண்டுமென்றோ வற்புறுத்தப் போவதில்லை." அவள் இப்போது செருக்கு வாய்ந்த, ஆனால் நிதானம் தவறாத இளவரசியைப் போல பேசிக்கொண்டிருந்தாள். "ஆனால் எல்லோர் முன்பாகவும் என் முக்காடை அகற்றுவதற்கு

முன், அவர்கள் அவரை விடுதலை செய்வார்கள் என்று நிச்சயமாக எனக்குத் தெரியவேண்டும். சுனய்யோ, அல்லது அவனுடைய அடியாட்கள் எவனோ அளிக்கும் உத்திரவாதம் எனக்குப் போதாது. துருக்கிய அரசின் வாக்குறுதிகளின் மதிப்பை நான் அறிவேன்."

"நீ ஒரு புத்திசாலிப் பெண், கடிஃபே. நல்லதொரு வாழ்க்கை கிடைப்பதற்கு உன்னைவிட கார்ஸ்ஸில் வேறு யாருக்கும் அதிகம் தகுதியில்லை," என்றான் கா. "நெஸிப்பைத் தவிர" என்று சேர்த்துக் கொள்ள இச்சையாக இருந்தாலும், அந்த எண்ணம் வந்த வேகத்தில் மறைந்தது. "அந்த லைட்டரைத் தந்தால் நீலத்திடம் தருவதில் எனக்கு சிரமமில்லை. ஆனால், தயவுசெய்து என் மீது நம்பிக்கை வை."

கடிஃபே குனிந்து லைட்டரை எடுத்துத் தந்தாள். பின் இருவருமே எதிர்பாராதபடி கட்டித் தழுவிக்கொண்டனர். அவள் அக்காவின் தேகத்தை விட இலேசாக, மெல்லியதாக இருந்த கடிஃபேவின் உடலைத் தீண்டுவதன் கிளர்ச்சி ஒருகணம் அவனுள் பரவினாலும், அவளை முத்தமிடும் துடிப்பை அடக்கிக்கொண்டு விலகினான். ஒரு கணம் கழித்து கதவு பலமாகத் தட்டப்படும் சத்தத்தைக் கேட்டதும்தான் அத்து மீறாமல் நிறுத்திக்கொண்டது எவ்வளவு நல்லதாகப் போயிற்று என்று நினைத்துக்கொண்டான்.

வந்தது இபெக். ஒரு ராணுவ லாரி வந்து அவனுக்காக காத்துக் கொண்டிருப்பதாகச் சொன்னாள். அவள் அங்கேயே அசையாமல் நின்று அவர்கள் கண்களுக்குள் நிதானமாகப் பார்த்தாள், காவும் கடிஃபேவும் என்ன முடிவெடுத்தார்களென்று அனுமானிப்பதைப் போல. கா அவளை முத்தமிடாமல் அறையை விட்டு வெளியேறினாலும் அதற்கு அவசியமில்லையென்று உணர்ந்தான். அவள் இப்போது அவனுடையவள். சகோதரிகள் இருவர் மீதும் அவன் கொண்டிருக்கும் ஆதிக்கத்தை ரசித்துக் கொண்டே தாழ்வாரத்தின் முடிவில் திரும்பிப் பார்க்க, அவர்கள் மௌனமாக அரவணைத்துக் கொண்டிருப்பது தெரிந்தது.

35

நான் யாருடைய ஏஜென்ட்டும் அல்ல

சிறையில் நீலத்துடன் கா

கடிஃபேவும் இபெக்கும் கட்டித் தழுவியபடி தாழ்வாரத்தில் நின்றிருந்த பிம்பம் காவின் மனதிலேயே தங்கியிருந்தது. அடாதுர்க் – ஹலித் பாஷா அவென்யூ சந்திப்பிலிருந்த கார்ஸ் நகரத்தின் ஒரே போக்குவரத்து சிக்னல் மாறுவதற்காக ராணுவ லாரியில் டிரைவரின் பக்கத்தில் உட்கார்ந்து கொண்டு வெளியே வேடிக்கை பார்த்துக் கொண்டிருந்தான். உயரமான வாகனம் அது. அவன் உட்கார்ந்திருந்த இருக்கையிலிருந்து பார்க்கும்போது ஒரு பழைய ஆர்மீனிய வீட்டின் இரண்டாவது மாடியில் காற்றுக்காகத் திறந்து வைத்திருந்த ஜன்னலின் வழியே அந்த வீட்டின் உட்புறம் தெரிந்தது, காற்றில் அலைந்து கொண்டிருந்த திரைச் சீலைகள் உள்ளே ஏதோ கூட்டம் நடந்துகொண்டிருப்பதைக் காட்டின. ஏதாவது ரகசிய அரசியல் கூட்டமாக இருக்குமென்று அவனுக்கு நிச்சய மாகத் தோன்றியது. எக்ஸ்ரே படத்தை உற்றுப் பார்க்கும் மருத்துவர் போல அச்சன்னலையே பார்த்துக் கொண்டிருக்கும்போது உள்ளே என்ன நடந்து கொண்டிருக்குமென்று அவனுக்குள் நிச்சயமான அனுமானங்கள் முகிழ்த்தன. வெளிறிப் போயிருந்த ஒரு பெண் திரைச்சீலையை மூடிவிட்டுப் போனபிறகும் அவன் கற்பனைகள் தொடர்ந்தன: கார்ஸ்ஸின் அனுபவம் வாய்ந்த குர்திய பயங்கரவாதிகள் இரண்டு பேர், ஒரு தேநீர் விடுதி ஊழியனிடம் பேசிக் கொண்டிருக்கின்றனர். அவனுடைய அண்ணன் கலக இரவில் கொல்லப்பட்டிருந்தான். அந்த தேநீர் விடுதி ஊழியன் கணப்புக்கு அருகில் குந்தி அமர்ந்து, வியர்வை வழிய, அவன் அண்ணனின் சடலத்தை கட்டுப்போட்டு மூடிக் கொண்டிருக்கிறான். அந்தப் போராளிகள் அவனிடம் ஃபெய்க்பே அவென்யூவில் உள்ள காவல்துறை தலைமையகத்திற்குள் பிரவேசித்து குண்டு வெடிக்கச் செய்வது எவ்வளவு எளிதான காரியமென்று தைரியமளித்துக் கொண்டிருக்கிறார்கள்.

ஆனால் இந்தக் காவலர்கள் காவை கூட்டிச்செல்லும் இடத்தை மட்டும் அவனால் ஊகிக்க முடியவில்லை. காவல்

துறை தலைமையகத்திற்கோ, அல்லது MİT தனது தலைமையகத்தை வைத்திருந்த புராதன சதுக்கத்திற்கோ செல்லாமல் பெய்க் பே அவென்யூ திருப்பத்தில் திரும்பி அடாதுர்க் அவென்யூவிலேயே சென்று, நகரின் மையத்திலிருந்த ராணுவ வளாகத்திற்குள் நுழைந்தது. 1960களில் இந்த இடத்தை ஒரு பூங்காவாக மாற்றுவதற்கு ஒரு திட்டம் இருந்தது. ஆனால் எழுபதுகளின் தொடக்கத்தில் நடந்த ராணுவப் புரட்சிக்குப் பிறகு அதைச் சுற்றி ஒரு மதில் சுவர் கட்டி, உள்ளே ராணுவ குடியிருப்புகளும், தளபதி அலுவலகங்களும், பயிற்சி மைதானமும் வந்துவிட்டன. குட்டையான பொப்ளார் மரங்களுக்கு இடையே சிறுவர்கள் சைக்கிள் ஓட்டிக்கொண்டிருந்தார்கள். ராணுவ ஆதரவு *ஃப்ரீ நேஷன்* நாளிதழில் இந்த இடம் ராணுவத்தின் வசம் வந்ததால்தான் கார்ஸ் நகருக்கு புஷ்கின் வந்தபோது தங்கியிருந்த வீடும், நாற்பதாண்டுகள் கழித்து கஸாக்குகள் கட்டிய தொழுவங்களும் இடிக்கப்படுவதிலிருந்து காப்பாற்றப்பட்டுள்ளன என்று எழுதியிருந்தது.

அவர்கள் நீலத்தை அடைத்து வைத்திருந்த சிறை இந்தத் தொழுவத்திற்கு அடுத்ததாக இருந்தது. ஒரு பழைய ஓலியாண்டர் மரத்திற்கடியில் அமைந்திருந்த இனிமையான பழங்கால கட்டிடம் ஒன்றுக்கு வெளியே கா இறக்கி விடப்பட்டான். ஓலியாண்டர் மரத்தின் கிளைகள், அவற்றில் அப்பியிருந்த பனியின் பாரத்தில் தாழ்ந்து வளைந்திருந்தன. கட்டிடத்திற்குள் நுழைந்ததும் கனிவான பாவத்துடன் எதிர்ப்பட்ட இருவரைப் பார்த்ததுமே அவர்கள் MİT பணியாளர்களாகத் தான் இருக்கவேண்டுமென கா சரியாகவே ஊகித்தான். அவர்கள் அவன் சட்டையை உயர்த்தி ஒரு பழைய மாடல் டேப்ரிகார்டரை அவன் மார்போடு வைத்து துணியால் சுற்றி கட்டுப் போட்டனர். (அந்த டேப்ரிகார்டர் அரதப் பழசாக காணப்பட்டதென்றால் அதற்குக் காரணம் இவை நிகழ்வது தொண்ணூறுகளில் என்பதை நினைவில் கொள்ள வேண்டும்.)

அதை எப்படி இயக்குவது என்று அவனுக்கு ‘ஆன்’ ‘ஆஃப்’ பட்டனைக் காட்டினர். கீழ்த்தளத்தில் அடைக்கப்பட்டிருந்த நீலத்தைப் பற்றிப் பேசும்போது அவன் அகப்பட்டுக் கொண்டதற்காக அவர்கள் வருத்தப்படுவதைப் போலவும், அவனுக்கு உதவ விரும்புவதைப் போலவும் அதே நேரத்தில் நீலத்திடமிருந்து அவன் புரிந்த கொலைகள், மற்றவர்களிடம் உத்தரவிட்டு செய்த கொலைகள் பற்றியெல்லாம் விஷயத்தை கா பிடுங்கியெடுக்க வேண்டுமென்று அவர்கள் எதிர்பார்ப்பதாகவும் சொன்னார்கள். அவன் இங்கே வந்திருப்பதன் உண்மையான காரணத்தை அவர்கள் அறிந்திருக்க மாட்டார்கள் என்பது அப்போது காவுக்குத் தோன்றவில்லை.

ஜார் ஆட்சிக்காலத்தில் இச்சிறிய கட்டிடத்தை ரஷ்ய குதிரைப் படை தலைமையகமாக வைத்திருந்தபோது இந்தச் சில்லிட்ட கற்படிகள் வழியே இறங்கினால் தவறுசெய்த ராணுவ வீரர்களைத் தண்டிக்கும், சன்னல்களற்ற பெரிய அறை வந்து சேரும். துருக்கிய குடியரசு நிறுவப்பட்ட பிறகு இந்த பாதாளச் சிறை கொஞ்சகாலத்திற்கு சேமிப்பிட மாக இருந்தது. பனிப்போர் காலகட்டத்தில் அணு ஆயுத அச்சுறுத்தல்

களின் போது இது பதுங்கு இடமாக பயிற்சியில் பயன்படுத்தப்பட்டது. இப்போது கா எதிர்பார்த்திருந்ததை விட மிகவும் சுத்தமாகவும் சவுகரியமாகவும் இருந்தது.

அந்த அறை ஆர்செலிக் கணப்பின் உதவியால் நன்கு வெதுவெதுப் பாக இருந்தது (இந்த கணப்பு அந்தப் பகுதியின் விநியோகஸ்தராக இருந்த முக்தாரின் உபயம்). ஆனால் படுக்கையில் படுத்து புத்தகம் படித்துக்கொண்டிருந்த நீலம் ஒரு சுத்தமான ராணுவக் கம்பளியை போர்த்திக் கொண்டிருந்தான். காவைப் பார்த்ததுமே எழுந்து லேஸ் அகற்றப்பட்டிருந்த ஷூக்களுக்குள் காலை நுழைத்துக் கொண்டு சம்பிரதாயமான தோரணையில் புன்னகைத்து காவின் கையைக் குலுக்கினான். பேச்சுவார்த்தைக்குத் தயாராக இருப்பதைப்போல சுவரோடு ஒட்டிப் போடப்பட்டிருந்த ஃபார்மைகா மேஜைக்கு வருமாறு சுட்டிக் காட்டினான். மேஜையில் எதிரெதிர் இருக்கைகளில் அமர்ந்தனர். மேஜையில் கிண்ணத்தில் சிகரெட் துண்டுகளைப் பார்த்ததும் பாக்கெட் டிலிருந்து மால்பரோ சிகரெட் பெட்டியை எடுத்து நீட்டினான். இதமான குரலில் அவன் எப்படியிருக்கிறானென்று கேட்டான். யாரும் தன்னை துன்புறுத்தவில்லை என்றபடியே நெருப்புக்குச்சியைத் தேய்த்து தனக்கும் காவுக்கும் சிகரெட் பற்றவைத்துக்கொண்டான்.

"சரி, சொல்லுங்கள் சார், இன்று யாருக்காக உளவு பார்க்க வந்திருக்கிறீர்கள்?"

"உளவு பார்ப்பதை விட்டுவிட்டேன்," என்றான் கா. "இப்போது நான் ஒரு மத்தியஸ்தர்."

"இது அதைவிட மோசம். ஒற்றர்கள் யாருக்கும் அதிகம் பலனில்லாத தகவல் துணுக்குகளை சேகரிப்பார்கள். பெரும்பாலும் பணத்துக்காகச் செய்கிறார்கள். ஆனால் மத்தியஸ்தர்கள் தம்மை 'நடுநிலையாளர்கள்' என்று சொல்லிக்கொண்டு மற்றவர்களின் தனிப்பட்ட விவகாரங்களில் மூக்கை நுழைக்கும் சாமர்த்தியசாலிகளாக இருப்பார்கள். சரி, இங்கே உங்கள் திட்டம் என்ன? உங்கள் நோக்கம், எதிர்பார்ப்பு என்ன?"

"என் நோக்கம் என்னவென்றால், இந்த பயங்கரமான நகரத்தை விட்டு முழுசாக வெளியேற வேண்டுமென்பதுதான்."

"எங்களை உளவு பார்ப்பதற்காக மேற்கிலிருந்து வந்திருக்கும் நாத்திகர் ஒருவரை இந்த நகரத்தில் பாதுகாக்கக் கூடியவர் ஒருவர் இருக்குமென்றால் அது சுனய் அவர்கள்தான்."

'பார்டர் சிட்டி கெஜட்' நாளிதழின் கடைசி பக்கத்தை நீலம் பார்த்திருக்கிறான் என்பது தெரிந்தது. நீலத்தின் மீசைக்கடியில் உருவாகிக் கொண்டிருந்த புன்னகையைப் பார்க்கும்போது காவுக்கு வெறுப்பாக இருந்தது. இரக்கமற்ற துருக்கி அரசுக்கெதிராக வாழ்நாளெல்லாம் போராடிக்கொண்டு, இரண்டு தனித்தனி கொலை வழக்கில் குற்றம் சாட்டப்பட்டு இப்போது சிறையில் உட்கார்ந்துகொண்டு இருப்பவனுக்கு எப்படி இவ்வளவு அமைதியாகவும் மகிழ்ச்சியாகவும் இருக்க முடிகிறது? கடிஃபே ஏன் அவன்மீது இவ்வளவு காதலாகியிருக்கிறாள் என்பது

முன்பு எப்போதையும்விட இப்போது காவுக்கு நன்றாகத் தெரிந்தது. வழக்கத்தைவிட இப்போது நீலம் அழகாக இருந்தான்.

“சரி, என்ன மத்தியஸ்தம் செய்ய வந்திருக்கிறீர்கள்?”

“உங்கள் விடுதலைக்கு ஏற்பாடு செய்வதற்காக வந்திருக்கிறேன்,” என்று நிதானமான குரலில் சுனய்யின் திட்டத்தை எடுத்துரைத்தான். கடிஃபே பொய்முடி தரித்துக்கொள்ளும் சாத்தியத்தைப் பற்றியோ, நேரடி ஒளிபரப்பில் அவர்கள் செய்யக்கூடிய தந்திரங்களைப் பற்றியோ அவன் குறிப்பிடவில்லை. பிற்பாடு பேரம் படிவதற்காக அவற்றைப் பயன்படுத்தலாம் என்று வைத்திருந்தான். நிலைமை எவ்வளவு மோசமாக இருக்கிறதென்பதையும், சுனய்யோடு இருக்கும் இரக்கமற்ற சில ஆசாமிகள் முதல் காரியமாக நீலத்தை தூக்கில் போட வேண்டுமென்று துடித்துக் கொண்டிருப்பதையும் அவனிடம் விவரித்துக் கொண்டிருக்கும்போது ஒரு திருட்டுத்தனமான சந்தோஷத்தை உணர்ந்தான். உடனே குற்றவுணர்வு எழும்பி, சுனய் என்ற ஒரு கிறுக்கனை ஒழித்துவிட்டால் மற்ற எல்லா கிறுக்கர்களும் ஒழிந்து போவார்கள் என்றான். பனி உருகியதும் அனைத்தும் இயல்பு நிலைக்கு வந்துவிடுமென்று நீலத்திடம் தைரியம் சொன்னான். இதைச் சொன்னதற்குப் பிறகு மாடியில் இருக்கும் MİT ஆசாமிகளை திருப்திப்படுத்துவற்காகவே இப்படி சொல்லி யிருக்கிறோமாவென்று தன்னைத்தானே கேட்டுக்கொண்டான்.

“இதையெல்லாம் கேட்கும்போது, நான் விடுதலை அடைவதற்கு இருக்கும் ஒரே வழி சுனய்யின் இந்த கிறுக்குத்தனமான நாடகத்தில் பங்கேற்பதுதான் போலிருக்கிறது,” என்றான் நீலம்.

“ஆம்.”

“சரி, அவனிடம் சொல்லுங்கள். இந்த யோசனையை நான் ஏற்கவில்லை. இவ்வளவு தூரம் சிரமப்பட்டு இங்கு வந்ததற்காக உங்களுக்கு என் நன்றி.”

நீலம் இப்போது எழுந்து அவன் கையை குலுக்கி வாசல் வரை வந்து வழியனுப்புவானென்று கா எதிர்பார்த்தான். ஆனால் நீலம் அமைதியாக அமர்ந்திருந்தான். காலைத் தரையில் ஊன்றி நாற்காலியை பின்னால் சாய்த்துக்கொண்டு, அதன் பின்னங்கால்களில் முன்னும் பின்னும் சாய்ந்தாடிக் கொண்டிருந்தான்.

கடைசியாக மௌனத்தைக் கலைத்து, “உங்கள் முயற்சிகள் பலனளிக்காமல் போய், இந்த நகரத்தை விட்டு உங்களால் உயிரோடு போகமுடியாமற் போனால் அதற்கு நான் காரணமல்ல,” என்றான். “அப்படி ஒரு மோசமான முடிவு உங்களுக்கு நேர்ந்தால் அது உங்கள் நாத்திகவாத உளறல்களால்தான் இருக்கும். இந்த நகரத்தில் ராணுவம் அவர்களுக்குப் பின்னால் பாதுகாப்பாக இருந்தால்தான் அறிவுக் கொழுந்துகள் நாத்திக வாதம் பேசுவார்கள்.”

“நாத்திகன் என்று சொல்லிக்கொள்வதில் பெருமை கொள்ளும் ரகம் நான்.”

“கேட்க சந்தோஷமாக இருக்கிறதே.”

இருவரும் மீண்டும் மௌனத்தில் ஆழ்ந்தனர். அவர்கள் சிகரெட்டிலிருந்து புகை சுழன்றுகொண்டிருந்தது. எழுந்து வெளியே செல்வதற்குப் பதிலாக, “உங்களுக்கு சாகப் போவதைப் பற்றி பயமாக இல்லையா?” என்று கேட்டான்.

“இது என்னை அச்சுறுத்துவதற்காகக் கேட்கும் கேள்வியென்றால் பதில் ‘இல்லை, எனக்கு சாவதற்கு பயமில்லை’ என்பதுதான். என் மீது அக்கறை கொண்ட நண்பனாகக் கேட்கிறீர்களென்றால் என் பதில் ‘ஆம், மிகவும் பயமாக இருக்கிறது’ என்பதாகத்தான் இருக்கும். ஆனால் இப்போது என்னதான் அவர்களுக்கு உடன்பட்டு இணங்கி நடந்தாலும், இந்தக் கொடுங்கோலர்கள் என்னைத் தூக்கிலிடத்தான் போகிறார்கள். அதை மாற்ற முடியாது.”

நீலம் இனிமையாகப் புன்னகைத்தான். அதிலிருந்த செய்தி ‘இதோ பார், உன்னைவிட மோசமான சிக்கலில் நான் மாட்டிக் கொண்டிருக்கிறேன். ஆனால் உன்னைவிட தைரியமாக இருக்கிறேன் என்பதைக் கவனி’, என்பதாக காவுக்குத் தோன்றியது. இபெக்கின் மீது காதல்வயப்பட்டு, சுக வாழ்வுக்காக ஏங்கத் தொடங்கிய நேரத்திலிருந்துதான் தனக்கு இந்த பயமும் மன உலைவும் ஏற்பட்டிருக்கிறது என்று நினைக்கும்போது அவமானத்தில் கா உள்ளுக்குள் சுருங்கினான். இத்தகைய காதல் நம்பிக்கைகள் நீலத்திற்குக்கூட இருக்குமா? ‘இப்போது மனதுக்குள் ஒன்றிலிருந்து ஒன்பது வரை எண்ணப் போகிறேன். அப்புறம் எழுந்து போய்விட வேண்டும்’ என்று தனக்குள் சொல்லிக்கொண்டான். ‘ஒன்று, இரண்டு . . .’ அவன் ஐந்து வருவதற்குள் திடீர் மனமாற்றம் ஏற்பட்டது. இப்போது நீலத்தை ஏமாற்றியாவது இணங்கச் செய்யாவிட்டால் அவனால் இபெக்கை ஒருபோதும் ஜெர்மனிக்கு கூட்டிச்செல்ல முடியாது.

திடீரென்று உண்டான உத்வேகத்தோடு, அவனுக்குத் தோன்றியவையெல்லாவற்றையும் பேசத் தொடங்கினான். அவன் சிறுவயதில் பார்த்த ஒரு கருப்புவெள்ளை அமெரிக்க திரைப்படத்தில் வந்த ஒரு அதிர்ஷ்டமில்லாத மத்தியஸ்தனைப் பற்றி விவரித்தான். பிரச்சனைகள் தீர்ந்ததும், ஓட்டல் ஆசியா அறிக்கையை ஜெர்மனியில் அச்சிடுவதற்கு எல்லா ஏற்பாடுகளையும் செய்யப் போவதாக உறுதியளித்தான். பிடிவாதமான லட்சியங்களால் உணர்ச்சிவசப்பட்டு வாழ்க்கையில் தப்பான முடிவுகளை எடுக்கும் அறிவுஜீவிகள் அதன்பிறகு ஆயுளுக்கும் அவற்றை நினைத்து வருத்தப்பட்டுக் கொண்டிருப்பார்கள் என்றான். அதற்கு ஓர் உதாரணமாக, அவன் இளம் வயதில் ஏதோ ஒரு திடீர் கோபத்தில் கூடைப்பந்து அணியிலிருந்து விலகிவிட்டதைச் சொன்னான். அதற்குப்பிறகு அந்த அணிக்கு அவனால் திரும்பவே முடியவில்லை. மைதானத்தில் கழித்திருக்க வேண்டிய நேரங்களில், அவன் பாஸ்ஃபோரஸ்ஸில் உட்கார்ந்துகொண்டு மணிக்கணக்காக கடலைப் பார்த்துக்கொண்டிருந்தான். இதை அவன் விவரித்துக் கொண்டிருக்கும்போது எண்ணம் தடம்புரண்டு, அவன் இஸ்தான்

புல்லை எந்தளவுக்கு நேசிக்கிறானென்றும், வசந்த காலத்தின் மாலை வேளைகளில் பாஸ்போரஸ் நகரமான பெபக் எவ்வளவு அழகாக இருக்குமென்றும் நீலத்திடம் வர்ணித்தான். நீலத்தின் இரக்கமற்ற பார்வை கூர்மையாக அவனைத் துளைத்து அவன் வாயை அடக்க முயற்சிக்க, இவன் சிரமத்துடன் பேசிமுடித்தான். மரண தண்டனைக்கு அழைத்துச் செல்வதற்கு முன் கடைசியாக பார்த்துப் பேசுவதைப்போல உணர்ந்தான்.

“பழையபடி நடந்துகொள்ளாமல் அவர்கள் சொல்வதையெல்லாம் செய்தாலும் கூட அவர்கள் தமது வாக்கை காப்பாற்ற மாட்டார்கள்,” என்றான் நீலம். “என் முழு வாழ்க்கை சரித்திரத்தையும் எழுதித்தர வேண்டுமாம். நான் செய்த குற்றங்கள் அனைத்தையும் ஒன்றுவிடாமல் எழுதிக்கொடுத்தால், என் நேர்மைக்குப் பரிசாக கழிவிரக்க சட்டத்தின் கீழ் என்னை மன்னிப்பார்களாம். இவர்களுடைய பசப்பு வார்த்தைகளில் மயங்கி செய்யாத குற்றங்களையும் ஒப்புக்கொண்டு, அதன் பின் சாகும் வரை சிறையில் கழித்த முட்டாள்களுக்காக நான் எப்போதுமே பரிதாபப்பட்டிருக்கிறேன். எப்படியும் நான் சாகப் போவதால், என் ஆதரவாளர்களுக்கு என்னைப் பற்றிய உண்மைத் தகவல்கள் தெரிய வேண்டுமென்று விரும்புகிறேன்.” மேஜையில் அவன் கையெழுத்தில் பற்பல காகிதங்கள் அடுக்கப்பட்டிருந்தன. அவற்றில் ஒன்றைத் தேடியெடுத்து, ஜெர்மானிய ஊடகங்களுக்கு அவன் செய்தி அளித்த போது அவனிடம் காணப்பட்ட அதே கடுகடுப்போடும், விளங்க முடியாத ஒரு கேலியான பாவத்தோடும் படிக்கத் தொடங்கினான்.

“எனக்கு மரணதண்டனை நிறைவேற்றப் போகும் இத்தருணத்தில் இதனைத் தெரிவிக்க விரும்புகிறேன்: இன்றைய தினமான பிப்ரவரி 20ஆம் தேதி வரை, இதற்கு முன்பு என் வாழ்நாளில் அரசியல் காரணங்களுக்காக நான் புரிந்த எந்தச் செயல்களுக்காகவும் நான் வருத்தப்படவோ, மன்னிப்பு கேட்கப் போவதோ இல்லை என்பதை முதலில் தெரிவித்துக்கொள்கிறேன். என் தந்தை இஸ்தான்புல் மண்டல கருவூலக அலுவலகத்தில் பணிபுரிந்து ஓய்வுபெற்ற குமாஸ்தா. நான் அவருடைய இரண்டாவது பிள்ளை. எனக்கு பதின்பருவம் தொடங்கும் வரை என் அப்பா செர்ராஹி மடத்தோடு ரகசியத் தொடர்பு வைத்திருந்தார். அவரது எளிய அமைதியான உலகத்திற்குள் நான் வளர்ந்து வந்தேன். நான் இளைஞனானதும் அவருக்கும் எனக்கு மிடையே முரண்பாடுகள் தோன்றத் தொடங்கின. அவரை எதிர்த்துக் கொண்டு, ஓர் இடதுசாரி நாத்திகனாக மாறினேன். பல்கலை கழக நாட்களில் மற்ற இளம் போராளிகளோடு சேர்ந்துகொண்டு அமெரிக்க கடற்படை விமானங்களிலிருந்து இறங்கும் கடலோடிகள் மீது கல்லெறிந்திருக்கிறேன். அந்த காலகட்டத்தில் எனக்குத் திருமண மானது. பிறகு நாங்கள் பிரிந்தோம். இந்த மணமுறிவு என்னை சிதைத்துவிடாமல் சமாளித்துக் கொண்டேன். அதன் பின் பல வருடங் களுக்கு யாரும் என்னை கவனிக்கவில்லை. நான் ஒரு மின்னணுப் பொறியாளன். அமெரிக்கா மீதிருந்த வெறுப்பின் காரணமாக இரான் புரட்சியை நான் ஆதரித்தேன். இஸ்லாமுக்குத் திரும்பினேன்.

அயதொல்லா கொமேனி, ‘இன்றைக்கு உள்ள முக்கியமான காரியம் தொழுகை நடத்துவதோ உண்ணா நோன்பு இருப்பதோ அல்ல; இஸ்லாமிய நம்பிக்கையை பாதுகாப்பதுதான் தலையாய பணி,’ என்று உரைத்த போது அவர் மீது எனக்கு நம்பிக்கை ஏற்பட்டது. ஃபிரான்ஸ் ஃபேன்டன் வன்முறை குறித்து எழுதிய நூல்களிலிருந்தும், ஒடுக்குமுறைக்கெதிராக புனிதப் பயணம் மேற்கொண்ட செய்யிது குத்துபுவின் அனுபவங்களிலிருந்தும், இருப்பிடங்களை மாற்றிக் கொண்டேயிருக்க வேண்டியதன் அவசியத்தை அவரே குறிப்பிட்டிருந் ததிலிருந்தும், அலி ஷெரியத்திடமிருந்தும் நான் ஊக்கம் பெற்றேன். ராணுவப் புரட்சிக்குப் பிறகு ஜெர்மனிக்குத் தப்பிச் சென்றேன். பின்னர் துருக்கிக்குத் திரும்பினேன். ரஷ்யர்களுக்கு எதிராக செசன்யர் களோடு சேர்ந்து போரிடும் போது குரோஸ்னியில் நான் காயமுற்றேன். என் வலதுகால் நொண்டுவதற்கு காரணம் அதுதான். செர்பிய முற்றுகையின் போது பாஸ்னியாவில் இருந்தேன். அங்கு மெர்ஸுகா என்ற பாஸ்னியப் பெண்ணை மணந்துகொண்டு இஸ்தான்புல்லிற்கு அழைத்து வந்தேன். எனது அரசியல் வேலைகளின் காரணமாகவும் எனது யாத்திரை கொள்கைகளின் காரணமாகவும் எந்த ஊரிலும் இரண்டு வாரங்களுக்கு மேல் என்னால் தங்க முடியாமல் இருந்ததில் என் இரண்டாவது மனைவியும் நானும் பிரிய நேர்ந்தது. பின்னர் செசன்யாவுக்கும் பாஸ்னியாவுக்கும் என்னை அனுப்பிய இஸ்லாமிஸ்ட் குழுக்களோடு இருந்த தொடர்புகளை அறுத்துக்கொண்டு துருக்கி தேசத்தின் ஒவ்வொரு மூலை முடுக்கிற்கும் பயணம் செய்தேன். இஸ்லாமின் எதிரிகளைக் கொன்றாக வேண்டியது சில நேரங்களில் அவசியம்தான் என்று நான் நம்பினாலும் நான் யாரையும் கொன்ற தில்லை, யாரைக் கொல்லவும் உத்தரவிட்டதில்லை. கார்ஸ் நகரத்தின் முன்னாள் மேயரைக் கொன்றவன் மனம் பேதலித்த ஒரு குர்திய வண்டிக்காரன். அவனுக்கு அந்த மேயர் நகரத்தில் உள்ள எல்லா குதிரை வண்டிகளுக்கும் தடை விதிக்கப் போவதாக பயமுறுத்திக் கொண்டிருந்ததால் அந்த ஆளைக் கொல்ல வேண்டுமென்று அவனுக்கு வெறி ஏற்பட்டிருக்கிறது. நான் கார்ஸ் நகருக்கு வந்தது தற்கொலை செய்து கொண்டிருந்த பெண்களுக்காக. தற்கொலை என்பது பாவங் களிலேயே மிகப்பெரிய பாவம். என் கவிதைகளை எனது உயிலாக விட்டுச் செல்கிறேன். அவை புத்தகங்களாக வெளிவர வேண்டும். என் கவிதைகள் அனைத்தும் மெர்ஸுகாவிடம் உள்ளன. நான் சொல்ல வேண்டியது இவ்வளவுதான்.”

மௌனம் சூழ்ந்து கொண்டது.

கா மெதுவாகப் பேசினான்: “நீங்கள் சாக வேண்டியதில்லை. அதற்காகத்தான் இங்கே வந்திருக்கிறேன்.”

“அப்படியானால் வேறொரு விஷயம் சொல்லவேண்டியிருக்கிறது, கேளுங்கள்,” என்றான் நீலம்.

கா முழு கவனத்தோடுதான் இருக்கிறான் என்பதை உறுதி செய்துகொண்ட பின் இன்னொரு சிகரட்டை நீலம் பற்றவைத்துக்

கொண்டான். கணவன் வேலையில் குறுக்கிடாமல் பணிவிடை செய்துகொண்டிருக்கும் மனைவியைப் போல காவின் மார்போடு சேர்த்து கட்டப்பட்டிருக்கும் டேப்ரிகார்டர் மௌனமாக சுழன்று கொண்டிருப்பதை நீலம் அறிவானா?

“நான் மியூனிச்சில் இருந்தபோது ஒரு திரையரங்கத்திற்கு அடிக்கடி செல்வேன். அங்கே நள்ளிரவுக் காட்சிகளுக்கு கட்டணங்களில் தள்ளுபடி உண்டு,” என்று ஆரம்பித்தான். “அல்ஜீரியாவில் பிரெஞ்சு படையின் அடக்குமுறை பற்றி *The Battle of Algiers* படத்தை எடுத்தாரே ஒரு இத்தாலிய இயக்குநர், அவரைத் தெரியுமா? ஒருநாள் அவருடைய சமீபத்திய படமான *Queimada!*வை அங்கே திரையிட்டார்கள். அட்லாண்டிக்கில் உள்ள தீவு ஒன்றில் நடக்கும் கதை. கரும்பு பயிரிடுவதுதான் அங்கிருக்கும் ஒரே தொழில். காலனியாளர்கள் அங்கு செய்யும் சூழ்ச்சிகள், அவர்கள் அரங்கேற்றும் புரட்சிகளைப் பற்றிய படம் அது. முதலில் ஒரு கருப்பினத் தலைவனைக் கண்டுபிடித்து, அவனை பிரெஞ்சுகாரர்களுக்கு எதிராக எழச் செய்கிறார்கள். பின்பு அவர்கள் கப்பலில் அத்தீவுக்கு வந்து அவர்களும் ஆக்கிரமிப்பைத் தொடங்குகிறார்கள். முதலில் தோல்வியை சந்தித்த கருப்பினத்தவர் மீண்டும் போராட எழுகின்றனர் – இம்முறை ஆங்கிலேயர்களுக்கெதிராக. ஆனால் ஆங்கிலேயர்கள் மொத்தத் தீவையுமே தீக்கிரையாக்கி அவர்களைத் தோற்கடிக்கிறார்கள். இவ்விரண்டு புரட்சிகளையும் நடத்திய தலைவன் கைது செய்யப்படுகிறான். அவனுக்கு மரண தண்டனை வழங்க வேண்டிய தினம் விடிகிறது. அப்போது அவனைப் பார்க்க வருபவன் யார் தெரியுமா? அவனை முதலில் தலைவனாகத் தேர்ந்தெடுத்து, முதல் புரட்சிக்கு அவனைச் செலுத்தி, இரண்டாவது புரட்சியில் அவனையே முறியடித்த அதே ஆங்கிலேயன். அந்த வேடத்தில் நடித்தவர் மார்லன் பிராண்டோ. அந்த கருப்பினக் கைதி அடைக்கப் பட்டிருக்கும் கூடாரத்திற்குள் நுழைந்து பிராண்டோ அவன் கட்டுகளை அறுத்தெறிந்துவிட்டு, அவனை அங்கிருந்த தப்பியோடச் சொல்வார்.”

“ஏன்?”

அந்தக் கேள்விக்கு நீலம் முறைத்தான். “ஏன் என்று தோன்ற வில்லையா? அவனைத் தூக்கிலிட்டு விட்டால் அவன் இனத்தவர் அவனை ஒரு உபகடவுளாக்கி விடுவார்கள். அவன் பெயரை உச்சரித்தபடி இனிவரும் பல தலைமுறைகளுக்கு எதிர்த்துப் போராடிக் கொண்டிருப் பார்கள். இது மார்லன் பிராண்டோவுக்குத் தெரியும். அதனால்தான் தூக்கில் போட விரும்பவில்லை. ஆனால் மார்லன் எதற்காக கட்டுகளை அறுத்து தன்னை விடுவிக்கிறார் என்று அறிந்துகொண்ட அத்தலைவன் தப்பியோட மறுக்கிறான்.”

“அவனை தூக்கில் போடுகிறார்களா?”

“ஆம், ஆனால் படத்தில் அக்காட்சியை காட்டுவதில்லை,” என்றான் நீலம். “ஆனால் அந்த மரணதண்டனைக் கைதியை தப்பிச் செல்லத் தூண்டிய உன்னைப் போன்ற ஏஜென்ட்டான மார்லன் பிராண்டோ வுக்கு என்ன நடந்தது என்பதைக் காட்டுவார்கள். அந்தத்தீவை

விட்டு பிராண்டோ வெளியேறும் தறுவாயில் உள்ளூர்வாசி ஒருவன் அவரைக் குத்திக் கொல்வான்"

கா தனது எரிச்சலை அடக்க முடியாமல், "நான் ஏஜென்ட் அல்ல!" என்றான்.

"'ஏஜென்ட்' என்ற வார்த்தைக்காக ரொம்பவும் அலட்டிக் கொள்ளா தீர்கள். நான்கூட என்னை இஸ்லாமின் 'ஏஜென்ட்' என்றுதான் கருதுகிறேன்."

அப்போதும் சமாதானமாகாமல், "நான் யாருடைய ஏஜென்ட்டும் அல்ல," என்றான் பிடிவாதமாக.

"இந்த சிகரெட்டில் ஏதோ மயக்க மருந்தைக் கலந்து, என்னை சக்தியிழக்க வைப்பதற்காக யாரும் முயற்சித்திருக்கவில்லையே?" என்று நக்கலாக சிரித்தான். "ஒன்று மட்டும் சொல்கிறேன். இந்த அமெரிக்கர்கள் உலகத்திற்கு வழங்கிய மகத்தான கொடை இந்த சிவப்பு மால்பரோ சிகரெட்டுகள். என் காலமெல்லாம் இந்த மால்பரோக் களைப் புகைத்தபடியே என்னால் இருக்கமுடியும்."

"உங்கள் பகுத்தறிவை உபயோகப்படுத்துவீர்களென்றால் இன்னும் நாற்பது வருடங்களுக்கு உங்களால் மால்பரோ புகைத்துக் கொண்டிருக்க முடியும்."

"இதற்காகத்தான் 'ஏஜென்ட்' என்ற வார்த்தையை பயன்படுத் தினேன்," என்றான் நீலம். "பேசிப் பேசியே மனதை மாற்றுவதுதான் ஒரு 'ஏஜென்ட்'டின் முக்கிய பணி."

"நான் சொல்ல வருவதை முதலில் புரிந்துகொள்ளுங்கள். இந்த ரத்தவெறி பிடித்த, பைத்தியக்கார ஃபாஸிஸ்ட்டுகளிடம் மாட்டிக் கொண்டு செத்துப்போக ஒப்புக் கொடுப்பது என்பது மடத்தனமானது. நீங்கள் ஏதோ ஒரு புரட்சி நாயகனாக ஆகிவிடுவீர்களென்று மனப்பால் குடிக்கிறீர்கள் – அது நடக்கப்போவதில்லை. இங்கிருக்கிற கோழை செம்மறியாடுகளுக்கு என்னதான் ஆழமான மத நம்பிக்கை இருந்தாலும் கடைசியில் அரசாங்கத்தின் கட்டளைக்குத்தான் அடிபணிவார்கள். இங்கே அரசுக்கெதிராக எதிர்த்து நிற்கும் ஷேக்குகள், நமது மதம் கை நழுவிப் போய்க்கொண்டிருக்கிறது என்ற பயத்தில் கூக்குரலிட்டு எழுபவர்கள், இரானில் பயிற்சி பெற்ற பயங்கரவாதிகள், சைதி நூர்ஸி போல நெடுநாட்களுக்கு புகழுடைந்திருந்த புரட்சிக்காரர்கள் – இவர்கள் எவருக்கும் மரணத்திற்குப் பின் ஆத்மா சாந்தியடைவது இருக்கட்டும், கல்லறைகூட கிடைக்கவில்லை என்பதை நினைவில் கொள்ளுங்கள். தங்களுடைய பெயர்கள் புகழின் பொன்னெழுத்துக் களால் பொறிக்கப்படப்போகும் நாட்களை கனவு கண்டுகொண்டிருக்கிற நமது மதத்தலைவர்கள் அத்தனை பேருடைய உடல்களையும் ராணுவ வீரர்கள் ராணுவ விமானத்தில் தூக்கிப்போட்டு கடலில் வீசியெறி கிறார்கள். இவையெல்லாமே உங்களுக்கும் தெரியும். பேத்மன்னில் இருக்கும் இந்த ஹெஸ்போலா கல்லறைகள் – புனித யாத்திரைக்கு வந்த அத்தனை பேரையும் அடையாளம் தெரியாமல் அழிப்பதற்கு

ஒரே ஒரு இரவு மட்டும்தான் பிடித்தது. அவர்கள், அந்த கல்லறைகள் இப்போது எங்கே?"

"மக்களின் நெஞ்சங்களில்."

"வெற்று வார்த்தைகள். வெறும் இருபது சதவிகித மக்கள் மட்டுமே இஸ்லாமிஸ்ட்டுகளுக்கு வாக்களிக்கிறார்கள். அதுவும் ஒரு மிதவாத இஸ்லாமிஸ்ட் கட்சிக்கு."

"அவர்கள் அந்த அளவுக்கு மிதவாதிகளென்றால், எதற்காக அவர்களைப் பார்த்து மிரண்டு ராணுவத்தை அனுப்புகிறார்கள்? இதற்கு பதில் சொல்லுங்கள்! நீங்கள்தான் நடுநிலையான மத்தியஸ்தர் ஆயிற்றே!"

"நான் நடுநிலையான மத்தியஸ்தர்தான்," என்றான் கா குரலை உயர்த்தி.

"இல்லை, கிடையவே கிடையாது. நீங்கள் ஒரு மேலைநாடுகளின் ஏஜென்ட். தயையற்ற ஐரோப்பியர்களின் அடிமை நீங்கள். எல்லா உண்மையான அடிமைகளைப் போலவும் நீங்கள் ஒரு அடிமையாக இருப்பதையே உணராமலிருக்கிறீர்கள். நிஷாந்தஷேவிலிருந்து வரும் ஓர் உதாரண ஐரோப்பியன் நீங்கள். உங்களுடைய மரபுகளை அலட்சியமாகப் பார்க்க உங்களுக்குக் கற்றுத் தரப்பட்டிருக்கிறது. அதுமட்டுமன்றி மற்ற சாதாரண மக்களைவிட நீங்கள் ஓர் உயர்ந்த தளத்தில் வாழ்வதாக நினைத்துக் கொண்டிருக்கிறீர்கள். உங்களைப் போன்றவர்களுக்கு ஒரு தூய்மையான, அறநெறிக்குட்பட்ட வாழ்க்கை முறையை மேற்கொள்வதற்கான மார்க்கம் இறைவன் மூலமோ, மதத்தின் மூலமோ, அல்லது பாமர மக்களின் வாழ்வில் பங்கெடுத்துக் கொள்வதன் மூலமோ கிடைக்காது. மேற்கை அப்பட்டமாக போலி செய்வதுதான் உங்கள் மார்க்கம். அவ்வப்போது இஸ்லாமிஸ்ட்டுகள், குர்துகள் மீது தொடுக்கப்படும் தாக்குதல்களைக் குறித்து நீங்கள் கண்டனங்கள் தெரிவித்தாலும், ராணுவம் அதிகாரத்தைக் கைப்பற்றும் போது அதைப் பற்றி உங்களுக்கு எந்தவித ஆட்சேபணையும் இருக்காது."

"சரி, உங்களுக்காக இப்படி செய்தால் என்ன: கடிஃபே அவள் முக்காடுக்கு அடியில் பொய்முடி அணிந்திருப்பாள். அதனால் அவள் முக்காடை கழற்றும் போதுகூட அவளது நிஜமுடியை யாரும் பார்க்க மாட்டார்கள்."

"இப்படியெல்லாம் தாஜா செய்து என்னை வழிக்கு கொண்டுவர முடியாது!" என்றான் நீலம். குரலையும் உயர்த்தினான். "நான் ஒரு ஐரோப்பியனாக மாற மாட்டேன், அவர்கள் வழிகளை போலி செய்யமாட்டேன். என் வாழ்க்கையை என் சரித்திரத்தை நானேதான் வாழ்ந்து முடிப்பேன். நான் நானாகவே இருப்பேன். ஐரோப்பியனாக பாசாங்கு செய்யாமல், அவர்களுக்கு அடிமையாகாமல் கூட ஒருவன் மகிழ்ச்சியோடிருப்பது சாத்தியமென்று நம்புகிறவன் நான். ஐரோப்பிய அபிமானிகள் நம்மவர்களை கேவலமாகப் பேசும்போது ஒரு வாசகத்தை பொதுவாக பயன்படுத்துவார்கள்: உண்மையான மேற்கத்தியனாக

ஒருவன் ஆகவேண்டுமானால் ஒருவன் முதலில் தனிமனிதனாக மாற வேண்டும், என்பார்கள்; அப்புறம் துருக்கியில் தனிமனிதர்களே கிடையாது என்பார்கள்! என் மரணத்தை எப்படி நான் எதிர் கொள்கிறேன் என்று பாருங்கள். மேற்கத்தியர்களுக்கெதிராக தனி மனிதனாக நிற்கிறேன். அதற்கு காரணம் அவர்களைப் போலி செய்ய மறுக்கும் தனிமனிதன் நான் என்பதுதான்.”

“நான் எப்படியும் உங்களை இணங்கச் செய்துவிடுவேனென்று இந்த நாடகத்தில் சுனய் பெரும் நம்பிக்கை வைத்திருக்கிறான். நேஷனல் தியேட்டர் காலியாக இருக்கும். நேரடி ஒளிபரப்பு செய்யும் டிவி காமிரா கடிஃபேவின் கை முக்காடை அகற்றுவதை முதலில் காட்டும், அதன் ।பின் ।।। த்தொகுப்பில் சில தந்திரங்கள் செய்து வேறு யாருடைய தலைமுடியையோ காட்டும்படி செய்துவிடலாம்.”

“என் ஒருவனைக் காப்பாற்றுவதற்காக இப்படிப்பட்ட திருக்கு முறுக்கு வேலைகளையெல்லாம் செய்ய நீங்கள் தயாராக இருக்கிறீர் களென்றால் எனக்கு சந்தேகமாக இருக்கிறது!”

“இப்போது நான் மிகவும் மகிழ்ச்சியோடிருக்கிறேன்,” என்றான் கா. இதைச் சொல்வதே பொய்யைச் சொல்வது போல குற்றவுணர்வாக இருந்தது. “இதுவரை என் வாழ்வில் இவ்வளவு மகிழ்ச்சியோடு நான் இருந்ததில்லை. இந்த மகிழ்ச்சியை தக்க வைத்துக்கொள்ள விரும்புகிறேன்.”

“எது உங்களை அவ்வளவு மகிழ்ச்சியில் ஆழ்த்தியிருக்கிறது?”

இந்தக் கேள்விக்கு அளித்திருக்க வேண்டிய புத்திசாலித்தனமான பதிலாக பிற்காலத்தில் காவுக்கு உறைத்த பதில்களை அவன் அப்போது தரவில்லை. “நான் மீண்டும் கவிதைகள் எழுதிக் கொண்டிருப்பதால்.” “நான் இறைவன் மீது நம்பிக்கை கொண்டிருப்பதால்.” இந்த இரண்டும் இல்லாமல், “நான் காதலில் இருப்பதால்!” என்று உளறினான். “என் காதலியை என்னோடு ஃபிராங்க்ஃபர்ட்டுக்கு கூட்டிச் செல்கிறேன்.” பரிபூர்ண அந்நியன் ஒருவனிடம் இவ்வளவு வெளிப்படையாக அவன் காதலைப் பற்றிப் பேசுவதில் ஒரு கணம் மகிழ்வுற்றான்.

“யார் உங்களுடைய அந்தக் காதலி?”

“கடிஃபேவின் சகோதரி, இபெக்.” நீலத்தின் முகத்தில் தோன்றிய குழப்பத்தை காவினால் பார்க்க முடிந்தது. சந்தோஷத்தில் தான் உளறிக் கொட்டியிருப்பதற்காக உடனே வருந்தினான்.

நீலம் இன்னொரு மால்பரோவை பற்றவைத்தான். ஒரு நீண்ட மௌனத்திற்குப் பிறகு, “மரணதண்டனை நிறைவேற்றப்படப் போகும் ஒருவனிடம் தன்னுடைய இன்பத்தைப் பகிர்ந்து கொள்ளுமளவுக்கு ஒரு மனிதன் மகிழ்ச்சியாக இருந்தால் அது இறைவனின் பரிசுதான். சரி, உங்கள் திட்டத்திற்கு நான் ஒப்புக்கொண்டு, உங்கள் இன்பத்திற்காக இந்நகரை விட்டு ஓடிப்போய் விடுவதாகவே வைத்துக் கொள்வோம். கடிஃபேவும் நீங்கள் சொன்ன தந்திரக்காட்சியின் மூலமாக அவள் கௌரவம் குலையா வண்ணம் அந்த நாடகத்தில் நடித்து அவள்

அக்காவின் சந்தோஷத்திற்கு வழியமைத்துத் தருவதாகவுமே வைத்துக் கொள்ளலாம். ஆனால் இந்த ஆட்கள் அவர்கள் வாக்கைக் காப்பாற்றி என்னை விடுதலை செய்வார்கள் என்பதற்கு என்ன உத்திரவாதம்?"

"நீங்கள் இதைக் கேட்பீர்களென்று தெரியும்," என்று கா கூவினான். ஒரு கணம் தயங்கி, உதட்டின் மேல் விரலை வைத்து நீலத்திடம் அமைதியாக இருக்கும்படி சைகை காட்டிவிட்டு அவன் ஜாக்கெட் பொத்தான்களைக் கழற்றினான். அவன் மார்போடு கட்டப்பட்டிருந்த டேப்ரிகார்டரை நீலத்திடம் சுட்டிக் காட்டிவிட்டு அதன் அணைப்பு குமிழைத் திருகி நிறுத்தினான். "உங்களை முதலில் விடுதலை செய்வதற்கு நான் உத்திரவாதம் கொடுக்கிறேன்," என்றான். "நீங்கள் வெளியே வந்து தலைமறைவாகச் சென்றுவிட்டீர்கள் என்ற செய்தி அவளுக்குக் கிடைக்கும் வரை கடிஃபே மேடையேறாமல் காத்துக்கொண்டிருப்பாள். ஆனால் இந்த ஏற்பாட்டிற்கு கடிஃபே ஒப்புக்கொள்ள வேண்டுமானால், நீங்கள் அதனை அங்கீகரிப்பதாக கைப்பட ஒரு கடிதம் எழுதித்தர வேண்டும். அதை கடிஃபேவிடம் நானே கொண்டு சேர்ப்பேன்." உற்சாகத்தோடு தொடர்ந்து பேசிக்கொண்டிருந்தவன் குரலைத் தாழ்த்தி, "உங்களை எப்படி, எங்கே விடுவிக்க வேண்டுமென்று சொன்னால் அதன்படியே அவர்களைச் செய்ய வைப்பேன். சாலைகள் திறக்கப்படும் வரை நீங்கள் தலைமறைவாக இருக்கலாம். இந்த விஷயத்தில் என்னை நீங்கள் நம்ப வேண்டும். என் உத்திரவாதம் இருக்கிறது."

நீலம் காவிடம் ஒரு காகிதத்தைக் கொடுத்தான். "எழுதிக் கொள்ளுங்கள்: கடிஃபே மேடையேறி, அவள் கௌரவத்திற்கு இழுக்கு ஏற்படாத வகையில் முக்காடை அகற்றும் காட்சியில் நடிப்பதற்கு எனது ஒப்புதலை வழங்குவதற்கும், கார்ஸ்ஸிலிருந்து நான் உயிரோடு தப்பிச் செல்வதற்கு உரிய ஏற்பாடுகளை ஒழுங்கு செய்வதற்கும் காவாகிய நீங்கள் மத்தியஸ்தராகவும் ஜாமீன்தாரராகவும் இருக்கிறீர்கள். நீங்கள் உங்கள் வாக்கை காப்பாற்றாவிட்டாலும், இந்த ஏற்பாடு ஒரு பொறியாக இருக்கும் பட்சத்திலும் ஜாமீன்தாரர் தனக்கு எந்த விதமான தண்டனை வழங்கப்படுமென எதிர்பார்க்கிறாரென்று சொல்ல வேண்டும்."

"அவர்கள் உங்களுக்கு என்ன செய்கிறார்களோ, அதையே எனக்கும் செய்யலாம்," என்றான் கா.

"சரி, அதை அப்படியே எழுதுங்கள்."

இப்போது நீலத்திடம் கா ஒரு காகிதத்தைக் கொடுத்தான். "எனது திட்டத்திற்கு நீங்கள் ஒப்புக்கொள்வதாக, இத்திட்டத்தை கடிஃபேவுக்கு எடுத்துச் சொல்ல எனக்கு நீங்கள் அனுமதி அளிப்பதாக, இறுதி முடிவு கடிஃபேவைப் பொறுத்தது என்பதாக எழுதிக்கொடுங்கள். கடிஃபே ஒப்புக்கொண்டால், அவளும் எழுத்து பூர்வமாக எழுதிக் கொடுக்க வேண்டும். உங்களை உரிய முறையில் விடுவித்து விட்டார்களென்று உறுதியாகத் தெரிந்த பின்னரே அவள் தனது முக்காடை அகற்றுவாள் என்று அதில் அவள் குறிப்பிடலாம். இவை எல்லாவற்றையும் அப்படியே எழுதுங்கள். உங்களை விடுதலை செய்யும்

நேரம், இடம் போன்றவற்றில் நான் தலையிடவில்லை. உங்கள் நம்பிக்கைக்குரிய யாரையாவது நீங்கள் தேர்ந்தெடுத்துக் கொள்ளலாம். என்னைக் கேட்டால் நான் ஃபாசிலை சிபாரிசு செய்வேன். இறந்து போனானே நெஸிப், அவனுடைய உடன்பிறப்பு."

"கடிஃபேவுக்கு காதல் கடிதங்கள் அனுப்பிக் கொண்டிருந்தானே, அந்தப் பையனா?"

"அது நெஸிப். அவன் இறந்துவிட்டான். மிக அருமையான பையன் அவன். இறைவனின் வெகுமதி என்று அவனைச் சொல்வேன்," என்றான் கா. "ஆனால் ஃபாசிலும் அவனைப் போலவே நல்ல பையன்தான்."

"நீங்கள் சொல்வதால் நம்புகிறேன்," என்று அந்தக் காகிதத்தைத் திருப்பி எழுதத் தொடங்கினான்.

நீலம் முதலில் எழுதி முடித்தான். கா எழுதி முடித்துவிட்டு நிமிர்ந்ததும் நீலம் அவனைக் கிண்டலாகப் பார்த்தபடி இலேசாக புன்னகைத்துக் கொண்டிருப்பதை கவனித்தான். அது அவனை பாதிக்க வில்லை. அவன் தனது வேலையை ஆரம்பித்துவிட்டான்; தடைகள் களையப்பட்டுவிட்டன, அவனும் இபெக்கும் இப்போது சுதந்திரமாக இந்நகரை விட்டு நீங்கலாம். அவனால் குதூகலத்தை மறைத்துக்கொள்ள முடியவில்லை. அவர்கள் எழுதிய காகிதங்களை மௌனமாக பரிமாறிக் கொண்டனர். காவின் அறிக்கையை நீலம் படித்துப் பார்க்காமலேயே மடித்து பாக்கெட்டில் வைத்துக் கொண்டதைப் பார்த்து காவும் அப்படியே செய்தான். தான் செய்யப் போவதை நீலம் சரியாக கவனிக்க வேண்டுமென்பதற்காகவே மிகையான அசைவுகளோடு டேப் ரிகார்டர் பட்டனை மீண்டும் திருகி இயங்க வைத்தான்.

ஒரு சின்ன மௌனத்திற்குப் பின், அவன் டேப்ரிகார்டரை அணைப்பதற்கு முன்பு கடைசியாகப் பேசிய இடத்திலிருந்து தொடர்ச்சி யாகப் பேச ஆரம்பித்தான். "இரண்டு தரப்பினரும் ஒருவித பரஸ்பர நம்பிக்கையை ஏற்படுத்திக் கொள்ளாவிட்டால் எந்த ஒப்பந்தமும் சாத்தியப்படாது. அரசாங்கம் தனது வாக்கை காப்பாற்றும் என்று நீங்கள் நம்பித்தான் ஆகவேண்டும்."

அவர்களிருவரும் ஒருவரையொருவர் கண்ணோடு கண்ணாகப் பார்த்து புன்னகைத்துக் கொண்டனர். இந்தத் தருணத்தை அவன் அடுத்து வந்த வருடங்களில் பலமுறை திரும்பத் திரும்ப நினைத்துப் பார்த்திருக்கிறான். அவனுள் நிரம்பியிருந்த அதீத மகிழ்ச்சி நீலத்தின் கண்களில் இருந்த சீற்றத்தை கவனிக்கவிடாமல் மறைத்திருந்தது. திரும்ப நினைவுகூரும் சந்தர்ப்பங்களில், அவனிடமிருந்த இச்சீற்றத்தை அவன் கவனித்திருந்தால் இந்தக் கேள்வியை அவன் கேட்டே இருக்க மாட்டானென்று நினைத்துக் கொள்வான்.

"இத்திட்டத்திற்கு கடிஃபே ஒப்புக் கொள்வாளா?"

நீலத்தின் கண்கள் சீற்றத்தில் இன்னும் பிரகாசமாக சிவந்திருக்க, "ஒப்புக் கொள்வாள்," என்று சொல்லவிட்டு ஒரு கணம் நிறுத்தினான்.

"என் உயிரைக் காப்பாற்றுவதற்கான ஒப்பந்தத்தை நிறைவேற்றும் நோக்கம் உங்களுக்கு இருப்பதால், உங்களுடைய இம்மகத்தான மகிழ்ச்சியைப் பற்றியும் விபரமாகச் சொல்லவேண்டும்."

"என் வாழ்க்கையில் இதுவரை வேறு எவரையும் இந்தளவுக்கு நேசித்ததில்லை," என்றான் கா. அவன் வாயிலிருந்து வரும் வார்த்தைகள் அசட்டுத்தனமாக இருக்கின்றன என்பதை அறிந்தும் தொடர்ந்து பேசினான். "என்னைப் பொறுத்தவரை மகிழ்ச்சிக்கான ஒரே வாய்ப்பு, இபெக்கினால்தான்."

"மகிழ்ச்சி என்பதை எப்படி வரையறுப்பீர்கள்?"

"மகிழ்ச்சி என்பது, இந்த ஏழ்மை, வல்லாட்சி எல்லாவற்றையும் மறந்து வாழக்கூடிய இன்னோர் உலகத்தைக் கண்டடைவது என்று சொல்வேன். மகிழ்ச்சி என்பது ஒருவரின் கையைப் பற்றிக்கொண்டு மொத்த உலகத்தையுமே உள்ளங்கைக்குள் பொதித்து வைத்திருப்பதைப் போல உணர்வது ..." அவன் இதே ரீதியில் இன்னும் சொல்லியிருப்பானென்றாலும் நீலம் சட்டென்று எழுந்து நின்றான்.

இந்தக் கணத்தில், கா பிற்பாடு 'சதுரங்கம்' என்று தலைப்பிடப் போகிற கவிதை அவன் தலைக்குள் வேகமாகப் புகுந்தது. நீலத்தை ஓரக்கண்ணால் பார்த்துவிட்டு, அவன் பாக்கெட்டிலிருந்து நோட்டை எடுத்து எழுதத் தொடங்கினான். மகிழ்ச்சியும் அதிகாரமும், ஞானமும் பேராசையும் என்ற கருப்பொருட்களைக் கொண்டிருந்த அக்கவிதையின் வரிகளை அவன் விரைவாக எழுதிக் கொண்டிருக்க, நீலம் சுற்றி வந்து அவன் தோளுக்குப் பின்னாலிருந்து என்ன நடந்துகொண்டிருக்கிறது என்று ஆர்வத்தோடு பார்த்தான். நீலத்தின் கண்கள் தன்மேல் பதிந்திருப்பதை காவினால் உணரமுடிந்தது. அந்த பிம்பமும் அக்கவிதைக்குள் இடம் பெயர்ந்து சென்றது. எழுதிக் கொண்டிருக்கும் கரம் வேறு யாருக்கோ சொந்தமானவை என்பதுபோல இருந்தது. நீலத்தால் அதனைப் பார்க்கமுடியாது என்று கா அறிந்திருந்தாலும், காவின் கரம் வேறொரு மகத்தான தெய்வீக சக்தியால் ஆட்கொள்ளப்பட்டிருக்கிறது என்பதை நீலம் உணர வேண்டுமென்று கா விரும்பினான். ஆனால் அது நடக்கவில்லை: நீலம் படுக்கைக்குத் திரும்பி விளிம்பில் உட்கார்ந்தான். உலகெங்கிலுமுள்ள மரணதண்டனைக் கைதிகளைப் போலவே விசனத்தோடு புகை பிடித்துக் கொண்டிருந்தான்.

சட்டென்று உண்டான மன எழுச்சியில் மீண்டும் நீலத்திடம் மனம் திறந்து பேசத் தொடங்கினான். இந்தத் தன்னிச்சையான மனத் திறப்பைப் பற்றி பின்னர் பலமுறை பல மணி நேரங்கள் புரிந்துகொள்ள முயன்றும் (தோற்றும்) இருக்கிறான். "நான் இங்கே வருவதற்கு முன்னால், பல வருடங்களாக ஒரு கவிதைகூட எழுதாமலிருந்தேன்," என்றான். "ஆனால் கார்ஸ்ஸில் காலெடுத்து வைத்ததுமே கவிதைகள் வரும் வழிகள் அனைத்தும் திறந்துகொண்டன. இந்த மாயத்திற்கு நான் இங்கே உணர்ந்த இறைவனின் அருளைத்தான் காரணமாகச் சொல்வேன்."

"உங்கள் பிரமைகளை சிதைக்க எனக்கு விருப்பமில்லை. ஆனால் இறைவன் மீதான உங்கள் பக்தி மேற்கத்திய ரொமான்டிக் நாவல்களிலிருந்து வருவது," என்றான் நீலம். "இதைப் போன்ற ஓரிடத்தில் கடவுளை ஓர் ஐரோப்பியனைப் போல வணங்கத் தொடங்கினால் உங்களை பரிகசித்துச் சிரிப்பார்கள். அப்புறம் உங்களால் நம்புவதைக் கூட நம்பமுடியாது. நீங்கள் இந்த தேசத்தைச் சேர்ந்தவரல்ல. நீங்கள் இனிமேலும் உங்களை ஒரு துருக்கியன் என்று அழைத்துக் கொள்ள முடியாது. முதலில் எல்லோரையும் போல இருக்க முயற்சி செய்யுங்கள். பின்னர் இறைவனை நம்ப முயற்சி செய்யுங்கள்."

நீலத்தின் வெறுப்பை காவால் உணர முடிந்தது. மேஜையிலிருந்து மேலும் சில தாள்களை எடுத்துக்கொண்டு சுனய்யையும் கடிஃபேவை யும் உடனே சந்திக்க வேண்டியிருக்கிறது என்றபடியே சிறையின் கதவை ஓங்கித் தட்டினான். அது திறந்ததும், கா நீலத்தை நோக்கித் திரும்பி கடிஃபேவுக்கு விசேஷமாக எதையாவது சொல்ல வேண்டுமா வென்று கேட்டான்.

நீலம் புன்னகை செய்தான். "ஜாக்கிரதையாக இருங்கள்," என்றான். "யாரும் உங்களைக் கொல்வதற்கு அனுமதிக்காதீர்கள்."

36

உண்மையில் நீங்கள் சாகப்போவதில்லை, அப்படித்தானே ஐயா?

நாடகத்தோடு வாழ்க்கையும், அரசியலோடு கலையும் போட்டியிட பல்வேறு கட்டங்களில் நடைபெற்ற பேரங்கள்

மாடியில் MİT ஏஜெண்டுகள் அவன் மார்பில் டேப் ரிகார்டரை வைத்துக் கட்டியிருந்த கட்டுகளை வெட்டியபடி நீலத்தைக் கிண்டல் செய்துகொண்டே அலட்சியமாக பாண்டேஜ் களை மெதுவாக கழற்றி எடுக்க, கா அவர்களுக்கு உகந்தவனாக உடன்பட்டான். கீழே நீலம் அவனிடம் காட்டிய பகைமை அவன் மனதில் தங்கியிருக்கவில்லை.

ராணுவ லாரியோட்டியிடம் வண்டியை ஓட்டலுக்கு எடுத்துச்சென்று அங்கே காத்திருக்குமாறு அனுப்பினான். ராணுவக் காவலர்கள் புடைசூழ கோட்டைக் காவற்படை அலுவலகத்தின் ஒரு முனையிலிருந்து கடைசிவரை நடந்தான். அலுவலர் குடியிருப்புகளுக்கெதிரே இருந்த விஸ்தாரமான பனி மூடிய மைதானத்தில் பொப்ளார் மரங்களுக்கு நடுவே சிறுவர்கள் பனிப்பந்துகளை வீசியெறிந்து விளையாடிக் கொண் டிருந்தார்கள். அங்கே காத்துக்கொண்டு நின்றிருந்த சிவப்பு வெளுப்பு உல்லன் கோட் சிறுமியைப் பார்த்தபோது ஆரம்பப் பள்ளி நாட்களில் அவன் அணிந்திருந்த ஸ்வெட்டர் ஞாபகத்திற்கு வந்தது. கொஞ்சம் தள்ளி அவள் நண்பர்கள் இருவர் பனிமனிதன் செய்துகொண்டிருந்தார்கள். காற்று துல்லியமாக இருந்தது. காற்றில் வெதுவெதுப்பு சற்று கூடியிருந்தது.

ஓட்டலுக்கு நடந்தே சென்றான். அடைந்ததும் நேராக இபெக்கைப் பார்க்கச் சென்றான். அவள் சமையலறையில் இருந்தாள். ஒருகாலத்தில் துருக்கியில் லீஸே பள்ளி மாணவிகள்

அணிந்திருந்ததைப்போல ஒரு முழு அங்கியும், அதற்கு மேல் ஏப்ரனும் அணிந்திருந்தாள். அவளைப் பார்க்கும்போது இழுத்து அணைத்துக் கொள்ள வேண்டும்போல ஏக்கமாக இருந்தாலும், அறையில் வேறு சிலரும் இருந்ததால் அடக்கிக்கொண்டு, காலையில் நடந்த விஷயங் களை விவரித்தான்: அவர்களுக்கும் கடிஃபேவுக்கும் நல்லபடியாகவே நடந்துகொண்டிருக்கின்றன என்றான். நாளிதழில் எந்தத் திருத்தமும் செய்யப்படாமலேயே வெளிவந்திருந்தாலும், சுட்டுக் கொல்லப்படுவோ மென்ற பயம் இப்போது இல்லை என்றான். இன்னும் பேசுவதற்கு நிறைய இருந்தபோது ஸாஹிதே உள்ளே நுழைந்து, வாசலில் காவலுக்கு இருக்கும் ராணுவ வீரர்களுக்கு அருந்துவதற்குத் தரவேண்டும் என்றாள். உள்ளே வந்து தேநீர் அருந்துமாறு இபெக்கை அழைக்கச் சொன்னாள். தனித்து விடப்பட்ட அந்த சொற்ப இடைவெளியில் இபெக் காவிடம் அவனது அறைக்குச் சென்று காத்திருக்குமாறும், அங்கே உரையாடலைத் தொடர்வோம் என்றும் சொன்னாள்.

மாடிக்குச் சென்று, கோட்டைக் கழற்றி மாட்டிவிட்டு உத்தரத்தை வெறித்தபடி இபெக்கிற்காக காத்திருந்தான். விவாதிக்க நிறைய இருப்பதால் அவள் உடனே வந்துவிடுவாள் என்ற நம்பிக்கை அவனுக்கு இருந்தது. ஆனால் வெகு சீக்கிரத்திலேயே ஓர் இருண்மையான அவநம்பிக்கைக்கு இரையானான். முதலில், இபெக் அவளுடைய அப்பாவின் பார்வையில் சிக்கிக்கொண்டதால் வரமுடியாமல் இருப்பதாக அவனுக்கு கற்பனை விரிந்தது. அதற்குப் பிறகு, இபெக்கிற்கு தன்னைப் பார்க்க வருவதில் விருப்பமில்லையோ என்று கவலைப் பட்டான். பழைய வேதனை திரும்ப வந்து அவன் வயிற்றிலிருந்து ஒரு விஷத்தைப் போல பரவியது. விரக தாபம் என்று எல்லோராலும் அழைக்கப்படுவது இதுதான் என்றால், இதற்கு விமோசனம் இருக்கப் போவதில்லை. இபெக்கின் மீதான காதல் மென்மேலும் ஆழமாகிக் கொண்டிருக்க, இந்த இருண்மையான பதற்றங்கள் அவன்மீது மேலும் வேகமாகக் கவிவதைப் போலிருந்தது. அவனுக்கு இவையெல்லாமே நன்றாகத் தெரிந்திருந்தாலும், இந்த வஞ்சகம், மனமுறிவு போன்றவற்றின் அச்சமூட்டும் கற்பனைகளும் இந்தக் 'காதல்' என்று சொல்லப்படும் வஸ்துவோடு தொடர்பு கொண்டவைதானென்று அவன் நினைத்துக் கொண்டிருப்பது சரிதானா? இந்த அனுபவத்தை அவலமென்றும் சிதைவு என்றும் வர்ணிப்பது இவன் ஒருவனாகத்தான் இருக்குமென்று தோன்றியது. மற்ற எல்லோரும் காதலைப்பற்றி தற்பெருமையாக பேசிக்கொள்வதைப்போல இதைப்பற்றி பெருமையடித்துக் கொள்வதாக கற்பனைகூட செய்துகொள்ள முடியாத அவனுக்கு, தனது ஸ்திதி அசாதாரணமான ஒன்று என்று மட்டுமே கருதிக்கொள்ள முடிந்தது. இது மற்றெல்லாவற்றையும்விட கூடுதலாக அவஸ்தை அளித்துக் கொண்டிருந்தது.

இந்த சுயசித்திரவதை உண்டாக்கும் வேதனைக்கு நடுவிலும் (இபெக் வரவில்லை; இபெக்கிற்கு உண்மையில் இங்கு வருவதற்கு விருப்பமே கிடையாது; கடிஃபே, துர்குத் பே, இபெக் எல்லோரும் ரகசியமாகக் கூடி கா ஓர் அந்நிய எதிரி என்று பேசிக்கொண்டிருக்

கிறார்கள்; அவனை ஒழித்துக்கட்ட திட்டமிட்டுக் கொண்டிருக் கிறார்கள்), அவனுடைய ஒரு பகுதிக்கு இந்தக் கற்பனைகள் எல்லாமே நோய்மைக் கூறுடையவை என்று தெரிந்தது. உதாரணத்திற்கு, இபெக் வேறு ஒருவனுடைய காதலி என்ற பயங்கரமான பிரமை அவனுக்குத் தோன்றி வயிற்றிற்குள் பெரும் வலியை உணரும்போது, அவன் மூளையின் வேறொரு பகுதி இவையெல்லாமே அவனது நோயின் அறிகுறிகள்தானென்று திரும்பத் திரும்ப வலியுறுத்திக்கொண்டிருந்தது. சில நேரங்களில், இந்த வேதனையிலிருந்து விடுபடுவதற்காக, அவன் எண்ணங்களுக்குள் பிரவேசிக்கும் துர்க்காட்சிகளை அகற்றுவதற்காக (ஒன்றில் இபெக் ஃபிராங்க்ஃபர்ட்டுக்கு வர மறுத்தது மட்டுமன்றி அவன் முகத்தைக்கூட பார்க்க மறுக்கிறாள்) வலுக்கட்டாயமாக தர்க்கத்தை துணைக்கழைத்து, காதலினால் தடுமாறித் தள்ளாடாமல் இருக்கும் மனப்பகுதியில் பதித்து அதில் சரணடைவான். அவள் என்னைக் காதலிக்கத்தான் செய்கிறாள், என்று சொல்லிக்கொள்வான் – இல்லையென்றால் அவள் எதற்காக அவ்வளவு குதூகலமாகத் தெரிய வேண்டும்? இப்படியான அறிவார்ந்த தர்க்கத்தினால் அவனது துர்க் கவலைகள் விலகிச்செல்லும். ஆனால் சிறிது நேரத்திலேயே ஒரு புதிய கவலை பறந்து வந்து, நிச்சயமின்றி தள்ளாடிக் கொண்டிருக்கும் அவனது அக அமைதியைக் குலைக்கும்.

வெளிநடையில் காலடிச்சத்தம் கேட்டது. இபெக்காக இருக்காது என்று தனக்குள் சொல்லிக்கொண்டான்: வேறு யாரோ வந்து இபெக் இல்லையென்று சொல்லப்போகிறார்கள். கதவைத் திறந்ததும் இபெக்கைப் பார்த்து அவன் முகத்திலிருந்து சந்தோஷத்திற்கு இணையாக விரோதமும் பிரகாசித்தது. இருபது நிமிடங்களாக காத்திருந்ததில் சோர்வுற்றிருந்தான். இபெக் தன்னை அழகாக ஒப்பனை செய்துகொண்டிருந்தது அவனுக்கு ஆறுதலாக இருந்தது. உதட்டு சாயம்கூட தீட்டியிருந்தாள்.

"அப்பாவிடம் பேசிவிட்டேன். ஜெர்மனிக்குப் போகப்போவதாக அவரிடம் சொல்லிவிட்டேன்," என்றாள்.

கா இன்னமும் அவனுக்குள் பரவியிருந்த கருமையின் தாக்கத் திலேயே இருந்ததால் அவனது முதல் எதிர்வினை ஏமாற்றமாகவே இருந்தது. இபெக்கின் மீது அவனால் முழு கவனத்தையும் செலுத்த முடியாதிருந்தது. அவள் சொன்னதற்கு அவனிடம் மகிழ்ச்சியே காணப்படாதது அவள் மனதில் ஐயங்களை உண்டாக்கியது – சரியாகச் சொன்னால் அவளது நம்பிக்கைகளில் சில சிதைந்தன. ஆயினும் அவள் மீது கா பைத்தியமாக இருக்கிறான் என்பதையும், ஒரு மருண்ட ஐந்து வயது குழந்தை அதன் அம்மாவை விட்டு கீழே இறங்க மறுப்பதைப்போல அவளோடு ஒட்டிக்கொண்டிருக் கிறான் என்பதையும் அவள் உணர்ந்தேயிருந்தாள். ஃபிராங்க்ஃபர்ட்டில் அவனோடு சந்தோஷத்தைப் பகிர்ந்துகொள்வதற்காக மட்டும் அவளை ஜெர்மனிக்கு அழைத்துச்செல்ல விரும்பவில்லையென்பது அவளுக்குத் தெரியும். அதைவிடவும் அவனுக்கிருக்கும் நம்பிக்கை எதுவென்றால்,

இந்த மனிதர்கள் அனைவரின் பார்வையிலிருந்தும் முற்றாக விலகி அவளை முழுசாக சொந்தமாக்கிக்கொள்ள வேண்டும் என்பதுதான்.

"அன்பே, உங்களை ஏதாவது தொந்தரவு செய்துகொண்டிருக்கிறதா?"

பிந்தைய வருடங்களில் காதலின் வேதனையில் கா வாடிக் கொண்டிருக்கையில், எவ்வளவு மென்மையாகவும் இனிமையாகவும் இபெக் இந்தக் கேள்வியைக் கேட்டாள் என்பதை ஆயிரம் முறைகளுக்கு மேல் நினைவுபடுத்திப் பார்த்திருக்கிறான். இப்போது அவளுக்கு பதிலளிக்கும்போது அவன் மனதில் சூழ்ந்திருக்கும் பயங்கரமான எண்ணங்களைப்பற்றிச் சொன்னான். அவனை அவள் நிராகரித்து விட்டுச் செல்வதில் தொடங்கி அவனைச் சின்னாபின்னப்படுத்தி வந்த துர்கற்பனைகள் ஒவ்வொன்றையும் சொல்லி முடிக்கும்போது அவை அவன் கண்ணெதிரே பயங்கரக் காட்சிகளாக விரிந்துகொண்டிருந்தன.

"காதல் வேதனை என்பது இவ்வளவு உக்கிரமாக உங்களை பாதிக்குமென்றால், இதற்கு முன் வேறு ஏதோ ஒரு பெண் உங்களை மிக மோசமாக காயப்படுத்தியிருக்கிறாளோ என்று எண்ணத் தோன்றுகிறது."

"என் வாழ்க்கையில் பல வேதனைகளை அனுபவித்திருக்கிறேன் – ஆனால் என்னை எந்தளவுக்கு உன்னால் காயப்படுத்த முடியுமென்று தெரியும்போது பயமாக இருக்கிறது."

"நான் உங்களைக் காயப்படுத்தவே மாட்டேன்," என்றாள் இபெக். "நான் உங்கள் மீது காதலில் இருக்கிறேன், உங்களோடு ஜெர்மனிக்கு வருகிறேன், அனைத்தும் சரியாகிவிடும்."

அவள் காவின் மேல் கைகளை மாலையாகக் கோர்த்துக்கொண்டு முழு பலத்தோடு இறுக்கமாகத் தழுவினாள். அவ்வளவு இலகுவாக அவர்கள் காதல் புரியத் தொடங்கியது காவினால் நம்ப முடியாமலிருந்தது. இப்போது அவனுக்கு அவளை முரட்டுத்தனமாக கையாளும் இச்சை இருக்கவில்லை. பதிலாக அவளது பலமான, ஆனால் மிருதுவான தழுவலில், அவளது மெல்லிய சருமத்தில் ஒளிரும் வெண்மையில் லயித்திருந்தான். ஆனால் இருவருக்குமே இந்த சம்போகம் நேற்றிரவி னுடையதைப் போல உக்கிரமானதாக, ஆழமானதாக இருக்கவில்லை யென்பது புரிந்திருந்தது.

காவின் சிந்தனை அவனது மத்தியஸ்த திட்டங்களில் இருந்தது. அவன் அறிவைப் பயன்படுத்தி, இதனை வெற்றிகரமாக நிறைவேற்றி விட்டு கார்ஸ்ஸைவிட்டு உயிரோடு மட்டுமல்ல, அவனுடைய காதலியின் கைப்பற்றிக்கொண்டு வெளியேறிவிடவும் முடிந்தால் அவன் வாழ்க்கை யில் சந்தோஷம் எக்காலத்திற்கும் நிலைத்திருக்குமென்று நம்பினான். இதைப்பற்றியே யோசித்துக்கொண்டு, புன்னகை தவழ சன்னலுக்கு வெளியே பார்த்துக்கொண்டிருக்கும்போது வியப்பூட்டும்படியாக கவிதை ஒன்று ஜனித்து வருவதை உணர்ந்தான். கவிதை வரிவரியாக அவனுக்கு துலக்கமாக, வெகுவேகமாக அவற்றை அப்படியே எழுதிக்

கொள்ளத் தொடங்கினான். இபெக் அவன் எழுதுவதை காதல்கனிய பிரியத்தோடு கவனித்துக் கொண்டிருந்தாள். இந்தக் கவிதையை பின்னர் ஜெர்மனியில் ஆறுமுறை வாசித்திருக்கிறான். ‘காதல்’ என்று தலைப்பிட்டிருந்தான். அக்கவிதை வாசிப்பைக் கேட்டவர்கள் அந்தக் கவிதையைப்பற்றி என்னிடம் சொல்லும்போது அது அமைதிக்கும் தனிமைக்கும், அல்லது பாதுகாப்பிற்கும் பயத்திற்குமிடையேயிருக்கும் பரிச்சயமான இறுக்கத்தைப்பற்றியதாகவும், பெண் ஒருத்தியோடு உள்ள விசேஷமான பிணைப்பைப்பற்றியதாகவும் இருந்ததாகச் சொன்னார்கள் (அவர்களில் ஒருவன் மட்டும் காவிடம் யார் அந்தப் பெண் என்று கேட்டதாகச் சொன்னான்). ஆனாலும் அந்தக் கவிதை சற்றும் புரிந்துகொள்ள முடியாத காவின் இருண்ட சுயத்தின் ஒரு பகுதியிலிருந்து எழுந்த கவிதையாகவே இருந்தது. கா பின்னர் எழுதிய குறிப்புகளில் பெரும்பாலும் இபெக் பற்றிய துல்லியமான நினைவுகள், அவளை அவன் இழந்தது, அவள் உடையணிந்திருந்த விதம், அவள் மெல்லிய நடை பற்றிய வர்ணிப்பு என்பதாகவே இருந்தன. இந்தக் குறிப்புகளை எண்ணற்ற முறை நான் திரும்பத்திரும்ப வாசித்திருந்த தாலேயே அவளை முதன்முதலாக சந்தித்தபோது அவளைப்பற்றி அவ்வளவு வலுவான பதிவு என்னிடம் ஏற்பட்டது என்று சொல்ல முடியும்.

இபெக் வேகமாக உடையணிந்துகொண்டு, அவள் தங்கையை வழியனுப்ப வேண்டியிருக்கிறதென்று வெளியேறினாள். சில நிமிடங் களிலேயே கடிஃபே வாசலில் தோன்றினாள். வழக்கத்தைவிட அவள் விழிகள் கவலையில் அகலமாக விரிந்திருப்பதைப் பார்த்து, கா அவளிடம் பயப்படுவதற்கு ஒன்றுமில்லையென்று சமாதானம் கூறினான். நீலத்தின் மீது யாரும் கை வைக்கவில்லையன்பதை அழுத்திச் சொன்னான். இந்தத் திட்டத்திற்கு அவனை சம்மதிக்க வைப்பதற்கு அவ்வளவு அதிகமாக பிரயத்தனப்பட்டபோதுதான் அவன் எவ்வளவு தீரமிக்கவன் என்பது தனக்குப் புரிந்ததாகச் சொன்னான். திடீரென, அவன் முன்கூட்டியே யோசித்துவைத்திருந்த ஒரு பொய் இப்போது ஞாபகத் திற்கு வந்தது. கடிஃபே இந்தத் திட்டத்திற்கு ஒப்புக்கொள்வாள் என்று சொல்லி நீலத்தை இணங்கவைப்பதுதான் இருப்பதிலேயே கடினமான பணியாக இருந்தது என்றான். இந்தத் திட்டம் கடிஃபேவைப் புண் படுத்துமென்று நீலம் கவலைப்பட்டதாகவும், அவளிடம் கலந்தாலோசிக் காமல் தன்னால் ஒப்புக்கொள்ள முடியாது என்றதாகவும் சொன்னான். இந்த இடத்தில் கடிஃபே புருவத்தை சற்று உயர்த்தியதை கவனித்து கா சுதாரித்துக்கொண்டு அவனது பொய்க்கு கொஞ்சம் உண்மை முலாம் பூசுவதைப்போல, நீலம் மனதாரத்தான் அப்படிச் சொன்னானா என்று தனக்கு சந்தேகமாக இருந்தது என்று சேர்த்துக்கொண்டான். பொய்யின் செல்லுபடியை நீட்டித்துக்கொள்வதற்காக மட்டுமன்றி, கடிஃபேவின் மானத்தைக் காப்பாற்றுவதற்காக நீலத்தின் தயக்கம் (வேறு வார்த்தைகளில் சொன்னால், ஒரு பெண்ணின் உணர்ச்சிகளுக்கு அவன் அளிக்கும் மரியாதை) ஒரு நேர்மறையான விஷயம் என்றான். இவ்வளவு காலம் கழித்து வாழ்க்கையில் முக்கியமான ஒரே விஷயம்

மகிழ்ச்சியை நாடுவதுதானென்று தனக்குக் கற்பித்திருக்கும் இந்த முட்டாள் நகரத்தின் மடத்தனமான அரசியல் பூசல்களுக்கு இரையாகிக் கொண்டிருக்கிற இந்த துரதிருஷ்டசாலி மக்களுக்காக இப்படியெல்லாம் பொய்களை ஜோடித்துக்கொண்டிருப்பது காவுக்கு சந்தோஷமாகவே இருந்தது. ஆனால் இவ்வாறெல்லாம் அவன் அளக்க வேண்டியிருப் பதற்குக் காரணம் கடிஃபே அவனைவிட தைரியமானவள், தியாகம் செய்யத் தயாராக இருப்பவள் என்பதை அவன் மனதின் ஒரு பகுதியில் அறிந்திருந்ததுதான். அவனுக்கெதிரே துயரம் கண்ணுக்கெட்டிய தூரம் விரிந்திருக்கிறது என்பதை உணரும்போது அவன் மனநிலை இருண்டது. அதனால்தான் அவனது வியாக்கியானத்தை முடிப்பதற்கு முன் இன்னொரு தீங்கற்ற பொய்யை பிரயோகித்தான்: அவனிடமிருந்து கிளம்பும்போது நீலம் காவுக்கருகில் வந்து ரகசியக் குரலில் கடிஃபேவுக்கு என்னால் முடிந்தளவுக்கு துணையாக இருக்கவேண்டுமென்று கேட்டுக் கொண்டான் என்று சொன்னான். இப்படிச் சொல்லிவிட்டு கடிஃபே விடம் திட்டத்தின் இறுதி வடிவத்தை விளக்கிச் சொல்லத் தொடங் கினான். சொல்லி முடித்துவிட்டு அவளிடம் என்ன நினைக்கிறாள் என்று கேட்டான்.

“நான் முக்காடை அகற்றுகிறேன். அதை எப்படிச் செய்வதென்று நானேதான் முடிவுசெய்வேன்,” என்றாள் கடிஃபே.

அவள் புனைமுடி அணிந்துகொள்வதற்கோ, அல்லது அதைப்போல வேறு ஏதாவது தந்திரங்கள் செய்வதற்கோ நீலம் ஆட்சேபிக்கவில்லை என்று கா சொல்லிக்கொண்டிருக்கும்போதே கடிஃபேவின் முகம் கோபத்தில் மாறுவதைக் கண்டு நிறுத்தினான்.

திட்டம் இப்போது இவ்வாறாக இருந்தது: அவர்கள் முதலில் நீலத்தை அவனுக்குப் பாதுகாப்பாக கருதும் இடத்தில் விடுவித்தாக வேண்டும். பின் அவன் தலைமறைவாகிவிடுவான். அதற்குப் பின்னரே கடிஃபே அவளது முக்காடை அகற்றுவாள் (எந்த விதத்தில் என்பதை அவளே முடிவுசெய்வாள்). அவளுக்கு உகந்த விதத்தில் நிபந்தனைகளோடு இந்தத் திட்டத்தை அவள் கைப்பட எழுதி கையெழுத்திட்டுத் தருவாளா? நீலம் அவனிடம் எழுதிக்கொடுத்த சீட்டை மாதிரிப்படியாக அவள் பயன்படுத்திக்கொள்ளலாமென்று அவளிடம் கொடுத்தான். நீலத்தின் கையெழுத்தைப் பார்த்ததுமே கடிஃபேவின் முகத்தில் தோன்றிய உணர்ச்சிகளைக் கண்டதும் காவுக்கு அவள் மேல் எதிர்பாராத பிரியம் சுரந்தது. அதைப் படிக்கும்போது கா பார்த்துவிடக் கூடாதென் பதற்காக திருப்பி வைத்துக்கொண்டு படித்தாள். அந்தத் தாளை நாசிக்கருகே கொண்டுவந்து வாசனை பார்த்தாள். அவளிடம் தென்பட்ட சிறிய தயக்கத்தைப் பயன்படுத்திக்கொண்டு கா அவளிடம் அவர்கள் அறிக்கையை வைத்துக்கொண்டு சுனய் அவனுடைய சகாக்களிடம் பேசி நீலத்தை விடுதலை செய்ய இணங்க வைக்கப் போவதாகச் சொன்னான். ராணுவம் கடிஃபேவின் மீது ஒருவேளை கோபமாக இருக்கலாம். முக்காடு விஷயத்தில் உயர் பதவிகளில் இருப்பவர்களின் விரோதத்தையும் அவள் சம்பாதித்துக்கொண்டிருக்கிறாள். ஆனாலும்

கார்ஸ்ஸில் உள்ள எல்லோரும் அவளுடைய துணிச்சலுக்காகவும் நேர்மைக்காகவும் அவளை மிகவும் மதிக்கிறார்கள் என்று சொன்னான். கடிஃபேவிடம் ஒரு பேப்பரைக் கொடுத்ததும் அவள் உடனே எழுதத் தொடங்கினாள். இரண்டு நாட்களுக்கு முன் முதன்முதலாக சந்தித்த கடிஃபேவை, கசாப்புக்கடைத் தெருவில் அவளோடு வானவியல் பற்றி பேசிக்கொண்டு நடந்ததை நினைத்துப்பார்த்தான். இப்போது அவனெதிரே உட்கார்ந்து எழுதிக்கொண்டிருக்கும் கடிஃபே திடீரென்று மிகவும் வயதாகிவிட்டதைப்போலத் தெரிந்தாள்.

அவளது அறிக்கையை பையில் வைத்துக்கொண்டு, இந்தத் திட்டத்தை சுனய் அப்படியே ஏற்றுக்கொள்வானென்று வைத்துக் கொண்டால் அவர்களுடைய அடுத்த வேலை நீலம் விடுதலையான தற்குப்பிறகு இருக்க வேண்டிய ஒரு பத்திரமான இடத்தைக் கண்டு பிடிப்பது என்றான். இதற்கு கடிஃபே உதவிசெய்வாளா?

இறுக்கமாக தலையசைத்து அவளது ஒப்புதலை அளித்தாள்.

“கவலைப்படாதே, இவையெல்லாம் முடிந்தபிறகு நாமெல்லோரும் சந்தோஷமாக இருக்கப்போகிறோம்,” என்றான் கா.

“நியாயமான காரியத்தைச் செய்வது எப்போதுமே மகிழ்ச்சியில் முடிவதில்லை,” என்றாள் கடிஃபே.

“நியாயமான காரியம் நம்மை மகிழ்வுறுத்தும்,” என்றான் கா. அவன் கற்பனையில் கடிஃபே ஃபிராங்க்ஃபர்ட்டுக்கு வருவதாகவும் அங்கே அவள் அக்காவும் அவனும் சந்தோஷமாக குடித்தனம் நடத்து வதைப் பார்ப்பதாகவும் ஓடியது. இபெக் கடிஃபேவுக்கு ஓர் அழகான மழைக்கோட்டு வாங்க காஃப்ஹாபுக்கு கூட்டிச்செல்வாள்; அவர்கள் மூவரும் ஒன்றாக சினிமா பார்க்கச் செல்வார்கள்; பின்னர் கெய்ஸர் ஸ்ட்ராஸ்ஸில் உள்ள உணவகத்துக்குச் சென்று பீரும் சாஸேஜஸ்ஸும் சாப்பிடுவார்கள்.

அவர்கள் தத்தமது கோட்டுகளை எடுத்து அணிந்துகொண்டு வெளியே வந்தனர். படிகளில் கா முதலில் இறங்க, கடிஃபே பின்தொடர்ந் தாள். முற்றத்தில் ராணுவ லாரி காத்திருந்தது. பாதுகாவலர்கள் இருவரும் பின்னிருக்கையில் அமர்ந்தனர். தெருவில் தனியாகச் செல்லும் போது தாக்கப்படுவோமாவென்று அவன் அச்சப்பட்டது தேவைதானா என்று யோசித்தான். ராணுவ லாரியின் முன்னிருக்கையிலிருந்து பார்க்கும்போது கார்ஸ் வீதிகள் பயமுறுத்துவதாக இல்லை. ஒயர் பைகளை மார்போடு அணைத்துக்கொண்டு அங்காடிக்குச் செல்லும் பெண்கள், பனிப்பந்துகளை வீசியெறியும் சிறுவர்கள், பனித்தரையில் வழுக்கிவிடாதிருப்பதற்காக ஒருவரையொருவர் கைத்தாங்கலாகப் பிடித்துக்கொண்டு நடக்கும் முதியவர்கள். அவனும் இபெக்கும்கூட இதேபோல கையோடு கை பிணைத்துக்கொண்டுதான் ஃபிராங்க்ஃபர்ட் திரையரங்கிற்குச் செல்வார்கள். அவன் கற்பனையில் மிதந்தான்.

சுனய், புரட்சியின் முக்கிய சூத்திரதாரியான கர்னல் உஸ்மான் நூரி ஷோலக்குடன் இருந்தான். கா, தனது இனிமையான பகற்

கனவுகள் எழுப்பியிருந்த உத்வேகத்தில் அவன் ஏற்பாடு செய்திருந்த விஷயங்களைப்பற்றி நம்பிக்கையோடு விளக்கத் தொடங்கினான்: கடிஃபே அந்த நாடகத்தில் நடிப்பாள், குறிப்பிட்ட காட்சியில் முக்காடை அகற்றுவாள். அவனை விடுதலை செய்வதற்காக இந்த நிபந்தனையை நீலமும் ஏற்றுக்கொள்கிறான். அவன் பேசப்பேச அவர்கள் இருவரிடமும் வெளிப்படையாக பகிர்ந்துகொள்ள அவசியமில்லாத பரஸ்பர புரிதல் இணைந்திருப்பதை கவனித்தான். இளம் பிராயத்திலிருந்தே ஒன்றாக வளர்ந்து ஒன்றாகப் படித்திருப்பதால் உண்டான பரிச்சயம். கா அவன் செய்த மத்தியஸ்த முயற்சிகளை எச்சரிக்கையும் தன்னம்பிக்கை யும் கலந்த குரலில் எடுத்துச்சொன்னான். "முதலில் கடிஃபேவை நைச்சியம் செய்யவேண்டியிருந்தது, அதன்பின் நீலத்தை நைச்சியம் செய்யவேண்டியிருந்தது," என்று அவர்கள் கையெழுத்திட்ட உடன்படிக்கையை சுனய்யிடம் நீட்டினான். சுனய் அவற்றைப் படிக்கத் தொடங்க, அவன் குடித்திருக்கிறான் என்று தோன்றியது. அப்போது நண்பகல்கூட ஆகவில்லை. ஒரு கணம் கழித்து அவன் மூச்சு காவைத் தீண்டியபோது சந்தேகம் நிவர்த்தியாயிற்று.

"இந்தப் பயல் கடிஃபே மேடையேறுவதற்கு முன் தன்னை விடுதலை செய்தாக வேண்டுமென்கிறான்," என்றான் சுனய். "பரவாயில்லை, படு ஜாக்கிரதையாகத்தான் இருக்கிறான். அவனொன்றும் அசடு அல்ல."

"கடிஃபேவும் அதையேதான் கோருகிறாள்," என்றான் கா. "நான் எவ்வளவோ முயற்சித்தேன், ஆனால் அதிகபட்சம் இந்தளவுக்குத் தான் ஒப்புக்கொள்ளவைக்க முடிந்தது."

"நாங்கள் அரசாங்கப் பிரதிநிதிகள். அவர்கள் இருவரிடமும் நாங்கள் எதற்காகப் பணிந்து போகவேண்டும்?" கர்னல் உஸ்மான் நூரி ஷோலக் கேட்டார்.

"நீங்கள் அவர்களை நம்பாததைப்போலவே அவர்களும் அரசாங்கத்தை நம்பாமலிருக்கிறார்கள்," என்றான் கா. "பரஸ்பர வாக்குறுதிகள் சிலவற்றை நாம் ஏற்றுக்கொள்ளவில்லையென்றால் அடுத்த கட்டத்திற்கு நம்மால் நகரவே முடியாது."

"ஒரு குடிகார நடிகனும், அதிகப்பிரசங்கி கர்னல் ஒருவனும் ராணுவப் புரட்சி என்ற பெயரில் என்னவெல்லாம் செய்திருக்கிறார் களென்று வெளிச்சமானதும் அரசாங்கம் எங்களை அழித்துவிடக் கூடும். அதற்குமுன், மற்றவர்களுக்கு ஒரு பாடமாக இருக்கட்டுமென்று நீலத்தை நாங்கள் தூக்கிலிட்டுவிட்டால் என்ன ஆகும்? அதைப்பற்றி அவன் யோசித்தானா?" கர்னல் கேட்டார்.

"தனது சாவைப்பற்றி கொஞ்சமும் பயமில்லாததைப்போல அலட்சியமாகத் தன்னைக் காட்டிக்கொள்கிறான், என்றாலும் அவன் மனதிற்குள் என்ன இருக்கிறதென்று என்னால் சொல்ல முடியவில்லை. ஆனால் அவனை தூக்கிலிட்டுவிட்டால் அது அவனை ஒரு மகானாக, ஒரு புனித ஸ்திதிக்கு உயர்த்திவிடுமென்று மட்டும் மறைமுகமாக சுட்டிக்காட்டினான்."

“சரி, நீலத்தை முதலில் விடுதலை செய்துவிடுவதாகவே வைத்துக் கொள்ளலாம். அதன்பிறகு கடிஃபே நாடகத்தில் தோன்றி வாக்கைக் காப்பாற்றுவாள் என்பது என்ன நிச்சயம்?” என்று கேட்டான் சுனய்.

“நீங்கள் ஒன்றை நினைவில் கொள்ளவேண்டும். துர்குத் பே அவருடைய கௌரவத்தைப் பாதுகாப்பதற்காக மிகக் கசப்பான வழக்கு விசாரணைகளையும், பயங்கரமான துன்பங்களையும் அனுபவித்திருக்கிறார். அப்படிப்பட்டவரின் பெண்தான் கடிஃபே. எனவே அவள் வாக்கைக் காப்பாற்றுவாள் என்று நம்பலாம். நீலத்தை விட கடிஃபே நம்பகமானவள். இருந்தபோதிலும், நீலத்தை நிச்சயமாக விடுதலை செய்துவிடுவீர்களென்று அவளிடம் இப்போது சொல்லி விட்டால், இன்று மாலை நாடகத்தில் பங்கேற்பதைப்பற்றி அவள் மனம் மாறினாலும் மாறிவிடும். அவள் மிகவும் உணர்ச்சிகரமானவள். சட்சட்டென்று முடிவெடுத்துவிடுவாள்.”

“அப்படியென்றால் என்னதான் செய்யச் சொல்கிறீர்கள்?”

“நீங்கள் இந்தப் புரட்சியை நடத்தியது வெறும் அரசியல் காரணங்களுக்காக மட்டுமல்லவென்று எனக்குத் தெரியும். கலையின் பெயரால், ஓர் அழகியல் சாதனையாக இதை நிறைவேற்றியிருக்கிறீர்கள்,” என்றான் கா. “சுனய் பேயின் வாழ்க்கையைக் கூர்ந்து பார்த்தால், அவருடைய ஒவ்வொரு அரசியல் நடவடிக்கையும் கலையின் சார்பாகவே இருப்பதைக் காணலாம். இதனை ஒரு சாதாரண அரசியல் விஷயமென்று நீங்கள் பார்க்க விரும்பினால், நீலத்தை விடுதலை செய்து உங்களை அபாயத்தில் சிக்கவைத்துக்கொள்ள அவசியமே இல்லை. அதே வேளையில் கடிஃபே ஒரு நாடகத்தில் தன் முக்காடை அகற்றிக்காட்டி, அதனை கார்ஸ் முழுக்க பார்க்குமென்றால் அது வெறுமனே ஒரு சாதாரணமான கலை வெற்றியாக மட்டும் இருக்காது. அது ஆழமான அரசியல் பிரகடனம் ஒன்றை செய்வதாகவும் இருக்கும்.”

உஸ்மான் நூரி ஷோலக், “அவள் உண்மையிலேயே முக்காடை கழற்றப்போகிறாளென்றால், நீலத்தை விடுவித்துவிடுகிறோம்,” என்றார். “ஆனால் நகரத்தில் உள்ள அனைவரும் இந்த நாடகத்தைப் பார்ப்பார்கள் என்பதை நாம் உறுதிசெய்யவேண்டும்.”

சுனய் அவனுடைய பழைய ராணுவத் தோழனின் தோளை அணைத்து முத்தமிட்டான். கர்னல் அறையை விட்டுச் சென்றதும் அந்த நடிகன் காவின் கையைப்பற்றி வீட்டுக்குள் அழைத்துச் சென்றான். “இவை எல்லாவற்றையும் என் மனைவியிடம் சொல்லப்போகிறேன்!” மேஜை நாற்காலி எதுவுமில்லாத வெற்றான அறை ஒன்றிற்குள் சென்றனர். மூலையிலிருந்த எலெக்ட்ரிக் ஹீட்டரை மீறி அறை சில்லிட்டு இருந்தது. ஃபுன்டா ஈஸர் நாடகப் பிரதி ஒன்றை நாடகத் தோரணையோடு உட்கார்ந்தபடி படித்துக்கொண்டிருந்தாள். திறந்திருந்த ஜன்னலின் வழியே சுனய்யும் காவும் வருவதைப் பார்த்துவிட்டாலும்கூட அசையாமல் தொடர்ந்து படித்துக்கொண்டிருந்தாள்.

அவள் கண்களைச்சுற்றி ஈஷிக்கொண்டிருந்த மையும், தடித்த முரட்டுத் தனமான உதடுகளும், கழுத்திலிருந்து அபாயகரமாக கீழிறங்கிய லோ – கட்டில் பிதுங்கியிருந்த மகத்தான மார்பகங்களும் அவள் பேசுவதை கவனிக்க இயலாமல் காவை திசைதிருப்பின.

“தாமஸ் கிட்டின் *The Spanish Tragedy*யில் வருகிற வல்லுறவுக்கு ஆட்பட்ட ஒரு புரட்சிப்பெண்ணின் சோக உரை!” என்றான் சுனய் பெருமையாக. “பிரெக்ட்டின் *The Good Woman of Szechuan* பாதிப்பில் சில மாற்றங்களை புகுத்தியிருக்கிறேன். ஆனாலும் அவை என் சொந்தக் கற்பனையில் விளைந்த கனிகள்தாம். இன்றிரவு ஃபுன்டா இந்த உரையை நிகழ்த்தும்போது கடிஃபேவிற்கு தனது முக்காடை அகற்றும் துணிச்சல் அப்போது வந்திருக்காவிட்டாலும் கூட, முக்காடின் ஓரத்தால் அவள் கண்களில் பெருகும் கண்ணீரை துடைத்துக்கொள்வாள்.”

“கடிஃபே ஹெனும் தயாராக இருந்தால் ஒத்திகையை நாம் உடனே துவக்கிவிடலாம்.”

ஃபுன்டாவின் குரலில் இருந்த ஆர்வம் நாடகத்தை அவள் எந்தளவுக்கு நேசிக்கிறாள் என்பதைப் புலப்படுத்தியது. அடாதுர்க் வேடத்தில் நடிக்க சுனய்க்கு அனுமதி மறுக்கப்பட்டபோது அதற்கு காரணமாக திரும்பத்திரும்பச் சொல்லப்பட்ட விஷயம் – அவன் மனைவி ஓர் ஓரினக் காதலி – அவன் நினைவுக்கு வந்தது. இப்போது சுனய்யைப் பார்த்தால் ஒரு புரட்சியை முன் நின்று நடத்திய வீரனைப் போலல்லாமல் ஒரு பெருமைமிக்க நாடகத் தயாரிப்பாளனாகவே தெரிந்தான். ‘அந்தப் பாத்திரத்தை ஏற்றுக்கொள்வதைப் பற்றிய’ கடிஃபேவின் முடிவில் பதில் கிடைக்காத பல கேள்விகள் இன்னும் இருப்பதாக ஃபுன்டாவிடம் சுனய் சொல்லிக்கொண்டிருந்தான். அப்போது பணியாள் ஒருவன் வந்து *Border City Gazette* உரிமையாளர் சர்தார் பே வந்திருப்பதாகத் தெரிவித்தான்.

சர்தார் பே உள்ளே வந்து காவின் முகத்திற்கெதிரே நின்றதும் அவன் வாழ்க்கையில் இதற்குமுன் எப்போதும் தோன்றியிருக்காத அளவிற்கு கோபவெறியேறி, அவன் முகத்தில் ஓங்கிக் குத்தலாமா என்ற இச்சை உந்தியது. ஆனால் அவர்கள் அவனை அன்போடு வரவேற்று, கவனத்தோடு அலங்கரித்த உணவு மேஜைக்கு அழைத்துச் சென்று அமரவைத்தனர். வெள்ளை பாலாடைக்கட்டி பூசிய பதார்த்தங்களையும், பின் ராக்கியையும் உட்கொண்டதற்குப் பிறகு இப்படிப்பட்ட புரட்சித்தலைவர்கள் அமர்ந்திருக்கும் மேஜையில் முகத்தில் குத்துவதைப்போன்ற உந்துதல்களுக்கு இடமில்லையென்று காவுக்கு தெளிவானது. பிற மனிதர்களின் தலைவிதிகளைத் தீர்மானிக்கும் நிலையில் உள்ளவர்களுக்கு இயல்பாக வரும் சுலபமான தன்னம்பிக்கை யோடு அவர்கள் அமர்ந்து இருந்தனர். இரக்கமற்ற உறுதியோடு உலக விஷயங்களை அலசிக்கொண்டே சாப்பிட்டனர்; அருந்தினர்.

சுனய் கேட்டுக் கொண்டதற்கு இணங்க, கா கலையையும் அரசியலையும் பற்றி இப்போது சொல்லிக்கொண்டிருந்ததை ஃபுன்டா

ஈஸரிடமும் திரும்பச் சொன்னான். காவின் வார்த்தைகளால் அவள் அதீதமாக கிளர்ச்சியுறுவதைப் பார்த்து அந்தப் பத்திராதிபதி அவற்றை தான் எழுதப்போகும் கட்டுரை ஒன்றில் பயன்படுத்திக்கொள்ளப் போவதாக அறிவித்தான். சுனய் அவனை முரட்டுத்தனமாக பிடித்து உலுக்கி, முதலில் அன்றைய இதழில் காவைப்பற்றி அச்சிட்டிருக்கும் பொய்களை அவன் திருத்த வேண்டும் என்றான். சர்தார் பே உடனே ஒரு புதிய, மிகவும் நேர்மறையான கட்டுரையை முதல் பக்கத்தில் வெளியிட்டுவிடுவதாக வாக்களித்தான். அவனுடைய வாசகர்களுக்கு ஞாபகமறதி அதிகமென்றான். காவைப்பற்றி மோசமாக எழுப்பப்பட்டிருந்த கருத்துக்களை, புதிய கட்டுரை அழித்து மறக்கடித்து விடுமென்றான்.

ஃபுன்டா ஈஸர் குறுக்கிட்டாள்: “செய்தியின் தலைப்பில் இன்று மாலை நாங்கள் மேடையேற்றும் நாடகத்தைப்பற்றி இருக்கவேண்டும்.”

அவர்கள் விரும்பும்படியே அச்செய்திக்கட்டுரை இருக்குமென்று சர்தார் பே உறுதியளித்தான்: என்னென்ன விபரங்களை குறிப்பிட வேண்டும், அச்செழுத்து எவ்வளவு பெரிதாக இருக்கவேண்டும் என்றுகூட அவர்கள் சொல்லலாம், அதன்படியே செய்வானாம். ஆனால் செவ்வியல் நாடகங்கள், நவீன நாடகங்கள் பற்றி அவனுக்கு அதிகம் தெரியாதாம். எனவே அன்றைய நாடகத்தைப்பற்றி சுனய்யே விளக்கமாக இப்போது சொல்லிவிட்டால் நாளைய முதல் பக்கக் கட்டுரை 100 சதவீதம் துல்லியமாக இருக்கும் என்றான். சம்பவங்கள் நிகழ்வதற்கு முன்பாகவே அவற்றைக் கணித்து எழுதிவிடுவதுதான் அவனது பத்திரிகை அனுபவ வருடங்களில் பெரும்பாலும் நடந்திருக் கிறது என்று அவன் நினைவுபடுத்தினான். ஆனால் இன்னும் நான்கு மணி நேரம் காலக்கெடுவிற்கு இருக்கிறது. ராணுவ சட்டத்திற்குட்பட்டு அவர்கள் இப்போது செய்தித்தாள் அச்சிடலை செய்து வருகிறார்கள். அதன்படி அன்று பிற்பகல் நான்கு மணிக்கு முன்பு இதழ் அச்சிட மாட்டார்கள்.

“எங்கள் நாடக நிகழ்வைப்பற்றி சுருக்கமாகச் சொல்லி முடிக்க அதிக நேரம் ஆகாது,” என்றான் சுனய்.

அந்த மேஜையில் உட்கார்ந்து, கொஞ்ச நேரத்திலேயே ஒரு கோப்பை ராக்கியை அவன் முடித்துவிட்டதை கா கவனித்தான். மீண்டும் எழுந்து இரண்டாவதை பருகத் தொடங்க, அவன் கண்களில் வலியும், இச்சையும் மின்னுவதைப் பார்க்க முடிந்தது.

சர்தார் பேவை மிரட்டுவதைப்போல முறைத்துப்பார்த்து சுனய் உறுமினான்: “பத்திரிகையாசிரியர் அவர்களே, எழுதிக்கொள்ளுங்கள்!” சற்று தயங்கிவிட்டு தொடர்ந்தான். “செய்தித் தலைப்பு இதுதான்: ‘நாடக மேடையில் மரணம்.’ ” சொல்வதை நிறுத்திவிட்டு யோசித்தான். “அதற்குக் கீழே சிறிய எழுத்துக்களில் துணைத்தலைப்பு: ‘புகழ்பெற்ற நடிகர் சுனய் ஸயிம் நேற்றைய நாடகத்தின்போது சுட்டுக் கொல்லப் பட்டார்.’ ”

அவன் பேச்சில் இருந்த தீவிரத் தன்மையைக் கண்டு காவினால் வியக்காமல் இருக்க முடியவில்லை. சுனய் சொல்லச் சொல்ல அவன் அதீதமான மரியாதையுடன், புன்னகைக்காமல் கவனித்துக் கேட்டுக் கொண்டிருந்தான். அவன் பேசுவதும், குளறுவதும் சர்தார் பேவிற்குப் புரியாமற் போகும்போது மட்டுமே கா குறுக்கிட்டு உதவினான். சுனய் அவ்வப்போது பேசுவதை நிறுத்தி அவன் சொன்னதையே மீண்டும் தலைக்குள் ஓட்டிப்பார்த்து, மேலும் ஒரு மிடறு ராக்கியை எடுத்துக்கொண்டு, நாடக வசனம்போல ஒப்பித்து முடிக்கும்போது ஒரு மணி நேரம் ஆகிவிட்டிருந்தது.

சுனய் சொல்லிமுடித்த அச்செய்திக் கட்டுரையின் இறுதி வடிவத்தை பல வருடங்கள் கழித்து கார்ஸ்ஸிற்குச் சென்றபோது சர்தார் பே என்னிடம் கொடுத்த அந்த நாளிதழில் பார்க்கக் கிடைத்தது:

நாடக மேடையில் மரணம்

புகழ்பெற்ற நடிகர் சுனய் ஸயிம் நேற்றைய நாடகத்தின்போது சுட்டுக்கொல்லப்பட்டார்.

நேற்று நேஷனல் தியேட்டரில் நடைபெற்ற ஒரு சரித்திர நாடகத்தில் நடித்துக்கொண்டிருந்த முக்காடு போராளிப்பெண் கடிஃபே பார்வையாளர்களை அதிர்ச்சிக்குள்ளாக்கினார். முதலில் அறிவுத்துலக்கத்தால் எழுந்த ஓர் உத்வேகத்தில் தன் முக்காடை அகற்றிய அவர், அந் நாடகத்தில் வில்லனாக நடித்துக்கொண்டிருந்த சுனய் ஸயிம்மை நோக்கித் துப்பாக்கியை நீட்டி சுட்டார். நேரடியாக ஒளிபரப்பாகிக் கொண்டிருந்த இந்நிகழ்ச்சியை பார்த்த கார்ஸ் நகர மக்கள் பீதியில் நடுங்கிக்கொண்டிருக்கின்றனர்.

மூன்று தினங்களுக்கு முன்பு சுனய் ஸயிம் நாடகக் குழுவினர் அசலானதொரு புரட்சி நாடகத்தை அரங்கேற்றி, அதன் தொடர்ச்சியாக வெடித்த ஒரு நிஜமான ராணுவப் புரட்சியின் மூலமாக கார்ஸ் மக்களை ஸ்தம்பிக்க வைத்தனர். நேற்றிரவு அவர்கள் அரங்கேற்றிய இரண்டாவது நிகழ்ச்சியில் சுனய் ஸயிம் குழுவினர் நம்மை மீண்டும் அதிர்ச்சிக்குள்ளாக்கியிருக்கின்றனர். இம்முறை அவர்கள் நிகழ்த்திக் காட்டிய நாடகம் தாமஸ் கிட் என்ற அதிகம் புகழ்பெற்றிராத ஓர் ஆங்கில நாடகாசிரியரின் நாடகத்தைத் தழுவியது. ஷேக்ஸ்பியரின் படைப்புகள் தாமஸ் கிட்டின் பாதிப்பினால் உருவானவையென்று சொல்லப்படுவதுண்டு. கடந்த 20 வருடங்களாக அனடோலியாவின் கவனத்திற்கு ஆட்படாத நகரங்களில் காலியான மேடைகளிலும் தேநீர் விடுதிகளிலும் கலை ரசனையையும், கலாச்சார வித்துக்களையும் விதைத்துக்கொண்டிருந்த சுனய் ஸயிம், நாடகக் கலையின் மீது அவருக்கிருக்கும் காதலை இந்நாடகத்தின் இறுதியில் கடைமுடிவான தோர் உச்சகட்டத்தின்போது நிரூபித்துக்கொண்டார். பிரெஞ்சு ஜேகோபின், ஆங்கில ஜேகோவியன் நாடக பாணியில் முகிழ்ந்த இத்துணிச்சலான நவீன நாடகம் எழுப்பிய ஓர் உணர்ச்சிமேலீட்டிய தருணத்தில் முக்காடு அணிவதற்கு ஆதரவாக தலைமையேற்று பிடிவாதமாகப் போராடும் கடிஃபே என்ற இப்பெண் தனது தலை முக்காடை திடீரென அகற்றி தனது உச்சந்தலையை எல்லோருக்கும்

வெளிப்படையாகக் காட்டினார். கார்ஸ் மக்கள் யாவரும் திகைப்புற்று பார்த்துக்கொண்டிருக்கும்போதே அவர் ஒரு கைத்துப்பாக்கியை எடுத்து, வில்லனாக அந்நாடகத்தில் நடித்துக்கொண்டிருந்த சுனய் ஸயிம் என்ற அப்புகழ்பெற்ற நடிகரின் மார்பில் சரமாரியாகச் சுட்டார். இந்நாடக ஆசிரியர் கிட்டின் பெயரைப்போலவே சுனய் ஸயிம்மின் பெயரும் வெகுகாலமாக வெளிச்சத்திற்கு வராமலேயே இருந்துவந்தது குறிப்பிடத்தக்கது.

இரண்டு நாட்களுக்கு முன்பு நடைபெற்ற நிகழ்ச்சியில் நிஜமான துப்பாக்கிக் குண்டுகள் மேடையின் குறுக்கே பாய்ந்த கோரச் சம்பவங் களை இந்தத் தத்ரூப நாடகம் கார்ஸ் மக்களுக்கு நினைவூட்டியது. அதனால் இப்போது சுடப்படுபவையும் நிஜமான துப்பாக்கிக்குண்டுகளே என்பது புரிந்து, சுனய் கீழே விழுந்து உயிருக்குப் போராடுவதை கிலியுடன் பார்த்துக்கொண்டிருந்தனர்.

துருக்கியின் மகத்தான நடிகர் சுனய் ஸயிம்மின் மரணம் பார்வையாளர் கள் இதுவரை அவர்கள் வாழ்வில் சந்திக்காத ஒரு பயங்கரத்தைக் கண்முன் காட்டி அவர்களை ஸ்தம்பிக்க வைத்திருக்கிறது. இந்நாடகம் மரபுகளிலிருந்தும் மதச்சார்பான ஒடுக்குமுறைகளிலிருந்தும் ஒரு பெண் தன்னை விடுவித்துக்கொள்வதைப் பற்றியதுதானென்று கார்ஸ்ஸின் பார்வையாளர்கள் அறிந்திருந்தாலும் சுனய் ஸயிம்மின் உடலை குண்டுகள் துளைத்து, ரத்தம் பெருக உண்மையிலேயே இறந்துகொண்டிருக்கிறார் என்பதை அவர்களால் ஏற்றுக்கொள்ள முடியாமலிருந்தார்கள். ஆனால் அந்த நடிகரின் கடைசி வார்த்தை களைப் புரிந்துகொள்வதில் அவர்களுக்கு எந்தச் சிரமமும் இருக்க வில்லை. கலைக்காக தன்னுயிரையே அவர் தியாகம் செய்திருக்கிறார் என்பதை அவர்கள் எப்போதும் மறக்கப்போவதில்லை.

சுனய் தனது திருத்தங்களைச் சொல்லி முடித்ததும், அந்த இறுதி வடிவத்தை அங்குக் கூடியிருக்கும் விருந்தினர்களுக்கு சர்தார் உரக்க வாசித்துக்காட்டினான். “இது உங்கள் ஒப்புதலுக்குரியதாக இருந்தால், இதனை வார்த்தை மாறாமல் நாளைய பதிப்பில் வெளியிட்டு விடுகிறேன்,” என்றான். “ஆனால், ஒரு நிகழ்வு நடப்பதற்கு முன்பாகவே அதனைக் கணித்து செய்தியாக இதுநாள்வரை எழுதிவந்திருக்கும் நான், முதல்முறையாக எனது கட்டுரை உண்மையாகக் கூடாது என்று பிரார்த்திக்கிறேன். நீங்கள் சாகப்போவதில்லை, ஐயா, இல்லையா?”

“நான் இதன்மூலம் முயற்சிப்பது என்னவென்றால், கலையின் உண்மைகளை அவற்றின் வெளி எல்லைகள் வரை உந்திச்சென்று அவற்றைத் தொன்மத்தோடு தொன்மமாக ஒன்றாக்கிவிடுவதுதான்,” என்றான் சுனய். “எப்படியிருப்பினும், நாளை பனி உருகத் தொடங்கி, சாலைகள் மீண்டும் திறக்கப்பட்டபிறகு, என் மரணம் கார்ஸ் மக்களிடம் எந்த முக்கியத்துவத்தையும் ஏற்படுத்தப்போவதில்லை.”

சுனய்யின் பார்வை ஃபுன்டாவின் கண்களை ஒரு கணம் தொட்டது. இவ்விருவரும் எவ்வளவு ஆழமாக ஒருவரையொருவர் புரிந்து கொண்டிருக்கிறார்கள் என்பதைப் பார்க்கும்போது காவை

பொறாமை தாக்கியது. அவனும் இபெக்கும் இதைப்போல உயிரோடு உயிரோக நேசித்திருக்கக் கற்றுக்கொள்வார்களா? இவ்வளவு ஆழ்ந்த சந்துஷ்டியை அனுபவிப்பார்களா?

“திரு பத்திரிகை ஆசிரியர் அவர்களே, நீங்கள் கிளம்ப வேண்டிய நேரம் வந்துவிட்டது. நமது வேலை முடிந்துவிட்டது. இதழை அச்சிட தயவுசெய்து ஏற்பாடு செய்யுங்கள்,” என்றான் சுனய். “இந்தப் பதிப்பின் வரலாற்று முக்கியத்துவத்திற்காக எனது புகைப்படத்தை என் வேலையாளிடம் கொடுத்தனுப்புகிறேன்.” ராக்கியின் விளைவைப்போல இதுவரை காவுக்குத் தோன்றிய சுனய்யின் கிண்டல் தொனி சர்தார் பே கிளம்பிச் சென்றதும் மாறியது. “நீலம், கடிஃபேவின் நிபந்தனைகளை ஏற்கிறேன்,” என்றான். ஃபுன்டா ஈஸரின் பக்கம் திரும்பி, அவர்கள் நீலத்தை முதலில் விடுதலை செய்தால்தான் கடிஃபே முக்காடை அகற்றுவாளாம் என்றதும் அவள் புருவம் உயர்ந்தது.

“கடிஃபே ஹெனும் மிகவும் நெஞ்சுரம் கொண்ட பெண். ஒத்திகையைத் தொடங்கி விட்டோமென்றால் உடன்பாடு ஏற்பட்டு விடும்,” என்றாள் ஃபுன்டா.

“ஒத்திகைக்கு அவளுடன் சேர்ந்தே நீ போகலாம். முதலில் நீலம் விடுதலை செய்யப்பட்டதும், அவன் தலைமறைவாகச் செல்லு மிடத்திற்கு யாரும் அவரைப் பின்தொடர்ந்து செல்லவில்லை என்பது கடிஃபேவுக்கு ஊர்ஜிதமாகட்டும். அதற்கு கொஞ்சநேரம் பிடிக்கும்.”

கடிஃபேவுடன் உடனே ஒத்திகைக்குச் செல்லவேண்டுமென்ற ஃபுன்டா ஈஸரின் விருப்பத்தை புறக்கணித்துவிட்டு, சுனய் காவிடம் நீலத்தை எந்தவிதமாக விடுதலை செய்யலாமென்று விவாதிக்கத் தொடங்கினான்.

இந்தச் சந்திப்பைப்பற்றி கா எழுதியிருந்த குறிப்புகளைப் பார்க்கும் போது, சுனய்யின் வாக்குறுதியை கா அப்படியே நம்பினானென்று தான் தெரிகிறது. நீலத்தை விடுதலைசெய்துவிட்டு, அவனைப் பின் தொடர்ந்து சென்று அவனது மறைவிடத்தை கண்டுபிடிக்க யாரையும் சுனய் அனுப்பமாட்டானென்றும், கடிஃபே மேடையில் முக்காடை அகற்றியபின் நீலத்தை கைதுசெய்ய ஆளனுப்பமாட்டானென்றும் காவுக்கு திடமான நம்பிக்கை இருந்தது போலிருக்கிறது. இந்த மறைமுகத் திட்டத்தின் சூத்திரதாரி MİT தான் என்பது வெளிப்படை. அவர்கள் நியமித்த ‘டபுள் ஏஜென்ட்’டுகள் தெரிவித்த உளவுத் தகவல்களை சரிபார்த்துக்கொள்ள எல்லா இடங்களிலும் ரகசிய மைக்ரோபோன்களை பொதித்து வைத்திருந்தனர். கர்னல் உஸ்மான் நூரி ஷோலக்கைக்கூட அவர்களுடைய ஆதாயத்திற்காக பயன்படுத்திக் கொண்டிருக்கலாமென்றே தோன்றுகிறது. அந்த ரகசிய போலீஸ் துறைக்கு தம்மிடம் போதிய அளவுக்கு ஆள்பலம் இல்லையென்று நன்றாகவே தெரியும். சுனய்யும், அந்த விரக்தியுற்ற கர்னலும் அவருக்குக் கீழேயிருக்கும் ஒத்த கருத்துடைய ஆபீசர்களும் ராணுவத்தை கட்டுப்படுத்திக்கொண்டிருக்கும்போது, இந்தப் புரட்சியை MİT எடுத்து

நடத்த வாய்ப்பே இல்லை. இருப்பினும் அவர்களுக்கிருக்கும் அதிகாரத்தை வைத்துக்கொண்டு சுனய்யின் பைத்தியக்காரத்தனமான ‘கலை முயற்சிகளை’ கட்டுக்குள் வைத்திருக்கவே முயன்றுகொண்டிருந்தனர் என்பது எல்லோருக்குமே தெரிந்திருந்தது. அந்த ராக்கி மேஜையில் எழுதப்பட்ட செய்திக் கட்டுரை அச்சேறுவதற்கு முன், சர்தார் பே அவனது வாக்கி – டாக்கியில் MİT யின் கார்ஸ் கிளை அலுவலகத்திற்கு அதை படித்துக்காட்டிவிட்டான். அது MİT அலுவலர்களிடையே பெரும் திகைப்பை உண்டாக்கினாலும் சுனய்யின் மனநலம், நிதானத்தைப் பற்றி அதிகம் அக்கறை ஏற்படவில்லை. நீலத்தை விடுதலை செய்யும் சுனய்யின் திட்டத்தைப்பற்றி MİT க்கு எந்தளவுக்குத் தெரிந்திருந்தது என்பது கடைசி கணம் வரை தெளிவாகத் தெரியவில்லை. ஆனால் நமது கதை முடியப்போகும் இத்தறுவாயில் இந்த விபரங்களுக்கு எந்த முக்கியத்துவமும் இல்லையென்பதால், நீலத்தை விடுதலை செய்யும் திட்டத்தை நான் நுட்பமாக இப்போது அலசி ஆராயப் போவதில்லை. இத்திட்டத்தை நிறைவேற்றும் பொறுப்பை ஃபாசிலிடமும் சுனய்யின் வேலையாளிடமும் ஒப்படைத்துவிடுவது என்று சுனய்யும் காவும் முடிவெடுத்தனர் என்பதை மட்டும் இங்கே குறிப்பிட்டால் போதுமானது.

ஃபாசிலின் முகவரியை MİTயிடமிருந்து தெரிந்து கொண்டவுடனேயே சுனய் ஒரு ராணுவ வண்டியை அனுப்பிவிட்டான். பத்து நிமிடங்களில் அவர்கள் அவனைக் கூட்டி வந்து விட்டார்கள். இந்த முறை அவன் முகத்தில் பயம்தான் தெரிந்ததேயொழிய நெஸிப்பின் சாயல் காவுக்குத் தெரியவில்லை. நகரின் மையத்திலிருந்த ராணுவ வளாகத்திற்கு அவர்கள் உடனே செல்ல வேண்டுமென்று முடிவெடுக்கப் பட்டது. அவர்கள் உடனே அந்தத் தையல்கடையின் பின்வாசல் வழியே, அவர்களை இதுவரை பின்தொடர்ந்து வந்துகொண்டிருந்த உளவாளிகளுக்கு டிமிக்கி கொடுத்துவிட்டு வெளியேறினர். MİTக்கு சுனய்யின் மீது நிறைய சந்தேகங்கள் ஏற்பட்டிருந்தன. எந்தவிதமான குறும்புச் செயலிலும் அவன் ஈடுபடுவதைத் தடுப்பதற்காக முனைப்போடு இருந்தாலும், இப்போது நடைபெறும் விஷயங்கள் அவர்கள் எதிர்பார்த் திராத வேகத்தோடு நடப்பதால், வெளியேறும் வழிகள் எல்லாவற்றிலும் MİT தனது கண்காணிப்பை ஏற்படுத்த முடியாமல் போய்விட்டது.

எனவே திட்டமிட்டபடி அனைத்தும் நடந்தேறின. பின்முதுகில் குத்தமாட்டோமென்ற சுனய்யின் உறுதிமொழி நிறைவேற்றப்பட்டது. நீலம் அவனுடைய சிறையிலிருந்து விடுவிக்கப்பட்டு ஒரு ராணுவ லாரியில் ஏற்றப்பட்டான். சுனய்யின் வேலையாள் அந்த வண்டியை கார்ஸ் ஆற்றின் இரும்புப் பாலத்திற்கு நேராக ஓட்டிச் சென்றான். ஆற்றங்கரையில் வண்டி நிற்க, நீலம் அவனுக்களிக்கப்பட்ட உத்தரவு களை பின்பற்றி நடந்தான்: அங்கிருந்த மளிகைக்கடை ஒன்றிற்கு நேராகச் சென்றான். அந்தக் கடையின் சன்னல் கண்ணாடிகளில் பூண்டு ஸாஸேஜ்களுக்கு விளம்பரங்கள் ஒட்டியிருக்க, பிளாஸ்டிக் பந்துகளும், துணி சோப்புத்தூள் பெட்டிகளும் பின்னால் மலைபோல் குவிந்திருந்தன. கடைக்குள் நுழைந்த நீலம் பின்வாசல் வழியே வெளியே

வர, குதிரைவண்டி ஒன்று தயாராக காத்திருந்தது. தார்ப்பாய்க்கு அடியில் சமையல்வாயு சிலிண்டர்களுக்கு நடுவே உட்கார்ந்துகொண்டதும் வண்டி கிளம்பியது. அது அவனை ஏதோ ஒரு பத்திரமான வீட்டிற்குக் கொண்டுசென்றதாக கா பின்னர் அறிந்துகொண்டான். அச்சமயத்தில் ஃபாசில் மட்டுமே அது எந்த வீடு என்பதை அறிந்திருந்தான்.

இவையனைத்தும் நடந்தேறி முடிக்க ஒன்றரை மணி நேரம் பிடித்திருந்தது. மூன்றரை மணியளவில் கார்ஸ்ஸின் வெறிச்சோடிய தெருக்களில் ஒலியாண்டர் மரங்களும் செஸ்நட் மரங்களும் தமது நிழல்களை இழந்து அன்றைய இரவின் முதல் இருட்டில் பிசாசுகளைப் போல புதைந்துகொண்டிருந்த நேரத்தில் ஃபாசில் கடிஃபேவிடம் வந்து நீலம் தனது மறைவிடத்திற்குச் சென்றுவிட்டதைக் கூறினான். முற்றத்திலிருந்து சமையலறைக்கு வரும் வாசலில் அப்போதுதான் ஆகாயத்திலிருந்து இறங்கிவந்த வெளிகிரக மனிதன் போல ஃபாசில் கடிஃபேவைப் பார்த்தபடி அசையாது நின்றிருந்தான். நெஸிப்பை எப்போதுமே கவனிக்காமலிருந்ததைப் போலவே, செய்தியைக் கொண்டுவந்த ஃபாசிலையும் ஏறெடுத்தும் பாராமல் கடிஃபே சந்தோஷத்தில் துள்ளிக் குதிக்கத் தொடங்கினாள்.

காவின் அறையில் ஒரு மணி நேரத்திற்கு மேல் கழித்திருந்த இபெக் வெளியே வந்தாள். அது கலப்படமில்லா பேரின்ப நிலையில் கழிந்த ஒரு மணி நேரம். என் அருமை நண்பனின் இதயம் அவனது எதிர்கால இன்பத்தின் சத்தியத்தில் மேலுயர்ந்து மிதந்துகொண்டிருந்தது. அதைப் பற்றித்தான் அடுத்த அத்தியாயத்தின் ஆரம்பப் பக்கங்களில் விவரிக்கப் போகிறேன்.

37

இன்று மாலை நம்மிடம் இருக்கப்போகும் ஒரே நாடகப் பிரதி கடிஃபேவின் கூந்தல்தான்

எல்லா நாடகங்களையும் முடிவுக்குக் கொண்டுவரும் நாடகத்திற்கான தயாரிப்புகள்

நான் ஏற்கனவே சொன்னதைப்போல, அடுத்ததாக துன்பம் பின்தொடர்ந்து வந்துவிடுமோவென்ற பயத்திலேயே இன்பத்திலிருந்து ஒதுங்கிச் செல்பவர்களில் காவும் ஒருவன். அவனுடைய பெரும்பாலான தீவிர உணர்வுகள் அவன் மகிழ்ச்சியோடு இருந்த நேரத்தில் வந்தவையல்ல; இந்த சந்தோஷம் சீக்கிரத்திலேயே அவனை விட்டுத் தொலையப் போகிறது என்ற தீர்மானமான நிராசையின்போது உண்டானவை தானென்று நாம் ஏற்கனவே அறிந்திருக்கிறோம். சுனய்யின் ராக்கி மேஜையிலிருந்து எழுந்து 'ஸ்நோ பேலஸ் ஓட்ட'லுக்கு இரண்டு மெய்க்காப்பாளர்களோடு திரும்பும்போது, எல்லாம் திட்டமிட்டபடியேதான் நடக்கிறது என்று காவுக்கு நம்பிக்கை இருந்தது. இபெக்கை மீண்டும் சந்திக்கப் போவதை நினைத்து அவன் இதயம் மகிழ்ச்சியில் நிரம்பும்போதே, தோல்வியின் பயம் அவனை ஆக்கிரமிக்கத் தொடங்கியது. வியாழக்கிழமை பிற்பகல் மூன்று மணியளவில் என் நண்பன் எழுதிய கவிதையில் இவ்விரண்டு துருவங்களுக்கிடையே அவன் ஆன்மா ஊசலாடுவதைப் பற்றி மறைமுகமாகக் குறிப்பிட்டிருந்ததை சொல்ல வேண்டியது என் கடமையென்று நினைக்கிறேன். 'நாய்' என்று தலைப்பிடப்பட்டிருந்த இக்கவிதை, அவன் அந்தத் தையல் கடையிலிருந்து ஓட்டலுக்குத் திரும்பி வரும்போது எதேச்சையாக மீண்டும் பார்க்க நேர்ந்த அடுப்புக்கரி நிறத்து ஸ்டேஷன் நாயினால் தூண்டப்பட்டதாகத் தெரிகிறது. நான்கு நிமிடங்கள் கழித்து அவன் அறைக்குத் திரும்பியவுடனேயே அக்கவிதையை எழுதத் தொடங்கியபோது, அவனது எதிர்கால இன்பம் குறித்த நம்பிக்கை எவ்வளவு பிரம்மாண்டமாக இருந்ததோ அதே அளவுக்கு

தோல்வி பயமும் வளர்ந்து அவன் தேகம் முழுக்க விஷம் போலப் பரவிக்கொண்டிருந்தது: காதலுக்கு சமமாகிவிட்ட வேதனை. இந்தக் கவிதை அவனுக்கு சிறுவயதில் நாய்கள் மேல் இருந்த பயங்கரமான அச்சத்தைப் பற்றிக் குறிப்பிடுகிறது. ஆறு வயதாக இருக்கும்போது மச்கா பூங்காவில் அவனைப் பார்த்துக் குரைத்த தெரு நாய்கள், அவனுக்குப் பக்கத்து வீட்டில் இருந்த அந்த ஈவிரக்கமற்ற ஆள் தெருவில் நடந்து போகிறவர்களையெல்லாம் துரத்திக் கடிக்க ஏவி விட்ட நாய், இவையெல்லாமே அக்கவிதையில் இருந்தன. ஆனால் பல வருடங்கள் கழித்து இப்போது யோசிக்கும்போது, இளம்பருவத்தில் அவன் அனுபவித்த பிரச்சனைகளற்ற சுகபோகத்திற்கான தண்டனை தான் இந்த மகத்தான நாய் பயம் என்று தோன்றியிருக்கிறது. இவையனைத்திற்கும் அடியில் ஒரு முரண்பாடு இருப்பதை அவன் உணர்ந்திருக்கிறான்: சொர்க்கமும் நரகமும் ஒரே இடத்தில்தான் இருக்கின்றன. அவன் கால்பந்து விளையாடிய, மல்பெரிப் பழங்கள் பொறுக்கிய, சூயிங்கம்மோடு இலவசமாகக் கிடைக்கும் கால்பந்தாட்டக்காரர்கள் படங்கள் சேகரித்த அதே தெருக்களில்தான் இந்த பிள்ளைப்பிராய குதூகலங்களை வெறிபிடித்த நாய்கள் சிதைத்து வந்திருக்கின்றன.

அவன் ஓட்டலுக்கு வந்துவிட்டதை அறிந்து ஏழெட்டு நிமிடங்கள் கழித்து இபெக் அவன் அறைக்கு வந்தாள். அவன் அறைக்கு வந்து விட்டதை இபெக் அறிந்திருக்க மாட்டாள் என்று கா நினைத்ததாலும், அவனே எந்தத் தகவலும் அவளுக்கு அனுப்பியிருக்கவில்லை என்பதாலும் அவள் அவன் அறைக்கு வருவாளென்று எதிர்பார்த்திருக்காததால் அந்தத் தாமதம் அவனை புண்படுத்தவில்லை. முதல் முறையாக, அவள் தாமதத்திற்கு மோசமான உள்ளர்த்தங்கள் இருப்பதாகவும், அவனைத் துறப்பதற்கு முடிவெடுத்துவிட்டிருப்பதாகவும் அவனுக்கு சித்திரவதை எண்ணங்கள் எழாமல் அவர்களிருவரும் சந்திக்கிறார்கள். இந்தச் சாதனை காவை மேலும் மகிழ்வூட்டியது. அதுமட்டுமன்றி, இபெக்கின் முகத்திலும் சந்தோஷம் பிரகாசித்துக் கொண்டிருந்தது. இந்த சந்தோஷத்திலிருந்து அவளை என்ன சொல்லியும் வெளியே கொண்டுவந்துவிட முடியாதென்று அவள் முகபாவத்தில் தெரிந்தது. எல்லாம் திட்டமிட்டபடியே நடந்து வருகிறது என்று சொன்னான். அவளும் அதையே சொன்னாள். நீலத்தைப் பற்றி கேட்டாள். அவனை இன்னும் சற்று நேரத்தில் விடுவித்து விடுவார்கள் என்றான். அவளிடம் ஏற்பட்ட பிரகாசத்தைப் பார்த்து நடந்த எல்லாவற்றையும் சொல்லி முடித்தான். ஆனால் இவை எதுவுமே அவர்கள் இருவரின் தனிப்பட்ட நலன்களுக்கு உத்திரவாதம் அளிப்பவையல்ல என்ற புரிதல் அவர்களுக்கு இருந்தது. அவர்களின் இன்பநிலையிலிருந்து கீழே இடறிவிடாமலிருக்க அவர்களைச் சுற்றியிருக்கும் எல்லா விசனங்களையும் துடைத்தழித்தாக வேண்டும் என்பது அவர்களுக்குப் புரிந்தாக வேண்டும். அவர்கள் ஆவேசமாக ஆரத் தழுவிக்கொண்டார்கள்; இடைவிடாமல் முத்தமிட்டுக் கொண்டார்கள். ஆனால் அதைத் தாண்டி கட்டிலுக்கு முன்னேறாமல் தவிர்க்கவும் செய்தார்கள். இஸ்தான்புல்லிற்குச் சென்றதுமே அவளுக்கு ஒரே நாளில் ஜெர்மன் விசா பெற்றுத் தந்துவிடுவதாகச் சொன்னான்:

தூதரகத்தில் அவனுடைய நண்பன் இருக்கிறான். அதற்குத் தகுதியாவ தற்கு அவர்கள் உடனே மணம் செய்துகொள்ள வேண்டும். அவர்கள் விருப்பப்பட்டால் சம்பிரதாயங்களோடும் வைபவங்களோடும் பின்னர் முறையாக மணந்துகொள்ளலாம். கார்ஸ்ஸில் அவர்களுடைய பிரச்சனைகள் தீர்ந்ததும் கடிஃபேவும் துர்குத் பேவும் ஃபிராங்க்ஃபர்ட் வந்து அவர்களுடனேயே தங்கலாம்; அவர்கள் வந்தவுடன் தங்குவதற்கான சில ஓட்டல் பெயர்களைக் கூட குறிப்பிட்டான். அதீதமான கனவுகளால் அவர்கள் தலைகள் கிறுகிறுத்து, கொஞ்சம் அவமானமாகக் கூட இருந்தது. இபெக் பேச்சை மாற்றி, அவள் அப்பாவின் கவலைகளைப் பற்றி, குறிப்பாக தற்கொலைப்படையாளர்களைப் பற்றிச் சொன்னாள். இனி எந்தக் காரணத்திற்காகவும் அவன் தெருவில் இறங்கி நடக்கக் கூடாதென்றாள். சாலைகள் திறந்ததும் முதல் பேருந்தில் அவர்கள் இருவரும் கிளம்பிவிடத் தீர்மானித்துக்கொண்டனர். கையோடு கை கோர்த்துக் கொண்டு, பனி மூடிய மலைப் பாதைகளை வெறித்தபடி வெகுநேரம் நின்றிருந்தனர்.

அவள் துணிமணிகளை பெட்டியில் அடுக்கத் தொடங்கிவிட்டதாகச் சொன்னாள். கா எதையும் அவள் கொண்டுவர வேண்டாமென்றான். ஆனால் அவள் குழந்தையிலிருந்து கூடவே வைத்திருக்கும் சில விஷயங் களை விட்டு வரமுடியாதென்றாள். அவளில் ஒரு பகுதி அவை. அவையில்லாமல் ஒரு வாழ்க்கையை அவளால் கற்பனை செய்ய முடியவில்லை. சன்னலுக்கு வெளியே பார்த்துக்கொண்டிருந்தபோது, காவின் கவிதைக்குத் தூண்டுகோலாக இருந்த அந்த நாய் எங்கிருந்தோ ஓடிவந்து, அடுத்த கணம் மறைந்துபோயிற்று. இபெக்கால் விட்டு வரமுடியாத பொருட்களைப் பற்றி கேட்டான்: இபெக் இஸ்தான்புல்லில் குழந்தையாக இருந்தபோது அவள் அம்மா கொடுத்த ஒரு கைக்கடிகாரம். அது இப்போது மதிப்பற்றதாக இருப்பதற்கு காரணம், அதே நாளில் கடிஃபேவுக்குத் தரப்பட்ட கடிகாரத்தை அன்றே அவள் தொலைத்து விட்டது; காலம்சென்ற அவள் மாமா ஜெர்மனியிலிருந்து அவளுக்காக வாங்கி வந்த, மிக உயர்ந்த தரத்தினாலான பனி – நீல அங்கோரா ஸ்வெட்டர். அது அவள் அளவுக்குப் பொருந்தாமல் இறுக்கமாக இருந்ததால் கார்ஸ்ஸில் அவள் ஒருமுறைகூட அணியவில்லை; மணப்பெண் சீர்வரிசையில் வந்த ஒரு மேசை விரிப்பு; அவள் அம்மா அதில் வெள்ளிச் சரிகையில் எம்பிராய்டரி செய்திருந்தாள். முதல் தடவை பயன்படுத்தியபோதே முக்தார் அதில் மார்மலேடை சிந்திவிட்டான். அப்புறம் அந்த மேசைவிரிப்பை பயன்படுத்தவேயில்லை; எதற்காகவோ அவள் சேகரித்து வைத்திருந்த திருஷ்டிபரிகார குட்டி குட்டியான வாசனாதி திரவியங்களும் ஆல்கஹாலும் நிரப்பிய பாட்டில்கள். அவை இப்போது அதிர்ஷ்டத்தைக் கொண்டுவருவதாக அவள் நினைத்தாள்; குழந்தையாக இருந்தபோது பெற்றோர்களின் மடியில் உட்கார்ந்து எடுத்துக்கொண்ட புகைப்படம் (அவள் இதைச் சொன்னதுமே காவுக்கு உடனே அதைப் பார்க்க வேண்டுமென்றிருந்தது); இஸ்தான்புல்லில் முக்தார் அவளுக்காக வாங்கிய அழகான கருப்பு வெல்வட் மாலை உடை. அதன் முதுகுத்திறப்பு மிகவும் கீழே சரிந்திருந்ததால் அந்த உடையை இபெக் வீட்டிற்குள்ளே தவிர

வெளியே அணிந்துசெல்ல அவன் அனுமதித்ததே இல்லை; அது முதுகிற்குச் சமமாக முன்பக்கத்திலும் இறங்கியிருப்பதை மறைப்பதற்காக – முக்தார் என்றாவது ஒருநாள் அணிய அனுமதிப்பான் என்ற நம்பிக்கையில் – அவள் வாங்கியிருந்த எம்பிராய்டரி செய்த சில்க் ஸாட்டின் துப்பட்டா; கார்ஸ் நகரத்தின் சேறு பாழாக்கிவிடுமென்ற பயத்தில் ஒருமுறைகூட அணிந்திராத ஸ்வேத் செருப்புகள்; பல வண்ண மணிக்கல் நெக்லஸ். இதை மட்டும் அவள் அப்போதே அணிந்துகொண்டிருந்ததால் காவிடம் காட்ட முடிந்தது.

இது நடந்து சரியாக நான்கு வருடங்கள் கழித்து, கார்ஸ் நகர மேயர் எனக்களித்த விருந்தில் என்னெதிரே அமர்ந்திருந்த இபெக்கின் கழுத்தில் இதே அழகான மணிக்கல் கருப்புப் பட்டுக் கயிற்றில் கோர்த்து தொங்கிக்கொண்டிருந்ததை இப்போது நான் விவரிக்கத் தொடங்கினால் கதையிலிருந்து திசைமாறிச் செல்வதாக வாசகர்கள் என்னைத் திட்டமாட்டார்களென்று நம்புகிறேன். மாறாக நாம் இந்த விவகாரத்தின் மையத்தை இப்போது நெருங்குகிறோம். அந்தக் கணம் வரை, நான் எதற்காக அவ்வளவு முனைப்போடு தீவிரமாகத் தயாராகியிருந்தேனோ, அதில் எதையுமே நான் பார்த்திருக்கவில்லையென்று சொல்லியிருப்பேன். நான் சொல்லிவரும் இக்கதையைப் பின்தொடர்ந்து வந்துகொண்டிருக்கும் உங்கள் எல்லோருக்கும் அவ்வாறே இருந்திருக்கும்: யாரும் கற்பனை செய்து பார்க்க முடியாத அளவிற்கு இபெக் அழகானவளாக இருந்தாள். அவளை முதல்முறையாகப் பார்க்க நேர்ந்த அந்த விருந்தின்போது அவள் அழகில் நான் ஸ்தம்பித்து, கண்கள் கூசி, வயிற்றுக்குள் பொறாமை விஸ்வரூபமெடுத்ததை ஒப்புக்கொண்டாக வேண்டும். இவ்வுணர்வு என்னை ஆட்கொண்டிருந்தபோதுதான் என்னால் விடைகாண முடியா மர்மமாக தொலைந்து போயிருக்கும் என்னருமை நண்பனின் கவிதைத் தொகுப்பு, வேறொரு வரிசைப்படி கதையாக உருமாறியது. என்னை வாயடைத்துப் போக வைத்த இத்தருணத்தில்தான் நீங்கள் இப்போது உங்கள் கைகளில் வைத்திருக்கும் புத்தகத்தை எழுத நான் முடிவெடுத்திருக்க வேண்டும். ஆனால் அந்த நேரத்தில் இப்படி ஒரு முடிவைப்பற்றி என் ஆன்மா கொஞ்சமும் அறிந்திருக்கவில்லை. அசாதாரண அழகு கொண்ட பெண்கள் தவறாமல் நம்மிடம் தூண்டிவிடும் எல்லாவித உணர்ச்சிகளாலும் அப்போது நான் சூழப்பட்டிருந்தேன். உள்ளுக்குள் நொறுங்கிக் கொண்டிருப்பதைப் போலவும், பிசாசால் பீடிக்கப்பட்டிருப்பதைப் போலவும் உணர்ந்த தருணம் அது. இப்போது யோசித்துப் பார்க்கும் போது அச்சமயத்தில் எங்கள் மேஜையைச் சுற்றி வெளிப்படையாக வளைய வந்துகொண்டிருந்த கார்ஸ் நகரத்தினரின் நோக்கம் அவர்கள் ஊருக்கு வருகைபுரிந்திருக்கும் இந்த நாவலாசிரியரோடு சில வார்த்தைகள் பேசுவதற்காகவோ, அல்லது நாங்கள் பேசுவதை ஒட்டுக் கேட்பதற்காகவோ இருக்குமென்று அப்போது நான் நினைத்தது எவ்வளவு முட்டாள்தனமென்று புரிகிறது. அவர்கள் நடமாட்டத்திற்கு ஒரே ஒரு காரணம்தான் இருந்திருக்க முடியும். இபெக்கின் அழகை திரையிட்டு மூடுவது. என்னிடமிருந்து மட்டுமல்ல, அவர்களிடமிருந்தும். ஒரு பயங்கரப் பொறாமை என்னை அரித்தெடுக்க, அது காதலாக

மாறிவிடுமோவென்று பயந்தேன்: என் அருமைத் தோழன் காவைப் போலவே, இவ்வளவு அழகான ஒரு பெண்ணின் காதலில் திளைப்பதைப் போல ஒரு கனவு எனக்குள் முகிழ்த்தது. காவின் வாழ்வு எப்படி ஒன்றுமற்றதாய் ஆகிவிட்டது என்பதை ஒரு கணம் மறந்து, காவைப் போல ஆழமான ஆன்மாவைக் கொண்டிருக்கும் ஒருவன் மட்டுமே இதைப்போன்ற ஒரு பெண்ணின் இதயத்தை வென்றிருக்க முடியும் என்று நினைத்தேன். இபெக்கை எப்படியாவது ஏமாற்றி என்னோடு இஸ்தான்புல்லிற்கு கடத்திக்கொண்டு செல்வதற்கு சிறிதளவு வாய்ப்பாவது இருக்குமோ? அந்த இடத்திலேயே அவள்முன் மண்டியிட்டு என்னை மணந்துகொள்ளுமாறு வேண்டலாம் போலிருந்தது. அல்லது, அவள் உடன்படுவாளென்றால் காலமெல்லாம் அவளை என் ஆசை நாயகியாக கொண்டிருக்க வேண்டும். எந்த வழியைத் தேர்ந்தெடுத்தாலும், என் வாழ்க்கை முழுக்க அவள் பக்கத்திலேயே இருக்க வேண்டும். அவளுக்கு அகன்ற, அதிகாரத் தோரணைமிக்க நெற்றி, ஈரமான விழிகள், திரை நட்சத்திரம் மெலிண்டாவைப்போல வசீகரமான இதழ்கள். அவற்றைத் தொடர்ந்து பார்க்கும்போது என்மீதே நம்பிக்கைக் குறைந்துகொண்டு வந்தது ... என்னைப் பற்றி அவள் என்ன நினைத்துக் கொண்டிருப்பாள் என்று யோசித்தேன். காவுடன் உரையாடும்போது என்னைப்பற்றி பேச்சு வந்திருக்குமா? ராக்கியின் உதவி இல்லாமலேயே என் தலை நீச்சலடிக்க, இதயம் துள்ளிக்கொண்டிருந்தது. எங்களிடமிருந்து சற்றுத் தள்ளி அமர்ந்திருந்த கடிஃபேவை சற்றுநேரம் கழித்தே கவனித்த போது அவள் என்னை உக்கிரமாக முறைத்துக்கொண்டிருப்பதை உணர்ந்தேன். சரி, நான் கதைக்குத் திரும்ப வேண்டும் ...

சன்னலுக்கெதிரே நின்றிருந்தனர். அந்த மணிக்கல் ஆரத்தை கா கையில் எடுத்து இபெக்கின் கழுத்தில் மாட்டிவிட்டு, அவளை மென்மையாக முத்தமிட்டான். மந்திரவாசகம் போல இப்போது ஆகிவிட்டிருந்த இந்தச் சொற்றொடரை பிரக்ஞையின்றி உச்சரித்தான்: ஜெர்மனியில் அவர்கள் சந்தோஷமாக வாழப்போகிறார்கள். அப்போது தான் ஃபாசில் தலைதெறிக்க முற்றத்திற்கு ஓடிவருவதை இபெக் பார்த்தாள். சில நொடிகளுக்கு அப்படியே நின்றிருந்தாள். பின் கீழிறங்கிச் சென்றாள். கடிஃபே சமையலறை வாசலில் நின்றிருந்தாள். நீலத்தை விடுதலை செய்துவிட்ட நற்செய்தியை அவள் அப்போதுதான் கேட்டிருக்க வேண்டும். இரண்டு பெண்களும் கடிஃபேவின் அறைக்குள் நுழைந்து சார்த்திக்கொண்டனர். கா தனது அறையிலேயே இருந்தான். அவன் மனம் முழுக்க புதிய கவிதைகளும், காதலின் மேல் அவனுக்குப் புதிதாக ஏற்பட்டிருந்த நம்பிக்கையும் நிரம்பியிருந்தன. ஸ்நோ பேலஸ் ஓட்டலில் அவர்களுடைய ஒவ்வோர் அசைவிலும் – சில நேரங்களில் மிகவும் உன்னிப்பாக, சில நேரங்களில் மனம்போனபோக்கில் – பின்தொடர்ந்து வந்துகொண்டிருந்த அவன் மனதின் ஒரு பகுதி இப்போது அமைதியுற்றிருந்தது. அவற்றை அவனிடமிருந்து வெளியேறிச் செல்ல அனுமதித்தான்.

இதே நேரத்தில் வானிலை மையத்திலிருந்து நிலைமை சீரடையத் தொடங்கிவிட்டதற்கான தெளிவான அறிவிப்பு முதல்முறையாக

வெளியிடப்பட்டது. சூரியன் நாள் முழுக்க பிரகாசித்துக் கொண்டிருக்க, மரங்களிலிருந்தும், கட்டிடங்களின் இறவாரங்களிலிருந்தும் தொங்கிக் கொண்டிருந்த பனி விழுதுகள் உருகி சொட்டத் தொடங்கி, பின் அறுந்து விழ ஆரம்பித்தன. நகரம் முழுக்க வதந்திகள் பரவத்தொடங்கின: இன்றிரவு சாலைகள் நிச்சயமாக திறக்கப்பட்டுவிடுமாம்; இந்த புரட்சி நாடகம் முடிவுக்கு வரப்போகிறதாம். அன்றைய மாலை நிகழ்ச்சிகளை ஞாபகத்தில் வைத்திருந்து என்னிடம் விளக்கமாகச் சொன்னவர்கள் முதலில் குறிப்பிட்டது 'கார்ஸ் பார்டர் டெலிவிஷ'னில் சுனய் ஸயிம் குழுவினர் நேஷனல் தியேட்டரில் அன்று அரங்கேற்றப் போகும் புதிய நாடகம் பற்றிய அறிவிப்பு வானிலை அறிக்கையை அடுத்து ஒளிபரப்பானதைத்தான். ஹகான் ஊஸ்கி என்ற நகரின் அபிமான அறிவிப்பாளன் இதை அறிவித்துவிட்டு, கார்ஸ் மக்களிடம் இரண்டு நாட்களுக்கு முன் நிகழ்ந்த ரத்த சம்பவங்கள் இன்றைய நிகழ்ச்சியில் எந்தத் தாக்கத்தையும் உண்டாக்காது என்றும், மக்கள் அச்சமின்றி கலந்துகொள்ள வேண்டுமென்றும் வலியுறுத்தினான். பாதுகாப்புப் படையினர் மேடையை காவல் காத்துக் கொண்டிருப்பார்கள் என்பதால் கார்ஸ் நகரத்தினர் குடும்பத்தோடு நாடகம் காண வரவேண்டும் என்றான். இந்த வாக்குறுதிகள் ஏற்கனவே இருந்த அச்சங்களை மேலும் தூண்டிவிடத்தான் செய்தன. தெருக்கள் வழக்கத்திற்கு முன்பே வெறிச்சோடி விட்டன. நேஷனல் தியேட்டரில் இன்று மாலையும் வன்முறை வெடித்து ரத்தக்களறியாகப் போகிறது என்று எல்லோரும் பயந்தார்கள். எனவே, எந்த நிகழ்ச்சி நடந்தாலும் கலந்துகொள்ள வேண்டுமென்பதற்காகவே வருகிற வழக்கமான ஒருசில விசித்திர ஜீவிகளைத் தவிர (இந்தக் கூட்டம் கணிசமானது: குறிக்கோளில்லாத வேலையற்ற இளைஞர்கள், வன்முறையில் நாட்டம்கொண்ட சலிப்புற்ற இடதுசாரிகள், யார் செத்தாலும் கவலைப்படாமல் கேளிக்கை நிகழ்ச்சிகள் நடந்தால் சரியென்று பொழுதைப் போக்க வரும் பல்செட் அணிந்த கிழவர்கள், சுனய்யை தொலைக்காட்சியில் பார்த்து அவனது குடியரசு கருத்துகளால் கவரப்பட்ட தீவிர கெமாலிஸ்ட்டுகள்) பெரும் பாலான கார்ஸ் நகரத்தினரும் வீட்டிலிருந்தபடியே தொலைக்காட்சியில் நேரடி ஒளிபரப்பைப் பார்த்துக்கொள்ளலாமென்று முடிவெடுத்திருந்தனர்.

இதற்கிடையே, சுனய்யும் கர்னல் உஸ்மான் நூரி சோலக்கும் மீண்டும் சந்தித்தனர். நேஷனல் தியேட்டர் நிரம்பாமல் காலியாக இருக்குமோவென்ற பயத்தில் எல்லா சமயக்கல்விக்கூட மாணவர் களையும், லீஸே பள்ளி மாணவர்களையும், விடுதிகளில் தங்கியுள்ள ஆசிரியர்களையும், எல்லா அரசு ஊழியர்களையும் கோட்டும் டையும் அணிந்து அரங்கிற்கு கூட்டிவருவதற்கு ராணுவ லாரிகளை அனுப்பினர்.

அதற்குப்பிறகு அந்த தையல்கடையின் பின்தாழ்வாரத்தில் ஒரு சின்ன, தூசி படிந்த பாயை விரித்து சுனய் தூங்கிக்கொண்டிருந்ததை பலரும் பார்த்தனர். அவனைச் சுற்றி வெட்டிய துண்டுத்துணிகளும், பொட்டலக்காகிதங்களும், காலிப்பெட்டிகளும் இறைந்திருந்தன. அவனொன்றும் குடிபோதையில் விழுந்திருக்கவில்லை. பல வருடங் களாக, முக்கியமான நிகழ்ச்சிகளுக்குப் போவதற்கு முன் இப்படி

கரடுமுரடான முரட்டுத் தரையில் படுத்துத் தூங்குவதுதான் அவனுக்கு வழக்கமாக இருந்தது. மிருதுவான படுக்கைகள் அவன் உடலை குழையச் செய்துவிடுவதாக அவன் நம்பினான். தூங்கப்போவதற்கு முன் அவன் மனைவியோடு இன்னும் இறுதிவடிவம் பெற்றிராத நாடகப் பிரதி குறித்து சண்டையும் போட்டான். பின்னர், அவளை ஒரு ராணுவ லாரியில் ஏற்றி 'ஸ்னோ பேலஸ் ஓட்ட'லில் கடிஃபேவுடன் ஒத்திகை பார்க்க அனுப்பிவைத்தான்.

எல்லாக் கதவுகளையும் திறந்து வைத்து வரவேற்கப்படும் ஒரு பெண்ணைப்போல ஃபுன்டா ஈஸர் ஓட்டலுக்குள் பந்தாவாக நுழைந்தாள். கடிஃபேவின் அறைக்கு நேராகச் சென்றாள். அவளுடைய இனிய குரலும் நெகிழ்வான பேச்சும் அந்தச் சூழலில் ஒரு பெண்மைத் தனமான அன்னியோன்னியத்தை உண்டாக்கி, அன்றிரவின் நாடகம் நிரூபிக்கப்போவதைவிட அவளுடைய மகத்துவம் எவ்வளவு உயர்ந்தது என்று மேடைக்கு வெளியே மெய்ப்பிக்கப்போவதாக இருந்தது. இபெக்கின் பளிங்கு அழகை அவள் கண்கள் நிச்சயமாக கவனித்திருக்கும்; ஆனால் அவள் மனம் அன்று மாலை கடிஃபே ஏற்கவிருக்கும் பாத்திரத்தின் மீதே இருந்தது. அந்தப் பாத்திரத்தின் மீதான அவளது மதிப்பீடுகூட அவள் கணவன் அதற்குத் தரும் முக்கியத்துவத்தின் காரணமாகத்தான் இருக்க வேண்டும். வஞ்சிக்கப்பட்ட, வல்லாங்கு செய்யப்பட்ட பெண்களின் பாத்திரங்களை ஏற்று நடித்தபடி அனடோலியா முழுக்க அவள் வலம் வந்துகொண்டிருந்த இருபது வருடங்களில் அவளது ஒரே குறிக்கோள் ஆண் பார்வையாளர்களை கிளர்ச்சியுறச் செய்து எழுப்புவது மட்டுமேயாக இருந்தது. திருமணங்கள், மணமுறிவுகள், முக்காடு அணிதல் அல்லது முக்காடை தடை செய்தல் – இவையெல்லாவற்றிற்கும் ஒரே முகாந்திரம் மட்டுமே உண்டு: கதாநாயகியை ஆதரவற்ற ஒரு கையறு நிலைக்குத் தாழ்த்தி, எந்தவோர் ஆணுக்கும் அவளைப் புறந்தள்ள முடியாமல் ஆக்குவது. குடியரசின் அறிவொளிக் கொள்கையைப் போற்றும் அவள் கணவனின் நாடகங்களில் அவள் ஏற்று நடிக்கும் பாத்திரங்களை முழுதாகப் புரிந்து வைத்திருக்கிறாளா என்பதைச் சொல்வது கடினம். இத்தகைய ஸ்டீரியோ டைப் பாத்திரங்களை உருவாக்கியிருந்த ஆண் நாடகாசிரியர் கள் எவருக்கும் சுயமான ஒரு கருத்தை வெளிப்படுத்தும் ஒரு நாயகியை உருவாக்குவதில் ஆர்வம் இருந்ததில்லை. பெண் என்றால் மேடையில் கவர்ச்சிக்காக அல்லது சமுதாயக் கடமையாற்றும் ஒரு பாத்திரத்திற்காக. இந்த ஆண் நாடகாசிரியர்கள் எதிர்பார்த்திராதபடிக்கு, ஃபுன்டா ஈஸர் இப்பாத்திரங்களை மேடைக்கு வெளியே அவள் வாழ்க்கைக்குப் பயன்படுத்திக் கொண்டிருக்கிறாள்.

அறைக்குள் நுழைந்தவுடனேயே அவள் கடிஃபேவிடம் அவள் முக்காடை அகற்றி அவள் அழகான கூந்தலை வெளிக்காட்டும் காட்சிக்கு ஒத்திகை நடத்திவிடலாமென்றாள். அதற்குத் தயங்குவதைப் போல கடிஃபே சற்றுநேரத்திற்கு பாசாங்கு செய்தாள். பின், அவளது கூந்தலை அவிழ்த்து கீழே விட்டதும் ஃபுன்டா உற்சாகக் கூக்குரலிட்டாள். எவ்வளவு ஆரோக்கியமான, பளபளப்பான கூந்தல் என்றாள். கண்களை

அகற்றவே முடியவில்லையென்றாள். கடிஃபேவை ஒரு கண்ணாடியின் முன் அமர வைத்து, ஒரு போலி–யானைத்தந்த சீப்பை எடுத்து அவள் கூந்தலை வாரிக்கொண்டே, நாடகத்தின் சாராம்சம் என்பது வார்த்தைகளில் இருப்பதில்லை, காட்சிப் பிம்பங்களில் இருப்பவை என்றாள். "உன் கூந்தலே பேசட்டும். பார்க்கும் ஆண்களுக்கு பைத்தியம் பிடிக்கட்டும்!" என்றாள்.

அவள் பேசப்பேச, கடிஃபேவுக்குத் தலை சுற்றியது. ஃபுன்டா அவள் கூந்தலை முத்தமிட்டாள். அந்த முத்தம், கடிஃபே தனக்குள் ஒளித்துவைத்திருக்கும் பிசாசை எழுப்பிவிடுமென்று அவளுக்குத் தெரிந்திருந்தது. இந்த விளையாட்டில் இபெக்கையும் இழுத்துவிட முடியுமென்று அவள் அனுபவம் உணர்த்தியது. பையிலிருந்து ஒரு ஃபிளாஸ்க்கை வெளியே எடுத்தாள். ஸாஹிதே அவர்களுக்காக கொண்டுவந்திருந்த தேநீர் கோப்பைகளில் ஃபிளாஸ்க்கிலிருந்த கோஞ்ஞாக் மதுவை ஊற்றினாள். கடிஃபே இதற்கு எதிர்ப்பு தெரிவித்த போது அவளைக் கிண்டல் செய்தாள். "கமான், இன்றிரவு உன் முக்காடைக் கழற்றிக் காட்டப் போகிறாய் இல்லையா!"

கடிஃபேவுக்கு கண்ணீர் பொங்கியது. ஃபுன்டா அவள் கன்னங் களிலும், கழுத்திலும், கரங்களிலும் மென்மையாக முத்தமிட்டாள். அந்தச் சகோதரிகளை உற்சாகப்படுத்த 'வெளிவந்திராத சுனய்யின் மாஸ்டர் பீ'ஸான 'வெகுளியான விமானப் பணிப்பெண் எதிர்க்கிறாள்' வசனத்தை ஒப்பித்துக்காட்டினாள். அது இபெக்கையும் கடிஃபேவையும் திசைதிருப்புவதற்குப் பதிலாக, அவர்களை மேலும் அதிக கவலைக்குள்ளாக்கியது.

"நாடகப் பிரதியை நான் முதலில் படிக்க வேண்டும்," என்று கடிஃபே சொன்னபோது, ஃபுன்டா இடைவெட்டி, இன்று மாலை நம்மிடம் இருக்கப்போகும் ஒரே நாடகப்பிரதி கடிஃபேவின் கூந்தல் தான் என்றாள். கார்ஸ் ஆண்கள் அனைவரும் பிரமித்து, வாயடைத்துப் போகப்போகிறார்கள். பார்வையாளர்களில் உள்ள பெண்களுக்கு அவள் மேல் பிரியமும், பொறாமையும் ஒன்றாக எழப் போகிறது. அவள் பேசிக்கொண்டே அவர்கள் கோப்பைகளில் மேலும் கோஞ்ஞாக் ஊற்றினாள். இபெக்கின் முகத்தைப் பார்க்கும்போது அதில் மகிழ்ச்சி தெரிகிறது, கடிஃபேவின் முகத்தில் துணிவும் கோபமும் தெரிகிறது என்றாள். சகோதரிகளில் யார் மிகவும் அழகு என்று அவளால் தீர்மானிக்க முடியவில்லை என்றாள். ஃபுன்டா ஈஸர் இதே ரீதியில் அவர்களை சொக்கவைக்கும் பேச்சை வளர்த்துக்கொண்டிருக்கையில், துர்குத் பே கோபத்தில் முகம் சிவக்க அறைக்குள் புகுந்தார்.

"தொலைக்காட்சியில் அறிவிக்கிறார்கள், முக்காடு இயக்கத்தின் தலைவி கடிஃபே இன்று மாலை நாடகத்தில் முக்காடை அகற்றப் போகிறாள் என்று. இதெல்லாம் உண்மையா?"

"இருங்கள், தொலைக்காட்சி பார்க்கலாம்," என்றாள் இபெக்.

ஃபுன்டா ஈஸர் குறுக்கிட்டு, "ஸார், என்னை அறிமுகப்படுத்திக் கொள்ள தயவுசெய்து அனுமதியுங்கள்," என்றாள். "புகழ்பெற்ற

நடிகரும், புதிதாக நியமிக்கப்பட்டுள்ள இராஜதந்திரியுமான சுனய் ஸயிம்மின் இல்லறத் துணைவி நான். இவ்வளவு அற்புதமான இரண்டு மகள்களை வளர்த்திருப்பதற்காக உங்களைப் பாராட்ட விரும்புகிறேன். கடிஃபே ஒரு துணிச்சலான முடிவை எடுத்திருக்கிறாள். நீங்கள் எதற்கும் பயப்பட வேண்டாம் என்றே சொல்வேன்."

"என் மகள் இந்தக் காரியத்தைச் செய்தால், இந்த நகரத்திலுள்ள மதவெறியர்கள் அவளை ஒருபோதும் மன்னிக்கமாட்டார்கள்," என்றார் துர்குத் பே.

தொலைக்காட்சியை எல்லோரும் பார்க்க வேண்டுமென்பதற்காக அவர்கள் சாப்பாட்டறைக்குச் சென்றனர். துர்குத் பேவின் கைகளை ஃபுன்டா ஈஸர் பற்றிக்கொண்டு, எல்லாம் திட்டமிட்டபடி பிரச்சனை யில்லாமல் நடந்தேறுமென்று இன்றைய தேதியில் இந்நகரத்தின் முதன்மையான ஆட்சியாளராக உள்ள அவளுடைய கணவரின் பெயரால் வாக்களிப்பதாகச் சொன்னாள். சாப்பாட்டறையிலிருந்து சத்தம் வருவதைக் கேட்டு காவும் அங்கு சேர்ந்துகொள்ள வந்தான். அவன் உள்ளே அடியெடுத்து வைத்தவுடனேயே, நீலத்தை விடுதலை செய்துவிட்டார்கள் என்று கடிஃபே கூவினாள். கா அதற்கு பதிலளிப்பதற்கு முன்பாகவே, அவள் காலையில் அவனிடம் கொடுத்த வாக்கை காப்பாற்றப் போவதாக அறிவித்தான். அவளும் ஃபுன்டா ஹெனும்மும் அதற்காகத்தான் ஒத்திகை பார்த்துக்கொண்டிருப்பதாகச் சொன்னாள்.

தொலைக்காட்சியை பார்த்துக்கொண்டே எல்லோரும் மற்றவர் குரலுக்கு மேலாக சளசளத்துக் கொண்டிருக்க, கடிஃபே மேடையேறு வதற்கு தடையாக இருப்பாரோவென்ற பயத்தில் ஃபுன்டா ஈஸர் துர்குத் பேவை நைச்சியம் செய்யும் முயற்சியில் ஈடுபட்டிருந்தாள். இந்த பத்துநிமிட இடைவெளி, தன் வாழ்வின் மிக மகிழ்ச்சி வாய்ந்த தருணங்களில் ஒன்று என கா அடிக்கடி நினைத்துக்கொள்வான். இனிவரும் காலமெல்லாம் சந்தோஷமாக இருக்க தனக்கு விதிக்கப் பட்டிருக்கிறது என்பதிலும், இந்த உற்சாகக் குடும்பத்தின் ஒரு பகுதியாக இருக்கப் போகிறோம் என்பதிலும் எந்தவித சந்தேகமும் அவனுக்கு அப்போது இல்லாதிருந்தது. அப்போது இன்னமும் நான்கு மணி ஆகியிருக்கவில்லை. எனினும் உயர்ந்த விதானங்கள் கொண்ட அந்த உணவு அறையில் ஒட்டப்பட்டிருந்த பழைய சுவர் காகிதத்தின் கரிய ஓவியங்கள் அவனுக்கு சிறுவயது ஞாபகத்தைப் போல சுகமளிப் பதாயிருந்தது. இபெக்கின் கண்களுக்குள் பார்த்து, பரவசத்துடன் புன்னகைத்தான்.

சமையலறை வாசலில் ஃபாசில் நின்றிருப்பதைப் பார்த்து, கா அவனிடம் சென்று உள்ளே வருமாறு அழைத்தான். அந்த மகிழ்ச்சியான சூழலை அவன் கெடுப்பதற்கு முன் அவன் வந்த விஷயத்தைத் தெரிந்துகொள்ள வேண்டுமென்று அவனிடம் பேச்சு கொடுத்தான். ஆனால் ஃபாசில் வாயைத் திறப்பதாக இல்லை. வாசலிலேயே நின்றபடி தொலைக்காட்சித் திரையை வெறித்துக்கொண்டிருப்பதைப்

போல பாசாங்கு செய்துகொண்டிருந்தான். உற்சாகத்தில் ததும்பிக் கொண்டிருக்கும் அந்த அறையிலுள்ளோர் மீது அவனது கோபப் பார்வை பதிந்திருந்தது. அந்தப் பையனை சமையலறைக்குள் தள்ளிச் செல்வதற்கு கா முயல்வதை கவனித்து, இபெக் எழுந்து வந்தாள்.

"நீலம் உங்களிடம் இன்னொருமுறை பேச வேண்டுமாம்," என்றான் ஃபாசில். அவன் குரலில் தென்பட்ட தொனியில் அந்த மகிழ்ச்சிச் சூழலை குலைக்கும் உத்தேசம் இருந்தது. "ஏதோ ஒரு விஷயத்தைப் பற்றி அவர் தனது மனதை மாற்றிக் கொண்டிருக்கிறார்."

"எதைப்பற்றி?"

"அதை அவரே சொல்வார். குதிரை வண்டி இன்னும் பத்து நிமிடங்களில் முற்றத்திற்கு வந்துவிடும்," என்று சொல்லிவிட்டு, சமையலறையிலிருந்து முற்றம் நோக்கி நடந்தான்.

காவின் இதயம் அதிரத் தொடங்கியது: மீண்டும் ஓட்டலைவிட்டு வெளியே போகவேண்டியிருப்பதின் அச்சம் மட்டுமல்லாமல், அவனது கோழைத்தனம் இப்போது அவனைக் கைவிட்டுவிடுமென்ற பயமும் இருந்தது.

"என்ன வேண்டுமானாலும் செய்யுங்கள், ஆனால் தயவுசெய்து வெளியே மட்டும் தலைகாட்டாதீர்கள்!" என்று காவின் மனக்குரலை எதிரொலித்தபடி இபெக் விசும்பினாள். "குதிரை வண்டியில் போய் வருவதைப் பற்றியெல்லாம் அவர்களுக்கு இன்னேரம் தெரிந்து விட்டிருக்கும். நீங்கள் போவதால் நல்லதாக எதுவும் நடக்கப் போவதில்லை."

"இல்லை, நான் போகிறேன்," என்றான் கா.

உள்ளுக்குள் அவ்வளவு தயக்கம் இருந்தாலும், எதற்காக வெளியே செல்வதற்கு தீர்மானித்தான்? அது அவனுக்கிருந்த ஒரு பழைய பழக்கம். பள்ளியில் ஆசிரியர் ஏதாவது ஒரு கேள்வியைக் கேட்டு, அதற்கான பதில் தனக்குத் தெரியாது என்று தெரிந்திருந்தும் அவன் எல்லோரையும் முந்திக்கொண்டு கையைத் தூக்குவான். துணிக்கடைக்குச் செல்லும்போது, அவனுக்கு கச்சிதமாகப் பொருந்தக்கூடிய ஸ்வெட்டர் ஒன்றை கண்டெடுத்தாலும், அதை வாங்காமல் அதே விலையில் உள்ள இன்னொரு பொருத்தமில்லாத ஒன்றை வாங்குவான், அது முட்டாள்தனமான செய்கை என்று தெரிந்திருந்தாலும்கூட. இதைப் போல நடந்துகொள்வதற்கு காரணம் அவனுக்கிருக்கும் ஒருவித பதற்றமாக இருக்கலாம்; அல்லது மகிழ்ச்சியை அனுபவிப்பதில் அவனுக்கிருக்கும் பயமாக இருக்கலாம்.

கடிஃபே தங்களைக் கவனிக்கவில்லை என்பதை உறுதிப்படுத்திக் கொண்டு அவர்களிருவரும் அவனது அறைக்குச் சென்றனர். அந்த அறையில் மனஅமைதி நிலவுவதற்கு கொஞ்சம் புத்தி சாதுர்யத்தோடு எதையாவது கற்பனை செய்து இறுக்கத்தைக் குறைக்கும்படி இபெக் நடந்துகொள்வாளாவென்று கா மிகவும் விரும்பினான். ஆனால் இருவரும் சன்னலுக்கு வெளியே பார்த்தபடி எதுவும் பேசாமல்

நின்றிருந்தபோது, அந்த மௌனத்தைக் கலைத்துக்கொண்டு இபெக் பேசிய வார்த்தைகள் பழையபடி நீர்த்துப் போனவையாகவே இருந்தன: “அன்பே, தயவுசெய்து போகாதீர்கள். இன்றைக்கு ஓட்டலைவிட்டு வெளியே எங்கும் செல்ல வேண்டாம். நம்முடைய சந்தோஷமான எதிர்காலத்தை குலைத்துவிட வேண்டாம் . . .” இத்யாதி . . .

அவள் பேசுவதை கனவில் போல, பலி ஆடு போல, கேட்டுக் கொண்டிருந்தான். சிறிது நேரத்தில் குதிரை வண்டி முற்றத்திற்கு வந்து நின்றது: அவனது அதிர்ஷ்டம் எவ்வளவு விரைவாக தலைகீழாக மாறி அவன் இதயத்தை உடைத்திருக்கிறது என்று அதிர்ந்து போயிருந்தான். இபெக்கிற்கு முத்தமிடக்கூட மறந்து, அவளை ஒப்புக்கு லேசாகக் கட்டி அணைத்துவிட்டு, விடைபெற்றுக்கொண்டு கீழே படியிறங்கிச் சென்றான். அவனுடைய மெய்க்காவலர்கள் இருவரும் முகப்பறையில் செய்தித்தாளில் மூழ்கியிருக்க, அவர்கள் கவனத்தை ஈர்க்காமல் சமையலறைக்குள் நழுவிச் சென்று, பின்வாசல் வழியாக அந்த வெறுப்பூட்டும் குதிரைவண்டிக்குள் ஏறி, தார்ப்பாயிற்கடியில் படுத்துக்கொண்டான்.

இந்தக் குறிப்பிட்ட தருணத்தைப்பற்றி விரிவாக அலசிப் பார்க்க வேண்டுமென்றுதான் இச்சையாக இருக்கிறது. ஆனால் திரும்பிவர முடியாத ஒரு கட்டத்தை நாம் வேகமாக நெருங்கிக்கொண்டிருக்கிறோம் என்பதையும், கா இப்போது மேற்கொண்டிருக்கும் பணி, அவன் வாழ்க்கையை எப்போதைக்குமாக மாற்றிவிடப்போகிறது என்பதையும் நாம் மறந்துவிடக்கூடாது. எனவே நீலம் வரச்சொன்னதை ஏற்று கா அவனை சந்திக்கச் சென்றதுதான் இந்தக் கதையின் ஆதாரமான தருணம் என்று வாசகர்கள் கருதினால், அதுவல்லவென்று எச்சரிக்க வேண்டியது என் கடமையென்று நினைக்கிறேன். இந்தக் கருத்தை நிச்சயமாக நானே ஏற்றுக்கொள்ளமாட்டேன். காவுக்கு இன்னும் வாய்ப்புகள் தீர்ந்துவிட்டிருக்கவில்லை. அவனது கார்ஸ் பயணத்தை வெற்றிகரமாக ஆக்கிக்கொள்வதற்கு அவனுக்கு இன்னும் சமயம் இருக்கிறது. அவனிடம் மிச்சமிருக்கும் அதிர்ஷ்டங்களை ஒன்றுதிரட்டி ‘நல்வாழ்வு’ – நல்வாழ்வு என்பதற்கு அவன் என்ன பொருள் கொண்டிருக்கிறான் என்பது தெரியாவிட்டாலும் – காண்பதற்கு வேறுசில சந்தர்ப்பங்களும் அவனுக்கு இருக்கக்கூடும். ஆனால் அவனுக்கான வாய்ப்புகள் அனைத்தும் தீர்ந்து, இக்கதையின் நிகழ்வுகள் முடிவை நெருங்கிக் கொண்டிருக்கும்போது, இந்தத் தருணத்தைத்தான் கா மனதைக் குத்திக்கிழிக்கும் வருத்தத்தோடு நினைத்துப் பார்த்துக் கொண்டிருக்கப் போகிறான். இபெக் அவனிடம் இணக்கமாகப் பேசி அவனை அறையிலேயே நிறுத்தி வைத்திருந்தால் விஷயங்கள் எப்படியெல்லாம் மாறியிருக்கக்கூடுமென்று பொருமிக்கொண்டு இருக்கப் போகிறான். நீலத்தைச் சென்று சந்திக்க வேண்டாமென்பதற்காக அவள் எதையாவது சாமர்த்தியமாகப் பேசி அவன் மனதை மாற்ற முயற்சித்திருக்கக் கூடும். ஆனால் இதற்கடுத்த வருடங்களில் அவன் பேசியவை என்னவென்று பலநூறு முறை மூளையைக் கசக்கி யோசித்தாலும் அவனுக்கு எதுவுமே நினைவுக்கு வந்ததில்லை.

இப்போது தார்ப்பாய்க்கடியில் படுத்திருக்கும் காவைப் பார்க்கையில் விதியின் வசம் தன்னை ஒப்புக்கொடுத்துவிட்டவனைப் போலிருக்கிறது. அந்த வண்டியில் அவன் ஏறியிருக்கவே கூடாதென்று அவன் மீதும், அவனைச் சுற்றியிருக்கும் உலகத்தின் மீதும் கடும் கோபத்தில் இருந்தான். அவனுக்குக் கடும் குளிராக இருந்தது. பெரிதாக ஏதோ நோய் வந்து தாக்கப் போகிறதென்று பயமாக இருந்தது. நீலத்தைப் பார்ப்பதால் எந்த நல்லதும் நடக்கப் போவதில்லை என்று அவனுக்குத் தெரிந்தது. தெருவில் கேட்கும் சத்தங்களையும், வண்டி கடந்து செல்லும்போது தெருவில் இருப்போர் என்ன பேசிக்கொள்கிறார்கள் என்பதையும் கூர்ந்து கேட்டபடி வண்டிக்குள் படுத்திருந்தான். ஆனால் முதல் முறையைப் போலன்றி, இந்த வண்டி கார்ஸ் நகரத்தின் எந்தப் பகுதிக்கு அவனைக் கொண்டுசெல்கிறது என்பதைப் பற்றி இப்போது அவனுக்கு அக்கறை இல்லாதிருந்தது.

வண்டி நின்றதும் வண்டியோட்டி அவனை உசுப்ப, கா தார்ப்பாயினடியிலிருந்து எழுந்து வெளியே வந்தான். எங்கியிருக்கிறோம் என்று உறைப்பதற்கு முன்னால், அவன் கண்ணெதிரே தெரிந்தது சிதிலமடைந்த ஒரு கட்டடம். அதன் ஒரு பகுதி தள்ளாட்டத்துடன் எப்போது சரிந்து விழுமோ என்றிருக்க, கட்டிடத்தின் வர்ணப்பூச்சு வெளிறி உரிந்து கொண்டிருந்தது. குறுகலான வளைந்த படிக்கட்டுகளில் இரண்டு மாடிகளுக்கு ஏறினான். (அவன் சந்தோஷ மனநிலையில் இருந்திருந்தால், வாசல் கதவுக்கு முன்னால் காலணிகள் குவிந்திருந்ததையும், கதவின் ஓட்டை வழியாக எட்டிப்பார்த்துக் கொண்டிருந்த ஒரு குழந்தையின் பிரகாசமான கண்களையும் கவனித்திருப்பான்.) கதவு திறந்தது. ஹண்டே நின்றிருந்தாள்.

ஹண்டே புன்னகையோடு, "நான் தீர்மானித்துவிட்டேன்," என்றாள். "என் சுயத்திலிருந்து என்னைத் துண்டித்துக்கொள்ள மாட்டேன்."

"நீ மகிழ்ச்சியாக வாழ்வதற்கு அது முக்கியமானது."

"என்னை மகிழ்ச்சிக்குள்ளாக்குவது எதுவென்றால், இங்கே இருப்பதும், எனக்குப் பிடித்தமானவற்றைச் செய்வதும்தான்," என்றாள். "என் கனவுகளில் வரும் நான், வேறு யாராகவோ இருந்தால் அது என்னை அச்சுறுத்துவதில்லை."

"இங்கே நீ இருப்பது சற்று அபாயகரமானது அல்லவா?"

"ஆம், ஆனால் ஆபத்தான கட்டங்களில் மட்டுமே மனதை ஒருமுகப்படுத்த முடியும்," என்றாள். "இப்போது எனக்கு புரிந்திருப்பது என்னவென்றால், முக்காடை அகற்றுவதைப்போல எனக்கு நம்பிக்கை யில்லாத விஷயங்களில் ஒருபோதும் என்னால் கவனம் செலுத்த முடியாது என்பதுதான். தற்சமயத்திற்கு நீலத்துடன் ஒரு முக்கிய காரணத்திற்காக இணைந்திருப்பதில் மகிழ்ச்சியாக உள்ளேன். உங்களால் இந்த இடத்தில் கவிதை எழுத முடியுமா?"

அவர்கள் முதன்முதலாக சந்தித்து இரண்டு நாட்கள் மட்டுமே கழிந்திருந்தாலும், அந்த இரவு உணவு மேஜையில் நிகழ்ந்த உரையாடலின்

ஞாபகம் மங்கலாகவே எஞ்சியிருந்தது. ஒரு நிமிடத்திற்கு அம்னீஷியாவால் தாக்குண்டவன் போல மலங்க மலங்க விழித்துக்கொண்டிருந்தான். நீலத்தோடு அவளுக்கு இருக்கும் நெருக்கத்தை எந்தளவுக்கு ஹண்டே கவனத்திற்கு கொண்டுவர முனைந்தாள்? அந்தப் பெண் அடுத்திருக்கும் அறைக் கதவை திறக்க, நீலம் ஒரு கருப்புவெள்ளை தொலைக்காட்சியைப் பார்த்துக்கொண்டிருந்தான்.

"எதற்காக நான் இங்கே வந்திருக்கிறேன் என்று விளங்கவில்லை," என்றான் கா.

"நீங்கள் இங்கே வந்திருப்பது உங்களுக்குள்ளிருக்கும் மனப் போராட்டத்தால்," என்றான் நீலம். இப்போது அனைத்தையும் அறிந்திருப்பவன் போலத் தோன்றினான்.

இருவரும் ஒருவரையொருவர் வெறுப்பு மல்க பார்த்துக் கொண்டனர். எதற்காகவோ நீலம் மகிழ்ச்சியுற்றிருப்பதும், கா துயரத்தில் ஆழ்ந்திருப்பதும் இருவருக்கும் தெரிந்திருந்தது. ஹண்டே அறைக்கதவை மூடிவிட்டு வெளியேறினாள்.

"இன்றிரவு மேடையில் அரங்கேற்றுவதாக அவர்கள் திட்டமிட் டிருக்கும் பேரழிவில் கடிஃபே கலந்துகொள்ளக் கூடாது என்பதை உங்களிடம் சொல்வதற்காகவே வரச்சொன்னேன்," என்றான் நீலம்.

"இந்தத் தகவலை ஃபாசில் மூலமே சொல்லி அனுப்பியிருக்கலாமே?" என்றான் கா. நீலத்தின் முகத்தில் எழுந்த கேள்விக்குறி, ஃபாசில் என்பவன் யாரென்றே அவனுக்குத் தெரியாததை காட்டியது. "என்னை கூட்டிவருவதற்காக ஒரு சமயக்கல்விக்கூட மாணவனை அனுப்பினீர்களே, அவன்தான்," என்று கா சேர்த்துக்கொண்டான்.

"ஹா!" என்றான் நீலம். "கடிஃபே அவன் சொல்வதை எடுத்துக் கொண்டிருக்க மாட்டாள். உங்கள் வாயால் அதைக் கேட்டால்தான் நான் இந்த முடிவில் எவ்வளவு தீவிரமாக இருக்கிறேன் என்று அவளுக்குப் புரியும். தொலைக்காட்சியில் இதை எவ்வளவு கேவலமாக, இழிவாக விளம்பரம் செய்துகொண்டிருக்கிறார்கள் என்பதைப் பார்த்த பிறகு அவளுக்குப் புரியும்."

"நான் ஓட்டலை விட்டுக் கிளம்பும்போது கடிஃபே ஒத்திகை பார்க்கத் தொடங்கிவிட்டிருந்தாள்," என்றான் கா சந்தோஷமாக.

"அப்படியென்றால், இந்த நிகழ்ச்சிக்கு எனது கடுமையான எதிர்ப்பு உண்டு என்பதை அவளிடம் நீங்கள் சொல்லுங்கள். கடிஃபே அவளது முக்காடை அகற்ற ஒப்புக்கொண்டது மனமொப்பி அல்ல – என்னை விடுதலை செய்வதற்காக. அரசியல் கைதிகளை பணயக் கைதிகளாக வைத்துக்கொண்டிருக்கும் ஓர் அரசாங்கத்துடன் அவள் ஒப்பந்தம் பேசிக்கொண்டிருந்தாள். எனவே தனது வாக்கைக் காப்பாற்ற வேண்டிய அவசியம் அவளுக்குக் கிடையாது."

"சரி, இதை அப்படியே அவளிடம் சொல்லிவிடுகிறேன். ஆனால் அவள் என்ன முடிவெடுப்பாளென்று என்னால் சொல்ல முடியாது."

"அதாவது, அவள் முடிவெடுத்தபடியே கடிஃபே இந்த நாடகத்தில் நடிக்கப் போவதாக இருந்தால், உங்களுக்கு அதில் பொறுப்பில்லை – அப்படித்தானே சொல்ல வருகிறீர்கள்?"

கா எதுவும் பேசவில்லை.

"அப்படியானால் ஒன்றைத் தெளிவாகச் சொல்லிவிடுகிறேன். இன்றிரவு கடிஃபே மேடையேறி அவளது முக்காடை அகற்றி கேசத்தைக் காட்டுவாளென்றால், அதற்கு நீங்களும்தான் காரணமாவீர்கள். இந்த பேரத்தின் ஒவ்வொரு கட்டத்திலும் நீங்கள் சம்மந்தப்பட்டிருக்கிறீர்கள்."

கார்ஸ்ஸிற்கு வந்து முதல்முறையாக கா பொருத்த நியாயத்தை உணர்ந்தான். கடைசியில் வில்லன், வில்லனைப் போலவே பேசுகிறான், வில்லன்கள் எல்லோரும் பேசுவதைப் போலவே துஷ்டத்தனமாகவே பேசுகிறான். அவன் மனம் தெளிவடைந்தது. நீலத்தை சமாதானப்படுத்தும் நம்பிக்கையில், இந்த இடத்திலிருந்து அவன் கோபத்தைக் கிளறாமல் எப்படித் தப்பிச் செல்வது என்ற யோசனையோடு, "நீங்கள் ஒரு பணயக்கைதி என்று நினைத்துக்கொள்வது சரிதான்," என்றான்.

"இந்தக் கடிதத்தை அவளிடம் கொடுங்கள்," என்று நீலம் காவிடம் ஒரு கடித உறையைக் கொடுத்தான். "நான் வாய் வார்த்தையாகச் சொல்வதை கடிஃபே நம்ப மறுக்கலாம்." கா அந்த உறையை வாங்கிக் கொண்டான். "நீங்கள் ஃபிராங்க்ஃபர்ட்டுக்குப் போய் சேர்ந்தபிறகு ஒருநாள் இங்கே பலரும் பெரும் அபாயத்திற்கிடையில் கையெழுத்திட்டு அளித்த அறிக்கையை ஹான்ஸ் ஹான்ஸனிடம் சேர்ப்பித்து பிரசுரம் செய்வீர்களென்று நம்புகிறேன்."

"நிச்சயமாக."

நீலத்தின் முகத்திலிருந்த ஏதோவொன்று எரிச்சலைக் காட்டியது. மரணதண்டனையை எதிர்நோக்கி சிறையில் அன்று காலை அவன் இருந்போது இதைவிட தணிவாக இருந்தான். இப்போது தனது தலையைக் காப்பாற்றிக் கொண்ட பிறகு ஏதோ ஒரு கோபத்தில் இருக்கிறான். வெறியைக் கிளப்புவதைத் தவிர வேறெதனையும் தன்னால் சாதிக்க முடியாது என்பதைப் புரிந்துகொண்டதால் ஏற்பட்ட கோபமாக இருக்கலாம். கா உணர்வதை நீலத்தாலும் உணரமுடிகிறது என்பதை உணர்ந்துகொள்ள காவுக்கு தாமதமாகியது.

"எந்த இடத்தில் நீங்கள் வாழ்ந்தாலும் சரி – இங்கோ, அல்லது உங்களுக்குப் பிரியமான ஐரோப்பாவிலோ – நீங்கள் எப்போதுமே அவர்களை போலி செய்துகொண்டிருப்பீர்கள்; எப்போதுமே தலை குனிந்து அடிமையாகத்தான் உழல்வீர்கள். அது மட்டும் நிச்சயம்."

"நான் மகிழ்ச்சியாக இருந்தால், அதுவே எனக்குப் போதும்."

"நீங்கள் இப்போது போகலாம்," நீலத்தின் குரல் உயர்ந்தது. "இதைத் தெரிந்துகொள்ளுங்கள்: மகிழ்ச்சியை மட்டும் தேடும் மக்களுக்கு அது ஒருபோதும் கிடைப்பதில்லை."

38

உன்னை கஷ்டப்படுத்துவதற்காக இங்கே வரவழைக்கவில்லை

வலுக்கட்டாய அழைப்பு

நீலத்தை விட்டு வெளியே வந்ததும் காவுக்கு நிம்மதியாக இருந்தது. அதே நேரத்தில், அவர்கள் இருவருக்குமிடையே ஒரு பிணைப்பு, அது எவ்வளவுதான் வெறுப்பூட்டுவதாக இருந்த போதிலும், உண்டாகி விட்டிருப்பதை உணர்ந்தான். வெறும் அச்சத்திற்கும் விரோதத்திற்கும் அப்பாற்பட்டதொரு பிணைப்பு. கதவை மூடிக்கொண்டு வெளியே வந்தபோது அவனுக்கு திடீரென இந்த மனிதனை இதற்குப் பிறகு நாம் பார்க்கப் போவதில்லை என்று ஓர் எண்ணம் தாக்கியது.

ஹண்டே எதிரில் நின்றாள். கல்மிஷமில்லாமல், ஆழ்ந்த சிந்தனையோடிருந்த அவளைப் பார்க்கும்போது சிக்கலில்லாத எளிய மனம் கொண்ட அந்தப் பெண்ணின் பேச்சுக்கு இணங்கி இருக்க வேண்டியிருந்தது அவனுக்கு. கண்கள் விரிய, அவனிடம் கடிஃபேவிற்கு தனது வாழ்த்துக்களைத் தெரிவிக்குமாறு கூறினாள். டெலிவிஷனில் (அவள் டெலிவிஷனில் என்றுதான் சொன்னாள், மேடையில் என்றல்ல) அவளது முக்காடை அகற்றுவதாக அவள் முடிவெடுக்கும் பட்சத்தில்கூட தன்னுடைய இதயம் கடிஃபேவிற்கு ஆதரவாகவே இருக்கும் என்றாள். வெளியில் உலவும் சீருடையற்ற காவலர்கள் கண்ணில் படாமல் அந்தக் கட்டிடத்தை விட்டுச் செல்லுமாறு காவிடம் கரிசனத்துடன் சொன்னாள்.

அந்தக் கட்டிடத்திலிருந்து பீதியுடன் இறங்கிக் கொண்டிருந்த போது முதல் தளத்தின் திருப்பத்தில் அவனுக்குள் ஒரு கவிதை உருவாவதை உணர்ந்தான். காலணிகள் வரிசையாக விடப்பட்டிருந்த கதவுக்கு வெளியிலேயே படிக்கட்டில் அமர்ந்து தனது நோட்டுப் புத்தகத்தை வெளியே எடுத்து எழுதத் தொடங்கினான்.

அவன் கார்ஸ்ஸிற்கு வந்தபிறகு எழுதும் பதினெட்டாவது கவிதை அது. அன்பிற்கும் வெறுப்பிற்கும் உள்ள பிணைப்பைப் பற்றிய கவிதையாக இருந்தாலும் அவன் பிற்பாடு இக்கவிதையைப் பற்றி மறைகுறிப்புகளாக எழுதி வைத்திருந்ததைப் படித்திருக்காவிட்டால் யாரும் அதனை ஊகித்திருக்க முடியாது. ஷிஷ்லி நடுநிலைப்பள்ளியில் அவன் படித்தபோது வசதியான கட்டுமான நிறுவன முதலாளி ஒருவரின் மகனும் அவன் கூடப்படித்தான். 'பால்கன் குதிரையேற்றப் போட்டி'களில் கோப்பை வென்றவன் அவன். ஆனால் மிக மோசமான பழக்கங்கள் கொண்டவன். இருந்தாலும் அவனது கட்டுப்பாடற்ற சுதந்திரப்போக்கு அந்த வயதில் காவுக்கு பெரும் கவர்ச்சிகரமாகத் தெரிந்தது. காவின் அம்மாவுடன் லீஸே பள்ளியில் படித்த ஒரு பைலோ ரஷ்யப் பெண்மணியின் மகனும் அவன் வகுப்பில் இருந்தான். அப்பா இல்லாமல், கூடப் பிறந்தவர்கள் யாருமில்லாமல் வளர்ந்த பையன். மாணவனாக இருந்தபோதே அவனுக்கு போதைமருந்துகள் பழக்கம் இருந்தது. மிகவும் புதிரானவன். வெளிறி காணப்படுவான். யாரைப் பற்றியும் அக்கறை காட்டாமல் தனிஉலகத்தில் சஞ்சரிப்பவனாக இருந்தாலும் சுற்றி நடக்கும் எல்லா விஷயங்கள் பற்றியும், எல்லோரைப் பற்றியும் எல்லாமும் தெரிந்திருந்தது அவனுக்கு. டுஸ்லாவில் ராணுவப் பயிற்சியில் இருந்தபோது காவின் பக்கத்து ரெஜிமென்ட்டில் ஓர் அழகான, அதிகம் பேசாத, யாரோடும் கலக்காமல் ஒதுக்கமாக இருக்கும் புத்திசாலி பையன் இருந்தான். அவன் எதற்காகவோ காவை சின்னச் சின்னதாக கொடுமைப்படுத்திக் கொண்டே இருப்பான், தொப்பியை ஒளித்து வைத்துவிடுவதுபோல. இவர்கள் மீதெல்லாம் காவுக்கு அடக்கமுடியாத வெறுப்பும் கோபமும் இருந்தாலும் ரகசியமான பாராட்டுணர்வும் இருந்தது. 'பொறாமை' என்ற அக்கவிதையின் தலைப்பு இந்த இருவேறு மாறுபட்ட உணர்வுகள் ஒன்றிணைவதையும், அவன் மனதின் முரண்பாடுகளைக் களைய முயற்சிக்கும் காவின் முனைப்பையும் குறிப்பதாக அமைந்திருந்தது. ஆனால் அக்கவிதையே வேறோர் ஆழமான சிக்கலை வெளிக்காட்டு வதாகவும் இருந்தது: சிறிது காலம் கழித்து இந்தப் பையன்களின் ஆன்மாக்களும் குரல்களும் காவின் உடம்பிற்குள்ளேயே குடிகொள்ளத் தொடங்கிவிட்டிருந்ததை அது வெளிப்படுத்தியது.

அந்த அடுக்குமாடிக் கட்டிடத்தைவிட்டு வெளியே வந்ததும் எந்த இடத்தில் இருக்கிறோம் என்பதே காவுக்கு புரியாமல் இருந்தது. குறுகலான சந்து ஒன்றைக் கடந்து ஹலித்பாஷா அவென்யூவை அடைந்த பிறகுதான் அவனுக்குள்ளிருந்த எதுவோ அவனைத் தூண்டியது. தலையைத் திருப்பி, நீலத்தின் மறைவிடத்தை கடைசியாக ஒருமுறை பார்த்துக்கொண்டான்.

ஓட்டலை நோக்கி நடக்கும்போது அவனது மெய்க்காப்பாளர்கள் இல்லாமல் நடப்பதை நினைத்து பயமாக உணர்ந்தான். 'சிட்டி ஹாலை'க் கடக்கும்போது எண்ணிடப்படாத காவல் வண்டி ஒன்று அவனை ஒட்டி வந்து நின்றது. காரின் பின் கதவு திறக்கப்பட்டது. கா நின்றான்.

“கா பே, பயப்படாதீர்கள். நாங்கள் காவல்துறை தலைமையகத்தைச் சேர்ந்தவர்கள்தாம். உள்ளே ஏறுங்கள். உங்களை ஓட்டலில் விட்டு விடுகிறோம்.”

போலீஸ் துணையில்லாமல் ஓட்டலுக்குத் திரும்புவது, அல்லது நகரத்தின் மையப்பகுதியில் அடையாளம் காணப்பட்டு போலீஸ் வண்டியில் ஏற்றப்படுவது – இவற்றில் எந்த வழி மிகவும் ஆபத்தானது என்று யோசித்துக்கொண்டிருந்தபோதே முன்பக்கக் கதவு திறந்து ஆஜானுபாகுவான ஒரு முரட்டு மனிதன் இறங்கினான். (அவனைப் பார்த்தபோது மிகவும் பரிச்சயமான முகத்தைப் போலிருந்தது ... யாரைப்போல இருக்கிறான்? இஸ்தான்புல்லில் இருக்கும் யாரோ ... தூரத்து சொந்த மாமா ... ஆம், மஹ்மூத் மாமா!) முந்தைய வசனத்திலிருந்த போலீஸ் தொனி இல்லாமல் அந்த மனித அரக்கன் காவை முரட்டுத்தனமாகக் காருக்குள் தள்ளினான். கார் கிளம்பியதுமே காவின் தலையில் இரண்டுமுறை பலமாகக் குத்தினான். (அவன் குத்தினானா, அல்லது காவை உள்ளே தள்ளி உட்காருவதற்காகத் தட்டினானா?) காவுக்குள் அதீதமான பயம் நிரம்பியது. காருக்குள்ளே கும்மிருட்டு. முன்னிருக்கையில் இருந்தவன் – மஹ்மூத் மாமா அல்ல, அந்த காரோட்டி – யாரையோ மோசமான வார்த்தைகளில் திட்டிக் கொண்டே காரோட்டினான். கா சிறுவனாக இருந்தபோது கவிதாயினி நிகார் தெருவில் இருந்த ஒருவன் அவன் வீட்டுக்குள் சிறுவர்கள் விளையாடும் பந்து விழுந்துவிட்டால் இப்படித்தான் திட்டுவான்.

தான் இன்னும் சிறுவனாகவே இருப்பதாக கற்பனை செய்து கொண்டு பதறாமல் இருப்பதற்கு முயற்சிசெய்தான். இந்தக் காரும்கூட இந்தக் கற்பனைக்கு உதவி செய்தது கார்ஸ்ஸில் ரேனால்ட் குட்டிக் கார்கள்தான் நம்பர் பிளேட் இல்லாத போலீஸ் வண்டிகளாக இருக்கும். இதைப்போன்ற பெரிய, ஸ்டைலான, 56 ஷெவ்ரலேக்களாக இருக்காது.) கீழ் படியாத சிறுவன் ஒருவனை பயமுறுத்துவதைப் போல அவர்கள் காவை கார்ஸ்ஸின் விளக்கு வெளிச்சமில்லாத, மட்டமான தெருக்களில் வளைந்து நெளிந்து படுவேகமாக கூட்டிச் சென்றுகொண்டிருந்தார்கள். கடைசியில் ஏதோ ஓரிடத்தில் நின்றபோது வெகுதூரம் கடந்து வந்திருப்பதைப் போலிருந்தது.

காவை காரிலிருந்து அநாவசியமான முரட்டுத்தனத்தோடு அந்த காரோட்டி வெளியே தள்ளி, “முன்னே பார்த்து நட,” என்றான்.

அவர்கள் காவின் கைகளைக் கட்டிவிட்டு புஜத்தைப் பிடித்து தள்ளிக்கொண்டு சென்றனர். இந்த மூவரும் இஸ்லாமிஸ்ட்டுகளாக இருக்க மாட்டார்களென்று அவனுக்கு நிச்சயமாகத் தெரிந்தது (இவ்வளவு ஆடம்பரமான காருக்கு இஸ்லாமிஸ்ட்டுகள் எங்கே போவார்கள்?). இவர்கள் MİT ஆட்களாகவும் இருக்க முடியாது, ஏனென்றால் அவர்களில் சிலர் சுனய்யின் கோஷ்டியில் இருக்கிறார்கள். ஒரு கதவு திறந்தது. மற்றொரு கதவு மூடியது. ஒரு மிகப் பழமையான ஆர்மீனிய வீட்டின் நெடிதுயர்ந்த விதானத்தின் கீழே நின்றிருப்பதை உணர்ந்தான். சன்னல் வழியே அடாதுர்க் அவென்யூ தெரிந்தது.

சுற்றுமுற்றும் பார்த்தான். மூலையில் ஒரு தொலைக்காட்சிப் பெட்டி, ஒரு மேஜையின் மீது அழுக்குத் தட்டுகள், உரித்த ஆரஞ்சுப் பழத் தோல்கள், நாளிதழ்கள், மின் அதிர்ச்சி கொடுத்து சித்திரவதை செய்யும் மேக்னட்டோ, ஒரு சில வாக்கி – டாக்கிகள், சில துப்பாக்கிகள், ஒரு பூச்சாடி, ஒரு கண்ணாடியில் காவின் பிம்பம்... ஒரு சிறப்பு செயலாக்கப் பிரிவின் கையில் அகப்பட்டிருக்கிறோம் என்று உறைத்ததும் 'தீர்ந்தோம்' என்று அவனுக்குத் தோன்றியது. திடீரென அங்கு Z டெமிர்கோல் தோன்றிதும் காவுக்கு சற்று தளர்ந்தது. இவன் நிச்சயமாக ஒரு கொலைகாரன்தான், ஆனாலும் பரிச்சயமான ஒரு முகம்.

Z டெமிர்கோல் ஓர் அன்பான போலீஸ்காரனைப் போல நடந்து கொண்டான். அவர்கள் அவனை இப்படி முரட்டுத்தனமாக இழுத்து வந்ததற்காக வருத்தப்பட்டான். மஹ்மூத் மாமா ஒரு கெட்ட போலீஸ் காரன். எனவே Z டெமிர்கோலை மட்டும் கவனித்தால் போதும். அவன் கேள்விகளுக்கு மட்டும் பதில் தரலாம்.

"சுனய் என்ன திட்டத்தில் இருக்கிறான்?"

கா தனக்குத் தெரிந்த எல்லா தகவல்களையும், கிட்டின் 'தி ஸ்பானிஷ் டிராஜடி' வரை எல்லாவற்றையும் அவனிடம் கொட்டினான்.

"அந்த அயோக்கியப் பயல் நீலத்தை எதற்காக அவர்கள் விடுவித்தார்கள்?"

கடிஃபே தொலைக்காட்சி நேரடி ஒளிபரப்பில் முக்காடை அவிழ்ப்பதாக வாக்களித்தற்கு ஈடாக அவனை விடுவித்திருப்பதாகச் சொன்னான். ஆர்வ மிகுதியில் சதுரங்க விளையாட்டில் பயன்படுத்தும் பதத்தைக்கூட பயன்படுத்தினான்: ஆச்சரியக்குறி போட்டு காய் ஒன்றை தியாகம் செய்வது போல. ஆனால் இஸ்லாமிய அரசியலாளர் கள் இதனை ஒரு ஏமாற்றமளிக்கும் 'காய் நகர்த்த'லாகவே பார்க்கக் கூடும்.

"அந்தப் பெண் கொடுத்த வாக்கை காப்பாற்றுவாள் என்பது என்ன நிச்சயம்?"

"கடிஃபே மேடையேறுவதற்கு ஒப்புக்கொண்டிருக்கிறாள், ஆனால் முக்காடை அகற்றுவாளா என்று யாருக்கும் உறுதியாகத் தெரியாது" என்றான் கா.

"நீலம் இப்போது எங்கே ஒளிந்திருக்கிறான்?" Z டெமிர்கோல் கேட்டான்.

தனக்குத் தெரியாது என்றான் கா.

எதற்காக மெய்க்காப்பாளர்கள் இல்லாமல் அவன் வெளியே வந்தான், எங்கே போய்விட்டுத் திரும்பிக் கொண்டிருந்தான் என்று அவர்கள் கேட்டனர்.

“மாலைநேர நடைப்பயிற்சிக்காகச் சென்றிருந்தேன்,” என்றான்.

இதே கேள்வியை வேறுவகைகளில் மாற்றிக் கேட்ட போதும் கா இதே பதிலைச் சொன்னபோது, கா எதிர்பார்த்ததைப்போலவே Z டெமிர்கோல் அமைதியாக எழுந்து சென்றான். மஹ்மூத் மாமா காவுக்கு எதிரே கொலைவெறிப் பார்வையோடு உட்கார்ந்தான். அந்தக் காரோட்டியைப் போலவே இவனுக்கும் மிகச் செறிவான வசைச்சொற்கள் கைவசம் இருந்தன. ஒவ்வொரு வாக்கியத்திலும், ஒவ்வொரு கேள்வியிலும் இதுவரை கேள்விப்பட்டிராத வர்ணமயமான வசவுகள் ஒட்டிக்கொண்டு வந்தன. அவன் என்ன சொல்கிறான் என்பது முக்கியமல்ல. அவன் ஓர் அச்சுறுத்தலை விடுக்கலாம், அல்லது தேசிய நலன்கள் குறித்து புனித உரையாற்றலாம், அல்லது அவனது அசலல்லாத அரசியல் கருத்துக்களை பிரசங்கிக்கலாம். பழக்கூழை உடம்பெல்லாம் ஈஷிக்கொண்ட பிறகே சாப்பாட்டை வாயில் வைக்கும் குழந்தையைப் போல அவன் இருந்தான்.

“ரத்தத்தில் கையை நனைத்திருக்கும் அந்த இரானியக் கைக்கூலி, இஸ்லாமிஸ்ட் பயங்கரவாதி, எந்த இடத்தில் ஒளிந்திருக்கிறான் என்பதைச் சொல்வதில் உனக்கு என்ன தயக்கம்? இப்படி மறைப்பதால் நீ என்ன சாதித்திருப்பதாக நினைக்கிறாய்?” என்று அதட்டினான் மஹ்மூத் மாமா. “இந்த ஆட்களெல்லாம் அதிகாரத்திற்கு வந்தால் என்னவெல்லாம் செய்வார்களென்று உனக்குத் தெரியுமா? உன்னைப் போன்ற பயந்தாங்கொள்ளி ஐரோப்பிய லிபரல்களை அவர்கள் என்ன செய்வதாகத் திட்டமிட்டிருக்கிறார்கள் தெரியுமா?”

தெரியும் என்றான் கா உடனடியாக. ஆனாலும் மஹ்மூத் மாமா, இரானிய முல்லாக்கள் முன்னாள் ஜனநாயக, கம்யூனிஸ்ட் கூட்டணியினருக்கு என்னவெல்லாம் செய்தார்கள் என்பதை விளக்கமாக, தத்ரூபமாக விவரிப்பதை நிறுத்தவில்லை. அவர்கள் ஆசனவாயில் டைனமைட்களை அடைத்து வானுயரத்திற்கு வெடித்து சிதறடித்தார்களாம்; எல்லா விலைமாதர்களையும் ஓரினப் புணர்ச்சி யாளர்களையும் வரிசையாக நிற்க வைத்து சுட்டுத் தள்ளினார்களாம்; மத நூல்களைத் தவிர்த்து எல்லா புத்தகங்களையும் தடைசெய்தார் களாம்; காவைப் போன்ற போலி அறிவுஜீவிகளை சிரச்சேதம் செய்து, அவர்களது அபத்தமான கவிதை நூல்களை . . .

நன்கு ஒத்திகை செய்து மெருகேற்றப்பட்ட நாராசமான தகவல் களை மேலும் ஒரு சுற்று ஆரம்பித்தான். விரைவிலேயே சலிப்புற்று, சற்று ஆசுவாசப்படுத்திக்கொண்டு, நீலம் எங்கே ஒளிந்திருக்கிறான் என்ற கேள்வியை மீண்டும் துவக்கினான். அவர்கள் காவை பார்ப்பதற்கு முன் அவன் எங்கே சென்றுவிட்டு திரும்பிக்கொண்டிருந்தான் என்பது அடுத்த கேள்வி. எல்லாவற்றிற்கும் அதே உப்பு சப்பற்ற பதில்களை கா சொன்னதும் மஹ்மூத் மாமா மேலும் அலுத்துக்கொண்டு காவின் கைக்கட்டின் மீது அறைந்தான். “இப்போது என்ன செய்கிறேன் பார்,” என்று எழுந்து கடமைக்காக காவை மேலோட்டமாக குத்தினான்.

இந்தச் சம்பவத்தைப்பற்றி கா எழுதியிருந்த குறிப்புகளை வாசிக்கும்போது, அவனால் அந்த அடிகளைப் பொறுத்துக்கொள்ள முடிந்ததற்கு ஐந்து காரணங்களை என்னால் அடையாளம் கண்டு கொள்ள முடிந்தது. அவற்றை பட்டவர்த்தனமாகச் சொல்ல வேண்டியிருப்பதற்காக வாசகர்கள் என்னை குரூரமானவன் என்று முடிவு கட்ட மாட்டார்களென்று நம்புகிறேன்:

1. மகிழ்ச்சி என்பது நன்மையும் தீமையும் சமஅளவில் கலந்திருப்பது என்று கா நம்பினான். எனவே அவன் இபெக்கை ஃபிராங்க்ஃபர்ட்டுக்கு கூட்டிச் செல்லப்போகும் அதிர்ஷ்டத்திற்காக இந்த அடிவாங்கும் துன்பத்தை அனுபவிக்க வேண்டியிருக்கிறது என்று நினைத்திருக்கக்கூடும்.

2. கா ஆளும் வர்க்கத்தைச் சேர்ந்தவன். அதனால் அவனுக்கு குறிப்பிட்ட அளவுக்கு பாதுகாப்பு உரித்தாக இருக்கும். இந்த சிறப்பு செயலாக்கப்பிரிவு அவனைப் போன்ற பிரிவினருக்கு ஒருவிதமான கவனிப்பையும், கார்ஸ்ஸின் ஏழை எளிய பஞ்சப் பராரி வர்க்கத்தினருக்கு வேறுவிதமான கவனிப்பையும் கொண்டிருக்கும். எனவே அவன்மீது எவ்வளவுதான் எரிச்சல் இருந்தாலும் சித்திரவதை முயற்சிகள் வெளியில் தெரியும்படியான தடயத்தை ஏற்படுத்தாத வரைக்குத்தான் ஜாக்கிரதையாக அடிப்பார்கள்.

3. இப்படி அடிவாங்கியது தெரிந்தால் அவன்மீது இபெக்கிற்கு இருக்கும் பிரியம் அதிகரிப்பதற்கு வாய்ப்பிருக்கிறது.

4. இரண்டு நாட்களுக்கு முன் காவல்துறை தலைமையகத்திற்கு சென்றிருந்தபோது, ரத்தம் வழிந்த முக்தாரின் முகத்தில் தெரிந்தது குற்றவுணர்ச்சிதான். அவனது நாட்டின் அதிர்ஷ்டங்கெட்ட அவலநிலை அளித்த குற்றவுணர்வு. இதைப்போல தனக்கு அடிவிழப் போகிறது என்று முன்னமே உணர்ந்திருந்த குற்றவுணர்வு. இது காவுக்கும் தொற்றியிருந்ததால் தனக்குக் கிடைக்கும் பலமான அடிகள் அவனது குற்றஉணர்ச்சிகளையும் துடைத்தழிக்கக் கூடும் என்ற மூடத்தனமான நம்பிக்கை அவனுக்கு இருந்திருக்கக் கூடும்.

5. அடி விழுவதில் என்னதான் வேதனை ஏற்பட்டாலும், ஓர் உண்மையான அரசியல் கைதியாக உணரும் பெருமிதத்தையும், சித்திரவதையாளர்களிடம் அடிபணியாமல் ஒரு போராளியின் ரகசியத்தைக் காப்பாற்றும் பெருமையையும் அது சேதப்படுத்தாது.

கடைசியாகக் குறிப்பிட்ட மனத்திருப்தி இருபது வருடங்களுக்கு முன்பு அவனுக்கு பெரிய விஷயமாக இருந்திருக்கும். இப்போது அது காலாவதியாகிவிட்ட நிலையில் அவனுக்கு சங்கடமாகக்கூட இருந்தது. மூக்கிலிருந்து வழியும் ரத்தத்தின் கரிப்பு அவனை மீண்டும் இளம் வயது நினைவுகளுக்கு இழுத்துச் சென்றது. கடைசியாக அவன் மூக்கிலிருந்து ரத்தம் வந்தது எப்போது? மஹ்மூத் மாமாவும் அவனுடைய

சகாக்களும் தொலைக்காட்சியில் கவனம் செலுத்த ஆரம்பிக்க, அந்த பாதி இருட்டு அறைமூலையில் ஒடுங்கியிருந்த கா அவன் முகத்தில் இடித்த கதவுகளையும், அவன் மூக்கில் மோதிய கால்பந்துகளையும், கடைசியாக ராணுவ சேவையின்போது ஏற்பட்ட கைகலப்பில் மூக்கில் விழுந்த அடிகளையும் நினைவுக்குக் கொண்டுவந்தான். Z டெமிர்கோலும் அவன் நண்பர்களும் அன்றிரவின் 'மரியானா' தொலைக்காட்சித் தொடரில் ஆழ்ந்திருந்தனர். ரத்தம் ஒழுகும் மூக்கையும் வீங்கிய தலையையும் தடவிக்கொண்டு ஒரு குழந்தையைப்போல எந்தப் புகாருமின்றி மூலையில் உட்கார்ந்திருப்பது காவுக்கு போது மானதாக இருந்தது. அவர்கள் அப்போது பார்த்துக்கொண்டிருந்த 'மரியானா'வை துர்குத் பேயும் அவருடைய மகள்களும் அதே நேரத்தில் பார்த்துக் கொண்டிருப்பார்கள் என்று தோன்றியபோது பயம் அவனை மூழ்கடித்தது.

ஒரு விளம்பர இடைவேளையில் Z டெமிர்கோல் எழுந்து, மேஜை மேலிருக்கும் மேக்னட்டோவைக் காட்டி அது எதற்கு பயன்படுமென்று தெரியுமாவெனக் கேட்டான். கா அதற்கு பதிலளிக்காமலிருக்க, Z டெமிர்கோல் அவனே பதில் கூறினான். பெல்ட்டை உருவிக்கொண்டு நிற்கும் ஓர் அப்பாவைப்போல மௌனமாக காத்திருந்தான்.

தொடர் ஆரம்பித்தது. "எதற்காக எனக்கு மரியானாவை பிடித் திருக்கிறது தெரியுமா?" என்று கேட்டான் Z டெர்மிகோல். "ஏனென்றால் அவளுக்கு என்ன தேவையென்பது அவளுக்குத் தெரிந்திருக்கிறது. ஆனால் உன்னைப் போன்ற அறிவுஜீவிகளுக்கு உங்களுக்கு என்ன தேவையாக இருக்கிறது என்பதைப்பற்றி சிறிதளவும் தெரிவதில்லை, அதுதான் என்னை எரிச்சலூட்டுகிறது. ஜனநாயகம் வேண்டுமென் பீர்கள், அப்புறம் இஸ்லாமிய அடிப்படைவாதிகளோடு கூட்டணி வைத்துக்கொள்வீர்கள். மனித உரிமைக்காக குரலெழுப்புவீர்கள், உடனே பயங்கரவாதிகளோடும் கொலைகாரர்களோடும் பேரம் நடத்துவீர்கள். ஐரோப்பாதான் அனைத்திற்கும் ஒரே தீர்வு என்பீர்கள், ஆனால் ஐரோப்பா சம்மந்தப்பட்ட எல்லாவற்றையும் அடியோடு வெறுக்கும் இஸ்லாமிஸ்ட்டுகளுக்கு புகழாரம் சூட்டுவீர்கள். பெண்ணியம் பற்றி பேசுவீர்கள், பிறகு பெண்களின் தலையை முக்காடு போட்டு சுற்றிவைக்கும் ஆட்களுக்கு உதவச் செல்வீர்கள். உங்கள் மனசாட்சியையே நீங்கள் மதித்து நடப்பதில்லை. இதைப் போன்ற சூழ்நிலையில் ஒரு ஐரோப்பியன் என்ன செய்வானென்று நீங்களாக ஒன்றை கற்பனை செய்துகொண்டு அதைப்போல நடந்து கொள்கிறீர்கள். ஆனால் உங்களால் ஒரு முழுமையான ஐரோப்பியனாக இருக்க முடிவதில்லை. ஒரு ஐரோப்பியன் இங்கே வந்தால் என்ன செய்வான் தெரியுமா? உன்னுடைய மடத்தனமான அறிக்கையை உன் நண்பன் ஹான்ஸ் ஹான்ஸென் பிரசுரம் செய்கிறான் என்று வைத்துக்கொள்வோம்; ஐரோப்பா அதனை ஸீரியஸாக எடுத்துக் கொண்டு கார்ஸ்ஸிற்கு ஒரு குழுவை அனுப்புகிறார்கள். அவர்கள் கார்ஸ்ஸிற்கு வந்தவுடன் செய்யும் முதல் காரியம் என்னவாக

இருக்கும் தெரியுமா? இஸ்லாமிய அரசியலாளர்களிடம் நாட்டை சரணடைய வைக்காமல் போராடும் ராணுவத்தை பாராட்டுவதுதான் முதல் காரியமாக இருக்கும். ஆனால் இந்தக் கயமைத்தனமான பேர்வழிகள் ஐரோப்பாவுக்கு திரும்பியவுடனேயே கார்ஸ்ஸில் ஜனநாயகம் என்பதே காணக் கிடைக்கவில்லை என்று கண்டனம் தெரிவிக்கத் தொடங்குவார்கள். உன்னைப் போன்றவர்கள், உங்களை கண்டந்துண்டமாக வெட்டிப்போடக் காத்திருக்கும் இஸ்லாமிஸ்ட்டு களிடமிருந்து உங்களைக் காப்பாற்றி வரும் ராணுவத்தை அலட்சியமாக பேசி வருவீர்கள். இவையெல்லாமே உனக்கும் ஏற்கனவே தெரியும், அதனால்தான் உன்னை நான் சித்திரவதை செய்யப்போவதில்லை."

நல்ல போலீஸ்காரன்தான் இந்த Z டெமிர்கோல் என்று கா நினைத்துக் கொண்டான். இன்னும் கொஞ்ச நேரத்தில் விடுதலை செய்யப்போவதாகவும், 'மரியானா' தொடர் முடிவதற்குள் ஓட்டலை அடைந்து துர்குத் பேவுடனும் அவர் புதல்விகளுடனும் அந்த நிகழ்ச்சியை பார்க்க முடியுமென்றும் நம்பிக்கொண்டான்.

"உன் காதலியை ஓட்டலில் சந்திக்கப் போவதற்குள் உனது பிரமைகள் சிலவற்றை தெளிவுபடுத்தலாமென்று நினைக்கிறோம். நீ பேரம் நடத்தி காப்பாற்றிவிட்டிருக்கும் அந்த பயங்கரவாதியைப் பற்றியும் ஒரு சில விஷயங்களை நீ தெரிந்துகொள்ள வேண்டுமென்று நினைக்கிறோம்," என்றான் Z டெமிர்கோல். "முதலில் இந்த விஷயத்தை உன் மண்டைக்குள் ஏற்றிக்கொள்: எங்களுடைய இந்தப் பிரச்சனையில் உனக்கு எந்த சம்பந்தமும் இப்போதும் இல்லை, எப்போதும் இருந்தது மில்லை. இங்கிருந்து இன்னும் ஒரு மணி நேரத்தில் நாங்கள் வெளியேறி விடுவோம். எங்கள் புதிய செயல் அலுவலகம் சமயக்கல்விக் கூடத்தின் மேல் மாடியில் இருக்கும். அங்கே உனக்காக காத்திருப்போம். இதை ஏன் சொல்கிறேனென்றால், நீலம் எங்கே ஒளிந்திருக்கிறான் என்று திடீரென உனக்கு ஞாபகம் வந்தாலோ, அல்லது அந்த 'மாலை நடைப் பயிற்சி'யின் போது எங்கே சென்றாய் என்பது நினைவுக்கு வந்தாலோ, எங்களை எங்கே வந்து சந்தித்துச் சொல்வது என்று உனக்குத் தெரியவேண்டுமல்லவா, அதற்காகத்தான். இறைத்தூதர் முகமது அவர்களை கிண்டல் செய்த அந்த குருவிமூளை தொலைக் காட்சி அறிவிப்பாளனை கொலை செய்ததற்காக அடர்நீல விழிகள் கொண்ட ஆணழகு நாயகனை காவல்துறை தேடிவருவது உனக்கு ஏற்கனவே தெரிந்திருக்கும். அவனேதான் கல்வியியல் பயிற்சியகத்தின் இயக்குநர் கொலைசெய்யப்பட்டதற்கும் பின்னால் இருப்பவன். இந்த மிருகத்தனமான படுகொலையை நேருக்கு நேராக நீ பார்த்திருக்கிறாய் என்று எங்கள் எல்லோருக்கும் தெரியும். அதற்குப்பிறகு நடந்தவற்றையும் சுனய்க்கு மூளைக்கோளாறு ஏற்படுவதற்கு முன்னால் நல்ல மன நலத்தோடு இருந்தபோது அவனிடமிருந்து கேட்டறிந்திருக்கிறாய். ஆனால் நமது திறமைமிக்க MİT ஏஜென்ட்டுகள் வேறு சில விஷயங் களையும் தகுந்த ஆதாரங்களோடு பதிவுசெய்திருக்கிறார்கள். அவற்றை உன்னிடம் சொல்லி உன் இதயத்தை உடைக்க எங்களுக்கு விருப்ப

மில்லை என்றாலும் உனக்கு அவை தெரிந்திருப்பது நல்லது என்று நினைக்கிறோம்."

இப்போது நாம் அடைந்திருக்கும் கட்டம், கா இதற்குப் பிறகு உயிரோடு இருந்த அடுத்த நான்காண்டுகளில் திரும்பத் திரும்ப மனதிற்குள் ஓட்டிப் பார்த்துக்கொண்டிருந்த காட்சிகளில் ஒன்று. ஒரு சோகமான திரைப்படத்தை ஒவ்வொரு முறையும் அதன் முடிவு வேறொன்றாக இருக்காதாவென்று வீணான எதிர்ப்பார்ப்போடு திரும்பத்திரும்ப ஓட்டிப் பார்த்துக் கொண்டிருக்கும் ஒரு உணர்ச்சிவசப் பட்ட திரைப்பட ஆப்பரேட்டரைப்போல அவன் இருந்திருக்கிறான்.

"ஃபிராங்ஃபர்ட்டுக்குத் திரும்பி, என்றென்றைக்கும் மகிழ்ச்சியான மணவாழ்க்கை நடத்தலாமென்று நீ நம்பிக்கொண்டிருக்கும் இந்த இபெக் ஹெனும் ஒரு காலத்தில் நீலத்தின் வைப்பாட்டியாக இருந்திருக் கிறாள்," Z டெமிர்கோல் மென்மையாகச் சொன்னான். "இப்போது என்னெதிரே இருக்கும் கோப்பின்படி நான்கு வருடங்களுக்கு முன்பு வரை அவர்களுடைய உறவு தொடர்ந்திருக்கிறது. இபெக்கும் முக்தார் பேவும் அப்போது பிரிந்திருக்கவில்லை. முக்தார் இப்போது நகரசபைத் தலைவர் தேர்தலிலிருந்து விலகிவிட்டார் என்பது உனக்குத் தெரியுமா? இந்த அரை வேக்காட்டு இடதுசாரி – இப்படி சொல்வதற்காக மன்னிக்க வேண்டும் – கவிஞன் முக்தார் நீலத்தை ஒரு மேன்மை மிக்க விருந்தாளி யாக அவன் வீட்டுக்கு வரவழைத்திருக்கிறான். முக்தாருக்கு நகரத்தின் இஸ்லாமிஸ்ட் இளைஞர்களை நீலம் ஒன்றுதிரட்டித் தருவான் என்ற நம்பிக்கை. ஆனால் அவன் பண்டக சாலையில் எலெக்ட்ரிக் குக்கர்களை விற்றுக்கொண்டிருந்த சமயத்தில் இந்த மாபாதகன் அவனுடைய மனைவியோடு எப்படி காமக்களியாட்டத்தில் ஆழ்ந்திருந்தான் என்பதை யாருமே முக்தாரிடம் சொல்லாதது மிகவும் அவமானகரமானதுதான், இல்லையா?"

இது தயார் செய்யப்பட்ட ஓர் உரை. அவன் பொய் சொல்கிறான், என்று கா நினைத்தான்.

"இந்த முறைகேடான கள்ள உறவைப்பற்றி முதலில் தெரிந்தது – எமது கண்காணிப்பு பணியாளர்களைத் தவிர்த்து – கடிஃபே ஹெனுமிற்குத் தான். அதற்குள் இபெக் ஹெனுமிற்கு அவள் கணவனுடன் வேறுபாடு அதிகரித்திருந்தது. பல்கலைக்கழகத்தில் சேருவதற்காக அவள் வீட்டுக்கு கடிஃபே வந்தபோது அதை ஒரு சாக்காக வைத்துக்கொண்டு அவள் தங்கையோடு வேறொரு வீட்டிற்கு குடிபெயர்ந்தாள். 'இஸ்லாமிஸ்ட் இளைஞர்களை ஒருங்கிணைக்க' நீலம் சந்தர்ப்பம் கிடைக்கும்போதெல் லாம் கார்ஸ்ஸிற்கு வந்துகொண்டிருந்தான். வரும்போதெல்லாம் அவனை ஆராதிக்கும் முக்தாரோடுதான் தங்குவான். கடிஃபேவுக்கு எப்போதெல்லாம் வகுப்புகள் இருக்கின்றனவோ, அப்போதெல்லாம் இந்த இரு காதலர்களும் புதிய வீட்டில் அவர்களின் ஆத்ம பரிமாற்றங் களை நிகழ்த்திக்கொண்டிருந்தனர். இது துர்குத் பே கார்ஸ்ஸிற்குத் திரும்பி வரும்வரை தொடர்ந்துகொண்டிருந்தது. அவர் வந்தபிறகு

அவருடைய இரு புதல்விகளும் அவரோடு ஸ்னோ பேலஸ் ஓட்டலுக்கு இருப்பிடத்தை மாற்றிக்கொண்டனர். அப்போதுதான் முக்காடு இயக்கத்தின் தலைவியான கடிஃபே, நீலத்துடன் தனது உறவை ஏற்படுத்திக் கொண்டாள். அதற்குப் பிறகு நமது காஸநோவா இளைஞன் சகோதரிகள் இரண்டுபேரையுமே கொஞ்சகாலத்திற்கு துய்த்து வந்திருக் கிறான். எங்களிடம் அத்தாட்சி இருக்கிறது."

Z டெமிர்கோலின் உக்கிரமான பார்வையிலிருந்து சிரமப்பட்டு கா திரும்பிக்கொண்டான். கலங்கும் விழிகளை அடாதுர்க் அவென்யூவின் பனி அப்பிய, துடிக்கும் தெருவிளக்குகளை நோக்கி நகர்த்தினான்.

"இவையெல்லாவற்றையும் உன்னிடம் எதற்குச் சொல்கிறேனென் றால் ஒரு மென்மையான இதயம் உன்னை எங்கும் கொண்டு சேர்க்காது என்பதை புரியவைப்பதற்காகத்தான். இந்தக் கொலைகார அரக்கனின் மறைவிடத்தை சொல்லாமல் மறைத்து வைக்க எந்தக் காரணமும் உனக்கு இல்லை." எல்லா சிறப்பு செயலாக்கப் பிரிவு ஏஜென்டுகளைப் போலவும், Z டெமிர்கோல் பேசப்பேச கடுமை அவனிடத்தில் கூடிக்கொண்டே வந்தது. "உன்னைக் கஷ்டப்படுத்துவதற்காக இங்கே வரவழைக்கவில்லை. நாற்பது வருடங்களாக இந்த நகரத்தில் எல்லா இடங்களிலும் மிகத்திறமையாக ஒட்டுக்கேட்டுக்கொண்டு, ஒற்றுப்பணி ஆற்றிக்கொண்டிருக்கும் எமது கண்காணிப்பு ஊழியர்கள், எல்லா வற்றையும் தகுந்த ஆதாரங்களோடு ஆவணப்படுத்திக் கொண்டிருக் கிறார்கள். அவற்றிலிருந்து எடுத்த விபரங்களைத்தான் உன்னிடம் சொன்னேன். நீ நம்ப மறுக்கலாம், நான் சொன்னவையனைத்தும் புளுகுமூட்டை என்று நினைக்கலாம். ஒருவேளை இபெக் ஹெனும் கூட, உனது ஃபிராங்க்ஃபர்ட் மணவாழ்க்கை கனவுகளை கலைக்கக் கூடாதென்பதற்காக இவையெல்லாமே பொய்யென்று சொல்லி உன்னை நம்ப வைக்கலாம். உன் இதயம் வலுவிழந்து நொறுங்கும் நிலையில் இருப்பதால் நான் சொல்பவை எல்லாவற்றையும் ஏற்றுக் கொள்ளும் சக்தி இல்லாமலிருக்கலாம். அப்படி எந்த சந்தேகமும் உனக்கு வேண்டாம். உன் அனுமதியோடு, சில தொலைபேசி உரை யாடல்களை படித்துக் காட்டட்டுமா? நான் இதைப் படிக்கும்போது, பெரும் செலவு பிடிக்கின்ற இந்த ஒற்று வேலைக்காக எவ்வளவு செலவழித்திருப்போம், இந்த உரையாடல்களை படியெடுப்பதற்காக எங்கள் எழுத்தர்கள் எவ்வளவு மணி நேரங்களை செலவழித்திருப்பார்கள் என்பதையெல்லாம் நீ கொஞ்சம் நினைத்துப் பார்த்துக்கொள்ள வேண்டும்.

"'மை டார்லிங், என் அன்பே, நீங்கள் இல்லாமல் நான் கழிக்கும் நாட்களிலெல்லாம் நான் உயிருடனே இருப்பதில்லை!' இது இபெக் ஹெனும் ஒரு கடுமையான கோடைக் காலத்தில் நான்கு வருடங்களுக்கு முன்பு – குறிப்பாகச் சொன்னால் ஆகஸ்ட், 16ஆம் தேதி பேசியது. இது அவர்களிடையே ஏற்பட்ட முதல் பிரிவின்போது பேசியதாக இருக்கலாம். இரண்டு மாதங்கள் கழித்து இந்த நகரத்தில் 'இஸ்லாமும் பெண்களின் தனியுலகமும்' என்ற கருத்தரங்கில் பேசுவதற்காக நீலம்

வந்திருந்தபோது நகரமெங்கிலும் உள்ள வெவ்வேறு மளிகைக் கடைகளிலிருந்தும், தேநீர் விடுதிகளிலிருந்தும் – மொத்தம் எட்டு முறை – அவன் அவளைக் கூப்பிட்டுப் பேசியிருக்கிறான். பேசியது எல்லாமே எந்தளவுக்கு அவர்கள் ஒருவரையொருவர் காதலிக்கிறார்கள் என்று மட்டும்தான். இரண்டு மாதங்கள் கழித்து, அவனோடு ஓடிப்போகும் எண்ணத்தில் அவள் இருந்தபோது, அவள் பேசியதை படித்துக் காட்டுகிறேன்: 'எல்லோருக்கும் வாழ்க்கையில் ஒரேயொரு உண்மைக் காதல்தான் இருக்கும். எனக்கு அது நீங்கள்தான்.' நீலம் இஸ்தான்புல்லில் மெர்ஸுகா என்றொரு மனைவியை வைத்திருந்தான். அந்தப் பொறாமையில் நீலத்திடம் அவள் சொன்னது என்ன தெரியுமா? அவள் அப்பா வீட்டில் இருக்கும்போது அவனோடு அவள் உடலுறவு கொள்ள மாட்டாளாம். ஆனால் இப்போது சொல்லப்போவதுதான் எல்லாவற்றிலும் உச்சம். கடந்த இரண்டு நாட்களில் மட்டும் அவள் அவனுக்கு மூன்றுமுறை தொலைபேசியிருக்கிறாள். இன்று இன்னும் கூட அதிக முறை கூப்பிட்டிருக்கலாம். கடைசியாகப் பேசிய இந்த உரையாடல்களின் பதிவு இன்னும் கிடைக்கவில்லை, அதனாலென்ன, நீ இபெக் ஹெனும்மை பார்க்கும்போது நீயே கேட்கலாம்.

"உன்னைக் கலங்க வைத்திருப்பதற்காக மிகவும் வருந்துகிறேன். நிறைய சொல்லிவிட்டேன். தயவுசெய்து அழுவதை நிறுத்து. உன் கைக்கட்டுகளை அவிழ்த்து விடச் சொல்கிறேன். முகத்தைக் கழுவிக் கொள். வேண்டுமென்றால் என் உதவியாளர்கள் உன்னை ஓட்டல் வரை அழைத்துச் செல்வார்கள்."

39

சேர்ந்து அழுவதன் இன்பங்கள்

ஓட்டலில் கா, இபெக் சந்திப்பு

கா தனக்கு வழித்துணை தேவையில்லையென்று மறுத்தான். மூக்கிலிருந்தும் வாயிலிருந்தும் வழியும் ரத்தத்தைத் துடைத்துவிட்டு முகத்தை கழுவிக்கொண்டான். அவனை சிறைப் பிடித்து வந்த அந்த கொலைகார வில்லன்களைப் பார்த்து ஹீனமான குரலில் அழையா விருந்தாளியாக வந்து, இரவு விருந்தை சாப்பிட்டு விட்டு செல்பவனைப்போல 'குட்ஈவினிங்' சொல்லி விடைபெற்றுக் கொண்டான். அடாதுர்க் அவென்யூவின் அரைகுறை வெளிச்சத்தில் குடிகாரனைப்போல தள்ளாடியபடி நடந்தான். எந்தக் காரணமுமின்றி ஹலித்பாஷா அவென்யூவில் திரும்பினான். ஒரு சின்ன கடையைத் தாண்டிப் போகும்போது பெப்பினோ டி காப்ரி பாடிய 'ராபெர்ட்டா' காதில் விழ, அழுகை வெடித்துக்கொண்டு வந்தது. எர்ஸுரும்மிலிருந்து கார்ஸ்ஸிற்கு பேருந்தில் வந்துகொண்டிருந்தபோது காவின் பக்கத்தில் அமர்ந்திருந்த அந்த ஒல்லியான அழகிய கிராமத்து இளைஞன் எதிரில் வந்துகொண்டிருந்தான். கா தூக்கத்தில் ஆழ்ந்து அவன் தோளிலேயே சாய்ந்து தூங்கியபோதுகூட அவனை எழுப்பாமல், புகார் சொல்லாமலிருந்த இனிய இயல்பினன். கார்ஸ் நகரம் முழுவதுமே 'மரியானா'வில் மூழ்கியிருப்பதைப் போலிருந்தது. ஹலித்பாஷாவில் சென்று கொண்டிருக்கும் போதே வழக்கறிஞர் முஸாஃபர் பேவும் எதிரே வந்தார். காஸிம் காராபெகிர் அவென்யூவிற்கு அவன் திரும்பியபோது, மேதகு ஷேக் ஸாதித்தின்னின் ஆசிரமத்தில் சந்தித்த அந்த பேருந்து நடத்துநரும் அவருடைய வயதான நண்பரும் எதிரே வந்துகொண்டிருந்தனர். இவர்கள் எல்லோருமே காவை கவனித்தனர். அவர்கள் எல்லோருடைய முகபாவங்களும் அவனைப் பார்த்ததுமே மாறியதைப் பார்த்தபோது, அவன் கன்னங்களில் வழிந்துகொண்டிருந்த கண்ணீரை கவனித்து விட்டார்கள் என்பதையே உணர்த்தியது. இதற்குமுன் இந்தத் தெருக்களின் பனி உறைந்த கடை சன்னல்களையும், நிரம்பி

வழியும் தேநீர் விடுதிகளையும், சுபிட்சத்தோடு இருந்த பழங்கால கார்ஸ் புகைப்படங்களை மாட்டி வைத்திருக்கும் ஸ்டூடியோக்களையும், கண்சிமிட்டும் தெருவிளக்குகளையும், மளிகைக்கடை சன்னல்களில் அடுக்கிவைத்த பாலாடைக்கட்டி வளையங்களையும் தாண்டிச் சென்ற போதெல்லாம் – காஸிம் காராபெகிர் கரடா அவென்யூ மூலையில் அவர்கள் கண்ணில் பட்டிருக்காவிட்டாலும்கூட – அவனுடைய சீருடை யற்ற உளவாளிகள் அவனைப் பின்தொடர்ந்து வந்துகொண்டிருந்ததை அவன் அறிவான்.

ஓட்டலுக்குள் நுழைவதற்கு முன், வாசலிலிருந்த மெய்க்காப்பாளர் களிடம் நின்று, எந்தப் பிரச்சனையும் இல்லை என்று உறுதிப்படுத்தி விட்டு வந்தான். வேறு யார் கண்ணிலும் படாமல் திருட்டுத்தனமாக அறையை அடைந்து, படுக்கையில் விழுந்ததுமே உடைந்து அழத் தொடங்கினான். சிறிது நேரம் கழித்து வலுக்கட்டாயமாக அழுகையை நிறுத்தி, அமைதிப்படுத்திக் கொள்ள முயன்றான். அது ஒன்றிரண்டு நிமிடங்களுக்குமேல் இல்லாவிட்டாலும்கூட, சிறுவனாக கட்டிலில் படுத்துக்கொண்டு வெளியிலிருந்து வரும் சத்தங்களைக் கேட்டபடி படுத்துக்கொண்டிருந்த நேரங்களைவிட நீண்டதாகத் தோன்றியது. கதவு தட்டப்பட்டது. வந்தது இபெக். வரவேற்பிலிருந்த இளைஞன் உடனே அவளிடம் வந்து காவுக்கு விநோதமாக ஏதோ நடந்திருப்பதைப் போலத் தெரிவதாகச் சொல்லியிருக்கிறான். அவள் நேராக வந்து விட்டாள். காவின் முகத்தைப் பார்த்ததுமே மூச்சிழந்து மௌனமானாள். இருவருமே கொஞ்சநேரத்திற்கு பேசாதிருந்தனர்.

“நீலத்துடன் உனக்கிருக்கும் தொடர்பைப்பற்றி எனக்குத் தெரிந்து விட்டது,” கா கிசுகிசுத்தான்.

“அவரே உன்னிடம் சொன்னாரா?”

கா விளைக்கை அணைத்தான். “Zடெமிர்கோலும் அவன் ஆட்களும் என்னை அவர்கள் இடத்திற்கு இழுத்துச்சென்றார்கள்,” மிக மென்மை யான குரலிலேயே பேசினான். “அவர்கள் நான்கு வருடங்களாக உங்களுக்கிடையே நடந்த தொலைபேசி உரையாடல்களை பதிவுசெய்து வந்திருக்கிறார்கள்.” அவன் மீண்டும் படுக்கையில் சாய்ந்து, மௌனமாக அழுதான். “நான் செத்துப்போக வேண்டும்,” என்றான்.

இபெக் அவன் கேசத்தைக் கோதியதும், அவன் மேலும் பலமாக அழுதான். சந்தோஷ வாழ்க்கைக்கான வாய்ப்பை இழந்துவிட்டதை அறிந்தவர்கள்போல, அவ்விருவரும் இழப்பைப் பொருட்படுத்தாமல் நிதானமாகவே இருந்தனர். இபெக் கட்டிலில் ஏறி அவனை இறுக அணைத்தபடி படுத்துக்கொண்டாள். கொஞ்சநேரத்திற்கு இருவரும் சேர்ந்து அழுதுகொண்டிருந்ததில் நெருக்கமாகியிருந்தனர்.

காவின் கேள்விகளுக்கு அந்த இருட்டில் அவனோடு ஒட்டிப் படுத்துக்கொண்டு இபெக் தனது தரப்பு கதையைச் சொன்னாள்: எல்லாவற்றிற்கும் முக்தார்தான் காரணம் என்றாள். அவர்கள் வீட்டுக்கு நீலத்தை வலியுறுத்தி வரவழைத்ததில் தொடங்கியது எல்லா தவறுகளும்.

அவனை வரவழைத்தது மட்டுமல்லாமல், தனக்கு வாய்த்திருக்கும் மனைவி எப்பேர்ப்பட்ட பேரழகி என்பதைப் பார்த்து அவனுடைய இஸ்லாமிஸ்ட் நாயகன் பிரமிக்க வேண்டும் என்பதுதான் முக்தாரின் விருப்பமாக இருந்தது. முக்தார் இபெக்கை மிகவும் மோசமாக நடத்திக்கொண்டிருந்த நேரம் அது. அவர்களுக்கு குழந்தையில்லாமல் இருப்பதற்கு அவள்தான் காரணமென்று அவன் பழி சொல்லிக் கொண்டிருந்தான். நீலம் தனது பேச்சில் எப்படி எல்லோரையும் மயக்கிவிடுவானென்று காவுக்கே தெரியும்தானே. அமைதியின்றி மகிழ்ச்சியின்றி இருந்த ஒரு பெண்ணை தன்னை நோக்கித் திரும்ப வைப்பதும், வயப்படுத்துவதும் அவனுக்கு கைவந்த கலை. அவனிடம் அவள் வீழ்ந்ததுமே, அது வெளியில் தெரிந்துவிடாதிருக்க பதறப்படத் தொடங்கினாள். முக்தாருக்கு விஷயம் கசிந்துவிடக் கூடாது என்பது தான் அவளது முதல் கவலை. அவன் மீது அவளுக்கு அப்போதும் அக்கறையும் அன்பும், அவனைப் புண்படுத்திவிடக்கூடாது என்ற தவிப்பும் இருந்தது. ஆனால் அந்தக் காதல் வலுவிழந்து தேய்ந்திறுகத் தொடங்கியதும், அவளது முக்கியமான கவலை எப்படி தன்னை சிக்கலிலிருந்து விடுவித்துக்கொள்வது என்பதாகத்தான் இருந்தது.

ஆரம்பத்தில் நீலம் மிகக் கவர்ச்சிகரமானவனாகத் தெரிந்ததற்குக் காரணம் முக்தாரைவிட அவன் எல்லா அம்சங்களிலும் பல மடங்கு உயர்ந்திருந்ததுதான். அவளது கணவன் அபத்தக் களஞ்சியமாக தனது அரசியல் கருத்துக்களை அவிழ்த்துவிட்டு அவன் எவ்வளவு பெரிய மூடன் என்பதைக் காட்டிக்கொண்டிருக்கும்போது இபெக்கிற்கு அவமானமாக இருக்கும். இது அவளுக்கும் நீலத்திற்கும் இடையே தொடர்பு ஏற்பட்டதும் மேலும் கடுப்பூட்டத் தொடங்கியது. இது எதையுமறியாத அப்பாவி முக்தார் நீலத்தின் புகழ் பாடிக்கொண்டு, அவனை கார்ஸ்ஸிற்கு அடிக்கடி வரச்சொல்லி வற்புறுத்திக் கொண்டிருந் தான். அவன் வந்தால் சரியாக கவனிப்பதில்லையென்று இபெக்கை கடிந்துகொண்டிருந்தான். அவனிடம் பரிவாக, பொறுமையாக நடந்து கொள்ள வேண்டும் என்றான். அவள் கடிஃபேவுடன் புதுவீட்டிற்கு குடியேறியதற்குப் பிறகும்கூட முக்தாருக்கு எதுவும் தெரியவில்லை. Z டெமிர்கோலும் அவன் நண்பர்களும் சொல்லியிருக்காவிட்டால் அவனுக்கு எப்போதுமே தெரிந்திருக்காது.

ஆனால் கடிஃபேவுக்கு கூர்மையான கண்கள். கார்ஸ்ஸிற்கு வந்த அன்றைய தினமே மோப்பம் பிடித்துவிட்டாள். முக்காடு இயக்கத்தில் முழுமூச்சோடு அவள் இறங்கியதற்கான முதல் காரணமே நீலத்தோடு நெருங்கி இருப்பதற்காகத்தான். இபெக் சிறுவயதிலிருந்தே கடிஃபேவின் பொறாமையில் வாழ்ந்துவந்தவள். நீலத்தின் மீது கடிஃபேவுக்கு ஈர்ப்பு இருப்பது அவளுக்குத் தெரியாமலில்லை. ஆனால் நீலத்திற்கு கடிஃபேவிடம் பெரிதாக ஆர்வம் இருக்கவில்லை யென்பதைப் பார்த்ததும், இபெக்கிற்கு அவள் காதலன் மீதிருந்த பிரேமை மங்கத் தொடங்கியது. கடிஃபே நீலத்துடன் நெருக்கமாகி விட்டால் இந்த மாயவலையிலிருந்து தப்பிக்கத் தனக்கு ஒரு சந்தர்ப்பம் கிடைக்கும் என்று நினைத்தாள். அவள் அப்பா கார்ஸ்ஸிற்கு இடம்

பெயர்ந்ததும், அவளுடைய வஞ்சகக் காதலனை விட்டு முற்றிலுமாக விலகி வந்துவிட்டாள்.

அவள் சொல்வதைக் கேட்கும்போது, நீலத்துடன் ஏற்பட்ட தொடர்பு ஒரு தற்காலிக விபத்து என்றும், அது ஏற்கனவே புதைத்து மறக்கப்பட்ட விஷயமென்றும் அவள் சொல்வது போலிருந்தது. அவள் சொன்னவை எல்லாவற்றையும் கா தயக்கமின்றி நம்பிவிட்டிருப்பான். ஆனால் அதற்குள் ஒரு குழந்தைத்தனமான உணர்ச்சி மேலீட்டில், "உண்மை என்னவென்றால், நீலம் கடிஃபேவை உண்மையில் காதலிக்கவே யில்லை. அவர் என்னைத்தான் காதலிக்கிறார்!" என்பது அவள் வாயிலிருந்து வந்துவிட்டது. அவளிடமிருந்து அவன் கேட்க நினைத்தது இதுவல்ல. எனவே இபெக் இப்போது அந்த 'நீசத்தனமான' ஆளைப் பற்றி என்ன நினைக்கிறாள் என்று கேட்டான். இந்த விஷயத்தில் மேலும் ஆழமாக இறங்க விருப்பமின்றி, அவையெல்லாமே பழைய கதை என்று பட்டும்படாமல் சொன்னாள். இப்போது அவளுக்கு இருக்கும் ஒரே விருப்பம் காவுடன் ஃபிராங்க்ஃபர்ட்டுக்குச் செல்வது தான் என்றாள். அவள் இதைச் சொன்னதுமே, Z டெமிர்கோல் கடைசியாகச் சொன்னது ஞாபகத்திற்கு வந்தது: கடந்த சில நாட்களில் கூட இபெக் நீலத்திடம் பலமுறை தொலைபேசியிருக்கிறாள். அவளிடம் இதைப்பற்றி கேட்டதும் உடனே மறுத்தாள். இந்த நிலையில் நீலம் தொலைபேசியை எடுத்தால் அவன் ஒளிந்திருக்கும் இடத்தை உளவாளி கள் கண்டுபிடித்து விடுவார்களென்று அவனுக்குத் தெரியாதா என்று கேட்டாள்.

"நம்மால் ஒருபோதும் சந்தோஷமாக வாழ்க்கை நடத்த முடியாது," என்றான் கா.

"இல்லை, நாம் ஃபிராங்க்ஃபர்ட்டுக்குப் போகிறோம், சந்தோஷமாக வாழப்போகிறோம்," அவன்மீது கைகளை மாலையாகப் போட்டுக் கொண்டாள்.

இதைப்பற்றி இபெக் என்னிடம் சொல்லும்போது, அவளை ஒருகணம் கா நம்பிவிட்டதைப்போலவே தெரிந்தது என்றாள். உடனே அவன் கண்களில் கண்ணீர் பெருகியது.

அவனை இறுக்கமாக, மேலும் இறுக்கமாக அணைத்துக்கொண்டாள். இப்போது அவர்கள் இருவருமே அழுதுகொண்டிருந்தனர். கா பின்னர் எழுதியிருந்ததைப்போல, அவர்கள் ஒருவரையொருவர் தழுவிக்கொண்டு அழுதுகொண்டிருக்கும் இந்த நேரத்தில்தான் இபெக்கிற்கு முதல் முறையாக அந்த விஷயம் தோன்றியிருக்கலாம்: தீர்மானமின்மையில் வாழ்வதும், தோல்விக்கும் ஒரு புதிய வாழ்க்கைக்கும் இடையில் ஊசலாடிக்கொண்டிருப்பதும், வேதனைக்கிணையான இன்பத்தை அளிக்கக்கூடும். இப்படி ஒருவரையொருவர் மனத்தடையில்லாமல் அணைத்துக்கொண்டு அழுதுகொண்டிருப்பது காவுக்கு அவள் மீதிருக்கும் காதலை அதிகப்படுத்துவதாக இருந்தது. ஆனால் அவனது மொத்த பலத்தையும் பிரயோகித்து இறுக்கமாக அவளை அணைத்துக்

கொண்டிருந்த நேரத்தில்கூட அவன் மனதின் ஒருபகுதி அடுத்த நடவடிக்கையைப் பற்றி யோசித்துக்கொண்டு, தெருவிலிருந்து எழும் சத்தங்களை உன்னிப்பாகக் கேட்டுக்கொண்டு விழிப்புடன் இருந்தது. அப்போது ஏறக்குறைய ஆறு மணி: 'பார்டர் சிட்டி கெஜட்'டின் அடுத்த நாளைக்கான பதிப்பு வினியோகத்திற்குத் தயாராக இருந்தது; சரிகாமிஷ் சாலையில் பனியை அப்புறப்படுத்தும் வேலையில் பனி அகற்றி வாகனங்கள் உக்கிரமான வேகத்தில் ஈடுபட்டிருந்தன; ஃபுன்டா ஈஸர் மிகையாக ஒப்பனை செய்துகொண்டு கடிஃபேவை ராணுவ வண்டியில் ஏற்றிக்கொண்டு நேஷனல் தியேட்டருக்கு வந்துவிட்டிருந் தாள். அவர்கள் இருவரும் சுனய்யுடன் சேர்ந்து ஒத்திகை பார்த்துக் கொண்டிருந்தனர்.

கடிஃபேவிடம் நீலம் தெரிவிக்கச் சொன்ன தகவலைப்பற்றி இபெக்கிடம் சொல்வதற்கு அவனுக்கு அரைமணிநேரம் ஆயிற்று. ஒருவரையொருவர் கட்டித் தழுவிக்கொண்டு, அழுதுகொண்டிருந்த இந்த நேரத்தில் அவர்கள் இருவரும் காதல் புரிவதற்கு அருகில் வரை சில சமயம் வந்தனர். பயம், தயக்கம், பொறாமை எல்லாம் சேர்ந்து குறுக்கிட்டு அவனை பிடித்து நிறுத்தியிருந்தன. அதற்கு பதிலாக கா இபெக்கிடம் அசௌகரியமான கேள்விகளைத் தொடர்ந்து கேட்டுக்கொண்டிருந்தான். நீலத்தை கடைசியாக அவள் எப்போது பார்த்தாள் என்று கேட்கத் தொடங்கினான். அவனோடு தினமும் அவள் பேசிக்கொண்டிருப்பதாக திரும்பத்திரும்ப குற்றம் சாட்டினான். பிறகு இன்னும் மேலே சென்று தினமும் அவனைப் பார்த்துக் கொண்டிருப்பதாகவும், இப்போதும் அவனுடைய காதலியாகத் தொடர்ந்து வருவதாகவும் குற்றம் சுமத்தினான். அவனது கேள்வி களுக்கும் குற்றச்சாட்டுகளுக்கும் நேரடியாக பதிலளிக்காமல் தவிர்த்து வந்தவளுக்கு, அவன் தன்னை நம்பாதிருப்பது குறித்து ஆரம்பத்தில் கோபம் வந்ததாகவே கா பின்னர் கூறியிருந்தான். வார்த்தைகளைவிட உணர்ச்சிகரமான அடியொழுக்குகள் வலிமை மிகுந்தவை என்பது பின்னர் அவளுக்குப் புரிந்ததும், அவனுக்கு இணக்கத்தோடு பதிலளிக்கத் தொடங்கினாள். அவள் குரலில் இருந்த மென்மை அவளுக்கே ஆறுதல் அளிப்பதாக இருந்தது. காவின் கேள்விகளும் குற்றச்சாட்டுகளும் அவளிடம் உண்டாக்கிய காயத்தைக்கூட அவளது ஒரு பகுதி ஏற்றுக் கொண்டிருந்தது. விரக்தியும் விசனமுமாகக் கழிந்த அவனது கடைசி நான்கு வருடங்களில் அவன் ஒன்றை ஏற்றுக்கொண்டிருந்தான்: சுடுசொற்களால் காயப்படுத்துபவர்களுக்கு இருக்கும் உள்ளார்ந்த நோக்கம் எந்தளவுக்கு அவர்களுடைய காதலர்கள் காதலிக்கிறார்கள் என்பதை அறிந்துகொள்வதே – அது அவன் வாழ்க்கை முடியும்வரை அவனிடம் தங்கியிருந்தது. அவளுக்கு நீலம்தான் தேவையாக இருக்கிறான், அவனைத்தான் அவள் அதிகமாகக் காதலிக்கிறாள் என்றெல்லாம் அழுகையில் உடைந்த குரலில் அவளை சீண்டிக்கொண்டிருந்த போதுகூட, இபெக்கின் பதில்களில் அவனது கவனம் செல்லாமல் எந்தளவுக்கு அவளால் பொறுமை காக்க முடிகிறது என்பதை அறிந்து கொள்வதில்தான் ஆர்வமாக இருந்தான்.

"அவரோடு ஒரு காலத்தில் எனக்கு இருந்த தொடர்புக்காக நீங்கள் என்னை தண்டிக்கப்பார்க்கிறீர்கள்," என்றாள் இபெக்.

"நான் உனக்குத் தேவையாக இருப்பதே, நீ அவனை மறக்க முயற்சிப்பதால்தான்," என்றான் கா. அவள் முகத்தைப் பார்க்கும்போது அவன் உண்மையைத்தான் சொல்லியிருக்கிறான் என்பது பயங்கரமான நிதரிசனமாகத் தாக்கியது. ஆனால் இம்முறை அவன் நிதானம் இழக்கவில்லை. வாய்விட்டு வெடித்து அழுதது அவனது பலத்தைப் புதுப்பித்திருந்தது. "நீலம் அவனது மறைவிடத்திலிருந்து கடிஃபேவுக்கு ஒரு தகவல் கொடுத்தனுப்பியிருக்கிறான்," என்றான். "கடிஃபே அவளது பாதையிலிருந்து விலகக்கூடாது என்று அவன் இப்போது சொல்கிறான்: மேடையேறுவதற்கும் முக்காடை அகற்றுவதற்கும் அவள் மறுக்க வேண்டும். இதில் அவன் மிகவும் உறுதியாக இருக்கிறான்."

"இவை எதையும் கடிஃபேவிடம் சொல்லவேண்டாம்."

"ஏன்?"

"ஏனென்றால், நாம் அமைதியாக இருக்கும்வரை சுனய்யின் பாதுகாப்பு நமக்குக் கிடைக்கும். அது கடிஃபேவுக்கும் நல்லது. அவருக்கும் என் தங்கைக்கும் இடையே சற்று இடைவெளி இருக்க வேண்டுமென்று விரும்புகிறேன்."

"அவர்களைப் பிரிக்க வேண்டுமென்பது உன் ஆசையா?" இபெக்கின் கண்களைப் பார்த்தபோது அவனது பொறாமையை அவள் ரசிக்கவில்லையென்பது தெரிந்தது. அவளுடைய மதிப்பில் அவன் சரிந்திருப்பதையும் உணரமுடிந்தது. ஆனாலும் அவனால் தன்னைக் கட்டுப்படுத்திக்கொள்ள முடியவில்லை.

"வெகுகாலத்திற்கு முன்பே நீலத்துடன் எனது தொடர்பை துண்டித்துக் கொண்டாகிவிட்டது."

இபெக்கின் மறுப்பு அவனை சமாதானப்படுத்தாமல், கோபமும் பொறாமையுணர்வும் ஆக்கிரமித்திருந்தன. அவனது இந்தப் புரிதல் அவன் துயரத்தை கொழுந்துவிட்டெரிய வைத்தது. "எந்தளவுக்கு நீ அவனை காதலித்தாய் என்பதைச் சொல்." கண்ணீர் மல்க அவள் அடுத்து சொல்லப்போவதற்காகக் காத்திருந்தான்.

இபெக், மூச்சையிழுத்துக்கொண்டு தீர்மானமான குரலில், "மிக அதிகமாக," என்றாள்.

"எந்தளவுக்கு என்று கேட்கிறேன்." கா பொறுமையிழந்திருந்தான். இபெக் அலைபாய்வதை உணர்ந்தான். அவளுக்கு நேர்மையான பதிலைச் சொல்லவேண்டுமென்றுதான் விருப்பம், ஆனால் அவன் வேதனையைப் பகிர்ந்துகொண்டு அவனைச் சற்று தணிவிக்கவும் முயன்றுகொண்டிருந்தாள். காவை காயப்படுத்தி தண்டிக்க வேண்டுமென்று அவளின் ஒரு பகுதி விரும்பியபோதே, அவன் வேதனைப்படுவதை பார்க்கவும் வருத்தமாக இருந்தது.

இறுதியில், அவனிடமிருந்து பார்வையை விலக்கிக்கொண்டு, "வேறு எவரையும் அதற்குமுன் நேசித்ததைவிடவும் அவரை அதிகமாக நேசித்தேன்," என்றாள்.

"அதற்குக் காரணம், உனக்கு முக்தாரைத் தவிர வேறு யாரோடும் பரிச்சயமில்லை என்பதாக இருக்கலாம்."

அவன் வாயிலிருந்து வந்துவிட்ட இந்த வார்த்தைகளுக்காக வருந்தினான். இபெக் இதைவிட குரூரமாக எதையாவது சொல்வாளோ என்று எதிர்பார்த்தான்.

"உண்மைதான்," என்றாள். "பெரும்பாலான துருக்கியப் பெண்களைப் போலவே எனக்கும் ஆண்களோடு பரிச்சயம் கொள்வதற்கு வாய்ப்பே கிடைக்கவில்லை. ஆனால் நீங்கள் ஐரோப்பாவில் நிறைய பெண்களை சந்தித்திருப்பீர்கள். அவர்களில் யாரைப்பற்றியும் நான் உங்களிடம் கேட்கப்போவதில்லை. அவர்கள் பழைய காதலை புதிய காதலைக் கொண்டு எப்படி துடைத்தழிப்பது என்பதை உங்களுக்குக் கற்றுக் கொடுத்திருப்பார்கள் என்பது எனக்குத் தெரியும்."

"நான் ஒரு துருக்கியன்," என்றான் கா.

"பெரும்பாலான நேரங்களில் 'நான் ஒரு துருக்கியன்' என்று சொல்லிக்கொள்வது துன்மார்க்கத்தை கைக்கொள்ள ஒரு சமாதானம் அல்லது சாக்குபோக்காகவே இருக்கிறது."

"அதனால்தான் ஃபிராங்க்ஃபர்ட்டுக்குத் திரும்பிச் செல்கிறேன்," என்றான் கா, சொல்வதில் கவனமின்றி.

"நானும் உங்களுடன் வருகிறேன், நாம் மகிழ்ச்சியாக அங்கே வாழப்போகிறோம்."

"நீ ஃபிராங்ஃபர்ட்டுக்கு வருவது, அங்கு வந்தால் நீலத்தின் நினைவுகளை மறந்துவிட முடியும் என்ற நம்பிக்கையில்."

"நாமிருவரும் ஃபிராங்ஃபர்ட்டுக்குச் சென்றுவிட்டால், கொஞ்ச காலம் கழித்து உங்களை முழுதாக காதலிக்கத் தொடங்கிவிடுவேன். நான் உங்களைப்போல அல்ல: இரண்டே நாட்களில் ஒருவரிடம் காதலில் விழுவது என்னால் முடியாது. எனக்கு கொஞ்ச நாட்கள் ஆகும். நீங்கள் பொறுமையாக இருந்தால், சராசரி துருக்கியப் பொறாமையில் என் இதயத்தை உடைக்காமல் இருந்தால், உங்களை ஆழமாகக் காதலிப்பேன்."

"அப்படியானால் இப்போது என்னை நீ காதலிக்கவில்லை, இப்போதும் நீ நீலத்தை காதலித்துக்கொண்டுதான் இருக்கிறாய். அப்படி அவனிடம் என்ன விசேஷமாக இருக்கிறது?"

"இதை நீங்கள் கேட்டது பற்றி சந்தோஷம். இதற்கான பதிலைச் சொன்னால் நீங்கள் எப்படி எடுத்துக்கொள்வீர்களோ என்று கவலையாக இருக்கிறது."

அவன் பேச்சில் அவனுக்கே நம்பிக்கையில்லாமல், “பயப்படாதே,” என்றான். “உன்னை இதயப்பூர்வமாக நேசிக்கிறேன்.”

“முதலில் ஒன்றை சொல்லிக்கொள்கிறேன்: நான் ஒரு மனிதனோடு சேர்ந்து வாழ்வதாக இருந்தால், அவன் நான் சொல்ல வருவதை பொறுமையாக கேட்பவனாக இருக்க வேண்டும். அவன் என்னை உண்மையாகவே நேசிக்கிறான் என்பதை நான் உணர வேண்டும்.” இபெக் ஒரு கணம் நிறுத்தினாள். காவிடமிருந்து பார்வையை விலக்கிக் கொண்டு பனிபடர்ந்த தெருவை வெறித்தாள். “நீலம் மிகவும் பரிவானவர், நல்ல சிந்தனாவாதி, தாராள மனம் கொண்டவர்.” அவள் குரலில் காதல் கனிந்திருந்தது. “யார் கஷ்டப்பட்டாலும் அவருக்குப் பிடிக்காது. ஒருமுறை, இரண்டு நாய்க்குட்டிகளின் தாய் இறந்துபோனபோது அவர் ராத்திரி முழுக்க அழுதுகொண்டிருந்தார். நம்புங்கள், அவரைப் போல இன்னொருவரை பார்க்க முடியாது.”

கா நம்பிக்கையிழந்து, “அவன் ஒரு கொலைகாரன். உண்டா, இல்லையா?” என்று கேட்டான்.

“அவரைப்பற்றி நான் தெரிந்துவைத்திருப்பதில் பத்தில் ஒரு பங்கு அவரை தெரிந்தவர்கூட இந்தக் குற்றச்சாட்டு எவ்வளவு அபத்த மானது என்பார். அவரால் யாரையும் கொல்லமுடியாது. அவர் ஒரு குழந்தை. ஒரு குழந்தையைப் போலவே விளையாடுவார், பகற் கனவுகளில் ஆழ்ந்துபோவார், மற்றவர்களைப்போல நடித்துக் காட்டுவார். *ஷெஹ்நாமியி*லிருந்தும் *மெஸ்நேவியி*லிருந்தும் கதைகள் சொல்வார். அவர் அணிந்திருக்கும் முகமூடிக்குப் பின்னால், மிகவும் சுவாரஸ்யமான மனிதர். மிகவும் மனவுறுதி கொண்ட, தெளிவான, மிகவும் பலம் வாய்ந்த மனிதர். ஆனாலும் வேடிக்கையாக, விளையாட்டாக பழகுவார் ... ஓ, என்னை மன்னியுங்கள், அன்பே, தயவுசெய்து அழாதீர்கள். நிறைய அழுதுவிட்டீர்கள்.”

கா அழுவதை கொஞ்சநேரத்திற்கு நிறுத்தினான். அந்த இடை வெளியில் இபெக்கிடம் அவர்கள் ஒன்றாகச் சேர்ந்து ஃபிராங் ஃபேர்ட்டுக்குச் செல்வதற்கு சாத்தியம் இல்லையென்று தோன்றுவதாகச் சொன்னான்.

அமானுஷ்யமானதொரு நிசப்தம் கவிந்தது. கொஞ்சநேரம் கழிந்தபின் காவின் கேவல்கள் அந்த மௌனத்தில் குறியிட்டன. படுக்கையில் சாய்ந்து சன்னலிலிருந்து திரும்பி குழந்தையைப்போல சுருண்டு உடம்பை சுருக்கிக்கொண்டு படுத்துக்கொண்டான். சிறிது நேரம் கழித்து இபெக்கும் பக்கத்தில் படுத்துக்கொண்டாள். பின்பக்கத் திலிருந்து கட்டிக்கொண்டாள்.

‘என்னைத் தனியாக இருக்கவிடு,’ என்று சொல்ல வேண்டும் போலிருந்தாலும், அதற்கு பதிலாக, “இன்னும் இறுக்கமாக கட்டிக் கொள்,” என்று கிசுகிசுத்தான்.

அவன் கண்ணீரால் தலையணை தொப்பலாக நனைந்து, அதில் கன்னம் பதிந்திருப்பது சுகமாக இருந்தது. இபெக் அவனை கைகளால்

பிணைத்திருப்பது சுகமாக இருந்தது. அவன் அப்படியே தூங்கிப் போனான். இபெக்கும்.

அவர்கள் விழித்தபோது மணி ஏழாகியிருந்தது. அந்தக் கணத்தில் இருவருக்கும் மகிழ்ச்சி என்பது எட்டிவிடும் தூரத்தில் இருப்பதைப் போலத் தோன்றியது. ஆனால் இருவருக்கும் ஒருவர் பார்வையை மற்றவர் சந்திக்க முடியாதபடிக்கு ஒரு சங்கடம் இடையில் இருக்க, கிளம்பிச் செல்ல காரணத்தைத் தேடிக்கொண்டிருந்தனர்.

கா ஏதோ பேச வாயெடுத்தபோது இபெக் குறுக்கிட்டு, "எல்லாவற்றையும் மறந்துவிடுங்கள், அன்பே. மறந்நுவிடுங்கள்," என்றாள்.

கொஞ்சநேரத்திற்கு அவள் என்ன சொல்ல வருகிறாள் என்று புரியவில்லை: எல்லா நம்பிக்கைகளும் குலைந்துவிட்டன என்கிறாளா, அல்லது கடந்த காலத்தை இருவருமே பின்னுக்குத்தள்ளி மறந்துவிட முடியும் என்கிறாளா?

இபெக் கிளம்புகிறாள் என்று நினைத்தான். ஃபிராங்ஃபர்ட்டுக்கு அவன் மட்டும் தனியாகச் செல்வானென்றால், அவனது தினசரி உப்புச்சப்பற்ற நடைமுறைகளில்கூட அவனுக்கு நிம்மதியோ ஆறுதலோ இருக்கப்போவதில்லை என்பது அவனுக்கு நன்றாகத் தெரிந்தது.

"அதற்குள் போய்விடாதே. இங்கேயே சற்றுநேரம் அமர்ந்திருக்கலாம்."

தோல்விகரமானதொரு மௌனத்திற்குப் பிறகு இருவரும் கிளர்ச்சியின்றி தழுவிக்கொண்டனர்.

கா திடுக்கிட்டு, "ஓ, கடவுளே," என்று கூவினான். "கடவுளே, நமக்கு என்ன ஆகிக்கொண்டிருக்கிறது?"

"எல்லாம் நல்லபடியாக முடியும்," என்றாள் இபெக். "தயவுசெய்து நம்புங்கள். நான் சொல்வதைக் கேளுங்கள். வாருங்கள், நாம் ஃபிராங்ஃபர்ட் செல்வதற்கு என்னென்னவெல்லாம் எடுத்துவைத்திருக்கிறேன் என்பதைக் காட்டுகிறேன்."

அந்த அறையைவிட்டு வெளியே போனால் போதுமென்றிருந்தது. அவள் அறைக்குச் சென்றதும், இபெக் இழுப்பறையைத் திறந்து, அவளால் கார்ஸ்ஸில் ஒருபோதும் அணியமுடிந்திராத பனி நீல ஸ்வெட்டரை எடுத்தாள். பாச்சை உருண்டைகளை உதறிவிட்டு, அவள் மார்மீது இரண்டு கைகளாலும் ஸ்வெட்டரை விரித்துப்பிடித்து கண்ணாடிமுன் நின்றாள்.

"அணிந்துகொள்," என்றான்.

அவள் அணிந்திருந்த கனமான கம்பளி மேற்சட்டையை கழுத்து வழியாகக் கழற்றி, பனி நீல ஸ்வெட்டரை போட்டுக்கொண்டாள். அது மிகவும் இறுக்கமாக இருந்தது. சட்டைக்கு மேல் இழுத்து விட்டுக் கொண்டபோது, அவள் கட்டழகைக் கண்டு காவுக்கு மீண்டும் ஒரு முறை விக்கித்துப்போனது.

“உன் வாழ்நாள் முழுக்க என்னை நேசித்துக்கொண்டிருப்பாயா?” என்று கேட்டான்.

“நிச்சயமாக.”

“முக்தார் உன்னை வீட்டில் மட்டும் அணிந்துகொள்ள அனுமதித்ததாகச் சொன்னாயே, அந்த உடையை அணிந்து காட்டு.”

இபெக் அலமாரியைத் திறந்து, ஹேங்கரில் மாட்டியிருந்த கருப்பு வெல்வெட் உடையை எடுத்து, கவனமாக நீவிவிட்டுக்கொண்டு திறந்து அணியத் தலைப்பட்டாள்.

கண்ணாடியில் அவர்கள் பார்வை கலந்தபோது, “நீங்கள் இப்படி என்னை வைத்த கண் வாங்காமல் பார்ப்பது பிடித்திருக்கிறது,” என்றாள்.

அந்தப் பெண்ணின் அழகான, நீண்ட முதுகை, தலைமுடி வரிசைக்கு சற்றுக் கீழே இருக்கும் மென்மையான திரட்சியை, அவள் முதுகெலும்பின் நிழலை, கேசத்தை சேகரித்து முடியும்போது தோள்களில் உண்டான குழிகளை பிரமிப்புடன் பார்த்துக்கொண்டிருந்தான். பரவசவுணர்வு மேலிட்டாலும் பொறாமை வயிற்றுக்குள் கனத்தது. மகிழ்ச்சியோடிருக்கும் அதே நேரத்தில் பொல்லாங்கும் நிரம்பியிருந்தது.

துர்குத் பே அப்போது எதிர்பாராமல் பிரவேசித்தார். “ஓ, இது என்ன உடை?” என்றார். “என்ன விசேஷம்?” அவர் முகம் கடுப்பில் இருந்தது. தந்தைக்குரிய பொறாமை என்று கா எடுத்துக்கொண்டான். இது அவன் மகிழ்ச்சியை அதிகரித்தது.

“கடிஃபே அரங்கத்திற்கு கிளம்பிவிட்டதும் தொலைக்காட்சி அறிவுப்புகள் மிகவும் உக்கிரமாகிவிட்டன,” என்றார் துர்குத் பே. “அவள் இந்த நாடகத்தில் பங்கெடுக்கிறாளென்றால் அது பெரும் தவறாக இருக்கப்போகிறது.”

“என்னருமை அப்பா, கடிஃபே அவள் முக்காடை அகற்றுவதற்கு நாம் எதற்காக எதிர்க்கவேண்டுமென்று சொல்லுங்களேன்?”

அமர்வு அறைக்கு அவர்கள் நகர்ந்து தொலைக்காட்சியின் முன் நின்றனர். அறிவிப்பாளன் தோன்றி, இன்றிரவு நேரடியாக ஒளிபரப்பாகும் இந்நாடகம், இத்தேசத்தைப் பீடித்திருக்கும் சமுதாய, ஆன்மீக முடக்குவாதத்தின் சோகத்திற்கு ஒரு முடிவுகட்டப்போகிறது என்று அறிவித்தான். நீண்ட நெடுங்காலமாக கார்ஸ் நகர மக்களை நவீன வாழ்வை துய்க்கவிடாமல் விலக்கிவைத்து, ஆண்களுக்கிணையான சரிநிகர் உரிமை பெண்களுக்குக் கிடைக்காமல் தடுத்துவந்த மதச்சார்பான முற்சாய்வுகளிலிருந்து இந்நாடகம் விடுக்கப்போகிறது. ஈடிணையற்ற அழகோடு மனதை மயக்கும் ஒரு சரித்திர கதையாடலின் மூலம் மீண்டும் ஒருமுறை கலையும் வாழ்வும் ஒன்றுகலக்கப் போகின்றன, என்று அறிவிப்பாளன் உறுதியளித்தான். ஆனால் இம்முறை கார்ஸ் நகர மக்கள் எதற்காகவும் அச்சப்படத் தேவையில்லை, மத்திய காவல் நிலையமும் ராணுவக் கடடுப்பாட்டறையும் அனைத்துவித

முன்னெச்சரிக்கைகளையும் எடுத்துள்ளன. அதுமட்டுமன்றி அனுமதியும் இலவசம்.

காவல்துறை உதவித் தலைவர் காஸிம் பே திரையில் தோன்றினார். இது ஏற்கனவே பதிவுசெய்யப்பட்ட காட்சி என்று உடனே புலப்பட்டது. புரட்சி இரவின்போது தாறுமாறாகக் கலைந்திருந்த அவரது கேசம் இப்போது மழுங்க வாரப்பட்டு, சட்டை கூராக இஸ்திரியிடப்பட்டு, கழுத்தில் டை ஒழுங்காக முடிச்சிடப்பட்டிருந்தது. அன்றைய இரவின் மகத்தான கலைநிகழ்வில் கலந்துகொள்வதற்கு கார்ஸ் மக்களுக்கு எவ்வித ஊசலாட்டமும் வேண்டாம் என்று உறுதியளித்துவிட்டு, ஏராளமான சமயக்கல்விக்கூட மாணவர்கள் மத்திய காவல் நிலையத் திற்கு வந்து இந்நிகழ்ச்சியில் கட்டுக்கோப்பாக கலந்துகொள்வதாகவும், ஐரோப்பாவிலும், இதர நாகரிக உலக நாடுகளிலும் செய்வதைப்போல பொருத்தமான இடங்களில் கரவொலி எழுப்பி கலைஞர்களை உற்சாகப்படுத்துவதாகவும் வாக்களித்திருக்கின்றனர் என்றார். மேலும், 'இம்முறை' ரவுடியிஸம், வெறிக்கூச்சலிடுவதோ, சீழ்க்கையடிப்பதோ, ஆபாசமாகக் கத்துவதோ செய்துவிட்டு யாரும் தப்பிக்க முடியாது என்று எச்சரிக்கையும் விடுத்தார். ஆனால் இவையெல்லாம் கார்ஸ் மக்களுக்கு எவ்வித பிரச்சனையையும் ஏற்படுத்தாது என்று உறுதி யளித்துவிட்டு, அவர்கள் ஓராயிரமாண்டுகளாக தழைத்துவரும் ஒரு நாகரிகத்தின் பகுதி அல்லவா, உங்களுக்கு அரங்கத்தில் எவ்விதம் நடந்துகொள்ள வேண்டுமென்று தெரியும்தானே என்று புகழ்ந்துவிட்டு திரையிலிருந்து கரைந்தார்.

அறிவிப்பாளன் மீண்டும் திரையில் தோன்றி அன்றிரவு நிகழ்ச்சி யைப் பற்றியும், பிரதான நடிகரான சுனய் ஸயிம் இந்த நாடகத்தில் நடிப்பதற்காக பல வருடங்களாக காத்திருப்பதைப் பற்றியும் விளக்கினான். அதன் பிறகு சுனய் பற்றிய காட்சித்தொகுப்பு வந்தது. பல வருடங்களுக்கு முன் நடைபெற்ற புரட்சி நாடகங்களில் நெப்போலியனாகவும், ரோபஸ்பியராகவும், லெனினாகவும் சுனய் நடித்த நாடகங்களின் கசங்கிய போஸ்டர்கள்; நடிக நடிகையரின் கருப்பு – வெள்ளை புகைப் படங்கள் (அந்த நாட்களில் ஃபுன்டா ஈஸர் எவ்வளவு ஒல்லியாக இருந்திருக்கிறாள்!); ஊர் ஊராகச் செல்லும் நாடகக் குழுவினர் சூட்கேஸ்களில் அடுக்கிவைத்திருக்கும் ஞாபகச் சின்னங்கள் (பழைய டிக்கெட்டுகள், நிகழ்ச்சி நிரல் நோட்டீஸ்கள், அடாதுர்க்காக வேடம் அணியும் கனவில் சுனய் இருந்தபோது செய்தித்தாட்களில் வந்த குறிப்புகளின் நறுக்குகள், அனடோலியாவின் தேநீர் விடுதிகளில் அரங்கேறிய சோக நாடகக் காட்சிகள்). இந்த சுனய் பிரச்சாரம் எரிச்சலூட்டுவதாக இருந்தாலும், அவனை திரையில் பார்ப்பது நம்பிக்கையளிப்பதாக இருந்தது. சமீபத்தில் எடுக்கப்பட்டது போலத் தெரிந்த படத்தில் அவன் ஆப்பிரிக்காவையோ, மத்திய கிழக்கு நாடுகளையோ, சோவியத் நாடுகளையோ சேர்ந்த ஒரு கொடுங் கோலனைப்போல தத்ரூபமாக அரிதாரம் பூசியிருந்தான்.

நாள்பூராவும் இந்தக் காட்சித் தொகுப்பைப் பார்த்துக் கொண்டிருந்த கார்ஸ் மக்களுக்கு அவர்களின் நகரத்திற்கு சுனய் அமைதியைக்

கொண்டு வந்திருப்பதாகவே நம்பிக்கை ஏற்படத் தொடங்கியிருந்தது. அவன் இப்போது அவர்களில் ஒருவன். உண்மையான குடிமகன். அவர்கள் எதிர்காலம் குறித்து ரகசியமாக நம்பிக்கைகளை வளர்த்துக் கொள்ளத் தொடங்கினர். எண்பது வருடங்களுக்கு முன் ஆட்டமன் ராணுவமும் ரஷ்ய ராணுவமும் இந்த நகரத்தை கைவிடுத்து துருக்கியர் களும் ஆர்மீனியர்களும் ஒருவரையொருவர் படுகொலை செய்து அழித்துக்கொள்ள விட்டுவிட்டு ஓடியபோது, துருக்கியர்கள் புத்தம் புதிதாக கொடி ஒன்றை உருவாக்கி, புதிய தேசம் ஒன்று பிறந்திருப்பதாக அறிவித்தனர். அந்தக் கொடி இப்போது தொலைக்காட்சித் திரையில் சாயமிழந்து, பூச்சிக்கடியில் ஓரம்கிழிந்து காட்டப்பட்டபோது பயங்கர மாக ஏதோ நடக்கப்போகிறதென்று துர்குத் பேவுக்கு தோன்றியது.

"இந்த ஆள் ஒரு பைத்தியக்காரன். அழிவை நோக்கி போய்க் கொண்டிருக்கிறான். இதில் நம்மையும் இழுத்துக்கொண்டு போகிறான். என்ன ஆனாலும் சரி, கடிஃபே நிச்சயமாக மேடையேறக் கூடாது."

"நீங்கள் சொல்வது சரி, அவள் மேடையேறக்கூடாதுதான்," என்றாள் இபெக். "ஆனால் நீங்கள்தான் அவளை மேடையேறக் கூடாது என்று வற்புறுத்துவதாக அவளிடம் சொன்னால், அவள் என்ன செய்வாள் என்று உங்களுக்குத் தெரியும்தானே. பிடிவாதத்திற் காகவே நேராக மேடைக்குச் சென்று முக்காடை கழற்றிப்போடுவாள்."

"அப்படியென்றால் நாமென்ன செய்வது?"

"கா அவளை நேரில் பார்த்து மனதை மாற்றினால் என்ன?"

இபெக் திரும்பி அவனைப் பார்த்து நம்பிக்கையோடு புருவங்களை உயர்த்தினாள்.

இவ்வளவு நேரமாக தொலைக்காட்சியைப் பார்க்காமல் அவளையே பார்த்துக்கொண்டிருந்தவனுக்கு இந்தத் திடீர் மாற்றத்தை ஜீரணிக்க முடியவில்லை. அவனுக்கேற்பட்ட திகைப்பு அவனை மிகவும் நடுங்கச் செய்தது.

"அவளுக்கு உண்மையிலேயே முக்காடை கழற்றிப்போட விருப்ப மென்றால், அதை வீட்டுக்குள் செய்துகொள்ளட்டும், இவையெல்லாம் முடிந்ததற்குப் பிறகு," என்றார் துர்குத் பே. "சுனய் இன்னுமொரு வெறியாட்டத்தை இன்றிரவு நடத்தத் திட்டமிட்டிருக்கிறான் என்று தெளிவாகத் தெரிகிறது. நான் ஒரு முட்டாள். ஃபுன்டாவின் பேச்சைக் கேட்டு என் மகளை இந்தக் கிறுக்கர்களோடு போக அனுமதித்து விட்டேன்."

"கா அவளிடம் சென்று மனதை மாற்றிவிடுவார், அப்பா."

துர்குத் பே காவிடம், "தற்போதைக்கு அவள் செவிமடுத்து கேட்கக் கூடிய ஒரே ஆள் நீங்கள்தான் – உங்களை சுனய்யும் நம்புகிறான். உங்கள் மூக்கில் என்ன காயம்?"

கா குற்றவுணர்வோடு, "பனியில் சறுக்கி விழுந்துவிட்டேன்," என்றான்.

"நெற்றியில்கூட அடிபட்டிருக்கிறது போலிருக்கிறதே?"

"கா இன்று நாள் முழுக்க அங்குமிங்கும் அலைந்திருக்கிறார்," என்றாள் இபெக்.

"சுனய்யின் கண்ணில் படாமல் கடிஃபேவைத் தனியாகக் கூப்பிட்டு பேசுங்கள்," என்றார் துர்குத் பே. "இது எங்கள் யோசனை என்று அவளிடம் சொல்லிவிடாதீர்கள். அவள் சுனய்யிடம் பேசும்போது நீங்கள் சொல்லித்தான் அந்த முடிவை எடுத்ததாக சொல்லக்கூடாது என்பதை அவளிடம் அழுத்திச் சொல்லுங்கள். இதைப்பற்றி அவனுடன் அவள் விவாதிக்கக்கூட வேண்டாம். நம்புகிறார்போல ஏதாவது சாக்குப்போக்கு, 'எனக்கு திடீரென்று உடம்பு சரியில்லை' என்பது போலவோ, அல்லது, 'நாளை என் வீட்டிலேயே கழற்றிக்கொள்கிறேன்,' என்பது போலவோ சொல்லிக்கொள்ளட்டும். சத்தியம்கூட செய்து கொள்ளட்டும். தயவுசெய்து கடிஃபேவிடம் நாங்கள் எல்லோரும் அவளை எந்தளவுக்கு நேசிக்கிறோம் என்பதைச் சொல்லுங்கள். என் மகளே!" துர்குத் பேவின் கண்களில் நீர் நிரம்பியது.

"அப்பா, காவுடன் ஒரு நிமிடம் நான் தனியாகப் பேசலமா?" இபெக் கேட்டாள். காலை உணவு மேஜைக்கு அழைத்துச்சென்று உட்கார வைத்தாள். ஸாஹிதே மேஜையில் தட்டுக்களையும் பாத்திரங் களையும் அடுக்கியிருந்தாள். இன்னும் உணவு பரிமாறியிருக்கவில்லை.

"நீலம் குழப்பத்தில் இருப்பதாக கடிஃபேவிடம் சொல்லுங்கள். அவர் சிக்கலில் இருப்பதாகவும், இல்லாவிட்டால் அவளை இதைப் போல செய்யச்சொல்லியிருக்க மாட்டாரென்றும் சொல்லுங்கள்."

"நீ ஏன் மனதை மாற்றிக்கொண்டாய் என்பதை முதலில் சொல்," என்றான் கா.

"ஓ, என் அன்பே, இதில் பொறாமைப்படுவதற்கு எதுவுமில்லை. தயவுசெய்து என்னை நம்புங்கள். அப்பா சொல்வது சரியென்று இப்போதுதான் எனக்குப் புரிகிறது, அவ்வளவுதான். இப்போது முக்கிய மான விஷயம் கடிஃபேவை இந்தப் பேராபத்திலிருந்து காப்பாற்றுவது மட்டும்தான்."

"இல்லை," என்றான் கா. கவனமாக வார்த்தைகளைத் தேர்ந்தெடுத்த படி, "உன் மனதை மாற்றிக்கொள்ளும்படி ஏதோ நடந்திருக்கிறது," என்றான்.

"நிச்சயமாக இல்லை. கடிஃபே அவள் முக்காடை பின்னர் அகற்றுவதாக இருந்தால், அதை வீட்டிலேயே செய்துகொள்வாள்."

கா எச்சரிக்கையாகப் பேசினான்: "இன்றிரவு கடிஃபே முக்காடை அகற்றாவிட்டால், அவள் ஒருபோதும் அவள் அப்பாவுக்கு முன்னால்

செய்யமாட்டாள். இது உனக்கும் தெரியும், எனக்கும் தெரியும். நீ என்னிடமிருந்து எதை மறைக்கிறாய்?"

"அன்பே, எதுவும் இல்லை. உங்களை மிகவும் நான் காதலிக்கிறேன். நான் உங்களுக்குத் தேவையென்றால் உங்களோடு ஃபிராங்ஃபர்ட்டுக்கு வரத் தயாராக உள்ளேன்."

"நான் உன்னை நம்பவில்லை," என்றான் பரிதாபமாக.

அவன் சந்தேகங்களைப் பொருட்படுத்தாமல் அவள் தொடர்ந்தாள்: "நாம் அங்கு போய்விட்டால், சில நாட்களிலேயே நான் உங்களோடு எந்தளவுக்கு பிணைந்திருக்கிறேன் எந்தளவுக்குக் காதலிக்கிறேன் என்பது உங்களுக்குத் தெரியும். கடந்த சில நாட்களை முற்றிலுமாக மறந்து விடுவீர்கள். நீங்களும் என்னை நம்புவீர்கள், காதலிப்பீர்கள்."

அவள் அவன் கை மீது கை வைத்தாள். அவன் கை வெதுவெதுப்பாக, ஈரமாக இருந்தது. பக்கவாட்டு கண்ணாடியில் இபெக்கின் அழகிய பிம்பம் பிரதிபலித்தது. கருப்பு வெல்வெட் உடையின் இறுகக்கட்டிய நாடாக்களுக்கடியில் அவள் பின்புற அழகில் பேச்சிழந்திருந்தான். அந்த மாபெரும் விழிகளுக்கு எவ்வளவு அருகில் இருக்கிறோம் என்பதை அவனால் நம்ப முடியாதிருந்தது.

"கெடுதலாக ஏதோ நடக்கப்போகிறது என்று கிட்டத்தட்ட நிச்சயமாக எனக்குத் தெரிகிறது,"

"ஏன்?"

"ஏனென்றால் நான் மிகவும் மகிழ்ச்சியோடு இருந்திருக்கிறேன். என்னால் அவை எப்படி, எங்கிருந்து எனக்கு வருகின்றன என்று சொல்ல முடியாது, ஆனால் கார்ஸ் வந்தபிறகு பதினெட்டு கவிதைகள் எழுதியிருக்கிறேன். இன்னும் ஒன்று எழுதிவிட்டால் ஒரு முழு தொகுப்புக்கு சரியாகிவிடும். அந்தக் கவிதைகள் தம்மைத்தாமே எழுதிக்கொண்டிருக்கின்றன என்றுதான் சொல்ல வேண்டும். நீ என்னோடு ஃபிராங்ஃபர்ட்டுக்கு வர விரும்புகிறாய் என்பதை நம்புகிறேன். ஒரு மகத்தான நல்வாழ்வு எதிரே விரிந்திருப்பதை பார்க்க முடிகிறது எனக்கு. இந்தளவுக்கு மகிழ்ச்சியோடிருப்பது அபாயகரமானதாகத் தோன்றுகிறது. அதனால்தான் ஏதோ கெடுதலாக நடக்கப்போகிறது என்று எனக்குப் படுகிறது."

"கெடுதலாக என்றால்?"

"நான் கடிஃபேவைப் பார்க்கச் செல்லும்போது, நீ நீலத்தைப் பார்க்கப் போய்விடுவாய் என்பதைப்போல."

"அபத்தம். அவர் எங்கே இருக்கிறார் என்றுகூட எனக்குத் தெரியாது."

"அதற்குக் காரணம், அவர்கள் என்னை அடித்தாலும் அவன் எங்கே இருக்கிறான் என்பதைச் சொல்லாதது."

"யாரிடமும் சொல்லாதிருப்பதே நல்லது, ஸீரியஸாகவே சொல் கிறேன்!" புருவங்களை முடிச்சிட்டுக்கொண்டு இபெக் அழுதாள். "விரைவிலேயே நீங்கள் எதைப்பற்றியும் பயப்படத் தேவையில்லை என்று உங்களுக்குத் தெரிந்துவிடும்."

துர்குத் பே வந்து, "என்ன பேசிக்கொண்டிருக்கிறீர்கள்? கடிஃபே விடம் பேச நீங்கள் கிளம்பிவிட்டிருப்பீர்கள் என்றல்லவா நினைத்தேன்," என்றார். "இன்னும் ஒன்றேகால் மணி நேரத்தில் நாடகம் ஆரம்பிக்கிறது. சாலைகளை திறந்துவிட ஆயத்தமாக இருப்பதாக தொலைக்காட்சியில் இப்போதுதான் அறிவித்தார்கள்."

கா சங்கடத்தோடு, "எனக்குப் போக விருப்பமில்லை. ஓட்டலை விட்டு வெளியே செல்ல விருப்பமில்லை," என்று கிசுகிசுத்தான்.

"கடிஃபே சிக்கலில் மாட்டிக்கொண்டிருக்கும்போது நாம் இந்த ஊரைவிட்டுப் போக முடியாது," என்றாள் இபெக். "அப்படிப் போவோமென்றால் நம்மால் சந்தோஷமாக வாழ முடியாது. நீங்கள் அவளைப் பார்த்துவிட்டு வருவதுதான் எல்லோருக்கும் நல்லது."

"ஒன்றரை மணி நேரத்திற்கு முன்னால் ஃபாசில் நீலத்திடமிருந்து செய்தி கொண்டுவந்தபோது நீயேதான் என்னை ஓட்டலைவிட்டு வெளியே போகவேண்டாமென்று அழுதாய்."

"சரி, நீங்கள் ஓட்டலைவிட்டுச் சென்றதும் நானும் கிளம்பிச் செல்லமாட்டேன் என்பதற்கு என்ன உத்திரவாதம் உங்களுக்குத் தேவை? சீக்கிரம் சொல்லுங்கள், நமக்கு நேரம் அதிகமில்லை," என்றாள் இபெக்.

கா புன்னகைத்தான். "மாடியில் என் அறைக்கு வா. நான் கதவை பூட்டிவிடுகிறேன். அரை மணி நேரத்திற்கு சாவியை நானே வைத்திருக்கிறேன்."

"நல்லது," என்றாள் சந்தோஷமாக. எழுந்து நின்றாள். "அப்பா, நான் அறைக்குச் செல்கிறேன். அரை மணி நேரத்திற்கு வேறு வேலை இருக்கிறது. நீங்கள் கவலைப்படாதீர்கள். கா இப்போது கடிஃபேவைப் பார்க்க நேராக அரங்கத்திற்குச் செல்கிறார். எழுந்திருக்க வேண்டாம். மாடியில் எங்களுக்கு அவசரமாக ஒரு வேலை இருக்கிறது, சீக்கிரம் வந்துவிடுவோம்."

துர்குத் பே காவிடம், "உங்களுக்கு மிகவும் கடமைப்பட்டிருக்கிறேன்," என்றார். ஆனாலும் அவர் மிகவும் பதற்றத்துடன்தான் தெரிந்தார்.

இபெக் காவின் கையைப் பிடித்து இழுத்துக்கொண்டு தாழ்வாரத்தில் ஓடி மாடிப்படிகளில் அவனை செலுத்தினாள்.

"கேவிட் நம்மைப் பார்த்துவிட்டான். அவன் என்ன நினைத்துக் கொள்கிறானோ?" என்றான் கா.

“என்ன வேண்டுமானாலும் நினைத்துக் கொள்ளட்டும்,” என்றாள் ஒயிலாக.

அவன் அறையில் முன்தினம் அவர்கள் காதல்புரிந்ததின் சுகந்தம் பரவியிருந்தது.

“உங்களுக்காக இங்கேயே காத்திருப்பேன்,” என்றாள் இபெக். “எச்சரிக்கையோடு இருங்கள். சுனய்யோடு எந்த விவாதத்திலும் இறங்க வேண்டாம்.”

“கடிஃபேவை மேடையேற வேண்டாமென்று சொல்லும்போது, உனக்கும் உன் அப்பாவுக்கும் அதில் விருப்பமில்லை என்று சொல்லட்டுமா, அல்லது நீலம் அவளை மேடையேற வேண்டாம் என்று சொன்னதாகச் சொல்லட்டுமா?”

“நீலத்திற்கு விருப்பமில்லை என்பதையே சொல்லுங்கள்.”

“ஏன்?”

“ஏனென்றால் கடிஃபே அவரைக் காதலிக்கிறாள். நீங்கள் அங்கே செல்வது என் தங்கையை ஆபத்திலிருந்து காப்பாற்றுவதற்காக. நீலத்தின் மீது உங்களுக்கு இருக்கும் பொறாமையை மறந்துவிட்டுச் செல்ல வேண்டும்.”

“பார்க்கலாம்.”

காவின் கழுத்தைச் சுற்றி கைகளை மாலையாகப் போட்டுக் கொண்டு, “ஜெர்மனிக்குப் போனதும், மிகவும் சந்தோஷமாக வாழப் போகிறோம்,” என்றாள். “நீங்கள் என்னை முதலில் அழைத்துச் செல்லப்போகும் திரையரங்கைப் பற்றிச் சொல்லுங்கள்.”

“‘ஃபிலிம் மியூசியம்’ என்ற இடத்தில் உள்ள அரங்கில் சனிக்கிழமை இரவுகளில் டப்பிங் செய்யப்படாத அமெரிக்க கலைப்படங்களை காட்டுவார்கள், அங்கே செல்வோம். போகும் வழியில் ஸ்டேஷனைச் சுற்றியுள்ள உணவகங்கள் ஒன்றில் ‘டோனர்’, இனிப்பு பதார்த்தங்களை சாப்பிடுவோம். வீட்டுக்குத் திரும்பியதும் தொலைக்காட்சி பார்த்தபடி இளைப்பாறுவோம். பின் காதல்புரிவோம். எனக்குக் கிடைக்கும் அரசியல் அகதி உதவிப்பணத்தில் நம்மால் சமாளிக்க முடியும். கவிதை வாசிப்புகளில் எனக்குக் கொஞ்சம் பணம் வரும். வேறு எதுவும் நாம் செய்யவேண்டியிருக்காது – காதல்புரிவதைத் தவிர.”

அவனுடைய புத்தகத்திற்கு என்ன தலைப்பு என்று கேட்டாள். கா சொன்னான்.

“அழகாக இருக்கிறது,” என்றாள். “சரி அன்பே, நீங்கள் இப்போது கிளம்ப வேண்டும். நீங்கள் போகாவிட்டால் அப்பா கவலைப்பட்டு அவரே போய்விடுவார்.”

"எனக்கு ஒன்றும் பயமில்லை," என்றான் அவளிடம். அது ஒரு பொய். "ஆனால் என்ன நடந்தாலும், ஏதாவது குழப்பம் ஏற்பட்டாலும், இந்த ஊரைவிட்டுக் கிளம்பும் முதல் ரயிலில் உனக்காக காத்துக்கொண்டிருப்பேன்."

"நானும் வந்துவிடுவேன். அதாவது இந்த அறையைவிட்டு என்னால் வரமுடிந்தால்," என்று புன்னகைத்தாள்.

"நான் பார்வையிலிருந்து மறையும்வரை சன்னலிலிருந்து பார்த்துக் கொண்டிருப்பாயா ?"

"நிச்சயம்."

கா கதவை மூடும்போது, "எனக்கென்னவோ உன்னை மறுபடியும் பார்க்க முடியாதோ என்று பயமாக இருக்கிறது," என்றான்.

கதவை பூட்டிக்கொண்டு சாவியை கோட் பாக்கெட்டில் போட்டுக்கொண்டான்.

இபெக் சன்னலில் நிற்பதை கடைசியாக, நிதானமாகப் பார்க்க வேண்டும், திரும்பித் திரும்பி பார்த்துக்கொண்டே செல்ல வேண்டும் என்று நினைத்துக்கொண்டேவேகமாக நடந்து, அவனுடைய மெய்க் காப்பாளர்களைவிட பல தப்படிகள் முன்னே சென்றுவிட்டான். திரும்பிப் பார்த்தபோது, ஸ்னோ பேலஸ் ஓட்டலின் 203ஆம் அறை சன்னலில் அதோ அவள்! ஒரு சிலையைப்போல, அந்த கருப்பு வெல்வெட் மாலை நேர கவுனில், தேன் நிறத் தோள்கள் குளிரில் சிலிர்க்க நின்றுகொண்டிருந்தாள். படுக்கை விளக்கின் ஆரஞ்சு ஒளி அவள்மேல் படர்ந்திருக்க, அந்த பிம்பம்தான் காவினுடைய வாழ்க்கை யின் கடைசி நான்கு வருடங்கள் முழுக்கவும் அவன் மனதைவிட்டு நீங்காமல் பதிந்திருந்தது.

அவளை அதற்குப் பிறகு அவன் பார்க்கவேயில்லை.

40

‘டபுள் ஏஜென்ட்’டாக இருப்பது கடினம்தான் போல

அத்தியாயத்தின் முதல் பாதி

நேஷனல் தியேட்டருக்குப் போகும் வழியில் எல்லா தெருக்களிலும் அங்கொன்றும் இங்கொன்றுமாகவே தலைகள் தென்பட்டன. ஒரே ஒரு உணவகம் மட்டும் திறந்திருக்க, மற்ற கடைகள் எல்லாமே மூடப்பட்டிருந்தன. நாள்முழுக்க தேநீர் அருந்திக்கொண்டு புகைத்துக்கொண்டு இருந்ததில் மிச்சமிருந்த வர்களும் அயர்ச்சியடைந்து தேநீரகங்களிலிருந்து வெளியேறிக் கொண்டிருந்தனர். வெளியேறும்போதுகூட அவர்கள் கண்கள் தொலைக்காட்சித் திரையை விட்டு விலகவில்லை. நேஷனல் தியேட்டருக்கருகில் மூன்று ராணுவ வண்டிகள் தலைவிளக்கு களை அணைக்காமல் பிரகாசமாக நின்றுகொண்டிருப்பதை கவனித்தான். கொஞ்சம் தள்ளி ஓலியாண்டர் மரநிழலில் ஒரு பீரங்கியும் நிறுத்தப்பட்டிருந்தது. பனி உருகத் தொடங்கியிருந்தது. வீடுகளின் இறவாரங்களில் விழுதுகளாக உறைந்திருந்த பனிக் கம்பிகளிலிருந்து நீர் சொட்டிக்கொண்டிருந்தது. அடாதுர்க் அவென்யூவுக்கு குறுக்கே கட்டப்பட்டிருந்த நேரடி ஒளிபரப்பு கேபிளைத் தாண்டி அரங்கத்திற்குள் நுழைந்தான். பாக்கெட் டிலிருந்து அறைச்சாவியை எடுத்து உள்ளங்கையில் பதித்து இறுக்கிக்கொண்டான்.

நடிகர்களின் ஒத்திகைகள் எதிரொலிப்பதைக் கேட்டபடி இடைகழிகளில் நின்றிருந்த ராணுவ வீரர்களையும் காவலர்களை யும் தவிர அரங்கம் காலியாகவே இருந்தது. காலியாக இருந்த இருக்கையில் உட்கார்ந்து சுனய்யின் ஆழ்ந்த செறிவான உச்சரிப்பை யும், கடிஃபேவின் பலவீனமாக தடுமாறும் பதில்களையும், மேடையிலிருந்த அரங்க சாதனங்களை (ஒரு மரம், ஒப்பனை மேஜை) நகர்த்திக்கொண்டே ஃபுன்டா ஈஸர் அலட்டலாக இயக்கிக்கொண்டிருந்ததையும் (“உணர்ச்சியோடு பேசு, கடிஃபே கண்ணே!”) கவனிக்கத் தொடங்கினான்.

ஃபுன்டா ஈஸர் கடிஃபேவுடன் ஒரு காட்சியை ஒத்திகை பார்த்துக் கொண்டிருந்தபோது, காவின் சிகரெட் வெளிச்சத்தை சுனய் கவனித்து கீழே இறங்கிவந்து அவனுக்குப் பக்கத்தில் உட்கார்ந்தான். "என் வாழ்க்கையின் மிக மகிழ்ச்சியான தருணங்கள் இவைதான்," என்றான். அவனிடமிருந்து ராக்கி வாடை பலமாக வீசினாலும் அவனைப் பார்த்தால் குடித்தவன் போலத் தெரியவில்லை. "எவ்வளவுதான் ஒத்திகை பார்த்தாலும், மேடை மீது ஏறும்போது நாம் எப்படி உணர்கிறோமோ அதைப் பொறுத்தே எல்லா விஷயங்களும் அமைகின்றன. கடிஃபேவுக்கு தன்னிச்சையாகச் செயல்படும் திறமை இருக்கிறது."

"அவளுடைய அப்பாவிடமிருந்து அவளுக்கு ஒரு தகவல் கொண்டுவந்திருக்கிறேன். கண்திருஷ்டிக்காக தாயத்து ஒன்றும் கொடுத்து அனுப்பியிருக்கிறார். நான் அவளோடு தனியாகப் பேசமுடியுமா?"

"உங்களுக்கு அளித்த மெய்க்காப்பாளர்களை ஏமாற்றிவிட்டு தனியாக எங்கேயோ சுற்றிவிட்டு வந்திருக்கிறீர்கள் என்று தெரிந்தது. பனி உருகி ரயில் பாதைகள் திறக்கப்படுவதற்கு தயாராக இருப்பதாகக் கேள்விப்படுகிறேன். இவை நடந்தேறுவதற்கு முன் எங்கள் நாடகத்தை அரங்கேற்றிவிட வேண்டுமென்பதில் முனைப்பாக இருக்கிறோம்," என்றான். பின் புன்னகையோடு, "நீலம் பாதுகாப்பான இடத்தில் ஒளிந்துகொண்டுவிட்டானா?" என்றான்.

"எனக்குத் தெரியாது."

சுனய் எழுந்து ஒத்திகைக்குத் திரும்பினான். ஸ்பாட் லைட் போடப்பட்டது. மேடையிலிருந்த அம்மூவரையும் பார்க்கும்போது அவர்களுக்கு இடையே ஏற்பட்டிருந்த ஆழமான ஒத்துணர்வை அவனால் உணர்ந்துகொள்ள முடிந்தது. இன்னமும் தலையைச் சுற்றியிருந்த முக்காடு சகிதம் இந்த மேடை நாடக உலகோடு இத்தனை இயலமைதியோடு மனப்பூர்வமாக ஒன்றிணைந்து விட்டிருப்பதைப் பார்க்கையில் அவனுக்குத் திகிலாக இருந்தது. அவள் மட்டும் தனது முக்காடை கழற்றப்போவதாக இருந்தால், இந்த முக்காடுப் பெண்கள் எல்லோரும் ஒரே மாதிரியாக அணிந்திருக்கும் அசிங்கமான மழைக் கோட்டோடுதான் இவளும் சுற்றிவருவாளா என்று யோசித்தான். அவள் அக்காவைப்போலவே நீளமான கால்கள் தெரிவதுபோல உடையணிகிறவளாக இருந்தால் எந்தளவுக்கு கவர்ச்சிகரமாகத் தெரிவாள் என்று வியந்தான். அவள் மேடையைவிட்டு இறங்கிவந்து அவனுக்குப் பக்கத்தில் உட்கார்ந்தபோது ஒரு கணம், எதற்காக இபெக்கை துறந்து கடிஃபேவை நீலம் பிடித்துக்கொண்டான் என்று அவனுக்குப் புரிந்தது.

"கடிஃபே, நான் நீலத்தைப் பார்த்துவிட்டேன். அவனை விடுவித்துவிட்டார்கள். அவனும் பத்திரமான ஏதோ இடத்திற்கு தலைமறைவாகிவிட்டான். நீ மேடையேறி முக்காடை கழற்றிப் போடுவது அவனுக்குப் பிடிக்கவில்லை. அவன் உனக்கு ஒரு கடிதம்கூட கொடுத் தனுப்பியிருக்கிறான்."

சுனய் பார்த்துவிடக் கூடாதென்பதற்காக கடிதத்தை கைக்குள் மறைத்து, தேர்வுக்கூடத்தில் விடைகளை நண்பனுக்கு கடத்துவதைப் போல கடிஃபேவிடம் கொடுத்தான். ஆனால் அவள் அதை மறைவாகப் படிக்க முயலாமல் வெளிப்படையாக வைத்துக்கொண்டு படித்தாள். படிக்கும்போது புன்னகைத்தாள்.

சிறிது நேரம் கழித்து அவளது கோபக் கண்களில் கண்ணீர் துளிர்ப்பதை கா கவனித்தான்.

"உன் அப்பாவும் இப்படித்தான் நினைக்கிறார். நீ முக்காடை அகற்றுவது சரியாகக்கூட இருக்கலாம், ஆனால் அதை இன்றிரவு, இந்த வெறிபிடித்த சமயக்கல்விக்கூட மாணவர்களுக்கெதிரே செய்வது பைத்தியக்காரத்தனமாக இருக்கும். நீ இங்கே இருக்கவேண்டிய அவசியம் இல்லை. உடம்பு சரியில்லை என்று சொல்லிவிடலாம்."

"எந்த சாக்குப்போக்கும் எனக்குத் தேவையில்லை. விருப்பமில்லா விட்டால் சென்றுவிடும்படி சுனய் ஏற்கனவே சொல்லிவிட்டார்."

கடைசி நேரத்தில் பள்ளி நாடகத்தில் அனுமதி மறுக்கப்பட்ட ஏதோ ஒரு சிறுமியிடம் தான் இப்போது பேசிக் கொண்டிருக்கவில்லை என்று காவுக்கு தெளிவாகியது: அவள் முகத்தில் தெரிந்த கோபமும் வேதனையும் மிகவும் ஆழம் வாய்ந்ததாகத் தெரிந்தது.

"எனவே நீ இங்கேயேதான் இருக்கப்போகிறாயா கடிஃபே?"

"ஆம், இங்கேயே இருந்து நாடகத்திலும் நடிக்கப்போகிறேன்."

"இது உன் அப்பாவை எந்தளவுக்கு வேதனைப்படுத்தும் என்று உனக்குத் தெரியுமா?"

"அவர் கொடுத்த தாயத்தைக் கொடுங்கள்."

"உன்னோடு தனியாகப் பேசுவதற்கு அனுமதிப்பார்கள் என்பதற்காகத்தான் தாயத்து கொண்டுவந்திருப்பதாகச் சொன்னேன்."

"'டபுள் ஏஜென்ட்'டாக இருப்பது கடினம்தான் போல."

அவள் மனமுடைந்து போயிருக்கிறாள் என்பதைச் சொல்ல முடிந்தது. அவள் எண்ணங்கள் பல மைல்களுக்கப்பால் சென்று விட்டிருப்பதை உணர்ந்தபோது அவனுக்கு வலித்தது. கடிஃபேவின் தோளைப்பற்றி நெஞ்சோடு அணைத்துக்கொள்ள வேண்டும் போலிருந் தாலும் அமைதியாக நின்றிருந்தான்.

"இபெக் நீலத்துடன் தனக்கு இருந்த பழைய தொடர்பைப்பற்றி என்னிடம் சொல்லிவிட்டாள்," என்றான்.

கடிஃபே எதுவும் பேசாமல் ஒரு சிகரெட் பாக்கெட்டை எடுத்தாள்; நிதானமாக ஒன்றை உதட்டில் பொருத்திக்கொண்டு பற்றவைத்தாள்.

“நீ கொடுத்தனுப்பிய சிகரெட்டுகளையும் லைட்டரையும் அவனிடம் சேர்ப்பித்துவிட்டேன்,” என்றான் ஏடாகூடமாக. அவள் பதிலளிக்க வில்லை, “நீ இப்படியெல்லாம் நடந்துகொள்வது நீலத்தின் மேலிருக்கும் காதலால்தானா? அப்படி அவனிடம் என்ன இருக்கிறது? கடிஃபே, தயவுசெய்து சொல்.” அவன் தனக்குத்தானே குழி வெட்டிக்கொண்டிருப்பதை உணர்ந்து மௌனமானான்.

ஃபுன்டா ஈஸர் மேடையிலிருந்து, ஒத்திகை பார்க்க வேண்டிய அடுத்த காட்சி கடிஃபேவினுடையது என்று கூப்பிட்டாள்.

கடிஃபே காவை கண்ணீர் மல்கப் பார்த்துவிட்டு எழுந்து நின்றாள். அந்தக் கடைசி கணத்தில் இருவரும் தழுவிக்கொண்டனர். அவளது இருப்பை இன்னும் உணர்ந்தபடி, அவளது வாசத்தை இன்னும் நுகர்ந்தபடி, அந்நாடகத்தைப் பார்க்க சிறிது நேரத்திற்கு முயற்சிசெய்தான். அவன் மனம் வேறெங்கோ புதைந்திருக்க, அதனைத் தொடர முடியாதிருந்தது. அவனது உள்ளுணர்வுகளையே அவனால் இப்போது நம்பமுடியவில்லை; ஏதோ ஒன்று அவனிடம் குறைகிறது; பொறாமையுணர்வும் வேதனையும் அவன் தர்க்கரீதியாக சிந்திக்க முயலும் ஒவ்வொரு முயற்சியையும் தோற்கடிக்கின்றன. அவனுக்கு இவ்வளவு வலியைக் கொடுத்துக்கொண்டிருப்பது எதுவென்பதை அடையாளம் காண முடியவில்லை. இந்த வலி எதற்காக இவ்வளவு நாசப்படுத்தக்கூடியதாக, இவ்வளவு வன்மையானதாக இருக்கிறது என்பதை ஆழங்காணவும் முடியவில்லை.

இபெக்கோடு ஃபிராங்க்ஃபர்ட்டில் கழிக்கப்போவதாக நினைத்திருந்த வருடங்களைப் பார்க்கும்போது – அதாவது, அவள் அவனோடு வரும் பட்சத்தில் – அவனை நொறுக்கிக்கொண்டிருக்கும், உயிரைக் குடிக்கும் இந்த வலி அவர்கள் மகிழ்ச்சியை குலைத்துவிடக்கூடுமென்று தோன்றியது. இதையே சிந்தித்துக்கொண்டு, வேறு எதையும் புரிந்துகொள்ள இயலாதவனாக, சிகரெட் ஒன்றை எடுத்து பற்ற வைத்துக் கொண்டான். கடிஃபேவிடம் தந்துவிடச் சொல்லி நெஸிப் அவனிடம் கடிதங்கள் கொடுத்த கழிப்பறைக்குள் நுழைந்து, அதே ஸ்டாலுக்குள் சென்றான். சுவரில் உயரத்திலிருந்த சன்னலைத் திறந்து வெளியே தெரிந்த இரவின் இருளைப் பார்த்து பெருமூச்செறிந்தபடி, இயலாமையில் வெறித்தபடி நின்றிருந்தான்.

இன்னொரு கவிதை வந்துகொண்டிருப்பதற்கான முதல் அறிகுறியை உணர்ந்தபோது அவனால் நம்பமுடியவில்லை. மூச்சை இழுத்துப் பிடித்துக்கொண்டு, அவனது நோட்டுப்புத்தகத்தை வெளியே எடுத்து எழுதத் தொடங்கினான். அவனை சமாதானப்படுத்துவதற்காகவே, அவனுக்கு நம்பிக்கையளிப்பதற்காகவே அந்தக் கவிதை தனக்கு அனுப்பப்பட்டிருப்பதாக நம்பினான். ஆனால் எழுதி முடித்த பிறகும் அவன் உடல் முழுக்க தாங்கமுடியாத வலி இன்னமும் நிறைந்திருப்பதை உணர்ந்து, வேதனையோடு நேஷனல் தியேட்டரைவிட்டு வெளியேறினான்.

பனிச்சேறாக இருந்த நடைபாதையில் நடக்கும்போது குளிர்ந்த காற்று அவனுக்கு இதத்தைத் தருமென்று நினைத்தான். அவனது மெய்க்காப்பாளர்கள் இருவரும் இன்னமும் அவனுடனேயே இருந்தனர். அவன் மனம் முற்றிலுமாக உருக்குலைந்திருந்தது.

இந்தக் கட்டத்தில், எனது கதையின் ஆர்வத்தைக் கூட்டுவதற்காகவும், எளிதாகப் புரிய வைப்பதற்காகவும், இந்த அத்தியாயத்தை இத்துடன் முடித்து புதிய அத்தியாயத்தைத் தொடங்க வேண்டியிருக்கிறது. இதற்குப் பொருள், அப்போது எழுதும்படியாக கா எதுவும் செய்து கொண்டிருக்கவில்லை என்பதல்ல. முதலில் அவன் சில வரிகளுக்கு முன்பு மிக எளிதாக எழுதி முடித்திருந்த கவிதையான 'உலகம் முடிகின்ற இடம்' எங்கே இருக்கிறது என்பதைக் கண்டுபிடிக்க வேண்டும். அவன் எழுதிய இந்தக் கவிதைதான் அவன் தொகுப்பாக கொண்டுவர நினைத்திருந்த புத்தகத்தின் கடைசி கவிதை. அந்தத் தொகுப்பிற்கு அவன் சூட்டியிருந்த தலைப்பு: *பனி*.

41

ஒவ்வோர் உயிரும் ஒரு பனிச்சருகைப்போல

காணாமற்போன பச்சை நோட்டுப்புத்தகம்

கார்ஸ்ஸிற்கு வந்து பத்தொன்பதாவதாக கா எழுதிய 'உலகம் முடிவடையும் இடம்' கவிதைதான் அவன் எழுதிய கடைசி கவிதையும்கூட. அவற்றில் பதினெட்டு கவிதைகளை அந்தப் பச்சை நிற நோட்டுப்புத்தகத்தில் எழுதி வைத்திருந்ததை யும், அந்த நோட்டை எங்கு சென்றாலும் தன்னுடனேயே வைத்துக் கொண்டிருந்ததையும் நாம் ஏற்கனவே அறிவோம். அந்தக் கவிதைகளை அவன் முதலில் 'கேட்டதை'ப் போலவே எழுதியிருக்கிறான். ஒருசில வார்த்தைகள் அங்கொன்றும் இங்கொன்றுமாக விடுபட்டிருக்கலாம். அவன் எழுதிவைக்காத ஒரே கவிதை, புரட்சி நடந்த இரவன்று மேடையில் அவன் வாசித்த கவிதை மட்டும்தான். இந்தக் கவிதையைப்பற்றி இபெக்கிற்கு ஃபிராங்க்ஃபர்ட்டிலிருந்து எழுதி, தபாலில் சேர்க்கா மலிருந்த இரண்டு கடிதங்களில் சூசகமாக குறிப்பிட்டிருந்தான். இந்த இரு கடிதங்களிலும் 'கடவுள் இருக்காத இடம்' என்று தலைப்பிட்டிருந்த அக்கவிதையை அவன் மனதிலிருந்து அகற்றவே முடியாதிருக்கிறதென்றும், அந்தக் கவிதையைத் தேடிக் கண்டு பிடித்து சேர்க்காவிட்டால் அவனது தொகுப்பு முழுமைபெறாது என்றும் குறிப்பிட்டு, 'பார்டர் சிட்டி டெலிவிஷ'னில் ஆவணக் காப்பகத்திலிருந்து அவன் கவிதை வாசித்த நிகழ்ச்சியின் ஒலி நாடாவை இவன் சார்பாக கோரிப்பெற்று அனுப்பிவைத்தால் அவளுக்கு மிகவும் நன்றியுடையவனாக இருப்பானென்றும் எழுதியிருந்தான். இந்தக் கடிதங்களில் ஒன்றை ஃபிராங்க் ஃபர்ட்டில் என் ஓட்டல் அறையில் முதன்முதலாகப் படித்த போது, அக்கடித வரிகளுக்கிடையே ஒருவித சங்கடமான மௌனமும், தயக்கமும் பொதிந்திருப்பதை உணரமுடிந்தது. இந்தக் கவிதையை ஒரு சாக்காக வைத்துக்கொண்டு அவளுக்குக் காதல் கடிதங்கள் எழுதத் தொடங்கி உறவை புதுப்பித்துக்

கொள்ள உத்தேசித்திருக்கிறானென்று இபெக்கிற்கு சந்தேகம் வந்துவிடுமோ என்ற கவலை அவனுக்கு இருந்திருக்கலாம்.

மாலைவேளை ஒன்றில், கையில் மெலிண்டா டேப்புகளோடு மனம் மயங்கிய பரவசத்தில் என் அறைக்குத் திரும்பிவந்தபோது, பனித்திவலை ஒன்றின் படத்தை ஒரு நோட்டுப்புத்தகத்தில் கா வரைந்து வைத்திருந்ததை தற்செயலாகக் பார்த்ததைப்பற்றி இருபத்தி ஒன்பதாம் அத்தியாயத்தில் விவரித்திருந்தேன். உண்மையில் எந்தக் காரணத்திற்காக அவன் அதை வரைந்துவைத்திருந்தான் என்று சரியாக என்னால் சொல்ல முடியாவிட்டாலும், அடுத்த சில தினங்களுக்கு அவனது நோட்டுப்புத்தகங்கள் எல்லாவற்றையும் தீர அலசி படித்துப்பார்த்ததில், அவனது பத்தொன்பது கவிதைகளையும் அந்த பனித்திவலையின் பல்வேறு பாகங்களில் பொருத்தி வைத்திருந்த காரணத்தைப் புரிந்து கொள்ளத் தொடங்கியிருப்பதாக நம்பினேன்.

கார்ஸ்ஸிலிருந்து வந்ததும் பனியைப்பற்றி பல புத்தகங்களை கா படித்திருக்கிறான் என்று தெரிந்தது. அவனது கண்டுபிடிப்புகளில் ஒன்று: அறுகோணத்தில் பனித்திவலை ஒன்று படிகமானபின், அது வானத்திலிருந்து கீழே விழுவதற்கு எட்டிலிருந்து பத்து நிமிடங்கள் வரை ஆகின்றது. வரும் வழியில் அதன் அசல் வடிவத்தை கொஞ்சம் கொஞ்சமாக இழந்து மறைகிறது. அவன் மேலும் படித்தறிந்து கொண்டது, ஒவ்வொரு பனித்திவலையின் வடிவமும் வெப்பம், காற்றின் திசை, வேகம், மேகத்தின் உயரம் மற்றும் வேறுபல புரியாத அம்சங்களைக் கொண்டு நிர்ணயிக்கப்படுகிறது என்பதும் பனித்திவலைகள் பலவிதங்களில் மனிதர்களை ஒத்திருக்கிறது என்பதும். கார்ஸ் பொது நூலகத்தில் அமர்ந்து அவன் எழுதிய 'நான், கா' கவிதைக்கு பனித் திவலைதான் தூண்டுதலாக இருந்திருக்கிறது. பின்னர் அவனது பத்தொன்பது கவிதைகளையும் 'பனி' கவிதைத் தொகுப்பாக ஒழுங் கமைத்தபோது 'நான், கா'வை பனித்திவலையின் மையப்புள்ளியில் பொருத்தியிருந்தான்.

'சொர்க்கம்', 'சதுரங்கம்', 'சாக்லெட் பெட்டி' ஆகிய கவிதைகளுக்கும் இதே தர்க்கத்தைப் பொருத்திப் பார்க்கும்போது, இவை ஒவ்வொன்றும் கூட அந்தக் கற்பனையான பனித்திவலையில் தமக்குரிய இயல்பான, தனித்துவமான புள்ளிகளில் பொருத்திக்கொண்டிருப்பதை அவனால் உணர முடிந்தது. அவனது புதிய தொகுப்பின் ஒவ்வொரு கவிதையையும், அவன் சுயத்தை உருவாக்கியிருக்கும் அனைத்து அம்சங்களையும் இதே படிக அச்சில் பொருத்திவைக்க முடியுமென்ற முடிவுக்கு அவன் வந்தான். சுருக்கமாகச் சொல்வதென்றால், இதுவரை வாழ்ந்த ஒவ்வொரு மனிதனின் ஆன்மீக மார்க்கத்தையும் ஒரு பனித்திவலையின் அச்சுக் களில் பதித்துவிட முடியுமென்ற கருதுகோள் அவனுக்கு இருந்திருக்கிறது. கவிதைகளைப் பொருத்தி வைத்திருந்த 'ஞாபகம்', 'கற்பனை', 'தர்க்கம்' என்ற அம்மூன்று அச்சுகளும் பேகனின் ஞான விருட்சத்தில் சொல்லப் பட்ட பாகுபாடுகளின் பாதிப்பில் உருவாக்கப்பட்டவை என்று எழுதியிருந்தான். ஆயினும் அந்த அறுகோணப் பனித்திவலையின்

பத்தொன்பது புள்ளிகளுக்கான பொருளை அவன் அறிந்து தெளிந்து கொண்ட முயற்சிகளைப் பற்றி மிகவும் விரிவாகவே எழுதிவைத்திருந்தான்.

கார்ஸ்ஸில் அவன் எழுதிய கவிதைகளைப்பற்றிய குறிப்புகளை கா எழுதிவைத்திருந்த மூன்று நோட்டுப்புத்தகங்களிலும் அந்த வடிவியலின் முக்கியத்துவத்தை விளக்கும் முயற்சிகளே பெரும்பான்மை யாக இடம்பெற்றிருந்தன. அதன் கூடவே அவனது சொந்த வாழ்க்கையின் அர்த்தத்தை அவன் புரிந்துகொள்ள முயல்வதும் கலந்திருந்தது. இந்தக் குறிக்கோள்களை இதே விதத்தில்தான் நாம் பார்த்தாக வேண்டும். உதாரணமாக அவனது 'சுட்டுக்கொல்லப்படுவது' என்ற கவிதையை எந்த இடத்தில் பொருத்துவது என்ற அவனது சிந்தனைகளை வாசிப் பதற்கு, அக்கவிதைக்குத் தூண்டுகோலாக இருந்த அச்சவுணர்வுக்கு அவன் அளிக்கும் முக்கியத்துவத்தை உணரவேண்டும். அச்சத்தால் தூண்டப்பட்ட ஒரு கவிதை எதற்காக 'கற்பனை' அச்சின் வலது உச்சியில், 'உலகம் முடிவடையும் இடம்' கவிதைக்குப் பக்கத்தில் அமைக்கப்பட்டிருக்கிறது என்பதை அவன் விவரிப்பதைப் பார்க்கிறோம். மர்மமான அயல்சக்திகளால்தான் அவன் கவிதைகள் உருக்கொள் கின்றன என்ற அவன் நம்பிக்கைதான் இந்த வர்ணனைகள் எல்லா வற்றினூடாகவும் பின்னியிருக்கிறது. இந்தவிதமான எண்ணங்களை நோட்டுப்புத்தகங்களில் பதிந்துகொண்டிருக்கும்போது அவனுக்கு எல்லா உயிர்களும் ஒரு பனித்திவலையைப்போலத்தான் என்பது உறுதிபடத் தெரிகிறது: தொலைதூரத்திலிருந்து பார்க்கையில் தனிப்பட்ட வாழ்வுகள் ஒன்றுபோலத் தெரியலாம்; ஆனால் நிரந்தர மர்மமாக இருக்கும் ஒருவரின் தனித்துவத்தைப் புரிந்துகொள்ள அவர்தம் சொந்த பனித்திவலையின் மர்மங்களை முடிச்சவிழ்த்துப் பார்த்தால் மட்டுமே இயலும்.

அவனது புதிய கவிதைத் தொகுப்புக்கும், அவனது தனிப்பட்ட பனித்திவலைக்கும் கா அளித்திருக்கும் பொருளுரை விளக்கம் விஸ்தாரமானது ('சாக்லெட் பெட்டி' ஏன் 'கற்பனை' என்று பெயரிட்ட அச்சில் அமைந்திருக்கிறது? 'மானுட வர்க்கமும் நட்சத்திரங்களும்' என்ற கவிதை எவ்விதம் காவின் பனித்திவலை போலவே வடிவம் கொண்டுள்ளது? இத்தியாதி.) ஆனால் நம் நாவலின் தேவைக்கு அதிகமாக இக்குறிப்புகளை நாம் விவரித்துக் கொண்டிருக்கப் போவதில்லை. இளம் கவிஞனாக இருந்த காலத்தில் தம்மைப்பற்றிய மிகையான பிரமையில் இருந்த சக மூத்த எழுத்தாளர்களைப்பற்றி கா மிக மோசமாக பேசிவந்திருக்கிறான். குறிப்பாக தமது வாழ்நாளின் பிற்பகுதிகளில், அவர்கள் எழுதிய அபத்தக்களஞ்சியங்கள் எல்லாமே ஒருநாள் தீவிர இலக்கிய அலசலுக்கு ஆளாகப் போகின்றனவென்ற கனவோடு தமக்கான சிலையை தாமே வடித்துக்கொண்டு, ஒருவரும் தம்மை ஏறிட்டுப்பார்க்க விரும்பாதிருப்பதை உணர்ந்திராத கவிஞர் களைப்பற்றி நிறையவே கிண்டலடித்திருக்கிறான்.

நவீனத்துவ மயக்கத்தில், தெளிவற்ற குழப்பக் கவிதைகளை எழுதி வந்தவர்களை வருடக்கணக்காக விமர்சித்து வந்ததை மனதில்

கொண்டு பார்க்கும்போது காவின் விரிவான சுயவர்ணனைக்கு ஒன்றிரண்டு சமாதானக் காரணங்களைச் சொல்ல முடியும். உன்னிப் பாகப் படித்தால், அவனுக்கு கார்ஸ்ஸில் தோன்றிய கவிதைகள் எதனையும் படைத்தவனாக தன்னை அவன் நினைத்துக்கொள்ள வில்லையென்பது தெரியவரும். அவன் அடியோடு வெறுக்கும் நவீனத்துவ வாதிகளின் முன்னோர்கள் சொல்வதைப்போல அந்தக் கவிதைகள் ஏதோ உயர்சக்தி மையத்திலிருந்து தனக்கு அனுப்பப்பட, அதற்கு ஓர் ஆவியுலக இடையீட்டாளன்போல கவிதைகளைப் படியெடுத்துத் தந்தவனாகத்தான் அவனே நம்பிக்கொண்டிருந்தான். தன் மூலமாகவே அத்தனைக் கவிதைகளும் வெளியில் வந்திருக்கின்றன என்ற காரணத்திற்காகவே இப்போது அக்கவிதைகளைப் புரிந்து கொள்ள தலைப்பிட்டிருப்பதாகவும், அவற்றில் புதைந்திருக்கும் ஒத்திசைவைக் கண்டடைவதின் மூலம் இந்தக் குறிக்கோளை அடைய நம்பிக்கை கொண்டிருப்பதாகவும் பல இடங்களில் குறிப்பிட்டிருந்தான். ஆனால் இந்த விஷயத்தில் நடைமுறையளவில் ஓர் உடனடித் தேவையும் இருந்தது: கார்ஸ் கவிதைகளின் உள்ளார்ந்த பொருள் என்னவென்பது பிடிபடாதவரை, அக்கவிதைகளில் உள்ள இடைவெளி களையும், நிறைவடையாத பாதி வரிகளையும் நிரப்புவதோ, தொலைந்து போன ‘கடவுள் இருக்காத இடம்’ கவிதையை மீட்டெடுப்பதோ, முழுமையான வடிவில் கவிதைத் தொகுப்பைக் கொண்டுவருவதோ அவனுக்கு சாத்தியப்படாது என்பதை அறிந்திருந்தான். ஏனென்றால் ஃபிராங்க்ஃபர்ட்டுக்குத் திரும்பி வந்த பிறகு அவனுக்கு ஒரு கவிதைகூட பிறக்கவில்லை.

அவனது கவிதைகளில் புதைந்திருக்கும் தர்க்கத்தை கா முன்னறிந்துகொண்டுவிட்டானென்று நான்காவது வருடக் கடைசியில் எழுதப்பட்ட அவனது குறிப்புகளிலிருந்தும் கடிதங்களிலிருந்தும் அவனது தொகுப்பை இறுதி வடிவத்திற்கு கொண்டுவந்து விட்டிருப் பதிலிருந்தும் அறியமுடிகிறது. அதனால்தான் அவனது அபார்ட்மென்ட் டிலிருந்து நான் கையகப்படுத்திக் கொண்டுவந்த காகிதங்கள், நோட்டுப் புத்தகங்கள், அவனது இதர உடமைகள் சகிதம் எனது ஃபிராங்க்ஃபர்ட் ஓட்டல் அறைக்குத் திரும்பியதும், ராக்கி அருந்தியபடி அந்த ஆவணங் களில் இருக்கக்கூடிய தடயங்களுக்காகப் புரட்டிக்கொண்டு விடியும் வரை அப்படியே உட்கார்ந்திருந்தேன். அவனது கவிதைகள் இவற்றில் தான் எங்கேயோ இருந்தாக வேண்டுமென்று எனக்குள் சொல்லிக் கொண்டே இருந்தேன். அவனது நோட்டுப்புத்தகங்களை அலசினேன், பழைய பைஜாமாக்களை, அவன் சேகரித்து வைத்திருந்த மெலிண்டா டேப்புகளை, கழுத்து டைகளை, புத்தகங்களை, லைட்டர்களை (அவற்றில் ஒன்று நீலத்திடம் தருமாறு கடிஃபே கொடுத்த லைட்டரும் ஒன்று) சோதித்தேன். தூக்கம் என்னை இழுக்க, இனந் தெரியா ஏக்கம் ஆக்கிரமித்து துர்க்கனவுகளும், புரியாத கனவுகளும் அலைக்கழிக்க, அச்சுறுத்தும் கனவு ஒன்றில் கா என்னிடம் வந்து “நீ கிழவனாகி விட்டாய்” என்றான்.

விழித்தெழுந்தபோது நண்பகலாகியிருந்தது. இப்போது துணைக்கு வர தார்குத் ஒல்சின் இல்லாவிட்டாலும் அன்றுமுழுக்க ஃபிராங்க் ஃபர்ட்டின் ஈரமான, பனி அப்பிய தெருக்களில் என்னால் இயன்றளவுக்கு காவைப் பற்றிய தகவல்களைத் திரட்டிக்கொண்டு அலைந்தேன். கார்ஸ்ஸிற்கு அவன் வருவதற்கு முன், ஃபிராங்க்ஃபர்ட்டில் அவன் இருந்த எட்டு வருடங்களில் அவனோடு உறவுகொண்டிருந்த இரண்டு பெண்களை சந்தித்தேன். இருவருமே மனமுவந்து பேச முன்வந்தார்கள். அவர்களிடம் என் நண்பன் காவின் வாழ்க்கை வரலாற்றை எழுது வதாகச் சொல்லியிருந்தேன். அவனுடைய முதல் காதலி நேலனுக்கு அவன் ஒரு கவிஞன் என்ற விஷயமே தெரிந்திருக்கவில்லை. அதனால் அவனது புதிய தொகுப்பைப்பற்றி அவளுக்கு எதுவும் தெரியாதிருந்ததில் ஆச்சரியமில்லை. இப்போது அவளுக்கு மணமாகி, கணவனுடன் இரண்டு டோனெர் கெபாப் கடைகளையும் ஒரு டிராவல் ஏஜென்ஸியை யும் நடத்திக்கொண்டிருந்தாள். காவைப்பற்றிச் சொல்லும்போது அவன் எப்போதும் சச்சரவிடுகிற, சிடுசிடுப்பு பேர்வழி என்று வெளிப்படையாகப் பேசினாள். எடுத்ததற்கெல்லாம் தப்பர்த்தம் செய்துகொள்வான் என்று சொல்லிவிட்டு சற்றுநேரம் விசும்பினாள். (அவன்மேல் கொண்டிருந்த மையலால் அவளது இளம்பருவத்தை தியாகம் செய்ததுதான் அவளை மிகவும் துக்கப்படுத்தும் விஷயமாக இருந்தது.)

அவனது இரண்டாவது காதலி ஹில்காட்டிற்கு இன்னும் மணமாகி யிருக்கவில்லை. அவன் கடைசியாக எழுதிய கவிதைகள் எதைப்பற்றி என்பதோ, ‘பனி’ என்ற தலைப்பில் அவன் ஒரு தொகுப்பை எழுதி முடித்திருக்கிறான் என்பதோ அவளுக்கு சற்றும் தெரிந்திருக்கவில்லை யென்பது உடனே எனக்குத் தெரிந்தது. துருக்கியில் அவன் பெரும் புகழ்பெற்ற கவிஞன் என்று அவனது கீர்த்தியை மிகைப்படுத்தி சொன்னதை அவள் மோப்பம் பிடித்துவிட்டாள் என்றே தோன்றியது. ஒரு விநோதமான கொஞ்சல் பாணியில் அவளுக்கும் காவுக்கும் இடையேயிருந்த உறவைப்பற்றி சொல்லத்தொடங்கினாள். காவுடன் அவளது உறவு முறிந்ததும் துருக்கிக்கு கோடை விடுமுறையில் செல்வதை நிறுத்திக்கொண்டதாகச் சொன்னாள். காவை கடமையுணர்ச்சி மிக்க, கூரறிவுகொண்ட, தனியொதுக்கமான சிறுவன் என்றும், தன்னை எப்போதும் தாய்மையோடு சீராட்டிக்கொண்டிருக்க வேண்டுமென்ற தணியாத தாகம் கொண்டவனென்றும் வர்ணித்தாள். அதைப்போன்ற சீராட்டல் ஒருபோதும் தனக்குக் கிடைக்காது என்பதையும் அவன் அறிந்திருந்தான். ஒருவேளை கிடைத்தாலும் விலகி எதிர்த்திசையில் ஓடிவிடக்கூடிய இயல்பினன் என்றாள். அவனைக் காதலிப்பது எளிது, உடன் சேர்ந்து வாழ்வது சாத்தியமில்லாதது என்று முடித்தாள்.

கா என்னைப்பற்றி அவளிடம் சொன்னதேயில்லையாம். (அவளிடம் எதற்காக அந்தக் கேள்வியைக் கேட்டேன் என்றோ, எதற்காக அதை இப்போது குறிப்பிடுகிறேன் என்றோ எனக்குப் புரியவில்லை). ஒன்றே கால் மணி நேர பேட்டிக்குப்பிறகு, ஹில்காட் இதுவரை நான்

அவளிடம் கவனித்திராத ஒன்றைக் காட்டினாள்: அவளது அழகான மெல்லிய வலதுகையில் சுட்டுவிரலின் மேற்கூறு இல்லாமல் ஊனமாக இருந்தது. ஒருமுறை கோபத்தில் கா அவளது இந்தக் குறைபாட்டை கிண்டல் செய்ததாக புன்னகையுடன் தெரிவித்தாள்.

கா தனது புத்தகத்தை கையால்தான் எழுதி முடித்திருக்கிறான். வழக்கம்போல, அதனை தட்டச்சு செய்யவோ, படியெடுக்கவோ இல்லை. முந்தைய புத்தகங்களைப் போலவே இப்போதும் கைப்பிரதி யோடு கேஸெல், பிரான்ஷ்வெக், ஹனோவர், ஆஸ்னாப்ரூக், பிரமென், ஹாம்பர்க் ஆகிய ஊர்களில் கவிதை வாசிப்பிற்குச் சென்றிருக்கிறான். இப்போது எனக்கும் பல்வேறு நகரசபைகளிலிருந்து அழைப்பு வந்திருந் ததால், தார்குத் ஒல்சின்னின் துணையோடு இந்த ஊர்களுக்கு நானும் ஒரு 'மின்னல் வேக இலக்கிய சுற்றுப்பயணம்' சென்றேன். காவுக்கு ஜெர்மனியின் அற்புதமான, அழகிய ரயில்கள் மீது பெரும் மோகம் உண்டு. இதே ரயில்களில் ஊர் விட்டு ஊர் செல்லும்போது, காவின் கவிதை ஒன்றில் அவன் வர்ணித்திருந்த ஜெர்மனியின் பிராட்டஸ்டன்ட் சௌகரியங்களை அனுபவிக்க முடிந்தது. அவனைப் போலவே சன்னல் இருக்கைகளில் அமர்ந்து, புல் படர்ந்த சமவெளி களையும், சின்னச்சின்ன குன்றுகளின் மேல் அமைந்த அழகான சிறிய கிராமத்து சர்ச்சுகளையும், தோளில் புத்தகப்பையும் பிரகாசமான நிறங்களில் மழைக்கோட்டும் அணிந்த ஆரோக்கியமான குழந்தைகள் நிறைந்த, வாழ்த்து அட்டைப் படங்களைப் போலிருந்த சின்ன ரயில் நிலையங்களையும் பார்த்துக்கொண்டே பயணிக்கும்போது ஓர் அசாதாரண அமைதி என்னில் கவிந்தது. என்னை வரவேற்பதற்காக அனுப்பப்பட்டிருந்த இரண்டு துருக்கிய இளைஞர்களிடம், ஏழு வாரங்களுக்கு முன் கா மேற்கொண்ட வரிசையிலேயே எனது சுற்றுலாவையும் அமைத்துக்கொள்ளவிருக்கும் திட்டத்தை விளக்கும் போது உதடுகளில் சிகரெட் தொங்க, முகத்தில் உணர்ச்சியே காட்டாமல் கேட்டுக்கொண்டிருந்தனர். ஒவ்வொரு ஊரிலும், காவைப்போலவே மலிவான, சிறிய ஓட்டல்களைத் தேர்ந்தெடுத்தேன். உடன் வரும் நண்பர்களோடு ஏதாவதொரு துருக்கிய உணவகத்திற்குச் சென்று ஸ்பினாச் போரெக்கும் டோனரும் சாப்பிட்டபடியே அரசியல் விவாதித்தோம்; துருக்கியர்களுக்கு கலாச்சாரம் குறித்து சற்றும் ஆர்வமில்லாதிருப்பது எவ்வளவு அவமானகரமானது என்று பேசினோம். சாப்பிட்டு முடிந்ததும், குளிரில் வெறிச்சோடியிருக்கும் அந்நகரத்தின் தெருக்களில் என்னை காவாக பாவித்தபடி இபெக்கின் வலிமிகுந்த ஞாபகங்களிலிருந்து தப்பிக்க முயல்வதைப்போல அலைந்தேன். மாலையில் அரசியல், இலக்கியம் மற்றும் துருக்கி சார்ந்த விஷயங்களில் ஆர்வம்கொண்ட பதினைந்திலிருந்து இருபது துருக்கியர் மட்டுமே வந்திருக்கும் கூட்டங்களில் எனது சமீபத்திய நாவலிலிருந்து ஒன்றிரண்டு பக்கங்களை அசுவாரசியமாக வாசித்தேன். பின் கவிதைக்கு மாறி, சமீபத்தில் ஃபிராங்க்ஃபர்ட் தெரு ஒன்றில் சுட்டுக்கொல்லப்பட்ட கா என்ற மகத்தான கவிஞனின் நெருங்கிய நண்பன் நான் என்பதை அறிவிப்பேன். 'சில வாரங்களுக்கு முன் இங்கே வந்து அவன் வாசித்த கடைசி கவிதைகளை யாராவது நினைவில் வைத்திருக்கிறீர்களா?'

இந்த இலக்கியக் கூட்டங்களில் கலந்துகொண்டவர்களில் பெரும் பாலோர் காவின் கவிதை வாசிப்பிலும் கலந்துகொண்டவர்களாகவே இருந்தனர். ஆனால் அவர்கள் எல்லோருமே அவனை அரசியல் காரணங்களுக்காக மட்டுமே பார்க்க வந்தவர்களாகவும், அல்லது பொழுது போகாமல் வந்தவர்களுமாகவே இருந்தனர். அவன் வாசித்த கவிதைகளைப்பற்றி அவர்களுக்கு அதிகம் நினைவிலில்லை. ஆனால் அதற்கு மாறாக, அவன் கழற்றவே கழற்றாத அந்த அடுப்புக்கரி நிறத்து கோட்டைப்பற்றியும், வெளிறிப் போயிருந்த அவன் நிறத்தைப் பற்றியும், வாரப்படாத கேசத்தைப்பற்றியும், வெளிப்படையாக அவனிடம் தெரிந்த பதற்றத்தைப் பற்றியும் வெகு நுட்பமாக நினைவில் வைத்திருந்து சொன்னார்கள். ஆனாலும் அவர்களுக்கு காவின் வாழ்க்கை, அவனது படைப்புகள் பற்றி ஆர்வமில்லாமல் இருந்தாலும், அவனது மரணத்தைப் பற்றி ஆர்வத்தோடு விசாரித்தார்கள். அவனது கொலையில் பல்வேறு சதித்திட்டங்கள் இருப்பதாக – அவனைக் கொன்றது இஸ்லாமிஸ்ட்டுகள், MİT, ஆர்மீனியர்கள், ஜெர்மானிய ஸ்கின்ஹெட் அமைப்பினர், குர்துகள், துருக்கிய தேசியவாதிகள் – அவர்கள் சந்தேகப்பட்டார்கள்.

ஆனால் அதிர்ஷ்டவசமாக, ஒவ்வொரு நிகழ்ச்சியிலும் காவின் கவிதைகளை கவனமாகக் கேட்ட ஓரிரு அறிவார்ந்த ஆத்மாக்கள் இருந்தனர். இலக்கியத்தில் ஆர்வம் இருந்தவர்களுக்கு அவன் இப்போது ஒரு புதிய கவிதைத் தொகுப்பை எழுதி முடித்திருப்பதைச் சொன்னது நினைவில் இருந்தது. அதிலிருந்து ‘கனவு வீதிகள்’, ‘நாய்’, ‘சாக்லெட் பெட்டி’, ‘காதல்’ போன்ற பல கவிதைகளை அவன் வாசித்ததாகச் சொன்னாலும், அவற்றின் வரிகளை அவர்களால் நினைவுகூர முடிய வில்லை. அக்கவிதைகள் மிகவும் கடினமாக இருந்ததை எல்லோருமே குறிப்பிட்டார்கள். பல நிகழ்ச்சிகளில் இந்தக் கவிதைகள், அவர்கள் விட்டுப் பிரிந்து வந்த நகரங்களுக்காகவும் கிராமங்களுக்காகவும் ஏங்கித் தவித்துப் பாடிய புலம்பல் பாடல்கள், சரமகவிகள் என்று மறைமுகமாகக் குறிப்பிட்டிருக்கிறான்.

நிகழ்ச்சி ஒன்றின் முடிவில், கருத்த கேசம் கொண்ட முப்பதுகளில் இருந்த பெண்மணி ஒருத்தி முன்னால் வந்து தன்னை அறிமுகப்படுத்திக் கொண்டாள். ஒரு குழந்தையோடு இருக்கும் விதவை அவள். கா அவனது கவிதை வாசிப்பிற்கு வந்திருந்தபோதும் இதேபோல அவனிடம் வந்து, ‘கடவுள் இருக்காத இடம்’ என்ற கவிதையைப்பற்றி விவாதித் தாளாம். யாரையும் புண்படுத்திவிடக் கூடாதென்பதற்காக அந்தக் கவிதையிலிருந்து நான்கு வரிகளை மட்டுமே அவன் வாசித்திருக்கக் கூடுமென்று அவள் நம்புவதாகச் சொன்னாள். கவிதை விரும்பியான அவளை எவ்வளவுதான் துருவித்துருவிக் கேட்டாலும் அந்தக் கவிதை களின் வரிகளை அவளால் ஞாபகப்படுத்திக்கொள்ள முடியவில்லை. அந்தக் கவிதை ஒரு ‘பயங்கரமான நிலப்பகுதி’யைப் பற்றி விவரித்தது என்பது மட்டும் அவள் நினைவில் இருந்தது. ஹாம்பர்க் நகரத்தில் நடைபெற்ற நிகழ்ச்சியில் முதல் வரிசையில் அவள் அமர்ந்திருந்ததால் அவன் ஒரு பச்சை நிற நோட்டுப்புத்தகத்திலிருந்து கவிதைகளை வாசித்தான் என்பதை மட்டும் அவளால் உறுதியாகச் சொல்ல முடிந்தது.

அன்று மாலை, ஹாம்பர்க்கிலிருந்து ஃபிராங்க்ஃபர்ட்டுக்கு கா பயணம் செய்த அதே ரயிலில் நானும் பிரயாணித்தேன். நிலையத்தை விட்டு வெளியே வந்ததும் அவன் நடந்துசென்ற அதே வழித்தடத்தில், கெய்ஸர்ஸ்ட்ராஸ்ஸிலிருந்து கிளம்பி, அவ்வப்போது நின்று, செக்ஸ் கடைகளில் நுழைந்து பார்த்துவிட்டு, மெதுவாக நடைபோட்டேன் (ஜெர்மனிக்கு நான் வந்த இந்த ஒரு வாரத்திற்குள் இப்போது ஒரு புதிய மெலிண்டா வீடியோ வெளியாகி இருந்தது). என் நண்பன் சுடப்பட்ட இடத்திற்கு வந்ததும் நின்றேன். ஏற்கனவே ஆழ்மனதில் தோன்றியிருந்த ஒன்றை இங்கேதான் ஒப்புக்கொண்டேன்: கா சுடப்பட்டு கீழே விழுந்ததும், அந்தக் கொலைகாரன்தான் அந்த பச்சைநிற நோட்டுப்புத்தகத்தை எடுத்துக்கொண்டு ஓடியிருக்க வேண்டும். ஒருவார காலமாக ஜெர்மனியில் பலனில்லாமல் அலைந்து எல்லா மாலை நேரங்களிலும் காவின் குறிப்புகளை அலசி ஆராய்ந்த பிறகு ஒரேயொரு நம்பிக்கைதான் மீதமிருந்து என்னைத் தேற்றியது: கார்ஸ் தொலைக்காட்சி நிலையத்தின் ஆவணக்காப்பகத்தில் தேடினால் கா வாசித்த அந்த நீளமான கவிதை ஒன்றை மட்டுமாவது மீட்க முடியலாம்.

இஸ்தான்புல்லிற்குத் திரும்பியதும் அடுத்த சில நாட்களுக்கு தேசிய ஒளிபரப்பில் இரவுச் செய்திகளின் முடிவில் ஒளிபரப்பாகும் வானிலை அறிக்கைகளில் கார்ஸ்ஸில் தற்போதைய வானிலை நிலவரம் என்னவென்பதை கேட்டுக்கொண்டிருந்தேன்.

காவைப் போலவே நானும் ஒன்றரை நாள் பேருந்து பயணத்தின் முடிவில் முன்மாலைப்பொழுதில் கார்ஸ்ஸிற்கு வந்துசேர்ந்தேன். கையில் பையோடு ஸ்னோ பேலஸ் ஓட்டலுக்கு நானே சென்று தயக்கத்தோடு வாடகைக்கு அறை கேட்டேன். (அங்கே அந்த தகப்பனோ, அவருடைய இரண்டு மர்மமான புதல்விகளோ கண்ணில் படவில்லை.) பின் கார்ஸ் நகரை சுற்றிப்பார்க்க வெளியே வந்து, நான்கு வருடங் களுக்கு முன் கா நடந்துசென்ற பனிக்காப்பிட்ட நடைபாதைகளில் நடந்து சென்றேன். எனது நடைச்சுற்று அவனுக்கு ஈடாக இருந்ததா வென்று என்னால் சொல்ல முடியவில்லை. அவன் பெரிதாகப் பேசியிருந்த 'கிரீன் பாஸ்சர்ஸ் ரெஸ்டாரென்ட்' இப்போது ஓர் அசிங்கமான மதுக்கூடமாகத்தான் இருந்தது. இப்படியெல்லாம் நான் எழுதிவருவதைப் படித்துவிட்டு என் வாசகர்கள் நான் அவன் மரணாந்திர நிழலாக மாற முயற்சிப்பதாக நினைத்துக்கொள்வதை நான் விரும்பவில்லை. கா என்னிடம் அடிக்கடி சொல்வதைப்போல எனக்கு கவிதையையோ, அதன் ஆதார ஊற்றான மகத்தான சோகத் தையோ சரிவர புரிந்துகொள்ள முடிவதில்லை. எனவே எங்களுக் கிடையே ஒரு சுவர் பிரித்து வைத்திருந்தது உண்மைதான். அவனது குறிப்புகளில் வர்ணித்திருந்த துயரார்ந்த நகரத்திலிருந்து மட்டுமல்லாமல், இப்போது கண்ணெதிரே நான் பார்த்துக்கொண்டிருக்கும் தரித்திர பூமியிலிருந்தும் என்னைப் பிரித்து வைத்திருக்கும் சுவர் இருந்தபோதிலும் எங்களுக்கிடையேயிருந்த ஓர் ஒற்றுமையை கவனித்துச் சொன்ன ஓர் ஜீவனும் உண்டு. இப்போது நம்மை ஒன்றாக இணைத்திருப்பது அந்த ஜீவன்தான். அதைப்பற்றி தற்போதைக்கு பேசாமல் இருக்கலாம்.

கார்ஸ்ஸின் மேயர் என்னை கௌரவிக்க அளித்த விருந்தில் முதல்முறையாக இபெக்கைப் பார்த்தபோது எனக்கு ஏற்பட்ட திகைப்பை எப்போது யோசித்துப்பார்த்தாலும், என் தடுமாற்றத்திற்கு ராக்கிதான் காரணமாக இருந்திருக்கும் என்று சமாதானம் சொல்லிக்கொள்வேன். சுயக்கட்டுப்பாட்டை இழக்கவைத்து, எனக்கும் ஒரு வாய்ப்பு கிடைக்கக் கூடுமென்று அசட்டுத்துணிச்சலை உண்டாக்கியது நான் அருந்திய மதுவாகத்தானிருக்குமென்று என்னால் சொல்லமுடியும். இல்லா விட்டால், இறந்துபோன என் நண்பன்மீது எனக்கு ஏற்பட்ட பொறாமைக்கு வேறு எந்த அடிப்படையும் இருந்திருக்காது. பின்னர், ஸ்னோ பேலஸ் ஓட்டல் அறையின் சன்னலில் நின்றபடி, கா வர்ணித் திருந்தளவுக்கு கவித்துவமாக இல்லாத பனிப்பொழிவை – ஆலங்கட்டிகள் சேறாகக் கிடந்த நடைபாதையில் வீழ்ந்துச் சிதறி உருகிக்கொண்டிருந் தன – பார்த்துக்கொண்டிருந்தபோது ஒரு விஷயம் எனக்குப் பெரும் வியப்பாக இருந்தது: காவின் குறிப்புகளை அவ்வளவு நேரத்திற்கு, அவ்வளவு உன்னிப்பாகப் படித்ததற்குப் பிறகு இபெக் எந்தளவுக்கு பேரழகு கொண்டவளாக இருப்பாள் என்பதை எப்படி என்னால் கணிக்க முடியாமற்போயிற்று? ஏனென்று தெரியாமல் பையிலிருந்து ஒரு நோட்டுப்புத்தகத்தை வெளியே எடுத்து – ‘காவைப் போலவே’ என்று நீங்கள் சேர்த்துக்கொள்ளலாம் (இந்தச் சொற்றொடரை அளவிற்கதிகமாகவே பயன்படுத்திக் கொண்டிருக்கிறேன் போலிருக் கிறது) – இப்போது நீங்கள் வாசித்துக்கொண்டிருக்கும் நூலுக்கு ஆதார வித்தாகத் தோன்றிய எண்ணங்களை எழுதத் தொடங்கினேன். காவின் கதையையும், இபெக் மீதான அவன் காதலையும் அவனே வர்ணித்திருப்பதைப்போல எழுத முயற்சித்தது ஞாபகமிருக்கிறது. என் மனதின் புகை மண்டிய ஒரு மூலையில், கசப்பான அனுபவத் திலிருந்து பெற்ற ஓர் உண்மை பளிச்சிட்டது: ஒரு புத்தகத்தின் பிரச்சனை களுக்குள் மூழ்கிவிடுவதென்பது, காதலைப்பற்றிய விசனங்களிலிருந்து தப்பிப்பதற்கு சிறந்த வழி. எல்லோரும் பொதுவாக நினைப்பதற்கு மாறாக, ஒருவன் விருப்பப்பட்டால் காதலை இழுத்து மூடிவிடலாம் என்பதே உண்மை. ஆயினும் அப்படிச் செய்வதற்கு, அவனை மயக்கி ஆட்கொண்ட பெண்ணிடமிருந்து மட்டுமல்ல, அவன் வழியில் கவர்ச்சியால் குறுக்கிட்டு கவர்ந்திழுத்த பிசாசான கதையின் படர்க்கை யிடமிருந்தும் அவன் தன்னை விடுவித்துக்கொள்ள வேண்டும். அடுத்த நாள் பிற்பகலில் ‘நியூ லைஃப் பாஸ்ட்ரி ஷாப்’பில் இபெக்கை சந்திப்பதாக ஏற்கனவே வாக்களித்திருக்கிறேன் என்றால் அதற்கு ஒரே ஒரு காரணம் தான்: காவைப்பற்றி விசாரிப்பது.

ஒருவேளை, காவைப்பற்றிப் பேசும் ஆசைதான் இபெக்கிடம் மனம்திறந்து என்னை உரையாடவைத்ததோ என்னவோ. அந்தக் கடையில் நாங்கள் இருவர் மட்டுமே இருந்தோம். அந்த மூலையிலிருந்த கருப்பு வெள்ளை தொலைக்காட்சியில் பாஸ்ஃபோரஸ் பாலத்திற் கெதிரே இரண்டு காதலர்கள் கட்டியணைத்துக் கொண்டிருந்தார்கள். பேச்சைத் தொடங்குவதற்கு முன்பாகவே, காவைப்பற்றி பேச வேண்டு மென்றால் பெரும் சிரமத்தோடுதான் தன்னால் பேச முடியும் என்பதை சொல்லிக்கொண்டாள். அவளது வலியையும், வேதனையையும்,

விரக்தியையும், மருட்சியையும் பொறுமையாக செவிசாய்த்து கேட்பவர்களிடம் மட்டுமே சொல்லமுடியும் என்றாள். நான் காவின் நெருங்கிய நண்பன் என்பதையும், அவனது கவிதைகளின் மேல் கொண்டிருக்கும் அக்கறைக்காக இவ்வளவு தூரம் பயணப்பட்டு கார்ஸ்ஸிற்கு வந்திருக்கிறேன் என்பதையும் அறிந்து அவள் திருப்தியுற்றாள். அவனிடம் அவள் அநியாயமாக நடந்து கொள்ளவில்லையென்று நான் சமாதானம் அடைவேன் என்றால், அவள் அனுபவித்துவரும் பெரும் துயரத்திலிருந்து தற்காலிகமாக விடுதலை கிடைக்கும். அதே நேரத்தில், அவள் தரப்பு வாதங்களை நான் ஏற்க மறுத்தாலோ, புரிந்து கொள்ளவில்லை என்றாலோ அது அவளுக்குப் பெரும் வேதனையுண்டாக்கும் என்று எச்சரித்தாள்.

'புரட்சி தினத்தின் காலை' நேரத்தில் காவுக்கு உணவு பரிமாறிய போது அவள் அணிந்திருந்த நீண்ட பழுப்புநிற பாவாடையையும், இப்போதைய மோஸ்தரில்லாத அதே அகலமான இடுப்புப்பட்டியையும் அணிந்திருந்தாள் (காவின் குறிப்புகளைப் படித்த எவருக்கும் அவற்றை உடனடியாக அடையாளம் கண்டுகொள்ள முடியும்). அவள் விழிகளில் அவ்வப்போது கோபத்தின் அனல் வீசினாலும் அவளது தொனி துயரத்திலாழ்ந்திருந்தது; அது எனக்கு மெலிண்டாவை நினைவுபடுத்தியது.

அவள் வெகுநேரம் பேசினாள். அவளது ஒவ்வொரு வார்த்தையையும் எனக்குள் பதித்துக்கொண்டேன்.

42

என் பெட்டியை கட்டிக்கொண்டிருக்கிறேன்

இபெக்கின் பார்வையிலிருந்து

நேஷனல் தியேட்டருக்கு மெய்க் காப்பாளர்கள் இருவர் பின் தொடர சென்று கொண்டிருந்த கா நின்று தலையைத் திருப்பி கடைசியாக ஒருமுறை அவளைப் பார்த்தபோது, இபெக்கிற்கு இன்னமும் நம்பிக்கை இருந்தது, அவனை மனமாரக் காதலிக்கக் கற்றுக் கொள்வோம் என்று. ஒரு மனிதனைக் காதலிக்க அவளால் கற்றுக்கொள்ள முடியுமென்பது அவனை பிரயத்தனமின்றி இயல்பாகக் காதலிப்பதைவிட, புதிதாக ஒரு காதலில் விழுவதை விட, அவளுக்கு எப்போதுமே முக்கியமாக இருந்திருக்கிறது. அதனால்தான் ஒரு புதிய வாழ்க்கையின் நுழைவாயிலில் வெகு காலத்திற்கு நீடித்திருக்கப் போவதாக நம்பிக்கையளிக்கும் மகிழ்ச்சியோடு இப்போது நின்றிருப்பதாக உணர்ந்தாள்.

அதனால்தான் ஒரு பொறாமை மிக்க காதலனால் ஓர் அறையில் பூட்டப்பட்டு கிடப்பதைக்கூட இருபது நிமிடங்கள் வரை பொருட்படுத்தாதிருந்தாள். சௌகரியமாக அவள் கவனத்தை பயணத்திற்கு தயார் செய்யும் சூட்கேஸின் மீது பதித்திருந்தாள்: அவள் வாழ்நாள் முழுக்க தன்னோடு வைத்திருக்க விரும்பும் பொருட்களின் மீது இப்போது அவள் கவனத்தை குவித்து வைத்திருந்தால், அவள் அப்பாவையும் தங்கையையும் விட்டுப் பிரியும்போது எளிதாக இருக்குமென்று நினைத்தாள். தவிர்க்க முடியாமல் பூட்டி வைக்கப்பட்டிருக்கும் இந்நேரத்தில் பெட்டியைக் கட்டி வைத்துவிட்டால் கார்ஸ்ஸை விட்டு எந்தச் சேதாரமும் இல்லாமல் எவ்வளவு சீக்கிரம் முடியுமோ அவ்வளவு விரைவாகக் கிளம்பிவிடலாம்.

அரைமணி நேரம் கழித்தும் கா வருவதற்கான அறிகுறி தெரியாததும், இபெக் ஒரு சிகரெட்டை பற்ற வைத்துக் கொண்டாள். எல்லாம் திட்டமிட்டபடியே நடக்கப் போகிறது என்று

நம்பிக்கொண்டிருப்பது முட்டாள்தனமோ என்று அவளுக்குத் தோன்றியது. அந்த அறையில் பூட்டப்பட்டுக் கிடப்பது அவள் எரிச்சலைக் கிளறி, கா மீது மட்டுமல்லாமல் தன் மீதும் கோபமாக இருந்தது. கீழே முற்றத்தில் வரவேற்பாளன் கேவிட் கடந்து செல்வதைப் பார்த்தபோது சன்னலைத் திறந்து அவனைக் கூப்பிடலாமாவென்று நினைத்து, கட்டுப்படுத்திக் கொண்டாள். அந்த இளைஞன் பார்வையை விட்டகன்றான். அவளுக்கு இன்னமும் தீர்மானமில்லாமலேயே இருந்தது. எந்த நிமிடமும் கா வந்துவிடுவான் என்று நம்பிக் கொண்டிருந்தாள்.

கா கிளம்பிச்சென்று நாற்பத்தைந்து நிமிடங்கள் கழித்து பனியில் உறைந்து கெட்டித்திருந்த சன்னல் கதவை ஒருவாறாக நெட்டித் திறந்தாள். கீழே தெருவில் சென்று கொண்டிருந்த ஒரு பையனை உரக்கக் கூப்பிட்டாள். நேஷனல் தியேட்டருக்கு குண்டுக் கட்டாக தூக்கிச் செல்லப்படாமல் தப்பித்த ஒரு சில சமயக்கல்விக்கூட மாணவர் களில் அவன் ஒருவன். இபெக் அவனை ஓட்டலுக்குள் வந்து வரவேற் பறையில் இருப்பவர்களிடம் அவள் அறை எண் 203இல் பூட்டப் பட்டிருப்பதாக சொல்லச் சொன்னாள். அந்தப் பையன் சந்தேகத்தோடு திருதிருவென்று விழித்தான். ஆனாலும் அவள் சொன்னபடியே தயக்கத்தோடு உள்ளே சென்றான். சில விநாடிகள் கழித்து அறை தொலைபேசி அடித்தது.

“அந்த அறையில் என்ன செய்து கொண்டிருக்கிறாய்?” என்று துர்குத் பே வெடித்தார். “அறைக்குள் மாட்டிக்கொண்டால் தொலை பேசியில் கூப்பிடுவதுதானே?”

ஒரு நிமிடம் கழித்து அறைக் கதவை உபரி சாவியால் திறந்து உள்ளே வந்தார். இபெக் அவரிடம் நேஷனல் தியேட்டருக்கு கா செல்லும்போது தானும் உடன் வருவதாகச் சொன்னதாகவும், அது அபாயகரமானது என்று கா நினைத்ததால் அவள் கிளம்பி வந்து விடாமலிருப்பதற்காக அறைக்குள் அவளை விட்டு பூட்டிச் சென்றுவிட்டதாகவும் சொன்னாள். ஊரில் உள்ள எல்லா தொலை பேசி இணைப்புகளும் பழுதடைந்திருப்பதால் ஓட்டல் தொலைபேசி களும் வேலை செய்யாது என்று நினைத்திருந்ததாகச் சொன்னாள்.

“இப்போது வேலை செய்கிறது. இங்கே மட்டுமல்ல, ஊரிலுள்ள எல்லா தொலைபேசிகளும்,” என்றார் துர்குத் பே.

“கா சென்று வெகு நேரமாகிறது. எனக்கு கவலையாக இருக்கிறது. தியேட்டருக்குச் சென்று அவருக்கும் கடிஃபேவுக்கும் என்ன ஆயிற்று என்று பார்த்து வரலாமா?”

அவருக்கு பதற்றமிருந்தாலும் நிதானமாகவே உடையணிந்து கொண்டு வந்தார். முதலில் அவருக்கு கையுறைகள் கிடைக்கவில்லை; அப்புறம் டை அணியாமல் சென்றால் சுனய் மதிக்கமாட்டான் என்று அதைத் தேடினார். இபெக்குடன் நடக்கும்போது அவளை மெதுவாக நடக்கச் சொன்னார் – அவருக்கு உடம்பில் பலம் இல்லாதது

ஒரு காரணம்; மற்றொன்று இபெக்கிடம் சொல்வதற்கு நிறைய அறிவுரைகள் அவர் கைவசம் வைத்திருந்தது.

“எந்த காரணத்தைக் கொண்டும் சுனய்யோடு வாக்குவாதத்தில் இறங்காதீர்கள்,” என்றாள் இபெக். “இந்தப் புரட்சியின் நாயகன் அவன்தான். விசேஷமான அதிகாரங்களை தன்வசம் வைத்திருக்கிறான்.”

நேஷனல் தியேட்டரின் வாசலில் ஆர்வத்தோடு குழுமியிருந்தவர் களையும், பேருந்துகளில் அடைத்து கொண்டுவரப்பட்டிருந்த சமயக் கல்விக்கூட மாணவர்களையும், இப்படி ஒரு கூட்டத்தை எதிர்பார்த்து காத்திருந்த தெரு வியாபாரிகளையும், ராணுவத்தினரையும், காவலர் களையும் பார்க்கும்போது துர்குத் பேவிற்கு இளைஞனாக இருந்த காலத்தில் அரசியல் கூட்டங்களில் கலந்துகொள்ளும்போது இருந்த துடிப்பும் ஆர்வமும் ஞாபகம் வந்தது. இபெக்கின் கையை இறுக்கமாகப் பற்றிக் கொண்டு, சுற்றுமுற்றும் நோக்கினார். காதில் விழும் உரையாடல் களில் கலந்துகொள்ள, முடிந்தால் ஆதரவு தெரிவித்து இந்நிகழ்ச்சியில் தனது பங்களிப்பையும் உறுதி செய்துகொள்ள, பாதி நம்பிக்கையும் பாதி பயமும் கலந்து உற்றுக் கேட்டபடி வந்தார். கூட்டத்தில் இருந்த வர்களில் பெரும்பாலோர் அந்நியர்கள் என்று தெரிந்ததும், வாசலை மறித்துக்கொண்டு நின்றிருந்த இளைஞர்களில் ஒருவனைத் தள்ளி நகர்த்திவிட்டு உள்ளே நுழைந்தார். தனது செய்கைக்காக உடனே வெட்கப்பட்டார்.

அரங்கம் இன்னும் நிறைந்திருக்கவில்லையென்றாலும் அந்த பிரமாண்டமான அரங்கில் ஒரு குடும்பச் சூழல் கலந்திருந்தது. சில சமயங்களில் கனவுகளில் பெரிய கூட்டம் வரும். அதில் இருப்பவர்கள் எல்லோருமே இதற்குமுன் சந்தித்தவர்களாக, அறிமுகமானவர்களாகவே இருப்பார்கள். அதைப் போன்றதொரு கனவின் ஊடே நடந்து செல்வதைப் போல இபெக்கிற்குத் தோன்றியது. காவும் கடிஃபேவும் இருக்குமிடம் தெரியவில்லை. அவளுக்கு கவலை அதிகரித்தது. காவலர் ஒருவன் அவர்களை வழியில் நிற்காமல் இடைகழிக்கு நகரும்படி தள்ளினான்.

துர்குத் பே அவனிடம், “இந்த நாடகத்தின் நாயகி கடிஃபே யில்திஸ்ஸின் அப்பா நான்,” என்றார். “அவளை உடனே நான் பார்த்தாக வேண்டும்.”

ஆட்சேபிக்கத்தக்க பள்ளி நாடகத்தில் தோன்றுவதிலிருந்து தன் மகளை கடைசி நிமிடத்தில் மீட்டுச்செல்ல வந்திருக்கும் தகப்பனைப் போல அவர் தெரிய, அந்த சார்ஜென்ட் அறநெறி வகுப்பாசிரியர் போல பயந்து, ஒரு தந்தையின் அக்கறை தனது உத்தியோகக் கடமை களை விட முக்கியமானது என்று உதவ முன்வந்தான். அவர்களை அடாதுர்க், சுனய் படங்கள் மாட்டியிருந்த ஓர் அறையில் அமரச் செய்தான். சற்றுநேரத்தில் கடிஃபே மட்டும் தனியே வாசலில் தோன்றினாள்.

அவளைப் பார்த்ததுமே, என்னதான் அவர்கள் செய்தாலும் இன்றிரவு கடிஃபே மேடையேறத்தான் போகிறாள் என்று இபெக்

அறிந்து கொண்டாள். தங்கையிடம் காவைப்பற்றி கேட்டாள், அதற்கு அவர்கள் சற்றுநேரமே பேசிக்கொண்டிருந்ததாகவும், அவன் ஓட்டலுக்குத் திரும்புவதாக அப்போதே கிளம்பிவிட்டதாகவும் தெரிவித்தாள். இபெக்கிற்கு வரும்வழியில் அவன் எதிர்ப்படவேயில்லையே என்று ஆச்சரியமாக இருந்தாலும், அதைப் பற்றி மேலும் எதுவும் கேட்காமல் நிறுத்திக் கொண்டாள். துர்குத் பே திடீரென கண்ணீர் உகுத்து, குரல் தழுதழுக்க, அவருடைய இளைய மகளை மேடையேற வேண்டா மென்று இறைஞ்சிக் கேட்டுக் கொண்டார்.

“இதற்காக எல்லா விளம்பரங்களும் செய்துவிட்டு கடைசி நிமிடத்தில் மேடையேற மாட்டேனென்றால் அது எல்லாவற்றையும் விட அபாயகரமானதாக இருக்கும், அப்பா,” என்றாள்.

“நீ மட்டும் உன் முக்காடைக் கழற்றி உச்சந்தலையைக் காட்டி விட்டால் இந்த வெறி பிடித்த சமயக்கல்விக்கூட மாணவர்களையும் மற்றவர்களையும் எந்தளவுக்கு வெறியேற்றி விடுவாய் என்பது உனக்குப் புரிந்திருக்கிறதா?”

“அப்பா, இவ்வளவு வருடங்கள் கழித்து நீங்களே என்னை முக்காடு அணிந்து கொள்ளச் சொல்வது வேடிக்கையாக இல்லையா?”

“இதில் வேடிக்கை ஏதுமில்லை, கடிஃபே என் செல்லமே. உனக்கு உடம்பு சரியில்லை என்று அவர்களிடம் சொல்லிவிடு.”

“என் உடம்புக்கு ஒன்றுமில்லையே . . .”

துர்குத் பே அழுகையைத் தொடர்ந்தார். அப்பா தனது நாடகத்தை நடத்திக் காட்ட ஆரம்பித்துவிட்டார் என்று இபெக் நினைத்தாள். இது அவருக்கு வழக்கம்தான். எந்தவொரு பிரச்சனையிலும் உணர்ச்சி கரமான விவகாரத்தைக் கையாள வேண்டியிருந்தால் அழத் தொடங்கி விடுவார். இந்தக் கிழவர் இவ்வளவு சுலபமாக, மேலோட்டமாக தனது வேதனைகளை பறைசாற்றிக் கொள்வாரென்றால், இவர் கண்ணீர் மல்க பேசுபவற்றிற்கு நேரெதிரான நிலையைத்தான் உள் மனதில் கொண்டிருப்பாரென்று இபெக்கிற்கு எப்போதுமே சந்தேகம் வரும். முன்பெல்லாம் அவளுக்கும் அவள் தங்கைக்கும் அவரது இந்தச் சுபாவம் விசேஷமானதாகவும், அவர் மேல் பிரியமேற்படுத்துவதாகவும் இருந்திருக்கிறது. இப்போது அவசரமாக தீர்க்க வேண்டிய பிரச்சனையில் அவர்கள் அப்பாவின் நடத்தை அற்பத்தனமாகத் தெரிந்தது.

இபெக் ரகசியக் குரலில், “கா எப்போது கிளம்பினார்?” என்று கேட்டாள்.

கடிஃபேவும் கிசுகிசுப்பாக, “அவர் கொஞ்ச நேரத்திற்கு முன்பாகவே ஓட்டலுக்குப் போய்விட்டிருப்பார்,” என்றாள்.

அவர்கள் இருவர் கண்களிலும் அச்சம் குடியேறியிருந்ததை இருவருமே கவனித்தனர்.

நான்கு வருடங்கள் கழித்து இபெக்கை ‘நியூ லைஃப் பாஸ்ட்ரி ஷாப்’பில் சந்தித்தபோது, அந்தத் தருணத்தில் அவர்கள் கவலைப்

பட்டது காவைப் பற்றியல்ல, நீலத்தைப் பற்றித்தான் என்று சொன்னாள். அவர்கள் ஒருவரையொருவர் மௌனமாக பார்வையில் அளந்து கொண்டிருந்தபோது பக்கத்தில் அவர்கள் அப்பா இருப்பது பிரக்ஞையில் இல்லை. இபெக் இவ்வளவு வெளிப்படையாகப் பேசுவது என்மீது அவள் கொண்டிருக்கும் பிரியத்தால்தான் என்று கற்பனை செய்து கொள்வதை என்னால் அடக்க முடியாமல் இருந்தது. அதனால் இந்தக் கதையின் முடிவை இபெக்கின் கண்ணோட்டத்திலன்றி வேறெப்படியும் என்னால் பார்க்க முடியாது என்று நினைத்துக் கொண்டேன்.

சிறிது நேரத்திற்கு சகோதரிகள் இருவருமே பேசவில்லை.

"நீ மேடையேறுவதில் நீலத்திற்கு விருப்பமில்லை என்பதை அவர் சொன்னார் அல்லவா?"

அவள் உரக்க பேசுவது அவர்கள் அப்பாவுக்கு கேட்கும் படிக்கு இருக்கிறதென்று கடிஃபே கண்களால் எச்சரிக்க, இருவரும் அவரை ஓரக் கண்களால் கவனித்தனர். கண்களிலிருந்து கண்ணீர் வழிந்து கொண்டிருந்தாலும் அவர்கள் பேசுவதை உற்றுக் கேட்டுக் கொண்டு தான் இருந்தார்.

"அப்பா, நாங்கள் இருவரும் சற்று தனியாக பேச வேண்டியிருக்கிறது."

"நீங்கள் இருவரும் ஒன்றாகச் சேர்ந்துகொண்டால், என்னை விட அதிகமாக யோசிப்பீர்களே," என்றபடி துர்குத் பே எழுந்து கதவை சார்த்தாமல் வெளியே சென்றார்.

"நீ இதை நன்றாக யோசித்துப் பார்த்து விட்டாயா, கடிஃபே?"

"யோசித்துவிட்டேன்."

"நீ அவரை இனி எப்போதுமே பார்க்க முடியாமற்போகலாம் என்பதை உணர்ந்திருக்கிறாயா?"

"அப்படிச் சொல்ல முடியாது," என்றாள் கடிஃபே ஜாக்கிரதையாக. "நானும் அவர் மீது கோபமாகத்தான் இருக்கிறேன்."

கடிஃபேவிற்கும் நீலத்திற்கும் இடையிலான உறவு இதைப்போல எண்ணற்ற மேடு பள்ளங்களைக் கொண்டிருப்பதுதான். வாக்குவாதங்கள் சமாதானத்தில் முடியும். உடனே பொறாமை தலை தூக்கி சண்டை வெடிக்கும். இந்த இருவரின் உறவையும் சற்று விரக்தியோடு இபெக் யோசித்துப்பார்த்தாள். எவ்வளவு வருடங்களாக பழகிக் கொண்டிருப் பார்கள்? அவளுக்கு நிச்சயமாகத் தெரியவில்லை. நீலம் அவர்கள் இருவருடனும் ஒரே நேரத்தில் தொடர்பு வைத்திருந்தது எவ்வளவு காலத்திற்கு தொடர்ந்தது என்ற யோசனை குறுக்கிட்டபோது அதனை வலுக்கட்டாயாக மனமூலைக்கு அகற்றினாள். காவைப்பற்றி காதலுடன் நினைத்துக்கொண்டாள். அவனால்தான் அவள் நீலத்தை மறக்கப் போகிறாள்.

"காவுக்கு நீலத்தின் மேல் பயங்கரப் பொறாமை இருக்கிறது," என்றாள் கடிஃபே. "அவர் உன்னை தீவிரமாக காதலிக்கிறார், அக்கா."

“கண்ணை மூடி கண்ணைத் திறப்பதற்குள் எப்படி உன்மத்தமாக அவரால் காதலில் விழமுடிந்திருக்கிறது என்று என்னால் நம்ப முடியாமல்தான் இருந்தது. ஆனால் இப்போது நம்புகிறேன்.”

“அவரோடு ஜெர்மனிக்குப் போய்விடு, அக்கா.”

“வீட்டுக்குப் போனதும் என் பெட்டியைக் கட்டவேண்டும். சரி, உனக்கு என்ன தோன்றுகிறது? நானும் காவும் ஜெர்மனியில் மகிழ்ச்சியாக வாழ்வோமென்று உண்மையிலேயே நினைக்கிறாயா?”

“ஆம், நிச்சயமாக,” என்றாள் கடிஃபே. “ஆனால் உன் கடந்த காலத்தைப் பற்றி அவரிடம் சொல்வதை நீ நிறுத்தவேண்டும். அவருக்கு ஏற்கனவே நிறைய தெரிந்திருக்கிறது. தெரிந்ததை விட அதிகமாக கற்பனை செய்துகொள்ளக் கூடியவர் அவர்.”

அவள் தங்கை முற்றும் அறிந்த மூதாட்டி போல கரிசனத்தோடு பேசுவது இபெக்கிற்கு எரிச்சலாக இருந்தது. “நீ பேசுவதைப் பார்த்தால் இந்த நாடகம் முடிந்ததும் வீட்டுக்குக்கூட நீ வரமாட்டாய் போலிருக்கிறது.”

“சேச்சே, நீ உடனே கிளம்பிப் போய்விடுவாய் என்று நினைத்துச் சொன்னேன்.”

“கா எங்கே போயிருப்பார் என்று உனக்கு ஏதாவது தோன்றுகிறதா?”

அவர்கள் இருவரும் ஒருவர் கண்களை மற்றவர் ஆழமாகப் பார்த்துக் கொண்டனர். அவர்கள் இருவருக்கும் ஒரே விதமான பயம் தோன்றியிருப்பதாக இபெக் உணர்ந்தாள்.

“போகலாம்,” என்று கடிஃபே எழுந்தாள். “ஒப்பனைக்கு நேரமாகிவிட்டது.”

“நீ முக்காடை அகற்றுவதைவிட எனக்கு சந்தோஷமான விஷயம் இந்த ஊதா மழைக்கோட்டை கழற்றியெறியப் போவதுதான்,” என்றாள் இபெக்.

அந்த மழைக்கோட்டு தரை வரை இறங்கியிருந்தது. கடிஃபே விளையாட்டாக நடன அசைவு போல காலை அசைத்துக் காட்ட, அதன் அடி விளிம்பு கூடாரம் போல எழும்பித் தாழ்ந்தது. துர்குத் பே வாசலிலிருந்து பார்த்துக் கொண்டிருப்பதைப் பார்த்ததும் அவர்கள் முகத்தில் இவ்வளவு நேரம் கழித்து முதல்முறையாகப் புன்னகை மலர்ந்தது. இரண்டு சகோதரிகளும் கட்டித் தழுவிக்கொண்டு முத்தமிட்டுக் கொண்டனர்.

கடிஃபே நிச்சயமாக மேடையேறத்தான் போகிறாள் என்று தெரிந்து தோல்வியை ஒப்புக்கொண்டதைப் போலத்தான் அவர் காணப்பட்டார். இப்போது அழவில்லை, அறிவுரையும் சொல்லவில்லை. அவரது நடிப்பை செவ்வனே நிறைவேற்றி முடித்துவிட்டார். இனி புதிதாக நிகழ்த்திக் காட்ட எதுவுமில்லாமல் அவருடைய இளைய

மகளை அணைத்து இரண்டு கன்னங்களிலும் முத்தமிட்டுவிட்டு, நெரிசலை விலக்கிக் கொண்டு வெளியேறினார்.

அரங்கின் வாசலைத் தாண்டியதிலிருந்தே இபெக்கின் கண்கள் காவைத்தேடி துழாவத் தொடங்கிவிட்டன. அவன் தென்படவில்லை. அவன் எங்கிருப்பான் என்று தெரிந்தவர்கள் யாராவது இருப்பார்களா என்று தேடினாலும் யாரும் தென்படவில்லை.

ஓட்டலை அடைந்ததும் துர்குத் பே நேராக தொலைக்காட்சிக்குச் சென்று, நேரடி ஒளிபரப்புக்கு முஸ்தீபாக வரத்தொடங்கியிருந்த விளம்பரங்களை கண் கொட்டாமல் பார்க்கத் தொடங்க, இபெக் தனது சூட்கேஸை நிரப்ப ஆரம்பித்தாள். கா எங்கே சென்றிருப்பான் என்ற எண்ணம் எழும் போதெல்லாம், ஜெர்மனியில் அவர்களுக்காகக் காத்திருக்கும் ஒளிமயமான எதிர்காலத்திற்கு மனதைத் திருப்பிக் கொண்டு, அவளோடு எடுத்துச் செல்ல வேண்டிய துணிகளையும் மற்ற பொருட்களையும் கவனமாகத் தேர்ந்தெடுத்தாள். “அவநம்பிக்கை யுறுவதற்காக ஏதாவதொரு காரணத்தை கா தேடி எடுத்துக் கொள்வதைப் போல, நன்நம்பிக்கைக்கான மூடத்தனமான காரணங்களை அடுத்த நாற்பத்தைந்து நிமிடங்களுக்கு தேடிக் கொண்டிருந்தேன்,” என்று இபெக் பின்னர் என்னிடம் பேசும் போது சொன்னாள். முதலில் ‘இதைவிடத் தரமான பொருட்கள் ஜெர்மனியில் கிடைக்கும்’ என்று நினைத்து ஒதுக்கி வைத்திருந்த பொருட்களை மற்றொரு சூட்கேஸில் வைத்து அடைத்தாள். ஜெர்மனியில் அவளுக்குப் பொருத்தமான காலுறைகளும் உள்ளாடைகளும் கிடைக்குமாவென்ற யோசனையில் அலமாரியில் கிளறிக் கொண்டிருந்த போது ஏதோவொன்று அவளை வெளியே பார்வையைத் திருப்பத் தூண்டியது. காவை ஏற்றிச் சென்ற ராணுவ வண்டி முற்றத்திற்குள் நுழைந்து கொண்டிருந்தது.

அவள் கீழே செல்வதற்குள், துர்குத் பே வாசலுக்கு வந்துவிட்டிருந்தார். அவள் இதற்குமுன் பார்த்திராத, சுத்தமாக சவரம் செய்த கொக்கி மூக்கு அதிகாரி, “துர்குத் யில்திஸ்”, என்று விளித்து அவர் கையில் சீலிட்ட கடித உறையைக் கொடுத்தான்.

துர்குத் பேவுக்கு சட்டென்று முகம் வெளிறி, நடுங்கும் கரங்களில் உறையைப் பிரித்தார். உள்ளே ஒரு சாவியும், அவள் மகள் பெயருக்கு ஒரு கடிதமும் இருக்க, இபெக்கிடம் கொடுத்தார்.

தற்காப்புக்காகவும், நான் காவைப்பற்றி எழுதுவது எல்லாமும் கையில் கிடைத்திருக்கும் உண்மை ஆதாரங்களை பிரதிபலிப்பதாக இருக்க வேண்டுமென்பதற்காகவும், நாங்கள் நான்கு வருடங்கள் கழித்து சந்தித்தபோது அக்கடிதத்தை இபெக் என்னிடம் காட்டினாள்.

வியாழன், இரவு மணி 8.

துர்குத் பே – இது என் அறைச் சாவி. என் அறையைத் திறந்து உள்ளேயிருக்கும் இபெக்கிடம் இக்கடிதத்தைத் தந்துவிடுமாறு பணிவுடன் கேட்டுக்கொள்கிறேன். இதுதான் நம் அனைவருக்கும் உகந்ததாக இருக்கும், ஐயா. என் மன்னிப்புகளை சமர்ப்பிக்கிறேன்.

தங்கள் மதிப்பிற்குரிய,

என் அன்பே. என்னால் கடிஃபேவின் மனதை மாற்ற இயல வில்லை. எனது பாதுகாப்பிற்காக ராணுவ வீரர்கள் என்னை ராணுவத் தலைமை முகாமிற்கு அழைத்து வந்துள்ளனர். எர்ஸுரும் சாலை திறக்கப்பட்டுவிட்டது. என்னை முதல் ரயிலிலேயே கிளம்பச் சொல்லி இவர்கள் வற்புறுத்துகிறார்கள். உன் பெட்டி யோடு எனது பையையும் எடுத்துக்கொண்டு நீ உடனே வந்தாக வேண்டும். ராணுவ வண்டி உன்னை அழைத்துச் செல்ல ஒன்பதே காலுக்கு வரும். எந்த காரணத்தைக் கொண்டும் தெருவில் இறங்காதே. வா என்னிடம்! ஐ லவ் யூ வெரிமச். நாம் மகிழ்ச்சியாக வாழப் போகிறோம்.

அந்த கொக்கி மூக்கன் ஒன்பது மணியானதும் வருவதாகச் சொல்லிச் சென்றான்.

துர்குத் பே, “நீ போகப் போகிறாயா?” என்று கேட்டார்.

“அவருக்கு என்ன ஆகியிருக்கும் என்று இன்னமும் கவலையாக உள்ளது,” என்றாள்.

“ராணுவ வீரர்கள் அவருக்கு பாதுகாப்பு அளித்து வருகிறார்கள். அவருக்கு ஒன்றும் ஆகாது. நீ எங்களை விட்டுப் போக முடிவெடுத்து விட்டாயா?”

“எனக்கென்னவோ அவரோடு என்னால் சந்தோஷமாக இருக்க முடியுமென்று தோன்றுகிறது. கடிஃபேவும் அதைத்தான் சொல்கிறாள்.”

அவள் எதிர்கால மகிழ்ச்சியை சான்றளிக்கும் ஆவணம் அவள் கையில் இருந்தது. அதை மீண்டும் எடுத்து வாசிக்கும்போது ஏனென்று தெரியாமல் அழத்தொடங்கினாள். “ஒருவேளை, என் அப்பாவையும் தங்கையையும் விட்டுப் பிரிந்து செல்வதை நினைத்து அழுதிருக்கலாம்,” என்று நான்கு வருடங்கள் கழித்து என்னிடம் பேசும்போது சொன்னாள். அந்த நேரத்தில் இபெக்கின் உணர்ச்சிகளை நுட்பமாகக் கவனிக்கும் என் ஆர்வம், அவள் தரப்பு கதையைக் கேட்க வேண்டிய அவசியத்தால் நேர்ந்த ஒன்று என்றே நம்பினேன். பின், “என் மனதில் இருந்த மற்றொரு விஷயத்திற்காகவும் நான் விசனப்பட்டிருக்கக் கூடும்,” என்றாள்.

இபெக் அழுவதை நிறுத்தியதும் அவளும் துர்குத் பேவும் அவள் அறைக்குச் சென்று, எடுத்துப் போக வேண்டிய பொருட்களை கடைசியாக ஒருமுறை சோதித்துக் கொண்டனர். காவின் அறைக்குச் சென்று அவன் உடமைகளை அவனது கருஞ்சிவப்பு சூட்கேஸில் அடைத்தனர். அப்பாவுக்கும் மகளுக்கும் இப்போது மனதில் நம்பிக்கை நிறைந்திருந்தது. கடிஃபே படிப்பை முடித்ததும் அவளும் துர்குத் பேவும் ஃபிராங்க்ஃபர்ட்டுக்கு வந்து இபெக்கை பார்ப்பார்கள் என்று பேசிக்கொண்டனர்.

பைகளை கட்டிமுடித்ததும் அவர்கள் கீழே சென்று கடிஃபேவைப் பார்க்க தொலைக்காட்சியின் முன் அமர்ந்தனர்.

“இந்த நாடகம் சின்னதாக இருந்து, நீ ரயிலேறுவதற்குள் முடிந்து விட்டால் நீயும் நிம்மதியாகப் புறப்பட்டுச் செல்வாய்,” என்றார் துர்குத் பே.

அவர்கள் பேசுவதை நிறுத்திக்கொண்டு, ‘மரியானா’ தொடரை பார்ப்பதைப்போல ஒருவரோடொருவர் ஒட்டி உட்கார்ந்தபடி தொலைக் காட்சியை பார்க்கத் தொடங்கினர். இபெக்கால் தொலைக்காட்சியில் கவனம் செலுத்த முடியவில்லை. சில வருடங்கள் கழித்து யோசித்துப் பார்க்கும்போது அவள் ஞாபகத்தில் இருந்தது முதல் இருபத்தைந்து நிமிடங்களில் கடிஃபே முக்காடும், நீண்ட செக்கச் செவேலென்ற உடையும் அணிந்து மேடைக்கு வந்து, “அன்புள்ள அப்பா, நீங்கள் என்ன சொன்னாலும் கேட்கிறேன்,” என்றது மட்டுமே. “என் மனம் வேறெங்கோ இருந்தது,” என்றாள். எங்கே இருந்தது என்று திரும்பத் திரும்ப அவளிடம் கேட்டபோது, காவுடன் அவள் மேற்கொள்ளவிருந்த பயணத்தைப் பற்றிய நினைவுகளை மட்டுமே அவள் அனுமதித்திருந்த தாகச் சொன்னாள். அவள் மனம் அச்சத்தால் பீடித்திருந்ததாகச் சொன்னாள். எதைப் பற்றிய அச்சம் என்பதை அவளேகூட அலசி அறிந்துகொள்ள முற்படவில்லையெனும்போது அவற்றைத் தெளிவாக என்னிடம் சொல்லாததிலும் ஆச்சரியமில்லை. அவள் மனதின் சாளரங்கள் வெடித்துத் திறந்திருக்க, தொலைக்காட்சிப் பெட்டியைத் தவிர மற்றவை எல்லாமே தொலைவில் இருப்பதாகத் தெரிந்தன. ஒரு நீண்ட யாத்திரைக்குப்பின் திரும்பி வந்திருக்கும் பயணி போல உணர்ந்தாள். அவள் வீடே மர்மமான விதங்களில் மாறியிருந்தது. அவள் நினைவில் இருந்ததைவிட அறைகள் சிறியனவாகவும், மேஜை நாற்காலிகள் பழமையேறியும் இருந்தன. அவள் தன்னைச் சுற்றிப் பார்த்தாள். எல்லா பொருட்களும் – மெத்தைகள், மேஜை, திரை விரிப்புகளில் உள்ள மடிப்புகள் கூட – அவளை ஆச்சரியப்படுத்தின. முற்றிலும் அந்நியமானதொரு பிரதேசத்திற்கு இடம்பெயர்ந்து செல்வ தற்கு முன் அவள் சொந்த வீட்டையே ஓர் அந்நியனின் பார்வையில் அவளால் பார்க்க முடிந்தது. அவள் அப்போது உணர்ந்த விதத்தை இப்படித்தான் வர்ணித்திருந்தாள். ‘நியூ லைஃப் பாஸ்ட்ரி ஷாப்’பில் அவள் என்னெதிரே உட்கார்ந்து சொன்ன இவற்றைக் கவனமாகப் பார்க்கும் போது அன்றிரவு காவுடன் ஃபிராங்க்ஃபர்ட்டுக்கு புறப்பட்டுச் செல்ல முழுமனதோடு அவள் தயாராகவே இருந்திருக்கிறாள் என்று அவள் வார்த்தைகள் காட்டுகின்றன.

அழைப்பு மணி அடித்ததும் இபெக் ஓட்டல் வாசலுக்கு ஓடினாள். அவளை ரயில் நிலையத்திற்கு அழைத்துச் செல்ல ராணுவ வண்டி சீக்கிரமே வந்து விட்டிருந்தது. பயத்தை விழுங்கிக் கொண்டு, அந்த அதிகாரியிடம் சில நிமிடங்களில் வந்து விடுவதாகச் சொல்லிவிட்டு அவள் அப்பாவிடம் ஓடினாள். அவரருகே அமர்ந்து மொத்த பலத்தையும் செலுத்தி அவரை இறுக்கமாக அணைத்தாள்.

“அதற்குள் வண்டி வந்துவிட்டதா?” என்று கேட்டார். “உன் பையை கட்டி வைத்துவிட்டாயல்லவா? இன்னும் கொஞ்சநேரம் கழித்தே கிளம்பலாம்.”

அடுத்த சில நிமிடங்களுக்கு தொலைக்காட்சி திரையில் சுனய்யை வெற்றாக பார்த்துக் கொண்டிருந்தாள். ஓரிடத்தில் உட்கார முடியாத வளாக அவள் அறைக்கு ஓடினாள். அவளது செருப்புகளைக் கட்டி பைக்குள் வைத்தாள். ஞாபக மறதியாக சன்னலில் வைத்துவிட்டிருந்த கண்ணாடி பொருத்திய குட்டி தையல் சாதனப் பெட்டியை எடுத்து வைத்துக் கொண்டாள். கட்டிலின் விளிம்பில் உட்கார்ந்து சில நிமிடங் களுக்கு அமைதியாக அழுதாள்.

அவள் நினைவுகூரலை வைத்துப் பார்க்கும்போது, மாடியிலிருந்து கீழிறங்கிச் சென்றபோதுகூட காவுடன் கார்ஸ்ஸை விட்டுச் சென்று விடும் முடிவில் தீர்மானமாக இருந்ததாகத் தெரிகிறது. அவள் மனதை ஆட்டி அலைத்துக் கொண்டிருந்த ஐயங்கள் அடங்கி, கடைசி சில நிமிடங்களை அப்பாவோடு உட்கார்ந்து அமைதியாக தொலைக்காட்சி பார்ப்பதில் கழிக்கலாம் என்று நினைத்தாள்.

வரவேற்பாளன் கேவிட் வந்து, யாரோ வந்திருப்பதாகச் சொன்ன போது இபெக் அதிகம் பொருட்படுத்தவில்லை. துர்குத் பே அவளிடம் ஃபிரிட்ஜிலிருந்து தனக்கு ஒரு கோக் எடுத்துவரச் சொன்னார். அவர்கள் இருவருக்குமாக இரண்டு கோப்பைகளை எடுத்து வந்தாள்.

சமையலறை வாசலுக்கு வந்து நின்றிருந்த ஃபாசிலின் முகத்தை எப்போதுமே மறக்க முடியாது என்றாள் இபெக். அவன் முகபாவத் திலிருந்து பயங்கரமாக ஏதோ நடந்துவிட்டிருப்பது தெரிந்தது. இபெக் கிற்கு அவனைப் பார்க்கும்போது முதல் முறையாக ஒரு பரிச்சய உணர்வு ஏற்பட்டது: இந்த ஃபாசில் அவர்கள் குடும்பத்தைச் சேர்ந்த ஒருவன்; அவளுக்கு மிகவும் நெருக்கமாக இருப்பவன்.

“அவர்கள் நீலத்தையும் ஹண்டேவையும் கொன்றுவிட்டார்கள்!” என்றான் ஃபாசில் மூச்சிறைக்க. “கடிஃபேவை இதிலிருந்து தடுத்து நிறுத்தியிருக்க நீலம் ஒருவரால்தான் முடிந்திருக்கும்.”

அவன் வெடித்து அழ, இபெக் அசைவின்றி பார்த்துக் கொண்டிருந் தாள். அடியாழத்திலிருந்து வருவதைப்போல கலக்கமான குரலில் நடந்ததை விவரித்தான். நீலம் ஹண்டேவுடன் பதுங்கியிருந்த மறை விடத்தை ராணுவ வீரர்கள் குழு ஒன்று தாக்கி, அவர்களைக் கொன்றுள்ளது. யாரோ அவர்களுக்கு இந்த மறைவிடத்தைப் பற்றி துப்பு கொடுத்திருக்கிறார்கள் என்றான்: இல்லாவிட்டால் அவர்கள் ஒரே நேரத்தில் இவ்வளவு அதிகமான எண்ணிக்கையில் வீரர்களை அனுப்பியிருக்க மாட்டார்கள். இல்லை, ஃபாசிலை யாரும் பின் தொடர்ந்து வந்திருக்க வாய்ப்பில்லை. அவன் அங்கு போய்ச் சேர்ந்த போது எல்லாம் முடிந்துவிட்டிருந்தது. ராணுவ ஸர்ச்லைட் நீலத்தின் உடல் மீது ஒளியைப் பாய்ச்சிக் கொண்டிருந்ததை அருகிலிருந்த

வீடுகளிலிருந்து வேடிக்கை பார்த்துக்கொண்டிருந்த சிறுவர்களோடு கலந்து நின்று அவனும் பார்த்தான்.

"நான் இங்கே தங்கலாமா?" என்று ஃபாசில் கேட்டான். "வேறு எங்கும் போவதற்கு எனக்கு விருப்பமில்லை."

அவனும் அருந்துவதற்காக இன்னொரு கோப்பையை எடுத்து வந்தாள் இபெக். அவளது சிதறிய மனநிலையில் ஓப்பனர் கிடைக்க வில்லை. ஏதேதோ தப்பான இழுப்பறைகளைத் திறந்து தேடிக் கொண்டிருந்தாள். கடைசியில் கிடைத்தது. நீலத்தை முதன்முதலாக பார்த்த அன்று அவள் அணிந்திருந்த பூப்போட்ட சட்டை திடீரென்று அவள் நினைவுக்கு வந்தது. அதை அவள் எடுத்துப் போவதற்காக சூட்கேஸில் வைத்திருக்கிறாள். செவ்வாயன்று இரவு கா நல்ல போதையில் இருக்கும்போது கவிதை எழுதிய நாற்காலியில் ஃபாசிலை உட்கார வைத்தாள். முடவனுக்கு திடீரென்று உடலில் பரவியிருந்த வலியனைத்தும் விலகியதைப் போல அவள் தளர்வுற்றாள். ஃபாசில் கோக் அருந்தியபடியே அமைதியாக கடிஃபேவை தொலைக்காட்சியில் பார்த்துக் கொண்டிருக்க, அவள் அறையின் அடுத்த கோடிக்குச் சென்று அப்பாவிடம் ஒரு கோப்பையைக் கொடுத்தாள்.

அவள் அறைக்குச் சென்று இருட்டில் ஒரு நிமிடம் நின்றிருந்தாள்.

காவின் அறைக்குச் சென்று அவனது கருஞ்சிவப்பு சூட்கேஸை எடுத்துக்கொண்டு வெளியில் வந்தாள். நடுங்கும் குளிரில் தெருவில் இறங்கி ராணுவ வண்டிக்கருகில் நின்றிருந்த அந்த அதிகாரியிடம் அவள் அந்நகரத்தை விட்டுச் செல்வதில்லையென்று முடிவெடுத்து விட்டதாகச் சொன்னாள்.

அந்த அதிகாரி புரியாமல், அவளுக்கு உதவும் விதமாக, "இப்போது சென்றால்கூட ரயிலைப் பிடித்துவிடலாம்," என்றான்.

"என் மனதை மாற்றிக் கொண்டேன். நான் போகவில்லை. நன்றி. தயவுசெய்து இந்தப் பெட்டியை கா பே அவர்களிடம் கொடுத்து விடுங்கள்."

அவள் உள்ளே அப்பாவின் பக்கத்தில் உட்கார்ந்தாள். ராணுவ வண்டியின் இன்ஜின் உயிர் பெறும் சத்தம் கேட்டது.

"அவர்களை அனுப்பிவிட்டேன்," என்றாள் அவள் அப்பாவிடம். "நான் போகவில்லை."

துர்குத் பே மகளை அணைத்துக் கொண்டார். சற்று நேரத்திற்கு எதுவும் மனதில் பதியாமல் தொலைக்காட்சியை வெறித்துக் கொண்டிருந் தார்கள். முதல் காட்சி அப்போதுதான் முடிவுக்கு வந்துகொண்டிருந்தது. "அப்பா, நாம் கடிஃபேவைச் சென்று பார்ப்போம். அவளிடம் ஒன்று சொல்லவேண்டும்," என்றாள் இபெக்.

43

பெண்கள் தம் கௌரவத்தைக் காத்துக்கொள்ள தற்கொலை செய்துகொள்கிறார்கள்

கடைசி காட்சி

அன்று கடைசி நேரத்தில்தான் நாடகத்தின் தலைப்பை மாற்றுவதற்காக சுனய் முடிவெடுத்தான். தாமஸ் கிட்டின் *The Spanish Tragedy*யைத் தழுவி அவன் உருவாக்கியிருந்த அந்நாடகம் அதன் இறுதி வடிவத்தில் பல்வேறு பாதிப்புகளை உள்ளடக்கியதாக இருந்தது. நாள் முழுக்க இடைவிடாமல் ஓடிக்கொண்டிருந்த பிரச்சார விளம்பரத்தின் கடைசி அரை மணி நேரத்தில்தான் அறிவிப்பாளர்கள் நாடகத்தின் புதிதாக மாற்றப்பட்டிருந்த தலைப்பான *கார்ஸ்ஸில் நிகழ்ந்த துயரம்* என்பதைக் குறிப்பிட ஆரம்பித்தனர். ஏற்கனவே அரங்கத்திற்கு வந்து விட்டவர்களுக்கு இந்த மாற்றத்தைப் பற்றி எதுவும் தெரிந்திருக்கவில்லை. பலரும் ராணுவ வண்டிகளில் அடைத்துக் கொண்டு வரப்பட்டவர்கள்தான்; மற்றவர்கள் நாடக விளம்பரத் தைப் பார்த்துவிட்டு, ஒரு வலுவான ராணுவத்திற்கு தமது ஆதரவைக் காட்டுவதற்காக வந்திருந்தனர். வந்திருந்தவர்களில் கணிசமானவர்களுக்கு விளைவு எவ்வளவு கோரமாக இருந்தாலும் பரவாயில்லையென்று அதனைக் கண்கூடாகப் பார்க்க வேண்டு மென்ற ஆர்வம் மட்டுமே இருந்தது. (தொலைக்காட்சியில் ஒளிபரப்பாகும் ‘நேரடி ஒளிபரப்பு’ என்பதே உண்மையில் அமெரிக்காவிலிருந்து கொண்டுவரப்பட்ட டேப்புதான் என்று வதந்திகள் ஏற்கனவே புறப்பட்டிருந்தன.) அதிகார பூர்வமாக உத்தரவிடப்பட்டிருந்ததால் அரசு அதிகாரிகளும் வந்திருந்தனர். (இம்முறை அவர்கள் குடும்பத்தினரை அழைத்து வரவில்லை.) புதிய தலைப்பு அவர்களில் யாருக்கும் தெரியவில்லை. தெரிந்தவர் களுக்கும் தொலைக்காட்சி நேயர்களைப் போல நாடகத்தில் நிகழ்வது எதுவும் புரியவுமில்லை.

முதலும் கடைசியுமாக நிகழ்த்தப்பட்ட *‘கார்ஸ்ஸில் நிகழ்ந்த துயரம்’* நாடகத்தின் வீடியோ டேப், நான்கு வருடங்கள் கழித்து ‘கார்ஸ் பார்டர் டெலிவிஷன்’ நிலையத்தின் காப்பகத்தில் கிடைத்தன. முதல் பாதியில் மேடையில் நடந்த விஷயங்களை வர்ணிப்பது ஏறக்குறைய அசாத்தியம். ‘பின்தங்கிய, வறிய, அறியாமை இருளில் கேடுற்றிருந்த’ ஏதோ ஒரு நகரத்தில் நிகழும் பழிக்குப்பழி சண்டை என்பது மட்டும் ஒருவாறாகப் புலப்பட்டது. ஆனால் அந்த ஊர் ஆசாமிகள் எதற்காக ஒருவரையொருவர் அடித்துக்கொன்று வெறியாட்டம் போடுகின்றனர் என்று எனக்குப் புரியவில்லை. கொலையாளிகளோ, கொலையுண்டவர்களோ இந்த ரத்த சேதத்திற்கு விளக்கம் அளிப்பதாகவும் இல்லை. அடுத்ததாக சுனய் தோன்றி, இத்தகைய குடும்பப்பகைகளின் பிற்போக்குத் தனத்தைப் பற்றி, இந்தக் கேவலமான சண்டைகளில் தலையைக் கொடுத்துச் சீரழியும் மக்களின் மூடத்தனத்தைப்பற்றி காட்டமாக உரையாற்றினான். அவன் மனைவியோடும், அவளைவிட அவனை அதிகமாகப் புரிந்துகொள்வதாகத் தெரிந்த ஓர் இளம் பெண்ணோடும் (கடிஃபே) இதைப் பற்றி விவாதித்தான். ஆளும் உயர்குடி வர்க்கத்தைச் சேர்ந்த படித்த பணக்காரனாக இருந்தாலும் மிகச் சாதாரணர்களான ஏழை கிராமத்தார்களோடு சரிசமமாகக் கலந்து வேடிக்கையாகப் பேசி, சகஜமாக பழகுபவனாகத்தான் சுனய் தன்னைக் காட்டிக் கொண்டிருந்தான். அவர்களோடு வாழ்க்கையின் அர்த்தம் பற்றி அறிவாழமிக்க விவாதங்களில் ஈடுபடுவது அவன் வழக்கம்; ஷேக்ஸ்பியரிடமிருந்தும், விக்டர் ஹியூகோவிடமிருந்தும் பிரெக்ட்டிடமிருந்தும் காட்சிகளை எடுத்துச் சொல்லி ‘நாடகத்திற்குள் நாடகம்’ என்ற தாத்பர்யத்தை அவர்களிடம் விளக்குவான். இப்போது நகரப் போக்குவரத்து, உணவு மேசை நாகரிகங்கள், துருக்கியர்களும் முஸ்லீம்களும் எப்போதும் வழுவக்கூடாத சிறப்பு நியமங்கள், பிரெஞ்சு புரட்சியின் சிறப்புகள், சமைத்தல், ஆணுறைகள், ராக்கி ஆகியவற்றின் நன்மைகள், நவீன விலைமாதர்களின் ‘பெல்லி டான்ஸ்’ வகைகள் ஆகியவற்றைப் பற்றி தனியுரைகள் நிகழ்த்தினான். இந்தப் பிரகடனங் களோ, அல்லது இதற்குப் பிறகு கலப்படம் செய்யப்பட்ட போலி ஷாம்பூ, அழகு சாதனங்களை அவன் எப்படி வெளிச்சத்திற்கு கொண்டு வந்தான் என்று அடுத்ததாக செய்த பிரதாபங்களோ முந்தைய ரணகளச் சண்டைக் காட்சிகளுக்கு எந்த விளக்கமும் அளிப்பதாக இல்லை. அடுத்தடுத்து வரிசையாக நிகழ்ந்த இந்தக் குழப்பக் காட்சிகளில் எந்தவிதமான காரண காரியமும் இல்லாதிருந்ததில் இவற்றைப் புரிந்துகொள்வதே கடினமாக இருந்தது.

இந்தக் கிறுக்குத்தனமான சேட்டைகள்கூட சுனய்யின் உக்கிரமான நடிப்பினால் பார்க்கக் கூடியனவாகவே இருந்தன. எப்போதாவது நாடகம் தொய்வடைவதாக இருந்தாலோ, கார்ஸ் மக்கள் ஆர்வம் இழக்கத் தொடங்கிவிட்டதாக அவன் உணர்ந்தாலோ, சுனய் ஏதாவது ஒன்றை அதிரடியாகச் செய்து காட்டி அவர்களை மறுபடியும் நாடகத்திற்குள் ஒன்ற வைத்து விடுவான்; கோபத்தோடு அறைகூவல் விடுப்பான்; இதற்குமுன் அவன் ஏற்று நடித்து புகழ்பெற்றிருந்த

பாத்திரங்கள் ஏதாவது ஒன்றின் தோரணையை சடுதியில் தன்மேல் இறக்கிக் கொண்டு, மக்களைத் தாழ்ச்சியுற வைத்துவிட்டவர்களை ஆவேசமாகத் தாக்கிப் பேசுவான். அதன் பின் மேடையில் சோகமான பாவத்துடன் நடை போட்டபடி இளமைக்கால நினைவுகளையும், அடாதுர்க் தனிமையின் சாராம்சத்தைப் பற்றிப் பேசும்போது நட்பைப் பற்றி மான்டேய்ன் சொன்ன கூற்றையும் நினைவுகூர்வான். இவை எல்லாவற்றையும் முடிக்கும்போது அவன் முகம் வியர்வையில் நனைந்திருந்தது.

நான் கார்ஸ் சென்றிருந்த போது நூரியே ஹெனும் என்ற ஆசிரியையை சந்தித்தேன். இலக்கியத்திலும் சரித்திரத்திலும் ஆர்வம் கொண்டிருந்த அவள், புரட்சி இரவன்று சுனய்யின் நடிப்பினால் வெகுவாகக் கவரப்பட்டிருந்தாள். முதல் இரண்டு வரிசைகளில் அமர்ந்திருந்தவர்கள் எல்லோரிடமிருந்தும் ராக்கி நெடி வீசிக்கொண்டிருந்ததாகச் சொன்ன அவள் சுனய் குடித்திருக்கவில்லையென்பதை அழுத்திச் சொன்னாள். 'ஆர்வத் துடிப்பில்' அவன் ததும்பிக் கொண்டிருந்ததாகத்தான் அவளுக்குத் தோன்றியதாம். அவள் அமர்ந்திருந்த வரிசையில் இருந்தவர்கள்கூட இந்த 'ஆர்வத்துடிப்பில்' மூழ்கியிருந்தார்கள் என்றாள். பல்வேறு வகைப்பட்டவர்கள் அவள் வரிசையில் இருந்தார்கள்: அவர்களில் பலரும் நடுத்தர வயதுள்ள அதிகாரிகள். இம்மாபெரும் கலைஞனை கிட்டத்தில் தரிசிப்பதற்காக உயிரைப் பணயம் வைத்து வந்திருப்பவர்கள். சில விதவைகள் கூட கண்ணில் பட்டனர். மற்றவர்களெல்லோரும் அடாதுர்க்கின் இளம் அபிமானிகள் என்றுதான் சொல்லவேண்டும். இவர்களை தொலைக்காட்சியில் திரும்பத் திரும்ப காட்டிக்கொண்டே இருந்தார்கள். சாகசப் பிரியர்களும் அதிகார மோகிகளும் இருந்தார்கள். ஆனால் அவர்கள் எல்லோருமே சுனய்யின் கண்களில் ஜ்வலித்த பிரகாசத்தைத் தவறாமல் குறிப்பிட்டார்கள். அவன் கண்ணிலிருந்து எல்லா திசைகளிலும் தீர்க்கமாக வீசிக் கொண்டிருந்த கதிர்வீச்சு அபாயகரமானதாக, அந்தக் கண்களை ஒரு சில விநாடிகளுக்கு மேல் நேராகப் பார்க்க முடியாததாக அவர்களுக்கு இருந்திருக்கிறது.

ராணுவ லாரியில் அடைத்து, நேஷனல் தியேட்டருக்கு ஓட்டிக் கொண்டு வரப்பட்ட சமயக்கல்விக்கூட மாணவர்களில் ஒருவனை வருடங்கள் கழித்து சந்தித்துப் பேசியபோது நான் அதுவரை கேள்விப் பட்ட தகவல்கள் உறுதி செய்யப்பட்டன. அந்தப் பையன் பெயர் மெரூத். நெஸிப்பிற்கும் ஃபாசிலுக்கும் நண்பன். ஆத்திகர்களையும் நாத்திகர்களையும் ஒரே இடுகாட்டில் புதைப்பதை எதிர்த்துக் கொண்டிருந்தவன் அவன். சுனய் அவர்களெல்லோரையும் மந்திரம் போல வசியப்படுத்தி வைத்திருந்ததை அவனும் சொன்னான். எர்ஸுரும்மில் ஒரு சிறிய இஸ்லாமிஸ்ட் குழுவில் நான்கு வருடங்கள் இருந்த அவன் ஆயுதப் போராட்டத்தில் நம்பிக்கையிழந்து கார்ஸ்ஸிற்குத் திரும்பி, ஒரு தேநீர் விடுதியில் வேலை செய்துகொண்டிருந்தான். எனவே எதையும் நிரூபிக்க வேண்டிய கட்டாயத்தில் அவன் இருக்கவில்லை என்பதை அவன் பேச்சிலிருந்து உணர முடிந்தது. சுனய்

மீது அவர்களுக்கு ஏற்பட்டிருந்த ஈர்ப்பை வெளிப்படையாகச் சொல்ல மற்ற சமயக்கல்விக்கூட மாணவர்களுக்கு இருந்த தயக்கத்தை அவன் வெளிப்படையாகச் சொன்னான். அவனிடம் அவர்கள் கண்டு வியந்தது அவன் கைக்கொண்டிருந்த ஆதிக்க அதிகாரம். அப்படிப்பட்ட அதிகாரத் திற்குத்தான் அவர்கள் எல்லோருமே கனவு கண்டுகொண்டிருந்தார்கள். அந்த சமயக்கல்விக்கூட மாணவர்களை சுதந்திரமாக அலைய விடாமல், அவர்கள் முட்டாள்தனமான குழப்பம் எதனையும் ஏற்படுத்திவிடாமல் கட்டுப்பாட்டுக்குள் வைத்திருந்த அவனது அதிகார வன்மைக்கு அவர்கள் உண்மையில் நன்றி செலுத்துபவர்களாக இருந்தார்கள். “ராணுவம் நகருக்குள் எப்போதெல்லாம் பிரவேசிக்கிறதோ அப்போ தெல்லாம் மக்கள் உள்ளூர நிம்மதியடைவே செய்கிறார்கள்.” அவனும் அவன் வகுப்புத் தோழர்களும் சுனய்யின் தைரியத்தால் மிகவும் கவரப்பட்டிருந்தார்களாம்: அந்நகரத்திலேயே மிகவும் சக்தி வாய்ந்த மனிதன். ஆனாலும் மேடையேறி எல்லோர் முன்பும் தனக்குள் ளிருப்பவை எல்லாவற்றையும் கொட்டிக் காட்டுவதற்கு அஞ்சாதவன்.

அன்றிரவு நிகழ்ச்சியை ‘கார்ஸ் பார்டர் டெலிவிஷன்’ காப்பக வீடியோ டேப்பில் பார்க்கும்போது என்னை முதலில் தாக்கிய அம்சம் அந்த அரங்கில் கவிந்திருந்த அசாதாரணமான மௌனம்தான். அவர்களுக்கே உரித்தான பிரத்தியேகமான சிக்கல்களை – அப்பாக் களுக்கும் பிள்ளைகளுக்கும் இடையிலான சச்சரவுகள், குற்றமிழைத்த வருக்கும் அதிகாரத்தில் இருப்பவர்களுக்கும் இடையிலான பூசல்கள் – ஒதுக்கி விட்டு ஒரு கூட்டு பயங்கரத்தில் மூழ்கியிருப்பதைப்போல ஒரு ஸ்தம்பித்த மௌனம். ‘நாம்’ என்ற ஒற்றைச் சொல் ஏற்படுத்தும் மந்திர ஒருமையை மட்டுமே அடிப்படையாகக் கொண்ட, தேசியவாதப் போர்வையில் அடக்கியாளும் ஒரு நாட்டின் எந்தவொரு குடிமகனும் புரிந்துகொள்ளக் கூடிய பளபளக்கும் புனைவு அது. அதன் வலுவான கவர்ச்சியின் பாதிப்பிலிருந்து நானேகூட தடுப்பாற்றல் பெற்றிருப்பதாகச் சொல்லமுடியாது. சுனய் கூறியபடி பார்த்தால் அந்த அரங்கில் ‘வெளியாள்’ ஒருவர்கூட இல்லை: பொதுவானதோர் அவநம்பிக்கை கதையின் விடுவித்துக்கொள்ள முடியா சிக்கலில் எல்லோரும் சிக்கியிருந்ததைப் போலிருந்தனர்.

இந்த மெய்ம்மறதி நிலையை கடிஃபே குலைப்பதற்கு முயன்றாள். அவள் மேடையில் இருப்பதை கார்ஸ் மக்கள் முழுமனதோடு ஏற்காதிருந்ததற்கு இதுகூட காரணமாக இருந்திருக்கலாம். நேரடி ஒளிபரப்பை படம்பிடித்துக் கொண்டிருந்த காமிராமேன் இந்த இரு மனப் போக்கை அறிந்திருந்தான்போல: சந்தோஷமான காட்சிகள் எல்லாவற்றிலும் கடிஃபேவை திரையின் ஓரத்தில்கூட காட்டாமல் சுனய்யை மட்டுமே நெருக்கமாகக் காட்டிக்கொண்டிருந்தான். விருந்திற்கு வந்திருக்கும் உயர்குடியினருக்கு மற்ற பணியாளர்களுடன் சேர்ந்து அவள் பரிமாறுவதை மட்டும் ஓரத்தில் காட்டினார்கள். மதியத் திலிருந்தே ஓடிக்கொண்டிருந்த விளம்பரங்களை எல்லோரும் பார்த்துக் கொண்டிருந்ததால் அவள் உண்மையிலேயே முக்காடைக் கழற்றப் போகிறாளா என்பதைப் பார்க்கும் ஆர்வம் எல்லோரிடமும் மிகுந்

திருந்தது. வழக்கம்போல பலவிதமான வதந்திகள் அதற்குள்ளாகவே உலவத் தொடங்கியிருந்தன – முக்காடை அகற்றுமாறு ராணுவம் கட்டாயப்படுத்தியதால்தான் அவள் உடன்பட்டிருக்கிறாள் என்றது ஒரு வதந்தி; வேறுசிலர் அவள் மேடையேறப் போவதேயில்லையாம் என்று சொல்லிக் கொண்டிருந்தனர் – ஆனால் பிற்பகல் முழுக்க ஒளிபரப்பாகி திகட்டிப்போயிருந்த விளம்பரத்தால் முக்காடு பிரச்சனையில் மெலிதான ஆர்வம் இருந்தவர்களுக்குக்கூட இப்போது கடிஃபேவைப் பற்றித் தெரிந்துவிட்டிருந்தது. இதனால் அவளை ஆரம்பக் காட்சிகளில் திரையில் காட்டாதிருந்ததில் பரவலான அதிருப்தி இருந்ததாகப் பின்னர் அறிந்துகொண்டேன். அவள் தலையை இன்னமும் மூடியிருந்த முக்காடுக்கு அவளது நீண்ட சிவப்புநிற அங்கி பொருத்தமாகத் தெரியவில்லை.

நாடகம் ஆரம்பித்த இருபது நிமிடங்ளில் கடிஃபேவிற்கும் சுனய்யிற்குமிடையே நடக்கத் தொடங்கிய விவாதம் பின்னால் வரப் போகிறவற்றிற்கான முதல் சமிக்ஞையை பார்வையாளர்களுக்கு அளித்தது. அவர்கள் இருவர் மட்டும் மேடையில் இருந்தனர். அவள் தீர்மானித்துவிட்டாளா என்று சுனய் கேட்டான். "வெறும் கோபத்தின் காரணமாக மட்டும் தற்கொலையை என்னால் ஏற்றுக்கொள்ள வியலாது," என்றான்.

கடிஃபே இவ்வாறு பதிலளித்தாள்: "அவர்களுக்கு சாதகமான இடமாக இருக்க வேண்டுமென்பதற்காக ஆண்கள் ஒருவரையொருவர் மிருகங்களைப் போல கொன்றுகொண்டிருக்கும் ஒரு நகரத்தில், என் உயிரை நானே மாய்த்துக் கொள்வதைத் தடுத்து நிறுத்தும் உரிமை யாருக்கு இருக்க முடியும்?" அவள் பேசிக்கொண்டிருக்கும்போதே ஃபுன்டா ஈஸரும் மேடையில் நுழைய, கடிஃபே வசனத்தை அத்துடன் நிறுத்திக்கொண்டு அவசரமாக அகன்றாள். இது நாடகத்தின் ஒரு பகுதியா அல்லது ஃபுன்டா ஈஸரோடு அவள் ஒன்றாகச் சேர்ந்து மேடையில் இருப்பதை விரும்பாமல் சென்றாளா என்பதை அறிய இயலவில்லை.

என்னிடம் பேசிய எல்லோருடைய வாக்குமூலங்களிலிருந்தும் அன்று மேடையில் நடந்த நிகழ்ச்சிகளின் வரிசையை நுட்பமாக அடுக்கிவைத்து சில விஷயங்களை உறுதிப்படுத்திக் கொண்டேன். இப்படியாகத்தான் நீலம் தன் உயிர் பிரிவதற்கு முன்னால் கடைசி யாகப் பார்த்த கடிஃபேவின் பிம்பம் எதுவாக இருந்திருக்குமென்பதை யும், அவள் அப்போது பேசிய வசனத்தையும் உறுதி செய்துகொண்டேன். அவன் மீது தாக்குதல் நடந்தபோது அக்கம்பக்கத்தில் இருந்தவர் களிடமும், அந்தத் தாக்குதலை நடத்திய, நான் கார்ஸ்ஸிற்கு சென்றிருந்த போது அப்போதும் அதே ஊரில் பணியாற்றிக் கொண்டிருந்த காவலர் களிடமும் கேட்டுத் தெரிந்துகொண்ட விஷயம் என்னவென்றால், சிறப்புப் படையினர் அந்த வீட்டின் அழைப்பு மணியை அடித்த சமயத்தில் நீலமும் ஹண்டேவும் தொலைக்காட்சி பார்த்துக் கொண் டிருந்தனர் என்பதுதான். படைவீரர்களும் காவலர்களும் வீட்டிற்கு வெளியே குவிந்திருப்பதை சன்னல் வழியே பார்த்த நீலம், பாய்ந்து

சென்று அவன் ஆயுதத்தை எடுத்துக்கொண்டு, முன்னெச்சரிக்கை ஏதுமின்றி வீரர்களை நோக்கி சுடத் தொடங்கினான் என்றுதான் அதிகாரபூர்வமான அறிக்கை தெரிவித்தது. ஒரே நாளில் அவனை ஒரு மகத்தான நாயகனாக உருவகிக்கத் தொடங்கியிருந்த அக்கம் பக்கத்ததாரும் இளம் இஸ்லாமிஸ்ட்டுகளும் ஒரு விஷயத்தைக் குறிப் பிட்டனர். பரஸ்பர துப்பாக்கிச்சூடு ஆரம்பித்த சில நொடிகளிலேயே நீலம், “சுடாதீர்கள்!” என்று சத்தமிட்டானாம். ஒருவேளை ஹண்டேவை பாதுகாப்பாக ஒளித்து வைக்க அவன் நினைத்திருக்கலாம். ஆனால் Z டெமிர்கோலின் சிறப்புப்படைகள் ஏற்கனவே வீட்டைச்சுற்றி வளைத்திருந்தனர். அடுத்த ஒரு நிமிடத்திற்குள் நீலமும் ஹண்டேவும் மட்டுமல்லாமல் அந்த மறைவிடத்தின் எல்லா சுவர்களும் துப்பாக்கிக் குண்டுகளால் சல்லடையாக துளைக்கப்பட்டன. அந்த உக்கிரமான துப்பாக்கிச்சூட்டை அக்கம் பக்கத்து சிறுவர்களைத் தவிர மற்றவர்கள் யாரும் பெரிதாகப் பொருட்படுத்தவில்லை. கார்ஸ் நகர மக்களுக்கு இதைப் போன்ற அர்த்த ராத்திரி சோதனைகளும் குண்டு வெடிப்பு களும் பழகிவிட்டிருந்தன. அதுவும் அன்றிரவு தொலைக்காட்சியில் நேரடியாக ஒளிபரப்பாகிக் கொண்டிருந்த நிகழ்ச்சியிலிருந்து எழுந்து சென்று பார்க்க அவர்களுக்கு ஆர்வமும் இல்லை. நகரத்தின் நடைபாதை கள் அனைத்தும் வெறிச்சோடியிருந்தன. அங்கொன்றும் இங்கொன்று மாகத் திறந்திருந்த தேநீர் கடைகளில் கூட தொலைக்காட்சி ஓடிக் கொண்டிருந்தது. பிற கடைகள் அனைத்தும் அடைக்கப்பட்டிருந்தன. கடைவீதிகளில் ஒரு தலையைக் கூடக் காணோம். நகரத்தின் அனைத்து விழிகளும் தன்மீதுதான் பதிந்திருக்குமென்று சுனய்க்கு நன்றாகவே தெரியும். அது அவனுக்கு பாதுகாப்பையும் அசாத்தியமான பலத்தையும் அளித்திருந்தது.

நடந்த விஷயங்களைப்பற்றிய கடிஃபேவின் கருத்தை என்னால் எப்போதுமே கேட்டறிந்துகொள்ள முடிந்ததில்லை. அவளது மேடை யேற்றம் சுனய்யின் ஒப்புதலுக்குட்பட்டது என்பதாலேயே அவன் இழுத்த இழுப்பிற்கெல்லாம் அவள் உடன்பட்டு வந்தாள் என்று நினைக்கிறேன். அவளது நோக்கங்களை நிறைவேற்றிக் கொள்ள வேண்டு மென்பதற்காகவே சுனய் அவளுக்களித்த வாய்ப்பை முழுமையாக பயன்படுத்திக் கொள்ளவும் முனைந்திருக்கக் கூடும்.

அடுத்த நாற்பது நிமிடங்களில், கடிஃபே தனது முக்காடை அகற்றுவது, தற்கொலை செய்துகொள்வது என்ற இரு முக்கிய முடிவுகளை எடுக்கவிருக்கிறாள் என்பதைப் புரிந்துகொண்ட பார்வை யாளர்களுக்கு அவள் மீதிருக்கும் மதிப்பு கூடியது. மதிப்பு கூடியதும் சுனய்யும் ஃபுன்டாவும் உருவாக்கியிருந்த பாதி அறிவுரை, பாதி களியாட்ட நாடகத்திலிருந்து அந்நாடகம் தீவிரத் தன்மையை அடையத் தொடங்கியது. ‘கடிஃபே என்ற முக்காடுப் பெண்’ணை அவர்களால் முழுதாக மறந்துவிட முடியாவிட்டாலும், பல வருடங்கள் கழித்தும் அவளுக்காக பெரிதும் வருத்தப்படுபவர்களாக இருப்பதை என்னால் காணமுடிந்தது. அவளது ஆளுமையின் புதிய பரிமாணம் அவர்கள் மனதைக் கொள்ளை கொண்டுவிட்டதாக என்னிடம் சொன்னார்கள்.

நாடகம் அதன் மையப்பகுதியை நெருங்கும்போது அவர்கள் கவனம் கடிஃபேவின் மேல் கூர்மையாகத் தீட்டப்பட்டிருந்தது. அவள் வசனம் பேசும்போது இரைச்சலிட்டுக் கொண்டிருந்த குழந்தைகளை வைத்துக் கொண்டு வீட்டில் பார்த்துக்கொண்டிருந்தவர்கள் கூட பக்கத்தில் இருப்பவர்களிடம், "அவள் என்ன பேசினாள்? என்ன சொன்னாள்?" என்று பரபரப்பாக கேட்டுக்கொண்டனர்.

இத்தகைய நிசப்தத் தருணம் ஒன்று நேஷனல் தியேட்டரைப் பீடித்திருந்த சமயத்தில் நான்கு நாட்கள் இடைவெளிக்குப் பிறகு கார்ஸ்ஸிலிருந்து புறப்படும் முதல் ரயிலின் சீழ்க்கை ஒலியை அங்கு கேட்க முடிந்தது. ராணுவத்தினர் வலுக்கட்டாயமாக ஏற்றிவிட்ட கம்பார்ட்மென்ட்டில் கா இருந்தான். இபெக் இல்லாமல் அவன் சூட்கேஸை மட்டும் எடுத்துக்கொண்டு ராணுவ வண்டி திரும்பி வந்தபோது ரயிலிலிருந்து இறங்கி விட முயற்சித்தவனை ராணுவ வீரர்கள் தடுத்து நிறுத்தினர். இபெக்கை போய் பார்த்துவிட்டு வர, குறைந்தது நேரில் பார்த்துப் பேசுவதற்காவது தன்னை அனுமதிக்குமாறு அவர்களிடம் கெஞ்சினான். அவர்கள் தீர்மானமாக மறுத்தனர். அந்த ராணுவ வண்டியை திரும்பவும் ஒருமுறை ஓட்டலுக்கு அனுப்பிப் பார்க்குமாறு மன்றாடியதற்கு அவர்கள் ஒப்புக்கொண்டு வண்டியை அனுப்பினர். அது கொஞ்சநேரத்திலேயே காலியாகத் திரும்பி வந்தது. ரயிலை இன்னும் ஐந்து நிமிடத்திற்கு நிறுத்தி வைக்குமாறு இறைஞ்சினான். ரயில் புறப்படுவதற்கான விசில் ஒலித்தது. இபெக்கின் அறிகுறியே தென்படவில்லை. ரயில் நகரத் தொடங்கியபோது காவின் ஈரவிழிகள் நடைமேடையில் குவிந்திருந்தவர்களிடையே துழாவிக் கொண்டிருந்தன. காஸிம் காராபெகிர் சிலைக்குப் பின்னால் தெரிந்த ரயில் நிலைய முகப்பு வாசலின் மீது பார்வையை ஒட்டவைத்து, உயரமான பெண் ஒருத்தி கையில் பையோடு அவனை நோக்கி நேராக ஓடிவருகின்ற ஒரு பிம்பத்தை கற்பனையில் உருவகித்துக்கொள்ள முயன்றான்.

ரயில் வேகம் பிடிக்க, மீண்டும் ஒருமுறை ஒலித்த சீழ்க்கை, ஸ்னோ பேலஸ் ஓட்டலிலிருந்து நேஷனல் தியேட்டருக்கு சென்று கொண்டிருந்த இபெக்கிற்கும் துர்குத் பேவுக்கும் கேட்டது.

"ரயில் கிளம்பிவிட்டது," என்றார் துர்குத் பே. "ஆம், சாலைகள் கூட எந்நேரமும் திறக்கப்படலாம். ஆளுநரும் ராணுவத்தலைவரும் உடனே வரப்போகிறார்கள்," என்றாள் இபெக்.

இந்த கேலிக் கூத்தான புரட்சி எப்படி ஒரு முடிவுக்கு வரப்போகிற தென்றும், எப்படி சகஜநிலை திரும்பி வரப்போகிறதென்றும் அப்பாவும் மகளும் கொஞ்ச நேரத்திற்கு பேசியபடி நடந்தனர். ஆனால் இபெக் சிலவருடங்கள் கழித்து என்னிடம் பேசும்போது அவளுக்கு இந்த விஷயங்களில் எந்த ஆர்வமும் இல்லாவிட்டாலும், அவள் மௌனமாக வந்தால் காவைப் பற்றி அவள் நினைத்து மருகிக்கொண்டிருப்பதாக அவர் சந்தேகப்படுவார் என்பதற்காகவே எதையோ பேசிக்கொண்டிருந்த தாகச் சொன்னாள்.

அப்படியானால் அப்போது அவள் மனதில் காவே இல்லையா? நீலத்தின் மரணம் அவளை எந்தளவுக்கு பாதித்திருந்தது? நான்கு வருடங்கள் கழித்துகூட அவளுக்குத் தெளிவாகத் தெரியவில்லை. என் கேள்விகளும் சந்தேகங்களும் அவளுக்கு எரிச்சலூட்டக் கூடியதாக இருந்ததால், அவள் பேச்சை மாற்ற முயன்றாள். ஆனால் சுகமானதோர் எதிர்காலத்தைத் தேர்ந்தெடுக்கும் வாய்ப்பை அவள் இழந்ததைவிடவும் காவின் மீதிருந்த கோபம்தான் அவளுக்கு அதிகமாக இருந்ததாகக் குறிப்பிட்டாள். அன்றிரவு நிகழ்ச்சிகளுக்குப் பிறகு அவனை ஒரு போதும் தன்னால் நேசிக்க முடியாது என்பதை உணர்ந்து கொண்டதாகச் சொன்னாள். ரயில் கிளம்பும் ஓசை கேட்டபோது கொஞ்சம் விசனமும், கொஞ்சம் வியப்பும் மட்டுமே அவளுக்கு இருந்தது என்றாள். கடிஃபேவிடம் அந்தத் துயரத்தை உடனே பகிர்ந்துகொள்ள வேண்டுமென்ற படபடப்புதான் அப்போது அவளுக்குப் பிரதானமாக இருந்திருக்கிறது.

“ஊரே பாழடைந்திருக்கிறதே . . . எல்லோரும் ஊரை விட்டுப் போய் விட்டார்களா என்ன?” என்றார் துர்குத் பே.

எதையோ சொல்ல வேண்டுமே என்பதற்காக,” இது பிசாசுகளின் நகரம்,” என்றாள் இபெக்.

மூன்று ராணுவ வண்டிகள் மூலை திரும்பி அவர்களைக் கடந்து சென்றன. இது சாலைகள் திறக்கப்பட்டு விட்டதற்கான சமிக்ஞை என்று துர்குத் பே நினைத்துக் கொண்டார். ஜீப்புகள் இரவின் இருட்டுக்குள் புதைய, அவற்றின் பின் விளக்குகள் மட்டும் சிவப்பாகச் சுருங்கிச் சென்றன. பின்னர் விசாரித்தபோது நடுவில் சென்ற ஜீப்பில் நீலம், ஹண்டேவின் உடல்கள் இருந்தனவென்று தெரிந்தது. (அப்போது அந்த விஷயம் அவர்களுக்குத் தெரியாது.)

அதற்கு ஒரு கணம் முன்னதாக கடைசி ஜீப்பின் வெளிச்சத்தில் ‘பார்டர் சிட்டி கெஜட்’ நாளிதழ் அலுவலகத்தின் சன்னலில் அடுத்த நாளைய இதழ் தொங்கிக் கொண்டிருப்பதை துர்குத் பே கவனித்தார். அருகில் சென்று தலைப்புச் செய்தியைப் படித்தார்: ‘நாடக மேடையில் மரணம்.’ ‘புகழ்பெற்ற நடிகர் சுனய் ஸயிம் நேற்றைய நாடகத்தின் போது சுட்டுக் கொல்லப்பட்டார்.’

அந்தக் கட்டுரையை அவர்கள் நிதானமாக இரண்டு முறை படித்துவிட்டு நேஷனல் தியேட்டருக்கு வேகவேகமாக நடந்தனர். அதே காவல்துறை கார்கள் வாசலுக்கெதிரே நிறுத்தப்பட்டிருந்தன. தெருக்கோடியில் அதே பீரங்கி சாலையோர இருட்டில் புதைந்திருந்தது.

வாசலில் அவர்களை சோதனை செய்யும்போது, துர்குத் பே அவர்களிடம் அந்நாடக நாயகியின் அப்பா தான்தான் என்று அறிமுகப் படுத்திக் கொண்டார். அரங்கத்திற்குள்ளே நுழைந்தபோது இரண்டாவது காட்சி தொடங்கி விட்டிருந்தது. பின் வரிசையில் இரண்டு காலி இருக்கைகள் இருப்பதைப் பார்த்து அங்கு சென்றமர்ந்தனர்.

பல வருடங்களாக செய்து காட்டிக்கொண்டிருந்த ஒரேவிதமான துணுக்குகளை சுனய் அரங்கேற்றிக் கொண்டிருந்தான். ஒரு வித்தியாச மான பெல்லி டான்ஸை ஃபுன்டா ஈஸர் கிண்டல் செய்வதும் அதில் ஒன்றாக இருந்தது. ஆனால் அதற்குப் பிறகு சுனய்யும் கடிஃபேவும் பங்குபெற்ற நீளமான காட்சிகளால் சூழல் மாறியது. அரங்கத்தில் கனத்த நிசப்தம் கவியத் தொடங்கியது.

"சரி, நீ எதற்காகத் தற்கொலை செய்துகொள்ள விரும்புகிறாய்? இன்னொருமுறை விளக்கமாகச் சொல்," என்றான் சுனய்.

"உண்மையைச் சொல்லப் போனால் இது யாராலும் பதிலளிக்க முடியாத கேள்வி," என்றாள் கடிஃபே.

"என்ன சொல்கிறாய்?"

"ஒரு பெண்ணுக்கு அவள் எதற்காக தற்கொலை செய்து கொள்கிறாள் என்பது துல்லியமாகத் தெரிந்தால், அவளுக்கான காரணங்களை அவளால் வெளிப்படையாகச் சொல்லமுடிந்தால், அவள் தற்கொலை செய்துகொள்ள வேண்டிய அவசியமே இருக்காது."

"இல்லை! அது அப்படியல்ல," என்றான் சுனய். "சிலர் காதலுக்காக தற்கொலை செய்துகொள்கிறார்கள்; சிலர் கணவர்களின் அடி உதைகளைப் பொறுக்க முடியாமல் அல்லது வறுமையின் கொடுமையைத் தாங்கமுடியாமல் தற்கொலை செய்துகொள்கிறார்கள்."

"வாழ்க்கையை மிகவும் எளிமையான விதத்தில் பார்க்கிறீர்கள்," என்றாள் கடிஃபே. "காதலுக்காக தற்கொலை செய்துகொள்ள விரும்பும் பெண்ணுக்கு, இன்னும் கொஞ்ச காலத்திற்கு காத்திருந்தால் அவள் காதல் மங்கிப் போய்விடும் என்று நன்றாகவே தெரிந்திருக்கும். ஏழ்மை என்பதுகூட தற்கொலைக்கு போதுமான காரணம் அல்ல. கணவனிட மிருந்து தப்பிப்பதற்காக ஒருத்தி தற்கொலை செய்துகொள்ள வேண்டிய தில்லை. அவள் செய்ய வேண்டியதெல்லாம் அவனிடமிருந்து கொஞ்சம் பணத்தைத் திருடிக்கொண்டு வீட்டைவிட்டு ஓடிவிடுவதுதான்."

"சரி, அப்படியே இருக்கட்டும். உண்மையான காரணம் என்ன?"

"தற்கொலைக்கான உண்மையான காரணம் சுயகௌரவம். அதற்காகத்தான் பெண்கள் தற்கொலை செய்துகொள்கிறார்கள்."

"அவர்கள் காதலால் அவமானப்பட்டிருப்பதாகச் சொல்கிறாயா?"

"உங்களுக்கு ஒன்றுமே புரியவில்லை!" என்று எரிச்சலோடு குரலுயர்த்தினாள். "சுயகௌரவத்தை இழந்துவிட்டதற்காக ஒரு பெண் தற்கொலை செய்துகொள்வதில்லை. அவள் தற்கொலை செய்து கொள்வது அவளது சுய கௌரவத்தைக் காட்டிக்கொள்வதற்காக."

"இதற்காகத்தான் உன் தோழிகள் தற்கொலை செய்துகொள்வதாகச் சொல்கிறாயா?"

"அவர்கள் சார்பாக என்னால் பேசமுடியாது. ஒவ்வொருவருக்கும் தனிப்பட்ட காரணங்கள் இருக்கும். ஆனால் எப்போதெல்லாம் எனக்கு

தற்கொலை எண்ணம் தோன்றுகிறதோ, அப்போதெல்லாம் அவர்களும் என்னைப் போலவேதான் சிந்தித்திருப்பார்களென்று எனக்குத் தோன்றும். தற்கொலை தருணத்தில் மட்டுமே ஒரு பெண்ணாக இருப்பது எவ்வளவு துணையற்ற நிலை என்பதும், ஒரு பெண்ணாக இருப்பதன் உண்மையான பொருள் என்னவென்பதும் அவர்களுக்குப் புரியும்."

"இந்த வாதங்களையெல்லாம் உன் சிநேகிதிகளை தற்கொலைக்குத் தூண்டிவிடுவதற்காகப் பயன்படுத்துகிறாய், இல்லையா?"

"அவர்கள் சுயமாகத்தான் முடிவெடுக்கிறார்கள். தற்கொலை செய்துகொள்ளும் தேர்வு அவர்களுடையது."

"ஆனால் இங்கே கார்ஸ்ஸில், சுதந்திரமான தேர்வு என்பதே கிடையாது என்று எல்லோருக்கும் தெரியுமே! அடுத்த அடி உதையிலிருந்து தப்பிப்பதும், கண்காணாத இடத்தில் அடைக்கலம் புகுவதும் மட்டுமே அவர்களுக்குப் போதுமானது. இந்தப் பெண்களையெல்லாம் நீ ரகசியமாக சந்தித்து அவர்களை தற்கொலைக்குத் தூண்டியிருக்கிறாய் என்பதை ஒப்புக்கொள், கடிஃபே."

"அது எப்படி முடியும்?" என்று கேட்டாள் கடிஃபே. "தற்கொலை செய்துகொண்டதன் மூலமாக அவர்கள் அடைந்தது மேலும் அதிகமான தனிமையைத்தான். சிலரை அவர்கள் குடும்பங்களே தமக்கு சம்பந்த மில்லையென்று துறந்துவிட்டார்கள். சிலருக்கு ஈமச்சடங்கு செய்யக் கூட மறுத்துவிட்டார்கள்."

"அவர்களெல்லோரும் தனியானவர்கள் அல்லர், நீயும் அவர்களோடு சேர்ந்து கூட்டாக இருக்கிறாய் என்று காட்டிக் கொள்வதற்காகத்தான் நீ தற்கொலை செய்துகொள்ள உத்தேசித்திருப்பதாகச் சொல்கிறாயா? ஏன் திடீரென மௌனமாகிவிட்டாய் கடிஃபே? உனக்காக காரணங் களை விளக்காமல் நீ தற்கொலை செய்துகொண்டால், நீ அதன்மூலம் விடுக்கும் செய்தி தவறாக அர்த்தப்படுத்திக் கொள்ளப்படும் அபாயம் உள்ளதல்லவா?"

"எந்தச் செய்தியையும் விடுப்பதற்காக நான் தற்கொலை செய்துகொள்ளவில்லை."

"இருந்தாலும் ஏராளமானோர் உன்னை ஆர்வத்தோடு கவனித்துக் கொண்டிருக்கிறார்கள். உன் மனதில் என்ன தோன்றுகிறதோ அதைச் சொல்லிவிடுவதுதான் நல்லது."

"பெண்கள் ஏன் தற்கொலை செய்து கொள்கிறார்களென்றால் ஏதாவது ஆதாயம் கிடைக்குமென்ற நம்பிக்கையில்தான்," என்றாள் கடிஃபே. "ஆண்கள் எந்தவொரு ஆதாயமும் கிடைக்கப் போவதில்லை யென்று நம்பிக்கை இழக்கும்போதுதான் தற்கொலை செய்துகொள் கிறார்கள்."

சுனய், "உண்மைதான்," என்றபடியே பாக்கெட்டிலிருந்து அவனது கிரிக்காலே துப்பாக்கியை வெளியே எடுத்தான். அதன் பளபளப்பை

அரங்கில் இருந்த எல்லோராலும் பார்க்க முடிந்தது. "என்னை நீ படுதோல்வியடையச் செய்துவிட்டதாக நினைத்தால், இதைப் பயன் படுத்தி என்னை தயவுசெய்து சுடமுடியுமா?"

"எனக்கு சிறைக்குச் செல்ல விருப்பமில்லை."

"நீயே தற்கொலை செய்துகொள்ள உத்தேசித்திருக்கும்போது அதைப்பற்றி உனக்கென்ன கவலை? நீ தற்கொலை செய்துகொண்டால் நரகத்திற்குத்தான் செல்லப் போகிறாய். அதனால் நீ இப்போது செய்யும் எந்தவிதமான குற்றத்திற்கும் இப்பூவுலகிலோ அல்லது மேலுலகிலோ என்ன தண்டனை கிடைக்குமென்று கவலைப்படுவது அர்த்தமற்றது."

"இதே காரணத்திற்காகத்தான் பெண்கள் தற்கொலை செய்து கொள்கிறார்கள்," என்றாள் கடிஃபே. "எல்லா விதமான தண்டனை களிலிருந்தும் தப்பிப்பதற்காக."

"தோல்வியை சந்திக்கும் தருணத்திற்கு நான் வரும்போது இத்தகையதொரு பெண்ணின் கையால்தான் என் மரணம் நிகழ வேண்டுமென்று விரும்புவேன்!" சுனய் மிகையான நாடகத்தனத்தோடு இரு கைகளையும் பார்வையாளர்களை நோக்கி விரித்து முழக்க மிட்டான். எதிர்வினைக்காக சிலநொடிகள் மௌனமாக நின்றான். பின், அடாதுர்க்கின் விவேகமற்ற காம வழுவல்களைப் பற்றி கதை சொல்ல ஆரம்பித்து, பார்வையாளர்களிடம் ஆர்வம் குறையத் தொடங்குவதை யுணர்ந்து பாதியில் நிறுத்தினான்.

இரண்டாவது காட்சி முடிந்ததும், துர்குத் பேவும் இபெக்கும் மேடைக்குப் பின்புறம் ஒப்பனை அறைக்கு ஓடினார்கள். செயின்ட் பீட்டர்ஸ்பர்க், மாஸ்கோ ஆகிய நகரங்களிலிருந்து வந்த விளையாட்டு வீரர்களும், மொலியரின் நாடகத்தை நடிக்க வந்த ஆர்மீனியர்களும், ரஷ்யாவில் சுற்றுப்பயணம் செய்யவரும் நடனக்கலைஞர்களும் இசைக் கலைஞர்களும் ஒரு காலத்தில் பயன்படுத்தி வந்த அந்த ஒப்பனை அறை இப்போது உறை நிலைக் குளிராக இருந்தது.

"நீ கிளம்பிவிட்டிருப்பாயென்று நினைத்தேன்," என்றாள் கடிஃபே இபெக்கிடம்.

"கண்ணே, உன்னைப் பார்க்க பெருமையாக இருக்கிறது. அற்புதம்!" துர்குத் பே கடிஃபேவைத் தழுவிக்கொண்டார். "ஆனால் அவன் அந்தத் துப்பாக்கியை உன்னிடம் கொடுத்து 'சுடு' என்றால், 'கடிஃபே, சுட்டுவிடாதே!' என்று நான் கூக்குரலிட்டு நாடகத்தை நிறுத்தியிருப்பேன்."

"ஏன்?"

"ஏனென்றால் அந்தத் துப்பாக்கியில் தோட்டாக்கள் நிரப்பப் பட்டிருக்கலாம்," என்றார் துர்குத் பே. 'பார்டர் சிட்டி கெஜட்' நாளிதழின் மறுநாள் பதிப்பில் அவர் படித்த செய்தியை அவளிடம் விளக்கினார். "சர்தார் பேவுக்கு நடக்கப் போகும் சம்பவங்களை முன்கூட்டியே செய்தியாகப் போடுவதில் அலாதிப் பிரியம் உண்டென்று எனக்குத்

தெரியும். அவன் எழுதுவதில் பெரும்பாலானவை நடப்பதில்லை. ஆனால் இது உண்மையாக நடந்து விடுமோவென்று எனக்கு பயமாக இருக்கிறது," என்றார். "சுனய் அவனிடம் சொல்லி எழுத வைத்திருந்தா லொழிய இப்படிப்பட்ட ஒரு படுகொலைச் செய்தியை சர்தார் எழுதியிருக்க மாட்டான். இது எனக்கென்னவோ தீக்குறியாகப்படுகிறது. சுய விளம்பரத்திற்காக இதுபோல செய்திருக்கலாம், ஆனால் யாருக்குத் தெரியும், அவனை நீ மேடையிலேயே கொல்ல வைப்பதுதான் அவன் திட்டமாகக் கூட இருக்கலாம். என்னருமை மகளே, அந்தத் துப்பாக்கி நிரப்பப்பட்டிருக்கவில்லையென்று உறுதியாகத் தெரிந்தா லொழிய அவனைச் சுடுவதாக நடிக்காதே. அப்புறம், அவன் சொல் கிறான் என்பதற்காக உன் முக்காடை அகற்ற வேண்டாம். இபெக் போகவில்லை. இந்த நகரத்திலேயே நாம் இன்னும் சிலகாலம் வசிக்கப் போகிறோம். அதனால் ஒன்றுமில்லாத ஒரு விஷயத்திற்காக இஸ்லாமிஸ்ட்டுகளை கோபப்படுத்தி விடாதே."

"இபெக் போகவில்லையா? ஏன்?"

கடிஃபேவின் கையை எடுத்து தன்பால் வைத்துக்கொண்டு, "அவளுக்கு அப்பாவும் தங்கையும் அவர்கள் குடும்பமும்தான் வேறு எதனையும் விட முக்கியமாக இருக்கிறது, அதனால்தான்," என்றார்.

கடிஃபேவின் முகம் உடனே பயத்தில் வெளிறத் தொடங்கியதைப் பார்த்ததும் இபெக், "அப்பா, நாங்கள் இருவரும் கொஞ்சம் தனியாகப் பேசமுடியுமா?" என்றாள்.

துர்குத் பே அந்த தூசு மண்டிய, நெடிதுயர்ந்த விதானங்கள் கொண்ட அறையின் மறுமூலையிலிருந்த சுனய், ஃபுன்டா ஈஸரை நோக்கிச் சென்றார்.

இபெக் கடிஃபேவை இறுக்கமாக அணைத்து தன் மடிமீது உட்கார வைத்துக் கொண்டாள். இச்செய்கை அவள் தங்கையை மேலும் அதிகமாகக் கலவரப்படுத்துவதை உணர்ந்து கடிஃபேவின் கையைப் பற்றி அந்த அறையின் ஒரு கோடியில் தொங்கிக் கொண்டிருந்த திரைக்குப் பின்னால் அழைத்துச் சென்றாள். அதே நேரத்தில் ஃபுன்டா ஈஸர் ஒரு தட்டில் கோப்பைகளும் கோஞ்ஞாக் குப்பியுமாக அவர்களை நெருங்கினாள்.

"கடிஃபே, பிரமாதப்படுத்தி விட்டாய்," என்றாள். "நீங்கள் இருவரும் இதை அருந்தி சற்று இளைப்பாறிக் கொள்ளுங்கள்."

கடிஃபேவின் பதற்றம் ஒவ்வொரு நொடியும் அதிகரித்துக் கொண்டிருக்க, இபெக் அவள் கண்களுக்குள் திடமாகப் பார்த்து, "உன்னிடம் மிகவும் கெட்ட செய்தி ஒன்றைச் சொல்ல வேண்டும், கடிஃபே," என்றாள். "ஹண்டேவும் நீலமும் ராணுவத்தாக்குதலில் கொல்லப்பட்டிருக்கிறார்கள்."

கடிஃபே அவளுக்குள் சுருங்கினாள். "அவர்கள் இருவரும் ஒரே வீட்டில் இருந்தார்களா? உன்னிடம் இதை யார் சொன்னது?" இபெக்கின் முகபாவம் கடுமையாவதைக் கண்டு மௌனமானாள்.

“சமயக்கல்விக்கூட மாணவன் ஃபாசில். அவன்தான் சொன்னான். அவன் கண்களாலேயே பார்த்திருக்கிறான் என்பதால் நானும் நம்புகிறேன்.” இந்தச் செய்தியை கடிஃபே கிரகித்துக் கொள்ள வேண்டுமென்பதற்காக இபெக் பேசுவதை சற்று நிறுத்தினாள். கடிஃபே வின் முகம் மேலும் வெளிறியது. ஆனாலும் இபெக் தொடர்ந்தாள். “நீலம் எங்கே ஒளிந்திருந்தாரென்று காவுக்குத் தெரியும். உன்னைக் கடைசியாகப் பார்த்துவிட்டுச் சென்றதும் அவர் ஓட்டலுக்குத் திரும்பவே யில்லை. சிறப்பு ஆயுதப் படையிடம் அவர்களைக் காட்டிக்கொடுத்தது கா என்றுதான் நம்புகிறேன். அதனால்தான் அவரோடு ஜெர்மனிக்குச் செல்லவில்லை.”

“உனக்கு எப்படி நிச்சயமாகத் தெரியும்?” என்று கேட்டாள் கடிஃபே. “அவராக இல்லாதிருக்கலாம். வேறு யாராவது அவர்களிடம் சொல்லியிருக்கலாம்.”

“அதுவும் சாத்தியம்தான். அதை நானும் யோசித்துப் பார்த்தேன். ஆனால் என் உள் மனதில் அது கா என்றுதான் நிச்சயமாகத் தோன்றுகிறது என்பதால் மற்ற யோசனைகள் எனக்கு ஒரு பொருட்டாக இருக்கவில்லை. அதை அவர் செய்யவில்லையென்று என்னை நானே சமாதானப்படுத்திக் கொள்ள முடியாது. அவரை இனி ஒருபோதும் என்னால் நேசிக்க முடியாது என்பதால்தான் அவரோடு ஜெர்மனிக்குப் போகவில்லை.”

இச்செய்தியை உள்வாங்க முடியாமல் கடிஃபே களைத்துப் போயிருந்தாள். அவள் சக்தியிழந்து, துவண்டு போவதைப் பார்க்கும் போது நீலத்தின் மரணத்தை ஒருவாறாக அவள் ஏற்றுக்கொண்டு விட்டாள் என்று இபெக்கிற்குப் புரிந்தது. கடிஃபே உள்ளங்கைகளில் முகத்தைப் புதைத்துக்கொண்டு அழத் தொடங்கினாள். இபெக்கும் அவளைக் கட்டியணைத்துக் கொண்டு அழுதாள். அவர்கள் இருவரும் வெவ்வேறு காரணங்களுக்காக அழுதுகொண்டிருப்பது அவளுக்குப் புரிந்தே இருந்தது. இதைப்போல அவர்களிருவரும் ஒன்றாகச் சேர்ந்து ஓரிருமுறை அழுதிருக்கிறார்கள். ஆனால் அது சில வருடங்களுக்கு முன்பு. சகோதரிகள் இருவருமே நீலத்தை விட்டுக் கொடுக்க மனமில்லாமல், அவனது காதலுக்காக லஜ்ஜையின்றி சண்டையிட்டுக் கொண்டிருந்த அந்த வெட்ககரமான நாட்களில் அழுதவை அவை. இந்த அசிங்கமான குடும்பப் பூசல் இப்போது ஒரு வழியாக முடிவுக்கு வந்திருக்கிறது. அவள் கார்ஸ்ஸை விட்டுப் போகப் போவதில்லை. திடீரென்று தனக்கு வயதாகி விட்டதைப் போல உணர்ந்தாள். இனி எந்த எதிர்பார்ப்பும் அவளுக்கு இல்லை. எல்லாவற்றோடும் இணக்கமாகச் செல்ல வேண்டும். ஆரவாரமின்றி மூப்படைய வேண்டும். இவ்வுலகிலிருந்து எதையும் எப்போதும் எதிர்பார்க்காமல், எதன் மீதும் புகாரில்லாமல் காலத்தை முடிக்கவேண்டும்.

அவள் தங்கையின் வேதனை தன்னுடையதை விட ஆழமாக சிதைக்கக்கூடியது என்பதை இபெக் உணர்ந்திருந்தாள். கடிஃபேவின் இடத்தில் தான் இல்லாததற்காக ஒரு கணம் அவளுக்கு நிம்மதியாக்

கூட இருந்தது – இதைப்போல ஓர் எண்ணம் உதிப்பது அவள் மீது ரகசியமாக பழி தீர்த்துக்கொள்ளும் குரூரமா? – ஒரு குற்றவுணர்வு இபெக்கை ஆக்கிரமித்தது. பின்னணியில் நேஷனல் தியேட்டரில் இடைவேளைகளின் போது சோடா, கடலை விற்பனைக்காக வழக்கமாக ஒலிபரப்பும் கலந்திசைப்பாடல் ஒலித்துக்கொண்டிருந்தது. இந்தப் பாடல் வளரிளம் பருவத்தில் இஸ்தான்புல்லில் கேட்டது இபெக்கிற்கு ஞாபகம் வந்தது: 'Baby, come closer, closer to me!' சகோதரிகள் இருவரும் நன்றாக ஆங்கிலம் கற்றுக்கொள்ள வேண்டுமென்ற நினைப்பில் இருந்த நாட்கள் அவை. இருவருக்குமே அது வாய்க்காமல் போயிற்று. இந்தப் பாடலைக் கேட்கும் போது பழைய நாட்களின் ஞாபகம் வந்ததால் தான் அவள் தங்கை இப்படி தேம்பித் தேம்பி அழுவதாக இபெக் நினைத்துக் கொண்டாள். திரையின் இடைவெளியில் அவள் அப்பா சுனய்யோடு மிகையாக அபிநயித்து பேசிக்கொண்டிருப்பது தெரிந்தது. ஃபுன்டா அவர்களின் கோப்பைகளில் மேலும் கோஞ்ஞாக் ஊற்றி விட்டுச் சென்றாள்.

நடுத்தர வயதுள்ள ராணுவ அதிகாரி ஒருவர் திரையை விலக்கிக் கொண்டு உள்ளே வந்தார். "கடிஃபே ஹெனும், நான் கர்னல் உஸ்மான் நூரி சோலக்" என்று அறிமுகப்படுத்திக் கொண்டு தரையைத் தொடுமளவுக்கு சிரம் தாழ்த்தி வணங்கினார். "உங்களுக்கு ஆட்சேபணை இல்லையென்றால், உங்கள் வேதனையைத் தணிக்க நான் முன் வரலாமா?" என்றார். "உங்களுக்கு இந்த நிலையில் மேடையேறுவதற்கு விருப்பமில்லாவிட்டால் ஒரு நல்ல செய்தியை உங்களுக்காகக் கொண்டு வந்திருக்கிறேன்: சாலைகள் திறக்கப்பட்டுவிட்டன. ராணுவப் படைகள் நகருக்குள் எந்நேரத்திலும் பிரவேசித்துவிடும்." சில நாட்களுக்குப் பின்னர் அவர் மீது நடத்தப்பட்ட ராணுவ விசாரணையின்போது, கலகத்தை முன்னின்று நடத்திய அசட்டு ராணுவ அதிகாரிகளிடமிருந்து இந்நகரத்தைக் காப்பாற்றுவதற்காக எப்படியெல்லாம் தன்னாலியன்ற முயற்சிகளை அவர் மேற்கொண்டிருந்தார் என்பதற்கு சாட்சியாக கடிஃபேவிடம் சொன்ன இவ்வார்த்தைகளை எடுத்துக் காட்டப்போகிறார்.

கடிஃபே தலையசைத்து, "நான் நன்றாகவே இருக்கிறேன் ஐயா. உங்கள் அக்கறைக்கு நன்றி," என்றாள்.

ஃபுன்டாவின் தளுக்கு வித்தைகள் பலவற்றை அதற்குள்ளாகவே கடிஃபே வரித்துக் கொண்டிருப்பதை இபெக் கவனித்தாள். அதே நேரத்தில் இவ்வளவு பெரிய அதிர்ச்சியிலிருந்து உடனடியாக தன்னை மீட்டெடுத்துக் கொள்ளும் அவள் மனத்திட்பத்தைப் பார்க்கும்போது இபெக்கிற்கு அவள் தங்கையின் மீது மதிப்பு அதிகரித்தது. கடிஃபே தன்னை வலுக்கட்டாயப்படுத்திக் கொண்டு எழுந்து நின்றாள். ஒரு குவளையில் தண்ணீர் சரித்து அருந்தினாள். அந்த ஒப்பனை அறையின் நீண்ட நடைவழியில் பிசாசைப் போல மெதுவாக மேலும் கீழும் நடை போட்டாள்.

இபெக்கிற்கு அவள் அப்பா உள்ளே வந்து கடிஃபேவுடன் பேச ஆரம்பிப்பதற்கு முன் அங்கிருந்து கிளம்பிவிட வேண்டுமென்றிருந்தது.

ஆனால் மூன்றாவது காட்சி ஆரம்பிக்கும் அதே நேரத்தில் துர்குத் பே உள்ளே நுழைந்தார்.

சுனய் அவன் நண்பர்களிடம் திரும்பி, “பயப்பட வேண்டாம், இவர்களெல்லோருமே நவீனமானவர்கள்,” என்றான்.

ஒரு நாட்டுப்புறப் பாடலை ஃபுன்டா ஈஸர் பாடுவதுடன் மூன்றாவது காட்சி தொடங்கியது. அந்தப் பாட்டு வன்புணர்ச்சிக்கு ஆளான ஒரு பெண்ணைப் பற்றியது. இதுவரை நடந்தேறிய காட்சிகள் மிகவும் ‘அறிவுபூர்வமாக’, புரிந்துகொள்ள சிரமம் அளிப்பதாக இருந்ததால் பார்வையாளர்களை உற்சாகப்படுத்த ஃபுன்டா செய்யும் வழக்கமான உத்திதான் அது. ஒரு கணம் அழுதுகொண்டே, பார்வையாளர்களாக இருந்த ஆண்கள் எல்லோரையும் திட்டினாள். அடுத்த கணமே, சம்பந்தமில்லாமல் எதையெதையோ சொல்லி ஆண் வர்க்கத்தைப் புகழ்ந்தாள். இதே ரீதியில் இரண்டு பாட்டுகளும் (சிறுவர்களுக்கு மட்டுமே வேடிக்கையாகத் தெரிந்த) ஒரு கேளிக்கை நிகழ்ச்சியும் நடந்தேறின. (ஏகாஸ் கம்பெனி அவர்கள் தயாரிக்கும் கேனிஸ்டர் கொள்கலன்களில் புரோபேன் வாயுக்கு பதிலாக குசுவைத்தான் நிரப்புகிறார்கள் என்பது அவள் ஜோக்குகளில் ஒன்று.) மேடை இருளத் தொடங்க, பார்வையாளர்களுக்கு இரண்டு நாட்களுக்கு முன் நடந்த கொடூரங்கள் திரும்ப நடக்கப் போவதற்கான அறிகுறி போலத் தோன்றியது. ஆயுதம் தரித்த வீரர்கள் இரண்டுபேர் மேடைக்கு வந்து தூக்கு மேடை ஒன்றை மையப்பகுதியில் அமைத்தனர். பார்வையாளர்கள் அனைவரும் மூச்சையடக்கிக் கொண்டு அடுத்து நிகழப் போவதற்குக் காத்திருந்தனர். சுனய் அவனுக்கே உரித்தான தன்னம்பிக்கையோடு விந்திக் கொண்டே கடிஃபேவுடன் மேடையின் மையத்திற்கு வந்து தூக்குக்கயிற்றின் கீழே நின்றான்.

“இவ்வளவு சீக்கிரம் காரியம் நடக்குமென்று நான் எதிர்பார்க்கவில்லை,” என்றான்.

“இது நீங்கள் செய்ய நினைத்த காரியத்தில் அடைந்திருக்கும் தோல்வியை ஒப்புக்கொள்ளும் விதமா, அல்லது உங்களுக்கு வயதாகி சோர்வடைந்து விட்டதால் பெரிதாக எதையாவது செய்துவிட்டு ஓய்வு பெறுகிற திட்டமா?”

கடிஃபே வசனத்தை உச்சரிக்கும் விதத்தைப் பார்க்கும்போது, அவள் தனக்குள் மிச்சமிருக்கும் கடைசி சொட்டு பலத்தையும் உறிஞ்சி எடுத்து பயன்படுத்திக் கொண்டிருக்கிறாள் என்று இபெக்கிற்குப் புரிந்தது.

“நீ மிகவும் புத்திசாலி, கடிஃபே,” என்றான் சுனய்

“ஏன், இது உங்களை பயமுறுத்துகிறதோ?” கடிஃபேவின் விறைப்பான குரலில் கோபம் ஏறியிருந்தது.

சுனய் அயர்ச்சியுடன், “ஆமாம்!” என்றான்.

"உங்களை அச்சுறுத்துவது எனது அறிவுத் திறன் அல்ல. நான் சுயசிந்தனை கொண்ட பெண்ணாக இருப்பதால்தான் என்னைக் கண்டு பயப்படுகிறீர்கள்," என்றாள் கடிஃபே. "ஏனென்றால் நம் ஊரில் ஆண்கள், பெண்களின் அறிவைக் கண்டு பயப்படுவதில்லை; அவர்கள் சுதந்திரத்தைக் கண்டுதான் பயப்படுகிறார்கள்."

"நீ சொல்வதற்கு மாறாக, உன்னைப் போன்ற பெண்கள் ஐரோப்பியப் பெண்களைப்போல சுதந்திரமாக இருப்பதற்காகத்தான் இந்தப் புரட்சியையே நான் நடத்தியிருக்கிறேன்," என்றான். "அதனால் தான் இப்போது உன் முக்காடை அகற்றவும் சொல்கிறேன்."

"நான் என் முக்காடை கழற்றத்தான் போகிறேன்," என்றாள் கடிஃபே. "ஆனால் உங்களுடைய கட்டாயத்தாலோ, அல்லது நானும் ஒரு ஐரோப்பியப் பெண்ணைப் போல இருக்க வேண்டுமென்பதற்காகவோ என் முக்காடை அகற்றவில்லையென்பதை நிரூபிப்பதற்காகவே நான் இப்போது தற்கொலை செய்துகொள்ளப் போகிறேன்."

"நீ இதைப்போல தனி மனுஷியாக எதிர்ப்பு தெரிவித்து தற்கொலை செய்துகொண்டால் ஐரோப்பியர்கள் கைத்தட்டி உன்னைப் பாராட்டு வார்கள் என்று உனக்குத் தெரியும், அப்படித்தானே? ஓட்டல் ஆசியாவில் 'ரகசியக் கூட்டம்' என்ற பெயரில் நடத்தப்பட்ட கூட்டத்தில் நீ பேசிய விஷயங்கள் சிலருடைய கவனத்தை ஈர்த்திருப்பது உனக்குத் தெரியுமா? முக்காடுப் பெண்களை ஒருங்கிணைத்து சங்கம் அமைத்ததைப் போல தற்கொலை பெண்களையும் நீ திரட்டி வருவதாக செய்திகள் வந்திருக்கின்றன."

"முக்காடு போராட்டத்தில் தற்கொலை செய்து கொண்டது ஒரே ஒருத்திதான். அவள் பெயர் தெஸ்லைம்."

"இரண்டாவதாக நீ என்று சொல்ல வருகிறாய்."

"இல்லை. ஏனென்றால் நான் தற்கொலை செய்து கொள்வதற்கு முன் என் முக்காடை அகற்றிவிடப் போகிறேன்."

"இதை நன்றாக சிந்தித்துப் பார்த்துவிட்டாயா?"

"ஆம், சிந்தித்துப் பார்த்துவிட்டேன்."

"அப்படியானால் உனக்கு இதுவும் தெரிந்திருக்குமே. தற்கொலை செய்துகொள்பவர்கள் நரகத்திற்குத்தான் செல்வார்கள். நான் எப்படியும் நரகத்திற்குத்தான் செல்லப்போகிறேன் என்பதால், நீ தற்கொலை செய்து கொள்வதற்கு முன் எந்த உறுத்தலுமின்றி தெளிந்த மனதோடு என்னை சுட்டுக் கொல்லலாம்."

"முடியாது," என்றாள் கடிஃபே. "ஏனென்றால் தற்கொலை செய்து கொண்டபின் நரகத்திற்குச் செல்வேன் என்பதை நான் நம்பவில்லை. ஆனால் நம் நாட்டைப் பீடித்திருக்கும் கிருமி, நம் நாட்டிற்கும் நமது மதத்திற்கும், நம்முடைய பெண்களுக்கும் எதிரி நீங்கள் என்பதால் உங்களைக் கொல்லப் போகிறேன்."

பனி 541

“நீ ஒரு துணிச்சல்காரி, கடிஃபே. வெளிப்படையாகப் பேசுகிறாய். ஆனால் நமது மதம் தற்கொலைக்குத் தடை விதித்திருக்கிறது,”

“ஆம், புனித குர்ஆனின் நிஸா செய்யுளில் நாம் தற்கொலை செய்துகொள்ளக் கூடாதென்று கட்டளை விதிக்கப்பட்டுள்ளது. ஆனால் தற்கொலை செய்துகொள்ளும் பெண்களை, மகத்தானவரான நம் இறைவன் மன்னித்து நரகத்திற்குச் செல்வதிலிருந்து காப்பாற்றுவதற்கு இக்கட்டளை தடைபோடாது.”

“அதாவது, உன் தேவைக்கேற்றபடி குர்ஆனை திரித்துக் கொள்கிறாய், அப்படித்தானே?”

“இல்லை, உண்மை என்பது நீங்கள் சொல்வதற்கு நேர்மாறானது,” என்றாள் கடிஃபே. “கார்ஸ்ஸில் சில இளம் பெண்கள் தற்கொலை செய்துகொண்டதற்கு காரணம் அவர்கள் விருப்பப்படி முக்காடு அணிந்துகொள்ள தடைவிதித்ததால்தான். இந்த உலகம் இறைவன் உருவாக்கியது என்பது எவ்வளவு நிச்சயமோ, அவ்வளவு நிச்சயமானது அவர்களுடைய வேதனைகளை இறைவன் பார்த்திருப்பார் என்பதும். இறைவனின் அன்பை என் இதயத்தில் நான் உணரும் வரையிலும் எனக்கு இந்த கார்ஸ் நகரில் ஓர் இடமில்லை. எனவே அவர்கள் செய்ததையே நானும் செய்யப்போகிறேன். என் வாழ்வை முடித்துக் கொள்ளப் போகிறேன்.”

“கார்ஸ் நகரின் ஆதரவற்ற பேதைப்பெண்களின் தற்கொலை இச்சையை நிவர்த்திப்பதற்காக இந்தக் குளிரிலும் பனியிலும் நகர் முழுக்க பிரசங்கம் செய்த மதத்தலைவர்கள் எல்லோருடைய கோபத்தையும் நீ சம்பாதித்துக் கொள்ளப் போகிறாய். இதெல்லாம் உனக்கும் தெரியும், இல்லையா கடிஃபே? இதைப் பற்றிப் பேசும்போது, குர் ஆன் –”

“நாத்திகர்களுடனோ, அல்லது பயத்தின் காரணமாக இறைபக்தி இருப்பதாகக் காட்டிக் கொள்பவர்களுடனோ எனது மதத்தைப் பற்றி விவாதிக்க நான் தயாரில்லை.”

“நீ சொல்வது உண்மைதான். ஆனால் ஒன்றை நினைவில் கொள். உன் ஆன்மீக வாழ்வில் குறுக்கிடுவதற்காக இந்தப் பேச்சை நான் எடுக்கவில்லை. நரகத்தைப் பற்றிய பயம், நீ மனதறிந்து என்னைச் சுடுவதிலிருந்து தடுக்கும் என்று நினைத்தேன்.”

“நீங்கள் அதற்காகக் கவலைப்படாதீர்கள். உங்களை எந்தவிதக் குற்றவுணர்ச்சியும் இல்லாமலேயே சுட்டுக் கொல்வேன்.”

அவளது வெடுக்கென்ற பதிலால் காயமுற்றவன் போல சுனய், “அற்புதம்,” என்றான். “சரி, எனது இருபத்தைந்து வருட நாடக அனுபவத்திலிருந்து நான் கற்றுக்கொண்ட மிக முக்கியமான விஷயத்தை இப்போது சொல்கிறேன்: எந்த வசனமாவது இதைவிட நீளமாகச் செல்லுமானால், நம் நேயர்களுக்கு சலிப்பு ஏற்பட்டுவிடும். பேசுவதை கவனிக்க மாட்டார்கள். எனவே உன் அனுமதியோடு நமது உரையாடலை இங்கே நிறுத்திக்கொண்டு செயலில் இறங்குவோம்.”

“நல்லது.”

சுனய் இதற்கு முந்தைய காட்சியில் வைத்திருந்த கிரிக்காலே துப்பாக்கியை வெளியே எடுத்து கடிஃபேவிற்கும் பார்வையாளர்களுக்கும் காட்டினான். “இப்போது நீ உன் முக்காடை அகற்றப் போகிறாய். அதன்பின் என் துப்பாக்கியை உன் கையில் தருவேன். நீ என்னை சுடுவாய் . . . நேரடி ஒளிபரப்பில் இதைப் போன்ற நிகழ்ச்சி ஒன்று நடப்பது முதல்முறை என்பதால் நமது பார்வையாளர்கள் இதனை எப்படி புரிந்துகொள்ள வேண்டுமென்று இந்த கடைசி சந்தர்ப்பத்தில் விளக்கிவிடுகிறேன் –”

“தேவையில்லை” என்று கடிஃபே குறுக்கிட்டாள். “தற்கொலைப் பெண்கள் எதற்காக தற்கொலை செய்து கொள்கிறார்கள் என்று ஆண்கள் விவாதிப்பதைக் கேட்டு எனக்கு அலுத்துவிட்டது.”

“நீ சொல்வது சரி,” கையில் துப்பாக்கியைச் சுழற்றி விளையாடிக் கொண்டே சுனய் பேசினான். “ஆனால் இன்னும் இரண்டு விஷயங்கள் சொல்லவேண்டியுள்ளது, நமது பார்வையாளர்கள் தேவையில்லாமல் கலவரமடைந்துவிடக் கூடாதென்பதற்காக. சிலர் செய்தித் தாட்களில் வந்த வதந்தியை நம்பிவிட்டிருக்கலாம். கடிஃபே, இதோ துப்பாக்கியைத் திறந்து காட்டுகிறேன், பார்த்துக்கொள்,” என்று துப்பாக்கியை மடக்கித்திறந்து (பார்வையாளர்களுக்கும் சேர்த்து) காட்டிவிட்டு மீண்டும் அதை பூட்டிக்கொண்டான். “துப்பாக்கி காலியாக இருப்பதைப் பார்த்தாய் அல்லவா?” ஒரு மிகப்பெரிய மந்திரவாதியின் உறுதியோடு கேட்டான்.

“ஆம்”

“ஆனால் இன்னொருமுறை உறுதியாக நிச்சயப்படுத்திக் கொள்ள லாம்.” பெண் ஒருத்தியை ரம்பத்தால் பாதியாக அறுக்கப்போகும் மந்திரவாதியைப் போல பார்வையாளர்களுக்கு துப்பாக்கியின் கிளிப்பை நீக்கித் திறந்து, உயர்த்திப் பிடித்து காட்டிவிட்டு மீண்டும் பூட்டிக்கொண்டான். “இறுதியாக என் சார்பாக ஒரு சில வார்த்தைகள் கூறிக்கொள்கிறேன். ஒரு நிமிடத்திற்கு முன் நீ எவ்வித உறுத்தலு மில்லாமல் மனதார என்னைச் சுடுவதாக வாக்களித்திருந்தாய். நான் இந்தப் புரட்சியை முன்நின்று நடத்தியதற்காகவும், மேலை நாட்டவர் போல வாழ்க்கையை நாகரிகமாக நடத்தாமல் இருப்பதற்காக இந்த மக்கள் மீது துப்பாக்கிச்சூடு நடத்தியதற்காகவும் நீ என்னை வெறுத்திருக்கலாம். ஆனால் இவையெல்லாவற்றையும் என் தந்தையர் தேசத்திற்காகவே செய்தேன் என்பதை நீ அறிந்துகொள்ள வேண்டும்.”

“ரொம்ப நல்லது,” என்றாள் கடிஃபே. “இப்போது நான் என் முக்காடை அகற்றப்போகிறேன். தயவுசெய்து எல்லோரும் கவனியுங்கள்.”

அவள் முகத்தில் கடும் துயரம் ஒன்று பளிச்சிட்டுக் கடந்தது; பின் அவள் தலையை உயர்த்தி, தடங்கலற்ற ஒரே வீச்சில் தன் முக்காடைக் கழற்றி எடுத்தாள்.

அரங்கில் ஒரு துளி சத்தமும் எழவில்லை. எதிர்பார்த்திராத ஒன்றை அவள் செய்துவிட்டதைப் போல ஒரு கணத்திற்கு சுனய் அவளை முட்டாள்தனமாக வெறித்தபடியிருந்தான். இருவரும் பார்வையாளர்களை நோக்கித் திரும்பி, வசனத்தை மறந்துவிட்ட நடிப்புப் பள்ளி மாணவர்களைப் போல ஸ்தம்பித்து நின்றிருந்தனர்.

கார்ஸ்ஸில் உள்ள அனைவரும் கடிஃபேவின் நீண்ட, அழகான, பழுப்பு நிறக் கூந்தலை பிரமித்துப் பார்த்துக் கொண்டிருக்க, காமிரா மேனுக்கு கடைசியில் தைரியம் வந்து அவளை நெருக்கமாக க்ளோஸ்-அப்பில் காட்டினான். திரைமுழுக்க விரிந்திருந்த அந்த முகத்தில் திடீரென பலபேர் முன்னிலையில் ஆடை அவிழ்ந்து விழுந்துவிட்ட பெண்ணைப் போல ஓர் ஆழ்ந்த சங்கடவுணர்ச்சி வெளிப்பட்டது. அவள் ஒவ்வோர் அசைவிலும் கடுமையான வலியின் வேதனை தெரிந்தது.

"அந்தத் துப்பாக்கியைத் தாருங்கள்," என்றாள் பொறுமையில்லாமல்.

"இதோ," என்று சுனய் கொடுத்தான். "நீ அழுத்த வேண்டிய விசை இதுதான்."

கடிஃபே துப்பாக்கியை வாங்கிக் கொண்டதும் சுனய் புன்னகைத்தான். கார்ஸ்ஸில் இருந்த அனைவருக்கும் அவர்களிடையே இன்னொரு உரையாடல் தொடங்கும் என்றே தோன்றியது.

சுனய்யும் அவ்வாறே நினைத்திருக்கக்கூடும். ஏனென்றால், "கடிஃபே, உன் கூந்தல் மிக அழகாக இருக்கிறது. மற்றவர்கள் இதைப் பார்த்துவிடக் கூடாதென்பதற்காகவே உன்னை போர்த்திவைத்திருக்க விரும்பியிருப்பேன்," என்றான்.

கடிஃபே விசையை அழுத்தினாள்.

துப்பாக்கிச்சத்தம் அரங்கை அதிர வைத்தது. சுனய் – ஏதோ உண்மையிலேயே சுடப்பட்டவன் போல – உடல் அதிர்ந்து, துடித்து, தரையில் சரிந்தான்.

"எல்லாம் எவ்வளவு முட்டாள்தனம்!" என்றான் சுனய். "நவீன கலையைப் பற்றி இவர்களுக்கு எதுவும் தெரியவில்லை. இவர்கள் ஒருபோதும் நவீனமானவர்களாக ஆகமுடியாது!"

பார்வையாளர்கள் இப்போது சுனய் மரணப்படுக்கையில் நீளமாக வசனம் பேசுவான் என்று எதிர்பார்த்தனர். ஆனால் கடிஃபே துப்பாக்கியோடு முன்னே பாய்ந்து வந்து அவனை மீண்டும், மீண்டும் சுட்டாள். ஒவ்வொரு முறையும் சுனய்யின் உடல் அதிர்ந்து தூக்கிப் போட்டது. ஒவ்வொருமுறையும் கனமேறி விழுவதைப் போலிருந்தது. அவள் அடுத்தடுத்து நான்குமுறை சுட்டாள்.

இப்போதுகூட பெரும்பாலோர் சுனய் நடிப்பதாகத்தான் நினைத் தார்கள். அவன் எந்தக் கணமும் எழுந்து உட்கார்ந்து மரணத்தைப் பற்றி நீளமாக ஒரு விளக்கவுரை அளிப்பான் என்று எதிர்பார்த்து

அதற்குத் தயாராக இருந்தார்கள். ஆனால் அசாதாரணமாக அவன் முகம் ரத்தத்தில் தோய்ந்திருந்ததைக் கண்டு திடுக்கிட்டார்கள். நாடகப் பிரதியைவிட மேடை உத்திகளை அதிகம் ரசிக்கும் நூரியே ஹெனும் இப்போது எழுந்து நின்றாள். கைத்தட்டுவதற்கு யத்தனிக்கு முன் அவன் குருதியோடிய முகத்தைப் பார்த்து அது ஒப்பனையல்ல வென்று புரிந்து துணுக்குற்று இருக்கையில் சரிந்தாள்.

"நான் இவரைக் கொன்றுவிட்டேனென்று நினைக்கிறேன்!" பார்வையாளர்களைப் பார்த்து கடிஃபே அறிவித்தாள்.

அரங்கின் பின் வரிசையிலிருந்து ஒரு சமயக்கல்விக்கூட மாணவன், "நல்ல காரியம் செய்தாய்!" என்று கத்தினான்.

பாதுகாவலர்களுக்கு தம் கண்ணெதிரே மேடையில் நடந்திருக்கும் இந்தக் கொலையில் மட்டுமே கவனம் பதிந்திருந்ததால், அமைதியைக் கிழித்து சத்தமிட்ட அந்த மாணவன் யாரென்பதை அவர்களால் அடையாளம் கண்டுகொள்ள முடியவில்லை. கடந்த இரண்டு நாட்களாக அம்மகத்தான நடிகன் சுனய்யை தொலைக்காட்சியில் பார்த்து, பிரமித்து, எவ்வளவு செலவானாலும் முன்வரிசையில் அமர்ந்து அவனை கிட்டத்தில் பார்த்து ரசிக்க வேண்டுமென்று வந்திருந்த நூரியே ஹெனும் உடைந்து பெருகியபோது, அந்த அரங்கில் இருந்த எல்லோருக்கும், கார்ஸ் நகரில் இருந்த எல்லோருக்கும், அவர்கள் இப்போது கண்ணுற்றதன் நிதரிசனத்தை கட்டாயமாக ஒப்புக்கொள்ள வேண்டியிருந்தது.

இரண்டு ராணுவ வீரர்கள் ஒருவரை நோக்கி ஒருவர் கோமாளித்தனமாக ஓடிவந்து அவசர அவசரமாக திரையை இழுத்து மூடினர்.

44

காவை இங்கு யாருக்கும் பிடிப்பதில்லை

கார்ஸ்ஸில், நான்கு வருடங்கள் கழித்து

திரை மூடப்பட்டவுடனேயே Z டெமிர்கோலும் அவன் நண்பர்களும் கடிஃபேவை 'அவளுடைய பாதுகாப்பு' கருதி கைது செய்தார்கள். மேடையிலிருந்த வாசல் வழியாக அவளை க்யூச்யூக் காஸிம்பே அவென்யூவிற்கு தள்ளிக் கொண்டுவந்து ராணுவ ஜீப்பில் ஏற்றி சென்ட்ரல் காரிஸன் வளாகத்திற்கு நேராக ஓட்டிச்சென்றனர். இவ்வுலகில் அவனது கடைசி தினத்தைக் கழிப்பதற்காக நீலத்தை கிடத்தியிருந்த அதே பழைய காப்பிடத்தில் அவளையும் அடைத்தார்கள். சில மணிநேரங்கள் கழித்து கார்ஸ்ஸிற்கு வரும் எல்லா பாதைகளும் திறக்கப்பட்டன. அந்நகரத்தின் 'சிறிய கலகத்தை' ஒடுக்குவதற்காக பெரிய அளவில் நுழைந்த ராணுவப் படைகள் எந்தவிதமான எதிர்ப்பையும் சந்திக்கவில்லை. கடமை தவறிய ஆளுநரும், மண்டல ராணுவத் தலைவரும் பல்வேறு அதிகாரிகளும் பணி நீக்கம் செய்யப் பட்டனர். கலகத்தை முன்நின்று நடத்திய ஒரு சிறிய சதிக்கும்பல் கைது செய்யப்பட்டது. அவர்களோடு சேர்த்து ஏராளமான ராணுவ வீரர்களும் MİT ஏஜென்ட்டுகளும்கூட – அவர்கள் மக்கள் நலனுக்காகவும் தேச நலனுக்காகவுமே இப்புரட்சியில் ஈடுபட்டதாகச் சொன்னாலும் – கைது செய்யப்பட்டனர்.

துர்குத் பேவும் இபெக்கும் மூன்று நாட்கள் கழித்தே கடிஃபேவை சந்திக்க அனுமதிக்கப்பட்டார்கள். அவளைக் கைது செய்து அழைத்துச் சென்ற அன்று நள்ளிரவு வரை அரங்கத் திலேயே துர்குத் பே மூத்தமகளுடன் காத்திருந்தார். சுனய் மேடையில் இறந்துவிட்டிருப்பது உண்மையென்றாலும் கடிஃபே வுக்கு ஒன்றும் நிகழாது என்று நம்பிக் கொண்டிருந்தார். நள்ளிரவு தாண்டியதும் மனமுடைந்து இபெக்கின் கையை இறுக்கமாகப் பற்றிக்கொண்டு வெற்றான தெருக்கள் வழியே ஓட்டலுக்குத் திரும்பி வந்தார். இபெக் நேராக தன் அறைக்குச் சென்று

சூட்கேஸைத் திறந்து, உள்ளே வைத்திருந்த பொருட்களை மீண்டும் வெளியே அடுக்கி வைத்துக் கொண்டிருக்க, அவளுடைய தந்தை கட்டிலின் விளிம்பில் அமர்ந்து அழுதுகொண்டிருந்தார்.

நாடகத்தைப் பார்க்க வந்திருந்த பெரும்பாலான கார்ஸ் நகரத்தினருக்கு சுனய் இறந்துவிட்டான் என்ற விஷயம் அடுத்த நாள் காலை 'பார்டர் சிட்டி கெஜட்' நாளிதழைப் பார்த்த போதுதான் தெரியவந்தது. திரை மூடப்பட்டதும் நேஷனல் தியேட்டரிலிருந்து பார்வையாளர்கள் அமைதியாக வெளியேறினர். தொலைக்காட்சி நிலையம் சம்பவம் நடந்து மூன்று நாட்கள் கழியும் வரை எந்தத் தகவலையும் ஒளிபரப்பவில்லை. கார்ஸ் மக்களுக்கு ராணுவ ஆட்சியும், தெருக்களில் 'பயங்கரவாதிகளை' காவல்துறையினரும் சிறப்பு காவல் படையினரும் துரத்திச் செல்லும் காட்சியும் பழக்கமானவை என்றாலும் இந்த மூன்று நாட்களும் ஏதோ ஒரு விதத்தில் 'வித்தியாசமாகவே' அவர்களுக்கு இருந்தன. ராணுவத் தலைமையகம் அடுத்தநாள் காலை தீவிர விசாரணையைத் தொடங்கியதுமே, பிரதம மந்திரி அலுவலகத்தின் ஆய்வாளரகமும் களத்தில் இறங்கியதைப் பார்த்து கார்ஸ் நகர மக்கள் அனைவருக்கும், நடைபெற்ற இந்தப் புரட்சி அரசியல் சார்ந்ததல்ல, நாடகத்தனமானதுதான் என்று தோன்றத் தொடங்கியது. ஆனாலும் அவர்களுக்கு சில சுவாரஸ்யமான சந்தேகங்கள் தொடர்ந்து இருந்தன: சுனய் பார்வையாளர்களிடம் திறந்து காட்டியபோது காலியாக இருந்த துப்பாக்கி எப்படி கடிஃபே சுட்டபோது அவனைக் கொன்றது?

நிலைமை சீரடைந்ததற்குப் பிறகு அங்காராவால் ஆய்வு செய்ய அனுப்பப்பட்ட கர்னலைப்பற்றி ஏற்கனவே பலமுறை குறிப்பிட்டிருக்கிறேன். எனவே இந்த மனிதருக்கும், இந்த 'நாடகத்தனமான கலக'த்தைப் பற்றிய அவரது விரிவான அறிக்கைக்கும் நான் எந்தளவுக்கு முக்கியத்துவம் அளிக்கிறேன் என்பதை வாசகர்கள் அறிந்துகொள்வீர்கள். நாடகத்தின் அந்த துப்பாக்கிக் காட்சியை துல்லியமாக அலசி ஆராய்ந்து அளித்த அறிக்கையின்படி, நடந்த சம்பவம் மந்திரவித்தையொன்றுமல்ல, கைச்சால வித்தைதான் என்று உறுதியாகிறது. கடிஃபே அவள் அப்பாவுடனோ, அவள் சகோதரியுடனோ, அல்லது அவள் வழக்கறிஞருடனோ காவல் துறையினருடனோ கூட அன்றிரவு உண்மையில் என்ன நடந்தது என்பதைப் பேச மறுத்து வந்ததால், நான்கு வருடங்கள் கழித்து நான் மேற்கொண்ட அதே விதமான துப்பறியும் வேலையை அப்போது கர்னலும் மேற்கொள்ள வேண்டியிருந்திருக்கிறது. அவரால் இயன்றளவுக்கு ஏராளமானோரை பேட்டி கண்டு (உண்மையில் அவர்களுடைய எழுத்துபூர்வமான வாக்குமூலங்களைக் கூட வாங்கிக் கொண்டார்) இறுதியில் அவர் கவனத்திற்கு வராத எந்தவொரு யூகமும், வதந்தியும் இருக்கமுடியாது என்றளவுக்கு திருப்திகரமாக விசாரணையை முடித்தார்.

சுனய் ஸயிம்மின் நிஜமான ஒப்புதலைப் பெறாமல் தான் என்ன செய்கிறோம் என்று தெரிந்தே, வேண்டுமென்றே கடிஃபே அவனைக் கொன்றிருக்கிறாள் என்று பலவிதமான கருத்துக்கள் இருந்தன. ஆனால் அனுபவமற்ற இளம்பெண் ஒருத்தியால் கண்ணிமைக்கும் நேரத்தில்

அவ்வளவு வேகமாக துப்பாக்கிகளை மாற்றவோ, அல்லது தோட்டாக் களை நிரப்பிக் கொள்ளவோ முடியாது என்று கர்னல் தெளிவாக சுட்டிக்காட்டி இக்குற்றச்சாட்டுகளை நிராகரித்தார். கடிஃபே அவனை ஒவ்வொரு முறை சுட்டபோதும் சுனய்யின் முகத்தில் தெரிந்த திகைப்பு இதுபோன்ற குற்றச்சாட்டுகளுக்கு வலு சேர்த்தாலும், ஆயுதப்படை யினர் மேற்கொண்ட சோதனைகளிலும், கைது செய்த பின் கடிஃபேவின் வசம் இருந்த பொருட்களை ஆராய்ந்து பார்த்ததிலும், அந்நிகழ்ச்சியின் வீடியோ பதிவை அலசிப் பார்த்திலும்கூட, கடிஃபே ஒரேயொரு துப்பாக்கியைத்தான் வைத்திருந்தாள் என்பது உறுதியானது.

அப்போது உள்ளூரில் பிரபலமாக இருந்த இன்னொரு வதந்தி, சுனய் ஸயிம்மை உண்மையில் வேறொரு கோணத்திலிருந்து இன்னொருவன் சுட்டிருக்கிறான் என்பது. ஆனால் அங்காராவிலிருந்து வந்த சோதனை அறிக்கைகள் அவன் மிக அருகிலிருந்து சுடப்பட்டிருப் பதையும், அவன் உடலில் பாய்ந்திருந்த தோட்டாக்கள் அனைத்துமே கடிஃபேவின் கையிலிருந்த கிரிக்காலே துப்பாக்கியிலிருந்து சுடப் பட்டவை என்பதையும் உறுதி செய்தன.

கடிஃபேவின் கடைசி வார்த்தைகள் ("நான் இவரைக் கொன்று விட்டேனென்று நினைக்கிறேன்!") அவளை ஒரு மாநகர நாயகியாக மாற்றியிருந்தன. முன்கூட்டியே திட்டமிட்ட கொலையல்ல என்பதற்கு இந்த வார்த்தைகளே சாட்சி என்று கர்னல் குறிப்பிட்டார். ஆனாலும் வழக்கை நடத்தவிருக்கும் அரசுத் தரப்பிற்கு போதிய ஆதாரங்களை அளிக்க வேண்டுமென்பதற்காக திட்டமிட்ட கொலை என்ற கோணத் திலிருந்து எழும் எல்லாவிதமான சட்டபூர்வமான, காரண காரிய கோட்பாடுள் அனைத்தையும் விரிவாக பட்டியலிட்டிருந்தார். இருந்த போதிலும், அந்தக் கொலையின் மூலகாரணகர்த்தா – கடிஃபேவிற்கு வசனங்கள் சொல்லிக் கொடுத்து, மனப்பாடம் செய்யவைத்து, அவளது மேடை அசைவுகள் ஒவ்வொன்றையும் தீர்மானித்து வைத்திருந்த – கொலையுண்ட மனிதர்தான் என்று அறிக்கையை முடித்திருந்தார். துப்பாக்கியைத் திறந்து காலியாக இருப்பதாக இரண்டு முறை பார்வையாளர்களுக்கும் கடிஃபேவிற்கும் அவன் காட்டியது ஒரு சுத்தமான ஏமாற்று வித்தை என்பதுதான் அவர் வாதம். இங்கே கர்னல் என்னிடம் நேரடியாகக் கூறியதை சொல்லியாக வேண்டும். அறிக்கை வெளியான சில நாட்களிலேயே கர்னல் விருப்ப ஓய்வு பெற்றுக்கொண்டார். அவரைப் பார்க்க நான் அங்காரா சென்றிருந்த போது அவர் அறையில் அகதா கிரிஸ்டி புத்தகங்கள் வரிசை வரிசையாக அடுக்கி வைக்கப்பட்டிருந்ததைக் கண்டு வியந்து சுட்டிக் காட்டியதும், "இந்தப் புத்தகங்களில் எனக்குப் பிடித்தவை அவற்றின் தலைப்புகள் தான்," என்றார். அதன் பிறகு பேச்சு சுனய்யின் துப்பாக்கிக்குத் திரும்பியது. அவர் எடுத்த எடுப்பிலேயே சுருக்கமாக, "துப்பாக்கி நிரப்பப்பட்டிருந்தது," என்றார். நிரப்பப்பட்ட துப்பாக்கியை, காலியான துப்பாக்கியாக பார்வையாளர்களை ஏமாற்றுவதற்கு ஒரு நாடக நடிகன் தேர்ந்த மந்திரவாதியாக இருக்கவேண்டிய அவசியம் இல்லை என்றார். நாட்டை குடியரசாக்குவது, மேலைமயமாக்குவது என்ற

பெயரில் கடந்த மூன்று நாட்களாக சுனய்யும் அவர் கூட்டாளிகளும் நடத்திய ஈவிரக்கமற்ற வன்முறைத் தாண்டவத்திற்குப் பிறகு (இறுதி கணக்கீட்டின்படி பலியானோர் சுனய்யோடு சேர்த்து இருபத்தி ஒன்பது பேர்) மிரண்டு போயிருந்த கார்ஸ் நகர மக்களிடம் விளிம்பு வரை நிரப்பப்பட்ட கோப்பையைக் காட்டி காலியானது என்று சொன்னால்கூட நம்பத் தயாராக இருந்திருப்பார்கள் என்றார்.

இதே ரீதியில் பகுத்தறிந்து பார்க்கும் போது சுனய்யின் மரணத்திற்கு கடிஃபே மட்டுமே காரணம் என்று சொல்லமுடியாது. சுனய் அவன் மரணத்தை முன்கூட்டியே விளம்பரப்படுத்தியிருக்கிறான். கார்ஸ் மக்கள் அதையும் பார்த்துவிட்டு இதையெல்லாம் ஒரு நாடகம் என்றே ரசிக்க வேண்டுமென்ற எண்ணத்தில் அவன் மேடையில் கொல்லப்படுவதைப் பார்க்க வருகிறார்களென்றால் அவர்களும் கூட இதற்கு உடந்தையென்றே சொல்லவேண்டும்.

நீலத்தின் மரணத்திற்கு பழி வாங்குவதற்காகவே கடிஃபே சுனய்யை கொன்றிருக்கிறாள் என்ற இன்னொரு கருத்து, துப்பாக்கி காலியாக இருக்கிறதென்று நம்ப வைத்து, நிரப்பப்பட்ட துப்பாக்கியை கொடுத்து சுடவைத்தால் சுட்டவருக்கு கொலை செய்யும் நோக்கம் இருந்ததென்று எப்படிக் கொள்வது என்ற தர்க்கத்தில் அடிபட்டுப் போனது. ஆனால் கடிஃபேவின் இஸ்லாமிஸ்ட் நண்பர்களும், மதச் சார்பற்ற எதிர்ப்பாளர்களும், கடிஃபே சுனய்யை கொன்ற விதத்திலும், அதன் பின் தன் உயிரை மாய்த்துக் கொள்ளாமல் இருந்ததிலும் ஒரு நுட்பமான தந்திரம் அடங்கியிருப்பதாகச் சொல்லிக் கொண்டிருந் தார்கள். ஆனால் விசாரணை செய்த கர்னல், இது கலையையும் யதார்த்தத்தையும் ஒன்றாகக் குழப்பிக்கொள்ளும் முயற்சி என்று நிராகரித்தார்.

கார்ஸ்ஸில் பணியமர்த்தப்பட்டிருந்த ராணுவ வழக்கு விசாரணை அலுவலர், கர்னலின் சிரத்தையான அறிக்கையை மிக்க மரியாதை யுடன் ஏற்று அங்கீகரித்தார். கடிஃபே அரசியற் காரணங்களுக்காக இக்கொலையைச் செய்யவில்லையென நீதிபதிகள் தீர்ப்பளித்தார்கள். அஜாக்கிரதையால் மரணம் விளைவித்ததற்காகவும், முன் யோசனை யின்றி செயல்பட்டதற்காகவும் அவளுக்கு மூன்று வருடங்கள், ஒரு மாதத்திற்கு சிறைத் தண்டனை வழங்கப்பட்டது. இருபது மாத சிறைக்குப் பிறகு அவளை பரோலில் விடுவிக்கலாம். கர்னல் நூரி சோலக் அமைதிக்காப்புக்குழு ஒன்றை அமைத்துக்கொண்டு அநாமதேய மாக கொலைகள் செய்து வந்ததற்காக துருக்கிய குற்றவியல் சட்டத்தின் பிரிவு 313, மற்றும் 463இன்படி ஆயுள் தண்டனை அவருக்கு விதிக்கப் பட்டது. ஆனால் ஆறுமாதங்கள் கழித்து அவருக்கு பொது மன்னிப்பு வழங்கி நிபந்தனையுடன் கூடிய விடுதலை வழங்கப்பட்டது. அந்த நிபந்தனைகளின் ஒரு பகுதியின் படி அவர் நடைபெற்ற கலகத்தைப் பற்றி வெளியில் எங்கும் யாருடனும் விவாதிக்கக் கூடாது. ஆனால் அது அவர் இயல்புக்கு மாறானது என்பதால் ஒவ்வொரு நாளும் மாலை நேரங்களில் 'ஆபீஸர்ஸ் கிளப்'பிற்குச் சென்று அவருடைய

பழைய சகாக்களோடு பானங்கள் அருந்தியபடியே 'என்னவெல்லாம் நடந்திருந்த போதிலும்' அடாதுர்க் அபிமான ராணுவ வீரன் ஒருவனுக்கு இருக்கும் கனவு அவருக்கு மெய்ப்பட்டிருப்பதாகச் சொல்லி குதூகலிப் பார். பின் அவர் நண்பர்களிடம் அவர்கள் மனஉரமின்றி மதவெறியர் களிடம் பணிந்து விட்டதற்காக அவர்களுக்கு உறுத்தாமல் குற்றம் சாட்டுவார்.

கலகத்தில் ஈடுபட்டிருந்த ஏராளமான ராணுவ வீரர்களும் அதிகாரிகளும் கைது செய்யப்பட்டதும் அவர்கள் நல்ல நோக்கத்தோடு செயல்பட்ட தேசபக்தர்களென்றும், அல்லது அதிகார மட்டத்தின் கட்டாயத்தால் விருப்பமில்லாமல் ஈடுபடுத்தப்பட்டவர்களென்றும் காட்டிக்கொள்ள முயன்றாலும் ராணுவ நீதிமன்றம் அசைந்து கொடுக்கவில்லை. கலகச் சதித் திட்டத்திற்கும், கொலைகளுக்கும், அரசு சொத்துக்களை அனுமதியின்றி பயன்படுத்தியதற்கும் அவர்களும் உடந்தையாக இருந்தனரென்று தீர்ப்பளிக்கப்பட்டு சிறிது காலத்திற்கு சிறையில் அடைக்கப்பட்டிருந்தனர். பின்னர் அதே பொது மன்னிப்பின் கீழ் விடுதலை செய்யப்பட்டனர். அவர்களில் ஓர் இளைஞன், உயர்ந்த எண்ணங்கள் கொண்ட கீழ் நிலை அதிகாரி, அவன் விடுதலையானதும் இஸ்லாமிய பற்றாளனாக மாறி, இஸ்லாமிஸ்ட் நாளிதழான *Covenant*இல் அவர் கதையை ('நானும் ஒரு புரட்சிக்காரனாயிருந்தேன்') எழுதினான். ஆனால் அவனது நினைவுக் குறிப்புகள் ராணுவத்தை புண்படுத்துவதாக குற்றம் சாட்டப்பட்டு தடை செய்யப்பட்டன. ஆனால் கலகம் 'அரங்கேற' ஆரம்பித்ததுமே MİT க்கு ஏஜென்ட்டாக செயல்படத் தொடங்கிவிட்டா னென்று எல்லோருக்கும் தெரிந்திருந்த கோல்கீப்பர் வுரால் போன்ற வர்களை யாரும் பொருட்படுத்தவில்லை. சுனய்யின் குழுவிலிருந்த மற்றவர்கள் அனைவரும் 'அப்பாவி நடிகர்கள்' என்று நீதிமன்றம் அறிவித்தது. ஃபுன்டா ஈஸர் அவள் கணவன் இறந்த இரவன்று வெறிபிடித்து ஆடிக்கொண்டிருந்தாள். எதிர்ப்படுபவர்கள் எல்லோர் மீதும் பழிசுமத்தினாள். எல்லோரையும் கூண்டோடு தொலைத்து விடுவதாக பயமுறுத்தினாள். அவளுக்கு சித்தம் கலங்கியிருப்பதாக முடிவெடுக்கப்பட்டு அங்காரா ராணுவ மருத்துவமனையின் மனநல மருத்துவப் பிரிவில் அனுமதிக்கப்பட்டு நான்கு மாதங்களுக்கு சிகிச்சை தரப்பட்டது. அங்கிருந்து வெளிவந்து சில வருடங்கள் கழித்து அவள் புகழ் நாடெங்கும் பரவியது. ஒரு பிரபலமான சிறுவர்களுக்கான கார்ட்டூன் தொடரில் சூனியக்காரிக்கு பின்னணிக் குரல் கொடுக்கத் தொடங்கினாள். அவளை நான் சந்தித்தபோது அவள் கணவனுக்கு (அவருடைய மரணம் ஒரு 'தொழில்–சார்ந்த சம்பவம்' என்று அப்போது குறிப்பிட்டாள்) அடாதுர்க் வேடம் அளிக்கக் கூடாதென் பதற்காக அவன் மீது அபாண்டமான சுமத்தப்பட்ட பழிச்சொற்களால் பெரும் வேதனைக்குள்ளானதாகச் சொன்னாள். அவளுக்கிருக்கும் ஒரே ஆறுதல் இப்போது பல்வேறு தோரணைகளில் நாடெங்கும் எழுப்பப்பட்டிருக்கும் அடாதுர்க் சிலைகள் எல்லாமே அவள் கணவனின் 'போஸ்'களை அடிப்படையாகக் கொண்டவை என்பது தான் என்றாள்.

கலகத்திற்கு உடந்தையாக இருந்தவர்களில் காவின் பெயரையும் விசாரணை அலுவலரான கர்னல் சேர்த்திருந்ததால் அவனையும் ஒரு சாட்சியாக நீதிமன்றம் சம்மன் அனுப்பியிருந்தது. இரண்டு விசாரணைகளுக்கும் அவன் வராமற் போகவே அவன் வழக்கு விசாரணைக்கு தடங்கல் ஏற்படுத்துவதாகக் குற்றம் சாட்டி அவனைக் கைது செய்ய வாரண்ட் வெளியிடப்பட்டது.

கார்ஸ் சிறையில் அடைக்கப்பட்டிருந்த கடிஃபேவை ஒவ்வொரு சனிக்கிழமைகளிலும் துர்குத் பேவும் இபெக்கும் சென்று பார்த்தனர். வானிலை நன்றாக இருந்த வசந்தத்திலும் கோடை காலத்திலும் அந்தச் சிறையின் விஸ்தாரமான முற்றத்திலிருந்த மல்பெர்ரி மரத்தின் கீழ் அவர்கள் சந்திக்க அச்சிறையின் கருணைமிக்க வார்டன் அனுமதித் திருந்தார். கீழே ஜமுக்காளத்தை விரித்து, ஸாஹிதே செய்து கொடுத் திருந்த ஆலிவ் எண்ணெயில் பொரித்த மிளகு பணியாரத்தையும், அவித்த முட்டையையும் ஒன்றாக அமர்ந்து சாப்பிட்டு பிற்பகல் பொழுதுகளை கழித்தனர். சக சிறைவாசிகளுக்காக மாமிசச் சோறு உருண்டைகள் செய்து எடுத்து வந்து வழங்கினர். துர்குத் பே ஒரு வழியாக பழுதுபார்த்து சரி செய்திருந்த பிலிப்ஸ் கேஸட் பிளேயரில் ஷோபின் சங்கீதம் கேட்டனர். சிறைத் தண்டனை என்பதை அவமானத் திற்குரிய ஒன்றாக கடிஃபே எடுத்துக்கொள்ளக் கூடாதென்று துர்குத் பே அறிவுரைத்தார். சிறையை ஒரு பள்ளிக்கூடமாக அவள் கருத வேண்டுமென்றார். ஒவ்வொரு சரியான மனிதனும் அவன் வாழ்க் கையில் ஒரு பகுதியை சிறையில் கழித்தாக வேண்டுமென்று தான் நினைப்பதாகச் சொன்னார். சில நேரங்களில் இதழாளர் சர்தார் பே போன்ற நண்பர்களையும் அழைத்து வந்தார். ஒரு நாள் அவர் களோடு ஃபாசில் வந்தான். கடிஃபே அவனிடம் அடிக்கடி வந்துபோகச் சொன்னாள். அவள் விடுதலையாகி இரண்டு மாதங்கள் கழித்து அவளைவிட நான்கு வருடங்கள் இளையவனான அவன் அவளுக்கு கணவனானான்.

முதல் ஆறுமாதங்களுக்கு அவர்கள் ‘ஸ்னோ பேலஸ் ஓட்டலின்’ ஓர் அறையில் தங்கியிருந்தார்கள். அந்த ஓட்டலில் ஃபாசில் வரவேற்பாளனாகப் பணிபுரிந்தான். நான் கார்ஸ்ஸிற்குப் போனபோது அவர்கள் தனியாக ஒரு வீட்டிற்கு குடிபெயர்ந்து விட்டிருந்தனர். ஒவ்வொரு நாள் காலையிலும் ஆறு மணிக்கு கடிஃபே அவர்களுடைய ஆறுமாதக் குழந்தை ஊமர் கானை ஓட்டலுக்கு அழைத்து வருவாள். ஸாஹிதேவும் இபெக்கும் குழந்தைக்கு உணவூட்டுவார்கள். பின் துர்குத் பே பேரனுடன் விளையாட, கடிஃபே ஓட்டல் வியாபாரத்தில் மூழ்கிவிடுவாள். நான் அங்கு சென்றிருந்தபோது ஃபாசில் தன் மாமனாரின் தயவில் அதிகம் சார்ந்திருப்பது வேண்டாமென்று முடிவெடுத்து இரண்டு வெவ்வேறு வேலைகளில் ஈடுபட்டிருந்தான். ஒன்று ‘பேலஸ் ஆஃப் லைட் ஃபோட்டோ ஸ்டூடியோ’வில். இன்னொரு வேலை ‘கார்ஸ் பார்டர் டெலிவிஷ’னில். ‘தயாரிப்பு உதவியாளர்’ என்பதுதான் அவன் பார்க்கும் வேலையின் பெயர் என்றாலும்

அவன் ஒரு ‘சிறப்பளிக்கப்பட்ட எடுபிடி பையன்’தான் என்று புன்னகையுடன் சொன்னான்.

ஏற்கனவே நான் குறிப்பிட்டிருந்ததைப் போல நான் இவ்வூருக்கு வந்த அன்று நகர மேயர் எனக்கொரு விருந்தளித்தார். அடுத்த நாள் மதியம் ஹ−லுசி யேதெகின் அவென்யூவிலிருந்த கடிஃபேவின் புதிய குடியிருப்புக்குச் சென்று ஃபாசிலை சந்தித்தேன். சன்னலுக்கு வெளியே தெரிந்த கோட்டை மதிற்சுவரின் மீது மாபெரும் பனித் திவலைகள் மெத்தென மோதி ஆற்றின் கரிய நீர்ப்பரப்பில் மென்மை யாக வீழ்ந்துகொண்டிருந்தன. ஃபாசில் அவனது அப்பாவித் தனமான குரலில் நான் எதற்காக கார்ஸ் வந்திருக்கிறேன் என்று கேட்டான். மேயரின் விருந்தில் இபெக்கைப் பார்த்து நான் அப்பட்டமாக சரணாகதி ஆகிவிட்டதைக் கவனித்துவிட்டு ஏதோ சொல்லப் போகிறானோ வென்று துணுக்குற்று, அவசர அவசரமாக மிகையான அழுத்தம் கொடுத்து, கார்ஸ்ஸில் கா எழுதிய கவிதைகள் மேல் எனக்கிருக்கும் ஆர்வத்தையும், அவற்றைப் பற்றி ஒரு புத்தகம் எழுதுகிற திட்டம் ஒன்று இருப்பதையும் நீட்டி முழக்கினேன்.

“கவிதைகள் காணாமற் போய்விட்டதென்றால், அவற்றைப் பற்றி எப்படி உங்களால் புத்தகம் எழுத முடியும்?” என்று நட்பான, காயப்படுத்தாத குரலில் கேட்டான்.

“இது உனக்கு எந்தளவுக்கு புரியவில்லையோ அதேயளவுக்கு எனக்கும் புரியவில்லை,” என்றேன். “ஆனால் உங்கள் தொலைக்காட்சி நிலைய காப்பகத்தில் ஒரேயொரு கவிதை மட்டும் இருக்க வேண்டும்.”

“இன்று மாலை அதைக் கண்டு பிடித்துவிடலாம். இன்று காலை முழுக்க கார்ஸ்ஸில் உள்ள எல்லா தெருக்களிலும் சுற்றி வந்திருக்கிறீர்கள், எங்களைப் பற்றியும் நாவல் எழுத உத்தேசித்திருக்கிறீர்களா?”

“கா அவன் கவிதைகளில் குறிப்பிட்டிருந்த இடங்களைத்தான் போய் பார்த்துக்கொண்டிருக்கிறேன்,” என்றேன் சங்கடத்துடன்.

“உங்கள் முகத்தைப் பார்த்தால் அந்த நாவலில் நாங்களெல்லோரும் எந்தளவுக்கு ஏழைகளாக இருக்கிறோம், மற்றவர்களிடமிருந்து எப்படி யெல்லாம் வேறுபட்டவர்களாக இருக்கிறோம் என்று உங்கள் வாசகர் களுக்குச் சொல்வீர்களென்று தோன்றுகிறது. அப்படிப்பட்ட ஒரு நாவலில் என்னை ஒரு பாத்திரமாக சேர்க்காதீர்கள்.”

“ஏன்?”

“ஏனென்றால் என்னை உங்களுக்கு முழுசாகத் தெரியாது, அதனால் தான்! என்னைப் புரிந்துகொண்டு நான் எப்படி இருக்கிறேனோ அப்படியே என்னை வர்ணித்து எழுதினாலும் உங்களுடைய மேலை வாசகர்கள் நான் ஏழையாக இருப்பதற்காகப் பரிதாபப்படத்தான் செய்வார்களேயொழிய என் வாழ்க்கையை சரியான விதத்தில் பார்க்கவோ புரிந்துகொள்ளவோ மாட்டார்கள். உதாரணத்திற்கு, நான் ஒரு இஸ்லாமிஸ்ட் அறிவியற்புனைகதை எழுதிக் கொண்டிருக்

கிறேனென்றால் அவர்கள் கிண்டலாக சிரிக்கத்தான் செய்வார்கள். என்னைப் பார்த்து பரிதாபப்பட்டோ இரக்கப்பட்டோ யார் சிரிக்கும் படியாகவும் நான் எழுதப்பட விரும்பவில்லை.”

“அப்படியானால் சரி.”

“உங்களைப் புண்படுத்தி விட்டேனென்று தெரிகிறது. தயவுசெய்து தவறாக எடுத்துக்கொள்ளாதீர்கள். நீங்கள் ஒரு நல்ல மனிதர் என்று என்னால் சொல்லமுடியும். உங்கள் நண்பரும் நல்ல மனிதர்தான். அவரும்கூட எங்களை உள்ளப்பூர்த்தியாக நேசிக்கத்தான் முயன்று கொண்டிருந்தார். ஆனால் கடைசியில் மிகப்பெரிய ஈனச் செயலை செய்துவிட்டார்.”

நீலத்தைக் காட்டிக் கொடுத்தது காவாகத்தானிருக்கும் என்ற சந்தேகத்தை அவன் ‘ஈனச் செயல்’ என்று அறுதியிட்டுச் சொல்வதைக் கேட்க எனக்கு சகிக்கவில்லை. நீலம் இறந்ததால்தான் அவன் கடிஃபேவை மணம் செய்துகொள்ள முடிந்தது என்று சொல்ல முற்பட்டு, அடக்கிக்கொண்டேன். “இதைப் போன்றதொரு குற்றச்சாட்டு உண்மையாகத்தான் இருக்குமென்று எப்படி நிச்சயமாகச் சொல்கிறாய்?”

“கார்ஸ்ஸில் இருக்கும் எல்லோருக்கும் அது தெரியும்,” என்றான். காவையோ என்னையோ குற்றம் சாட்டாதவிதத்தில் அவன் குரல் மென்மையாக இருந்தது.

அவன் கண்களில் நெஸிப்பைப் பார்த்தேன். அவன் என்னிடம் காட்ட விரும்பும் அவனது அறிவியல் புனைகதையை படிக்க விரும்புவ தாகச் சொன்னேன். அவன் உடனே, அதை நான் படிக்கும்போது அவனும் கூட இருக்கலாமா என்று கேட்டான். ஒப்புக்கொண்டேன். நான்கு வருடங்களுக்கு முன் நெஸிப் கற்பனை செய்திருந்த, இப்போது ஃபாசில் தனது சொந்தப் பெயரில் எழுதிவரும் அந்நாவலின் முதல் ஐம்பது பக்கங்களை அவனும் கடிஃபேவும் தொலைக்காட்சி பார்த்த படியே மாலை உணவு அருந்திய அந்த மேஜையில் அமர்ந்து படிக்கத் தொடங்கினேன்.

படித்துக் கொண்டிருக்கும் போதே ஃபாசில் குறுக்கிட்டு, “என்ன நினைக்கிறீர்கள்? சுமாராக இருக்கிறதா?” என்றான். பின் மன்னிப்பு கோரும் விதத்தில், “சலிப்பூட்டுவதாக இருந்தால் வைத்து விடுங்கள்,” என்றான்.

“இல்லை, நன்றாக இருக்கிறது,” என்று ஆர்வத்துடன் படித்தேன்.

பின்னர் காஸிம் காராபெகிர் அவென்யூவில் நாங்கள் நடந்து செல்கையில் அந்நாவல் எந்தளவுக்கு எனக்குப் பிடித்திருந்தது என்பதை உண்மையாகச் சொன்னேன்.

“என்னை உற்சாகப்படுத்துவதற்காகச் சொல்கிறீர்களென்று நினைக்கிறேன்.” ஃபாசில் குரலில் சந்தோஷம் தெரிந்தது. “எனக்கு மிகப்பெரிய அனுகூலத்தைக் கொடுத்திருக்கிறீர்கள். பதிலுக்கு நானும்

செய்தாக வேண்டும். உங்கள் நாவலை எழுதுவதாக இருந்தால் என்னையும் ஒரு பாத்திரமாக சேர்த்துக் கொள்ளலாம். ஆனால் உங்கள் வாசகர்களிடம் நான் நேரடியாகப் பேசுகிறமாதிரி நீங்கள் எழுத வேண்டும்."

"என்ன பேசப் போகிறாய்?"

"தெரியவில்லை. நீங்கள் கார்ஸ்ஸை விட்டுப் போவதற்குள் என்ன பேசுவதென்று எனக்குத் தோன்றினால் உங்களிடம் சொல்கிறேன்."

முன்மாலை நேரத்தில் 'கார்ஸ் பார்டர் டெலிவிஷன்' அலுவலகத்தில் சந்திப்பதாக முடிவெடுத்து பிரிந்தோம். ஃபாசில் 'பேலஸ் ஆஃப் லைட் ஸ்டூடியோ'வை நோக்கி ஏறக்குறைய ஓட, அவனிடம் எந்தள வுக்கு நெஸிப் தெரிகிறான் என்று யோசித்தேன். காவிடம் அவன் சொன்னதைப் போல இன்னும்கூட அவனுக்குள் நெஸிப்பை உணர்ந்து கொண்டிருக்கிறானா? ஒரு மனிதனுக்கு எந்தளவுக்கு இன்னொருவன் குரலை அவனுக்குள் கேட்கமுடியும்?

அன்று காலையில் கார்ஸ் நகர வீதிகளில் நடந்து போகும்போது, கா முன்பு யாருடனெல்லாம் பேசியிருந்தானோ அவர்களிடம் நானும் பேசிக்கொண்டு, அதே தேநீர் விடுதிகளில் நானும் உட்கார்ந்திருந்த சமயங்களில் பலமுறை கிட்டத்தட்ட *நான்தான்* கா என்று பலமுறை எனக்குத் தோன்றியது. 'மானுட வர்க்கமும் நட்சத்திரங்களும்' கவிதையை கா எழுதிய 'லக்கி பிரதர்ஸ் தேநீர் விடுதி'யில் அன்று அமர்ந்திருந்த போது என்னருமை நண்பனைப் போலவே நானும் இந்தப் பிரபஞ் சத்தில் எனக்கான இடத்தை கற்பனை செய்துகொண்டிருந்தேன். 'ஸ்னோ பேலஸ் ஓட்ட'லுக்குத் திரும்பியதும் அறைச் சாவியை வரவேற்பாளனிடம் வாங்கப் போனபோது, கேவிட் என்னிடம் நான் 'காவைப் போலவே' படுவேகமாக நடப்பதாகச் சொன்னான் ஒரு குறுகலான தெருவில் நடந்துபோகும் போது மளிகைக் கடைக்காரர் ஒருவர் கடையிலிருந்து இறங்கி வந்து, "இஸ்தான்புல்லிலிருந்து வந்திருக்கும் எழுத்தாளர் நீங்கள்தானே?" என்று கேட்டார். கடைக்குள் என்னை அழைத்துச் சென்று, நான்கு வருடங்களுக்கு முன் அவர் மகள் தெஸ்லைம் மரணத்தைப் பற்றி நாளிதழ்களில் வெளிவந்த எல்லா செய்திகளும் அப்பட்டமான பொய்கள் என்பதை என்னால் எழுத முடியுமாவென்று கேட்டார். காவிடம் அப்போது அவர் இதே போன்ற தொனியில்தான் பேசியிருப்பார் என்று நினைத்தேன். அவனுக்கு அளித்ததைப்போலவே எனக்கும் கோக் கொடுத்தார். இவற்றில் எந்தளவுக்கு தற்செயலானது அல்லது எந்தளவுக்கு என் கற்பனை? ஒரு கட்டத்தில் பைதர் ஹானே தெருவில் நடந்து சென்று கொண்டிருக்கிறேன் என்பது பிரக்ஞையில் தட்டுப்பட, ஷேக் சாதித்தின் மடத்தின் சன்னல்களை நிமிர்ந்து பார்த்தேன். அந்த மடத்திற்கு சென்றிருந்த அனுபவத்தைப் புரிந்து கொள்வதற்காக முக்தார் அவன் கவிதைகளில் வர்ணித்திருந்த நெட்டுக்குத்தான படிகளில் ஏறினேன்.

காவின் ஃபிராங்க்ஃபர்ட் பேப்பர்களில் முக்தாரின் கவிதைகள் இருப்பதைப் பார்த்தபோதுதான் அவன் அவற்றை ஃபாஹிருக்கு

அனுப்பவேயில்லையென்பது தெரிந்தது. ஆனால் நாங்கள் அறிமுகம் செய்துகொண்ட ஐந்து நிமிடங்களிலேயே, முக்தார் காவை 'ஒரு நிஜமான ஜென்டில்மேன்' என்று பாராட்டினான். கார்ஸ் வந்திருந்த போது முக்தாரின் கவிதைகளைப் படித்து அவன் மிகவும் பாராட்டினானாம். இஸ்தான்புல்லில் உள்ள செருக்கு மிகுந்த பதிப்பாளர் ஒருவருக்கு அவன் கவிதைகளை வானளாவப் புகழ்ந்து ஒரு கடிதம் எழுதி அனுப்பி வைப்பதாக வாக்களித்திருந்தானாம். முக்தார் திருப்திகரமான வாழ்க்கை வாழ்ந்து கொண்டிருந்தான். வளமைக் கட்சி கலைக்கப்பட்டு விட்டாலும் அடுத்தமுறை தேர்தல் நடக்கும் போது ஒரு புதிய இஸ்லாமிஸ்ட் கட்சியின் வேட்பாளராக போட்டியிட்டு மேயராக ஆகப்போவது நிச்சயம் என்றான். முக்தாரின் அன்பான கைங்கரியத்தால் காவல்துறை தலைமை அலுவலகத்திற்கும் (ஆனால் அவர்கள் எங்களை அடித்தளப் பகுதிக்குச் செல்ல அனுமதிக்கவில்லை), உயிரற்ற நெஸிப்பின் நெற்றியில் கா முத்தமிட்ட சமுதாயக் காப்பீட்டு மருத்துவமனைக்கும் சென்று பார்க்க முடிந்தது. இப்போது சிதிலமுற்று பாழாகியிருந்த நேஷனல் தியேட்டருக்கு முக்தார் அழைத்துச் சென்றான். மீதமிருந்த அறைகளை வீட்டு சாதனப் பொருட்களின் கிடங்காக அவன் மாற்றியிருப்பதைக் காட்டி, "இந்த நூறாண்டுப் பழமை வாய்ந்த கட்டிடத்தை இப்படிப் பாழாக்கி அழித்திருப்பதற்கு நானும் ஒரு காரணம்," என்று ஒப்புக்கொண்டான். பின் அதற்கு சமாதானம் கூறுவதைப் போல, "ஆனாலும் இதுவொன்றும் துருக்கியக் கட்டிடம் அல்லவே; ஆர்மீனியக் கட்டிடம் தானே," என்றான். காவுக்கு எப்போதெல்லாம் திரும்பி வர வேண்டுமென்ற ஏக்கம் வருமோ, அப்போதெல்லாம் நினைவுகூர்ந்த எல்லா இடங்களையும் அவன் எனக்குக் காட்டினான். கொட்டும் பனியில் காய்கனி அங்காடி வழியே நடக்கும்போது என் எண்ணங்களில் கா நிறைந்திருந்தான். காஸிம் காராபெகிர் அவென்யூவில் நடந்து செல்லும்போது ஹார்டுவேர் கடைகளை ஒவ்வொன்றாகக் காட்டிக்கொண்டே வந்தான். ஹலில் பாஷா ஆர்கேடுக்கு வந்ததும் அவனுடைய அரசியல் வைரியான வழக்கறிஞர் முஸாபர் பேவை அறிமுகம் செய்துவிட்டு புறப்பட்டுச் சென்றான். அந்த முன்னாள் மேயர், காவிடம் சொன்னதைப் போலவே குடியரசின் ஆரம்ப வருடங்களில் இந்நகரம் கொண்டிருந்த கீர்த்திகளை விரிவாகப் பேசிக் கொண்டிருந்தார். ஆர்கேடின் இருண்ட நடைவழிகள் வழியே செல்கையில் 'அசோஸியேஷன் ஆஃப் அனிமல் என்தூஸியாஸ்ட்ஸ்' கட்டிடத்தின் எதிரே நின்றிருந்த ஒரு பணக்கார பால் பண்ணையாளர் "ஓரான் பே!" என்று கூவி உள்ளே அழைத்தார். கல்வியியல் பயிற்சியக இயக்குநர் கொலை செய்யப்படுவதற்கு சற்று முன்பு அந்தக் கூட்டமைப்பு அலுவலகத்திற்கு கா வந்ததையும், சிந்தனையில் மூழ்கி ஒரு மூலையில் அமர்ந்திருந்ததையும் விளக்கமாகச் சொல்லி தன் ஞாபக சக்தியை பறைசாற்றிக் கொண்டார்.

நியூலைஃப் பாஸ்ட்ரி ஷாப்பில் இபெக்கை நான் சந்திக்கப் போகும் இந்த நேரத்தில் அவள் மீது தான் காதல் வயப்பட்டிருந்ததை கா உணரத் தொடங்கிய அந்தத் தருணத்தை அந்தப் பால் பண்ணையாளர் விவரிப்பதை என்னால் காதுகொடுத்துக் கேட்கமுடியவில்லை. என்னைத்

தணிவித்துக் கொள்வதற்காகவும், காதல் இச்சை என்னை மூழ்கடித்து விடக் கூடுமென்ற சுய அச்சத்தைப் போக்கிக் கொள்வதற்காகவும் ‘கிரீன் பாஸ்சர்ஸ் பீர்ஹா’லுக்குள் நுழைந்து ஒரு ராக்கி அருந்தினேன். ஆனால் நியூலைஃப் பாஸ்ட்ரி ஷாப்பில் இபெக்கின் எதிரே அமர்ந்த கணத்தில் என் முன்னேற்பாடுகள் அனைத்தும் கலைந்து, தொட்டால் நொறுங்கிவிடுவதைப்போல வடுப்பட்டிருந்தேன். வெறும் வயிற்றில் ராக்கி அருந்தியிருந்ததால் அது என்னைத் தணிவிப்பதற்கு பதிலாக தலையை தத்தளிக்க வைத்துக்கொண்டிருந்தது. அவளுக்கு மிகப்பெரிய விழிகள்; என்னைப் போன்ற பலவீன ஹிருதயர்கள் ரசிக்கும்படியான மிருதுவான தேகம். முன்தினம் இரவு அவளை முதன்முதலாகப் பார்த்ததிலிருந்து அதையே இடைவிடாது நினைத்திருந்து, இன்னும் ஆழங்காண முடியாமற் போயிருந்த அவள் அழகின் தாக்கத்திலிருந்து வெளியே வர திணறிக்கொண்டிருக்கும்போது காவுடன் அவள் கழித்த நேரங்களின் ஒவ்வொரு கணத்தையும் காதலையும் நான் அறிவேன் என்பதை நினைத்துப் பார்த்து என் குழப்பங்களையும் விரக்தியையும் மேலும் கொழுந்துவிட்டெரியச் செய்துகொண்டேன். அது என்னிடமுள்ள மற்றுமொரு பலவீனத்தை கண்டுபிடித்துக் காட்டியதைப் போலிருந்தது. ஓர் உண்மையான கவிஞனைப் போல, அவனுக்கு இயல்பாக வருகின்ற ஒரு வாழ்க்கை முறையில் கா வாழ்ந்திருக்கிறான். ஆனால் கவிஞனுக்கு கீழ் நிலையில் இருக்கிற, எளிய, சிக்கலற்ற மனம் கொண்ட நாவலாசிரியன் நான். அரசாங்க அலுவலக குமாஸ்தாவை ஒத்தது என் வாழ்க்கை. ஒவ்வொரு நாளும் குறிப்பிட்ட நேரத்தில், குறிப்பிட்ட இடத்தில் உட்கார்ந்து செய்கிற ஒரே மாதிரியான வேலைதான் என்னுடையது என்பது வலிமிகுந்த நினைவூட்டலாக இருந்தது. ஃபிராங்க்ஃபர்ட்டில் ஒவ்வொரு நாளும் குறிப்பிட்ட அதே நேரத்தில் விழித்தெழுந்து, அதே தெருக்கள் வழியே நடந்து, அதே நூலகத்திற்குச் சென்று, அதே மேசையில் உட்கார்ந்து எழுதிக்கொண்டிருந்த காவின் அன்றாட நடைமுறைகளை அவளிடம் அவ்வளவு உருக்கமாக நான் வர்ணித்ததற்குக் கூட அதுதான் காரணமாக இருக்கும்.

“அவரோடு ஃபிராங்க்ஃபர்ட்டுக்குச் செல்வதாகத்தான் உண்மையில் முடிவெடுத்திருந்தேன்,” என்ற இபெக் அதற்கு நிரூபணமாக அவள் சூட்கேஸை நிரப்பி வைத்திருந்தது உட்பட பல விஷயங்களை எடுத்துச் சொன்னாள். “எதற்காக உங்கள் நண்பர் என்னைக் கவர்ந்திருந்தார் என்று இப்போது என்னால் சொல்ல முடியவில்லை. ஆனாலும் உங்கள் நட்பை கௌரவப்படுத்துவதற்காக உங்கள் புத்தகத்திற்கு உதவுகிறேன்.”

“நீங்கள் ஏற்கனவே பெரிய உதவி செய்திருக்கிறீர்கள். கா இங்கே இருந்த காலத்தைப் பற்றி அற்புதமாக ஒரு புத்தகம் எழுதியிருக்கிறான், அதற்கு நீங்கள் தான் காரணம்,” அவளைத் தூண்டிவிடுகிற நம்பிக்கையில் பேசினேன். “இங்கிருந்த மூன்று நாட்களில் நடந்த விஷயங்களை நிமிட வாரியாக பற்பல குறிப்பேடுகளில் எழுதி வைத்திருக்கிறான்.

நகரை விட்டு புறப்பட்டுச் செல்வதற்கு சில மணி நேரங்கள் முன்பு நடந்தவதற்றைத்தான் அவன் எழுதிவைக்கவில்லை.”

திகைப்பூட்டும் வெளிப்படைத்தன்மையோடு, எதனையும் மறைக்காமல் அந்தக் கடைசி மணி நேரங்களில் நடந்தவற்றை அவள் சொல்லத் தொடங்கினாள். அவள் கண்ணால் பார்த்தவற்றையும் ஊகித்தவற்றையும் நேர்மையாகப் பகிர்ந்துகொண்டது அவள் மீதிருந்த மரியாதையை கூட்டியது.

“உங்களிடம் வலுவான ஆதாரம் எதுவும் இல்லை. இருந்தாலும் அவனோடு ஃபிராங்க்ஃபர்ட்டுக்குப் போகக்கூடாதென்று முடிவெடுத்து விட்டீர்கள்?” அவளை மேலும் கூர்மையாகத் தூண்டுவதற்காகவே கேட்டேன்.

“சில நேரங்களில் உங்கள் இதயத்தில் ஒன்றை உணர்வீர்கள். அது உண்மையாகத்தான் இருக்குமென்று உங்களுக்கு நிச்சயமாகத் தெரியும்.”

“இதயத்தைக் குறிப்பிடுகின்ற முதல் ஆள் நீங்கள்தான்,” என்றேன். இதை சரிக்கட்டுவதற்காகவே, கா அவளுக்கு ஃபிராங்க்ஃபர்ட்டில் இருந்தபோது எழுதி தபாலில் சேர்த்திருக்காத கடிதங்களிலிருந்து நான் அறிந்துகொண்ட விஷயங்களை அவளிடம் சொல்லத் தொடங்கினேன்: அவளை காவினால் எப்போதுமே மறக்க முடியாமல் இருந்தது; ஜெர்மனிக்கு வந்து ஒரு வருடகாலத்திற்கு அவள் நினைவுகளில் கடுமையாக நிலைகுலைந்து ஒவ்வொரு நாளிரவும் தூங்குவதற்கு அவனுக்கு இரண்டு தூக்கமாத்திரைகள் தேவைப்பட்டிருந்தது; உணர் விழந்து போகும்வரை குடித்துக்கொண்டிருந்தது; ஃபிராங்க்ஃபர்ட் தெருக்களில் நடந்து செல்லும் போதெல்லாம் ஐந்து நிமிடங்களுக்கொரு முறை தூரத்தில் நடந்துபோகும் பெண்ணை இபெக்காக நினைத்துக் கொண்டு ஓடிப் போய் பார்த்துக் கொண்டிருந்தது; அவனது கடைசி தினம் வரை அவளோடு கழித்த மணிநேரங்களை, சந்தோஷத் தருணங்களை ஸ்லோ மோஷனில் ஒரே படத்தை தலைக்குள் ஓட்டிப் பார்ப்பதைப்போல நினைத்துப் பார்த்து மருகிக் கொண்டிருந்தது; பதினைந்து நிமிடங்களுக்கு அவளின் அலைக்கழிக்கும் ஞாபகங்கள் அவனுக்கு வராமலிருந்தால் கூட அவன் அதீதமாக சந்தோஷப்பட்டது; இறந்து போகும் வரை வேறொரு பெண்ணோடு உறவுகொள்ளாதிருந்தது; அவளை இழந்த பிறகு தன்னை ஒரு நிஜமான மனிதனாகவே கருதாமல் பிசாசாகவே நினைத்திருந்தது . . . நான் பேசிக்கொண்டே செல்ல அவள் முகம் தாங்கொணா வேதனையில் சுருங்கி மௌனமாக ‘போதும்!’ என்று கெஞ்சியது. நான் நிறுத்தியதும், இவ்வளவு நேரம் நான் பேசியது என் நண்பனுக்கான சிபாரிசா அல்லது எனக்கானதா என்று சந்தேகப்படுவதைப் போல அவள் புருவம் உயர்ந்தபோது எனக்கு ஓர் எண்ணம் தோன்றி திகிலேற்படுத்தியது.

“என்னை அந்தளவுக்கு காதலித்த உங்கள் நண்பர், பிறகு ஏன் என்னைப் பார்ப்பதற்காக கார்ஸ் வரவில்லை?”

“அவனைக் கைது செய்ய வாரண்ட் இருந்ததே!”

“அதெல்லாம் ஒரு பிரச்சனையேயில்லை. அந்த உத்தரவில் சொல்லி யிருந்தபடி அவர் நீதிமன்றத்தில் முன்னிலைப்பட்டிருந்தால் விஷயம் முடிந்துவிட்டிருக்கும். தயவுசெய்து நான் சொல்வதை தப்பான விதத்தில் எடுத்துக்கொள்ள வேண்டாம். அவர் வராமலிருந்தது சரியானதாகக் கூட இருக்கலாம்; ஆனால் நீலத்தைக் கண்டவுடன் சுட்டுக்கொல்ல உத்தரவு பிறப்பிக்கப்பட்டிருந்தபோது கூட அவர் என்னைப் பார்ப் பதற்காக பலமுறை கார்ஸ்ஸிற்கு வந்து சென்றிருக்கிறார்.”

நீலத்தின் பெயரை உச்சரித்தபோது அவளது பழுப்பு நிற விழிகள் சட்டென பிரகாசித்ததும், அவள் முகத்தில் மிகவும் நிஜமான ஒரு துக்கம் நிரம்பி மறைந்ததும், என் நெஞ்சின் மையத்தில் முட்களாக வலிக்கும்படி துளைத்தன.

என்னை சமாதானப்படுத்துவதைப்போல, “உங்கள் நண்பருக்கு நீதிமன்றங்கள் மீதெல்லாம் ஒரு பயமும் கிடையாது,” என்றாள். “அவர் செய்த உண்மையான குற்றம் என்னவென்றும், எதற்காக ரயில் நிலையத்திற்கு நான் வரவில்லையென்றும் அவருக்கு நன்றாகவே தெரியும்.”

“அவன் உண்மையிலேயே அந்தக் ‘குற்றத்தை’ப் புரிந்திருக்கிறான் என்பதற்கு ஒரே ஒரு இழை ஆதாரத்தைக்கூட உங்களால் தரமுடிய வில்லையே,” என்றேன்.

“உங்கள் முகத்தை ஒருமுறை பார்த்தாலே போதுமே. அவருடைய குற்றவுணர்ச்சியை அவர் சார்பாக நீங்கள் தேக்கி வைத்திருப்பது உங்கள் முகத்திலேயே தெரிகிறது.” தனது கெட்டிக்காரத்தனமான பதிலில் அவளே திருப்தியுற்றவளாக, பேட்டி முடிந்துவிட்டது என்பதை சூசகமாக உணர்த்துவதைப் போல லைட்டரையும் சிகரெட்டுகளையும் கைப்பைக்குள் எடுத்து வைத்தாள்.

கெட்டிக்காரத்தனம் தான். என் மனக் கண்ணில் என் முகத்திற் கெதிரே ஒரு கண்ணாடியைப் பிடித்து, அவளுக்கு என் முகத்தில் தெரிவது என்ன என்பதை கற்பனை செய்து பார்த்தேன். நான் காவின் மீது பொறாமைப் படவில்லை, நீலத்தின் மீதுதான். இது எனக்குத் தெரிந்ததும், நான் தோற்றுப் போயிருக்கிறேன் என்பதை உணர்ந்தேன். ஆனால் அவள் அனுமானங்களை நான் மிகையாகக் கற்பனை செய்து கொண்டு விட்டேனென்று பின்னர் புரிந்து கொண்டேன். எனது குற்றவுணர்ச்சி என்னை வீழ்த்திவிடக் கூடாதென் பதற்காக அவள் உத்தேசித்திருந்த ஓர் எளிய எச்சரிக்கைதான் அது எனப் புரிந்தது. அவள் எழுந்து கோட்டை எடுத்துக் கொண்டாள் (அடேயப்பா! மற்றதெல்லாம் போகட்டும்; எவ்வளவு உயரம் இவள்!)

நான் குழம்பிப் போயிருந்தேன். “இன்றிரவு நாம் மீண்டும் சந்திக்கப் போகிறோம், இல்லையா?” என்றேன். இதைக் கேட்டிருக்க வேண்டிய அவசியமே இல்லை.

“ஆம், அப்பா உங்களை அழைத்திருக்கிறாரே?” என்று சொல்லி விட்டு அவளது ஒயிலான நடையில் கிளம்பிச் சென்றாள்.

அவள் உள்மனதில் கா ஒரு துரோகிதான் என்று நினைத்துக் கொண்டிருப்பதற்காக வருத்தப்பட முயற்சி செய்தேன். நான் என்னை நானே ஏமாற்றிக் கொண்டிருப்பது புரிந்தது. அங்கே உட்கார்ந்து ‘காலம் சென்ற என்னருமை நண்பனுக்கு’ வழிபாடு நடத்திக் கொண்டிருந்தபோது எனது உள்நோக்கம் இதுவாகத்தான் இருந்தது: நம்பிக்கையில்லாவிட்டாலும் அவனைப் பற்றி முதலில் வருத்தமும் ஏக்கமும் தொனிக்கப் பேசுவது, பின் கொஞ்ச கொஞ்சமாக அவன் பலவீனங்களை, அவனது அலைக்கழிப்புகளை, அவனது ‘துரோகத்தை’ப் பற்றிச் சொல்லிவிட்டு, பின் இறுதியாக அவனைப்பற்றிய சிந்தனைகளை முற்றாக அழித்துவிட்டு நாங்கள் இருவரும் ஒன்றாக எங்கள் பயணத் தைத் தொடங்குவது. கார்ஸ்ஸில் நான் கழித்த முதல் இரவில், இஸ்தான்புல்லுக்குத் திரும்பும் போது இபெக்கை என்னுடனே அழைத்துச் சென்றுவிட வேண்டுமென்று நான் கண்ட கனவுகள் இப்போது நிராசைகளாக மாறியிருந்தன. இந்த அவமானகரமான நிதரிசனத்தின் முன் எதிர்நிற்கும்போது, என் நண்பன் நிரபராதி என்பதை நிரூபிப்பது மட்டும்தான் எனது ஒரே நோக்கமாக இருக்க வேண்டுமென்று உறுதி கொண்டேன். இறந்துபோன அந்த இரண்டு பேரில் என் பொறாமையைத் தூண்டியிருந்தது நீலம்தான், கா அல்ல என்று உறுதியாகத்தான் எனக்குத் தெரிந்திருந்ததா?

இருட்டிய பின் கார்ஸ்ஸின் பனிக்காப்பிட்ட தெருக்களில் நடந்துசெல்வது என் மனநிலையை மேலும் கருமையாக்கியது. ‘கார்ஸ் பார்டர் டெலிவிஷன்’ இப்போது கரடா அவென்யூவிலுள்ள ஒரு புதிய கட்டிடத்திற்கு இடம்பெயர்ந்திருந்தது. அது ஒரு மூன்று மாடி கான்கிரீட் சமாச்சாரம். அதன் நுழை வாயிலில் கார்ஸ் உலகில் முன்னேறி வருவதாக இலச்சினை பதிக்கப்பட்டிருந்தது. இரண்டு வருடங்கள் கழித்து இப்போது அதன் தாழ்வாரங்கள் நகரின் மற்ற பகுதிகளைப் போலவே சேறும் சகதியுமாக இருந்தன.

ஃபாசில் எனக்காக இரண்டாவது தளத்திலிருந்த ஸ்டூடியோவில் காத்திருந்தான். அங்கு பணிபுரியும் மற்ற எட்டு பேரிடமும் என்னை அறிமுகப்படுத்திவிட்டு, சிநேகிதமான புன்னகையோடு, “இன்றைய மாலை நிகழ்ச்சியில் நீங்கள் ஓரிரு வார்த்தைகள் பேசவேண்டுமென்று என் சகாக்கள் விருப்பப்படுகின்றனர்,” என்றான். எனக்குத் தோன்றிய முதல் எண்ணம், இது என் தேடலுக்கு உதவக்கூடும் என்பதுதான். எனது ஐந்து நிமிட நேர்காணலில், அவர்களின் இளைஞர் நிகழ்ச்சி தொகுப்பாளர் ஹகான் ஓஸ்கே, சற்றும் எதிர்பாராமல், “நீங்கள் கார்ஸ்ஸை மையமாக வைத்து நாவல் ஒன்றை எழுதி வருகிறீர்களென்று கேள்விப்பட்டேன்,” என்றார் (ஃபாசில் சொல்லியிருக்கக்கூடும்). அந்தக் கேள்வியில் திணறிப் போய், மையமாக எதையோ முணுமுணுத்தேன். காவைப் பற்றி எதுவும் கேட்கவில்லை.

அடுத்ததாக நிலைய இயக்குநரின் அலுவலகத்திற்குச் சென்றோம். வீடியோ டேப்புகள் தேதியிட்டு அலமாரியில் வரிசையாக அடுக்கி வைக்கப்பட்டிருந்ததால், நேஷனல் தியேட்டரில் நடைபெற்ற இரு நேரடி ஒளிபரப்பு டேப்புகளைக் கண்டுபிடித்து எடுப்பதற்கு நேரமாக வில்லை. அவற்றை எடுத்துக்கொண்டு ஒரு சிறிய, காற்றோட்டமில்லாத அறைக்குச் சென்று அங்கிருந்த ஒரு பழைய தொலைக்காட்சிப் பெட்டியின் முன் கையில் தேநீர் கோப்பைகளுடன் அமர்ந்தோம். நான் முதலில் போட்டுப் பார்த்தது கடிஃபேவின் *கார்ஸ்ஸில் நிகழ்ந்த துயரம்.* சுனய் ஸயிம்மும் ஃபுன்டா ஈஸரும் நிகழ்த்திக் காட்டிய ‘சமூகச் சித்திரங்கள்’ என்னை மிகவும் கவர்ந்ததென்றே சொல்ல வேண்டும். அப்போது பிரபலமாக இருந்த விளம்பரங்களைக் கிண்டல் செய்ததும் ரசிக்கும்படியாகவே இருந்தது. கடிஃபே தனது முக்காடைக் கழற்றி அவளது அழகான கேசத்தை வெளியில் காட்டியதையும், சுனய்யை சுட்டுக் கொன்றதையும் திரும்பத் திரும்ப ஓட்டிப் பார்த்தேன். சுனய்யின் மரணம் உண்மையில் நாடகத்தனமாகவே இருந்தது. முதல் வரிசையில் இருந்தவர்களுக்கு மட்டும்தான் துப்பாக்கி நிரப்பப் பட்டிருந்ததா, இல்லையா என்பது ஓரளவுக்காவது தெரிந்திருக்கும்.

என் தந்தையர் தேசம் அல்லது என் முக்காடு நாடகத்தின் டேப்பை போட்டுப் பார்க்கும் போது, அந்த நாடகத்தில் செருகப் பட்டிருந்த ஆள்மாறாட்ட வித்தைகள், கோல்கீப்பர் வுராலின் வாக்குமூலம், ஃபுன்டா ஈஸரின் பெல்லி டான்ஸ் போன்ற பல்வேறு துணுக்குகள் அவர்கள் நடத்தும் எல்லா நாடகங்களிலும் வழக்கமாக புகுத்துபவையே என்பதை உடனே அறிந்துகொண்டேன். அரங்கத்தில் இருப்பவர்களின் கூச்சலிலும் கோஷங்களிலும் மேடையில் யார் பேசுவதும் தெளிவாகவே கேட்க முடியாதிருந்தது. ஆனால் கா மேடையேறி, அந்தத் தருணத்தில் அவனுக்குத் தோன்றிய கவிதையை அங்கு வாசிக்கும் காட்சி வந்ததும், அந்தப் பகுதியை திரும்பத் திரும்ப ஓட்டிப் பார்த்து, அவன் அதற்குப் பிறகு ‘கடவுள் இருக்காத இடம்’ என்று தலைப்பிட்டிருந்த அக்கவிதையை படியெடுக்கத் தொடங்கினேன். அந்த குழப்பமூட்டும் இரைச்சலுக்கிடையில் காவின் வார்த்தைகளை பெரும்பாலும் மீட்டெடுத்து எழுதிக்கொள்ள முடிந்தது ஆச்சரியம்தான். கா இந்தக் கவிதையை மொழியும் போது எதற்காக நெஸிப் எழுந்து துள்ளிக் குதித்துக் கொண்டிருந்தான், என்ன சொல்வதற்கு முயன்று கொண்டிருந்தான் என்று ஃபாசில் கேட்ட போது, நான் படியெடுத்த அந்தத் தாளை அவனிடம் நீட்டினேன்.

ராணுவத்தினர் பார்வையாளர்களை நோக்கி துப்பாக்கிச் சூடு நடத்திய இடம் வந்ததும், அந்தப் பகுதியை இரண்டுமுறை ஓட்டிப் பார்த்தோம்.

“கார்ஸ்ஸில் அநேகமாக எல்லா இடங்களையும் பார்த்து விட்டீர்கள். ஆனால் நீங்கள் பார்த்திருக்காத ஒரு இடத்தை உங்களுக்கு நான் காட்ட வேண்டும்,” என்றான் ஃபாசில். சற்று சங்கடத்தோடும், கொஞ்சம் மர்மமான தொனியைச் சேர்த்தும், அந்த இடம் சமயக்

கல்விக்கூடம் என்றான். அந்தப் பள்ளி இப்போது மூடப்பட்டு விட்டிருந்தாலும், என் புத்தகத்தில் நெஸிப்பையும் ஒரு பாத்திரமாக சேர்க்க விருப்பதால், அவன் தனது கடைசி வருடங்களைக் கழித்த 'டார்மிட்டரி' என்றழைக்கப்பட்ட துயிற்கூடத்தை நான் பார்த்தாக வேண்டும் என்று சொன்னான்.

மாவீரர் அஹ்மத் முக்தார் அவென்யூவில் உறைபனியில் பாதங்கள் புதைய சென்று கொண்டிருந்தபோது அடுப்புக்கரி நிறத்திலிருந்த நாய் ஒன்றைப் பார்க்க நேர்ந்தது. கா அவனது கவிதையில் குறிப்பிட்டிருந்த நாய் இதுவாகத் தானிருக்கும் என்று தோன்ற, பக்கத்திலிருந்த கடைசியில் அவித்த முட்டையும் கொஞ்சம் ரொட்டியும் வாங்கினேன். முட்டையின் தோலை உரிப்பதைப் பார்த்து என் பின்னால் சந்தோஷமாக வாலை ஆட்டிக்கொண்டு வந்தது.

"இது ஸ்டேஷனில் சுற்றிக் கொண்டிருக்கும் நாய்," என்றான் ஃபாசில், "தொலைக்காட்சி நிலையத்தில் உங்களிடம் விளக்கமாகச் சொல்லவில்லை. ஒருவேளை நீங்கள் வராமல் போய்விடுவீர்களோவென்று நினைத்தேன். இந்தப் பழைய டார்மிட்டரி இப்போது காலியாக இருக்கிறது. கலகத்திற்குப் பிறகு, இந்த இடம் பயங்கரவாதிகளும் ஆயுததாரிகளும் புழங்கும் இடம் என்று மூடிவிட்டனர். அதிலிருந்து இங்கே யாருமே வசிப்பதில்லை. அதனால்தான் எங்கள் அலுவலகத்திலிருந்து இந்த டார்ச்சை எடுத்து வந்தேன்," என்று இன்னமும் வாலாட்டிக்கொண்டு எங்களையே நிமிர்ந்து பார்த்துக் கொண்டிருந்த நாயின் முகத்தின் மேல் டார்ச் அடித்தான்.

அந்தப் பழைய டார்மிட்டரி ரஷ்யத் தூதரகமாக மாற்றப்படுவதற்கு முன் ஓர் ஆர்மீனிய மாளிகையாக இருந்திருக்கிறது. ரஷ்யத் தூதரக அதிகாரி அவருடைய நாயோடு தனியாக இங்கே வசித்து வந்திருக்கிறார். தோட்டக்கதவு பூட்டியிருந்தது. அந்தத் தாழ்வான மதிற் சுவரை, என் கையைப் பிடித்து ஃபாசில் தூக்கிவிட, தாண்டிக் குதித்தேன். "மாலை நேரங்களில் இந்த வழியாகத்தான் நாங்கள் ஏறி குதித்து வெளியே போவோம்" என்று தரையிலிருந்து கொஞ்சம் உயரத்தில் இருந்த ஒரு பெரிய சன்னலை அவன் சுட்டிக் காட்டினான். கண்ணாடித் தடுப்பில்லாத அச்சன்னலில் அநாயாசமாக ஏறி உள்ளே குதித்து எனக்காக டார்ச் வெளிச்சம் அடித்தான். "பயப்படாமல் வாருங்கள். இங்கே பறவைகள் மட்டும்தான் இருக்கின்றன," என்றான். உள்ளே கும்மிருட்டாக இருந்தது: அங்கிருந்த மற்ற சன்னல்களில் அமைத்திருந்த கண்ணாடித் தடுப்புகளில் உறைபனியும் தூசியும் அழுக்கும் சேர்ந்து வெளிச்சத்தை உள்ளே விடாமல் தடுத்திருந்தன. ஆனாலும் ஃபாசில் சுலபமாக மாடிப்படிகளை கண்டடைந்து பயமில்லாமல் மேலேறி, சினிமா தியேட்டரில் இருட்டில் இடம் காட்டுபவன் போல திரும்பித்திரும்பி எனக்கு வழிகாட்டி கூட்டிச் சென்றான். எல்லாவற்றிலும் புழுதி அடைந்து பூஞ்சாண நெடியடித்தது. ராணுவப் பிரவேசம் நடந்த இரவில் உடைத்துத் தள்ளப்பட்ட கதவுகளையும், புல்லட்டுகள் துளைத்திருந்த சுவர்களையும் தாண்டிச்

சென்றோம். உத்தரத்தின் மூலைகளில் பதிக்கப்பட்டிருந்த வெந்நீர் குழாய் வளைவுகளில் கூடு கட்டியிருந்த புறாக்கள் எங்கள் தலைக்கு மேல் படபடத்துப் பறக்க, துருவேறியிருந்த காலியான மாணவர் அடுக்குக் கட்டில்கள் வரிசையின் ஊடே நடந்தோம். “இது என் கட்டில், இது நெஸிப்பினுடையது,” என்றான் ஃபாசில் “சில இரவுகளில் நாங்கள் குசுகுசுவென்று பேசிக்கொண்டிருப்பது மற்றவர்களை எழுப்பி விடக்கூடாதென்பதற்காக இருவரும் ஒரே கட்டிலில் படுத்துக்கொண்டு, நட்சத்திரங்களைப் பார்த்தபடியே பேசிக்கொண்டிருப்போம்.”

உச்சியிலிருந்த சன்னல் ஒன்றின் இடைவெளியில், வெளியே தெருவிளக்கு வெளிச்சத்தில் ஒளிர்ந்தபடி பனிச்சருகுகள் மெதுவாக சரிந்து கொண்டிருப்பதை எங்களால் பார்க்க முடிந்தது. அதே இடத்தில் நின்று, முழு கவனத்தோடும், ஆழ்ந்த மரியாதையோடும் சற்றுநேரம் அசையாது நின்றேன்.

“நெஸிப் படுக்கையிலிருந்து அவற்றைப் பார்த்துக் கொண்டிருப்பான்,” ஃபாசில் சன்னலுக்கு வெளியே இரண்டு கட்டிடங்களுக்கிடையிலிருந்த குறுகலான இடைவெளியை சுட்டிக்காட்டினான். இடது பக்கத்தில் – தோட்டத்திற்கு சற்று அப்பால் – வேளாண்மை வங்கியின் பக்கச்சுவர்; வலப்பக்கத்தில் ஓர் உயரமான குடியிருப்பு கட்டிடத்தின் மற்றொரு சுவர். இவற்றிற்கிடையே இருந்த இரண்டு மீட்டர் இடைவெளி ஒரு தெருவாக இருக்க முடியாதபடிக்கு குறுகலாக, ஒரு சந்து என்று சொல்லக் கூடியதாகவே இருந்தது. முதல் தளத்திலிருந்த ஃபுளோரஸன்ட் பல்பு கீழே சேறாக இருந்த தரைப் பகுதியை ஊதா நிறமாக்கியிருந்தது. அந்தச் சந்தை தெருவைப் போல யாரும் பாவித்துவிடக் கூடாதென் பதற்காக சுவரின் நடுவில் ‘நோ என்ட்ரி’ என்று அறிவிப்புப் பலகை பொருத்தப்பட்டிருந்தது. நெஸிப் ‘உலகம் முடிவடையும் இடம்’ என்று கனவில் கண்டு கொண்டிருந்தது இந்தச் சந்தைத்தான் என்றான் ஃபாசில். அச்சந்தின் முடிவில் பட்டுப்போன மரம் ஒன்று இருட்டில் நின்றிருந்ததை சுட்டிக் காட்டினான் பார்த்துக் கொண்டிருக்கும் போதே அம்மரம் திடீரென தீப்பிடித்ததைப் போல செந்நிறமாக மாறியது திடுக்கிடவைப்பதாகவே இருந்தது. “அதோ தெரிகிறதே, அந்த ‘பேலஸ் ஆஃப் லைட் ஃபோட்டோ ஸ்டூடியோ’வின் விளம்பரப் பலகையின் சிவப்பு விளக்கு கடந்த ஏழாண்டுகளாக பழுதடைந்திருக் கிறது,” ஃபாசில் கிசுகிசுப்பான குரலில் பேசினான். “திடீர் திடீரென்று விளக்கெரியும், நின்றுபோகும். நெஸிப்பின் படுக்கையிலிருந்து பார்க்கும் போது விளக்கு எரியும்போதெல்லாம் அந்த ஓலியாண்டர் மரம் தீப்பற்றி எரிவதைப் போலத் தெரியும். இந்த விநோதக் காட்சியை நெஸிப் அடிக்கடி ராத்திரி முழுக்க கனவு கண்டுகொண்டிருப்பான். இந்த அரைத்தூக்கக் கனவை அவன் ‘மற்றோர் உலகம்’ என்பான். ரா முழுக்க தூங்காதிருந்துவிட்டு காலை விடிந்ததும் ‘ராத்திரி முழுக்க அந்த உலகத்தைப் பார்த்துக் கொண்டிருந்தேன்’ என்பான், இதையே கவிஞர் காவிடமும் சொல்லியிருக்கிறான். உங்கள் நண்பர் இதை அவரது கவிதையில் எழுதியிருக்கிறார். வீடியோ டேப்பைப் பார்த்துக் கொண்டிருக்கும்போதுதான் இது எனக்குத் தோன்றியது. அதனால்

தான் உங்களை இங்கே அழைத்து வந்தேன். ஆனால் உங்கள் நண்பர் அந்தக் கவிதைக்கு ‘கடவுள் இருக்காத இடம்’ என்று தலைப்பிட்டு நெஸிப்பை அகௌரவப்படுத்தியிருக்கிறார்.”

“உன் நண்பன்தான் அந்தப் பகுதியை ‘கடவுள் இருக்காத இடம்’ என்று காவிடம் வர்ணித்தான்,” என்றேன். “அது எனக்கு உறுதியாகத் தெரியும்.”

“நெஸிப் ஒரு நாத்திகனாக இறந்து போயிருப்பான் என்று நான் நம்பவில்லை,” ஃபாசில் எச்சரிக்கையோடு பேசினான். “அவனைப் பற்றியே அவனுக்கு சில சந்தேகங்கள் இருந்தனவென்பதென்னவோ உண்மைதான்.”

“நெஸிப்பின் குரல் இப்போதுகூட உனக்குள் கேட்கிறதா?” நான் கேட்டேன். “அந்தக் கதையில் வருபவனைப் போல உனக்குத் தெரியாமலேயே மெதுவாக நீயும் ஒரு நாத்திகனாக மாறிவிடுவாயோ என்ற பயம் உனக்கு ஏற்படுகிறதா?”

நான்கு வருடங்களுக்கு முன் அவன் காவிடம் எழுப்பியிருந்த தனது சந்தேகங்களை நான் தெரிந்து வைத்திருப்பதில் ஃபாசிலுக்கு அதிகம் சந்தோஷம் ஏற்பட்டிருப்பதாகத் தெரியவில்லை. “எனக்கு இப்போது திருமணமாகி, ஒரு குழந்தையும் இருக்கிறது,” என்றான். “இதைப் போன்ற விஷயங்களில் இப்போது எனக்கு ஆர்வம் இல்லை.” அவனை நாத்திகத்திற்குள் இழுத்து விடுவதற்காக நான் ஏதோ மேற்கிலிருந்து பறந்து வந்திருப்பவன் போல நினைத்து என்னிடம் திடீரென ஒரு விலகலோடு பேசினான். பின் அது உறைத்ததுபோல அவன் சட்டென்று இணக்கமாகி, “அதைப்பற்றி பிறகு பேசுவோம்,” என்றான் மென்மையாக. “என் மாமனார் வீட்டில் இரவு உணவுக்காக நம்மை எதிர்பார்த்துக் கொண்டிருப்பார்கள். அவர்களை காத்திருக்க வைப்பது முறையாக இருக்காது,”

கீழே படியிறங்கிச் செல்வதற்கு முன் ரஷ்யத் தூதரகத்தின் பிரதான அலுவலக அறையாக இருந்த ஒரு விஸ்தாரமான அறைக்குக் கூட்டிச் சென்றான். அங்கிருந்த மேசை, நாற்காலிகள், மூலையில் உடைந்து குவிக்கப்பட்டிருந்த ராக்கி பாட்டில்களைக் காட்டி, “பாதைகள் திறக்கப்பட்ட பிறகு Z டெமிர்கோலும் அவனுடைய சிறப்பு அதிரடிப் படை வீரர்களும் இந்த இடத்தில் மேலும் சில நாட்களுக்குத் தங்கியிருந்தார்கள் – இன்னும் சில இஸ்லாமிஸ்ட்டுகளையும் குர்திய தேசியவாதிகளையும் கொன்று குவிப்பதற்காக,” என்றான்.

இக்குறிப்பிட்ட கணம்வரை, கதையின் இப்பகுதியை என் மனதிலிருந்து தூர விலக்கிவைத்திருந்தேன். கார்ஸில் காவின் கடைசி மணிநேரங்களை நான் யோசித்துப்பார்க்கவே விரும்பாதிருந்தேன். ஆனால் அது இப்போது பழி தீர்ப்பதைப்போல வன்மத்துடன் திரும்பி வந்து தாக்கியது. வெளியே வந்ததுமே எங்களுக்காக தோட்ட வாசல் அருகே காத்திருந்த அந்த அடுப்புக்கரி நிற நாய் உற்சாகமடைந்து ஓட்டல் வரை எங்களைப் பின்தொடர்ந்து வந்தது.

“திடீரென்று மூட் அவுட் ஆகிவிட்டீர்கள், என்ன ஆச்சு?” என்றான் ஃபாசில்.

“நாம் உணவருந்தச் செல்வதற்குமுன், என் அறைக்கு ஒரு நிமிடம் வந்து போகிறாயா? உன்னிடம் ஒன்று தரவேண்டும்.”

கேவிட்டிடமிருந்து அறைச்சாவியை வாங்கும்போது திறந்திருந்த துர்குத்பே அறையின் வழியே அடுத்திருந்த பிரகாசமான உணவறையும், மேசையில் பரிமாறப்பட்டிருந்த உணவு வகைகளும் தெரிந்தது. விருந்தினர்கள் பேச்சினிடையே இபெக் இருப்பதை உணர்ந்தேன். என் சூட்கேஸில் நான்கு வருடங்களுக்கு முன்னால் நெஸிப் கடிஃபே வுக்கு எழுதி காவிடம் கொடுத்திருந்த காதல் கடிதங்களின் போட்டோ காப்பிகள் இருந்தன. அறைக்குச் சென்றதும், அவற்றை எடுத்து ஃபாசிலிடம் கொடுத்தேன். காவின் நினைவுகளால் நான் அவஸ்தைப் பட்டுக் கொண்டிருப்பதைப் போல ஃபாசிலும் அவன் நண்பனை நினைத்து அவஸ்தைப் பட வேண்டுமென்பதற்காகவே அவற்றை அவனிடம் கொடுத்திருக்கிறேன் என்பது பின்னர் யோசிக்கும்போது எனக்குப் புரிந்தது.

ஃபாசில் கட்டிலில் அமர்ந்து அக்கடிதங்களைப் படிக்கத் தொடங்க, சூட்கேஸிலிருந்து காவின் நோட்டுப் புத்தகங்களில் ஒன்றை எடுத்துத் திறந்தேன். அந்தப் பனிச்சருகு சித்திரத்தை ஃபிராங்க்ஃபர்ட்டில்தான் முதன்முதலாகப் பார்த்தேன். இப்போது அதை உற்று நோக்கும்போது, எனக்குள்ளிருக்கும் ஒரு பகுதி வெகுநேரத்திற்கு முன்பே கவனித்திருக்கக் கூடிய ஒன்றை கவனித்தேன். ‘கடவுள் இருக்காத இடம்’ கவிதையை ‘கற்பனை’ அச்சின் உச்சியில் கா பொருத்தியிருந்தான். இது எனக்கு சில விஷயங்களை உறுதிப்படுத்தியது: கலகம் முடிவுக்கு வந்த பின் Z டெமிர்கோலும் அவன் நண்பர்களும் தங்கியிருந்த அந்தக் கைவிடப் பட்ட ‘டார்மிட்டரி’க்கு கா வந்திருக்கிறான்; நெஸிப்பின் சன்னல் வழியே வெளியே தெரிவதைப் பார்த்திருக்கிறான்; நெஸிப் குறிப்பிட்ட அந்த நிலப்பரப்பின் உண்மையான மூலம் அந்த இடம்தான் என்பதை அவன் கார்ஸ்ஸை விட்டு நீங்குவதற்கு முன்பே கண்டறிந்திருக்கிறான். ‘கற்பனை’ அச்சில் இருந்த மற்ற எல்லா கவிதைகளும் அவனது வளரிளம் பருவத்தை அல்லது கார்ஸ் பற்றிய அவன் ஞாபகங்களைக் குறிப்பதாகவே இருந்தன. எனவே, கார்ஸ் நகரம் முழுக்க நம்பிக் கொண்டிருக்கும் ஒரு கதையை இப்போது நானும் நம்பத் தொடங்கி விட்டேன்: கடிஃபேவை நாடகத்தில் நடிக்க வைக்காமலிருக்க அவன் செய்த முயற்சிகள் தோல்வியுற்ற பிறகு, இபெக் அவனது ஓட்டல் அறையில் பூட்டப்பட்டிருந்த சமயத்தில் கா Z டெமிர்கோலை அவனது புதிய தலைமையகத்தில் சந்தித்திருக்கிறான். நீலம் ஒளிந் திருக்கும் இடத்தைச் சொல்வதற்கு கா நிச்சயமாக அங்கே வருவான் என்று அவன் காத்துக்கொண்டிருந்திருக்கிறான்.

அந்த நேரத்தில் ஃபாசிலைப் போலவே என் முகமும் பேதலித்துக் காணப்பட்டிருக்கும் என்று நிச்சயமாக நம்புகிறேன். விருந்தினர்களின் குரல்கள் படியேறி வந்து ஹீனமாகக் கேட்டன. சோக நகரமான

கார்ஸ்ஸின் பெருமூச்சுகள் தெருவிலிருந்து எழுந்தன. ஃபாசிலும் நானும் எங்களுக்கே உரித்தான நினைவுகளில் ஆழ்ந்து, பெரும் சிக்கல் வாய்ந்த, உணர்ச்சிகரமான, மெய்யான அசல்களின் எதிர்க்க முடியாத முன்னிலையில் தலை வணங்கியிருந்தோம்.

சன்னலுக்கு வெளியே வீழ்ந்துகொண்டிருந்த பனியை வெறித்துக் கொண்டிருந்த நான் ஃபாசிலிடம் நேரமாகிறது, இரவு உணவுக்கு கீழே செல்லவேண்டும் என்றேன். ஃபாசில் தொங்கிய முகத்தோடு, ஏதோ குற்றமிழைத்துவிட்டவன் போல புறப்பட்டான். படுக்கையில் சாய்ந்தேன். நேஷனல் தியேட்டரிலிருந்து அந்த டார்மிட்டரிக்கு நடந்துசெல்லும் போது காவின் சிந்தனைகள் என்னவாக இருந்திருக்கு மென்று கற்பனை செய்து பார்த்தேன். Z டெமிர்கோலின் கண்களை நேராகப் பார்த்துப் பேச அவனால் முடிந்திருக்காது; நீலம் ஒளிந்திருக்கும் இடத்தின் முகவரியை அவனால் சரியாக சொல்லியிருக்க முடியாது; வழிகாட்டுவதற்காக நீலத்தைப் பிடிக்கச் சென்றவர்களோடு நிச்சயமாக காவும் காரில் ஏறிச் சென்றிருப்பான். தூரத்திலிருந்து அந்தக் கட்டிடத்தை என் நண்பன் கைநீட்டி சுட்டிக் காட்டுவதை கற்பனை செய்து பார்க்கும்போது சகிக்கமுடியாமல் வலித்தது. அல்லது இது வலியே இல்லையோ? அதைவிட மோசமாக ஏதாவதோ? இறுமாந்த கவிஞன் ஒருவனின் வீழ்ச்சியைப் பார்த்து 'குமாஸ்தா எழுத்தாளன்' ரகசியமாக உவகை கொள்வதா இது? இந்த எண்ணம் என் மீதே ஒரு கனமான சுயவெறுப்பை ஏற்படுத்த, சிரமத்துடன் வேறு திசையில் மனதை திசை திருப்பினேன்.

துர்குத் பேவுடனும் மற்ற விருந்தினர்களுடனும் கலந்துகொள்ள கீழே சென்றபோது எதிர்ப்பட்ட இபெக்கின் பேரழகு என்னை மீண்டும் புதிதாகத் தாக்கி செயலிழக்க வைத்தது. ஸ்தம்பித்த நிலையில் இருந்த என்னை உற்சாகப்படுத்த சர்தார் பேவும் துர்குத் பேவும் ரெகாய் பேவும் தங்களாலியன்ற அளவுக்கு முயன்றார்கள். ரெகாய் பே என் வாசகர். மிகவும் பண்பட்ட இயல்புடைய புத்தக விரும்பி. தொலைபேசி நிறுவனத்தின் இயக்குனர். விருந்தில் கலந்துகொண்டுள்ள எல்லோருமே என் மீது மிகுந்த அக்கறையோடும் பிரியத்தோடும் உபசரித்துக் கொண்டிருந்தாலும், இந்த சலிப்பூட்டும் நீள் மாலை நேரத்தை உடனடியாகக் கடந்து போய்விடவேண்டும் போல, வழக்கத் திற்கு அதிகமாகவே மதுவருந்திக் கொண்டிருந்தேன். எதிரே அமர்ந்திருந்த இபெக்கை நிமிர்ந்து பார்க்கும் போதெல்லாம் எனக்குள்ளிருக்கும் எதுவோ கழன்று விழுந்து கொண்டிருந்தது. தொலைக்காட்சியில் ஒளிபரப்பாகிக் கொண்டிருந்த எனது நேர்காணலை வேறு யாரோ போல கவனிக்கத் தொடங்கினேன். திரையில் படபடப்பாக கையை ஆட்டிக்கொண்டு நான் பேசுவதைப் பார்க்க சகிக்கவில்லை கார்ஸ்ஸிற்கு வரும்போது கையோடு எனது 'டிக்டாஃபோனை' எடுத்து வந்திருந்தேன். அங்கிருந்தவர்களிடம் கார்ஸ் நகரத்தின் வரலாறு, இங்கு பத்திரிகை களின் எதிர்காலம், கலகம் நடைபெற்ற இரவு ஆகியவற்றைப் பற்றி ஒவ்வொருவரின் கருத்தையும் உற்சாகமேயில்லாமல் கடனே என்று அந்தச் சாதனத்தில் பதிவு செய்து கொண்டிருந்தேன். ஸாஹிதேவின்

லென்டில் சூப்பை அருந்திக்கொண்டிருக்கும்போது 1940களின் நாட்டுப் புற நாவல் ஒன்றின் பாத்திரம் போல உணரத் தொடங்கினேன். சிறைவாசம் கடிஃபேவுக்கு நன்மையே செய்திருக்கிறது என்று தோன்றியது. இப்போது முதிர்ச்சியுற்றவளாக, தீர்மானமிக்கவளாகத் தெரிந்தாள். காவைப் பற்றி – அவன் மரணத்தைப் பற்றிக் கூட – ஒருவரும் பேச வில்லை என்பது என் இதயத்தை நொறுக்கியது. இபெக்கும் கடிஃபேவும் எழுந்து, குட்டிப் பையன் ஓமெர்கான் தூங்கிக் கொண்டிருந்த பக்கத்து அறைக்குச் செல்ல, அவர்களைப் பின் தொடர்ந்து போகவேண்டுமென்று தவிப்பாக இருந்தாலும், ‘எல்லாக் கலைஞர்களைப் போலவும் உங்கள் கதாசிரியர் அளவுக்கதிகமாக’ குடித்திருந்ததால் என்னால் எழுந்துகூட நிற்க முடியாமலிருந்தது.

இருந்தபோதிலும் அன்றிரவின் ஒரேயொரு ஞாபகம் மட்டும் இப்போதும் எனக்குத் தெளிவாக இருந்தது. இபெக்கிடம் கா தங்கி யிருந்த 203ஆம் எண் அறையைப் பார்க்க விரும்புவதாகச் சொன்னேன். மேஜையில் அமர்ந்திருந்த அனைவரும் சட்டென்று மௌனமாகி எங்களைப் பார்த்தனர்.

“ம், சரி. வாருங்கள்,” என்றாள் இபெக்.

வரவேற்பு மேஜையிலிருந்து சாவியை வாங்கிக் கொண்டாள். அவளைப் பின் தொடர்ந்து மாடிப் படியேறினேன். மயக்கத்தில் மனம் நீச்சலடித்துக் கொண்டிருந்தது. அறை எண் 203. சன்னல். திரைச்சீலைகள். பனி. தூக்கத்தின் மணம். சோப்பின் நறுமணம். மெலிதாக புழுதி வாசம். குளிர். என்னை முற்றிலுமாக நம்பாமல், சந்தேகத்தின் பலனை அளித்து இபெக் தீர்மானமின்றி கவனித்துக் கொண்டிருக்க, அந்தக் கட்டிலின் ஓரத்தில் உட்கார்ந்தேன். என் நண்பன் அவன் வாழ்க்கையின் மிகவும் மகிழ்ச்சிகரமான மணி நேரங்களை, இதே பெண்ணோடு காதல்புரிந்து களித்த படுக்கை. இங்கேயே நான் செத்துப் போய்விட்டாலென்ன? அல்லது இபெக்கிடம் என் காதலை சொல்லிவிட்டால் என்னாகும்? இங்கேயே இருந்து விடுகிறேன் என்று சொல்லிவிட்டு சன்னலுக்கு வெளியே வெறித்துக் கொண்டிருக்கலாமா? கீழே எல்லோரும் எங்களுக்காக காத்துக் கொண்டிருக்கிறார்கள். ஆம், அவர்கள் எல்லோரும் உணவு மேசையில் எங்களை எதிர்பார்த்து உட்கார்ந்திருக்கிறார்கள். நான் எதையோ உளறினேன். இபெக் கேட்டு புன்னகைத்தாள். ஏற்கனவே தயாரித்து வைத்திருந்த இந்தப் பயங்கரமான வார்த்தைகளை அவளிடம் கொட்டியபோது அவள் விசேஷமாக ஓர் இனிய புன்னகை பூத்தது எனக்கு ஞாபகம் இருக்கிறது. “காதலைவிடகாதலில்உன்னைசந்தோஷப் படுத்துவதுவேறெதுவும்இல்லை . . . புத்தகங்களோநீஎழுதுபவையோ நீசெல்லும்நகரங்களோஎதுவும்உன்னைசந்தோஷப்படுத்தாது . . . நான்மிகவும்தனியனாகஇருக்கிறேன் . . . இதேஊரில்என்வாழ்க்கை முடியும்வரைஉன்பக்கத்திலேயேஇருக்கவிரும்புகிறேன்என்றுசொன்னால் நீநம்புவாயா?”

“ஓரான் பே,” இபெக் கசப்பாக புன்னகைத்தாள். “முக்தாரை நேசிப்பதற்கு என்னாலியன்ற அளவு முயற்சித்தேன், அது நிறைவேற

வில்லை. நீலத்தை மனதாரக் காதலித்தேன், அது நிறைவேறவில்லை. எப்படியாவது காவைக் காதலிக்கக் கற்றுக்கொள்வேனென்று நினைத்தேன், அதுவும் நிறைவேறவில்லை. ஒரு குழந்தை வேண்டுமென்று ஏங்கிக் கொண்டிருந்தேன், குழந்தை பிறக்கவேயில்லை. இனி இன்னொருவரை என்னால் காதலிக்க முடியுமென்று எனக்குத் தோன்றவில்லை. காதலுக்கு என் இதயத்தில் இனி இடமில்லை. என் தங்கை மகன் ஓமெர்கானை வளர்ப்பதுதான் எனக்கிருக்கும் ஒரே குறிக்கோள். ஆனாலும் உங்களுக்கு என் நன்றி – நீங்கள் சொல்வதை நான் ஸீரியஸாக எடுத்துக் கொள்ளாவிட்டாலும்.”

என்னிடம் பேசும்போது முதல் முறையாக ‘உங்கள் நண்பர்’ என்று சொல்லாமல் காவின் பெயரை உச்சரித்திருக்கிறாள். அதற்காக அவளுக்கு அபரிமிதமாக நன்றி தெரிவித்தேன். அடுத்த நாள் மதிய நேரத்தில் ‘நியூலைஃப் பாஸ்ட்ரி ஷாப்’பில் நாம் மறுபடியும் சந்திக்க முடியுமா, காவைப்பற்றி இன்னும் கொஞ்சம் பேசுவதற்கு?

அவள் ஸாரி சொல்லிவிட்டு பிஸியாக இருப்பதாகச் சொன்னாள். ஆனாலும் விருந்தோம்பலை துறக்காமல், அதற்கு அடுத்தநாள் மாலை நான் புறப்படும் போது அவளும் அவள் குடும்பத்தினரும் நிலையத்திற்கு வந்து வழியனுப்பி வைப்போம் என்றாள்.

அவளுக்கு நன்றி தெரிவித்து விட்டு, விருந்து மேசைக்கு நடந்து வருவதற்கு என்னிடம் பலம் இல்லை என்றேன் (மேலும் அழுது விடுவேனோ என்றும் பயமாக இருந்தது). படுக்கையில் விழுந்து சடுதியில் தூங்கிப்போனேன்.

அடுத்த நாள் காலை யார் கண்ணிலும் படாமல் ஓட்டலைவிட்டு வெளியேறினேன். அன்று முழுக்க நகரெங்கும் நடந்தேன். முதலில் முக்தாருடன். பின்பு சர்தார் பே, அப்புறம் ஃபாசிலோடு. மாலைச் செய்திகளில் நான் தோன்றியிருந்ததால் கார்ஸ் மக்களுக்கு என்னிடம் உரையாடுவதில் தயக்கம் விலகியிருந்தது. இதனால் என் கதையின் முடிவில் உள்ள பல முக்கிய விபரங்களை அவர்களிடமிருந்து தெளிவுபடுத்திக் கொள்ள முடிந்தது. கார்ஸ்ஸின் முதல் இஸ்லாமிஸ்ட் அரசியல் நாளிதழான *Lance*இன் உரிமையாளரை முக்தார் அறிமுகப்படுத்தி வைத்தார் (நாளிதழின் சர்குலேஷன்: 75). நாங்கள் உரையாடிக் கொண்டிருக்கையில் அந்த இதழின் நிர்வாக ஆசிரியராக இருந்த ஓய்வுபெற்ற மருந்தாளுநர் மிகவும் தாமதமாக வந்து கலந்து கொண்டார். கார்ஸ் இஸ்லாமிஸ்ட் இயக்கத்தின் மீது தொடுக்கப்பட்ட ஜனநாயக விரோத நடவடிக்கைகளால் அந்த இயக்கம் பின்வாங்கி செயலற்றதாகிவிட்டது என்று அந்த இருவரும் குறிப்பிட்டார்கள். சமயக்கல்விக்கூடத்தைத் திறக்க வேண்டுமென்ற கோரிக்கைகூட மங்கிக்கொண்டு வருகிறதாம். அவர்கள் பேசி முடித்த பிறகுதான் எனக்கு ஒரு விஷயம் – இந்தக் கிழட்டு மருந்தாளுநர்தான் நெஸிப்பை இரண்டுமுறை முறைகேடாக முத்தமிட்டார் என்பதற்காக அவரை நெஸிப்பும் ஃபாசிலும் கொல்வதற்கு சதித் திட்டம் தீட்டினார்கள் என்பது – நினைவுக்கு வந்தது. சுனய் ஸயிம்மிடம் ஓட்டலில் தங்கி

யிருக்கும் விருந்தினர்களை பழித்துரைத்த ஓட்டல் உரிமையாளர் இப்போது *Lance*இல் எழுதிக் கொண்டிருக்கிறாராம். சமீபத்திய நிகழ்வுகளைப் பற்றிப் பேசும்போது நான்கு வருடங்களுக்கு முன் கல்வியியல் பயிற்சியக இயக்குநரைக் கொன்றவன் கார்ஸ் நகரத்தைச் சேர்ந்தவனல்லவென்பது தெளிவானதும் மிகவும் நிம்மதியடைந்ததாக அப்பத்திரிகை ஆசிரியர் கூறினார். இந்த விஷயத்தை இதுவரை நானே மறந்திருந்தேன். கொலை செய்தவன் தொகாட்டைச் சேர்ந்த ஒரு தேநீர் விடுதியாளன். அந்தக் கொலையை செய்த சில நாட்களிலேயே அதே ஆயுதத்தைப் பயன்படுத்தி மற்றொரு கொலையும் செய்திருப்பது பின்னர் உறுதியானது. அங்காராவிலிருந்து விசாரணை அறிக்கை வந்தபிறகு அந்த தொகாட் இளைஞன் மீது கொலைக் குற்றம் சுமத்தப்பட்டது. நீலம் அவனை கார்ஸ்ஸிற்கு அழைத்ததால்தான் அங்கு வந்ததாக அவன் வாக்குமூலமளித்தான். அவனது விசாரணை யில் சமர்ப்பிக்கப்பட்ட வாக்குமூலத்தில் அவனுக்கு சித்தக் கலக்கம் ஏற்படுவது உண்டு என்று தெரிவிக்கப்பட்டிருந்ததால், நீதிபதி அவனை பகிர்கோய் மனநல மருத்துவமனையில் சேர்க்க உத்தரவிட்டார். மூன்று வருடங்கள் கழித்து அவன் வெளிவந்ததும் அவன் இஸ்தான் புல்லிலேயே 'மெர்ரி தொகாட்' என்ற பெயரில் தேநீர் விடுதி ஒன்றை நடத்தி வருகிறானாம். முக்காடுப் பெண்களுக்கிருக்கும் சிவில் உரிமைகள் குறித்து *Covenant*இல் கட்டுரைகள் எழுதி வருகிறானாம்.

கடிஃபே முக்காடை அகற்றியபிறகு, கடந்த நான்காண்டுகளில் கார்ஸ்ஸில் முக்காடுப் பெண்களின் வீரியம் கடந்த நான்காண்டுகளில் வெகுவாக பலமிழந்திருக்கிறது. இப்போது மீண்டும் அது தலை தூக்குவதற்கான அறிகுறிகள் தென்பட்ட போதிலும், நீதிமன்ற வழக்குகளில் சம்பந்தப்பட்டிருந்த பல பெண்கள் பல்கலைக்கழகத் திலிருந்து நீக்கப்பட்டோ அல்லது வேறு எங்காவது மாற்றம் செய்யப் பட்டோ இருந்தனர். இதனால் இஸ்தான்புல்லில் இந்த இயக்கம் வேகமாகச் செயல்படுவதைப் போல கார்ஸ்ஸில் இல்லை. ஹண்டே குடும்பத்தினர் என்னை சந்திக்க மறுத்தனர்.

புரட்சிக்கு அடுத்த நாள் காலை துருக்கிய நாட்டுப்புறப் பாடல்களைப் பாடுவதற்காக தொலைக்காட்சி நிலையத்திற்கு இழுத்து வரப்பட்ட அந்தக் கம்பீரக் குரல் கொண்ட தீயணைப்பு வீரனுக்கு அதற்குப் பிறகு ரசிகர் கூட்டம் அதிகரித்து, இப்போது 'கார்ஸ் பார்டர் டெலிவிஷனில்' வாரந்தோறும் ஒளிபரப்பாகும் 'துருக்கிய எல்லைப்புறப் பாடல்கள்' நிகழ்ச்சியை அவன்தான் நடத்தி வருகிறானாம். செவ்வாய் இரவு பதிவுசெய்து வெள்ளிக்கிழமை மாலை ஒளிபரப்பு கிறார்களாம். அவனுக்கு உடன் பக்கவாத்தியமாக மேதகு ஷேக் சாதித்தின் அவர்களின் சிஷ்யர்களில் ஒருவன்.

புரட்சி இரவன்று மேடையில் தோன்றிய 'கண்ணாடி' என்ற இளைஞனையும் செய்தியாளர் சர்தார் பே எனக்கு அறிமுகப்படுத் தினார். அந்த நிகழ்ச்சிக்குப் பிறகு அந்தப் பையனின் அப்பா அவன் பள்ளி நாடகத்தில் கூட நடிக்கக்கூடாதென்று தடை போட்டு விட்டிருக்கிறார். அவன் இப்போது நன்றாக வளர்ந்து செய்தித்தாள்

விநியோகத்தில் வேலை பார்த்துக் கொண்டிருந்தான். அவன்தான் கார்ஸ் நகரத்தின் சோசலிஸ்ட்டுகளைப் பற்றி தற்போதைய நிலவர, விபரங்களை எனக்கு அளித்தான். அவர்கள் இஸ்தான்புல் செய்தி இதழ்களைத்தான் முழுவதுமாக சார்ந்திருந்தார்கள். அரசை எதிர்த்து உயிர் துறந்த இஸ்லாமிஸ்ட்டுகளையும் குர்திய தேசியவாதிகளையும் அவர்கள் இப்போதும் பாராட்டிப் பேசிக்கொண்டிருந்தார்கள். அவ்வப்போது அவர்கள் வெளியிடுகிற உப்புச்சப்பற்ற அறிக்கைகளை ஒருவரும் பொருட்படுத்துவதில்லை. இன்றைய தினங்களில் அவர் களுடைய ஒரே வேலை, கூடி உட்கார்ந்து அவர்கள் முன்னொரு காலத்தில் எப்பேர்ப்பட்ட வீரச் செயல்களை செய்து காட்டியவர்கள் என்று ஜம்பப் பேச்சு பேசிக்கொண்டு, இளைஞர்களாக இருந்தபோது அவர்கள் புரிந்த தியாகங்களை விஸ்தாரமாக எடுத்துக்காட்டி பழங்கதை பேசிக் கொண்டிருப்பது மட்டும்தான்.

கார்ஸ்ஸில் நடந்து போகும்போது நான் சந்தித்தவர்களில் அநேகமாக எல்லோரும் அப்படிப்பட்ட ஒரு தலைவனுக்காக, காத்துக் கொண்டிருந்தார்கள் என்று எனக்குத் தோன்றியது. பெரும் தியாகங்கள் புரியத் தயாராக இருக்கும் ஒரு நாயகன். ஏழ்மையிலிருந்தும், வேலையின்மையிலிருந்தும், குழப்பங்களிலிருந்தும், படுகொலை களிலிருந்தும் அவர்களை மீட்டெடுக்கப் போகிற ஒரு பெருந்தகை. ஒருவேளை நானும் ஏதோ கொஞ்சம் புகழ்பெற்றிருக்கும் நாவலாசிரிய னாக இருப்பதால், அந்நகரம் மொத்தமுமே அவர்கள் ஏக்கத்தோடு காத்திருக்கும் தலைவனாக நான் இருக்க முடியுமாவென்று எதிர்பார்த் திருந்ததைப் போலிருந்தது. ஆனால் எனது இஸ்தான்புல் சுபாவங்களான அசுவாரஸ்யத்தாலும், கவனக்குறைவாலும், ஒழுங்கின்மையாலும், சுயநலத்தாலும் அவர்களை ஏமாற்ற வேண்டியதாயிற்று. அவர்கள் இதற்காக என்னைப் பழிக்கவும் செய்தார்கள். மாரூஃப் என்ற ஒரு டெய்லர் ‘யூனிட்டி டீ ஹவுஸில்’ தனது வாழ்க்கைக் கதையை சொல்லிவிட்டு, அவன் வீட்டுக்கு என்னை அழைத்தான். அவனுடைய மைத்துனர்களை அறிமுகப்படுத்துவதாகவும், எல்லோரும் சேர்ந்து குடிக்கலாம் என்றும் சொன்னான். மறுத்தபோது கோபித்துக் கொண்டான். வேறு சிலர் என்னை மேலும் இரண்டு நாட்கள் தங்கி, வியாழன் மாலை நடைபெறும் அடாதுர்க் இளைஞர் மன்ற மாநாட்டில் கலந்துகொள்ளுமாறு வேண்டினர். அவர்கள் நட்போடு அளிக்கும் எல்லா சிகரெட்டையும் நான் புகைத்தாக வேண்டும், அவர்கள் என்னிடம் நீட்டும் எல்லா மதுக் கோப்பைகளையும் நான் அருந்தியாக வேண்டுமென்பது அவர்கள் எதிர்பார்ப்பாக இருந்தது. (நானும் நிறையவே குடித்துவிட்டேன் என்பதையும் சொல்லவேண்டும்..!) வார்தோவைச் சேர்ந்த ராணுவ வீரர் ஒருவர் ஃபாசிலின் அப்பாவுக்கு நண்பர். அவர் என்னிடம் பேசும்போது கடந்த நான்கு வருடங்களில் பெரும்பாலான குர்திய பயங்கரவாதிகள் கொல்லப்பட்டிருக்கிறார்கள், அல்லது சிறையில் அடைக்கப்பட்டுள்ளார் கள் என்றார். கெரில்லா படையில் இப்போது யாரும் சேருவதில்லையாம். ஓட்டல் ஆசியாவில் நடந்த ரகசியக் கூட்டத்தில் பங்கெடுத்துக் கொண்ட குர்திய இளைஞர்கள் எல்லோரும் ஊரைவிட்டு ஓடி

விட்டார்கள் என்று சொன்னார். ஆனால் ஞாயிற்றுக் கிழமை மாலை நடைபெற்ற கோழிச் சண்டை போட்டியில் ஸாஹிதேவின் சூதாடிப் பேரனைப் பார்த்தேன். அவன் என்னை அன்போடு வரவேற்றான். தேநீர் கோப்பைகளில் ரகசியமாக ராக்கியை ஊற்றி கள்ளத்தனமாகப் பருகினோம்.

மிகவும் நேரமாகி விட்டிருந்தது. பனிச் சேறில் கால்கள் புதைய, தோழன் ஒருவனுமில்லாத யாத்ரீகனைப் போல கவலைகள் மனதை அழுத்த, நிதானமாக ஓட்டலை நோக்கி நடந்தேன். புறப்படுவதற்கு இன்னும் நிறைய நேரம் இருந்தது. யார் கவனத்தையும் ஈர்க்காமல் கிளம்பவேண்டும் என்று நினைத்துக்கொண்டே புறப்பாடு ஆயத்தங் களைச் செய்ய நேராக அறைக்குச் சென்றேன். சமையலறை வாசல் வழியே வெளியேறும் போது உளவாளி சஃபேட் எதிரில் வந்தார். இப்போது அவர் ஓய்வுபெற்றுவிட்டிருந்தாலும் ஸாஹிதேவின் சூப்பிற்காக ஒவ்வோரிரவும் வந்துகொண்டிருந்தார். தொலைக்காட்சி நேர்காணலில் என்னைப் பார்த்திருந்ததால் உடனே அடையாளம் கண்டுகொண்டு, என்னிடம் சில விஷயங்கள் சொல்வதற்கு இருப்பதாகச் சொன்னார். யூனிட்டி டீ ஹவுஸிற்குச் சென்று பேசிக்கொண்டிருக்கும்போது, அவர் ஓய்வுபெற்றுவிட்டிருந்தாலும், அரசிற்காக பகுதி நேரமாகப் பணியாற்றுவதாகச் சொன்னார் – கார்ஸ்ஸில் ஓர் உளவாளிக்கு பணி ஓய்வு என்ற ஒரு விஷயமே கிடையாதுதானே! அவரை இந்நகரத்தின் உளவுத்துறை அனுப்பி வைத்திருப்பதற்கே நான் இங்கே என்ன நோண்டிக் கொண்டிருக்கிறேன் என்பதைக் கண்டு பிடிப்பதற்காகத் தானாம். ('ஆர்மீனிய விவகாரம்', குர்திய போராளிகள், மத கூட்டமைப்பு கள், அரசியல் கட்சிகள் – இவற்றில் எதுவாக இருக்கும்?) நட்போடு புன்னகைத்தபடி நான் எதற்காக வந்திருக்கிறேன் என்பதை அவரிடம் சொல்லிவிட்டால், அவருக்குக் கொஞ்சம் சில்லறை கிடைக்க வழியாகும் என்றார்.

வார்த்தைகளை கவனமாகத் தேர்ந்தெடுத்து, காவைப் பற்றிச் சொன்னேன். நான்கு வருடத்திற்கு முன் என் நண்பன் இங்கு வந்திருந்த போது ஒவ்வோர் அடியிலும் பின் தொடர்ந்திருக்கிறார். அவனைப் பற்றிக் கேட்டால் அவருக்கு என்ன ஞாபகத்தில் வரும், என்று சஃபேட்டிடம் கேட்டேன்.

"அவருக்கு சக மனிதர்கள் மீது அக்கறை உண்டு. நாய்களைக்கூட நேசிப்பார். அவர் ஒரு நல்ல மனிதர்," என்றார். "ஆனால் அவர் மனம் ஜெர்மனியில்தான் இருந்தது. மிகவும் உள்நோக்கிய இயல்பினர். இப்போதெல்லாம் காவை இங்கு யாருக்கும் பிடிப்பதில்லை."

வெகு நேரத்திற்கு நாங்கள் எதுவும் பேசவில்லை. அவருக்கு ஏதாவது தெரிந்திருக்குமோ என்ற சந்தேகத்தோடு நீலத்தைப் பற்றிக் கேட்டேன் ஒரு வருடத்திற்கு முன் – இப்போது நான் இங்கே வந்து காவைப் பற்றிக் கேட்டுக் கொண்டிருப்பதைப் போல – இஸ்தான் புல்லிலிருந்து பல இஸ்லாமிஸ்ட் இளைஞர்கள் இங்கு வந்து, அவரிடம் தேச விரோதியான நீலத்தைப் பற்றி விசாரித்தார்கள் என்றார்.

அவர்கள் அவனை அடக்கம் செய்த இடத்தைத் தேடியிருக்கிறார்கள், ஆனால் கிடைக்கவில்லை. அவனை அடக்கம் செய்த இடம் ஒரு வழிபாட்டுத் தலமாக மாறிவிடக் கூடாதென்பதற்காகவே அவன் சடலத்தை விமானத்தில் ஏற்றி வந்து நடுக்கடலில் போட்டுவிட்டதாகச் சொன்னார். ஃபாசிலும் அங்கு வந்து சேர்ந்துகொண்டான். இதைப் போன்ற கதைகளை அவனும் கேட்டிருப்பதாகச் சொன்னான். நீலம் எந்தெந்த மார்க்கங்களில் யாத்திரை மேற்கொண்டானோ, அதே பாதைகளில் அந்த இஸ்லாமிஸ்ட் இளைஞர்களும் அடியொற்றிச் செல்வதாகக் கேள்விப்பட்டானாம். அவர்கள் ஜெர்மனிக்குத் தப்பிச் சென்று, பெர்லினில் ஒரு தீவிர இஸ்லாமிஸ்ட் குழுவை துவக்கி, அது வேகமாக வளர்ந்து வருவதாகச் சொன்னான். ஜெர்மனியிலிருந்து வரும் இதழான Pilgrimage முதல் பக்கத்தில் அவர்கள் அறிக்கை ஒன்றை வெளியிட்டிருப்பதைப் பார்த்ததாக ஃபாசிலின் பழைய சமயக் கல்விக்கூட சகாக்கள் சொன்னார்கள் என்றான். அந்த அறிக்கையில் நீலத்தின் மரணத்திற்கு காரணமானவர்களை பழிவாங்கப் போவதாக சபதம் எடுத்திருந்தார்களாம். இந்தக் குழுவினர்தான் காவைக் கொன்றிருப்பார்கள் என்று எங்களுக்குத் தோன்றியது என்றான். இவன் சொன்னதைக் கேட்டதும் காவின் கவிதை நோட்டுப்புத்தகம் பெர்லினில் இந்த நீலத்தின் பக்தகோடிகளின் கையில்தான் இருக்கக் கூடும் என்று உறுதியாகத் தோன்றியது. வெளியில் பொழிந்து கொண்டிருந்த உறைபனிக் கீற்றுகளை வெறித்தேன்.

அப்போது மற்றொரு போலீஸ்காரனும் அங்கே வந்து எங்களோடு அமர்ந்தான். தெஸ்லைமை காதலித்தவன் அவன். அவனைப்பற்றி வந்த வதந்திகள் எல்லாமே பொய் என்றான். "எனக்கு சாம்பல் நிறக் கண்கள் கூட கிடையாது," என்றான். தெஸ்லைம் அவனை மணந்து கொள்ளாததற்கு அது எப்படி ஒரு காரணமாக இருக்க முடியுமென்று அவனுக்குத் தெரியவில்லை. அவளை அவன் மனதாரக் காதலித்தான்; அவள் மட்டும் தற்கொலை செய்துகொள்ளாதிருந்தால் அவர்கள் நிச்சயமாகத் திருமணம் செய்துகொண்டிருப்பார்கள் என்றான். அவன் பேசிக்கொண்டிருந்தபோது திடீரென, காவின் குறிப்புகளில் நான் படித்திருந்த ஒரு விஷயம் ஞாபகத்திற்கு வந்தது. பொது நூலகத்தில் நான்கு வருடங்களுக்கு முன் இதே சஃபேட், ஃபாசிலின் மாணவர் அடையாள அட்டையை பிடுங்கி வைத்துக் கொண்டார். ஆனால் இப்போது சஃபேட், ஃபாசில் இருவருமே அந்த விவகாரத்தை மறந்துவிட்டார்கள் போலிருக்கிறது.

அங்கிருந்து எழுந்து ஃபாசிலும் நானும் பனி அணிந்த தெருக்களில் நடந்தோம். அந்த இரண்டு போலீஸ்காரர்களும் – நட்புணர்வு காரணமாகவோ, அல்லது தொழில் ஆர்வத்தினாலோ – எங்கள் கூடவே வந்தனர். நாங்கள் கேட்காமலேயே அவர்கள் வாழ்க்கையைப் பற்றி, பொதுவாக வாழ்க்கையில் இருக்கும் வெறுமையைப் பற்றி, காதலின் வலி, வயதாவதின் வேதனை பற்றியெல்லாம் பேசிக்கொண்டு வந்தனர். இருவருமே தொப்பி அணிந்திருக்கவில்லை. சொற்பமாக முடி மிச்ச மிருந்த அவர்களின் உச்சந்தலைகளில் விழும் பனித்திவலைகள்

உருகாமல் ஒட்டிக் கொண்டிருந்தன. நான்கு வருடங்களுக்கு முன் இருந்ததை விட இந்நகரத்தில் இப்போது வறுமையும் வெறுமையும் அதிகரித்திருப்பதாகச் சொல்ல முடியுமா என்று அவர்களிடம் கேட்டேன். இப்போதெல்லாம் எல்லோரும் முன்னை விட அதிகமாக தொலைக்காட்சி பார்த்துக் கொண்டிருக்கிறார்கள் என்றான் ஃபாசில், வேலையற்றவர்கள் நாள் முழுக்க தேநீர் விடுதிகளில் உட்கார்ந்திராமல் வீட்டில் உட்கார்ந்து செயற்கைகோள் உலகெங்கும் ஒளிபரப்பும் இலவச திரைப்படங்களைப் பார்த்துக்கொண்டிருக்கிறார்கள் என்றான். எல்லோரும் படுசிக்கனமாக மாறி, பணம் சேர்த்து, வெள்ளைக்காரத் தனமான பாத்திர பண்டங்களை வாங்கி சன்னல் விளிம்புவரை அடுக்கி வைத்திருப்பதுதான் இந்த நகரத்தில் காணப்படும் ஒரே முன்னேற்றம் என்றான்.

நியூலைஃப் பாஸ்ட்ரி ஷாப்பில் நின்றோம். கல்வியியல் பயிற்சியக இயக்குநர் உயிர் பிரிவதற்கு முன் கடைசியாக சாப்பிட்ட, அபாரமான சுவை கொண்ட பருப்பு உருண்டைகளை வாங்கினோம்: எங்கள் மாலை உணவு இதுதான். சாப்பிட்டு முடிந்ததும் நேராக ரயில் நிலையத்திற்குத்தான் போகப் போகிறோம் என்பதை அந்தப் போலீஸார் உறுதிசெய்து கொண்டதும் எங்களுக்கு விடை கொடுத்தனர். மூடப்பட்டிருந்த கடைகள், காலியான தேநீர் விடுதிகள், கைவிடப்பட்ட ஆர்மீனிய மாளிகைகள், பெருங்கடைகளின் பிரகாசமான பகட்டு சன்னல்களைத் தாண்டி ஃபாசிலும் நானும் நடக்கும்போது அவ்வப் போது தலையை உயர்த்தி சாலையோர செஸ்நட், பொப்ளார் மரங்களை பார்த்துக்கொண்டே வந்தேன். அங்கொன்றும் இங்கொன்று மாக இருந்த நியான் விளக்கொளியில் இம்மரங்களின் பனி அப்பிய கிளைகள் திட்டுத்திட்டாக ஒளிர்ந்தன. போலீஸ் எங்களைப் பின் தொடராததால் குறுக்கு வழிகளில் நுழைந்தோம். இவ்வளவு நேரம் மட்டுப்பட்டதாகத் தெரிந்த பனிப்பொழிவு இப்போது வலுத்திருந்தது. இந்த வெறுமை சூழ்ந்த வீதிகளின் காரணமாகவோ, அல்லது கார்ஸ்ஸை விட்டுப் புறப்படும் வலியின் காரணமாகவோ, ஒருவித குற்றவுணர்ச்சி எனக்குள் கனக்கத் தொடங்கியது. இந்த வெற்றான நகரத்தில் ஃபாசிலை ஓர் ஒதுக்கமான வாழ்க்கையை வாழவைத்து விட்டு நான் மட்டும் தப்பிச் செல்கிற குற்றவுணர்ச்சியா இது? அடுத்தடுத்து இருந்த இரண்டு ஓலியாண்டர் மரங்களின் இலைகளற்ற கிளைகளில் கோர்த்திருந்த உறைநீர் மணிகள் ஒன்றோடொன்று பிணைந்து ஒரு மென்பட்டு வலைத் திரை போல இறங்கியிருந்தது. உறைபனி போர்த்திய கூடிலிருந்த ஒரு சிட்டுக்குருவி படபடத்து எம்பி, சுழன்று சுழன்று தரையிறங்கும் மாபெரும் பனிப் படிகங்களி னூடே, எங்கள் தலைக்கு மேல் பறந்து சென்றது. எங்களைத் தவிர ஆளரவமற்றிருந்த காலியான தெருக்களை வெண்பனிப் படுக்கை புதைத்து வைத்திருந்ததில் எங்கள் காலடி ஓசைகளும், கனத்த பெருமூச்சு களும் மட்டுமே அடங்கிய ஒலிகளாகக் கேட்டன. தொடர்ந்து நடக்க, நடக்க, பிரயாசை கூடி, மார்புக்கூட்டுக்குள் இடி இடிப்பதைப்போல பெருமூச்சுமுட்ட, கடைகளும் வீடுகளும் கனவில் போல மௌனமாகச் சமைந்திருந்தன.

திடீரென பனிப்பொழிவு தற்காலிகமாக நின்று, ஒரே ஒரு பனிச்சருகு மட்டும் தனியாக அது இறுதியாகப் புதைந்து நல்லடக்கம் காணப்போகும் தரையை நோக்கி அந்தக் குளிர் இரவின் இருட்டில் ஆடி, ஆடி, மெதுவாக இறங்கிக்கொண்டிருப்பதை நடுச்சாலையில் நின்று இறுதிவரை பார்த்துக் கொண்டிருந்தேன். அது தரையைத் தொட்ட அடுத்த விநாடி, ஃபாசில் டிவைன் லைட் டீ ஹவுஸின் வாசலுக்குமேல் சுவரில் ஒட்டியிருந்த போஸ்டரை சுட்டிக்காட்டினான். நான்கு வருடங்களுக்கு முந்தைய சுவரொட்டி அது. சாயமிழந்து மங்கலான எழுத்துக்களில்:

மனிதப்பிறவிகள் இறைவனின் மகத்தான படைப்புகள்

தற்கொலை என்பது தெய்வநிந்தனை

“இந்த தேநீர் விடுதிக்கு காவலர்களிடம் நல்ல செல்வாக்கு. அதனால்தான் அந்த சுவரொட்டியின் மேல் ஒருவரும் கை வைக்காமல் இருக்கிறார்கள்,” என்றான்.

“உன்னை இறைவனின் மகத்தான படைப்புகளில் ஒன்றாக உணர்கிறாயா?” என்று கேட்டேன்.

“இல்லை. நெஸிப் ஒருவன்தான் இறைவனின் மகத்தான ஆக்கம். இறைவன் அவன் உயிரைப் பறித்துக்கொண்டதற்குப் பிறகு, நாத்திகம் பற்றிய எனது கவலைகளையும், இறைவனை மேலும் அதிகமாக நேசிக்கும் விருப்பத்தையும் நான் துறந்துவிட்டேன். இறைவன் என்னை மன்னிப்பாராக.”

மீண்டும் மௌனமாக பனிப்பொழிவு ஆரம்பித்தது. மெதுவாகக் கீழிறங்கும் பனித்துணுக்குகள் அந்தரத்தில் தொங்கிக் கொண்டிருப்பதைப் போலத் தோற்றமளித்தன. ரயில் நிலையத்தை அடையும் வரை எங்களிடமிருந்து பேச்சு எழவில்லை. அந்த அழகான ரயில் நிலையக் கருங்கல் கட்டிடம் – எனது ‘கறுப்புப்புத்தகம்’ நாவலில் குறிப்பிடும் தொடக்ககால குடியரசுக் கட்டிடத்தை என் வாசகர்களில் சிலர் நினைவில் வைத்திருக்கக்கூடும் – இப்போது இல்லை. அது இருந்த இடத்தில் ஒரு கோரமான கான்கிரீட் சமாச்சாரம் முளைத்திருந்தது. வாசலிலேயே முக்தாரும் அந்த அடுப்புக்கரி நிறத்து நாயும் எங்களுக்காக காத்திருந்தார்கள். ரயில் கிளம்புவதற்கு பத்து நிமிடங்கள் முன்னதாக சர்தார் பே, காவைப்பற்றி குறிப்பிடப்பட்டிருந்த ‘பார்டர் சிட்டி கெஜட்’டின் பழைய பிரதிகளோடு வந்தார். அவற்றை என்னிடம் கொடுத்துவிட்டு, நான் எழுதப்போகும் புத்தகத்தில் கார்ஸ் நகரத்தைப் பற்றியோ, அதன் சிக்கல்களைப் பற்றியோ, கார்ஸ் மக்களைப் பற்றியோ மோசமாக எதையும் எழுத வேண்டாம் என்று கேட்டுக்கொண்டார்.

சர்தார் பே எனக்கு அன்பளித்ததைப் பார்த்துவிட்டு முக்தார் பதற்றத்தோடு, கொஞ்சம் சங்கடத்தோடு, ஒரு பிளாஸ்டிக் ஷாப்பிங் பையை எடுத்து என்னிடம் நீட்டினான். அதற்குள் ஒரு கொலோன் பாட்டிலும், பிரசித்தி பெற்ற கார்ஸ் பாலாடைக்கட்டியும், எர்ஸுரும்மில் அச்சடிக்கப்பட்டிருந்த அவனது முதல் கவிதைத் தொகுப்பும் இருந்தன.

பயணச்சீட்டை வாங்கிக்கொண்டு, என் நண்பன் அவனது கவிதையில் குறிப்பிட்டிருந்த அந்தச் சின்ன நாய்க்கு ஒரு ஸான்ட்விச் வாங்கினேன். அது சந்தோஷமாக வாலாட்டிக்கொண்டே என்னை நெருங்க, அதற்கு ஸான்ட்விச்சைப் பிய்த்துக் கொடுத்துக் கொண்டிருந்த போது துர்குத் பேவும் கடிஃபேவும் அவசரஅவசரமாக ரயில்நிலையத் திற்குள் நுழைவதைப் பார்த்தேன். நான் கிளம்பிச் சென்றுவிட்டதாக ஸாஹிதே இப்போதுதான் அவர்களிடம் சொன்னாளாம். டிக்கெட் ஏஜென்ட்டைப்பற்றி, பயணத்தைப்பற்றி, பனியைப்பற்றி சற்று அளவளாவிக் கொண்டிருந்தோம். துர்குத் பே சங்கடத்தோடு அவர் பாக்கெட்டுக்குள் கைவிட்டு ஒரு புத்தகத்தை எடுத்தார். அது அவர் சிறையில் இருந்தபோது பிரெஞ்சிலிருந்து மொழிபெயர்த்த துர்க்கனேவின் ‘முதல் காதல்’ நாவலின் புதிய பதிப்பு. ஓமெர்கான் கடிஃபேவின் மடியில் உட்கார்ந்திருந்தான். அவன் தலையைத் தட்டிக்கொடுத்தேன். அவன் அம்மா ஒயிலான இஸ்தான்புல் சால்வையை தலையில் சுற்றியிருந்தாள். அதன்மேல் சேகரமாகியிருந்த பனி சொட்டிக் கொண்டிருந்தது. அவன் மனைவியின் அழகான விழிகளை வெகுநேரம் பார்ப்பதற்குப் பயந்து ஃபாசிலிடம் திரும்பினேன். கார்ஸ்ஸை மையமாக வைத்து நான் ஒரு நாவல் எழுதினால், என் வாசகர்களிடம் அவன் என்ன சொல்ல விரும்புவான் என்று இப்போது முடிவெடுத்து விட்டானாவெனக் கேட்டேன்.

“எதுவுமில்லை.” அவன் குரல் திடமாக ஒலித்தது.

என் முகம் விழுவதைப் பார்த்து, சமாளித்துக்கொண்டு, “நான் ஒன்று யோசித்து வைத்திருந்தேன். ஆனால் அது உங்களுக்குப் பிடிக்காவிட்டால் . . .” என்று இழுத்தான். “கார்ஸ்ஸைக் களமாக வைத்து நீங்கள் ஒரு நாவல் எழுதி, அதில் என்னை ஒரு பாத்திரமாகப் புகுத்துவீர்களென்றால், உங்கள் வாசகர்களிடம் நான் சொல்ல விரும்புவது இதுதான்: என்னைப்பற்றி, எங்களைப்பற்றி நீங்கள் எழுதுவது எதையும் நம்பாதீர்கள். தொலைதூரத்தில் இருந்துகொண்டு எங்களை முழுசாக யாரும் புரிந்துகொள்ள முடியாது.”

“ஆனால் நாவலில் இருப்பவை எல்லாவற்றையும் வாசகர்கள் நம்புவதில்லை,” என்றேன்.

“ஓ, எஸ். நிச்சயம் நம்புவார்கள்,” என்று கீச்சிட்டான். “அவர்கள் தம்மை அறிவாளிகளாக, உயர்ந்தவர்களாக, மனிதாபிமானமிக்கவர் களாக காட்டிக்கொள்ள வேண்டுமென்றால், எங்களை வேடிக்கையான வர்களாக, பரிதாபத்திற்குரியவர்களாகத்தான் அவர்கள் பார்த்தாக வேண்டிய கட்டாயம் இருக்கிறது. எங்களை அப்படி சித்தரித்தால்தான், அவர்கள் எங்கள்மேல் பரிதாபப்படுவார்கள், எங்களை விரும்பக்கூடச் செய்வார்கள். ஆனால் நான் உங்களிடம் இப்போது சொன்ன வாசகத்தை உங்கள் நாவலில் எழுதினீர்களென்றால், குறைந்தபட்சம் உங்கள் வாசகர்கள் மனதில் சந்தேகத்திற்கு கொஞ்சம் இடமாவது மிச்சமிருக்கும்.”

அவன் சொன்னதை என் நாவலில் எழுதிவிடுவதாக வாக்களித்தேன்.

ரயில்நிலைய வாசலை நான் ஓரக்கண்ணால் பார்த்துக் கொண்டே யிருப்பதை கவனித்து கடிஃபே என்னிடம் வந்தாள். “உங்களுக்கு ரூயா என்ற அழகான மகள் இருக்கிறாள் என்று கேள்விப்பட்டேன்,” என்றாள். “என் அக்கா வரவில்லை. உங்கள் குழந்தைக்கு தன் வாழ்த்துக் களைச் சொல்லச் சொன்னாள். என் சுருக்கமான நாடக அனுபவத்தின் அடையாளமாக இதை உங்களுக்குக் கொடுக்கிறேன்,” என்று அவள் கொடுத்த புகைப்படத்தில் நேஷனல் தியேட்டர் மேடையில் அவளும் சுனய் ஸயிம்மும் இருந்தார்கள்.

ஸ்டேஷன் மாஸ்டர் விசில் ஊதினார். நான் மட்டும்தான் ரயிலேறுகிற ஒரே பயணி போலிருக்கிறது. ஒவ்வொருவரையும் கட்டியணைத்து விடைபெற்றுக்கொண்டேன். கடைசி நேரத்தில் ஃபாசில் ஒரு பிளாஸ்டிக் பையை என்னிடம் கொடுத்தான். உள்ளே அந்த வீடியோ டேப்புகளின் பிரதிகளும், நெஸிப் வைத்திருந்த ஒரு பேனாவும் இருந்தன.

ரயில் கிளம்பிவிட்டது. கை நிறைய பரிசுப்பொருட்களை வைத்துக் கொண்டு ஏறுவது சிரமமாக இருந்தது. அவர்கள் எல்லோரும் பிளாட் ஃபாரத்தில் நின்றுகொண்டு கையசைத்துக் கொண்டிருந்தார்கள். சன்னலுக்கு வெளியே தலையை நீட்டி கையசைத்தேன். கடைசி நேரத்தில்தான் அந்த அடுப்புக்கரி நிற நாய் கண்ணில் பட்டது. ரோஸ் நிறத்தில் நாக்கைத் தொங்கப்போட்டுக் கொண்டு ரயிலின் கூடவே நான்குகால் பாய்ச்சலில் பிளாட்பாரத்தின் முடிவு வரை ஓடி வந்தது. அடர்த்தியாக கவிழும் பனிச்சாரலில் அவர்கள் அனைவரும் புதைந்து மறைந்து போயினர்.

சன்னலை ஒட்டி அமர்ந்து, வெளியே பனியின் ஊடே மங்கித்தெரியும் இந்நகரத்தின் கடைசி பகுதிகளின், கடைசி வீடுகளின் ஆரஞ்சு விளக்குகளை, கும்பலாக டிவி பார்த்துக் கொண்டிருப்பவர்கள் நிரம்பிய அலங்கோலமான அறைகளை வெறித்துக்கொண்டிருந்தேன். பனி மேற்கவிந்த கடைசி வீட்டுக் கூரைகளும், உடைந்த புகைப்போக்கி களிலிருந்து நெளிந்தபடி எழும் புகைச் சுருள்களும் என்னை விட்டு விலகி பனிக்குள் மறைய நான் உடைந்து பெருகத் தொடங்கினேன்.